கிறிஸ்தோஃப் ஜாஃப்ரிலா

பிரெஞ்சு நாட்டைச் சேர்ந்த அரசியல் ஆய்வாளர். இலண்டனில் உள்ள கிங்ஸ் கல்லூரியின் கிங்ஸ் இந்தியா இண்ஸ்டிட்யூட்டில் இந்திய அரசியல் மற்றும் சமூகவியல் துறைப்பேராசிரியராகப் பணியாற்றி வருகிறார். மேலும், பாரிஸில் உள்ள சயின்சஸ் போவில் தெற்காசிய அரசியல், வரலாற்றுப் பேராசிரியராகவும் உலக அமைதிக்கான கார்னகி அறக்கட்டளையின் அயலக அறிவறிஞராக உள்ளார். தெற்காசிய நிகழ்வுகளில் கவனம் செலுத்தி ஆராய்ந்து வருகிறார். 'தி இந்தியன் எக்ஸ்பிரஸ்', 'எகனாமிக் அண்ட் பொலிடிகல் வீக்லி' என்று தொடங்கிப் பல இதழ்களில் தொடர்ச்சியாக எழுதி வருகிறார். இருபதுக்கும் மேற்பட்ட நூல்கள், தொகுப்புகள் வெளிவந்துள்ளன. இவற்றுள் இந்திய தேசியவாதம் குறித்த 'Hindu Nationalism: A Reader, The Hindu Nationalist Movement in India', இந்தியாவின் மதம், சாதி அரசியலில் செலுத்தும் தாக்கம் குறித்த 'Religion Caste and Politics in India', வட இந்திய அரசியலில் தாழ்த்தப்பட்டவர்களின் எழுச்சியை விரிவாகப் பதிவு செய்யும் 'India's Silent Revolution: The Rise of the Lower Castes in North India' போன்றவை குறிப்பிடத்தக்கவை. தெற்காசிய ஆய்வுகளுக்கான பிரிட்டிஷ் கூட்டமைப்பின் தற்போதைய தலைவராகவும் திகழ்ந்து வருகிறார்.

க.சுப்பிரமணியன்,
மொழிபெயர்ப்பாளர்

பத்திரிகைத் துறையில் கடந்த பதினாறு ஆண்டுகளாக பணியாற்றி வருபவர். இவரது சிறுகதை மற்றும் கவிதைகள் பல பிரபல இதழ்களில் வெளியாகியுள்ளன. 'இலக்கியச் சிந்தனை' விருதுபெற்ற இவரது சிறுகதை தமிழின் குறிப்பிடத்தக்க இயக்குநரான பாலுமகேந்திராவின் 'கதைநேரம்' பகுதிக்காகவும் தேர்வாகி தொலைக்காட்சியில் ஒளிபரப்பாகியுள்ளது. 'பேரிடர்களின் பருவம்' என்கிற கவிதைத் தொகுப்பை வெளியிட்டுள்ளார். மொழிபெயர்ப்பில் ஆர்வமுடைய இவர் சுயமுன்னேற்ற நூல்கள் முதல் நாவல், கட்டுரைகள் வரையிலான பல நூல்களை ஆங்கிலத்திலிருந்து தமிழுக்கு மொழிபெயர்த்துள்ளார்.

மோடியின் இந்தியா

இந்து தேசியவாதம் மற்றும் இன ஜனநாயகத்தின் எழுச்சி

கிறிஸ்தோஃப் ஜாஃப்ரிலா

ஆங்கிலத்தில்

சிந்தியா ஸ்கோச்

தமிழில்

க. சுப்பிரமணியன்

எதிர்
வெளியீடு

மோடியின் இந்தியா
இந்து தேசியவாதம் மற்றும் இன ஜனநாயகத்தின் எழுச்சி
கிறிஸ்தோஃப் ஜாஃப்ரிலா
ஆங்கிலத்தில்: சிந்தியா ஸ்கோச்
தமிழில்: க. சுப்பிரமணியன்

முதல் பதிப்பு: ஜனவரி 2024

எதிர் வெளியீடு,
96, நியூ ஸ்கீம் ரோடு, பொள்ளாச்சி – 642 002
தொலைபேசி: 04259 226012, 99425 11302

விலை: ரூ. 899

MODI'S INDIA
HINDU NATIONALISM AND THE RISE OF THE ETHNIC DEMOCRACY
Christophe Jaffrelot
Translated by: K. Subramanian

Copyright © Librairie Arthème Fayard, 2019 et
Centre de recherches internationales de Sciences Po, 2019

First Edition: January 2024

Published by
Ethir Veliyeedu, 96, New Scheme Road, Pollachi – 2
email: ethirveliyedu@gmail.com
www.ethirveliyeedu.com

ISBN: 978-81-19576-02-9
Cover Design: Lark Bhaskaran
Printed at Jothy Enterprises, Chennai.

All rights reserved. No part of this book may be reprinted or reproduced or utilised in any form or by any electronic, mechanical or other means, now known or hereafter invented, including Photocopying and recording, or in any information storage or retrieval system, without permission in writing from the Publisher.

படைப்பு, உரையாடல் மூலம் எனக்குப் பெரிதும் கற்பித்த
முஷிருல் ஹசனுக்கு *(1949- 2018)*

பொருளடக்கம்

ஏற்புரை	11
சுருக்கங்கள்	12
அறிமுகம்: இந்திய ஜனநாயகத்தின் மூன்று காலகட்டங்கள்	15

பகுதி I

இந்து தேசியவாத அதிகாரத் தேடல்: இந்துத்வாவும் ஜனரஞ்சகவாதமும் — 23

1. இந்து தேசியவாதம்: இந்தியா குறித்த ஒரு மாறுபட்ட கருத்து — 27
   - *இந்துத்வா: இந்துவாக இருப்பது என்பதன் பொருள்* — 28
   - *சங் பரிவாரும் அதன் அரசியலும்* — 35
   - *இந்து தேசியவாதத்தின் சமூக விவரக் குறிப்பு* — 41

2. குஜராத்தில் மோடி: தேசிய– ஜனரஞ்சகவாத நாயகனின் உருவாக்கம்! — 51
   - *ஆர்.எஸ்.எஸ்.ஸின் தூய தயாரிப்பு!* — 55
   - *'இந்து இதயங்களின் சக்கரவர்த்தி'* — 61
   - *மோடித்துவம்: அதிகாரத்தைத் தனிப்பயனாக்கல் மற்றும் நாயகமயமாக்கல்* — 67
   - *நடுநிலை கருதுகோளின் தலைவிதியை முடிவுக்குக் கொண்டுவந்த ஈர்ப்புமிக்கத் தலைவர்* — 86

3. அதிகாரத்துக்கான மோடியின் எழுச்சி அல்லது கோபம், பயம், நம்பிக்கையைப் பயன்படுத்திச் சுரண்டுவது எப்படி — 104
   - *இந்துக்களின் ஊறுபடும் உணர்வை அரசியல்ரீதியாகத் திரட்டல்* — 105
   - *பஜ்ரங் தள்ளின் எழுச்சி மற்றும் இந்து தேசியவாதத்தை சாமானியமயமாக்கல்* — 115
   - *ஒரு புதிய சமூக சுயவிவரக் குறிப்பு: சங் பரிவாரும் அதன் 'கோபக்கார இளைஞர்களும்'* — 119
   - *2014 தேர்தல் பிரச்சாரம்* — 123

4	நலத்திட்டங்களா அல்லது நலவாழ்வா?	151
	ஏழ்மையெதிர்ப்புக் கொள்கைகளா அல்லது பெருமித அரசியலா?	152
	கிராமத்தினர் தோல்வியாளர்களாக	175
	இடஒதுக்கீட்டை நீர்க்கச் செய்தல்	181
	மோடி, உயர்குடி வர்க்கத்தின் ஆதரவாளராக	184
	முதல் பகுதியின் நிறைவு	196

பகுதி 2

உலகின் மிகப்பெரும் நடைமுறை இன ஜனநாயகம் — 205

5	மதச்சார்பின்மைக்கு எதிராக இந்து பெரும்பான்மைவாதம்	209
	பொதுவெளியை இந்துத்துவமயமாக்குதல்	210
	'தாராளவாதிகளுக்கு' எதிரான சிலுவைப் போர்	229
6	சிறுபான்மையரைக் குறிவைத்தல்	245
	கிறித்துவர்களுக்கு எதிரான வெறுப்பு	246
	முஸ்லிம்களுக்கு எதிராகத் தொடர்ச்சியான அணிதிரட்டல்	252
7	ஒரு நடைமுறை ஹிந்து ராஷ்ட்ரம்: இந்திய பாணி கண்காணிப்பியம்	273
	பஜ்ரங் தள், சங் பரிவாரின் ஆயுதப் பிரிவு	274
	கண்காணிப்பாளர்கள் மற்றும் மாநில நிர்வாகங்கள்	279
	ஒரு இணை அரசின் எழுச்சி: தார்மீக ஒழுங்கே சட்டம் ஒழுங்காக	296
	'செக்குலரிஸ்டு'களுக்கு எதிரான உடல்ரீதியான வன்முறை மற்றும் டிஜிட்டல் கண்காணிப்பு	304
	பகுதி 2இன் நிறைவு	319

பகுதி 3

போட்டி எதேச்சதிகாரத்தின் இந்திய பதிப்பு — 323

8	இந்தியாவை நிறுவனக்குலைப்புக்கு ஆட்படுத்துதல்	325
	லோக்பால் குறித்து யாருக்குப் பயம்?	326
	தகவலறியும் உரிமையின் மெதுவான மரணம்	331
	மத்தியப் புலனாய்வுப் பிரிவின் வீணான எதிர்ப்பு	333

	தேசிய புலனாய்வுக் கழகமும் சி.பி.ஐ.யும்: 'கூண்டிலடைக்கப்பட்ட பறவைகள்' என்பதிலிருந்து கழுத்துப்பட்டையில் பிணைக்கப்பட்ட காவல்நாய்களாக	343
	உச்சநீதிமன்றம், எதிர்ப்பிலிருந்து சரணாகதிக்கு	350
	நான்காவது தூண்?	377
9	'தேர்தல் எதேச்சதிகாரத்தை' நோக்கி: 2019 தேர்தல்கள்	392
	சௌகிதார் மோடி	393
	நன்கு மசகிடப்பட்ட தேர்தல் எந்திரம்	408
	சாதி அரசியலும் அதன் முரண்களும்	416
	சமமற்ற தேர்தல் களம்	420
	மோடியின் பா.ஜ.க.: உயரடுக்கினரின் மேலாதிக்கம்	431
10	ஒரு சர்வாதிகார கண்காணிப்பு தேசத்தின் உருவாக்கம்	441
	பாராளுமன்றத்துக்கு உள்ளும் வெளியிலும் – அரசியல் எதிரிகளுடன் இதர வழிகளில் மோதுதல்	443
	கருத்துவேறுபாடுகளை எதிர்க்கும் பெரும்பான்மைவாத அரசை உருவாக்குதல்	454
	காவல்துறையினர் கண்காணிப்பாளர்களாக மற்றும் 'அர்பன் நக்ஸல்கள்' அரசியல் கைதிகளாக	504
11	இந்திய முஸ்லிம்கள்	
	சமூக விளிம்புநிலையாக்கத்திலிருந்து நிறுவன விலக்குக்கும் நீதித்துறை விலக்கத்துக்கும்...	512
	குடியரசில் கண்ணுக்குப் புலப்படாமலாதல்: நீடித்த அதேசமயம் நிறுவனமய விளிம்புநிலை சீர்கெடுதலை ஆழப்படுத்தல்	515
	காவல்துறை, நீதிமன்றங்களுடனான முஸ்லிம்களின் பரிவர்த்தனை	530
	நீதித்துறை பெரும்பான்மைவாதம்: அயோத்தியில் ராமர் கோவிலுக்கான தளத்தை ஆயத்தம் செய்தல்	539
நிறைவுப் பகுதி		560
குறிப்புகள்		589

ஏற்புரை

இந்தப் புத்தகம் என் குடும்பத்தின் - குறிப்பாக தாரா, மிலன் மற்றும் வாடிமின்-உற்சாகமூட்டல் மற்றும் பொறுமையின்றிச் சாத்தியமாகியிருக்காது. மேலும் நான் தொடர்ந்து பெரிதும் கற்றுக்கொண்டிருக்கும் என் மாணவர்களுக்கும் இந்நூல் கடமைப்பட்டிருக்கிறது.

இந்தக் கையெழுத்துப் பிரதியின் பிரெஞ்சுப் பதிப்பு, ஜூடித் புர்கோ, டிடியர் சான்ட்மான் ஆகியோரின் விமர்சனக் கண்களால் நோக்கப்பட்டு கணிசமான மேம்பாடுகளைப் பெற்று பலனடைந்திருக்கிறது. அவர்களுக்கு என் இதயத்தின் ஆழத்திலிருந்து நன்றி தெரிவித்துக்கொள்கிறேன். ஏதேனும் தவறுகள் இருப்பின் அவை என்னுடையவை.

பிரெஞ்சுப் பதிப்பானது ஃபயர்டுக்காக - அதன் புகழ்பெற்ற மூத்தவர்களில் ஒருவரான ஆலிவியர் பெடர்னோவின் முன்முயற்சியில், நான் எழுதிய நீண்ட புத்தகங்களின் வரிசையில் கடைசியானது. ஆங்கிலப் பதிப்புக்காக - நான் மூன்று புதிய அத்தியாயங்களை எழுதினேன். அது பிரின்ஸ்டன் பல்கலைக்கழக பதிப்பகத்தைச் சேர்ந்தவரும், பிரின்ஸ்டனின் எனது பழைய நண்பர்களில் ஒருவருமான, ஃப்ரட் அப்பல் காரணமாகவே சாத்தியமானது. இந்த அற்புதமான வளாகத்தில் அவருடன் எனது சிறந்த கல்விப்புல தருணங்களை நான் அனுபவித்து மகிழ்ந்திருக்கிறேன். இறுதியாக, மகத்தான மொழிபெயர்ப்புக்காகவும், எண்ணற்ற தகவல்களை உறுதிப்படுத்தியதற்காகவும் சிந்தியா ஸ்கோச்சுக்கும் நான் பெரிதும் கடமைப்பட்டிருக்கிறேன். மற்றும் கடைசிக் கட்டத்தில் கடினமானதொரு உதவியைச் செய்த ஹேமல் தாக்கருக்கும்.

சுருக்கங்கள்

ஏ.பி.வி.பி. *(ABVP)*	அகில் பாரதீய வித்யார்த்தி பரிஷத் (ஆர்.எஸ்.எஸ்.ஸின் இந்திய மாணவர் கூட்டமைப்பு)
பி.டி. *(BD)*	பஜ்ரங் தள் (விஸ்வ ஹிந்து பரிஷத்தின் இளைஞர் இயக்கம்)
பா.ஜ.க. *(BJP)*	பாரதிய ஜனதா கட்சி
பா.ஜ.ச. *(BJS)*	பாரதிய ஜன சங்கம்
சி.ஏ.ஏ. *(CAA)*	குடியுரிமை திருத்தச் சட்டம்
சி.ஏ.பி. *(CAB)*	குடியுரிமை திருத்த மசோதா
சி.ஏ.ஜி. *(CAG)*	குடிமக்களுக்கு பதிலளிக்கக் கடமைப்பட்ட நிர்வாகம்
சி.ஏ.ஜி. *(CAG)*	செலவுக்கட்டுப்பாட்டாளர் மற்றும் பொதுத் தணிக்கையாளர்
சி.ஈ.சி. *(CEC)*	தலைமை தேர்தல் ஆணையாளர்
சி.ஐ.சி. *(CIC)*	மத்திய தகவல் ஆணையம்
சி.ஐ.டி. *(CID)*	குற்ற விசாரணைப் பிரிவு
சி.ஜே.ஐ. *(CJI)*	இந்திய தலைமை நீதிபதி
சி.பி.ஐ.(எம்) *CPI(M)*	இந்திய கம்யூனிஸ்ட் கட்சி (மார்க்சிஸ்ட்)
சி.வி.சி. *(CVC)*	மத்திய கண்காணிப்பு ஆணையம்
ஈ.சி.ஐ. *(ECI)*	இந்திய தேர்தல் ஆணையம்
எஃப்.ஐ.ஆர். *(FIR)*	முதல் தகவல் அறிக்கை
ஜி.ஆர்.டி. *(GRD)*	பசுப் பாதுகாப்பு இயக்கம்
ஐ.ஐ.டி. *(IIT)*	இந்தியத் தொழில்நுட்பக் கழகம்
ஐ.எம். *(IM)*	இந்தியன் முஜாகிதீன்
ஐ.ஏ.எஸ். *(IAS)*	இந்திய நிர்வாகப் பணி
ஐ.பி.எஸ். *(IPS)*	இந்திய காவலர் பணி
எச்.ஒய்.வி. *(HYV)*	இந்து யுவ வாஹினி (இந்து இளைஞர் படை)

ஜே.டி.(யூ) JD(U)	ஒருங்கிணைந்த ஜனதா தளம்
ஜே.என்.யூ. (JNU)	ஜவஹர்லால் நேரு பல்கலைக்கழகம்
எல்.ஈ.டி. (LET)	லஷ்கர்-இ-தொய்பா (பாகிஸ்தான் ஜிஹாதி இயக்கம்)
எம்.எல்.ஏ (MLA)	சட்டமன்ற உறுப்பினர்
எம்.பி. (MP)	பாராளுமன்ற உறுப்பினர்
என்.டி.ஏ.(NDA)	தேசிய ஜனநாயகக் கூட்டணி
என்.ஐ.ஏ. (NIA)	தேசிய புலனாய்வு நிறுவனம்
என்.ஜே.ஏ.சி. (NJAC)	தேசிய நீதிபதிகள் நியமன ஆணையம்
என்.ஆர்.சி. (NRC)	தேசிய குடிமக்கள் பதிவேடு
என்.எஸ்.ஏ. (NSA)	தேசிய பாதுகாப்புச் சட்டம்
ஓ.பி.சி. (OBC)	இதர பிற்பட்ட வகுப்பினர்
பா.ம.க. PMK	பாட்டாளி மக்கள் கட்சி (தமிழ்நாட்டைச் சேர்ந்த அரசியல் கட்சி)
பொடா (POTA)	தீவிரவாத தடுப்புச் சட்டம்
ரா (RAW)	ஆராய்ச்சி மற்றும் பகுப்பாய்வுப் பிரிவு (இந்திய வெளிநாட்டு உளவு நிறுவனம்)
ஆர்.பி.ஐ. (RBI)	இந்திய ரிசர்வ் வங்கி
ஆர்.எஸ்.எஸ். (RSS)	ராஷ்டிரிய சுயம்சேவக் சங்க் (தேசிய தன்னார்வலர் கூட்டமைப்பு)
எஸ்.சி. (SC)	அட்டவணை ஜாதி
எஸ்.ஈ.இசட். (SEZ)	சிறப்புப் பொருளாதார மண்டலம்
சிமி (SIMI)	இந்திய இஸ்லாமிய மாணவர் இயக்கம்
எஸ்.டி. (ST)	அட்டவணைப் பழங்குடியினர்
ட்டி.டி.பி. (TDP)	தெலுகு தேசம் கட்சி
உ.பி. (UP)	உத்தர பிரதேசம்
யு.பி.ஏ. (UPA)	ஐக்கிய முற்போக்குக் கூட்டணி
வி.ஹெச்.பி. (VHP)	விஸ்வ இந்து பரிஷத் (உலக இந்து அமைப்பு)

அறிமுகம்

இந்திய ஜனநாயகத்தின் மூன்று காலகட்டங்கள்

ஜனநாயக நாடுகளின் ஒப்பீட்டு ஆய்வானது, இந்த வகையான ஆட்சி தகுதிக்கு உத்தரவாதம் அளிக்கிறதென நீண்டகாலமாக உறுதிசெய்கிறது.[1] தாராளவாத ஜனநாயகம் ஒரு லட்சிய வடிவாக இருக்கும் அதேவேளையில், நீண்ட காலமாக நிலவிவரும் இதர அரசியல் வகைப்பாடுகளுடன் கலந்து, மக்கள் ஜனநாயகங்கள், வழிகாட்டு ஜனநாயகங்கள், தாராளவாதமற்ற ஜனநாயகங்கள், அல்லது சர்வாதிகார ஜனநாயகங்கள்[2] போன்ற கருத்துகளுக்கு இடமளிக்கிறது. இந்தியா, அதன் வாக்காளர்களின் எண்ணிக்கை காரணமாகவும், முறையாகத் தேர்தலைச் சந்திப்பதன் காரணமாகவும் உலகின் மாபெரும் ஜனநாயகம் என உரிமை கொண்டாடி வந்தபோதும், இந்தப் போக்கிலிருந்து விடுபடாமல், உரிச்சொற்களுடனான ஜனநாயகமாகவே எப்போதும் இருந்துவந்திருக்கிறது. எனினும், இந்த உரிச்சொற்கள் காலப்போக்கில் மாறிவந்திருக்கின்றன, நாடானது பழைமைவாத ஜனநாயகத்திலிருந்து மாறி, ஜனநாயகமாக்கப்பட்ட ஜனநாயகத்தை அனுபவித்து, இன்று இன ஜனநாயகம் என ஒரு வகைப்பாட்டைக் கண்டுபிடித்திருக்கிறது.

1950இன் அரசியலமைப்புச் சட்டத்தால் ஜனநாயகத்தின் வடிவமானது வடிவமைக்கப்பட்டாலும், ஜவஹர்லால் நேரு மற்றும் இந்திரா காந்தி ஆகியோரின் சோசலிச ஈடுபாட்டையும் தாண்டி, 1950, 1960 மற்றும் 1970 காலகட்டங்கள் பழைமைவாத ஜனநாயகம் என்றே விவரிக்கப்படுகிறது. 1947இல் இந்தியா சுதந்திரமடைந்தது முதல் 1964இல் தனது மரணம் வரை இந்தியாவை ஆண்ட நேருவால், தனது கட்சியான (எளிமையாக காங்கிரஸ் என்றும் அறியப்பட்ட) இந்திய தேசிய காங்கிரஸை, தங்களின் சிறப்புரிமைகள் மற்றும் மரபுகளுடன் இணைந்த குறிப்பிடத்தக்கவர்களின் தளைகளிலிருந்து விடுவிக்கவே முடியவில்லை. அவர், முற்போக்கானவை என்று கருதிய சித்தாந்தங்களிலிருந்து உத்வேகம் பெற்று (அவரது வாரிசுகள் இன்றும் உபயோகப்படுத்தும் ஒரு உரிச்சொல்), திட்டக் குழுவை உருவாக்கியதுடன், (எத்தனை மிதமானதாக இருந்தபோதும்)

தேசியமயமாக்கல் எனும் திட்டத்தையும் தொடங்கிவைத்தார். அவை பொருளாதாரத்தில் தேசத்தின் பங்கை உறுதிசெய்தன என்பதில் சந்தேகம் இல்லை. என்றாலும் தேர்தலில் போட்டியிடுவது என்று வரும்போது, வட்டாரப் பெருந்தலைகள், உள்ளூர் தலைவர்களிடமிருந்து பிரதமரால் விலகியிருக்கமுடியவில்லை. தங்களது ஆதரவு அமைப்புகள் மூலம், அவர்கள் மட்டுமே வெற்றியை நேருவுக்குக் கையளிக்கக்கூடியவர்களாக இருந்தனர். இவை உன்னதமான பொருளாதார நோக்கங்களை அடிப்படையாகக் கொண்டு மட்டுமல்லாமல் (பெரிய நில உரிமையாளர்களுக்கு நிலங்கள், வணிக சமூகங்களுக்கு நிதி அதிகாரம்) அந்தஸ்தின் அடிப்படையிலும் இருந்தன. இந்தக் குறிப்பிடத்தகுந்தவர்கள் அனைவரும் உயர் ஜாதியைச் சேர்ந்தவர்களாய் இருந்தனர். வாடிக்கையாளரியம் எனும் இந்த வியூகம் காங்கிரஸை 1952, 1957, 1962 தேர்தல்களில் வெற்றிபெறச் செய்தது, ஆனால் நேருவின் சோசலிசக் கொள்கையை எந்தவிதத்திலும் பகிர்ந்துகொள்ளாத, கட்சியின் அதிகாரத்திலிருந்த பழைமைவாதத்தை ஆதரித்த குறிப்பிடத்தக்கவர்கள், நேருவை அவரது தேர்தல் பிரச்சாரத்தின் தூண்போன்ற அறிவிப்பான[3] நிலச் சீர்திருத்தத்தை நிறைவேற்றுவதிலிருந்து தடுத்துவந்தனர்.

நேருவின் காலகட்டத்தில், வேலை, கல்வியிலான ஒதுக்கீடு வரம்புக்குட்பட்டதாகவே இருந்தது. அட்டவணை ஜாதியினர் (எஸ்.சி.),- முன்பு தீண்டத்தகாதவர்கள் என்று சொல்லப்பட்டு தற்போது தலித் என்ற இடக்கரடக்கல் சொல்லால் குறிப்பிடப்படும் (தாழ்த்தப்பட்டவர்கள்), பிரிட்டிஷ் சமுதாயத்தாரால் பொதுத் துறை, பல்கலைக்கழகங்கள், தேர்ந்தெடுக்கப்பட்ட சபைகளுக்கு அறிமுகப்படுத்தப்பட்ட ஒதுக்கீட்டு முறையால் நிச்சயமாகவே தொடர்ந்து பலனடைந்துவந்தனர். எனினும், மரபான சாதியமைப்பு முறையில் பெரிதும் சூத்திரர்கள் என அழைக்கப்பட்ட, தலித் அல்லாத கீழ் ஜாதியினர், தங்களது சந்ததியினர் வயலுக்குச் செல்வதைத் தவிர்த்து பலசமயங்களில் வேறு வழியின்றி இருக்கும் உண்மையை உணர்ந்து, தங்களுக்கும் ஒதுக்கீட்டின் பலன் வேண்டுமெனக் கேட்டனர்-வெற்றிதோல்வி கவலையின்றி பிரச்சினையை எழுப்பினர். 1953இல், அரசியலமைப்புச் சட்டத்தில் ஓ.பி.சி. எனக் குறிப்பிடப்பட்டுள்ள இதர பின்தங்கிய வகுப்பினரின் சமூக நிலையை ஆராய, அரசாங்கம் ஒரு குழுவை அமைத்தது. அந்தக் குழு, இந்த வகைப்பாட்டினர் சூத்திரர்களில் பெரும்பான்மையோருடன் ஒத்துப்போவதுடன், அந்தச் சாதியானது சமூகப் பின்தங்கிய நிலைமையைத் தீர்மானிப்பதில் மிகவும் தீர்மானமான காரணியாகத் திகழ்கிறது என்ற முடிவுக்கு வந்தது. இந்தப் பின்தங்கிய நிலைமையை எதிர்த்துப் போராட, அட்டவணை

ஜாதியினருக்கு வழங்கப்படுவதுபோல் இடஒதுக்கீடு வழங்க ஆணையம் பரிந்துரைத்தது. ஆனால் நேருவின் அரசாங்கமோ, சாதியை நிறுவனமயப்படுத்தக்கூடாது எனக் கூறி பரிந்துரையை நிராகரித்தது. சாதிகளின் எழுச்சிக்கு, கூடுதல் இடஒதுக்கீடு பங்களிப்பதைத் தடுப்பதும், தலித்துகளை அதிகாரத்திலிருந்து வெளியேற்றுவதுமே, காங்கிரஸ் கட்சியில் ஓங்கியிருந்த மேல் சாதியினரின்[4] இலக்காகும்

இந்திராகாந்தியின் முற்போக்கு பேச்சுக்களின் தலைவிதியும் ஓரளவுக்கு அவருடைய தந்தையுடையதைப் போன்றே இருந்தது. 1971 தேர்தல் வெற்றிக்குப் பிறகு, ஜனரஞ்சக மேடையில், அவர் ஏழ்மையை அழிக்கப்போவதாக, உயர்ந்த லட்சியகரமான சமூக வாக்குறுதிகளை அளிக்கவில்லையா? இந்திரா, காங்கிரஸின் வாடிக்கையாளரிய அமைப்பின் வெளிச்சத்தில், உள்ளூர் பெருந்தலைகளின் ஆதரவின்றி தேர்தல்களில் தான் வெற்றிபெற இயலாது என்பதை ஒப்புக்கொண்டார். அவர்களோ, தங்கள் நலனுக்கு எதிரான எந்தவொரு சீர்திருத்தத்துக்கும் தயக்கம்காட்டினர். நீதித்துறையாலும் எதிர்க்கட்சியினராலும் மூலைக்கு நெருக்கப்பட்ட அவர், 1975 முதல் 1977 வரை ஜனநாயகத்தை ரத்துசெய்து அவசர நிலை பிரகடனம் செய்தார். தேர்தல் தேதி குறிப்பிடாமல் ஒத்திவைக்கப்பட்டதால், அந்தக் காலகட்டத்தில் அவருக்கு உள்ளூர்ப் பெருந்தலைகளின் ஆதரவு தேவைப்படாமல் போக, அவர் இன்னும் கொஞ்சம் நிலத்தை மறுவிநியோகம் செய்யும் சுதந்திரத்தைக் கையிலெடுத்துக்கொண்டார். ஆனால் அவசர நிலையானது சமூகரீதியாக பழைமைவாதமாக இருக்கும் அதேயளவு அரசியல்ரீதியாக சர்வாதிகாரமாக இருந்தது.[5] இந்திராவை ஆட்சியிலிருந்து இறக்க கைகோர்த்த எதிர்க்கட்சிகளானது, ஓ.பி.சி.களுக்கு உதவப் பெரிதும் ஆர்வம்காட்டியதுடன், பிற்பட்ட வகுப்பினருக்கான இரண்டாவது குழுவை அமைத்தது. ஆனால் ஆளும் கூட்டணி மிகவும் வேறுவிதமாக நடந்துகொண்டதுடன், 1980இல் முன்கூட்டியே தேர்தல் நடத்தப்பட்டு, இந்திரா காந்தி மீண்டும் ஆட்சியில் அமர்ந்தார். பின் அவர் உண்மையான சமூகக் கொள்கைகளைப் பின்பற்றுவதிலிருந்து விலகிக்கொண்டு, அவரது மகன் இராஜீவ் பின்பற்றிய கொள்கையான, தனியார் துறையின் உதவியுடனான வளர்ச்சிக் கொள்கையை ஊக்குவிக்க ஆரம்பித்தார், அது அவரை 1984இல் வெற்றிபெறச் செய்தது.

1977இல் இந்திராகாந்தி மீது நெருக்குதலளித்து எதிர்க்கட்சிகள் வெற்றிபெற்றதுபோன்று, 1980-களின் பிற்பகுதியில் ராஜீவ்காந்தி எதிர்க்கட்சிகளின் கூட்டணியால் நெருக்கப்பட்டதுவரை, இந்திய ஜனநாயகத்தின் ஜனநாயகமயமாக்கல் வரவில்லை, இந்த இரண்டு

பன்முகத்தன்மைமிக்க திரள் சக்திகளின் விசைகளுக்கும், பொதுவாக ஒரு அத்தியாவசிய பண்பு உண்டு. பழைமைவாத ஜனநாயகத்தில் இருந்து அதிகப் பலனை பெற்றுவந்த உயர்சாதியினரின் மேலாதிக்கத்தை ஒழிப்பதில் அவர்கள் உறுதியாக இருந்தனர். இங்கே 'உயர் ஜாதிகள்' என்பது மூன்று உயர்நிலை சாதிகளை (பிராமணர்கள், ஷத்ரியர்கள், வைசியர்கள்) மட்டும் குறிப்பிடவில்லை. சூத்திரர்களை உள்ளடக்கிய இந்த ஜாதிகளில் பல, முக்கியமாக 1960இன் பசுமைப் புரட்சியால், தங்கள் தேவைக்கு அதிகமான விளைச்சலை விற்பனை செய்யும் நிலையிலிருந்த விவசாயிகளையும் உள்ளடக்கியவை என்பதால், எண்ணிக்கை அடிப்படையிலும் பொருளாதார அடிப்படையிலும் மிகவும் சக்திவாய்ந்தவை.

காங்கிரஸானது உயர் சாதியினரின் பிரதிநிதிகளால் ஆதிக்கம் பெற்றிருக்க, 1977 முதல் 1980 வரை ஆட்சி செய்த ஜனதா கட்சியும், 1989 முதல் 1991 வரை ஆட்சியிலிருந்த ஜனதா தள் கட்சியும் கீழ் ஜாதியைச் சேர்ந்த, முக்கியமாக ஓ.பி.சி.யைச் சேர்ந்த அதிகளவு பிரதிநிதிகளைக் கொண்டிருந்தன. முன்பு குறிப்பிட்டதுபோல, ஜனதா கட்சி, குழுத்தலைவர் பி.பி. மண்டலின் பெயரில் பின்தங்கிய வகுப்பினருக்கான மற்றொரு குழுவை நியமித்தது, இந்தக் குழுவுக்கு, இதர பிற்பட்ட வகுப்பினரின் வாழ்க்கைச் சூழலை ஆராய்ந்து, அவற்றை மேம்படுத்துவதற்கான வழி, வாய்ப்புகளைப் பரிந்துரைக்கும் பணி வழங்கப்பட்டது. மண்டல் குழுவானது, இதர பிற்பட்ட வகுப்பினரின் சூழலானது-நிலத்துக்கு உரிமையற்ற பரிதாபமான நிலையின் காரணமாக வாடகை விவசாயிகளாகவும், நிலமற்ற உழவராகவும் அவர்களது மோசமான கல்வியின் காரணமாகவும்-அவர்களுக்கு இடஒதுக்கீடு திட்டம் ஏற்படுத்தித் தரவேண்டிய மோசமான நிலையில் காணப்படுவதாகத் தெரிவித்தது. அந்தக் குழுவானது அவர்களுக்கு குடிமைப் பணிகளில் 27 சதவிகித இட ஒதுக்கீடும், கூடுதலாக அட்டவணை ஜாதியினர், அட்டவணைப் பழங்குடியினருக்கு முறையே 15 சதவிகிதம் மற்றும் 7 சதவிகிதம் வழங்கப் பரிந்துரைத்தது. 1980இல் காங்கிரஸ் வெற்றிபெற்று ஆட்சிக்கு வந்ததும் இந்தத் திட்டம் ஓரங்கட்டப்பட்டது, ஆனால் ஜனதா தளம் அதனை மீண்டும் தாக்கல் செய்ய, 1990இல் பிரதமர் வி.பி.சிங் அதனை நடைமுறைப்படுத்தினார்[6]. மேல் ஜாதியினர் தங்களது பொதுத்துறை வேலைவாய்ப்புகளைப் பாதிக்கும் மறுமலர்ச்சியைத் தடுக்க, உடனடியாக அணிதிரண்டதுடன், தெருவிலிறங்கிப் போராடவும் செய்தனர்-1991 பொருளாதாரச் சீர்திருத்தத்துக்கு முன்பாக பொதுத்துறை வேலைவாய்ப்புகள், மிகுந்த மதிப்புவாய்ந்த ஒன்றாகக் கருதப்பட்டது. அவர்களது எதிர்ப்பு கீழ்ஜாதியினரிடம் கோபத்தைத் தூண்ட, அது பழைய வாடிக்கையாளரிய அறிவுஜீவிகளை

எதிர்கொள்ள பொது முன்னணியை உருவாக்கியது. அப்போது பல இதர பிற்பட்ட வகுப்பினர் உயர் ஜாதி பிரமுகர்களுக்கு வாக்களிப்பதை நிறுத்தியதுடன், அதற்குப்பதிலாக தங்களது சொந்த சமூக அடுக்கைச் சேர்ந்தவர்களை பிரதிநிதியாக பாராளுமன்றத்துக்கு அனுப்பினர். இப்படியாக நீண்டகாலம் அதிகாரத்தின் விளிம்பில் நிறுத்திவைக்கப்பட்டிருந்த, கல்வி கற்காத, வழக்கமான கிராமப்புற மக்கள்திரள், அரசியல் அரங்கில் கணக்கில் கொள்ளப்படும் சக்தியாக மாறியது. மிக முக்கியமான போர்க்களமான - லோக்சபா இடங்களின் 45 சதவிகிதத்தை பிரதிநித்துவம் செய்யும் இந்திப் பகுதியில்[7], லோக் சபாவில் (மக்களவை), பாராளுமன்றத்தின் கீழவையில், பாராளுமன்றத்துக்குச் செல்லும் ஓ.பி.சி. உறுப்பினர்களின் (எம். பி.க்கள்) விகிதம், இருமடங்காக உயர்ந்தது. 20 சதவிகிதத்துக்கும் அதிகமாக அதிகரித்தது. இதற்கு ஜனதா தளத்துக்கும் அதன் பிராந்தியக் கிளைகளுக்கும் நன்றிசொல்லவேண்டும். 1990-களின் தொடக்கத்திலேயே ஜனதா தள ஆட்சி கவிழ்ந்தது, ஆனால் அக்கட்சி தொடங்கிவைத்த ஜனநாயகமயமாக்கலின் இயக்கத்தை அது பாதிக்கவில்லை.

முதலாவதாக, காங்கிரஸ் உள்ளிட்ட அனைத்துக் கட்சிகளும் முந்தைய வாடிக்கையாளரிய செயல்முறையை நம்பியிருக்கமுடியாமல், மக்கள்தொகையில் பாதிக்கும் மேலுள்ள ஓ.பி.சி.யினரின் வாக்கைப் புறந்தள்ள முடியாது என்பதால், குறிப்பிட்ட எண்ணிக்கையிலான ஓ.பி.சி. வேட்பாளர்களை நிறுத்துவதென, தங்கள் முடிவை மாற்றிக்கொண்டனர். இரண்டாவதாக, ஓ.பி.சி.க்களை பிரதிநிதித்துவப்படுத்தும் கட்சிகள் மட்டுமல்லாமல் காங்கிரஸும்கூட, கீழ் ஜாதியினரின் நலன்களைக் காக்கும் புதிய கொள்கைகளை வடிவமைக்க ஆரம்பித்தது. காங்கிரஸ் 2004இல் ஆட்சிக்கு வந்தபோது, அரசு பல்கலைக்கழகங்களில் ஓ.பி.சி.யினருக்கு 27 சதவிகிதம் இடஒதுக்கீட்டை அமல்செய்தது-இது உயர் ஜாதியினரின் கோபத்தை மீண்டும் தூண்டியது.

நான் 'மௌனப் புரட்சி'[8] என விவரித்த, உயர்வர்க்கத்தினருக்குப் பாதிப்பாக அமைந்த, இந்திய ஜனநாயகத்தின் ஜனநாயகமயமாக்கலின் இந்தக் கட்டமானது, ஒப்பீட்டளவில் உயர்ஜாதியினரின் பின்னடைவாக அமைந்தது முதலில். 1990 முதல் 2000 ஆரம்பகட்டம்வரை[9] உயர் வர்க்க வாக்காளர்களின் வாக்கானது ஜனநாயக களத்தில் மிகவும் குறைவாகவே பதிவானது வெளிப்படை. பின் அது ஒரு எதிர்ப் புரட்சியைக் கொண்டுவந்தது-மைக்கேல் வால்ஸர் காட்டுவதுபோல[10], சமீபத்திய பத்தாண்டுகளாக எங்கும் காணப்படும் தொடர்ச்சியான செயல்/எதிர்ச்செயல்களைக் கொண்டுவந்தது. இந்து தேசியவாத கட்சி, பாரதிய ஜனதா

கட்சி (பா.ஜ.க.-இந்திய மக்கள் கட்சி), ஆகியவை ஒரு இந்தியப் பாணியிலான பழைமைவாதப் புரட்சிக்கான உயர்வர்க்கத்தினரின் பழிநடவடிக்கையின் முன்னணிப் படையாக மாறின. இதன் எதிர்விளைவாக 1920இன் பழைய இந்துத்வா கொள்கையின் பாதையை எடுத்துக்கொண்டது, இந்துத்வாவின் வரலாறானது முதல் அத்தியாயத்தில் சுருக்கமாகக் கூறப்படும், அது இருபத்தொன்றாம் நூற்றாண்டின், ஜாதி அடையாளங்களைக் கடந்து, இந்து ஒற்றுமை என்னும் பெயரிலும் ஒரு வளர்ந்துவரும் அச்சுறுத்தலாகக் காணப்பட்டுவந்த இஸ்லாமுக்கு எதிரான செயல்பாட்டிலும் திருப்புமுனையாக உருவெடுத்தது, ஆனால், இந்த எதிர்விளைவு (1990இல்) சில மாநிலங்களை வெற்றிகொள்ளப் போதுமான அளவிலான பலத்துடனே இருந்தது அல்லது ஒப்பீட்டளவில் பெரும்பான்மைக்கு நெருக்கமாக வென்று கூட்டணி அரசுகளை அமைக்கும் அளவுக்கே இருந்தது. (1998-2004 ஆண்டுகளின் இருந்ததைப் போன்று). பா.ஜ.க., 2014 வரை உண்மையில் தானே சொந்தமாய் ஆளும் நிலையில் இல்லை, இந்துத்வாவுடன் ஜனரஞ்சகவாதம் பின்னிப் பிணைந்து, நரேந்திரமோடியால் அந்த ரசவாதம் நிகழ்த்தப்பட்டது, அவரது ஆதரவாளர்களால் வணங்கத்தக்கவராகக் கருதப்பட்ட அவர், அவரது சொந்த மாநிலமான குஜராத்தில் 2000-தின் முதல் பத்தாண்டுகளில் கண்ட வளர்ச்சியும் 2014இல் தேசத்தின் தலைமையாக வளர்ந்ததும் அத்தியாயம் 2இல் பதிவுபெற்றுள்ளது.

2014இல் பா.ஜ.க.வின் வெற்றி (அத்தியாயம் 3) இந்தியாவில் புதியதொரு காலகட்டத்தின் தொடக்கமாக அமைந்தது. இந்திய ஜனநாயகத்தின் மூன்றாவது காலகட்டம், ஜனரஞ்சகவாத அரசியலின் எழுச்சியாக அமைந்தது. தேர்தல் பிரச்சாரங்களின்போது ஏழைகளுக்குத் தரப்பட்ட உறுதிமொழிகள் கொள்கைகளாக மாறவில்லை (அத்தியாயம் 4). இந்தக் காலகட்டம் உரிச்சொற்களுடனான மற்ற இரு ஜனநாயகங்களான, 'இன ஜனநாயகம்', 'தேர்தல் ஜனநாயகம்' இவற்றுக்கான நிபந்தனைகளைச் சந்திக்கிறது. இந்தப் புத்தகத்தின் இரண்டாம் பாகம் இன ஜனநாயகம் என்பதன்மேல் கவனம் செலுத்துகிறது. இன ஜனநாயகத்தின் இந்திய வகைப்பாடு - 'யூத நாடான' இஸ்ரேல் பண்பாட்டிலிருந்து சமூக அறிவியலுக்குக் கிடைத்த ஒரு எண்ணமாகும். 1950 அரசியலமைப்புச் சட்டத்தில் பொறிக்கப்பட்டு அதன் முற்போக்கு வெற்றியாளர்களால் (அறிவுஜீவிகள், அரசுசாரா அமைப்புகள், போன்றவை) பாதுகாக்கப்பட்ட மதச்சார்பின்மைக்கு எதிராக, இவை இரண்டும், இந்து வரையறையை உயர்த்திப்பிடிப்பதன் மூலம், (அத்தியாயம் 5) கிறித்துவர்கள், (மிக முக்கியமாக) கண்காணிப்புக்

குழு வன்முறை எழுச்சியின் எதிர்ப்பின் பிரதான பலியாடுகளான இஸ்லாமிய சிறுபான்மையினருக்கான இந்துத்வத்தின் எதிர்ப்பு எனப் பார்க்கப்படவேண்டும். (அத்தியாயம் 6). இந்தக் குழுக்கள், நடைமுறை பெரும்பான்மைவாத இந்து ராஷ்டிரம் (இந்து தேசம்) அமைப்பதில் முக்கிய பங்கு வகித்தன. இந்தப் புத்தகத்தின் மூன்றாம் பகுதி, மோடி அரசு ஒரு புதிய வடிவிலான சர்வாதிகாரத்தை ஊக்குவித்ததைப் பற்றி விவாதிக்கிறது. அரசாங்கமானது தேசத்தின் நிறுவனங்களைப் பலவீனமாக்கி (அத்தியாயம் 8), தேர்தல் நடைமுறையைச் சீர்குலைத்து (அத்தியாயம் 9), கண்காணிப்புக் குழுக்களை விடவும் நேரடியான அதிகாரப்பூர்வ முறையில் சிறுபான்மையினரைக் குறிவைத்து (அத்தியாயம் 10), இஸ்லாமியரை இரண்டாம் தர குடிமக்களாக்கியது (அத்தியாயம் 11). இப்படியாக, நடைமுறை இந்து தேசம் என்பதிலிருந்து சர்வாதிகார இந்து ராஜ்யமானது இந்தியா (இந்து தேசிய அரசு).

பகுதி 1

இந்து தேசியவாத அதிகாரத் தேடல்

இந்துத்வாவும் ஜனரஞ்சகவாதமும்

பிரான்ஸ் மற்றும் அமெரிக்கா உள்பட பல நாடுகளில் காணப்படுவதைப் போன்றே, இந்தியாவிலும் ஒரு நூற்றாண்டுக்கும் மேலாக, தேசம் குறித்த இரு கருத்துகள் போட்டியிடுகின்றன. ஒன்று உலகளாவியது, மற்றது பெரிதும் இனம்சார்ந்தது. 1947இல் இந்தியாவின் சுதந்திரத்தைத் தொடர்ந்து, அதன் அரசியலமைப்புச் சட்டத்தை உருவாக்கியது உட்படவும் மேலாதிக்கம் செலுத்திய கருத்து, ஜனநாயக, கூட்டாட்சி மற்றும் “மதச்சார்பின்மை” இயல்புடையதாகும்.[1] முதல் இரண்டு சொற்களும் எளிதில் புரிந்துகொள்ளக்கூடியவை என்பதால், பின்னால் வரும் சொல்லின் ஒன்றுக்கு மேற்பட்ட பொருள் காரணமாக செக்யூலரிசம் மீது கவனம் குவியும். *laïcité*[2] என்ற ப்ரெஞ்சுச் சொல்லுக்கு முரணாக, அந்தச் சொல் மதச்சார்பின்மையைக் குறிக்காமல், பொதுத் தளத்திலுள்ள அனைத்து மதங்களுக்கும் சமமான அங்கீகாரம் என்பதையே குறிக்கிறது. இந்திய தேசமானது எந்தவொரு மதத்தையும் அதிகாரப்பூர்வமாக அங்கீகரிக்காததோடு, தன் விருப்பப்படி வழிபடும் சுதந்திரத்தையும் அளித்து, அதனை 1950 அரசியலமைப்புச் சட்டத்திலும் இடம்பெறச்செய்துள்ளது. அரசியலமைப்புச் சட்டத்தின் 15-வது பிரிவு மத அடிப்படையில் பேதங்களைத் தடைசெய்கிறது. பிரிவு 16, இந்த விதியினை குடிமைப் பணி நியமனத்துக்கும் பயன்படுத்துகிறது. பிரிவு 29 பொதுப்பள்ளிகள் மற்றும் மாநில மானியம் பெறும் பள்ளிகளில் சேர்க்கை தொடர்பானது, பிரிவு 25, “பொது ஒழுங்கு, ஒழுக்கம், ஆரோக்கியம் தொடர்பாகவும்... எந்த ஒரு மதத்தையும் சுதந்திரமாகப் பின்பற்றவும், பரப்பவும் பிரச்சாரம் செய்யவும் அனைத்து நபர்களுக்கும் சம உரிமை உண்டெனு” குறிப்பிடுகிறது. மதச்சார்பற்ற இந்திய அரசியலமைப்புச் சட்டமானது பொதுப் பள்ளிகளில் மதப் பிரச்சாரத்தை தடைசெய்யும் அதேவேளையில், “மத

அல்லது மொழிசார்ந்த அனைத்து சிறுபான்மையினரும் தங்கள் விருப்பத்துக்கேற்ப, கல்வி நிறுவனங்களை நிறுவி, நிர்வகிக்கும் உரிமை உடையவர்கள்" எனக் குறிப்பிடுகிறது.

சார்லஸ் டெய்லர் வகுத்துள்ள மதச்சார்பின்மைக்கான அத்தியாவசியமான அளவுகோல்களை இந்தியா இவ்விதமாக நிறைவுசெய்கிறது: 1) இரு பாலரும் தங்களது மதத்தை சுதந்திரமாகப் பின்பற்றலாம், 2) பெரும்பான்மையினருடையதோ அல்லது சிறுபான்மையினருடையதோ-பொதுத் தளத்தில் ஒவ்வொரு மதமும் சமமானதாகக் கருதப்படும், 3) 'அனைத்து ஆன்மிக குடும்பங்களின் குரல்களும் அவசியம் கேட்கப்பட்டாக வேண்டும்.'³ அரசியல் வெளியையும் மதவெளியையும் பிரிப்பதன் அடிப்படையில் அமைவதற்குப் பதிலாக (அல்லது சமூகத்தையே மதச்சார்பின்மைக்கு உட்படுத்தாமல்), மதக் குழுவினர் அனைவரும் ஒரேவிதமான உரிமைகளை அனுபவிக்கும்படியாக அதிகாரப்பூர்வ அங்கீகாரம் அளிப்பதன் அடிப்படையில், இந்திய மதச்சார்பின்மையின் கருத்தாக்கம் அமைந்துள்ளது. 1947 முதல் 1964 வரை இந்தியப் பிரதமராகத் திகழ்ந்த ஜவஹர்லால் நேரு, 1961இல் குறிப்பிடும்போது, "நாம் இந்தியாவில் மதச்சார்பற்ற அரசு அமைவதைப் பற்றிப் பேசுகிறோம். ஹிந்தியில் 'செக்யூலர்' என்பதற்குச் சரியான வார்த்தையைக் கண்டுபிடிப்பது எளிதாயிருக்கப்போவதில்லை. சிலர் அதன் பொருள் மதத்துக்கு நேரெதிரானது எனக் கொள்கிறார்கள். அது வெளிப்படையாகவே சரியான எண்ணமல்ல. அதன் பொருள் என்னவெனில், அனைத்து நம்பிக்கைகளையும் சமமாக மதித்து, சமமான வாய்ப்புகளை அளிக்கும் நாடு."⁴ கிட்டத்தட்ட அதே காலகட்டத்தில், இந்தியக் குடியரசின் தலைவர் சர்வபள்ளி ராதாகிருஷ்ணன், நேருவின் சிந்தனையை இன்னும் மெருகேற்றி இப்படிக் குறிப்பிட்டார், "இந்தியா மதச்சார்பற்ற நாடாக இருக்கும் எனச் சொல்லப்பட்டதன் பொருள், காணாத பரம்பொருள் என்ற யதார்த்தத்தையோ வாழ்க்கைக்கும் மதத்துக்குமான பொருத்தப்பாட்டை நாம் நிராகரிக்கிறோம் என்றோ அல்லது மதமற்ற தன்மையை உயர்த்திப்பிடிக்கிறோம் என்றோ பொருளல்ல. மதச்சார்பின்மை தன்னளவிலேயே ஒரு மதமாகக் கொள்ளப்படுமென்றோ அல்லது தேசமே தெய்வீகமாகக் கருதப்படுமென்றோ அர்த்தமல்ல. மகத்தான சக்தியொன்றின் மீது நம்பிக்கை என்பதே இந்திய பாரம்பரியத் தத்துவம் என்றபோதும், இந்திய நாடானது தன்னை எந்த ஒரு தனிப்பட்ட மதத்தோடு அடையாளப்படுத்திக் கொள்ளவோ, மதத்தால் கட்டுப்படுத்தப்படவோ செய்யாது"⁵ எனச் சுட்டிக்காட்டினார்.

பரந்த, பல்வேறு வகையான மதங்கள் இணைந்து திகழ்ந்த இந்திய மண்ணில், நூற்றாண்டுப் பழைமையான நாகரிகத்தில் வேரூன்றியது இந்திய மதச்சார்பின்மை. முதல் பௌத்தச் சக்கரவர்த்தியான அசோகர் முதல், இந்து, இஸ்லாம், கிறித்துவத்துக்கிடையே உரையாடலைத் தோற்றுவித்த மொகலாயச் சக்கரவர்த்தி மகா அக்பர் வரை இந்நாட்டின் அரசியல் தலைவர்கள் சிலர், இந்த நாகரிகத்தின் சிறந்த அத்தியாயங்களை எழுதியுள்ளனர். சமகால வரலாற்றில், இந்தப் பாரம்பரியத்தை மரபாய்ப் பெற்ற மிகவும் புகழ்மிக்க அரசியல் தலைவர், மகாத்மா காந்தியைத் தவிர யாருமில்லை. 1909இல் பதிப்பிக்கப்பட்ட, அவரது முதல் நூலான ஸ்வராஜ் (மட்டுமே), எந்தவொரு குறிப்பிட்ட மதத்துடனும் எவ்வித அடையாளப்படுத்தலையும் செய்யாது, அதேசமயம் அனைத்து மதத்தையும் ஒரேயளவில் மதிக்கும் இந்தியா எனும் கருத்தாக்கத்துக்கு ஆதரவளித்தது: “இந்தியாவில் இந்துக்கள் மட்டுமே இருக்கவேண்டும் என இந்துக்கள், நம்பினால், அவர்கள் ஒரு கனவு உலகத்தில் வாழ்ந்துகொண்டிருக்கிறார்கள். இந்துக்கள், முகமதியர்கள், பார்ஸிக்கள், கிறித்துவர்கள் இந்தியாவை தங்கள் நாடாகக் கொண்டு, சக தேசத்தவர்களாக, தங்கள் சொந்த நலனுக்காக ஒற்றுமையாக வாழவேண்டும். உலகின் எந்தப் பாகத்திலும் ஒரே தேசியம் என்பதற்கு ஒரே மதம் என்பதும் ஒரே பொருள் தரும் சொற்கள் இல்லை. இந்தியாவிலும் எப்போதும் அப்படி இருந்ததில்லை.[6] இந்திய தேசம்குறித்த இந்த வரையறை-தனிப்பட்ட ஒருவருடையதில்லை, மாறாக சமூகங்களின் தொகுப்பு அடிப்படையிலானது. அதாவது, பிரபஞ்ச அளவிலானது-சமய சமூகங்களை முழு அளவிலான நாடுகளாகக் கருதும் மற்றொரு அணுகுமுறையுடன் ஆரம்பத்தில் முரண்பட்டது. இந்த அணுகுமுறை, ‘வகுப்புவாதம்’ எனும் எண்ணத்துக்கு தொடக்கமளித்தது. முஸ்லிம்களிடையே, இந்த அணுகுமுறை ஒரு பிரிவினைவாத இயக்கத்துக்குக் காரணமாகி, அது பாகிஸ்தான்[7] உருவாக்கத்துக்குக் காரணமானது. இது இந்திய தேசத்தின் பெரும்பான்மை இந்துக்களை ஒருங்கிணைத்து, இந்துக்களிடையே இன தேசியவாதத்திற்கு வழிவகுத்தது. உலகெங்குமுள்ள இதர மண்ணின் மைந்தர்கள் இயக்கம் போன்று - இந்து தேசியவாத சித்தாந்தவாதிகளால் புனிதமானதெனக் கருதப்பட்ட, தற்போதும் கருதப்படும் ஒரு வாதத்தை இந்து தேசியவாதம் முன்வைத்தது.

1
இந்து தேசியவாதம்
இந்தியா குறித்த ஒரு மாறுபட்ட கருத்து

சமூகத்தைச் சீர்திருத்துவது மட்டுமே இலக்கெனச் சொல்லிக் கொள்ளும் அரசியலற்ற இயக்கங்களின் நீண்ட வரிசையில் வேர்கொண்டுள்ளது இந்து தேசியவாதம். இந்தச் சமூக-ஆன்மிக மறுமலர்ச்சி இயக்கங்கள், இந்தியாவில் ஐரோப்பியர்களின் வருகைக்கு - குறிப்பாக சமயப் பரப்பு அமைப்புகளுக்குப் பிரதிவினையாக வந்தவை. அவர்களது மதமாற்றம், இந்துமத இழிவுபடுத்தல்களுக்கு எதிர்வினையாக (உருவ வழிபாடு, மூடநம்பிக்கை, பெண்கள் மற்றும் தாழ்த்தப்பட்ட சாதியினரை நடத்தும் முறையிலுள்ள மனிதமற்ற தன்மை குறித்த குற்றச்சாட்டுகளுக்கு எதிராக), பத்தொன்பதாம் நூற்றாண்டு இந்து மறுமலர்ச்சியாளர்கள், இத்தகைய விமர்சனங்கள் பொருந்தாத தங்கள் மதத்தின் தெளிவான பொற்காலமொன்றைக் கற்பித்து, (கிட்டத்தட்ட ஆட்சேபனையாக) தங்கள் மூதாதையர்களை மிதமான வழிபாட்டு முறை, சமத்துவ விழுமியங்களை உடையவர்களாகக் காட்டினர். மறுமலர்ச்சியாளர்கள் இந்தப் பொற்காலத்தை, சமஸ்கிருத வேதங்களின் காலங்களுக்கு இட்டுச்சென்றனர். சமஸ்கிருத படைப்புகளில் மிகவும் பழையவை அநேகமாக கி.மு. 2000-த்தைச் சேர்ந்தவை. இவற்றின் பெரிதும் திட்டவட்டமில்லாத பண்பானது, அனைத்துவிதமான விளக்கங்களுக்கும் இடமளித்தது. 1875இல் தொடங்கப்பட்ட ஆர்ய சமாஜமானது, பூமியில் முதலில் தோன்றிய மனிதர்களான ஆர்யர்களிடமிருந்து உருவானவர்களே இந்துக்கள் எனச் சொல்லுமளவுக்குச் சென்றது. இந்தப் பிரபல கருத்தானது இந்து மறுமலர்ச்சியாளர்கள், தற்காப்பு மனப்பான்மையிலிருந்து மறுமலர்ச்சி சாதனை மனோநிலைக்குச் செல்லவும் மேற்கத்திய இறுமாப்பை சிறப்பாக எதிர்கொள்ளவும் உதவியது. இந்த நிலைமாற்றத்துக்கான முக்கியஸ்தர்களில் ஒருவரான சுவாமி விவேகானந்தர், பொருள்முதல்வாதத்தில் மூழ்கிக்கொண்டிருந்த

மேற்குக்கு மாறாக இந்தியாவை ஆன்மிக பூமியாக முன்வைத்தார். 1893இல் மதங்களின் உலக பாராளுமன்றத்தில் அவர் பேசியதன் சாராம்சம் இதுதான். இது மேற்கை, இந்து மதம் பழிவாங்கிய முதல் தருணம். ஆனால் 20-வது நூற்றாண்டில், இந்து தேசியவாதம், பிற எதனையும்விட, இஸ்லாமுக்கு எதிர்ப்பானதாகக் கட்டமைக்கப்பட்டது.

இந்துத்வா: இந்துவாக இருப்பது என்பதன் பொருள்

உண்மையோ, கற்பனையோ, இந்து தேசியவாதம், பெருமளவில் இந்திய முஸ்லிம்களின் முழுமையான இஸ்லாமிய சாய்வு மனநிலைக்குப் பிரதிவினையாகப் பிறந்ததாகும். இந்தப் போக்கு இருபதாம் நூற்றாண்டின் தொடக்கத்தில் உச்சத்தில் காணப்பட்டது. முதல் உலகப் போரைத் தொடர்ந்து அமைதிப் பேச்சுவார்த்தையின்போது ஓட்டோமான் பேரரசைக் கலைக்கப்போவதாக அச்சுறுத்தல் எழுந்தபோது, 1919இல் கான்ஸ்டான்டிநோபிளின் கலிபா ஆட்சியைப் பாதுகாக்க இந்திய முஸ்லிம்கள் சிலர் அணிதிரண்டனர். இந்த இயக்கம் பல சமயங்களில் இந்து எதிர்ப்புக் கலகமாக முடிந்தது.[1] 1911 மக்கள்தொகை கணக்கெடுப்புப்படி, இந்திய மக்கள்தொகையில் 70 சதவிகிதத்துக்கும் அதிகமானவர்கள் இந்துக்களாயிருந்தும், இவ்விதம் நடந்தது, இந்து அறிவுஜீவி உறுப்பினர்கள் சிலரிடையே, ஒருவித ஊறுபடும் உணர்வையும், தாழ்வுமனப்பான்மையையும் ஏற்படுத்தியது. தன்மதிப்புக் குறைபாட்டில் வேரூன்றியிருந்த இந்தப் "பெரும்பான்மையரின் தாழ்வு மனப்பான்மை[2]", பத்தொன்பதாம் நூற்றாண்டு காலனித்துவ பொதுக்கருத்தான, இந்துக்கள் பலவீனமான இனமாக[3] இருப்பதிலிருந்து வெளிவரவேண்டும் என்ற கருத்தைத் தூண்டிவிட்டது. இந்து தேசியவாத பிரசங்கத்தில் விடாப்பிடியாகத் குறிப்பிடப்படும் இரு பலவீனங்களான, சாதி மற்றும் மற்றும் வர்க்கப் பிரிவினைகளால் அது மேலும் வளர்த்தெடுக்கப்பட்டது. 1831இல் 74.3 சதவிகிதம் இருந்த இந்துக்கள் 1931 மக்கள் தொகை கணக்கெடுப்பில் 68.2 சதவிகிதமாகச் சரிந்திருந்தனர்.[4] பத்தாண்டுக்கொரு முறை நடைபெறும் மக்கள்தொகைக் கணக்கெடுப்பில் இந்துக்கள் எண்ணிக்கை வீழ்ச்சியடைந்ததால், இந்த ஊறுபடும் உணர்ச்சியானது மேலும் நீடித்துவளர்ந்தது. இந்த எண்கள், சில இந்து தேசியவாத தத்துவவாதிகளை, தங்களது சமூகத்தை 'அழிந்துகொண்டிருக்கும் இனமாக'[5] விவரிக்கத் தூண்டியது.

இந்தச் சூழலிலேயே வி.டி. சாவர்க்கார், 1923இல் பதிப்பித்த 'இந்துத்வா: யார் இந்து' புத்தகத்தில், இந்து தேசியவாத சித்தாந்தத்தை முறைப்படுத்தி, பாதுகாக்கப்படவேண்டிய அடையாளத்தின் அடிப்படை அம்சங்களைக் கோடிட்டுக் காட்டினார். இந்தக்

கருத்தியல் கட்டுமானமானது முதன்மையாக, ஆர்ய சமாஜத்தின் எழுச்சியின் பின்னணியில்-இந்தத் துணைக்கண்டத்தில் வசித்துவந்த[6] முதல் ஆரியர்களின் வம்சாவளியே இந்துக்கள் என்ற இன புராணத்தை அடிப்படையாகக் கொண்டது. சாவர்க்கர் மேலும், "வேதத் தந்தைகளிடமிருந்து வந்த வல்லமைமிக்க இனத்தின் ரத்தத்தை[7]" இந்துக்கள் தங்கள் நரம்புகளில் கொண்டிருப்பதாகச் சொல்லுமளவு சென்றார். இந்த இன தேசியவாதம் அதேயளவு பிராந்தியம் சார்ந்ததாகவும் இருந்தது, அந்த வேத இந்தியா (கங்கையுடன் தொடங்கும்) புனித நதிகள் பாயும் புனித பூமியிலிருந்து பிரிக்கமுடியாதது. அங்கே பாரம்பரிய சடங்குகள் மட்டுமே திறன்மிக்கவை.[8] இந்தப் பழங்கால கௌரவத்துடன், சாவர்க்கர் பொதுவான மொழியொன்றையும் கண்டுபிடித்தார். சமஸ்கிருதம், இந்து தேசியவாதிகளால் "அனைத்து மொழிகளுக்கும் தாய்" என நிறுவப்பட்டது. இந்தக் கருத்துக்கு பிரிட்டிஷ் மற்றும் ஜெர்மன் ஓரியண்டலிஸ்டுகளும் ஓரளவு பொறுப்பு. இனம், பிராந்தியம், மொழிக்கு அடுத்தபடியாக தேசிய உடைமைக்கான நான்காவது அளவுகோலாக மட்டுமே இந்துக் கலாச்சாரத்தைக் குறிப்பிடுகிறார் சாவர்க்கர். அவர் மதத்தை, கலாச்சாரத்தின் இரண்டாம்நிலை பண்பாக மட்டுமே பார்த்தார், சாவர்க்கர் எந்தவித ஒழுங்குமின்றியே இந்துத்வத்தைப் பின்பற்றினார், இந்துச் சடங்குகளை அரிதாகவே கடைப்பிடித்தார். அவரது சிந்தனை, அந்தோணி ஸ்மித் 'தேர்ந்தெடுக்கப்பட்ட மக்கள்' என்று வரையறுத்த இன தேசியவாதத்தின் துணைக்குழு என்பதுடன் ஒத்துப்போனது. புனித நிலம் மற்றும் உலகத்துக்கான கடமையைவிட யூதவியத்தை ஒரு மதமாகப் பாவித்த, (வரலாறு மற்றும் புராணத்தின் கலவையான) யூத மக்கள் மற்றும் அவர்களது பொற்காலத்தில் பெரிதும் ஆர்வமுள்ள ஸியோனிஸ்ட்டுகளைப் போல, இந்து தேசியவாதிகள், இந்துச் சடங்குகள் மற்றும் ஆன்மிகத்தைவிட இன வரலாற்று-கலாச்சார பண்புகளுக்கு மிகுந்த அழுத்தம் தந்தனர்.[9] சாவர்க்கர் எழுதும்போது ஒப்பீடை மேற்கொள்கிறார்: "அங்கீகரிக்கப்பட்ட இன அலகாக இந்துக்களைத் தவிர உலகில் எந்த மக்களும் உரிமை கோரமுடியாது-யூதர்கள் வேண்டுமானால் ஒருவேளை கோரலாம்."[10] சாவர்க்கர் முஸ்லிம்களை விவரிக்கும் விதத்திலிருந்து, இந்து தேசியவாதம், இந்துக்களை வெறுமனே நம்பிக்கையாளர்களாக மட்டுமல்லாமல், இனரீதியான பண்பாடுடையவர்களாகவும் வரையறுக்கிறது என்பது வெளிப்படையாகிறது. "இந்தியாவை தங்களது புண்ணிய பூமியாக (புனித நிலம்) பார்ப்பதோடு மட்டுமல்லாமல், இந்துக்களை திருமணம் செய்து குழந்தைகளும் பெற்றால், அவர்கள் தேசத்தின் ஒரு பகுதியானவராகக் கருதப்படுவார்கள்.[11]" என்கிறார் சாவர்க்கர்.

இந்திய அடையாளத்துக்கான உருவமாகவும் உதாரணமாகவும் இந்து நாகரிகம் திகழ்வதாகவும் அதற்கு முஸ்லிம்கள் ஒரு அச்சுறுத்தலாகத் திகழ்வதாகவும் கருதினார் சாவர்க்கர். கிலாபத் இயக்கத்தின் தொடக்கம் முதல், இந்தியக் கலாச்சாரத்துக்கான அவர்களது பங்களிப்பு முற்றிலும் புறக்கணிக்கப்பட்டதோடு, அவர்கள் புனிதமான இந்துப் பிரதேசங்களைவிடவும், மத்திய கிழக்கின் புனிதத் தலங்களுக்கு கடப்பாடு கொண்டவர்களாகப் பார்க்கப்பட்டனர். சாவர்க்கரின் முன்னுரிமை, ஊறுபடக்கூடிய பெரும்பான்மை இந்துக்களைத் திரட்டி, முஸ்லிம்களுக்கு எதிராக நிறுத்துவதாகும்.[12]

இதுதொடர்பாக, அவரது கருத்தியல் பங்களிப்பு 1930இல் இந்து தேசத்தை வரையறுக்கத் திட்டமிட்ட மற்றொரு நூலான, நாம், அல்லது நமது வரையறுக்கப்பட்ட தேசியம்-இல் இடம்பெற்றுள்ளது. இந்நூல் மற்றொரு இந்துத்வ தலைவரான எம்.எஸ். கோல்வால்கருக்கு சமர்ப்பிக்கப்பட்டது.[13] அவரது இலக்கு இஸ்லாமியர்களோ அல்லது கிறித்தவர்களோ மட்டுமல்ல காந்தி வழிநடத்திய காங்கிரஸும் அதன் ஆச்சர்யமூட்டும் கொள்கையான... "தேசம் என்பது, ஒரு காரணத்திற்காகவோ அல்லது பிற காரணத்திற்காகவோ நாட்டில் அந்நேரத்தில் வாழும் அனைவரையும் உள்ளடக்கியது"[14] என்பதும்தான். தனது எண்ணங்களை நியாயப்படுத்த அவர், பல்தேசிய நாடான செக்கோஸ்லோவோகியாவின் தோல்வியை "ஒரு தேசத்தில், பல அரசியல் அறிஞர்கள் ஒன்றாகக் குவிகையில் அந்த விவேகம், தேசிய வாழ்க்கையுடன் முரண்படும் கூறுகளாக மாறும்"[15] என்ற பார்வையை முன்வைத்தார். கோல்வால்கரினுடைய முன்மாதிரி ஜெர்மனியும் அதன் தேசியத்தின் இன வரையறையைச் செய்த அரசியல் எழுத்தாளர்களும் ஆவர். அவர், முஸ்லிம்கள் ஒன்றா அடங்கிப்போகவேண்டும் அல்லது வெளியேறவேண்டுமென நம்பினார்: "[அவர்கள்] அவசியம் இந்து கலாச்சாரத்துக்கும், மொழிக்கும் பழகவேண்டும், இந்து மதத்தை மரியாதை செய்யவும், மதிக்கவும் கற்கவேண்டும், இந்து இனம் மற்றும் கலாச்சாரத்தை மகிமைப்படுத்துவதைத் தவிர வேறெந்த எண்ணத்தையும் கொண்டிருக்கக்கூடாது..., அல்லது இந்து தேசத்துக்கு முற்றிலும் அடிபணிந்து, எந்தச் சிறப்புரிமையையும் கோராமல் தங்கலாம். எதையும் கோராமல், எந்த சிறப்புரிமையும் இல்லாமல், குடிமகனின் உரிமைகளுக்கான எந்தவொரு முக்கியத்துவமும் இல்லாமல்."[16] இப்படியாக- இந்து மதத்துடன் முழு இணைவு அல்லது இரண்டாம் தர குடிமகன் என்பதற்கும் கீழான நிலை இரண்டுக்குமிடையில் தேர்வு இருந்தது. முதல் தேர்வின் பொருள், முஸ்லிம்கள் இஸ்லாமை

ஒரு நம்பிக்கையாகத் தொடர முடியும், ஆனால் அவர்கள் சமூகத்தில் இந்துக்களுக்கு விசுவாசமாக இருக்கவேண்டும்.

ஆர்.எஸ்.எஸ். அல்லது இந்துக்களை உடல் மற்றும் மனரீதியில் தயார் செய்வது

சாவர்க்கரின் சிஷ்யர்களுள் ஒருவரான கே.பி. ஹெட்கேவார் (விரைவில் கோல்வால்கரால் உதவிக்கு அமர்த்தப்பட்டவர்), இந்துக்களைக் காக்கவும் இந்திய தேசத்தின் மீது அவர்களது செல்வாக்கை உறுதிசெய்யவும், 1925இல் மத்திய இந்தியாவான நாக்பூரில் ராஷ்டிரிய சுயம்சேவக் சங்கம் (ஆர்.எஸ்.எஸ்., தேசிய தன்னார்வலர் கூட்டமைப்பு) என்ற இயக்கமொன்றை நிறுவினார். அதன் கருத்தியலைப் போலவே, இத்தனை வருடங்களில் அரிதாகவே மாற்றங்களைக் கண்டிருக்கும் ஆர்.எஸ்.எஸ். அமைப்பானது, புதிய இந்து தேசம், அத்தியாவசியம் என்ற அதன் லட்சியத்தைப் பிரதிபலிக்கிறது. ஒவ்வொரு தினமும் அதன் உள்ளூர் அலகான ஷாகாக்களில் ('கிளைகள்'), குழந்தைகள், பதின்பருவத்தினர், வயதுவந்தவர்கள் கலிஸ்தெனிக்ஸ் மற்றும் உடல்ரீதியான பயிற்சிகளுக்காக (அல்லது இளைஞர்களுக்கான விளையாட்டுகளுக்காக) கூடும் அதேயளவு, கருத்தியல் பயிற்சி அமர்வுகளும் நடைபெறுகிறது. அமர்வில், வேத காலத்துக்கு முந்தைய புகழ்பெற்ற செயல்கள், முன்மாதிரியான செயல்கள்- அல்லது குறைந்தபட்சம் முஸ்லிம்களின் படையெடுப்புக்கு முந்தைய காலகட்டத்திய, அவர்களை எதிர்த்த அரசுகளின் செயல்பாடுகள் பற்றிப் பேசப்பட்டு-கிட்டத்தட்ட ஒரு நூற்றாண்டாக தூண்டப்பட்டு வருகிறது. இந்த இயக்கம் மகாராஷ்டிர பிராமணர்களால் தொடங்கி வைக்கப்பட்டிருந்தாலும், அவர்கள் ஹெட்கேவாரின் நாளிலிருந்தே இந்தக் கிளைகளை முறையாகச் செயல்படுத்திவருவதோடு, சாதி பேதமில்லாமல் புதிய உறுப்பினர்களைச் சேர்ப்பது என்ற இலக்கோடு செயல்படுத்திவருகிறார்கள். ஷாகாக்கள்தான், இந்துத்துவத்தின் நிறமான 'காவி சகோதரத்துவ'[17] வடிவில், கட்டியெழுப்பவேண்டிய இந்து தேசத்துக்கான சமூக மற்றும் உளவியல் சீர்திருத்தத்துக்கான சட்டகமாகும். முன்பே குறிப்பிட்டபடி பிரிட்டிஷ் பொதுக் கருத்தான, இந்துக்கள் உடல் வலிமையில் குறைவுபட்டிருப்பது மட்டுமின்றி, முஸ்லிம்களுடன் ஒப்பிட தேசிய உணர்வு, சாதி மற்றும் பிளவுகளைக் கடந்த ஒற்றுமை ஆகியவற்றிலும் பலவீனமாகக் காணப்படுவதாகவும், முஸ்லிம்கள் வலுவாக ஒன்றுபட்டுள்ளனர் என நினைத்த ஆர்.எஸ்.எஸ். தன் உறுப்பினர்களுக்கு இவற்றில் பயிற்சியளிக்க வேண்டுமென நினைத்தது.

முஸ்லிம் அச்சுறுத்தலை சிறப்பாக எதிர்கொள்ளவும் அதன் மூலம் ஊறுபடும் உணர்வையும் சுயமதிப்பீட்டுக் குறைவையும் வெல்ல நிறுவப்பட்ட ஆர்.எஸ்.எஸ்., முஸ்லீம்களுக்கு வலிமையளிப்பதாகக் கருதப்படும் பண்புகளை இந்துக்கள் அடைய, அவர்களது சமூக உணர்வை தீவிரப்படுத்துவதில் தொடங்கியது. - 'ஒத்திசைவு வியூகம்' அல்லது 'போலச்செய்யும் வியூகம்'[18]- என கோட்பாட்டு வடிவமாகக் நான் கருதும்-மற்றவர்களை மேம்பட்டவர்களாக ஆக்கும், கலாச்சார பண்புகளை ஒருங்கிணைக்கும் இந்தச் செயல்முறை- சமூக உளவியல் மறுமலர்ச்சி முயற்சியாக வெளிப்படுத்தப்பட்டது, இதன் பிரதான நோக்கம் 'தேசத்தைப் பிளக்கும் ஜாதிகளை' ஒழிப்பது மட்டுமின்றி (உதாரணமாக, இந்துக்கள் அனைவருக்குமான கோவில்களை நிறுவுவது) இந்துக்களின் உளவலிமையை அதிகரிப்பதுமாகும். 1920இல் கே.பி. ஹெட்கேவாரின் குரு பி.எஸ். மூஞ்சே, முஸ்லிம்கள் கையிலெடுக்கும் திட்டமிடப்பட்ட வன்முறையை இந்துக்களும் அப்படியே பின்பற்ற வலியுறுத்தினார். அவர், "முஸ்லிம்கள் தங்கள் இனநலன்களைப் பாதுகாக்க வீரியமான கண்காணிப்புணர்வுடன் இருக்க, ஐயகோ, அதில் இன்றைய தற்கால இந்து இனம் பின்தங்கி இருக்கிறது.[19]" என ஊக்கமூட்டினார். முஸ்லிம்களுடன் சிறப்பாகப் போட்டியிட, பிராமண இனம் கடைபிடிக்கும் காய்கறி உணவைக் கடந்து இறைச்சி சாப்பிடும் அளவுக்குக்கூட சென்றார்[20] மூஞ்சே. இவ்வாறாக பெரும்பான்மை இந்து தேசியவாதிகள், முஸ்லிம்களிடம் வெளிப்படுத்திய தாழ்வு மனப்பான்மை, இந்து சமூகத்திலுள்ள பிளவுகள், அவர்களது உடல்ரீதியான பலவீனம் இவற்றுடன் மட்டுமல்லாமல், சிறுபான்மை முஸ்லிம்கள், அரபு மற்றும் வளைகுடா நாடுகளிலுள்ள இஸ்லாமிய சமூகம் முழுவதுடனான ஒற்றுமையைக் கணக்கெடுக்க, இந்துக்கள் தனிமைப்பட்டு நிற்பதுடனும் தொடர்புடையதாய் இருந்தது.

ஆர்.எஸ்.எஸ். தலைவர்கள் ஒரேமாதிரியான இந்து தேசத்தை வடிவமைத்து உருவாக்கும்படி தங்களது இயக்கத்தை அமைப்பதை தங்களது நீண்ட காலத் திட்டமாக உடனடியாக மாற்றிக்கொண்டனர். அவர்களது குறிக்கோள், அமைப்பு தோற்றுவிக்கப்பட்ட இடமான மத்திய இந்தியாவின் மகாராஷ்டிர மாநிலத்தின் நாக்பூரிலிருந்து ஒட்டுமொத்த நாட்டையும் நிறைக்கும்படி ஒளிரும் ஷாகாக்களின் அணிவகுப்பை ஏற்படுத்துவதாகும். 1947இல், ஆர்.எஸ்.எஸ். ஏற்கெனவே *600,000 கிளைகளைக் கொண்டிருந்தது.*[21] இந்த ஷாகாக்கள் வழக்கமாக, சிறப்பு பயிற்சி முடித்த ஆர்.எஸ்.எஸ்.காரர்களால் நடத்தப்படும். ஹெட்கேவார், பிரச்சாரக்குகளை (முழுநேர போதனையாளர்கள் மற்றும் அமைப்பாளர்களை) பயிற்றுவிக்கும், அதிகாரிகளுக்கான முதல் பயிற்சி முகாமை 1927இல் தோற்றுவித்தார். இந்தியா முழுவதும்

ஷாகாக்களை உருவாக்கப் புறப்பட்ட ஆர்.எஸ்.எஸ்.ஸுக்கு, இந்த உயரடுக்குக் குழுதான் முன்மாதிரியாக இருந்தது. அமைப்பின் மீது நாட்டம் காட்டிய இளம் செயலார்வலர்கள் ஆர்.எஸ்.எஸ்.ஸில் இருந்தனர்-இப்போதும் இருக்கின்றனர். அவர்கள் பலசமயங்களில் பல்கலைக்கழகங்களில் படித்துக்கொண்டிருந்தாலும் அல்லது படித்துமுடித்திருந்தாலும் தங்களது தொழில் வாழ்க்கையையும் குடும்பத்தையும் விட்டுவிடத் தயாராக இருந்தனர். அவர்கள் தன்னார்வலர்களாகச் செயல்பட, உள்ளூர் பிரமுகர்கள் உதவியுடன் அமைப்பானது அவர்களுக்கு ஆதரவளித்தது. அவர்கள் வாழ்க்கை இன்பங்கள் துறப்பு, பொதுவாகச் சொன்னால், அகங்காரத்தை திருப்திசெய்யும் எதனையும் துறப்பது (பௌத்த மதத்திலிருந்து பெறப்பட்ட இந்து மதத்தின் முக்கியமான மதிப்பீடு) இளம் இந்துக்களிடையே அவர்களது மரியாதைக்கான பிரதான மூலமாக அமைந்தது. அவர்கள் ஷாகாக்களில் பணிநியமனம் செய்யப்பட்டு இந்துத்துவாவில் ஈடுபடுத்தப் பணிக்கப்பட்டனர். ஆர்.எஸ்.எஸ்.ஸால் பயிற்றுவிக்கப்பட்டு, அமைப்பை வளர்த்தெடுக்க உதவுவதற்காக இந்தப் பிரச்சாரக்குகள் நாடு முழுவதும் அனுப்பப்பட்டு, ஷாகாக்களின் வலைப்பின்னலை விரிவாக்கவோ அல்லது 1947-க்குப் பிறகு ஆர்.எஸ்.எஸ். நிறுவப்பட்டபின் உருவான பல்வேறு ஷாகாக்களுக்கோ இடமாற்றப்பட்டனர்.

ஆர்.எஸ்.எஸ்.ஸிலிருந்து சங் பரிவாருக்கு, அல்லது சமூக வெளியை நிறைப்பது எப்படி

சமூக வெளியை நிறைக்கும் ஆர்.எஸ்.எஸ்.ஸின் குறிக்கோள் சுதந்திரத்துக்குப் பின், அந்த இயக்கம் சிறப்பு துணை அமைப்புகளை அமைக்கத் தொடங்கியபோது புதிய பரிமாணத்தை அடைந்தது. 1940-1950களில் அதிகரித்தபடியே செல்லும் செயல்துடிப்புடன் இருந்த கம்யூனிஸ்டுகளுடன், ஆர்.எஸ்.எஸ். போட்டியிடத் தொடங்கி, 1951-1952 பொதுத் தேர்தல்களுக்குப் பின் பிரதான பாராளுமன்ற எதிர்க்கட்சி சக்தி என்ற நிலையை அடைந்தது. ஆர்.எஸ்.எஸ். முதலில் 1948இல், அகில் பாரதிய வித்யார்த்தி பரிஷத் (ஏ.பி.வி.பி., இந்திய மாணவர் கூட்டமைப்பு) என்ற மாணவர் சங்கத்தை நிறுவியது, பின் 1955இல் வணிகர் சங்கம், பாரதிய மஸ்தூர் சங் (பி.எம்.எஸ், இந்திய தொழிலாளர் கூட்டமைப்பு) போன்றவற்றை நிறுவியது. 1950-களில் இதர துறைசார் அமைப்புகளும் நிறைய வரத்தொடங்கின. 1952இல் இந்தியப் பழங்குடியினரிடையே செல்வாக்குப் பெற்றிருந்த கிறித்தவ அமைப்புகளின் மதமாற்றத்துக்கு எதிராக பதிலடி கொடுக்க, வனவாசி கல்யாண் ஆஷ்ரம் (வி.கே.ஏ. பழங்குடியினர் நல்வாழ்வுக்கான அமைப்பு) முதன்மையாகத் தொடங்கப்பட்டது. பழங்குடிகளை இப்படி மதமாற்றுவது தேசியமயமாக்கலிலிருந்து

நீக்கல்[22] செயல்முறையாக ஆர்.எஸ்.எஸ்.ஸால் கருதப்பட்டது. மற்றவர்களாகிய முஸ்லிம்களை அச்சுறுத்த, அவர்களை எதிர்ப்பதே நல்லது என்ற பாவனையை மீண்டும் ஒருமுறை இந்து தேசியவாதிகள் மேற்கொண்டனர். 1964இல், இந்த மதமாற்ற விவகாரம் மற்றொரு இணையமைப்பு நிறுவியதை நியாயப்படுத்தியது, விஸ்வ இந்து பரிஷத் (வி.ஹெச்.பி., இந்துக்களுக்கான உலக சபை). இந்த அமைப்பு முடிந்தவரை இந்து மதப்பிரிவுகளின் தலைவர்களை இணைத்து ஒரு ஸ்திரத்தன்மையை ஏற்படுத்தும் பணியை மேற்கொண்டது. இந்தப் புதிய அமைப்பை நிறுவ, மீண்டும் ஒருமுறை போலச்செய்தல் வியூகம் பின்பற்றப்பட்டது: சர்வதேச கிறித்துவ வலையமைப்பால் மேற்கொள்ளப்பட்ட மதமாற்றங்கள், எப்போதைவிடவும் பெரிய ஊறுபடும் உணர்வைத் தூண்டியதால், ஆர்.எஸ்.எஸ். தலைவர்கள், தேவாலயக் கூட்டமைப்பின் வடிவத்தை இறக்குமதி செய்து, அதன் மாதிரி செயல்திறனை உற்றுநோக்கி, ஒரு தேவாலயத்தின் புத்திக்கூர்மையை இந்துயிசத்துக்கு வழங்கினர்.[23] 1979இல் சேவா பாரதி (இந்தியச் சேவை), என்னும் புதியதொரு அமைப்பு, ஆர்.எஸ்.எஸ். குடும்பத்தில் இணைக்கப்பட்டது. தீண்டாமைக்கு எதிராகச் செயல்புரிவதும் மிகவும் இரங்கத்தக்க மக்களுக்கு உதவிகள் வழங்குவதுமே இதன் இலக்காகும். சமயங்களில் சேவா பாரதி உடல்நலம் தொடர்பான பணிகளில் ஈடுபட்டாலும், அதன் பிரதான பணி கல்வி தொடர்பானதாகும்.[24] எனினும், 1950 முதல் கல்விப் பணியில் சரஸ்வதி ஷிசு மந்திரும் செயல்பட்டுவருகிறது. (அறிவுக் கடவுளான சரஸ்வதியின் மாணவர்களுக்கான கோவில்கள்) எனப் பொருள்படும் இந்தப் பள்ளிகள் சமஸ்கிருதப் பாடத்திட்டத்துடனும் பெரிதும் கருத்தியல் சார்ந்தும் வலைப்பின்னல் அமைப்பு போல உருவாக்கப்பட்டு, 1970இல் வித்யா பாரதி (இந்திய ஞானம்) கூட்டமைப்பில் உறுப்பாகத் திகழ்ந்துவருகிறது.

இந்த இணைப்புகளில் எல்லாம் மிகப் புதிதும், மிகப்பெரியதுமான அமைப்பு பஜ்ரங் தள். இது 1980இல் வி.ஹெச்.பி.யின் கீழ் இளைஞர் இயக்கமாக நடப்புக்கு வந்தது. இது சில தருணங்களில் பாதுகாப்பு மற்றும் அதிர்ச்சியளிக்கும் சேனையாகக் கையாளப்பட்டது. இதுகுறித்துப் பின்னால் விரிவான விவரங்களுடன் விவாதிக்கப்படும்.

இந்த எண்ணற்ற அமைப்புகள், 1950இல் தன்னைத்தானே 'குடும்பம்' என அழைக்கும் எண்ணத்தை கூட்டமைப்புக்கு ஏற்படுத்த[25] சங் பரிவார் (சங் குடும்பம்) ஆர்.எஸ்.எஸ்.ஸுடன் சேர்ந்து, அதன் அணியை உருவாக்க ஆரம்பித்தது.[26] இந்தத் துணைநிறுவனங்களின் இயக்கத்தின் பின்னணியில் பன்முகத்தன்மை இருந்தபோதிலும், அவர்களின் ஒற்றுமையானது அவர்களது சேனையின் மூல அமைப்பின் மூலம் உறுதிசெய்யப்பட்டது: அனைத்தும் ஆர்.எஸ்.எஸ்.

ஸிலிருந்து வந்தவை, அவர்கள் சில குறிப்பிட்ட பிரச்சனைகளோடும் இடங்களோடும் அடையாளப்படுத்திக் கொள்வதைத் தவிர்க்க, தாய் அமைப்பு, அவர்களை ஒரு அமைப்பிலிருந்து மற்றொரு அமைப்புக்கும், ஒரு பிராந்தியத்திலிருந்து மற்றொரு பிராந்தியத்துக்கும்– மாநிலத்தின் அதிகாரப் பணித்துறையில் செய்யப்படுவதுபோல்– மாற்றியமைத்தது.[27]

சங் பரிவாரும் அதன் அரசியலும்

1950இன் ஆரம்பப் பகுதியில் ஆர்.எஸ்.எஸ். அரசியலுக்கு வந்ததற்கான பிரதான காரணம், மகாத்மா காந்தியின் படுகொலைச் சூழலோடு நெருக்கமான தொடர்புடையது. அவரைக் கொன்றவரான நாதுராம் கோட்சே, சாவர்க்கரின் நெருங்கிய கூட்டாளி, தீவிர ஆர்.எஸ்.எஸ். உறுப்பினர் என்றும் சொல்லப்பட்டது.[28] வழக்கு விசாரணையின்போது, தனது அமைப்பின் கருப்பொருளை எதிரொலிப்பதுபோல், அவன் தனது செயலுக்கான காரணமாக இஸ்லாமியர் குறித்த காந்தியின் பலவீனமான நிலைப்பாட்டை பொதுவாகவும், பாகிஸ்தான் பிரிவினை தொடர்பான நிகழ்வுகளைக் குறிப்பாகவும் சொன்னான்,[29] இந்தச் செயலுக்குப் பிரதிவினையாக, இந்திய தேசம் முழுவதும் நாடுதழுவிய சீற்றமெழ, நேருவும், துணைப்பிரதமரான வல்லபாய் படேலும், அவர் அப்போது உள்துறை விவகார அமைச்சரும்கூட, 20,000 சுயம்சேவக்குகளைக் கைதுசெய்தனர். ஆர்.எஸ்.எஸ். இயக்கத்தைத் தடைசெய்ய முடிவெடுத்தனர். அதன் எண்ணற்ற உறுப்பினர்கள் தலைமறைவாகினர். நேருவின் இந்தியாவில், குறைந்தபட்சம் நாட்டிலுள்ள உயர் அலுவலகங்களில், அப்போது செல்வாக்கு செலுத்திய அரசியல் அமைப்பில் தனிமைப்படுத்தப்படுவதால் ஏற்படும் இடைவெளியை கோல்வால்கர் கணக்கிட்டார். உண்மையிலேயே, ஆர்.எஸ்.எஸ்.ஸானது பாசிசத்தின் இந்திய உருவகம் எனப் பிரதமர் எண்ணினார். கோல்வால்கர், அரசியல் களம் மற்றும் அரசியல்வாதிகள் குறித்துத் தவறான கணிப்பைக் கொண்டிருந்தபோதும், அவர் 1951இல் புதிய கட்சியான ஜனசங்கம் என்று நன்கு அறியப்பட்ட, பாரதிய ஜன சங்கத்தை (பி.ஜே.எஸ்., இந்திய மக்கள் கூட்டமைப்பை) தொடங்க அனுமதியளித்தார்.[30] கோல்வால்கர், இந்தப் புதிய அமைப்பை வடிவமைக்க எண்ணற்ற பிரச்சாரக்குகளுக்கு அனுமதியளித்தாலும், இந்த இரு அமைப்புகளுக்கும் இடையில் தெளிவான பிரிவுக் கோட்டை உருவாக்கி, அவர்களின் படிநிலைகள் முற்றிலும் தனிப்பட்டதாக இருக்குமாறு பார்த்துக்கொண்டார்.

பல வருடங்களாக, பி.ஜே.எஸ்., 'காங்கிரஸ் அமைப்பால்' ஒரு இக்கட்டில் இருந்தது[31] ஆட்சியிலிருந்த கட்சியில் பழைமைவாத

பிரபலங்கள் அவரவர் தரத்துக்கேற்ப வெளிப்படையாக இல்லாவிட்டாலும் நடைமுறையில் இந்து பாரம்பரியவாதிகளாக[32], பசுப் பாதுகாப்பு, இந்தியை தேசிய மொழியாக ஊக்குவித்தல் என இன்னும் பல விஷயங்களில் நேருவுக்கு எதிராக இருந்தனர். இவர்கள் குறைந்தபட்சம் உள்ளூர் அளவில், பொது விவாதத்தில் ஜனசங்கத்தின் வாதங்களுக்கு இடமில்லாமல் பார்த்துக்கொண்டனர். இன்னொரு புறம், நேரு மற்றும் அவரது மகள் இந்திரா காந்தியைத் தலைமையாகக் கொண்ட நாட்டின் தலைமையானது, மதச்சார்பின்மை நிலைப்பாடுகளைக் கண்டிப்புடன் அனுசரிக்கவும் ஜனசங்கத்துக்கு எதிராக பிரச்சாரங்களை மேற்கொள்ளவும் ஆர்.எஸ்.எஸ்.ஸின் சில ஷாகாக்களைத் தடை செய்யவும் தயங்கவில்லை.

1960-களின் பிற்பகுதியில், காங்கிரஸிலிருந்து பிரிந்துவந்த சோஷியலிஸ்ட்டுகள், விவசாயக் கட்சிகள் மற்றும் 1969இல் (ஸ்தாபன) காங்கிரஸ் கட்சியிலிருந்து பிரிந்துவந்த கட்சிகள் போன்ற எதிர்க்கட்சிகளிடமிருந்து கூடுதல் ஆதாயம் பெறும் முயற்சியாக, ஆர்.எஸ்.எஸ்.ஸிடமிருந்து மரபாகப் பெற்ற சில கருத்தியல் அம்சங்களை மறைத்து பி.ஜே.எஸ். கூட்டணியை உருவாக்கியது. 1975இல் இந்திரா காந்தியால் அறிவிக்கப்பட்ட அவசரநிலைப் பிரகடனம், இந்த அமைப்பு உருவாக்கத்தைத் துரிதப்படுத்தி, உச்சபட்சமாக ஜனசங்கம், ஜனதா கட்சியுடன் (மக்களின் கட்சி) ஒன்றிணைந்து காங்கிரஸுக்கு எதிரான சக்திகளுடன் கூட்டணி உருவாவதில் சென்றுமுடிந்தது. 1977இல், ஜனசங்கம் இந்த ஜனதா கட்சிக்கு, மிகப்பெரும் அளவில் பாராளுமன்ற உறுப்பினர்களை வழங்கி, தேர்தலில் பெரும்பான்மை பெற்று வெற்றிபெறச் செய்தது. இந்த ஒருங்கிணைப்பு வியூகத்துக்கான அடிக்கோடிடப்பட்ட தர்க்கம், தெளிவாக உள்ளிருந்தபடியே அரசியல் அமைப்பை வடிவமைப்பு செய்வதாக இருந்தது.[33] மொரார்ஜி தேசாயை தலைவராகக் கொண்ட காங்கிரஸ் அமைப்பின் முன்னாள் உறுப்பினர்களின் இந்து 'பாரம்பரிய' அரசியலுடன் இந்து தேசியவாதத்தின் சற்றே நீர்த்த அரசியல் கலாச்சாரத்தை முன்னெடுத்துச் செல்வது இலக்காக இருந்தது. தேசாய் பிரதமராக ஆனார்.

புதிய அரசாங்கத்திற்குள் இந்து தேசியவாத செல்வாக்கு, ஆர்.எஸ்.எஸ்.ஸிடமிருந்து பெறப்பட்ட கருத்தியல் வகைப்பாடுகளின் எதிரொலியைக் குறிக்கும்விதமாக மூன்றுவகையான நடவடிக்கைகளில் பிரதிபலித்தது. முதலாவதாக, முன்னாள் ஜனசங்கக் குழுவினர் பசு வதை தடையை இலக்காகக் கொண்ட மசோதா ஒன்றுக்கு ஆதரவளித்தனர், சிறுபான்மையினர்-முக்கியமாக முஸ்லிம்கள்-மாட்டிறைச்சி சாப்பிடுவதாகவும், பசுவைப் பலியிடுவதாகவும் இந்துத்வ தலைவர்களால் குற்றம்சாட்டப்பட்டனர். இரண்டாவதாக

முன்னாள் ஜனசங்க உறுப்பினர்கள் மத மாற்றத்தைத் தடைசெய்யும் ஒரு மசோதாவை அறிமுகம் செய்தனர். மதமாற்றத்தை, அவர்கள் பணத்துக்காகவோ அல்ல கிறித்துவ தேவாலயங்களின் அழுத்தங்களின் விளைவாகவோ நடப்பதாகப் பார்த்தனர். இந்த 'மேலிருந்து' இடையிடும் தீர்மானம், முக்கியமாகப் பழங்குடியினர் பகுதிகளில் செயல்படும் மதமாற்ற அமைப்புகளைக் குறிவைத்தது. இந்த இந்து மக்கள்தொகை வீழ்ச்சி பயம், முன்பே குறிப்பிட்ட இந்து பெரும்பான்மைவாத தாழ்வு மனப்பான்மையிலிருந்து பிரிக்கவியலாதது. 1971 மக்கள் தொகைக் கணக்கெடுப்புப்படி, இந்துக்கள் மக்கள் தொகையில் 82.7 சதவிகிதம் இருந்தனர்-இதை 1951இன் 84.1 சதவிகிதம், 1961இன் 83.45 சதவிகிதத்துடன் ஒப்பிட்டால், பெருமளவில் பகுத்தறிவுக்குப் பொருந்தாத பயம். மூன்றாவது அம்சம், வரலாற்றுப் பாடப்புத்தகங்களை மறுபரிசீலனை செய்வதற்கான இயக்கத்தைக் கட்டியமைப்பதுடன் தொடர்புடையது. மார்க்சியச் சாய்வுள்ள அறிஞர்கள், முஸ்லிம் ஆக்கிரமிப்பாளர்களுக்கு எதிராகப் போராடிய பழங்கால இந்து இளவரசர்களைப் பற்றியும் அவர்களது போராட்டங்களைப் பற்றியும் பாடப்புத்தகங்களில் போதிய அளவு கவனப்படுத்தாமல் விட்டிருப்பதாக உணர்ந்தனர் இந்து தேசியவாதிகள்.

அரசியலமைப்புச் சட்டத்துடன் சற்றும் பொருந்தாத இந்த அம்சங்களும் திட்டங்களும், முன்னாள் ஜன-சங்கத்தினரை ஓரங்கட்ட உதவியதுடன், பின்னர் 1980இல் ஜனதா கட்சி அவர்களை வெளியேற்றுவதற்கான சாக்காகவும் அமைந்தது. அந்த வருடம் மார்ச்சில் அவர்கள் கட்சியிலிருந்து வெளியேறி பா.ஜ.க.வை (இந்திய மக்கள் கட்சி) உருவாக்கினர். இந்தப் பின்னடைவு, ஆர்.எஸ்.எஸ்.ஸை அதன் வியூகத்தை மாற்றத் தூண்டியது. 1980இல் பிளவுக்கு முன்பே, ஜனதா கட்சியின் இதர பிரிவினருடன் இந்து தேசியவாதிகள் எதிர்கொண்ட பிரச்சனைகளால், 1973இல் கோல்வால்கருக்கு அடுத்தபடியாக ஆர்.எஸ்.எஸ். தலைமையாக வந்த பாலாசாகேப் தியோரஸ், இதர சக்திகளான எதிர்க்கட்சிகளுடன் சங் பரிவார் கூட்டணியமைக்க, அதன் கருத்தியல் உரையாடலை நீர்க்கச் செய்யும் வியூகம் உதவுமா என மறுபடியும் அலசினார். 1979இல் நடந்த வி.ஹெச்.பி. மாநாட்டில் அவர், "இந்துக்கள், தேர்தல் பார்வைக் கோணத்தில்கூட, அரசியல்வாதிகள் இந்து உணர்வுகளை மதிக்கும்படியும், அதற்கேற்ப கொள்கைகளையும் மாற்றுமளவுக்கும் தங்களை விழிப்புணர்வு கொள்ளச் செய்யவேண்டும்"[34] என வாதிட்டார். ஆர்.எஸ்.எஸ்.ஸின் அரசியல் முன்கள அமைப்பான பா.ஜ.க., இந்து தேசியவாதத்தைக் கணிசமாக மிதப்படுத்துவதன் மூலம் பிரதான கட்சி அரசியலாக உருக்கொள்வதற்கான வியூகத்தைப்

பின்பற்ற, சங் பரிவாரிலுள்ள வி.எச்.பி., 'இந்துக்களை விழித்தெழ வைத்தல்' எனும் பிரச்சாரத்தை முன்னெடுக்கப் பணிக்கப்பட்டது.

அயோத்தியா இயக்கமும் ஆட்சியைப் பிடித்த பா.ஜ.க.வும்

வி.எச்.பி., உத்தர பிரதேசத்திலுள்ள அயோத்தியாவில் விஷ்ணுவின் அவதாரங்களில் ஒன்றான, பகவான் ராமரின் பிறந்த இடம் எனச் சொல்லப்படும் இடத்தில் கோவிலைத் திரும்பக் கட்டும் கோரிக்கையின் மீதான கிளர்ச்சியில் கவனம் குவிக்கத் தீர்மானித்தது. அந்தக் கட்டடம், மொகலாய சாம்ராஜ்யம் ஆட்சிக்கு வந்தபின் பதினாறாம் நூற்றாண்டில் மசூதியொன்றால் அகற்றப்பட்டதாகச் சொல்லப்பட்டது. அப்போதிருந்த ஆட்சியாளர்களே, முதல் மொகலாயச் சக்கரவர்த்தி பாபரின் பெயரால் அதற்கு பாபர் மசூதி எனப் பெயரிட்டனர். ஆனால் 1949இல், ஒரு ராமர் சிலை மர்மமாக மசூதியில் தோன்றியது-உண்மையில் அங்கே இந்து தேசியவாதிகளால் அந்தச் சிலை கொண்டுவந்து வைக்கப்பட்டு[35]- அதிகாரிகள் அந்த வழிபாட்டிடத்தைப் பூட்டி சீல் வைப்பது போன்ற வெறியைத் தூண்டிவிட்டனர்.[36] சில பத்தாண்டுகளுக்குப் பின், இந்த விவகாரம் பின்னணிக்குச் சென்றிருந்தபோதும், முக்கியமாக வட இந்தியாவில் ராமருக்கு இருந்த மாபெரும் பிரபலம் காரணமாக, எப்போதைக்கும் நெருக்குதல் தரும் ஒன்றாக நீடித்தது.[37]

1980-களின் நடுப்பகுதியில், வி.எச்.பி., அயோத்தியா இயக்கத்தை மீண்டும் கிளறிவிட, மற்றொரு தேர்தல் வருடமான 1989இல் அது முக்கியமாக முன்னணிக்கு வந்தது. பா.ஜ.க., கடைசியில் இந்தக் கிளர்ச்சியின் வியூகப் பொருத்தப்பாட்டில் திருப்தியுற்று, அதில் தீவிரமாகத் தன்னை ஈடுபடுத்திக்கொண்டது. அதன் பலனாக, பா.ஜ.க.வின் பிரபலம் அதிகரித்தது, கட்சியானது இரண்டு சீட்டுகளிலிருந்து 1989இல் 85 சீட்டுகளை வென்றது. பட்டியல் 1.1இல் இது காட்டப்பட்டுள்ளது.

1989 தேர்தலுக்குப் பின் உடனடியாக, பா.ஜ.க., வி.பி.சிங்குக்கு ஆதரவளிக்க தீர்மானித்தது. காங்கிரஸ் அதிருப்தியாளரான வி.பி.சிங், கட்சியில் பிளவு ஏற்படக் காரணமாகி, நாட்டிலேயே மிகப்பெரிய அளவிலான ஊழலுக்கு எதிரான போராட்டம் எனக் குற்றம்சாட்டி ராஜிவ்காந்திக்கு எதிராகப் பிரச்சாரம் செய்தார். (ராஜிவ் அந்நேரம், போஃபர்ஸ் எனும் ஸ்விஸ் ஆயுத உற்பத்தியாளரிடமிருந்து பணம் வாங்கியதாகக் குற்றம்சாட்டப்பட்டது.) வி.பி.சிங்கின் கட்சியான ஜனதா தள், மிக அதிகமான வாக்குகளைப் பெற்றிருந்தபோதும், பாராளுமன்றத்தில் பெரும்பான்மை பெற்றிருக்கவில்லை. காங்கிரஸைத் தோற்கடிக்க, முற்றிலும் வித்தியாசமான பாராளுமன்றக்

பட்டியல் 1.1 பொதுத்தேர்தலில் பா.ஜ.க.வின் செயல்பாடு, (1984–2009) இடங்களும் வாக்கு சதவிகிதங்களும்

1984 பா.ஜ.க	1989 பா.ஜ.க	1991 பா.ஜ.க	1996 பா.ஜ.க	1998 பா.ஜ.க	1999 பா.ஜ.க	2004 பா.ஜ.க	2009 பா.ஜ.க
2 (7.4)	85 (11.4)	119 (20.1)	160 (20.29)	178 (25.59)	182 (23.75)	138 (22.16)	116 (18.84)

ஆதாரம்: இந்திய தேர்தல் ஆணையம்

கூட்டணியில் பா.ஜ.க. இடம்பெற்றது. (உடன் இந்தியக் கம்யூனிஸ்ட் கட்சி (மார்க்சிஸ்ட்) சி.பி.ஐ.(எம்) இணைந்து வி.பி.சிங்கை பிரதமராக ஆக்கின.) ஆனால் அது 1977-1979-ஐ விட ஆர்.எஸ்.எஸ்.ஸின் சித்தாந்தத்தை மேலும் நீர்த்துப் போகச்செய்யத் தூண்டவில்லை. 1990இல் பா.ஜ.க. தலைவர் எல்.கே. அத்வானி, அயோத்தியில் மீண்டும் கோயில் கட்டுவதற்கு இந்துக்களின் ஆதரவைத் திரட்டும் நோக்கில், இந்தியா முழுவதும் செல்லும் ஒரு பிரம்மாண்டமான ‘ரத யாத்திரை’யைத் தொடங்கியிருந்தார். ராமர் கோவில் விவகாரத்தில் தற்போதைய நிலையே நீடிக்கும் என உச்சநீதிமன்றம் கூறியிருந்த நிலையிலும் இது நடந்தது.[38] ரத யாத்திரை சில நகரங்களிலும் ஊர்களிலும் சமூக வன்முறையாக முடிந்தது. அத்வானி அவரது இறுதி இலக்கான அயோத்தியை எட்டும் முன்பே கைதுசெய்யப்பட்டார். ஆனால் அவரது ஆதரவாளர்களில் சிலர் பாபர் மசூதியைத் தாக்கினர். காவல்துறை அடக்குமுறையில் ஒரு டஜன் பேர் இறந்துபோக, இந்து தேசியவாத இயக்கம் அதன் முதல் தியாகிகளைத் தந்தது. அவர்களது சாம்பல் இந்தியா முழுவதும் எடுத்துச்செல்லப்பட்டது-மேலும் கலகத்தைத் தூண்டியது. அத்வானி கைதுசெய்யப்பட்டதுமே, பா.ஜ.க., வி.பி.சிங்கின் அரசுக்கான ஆதரவைத் திரும்பப்பெற்றது. இதனால் 1991இல் முன்கூட்டியே தேர்தல் வர, அதில் அக்கட்சி 85-லிருந்து 119 சீட்டுகளுக்குச் சென்றது.

இந்தத் தீவிர வளர்ச்சி, டிசம்பர் 1992இல் இந்து தேசியவாத தீவிரவாதிகளால் பாபர் மசூதி இடிப்பில் சென்றுமுடிந்தது. பா.ஜ.க. தலைமை இந்த நிகழ்வு தன்னிச்சையான செயல்பாடு என்று சொல்ல, இதனை ஆராய அமைக்கப்பட்ட குழுவின் அறிக்கையோ-அந்த நேரம் உத்தர பிரதேசத்தை ஆண்ட பா.ஜ.க. இந்த இடிப்புக்கான வேலைகளில் பங்கெடுத்ததாகக் காரணம் காட்டியது.[39] இந்தக் குழுவின் அறிக்கை முடிவுகள் கசிந்ததால் மட்டுமே அறியப்பட்டது.

பா.ஜ.க. அதன் தீவிர நிலைப்பாடு காரணமாக முன்னெப்போதுமில்லாத வலிமையைப் பெற்றபோதும், 1996இல் பிற காரணங்களுக்காக பா.ஜ.க. தன் உரையாடலை மிதமாக மாற்றியது. அந்த வருடம் பா.ஜ.க. பொதுத் தேர்தலில் கீழவையில் 160 இடங்களை வென்றது, அதன் மிகப் பிரபலமான தலைவரான ஏ.பி. வாஜ்பேயி, அரசமைக்க அழைக்கப்பட்டபோது பெரும்பான்மையுடனான ஒரு கூட்டணியை உருவாக்க முடியாமல் போனது. எல்.கே. அத்வானி பின்னொரு தருணத்தில், அது ஒரு திருப்புமுனை என நினைவுகூர்ந்தார்: "வெற்றிபெற்ற பெரிய கட்சியாக இருந்தபோதும், நாங்கள் அரசமைப்பதில் தோல்வியடைந்தோம். கருத்தியல் அடிப்படையிலேயே நாங்கள் மேற்செல்ல முடியவில்லை என்பது உணரப்பட்டது. எனவே உடன்படிக்கையின் அடிப்படையிலான கூட்டணி நடவடிக்கையில் இறங்கினோம்."[40] 1998 வரை பா.ஜ.க.வின் கூட்டணியிலிருந்த அதன் பங்குதாரர்களும் எதிர்க்கட்சியினருமே-அதன் உரையாடல் போக்கின் வேகத்தைக் குறைத்ததற்குப் பெருமளவில் பொறுப்பானவர்கள்.

பா.ஜ.க.வின் நிர்ப்பந்திக்கப்பட்ட மிதவாதம் (1998-2014)

முன்கூட்டியே தேர்தல் வந்ததால், 1998 முதல் பா.ஜ.க. தெளிவாகவே மேலும் மிதமான நிலைப்பாட்டை நோக்கி நகரத் தொடங்கியது. மீண்டும் 178 இடங்களுடன் முதல் இடத்துக்கு வந்தது. இம்முறை, அதன் தலைவர்கள் ஆட்சியமைப்பதில் பங்களிக்கும் கூட்டணிகளுக்கு உத்தரவாதமளித்து தேசிய ஜனநாயகக் கூட்டணியை (என்.டி.ஏ.) அமைக்க சிரமமெடுத்துக்கொண்டனர். இந்தக் கூட்டணியில், தங்களது முஸ்லிம் வாக்காளர்களைப் பகைத்துக்கொள்ள விரும்பாத சில கட்சிகளையும் சேர்த்து ஒரு டஜன் வட்டாரக் கட்சிகள் இருந்தன. இவ்வாறாக பா.ஜ.க.வும் அதன் பங்குதாரர்களும், 'அரசுக்கான தேசியக் கொள்கை'யொன்றை உருவாக்கி, அதன் அடிப்படையில், மார்ச் 1998இல் வாஜ்பாயியால் அரசமைக்க முடிந்தது. பா.ஜ.கட்சியின் முக்கிய அம்சங்கள் அனைத்தும் இந்த வரைபடத்திலிருந்து அழிக்கப்பட்டன, அவற்றுள் மிக முக்கியமானது அயோத்தி கோயிலை (திரும்பக்) கட்டுவது ஆகும். மேலும் பா.ஜ.க. பிரிவினைவாதத்துக்கான ஒரு காரணமாகக் கருதிய, ஜம்மு-காஷ்மீருக்கு ஓரளவு தன்னாட்சி அதிகாரம் வழங்கும் அரசியலமைப்புச் சட்டத்தின் 370-வது பிரிவை நீக்கும் விஷயமும் கைவிடப்பட்டது. பொது சிவில் சட்டத்தை அறிமுகம் செய்து, ஷரியத் சட்ட ஆதாரமாகத் திகழ்வதை நீக்கத் திட்டமிட்டிருந்ததையும் கைவிட்டது. பா.ஜ.க.வின் தேசியவாத பரிமாணத்தைச் சிறிதாக்குவதை மனதில் கொண்டு, அத்வானி, எந்த ஒரு கருத்தியலுக்கும் பொருந்தக்கூடிய 'நல்லாட்சி'யை

வலியுறுத்தும்விதமாக: "ஒரு பரந்த பகுதியை ஆட்சிசெய்யும்போது, தேசிய நலன்களை மேலாதிக்கம் செய்யக்கூடிய கருத்தியலைத் தவிர்த்து, மற்ற எந்தக் கருத்தியலுக்கும் செய்வதற்குக் குறைந்தபட்ச இடமே இருக்கிறது. உண்மையில், தேசிய வாழ்வின் பெரும்பாலான துறைகளில் நல்லாட்சி என்பது, கருத்தியல் மற்றும் அரசியல் நீக்கம் நடக்கும்போது மட்டுமே சாத்தியம்"[41] என்றார்.

1999இல், என்.டி.ஏ. கூட்டணியைச் சேர்ந்தவர்கள் அணிமாறியதன் காரணமாக, முன்கூட்டியே, புதிய தேர்தல் வந்த சமயம், தனிப்பட்ட தேர்தல் அறிக்கை கொடுக்கும் எண்ணத்தை பா.ஜ.க. கைவிட்டது. தங்களது என்.டி.ஏ. கூட்டணியைச் சேர்ந்தவர்களுடன் சேர்ந்து வெளியிட்ட தேர்தல் அறிக்கையில் மேற்குறிப்பிடப்பட்ட சர்ச்சைக்குரிய பிரச்சினைகள் எதுவும் இல்லை, எனவே வாஜ்பாய் அரசு அவற்றை மறுபார்வையிட முயற்சிக்கவில்லை.[42] 2004 தேர்தலில் பா.ஜ.க. தோற்கடிக்கப்பட்டவுடன், கட்சி தனது கூட்டணிக் கொள்கையை மேம்படுத்தி, அதன்மூலம் தனது என். டி.ஏ. கூட்டணி ஒற்றுமையைப் பாதுகாக்க பாடுபட்டது. ஆனால் 2014 தேர்தல் அணுகுமுறை தொடர்பாக, பா.ஜ.க. மிகத் துல்லியமாக எதிர்கொண்ட பிரதான பிரச்சினை கூட்டணி தொடர்பானதுதான். ஒருபக்கம், வாஜ்பாயின் ஓய்வுக்குப் பின் ஒரு இடைவெளி விழ, மையத்துக்குக் கொண்டுவரப்பட்ட அத்வானி-பா.ஜ.க.வுக்கு தேவை கூட்டணி, அதை உறுதிசெய்ய அதன் கருத்தியலை நீர்க்கச் செய்யவேண்டும் என்று தொடர்ந்து வாதிட்டார். மறுபுறமோ, ஆர்.எஸ்.எஸ்ஸும் பெரும்பாலான கட்சி உறுப்பினர்களும்- அவர்களில் பெரும்பாலோர் ஆர்.எஸ்.எஸ்.ஸில் இருந்து வந்தவர்கள்- இந்துப் பெரும்பான்மையை அணிதிரட்டுவதற்காகக் கூட்டணிக் கட்சியினரை இழக்கலாம் என வாதிட்டனர். இந்த வியூகம், குறிப்பாக, ஜனரஞ்சகவாதமாகச் செயல்படுவதன் மூலம் இந்து தேசியவாத தேர்தல் தளத்தின் சமூகவியல் வரம்புகளைக் கடக்கும் சங் பரிவாரின் விருப்பம், நரேந்திர மோடி எப்படி முன்னணிக்குக் கொண்டுவரப்பட்டு பா.ஜ.க.வின் பிரதம வேட்பாளராகத் தேர்வுசெய்யப்பட்டார் என்பதை விளக்குவதில் முடிந்தது.

இந்து தேசியவாதத்தின் சமூக விவரக் குறிப்பு

ஆரம்பம் முதலே, இந்து தேசியவாத இயக்கம், அது ஊக்குவித்த சமூகப் பழைமைவாதம் காரணமாக உயர் ஜாதியினரால் ஆதரிக்கப்பட்டது. கொள்கையளவில் அவ்வியக்கம் தேசத்தைப் பிளக்கும் ஜாதி அமைப்பை ஒழிப்பதை இலக்காய்க் கொண்டிருந்தாலும், உண்மையில் அத்தகைய இலக்கு பிராமண மதிப்பீடுகளையும் இந்து பாரம்பரிய சமூக ஒழுங்குகளையும் வலுவாகப் பின்பற்றுவதை நிராகரிக்கவில்லை.

சுதந்திரத்துக்குப் பின்பான இந்து தேசியவாத சித்தாந்தவாதிகளில் மிகவும் பெயர்பெற்றவரான தீனதயாள் உபாத்தியாயா, வர்ண வ்யவஸ்த்ய என்றறியப்படும் அசலான சாதி அமைப்பு, அதன் கலப்பில்லாத வடிவில் மீண்டும் நிலைநிறுத்தப்படவேண்டுமென்று கூறினார். 1965இல் வெளியிடப்பட்ட அவரது நூலான ஒருங்கிணைந்த மனிதநேயத்தில், அவர் 'சமூகம் என்பது தானாய்ப் பிறந்தது' என்றும் 'உயிர்ப்புள்ள ஒருமையை' உருவாக்கியதெனவும், ஜாதி அடிப்படையிலான பழங்கால ஏற்பாட்டிலிருந்து பெறப்பட்டதை இடையூறு செய்யக்கூடாதெனவும் வாதிடுகிறார்: "நமது நான்கு வர்ண கருத்தாக்கத்தில், விராட புருஷனின் நான்கு வெவ்வேறு உறுப்புகளாக அவர்கள் உருவகப்படுத்தப்படுகிறார்கள்.[43] ...இந்த உறுப்புகள் ஒன்றை மற்றவை இட்டுநிரப்புவது மட்டுமின்றி, அதற்கும் மேலாக, அவற்றில் தனித்தன்மையும், ஒற்றுமையும் இருக்கிறது. அங்கே முழுமையான நலன்சார் அடையாளம், உடைமைசார் அடையாளம் இருக்கிறது."[44] இந்தச் சமூக நல்லிணக்கம் அவசியம் படிநிலை ஏற்றத்தாழ்வுடன் இருப்பது அத்தியாவசியம் என்பது, விராட புருஷனின் உள்ளார்ந்த உடலின் உருவகத்திலிருந்து வெளிப்படையாகிறது (பிராமணர்கள் வாயிலிருந்து தோன்றியிருக்க, சூத்திரர்கள் காலிலிருந்து பிறந்தவர்கள்), ஆனால் அது புறசக்திகளால் தொந்தரவுக்கு ஆளாகக்கூடாது- குறைந்தபட்சம், பாரம்பரியமாக உபாத்யாயாவுக்கு பலவீனமான நிறுவனமான அரசால்.[45] அவை சமூக அந்தஸ்துடன் இணைந்திருப்பதால், இந்து தேசியவாதிகள் நேர்மறைப் பாகுபாட்டிற்கு விரோதமாகவே இருக்கமுடியும். மண்டல் குழுவின் பரிந்துரை நடைமுறைப்படுத்தப்பட்டதானது, ஒரு பொதுக் காரணத்தின் பின்னால் இந்துக்களை அணிதிரட்டும் சங் பரிவாரின் முயற்சிகளுக்கு இடைஞ்சலாகத் திகழ்ந்தது. அணிதிரட்டுகையில், இத்தகைய இட ஒதுக்கீட்டு அம்சங்கள் ஜாதிகளை ஒன்றுக்கொன்று எதிராக நிறுத்துவதை குறிப்பாக எரிச்சலூட்டுவதாக உணர்ந்தனர்.

கீழ் ஜாதியினருக்கான நேர்மறைப் பாகுபாட்டை எதிர்த்தல்

1990, ஆகஸ்ட் 7இல் பிரதமர் வி.பி. சிங், மண்டல் குழுவின் பரிந்துரைகளை நடைமுறைப்படுத்தப் போவதாக அறிவித்ததும், ஆர்.எஸ்.எஸ். அதனைக் கடுமையாக எதிர்த்தது. அதன் ஆங்கில மொழி வாராந்திரப் பத்திரிகையான, தி ஆர்கனைஸர், அம்முடிவை, சங் அமைப்பு ஜாதி மற்றும் வர்க்க வித்தியாசங்களையும் பிறவற்றையும் ஒற்றுமைப்படுத்தப் பாடுபடும்போது, தேசத்தின் பிளவுக்குக் காரணங்களில் ஒன்றான 'ஜாதிப் போரை' மீண்டும் செயல்படுத்தியிருப்பதாக விமர்சித்தது. அதன் தலையங்கங்களில் ஒன்றில்: "இடஒதுக்கீட்டு அரசியல், சமூகக் கட்டமைப்போடு மேற்கொள்ளும் பேரழிவு கற்பனைசெய்யவியலாதது. இது

அற்பமானவர்களுக்கு உயர்மதிப்புடையதை வழங்குகிறது, மூளை வறட்சியை ஊக்குவிக்கிறது[46] ஜாதிப் பிளவைக் கூர்மையாக்குகிறது."[47] பின் ஆர்கனைஸர் மேல் ஜாதியினருக்கு ஆதரவாகப் பேசுகிறது. உதாரணமாக, மற்றொரு பத்தி எழுத்தாளர், "எதிர்பார்க்கப்படும் சூத்திரர் புரட்சியினால் ஏதும் இழப்பு ஏற்படுவதை எதிர்கொள்ள தார்மீக, ஆன்மிக சக்திகளைக் கட்டியமைப்பது உடனடித் தேவையாகும்" என எழுதினார்.[48] ஆர்.எஸ்.எஸ். மேல்மட்டப் பொறுப்பாளர்கள் இயல்பாகவே அதே நிலைப்பாட்டையே பின்பற்றினர். 1993இல், அவ்வியக்கத்தின் பொதுச்செயலாளரான ஹெச்.வி. சேஷாத்ரி, அச்சுறுத்தலும் அரவணைப்புவாதமும் ஒன்றாகக் கலந்து, இவ்விதம் சொல்கிறார்

> சமூகத்தின் பலவீனமான பிரிவினர், சமூகத்துடனான எந்த ஒரு மோதலின்போதும் எப்போதும் இழப்புக்கே ஆட்படுவர். ஒட்டுமொத்த சமூகத்தின் நல்லெண்ணம் மற்றும் ஒத்துழைப்பால் மட்டுமே, அவர்கள் தங்களை உயர்த்திக்கொள்வதற்கு அத்தியாவசியமான வாய்ப்புகளைப் பெறமுடியும்... இது, சமூகம் ஒருமைப்பாட்டில் ஊறிப்போயிருக்கும்போதும் சமூகத்தின் அனைத்துப் பிரிவுகளுடன் நல்லிணக்கம் நிலவும்போதும் மட்டுமே சாத்தியம். எப்படியெனில் ஒரு பலவீனமான உடல் பாகம், ஒட்டுமொத்த உடல்சார் வாழ்க்கை-விசை முழுக்க செயல்துடிப்புடனும், உடலானது தொடர்ந்து அந்த உடலுறுப்பை போஷிக்கவும் செய்வதை நிச்சயப்படுத்தும்போதும் மட்டுமே வலுவானதாக முடியும். இது மிகச்சரியாக, நமது சமூகம் சார்ந்த விஷயங்களில் இந்துத்வா எப்படிச் செயலாற்றுகிறதோ அதேபோன்றது.[49]

மேற்குறிப்பிட்டதுபோல, தாழ்த்தப்பட்ட சாதியினரின் கோரிக்கைகளைத் தணிக்கும் நோக்கில் ஒரு சமூக நலப்பணி ஏற்கெனவே சங் பரிவாரின் மிகச் சமீபத்திய கிளைகளில் ஒன்றான சேவா பாரதியிடம் ஒப்படைக்கப்பட்டது. அது குறிப்பிட்ட தாழ்த்தப்பட்ட ஜாதியினரிடத்தில் சமஸ்கிருதமயமாக்கல் விருப்பத்தைத் தூண்டி அதை வேகப்படுத்தியது.[50] எம்.என். ஸ்ரீனிவாஸ், சமஸ்கிருதமயமாக்கலை, "கீழான இந்து சாதி, பழங்குடியினர் அல்லது இதர குழுவினரை, அவர்களது சடங்குகள், பழக்கவழக்கங்கள், கருத்தியல், வாழ்க்கைமுறை ஆகியவற்றை மேலான, பலசமயங்களில் இருபிறப்புடைய சாதி எனக் குறிப்பிடப்படும் பிராமணர்கள், ஷத்திரிய, வைசியர்களின் வாழ்க்கைத் திசையில் செலுத்தும் நடைமுறை."[51] என வரையறுக்கிறார். ஆனால் பல்வேறு தலித்துகள் மற்றும் இதர பிற்பட்ட வகுப்பினர்கள் பிராமணர்களைப் போலச்செய்வதை விட மேலதிகமானதையே விரும்புகின்றனர்:

இருபதாவது நூற்றாண்டின் பிற்பகுதியில், குறியீடுகள் இனியும் போதுமானதல்ல. அவர்கள், வேலைகள் மற்றும் பாராளுமன்றத்தில் தங்கள் தேவைகளைப் பேசும் தேர்ந்தெடுக்கப்பட்ட பிரதிநிதிகள் இவற்றிலேயே பெரிதும் ஆர்வம்காட்டுகின்றனர்.

மக்கள்தொகையில் இதர பிற்பட்ட சாதியினர் 52 சதவிகிதமாகவும், அதற்கே உரிய வாக்காளர்களையும் கொண்டுள்ளதால் இனியும் பா.ஜ.க. அவர்களைப் பொருட்படுத்தாமலிருக்கமுடியாது என்பதால் ஒரு இக்கட்டை எதிர்கொண்டது: அவர்களுக்காக அது எதுவும் செய்யவில்லையென்றால், அது எதிர்க்கட்சியாகவே தொடர்ந்து இருக்கவேண்டியதிருக்கும். இட ஒதுக்கீட்டுக்கு ஆதரவாகப் போனால், பா.ஜ.க.வின் பாரம்பரிய ஆதரவுத் தளமான மேல் ஜாதியினரின் பெரும்பகுதி வாக்குகளை இழக்கவேண்டியதிருக்கும். இதனால் செயலிழந்துபோன, பா.ஜ.க. தலைவர்கள் ஓ.பி.சி. வாக்காளர்களை அந்நியப்படுத்தாதிருக்க, வெளிப்படையாக வி.பி. சிங்கின் மண்டல் குழு பரிந்துரைகளை நடைமுறைப்படுத்தும் முடிவை துணிச்சலாக தாக்கிப் பேசமுடியவில்லை. அதற்குப் பதில் அவர்கள் புத்திசாலித்தனமாக, மண்டலுக்கு எதிராகப் போராட்டங்களை நடத்தும் மாணவர்களுக்கு ஆதரவளித்தனர்.[52] பின், கட்சியானது சில சமயங்களில் ஒன்றன்பின் ஒன்றாகவும், சில சமயங்களில் ஒரே நேரத்திலும் மூன்று வியூகங்களைப் பரிசோதனை செய்து பார்த்தது. அது முதலில் சாதி அடிப்படையிலான இட ஒதுக்கீட்டுக்குப் பதிலாக வருவாய் அடிப்படையிலான மற்றொரு இட ஒதுக்கீட்டை நடைமுறைப்படுத்தலாம் எனப் பரிந்துரைத்தது.[53] இரண்டாவதாக பா.ஜ.க., 1990 இலையுதிர்காலத்தில் அயோத்தியா இயக்கத்தை மீண்டும் தொடங்கி கீழ் ஜாதியினரின் கவனத்தை இட ஒதுக்கீட்டுக் கொள்கைகளிலிருந்து திருப்பமுயற்சித்தது. பா.ஜ.க. தலைவர் எல்.கே. அத்வானி முன்னின்று ரத யாத்திரையை வழிநடத்த, முன்பே குறிப்பிட்டபடி, பாபர் மசூதி இருக்குமிடத்தில்தான் ராமர் பிறந்த இடம் இருக்கிறது என்ற பிரச்சனையைக் கிளப்பி, இந்து மதத்தின் அனைத்து ஜாதியினரும் ஒன்றுபடவேண்டும் என்று அழைப்புவிடுத்தார். இதன்மூலம், ஜாதிப் பிளவுகளை ஓரம்தள்ளி, இதர பிற்பட்ட வகுப்பினர் தங்களை முதலும் முக்கியமுமாக இந்துக்களாகப் பார்ப்பார்கள் என பா.ஜ.க. நம்பியது. ரத யாத்திரையின் நோக்கம் ஜாதி இறுக்கத்தைத் தளர்த்துவதாக இருக்க, நடைமுறையில்- தங்கள் மதத்தைப் பாதுகாப்பது என்ற பாவனையிலும், ஒரு கட்சியாகத் தாழ்த்தப்பட்ட சாதியினருக்கான இட ஒதுக்கீடுகளுக்கு எதிரான கட்சி பா.ஜ.க. என்பதை அவர்கள் கண்டுகொண்டு பல உயர் சாதி இந்துக்கள் பா.ஜ.க.வின் பின்னால் செல்வதெனத் தீர்மானித்தனர். ஆனால் உயர் சாதியினரின்

ஆதரவு, அவர்கள் அதிகமாகக் காணப்படும் வடக்கிலும், பிற இடங்களிலும் பா.ஜ.க. பெரும்பான்மை வெற்றிபெற்ற கட்சியாக மாறப் போதுமானதாக இல்லை

1993 பிராந்திய தேர்தல்களுக்குப் பின், உயர்சாதி இந்துக்களுடனான கட்சியின் உறவு சிக்கலானதாக அமைய, எனவே, மண்டல் குழு இட ஒதுக்கீட்டு பரிந்துரைக்கு மிகவும் சாதகமாக கட்சியின் விவாதம் அமையலாமா என்ற நோக்கில், கட்சியின் மூன்றாவது வியூகம் அலசப்பட்டது. 1993இல், பா.ஜ.க. உத்திரப் பிரதேசம், மத்தியப் பிரதேச தேர்தல்களில் கீழ்நிலை ஜாதிக் கட்சிகளின் கூட்டணியிடம் (சமாஜ்வாதி கட்சி, பகுஜன் சமாஜ் கட்சிகள்) தோற்றது- 1990-களின் ஆரம்பக் கட்டம் வரை இந்த மாநிலங்களை பா.ஜ.க.தான் ஆட்சிசெய்தது- முதல் முறை சமாஜ்வாதி, பகுஜன் சமாஜ் கட்சிகளிடமும், இரண்டாம் முறை காங்கிரஸிடமும் தோற்றது. பா.ஜ.க. தலைவர்களிடையே, ஆர்.எஸ்.எஸ். லட்சியமான நேர்மறைப் பாகுபாட்டுக்கு இடம்கிடையாது என்ற நிலைப்பாட்டுக்கும் (ஜாதிப் படிநிலை அமைப்புக்கும்) உண்மையாக இருந்த தாழ்த்தப்பட்ட ஜாதியினருக்கு ஆதரவாகக் கட்சியை அமைக்கலாமா என ஒரு விவாதம் எழுந்தது. முதல் வியூகத்துக்கான தலைமை பரிந்துரையாளரான கே.என். கோவிந்தாச்சார்யா, எந்த ஜாதி முதன்மையானதாய் இருக்கவேண்டும் என்ற கொள்கையை 'சமூக வடிவமைத்தல்' என்று அழைத்தார். உடனடியாக, இதர பா.ஜ.க. தலைவர்கள், சமூக ஒழுங்கில் செய்யப்படும் எந்தவொரு செயற்கையான மாற்றமும் இணக்கத்தைச் சீர்குலைக்கக்கூடியது என அந்தத் தத்துவத்தை எதிர்த்தனர். அவர்களின் கருத்துப்படி, கோவிந்தாச்சார்யாவின் அணுகுமுறை, மண்டல் அறிக்கையிலிருந்த அதே சாதியச் சறுக்கலைக் கொண்டிருந்தது. இந்தக் குழுவின் புகழ்பெற்ற ஆளுமையும் முன்னாள் பா.ஜ.க. தலைவருமான, முரளி மனோகர் ஜோஷி, "சமூக வடிவமைப்புக்கு" எதிராகக் கிளம்பியதுடன் பொதுவாகவும்-அட்டவணை சாதியினருக்கும்-இதனைப் பொருளாதாரத் தேக்க காரணியாகப் பார்த்தார்.[54] எனினும் கீழான ஜாதி தலைவர்கள் 1993 தேர்தல் எழுச்சியால் கட்சியில் இணைந்தனர். ஹகும்தேவ் நரேன்யாதவ் (அஹிர் {ஓ.பி.சி.}) ஜனவரி 1994இல் கட்சியின் தேசிய செயற்குழுவில் இணைத்துக்கொள்ளப்பட்டார், உமாபாரதி {லோதி (ஓ.பி. சி.)} பாரதிய ஜனதாவின் யுவமோர்ச்சா (பாரதிய ஜனதா இளைஞரணி) தலைவராக நியமிக்கப்பட்டார். எனினும், பா.ஜ.க, அதன் தேர்வுசெய்யப்பட்ட அதிகாரிகள், உறுப்பினர்களின் சமூகப் பின்னணி நிலைப்பாட்டிலிருந்து நோக்குகையில் உயர் ஜாதியினருக்கான கட்சியாகவே இருந்தது. இந்தி வட்டாரங்களில்

இருந்து தேர்ந்தெடுக்கப்படும் ஓ.பி.சி. பா.ஜ.க. எம்.பி.க்களின் விகிதம் 1998இல் 20 சதவிகிதமாக இருந்தது, 2004இல் இது 15 சதவிகிதமாகக் குறைந்தது, இதே காலகட்டத்தில் உயர் ஜாதி எம்.பி.க்களின் விகிதம் 41 சதவிகிதத்தில் இருந்தது. அதேவேளை தேசிய செயற்குழுவில் இருந்த உயர் ஜாதி பா.ஜ.க. தலைவர்களின் சதவிகிதம் 1991இல் 72 சதவிகிதமாக இருந்தது, 1998இல் 55 சதவிகிதமாகச் சரிந்தாலும், அவர்கள் பெரும்பான்மையராகவே இருந்தனர்.[55] அதேபோல, பா.ஜ.க. ஓ.பி.சி.யினரின் கோரிக்கைகளுக்குப் பெரிதும் பிரதிவினை புரிந்தபோதும், அட்டவணை 1.2இல் காட்டியபடி உயர்ஜாதியினரின் வாக்குகளை ஒப்பிட, இதர பிற்பட்ட வகுப்பினரின் வாக்குகளைப் பெருவாரியாக ஈர்க்கமுடியாமலே இருந்தது.

1998இல் பா.ஜ.க.வின் தேர்தல் கூட்டாளிகள் இதர பிற்பட்ட வகுப்பினரின் 30 சதவிகித அளவிலான வாக்கை அடைய பேரளவில் உதவ, 1999 மற்றும் 2000-த்தின் முதல் பத்தாண்டுகள் முழுவதும் 20 சதவிகிதத்தைவிடச் சற்றே அதிக வாக்கு எனக் கட்சி பின்னுக்குச் சறுக்கியது. அட்டவணை சாதியினரின் பங்கு 12 முதல் 13 சதவிகித அளவுக்குள் வளையவந்தது. அத்தகைய வாக்குகளைப் பெற்று, கட்சியானது தனியாக ஆட்சிசெய்ய முடியாது. 2004 மற்றும் 2009இல் அதற்கு நேர்ந்த தோல்விகள், சங் பரிவார் வெற்றிக் கூட்டணியாகப் பிரதிநிதித்துவம் பெற அதற்கு மிகப்பெரிய சவாலை ஏற்படுத்த, காங்கிரஸ் ஒருங்கிணைத்த ஐக்கிய முற்போக்குக் கூட்டணி உருவாக்கிய கொள்கைகள் பா.ஜ.க.வின் அப்போதைய நிலையை மேலும் பின்னடைவுக்குள்ளாக்கும் இன்னும் பெரிய சவால்களை ஏற்படுத்தியது. 2006இல் மத்திய கல்வி நிறுவனங்கள் (சேர்க்கையில் இடஒதுக்கீடு) சட்டம், அரசின் உயர்கல்வி நிறுவனங்களில் இதர பிற்பட்ட வகுப்பினருக்கு 27 சதவிகித இட ஒதுக்கீடு செய்தது. இது இந்திய தொழில்நுட்ப நிறுவனங்கள் (ஐ.ஐ.டி.) மற்றும் இந்திய மேலாண்மை நிறுவனங்கள் (ஐ.ஐ.எம்.) ஆகியவற்றுக்கும் பொருந்தும். ஜூன் 2006இல், தி ஆர்கனைஸர் இந்தத் திட்டத்தை வீணில் வலுவாக எதிர்த்தது:

> போட்டிநிறைந்த இந்தக் காலகட்டத்தில், இடஒதுக்கீடு ஒரு பிற்போக்கு நடவடிக்கையாக இருக்கமுடியாது. ஆரம்பக் கல்வி நமது உரிமை, ஆனால் உயர்கல்வி அப்படி இருக்கமுடியாது. அது சாதித்து அடையப்படவேண்டும்... காங்கிரஸ் வழிநடத்தும் மத்தியிலுள்ள ஐக்கிய முற்போக்கு அரசு, ஐ.ஐ.டி., ஐ.ஐ.எம். போன்ற நமது சிறந்த நிறுவனங்களிலும் சமூகரீதியாகப் பின்தங்கிய குழுக்களின் மாணவர்கள் தரத்தின் மூலமாக அல்லாமல் இடஒதுக்கீட்டு வலிமையின் மூலம் அனுமதிக்கும் முறையை நீட்டித்து அறிமுகப்படுத்தியதன் மூலம், நாட்டின்

அட்டவணை 1.2: பாரதிய ஜனசங்கம், பாரதிய ஜனதாவுக்கு வாக்களித்தவர்களில் பழங்குடியினரும் இதர சமூகத்தினரும் (1971– 2009)

பழங்குடியினரும் இதர சமூகத்தினரும்	மக்கள் தொகையில் சதவிகிதம்*	1971	1980	1996**	1998**	1999		2004		2009	
உயர் ஜாதியினர்	17.6	6.7	17.1	23.6	38.5	46		38		34	
இடைநிலை ஜாதியினர்		***	***	***	***	30		26		15	
இதர பிற்பட்ட வகுப்பினர்	52	3.5	10	23.6	34.6	இ.பி.வ கீழ் மட்டத்தினர் 19	இ.பி.வ மேல் மட்டத்தினர் 21	இ.பி.வ கீழ் மட்டத்தினர் 24	இ.பி.வ மேல் மட்டத்தினர் 22	இ.பி.வ கீழ் மட்டத்தினர் 22	இ.பி.வ மேல் மட்டத்தினர் 22
அட்டவணை வகுப்பினர்	15.05	2.1	14.3	14.4	20.9	12		13		12	
அட்டவணைப் பழங்குடியினர்	7.51	4.1	5.4	19	25.6	19		28		23	

ஆதாரங்கள்: 1971– 1988–க்கு S. K. Mitra and V. B. Singh, *Democracy and Social Change in India: A Cross-Sectional Analysis of the National Electorate* (New Delhi: Sage, 1999), 135–37; 1999–க்கு, Y. Yadav, with S. Kumar *and* O. Heath, "The BJP's New Social Bloc," *Frontline*, November 19, 1999,32 (https://frontline.thehindu.com/politics/article30159297.ece) –லிருந்து எடுத்தாளப்பட்ட சி.எஸ்.டி.எஸ். தரவுகள் 2004 மற்றும் 2009க்கு, Y. Yadav and S. Palshikar, "Between Fortuna and Virtu: Explaining the Congress' Ambiguous Victory in 2009," *Economic and Political Weekly* 44, no. 39 (September 26, 2009): 41.

* இந்த எண்கள் மண்டல் கமிஷன் அறிக்கையிலிருந்து எடுக்கப்பட்டவை.

** பா.ஜ.க. மற்றும் அதன் கூட்டணிக்கட்சிகள்.

*** 1971, 1980, 1996 மற்றும் 1998ஆம் ஆண்டுகளில், இடைநிலை சாதிகளும் உயர் சாதிகளும் ஒன்றாக அடைப்புக் குறிக்குள் இடப்பட்டுள்ளன.

> தரத்துக்கான கடைசி முகப்பையும் அழிக்கும் வேலையைச் செய்துள்ளது.[56]

நேர்மறைப் பாகுபாட்டை எதிர்த்த உயர்-ஜாதி அரசியல்வாதிகள், தாங்கள் இடஒதுக்கீட்டுக்கு எதிரானவர்கள் அல்ல, ஆனால் அந்த இட ஒதுக்கீடு, தரத்தின் மதிப்பை குறைமதிப்பீட்டுக்கு உட்படுத்தும் விதத்தையே எதிர்ப்பதாக நைச்சியமாகக் கூறினர்.[57]

ஒரு நூற்றாண்டுக்கும் மேலான இந்து தேசியவாதத்தின் வரலாற்றுப் பாதை அடிக்கோடிட்டுக் காட்டப்பட்ட சில முடிவுகளுக்கு இட்டுச்செல்கிறது. அவை பின்வரும் அத்தியாயங்களில் வலியுறுத்தப்படும். இந்த அறிமுகப் பகுதி இந்துத்வாவையும் அதன் கருத்தியல் அடித்தளங்களையும் வரையறுத்திருக்கிறது. கிறித்துவ மதமாற்ற அமைப்புகள் மற்றும் முஸ்லிம்களை உள்ளடக்கிய

அமைப்பால் பெரும்பான்மை சமூகத்துக்கு அச்சுறுத்தலை உணர்ந்த, குறிப்பிட்ட இந்து மேட்டிமைவாதிகளின் விழிகளில், அதற்கு எதிர்வினையாகப் பத்தொன்பதாம் நூற்றாண்டு மற்றும் இருபதாம் நூற்றாண்டின் முற்கட்டத்தில் உருவாக்கப்பட்டதே இனமத தேசியவாதமாகும். அவர்களது பெரும்பான்மைவாத தாழ்வு மனப்பான்மை, பலவீனமாக உணர்ந்த இந்துக்களிடையே ஒரு கருத்தியல் கட்டுமானச் செயல்முறையைத் தூண்டி, பிறருக்கு வலிமையளிப்பதாக அவர்கள் கண்ட கலாச்சார அம்சங்களைப் பின்பற்ற முயன்றனர். களங்கப்படுத்துதல் மற்றும் மிமிக்ரியின் கலவையாலானது இந்த போலச்செய்யும் வியூகம், வெறுப்பை அடிப்படையாகக் கொண்ட தேசியவாதத்தின் பல்வேறு வகைப்பாடுகளில் ஒன்றாகும்.[58] அடையாளங்கள் அரசியல்மயப்படுத்தப்படும்போது அவற்றின் இணக்கத்தை இது உறுதிப்படுத்துகிறது. இந்துத்வா, மற்றமையின் இழப்பில் இந்துத்வத்தின் சில அம்சங்களின் மதிப்பீடுகளை மேற்கொள்கிறது. இது ஒரு அரசியல் கலாச்சாரம் பல்வேறு திறமைகளைக் கொண்டிருக்கமுடியும் என்பதற்கான அடையாளம்: காந்தி முன்வைத்த தேசியவாதம்- இதுவும் ஓரளவு இந்துத்துவ வெளிப்பாட்டைக் கொண்டிருப்பதாகக் கூறப்பட்டது- அகிம்சையை மதிப்பீடாக வைக்கிறது, இதனை இந்து தேசியவாதம் கண்டனம் செய்கிறது- அனைத்து இந்தியர்களையும் அவர்கள் எந்தச் சமூகத்தைச் சேர்ந்தவர்களாக இருந்தாலும் சமமாக நடத்தச்சொல்கிறது, ஆனால் இந்துத்வத்தைப் பின்பற்றுபவர்களோ, இஸ்லாம், கிறித்துவத்துக்கு மாறியவர்களின் சந்ததியைத் தங்களது மதத்துக்குத் திரும்பவைக்க, விடாமல் முயல்கின்றனர்.

ஆக முதல் முடிவு: இந்து தேசியவாதத்தை உறுதிப்படுத்தும் தளத்தில் செயல்படுத்தும் வழிமுறைகள், ஒவ்வொரு முறையும் திரும்பத் திரும்ப அவர்களின் தலைவர்களால் ஊறுபடும் உணர்வை ஆயுதமாக்கச் செய்திருக்கிறது. அது தேசப்பிரிவினையாகட்டும் அல்லது 1980இல் ஷா பானு விவகாரத்தில் முஸ்லிம் சமூகத்தினரின் அழுத்தம் காங்கிரஸ் அரசு மீது பத்தாண்டாக விழுந்து, முஸ்லிம் சமூகத்தின் தனிப்பட்ட சட்டமான ஷரியத்தின் பங்கை உறுதிசெய்து முஸ்லிம் தலைவர்களை ராஜீவ்காந்தி சமாதானப்படுத்த முயன்றதாக இருக்கட்டும்.[59] காங்கிரஸின் போலி மதச்சார்பின்மை, இந்துக்களுக்கு இக்கட்டை ஏற்படுத்தி அவர்களை அவர்களது சொந்த நாட்டில் இரண்டாம்தர குடிமக்களாக்கி, 'சிறுபான்மையினர்வாதத்தில்' சென்று முடிந்தது என்ற பா.ஜ.க.வின் கருத்துப் பரப்பல், அயோத்தி பிரச்சாரங்களில் கட்சி ஆதரவு திரட்ட உதவியது.

இரண்டாவதாக, விதிவிலக்கான நீண்ட ஆயுளையும், சென்றடையும் திறனையும் கொண்ட கூடார அமைப்பால்

இந்துத்வா ஊக்குவிக்கப்பட்டது. ஆர்.எஸ்.எஸ். ஒரு நூற்றாண்டுக்கு முன்பே தோற்றுவிக்கப்பட்டது முதல் - இயல்பான வளர்ச்சி நிலைப்பாட்டில் இருந்தும்- ஷாகாக்களின் எண்ணிக்கை அதிகரித்தபடி செல்வதன்மூலமும் - சிறப்பு துணை அமைப்புகளை நிறுவுவதிலிருந்தும் தொடர்ந்து மேம்படுத்தப்பட்டு வருகிறது. சிறப்புத் துணையமைப்புகளில் ஒன்றான, அதன் அரசியல் கட்சி, பா.ஜ.க மற்றும் பின்பு பா.ஜ.க. மாநிலங்களிலும் அதன் அரசியல் மீதான ஆர்வத்துக்கான ஆதாரமாகும். எனினும் பெரிதும் சமூகத்தை முழுமையான ஒன்றாக மாற்றுவதே ஆர்.எஸ்.எஸ்.ஸின் நீண்ட கால முயற்சியாக இருக்கிறது. அதன் இலக்கு, ஒவ்வொரு இந்துவும் அவனது அல்லது அவளது வரலாற்றை, அதன் நாகரிகத்துக்கான அச்சுறுத்தலை, ஒருங்கிணைந்து சமூக, அரசியல் அமைப்பை வடிவமைப்பதன் தேவையை, அதன் நீண்டகால விருப்பத்துக்குரிய இந்து ராஷ்டிராவை அறிந்திருக்கும்படி சீர்திருத்துவதும் மற்றவர்களை முக்கியமாக முஸ்லிம்களை எதிர்ப்பதுமாகும். இந்த ஒற்றுமைக்கான செயல்துடிப்புள்ள உள்ளடக்கத்தை, ஆர்.எஸ்.எஸ். சித்தாந்தவாதிகளின் தனிமனிதவாத எதிர்ப்பு அடிப்படைகளில் காணலாம். இவர்கள் ஸ்வயம்சேவக்கின் ஆளுமையை ஒழுங்குபடுத்துவதன் மூலம் தங்கள் அமைப்பை ஒரு சிறிய இந்து ராஷ்டிராவாக அமைக்கப் பிறக்கப்பட்டவர்களாவர்.

ஆர்.எஸ்.எஸ். அமைப்பு வர்ண அமைப்பைச் சீர்திருத்துவதன் வழியாக, 1950, 1960-களில் பழைய நிலைக்குக் கொண்டுவர விரும்பிய சமூக அமைப்பின் ஒரு வடிவமான ஜாதி அமைப்புடன், இந்தத் தனியுரிமைவாத எதிர்ப்பு வலுவான தொடர்புடையது. இது சாத்தியமான இணக்கமான சமூக முழுமையை உருவாக்குவதற்கான ஆதாரமாகப் பார்க்கப்படுகிறது என்ற மூன்றாவது முடிவுக்கு இட்டுச்செல்கிறது. 1970-களில் பாலசாகேப் தியோரஸ் இத்தகைய மேற்கோள்கள், மிகவும் மேல்தட்டு தன்மையுடையதாகப் பார்க்கப்படும் எனச் சவால்விட்டார். ஆனால் பிராமண விழுமியங்களைப் பரப்புவதன் மூலம், சமூகத்தின் ஒற்றுமை அடையவேண்டுமென்ற கருத்து முன்னோடியானதாக இருந்தது. ஜாதிப் பிரிவுகளுக்கு அப்பால் அவற்றை ஒருங்கிணைப்பதற்கும், இந்து ராஷ்டிராவைக் கொண்டுவருவதற்கும், சமஸ்கிருதமயமாக்கல் பொருத்தமான வழிமுறையாகத் தொடர்ந்தது. தங்களுக்கெனப் பிரத்யேக அடையாளத்தை உருவாக்கியிருக்கும், தலித்துகள் பின்பற்றும் பல்வேறு இந்துக் கலாச்சாரங்களை ஆர்.எஸ். எஸ். அங்கீகரிக்காதது, தாழ்த்தப்பட்ட சாதியினரிடம், இந்து தேசியவாதிகளின் வேண்டுகோளை மட்டுப்படுத்தியது. அவர்கள் பொதுவாக சங் பரிவாரை நிராகரித்தது மட்டுமல்லாமல்,

நேர்மறைப் பாகுபாட்டுக் கொள்கைளின் பெயரில் இன்னுமதிக இடஒதுக்கீட்டுக்காகக் கோரிக்கை வைத்தது, ஒரு சமூகமாக இந்துக்களையும் வாக்காளர்களையும் அபாயத்தில் வைக்கும் பிளவுக் காரணியாக இந்து தேசியவாதிகளைப் புரிந்துகொள்ளவைத்தது. 1990-களின்போது, இதர பிற்பட்ட வகுப்பினர் மற்றும் தலித்துகளின் எழுச்சியால், தங்களது அந்தஸ்தை இழந்து அபாயத்திலிருந்த மேல்தட்டு வர்க்கத்துக்கான புகலிடமாக பா.ஜ.க. இருந்தது. இவ்வாறாக கட்சி- சில சமூக வடிவமைப்பால் அதன் அடித்தள பாரம்பரிய ஆதரவை வலுப்படுத்தியபோதும், மேலும் அது வெற்றியை தரக்கூடிய பெரும்பாலான வாக்காளர்களிடமிருந்து விலகிக்கொண்டு எலைட்டிஸ்ட் பிம்பத்தை ஏற்படுத்தியது.

2004-லும், இன்னுமதிகமாக 2009-லும் பா.ஜ.க. தோற்கடிக்கப்பட்டபின், இந்து தேசியவாத கருத்தியலுக்கும் அதன் அடிப்படை நலன்களுக்கும் எதிராகச் சென்ற சமூகக் கொள்கைகள் ஆழப்படுவதைத் தவிர்க்கவும், அதிகாரத்தை வெல்லவும் தகுதிப்படுத்தும் வியூகத்தைக் கூர்தீட்டுவது கட்சிக்கு அவசரமான தேவையானது. இந்தச் சூழலில்தான் குஜராத்தில் ஏற்கெனவே நன்கு கூர்தீட்டப்பட்டிருந்த இந்து தேசிய ஜனரஞ்சகவாத கலவைகளைப் பயன்படுத்தி ஜாதியத் தடைகளைக் கடந்த மோடியின் திறமை காரணமாக, நரேந்திர மோடி, அந்தத் தருணத்துக்கான மனிதராகத் தேர்வுசெய்யப்பட்டார்.

2
குஜராத்தில் மோடி
தேசிய-ஜனரஞ்சகவாத நாயகனின் உருவாக்கம்!

தனது வழிகாட்டியான எல்.கே. அத்வானியிடமிருந்து உத்வேகம் பெற்று, நரேந்திர மோடி 2000-த்தின் முதல் பத்தாண்டுகளில் பா.ஜ.க.வுக்கு ஜனரஞ்சகவாதம், இன்னும் கொஞ்சம் துல்லியமாகச் சொன்னால், தேசிய ஜனரஞ்சகவாதம் எனும் புதிய பரிமாணத்தை அளித்தார்.

அனைத்துக்கும் மேலாக, (ப்யரே-ஆண்ட்ரே டாக்கியப்பின் விவரணையைக் கடன் வாங்கிச் சொன்னால்) ஜனரஞ்சகவாதம் என்பது, வரலாறு முழுவதும் பல்வேறு சித்தாந்தங்களின் வரையறைகளை எடுத்துக்கொண்ட அரசியல் பாணியாகும்.[1] எர்னஸ்டோ லாக்லாவைப் பொருத்தவரை, அது "அரசியலுக்கு அத்தியாவசியமான பொருளாகும்"[2] ஏனெனில் அதிகாரத்துக்குப் போட்டியிடுபவர்கள், சிறப்பான உலகை உருவாக்குகிறோம் என்ற பெயரில் மக்களை, மற்றவர்களுக்கு எதிராக அணிதிரட்டும் அதேசமயம், சமூகத்தை ஒன்றிணைப்பவர்களாகவும் தோன்றவேண்டும். இந்த 'ஜனரஞ்சக தர்க்கத்தில்', 'தன்னை முழுமையெனச் சொல்லிக்கொள்ளும் பகுதியானது' 'சமூகத் தேவைகளின் பன்முகத்தன்மைக்குச் சமமான ஒரு உலகளாவிய அடையாளத்தைக் கட்டியெழுப்ப'[3] 'வெற்று முக்கியத்துவங்களை' நம்பியிருக்கவேண்டியிருக்கிறது. தேவைகள் எத்தனை வேறுபட்டிருக்கிறதோ, அத்தனை வெறுமையாக முக்கியத்துவங்கள் இருக்கும். எனவே ஜனரஞ்சகத் திறமைகளை நாடும் தலைவர்களால் 'ஒற்றுமை', 'நீதி', 'சுதந்திரம்', 'தேசம்' போன்ற வார்த்தைகள் தீவிரமாக உபயோகப்படுத்தப்படுகின்றன.

ஜனரஞ்சகவாதிகள், தாங்கள் மக்களின் ஒரு அங்கம், தாங்களே மக்கள் என உரிமை பாராட்டுகிறார்கள், - ஆனால் வெறுமனே அல்ல, உயரடுக்கைச் சேர்ந்தவர்களுக்கு எதிரானவர்களாக.[4]

குறிப்பாகப் பின்தங்கிய பின்னணியிலிருந்து அவர்கள் வரும்போது, அவர்கள் தங்களது திறமையின் ஒருங்கிணைந்த பகுதியாக, ஸ்தாபனத்தை எதிர்த்துப் போராடுகின்றனர். எனவே காஸ் முட்டே ஜனரஞ்சகவாதம் என்பது, "சமூகம் உச்சபட்சமாக ஒரேவிதமான மற்றும் விரோதமான இரு முகாம்களாக, "தூய்மையான மக்கள் எதிர் ஊழல் உயரடுக்கினர் என்று பிரிக்கப்படவேண்டும் எனக் கருதும் மெல்லிய-மையத்தையுடைய கருத்தியல், அந்தக் கருத்தியலானது, "பொதுமக்களின் விருப்பத்தின் வெளிப்பாடாக அரசியல் இருக்கவேண்டும் என வாதிடுகிறது"[5] என வரையறுக்கிறார். இந்தப் பொருளில், ஜனரஞ்சகவாதம் என்பது அரசியல் தார்மீகக் கருத்தை அடிப்படையாகக் கொண்டது: மாறாக அதன் செய்தித்தொடர்பாளர்களைப் பொறுத்தவரை, மக்கள் தங்களது தூய்மையைத் தங்களது உண்மைத்தன்மையிலிருந்து பெறுகிறார்கள்.

மக்களின் ஒரு அங்கம் என ஜனரஞ்சகவாதி சொல்வதால், இந்தப் பாவனை அவருக்கு எந்தவொரு நிறுவனத்தைவிடவும் சட்டப்பூர்வமான தன்மையை அளிக்கிறது. 1950-களில், ஏற்கெனவே எட்வர்ட் ஷில்ஸ் ஜனரஞ்சகவாதிகள், சமூகக் குழுக்களுக்கும் நிறுவனங்களுக்கும் மேலாக (இவையிரண்டின் இருப்பை அவர்கள் புறக்கணிக்கின்றனர்) மக்களின் விருப்பத்தை வைப்பதால்-ஷில்லின் கருத்தின்படி, "ஜனரஞ்சகவாதம் மக்களின் விருப்பத்தை நீதி மற்றும் ஒழுக்கத்துடன் அடையாளப்படுத்துகிறது"[6]- சட்டம் ஒழுங்குக்குப் பொறுப்பான நீதித்துறை மற்றும் இதர அமைப்புகளைத் தேவையற்றதாக மாற்றுகிறது.[7]

மேலும் ஜனரஞ்சகவாதிகள் பன்மைத்துவத்தைக் கைவிடுகின்றனர், ஏனெனில் மக்கள் ஒன்றாக மட்டுமே இருக்கமுடியும்-சமீபத்தில் ஜேன் வெர்னர் முல்லர் சுட்டிக்காட்டியதுபோல்-அவர்களே மக்கள்.[8] தங்களது எதிரிகளைச் சட்டவிரோதமானதாகச் சொல்லித் தகுதியிழப்புச் செய்யும் அவர்களது போக்கு, பொது சமூகத்தை உருவாக்கும் பல கட்சி அரசியல் போட்டி மற்றும் அமைப்புகளை நிராகரிக்கும் அவர்களது தன்மையை விளக்கும். இந்த இசம் பொதுவாக மிகையான அளவில் தனிப்பயனாக்கத்துடன் இணைத்து, மேலும் அதிக கவனம் குவிக்கும் ஆற்றலையும் கோருகிறது: ஜனரஞ்சகவாத தலைவர்கள், தங்களது மக்களுடன் நேரடியாகத் தொடர்பு வைத்துக்கொள்வதுடன், தங்களது ஆதரவாளர்களுக்கு நேரடியாகத் தொடர்புறுத்துவதற்காகத் தங்களது சொந்த அரசியல் கட்சிகளைக் கடந்துசெல்லக்கூடத் தயங்கமாட்டார்கள்.

ஜனரஞ்சகவாதி பார்வையாளர்களைத் திருப்திபடுத்துவதற்கு அவனது சொல்லாட்சியின் பங்கு இங்கு மிக முக்கியமானது. எனவே

அவன், முக்கியஸ்தர்களுக்கு மாறாக, மக்களின் ஒரு அங்கமாகத் தன்னை முன்னிறுத்திக்கொள்கிறார். ஜனரஞ்சகவாதிகள் மக்களது கலாச்சாரத்தை, நடத்தைகளை, மொழியை பகிர்ந்துகொள்வதாகக் காட்டிக்கொள்ளவேண்டும்.[9] உயரடுக்கினர் தங்களது உலகளாவிய அரசியல்வாதம் அல்லது அவர்களது உலகாயத மதிப்பீடுகள் அல்லது பிரபுத்துவ நெறிமுறைகளால் வஞ்சிக்கப்பட, ஜனரஞ்சகவாதிகள், சாதாரண மக்களைப்போல் நடிப்பது மட்டுமின்றி, அவர்கள் நன்னடத்தைக் கோட்பாடுகளை மீறுவது, உண்மைத்தன்மையின் பெயரால் அமைப்பை அதிர்ச்சியடையச் செய்வது என விதிகளை மீறுவதை அனுபவிக்கின்றனர். அந்தக் கருத்து நிலைப்பாட்டிலிருந்து, சாதாரண மக்களைப்போல, ஜனரஞ்சகவாதிகள் தங்களைப் பாதிக்கப்பட்டவர்கள் என உரிமை கோர தயாராக இருக்கிறார்கள். அரசியல் அமைப்பானது மக்களுக்குத் துரோகம் செய்கிறது எனப் பார்க்கப்படும்பொழுது, பாதிக்கப்பட்டவராகக் காட்டிக்கொள்ளும் திறமையே அனைத்திலும் மிகவும் ஆற்றல்வாய்ந்தது. மாறாக, பியர் ஆஸ்டிகுய் பொருத்தமாகக் காட்டுவதுபோல, ஜனரஞ்சகவாதிகள் இடைவிடாத மேடைப் பழக்கத்தின்மூலம் (குறிப்பாக ஊடகங்களில்) விதிவிலக்கான ஒழுக்கங்களை வெளிப்படுத்தி ஒரு நடிப்புத் திறமையை வெளிக்காட்டுவர் என்கிறார். அதன் விளைவாக, "தலைவன் என்னைப் போலவும்... முன்மாதிரி ஒரு தன்முனைப்பாகவும்" இருக்கிறான்.[10] அதனாலேயே உடல்மொழி பலசமயங்களில் ஜனரஞ்சகவாதியின் பிம்பத்தை உருவாக்குவதில் முக்கியப் பங்கு வகிக்கிறது. ஜனரஞ்சகவாதி உயரடுக்கினருக்கும் அவர்கள் பாதுகாப்பவர்களுக்கும் எதிராக, அடிமட்டத்தில் இருப்பவர்களின் பழிவாங்கும் உணர்வை சரியான விதத்தில் வெளிப்படுத்தும், வலிமையானவனாகத் தோற்றமளிக்கவேண்டும்:

எனினும், ஜனரஞ்சகவாதம் பன்மைத்தன்மையானது. அது வலதுசாரியாக இருக்கும் அதேயளவுக்கு இடதுசாரியாகவும் இருக்கமுடியும். ஜனரஞ்சகவாதத் தலைவரால் சமூக வரையறையில் அடங்கும் மக்கள் மட்டுமல்ல... மத, இன, அல்லது மொழிசார் வரையறையில் அடங்குபவர்களும் அதேயளவில் இலக்காக்கப்படுகின்றனர். தலைவன், பெரும்பான்மைவாதத்தின் பேரில் "மண்ணின் மைந்தர்களே," எனப் பேசும்போது, ஜினோ ஜெர்மனி, 'தேசிய ஜனரஞ்சகவாதம்'[11] என முத்திரைகுத்திய மொழிமரபுக்கு எழுச்சியை அளித்துள்ளது. இந்தச் சொற்றொடர் வலதுசாரி தேசியவாதத்துடன் வெளிப்படையான தொடர்புகளைக் கொண்டிருக்கிறது. ஜனரஞ்சகவாதம் இடதாகவோ அல்லது வலதாகவோ இருக்கலாமெனில், தேசியவாத ஜனரஞ்சகவாதம் தெளிவான அடையாளப்படுத்திக் கொள்ளக்கூடிய கருத்தியல்

திறமைக்கு அழைப்புவிடுக்கிறது. அப்படியிருக்கும் பட்சத்தில், தேசிய ஜனரஞ்சகவாதி, அவன் உயரடுக்குக் குழுவினருக்கு மட்டுமல்லாமல், இனப் பெரும்பான்மைக்கு அச்சுறுத்தலாகத் திகழும் அமைப்பு, அது பாதுகாப்பதாகக் குற்றம்சாட்டப்படும்: புலம்பெயர்வோர், சிறுபான்மையினர், மற்றவர்களுக்கும் எதிராக அவன் மக்களைப் பாதுகாப்பதாக உரிமை கோரமுடியும். ‘தனக்கான’ மக்களை அணிதிரட்ட, ஜனரஞ்சகவாதி மற்றவர்களின் பயத்தையும், இந்த மற்றவர்கள் எவ்விதம் இந்தத் தேசத்தைப் பாதிக்கின்றனர்[12] என்பதிலிருந்து எழும் கோபத்தையும் பயன்படுத்திக்கொள்ள முடியும். தேசிய ஜனரஞ்சகவாத விஷயத்தில், பயமும் கோபமும் ஒரே நாணயத்தின் இரு பக்கங்கள், யாரையெண்ணிப் பயப்படுகிறார்களோ (புலம்பெயர்வோர், முஸ்லிம்கள், இதர பிரிவினர்) அவர்களே கோபத்தின் இலக்கும். அது உயரடுக்கினரையோ அல்லது அந்த அமைப்பையோ விட்டுவைப்பதில்லை, “தலைவர்கள் எப்படி இந்த நபர்களை நமது நாட்டினுள் அனுமதிக்கலாம், பொதுவெளியில் இத்தனை இடம் எடுக்க அனுமதிக்கலாம்” என்ற தர்க்கத்தை எழுப்பும்.

தேசிய-ஜனரஞ்சகவாதிகள் வழக்கமாக உயரடுக்கினருக்கு எதிராக மக்களை அணிதிரட்டுவர், ஆனால் மக்களுக்குச் சாதகமாகச் சமூகப் பொருளாதார சீர்திருத்தங்களை நடைமுறைப்படுத்த நினைக்கமாட்டார்கள்: அதற்கு மாறாக, அவர்கள் பெரிதும் குறியீட்டுத் தன்மையுடைய சமூகப் பிரச்சினைகளைப் பதிலீடு செய்து அடையாள அரசியலைத் தஞ்சமடைவார்கள். அவர்களது தேசம் மற்றமைக்கு எதிராக ஒன்றுபடுமானால், வகுப்புப் பிரிவினைகள் எல்லாம் வெறும் தோற்றம், என அவர்கள் கூறுவார்கள். ஜனரஞ்சகவாதிகள் பொருளாதாரச் செழுமை, வேலைவாய்ப்பு பரவல் பற்றி உறுதிமொழி கூறமாட்டார்கள் என இதற்குப் பொருளல்ல: அவர்கள் கூறுவார்கள், ஆனால் அதைச் சாதிக்கமுடியாதபோது, அடையாள அரசியலுக்கு அழுத்தம்தந்து அவர்கள் இந்த வரையறைகளைச் சமாளிப்பார்கள்- இந்த அரசியல் எப்போதும், மறுபகிர்வுக் கொள்கைகளாலேயே (பெரிதும் கொள்கைகளாலே) பிரபலமாகும். அவர்கள் பேச்சுவன்மைமிக்கவர்கள், பழைமையான கிரேக்கர்கள் அந்த வார்த்தையைப் பயன்படுத்தும் பொருளில் (அவர்களே ஜனநாயகத்தையும் கண்டுபிடித்தவர்கள்): பயன்படுத்திக் கொள்வதில் நிபுணர்கள், மக்களைப் புகழ்ந்து பாதிப்புகளை ஏற்படுத்துபவர்கள் (இங்கு, பிரதானமாக பயம் மற்றும் கோபம்).

நம்பகத்தன்மை மற்றும் தேசிய ஒற்றுமை உணர்வை ஏற்படுத்த அதேயளவு பயம் மற்றும் ஆத்திரத்தை விதைப்பர், ஜனரஞ்சகவாத தலைவர் தன்னை நாட்டின் பாதுகாவலன் என

முன்னிலைப்படுத்துவது மட்டுமின்றி தரம் மற்றும் அளவுரீதியில் குறிப்பான கவனத்தைக் கோரும் மேம்பட்ட தொடர்புகொள்ளும் தொழில்நுட்பங்களையும் பயன்படுத்துவார்கள்.

இந்தியா அதன் வரலாற்றில், பிராந்திய மற்றும் தேசிய அளவில் பல்வேறு வகைப்பட்ட ஜனரஞ்சகவாதத்தை அனுபவித்திருக்கிறது- உதாரணமாக, 1970-களில் இந்திராகாந்தி ஆட்சியின் கீழ்.[13] 1990-களில் எல்.கே. அத்வானி தனது ரத யாத்திரைக்குப் பின், உற்சாகமாக தேசிய- ஜனரஞ்சகவாத திறமையை ஊக்குவித்தார். ஆனால் ஓரளவு தாழ்த்தப்பட்ட ஜாதி அரசியலின் பின்னடைவு காரணமாகவும், வெறுப்பு அரசியல் வெளிப்படுத்துவது எளிதானதல்ல என்பதால் கொஞ்சமும் அவர் பெரும் எண்ணிக்கையிலான வாக்காளர்களைக் கவர்வதில் தோல்வியடைந்தார்: சங் பரிவார் இஸ்லாமியவாதத்தை, பிரதான அச்சுறுத்தலாகக் காட்டமுயன்றபோதும், 2000இன் தீவிரவாதத் தாக்குதல் வரை இஸ்லாமியவாதம் பெரிய அச்சுறுத்தலாகப் பார்க்கப்படவில்லை. நரேந்திர மோடி, தனது ஆளுமை மற்றும் அரசியல் புத்திக்கூர்மையால், அதனை தேசிய ஜனரஞ்சகவாதமாக மாற்றிக்காட்டி, அத்வானி தோற்ற இடத்தில் வெற்றிபெற்றுள்ளார். மோடி முதல்வராகச் செலவிட்ட, 2001-முதல் 2014 வரையிலான பதிமூன்று வருட காலகட்டத்தில் குஜராத் புதிய இந்துத்வ அரசியலின் பரிசோதனை ஆய்வகமாகத் திகழ்ந்தது- அவர் தனது ஆழ்ந்த கருத்தியல் மற்றும் ஜனரஞ்சகவாதத்தைக் கலந்து இந்து தேசியவாதம் எனும் புதிய பாணியைக் கண்டறிந்தார்.

ஆர்.எஸ்.எஸ்.ஸின் தூய தயாரிப்பு!

நரேந்திர தாமோதர்தாஸ் மோடி, செப்டம்பர் 17, 1950இல் வடகுஜராத்தின் வத்நகர் எனும் (மேஷானா மாவட்டம்) சிறியதொரு நகரத்தில் பிறந்தார். அவர் காஞ்சி சாதியைச் சேர்ந்தவர், சமையல் எண்ணெயை தயாரித்து விற்பனைசெய்யும், கடந்த 1990-வரை இதர பிற்பட்ட வகுப்பினரில் அடங்கியதாக வரையறுக்கப்பட்ட ஒரு ஜாதியாகும். அவரது தந்தை எண்ணெய் விற்பனையோடு, டீக்கடை ஒன்றையும் நடத்திவந்தார். அங்கே, நரேந்திரா விவரிப்பதுபோல், சிறுவயதிலேயே வாடிக்கையாளர்களுக்குப் பணிபுரிந்தார். அந்த ஊரில் இதர பொழுதுபோக்குச் செயல்பாடுகள் எதுவுமில்லாததால், எட்டு வயதில் அவர் ஆர்.எஸ்.எஸ்.ஸின் உள்ளூர் கிளையில் சேர்ந்தார்.[14] எம்.வி. காமத், கே. ரண்டேரி எழுதிய சரிதை நூலின்படி, அவர் மிகவும் சிறுவயதிலேயே துறவு வாழ்க்கைக்கு ஆசைப்பட்டார்.[15] எம்.எஸ். கோல்வால்கரே, அமைப்பின் இரண்டாம்நிலை தலைமைப் பொறுப்புக்கு வரும் வரை உலகைத் துறந்தவராக இருந்தவர், துறவு ஆர்.எஸ்.எஸ்.ஸில் அபூர்வமானதில்லை. இமாலய மலைகளுக்குக்

கிளம்புவதற்கு முன்பாக, அவரைப் போல, நரேந்திர மோடி முதலில் கல்கத்தாவில் ராமகிருஷ்ணா மடத்தால் நடத்தப்பட்ட, விவேகானந்தரால் தொடங்கப்பட்ட பேளூர் துறவு மடத்துக்குச் சென்றார். சுவாரசியமாக, அவர் நிலாஞ்சன் முகோபாத்யாவிடம் ஒரு நேர்காணல் ஒன்றில் சொல்கிறார், "நான் அல்மோராவிலுள்ள விவேகானந்தா ஆசிரமத்துக்குச் சென்றேன். இமயமலையில் நிறைய அலைந்தேன். அந்தச் சமயம் ஆன்மிகத்தில் எனக்குச் கொஞ்சம் தாக்கமிருந்ததோடு, தேசபக்தி உணர்வும் இருந்தது- இது இரண்டும் கலந்துகிடந்தது. இந்த இரண்டு எண்ணங்களையும் வரையறுப்பது சாத்தியமாக இருக்கவில்லை."[16] இந்தியா தாய்நாடாகப் (அன்னை நிலம்) பார்க்கப்படும் அதேயளவு புனித நிலமாகவும் (புண்ணிய பூமி) பார்க்கப்படுவதால், ஆர்.எஸ்.எஸ். உறுப்பினர்கள் பொதுவாக இந்து மதத்தையும் தேசியக் கலாச்சாரத்தையும் இந்த விதத்தில் கலப்பது வழக்கமானதுதான்.

1960இன் பிற்பகுதியில் மோடி ஆர்.எஸ்.எஸ்.ஸின் நிரந்தர உறுப்பினராகி, அகமதாபாத்தின் மணி நகரிலுள்ள ஹெட்கேவார் பவனில் (ஆர்.எஸ்.எஸ்.ஸின் பிராந்திய தலைமை அலுவலகம்) வசிக்கச் சென்றார். அங்கே அவர் குஜராத், மகாராஷ்டிரா கிளைகளுக்குப் பொறுப்பான, மாகாண பிரச்சாரகர் லட்சுமணராவ் இனாம்தாரின் உதவியாளராகப் பணிபுரிந்தார்.[17] இந்த முன்னாள் வழக்கறிஞர் மோடியை மானச புத்ரனாக (மனதளவில் மகனாக) கருதினார்,[18] மோடி அவரைத் தனது வழிகாட்டியாகக் கருதினார்,[19] பெரிதும் அது ஆர். எஸ்.எஸ்.ஸுக்குள் நிலவும் குரு சிஷ்ய பாரம்பர்ய உறவாக இருந்தது. மோடி 1972இல் பிரச்சாரக் ஆக நியமிக்கப்பட்டார். அடுத்துவந்த வருடத்தில், அவர் குஜராத் மாணவர்களால் தொடங்கப்பட்ட ஊழலுக்கு எதிரான இயக்கமான, நவ்நிர்மாண் எதிர்ப்பு இயக்கத்தில் ஆர்வம்காட்டினார். ஆர்.எஸ்.எஸ். அதன் மாணவர் சங்கமான ஏ.பி. வி.பி.யின் உள்ளூர்க் கிளையில் அவரைப் பிரதிநிதியாக நியமித்தபின் அந்த இயக்கத்தில் அவர் பங்குபெற்றார். அந்த நேரத்தில், டெல்லி பல்கலைக்கழகத்தில் தபால் வழி இளங்கலைப் படிப்பை படித்துமுடித்ததாகக் கூறப்படும் மோடி, குஜராத் பல்கலைக்கழகத்தில் முதுகலைப் பாடத்தில் பதிவுசெய்துகொண்டார்.[20] ஆனால் ஏற்கெனவே 1975இல், அவர் இந்திரா காந்தியால் அறிவிக்கப்பட்ட அவசரநிலைப் பிரகடனத்தின்போது கைதிலிருந்து தப்பிக்க தலைமறைவாகியிருந்தார். அப்போது கணிசமான ஆர்.எஸ்.எஸ். உறுப்பினர்கள் சிறையில் அடைக்கப்பட்டிருந்தார்கள். ரகசியமாக அரசுக்கு எதிரான துண்டுப் பிரசுரங்களை விநியோகிப்பதோடு, வெளிநாடுகளுக்குப் புலம்பெயர்ந்த குஜராத்திகளிடமிருந்து உதவிகளைப் பெற்று ஆர்.எஸ்.எஸ்.ஸில் சிறை சென்றவர்களின்

குடும்பங்களைக் கவனித்துக்கொள்வது[21] அவரின் பணியாக இருந்தது. அவசரநிலை முடிவுக்கு வந்தபின், இந்திய வரலாற்றின் கறுப்பு அத்தியாயமான இந்நிகழ்வில் பாதிக்கப்பட்டவர்களிடமிருந்து சாட்சியங்களைச் சேகரித்து, புத்தகம் எழுதும் நோக்கத்துடன் அவருக்குப் பொறுப்பளிக்கப்பட்டது.[22] இதன் காரணமாக, அவர் எண்ணற்ற ஜன சங்க அரசியல்வாதிகளைச் (அடக்குமுறையில் முதல் இலக்குகள் இவர்களே)[23] சந்திப்பதிலும் இந்தியா முழுவதிலும் பயணம் செய்வதிலும் போய்முடிந்தது.

ஆனால் அவர் தன் பணியை மேற்கொண்டது குஜராத்தில்தான். 1978இல், அவர் விபாக் பிரச்சாரக்காக உயர்த்தப்பட்டார் (சில மாவட்டங்களை உள்ளடக்கிய, ஒரு பிரிவிலுள்ள ஆர்.எஸ். எஸ். கிளைக்கான தலைமை), தொடர்ந்து சம்பக் பிரச்சாரக்காக ஆனார் (ஒன்றுக்கு மேற்பட்ட பிரிவுகளை உள்ளடக்கிய ஒரு பிராந்தியத்துக்கான ஆர்.எஸ்.எஸ். கிளையின் தலைமைப் பொறுப்பு). சூரத் மற்றும் பரோடா- இன்றைய வடோதரா- பிரிவுகளுக்கான தலைவராக நியமிக்கப்பட்டார். 1981இல் அவர் குஜராத்தில் அமைந்திருந்த சங் பரிவாரின் பல்வேறு அமைப்புகளான, விவசாயிகளுக்கான (பாரதிய கிசான் சங்க்), ஏ.பி.வி.பி., வி.எச்.பி. உள்ளிட்டவற்றை நிர்வகிக்கும் இலக்கோடு மாகாண பிரச்சாரக்காக மாற்றப்பட்டார்.[24] குஜராத்தின் தலைமை ஒருங்கிணைப்பாளராக, ஊர்வலம் (யாத்திரை) என்ற பெயரில் நிகழ்த்தப்படும் ஆர்ப்பாட்ட நிகழ்வு வரிசைகள் அனைத்துக்கும் சூத்திரதாரர் மோடியே. உதாரணமாக, 1985[25] இந்து-முஸ்லிம் கலவரத்தின்போது, சிறுபான்மைச் சமூகமே அதிக உயிரிழப்புகளுக்கு ஆளானபோதும்- அவர் பலியான இந்துக்களுக்கு நியாயம் கேட்டு, நியாய் யாத்ரா (நீதி ஊர்வலம்) என்றொரு ஊர்வலத்தை வடிவமைத்தார்.[26]

1980-களின் இடையில், ஒரு அமைப்பாளராக மோடியின் திறமைகள் பரந்த அளவில் அங்கீகரிக்கப்பட, எல்.கே. அத்வானி 1986இல் பா.ஜ.க. தலைவரானபோது, அவர் கட்சிக்காக மோடியின் சேவைகளைப் பயன்படுத்தத் தீர்மானித்தார். இவ்வாறாக 1987இல் பா.ஜ.க.வில் சேர்த்துக்கொள்ளப்பட்டு, கட்சியின் குஜராத்திக் கிளையின் தலைவராக, சங்காதன் மந்திரி (அமைப்புச் செயலாளர்) என்ற முக்கியப் பதவியில் நியமிக்கப்பட்டார். 1950-களில், ஜன சங்கத்தின் தலைமையாக தீன்தயாள் உபத்யாயா பதவி உருவாக்கப்பட்டதிலிருந்து, அமைப்புச் செயலாளர்களே கட்சியின் முதுகெலும்பாகத் திகழ்ந்தனர்

1990இல், குஜராத் மாநிலத்தின் மேற்குக் கடற்கரையான சோம்நாத் ஆலயத்திலிருந்து கிளம்பிய அத்வானியின் பிரபலமான ரத

யாத்திரைக்கு, மோடியே பொறுப்பாளராகச் செயல்பட்டார். அதைத் தொடர்ந்து நடந்த யாத்திரையான, பா.ஜ.க.வின் புதிய தலைவரான முரளிமனோகர் ஜோஷியால் கன்னியாகுமரியிலிருந்து (இந்தியாவின் தென்முனை) வடக்கே ஸ்ரீநகர் வரை இந்திய தேசத்தின் ஒற்றுமையைக் காட்ட 1991இல் நடத்தப்பட்ட ஏக்தா யாத்ரா (ஒற்றுமை யாத்திரை) ஊர்வலத்துக்கு மோடி பொறுப்பேற்றுக்கொண்டார். அந்நிகழ்வு, மோடியை தேசிய அமைப்பாளராக உயர்த்தியது. பா.ஜ.க.வில் உள்ள அவரது சக கட்சி உறுப்பினர்கள், அந்தச் சமயத்தில் மோடி, "முழுநேர ஆர்.எஸ்.எஸ். பிரச்சாரக் நடந்துகொள்ளவேண்டியதைப்போல் நடந்துகொள்ளவில்லை. அவர் தன்னை முன்னிறுத்திக்கொள்வதாகவும் புகழ்வெளிச்சத்தைத் தேடுவதாகவும்" புகார் செய்தனர்.[27] உண்மையில் ஏக்தா யாத்ராவின்போது, "ஜோஷியின் வாகனத்தில் மோடி துணையாகச் சென்றதோடு மட்டுமல்லாமல், ஒவ்வொரு நிறுத்தத்திலும் பா.ஜ.க. தலைவரோடு அவரும் சேர்ந்து கூட்டத்தினரை நோக்கிப் பேசினார்."[28]

மோடி, இன்னும் அரசியல்வாதியாக ஆகியிருக்காதபோதும் ஏற்கெனவே ஆர்.எஸ்.எஸ்.ஸின் பாரம்பரிய உணர்வுடனும் மக்கள் திரளுக்குத் தொடர்புறுத்துவதில் ஜனரஞ்சக பாணியிலும் முயற்சிசெய்ய ஆரம்பித்திருந்தார். குஜராத்தின் பா.ஜ.க. அமைப்புச் செயலாளராக, அவர் மாநிலமெங்கும் கட்சியின் தேர்தல் அடித்தளத்தை வலிமைப்படுத்தியிருந்தார். நடைமுறையில் 1947-லிருந்து ஒருபோதும் காங்கிரஸ் தோல்வியே காணாத குஜராத் மாநிலத்தில், பா.ஜ.க., மாநகராட்சிகள் மற்றும் கிராம சபைகளில் வெற்றிபெற்றிருந்தது, இதுவே அதிகாரத்துக்கான வழியென்பதைக்[29] கண்டார் மோடி. பா.ஜ.க. 1983இல் ராஜ்கோட் மாநகராட்சி தேர்தலில் வென்றது, நான்கு வருடங்களுக்குப் பின், மோடி முழுப் பொறுப்பேற்றுக் கொள்வதாக உறுதியளித்து தேர்தல் பிரச்சாரம் மேற்கொண்ட நிலையில் அகமதாபாத்தில்[30] வெற்றிபெற்றது. 1995இல், குஜராத் நகர்ப்புற மத்தியதர வர்க்கத்தினரிடம் கட்சியின் பாரம்பரிய வாக்காளர்கள் அதிகரித்துவரும் ஆதரவின் அடையாளமாக, மாநிலத்திலுள்ள ஆறு மாநகராட்சிகளையும் வென்றது பா.ஜ.க. ஆனால் அது கிராமப்புற பகுதிகளிலும் நுழைந்து, பத்தொன்பது ஜில்லா பரிஷத்துகளில் பதினெட்டு பரிஷத்துகளை (மாவட்ட சபைகள்) வென்றது.[31]

அதே வருடம், வரலாற்றில் முதன்முறையாக, பா.ஜ.க. குஜராத் சட்டசபைக்கான பெரும்பான்மை இடங்களை வென்றது. இந்த வெற்றிக்குப் பெருமளவு காரணம் மோடி. கட்சியின் மூத்த உறுப்பினரான கேஷுபாய் படேல் முதல்வரானார். அவர்

மோடியின் பங்களிப்பைக் கருத்தில்கொண்டு: வழக்கமான நடைமுறைக்கு மாறாக[32] மந்திரிசபைக் கூட்டங்கள், முதல்வர், மூத்த குடிமைப் பணி ஊழியர்கள் தொடர்பான கூட்டங்களிலும் மோடியை பங்கேற்க அனுமதித்ததால், விரைவில் சூப்பர் சீப் மினிஸ்டர்[33] என்றறியப்பட்டார்.

ஆனால் மோடி கட்சியின் ஒற்றுமையைப் பாதுகாக்க முடியாதவராக இருந்ததோடு, ஒற்றுமையைக் குலைப்பவராகவும் குற்றம்சாட்டப்பட்டார். குஜராத் பா.ஜ.க.வில் கேஷுபாய் படேலின் பிரதான எதிரியான சங்கர்சிங் வகேலா, அரசின் தலைமைப் பதவிக்குத் தேர்ந்தெடுக்கப்படாததால் அவருக்கும் அவரைப் பின்பற்றுபவர்களுக்கும் பெரிய பதவிகள் கிடைக்குமென எதிர்பார்த்தார். எனினும், மோடி சலுகைக்கு இடமேயில்லாத அரசியல் பாணியைக் கடைபிடித்தார், வகேலாவுக்கு எதுவுமே கிடைக்காததுபோல் பார்த்துக்கொண்டார். உதாரணமாக, வகேலாவை நம்பியவர்கள் எவரும் நாற்பத்தி இரண்டு பொது நிறுவனங்கள் எவையொன்றிலும் தலைமைப் பொறுப்பில் நியமிக்கப்படாதபடி, கட்சியின் மிகவும் நம்பகமான உறுப்பினர்களுக்கு அந்த வெகுமதி கிடைக்கும்படி பார்த்துக்கொண்டார்.[34] மோடியின் முன்னாள் அரசியல் அறிவியல் பேராசிரியர் பிரவீன் சேத், உள்ளூர் ஊடகம் ஒன்றுக்கான தலையங்கத்தில், இந்த மனோபாவத்தைப் பின்வரும் சொற்களில் விவரிக்கிறார்: அவர், "ஹப்ரிஸ் காம்ப்ளக்ஸை உடையவர். இதனால், அவரது புரிதல் அளவானது மற்றெவரைவிடவும் அதிகமானது என நம்பிக்கொண்டிருந்தார்."[35]

வகேலா, ஒரு பிரிவின் தலைவராக, ஒரு பிளவை உண்டாக்கி, தன்னுடன் அவருக்கு விசுவாசமான நாற்பத்தேழு பா.ஜ.க. சட்டமன்ற உறுப்பினர்களைக் கொண்டுசென்றார். அரசாங்கம் கவிழ, வகேலா காங்கிரஸ் ஆதரவுடன் முதல்வரானார். இந்தப் படுதோல்வி, பா.ஜ.க. உயர் பொறுப்பிலுள்ளவர்களை, மோடியை குஜராத்திலிருந்து வெளியேற்றத் தூண்டியது.[36] அதற்குக் கைமாறாக 1995, நவம்பரில் இமாலயப் பிரதேச பா.ஜ.க.வின் தேசியச் செயலாளராக, டெல்லியில் நியமிக்கப்பட்டார். 1998இல், பா.ஜ.க. தலைமையில் ஒரு மாற்றம் வர, மோடி கட்சியின் பொதுச்செயலாளராக உயர்த்தப்பட்டார். பஞ்சாப், ஹரியானா, ஜம்மு-காஷ்மீர், சண்டிகர் அவரது பட்டியலில் சேர்க்கப்பட்டன, மேலும் அவர் பாரதிய ஜனதாவின் யுவ மோர்ச்சா எனும் பா.ஜ.க. இளைஞரணிக்கும் பொறுப்பாளராக நியமிக்கப்பட்டார்.[37]

கேஷுபாய் படேல் அதிகாரத்திலிருந்து வெளியேற, டெல்லியிலிருந்த மோடி ரகசியமாக உடந்தையாயிருந்தார். அவுட்லுக் பத்திரிகையின்

அப்போதைய பொறுப்பாசிரியர் வினோத் மேத்தா அவரது நினைவுக் குறிப்பில், "நரேந்திர மோடி டெல்லி கட்சி அலுவலகத்தில் பணியாற்றிக் கொண்டிருந்தபோது, அலுவலகத்துக்கு என்னைக் காணவருவார். முதல்வர் கேஷுபாய் படேலால் எந்த நன்மையும் இல்லை எனச் சுட்டிக்காட்டும் சில ஆவணங்களை அவர் கொண்டுவந்தார்"[38] எனக் குறிப்பிட்டுள்ளார்.

எனினும், மோடி அரசியல்வாதி என்பதைவிடவும் ஒரு அமைப்பாளராகத்தான் அதிகம் தனது திறமையைத் தொடர்ந்து முன்வைத்துக்கொண்டிருந்தார். கேஷுபாய் படேலின் பிரபலம் மங்கிக்கொண்டு வரும்போது மோடிக்கு, அடல் பிகாரி வாஜ்பாய் வாய்ப்பளித்தபோது, அவர், "அது என் வேலையல்ல. நான் நெடுநாட்களாக... ஆறு வருடங்கள் குஜராத்துக்கு வெளியே இருந்துவந்திருக்கிறேன். பிரச்சினைகள் எனக்குப் பழக்கமானவையல்ல. நான் அங்கே என்ன செய்வேன்? அது எனக்குப் பிடித்தமான களமும் அல்ல. எனக்கு எவரொருவரையும் தெரியாது"[39] எனப் பதிலளித்தார். மோடி மக்களுடன் தொடர்பை விரும்பியபோதும், அரசியலை விரும்பவில்லை- பல ஆர்.எஸ்.எஸ். உறுப்பினர்கள் அரசியலை களங்கமானது என்றும் அரசியல்வாதிகள் ஒழுக்கரீதியில் கெட்டுப்போனவர்கள் எனக் கருதுவதால் அது பொருத்தமானதுதான். மோடி தன்னை ஒரு அரசியல்வாதியாகக் கருதாதபோதும், அவர் 2001 இலையுதிர்காலத்தில் குஜராத்தின் முதல்வரான படேலை மாற்ற ஒப்புக்கொண்டார்.

மோடி அவரது பிறந்த மாநிலமான குஜராத்துக்குத் திரும்பியபோது பா.ஜ.க. மோசமான நிலையில் இருந்தது என்பதை மோடி அறிந்திருந்தார். கட்சி, 2000இல் நடந்த மாநகராட்சித் தேர்தலில் தோற்றிருந்தது பிப்ரவரி 2003இல் திட்டமிடப்பட்டிருந்த பிராந்தியத் தேர்தலை தயக்கத்துடன் அணுகியது. பொறுப்பை ஏற்றதும், அவர் தனது குழுவினரிடம், "சட்டசபைக்கான அடுத்த தேர்தலுக்கு நமக்கு 500 நாட்களும், 12,000 மணி நேரமும் மட்டுமே இருக்கிறது"[40] என்றார். ஒரு வருடத்துக்குப் பின், பா.ஜ.கட்சி பிரமிக்கவைக்கும் பெரும்பான்மையுடன் தேர்தலை வென்றிருந்தது, நரேந்திர மோடிக்கே நன்றி. அதேவேளை அவர், 1947 தேசப்பிரிவினை முதல் குஜராத் எதிர்கொண்டதிலே மோசமான முஸ்லிம்களுக்கு எதிரான படுகொலையின் காரணமாக, ஹிந்து ஹிருதய் சாம்ராட்டாக (இந்து இதயங்களின் சக்கரவர்த்தி) ஆகியிருந்தார்.[41]

'இந்து இதயங்களின் சக்கரவர்த்தி'

குஜராத் முதல்வராக பதவியில் அமர, நரேந்திர மோடி ஆறு மாதங்களுக்குள் சட்டசபைக்குத் தேர்ந்தெடுக்கப்படவேண்டும். அதிக சிரமமின்றி, அவர் சட்டசபையின் பா.ஜ.க. உறுப்பினர் ஒருவரை பதவி விலகவும், அதன் மூலம் இடைத்தேர்தலில் போட்டியிட்டு ராஜ்கோட் நகரின் சட்டமன்ற தொகுதி ஒன்றை வெல்லவும் தயார் செய்துவிட்டார். மூன்று நாட்களுக்குப் பின், பிப்ரவரி 27, 2002இல் கிழக்கு குஜராத்தின் மாவட்ட தலைமை அலுவலகமான கோத்ராவில் இந்து- முஸ்லிம்களுக்கிடையே மோதல் வெடித்தது.[42] உத்தரபிரதேசத்திலிருந்து திரும்பிவந்த சபர்மதி எக்ஸ்பிரஸில் இருந்த இருபத்தைந்து பெண்கள், 14 குழந்தைகள் உள்பட ஐம்பத்தொன்பது இந்துக்கள் உயிருடன் எரிக்கப்பட்டனர். அந்த ரயில், அயோத்திக்கு அருகிலுள்ள ஃபைஸாபாத்தில் இருந்து வந்திருந்தது. அந்த ரயில் கர சேவகர்கள் (சேவைப் பணியாளர்கள்) என்றறியப்பட்ட, வி.எச்.பி.யின் தூண்டுதலின் பேரில், பாபர் மசூதியின் இடிபாடுகளில் ராமருக்கு அர்ப்பணிக்கப்பட்ட கோவிலைக் கட்டுவதற்காக அயோத்திக்குச் சென்ற இந்து தேசியவாத ஆர்வலர்களைக் கொண்டிருந்தது. இந்து மற்றும் முஸ்லிம்களுக்கிடையே சட்டபூர்வ தீர்வின் மூலம் சமரசத்தைத் தேடும் தரப்பினர், மத்திய அரசு மற்றும் நீதிமன்ற தலையீட்டால் தங்கள் பணி ஒத்திவைக்கப்பட்டதால், ஏமாற்றமடைந்து வீடு திரும்பிக்கொண்டிருந்தனர்.

கர சேவகர்கள் இந்து தேசியவாத பாடல்களைப் பாடியபடியும் ஸ்லோகங்களை முழங்கியபடியும், சிலர் முஸ்லிம்களைப் பற்றி புண்படுத்தும் வார்த்தைகளையும் கூறிக்கொண்டிருந்தனர். கர சேவகர்களின் போர்க் கூச்சலான: 'ஜெய் ஸ்ரீராம்' (கடவுள் ராமன் வாழ்க!) எனக் கூறாததற்காக ஓடும் ரயிலிலிருந்து ஒரு முஸ்லிம் குடும்பம் இறங்க நிர்பந்திக்கப்பட்டது. புகைவண்டி வழித்தடத்தில் எதிர்ப்படும் முதல் குஜராத் நகரான கோத்ரா நிறுத்தத்தில், ஒரு முஸ்லிம் கடைக்காரரை அதே ஸ்லோகத்தைக் கூவ உத்தரவிட, அவர் மறுக்க கர சேவகர்கள் தனது இரு மகள்களுடன் இருந்த முஸ்லிம் பெண் பக்கம் திரும்பினர். மகள்களில் ஒருவர் அந்தப் புகைவண்டியில் பயணிக்க வற்புறுத்தப்பட்டார்.[43] அவர்கள் நிறுத்தத்தைவிட்டு அப்போதுதான் கிளம்பியிருப்பார்கள், பயணிகளில் ஒருவர் அவசர உதவிக்கான சங்கிலியைப் பிடித்து இழுத்தார். புகைவண்டி நிறுத்தத்துக்கு வரும் வரை, சில முறை இழுபட்டு, காஞ்சிஸ் எனும் கோத்ராவின் தெருவியாபாரிகள் பலர் வசிக்கும் முஸ்லிம் சுற்றுப்புறத்தில் வந்து நின்றது. நூற்றுக்கணக்கான முஸ்லிம்கள், குறிப்பாக அந்த ஐம்பத்தொன்பது பலியானவர்கள் காணப்பட்ட இரு பெட்டிகளை கல்லாலும் தீப்பந்தத்தாலும்

அடித்ததாகக் கூறப்படுகிறது. உண்மைகள் இங்கே கவனத்துடனே சொல்லப்படவேண்டும், ஏனெனில் நிபுணர் அறிக்கைகளும், அதற்கான எதிர் அறிக்கைகளும் தொடர்ந்து ஒன்றுடன் ஒன்று முரண்படுகின்றன.[44] தற்போது அதுபற்றி விவாதிப்பதன் முக்கிய அம்சம், இந்நிகழ்வைத் தொடர்ந்த நரேந்திர மோடியின் மனோபாவமே.

தனது அமைச்சரவையின் சில உறுப்பினர்களுடன் அவர் கோத்ராவுக்கு மதியம் 2 மணிக்கு வந்தடைந்து, அன்று மாலையே தொலைக்காட்சி உரையொன்று நிகழ்த்தினார். சில மணி நேரம் முன்பாக அது ஒரு விபத்து என்றுசொன்ன கோத்ரா மாவட்ட நீதிபதியின் அறிக்கைக்கு முரணாக, அவர் கோத்ரா நிகழ்வை, 'முன்கூட்டியே திட்டமிட்ட தாக்குதலாக'ச் சொன்னார்.[45] அதேவேளை, பலியானவர்களின் உடல்கள் அகமதாபாத்துக்கு மாற்றப்படவேண்டுமென அரசு உத்தரவிட்டது. அவற்றின் வருகை தொலைக்காட்சியில் காட்டப்பட்டது. அவை வெறுமனே ஒரு துணியால் மட்டுமே போர்த்தப்பட்டிருந்ததால் பார்வையாளர்களை அதிகளவில் அதிர்ச்சிக்குள்ளாக்கியது. அடுத்த நாள், மோடி குஜராத் ஊடகத்திடம், கோத்ராவில் நடந்தது, "ஒரு சமூகத்திடமிருந்து வெளிப்பட்ட, ஒருசார்பான கூட்டு வன்முறை பயங்கரவாதச் செயல்[46]" என்றார். அரசாங்கம் நியாயப்படுத்திய பயங்கரவாதத்தைப் பற்றிய இந்தக் குறிப்பு, பயங்கரவாத தடைச் சட்டம் (POTA) என்ற கடுமையான அவசரச் சட்டத்தை இயற்றுவதை நியாயப்படுத்த உதவியது. 2002இல், தேசிய மனித உரிமை ஆணையத்தின் எதிர்ப்பையும்[47] மீறி, இது சட்டமாக மாறியது.

கலக அரசியல்: துருவ முனைப்படுத்தும் தேர்தல் உத்தி

பிப்ரவரி 28 அன்று, வி.ஹெச்.பி. வகுப்புவாத கலவரத்துக்குப் பேர் போன நகரமென அறியப்பட்ட அகமதாபாத்தில்[48] பந்த் (கடையடைப்பு) அறிவித்தது. பதற்றம் அதிகரித்தபடியே செல்ல, போலீஸ் வெளிப்படையாகவே காணாமல் போனது. சில அதிகாரிகள், பதற்றமான பகுதிகளில் நுழைய விரும்பிய கார்களை திரும்பிச் செல்லுமாறு அறிவுறுத்தினர்.[49] கலவரக்காரர்கள், பஜ்ரங் தள் (மேலே விவரிக்கப்பட்ட வி.ஹெச்.பி. இளைஞர் இயக்கம்) உறுப்பினர்கள் ஒருவர் மற்றவரை அடையாளம் கண்டுகொள்ள காவிநிற தலைப் பட்டைகள் அணிந்துகொண்டு, அகமதாபாத்தின் இந்துப் பகுதியில் காணப்பட்ட, முதன்மையாக முஸ்லிம் குடியிருப்பாளர்களைக் கொண்ட வளாகமான குல்பர்க் சொசைட்டியைத் தாக்கினர். அநேகமாக கோத்ரா சம்பவம் நிகழ்ந்தபின்பு கட்டவிழ்த்துவிடப்பட்ட முதல் படுகொலைச்

சம்பவம் இது.⁵⁰ அந்த வளாகம் முக்கிய இலக்காக இருந்ததற்கு, அதில் வசித்த நன்கறியப்பட்ட, எசான் ஜாஃப்ரி காரணமாயிருக்கலாம். ஜாஃப்ரி ஒரு எழுத்தாளர். வணிகர் சங்கத்தைச் சேர்ந்தவர், 1970இல் காங்கிரஸ் கட்சியில் சேர்ந்து, அந்த அடையாளத்தின்கீழ் 1977இல் பாராளுமன்றத்திற்குத் தேர்ந்தெடுக்கப்பட்டவர். அவர் மேற்சொல்லப்பட்ட இடைத்தேர்தலில்⁵¹ மோடிக்கு எதிராக சமீபத்தில் பிரச்சாரம் செய்திருந்தார். ஜாஃப்ரியின் இருப்பு காரணமாக, உள்ளூர் முஸ்லிம்களால் குல்பர்க் சொசைட்டி பாதுகாப்பானதாகக் கருதப்பட்டது, ஆனால் அந்த நம்பிக்கை கலவரக்காரர்களால் நசுக்கப்பட்டது, எசான் ஜாஃப்ரி, ஜாஃப்ரியின் மூன்று சகோதரர்கள், இரு மருமகன்கள் உட்பட அறுபத்தொன்பது பேர் கொல்லப்பட்டனர்.

மோதல்களால் மோசமாகப் பாதிக்கப்பட்ட பகுதிகள் அகமதாபாத்தும் கோத்ராவும்தான். மார்ச்சின் ஆரம்பத்தில் அதிகாரப்பூர்வமாக வெளியிடப்பட்ட எண்ணிக்கையின்படி இங்கே முறையே 350 மற்றும் 100 மரணங்கள் நிகழ்ந்தன. ஆனால் முற்றிலுமாக ஊரடங்கில் இருந்தவை 26 நகரங்கள், அவற்றுள் மேஷானா (50 மரணங்கள் வரை), சபர்கந்தா (40 மரணங்கள் வரை) போன்ற சில நகரங்களில் வன்முறை பெரும் எண்ணிக்கையில் பலி வாங்கியிருந்தது. அதற்கும் மேலாக, கிராமப்புற பகுதிகள் எதிர்பாராத விரோதத்தைக் கண்டிருந்தன. அனைத்திலுமாக, 151 சிறுநகரங்கள், நகரங்கள், 993 கிராமங்கள் பாதிக்கப்பட்டிருந்தன.⁵² அதிகாரப்பூர்வ அறிக்கையொன்றின்படி, மோதல்கள் 1,169 உயிர்களைப் பறித்திருந்தன, ஆனால் அரசுசாரா அமைப்புகள் குடும்பங்கள் அளித்த வாக்குமூலம், காணாமல் போனவர்களின் எண்ணிக்கை இவற்றிலிருந்து, 2000-க்கும்⁵³ அதிகமான நபர்கள் பலியானதாகக் கணக்கிட்டன.⁵⁴

கலவரத்துக்குச் சில மாதங்களுக்குப் பின்பும், வசந்த காலம் முழுவதும் அவ்வப்போது விட்டு விட்டு மோதல்கள் தொடர்ந்ததால், 2002, ஏப்ரல் 12இல் பா.ஜ.க. தேசிய செயற்குழு கூட்டத்தில் நரேந்திர மோடி தனது பதவி விலகல் கடிதத்தைச் சமர்ப்பித்தார். அதற்கான காரணத்தை அவர் விளக்கவில்லை, அவரது சொந்த அணியிலேயே விமர்சனம் எழுந்ததால் தூண்டப்பட்டு இந்த முடிவை அவர் எடுத்திருக்கலாம். வாஜ்பேயி அரசாங்கத்திலிருந்த உணவுத்துறை அமைச்சர் சாந்தகுமார் மட்டும் அவரை நேரடியாகத் தாக்கிப் பேசவில்லை... தேசிய ஜனநாயகக் கூட்டணியில் இருந்த, தேர்தல்களில் முஸ்லிம் வாக்குகளைப் பெறும் பா.ஜ.க. கூட்டாளிகளின் நெருக்கடியால், பிரதமர் வாஜ்பேயியும்கூடத் தனது சங்கடத்தை வெளிப்படுத்தினார். செயற்குழு கூட்டத்துக்கு ஒரு வாரத்துக்கு முன் வாஜ்பேயி அகமதாபாத்துக்குச் சென்றபோது,

கோத்ரா துயர நிகழ்வு, முன்கூட்டியே திட்டமிடப்பட்டது என்ற முடிவுக்கு வந்திருந்தார், ஆனாலும் அவர், "குஜராத் என்னைத் திகைக்கவைக்கிறது, ஏனெனில் நாகரிக சமூகம் பெண்களையும் குழந்தைகளையும் குறிவைக்கவோ கொல்லவோ செய்யாது"⁵⁵ எனக் குறிப்பிட்டார். அந்தச் சமயம் வாஜ்பேயி, அநேகமாக மோடியின் பதவி விலகலுக்கு ஆதரவாகவே இருந்தார்- இரண்டு வருடங்கள் பின்பு 2004 பொதுத் தேர்தலில் பா.ஜ.க. தோல்வியடைந்த வேளையில், அதற்கு குஜராத் வன்முறையையும் காரணமாகக் குறிப்பிட்டார். அக்கட்சியின் தலைவர், ஜனா கிருஷ்ணமூர்த்தி, பதவி விலகுவது எனும் மோடியின் முடிவை நிராகரித்துவிட்டார். தனது பேச்சில் கிருஷ்ணமூர்த்தி குஜராத் கலவரத்துக்கு பாகிஸ்தானின் ராணுவ உளவு அமைப்பான இன்டர் சர்வீஸஸ் இன்டலிஜென்ஸை (ஐ.எஸ்.ஐ) குற்றம்சாட்டினார்.⁵⁶ முடிவில் சாந்தகுமார் ஒழுங்காற்றுக் குழுவின் முன்பாக அழைக்கப்பட்டார். வாஜ்பேயி, மோடிக்கு ஆதரவாக நின்றார். இந்தியா டுடே கருத்தின்படி, "மோடி ஆதரவு நிலைப்பாட்டின் தீவிரத்துக்கு எதிராகச் செல்வதற்கு அவருக்கு எந்த வழியும் இருக்கவில்லை."⁵⁷ பின்னால் வினோத் ஜோஸ் எழுதினார், "அநேகமாக முதல்முறையாக பிரதமரைவிடவும், முதல்வருக்கு செல்வாக்கு அதிகமிருந்தது."⁵⁸

முன்பெல்லாம், வகுப்புவாத வன்முறை சமூகத்தை மத அடிப்படையில் துருவப்படுத்தியபோது, அது பொதுவாக தேர்தல் நேரத்தில் வகுப்புவாத அடையாள உணர்வை அதிகப்படுத்தியது.⁵⁹ அடுத்த மாநில தேர்தலின்போது இந்து பெரும்பான்மை சமூகத்திடமிருந்து மகத்தான ஆதரவை பா.ஜ.க. எதிர்பார்க்க முடியும். ஆனால் தேர்தலோ பிப்ரவரி 2003இல் தான் நடக்கவிருந்தது, எனவே நரேந்திர மோடி, இந்தப் படுகொலையினால் விளைந்த துருவப்படுத்தலை சிறப்பாக மூலதனப்படுத்திக்கொள்ள, அதனை முன்கூட்டியே கொண்டுவர முனைந்தார்.⁶⁰ எனவே அவர் மாநில சட்டசபையை ஜூலை 19, 2002 அன்று கலைத்துவிட்டு, குஜராத் மக்களிடமிருந்து புதிய ஆணையைப் பெற முனைந்தார்.⁶¹ அதேநேரம், வழக்கமான நடவடிக்கைகளைக் கையாள்வதற்காக, தலைமைப் பொறுப்பில் இருந்தபடியே அவர் முதல்வர் பதவியிலிருந்து ராஜினாமா செய்தார். மாநிலத்தின் குடிமக்களுக்கு எழுதிய திறந்த மடலில், அவர் குறிப்பிட்டார்,

> கோத்ரா நிகழ்வு மற்றும் அதன்பிறகு நடந்தவற்றை சாக்காக வைத்து, குஜராத்துக்கு அழுத்தம் தர முயற்சிகள் மேற்கொள்ளப்பட்டன. அதிகாரப் பசிகொண்ட சக்திகள் சாத்தியமான கீழான மட்டத்துக்கு இறங்கி, குஜராத்தின் கௌரவத்தை ருசிக்க ஒருங்கிணைந்த முயற்சியை மேற்கொண்டன.. (இந்தச் சக்திகள்) தற்போது உலகத்துக்கு குஜராத்திகளை வன்புணர்வாளர்களாகச்

சித்தரிக்க முயற்சிக்கின்றன. இத்தகைய அம்சங்களைப் பேணி வளர்ப்பவர்கள், குஜராத்தை கோட்சேவின் குஜராத்தாக விவரிப்பதன் மூலம் ஐந்து கோடி குஜராத்திகளை (50 மில்லியன்) (ஒட்டுமொத்த மக்கள்தொகையை) அவமதித்துவிட்டனர்... ஜனநாயகத்தின் சிறந்த மனப்பாங்கு, மக்களிடம் செல்வதுதான். எனவே நாங்கள் மக்களின் ஆணை என்ற வடிவில் உங்களது ஆசிர்வாதத்தைத் தேடுகிறோம். தேர்தலுக்குப் பின், நாங்கள் புதிய காற்று, புதிய நம்பிக்கையுடன் முன்னோக்கி நடையிட விரும்புகிறோம்... குஜராத்தின் கௌரவத்துடன் விளையாடியவர்களுக்கு ஒரு பாடம் கற்பிக்க வாய்ப்பை எதிர்பார்த்து குஜராத் மக்கள் காத்திருக்கிறார்கள்... எனவே, நான் என் அமைச்சரவையின் ராஜினாமாவை ஐந்து கோடி (50 மில்லியன்) குஜராத்திகளின் பாதங்களில் சமர்ப்பிக்கிறேன்.[62]

இந்தப் பேச்சில் வெளிப்பட்ட மோடி பாணியின் நாடகப் பரிமாணம் பற்றி நான் பின்பு விவரிக்கிறேன். குஜராத்தி அடையாளத்துடனான அவரது முறையீடு, அவரது ஒருமித்த உணர்வுநிலை ஆகியவையே குஜராத்தின் முதல்வராகத் திகழ்ந்த அவரது ஜனரஞ்சகவாதத்தின் தூண்கள். இந்தக் கணம், குஜராத்தி மக்களின் பாதுகாவலராகத் தோன்ற அவர் மேற்கொண்ட முயற்சியையும், அவரைப் பொறுத்தவரை, குஜராத்திகளைத் தாக்க முயன்றவர்களையும், வன்முறையைக் கட்டுப்படுத்தத் தவறிய அரசு எந்திரத்தின் தோல்வியை வெளிப்படுத்திய ஆங்கிலம் பேசும் ஊடகத்தையும் அடிக்கோடிட்டுக் காட்டினால் போதுமானது. மோடி என்.டி.டிவி எனக் குறிப்பிடாதபோதும், இந்தத் தொலைக்காட்சி சானல், பொதுவாக சங் பரிவாருக்கும் குறிப்பாக மோடிக்கும் வெறுப்புக்குரிய ஒன்றாக மாறிப்போனது.[63]

செப்டம்பர் 8, அத்வானியின் ரத யாத்திரையை நினைவுபடுத்துவது போல் மோடி மாநில அளவிலான தேர்தல் பிரச்சாரத்தை கௌரவ் யாத்ராவாக (பெருமித ஊர்வலம்) தொடங்கினார். குஜராத்தின் சோம்நாத் ஆலயத்திலிருந்து கிளம்பிய பிரம்மாண்டமான அரசியல் ஊர்வலம்போல, இந்த ஊர்வலம் (கேதா மாவட்டத்தின்) பக்வலிலுள்ள பதிஜி மகாராஜ் கோவிலிலிருந்து கிளம்பியது. இந்தப் பயணம் முழுவதும், மோடி இந்து ஹிருதய் சாம்ராட்டாக (இந்து இதயங்களின் சக்கரவர்த்தி) அறிமுகம் செய்யப்பட்டார். இது சிவசேனா தலைவர் பால் தாக்கரேயின் அதிருப்திக்குக் காரணமாகியது, முன்பு இவரோடு சேர்த்தே இந்தப் பெயர் அறியப்பட்டது.[64] இந்தப் பயணத்தின்போது, மோடியின் பேச்சுகள் முஸ்லிம் விரோத மேற்கோள்களால் காரசாரமாகத் திகழ்ந்தது. செப்டம்பர் 9-ஆம் தேதி, (மேஷானா மாவட்டம்) பகுசார்ஜியில்,

அவர் ஊர்வலமொன்றின்போது, "முஸ்லிம் தத்துவம் இதுதான்: "நாம் ஐவர், நமக்கு இருபத்து ஐவர்" என்றார்- முஸ்லிம்களின் அதிகமான பிறப்பு விகிதம் குறித்த வெளிப்படையான விமர்சனம், இது இந்து தேசியவாதிகளின் அரசியல் விவாதமாக மாறியது.[65]

பா.ஜ.க. பிரச்சாரம், இஸ்லாமிய அச்சுறுத்தலைக் கண்டனம் செய்வதில் மையம்கொண்டிருந்தது. ஏற்கெனவே ஜூனில், நரேந்திர மோடி குஜராத் மதரஸாக்களில் ஒன்றில் ஏ.கே.47 உள்ளிட்ட துப்பாக்கிக் குவியல், ஆர்.டி.எக்ஸ். வெடிபொருட்கள் கண்டுபிடிக்கப்பட்டதாகக் குறிப்பிட்டிருந்தார் (ஆனால் எந்த மதரஸாவில் என்பதை ஒருபோதும் குறிப்பிடவில்லை.[66]) அதற்கும் ஐந்து நாட்களுக்கு முன்பாக மோடி, "ஜம்மு-காஷ்மீரில் பாகிஸ்தான் தீவிரவாத பிரதிநிதிகள் நடத்தும் யுத்தத்தைத் தவிர்த்து, குஜராத்தில் பகுதியளவில் பயங்கரவாதத்தைச் சுமத்திவருகிறது பாகிஸ்தான், கோத்ரா படுகொலையே அதன் தொடக்கம்"[67] எனக் குறிப்பிட்டிருந்தார். பிரச்சாரத்தின்போது, பா.ஜ.க. தொலைக்காட்சி விளம்பரங்களில் ஒன்று, தொடர்வண்டி நிலையத்தில் ரயில் ஒன்று நிறுத்தத்துக்கு வரும் சத்தத்துடன் தொடங்கி, கோவில் மணியோசைகள் எழும் முன்பு கலவரக் கூச்சலும், பெண்களின் கூக்குரலும் தொடர்ந்து எழுகிறது. அதனை தானியங்கி துப்பாக்கியின் ஓசை சூழ்ந்துகொள்கிறது. சில பிரேம்களுக்குப் பின்னர், குஜராத்தை இதுபோன்ற வன்முறைகளிலிருந்து பாதுகாக்க அவரால் மட்டுமே முடியும் என வாக்காளர்களுக்கு உணர்த்துவதுபோன்ற உறுதியளிக்கும் முகபாவத்துடன் மோடியின் முகம் தோன்றியது.

2002இல் மோடியின் சாதனையிலும் தொடர்ந்த தேர்தல் பிரச்சாரங்களிலும் பாகிஸ்தானுக்கு குறிப்பிடத்தக்கதொரு பங்கு இருந்தது. அகமதாபாத்தில் நடந்த ஊர்வலமொன்றில் அக்டோபர் 1-ஐ, தீவிரவாத எதிர்ப்பு நாளாகக் குறிப்பிட்டதுடன்-அப்போதைய பாகிஸ்தான் அதிபர் ஜெனரல் பர்வேஷ் முஷாரப்பைப் பற்றிப் பேசும்போது அவர், "இந்தியா அவரைப் பற்றிக் குறிப்பிடும்போது மியான் முஷ்ரப் (முஸ்லிம் முஷரப்) என்றே குறிப்பிடும். போலி மதச்சார்பின்மைவாதிகள் அதை விரும்பவில்லை எனில், அவர்கள் போய் முஷரப்பின் காலணிகளை நக்கட்டும். நான் குஜராத்துக்கு மேலும் அதிக தீவிரவாதிகளை அனுப்பும்படி அவரிடம் துணிந்து கூறுவேன். நாங்கள் இம்முறை தயாராக இருக்கிறோம். அரே மியான், தாரி கோலி குதி ஜாஷே (மியான், உனது தோட்டாக்கள் தீர்ந்துபோகும்)."[68]

பெருமித யாத்திரையின்போது மோடி 4,200 கிலோமீட்டர் தூரம் பயணித்தார், அவரது அரசியல் பாணி எத்தகையது என்பதற்கான

தொனியை அது உருவாக்கியது. அவர் குஜராத்தின் 182 தொகுதிகளில் 146 தொகுதிகளில் 400 ஊர்வலங்களை நடத்தினார். 1998இன் 117 இடங்களுடன் 126 இடங்களை ஒப்பிட, விழுந்த வாக்குகளில் தோராயமாக 50 சதவிகித வாக்குகளைப் பெற்று வென்றது பா.ஜ.க. வகுப்புவாத வன்முறையில் வெகுவாகப் பாதிக்கப்பட்ட மூன்று மாவட்டங்களான- பஞ்ச்மகால்ஸ், தாகுத், வடோதரா (இங்கே 13 இடங்கள் வரை கைப்பற்றியது) இவற்றில் 50இல் 42 இடங்களை வென்றது- கலவரம் பா.ஜ.க.வுக்கு தேர்தல்ரீதியாக எப்படி ஆதாயமாக அமைந்தது என்பதற்கான தெளிவான அறிவிப்பாக அமைந்தது.

1980-கள் முதல் குஜராத்தில் ஜாதி அரசியலின் எழுச்சியால் பாதிக்கப்பட்டிருந்த பா.ஜ.க., அதன் பிரதான முன்னுரிமைகளில் ஒன்றான மதரீதியான துருவப்படுத்தல், ஜாதி அடையாளங்களைப் பின்னணிக்குத் தள்ளும் போக்கு இந்துக்களிடையே வருமளவுக்கு மிகவும் வலிமையாக ஆனது. பல வருடங்கள் பின்னர், ஒரு தாழ்த்தப்பட்ட சாதியைச் சேர்ந்தவர், வார் பெரன்ஸ்ஹாட்டிடம் இப்படிச் சொன்னாராம், "கலவரத்துக்குப் பின்பு அங்கே தேர்தல்கள் நடந்தன. அந்த நேரத்தில் வங்கார்களும் சாமர்களும் (இரு தலித் சாதிகள்) இந்துக்களாகிவிட்டிருந்தனர். (உள்ளவாறே: அவர்கள் ஏற்கெனவே இந்துக்களாகத்தான் இருந்தனர்.), எனவே அவர்கள் ஒரு இந்துவுக்கு வாக்களித்தனர். ஒரு இந்து வென்றார்."[69] இதர வேட்பாளர்களும் இந்துக்களே என்றபோதும், பா.ஜ.க.வுக்கும் இந்துக்களுக்கும் இடையே புதிய சமன்பாடு நிறுவப்பட்டது,

வளரும் சமூகங்களின் ஆய்வு மையத்தால் (CSDS) தேர்தலன்று நடத்தப்பட்ட கருத்துக் கணிப்பில், பா.ஜ.க.வுக்கு உயர் சாதியினர் 76 சதவிகிதமும் படேல்கள் (ஒரு ஆதிக்க ஜாதி) 82 சதவிகிதமும் தொடர்ந்து பெருமளவில் வாக்களித்து வருகின்றனர். தற்போது அதேயளவில் இதர பிற்பட்ட சாதியினரும் - தங்களது ஜாதி உட்பிரிவுக்கு ஏற்ப 54 முதல் 61 சதவிகிதமும் வாக்களித்துவருகின்றனர்.[70] அதே நேரத்தில் எடுக்கப்பட்ட மற்றொரு சர்வே, குஜராத் முழுக்க பதிலளித்தவர்களில் 59 சதவிகிதத்தினர், மற்றொரு சாதியைச் சேர்ந்தவர்கள் அண்டைவீட்டுக்காரராக இருப்பதை விரும்பவில்லை.[71]

மோடித்துவம்: அதிகாரத்தைத் தனிப்பயனாக்கல் மற்றும் நாயகமயமாக்கல்

இதர பல ஜனரஞ்சகவாத தலைவர்களைப் போலவே, 2000இன் ஆரம்ப கட்டங்களில் குஜராத் அரசால் வெளியிடப்பட்ட உருவப்பட பொருட்களில் மோடி தனது உருவத்தை இடம்பெறச்

செய்தார். அதனையும் தாண்டி, 2002 தேர்தல் பிரச்சாரத்திலும் அதன் பிறகும் இடம்பெறுமளவுக்குச் சென்றது. பா.ஜ.க. தேர்தல்களை மோடியாலேயே வென்றதால், இந்த வெற்றிக்குப் பின் அவர் இயல்பாகவே அதிகாரத்தைத் தனது கைகளில் குவித்துக்கொண்டே சென்றார்.[72]

பொதுவெளியை நிறைத்தல்
நிரந்தர அணிதிரட்டல், பிரமிப்பு நிலை

மோடி, அந்த மாகாணத்தைத் தனது இருப்பின் மூலம் நிறைத்து, 2002 தேர்தல் பிரச்சாரம் மோடி பாணியிலான ஜனரஞ்சகவாதத்தின் உச்சபட்சமாகத் திகழச்செய்து, குஜராத்தை மாறாத அணிதிரட்டல் நிலையிலேயே தக்கவைத்தார். தனது எழுச்சியில், அணிவகுப்புகளைத் திரட்டவும் கூட்டங்களைத் திரட்டவுமாக, அவர்கள் தங்களது தலைவருடன் ஒன்றாக இருக்கும் ஒரேயொரு வாய்ப்பைக்கூடத் தவறவிடாமல் பார்த்துக்கொண்டார். 2007இல் டைம்ஸ் ஆப் இந்தியாவில் பெயர் குறிப்பிடப்படாத ஒரு தலையங்கம், "மோடி வெறுமனே ஒரு மனிதரோ அல்லது முதல்வரோ அல்ல, இந்திராவுக்குப் பின் இந்திய அரசியலில், தலைமைத்துவத்தின் ஒரே அதிகாரப்பூர்வ மாதிரி நிகழ்வு. ப்ராண்ட் உருவாக்கத்திலும், பிம்பத்தைப் பதியச்செய்வதற்கான முறையான வியூகங்களை வகுப்பதிலும் இந்திராவைவிடவும் பரந்த பார்வையுடையவர். ஆக, கடந்த ஐந்து வருடங்களாக, அவரால் குஜராத் தடைப்படாத இருபத்து நான்கு மணி நேர தேர்தல் பிரச்சாரத்தைக் கண்டுவருகிறது."[73] இந்த அரசியல் சந்தைப்படுத்தல் (பிராண்டிங் உருவாக்கமும்கூட) முயற்சியில் பங்கேற்ற நிகழ்வுகளின் முழுமையான பட்டியலை உருவாக்குவது சிரமமானதாக இருக்கும், ஆனால் பல்வேறு திருவிழா நிகழ்வுகளின் தேர்ந்தெடுக்கப்பட்ட பட்டியல் ஒரு மனப்பதிவை ஏற்படுத்தப் போதுமானதாக இருக்கும். 2003- 2004இல், இருபதுக்கும் மேலான துடிப்பான குஜராத் (கீழே பார்க்கப்படும்) நிகழ்வுகள் மாநிலம் முழுவதும் உள்ளூர் பொருளாதாரத் திறனை அதிகரிக்கும் நோக்கிலும் அரசின் சாதனைகளை மக்களிடம் கொண்டுசேர்க்கும் நோக்கிலும் நடத்தப்பட்டது. செப்டம்பர் 2003இல் முதன்முறையாக, அகமதாபாத்தில் இந்துப் பண்டிகையான நவராத்திரிக் கொண்டாட்டத்தையும் (அதன் பெயர் சுட்டுவதுபோல, ஒன்பது இரவுகளுக்கு நீடிப்பது) துடிப்பான குஜராத் சர்வதேச வணிகத் திருவிழாவையும் ஒன்றிணைத்து அரசு நடத்தியது.[74] 2004இல் ஒளிரும் நவராத்திரி இலையுதிர்காலத்தில் நடைபெற, துடிப்பான குஜராத் சர்வதேச முதலீட்டாளர் உச்சிமாநாடு ஜனவரி 2005-க்கு மாற்றப்பட்டது. 2006இல் நாளுக்கு 24 மணி நேரம் கிராமப்புற

பகுதிகளுக்கு மின்சாரம் வழங்குவதை இலக்காகக் கொண்ட, ஜோதிக்ராம் முன்முனைவு நிகழ்வைக் கொண்டாட ஐந்து விழாக்கள் ஒருங்கமைக்கப்பட்டன. இந்தச் சூழலில், மிகவும் குறிப்பிடத்தகுந்த நிகழ்வு சித்பூரில் நடைபெற்றது.

> புராண சரஸ்வதி, [பழங்கால நூல்களில் மட்டுமே காணப்பட்ட, சில தொல்லியல் ஆய்வாளர்கள் கண்டுபிடித்ததாகக் கூறப்பட்ட] நர்மதா நீரால் (புதிய அணையிலிருந்து கால்வாய்கள் மூலம் நீர் திருப்பிவிடப்பட்டு) புத்துயிர் கொடுக்கப்பட்டது. இந்த நிகழ்வுக்குப் பொறுப்பான அரசு அதிகாரி, நிர்வாகம், தொலைதூரமான பகுதிகளிலிருந்து மக்களைக் கொண்டுவருவதற்கு ரூ 5 கோடி (கிட்டத்தட்ட 6,67,000 அமெரிக்க டாலர்கள்) செலவிடப்பட்டதாகக் கூறுகிறார். 5000-க்கும் அதிகமான சாதுக்கள் (துறவிகள்) இதில் கலந்துகொண்டனர். 'ஒரே முறையில் ஐந்து கோடி அரசாங்கத்தால் செலவிடப்பட்டது. ஆனால் சரஸ்வதி நதியை பாயச்செய்வதற்காக மாநில அரசு செலவிட்ட மின்சார செலவு பற்றித்தான் தகவல் இல்லை. சரஸ்வதி நதியைப் பாயச் செய்வதற்காக, 80 கிலோமீட்டர் தொலைவிலிருந்து நீரைப் பாய்ச்சுவதற்கு தினமும் 3 லட்சம் செலவானது (கிட்டத்தட்ட 4000 அமெரிக்க டாலர்கள்)' என அந்த அதிகாரி கூறினார்.[75]

2010இல், குஜராத்தின் 50-ஆவது ஆண்டு விழா ஆடம்பரமாகத் தங்க குஜராத் என்ற பெயரில் நிகழ்ச்சிகளுடன் கொண்டாடப்பட்டன. இதில் பெரும்பாலான நிகழ்வுகள் இந்து நம்பிக்கைகள் மற்றும் சடங்குகள் ஊடாட, ஒருவித குஜராத் பெருமிதத்தோடு கொண்டாடப்பட்டது- இது குறித்து நாம் பின்பு பார்ப்போம். இந்த அனைத்து முயற்சிகளும், மோடிக்கும் குஜராத்திகளுக்கும் ஒரு நேரடி உறவை ஏற்படுத்தும் விதமாகவும், தங்களது அடையாளத்தை உருவாக்கிக்கொள்ளும் விதமாகவும் அமைக்கப்பட்டிருந்தது. இந்த நோக்கத்தை சத்பாவானா மிஷன் (நல்லெண்ணம், நன்மை அல்லது பணி) சிறப்பாக எடுத்துக்காட்டுகிறது.[76] செப்டம்பர் 2011இல் அவரது பிறந்த நாளுக்கும் 2012 தேர்தல் பிரச்சார தொடக்கத்துக்கும் இடையில், மோடி குஜராத்தின் 26 மாவட்டங்களுக்கும் வருகை தந்து, ஒவ்வொரு மாவட்டத்திலும் ஒரு நாள் பொதுவெளியில் (யாருடனும் பேசாமல்) விரதமிருப்பது இந்த நிகழ்வின் சாராம்சம். சமூக நல்லிணக்கத்தின் பெயரால் இந்நிகழ்வு ஒருங்கிணைக்கப்பட்டது. அவரது இந்தப் பணி இந்து கோவிலொன்றில் முழுமைபெற்றது. இந்த விரதம் எண்ணற்ற முறை இடையூறுக்குள்ளானது. அப்போதெல்லாம், சில பக்கங்கள் நீளமுடைய திறந்த கடிதமொன்றை எழுதினார், அதில் பின்வரும் சிறப்பம்சங்கள் இடம்பெற்றிருந்தன:

சத்பாவனா விரதத்தின்போது... ஏழைகளும் பணக்காரர்களும், வயதானவர்களும் இளையவர்களும், கற்றவர்களும் கல்லாதவர்களும் எந்த மனத்தடையுமின்றி வகுப்புபேதங்கள் மறைந்து ஒன்றாகச் சேரும் ஆற்றல்மிகு அனுபவத்தைத் தரிசித்தேன். அதனை விளக்க வார்த்தைகளின்றித் தவித்தேன்...

பொதுவாழ்க்கை வரலாற்றில் தனிப்பட்டவிதமாக 15 லட்சம் பேரை சந்திப்பதும் கைகுலுக்குவதும் ஒருவித சாதனையாக இருக்கலாம். ஆனால் தனிப்பட்டவிதத்தில், என்னளவில் இது இதற்குமுன்பு எப்போதும் நிகழாத, ஆழமாக என் இதயத்தைத் தொட்ட அனுபவமாக அமைந்தது.

விரதமிருப்பது என்கிற முடிவு எனது தனிப்பட்ட முடிவு. ஆனால் ஆயிரக்கணக்கான என் சக குடிமக்கள் என்னுடன் இணைந்து தாங்களாகவே விரதமிருந்தனர், நண்பர்களே, சத்பாவனா மிஷனின் வெற்றியை வெறுமனே எண்களில் மதிப்பிட நான் விரும்பவில்லை[77]."

சில பக்கங்கள் கொண்ட இந்தக் கடிதத்திலிருந்து சில பத்திகள் அழிக்கப்பட்டபோதும்கூட, மோடியின் ஜனரஞ்சகவாத பாணி அப்படியே நீடிக்கிறது: மோடி வரலாற்றுரீதியானவர், மேலும் அந்தரங்கமானவர், வலியுறுத்துபவர், பிரியத்துடன் அவர் நண்பர்களே என அழைக்கும்போது-அந்தச் சொல் தனது பேச்சில் அடிக்கடி உபயோகப்படுத்துவது.[78] மிக முக்கியமாக, சாராம்சத்தில், எந்தவொரு ஜனரஞ்சகவாத உரையிலும் உள்ளதுபோல, இந்த மகத்தான சொல்லாட்சி சமூகப் பிளவுகளை இலகுவாக்கி, மோடியை அனைவருக்குமான மனிதனாகத் தோன்றச்செய்கிறது. இது (ஒரேயொருவர்கூட தவறிவிடாதபடி) 50 மில்லியன் குஜராத்திகளுக்கான மேற்கோள் மற்றும் புள்ளிவிவரங்களின் திரட்டுதலாய் அமைகிறது. - மேற்சொன்ன கடிதத்தில் மோடியின் இறுதி வாக்கியம்-மிகைப்படுத்திக் கூறுவதாக இருந்தபோதிலும், நம்பவைப்பதற்கு அளவீடு செய்வது முக்கியம் என்பதை மெய்ப்பிக்கிறது.

ஊர்வலங்களோடு சேர்ந்து, மோடி வெகு ஆரம்பகட்டத்திலேயே தொலைக்காட்சி ஊடகத்தைப் பயன்படுத்தியது, அவரை இன்னும் அதிகமான மக்களைச் சென்றடைய உதவியது. 2007இல் அவர் வந்தே குஜராத் (குஜராத்தைப் புகழ்வோம்!) என்ற சொந்த தொலைக்காட்சி சானலைத் தொடங்கினார்-'வந்தே மாதரம்' எனும் இந்து தொனியுடனான தேசிய கீதத்தினை நினைவுபடுத்தும் (இந்தியத் தாயே, நான் உன்னை வணங்குகிறேன்), இந்தப் பாடலின் மூலம் பங்கிம் சந்திர சாட்டர்ஜியின் கவிதையொன்றை மூலமாகக்

கொண்டது (1838-1894). ஐந்து வருடங்களுக்குப் பின், 2012 தேர்தல் காலகட்டத்தில், அவர் மற்றொரு சானலைத் தொடங்கினார். அவரது முதல்பெயர் மற்றும் குடும்பப்பெயரின் முதல் எழுத்துகளைப் பயன்படுத்தி நமோ எனும் பெயரில் அது அழைக்கப்பட்டது. மரபான தொலைக்காட்சி போதுமானதாக இல்லாமல்போக, அவர் அதே வருடம் ஹோலோகிராமில் முதலீடு செய்தார், அது ஒரேநேரத்தில் பல்வேறு இடங்களில் முப்பரிமாணத்தில் தோன்ற சாத்தியமானதாகச் செய்ய, ஒரேசமயத்தில் பல ஊர்வலங்களை நடத்தமுடிந்தது. இவ்வாறாக அவர் டிசம்பர் 2012இன் முதல் வாரத்தில் ஒன்றரைக் கோடி செலவில் (கிட்டத்தட்ட 2,00,000 அமெரிக்க டாலர்கள்)[79] 125 ஹோலாகிராபிக் நிகழ்வுகளை நடத்தினார். வேறுவார்த்தையில் நாளுக்கு பத்து நிகழ்வுகள்.

தலைவருடனான உறவை தனிப்பயனாக்குதல்

ஆஸ்டிகுயின் ஜனரஞ்சகவாத வரையறையின் மைமிக் பரிமாணத்தை விளக்குவதுபோல், மோடி தனது ஆதரவாளர்கள், தங்களை அவருடன் அடையாளப்படுத்திக்கொள்வதுபோல தனிப்பட்ட உறவை அமைக்க முயற்சிசெய்தார். உதாரணமாக, அவர், 'மோடி குர்தா' அல்லது 'மோடி ட்யூனிக்' என்பதைக் கண்டுபிடித்தார். இந்த நீண்ட ட்யூனிக்கின் ஒரே சிறப்பு அம்சம் அதன் குட்டையான கைப்பகுதிகள்தான், மோடி ஆர்.எஸ்.எஸ்.ஸின் பரபரப்பான பிரச்சாரக்காக இருந்தபோது அவர் தனது உடைகளின் கைப்பகுதியை கத்தரித்து சலவை நேரத்தை மிச்சம்பிடித்தார் என்ற உண்மையை விளக்கினார். 2004இல், அகமதாபாத்தில் மோடி குர்தா பிரபலமானது. பிரபல ஆடை நிறுவனமான ஜேட் ப்ளூ, அதனை அவரது பெயரில் சந்தைப்படுத்த அனுமதி கேட்டது. அவர் அனுமதி வழங்கினார், பின்பு தனது சரிதையை எழுதியவரிடம், "எனது எளிமையின் ஒரு பகுதி, இன்று புற உலகத்தின் ஒரு பேஷனாக மாறியது" எனக் குறிப்பிட்டார்."[80]

இந்த மைமிக் பரிமாணம் 2007இல் இன்னும் சில படிகள் மேலும் எடுத்துச்செல்லப்பட்டு பா.ஜ.க., நரேந்திர மோடி முகமூடிகளை வழங்கியது. அவர்களது ஆதரவாளர்கள், நரேந்திர மோடி முகமூடியுடன் ஆதரவு திரட்டினர். பெண்களும்கூட அதை அணிந்துவர, வழிப்போக்கர்கள் சேலை அணிந்த நூற்றுக்கணக்கான மோடிகளைக் கண்டு பெரும் ஆச்சரியத்துக்கு உள்ளாகினர். அது தங்களது தலைவருடன் தங்களை இணைத்து அடையாளம் காணும் ஒரு வழி, பொதுவாகச் சொல்வதானால், "நாங்கள் அனைவருமே நரேந்திர மோடி." மக்களை உள்ளடக்கிக் கொள்ள விரும்பும்

ஜனரஞ்சகவாதத் தலைவருக்கு, வரையறையின்படி இதனைவிட அருமையான வெற்றி இருக்கமுடியாது.

பொதுமக்களுடன் நேரடி உறவை ஏற்படுத்திக்கொள்வதற்கு, மோடி அனைவரையும் அவரைப் போலத் தோற்றமளிக்க மட்டும் செய்யவில்லை. அவர்களுடன் தனிப்பட்ட தொடர்பை நிறுவினார் அல்லது அப்படியொரு தொடர்பு இருப்பதுபோன்ற தோற்றத்தை ஏற்படுத்தினார். 2007இல், அவர் நாளொன்றுக்கு 200- 250 இமெயில்கள் வந்ததாகவும், அவற்றில் 10 சதவிகிதத்துக்குப் பதிலளித்ததாகவும், மிச்ச மெயில்களை நிர்வாகத்தைக் கையாளும்படி சொல்லியதாகவும் சொன்னார். குஜராத்திகளிடம் செல்போன் உபயோகம் மிக அதிகம் என்பதால், (2007இல் 52 மில்லியன் மக்கள் தொகையில் 14 மில்லியன் பேர் செல்போன் பயன்படுத்தினர்), அதே வருடம், அவரது தேர்தல் பிரச்சாரம் இன்டர்நெட்டை மட்டுமல்லாது செல்போன்களையும் பயன்படுத்தியது. தொலைபேசிகள் மோடியை, அவரது கட்சி உறுப்பினர்கள், வாக்காளர்களிடம், குறுஞ்செய்தி, மல்டிமீடியா செய்திச் சேவை, இன்டர்நெட் தொடர்பு மூலமாக இடைவிடாத தொடர்பில் வைத்திருந்தன. 2012இல் அவர் சமூக ஊடகங்களையும் அவரது தொடர்புகொள்ளும் நுட்பங்களின் வரிசையில் ஒன்றாக ஆக்கி, அரசியல் வட்டாரத்தில் ஒரு முன்னோடியாகத் திகழ்ந்தார். 2012-லேயே, அவர் ட்விட்டரில் 10 லட்சத்துக்கும் அதிகமான பின்தொடர்பாளர்களைக் கொண்டிருந்தார்.

மோடியின் தொடர்புகொள்ளும் யுக்தியின் கலப்பில்லாத புதுமை மக்களிடம் ஒரு மனப்பதிவை ஏற்படுத்தியது: சமூக ஊடகங்களை அத்தனை விரிந்த அளவில் பயன்படுத்தியது, ஹோலோகிராம்களை முதலில் தஞ்சமடைந்தது, இன்னபிறவற்றில் அவரே முதல். ஒவ்வொரு தேர்தலிலும், அவரது எதிரிகளைவிடவும் அவர் ஓரடி முன்னால் இருந்தார், இது இந்தியக் குடிமக்களிடம் ஒரு தாக்கத்தை ஏற்படுத்தியது. 2007, 2012 தேர்தல் பிரச்சாரங்களில், மோடி பயன்படுத்திய உயர் தொழில்நுட்ப தொடர்பு சேனல்கள், அவற்றின் அதிகபட்ச டிகிரி சொகுசுத்தன்மை காரணமாக அவருக்கு நவீனத்துவ பிம்பத்தை வழங்கின எனில் (ஊர்வலங்கள், விரதங்கள் போன்றவை) அவரை இந்து பாரம்பரியத்தில் ஆழ்ந்தவராகப் பார்க்கவைத்தன: சொல்வதெனில்: தூதுவனே செய்தியாக மாறிப்போனான். உயர்வர்க்கத்தினர் நாட்டின் உயர்தொழில்நுட்ப சாதனைகளை வலியுறுத்துவதன்மூலம், இந்தியாவுடன் இணைந்த ஏழ்மையெனும் கசப்பான மாறாத கருத்துகளை மாற்ற முயற்சிசெய்கையில், மோடியின் புதுமைகள் குஜராத்தையும் தாண்டி, புதிய தொழில்நுட்பத்தில் மயங்கிய மிக இளைய சமுதாயத்தினரால் மிகவும் வரவேற்கப்பட்டன, நகரும் பிம்பத்துக்கான பசி மேலும்

அதன் மூலங்களை இந்து புராணங்களை நோக்கி ஈர்க்க, அவை திரைப்படம், மற்றும் ஸ்பெஷல் எஃபெக்டுகள் மூலம் உயிர்ப்புடன் கொண்டுவரப்பட்டன.

குஜராத்திகளுடனான இந்தப் பரிச்சயத்தைத் தாண்டி, - இதனை அவர் தனது சுற்றுலாக்கள், தொலைக்காட்சியில் தோன்றுதல் மூலமாக மட்டும் அவர் நிலைநாட்டவில்லை, தனது தனிப்பட்ட "செய்திகளின்" மூலமாகவும் உருவாக்கினார்-இது அவரை அவரது ஆதரவாளர்களின் தனிப்பட்ட வாழ்வில் நுழையச் செய்து, அவர்களது நண்பராகவும் ஆக்கியது. 2007 மற்றும் 2012 ஊர்வலங்களில் அவரது ஒவ்வொரு வார்த்தையையும் அவர்கள் எவ்விதம் இறுகப் பற்றிக்கொண்டார்கள் என்பதையும், அது அவரை மறுபடியும் தேர்வுசெய்யவும் காரணமானது என்பதையும் விளக்கும். அவரது ஊர்வலங்களில் ஒன்றில் கலந்துகொண்ட எவரொருவரும், மோடி நேரடியாக அவர்களிடம் பேசுவதாக எந்த அளவுக்கு உணர்வார்கள் என்பதை உணரமுடியும். உண்மையில், அவரது உரைகள், சொல்லழுத்தம், நகைச்சுவைகள், பொதுமக்களுடனான அவரது பரிமாற்றம் அனைத்தும் ஒருவித ஈர்ப்புத்தன்மையை வெளிப்படுத்தின: அவர் மக்கள் திரளிடம் பேசுவதற்கு ஒரு அதிகாரத் தொனியைப் பயன்படுத்தினார். மேலும் அவர்களிடமிருந்து தான் பேசுவதற்கு ஆதரவு கிடைக்குமா எனச் சந்தேகமிருந்தால் தன் கருத்தை நியாயப்படுத்துவதுபோல் அவர்களை வலியுறுத்தினார், நடைமுறையில் கடிந்துகொண்டார் என்பதே உண்மை. இந்தப் பாணி அவரது சரிதையை எழுதுபவர்களில் ஒருவரை, மோடியின் பெருமளவிலான அரசியல் ஈர்ப்பு, "மேடை மீதான அவரது செயல்பாட்டிலிருந்து வருகிறது." என்ற முடிவுக்கு வரவைத்தது.[81]

சங் பரிவாரிடமிருந்து தடையில்லாத சிறப்பான நெட்வொர்க்கை கட்டியெழுப்புதல்

மோடி தனது அரசியல் தொடர்புகொள்ளுதலை மேம்படுத்துவதற்காக, அமெரிக்காவின் பொதுமக்கள் தொடர்பு நிறுவனமான ஏ.பி.சி.ஓ. வேர்ல்டுவைடின், சேவையை 2007இல் பணிக்கமர்த்தினார். இந்தச் சேவையைப் பயன்படுத்திய முதல் இந்திய அரசியல்வாதி மோடி ஆவார். இந்நிறுவனம், நைஜீரியாவின் முன்னாள் சர்வாதிகாரி (சானி அபாச்சா), கஜகஸ்தானின் வாழ்நாள் ஜனாதிபதி (நர்சுல்தான் நசர்பயேவ்), ரஷ்ய பிரபுத்துவர் மிகைல் கோடர்கோவ்ஸ்கி- ஆகியோருக்குத் தன் சேவைகளை ஏற்கெனவே அளித்துள்ளது. இந்நிறுவனம் அப்போது மோடியின் பிம்பத்தை மாதம் 25,000 டாலர் செலவில் மேம்படுத்திக் கொடுத்தது.[82] குஜராத் அரசையும் ஏ.பி.சி.ஓ. வேர்டுவைல்டையும் பிணைத்த இந்த ஒப்பந்தம்,

(துடிப்பான குஜராத் பொருளாதாரத் திருவிழா, முன்னெடுப்பு இந்நிறுவனத்தால் ஏற்கெனவே கையாளப்பட்டது. இதுபற்றி பின்னால் விரிவாக விவாதிக்கப்படும்) 2010இல் குஜராத்தின் தூதுவர்களாகச் செயல்படும் பத்திரிகையாளர்களை அடையாளம் காண ஐக்கிய அமெரிக்காவிலும், ஐக்கிய பிரிட்டன் ராஜ்ஜியத்திலும் வசித்த குஜராத்தியர்கள் ஏற்படுத்திய குஜராத் நண்பர்கள் கூட்டமைப்பின் தொடர்பால் மீண்டும் இந்நிறுவனத்துடன் மறுபேச்சுவார்த்தை நடத்தப்பட்டது.[83] ஏற்கெனவே மோடி தன்னருகே பிரசாந்த் கிஷோரை,[84] அரசியல் தொடர்பு ஆலோசகராக வைத்திருந்தார். அமெரிக்காவில் கல்வி கற்ற பீகாரியான அவர், 2012இல் மோடியின் பணியாளராகத் தனது முப்பத்தைந்து வயதில் சேர்ந்து, விரைவில் அவரது நெருக்கமான ஆலோசகராகத் தன்னை மாற்றிக்கொண்டார்.[85] இந்து தேசியவாதத்துடன் அவசியம் தொடர்பு வைத்துக்கொள்ளத் தேவையில்லாத[86] இத்தகைய தகவல்தொடர்பு நிபுணர் குழு பரிவாரங்கள், மோடியின் திறமையை விளக்கும்.

கூடுதலாக மோடி, சமூக ஊடகங்களில் வெள்ளம்போல் செய்திகளைப் பதிவிடும் இளம் ஆதரவாளர்களின் படையொன்றை வாடகைக்கு அமர்த்தினார், சுனில் கில்னானி எழுதுவதுபோல, "மோடியின் அரசியல் பிரச்சாரங்களின் அசல் மதிசூழ்கையாளர்கள், தங்களது சாதாரண ஆடைகளுக்குப் பின்னால், ஆர்.எஸ்.எஸ். சீருடையணிந்த முகம்தெரியாதவர்கள் அல்ல. அவர்கள் மதிநுட்பம் மிக்கவர்கள், உற்சாகமான ஐ.ஐ.டி.வாசிகள் (இந்திய தொழில்நுட்ப நிறுவனங்களின் முன்னாள் மாணவர்கள்): ராஜேஷ் ஜெய்ன் போன்ற நபர்கள்."[87] இந்த இளைஞர் உண்மையில் டிஜிட்டல் பிரச்சார நிபுணர்களின் மாதிரி விவரத்தை பிரதிநிதித்துவப்படுத்துபவராக இருக்கிறார். கொலம்பியா பல்கலைக்கழகத்தில் பொறியியல் பட்டத்துடன், சமூக ஊடகத்தில் மட்டும் துடிப்பானவரல்ல ஜெயின், இவர் இந்தியா வேர்ல்டுவெப் என்ற நிறுவனத்தையும் தோற்றுவித்தவர். இந்நிறுவனம் விரைவிலேயே நெட்கோர் எனப் பெயர்மாற்றம் செய்யப்பட்டு, மோடியின் பிரச்சாரத்துக்கான தூணாக மாறியது. சமூக ஊடகங்களில், மோடிக்கு எதிரான விமர்சனத்துக்குப் பதிலளிக்கும் பொறுப்பு மோடி ஆதரவாளர்களுக்கு அளிக்கப்படும். அவர்கள் பலசமயங்களில் குறிப்பாக வலிந்து தாக்கும் முறையில் விமர்சனங்களை மேற்கொள்வர்.[88]

மோடியின் அணுகுமுறை, அவர்களை வளர்த்தெடுத்த அமைப்பு அல்லது கட்சி உள்பட-இடைத்தரகர்களின் தளைகளில்லாத. ஜனரஞ்சகவாத தலைவர்கள் விரும்பும் ஒன்றாகும்-மக்களுடன் நேரடித் தொடர்பை நிறுவி, வேறெவருக்கும் பதில்சொல்லத் தேவையில்லாததாகும். உண்மையில், ஒருமுறை அதிகாரத்துக்கு

வந்ததும், குஜராத்தில் கட்சியைக் கைப்பற்றுவதிலிருந்து மோடியைத் தடுத்த கேஷுபாய் படேலில் தொடங்கி[89]- 2002இல் பா.ஜ.க.வின் வெற்றிக்குப் பங்களித்ததாகச் சொல்லப்பட்ட பிரவீண் தொகாடியா[90] வரை, முன்னாள் தலைவர்களை அவர்களது இடத்தில் வைக்க மோடி தயங்கியதில்லை. மேலும் மின் கட்டணத்தை உயர்த்தியபோது, அவர் ஆர்.எஸ்.எஸ்.ஸின் விவசாயிகள் கூட்டமைப்பான பாரதிய கிசான் சங்க், மின் கட்டண உயர்வையும், இந்த உயர்வு விவசாயிகள் மீது ஏற்படுத்தும் பாதிப்பையும் விமர்சித்தபோது அதனை எதிர்கொள்ளவும் தயங்கியதில்லை.[91] அதனையும் தாண்டி, அவரது கொள்கைகள் குறித்து ஆர்.எஸ்.எஸ். அதிகாரத்துக்குத் தலைவணங்காததோடு, உள்ளாட்சித் தேர்தலுக்கான பா.ஜ.க. வேட்பாளர்கள் குறித்த பட்டியலை ஆர்.எஸ்.எஸ். தலைமையகத்துக்குச் சமர்ப்பிப்பது எனும் வழக்கமான சம்பிரதாயத்தைக் குறித்துக் கவலைப்படாமல் விலகிக்கொண்டார்.[92] இது உடனடியாக ஆர்.எஸ்.எஸ்.ஸின் குஜராத் உறுப்பினர்களைத் தூண்ட, மாகாண பிரச்சாரகரான மன்மோகன் வைத்யா, பா.ஜ.க. அதிருப்தியாளர்களை, குறிப்பாக கேஷுபாய் படேலை ஆதரித்தார்.[93] 2007 தேர்தல் பிரச்சாரத்தில், ஆர்.எஸ்.எஸ். வெளிப்படையாக மோடியின் அரசியல் பாணியை மறுத்தது.[94] குஜராத்தின் ஆர்.எஸ்.எஸ். பிரமுகர்களில் ஒருவரும், கருத்தியல் பயிற்சிக்குப் பொறுப்பானவருமான மாகாண பிரச்சார பிரமுகர் முகுந்த் தியோபாங்கர் (பிரச்சாரம் மற்றும் கருத்தியலுக்குப் பொறுப்பான மாநில அளவிலான அதிகாரி), ஊடகங்களிடம் ஆர்.எஸ்.எஸ். தேர்தல் பணிகளில் பங்கேற்காதென அறிவித்தார்.[95] அவரது சக பணித் தோழரான பிரவீன் மணியார், இந்த அணுகுமுறைக்கான காரணங்களை நேர்காணல் ஒன்றில் விவரித்தார், அது 2002இல் கடைபிடிக்கப்பட்ட வியூகத்திலிருந்து பெரிதும் மாறுபட்டிருந்தது: "இந்த முறை, நாங்கள் தேர்தல் தொடர்பான எந்த ஒரு பணியிலும் எங்கள் பணியாளர்களை ஈடுபடாதிருக்கக் கேட்டுக்கொண்டுள்ளோம்... நாங்கள் எப்போதும் இந்துத்துவத்துக்கான நம் ஆதரவைத் தொடர்வோம். ஆனால் நாங்கள் ஒரு கருத்தியலோடு பிணைக்கப்பட்டிருக்கிறோம், எந்த ஒரு தனிநபரோடும் அல்ல."[96] விஸ்வ இந்து பரிஷத்தில் தொடங்கி, 2002இல் மோடியின் வெற்றிக்குப் பங்களித்தோருக்கு பதிலுக்கு எதுவும் செய்யப்படாததற்காகவும், சங் பரிவாரத்தின் கூட்டுறவுப் பாரம்பரியத்தின் இழப்பில், அவர் அதிகாரத்தைத் தனிப்பயனாக்கம் செய்துகொண்டதற்காகவும் ஆர்.எஸ்.எஸ். அவரைத் தெளிவாகக் கண்டித்தது. மோடி எந்த ஒரு பாலத்தையும் எரித்துவிடவில்லை, மாறாக அதிகாரத்தில் சரியான சமநிலையைக் கைப்பிடித்து, வைத்யாவை சென்னைக்கு மாற்றினார்.[97]- அவர் தனக்கே சொந்தமான தகவல் தொடர்பு நெட்வொர்க்கையும்,

தொடர்பாளர்களையும் உருவாக்கினார். பா.ஜ.க. எந்திரம் உள்ளிட்ட சங் பரிவார் அமைப்புகளிடமிருந்து விடுவிக்கவும் குஜராத்தில் மோடியை முன்னிலைப்படுத்தவும், பிரச்சாரங்களை ஏற்பாடு செய்தவர்களால் இந்த இணை அதிகார அமைப்பு உருவாக்கப்பட்டது.

ஒரு தனி நபர் அனைத்துவகையான தகவல் தொடர்பு சேனல்களையும் பயன்படுத்தி ஒட்டுமொத்தக் கூட்டத்தின் மீதும் ஆதிக்கம் செலுத்தமுடியும். ஆனால் அவரது உரை, அந்தப் பயிற்சிக்குத் தன்னை அளிக்கவேண்டும். மோடியின் உரையின் உள்ளடக்கத்தின் மீதான கேள்வி இப்போது ஆய்வுசெய்யப்படும்.[98]

மோடியின் திறமை

மோடியின் தேசிய ஜனரஞ்சகவாதம் சில கருப்பொருள்களின் வெளிப்பாடாக அமைந்தது, அவை பல சமயங்களில் அவரது இந்து தேசியவாத மரபாகவும், சிலசமயங்களில் அவரது சொந்த கண்டடைதலாகவும் வெளிப்படும். சங் பரிவாரின் பெரும்பாலான பிற தலைவர்களுக்கு மாறாக, அவர் உண்மையிலே இந்துத்துவாவின் அடிப்படைகளை மறுவடிவமைக்கும் நிலையில் இருந்தார்- எனவே, அவரது குஜராத் காலகட்டத்தின்போது ஊடகங்களால் மோடித்துவா என்ற கருத்து உருவாக்கப்பட்டது.

இந்துத்துவத்தின் பன்முகமாக்கல்

2002 படுகொலையின் பின்பு, மோடி ஆக்ரோஷமான இந்து தேசியவாத உரையை ஊக்குவிப்பதிலிருந்து விலகியே காணப்பட்டார்- அது இனியும் தேவையில்லை என்பதோடு, மதிப்பைத் தேடும் அவரது முயற்சிக்கு இடையூறாக அமைந்துவிடும். பத்து வருடங்களுக்குப் பின், அவர் மேற்சொல்லப்பட்ட சத்பாவனா எனும் நல்லெண்ணப் பணியையும்கூட தொடங்கினார். ஆனால் அவரது அரசு இந்துத்துவாவோடு நெருங்கிய உறவுடனே நீடித்தது.

குஜராத்தின் முதல்வராக, நரேந்திர மோடி பெரும்பான்மை மதத்துடன் வினோதமான சமன்பாட்டை உருவாக்கினார். இந்து மதப் பிரமுகர்களுடன் பொது இடங்களில் திரும்பத் திரும்பக் காட்சியளிக்கவும் செய்தார். உதாரணமாக, மதச்சார்பற்ற விழாவாக இருக்கவேண்டிய விழா ஒன்றில் அவர் காவியணிந்த மதகுருக்களையும் சாதுக்களையும் கலந்துகொள்ள அழைத்தார்: மத்தியப்பிரதேசத்தின் எல்லையில் கட்டப்பட்ட பிரம்மாண்டமான அணையொன்று 2001இல் திறக்கப்பட்ட பின் நர்மதா, சபர்மதியின் நீர்ப்பாதைகள் இணைந்து ஒன்றுகலக்கின்றன. இந்த நிகழ்வைக்

கொண்டாட, எல்லிஸ் பாலத்தின் அருகே ஏற்பாடு செய்யப்பட்ட மேடையிலிருந்து, குஜராத்தின் மிகப் பிரபலமான இந்துப் பிரிவுகளில் ஒன்றான (ஸ்வாமிநாராயணன் இயக்கத்தின் பிரதான கிளையான) பி.ஏ.பி.எஸ். அமைப்பின் அன்றைய தலைவரான பிரமுக்சுவாமி மகாராஜுடன் இணைந்து மோடி ஒரு இந்து நிகழ்வை, பூஜையை ஏற்பாடுசெய்தார். இந்த நிகழ்வு இன்னும் மிகப்பெரிய தாக்கத்தை ஏற்படுத்துவதற்காக, இந்தச் சடங்கு நான்கு மிகப்பெரிய திரைகளில் நேரடியாக ஒளிபரப்பு செய்யப்பட்டது, இந்தத் தொழில்நுட்பம் தற்போது பெரிதும் வழமையானதாகிவருகிறது.[99]

இந்துத்வத்தை ஊக்குவிப்பதோடு மட்டும் திருப்தியடையாமல், மோடி முஸ்லிம்களிடமிருந்து தன்னை விலக்கிக்கொள்ளவும் முயன்றார். குஜராத்தில் சமூக மற்றும் மதப் பிளவுகளுக்கு அப்பால் நல்லிணக்கம் நிலவுகிறது என நிரூபிக்கும் நோக்கத்தில் நடத்தப்பட்ட நல்லெண்ண பணி என்ற பெயரில் நடந்த சத்பாவனா மிஷனின்போதுகூட[100] இது நிகழ்ந்தது. முதல் தடுமாற்றம், செப்டம்பர் 2011இல் நரேந்திர மோடி தொடங்கிவைத்த, (அகமதாபாத்) குஜராத் பல்கலையின் மாநாட்டு மண்டபத்தில் இந்நிகழ்வின் ஆரம்பத்தின்போதே நிகழ்ந்தது. மௌல்வி சயீத் இமாம், சிறு கிராமத்தைச் சேர்ந்த தர்காவின் (ஒரு சூஃபி துறவியின் கல்லறை) மதகுரு, மேடைக்கு அவரை வாழ்த்த வந்தார். ஆனால் “அவர் தனது பையிலிருந்து முஸ்லிம்கள் பயன்படுத்தும் விளிம்பில்லாத் தொப்பியை எடுத்து மோடிக்கு அளித்தபோது, மோடியின் முகபாவனை ஒரு கணத்தில் மாறியதோடு அவர் அதனை அணிய மறுத்துவிட்டார்.”[101]

அதேவீச்சில், நரேந்திர மோடி அவரது அனைத்து முன்னோடிகளும் நடத்திய ‘இப்தார் விருந்து’ மரபைப் புறக்கணித்தார். இந்த விழாக்கள் ரமலான் முடிவில் குஜராத் முதல்வரால் ஏற்பாடு செய்யப்பட்டுக் கொண்டாடப்பட்டன. 1995இல் பா.ஜ.க. முதன்முதலாக ஆட்சிக்கு வந்தபோது, கேஷுபாய் படேல் இந்தச் சடங்கை நடத்தத் தயங்கியது உண்மை. ஆனால் அவர் இரண்டு தருணங்களில், சைவ பதார்த்தங்கள் பரிமாறப்படுகிறது என்பதை உறுதிசெய்துகொண்டு[102] கலந்துகொண்டார்- இந்தியாவின் முதல் பா.ஜ.க. பிரதமரான ஏ.பி. வாஜ்பேயியும், இப்தார் விருந்துகளை நடத்தினார்.

இந்திய வரலாற்றில் முஸ்லிம்களின் அழிவுபயக்கும் பங்கைச் சுட்டிக்காட்டிப் பேசுவது மோடியின் வாடிக்கைகளில் ஒன்று. குஜராத்தின் முதல்வராக, அவர் பல தருணங்களில், மொகலாய சாம்ராஜ்ய காலகட்டம் உட்பட, 1200 வருட அடிமைத்தனம் இந்துக்களால் சகித்துக்கொள்ளப்பட்டதாக அவர் குறிப்பிட்டுள்ளார்.[103] குஜராத்திலுள்ள நரேந்திர மோடி அரசாங்கம் முஸ்லிம்களிடம்

பாரபட்சமான கொள்கைகளைக் கடைபிடித்தது. பா.ஜ.க.வால் ஆளப்பட்ட பிற மாநிலங்களையும் சேர்த்துப் பார்த்தாலும்-மற்ற மாநிலங்களைப் போல் அல்லாமல்-மோடியின் கீழான குஜராத் அரசு, மத்திய அரசால் தொடங்கிவைக்கப்பட்டதும் பெரும்பகுதி நிதியுதவியை அளிப்பதுமான கல்வி உதவித்தொகைத் திட்டத்தைத் தேவையான முஸ்லிம் மாணவர்களுக்கு அளிக்க மறுத்தது.[104] மேலும் 2002 நிகழ்வின்போது அழிக்கப்பட்ட நினைவுச்சின்னங்களுக்கும் கட்டடக் கலைக்கு உதாரணமானவற்றையும் கட்டியெழுப்ப குஜராத் முஸ்லிம்களுக்குப் பொருளாதார ரீதியாகவோ, பிற விதத்திலோ உதவ மறுத்துவிட்டது மாநில அரசு.[105]

குஜராத்திகள் மற்றும் அவர்களின் பெருமிதங்களின் பாதுகாப்பில்

குஜராத்தில் மோடியால் காக்கப்பட்ட இந்துத்துவம் உள்ளூர் கலாச்சாரத்தில் வேரூன்றியது. மோடி அதன் கலாச்சாரம், அடையாளம், பெருமை ஆகியவற்றை பறைசாற்றுபவராக நியமித்துக்கொண்டார். அஸ்மிதா என்ற சொல்லுடன் உடனடியாக அவர் இணைத்துக்கொள்ள விரும்புவது கார்வ், மகத்துவம், பெருமை ஆகியவற்றுடன் தொடர்புடையது. காரவி குஜராத் (மகத்தான குஜராத்) என்பதனைப் பல்வேறு தருணங்களில் அவர் பயன்படுத்தியிருக்கிறார்.[106] பத்தொன்பதாம் நூற்றாண்டு குஜராத் இலக்கிய ஸ்தாபகத் தந்தைகளில் ஒருவரான நர்மத் போன்ற மகத்துவமிக்க குஜராத் ஆளுமைகளின் பெயரால் பல்கலைக்கழகங்கள் மறுபெயரிடப்பட்டன.[107] ஆனால் குஜராத்தின் பொற்காலம் இயல்பாகவே, முஸ்லிம்கள் வருவதற்கு முந்தைய காலகட்டத்தைச் சேர்ந்தது. 2003இல், முஸ்லிம்களை எதிர்த்த கடைசி வம்சமான, சாளுக்கிய வம்சத்தின் பழங்காலத் தலைநகரமான பதானில், ஆகஸ்டு 15 சுதந்திர தினத்தைக் கொண்டாடி மாநிலத்தின் பழைய பெருமையை உயிர்ப்பிப்பதற்கு மோடி முயன்றார்.

மேலும், காங்கிரஸ் புறக்கணித்த அல்லது நிந்தித்ததாகச் சொல்லிக்கொண்ட இந்திய வரலாற்றைச் சேர்ந்த குஜராத்தி ஆளுமைகளை மோடி பெருமைப்படுத்தினார். நேரு- காந்தி வழிவந்தவர்களால் ஓரங்கட்டப்பட்ட மகத்தான ஆளுமைகளில் ஒருவராக சர்தார் படேலை மோடி உணர்ந்தார்.[108] வெற்றிகரமான இந்தக் காங்கிரஸ் கட்சி ஆளுமையை பெருமைப்படுத்தும்விதமாக, 2010 அக்டோபரில், நரேந்திர மோடி, (வரலாற்றில், இரும்பு மனிதர் என்ற பெயருடன் இடம்பிடித்த) படேலுக்கு, (படேல் உருவாகிவந்த விவசாய சமுதாயத்துக்கு நீர் வழங்கும்) நர்மதா நதியின் அணை அருகில் இரும்பாலான சிலை கட்டுவதாக அறிவித்தார். நாடு

முழுவதுமுள்ள இந்திய விவசாயிகளிடமிருந்து தானமாகப் பெற்ற விவசாய சாதனங்களைப் பயன்படுத்தி, 182 அடி உயரம் கொண்ட ஒற்றுமையின் சிலை, (ஒரு உலக சாதனை), இந்தக் குறிப்பிடத்தக்க இடத்தில் சிலையாகி நிற்கிறது. 2013, அக்டோபர் 31இல் படேலின் 138-வது பிறந்த நாள் விழாவில் இதற்கு மோடி அடிக்கல் நட்டார்.[109] 2018, அக்டோபர் 3இல், இச்சிலை ரூ 2,989 கோடி செலவில் (கிட்டத்தட்ட 400 மில்லியன் அமெரிக்க டாலர்) திறந்துவைக்கப்பட்டது.[110]

காஸ்மோபாலிட்டன் அமைப்பால் 'பலிவாங்கப்பட்ட' சாமானிய அந்நியன்

2001 முதல் 2014 வரையிலான வருடங்களில், மோடி புது டில்லியில் மத்திய அரசுக்கு எதிராக குஜராத்தை நிலைநிறுத்த முயன்றார். ஒரு மாநிலத்தின் தலைவராக, அவர் தன்னை பாதிக்கப்பட்டவராகக் காட்டிக்கொண்டார்.[111] "ஒவ்வொரு விஷயத்திலும் மத்திய அரசின் எதிர்மறைத்தன்மையை நான் எதிர்கொண்டுவருகிறேன். குஜராத் என்று வரும்போது, அவர்கள் எதிரி தேசத்தைக் கையாள்வதுபோல் நடந்துகொள்வதாகப் பலசமயங்களில் தோன்றுகிறது."[112] பாதிக்கப்பட்டவராகக் காட்டிக்கொள்ளும் அவரது பேச்சு 2012 தேர்தல் பிரச்சாரத்தில், புதிய உச்சங்களைத் தொட்டது, அப்போது மோடி, "கடந்த 60 வருடங்களில் இந்தத் தேசம் கண்ட முதலமைச்சர்களிலேயே, நானே மைய அரசின் கரங்களால் அதிகபட்ச நீதியின்மையை எதிர்கொண்டிருக்கிறேன்."[113] உதாரணத்துக்கு, மோடி நர்மதா அணையின் உயரத்தை அதிகரிக்க புதுடெல்லி மறுப்பதாகவும், அதன்மூலம் குஜராத்தி விவசாயிகளையும், சாத்தியமான நீர்ப்பாசனம் பெறும் நிலங்களையும் தண்டிப்பதாகவும் குற்றம்சாட்டினார்.[114]

மோடி முறையே, மத்திய அரசை வேட்டை விலங்காகவும் தன்னை குஜராத்தின் பாதுகாவலனாகவும் சித்தரித்தார். 2012 பிரச்சாரத்தின்போது, மகாராஷ்டிரா மக்களைவிடவும் குஜராத்தியர்களை இயற்கை வாயுவுக்கு புதுடெல்லி அதிகமாக செலவழிக்க வைப்பதாக அவர் குற்றம்சாட்டினார்.[115] பதிலுக்கு, வாஜ்பாய் அரசைவிடவும் மன்மோகன் சிங் அரசு தாராளமாக குஜராத்துக்கு நிதியளித்திருப்பதாக நினைவூட்டியதுடன்,[116] மற்றெல்லா மாநிலங்களையும்விட குஜராத்தில் கேஸ் விலை அதிகமாக இருந்தால், அதற்கு மாநில அரசு விதிக்கும் வரிகளே காரணம் என காங்கிரஸின் புதுடெல்லி அரசு விளக்கமளித்தது.

எதிர்க்கட்சியில் இருக்கும்போது, ஜனரஞ்சகவாத தலைவர்கள் தங்களை அதிகாரத்தின் பலியாட்களாக மட்டுமல்லாமல்

வெளியாட்களாகவும் காட்டிக்கொள்ள ஆயத்தமாக இருக்கிறார்கள். அரசியல் ஸ்தாபனத்தைப் பொறுத்தமட்டில் புதியவர்களாகவும், அதனாலேயே தூய்மையான கரங்களைக் கொண்டவர்களாகவும், ஊழல்நிறைந்த அரசியல் வர்க்கத்திற்கு எதிரானவர்களாகவும் காட்டிக்கொள்கிறார்கள். நரேந்திர மோடி- தனது ஆர்.எஸ்.எஸ். பின்னணியின் காரணமாக ஓரளவு- இந்த விதிக்கு விலக்கானவரல்ல. அவர் தன்னை நேர்மையானவராக மட்டுமல்ல, மேலும் மத்திய அரசின் கொன்றுண்ணும் உள்ளுணர்வுக்கு எதிராக குஜராத்தைப் பாதுகாக்கும் நபராகவும் காட்டிக்கொண்டார். அவர் தன்னை குஜராத் கருவூலத்தின் சௌகிதார் (காவல்காரர்) ஆகவும், காங்கிரஸின் பேராசையிலிருந்து அதனைக் காப்பவராகவும் சொல்லிக்கொண்டார்.[117] அவரது கருத்துப்படி, "முன்பு, இந்தப் பணம் வழக்கமாக விழுங்கப்பட்டது. எனக்கு நெருக்கமானவர்களோ, அன்புக்குரியவர்களோ இல்லை. ஆறு கோடி (60 மில்லியன்) குஜராத்திகளே (2011 மக்கள் தொகைக் கணக்கெடுப்பின்படி) எனது குடும்பம். அவர்களது மகிழ்ச்சியே எனது மகிழ்ச்சி."[118] உறவினர்களோ, கவனித்துப் பார்த்துக்கொள்வோர்களோ (சட்டவிரோதமாக பொருள்சேர்க்க) யாருமே இல்லாத, ஒரு பிரம்மச்சாரியாக முதலமைச்சர் பதவிக்காக அவரது அர்ப்பணிப்பும், அதுசார்ந்த மறைமுக தியாகங்களும் மோடியின் மிகவிருப்பமான கருப்பொருள்களில் ஒன்றாகும். 2012 தேர்தல் உரையொன்றில் அவர் பேசினார், "குஜராத்தின் மேம்பாட்டுக்காக கடந்த 11 வருடங்களாக ஒரு மணி நேரம்கூட இடைவேளை எடுத்துக்கொள்ளாமல் உழைக்கும் உழைப்பாளி நான்."[119]

காங்கிரஸ் தலைவர்களுடன் தன்னை ஒப்பிட்டு, மோடி தான் மண்ணின் மைந்தர் என உரிமைபாராட்டினார். மாறாக, சோனியா காந்தி ஒரு வெளிநாட்டவர், அவர் உரத்த குரலில் வியப்பை வெளிக்காட்டும்விதமாக, "இந்தக் காங்கிரஸ்காரர்கள் என்னவிதமான ஆட்கள்? அவர்கள் ஒரு இத்தாலியப் பெண்மணியைத் தங்களுக்குச் சொந்தமானவர்களாக நினைக்கிறார்கள், ஆனால் இந்த மண்ணின் மைந்தனான என்னை அந்நியனாகப் பார்க்கிறார்கள்."[120] என்றார். 2012 பிரச்சாரத்தின்போது, இந்த வம்சாவளி விவகாரத்தைத் தனது தேசபக்திப் பண்புகளுடன் தொடர்புபடுத்தி: "நான் இந்த மண்ணின் மைந்தன். நான் இங்கே பிறந்துவளர்ந்தவன். தேசபக்தி குறித்த உங்களது சான்றிதழ் எனக்குத் தேவையில்லை"[121] என்றார். மாறாக சோனியா காந்தி, அவர் 1985-லேயே இந்தியக் குடிமகளானாலும் அவரது பிறப்பிடம் காரணமாக வெளிநாட்டவராகவே நீடித்தார்.

தந்தை, மகள், பேரன், மருமகள் என நான்கு தலைமுறைகளாக ஒரு அரசியல் பிரபுத்துவம் அதிகாரத்தில் அமர்ந்து, இந்த அரசியல்

ஸ்தாபனத்தை அலங்கரிக்க, மாறாக தான் ஒரு சாதாரண மனிதன் என மோடி வாதிட்டார். தனது எளிமையான பின்னணிக்கு, அழுத்தம்தர, மோடி தனது தந்தையின் கடையில் சிறுவனாக தேநீர் விநியோகிக்கும் வேலை செய்ததாக விளக்கமளித்தார். கடின உழைப்பு, தகுதி போன்ற நற்பண்புகளை விதந்தோதும் நடுத்தர வர்க்க உறுப்பினர்களிடையே, சாய்வாலா (தேநீர் கொடுக்கும் சிறுவன்) கருப்பொருள், மிகவும் வெற்றிகரமாகச் சென்றடைந்தது. மோடி தன்னைச் சுயமாக உருவாகிவந்த மனிதராக மட்டும் காட்டிக்கொள்ளவில்லை, அவர் ஒருபோதும் ஆதாயமடையாத, நேர்மறைப் பாகுபாட்டுக்கும் (இட ஒதுக்கீடு) ஆதரவளிக்க மறுத்துவிட்டார். ஆனால் அவரும் அதே சூழலிலிருந்து வந்தவர் என்பதால், அவரது சமூகப் பின்னணி, ஓ.பி.சி. மக்கள்திரளுடன் சமநிலையில் அவரை வைத்தது: குஜராத்தில் முதல்முறையாக, கீழ் சாதியிலிருந்து வந்த ஒரு பா.ஜ.க. தலைவர் அதிகாரத்தில் நீடித்ததோடு, அவரது சகாக்களைப் பெருமிதத்தில் பூரிக்கவைத்தார்.

மோடி தன் வாக்கு வன்மையை மக்களுடன் அடையாளப்படுத்திக் கொள்வதால், மேலே குறிப்பிட்டதுபோல, செய்தியே சில நேரங்களில் தூதனாகவும் இருக்கிறது. குறிப்பாக "மக்களிடமிருந்து வந்தவராக இருக்கும்போது, உரையின் சாராம்சம் அதன் தொனியிலிருந்து மாறுபட்டிருக்கமுடியாது. ஆத்திரமூட்டும், ஆபாசமான அவரது பேச்சும் உடல்மொழியும், நேர்த்தியான உயரடுக்கினரிடமிருந்து அவரை வேறுபடுத்துகிறது. 2005இல் நரேந்திர மோடி, சேகர் குப்தா நேர்காணல் ஒன்றில் பொதுவிவாதத்தின் தரத்தினை மேம்படுத்தாததற்காக அவரை விமர்சனம் செய்தபோது, அவரிடம் மோடி, "பரிகாசத்தில் நம்பிக்கை கொண்டிருப்பதாகச் சொன்னார்[122]- அவை பெரும்பாலும் உயரடுக்கினருக்கு எதிரான இடைக்கச்சைக்குக் கீழான அந்தரங்க தாக்குதல். சோனியாவும் ராகுல் காந்தியுமே அவர் இந்த நாட்டைவிட்டு அகற்ற விரும்பிய அவரது முக்கிய இலக்குகள். அவர் சோனியாவை 'பஸ்தாபென்' (அவரது இத்தாலிய பூர்விகத்தைக் குறிப்பிடுவதுபோல்) 'சகோதரி பஸ்தா' என்றும் "ஷெட்டாங்கானா" (வெண்ணிறப் பெண்மணி) என்றும் அழைத்தார். ராகுலை, அவர் ஜெர்சிப் பசு எனப் பட்டப் பெயரிட்டும்[123] ஷெஹ்சாதா (குறிப்பாக மொஹலாயப் பேரரசில், முஸ்லிம் அரச வம்சத்தின் பட்டத்து இளவரசன்), என்றும் அழைத்தார். தாய்வழி அதிகாரம் மற்றும் காங்கிரஸின் முஸ்லிம் சார்புநிலை ஆதரவுக்கு உட்பட்ட ஒரு அரசியல் வாரிசின் இளமைப் பருவத்தை ஒரேநேரத்தில் வலியுறுத்துவதற்கான வழிமுறை இது. 2007இல் மோடி, பதினொன்றாம் நூற்றாண்டில் முஸ்லிம் ஆக்கிரமிப்பாளர்கள்

நிறுவிய சுல்தானகத்தின் நினைவாய் புது டெல்லியிலுள்ள அரசை, மோடி டெல்லி சுல்தானகம் என அழைக்கத் தொடங்கினார்.[124]

வெகு ஆரம்பத்திலேயே மோடி தனது குஜராத் எதிரிகளுக்குப் பெரிய கவனத்தை அளிக்கவில்லை என்பதைக் கவனிப்பது முக்கியமானது. தனது அரசியல் எதிர்காலம் குறித்து விழிப்புணர்வுடன் இருந்ததுபோல்-அல்லது அதனை வடிவமைக்கச் செயல்புரிந்துகொண்டிருப்பதுபோல, முதலாவதாகவும் முக்கியமானதாகவும் தேசிய காங்கிரஸ் தலைவர்களிடமே கவனம் குவித்தார்.

விகாஸ் மற்றும் முதலாளித்துவ நண்பன்

ஏழைகளும் ஆதாயமடையும் வண்ணம் நீடித்த பொருளாதார வளர்ச்சிக்கான வாக்குறுதி, ஜனரஞ்சகவாத உரையின் உள்ளுறை அம்சங்களில் ஒன்று. இது லாக்லாவின் வகைப்பாடுகளைப் பயன்படுத்தி - பகுதியையும் முழுமையையும்- குடிமக்களையும் பொதுமக்களையும் சமன்படுத்தும் ஜனரஞ்சகவாதிகளின் முயற்சியைப் பிரதிபலிக்கிறது. குஜராத்தின் முதல்வராக, மோடி தொடர்ந்து உழைக்கும் மக்கள் திரளை தனது பேச்சில் குறிப்பிட்டாலும், அவரது கொள்கைகள் சமூக நலத்திட்டங்களைப் புறக்கணித்ததுடன் முதன்மையாக வணிகர்களுக்கு ஆதரவாகவே இருந்தன. 2002 தேர்தல்களுக்குப் பிறகு, தொழில்துறை மாநிலமான குஜராத்தில் ஒரு சக்தியாகத் திகழும் வணிக சமூகத்திடம் அவர் தனது பிம்பத்தை மேம்படுத்த முயன்றார். அந்த நேரத்தில், சமூக வன்முறை காரணமாக மாதக்கணக்கில் பொருளாதாரம் சீர்குலைந்து காணப்பட்டதால், அது வணிகர்கள் பெருமளவு பணத்தை இழப்பதற்குக் காரணமாகி, மோடி வணிகர்கள் நடுவே மோசமான மதிப்பையே பெற்றிருந்தார். எனவே, இந்து இதயங்களின் சக்கரவர்த்தி பிம்பத்தை, விகாஸ் புருஷ் (வளர்ச்சி நாயகன்) பிம்பத்தால் இட்டு நிரப்ப, வணிக வட்டாரங்களின் எதிர்பார்ப்பை பூர்த்தி செய்யவும் ஏழ்மைச் சூழலில் இருக்கும் வாக்காளத் திரளைக் கவரவும் அவர் செயலாற்றினார்.

2003இல், மோடி தனது புதிய தொழிற்கொள்கையை கோடிட்டுக் காட்டும் ஆவணத்தை வெளியிட்டார். அது வணிக சமூகத்துக்கு எண்ணற்ற சலுகைகளை அளித்திருந்தது: மாநில அரசின் மானியங்களுக்குத் தகுதிபெற, புதிய முதலீட்டாளர்கள் நிலையான வேலைவாய்ப்பு ஒப்பந்தத்தை வழங்கவேண்டும் அல்லது வளர்ச்சியடையாத பகுதிகளில் தொழிற்சாலைகளை அமைக்கவேண்டும் என்பது கட்டாயம் இல்லை என்பதோடு,[125]

தொழிற்துறை அமைச்சகத்தின் ஆய்வுகளின் கடுமை குறைக்கப்பட்டது, மாசுக்கட்டுப்பாட்டு வரன்முறைகள் தளர்த்தப்பட்டன, விவசாய நிலங்களைத் தொழில்துறை பயன்பாட்டுக்கு மாற்றுவதற்கான நிர்வாக நடைமுறைகள் எளிதாக்கப்பட்டன.[126]

2004இல் சிறப்புப் பொருளாதார மண்டலச் சட்டம், சிறப்புப் பொருளாதார மண்டலங்களுக்கு வெளியே மட்டுமே தொழிலாளர் நலச் சட்டங்கள் நடைமுறையில் இருக்கும் என்றது இன்னும் கூடுதலான சாதகங்களை வழங்கியது.[127] 2009இல் குஜராத் அரசாங்கம், அம்மாநிலத்தைக் குறிப்பாகச் சிறப்புப் பொருளாதார மண்டல நெட்வொர்க்கில், "இந்தியாவில் மட்டுமல்லாமல் உலகிலேயே மிகவும் கவர்ச்சிகரமான முதலீட்டு இலக்காக"[128] மாற்றும் வெளிப்படையான நோக்கில், புதிய பொருளாதாரக் கொள்கைகளை வகுத்தது. தொழிற்சாலைகளுக்கான நிலம் கையகப்படுத்தல் அதன் பிரதான தூண்களில் ஒன்றாகும்,[129] அதனோடு மானியத்துடனான கடன்கள், வரிச் சலுகைகள் மற்றும் மாநில அரசின் இதர மானியங்களும் கிடைக்கும்.[130] 2010இல் இந்திய அரசு ஏற்கெனவே குஜராத்தில் 31,967 ஹெக்டேர் பரப்பளவிலான 60 சிறப்புப் பொருளாதார மண்டலங்களுக்கு அனுமதி அளித்திருந்தது,[131]- இது ஒரு சாதனையாகும்.

இந்திய முதலீட்டாளர்கள், இந்தப் பொருளாதாரக் கொள்கைகளை மட்டுமல்லாமல்- விரைவாக முடிவெடுக்கும் திறன், எளிமையான நடைமுறைகள் மற்றும் ரகசிய ஒப்பந்தங்கள்-போன்ற மோடியின் அணுகுமுறையையும் பாராட்டினர். இவ்வாறாக டாட்டா மோட்டார்ஸ், 2008இல் பல சலுகைகளுக்குப் பரிமாற்றமாக, குஜராத்தில் நானோ (குறைந்த விலை கார்) தயாரிக்க முடிவெடுத்தது. லார்சன் அண்ட் டூப்ரோ, எஸ்ஸார் க்ரூப், ரிலையன்ஸ், மோடியிடம் சிறப்பு உறவை வளர்த்துக்கொண்ட கவுதம் அதானியின் குழுமம் போன்ற இன்னும் பல தொழில் நிறுவனங்களும் அதே காரணத்துக்காக தொழிலைத் தொடங்கின- மேலும் அவர்கள் அப்போதிருந்த தங்களது செயல்பாடுகளையும் மேம்படுத்திக்கொண்டனர்.[132] இந்தியாவின் செலவுக் கட்டுப்பாட்டாளர் மற்றும் பொது தணிக்கையாளர் (சி.ஏ.ஜி.) அமைப்பு, சில வருடங்களுக்குப் பின் பல முறைகேடுகளை மிகவும் தாமதமாகக் கண்டுபிடித்தது[133]- அதற்குள் அவர் பிரதமருக்கு ஊதியம் வழங்கும் அளவுக்கும் அவரது தொழிற்துறை பங்குதாரர் ஆகவும் வளர்ந்துவிட்டார் (உண்மையாகவும் உருவகமாகவும்).

ஒவ்வோர் ஆண்டும் துடிப்பான குஜராத் நிகழ்வின் வெற்றிக்குப் பின்பு, மோடி அரசாங்கத்துக்கான தொழிற்துறையின் பாராட்டு மிகவும் வெளிப்படையாக ஆனது. இரு ஆண்டுகளுக்கு ஒருமுறை

நடைபெறும் இந்நிகழ்வுக்கான யோசனையை, மோடி, 2003இல் இந்திய முதலீட்டாளர்களை ஈர்க்க தொழிற்துறை மற்றும் வர்த்தக சபையுடன் (சி.சி.ஐ) இணைந்து உருவாக்கினார். நூற்றுக்கணக்கான நிறுவனங்கள் இந்நிகழ்வுக்கு வந்ததுடன், முதலாம் ஆண்டு உச்சிமாநாட்டின்போது மொத்தமாக 660 பில்லியன் ரூபாய்க்கான முதலீடுகள் (கிட்டத்தட்ட 8.8 பில்லியன் அமெரிக்க டாலர்கள்) உறுதியளிக்கப்பட்டன.[134] வருடங்கள் செல்லச் செல்ல முதலீட்டு விகிதம் படிப்படியாக இறங்கினாலும், 2000-த்தின் முதல் பத்தாண்டின் நடுவில், குஜராத்துக்கான முதலீடு கணிசமாக அதிகரித்து, மோடி இந்திய முதலீட்டாளர்களின் விருப்பமான முதல்வராகத் திகழ்ந்தார். இந்த வணிகர்கள் துடிப்பான குஜராத் கூட்டங்களில் கலந்துகொள்வதையும், மோடியின்மீது பாராட்டுகளைப் பொழிவதையும் வழக்கமாக்கினர். வழக்கமாக குஜராத்திகள்தான் மேடையில் முதலாவதாகத் தோன்றுவர், அவர்களுள் மிகவும் பிரபலமானவர்கள் முகேஷ் மற்றும் அனில் அம்பானி, ஷாஜி ருயா (எஸ்ஸார் குரூப்), அத்துடன் நிச்சயமாக கவுதம் அதானியும்தான்.

இத்தகைய முதலீடுகள், குறிப்பாக மின்னுற்பத்தி மற்றும் பெட்ரோகெமிக்கலில் கனமாகச் செய்யப்பட்ட முதலீடுகள் குஜராத்தின் பொருளாதார வளர்ச்சி விகிதத்தை அதிகரித்தன. 1990-களில், குஜராத் இந்தியாவின் மற்ற அனைத்து மாநிலங்களையும்விட தொழில் வளர்ச்சியில் முன்னணியில் காணப்பட்டது, மோடியின் ஆட்சியின்கீழும் அது அப்படியே தொடர்ந்தது. 2002-2006, முதல் 2011-2012 வரையிலான ஆண்டுகளில் தொழில்துறையில் ஆண்டு சராசரி வளர்ச்சி விகிதம் 10.64 சதவிகிதமாக இருந்தது.[135] ஆனால் இதன் முக்கியமான பகுதி, மேம்பாடு இல்லாமல் வளர்ச்சி அடைந்தது. மெகா புராஜெக்டுகளில் கவனம் குவிப்பதன் மூலம், குஜராத் மாடல் பல்வேறு வேலைகளை உருவாக்காமல் பெரிய தொழிற்துறைகளை நம்பி இயங்கியது. இத்தகைய திட்டங்கள் தொழிலாளர்நல தீவிரத்தைவிடவும் முதலீட்டு ஆதாய நோக்குடையவை[136] 1999- 2000இல் 666 மில்லியன் ரூபாயிலிருந்து (கிட்டத்தட்ட 8.9 மில்லியன் அமெரிக்க டாலர்கள்), 2009-2010இல் 2.396 பில்லியன்கள் (கிட்டத்தட்ட 31.95 மில்லியன் அமெரிக்க டாலர்கள்) பத்தாண்டுகளில் நிலையான மூலதனம் 3.6 மடங்கு அதிகரித்தது. ஆனால் 1999-2000 காலகட்டத்தில் 2.4 சதவிகிதமாக இருந்த ஆண்டு வேலைவாய்ப்பு விகிதம், 2004- 2005 முதல் 2009-2010 வரையிலான காலகட்டத்தில் கணிசமான அளவில் குறைந்து 0.1 சதவிகிதமாகச் சரிந்தது.

2009இல்[137] குஜராத் அரசு ஒப்புக்கொண்டபடி-மாநிலத்தின் ஜி.டி.பி.யின் விகிதத்துக்கேற்ப வேலைவாய்ப்பு வளர்ச்சி விகிதம் வளராதது மட்டுமல்லாமல், 2016[138]இல் இது இன்னும் அதிகமாக வெளிப்படையானது-அத்துடன் வேலைகளின் தரமும் மேம்படவில்லை என்பது தொழிலாளர் சந்தையில் நடைபெற்றுவந்த முறைசாரா நடைமுறையால் வெளிப்பட்ட உண்மையாகும்.[139] தொழிலதிபர்கள் குறிப்பாக குஜராத்தில் ஏன் முதலீடு செய்கிறார்கள் என்பதற்கான காரணங்களில் ஒன்று, தொழிலாளர்களுக்கான குறைந்த ஊதியமாகும். 2011 தேசிய மாதிரி ஆய்வறிக்கையின்படி, நகரப் பகுதிகளில் சாதாரணத் தொழிலாளர்களுக்குத் தினசரி ஊதிய விகித சராசரி குறைவாகக் காணப்படும் மாநிலங்களில் ஒன்று குஜராத்தாகும்-ரூ 144 (தோராயமாக 1.92 அமெரிக்க டாலர்கள்). இந்த அளவீட்டில், இது தேசிய சராசரியான ரூ 170 (தோராயமாக 2.27 அமெரிக்க டாலர்கள்) என்பதற்கு வெகுகீழே-ஒன்றியத்திலுள்ள ஏழ்மையான மாநிலங்களில் ஒன்றான உத்தர பிரதேசத்துக்கு இணையாக வருகிறது-(ரூ 143-தோராயமாக 1.91 அமெரிக்க டாலர்கள்).[140]

சமூக நலவாழ்வில் மோடி அரசாங்கத்தின் அக்கறையின்மை கல்வி மற்றும் சுகாதாரத்துக்கான குறைந்த அளவு செலவீனம் மூலம் தெளிவாகத் தெரிகிறது. 2001-2002 முதல் 2012-2013 காலகட்டம் வரை, குஜராத்தின் கல்விக்கான நிதி ஒதுக்கீடு, தேசிய சராசரியான 15.02 சதவிகித்தை ஒப்பிட 13.22 சதவிகிதம் மட்டுமே.[141] அளவில் பெரிய இருபத்தி இரண்டு மாநிலங்களில் நான்கு மாநிலங்கள் மட்டுமே குஜராத்தைவிடவும் குறைவான சதவிகிதம் கல்விக்குச் செலவிடுகின்றன. சுகாதாரச் செலவீனங்களைப் பொறுத்தவரை, 2010- 2011 காலகட்டத்தில் குஜராத் மொத்த பட்ஜெட்டில் இதற்கென 4.2 சதவிகிதம் ஒதுக்கி,[142] இந்திய மாநிலங்களில் குஜராத் ஏழாவது இடத்தில் வருகிறது. ஓரளவு இதன்காரணமாகவே இம்மாநிலம், பிறந்த குழந்தைகளின் இறப்பு, போஷாக்கின்மை ஆகியவற்றில் மோசமான இடத்தில் இருக்கிறது.[143]

பெரும்பாலான ஜனரஞ்சகவாதிகளைப் போலவே, மோடி ஏழைகளுக்குப் பல உறுதிப்பாடுகளை அளித்தார், ஆனால் சமூகப் பொருளாதார விவகாரங்களை நிறைவேற்றவில்லை. அவருக்குப் பொருளாதாரரீதியாக ஆதரவளிக்கும் நிலையில் உள்ள தொழிலதிபர்களுக்கு நெருக்கமாக இருப்பது மிக முக்கியமானது என அவர் கண்டுகொண்டார்[144]- எனவேதான் அவரால் பொதுவெளியை நிறைக்கமுடிந்தது. இந்து தேசியவாத வழியில் மோடி மக்களின் உணர்ச்சிகளை[145] (பயம், கோபம் பெருமிதம் உள்பட), பயன்படுத்திக்கொண்டு அணிதிரட்டியது அவரது

வெற்றிகரமான தேர்தல் பிரச்சாரங்களால் வெளிப்படையானது. அது அடுத்தப் பகுதியில் ஆராயப்படும்.

நடுநிலை கருதுகோளின் தலைவிதியை முடிவுக்குக் கொண்டுவந்த ஈர்ப்புமிக்க தலைவர்

2000இன் தொடக்கம் முதலே, குஜராத்தின் முதலமைச்சர் எனும் முற்றிலும் பிராந்திய பாத்திரத்தை வகித்தபோதும், மோடி தனது இருப்பை தேசிய அரங்கில் முன்வைத்தார். அனைவருக்கும், அவர் விதிவிலக்கான நபராகத் தோற்றமளித்ததோடு, அவரது பாணி மற்றும் கருத்தியலைக் கண்டித்தவர்களும் அவரைக் கண்டு பிரம்மித்தனர். பொதுவாக ஏற்றுக்கொள்ளப்பட்ட கொள்கையான, மையவாத அரசியல் விசை மட்டுமே இந்தியாவை ஆளமுடியும், ஜனநாயக ஆட்சிமுறையின் விதிகள் தீவிரக் கட்சிகளைக்கூட மிதமான அணுகுமுறைக்கு நிர்பந்திக்கும் என்ற விதிகளுக்கு முரணாக, அவர் தீவிரமிக்க புதிய கொள்கையைப் பின்பற்றி, தன் சொந்த முகாமைச் சேர்ந்த அரசியல் வர்க்கத்தையே அதிரச் செய்தார்.[146]

'இருள் நாயகனும்' ஒரு நாயகனே!

மேக்ஸ் வெப்பரின் கவர்ந்திழுக்கும் அதிகார நெறிக்கான வரையறை, எந்த ஒரு தார்மீக அர்த்தத்தையும் கொண்டிருக்கவில்லை: ஒழுக்கத்தின் அடிப்படையில் வசீகரம் நல்லதோ அல்லது கெட்டதோ அல்ல. அது, "தனிப்பட்ட ஆளுமையின் குறிப்பிட்ட பண்பாகும். அவன் ஒழுக்கத்தின் மூலம் சாதாரண மனிதரிலிருந்து வேறுபட்டு, அதி இயற்கை, அதிமனிதத்தன்மை கொண்டவன், அல்லது குறைந்தபட்சம் விதிவிலக்கான சக்திகள் அல்லது பண்புகள் கொண்டவன். இவை சாதாரண மனிதனுக்கு இயல்வதல்ல. எனவே தெய்வீக மூலம் கொண்டவராகவோ அல்லது முன்மாதிரி நபராகவோ கருதப்படுகிறார்."[147] நரேந்திர மோடி, தனது செயல்களின் விதிவிலக்கான இயல்பு மற்றும் வாழ்க்கை முறையால் தனது கவர்ந்திழுக்கும் அதிகாரத்தைச் செலுத்துகிறார்.

இந்திய பொதுவெளியில் நரேந்திர மோடியின் தாக்கம், 2002 நிகழ்வுகளின் வழியாகவே முதலில் வேர்பிடித்தது: அவரது மாநிலம் தேசப்பிரிவினைக்குப் பின் முன்பெப்போதும் காணாத அளவிலான வன்முறையைக் கண்டது மட்டுமல்லாமல்,-1984 சீக்கியர்கள் படுகொலைக்காக மன்னிப்புக் கோரிய சீக்கிய பிரதமரான, மன்மோகன் சிங்கைப்போல இல்லாமல், மோடி ஒருபோதும் வருத்தத்தை வெளிக்காட்டவோ, சிறிய அளவிலான மன்னிப்புக் கோரவோ இல்லை. மோடி மற்றொரு திறமையையும்

கண்டுபிடித்தார்: பெரும்பான்மை இந்துக்களின் பாதுகாவலன்போல் வலிமைமிக்கவராகக் காட்டமுயன்றார். மோடி மேடையில் நிற்கும்போது ஆண்மையின் ஒரு வடிவமாகப் பயன்படுத்தும் உடல்மொழி, குஜராத்தில் உடனடியாக மாருதியுடன் இணைத்துப் புரிந்துகொள்ளப்படும். இது மட்டுமே "குஜராத்தைப் பாதுகாக்கும்" எனக் கூறுவதுபோல, '56 இஞ்ச்' நெஞ்சுப்பகுதியை முன்னோக்கி உந்தியபடி நிற்பார்.[148]

ஆனால் மோடியின் புகழ் ஏற்கெனவே குஜராத்தைத் தாண்டிப் பரவியிருந்தது. 2003இல், இந்தியா டுடே பத்திரிகை அவரை, "இவ்வாண்டின் செய்தி உருவாக்குபவர்" எனப் பெயரிட்டு அழைத்தது, இந்த முடிவுக்குக் காரணத்தை- ஒரு கருத்துக் கணிப்பின் அடிப்படையில் எடுக்கப்பட்டதாகச் சொல்லி- பின்வரும் வசீகரிக்கும் சொற்களில் விளக்கியது: "தேசத்தின் கதை திருத்தி எழுதப்படுகிறது: மோடி மற்றவர்களுக்கு எதிரானவர். அவர் பிரிக்கிறார், ஆதிக்கம் செலுத்துகிறார். இத்தகைய மனிதர்கள் வரலாற்றின் முன்னிருக்கைதாரர்கள். அத்தகையவர்களுக்குப் பல்வேறு அருஞ்சொற்பொருள் உண்டு. சர்வாதிகாரி. விடுவிப்பாளர், மீட்பர், புரட்சியாளர்... நரேந்திர தாமோதரதாஸ் மோடி இந்தியாவை அதிரவைத்துவிட்டார். எப்படி?. அவரைப் பாருங்கள், அவரை நெருக்கமாகப் பாருங்கள். வெகுகாலமாக, அவர் மற்றுமொரு சாதாரண அரசியல்வாதி. பின் ஒரு நாள், அவர் வெறுமனே மற்றுமொரு முதல்வர். இன்று, அவர் வெறும் மோடி."[149] இந்தக் கட்டுரையின் தலைப்பு- "நரேந்திர மோடி, தலைமைப் பிரிவினையாளர்"- என்றபோதும் 2002 படுகொலையின்போது பொறுப்புடன் செயல்படவில்லை எனப் பரிந்துரைத்தபோதும், அந்த நிகழ்வை நடத்தியபோது அவர் வெளிக்காட்டிய தைரியமே பாராட்டுதலுக்குக் காரணமானது. இந்துப் பெரும்பான்மையினரிடையே உள்ளுக்குள் நாயகமாக்க செயல்முறை நடந்தது, ஜனரஞ்சகவாதம்போன்ற ஒரு செயல்முறை, எந்த ஒரு கருத்தியலையும் அறியாது, எந்த ஒரு ஒழுக்கத்தையும் அறியாது: ஆர்வமுள்ள பெரும்பாலான இந்திய பாலிவுட் திரைப்படப் பார்வையாளர்கள், (கறுப்பு நாயகர்கள்) இருள் நாயகர்களும் நாயகர்களே என அறிவர். ஏனெனில் படம் எத்தனை சுவாரசியமானது என்பதே பொருட்படுத்தத்தக்கது.

ஏற்கெனவே மேலே குறிப்பிட்டதுபோல- 2002இன் அசல் 'சுரண்டல்' மோடியை இந்து இதயங்களின் சக்கரவர்த்தியாக்கியது, அவர் தொடர்ந்து தன்னை வளர்த்தெடுக்க நவீன தகவல் தொடர்பு வழிமுறைகளை உருவாக்கிக்கொள்ள, தொடர்ச்சியாக ஆளுமை வழிபாட்டுக் கலாச்சாரம் படிப்படியாக மோடியைச் சூழ்ந்துகொண்டது. ஆனால் மோடியின் பிரச்சார வழிமுறைகளுக்கு

அப்பால் மோடி ஊடக வழிபாட்டு உருவமாக இருந்ததற்குக் காரணம், முதலாவதாக அரசியல் விளையாட்டு விதிமுறைகளைக் கண்டுபிடிப்பு செய்யும் அவரது திறமை விற்பனைக்கு உகந்தவை என்பதும், அதற்கும் முன்பே செய்திப் பத்திரிகை மற்றும் தொலைக்காட்சி நிலையங்களின் உரிமையாளர்கள் அவரை அடுத்த பிரதமர் எனக் கண்டுகொண்டதுமே. 2007 மற்றும் 2012 தேர்தல்களில் அவரது வெற்றிகளை, விரிவான கணினி வரைபடம் மூலம் அவரது தேசிய ஜனரஞ்சகவாத சார்பை விளக்கிவிடமுடியும், ஆனால் குறிப்பாக ஒரு அம்சம் சிறப்புக் கவனத்தைக் கோருவதாகும்: மற்றவர்களைக் (முஸ்லிம்களை) காரணமாகக் காட்டி பயத்தை எழுப்பி மக்களைத் துருவப்படுத்தும் அவரது திறமை மற்றும் அவர்களைச் சகித்துக்கொள்வதாகக் கருதப்பட்டவர்கள் மீதான (காங்கிரஸ்) அவரது புறக்கணிப்பு.

பயத்தின் அரசியல் மற்றும் தேர்தல்களை வெல்லும் கலை

பயத்தின் அரசியலைப் பயன்படுத்துவதில் ஜனரஞ்சகவாதிகள்மட்டும் ஏகபோகம் செலுத்தவில்லை, அனைத்துவகையான அரசியல் வியூக திறமையுள்ளவர்களிடமும் இது பொதுவாகக் காணப்படுகிறது. ஆட்சியிலிருந்தாலும் அல்லது எதிர்க்கட்சியாக இருந்தாலும், ஒரு அரசியல்வாதியாக இத்தகைய தந்திரங்களைச் செயல்படுத்தி, எதிர்வரும் அச்சுறுத்தலைக் காட்டி பயத்தைத் தூண்டி, உடனே பாதுகாவலராக காட்சி தருவது, ஆபத்தின் மூலத்தைக் களங்கப்படுத்துகிறது. ஒரு அரசியல் தலைவர் ஏற்கெனவே கலாச்சார வித்தியாசத்துக்காகக் களங்கப்படுத்தப்பட்ட அதே மற்றவர்களிடம் இருந்து, அந்தச் சமூகத்துக்கு மக்கள்தொகை அடிப்படையிலான அச்சுறுத்தலாகவோ, வேறுவகையிலோ ஆபத்துவரும்போது, துருவப்படுத்தும் வியூகம் இயல்பாகவே வடிவம் எடுக்கிறது. நிச்சயமாக, கவலையைத் தூண்டும் அத்தகைய உரைகளுக்கு ஊடகக் கவனம் கிடைப்பது முக்கியப் பங்கு வகிக்கிறது.[150] ஐக்கிய அமெரிக்க நாடுகளில் 2001, செப்டம்பர் 11 தாக்குதலை அடுத்து இஸ்லாமிய பயங்கரவாதம் குறித்த பயம் இந்தத் தந்திரோபாயத்தை வலுப்படுத்தியது.[151] குஜராத்தில், இந்தக் காலகட்டத்தில், 2002 முதல் 2006க்கு இடையில் இதேபோன்ற தாக்குதல்கள் போலீஸால் முறியடிக்கப்பட்டதாக இதேபோன்ற தொழில்நுட்பத்தில் நிகழ்ந்தன. ஒவ்வொரு முறையும், தீவிரவாதிகள்- வழக்கமாக பாகிஸ்தானை தளமாகக் கொண்ட இஸ்லாமிய குழுக்களுடன் தொடர்புடையவர்கள் அடையாளம் காணப்பட்டு- இலக்கை எட்டுவதற்குமுன் கைதுசெய்யவோ அல்லது கொல்லவோ செய்யப்பட்டனர். குஜராத் போலீஸின் கூற்றுப்படி, பலசமயங்களில் இந்த இலக்கு வேறு யாருமல்ல நரேந்திர மோடிதான்.[152] டிசம்பர்

2002இல், பிரகாசமான எதிர்காலம் உறுதியளிக்கப்பட்ட ஒரு போலீஸ் அதிகாரி, அப்போதுதான் டெல்லியில் கைதுசெய்யப்பட்ட மூன்று இளம் முஸ்லிம்கள், மோடியையும் பி. தொகாடியாவையும் (அப்போதைய வி.ஹெச்.பி. தலைவர்) படுகொலை செய்ய சதித்திட்டம் தீட்டியதாகக் குற்றம்சாட்டினார். அவர்கள், அகதிகள் முகாமைச் சேர்ந்த முப்பத்து மூன்று இளைஞர்களைப் பாகிஸ்தானில் பயிற்சிக்கு அனுப்பவே அகமதாபாத்துக்கு வந்ததாகக் குற்றம்சாட்டினார்.[153] ஏழு வருடங்களுக்குப் பின் வழக்கினை உற்றுநோக்கிய நீதிபதி, இந்த வழக்கு முற்றிலும் ஆதாரமின்றி இருப்பதாக உணர்ந்து அவர்களை விடுதலை செய்தார். இந்த முதல் கைது நடவடிக்கைகளுக்குப் பின் ஒரு மாதம்கூட முடியாத நிலையில், ஜனவரி 13, 2003இல், குஜராத் போலீசால் லஷ்கர்-இ-தொய்பாவால் நரேந்திரமோடியை படுகொலை செய்ய அனுப்பப்பட்டதாகக் குற்றம்சாட்டப்பட்டு, திட்டத்தை நிறைவேற்றும் முன் சாதிக் ஜமால் என்பவர் சுட்டுக்கொல்லப்பட்டார்.[154] ஆனால் மத்திய விசாரணைப் பிரிவு, "சாதிக் எந்தவொரு தீவிரவாத அமைப்பிலும் செயல்பட்டதாக ஆதாரம் எதுவும் இல்லையென" கண்டுபிடித்தது.[155] அத்துடன் குஜராத்தின் எட்டு காவலர்கள் மேல், அரசியலமைப்பிற்குப் புறம்பாகக் கொலைசெய்ததாகக் குற்றப்பத்திரிகை பதிவு செய்தது. அடுத்த வருடம், இஸ்ரத் ஜஹான் எனும் பத்தொன்பது வயது பெண் மாணவி உள்பட நான்கு இளம் முஸ்லிம்கள், அகமதாபாத் காந்திநகர் சாலைக்கு இடையே போலீசால் சுட்டுவீழ்த்தப்பட்டனர். மிகவும் விளம்பரப்படுத்தப்பட்ட பத்திரிகையாளர் சந்திப்பில், அதுகுறித்து விளக்கமளித்த குஜராத் காவல்துறை, அவர்கள் மோடியைக் காலிசெய்ய நியமனம் செய்யப்பட்ட லஸ்கர்-இ-தொய்பா உறுப்பினர்கள் எனத் தெரிவித்தது. ஐந்து வருடங்களுக்குப் பின், ஒரு நீதிபதி இந்த விளக்கத்தைப் புறக்கணித்ததோடு, இது ஒரு சட்டத்துக்குப் புறம்பானக் கொலை, குற்றச்சாட்டுகள் முழுக்க அதிகாரிகளால் புனையப்பட்டவை என்று முடிவுக்குவந்தார்.[156] அதேநேரத்தில் 2005, நவம்பர் 26இல் அதேபோல ஒரு வழக்கு நிகழ்ந்தது. நன்கறியப்பட்ட சிறு குற்றவாளி சொஹ்ராபுத்தீன் ஷேக், அவனது மனைவி கௌசர் பீ, குஜராத், ராஜஸ்தான் மாநில எல்லைக்கிடையில் இரு மாநில போலீசாரால் கொல்லப்பட்டனர். குஜராத்தின் தீவிரவாத எதிர்ப்புப் படைக்குத் தலைவராகியிருந்த டி.ஜி. வன்சாரா-மீண்டும் ஒரு முறை-பத்திரிகை சந்திப்பு ஒன்றை நடத்தினார். அப்போது சொஹ்ராபுத்தீன் லஷ்கர்-இ-தொய்பாவால் மோடியைக் கொல்ல அனுப்பப்பட்டவன் என விளக்கமளித்தார்.[157] சொஹ்ராபுத்தீனின் கீழ் செயல்பட்டவர்களில் ஒருவனான துள்சிராம் பிரஜாபதி டிசம்பர் 2006இல் கொல்லப்பட்டான். அதேவருடம் பிரசாந்த் தயாள் எனும் ஊடகவியலாளர், 2005 வருடம் நடந்த

ஆபரேஷனில் பங்குபெற்ற காவல் அதிகாரிகளில் ஒருவரிடமிருந்து அது போலியான வழக்கு எனச் சொல்லும் தகவலைப் பெற்றார்.[158] 2012இல் உச்சநீதிமன்றம் இதேபோன்ற இருபது வழக்குகள் சம்பந்தமாக விசாரணைக்கு உத்தரவிட்டது.[159] மேற்சொன்ன வழக்குகளில் இன்னும் விசாரணை போய்க்கொண்டிருக்கிற சில வழக்குகள் இந்தப் புத்தகத்தின் கடைசிப் பகுதியில் விவாதிக்கப்படும்.

2010இல், வன்சாராவையும் அவரது சக பணியாளர்களையும் விசாரித்த காவல் அதிகாரிகளின் சாட்சியம், சில டஜன் காவல் அதிகாரிகள் மற்றும் மாநில உள்துறை அமைச்சர் அமித்ஷாவின் கைதுக்கு இட்டுச்சென்றது (விரிவான நீதிமன்ற நடைமுறைகள் குறித்துக் காண அத்தியாயம் 8-ஐப் பார்க்கவும்).[160] இந்த நீதிமன்ற முன்னேற்றங்கள் எதிர்க்கட்சியான காங்கிரஸ் முன்வைத்த அனுமானத்தை உறுதிசெய்தன. காங்கிரஸ் ஆரம்பம் முதலே இவற்றை, இஸ்லாமிய தீவிரவாதத்தை இலக்காகக் கொண்டு, இந்துக்களின் பாதுகாவலராக நரேந்திர மோடியை முன்னிறுத்தும், பயத்தை ஏற்படுத்தும் அரசியலின் பகுதியாகவே இந்தப் போலி என்கவுன்டர்கள் (போலீஸால் மேற்கொள்ளப்படும் கொலைகளைக் குறிப்பிட, இந்தியாவில் பொதுவாகப் பயன்படுத்தப்படும் வார்த்தை) எனக் கருதிவந்தது.[161] உண்மையில், 2002 மற்றும் 2006-க்கு இடையில், இத்தகைய பெரிதும் விளம்பரப்படுத்தப்பட்ட நிகழ்வுகள், மதத் துருவப்படுத்தலின் கவலை நிறைந்த சூழலை நீட்டித்தன. இதனால் 2007 தேர்தல் பிரச்சாரத்தில் நரேந்திர மோடி, இஸ்லாமியத் தீவிரவாதத்துக்கு எதிராக காங்கிரஸ் பலவீனமாக இருப்பதாக விமர்சிக்கப் பயன்படுத்திக்கொள்ளமுடிந்தது. அவர் "பயங்கரவாதத்துக்கு எதிராக மென்மைகாட்டும் காங்கிரஸை" தோற்கடிக்க வாக்காளர்களை வலியுறுத்தினார். மேலும் பா.ஜ.க. அதிகாரத்தில் இருந்தபோது நிறைவேற்றிய அவசரச் சட்டம், குறிப்பாகத் தீவிரவாதத் தடுப்புச் சட்டம் (POTA) பொடாவை நீக்கியதை, தீவிரவாதிகளின் கருணையை எதிர்நோக்கி இந்தியாவை இருக்கவிட்டதாக அக்கட்சியைக் குற்றம்சாட்டினார். இச்சட்டம், தீவிரவாதம் என வகைப்படுத்தப்பட்டவர்களின் குற்றங்களுக்குக் கடுமையான தண்டனைக்கும் நீண்ட கால போலீஸ் கஸ்டடிக்கும் அனுமதியளித்தது. கோத்ரா நகரில், 2002இல் சமூக வன்முறை தொடங்கியபோது, மோடியும் குஜராத்தும் சமம் என மேலே குறிப்பிடப்பட்ட சமன்பாட்டைத் தஞ்சமடைந்து, அவர் மீது சுமத்தப்பட்ட குற்றச்சாட்டுகள் அனைத்தும் குஜராத்திகளுக்கு எதிராக வைக்கப்பட்டதுபோல் அவர் கூட்டத்தினரைப் பார்த்துப் பேசினார்: "நீங்கள் தீவிரவாதிகள் என்கிறது காங்கிரஸ். நீங்கள் தீவிரவாதிகளா? இது காந்தி, சர்தார் படேலின் குஜராத்துக்கான

அவமதிப்பு.[162] குஜராத் மக்களைத் தீவிரவாதிகள் என்றழைக்கும் காங்கிரஸுக்கு ஒரு பாடம் புகட்டுங்கள்... சோனியா பெஹன் (சகோதரி), உங்களது அரசு மரண வியாபாரிகளின் பாதுகாவலன். குஜராத்தில் நாங்கள் மரண வியாபாரிகளை அகற்றிவிட்டோம் (அதாவது, பயங்கரவாதம் தொடர்புடையதாகச் சந்தேகிக்கப்படும் முஸ்லிம்கள்)."

2012இல், நரேந்திர மோடி இந்தத் துருவப்படுத்தல் வியூகத்தை மேலும் ஒருமித்த அணுகுமுறையுடன், மேற்கொண்டு, பொறுப்பான அரசியல்வாதி என்ற பிம்பத்தை அவருக்குக் கொடுக்கும் விதத்தில், சாத்தியமுள்ள பிரதம அமைச்சர் என்ற பொறுப்பை ஏற்கத் தயார் என்பதுபோல நடந்துகொண்டார். இந்த உத்வேத்தில்தான் அவர் சத்பாவனா மிஷன் நிகழ்வைத் தொடங்கினார். முன்னேற்றம், சட்டம் ஒழுங்கு குறித்த அவரது சாதனைக்கு அழுத்தம் கொடுத்தார். ஆனால் அவர் பயத்தின் அரசியலை முற்றிலுமாகக் கைவிட்டுவிடவில்லை. "அகமதாபாத்தின் அடையாளம் ஊரடங்காக" இருந்த, காங்கிரஸ் ஆட்சியில் நிலவிய வகுப்புவாத வன்முறையை முடிவுக்குக் கொண்டுவந்ததாக உரிமை பாராட்டினார் மோடி. வன்முறையின் காரணகர்த்தாக்களாகப் பார்க்கப்பட்ட முஸ்லிம் தொந்தரவாளர்களிடம், காங்கிரஸ் காட்டிய கருணையின் காரணமாகவே இந்த நகரம் வகுப்புவாத வன்முறைக்கு[163] ஆளாகின்றது என்று கூறினார்: "11 வருடங்கள் ஆகிவிட்டன... ஊரடங்கு போய்விட்டதா, இல்லையா..."[164]

இருந்தபோதும், 2012இல் மோடி மீண்டும் ஒருமுறை முஸ்லிம்களை மற்றமையாக்கும் யுக்தியை, பிரச்சாரத்தின் கடைசி நாட்களில் பயன்படுத்தினார். குஜராத்தில் காங்கிரஸ் வென்றால் சோனியா காந்தியின் நெருங்கிய ஆலோசகரான அகமது படேலை முதலமைச்சராக்க காங்கிரஸ் விரும்புகிறதெனக் குற்றம்சாட்டினார். மோடி பரிகாசமாக படேலை, 'அகமதியன்' (அகமது முஸ்லிம்) என்றழைத்து, காங்கிரஸ் வென்றால், அவரை கட்சியின் வேட்பாளராக நிறுத்த தீர்மானித்திருப்பதாக மக்களை நம்பவைக்க முயன்றார். படேல் அந்தச் சட்டமன்றத் தேர்தலில் ஒரு தொகுதியில்கூடப் போட்டியிடவில்லை, போட்டியிடாமல் அவர் அந்த அரசில் பங்கேற்கக்கூடத் தகுதிபெற முடியாது. இருந்தும் மோடி வலியுறுத்தினார், "அகமதியன் படேல், அவர் முதல்வராக விரும்பவில்லையெனக் கூறுகிறார். ஆனால் காங்கிரஸ் அவரை முதல்வராக்க ஏற்கெனவே ஏற்பாடுகளைச் செய்துவிட்டது."[165]

சத்பாவனா மிஷனின் மனநிலைக்கு முரணாக, பா.ஜ.க. ஒரேயொரு முஸ்லிம் வேட்பாளரைக்கூட 2012 தேர்தலில் நிறுத்தவில்லை-

2007இல் அது தவிர்த்ததைப்போல. குஜராத்தின் பா.ஜ.க. கட்சித் தலைவர் ஒருவர் இந்த முடிவை அர்த்தமுள்ள சொற்களில் நியாயப்படுத்தினார்:

> அது ஒரு சூதாட்டத்தைப்போல மிக அபாயமானது. மோடியை இந்துக்களின் மீட்பராகப் பார்க்கும் பெரும்பான்மையை இந்த குறியீட்டு பாவனை குழப்பிவிடக்கூடும். மிக மிக்கியமாக, சிறுபான்மையினரை நோக்கிய இந்த சிநேக குறிப்புணர்த்தல் கட்சி உறுப்பினர்களை அந்நியப்படுத்திவிடும்... இந்தத் தேர்தல் 2014 (பொதுத் தேர்தல்)-க்கான தவ்வுப் பலகையெனில், குஜராத் பெரும்பான்மை உணர்ச்சியை மனதில் வைத்துக்கொள்வது முக்கியமானது. சிநேக குறிப்புணர்த்தலுக்கு பின்னால் போதுமான நேரமிருக்கிறது. நேரம் சரியாக இருக்கும்போது, கட்சி ஒரு முஸ்லிமை ராஜ்யசபாவுக்கு நிறுத்துவதற்கு யோசிக்கலாம்.[166]

மோடியின் துருவப்படுத்தல் மற்றும் வசீகரமான பல்வேறு தகவல்தொடர்பு முறைகளின் அடிப்படையிலான தேசிய-ஜனரஞ்சகவாத யுக்திகளின் பொதியானது, 2007 மற்றும் 2012இல் தேர்தல் ஆதாயத்தை உறுதிசெய்வதில் உதவியது.[167]

அட்டவணை 2.1. குஜராத்தில் 2007 மற்றும் 2012 பிராந்திய தேர்தல்களில் சாதி, பழங்குடி மற்றும் முஸ்லீம் வாக்களிப்பு விருப்பத்தேர்வுகள் (%)

கட்சிகள்	காங்கிரஸ்		பா.ஜ.க.		இதர கட்சிகள்	
ஜாதிகளும் சமூகங்களும்	2007	2012	2007	2012	2007	2012
உயர்ஜாதியினர்	26	22	69	60	13	18
மேலாதிக்க ஜாதியினர் (படேல்)	21	10	71	61	9	30
இதர பிற்பட்ட வகுப்பினர் (ஷத்ரியர்)	40	41	47	55	14	5
இதர பிற்பட்ட வகுப்பினர் (கோலி)	52	36	42	54	6	10
இதர ஓ.பி.சி வகுப்பினர்	38	28	54	56	8	16
அட்டவணை ஜாதியினர்	54	61	34	25	10	14
அட்டவணை பழங்குடியினர்	33	43	38	33	29	24
இஸ்லாமியர்	67	69	22	21	11	10
மற்றவர்கள்	26	21	61	70	13	9

ஆதாரம்: CNN-IBN-க்கான CSDS கருத்துக் கணிப்பிலிருந்து அமைக்கப்பட்ட அட்டவணை. Christophe Jaffrelot, "Gujarat Elections: The Sub-text of Modi's 'Hattrick'—High Tech Populism and the 'Neo-middle Class,'" *Studies in Indian Politics* 1, no. 1 (June 2013): 79–96.

அட்டவணை 2.2. குஜராத், 2007 மற்றும் 2012 மாநிலத் தேர்தல்களில் சமூகப் பொருளாதார வகைப்பாட்டின் அடிப்படையில் வாக்குகள் விழுந்த விதங்கள் (%)

கட்சி	காங்கிரஸ்		பா.ஜ.க.	
வகுப்பு*	2007	2012	2007	2012
மேல்தட்டினர்*	31	28	60	57
நடுத்தர வர்க்கம்†	37	34	53	54
கீழ்தட்டினர்#	40	45	39	41
ஏழைகள்§	42	44	45	43

ஆதாரம்: "குஜராத் சட்டமன்றத் தேர்தல் 2012: லோக்நிதியின் தேர்தலுக்குப் பின்பான கருத்துக்கணிப்பு, வளரும் சமூகங்களின் ஆய்வு மையம்"13, 2013, மார்ச் 18 –ல் அணுகப்பட்டது (http://www.lokniti.org/pdfs dataunit/Questionairs/Gujarat -postpol-2012-survey-findings.pdf.

குறிப்பு: இந்த அட்டவணையில், காங்கிரஸ் , பிஜேபி தவிர மற்ற கட்சிகள் கருத்தில் கொள்ளப்படாததால், நெடுவரிசைகளின் மொத்த எண்ணிக்கை 100 சதவீதத்திற்கும் குறைவாக உள்ளது.

* (1) கார் அல்லது டிராக்டர்; (2) ஒரு ஸ்கூட்டர் மற்றும் ஒரு வண்ண தொலைக்காட்சி, ஒரு தொலைபேசி, ஒரு குளிர்சாதன பெட்டி, ஏர் கண்டிஷனிங் அல்லது கிராமப்புற பகுதியில் இருந்தால் ஒரு நீர்ப்பாசன பம்ப்; அல்லது (3) மாத வருமானம் ரூ. 20,000க்கு மேல். வரும் வீடுகளை உள்ளடக்கியது.

† (1) தொலைபேசி, வண்ணத் தொலைக்காட்சி, மோட்டார் பொருத்தப்பட்ட இருசக்கர வாகனம் அல்லது குளிர்சாதனப் பெட்டி இந்த நான்கு பொருட்களில் மூன்றையோ: அல்லது (2) மாத வருமானம் ரூ. 5,000 முதல் 20,000 வரை கொண்ட வீடுகளையோ உள்ளடக்கியது.

(1) ஒரு கருப்பு மற்றும் வெள்ளை தொலைக்காட்சி, ஒரு மின்விசிறி, ஒரு சைக்கிள் அல்லது ஒரு எரிவாயு உருளை; இந்த மூன்று பொருட்களைக் கொண்டிருக்கும்: அல்லது (2) மாத வருமானம் ரூ. 2,000 முதல் 5,000 வரை கொண்ட குடும்பங்கள்.

§ (1) மேலே குறிப்பிட்டுள்ள நான்கு பொருட்களில் இரண்டை மட்டுமே கொண்டவை அல்லது (2) மாத வருமானம் ரூ. 2,000க்குக் குறைவாக இருக்கும் குடும்பங்கள்.

அட்டவணை 2.1இல் மத துருவமுனைப்பு தெளிவாகத் தெரிகிறது. 2007 மற்றும் 2012 தேர்தல்களில் ஐந்தில் ஒரு பங்கு முஸ்லிம்கள் மட்டுமே பா.ஜ.க.வுக்கு வாக்களித்தனர்.[168]

சமூகத் துருவப்படுத்தல் வெளிப்படையான அதேசமயத்தில், இடைநிலை வகைப்பாட்டினர் பா.ஜ.க.வுக்கு மாற நினைத்தனர்: 2007 மற்றும் 2012இல் வளமான வாக்காளர்கள் காங்கிரஸைவிடவும் மோடியின் கட்சிக்கு அதிகமாகத் தங்களது வாக்குகளை அளித்தனர் (அட்டவணை 2.2), ஆனால் நடுத்தர வகுப்பினரும் அதேயளவில் வாக்களித்தனர், பா.ஜ.க. கீழ்த்தட்டு சமூக வகுப்பினரிடையேயும் குறிப்பிடத்தக்க அளவில் நன்றாகவே செயல்பட்டிருந்தது. ஜாதிகளின்

அடிப்படையில் பார்த்தால், உயர் வகுப்பினர் (மேல் ஜாதியினர், ஆதிக்க ஜாதியினர்) பா.ஜ.க.வின் பின்னால் உறுதியாக நீடிக்க, அட்டவணை ஜாதியினர், அட்டவணை பழங்குடியினர் தொடர்ந்து காங்கிரஸுக்கு வாக்களித்திருந்தனர், மோடியின் கட்சி ஓ.பி.சி.யினரின் வாக்குகளையும் அதிகம் ஈர்த்திருந்தது. ஓ.பி.சி. வாக்குகளை ஈர்ப்பதில் பெற்ற வெற்றியே உண்மையில் மோடியின் வெற்றிக்கு பிரதான காரணம். அவரது சொந்த சமூகப் பின்னணி ஓரளவு அதற்கான காரணத்தை விளக்கினாலும், அனைவரையும் அவர்கள் என்ன ஜாதியாக இருந்தாலும் இந்துக்களே என அழைக்கும் அவரது தேசிய-ஜனரஞ்சகவாத யுக்தியால், அச்சுறுத்தல்களை எதிர்கொள்ளவும் மேம்பாட்டின் மூலம் ஆதாயம் பெறவும் அவர் பின்னால் ஒன்றிணைந்தனர். தாழ்த்தப்பட்ட ஜாதியில், சமூக ஏற்றத்தை அனுபவித்தவர்கள், உயர் ஜாதி, நடுத்தர வர்க்கத்தினரால் மிக எளிதாக ஏற்றுக்கொள்ளப்படுவோம் என்ற நம்பிக்கையில் கணிசமான மத ஆர்வத்தை வெளிக்காட்டினர் என்பது சுட்டிக்காட்டத்தக்கது. இந்த நிகழ்வு இந்தியா முழுவதும் உணரக்கூடியது என்றாலும்,[169] குறிப்பாக குஜராத்தில் சுட்டிக்காட்டத்தக்கது.[170]

குறிப்பிட்ட ஓ.பி.சி. வகுப்பினரிடையே வர்க்க அம்சம் தோன்றியதன் மூலம் மோடியின் மீது ஈர்ப்பு ஏற்பட்டதையும் விளக்கிவிடமுடியும். பெருமளவிலான ஓ.பி.சி. வகுப்பினர் கிராமத்திலிருந்து நகரத்துக்கு இடம்பெயர்ந்ததால் ஏற்பட்ட வருவாய், படிப்படியாக அவர்களைப் பாதித்து உள்வேறுபாடுக்குக் காரணமானது. தொழிற்சாலைப் பணியோ அல்லது சேவைப் பணிகளோ, இந்த வெளியேற்றம் நகர வேலைகள் மீதான ஈர்ப்புடன் பிணைக்கப்பட்டிருந்தது. அத்தகைய வேலைகள் நிலையற்றவையாகவும், மோசமான ஊதியமளிக்கப்பட்டதாக இருந்தாலும், அவை இந்த முன்னாள் கிராமத்தவர்களின் வாழ்க்கைச் சூழலை மேம்படுத்தியது. புதிய நகர குடியிருப்பாளர்கள், அவர்கள் நகரத்துக்குச் சென்றாலும் அல்லது நகரம் அவர்களிடம் வந்திருந்தாலும், குஜராத்தில் குறிப்பாக ஆற்றல்மிகு நகரமயமாக்கல் செயல்முறையின் உச்சத்தில் புதிய வகையிலான அரைநகர்ப்புற வர்க்கத்தை உருவாக்கியது. இதற்கு மோடியே முதலில் பெயரிட்டார்: 2012 பா.ஜ.க. தேர்தல் அறிக்கையில் அவர் அவர்களை “நவ- நடுத்தர வர்க்கம்” எனக் குறிப்பிட்டு, கடந்த பத்தாண்டுகளுக்கும் மேலான தொழில் மற்றும் சேவைத் துறையின் ஈரிலக்க வளர்ச்சியால் இந்தப் புதிய வகைப்பாடு உருவானதாக விளக்கியிருந்தார்.[171] உள்ளூர் பார்வையாளர்கள் இவர்களைப் பெரிதும், தங்களை ஏழ்மையிலிருந்து உயர்த்திக்கொண்ட ஆனால் இன்னும் நடுத்தர வர்க்கத்தின் பகுதியாக மாறாதவர்களாக நோக்கினர்.[172] அவர்களால் இரு சக்கர

வாகனங்கள் வாங்கமுடியும், ஆனால் நானோ வாங்கமுடியாது. சில வீட்டுபயோக சாதனங்கள் வாங்கமுடியும் ஆனால் எந்தவொரு நுகர்வோர் மின்னணுப் பொருட்கள் வாங்கமுடியாது. உறுதியான சுவர்களைக் கொண்ட குடியிருப்புண்டு, ஆனால் சிட்டி சென்டர்களில் இருந்து தொலைவில் இருந்தார்கள். தங்களது கிராமச் சுற்றுப்புறச் சூழலை விட்டுக் கிளம்பிவந்த, வயதில் இளைய இந்த மக்கள் தொகையின் அரசியல் கலாச்சாரம் மாறும் தன்மையில் இருந்தது. அவர்கள் பெரிதும் தொழில்முனைவுடையோர்களாக இருந்தனர், தங்களது ஆசைகளை நிறைவேற்ற மோடியையும், அவரது மேம்பாட்டு உறுதிமொழிகளையும் நம்பினர். அவர்கள் ஊடகங்கள், நகரங்களிலுள்ள சமூக வலைத்தளங்கள் மூலம் பரப்பப்பட்ட அரசியல் பிரச்சாரங்களால் மிகவும் சுலபமாக பாதிக்கப்படக்கூடியவர்களாக இருந்தனர். இந்தப் பகுதிகள் கிராமப்புற உலகுக்கு முரணாக, 2002 படுகொலையின் காரணமாக முஸ்லிம்கள் தங்களைத் தனிமைப்படுத்திக்கொள்வது அதிகரிக்க,[173] பிற மதத்தவருடன் கலந்து பழகுவது மிக அபூர்வமாக ஆகியிருந்தது. மற்றவர்கள் எனச் சொல்லப்பட்ட முஸ்லிம்களுடன் சிறிதும் தொடர்பு இல்லாதபோது, அவர்கள் மீது பயத்தை ஏற்படுத்துவது உண்மையிலே எளிதானது. இந்த அனைத்துக் காரணங்களாலும், கிராமப்புறத்தைவிட்டு வந்த ஓ.பி.சி.யினர், நவ-நடுத்தர வர்க்கத்தின் பகுதியாகி, காங்கிரஸிலிருந்து பா.ஜ.க.வுக்கு மாறும் மனநிலையில் இருந்தனர். குஜராத்தில் உள்ள மிகப்பெரிய ஓ.பி.சி. ஜாதியான கோலி ஜாதியினர் ஒரு உதாரணம். கிராமங்களில் 44 சதவிகிதமாக இருந்த பா.ஜ.க. வாக்காளர்கள் அரை நகர்ப்புறங்களில் 65 சதவிகிதமாக உயர்ந்திருப்பதை அட்டவணை 2.3 காட்டுகிறது.

மோடியின் வியூகம் தேர்தல் நிலைப்பாட்டில் பலனளிக்கத் தொடங்கியிருந்து: குஜராத் சமூகத்தை மத நிலையிலும், குறைந்த அளவு சமூக நிலையிலும் துருவப்படுத்துவதன் மூலம், அவர் 2002 முதல் 2012 வரை 48 முதல் 50 சதவிகித வாக்குகளுக்கு இடையில் பெற்று இலக்கை எட்டி வெற்றிபெற்றார், இவ்வாறாக மாநில சட்டசபையில் 182 உறுப்பினர்களுடன் பெரும்பான்மை பெற்ற பா.ஜ.க.- சிறிய தேய்வு காரணமாக 2002இல் 127 இடங்களும், 2007இல் 117 இடங்களும், 2012இல் 115 இடங்களும் பெற்று வென்றது. அதற்குமுன்பு எப்போதும் பா.ஜ.க. ஒரேசமயத்தில் மூன்று தேர்தல்களைத் தொடர்ச்சியாக வென்றது கிடையாது. அந்த நேரத்தில் பெரும்பாலான சமூக அறிவியலாளர்கள் செயலாற்றிக் கண்டுபிடித்துவைத்திருந்ததும், ஏற்றுக்கொண்டதுமான மிதவாதக் கொள்கையுடன் முரண்பட்டு, மோடி தெளிவாக ஒரு அரசியல் திறமையைக் கண்டுபிடித்தார்.

குஜராத்தின் முதல்வராகச் செயல்பட்ட அவரது பதிமூன்று ஆண்டுகாலத்தில், நரேந்திர மோடி இந்து தேசியவாதத்துக்குப் புதிய ஜனரஞ்சகவாத பரிமாணத்தைச் சேர்த்தார். அதன்முன்பு எப்போதும் ஒரு இந்துத்வ ஆதரவுத் தலைவர் தேசிய ஜனரஞ்சகவாத சரிபார்ப்புப் பட்டியலில் அத்தனை அதிகமான கட்டங்களை டிக் செய்ய முடிந்ததில்லை.

தன்னை ஒரு மகத்தான ஒன்றிணைப்பாளராகக் காட்டிக்கொள்வதன் மூலம், அவர் லாக்லாவின் 'ஜனரஞ்சகவாத அறிவுக்கு' எடுத்துக்காட்டாகிறார். எனவேதான், அவர் சமர்ப்பணம் செய்த படேல் சிலையின் பெயரால் நல்லிணக்கம், ஒற்றுமை போன்ற வெற்றுக் குறிப்பான்களைத் தீவிரமாகப் பயன்படுத்துகிறார்.

மேலும், அவர் தனது நண்பர்களாகக் கருதிய 50 அல்லது 60 மில்லியன் குஜராத்திகளுக்காகப் பேசுவதாகச் சொல்லிக்கொண்டார் (இந்த உணர்வைத் தூண்டும் பரிமாணம் லாக்லா மாதிரியின் ஒரு பகுதியாகும்). மேலும் மோடி சமூக மற்றும் மதப் பிளவுகளுக்கு மேல் உயர்ந்து நிற்பதாகக் காட்டுவதற்காக சத்பாவனா மிஷனை தொடங்கினார். அதேபோல அரசியல் பிளவுகளுக்கும் மேலானவராகத் தோன்றுவதற்காக, அவர் தன்னை ஒரு வெளியாளாக, அரசியலுக்கு அந்நியனாகக் காட்டிக்கொண்டார். 2006இல் அவர் வழங்கிய நேர்காணல் ஒன்றில், அவர் "நான் ஒரு அரசியலற்ற முதல் அமைச்சர்" என்று அறிவிக்கவும்கூட செய்தார்.[174] அவரது ஆதரவாளர்கள் சிலர், உண்மையில் மற்றெதனையும்விடப் பெரிதும் செயல்திறன் குறித்துக் கவலைப்படுகிற செயலாற்றல்மிக்க மனிதனாக அவரைக் கண்டனர்.[175] ஆளும் அமைப்பின் பகுதியாகத் திகழும் அரசியல்வாதிகள் உட்பட, மோடி தன்னை மற்றவர்களுக்கு எதிரான ஒருங்கிணைப்பாளராக முன்னிறுத்தினார், முட்டேயின் சொற்களில் சொல்வதென்றால், 'ஊழல்வயப்பட்ட மேல்மட்டத்தினருக்கு' எதிராக 'தூய்மையான நபர்களை' அவர் பிரதிநிதித்துவம் செய்தார்.[176]

அவர், தனது சமூக பிறப்பிடம் காரணமாக அந்தப் பாத்திரத்தை ஆற்றவேண்டிய நிலையிலிருந்தார். அரசியல் அமைப்பானது நேருவின்/காந்தியின் ஊழலான வம்சாவழி வாரிசுகளால் மேலாதிக்கம் செய்யப்பட, மாறாக தான் ஏழ்மையான ஆனால் நேர்மையான குடும்பத்திலிருந்து வந்தவனாகவும், மேலாதிக்கம் செய்பவர்களால் பாதிக்கப்பட்டவராகத் திகழ்வதாகவும் உரிமைபாராட்ட அவரை அனுமதித்தது. இந்தப் பலியாள் உணர்வு மேலும் மோடியை, அவரது சமூகப் பின்னணியைச் சேர்ந்த பொதுமக்களிடம் இன்னும் ஆற்றலுடன் தொடர்புகொள்ள அனுமதித்தது. காஸ்மோபாலிட்டன் உயரடுக்கினரின் பலியாள் என்ற அந்தஸ்து

அட்டவணை 2.3 2012 குஜராத் மாநில தேர்தல்களில் ஜாதி, பழங்குடி மற்றும் முஸ்லீம் வாக்களித்த விதங்களில் நகரமயமாக்கல் ஏற்படுத்திய தாக்கம் (%)

கட்சி	காங்கிரஸ்			பா.ஜ.க.		
ஜாதிகளும் சமூகங்களும்	கிராமம்*	அரைநகர்†	நகரம்#	கிராமம்*	அரைநகர்†	நகரம்#
மேல்ஜாதியினர்		16.1	22.5		64.5	60.5
படேல்கள்	12.4	16.1	10.7	62.8	71	72.9
ஷத்ரியர்	45	41.1	36.2	51.2	51.8	53.2
கோலி	53.2	18.5	–	44	65.2	0.8
இதர ஓ.பி.சி.யினர்	40.7	26.6	17.9	50.9	51.6	65.5
அட்டவணை ஜாதியினர்	81.3	45	59.7	18.8	36.3	16.9
அட்டவணை	47.3	41.1	20	29.6	35.6	66.7
முஸ்லிம்கள்	70.2	81.4	68.5	20.7	7	29.6
மொத்தம்	45.7	32.2	27.5	43.3	50.8	57.7

ஆதாரம்: சி.என்.என்.– ஐ.பி.என்.னுக்கான சி.எஸ்.டி.எஸ். கருத்துக் கணிப்பு அட்டவணையிலிருந்து மாற்றியமைக்கப்பட்டது. மேலும் விவரங்களுக்கு: Christophe Jaffrelot, "Gujarat Elections: The Sub-text of Modi's' Hattrick'- High Tech Populism and the 'Neo-middle Class;• Studies in Indian Politicsl, no.1(June2013): 79–96

குறிப்பு: இந்த அட்டவணையில் காங்கிரஸ் மற்றும் பா.ஜ.க. தவிர்த்த கட்சிகள் கருத்தில்கொள்ளப்படவில்லை என்பதால் பத்திகளின் மொத்தம் 100 சதவிகிதத்துக்குக் குறைவானவை.

* கிராமப்புற தொகுதிகளில் 75 சதவீதம் அல்லது அதற்கு மேற்பட்ட கிராம அடிப்படையிலான வாக்காளர்கள் உள்ளனர்.

† அரை நகர்ப்புற தொகுதிகளில் 25 முதல் 75 சதவீதம் நகர்ப்புற வாக்காளர்கள் உள்ளனர்.

நகர்ப்புற தொகுதிகள் 75 முதல் அதற்கும் அதிகமான நகர்ப்புற வாக்காளர்கள் உள்ளனர்.

பொதுமக்களின் பரிதாபத்தை இன்னும் அதிக செயல்திறனுடன் கவர்ந்தது. அது கவர்ச்சிமிக்க தகுதிகளுடையது ஏனெனில், (வெப்ரியன் அர்த்தத்தில்: மோடி, உண்மையிலே ஒரு விதிவிலக்கான குணங்களுடையவர்) 2002 படுகொலை மூலமும், அவர் செய்த நிரந்தரமான அணிதிரட்டல் நிலையாலும், மாநிலத்துக்கு பெரிய முதலீட்டாளர்களை ஈர்க்கும் அவரது திறமையாலும், அவரது அதி இயற்கை போன்ற தனிப்பட்ட பண்புகளின் காரணமாகவும். 2000இன் நடுப்பகுதியில், பல குஜராத்திகளின் பார்வையில் மோடி உண்மையிலேயே சில அதி இயற்கை சக்திகளைப் பெற்றிருந்தார். 2007 தேர்தல் பிரச்சாரத்தின்போது, டைம்ஸ் ஆப் இந்தியா பத்திரிகை தொடர்ச்சியாக முன்பக்கத்தில் கட்டுரைகளைப் பதிப்பித்தது, உதாரணமாக! (1)மோடி சிறுபையனாக இருந்தபோது,

அவரது வீட்டருகே இருந்த ஏரியில் நீந்துவதை விரும்பினார், தன்னுடன் ஒரு குட்டி முதலையை வீட்டுக்குக் கொண்டுவந்தார், உடனடியாக அவரது அம்மா அதனைத் திரும்பவும் ஏரியில் விட்டுவர நிர்பந்தித்தார், (2) சில விசேஷ சக்திகள் கொண்டுள்ள அகமதாபாத்தின் சுல்தான் போல, எந்தவிதமான விஷமாயிருந்தாலும் மோடியால் செரித்துக்கொள்ள முடியும் (அவரது வலைத்தளத்தில் அவரே சொல்லிக்கொள்வதுபோல),- மற்றவர்களை அச்சுறுத்தும் முன்மாதிரி யுக்திக்கான மற்றொரு உதாரணம் (3) மோடிக்கு பத்து வயதிருக்கும்போது, சிறிய ரயில்வே நிலைய பிளாட்பாரத்தில் தந்தை டீ விற்க உதவியதாக, மோடி சொல்லிக்கொள்வதிலுள்ள உண்மை.[177] இத்தகைய நிகழ்வுகள், ஆஸ்டிகுயின் கொள்கையான, ஜனரஞ்சகவாதி, மக்களால் 'அவனைப் போன்றவனாகவும்' மற்றும் முன்மாதிரி ஆணவமாகவும் பார்க்கப்படுகிறான் என்பதை விளக்குகிறது.[178] ஒரு பக்கம், அவர் நம்மில் ஒருவராகத் தோன்றுகிறார். மறுபக்கமோ அவர், நமது நாயகனாகத் தோன்றுகிறார். மோடி அவரது அநாகரீகம் மற்றும் பரிகாசத்துடனான சீர்குலைக்கும் பாணியின் காரணமாக, மக்களுக்கு நெருக்கமானவராக இருந்தார்.

2002-லேயே, குறிப்பாக குஜராத் மக்கள் திரளுடன் தொடர்புகொள்ளும் மோடியின் திறன் குறிப்பிடத்தக்கது. இந்தத் தொடர்பு, பாரம்பரிய, அதிநவீன, மெய்நிகர் அதேயளவு உடல்ரீதியாக எனப் பல்வேறு சானல்களின் வழி நடைபெற்றது.[179] 2002 படுகொலைக்குப் பின் பேரணியில் அவரது இருப்பு மட்டுமே கூட்டங்களை உத்வேகம் கொள்ளவைக்கப் போதுமானதாக இருந்தது, அவரை விதிவிலக்கானவராகக் காட்டியது. ஆனால் அவரது பேச்சுத் திறனும் கூட்டத்தை மெய்மறக்க வைத்தது. மக்களிடம் நேரடியாகத் தொடர்புறுத்தும் இந்தத் திறன் மற்றும் குறைந்தபட்சம் பகுதியளவிலாவது- நிறுவனத்துக்கும் மேலாக உயர்ந்து நிற்பதற்காகத் தனது சொந்தக் கட்சியினரையே கடந்துசெல்லும் திறன் ஆகியவை ஷில்லால் ஜனரஞ்சகவாதத்தின் மற்றொரு குணாதிசயமாக வலியுறுத்தப்படுகிறது.

ஆனால் மோடியின் ஜனரஞ்சகவாதம் ஓரளவுக்கு பிரேத்யேகமானதும் தகுதி தேவைப்படுவதுமாகும். அது ஜெர்மனியால் வரையறுக்கப்பட்ட தேசிய ஜனரஞ்சகவாதத்தின் உட்பிரிவாகும். 'இந்து இதயங்களின் சக்கரவர்த்தி' யாரை எதிர்த்து ஆதரவாளர்களைத் திரட்டினாரோ, அவர்கள் ஸ்தாபனத்தின் உறுப்பினர்கள் மட்டுமல்லாது மதச்சார்பின்மையில் தேர்ந்தவர்களும், அதன் பிரதான பயனாளிகளுமான மதச்சிறுபான்மையினரும்கூட. ஜனரஞ்சகவாதத்தின் இந்த முத்திரை, இந்து தேசியவாதக் கொள்கையிலிருந்து பிரிக்கமுடியாததும்கூட. மோடி இந்த

மண்ணின் மைந்தன் என்பதற்கு அழுத்தம்தர, இத்தாலியரால் வழிநடத்தப்படும் காங்கிரஸோ, பல்தேசியம் சார்ந்தது. மேலும் காங்கிரஸ் மென்மைப்போக்குடன் இருப்பதாக உணர்ந்த, இஸ்லாமியவாதிகளிடமிருந்து இந்துக்களைக் காப்பதாக அவர் பொறுப்பெடுத்துக்கொண்டதுடன், மத அரசியல் வகைப்பாட்டு கருப்பொருளையும் எடுத்துக்கொண்டு, அவர் குஜராத்திகளை புதுடெல்லி மற்றும் பாகிஸ்தானிடமிருந்து பாதுகாக்கும் தீர்மானமுள்ளவராகக் காட்சியளித்தார்.

மோடி 50 அல்லது 60 மில்லியன் குஜராத்திகளின் பிரதிநிதி என அவர் கூறியபோதும், குஜராத்தில் அவர் ஊக்குவிக்க நினைத்த ஒற்றுமையின் வகைப்பாடு தெளிவாகவே-முதன்மையாகவே பெரும்பான்மை சமூகத்துடன் தொடர்புடையது. அவர் பயின்றுவந்த இடமான ஆர்.எஸ்.எஸ்.ஸிலிருந்து பெறப்பட்ட அவரது குறிக்கோள், முக்கியமாக முஸ்லிம்களுக்கு எதிராக இந்துக்களை ஒருங்கிணைத்தல் (எனவேதான் இந்தியா டுடே 'தலைமைப் பிரிவினையாளன்' என தலைப்பு வைத்தது). இந்த வியூகம் 2002 படுகொலைக்குப் பின்பாக மட்டும் வெளிப்படையாகத் தெரியவில்லை, 2003- 2006 காலகட்டத்தின் நீண்ட தொடர் போலிப் படுகொலைகளின் வெளிப்பாடான பயத்தின் அரசியல் மூலமும் வெளிப்படையானது.

ஜாதிப் பிரிவுகளைக் கடக்கும் நோக்கிலேயே இந்துப் பெரும்பான்மைவாத வியூகம் கொண்டுவரப்பட்டது. 1980இல் ஜாதிப் பிளவுகள் குஜராத்தில் மிகத் தீவிரமாகக் காணப்பட்டன. காங்கிரஸ் அரசாங்கத்தால் அறிமுகம் செய்யப்பட்ட கூடுதல் இடஒதுக்கீட்டுக்குப் பிரதிவினையாக, (படேல்கள் உள்ளிட்ட) முன்னேறிய ஜாதியினர் எதிர்ப்புத் தெரிவித்ததுடன் உச்சபட்சமாக பா.ஜ.க.வுக்குச் சென்றுவிட்டனர்.[180] கட்சியானது பெரும்பான்மை சமூகத்தை ஒன்றிணைக்க இந்துத்துவாவைப் பயன்படுத்தியது. மோடி இந்தத் திறமைக்குப் புதிய பரிமாணம் கொடுத்து, ஜாதிகள் மற்றும் பிரிவுகள் கடந்த அடையாளமான, இந்துக்கள் தங்களது மத அடையாளத்துக்கு மட்டுமல்லாமல், தங்களது குஜராத்தி பெருமிதத்துக்கும் மதிப்பளிக்க அழைப்புவிடுத்தார்.

கூடுதலாக, ஜாதியத்தை நீர்க்கச் செய்யும் நவ நடுத்தரவர்க்கம் எனும் மற்றொரு சமூகக் கருத்தாக்கத்தையும் ஊக்குவிக்க மோடி முயற்சிசெய்தார்: மாநில பொருளாதார வளர்ச்சி விகிதத்தால் குஜராத்தின் கிராமங்களிலிருந்து புலம்பெயர்ந்து வந்தவர்களால் பெருகியதாகக் கருதப்பட்ட, இதர பிற்பட்ட வகுப்பினரின் உத்வேகமிக்க இளைஞர்கள் இந்தப் புதிய வகைப்பாட்டில் வைத்துத் தங்களை அடையாளம் கண்டனர். இந்த இரட்டை

இலக்க பொருளாதார வளர்ச்சி விகிதம்தான் குஜராத் மாதிரி என நரேந்திர மோடி முன்வைத்த வளர்ச்சி மாதிரி. உண்மையில் சில நல்ல வேலைகள் உருவாக்கப்பட்டாலும், சமத்துவமின்மைகள் மிகவும் நிலைத்துக்காணப்பட்டன. ஏழைகளுக்கு ஆதரவாக மோடியின் மேடைப் பேச்சுகள் இருந்தபோதும், குஜராத் மாதிரியின் பண்புகள், மோடியின் ஜனரஞ்சகவாதம்- வலதுசாரியின் பெரும்பாலான ஜனரஞ்சகவாதத்தைப் போன்று- கீழான ஜாதியினரின் அணிதிரட்டலைத் தணிப்பதன் மூலம் மட்டுமின்றி சமூகப் பொருளாதார படிநிலைகளைப் பராமரித்தோ அல்லது அப்படியே தக்கவைத்தோ சமூக நிலையை அப்படியே நீடிக்கப் பயன்படுத்தப்பட்டது. பெரும்பாலான குஜராத்தி தொழிலதிபர்களிடமிருந்து மோடி பெற்ற ஆதரவும், இந்த விவகாரமும் தொடர்பில்லாதது அல்ல.

இருமுகம் கொண்ட உருவம்போல, மோடியின் ஜனரஞ்சகவாதம் மிகவும் வேறுபட்ட இரு முகங்களை வெளிப்படுத்தியது. ஒருபக்கம், இது சாமானியர்களுக்கான பொருளாதார வளர்ச்சி உறுதிப்பாட்டை அடிப்படையாகக் கொண்டு ஒற்றுமைக்கு அழுத்தம் தந்தது. மற்றொரு பக்கம், பெருகிவரும் அச்சுறுத்தல்களின் சூழலில், புத்திசாலித்தனமாகத் திட்டமிட்டு, மற்றவர்கள் குறித்த பயத்தை வைத்துச் சுரண்டியது. இந்த வியூகத்தின் இரு அம்சங்களின் கூட்டுவிளைவாக, இரு வகை துருவப்படுத்தல்களை ஆதாயமாக்குவதன் மூலம் பா.ஜ.க.வுக்கு அதன் வாக்காளர்களை விரிவுபடுத்துவதற்கான புதிய வழிகள் கிடைத்தன. சமூகத் துருவப்படுத்தல், பா.ஜ.க.வின் வாக்காளர் தளத்துக்குள் பாரம்பரிய நடுத்தர வர்க்கத்துடன் நவ நடுத்தர வர்க்கத்தையும் ஒன்றிணைத்தது. அப்படிச் செய்வதன் மூலம், நடுத்தர வர்க்கம் (நவ நடுத்தர வர்க்கம் உள்பட) மற்றும் ஏழைகள் இரு துருவங்களைக் கொண்ட ஒரு சமூகத்தை உருவாக்கி, வர்க்கத்துக்கு ஆதரவாக ஜாதியின் எடையை சமன்செய்ய முயன்றார் மோடி: அதேசமயம், மத துருவப்படுத்தல் சாதிய அடையாளப்படுத்தல்களை நீர்க்கச் செய்து, சமூக துருவப்படுத்தல் சார்புடையதாகி, ஏழைகளில் கொஞ்சம்பேரை இந்து தேசியவாதத்துடன் அடையாளப்படுத்தவும் முஸ்லிம்களுக்கு எதிராக அணிதிரளவும் வைத்தது. வர்க்கத்தை அடிப்படையாகக் கொண்டதும், மதத்தை அடிப்படையாகக் கொண்டதுமான- இந்த இரு வரிசையிலான பிளவுகளையும் ஒன்றின் மேலொன்று பொருத்தியதானது- சங் பரிவார் மிகவும் அஞ்சிய, பொதுமக்கள் அணிதிரட்டலால் இயக்கப்பட்ட மௌனப் புரட்சியான, கீழ்ஜாதியினரின் எழுச்சி அபாயத்தைத் தணிப்பதை பா.ஜ.க.வுக்கு சாத்தியமாக்கியது. இவ்வாறாக, கீழ் ஜாதியினரின் அரசியல்படுத்தலை முறிக்க இந்து தேசியவாதிகளுக்குத்

தேவைப்பட்ட, தேசிய ஜனரஞ்சகவாத ரெசிபியை நரேந்திர மோடி தனது முகாமுக்கு அளித்தார்.

அவர் இந்த வெற்றியை, மிதவாதக் கொள்கைக்கு இணக்கமாக, கூட்டாளிகளைத் தக்கவைக்க இந்து தேசியவாதத்தை நீர்க்கச் செய்யவேண்டும் என நினைத்த எல்.கே. அத்வானி உள்ளிட்ட பா.ஜ.க. தலைவர்களுக்கு முரணாக தீவிர மேடைப்பேச்சு மற்றும் செயல்களின் மூலம் சாதித்தார். இந்தக் கருதுகோளை ஆதரிக்கும் அரசியல் அறிவியல் இலக்கியங்கள், தேர்தல் போட்டிகளில் தீவிர நிலைப்பாடுடைய கட்சிகளை உள்ளடக்கிய ஆட்சியானது, வழக்கமாக இத்தகைய கட்சிகளை மிகவும் மிதமான அரசியல் செயல்பாட்டாளர்களாக மாற்றும் என வாதிடுகின்றன.[181] இந்த மிதப்படுத்தும் செயல்முறை கூட்டுத் தாக்கத்தை ஏற்படுத்தக்கூடிய. நான்கு காரணங்களின் விளைவாக இருக்கலாம். முதலாவதாக, ஜனநாயக சட்டகத்தில் தேர்தலில் அதிதீவிர கட்சி போட்டியிடும்போது. அது சட்டத்தின் ஆட்சி உள்ளிட்ட தாராளவாதக் கொள்கைகளின் அடிப்படையிலான அமைப்புகளை ஏற்றுக்கொள்கிறது. உதாரணமாக, அதிதீவிர கட்சியானது அரசியல் பன்முகத் தன்மைக்குத் தன்னை அர்ப்பணித்துக் கொள்ளக் கட்டுப்பட்டதாகும்.[182] இரண்டாவதாக, ஒரு தீவிரக் கட்சி தேர்தல்களில் போட்டியிடும்போது, அதன் மையக் கொள்கைகளுக்கு வெளியிலுள்ள வாக்காளர்களைக் கவர, அதன் கொள்கைகளை நீர்த்துப்போகச் செய்யவேண்டியது அவசியம். ஒருமுறை தேர்தல் களத்தில் நுழைந்ததும் தங்களது பிரத்யேகத்தன்மையை தீவிரவாதக் கட்சிகள் அடக்கி வாசிக்கவேண்டும் என்று கருதிய ராபர்ட் மிக்கேல்ஸ் மற்றும் ஜோசப் ஷம்பீட்டர் முதல் நிலைக் கோட்பாட்டாளர்கள் ஆவர்.[183] மூன்றாவதாக, தீவிரக் கட்சிகள் அதிகாரத் தேடல் மற்றும் ஆட்சியமைக்க ஆசைப்பட்டால், அதன் தனித்தன்மையுடன் தொடர்பிலாத கட்சிகளுடன் கூட்டணி வைக்கவோ அல்லது முழுமையான பெரும்பான்மையை வெல்லவோ தவறலாம். நான்காவதாக, ஆழமான தத்துவார்த்த தூய்மையினை வெளிக்காட்டும் கருத்தியல் இயக்கங்களில் இருந்தே தீவிரவாதக் கட்சிகள் வெளிப்படும் அதேவேளையில், அவை இந்த இயக்கங்களிலிருந்து படிப்படியாக விடுபட்டு வெகுஜனக் கட்சிகளாக உருமாற்றிக்கொள்கின்றன.[184]

இர்ஃபான் அகமத் காட்டுவதுபோல,[185] இந்தியாவில் இந்தக் கொள்கை ஜமாத்-இ-இஸ்லாமி-க்கு பொருந்தும். இக்கட்சி படிப்படியாக ஜனநாயக விதிகளை ஏற்றுக்கொண்டது. ஆனால் மோடியின் பா.ஜ.க.வுக்கோ இனவாதப் பெரும்பான்மையினரை பிரதிநிதித்துவப்படுத்துவதாகக் கூறும் சமூகக் கட்சிகள்

அனைத்துக்குமோ மிதவாதக் கருதுகோள் பொருந்தாது. அவர்களது விஷயத்தில், அவர்களது கருத்தியலைக் கொண்டிராத கூட்டாளிகளின் கூட்டணிகள் தேவையாயிருந்தால் மட்டுமே மிதவாதம் பொருளுள்ளதாகிறது. மாற்று வியூகமாக, அவர்கள் செயல்படுத்த முயற்சிக்கக்கூடிய உத்தி, வாக்காளர்களை அவர்களது இன, மொழி, மத அடிப்படையில் தங்களுக்குச் சாதகமாகத் துருவப்படுத்த முயல்வதாகும். 1979இல் இந்து தேசியவாதிகளை கூட்டணி நெடுந்தொலைவுக்குக் கொண்டுசெல்லாது என உணர்ந்து தியோராஸ் பரிந்துரைத்தது இந்த வியூகமே ஆகும், அயோத்தியா பிரச்சனையின் மூலம் இந்து வாக்காளர் வங்கியைப் பயன்படுத்தி சங் பரிவார் ஆயத்தப்படுத்தியது இந்தக் களத்தைத்தான். ஆனால் எல். கே. அத்வானி போன்ற மூத்த தலைவர்கள் பா.ஜ.க.வுக்கு கூட்டணி தேவையென அப்போதும் நினைத்தனர். பதிமூன்று ஆண்டுகளாக குஜராத்தை ஆய்வகமாகப் பயன்படுத்தி, துருவப்படுத்தலை நாடுவதன் மூலம், மோடி ஒரு மாற்று வியூகத்தைச் செயல்படுத்திக் காட்டினார்.

நிச்சயமாக, மோடியின் சொல்லாட்சி குறிப்பாக குஜராத்தில் அதன் சமூகப் பொருளாதாரப் பாதையால் மட்டுமின்றி அதன் வரலாறு மற்றும் அரசியல் கலாச்சாரத்தாலும் எதிரொலித்தது. உண்மையில் இந்த மாநிலம் பாரம்பரியமாக இஸ்லாமுடன் சிக்கலான உறவைக் கொண்டிருந்தது. முஸ்லிம் படையெடுப்பை எதிர்கொண்ட இந்தியாவின் முதல் பகுதிகளில் அதுவும் ஒன்று.[186] பதினொன்றாம் நூற்றாண்டில், முகம்மது கஜினி சோம்நாத் ஆலயத்தைக் கொள்ளையிட்டது குஜராத் சமூகத்தை ஆழமாகக் காயம்படச் செய்ததுடன், இந்தியா முழுவதுமுள்ள அனைத்து இந்துக்களின் சின்னமாக அது ஆகியது.[187] இந்த நீண்ட வரலாறு போர்க்குணமுள்ள இந்துக்களை உருவாக்குவதை முதன்மையான குஜராத்தி அடையாளமாக்கியது. அவர்களின் உரைவீச்சானது இருபதாம் நூற்றாண்டில் ஓரளவு செல்வாக்கு செலுத்தியது, குஜராத் காங்கிரஸ் அரசியல் துணைக்கலாச்சாரத்தில் வல்லபாய் படேல் போன்ற தலைவர்களின் செல்வாக்கின் மூலமாக சாட்சியமாக்கப்பட்டது. காங்கிரஸ் கட்சியின் குஜராத் கிளையானது, இந்துத்துவத்தைப் பாதுகாப்பதில் இதர பிராந்தியக் கிளைகளைவிட மிகவும் ஆர்வத்துடனிருந்தது[188] குஜராத்தில், பெரும்பான்மைவாதத்தின் சிறப்பியல் அம்சங்கள் உள்ளது. இது மத மற்றும் இன, மொழி அடிப்படையிலான உறவு மட்டுமின்றி, பகிரப்பட்ட வரலாற்று விவரிப்பு, வெளிப்படையாகவோ மறைவாகவோ அவமதிப்பின் மூலத்தில் மற்றமை (முஸ்லிம்) குறித்த பயம், ஆகியவற்றை அடிப்படையாகக் கொண்டது. இந்த

நிலைப்பாட்டிலிருந்து, குஜராத்திலுள்ள பல இந்துக்கள் மிகவும் ஆரம்பகட்டத்திலேயே தங்களது மாநிலம் சுற்றுப்புற அண்டை அயலாரிடமிருந்து அழுத்தத்துக்கு உள்ளாகிற எல்லைப்புற பகுதியாக இருக்கிறது என்பதை உணர்ந்திருந்தனர். இந்த உணர்வு 1947இல் பாகிஸ்தான் உருவானதன் மூலம் பெரிதுபடுத்தப்பட்டது.[189] குஜராத் பாகிஸ்தானுடன் பொதுவான எல்லையைப் பகிர்ந்துகொள்கிறது என்ற உண்மையானது, 1965இல் 'தூய்மையான நிலத்தின் நாடானது' இந்தியா மீது போர் அறிவித்து, குஜராத்தை போர்க்களமாகப் பயன்படுத்தியது தொன்மையான பயத்தை மீண்டும் வெளிக்கொண்டுவந்தது. குறிப்பிட்ட வகையான சாதாரணர் தப்பெண்ணம் இந்த மாநிலத்தில் வியாபித்துள்ளது,[190] வகுப்புவாத வன்முறையுடன் சேர்ந்து முஸ்லிம்கள்மீது விரோதம் பாராட்டும் அரசியல் கலாச்சாரம் செல்வாக்கு இம்மாநிலத்தில் நிலவியதுடன், அகமதாபாத்தை குடிமகன்- உயிரிழப்புகள் அடிப்படையில் மிகவும் பாதிக்கப்பட்ட இந்திய நகரமாக மாற்றியது.[191]

ஆனால் குஜராத் ஒரு சிறப்புப் பிரதேசமாக இருந்தாலும், அதன் கலாச்சாரம் இந்து தேசியவாதத்துடன் தேர்ந்தெடுக்கப்பட்ட உறவுகளைக் கொண்டிருந்தாலும், மோடி அங்கு ஒரு அரசியல் பாணியையும் தொகுப்பையும் உருவாக்கினார், இந்த மாநிலத்தைத் தனது ஏவுதளமாகப் பயன்படுத்தி அதை மாற்றங்களுடன், இந்தியா முழுவதும் பிரச்சாரம் செய்யமுடிந்தது. தனது சாமானிய பின்னணியையும் குஜராத் வளர்ச்சி விகிதத்தையும் பயன்படுத்தியது மட்டுமின்றி, அவர்களுள் ஒருவராக, தான் நாட்டை அவர்களுக்காக மேம்படுத்துவதாக நம்பச் செய்து- புதிய இஸ்லாமிய தாக்குதல்கள் என்ற பேரில் மற்றமையின்பேரிலான பயத்தைப் பயன்படுத்திக்கொண்டார். முன்பே குறிப்பிட்டதுபோல, பெரும்பான்மைவாத தாழ்வு மனப்பான்மையும், இந்துக்களின் ஊறுபடும் உணர்வையும் மறுபடியும் தூண்டிவிட இது சங்பரிவாருக்கு உதவியது.

3
அதிகாரத்துக்கான மோடியின் எழுச்சி அல்லது கோபம், பயம், நம்பிக்கையைப் பயன்படுத்திச் சுரண்டுவது எப்படி

ஒருபோதும் தேசிய அளவிலான பதவிகளை வகித்திராதபோதும் நரேந்திர மோடி, 2014இல் இந்தியாவின் தலைமைப் பதவிக்கு எப்படி உயர்ந்தார் என்பதைப் புரிந்துகொள்வதற்கு, 2014 பொதுத் தேர்தல் நடந்த சூழல்களைத் திரும்பிப் பார்ப்பது அத்தியாவசியமானது. 1996இல் அவரது முன்னோடியான பிரதமர் ஹெச்.டி. தேவேகௌடா மட்டுமே இதனைச் சாதித்திருந்தார். அரசியல் சூழல் இதில் முக்கியமான பங்குவகித்தது. காங்கிரஸ் முக்கியமான மாற்றத்துக்கு உட்பட்டிருந்தது. மூப்படைந்துகொண்டிருந்த பிரதமர் மன்மோகன்சிங், அனுபவமில்லாத ராகுல் காந்தியிடம் பொறுப்பை ஒப்படைத்திருந்தார். இந்தியாவில் பொருளாதார வளர்ச்சி சரிவைச் சந்தித்துக்கொண்டிருந்த, அப்போதைய பொருளாதாரச் சூழலும் முக்கியமானது, அது குஜராத் மாதிரியையும் அதன் வளர்ச்சி விகிதத்தையும் மோடி அழுத்திப் பேச வழிவகுத்தது. ஆனால் சமூக மற்றும் உளவியல் சூழலும் குறிப்பான கவனத்தைக் கோரியது. முந்தைய இரு காரணிகளைப் போலல்லாமல், அவை சூழலைக் குறைவாகவே சார்ந்திருந்தன. மேலும் நீடிக்கவிருக்கும் புதிய அரசியல் கலாச்சாரம் நிலவுவதற்கான திருப்புமுனையையும் அவை குறித்தன.

2014-ஆம் ஆண்டு, உண்மையில் முந்தைய தசாப்தத்தின் தொடக்கத்தில், இஸ்லாமிய தீவிரவாதத் தாக்குதலின் அலையோடு தொடர்புடைய, இந்துப் பெரும்பான்மைவாத தாழ்வு மனப்பான்மையை திரும்பச் செயல்படுத்துவதன் மூலம் தொடங்கிய சுழற்சியின் உச்சத்தைக் குறித்தது. இந்தச் சூழலில், குஜராத்தில் மோடி சிறப்பாக ஆயத்தப்படுத்தி வைத்திருந்த அவரது அச்சமற்ற இந்து தேசியவாதமும்

அரசியல் பாணியும் புதிய எதிரொலிப்பைக் கண்டதுடன் தேசிய அளவிலும் பொருத்தமாக இருந்தன.[1] பாகிஸ்தான் குறித்த பயமும், அச்சுறுத்தும் மற்றமையை நிராகரித்தலும், பாகிஸ்தானுடன் தொடர்புடன் இருக்கச் சாத்தியமுள்ள தீவிர இஸ்லாமியராக இந்திய முஸ்லிம்களை எண்ணவைத்தது. இது புதிய அரசியல் உரையாடலை நியாயப்படுத்துவதற்கான பின்னணியை உருவாக்கியதுபோல் தோன்றியது.

ஆனால் வாக்காளர்கள் அவரைத் தேர்வுசெய்வதற்கு முன்பாக, மோடி முதலில் அவரது கட்சியால் மட்டுமின்றி, அவரது சொந்த குடும்பமான ஆர்.எஸ்.எஸ்.ஸின் ஏற்பைப் பெறவேண்டும். எல்.கே. அத்வானி அப்போது மூன்றாவது முறையாக பிரதமர் பதவிக்கான போட்டியில் பங்குபெற ஆயத்தம்செய்துகொண்டிருந்தார்-அத்துடன் ஆர்.எஸ்.எஸ்.ஸின் தலைவர்கள் மோடி ஆட்சி செய்யும்விதத்தில் முழுக்க திருப்தியடைந்திருக்கவில்லை. 2013இல் மோடி சங் பரிவாரை தன்னை ஏற்றுக்கொள்ள வைத்திருந்தார் என்றால், அது போட்டியாளர்கள் இல்லாததால் மட்டுமல்ல (அத்வானி இனியும் நம்பகமானவராகத் தோன்றவில்லை)-சாமானியமயமாக்கல் உள்பட-சங் பரிவாரில் உள்ளுக்குள் நடந்த மாற்றத்தின் காரணமாகவும், துருவப்படுத்தலை தேர்தல் வியூகமாகத் தேர்வுசெய்த பா.ஜ.க.வின் காரணமாகவும்தான்.

இவ்வாறாக 2014 தேர்தல், மாற்றத்துக்கு உட்பட்டுக்கொண்டிருந்த சமூகம், ஒரு அமைப்பு மற்றும் மனிதனின் சந்திப்பாகத் திகழ்ந்தது. எனினும் மோடியின் வெற்றி ஒரு முன்கூட்டிய முடிவல்ல. அது, அவர் குஜராத்தில் பயன்படுத்திய ஜனரஞ்சகவாத டூல்கிட்டை தேசிய அளவில் பயன்படுத்துவதையும், இந்திய வரலாற்றிலேயே மிக நீண்ட தேர்தல் பிரச்சாரங்களில் ஒன்றில், செயலார்வலர்களின் படையொன்றை அணிதிரட்டுவதையும் நம்பியிருந்தது.

இந்துக்களின் ஊறுபடும் உணர்வை அரசியல்ரீதியாகத் திரட்டல்

2000-த்தின் ஆரம்ப கட்டங்களில் இந்தியா எதிர்பாராத இஸ்லாமிய தீவிரவாத அலையொன்றால் தாக்கப்பட்டது. ஆனால் இத்தாக்குதல்களின் தாக்கத்தை, பெரும்பான்மை சமூகத்தின் மிகைப்படுத்தப்பட்ட ஊறுபடும் உணர்வு, அவற்றின்மீதான சங் பரிவாரின் அரசியல் சுரண்டல் இவற்றால் மட்டுமே விளக்கமுடியும்.

2000-களில் இஸ்லாமியத் தீவிரவாதம்

2001 முதல் 2008-க்கு இடையே, மிக அதிகமான தீவிரவாதத் தாக்குதல்களைக் கண்ட உலக நாடுகளில் இந்தியாவும் ஒன்று.

தீவிரவாதிகள் காஷ்மீருக்கு வெளியே தாக்கியபோது தாக்குதல் மும்பையோடு நிறுத்தப்பட்டன. 1993இல் நடந்த ஒரு தாக்குதலுக்குப் பிறகு முதன்முறையாக, காஷ்மீருக்கு வெளியே தாக்கினர். அவற்றைப் பட்டியலிடுவது களைப்படைய வைப்பது, ஆனால் சில நிகழ்வுகள் குறிப்பிடவேண்டியவை.

டிசம்பர் 2000இல், பாகிஸ்தானிலுள்ள லஸ்கர்-இ- தொய்பாவால் நடத்தப்பட்ட, டெல்லியில் நடந்த செங்கோட்டை குண்டுவெடிப்பு, இத்தகைய தொடர் வன்முறைத் தாக்குதல்களின் தொடக்கமாகக் குறிக்கப்படுகிறது. டிசம்பர் 13, 2001இல், இந்தியப் பாராளுமன்றத்தில் ஊடுருவமுயன்ற படைப்பிரிவு, இந்தப் போக்கில் குறிப்பிடத்தக்க திருப்பமாக அமைந்தது: தீவிரவாதக் குழுவுக்கும் பாதுகாப்புப் படைகளுக்குமான சண்டை ஏழு உயிர்களைப் பலிவாங்கியதுடன், இந்தியா முழுவதும் அதிர்ச்சியலைகளை எழுப்பியது. ஏழு வருடங்களுக்குப் பின், நவம்பர் 26, 2008இல் மும்பையின் இரண்டு சொகுசு ஹோட்டல்கள், பிரதான ரயில்வே நிலையம், வெளிநாட்டினர் வந்துசெல்லும் கஃபே, யூத கலாச்சார மையம் ஆகியவற்றின் மீதான குண்டுவெடிப்பு மற்றும் துப்பாக்கிச் சூடு 172 பேர் பலியாகக் காரணமானது. துப்பாக்கிச் சூடும், பணயக் கைதிகளைப் பிடித்துவைத்தலும் பதினைந்து மணி நேரத்துக்கும் மேலாக நீடித்தது. அந்தப் படை இருபது இளம் பாகிஸ்தான் லஸ்கர்-இ-தொய்பா உறுப்பினர்களைக் கொண்டதாக, பாகிஸ்தானிலிருந்து கட்டுப்படுத்தப்படுவதாக இருந்தது. மிக நன்றாக ஆவணப்படுத்தப்பட்டிருந்தாலும், இந்தியாவின் உள்நாட்டு அரசியல் தாக்கங்களின் அடிப்படையில், இந்த நிகழ்வுகள் மிகவும் கொடியதாகவோ அல்லது குறிப்பிடத்தக்கதாகவோ இல்லை.

ஜூலை 2006இல் புறநகர் ரயில்களில் நடந்த தொடர் குண்டுவெடிப்பில் 200-க்கும் அதிகமான பேர் கொல்லப்பட்டதே மிக மோசமான தாக்குதல். போலீஸ் ஆதாரங்களின் மூலம், ஊடகங்கள் இந்தத் தாக்குதல்கள் குறித்த விரிவான விவரங்களைத் தந்துள்ளன.[2] இந்தியா டுடே வாராந்தர பத்திரிகையின்படி, இந்தத் தாக்குதலுக்கான சதி, பகவல்பூரிலுள்ள (பாகிஸ்தான்) லஸ்கர் இ தொய்பா தளபதியின் வீட்டில், இந்தியாவைச் சேர்ந்த லஸ்கர் இ தொய்பா உறுப்பினர்கள் பங்குபெற நடந்துள்ளது.[3] 50-க்கு நெருக்கமான நபர்கள் பகவல்பூரில் வெடிக்கும் உபகரணங்கள் தயாரிப்பில் பயிற்சியளிக்கப்பட்டுள்ளனர். இந்தியா டுடே தகவல்படி, இந்தத் திட்டத்தை வழிநடத்துவதற்கு, பாகிஸ்தானியர்களும் இந்தியர்களும் கலந்த, ஒவ்வொரு குழுவினரும் 2 முதல் 2.5 கிலோ ஆர்.டி.எக்ஸ்.ஸும் (பாகிஸ்தானிலிருந்து வந்தது), 3.5 முதல் 4 கிலோகிராம் அம்மோனியம் நைட்ரேட்டும் (மும்பையிலிருந்து வந்தது) நிரப்பப்பட்ட பிரஸ்ஸர் குக்கரைத்

தூக்கிக்கொண்டு ஏழு குழுக்களாக அவர்கள் பிரிந்துசென்றனர். பெரும் எண்ணிக்கையிலான சந்தாதாரர்களைக் கொண்ட, இந்தியா டுடே, போலீஸ் ஆதாரங்களின் அடிப்படையில்- பாகிஸ்தான் இஸ்லாமிய தீவிரவாதிகளுக்கும், இந்திய முஸ்லிம்களுக்கும் இடையே தீவிரவாதக் கூட்டுறவு இருந்ததென அழுத்தம் தந்தது.[4] அவர்களிடையே, ஒசாமா பின்லேடனை, "ஒரு உண்மையான முஜாஹித்"[5] எனப் புகழ்ந்ததற்காக, 2001, செப்டம்பர் 11-க்குப் பிறகு தடைசெய்யப்பட்ட, சிமி எனும் (இந்திய இஸ்லாமிய மாணவர் இயக்கம்) மாணவர் அமைப்பின் முன்னாள் உறுப்பினர்களான இந்திய முஸ்லிம்களும் இருந்தனர்.

1977இல் உத்தர பிரதேசத்திலுள்ள அலிகார் முஸ்லிம் பல்கலைக்கழகத்தில் சிமி தோற்றுவிக்கப்பட்டது.[6] அயோத்தியில் கோவிலைக் கட்டுவதென்ற பிரச்சாரம் இந்தக் குழுவின் தீவிரமயமாக்கலைத் துரிதப்படுத்தியது. சிமி 1991இல் வன்முறை வடிவிலான ஜிஹாத்தை முன்னெடுக்க அழைப்புவிடுத்தது.[7] குஜராத் படுகொலை இந்தச் செயல்முறையை இன்னும் பெரிதுபடுத்தியது, அதேசமயம் 2001இல் சிமி ஏற்கெனவே தலைமறைவு இயக்கமாயிருந்தது. இர்ஃபான் அகமதால் நேர்காணல் செய்யப்பட்ட சிமி தலைவர் ஒருவர், 2000-த்தின் முதல் பத்தாண்டுகளில் பழிவாங்குவதற்கான தாகமே அந்த இயக்கத்தைச் செலுத்தியது எனக் கூறினார்:

> அவர்கள் (ஆர்.எஸ்.எஸ்) ஏற்கெனவே நாள்தோறும் முஸ்லிம்களைக் கொன்றுவருகின்றனர். அவர்கள் நமது சகோதரிகளை வன்புணர்கின்றனர், நாம் வெறும் பார்வையாளர்களாக இருக்கிறோம். கடந்த ஐம்பதாண்டுகளில் நாம் அடைந்தது என்ன? முஸ்லிம்களுக்கு எதிரான கலகங்கள்! அவர்கள் முஸ்லிம்களின் மீது கொடுங்கோன்மையைக் கொண்டுவருகிறார்கள், சகோதரிகளை வன்புணர்கிறார்கள், அரசாங்கம் வெறும் பார்வையாளர்களாக இருக்கிறது. நாம் வாளேந்தி ஜிஹாத் மேற்கொள்ளாமல், வேறென்ன செய்யப் போகிறோம்? நாம் நம் சகோதரிகளின் இழந்த கற்பை மீட்டெடுப்போமா?... முஸ்லிம்களை இனப்படுகொலையிலிருந்து காப்பதும், சகோதரிகளின் கற்பைக் காப்பதும் நம் மதக் கடமை. ஜிஹாத்தின்போது நாம் கொல்லப்பட்டால், நாம் தியாகிகளாவோம். இந்த மரணம், அவமானத்துக்கு உட்படுத்தப்பட்டு ஏற்படும் மரணத்தைவிடவும் ஆயிரம் மடங்கு மேலானது. குஜராத்தில் நாம் கேரட்டுகளைப்போல சீவித்தள்ளப்பட்டோம் (கேரட், முள்ளங்கி போல).[8]

முன்னாள் சிமி உறுப்பினர்கள் ஒன்றிணைந்து 2006 அல்லது 2007இல் இந்தியன் முஜாஹிதீன் (IM) இயக்கத்தைத் தோற்றுவித்ததாகச்

சொல்லப்படுகிறது. இந்தக் குழுவினர் 2007 மற்றும் 2008இல் நான்கு தாக்குதல்களை மேற்கொண்டதாக உரிமைபாராட்டினர்: 2007இல் உத்தர பிரதேச நீதிமன்றங்களின் மேலான தாக்குதல், 2008இல், மேயில் ஜெய்ப்பூரில் குண்டுவெடிப்பு, ஆகஸ்ட்டில் அகமதாபாத்தில் குண்டுவெடிப்பு, செப்டம்பரில் புதுடெல்லியில் குண்டுவெடிப்பு. குஜராத் மற்றும் அயோத்தியாவில்[9] இந்திய முஸ்லிம் சமூகத்தின்மேல் மேற்கொள்ளப்பட்ட வன்முறைக்குப் பழிதீர்க்க இந்தச் செயல்களை மேற்கொண்டதாகச் சொல்லி அதன் தகவல்கள் உரிமைபாராட்டின. அவையனைத்தும் ஆங்கிலத்தில் இருந்ததோடு ஐ.எம்.மை ஒரு அமைப்பாக முன்வைத்தன. அந்த அறிக்கை, இந்து தேசியவாத வன்முறையால் பாதிக்கப்பட்ட முஸ்லிம்களுக்கு நீதி வழங்கப்படாததற்கு எதிராக மொத்தமாகக் குற்றம் சுமத்தி, உத்தர பிரதேச நீதிமன்றங்களுக்கு எதிராகத் தாக்குதல் நடத்தப்பட்டதாகக் கூறியது. மேலும் அது ஐ.எம். "கலப்பில்லாத இந்திய" இயக்கம், அதற்கு வேறெந்த வெளிநாட்டு அமைப்புகளுடன் தொடர்பில்லை என்பதையும் வலியுறுத்தியதோடு, பாகிஸ்தானில் அமைந்துள்ள லஸ்கர் இ தொய்பா, போன்ற இதர இயக்கங்கள் இந்தக் குண்டுவெடிப்புகளுக்கு உரிமை கோரவேண்டாமெனவும் கேட்டுக்கொண்டிருந்தது.

2007- 2008 தாக்குதல் தொடர்பாகக் கைதுசெய்யப்பட்ட சந்தேக நபர்களில், அகமதாபாத்தில் நடந்த வன்முறைக்குப் பின் சிறையில் அடைக்கப்பட்ட பத்து பிரதிவாதிகள் உள்பட, பெரும்பாலானவர்கள் இந்திய முஸ்லிம்களாக இருந்தார்கள், அவர்களில் பலரும் சிமி உறுப்பினர்கள். அவர்கள் பலசமயம் பல்கலைக்கழகங்களுக்குச் சென்றதோடு, நடுத்தர வர்க்கத்தைச் சேர்ந்தவர்களாகவும் இருந்தனர். ஜிஹாத்தியத்தின் இந்தியமயமாக்கலாக இந்திய ஊடகங்களுக்குத் தோன்றியது முழுக்க பகுதியளவிலானவைதான், 2008 மும்பை தாக்குதலில், அவை பாகிஸ்தானிலிருந்து ஒருங்கிணைக்கப்பட்டவை என வெளிப்படையானது. எனினும், ஊடகச் செய்திகளின்படி, தங்கள் சொந்த மண்ணில் இந்திய முஸ்லிம்கள் தீவிரவாதச் செயல்களில் பங்கெடுத்துக்கொள்வது அதிகரித்து வரும் உண்மையானது வெளிப்பட்டு திருப்புமுனையானது. அது இந்துக்களின் ஊறுபடும் உணர்வை மீண்டும் தலைதூக்க வைத்தது.

பயத்தின் அரசியலிலிருந்து கோபம் மற்றும் பழிவாங்குதலின் அரசியலுக்கு

2000இன் ஆரம்பகட்ட தாக்குதல்களுக்கு வெகுகாலத்துக்குப் பின்- மற்றும் முக்கிய நகரங்களில் அவை நிறுத்தத்துக்கு வந்தபின்- எடுக்கப்பட்ட நம்பகமான கருத்துக் கணிப்பானது, இஸ்லாமிய

அச்சுறுத்தல் பெரிதும் அதிகமாக உணரப்பட்டதோடு, தாக்குதல் பயம் எங்கும் நிறைந்திருப்பதைக் காட்டின. 2017இல், மும்பை குண்டுவெடிப்புகள் நடந்து கிட்டத்தட்ட 10 வருடங்களுக்குப் பின், பியூ ஆராய்ச்சி மைய ஆய்வு, இந்தியா எதிர்கொள்ளும் முக்கியப் பிரச்சினை குற்றச்செயல்களுக்கு அடுத்தபடியாக (84 சதவிகிதம்),[10] தீவிரவாதமென 76 சதவிகித இந்தியர்கள் அப்போதும் கருதுவதை வெளிப்படுத்தியது. இன்னும் பெரிதும் ஆச்சர்யகரமாக, பதிலளித்தவர்களில் 66 சதவிகிதம் பேர், இந்தியா அச்சுறுத்தல்களை எதிர்கொள்ளும் தீவிரவாத அமைப்புகளின் பட்டியலில் ஐ.எஸ்.ஐ.எஸ். முன்னணியில் இருந்ததாகக் குறிப்பிட்டிருந்தனர்-அந்த அமைப்பு ஒருபோதும் இந்தியாவில் தாக்குதல் நடத்தவில்லையென்றபோதும் இது ஒரு சாதனைதான்.[11]

2000இன் முதல் பத்தாண்டு தாக்குதல் அலையெழுந்த சூழலில், இந்து தேசியவாதிகள், அபாயத்துக்குட்பட்ட தங்கள் சமூகத்தைக் காப்பவர்களாகத் தோன்ற முயற்சித்ததுடன், இஸ்லாமிய தீவிரவாதத்தையும் இஸ்லாம் மதத்தையும் ஒன்றிணைக்கவும் முயற்சித்தனர். 2006இல், இந்த இயக்கத்தின் மூத்த உறுப்பினரான சுப்பிரமணிய சுவாமி, முற்றுகைக்கு உட்பட்ட இந்துக்கள்: வெளியேறும் வழி (Hindus under Siege: The Way Out) என்ற தலைப்பில் ஒரு புத்தகத்தைப் பதிப்பித்தார். அதில் அவர் எழுதினார்,

இந்துக்களாகிய நாம் இன்று முற்றுகையின்கீழ் இருக்கிறோம். அதனை நாம் அறியவும் மாட்டோம்! அதுதான் உண்மையில் எச்சரிக்கைக்குரியது. இந்து சமூகம் மனநிறைவாக இருப்பதால் பெரிதும் எதிர்ப்பின்றி துண்டுபட்டுக் கிடக்கிறது அல்லது இந்துக்களாக ஒருங்கிணைந்து சிந்திக்கும் திறனை இழந்துநிற்கிறது. உதாரணத்துக்கு, சமீபத்தில் அயோத்தியில் நாம் பேரழிவுக்கு நெருக்கத்தில் இருந்தோம்: பாகிஸ்தானில் பயிற்சிபெற்ற வெளிநாட்டுத் தீவிரவாதிகள் அயோத்திக்குப் பயணித்து ராமைத் தகர்க்க இந்தியாவுக்குள் நுழைந்தனர். அவர்களது முயற்சிகள் துணிச்சல்மிகுந்த காவலர்களால் தோல்வியடைந்தது. ஆனால் இந்தியாவின் 870 மில்லியன் இந்துக்களின் பிரதிநிதியான அரசாங்கம் இதற்கு அர்த்தமுள்ள விதத்தில் பிரதிவினை செய்ததா?-அதாவது, எதிர்காலத்தில் இதுபோன்ற தாக்குதல்களைத் தடுக்க அது பதிலடி கொடுத்ததா?... தீவிரவாதிகள் இந்தியாவைத் தொடர்ந்து இலக்காக்குவதிலும் தகர்க்க முயற்சிப்பதிலும் இந்துக்களே அவர்களது இலக்காக[12] இருப்பதிலும் ஆச்சரியமில்லை.

பயங்கரவாதம் மட்டும் இந்துக்களுக்கு அச்சுறுத்தலாக இருக்கவில்லை, சுவாமியின் கருத்துப் படி: கிறித்தவர்களின் மதமாற்ற

நடவடிக்கைகள் காரணமாக மக்கள்தொகைப் போக்கு, மற்றொரு அச்சுறுத்தலாக இருந்தது. அவர், "இந்துக்கள் ஒரு பயங்கரமான இக்கட்டை எதிர்கொள்கின்றனர். இஸ்லாமியர்களின் வேகமான மக்கள்தொகை வளர்ச்சி மற்றும் சட்டவிரோதமான குடியேற்றம், அதனோடு கிறித்துவத்தின் பணத்தால் தூண்டப்படும் மதமாற்ற நடவடிக்கைகள்"[13] ஆகியவற்றையும் குறிப்பிட்டார். அவர் வடகிழக்கு இந்தியாவை, அங்கிருக்கும் கிறித்துவர்களின் வலுவான இருப்பு காரணமாக, குறிப்பான பிரச்சனைக்குரிய பகுதியாகப் பார்த்தார், பங்களாதேஷிலிருந்து குடியேறுவோர், முஸ்லிம்களின் வேகமான பிறப்பு விகிதம் காரணமாக, 2031-க்குள் அஸ்ஸாமின் 14 மாவட்டங்களில் முஸ்லிம்களைப் பெரும்பான்மையாக மாற்றும் என அவர் கூறினார். அவர் எழுதுகிறார், "காஷ்மீரிலுள்ள சூழலை நாம் பார்க்கும்போது, முஸ்லிம் பெரும்பான்மையின் அர்த்தமென்ன என்பதை நாம் காணலாம்."[14]

அனைத்து இந்து தேசியவாத ஊடக அமைப்புகள் மற்றும் தலைவர்களால் நன்கு மசகிடப்பட்ட பயத்தின் அரசியலை மனதில்கொண்டு ஒவ்வொரு சாத்தியத்தின்போதும் இத்தகைய பேச்சுகள் திரும்பத் திரும்பப் பேசப்பட்டு, பெரும்பான்மை சமூகத்தின் ஊறுபடும் உணர்வு அதிகரிக்கப்பட்டது. அர்ஜுன் அப்பாதுரையின் கூற்றுப்படி, "பிறரை நசுக்குகின்ற அடையாளங்கள்", மேற்குறிப்பிடப்பட்ட மக்கள்தொகைப் போக்கு மாயைகளிலிருந்து வரும் 'சிறிய எண்ணிக்கையிலானவர்களின் பயங்களைப்' பயன்படுத்திக்கொண்டும், அதேயளவு இந்தச் சமூகங்கள் தேசிய அரசுடன் ஒத்துப்போகாதபோது இன சமூகங்களைப் பாதிக்கும் 'முழுமையின்மை பற்றிய கவலையை' பயன்படுத்திக்கொண்டும் சுரண்டுகிறது என்பதை விளக்குகிறது இந்தத் தொகுப்பு. இத்தகைய பிரச்சினைகளில், "தேச எல்லைக்குள் இருக்கிற சிறிய அளவிலான சிறுபான்மையினரின் இருப்புகூட, தேசிய முழுமையின் தூய்மையில் இருக்கும் சகிக்கமுடியாத பற்றாக்குறையாகப் பார்க்கப்படுகிறது."[15] தூய்மைக்கான விருப்பம் (எனவே சிறுபான்மையினரை ஒழிப்பது) எப்போதும் இந்துத்துவ ஆதரவாளர்களை இந்து ராஷ்டிரத்தைக் கட்டியெழுப்பத் தூண்டுவதாக இருந்திருக்கிறது, ஆனால் உள்நாட்டு மற்றும் வெளிப்புற அச்சுறுத்தல்கள் தீவிரமான பயமாக மாறி அழுத்தும்போது தேசிய ஒருமை கட்டாயமாக ஆகிறது.

எனினும், சங் பரிவாரின் குறிக்கோள், இந்துக்களை பயத்திலிருந்து சீற்றத்துக்கும் கோபத்துக்கும் கொண்டுசெல்வது, இருபத்தொன்றாம் நூற்றாண்டின் ஆரம்பத்தில் அனைத்து ஜனரஞ்சகவாதிகளும் சமூக ஏமாற்றத்தைச் சுரண்டும் இந்தக் கருத்தை வளர்த்தெடுத்துள்ளனர்.[16] ஆனால் இது ஒன்றும் புதிய நிகழ்வல்ல.[17] ஒருவர் கனவு காணும்

முன்மாதிரிக்கும், அவரின் உண்மையான சூழலுக்குமான இடைவெளியிலிருந்து உருவாகும்[18] சீற்றத்தின் ஊற்றிலிருந்தே எப்போதும் இன தேசியவாதம் வருகிறது. இந்த நுட்பம், அத்தியாயம் 1இல் இந்து தேசியவாதத்தின் பிறப்பு மற்றும் 1980இல் அது மறுசெயல்பாட்டுக்கு கொண்டுவரப்பட்டதை விளக்கும்போது விவாதிக்கப்பட்டது, மேற்கூறியதைப்போல, அது முஸ்லிம்களுக்கு எதிரான கோபமாக வெளிப்பாடு கண்டது. அயோத்தியா இயக்கத்தின்போது, சங் பரிவார், ராமரை கோபக் கடவுளாகச் சித்தரிக்கும் பிம்பத்தை முன்னெடுக்கத் தொடங்கியது.[19] இன்று, அதேயளவு தசையுறுதியும் கூடுதல் மூர்க்கமுமிக்க, ராமர் படையின் தளபதியான 'கோப அனுமானின்' பிம்பத்தை அவர்கள் மிகவும் அடிக்கடி பயன்படுத்துகிறார்கள்.[20]

2010-களின் முற்பகுதியில் வெளிப்படையான முரணை எதிர்கொண்டதன் காரணமாக, ஏற்கெனவே பெருமளவு இந்திய இளைஞர்களிடையே கோபம் கொந்தளித்துக் கொண்டிருந்தது. ஒருபக்கம், இந்தியா பல வருடங்களாக இரண்டிலக்க பொருளாதார வளர்ச்சியைக் கண்டு, நாடு புதிய சகாப்தத்துக்குள் சென்று, மேற்கின் நுகர்வோர் சமூகத்துடன் இந்தியர்கள் தங்களது சுயபிம்பத்தைப் பொருத்திக் காண்பது அதிகரித்தபடியே வந்தது- அத்தியாயம் 2இல் குறிப்பிடப்பட்டதுபோல் கனவுகாணும் நவ- நடுத்தர வர்க்கம் எனும் ஒரு சமூக வகைப்பாடு உருவாகி, நம்பிக்கையுடன் வாழத் தொடங்கியிருந்தது. மற்றொரு பக்கம், சமத்துவமின்மைகள் அதிகரிக்கத் தொடங்கியிருந்தன,[21] நாடானது அதன் மக்கள்தொகை வளர்ச்சிக்கு ஏற்ப உடனடியாக, அதன் இளைஞர்களுக்குப் போதுமான வேலைகளை உருவாக்கவில்லை. ஆண்டுக்கு 10 மில்லியன் புதிய இளைஞர்கள் உழைப்புச் சந்தையில் வேலை தேடிவந்தனர். அத்துடன் ஒரு சுழற்சிச் சரிவு இந்தியாவின் வளர்ச்சிவிகிதத்தை அதன் கடைசிப் பத்தாண்டுகளின் முடிவில் குறைத்தது. இந்த முரணால் மற்றெந்த சமூக வகைப்பாட்டை விடவும் அதிகமாக பாதிக்கப்பட்டது நவ-நடுத்தரவர்க்கம்தான். எனினும், பல நடுத்தர வர்க்க, உயர் ஜாதி இளைஞர்கள் ஏற்கெனவே தங்களை நேர்மறைப் பாகுபாட்டின் பலியாடுகளாக நம்பிக்கொண்டிருந்தவர்கள் நகரங்களிலும் கிராமங்களிலும் இதேபோன்ற ஏமாற்றத்தை உணர்ந்தனர், குஜராத்தில் நகரம்-கிராமப் பிரிவினை எப்படி மங்கலானதோ அதேபோல் மற்ற இடங்களிலும் மறையத் தொடங்கியிருந்தது. இந்து தேசியவாதிகள் இந்தக் 'கோபக்கார இளைஞர்களிடம்' கவனம் குவிக்கத் தொடங்கி, முஸ்லிம்களை இலக்காக்கும் புதிய துருவப்படுத்தலைக்

கண்டுபிடிப்பதன்மூலம் அவர்களின் கோபத்தை வெளிப்படுத்தும் வழியைத் தேடத்தொடங்கியிருந்தனர்.[22]

இந்த வியூகம், 2017இல் உத்தர பிரதேசத்தின் பிரசாந்த் ஜாவால் மேற்கொள்ளப்பட்ட களப்பணி மற்றும் ஆய்வின் மூலம் தெளிவாக வெளிப்படுகிறது. பத்து வருடங்கள் முன்பாக தொடங்கப்பட்ட நடைமுறைகளை அவரது முடிவுகள் கோடிட்டுக் காட்டுகின்றன. உண்மையில், ஒரு உள்ளூர் பா.ஜ.க. தலைவர் அவரிடம், முக்கியமாக முஸ்லிம் கசாப்புக்காரர்கள் தொடர்ந்து பசுக்களை வெட்டித்தள்ளியபோது, இந்துக்களை முஸ்லிம்கள் மற்றும் அவர்களை அரசியல் ரீதியாகப் பாதுகாத்தவர்களின் பலியாடுகளாகக் காட்ட கட்சி எப்படி முயன்றது என விளக்கினார்: "நாம் பலியாடுகள் என்பதைக் காட்டுவதே குறிக்கோள். இது இந்துக்களின் கோபத்தைத் தூண்டும். பின் அவர்கள் முஸ்லிம்களுக்கு எதிராக ஒருங்கிணைவார்கள்."[23] அதே பா.ஜ.க. தலைவர் 2012இல் குஜராத் தேர்தல் பிரச்சாரத்தில் மோடி அறிமுகப்படுத்திய 'இளஞ்சிவப்பு புரட்சி' கருத்தின்போது, எருதுகளைக் கொல்வதைக் கண்டிக்காமல் நியாயப்படுத்தினார்: "நீங்கள் இந்தக் கசாப்புக் கடைகளை நினைக்கும்போது, உங்களது மனதில் வரும் பிம்பங்கள் எவை? முஸ்லிம் கசாப்புக்காரர்கள், பசுவை வெட்டுபவர்கள், தெருக்களில் ஓடும் ரத்தம் என் நினைவுக்கு வருகிறது. நமது பொதுவாழ்க்கையை முஸ்லிம்கள் எடுத்துக்கொண்டதை நான் நினைக்கிறேன், அவர்கள் நமது கலாச்சாரத்தை, வாழ்க்கைமுறையை அழிப்பதை, எங்கும் கோழி மற்றும் இறைச்சிக் கடைகள் இருப்பதை, இதைச் செய்வதன்மூலம் அவர்கள் எப்படிப் பணக்காரர்கள் ஆனார்கள் என்பதை நினைத்துப்பார்க்கிறேன். இந்தப் பிரச்சனையை எழுப்புவதன்மூலம், நாங்கள் இந்துக்களை விழிப்புக்கொள்ளவைக்க விரும்புகிறோம். இந்துக்கள் ஆத்திரம்கொள்ள விரும்புகிறோம்."[24] முஸ்லிம்களை இந்துக்களின் மதிப்பீடுகளுக்கு எதிரானவர்களாக, அதன்மூலம் சலுகைகளை அனுபவிப்பவர்களாகக் காட்டுவதன் மூலம் (குறிப்பிட்ட கட்சிகளால், முஸ்லிம்களது தேர்தல் ஆதரவுக்கு கைமாறாக அவர்களுக்கு அளிக்கப்படுவது) இந்துக்களை ஆத்திரம்கொள்ளச் செய்வது, 1980-களில் மேற்கூறிய ஷா பானோ வழக்கு தொடர்பான காலகட்டத்தில் பா.ஜ.க.வின் வியூகம். 2000-த்தின் போதான சூழல்கள் இந்தத் தந்திரத்துக்குப் புதிய உயிரளித்தது. எனினும், இளைஞர்களிடையே இருந்த மிகையான ஏமாற்றச் சூழல் முஸ்லிம்களைச் சிறப்பான பலிகடாவாக்கியது.

கலகத்தின் புதிய கலாச்சாரத்துக்குப் புதிய துருவப்படுத்தல் வியூகம்

2004 வரை, துருவப்படுத்தல் வியூகத்துடன் கோபத்தை உருவாக்குதல், குஜராத்தில் 2002 தேர்தலில் வெற்றிகரமாக அமைந்தது நிரூபணமானது. 2004இல், அனைவரும் ஆச்சரியப்படும்விதமாக, வலுவான பொருளாதாரச் செயல்பாடு இருந்தபோதும், பா.ஜ.க. 'இந்தியா ஒளிர்கிறது' என்ற வாசகத்தைத் தேர்தல் பிரச்சார முழக்கமாக முன்னிறுத்தியபோதும், பொதுத் தேர்தலில் தோல்வியடைந்தது. கட்சியின் தோல்விக்கு குஜராத் வன்முறையைக் காரணம்காட்டிய- சங் பரிவாரின் எதிரிகள் முதல் பதவியிறங்கிய பிரதமர் ஏ.பி. வாஜ்பேயி வரை- அரசியல், பொருளாதாரச் சாதனைகள் வெற்றிக்கு உத்தரவாதம் தராதெனத் தெளிவாக நம்பியதுடன், சாதகமாக இருந்த துருவப்படுத்தல் வியூகத்தைத் திரும்பப் பரிந்துரைத்தனர். எனினும், அவர்களது யோசனை படுகொலையை நிகழ்த்துவதல்ல, தீவிரம் குறைவான கலகங்களை அதிகரிப்பதேயாகும். அதிகமான எண்ணிக்கையிலான இடங்களின் காரணமாக முக்கிய மாநிலமான உத்தர பிரதேசமே, விரக்தியடைந்த இளைஞர்களின் அணிதிரட்டல், பலியாளாக்குதல், சீற்றம், துருவமுனைப்படுத்தல் ஆகியவற்றின் ஒருங்கிணைந்த வியூகத்துக்கான சோதனைக் களமானது. உத்தர பிரதேசத்தில், குறிப்பாக 2004 தோல்வி, பா.ஜ.க.வுக்குக் கசப்பாக அமைந்தது. அக்கட்சி இருபத்து இரண்டு இடங்களிருந்து வெறும் பத்து சீட்டுகள் மட்டுமே வென்றது. மேலும் அங்குப் புதிய வியூகத்தை ஆதரிப்பவர்கள் அதிக சதவிகிதமானவர்கள் இருந்தனர். சுதா பாய், சஜ்ஜன் குமார், எனும் இப்பகுதி குறித்த சிறப்பான அனுபவம்மிக்க இரு சமூக அறிவியலாளர்கள், இதனை ஒரு மாதிரியாகப் பார்க்கிறார்கள்: "இந்த மாதிரியின் வரையறுக்கும் அம்சம், முந்தைய கட்டத்தைப்போல் பிரதான, மாநில அளவிலான வன்முறையைத் தூண்டாமல், பா.ஜ.க.- ஆர்.எஸ்.எஸ். நீடித்த, தொடர்ந்த, குறைவான தாக்கமுடைய சமூகப் பதற்றத்தை உருவாக்க முயற்சித்தது. அடித்தளத்தில் வகுப்புவாதத்தை நிறுவனமயமாக்கும், அன்றாடப் பிரச்சினைகளிலிருந்து, குறைந்த தீவிரமுள்ள, சிறிய, தொடர்ந்த பிரச்சனைகளை உருவாக்குவதன் மூலம், பிரச்சினையை சூடுகுறையாமலே வைத்திருக்கமுயன்றது.[25] இந்த அணுகுமுறை அரசியல் உள்நோக்கத்தால் மட்டும் தூண்டப்பட்டுக் கடைபிடிக்கப்படவில்லை, எனவேதான் அந்த நூலாசிரியர்கள் ஆர்.எஸ்.எஸ். பற்றி மேலும் குறிப்பிடுகிறார்கள்: தேர்தலில் உடனடி பலன்பெறுவதற்கு, தேர்தலுக்கு முன்னதாக சமூகத்தை துருவப்படுத்துவது என்பதுமட்டும் இப்போது இலக்கில்லை. மதச்சார்பின்மை மற்றும் சிறுபான்மைக் கலாச்சாரங்களைச்

சட்டவிரோதமாக்குவதன் மூலம் நாட்டை இந்தவிதத்தில் நிரந்தரமாக இந்துத்வமாக்கி, பெரும்பான்மை நாகரிக மற்றும் சமூகநிலையை ஊக்கப்படுத்துவதும்- இந்நூலின் இரண்டாம் பாகத்தில் இந்து ராஷ்டிர நடைமுறை என நான் அழைக்கும் ஒன்றை உருவாக்குவதும் குறிக்கோளாகும்.

"இந்த மாதிரியின் ஒரு தனித்துவமான அம்சம் சம்பந்தப்பட்ட செயல் புரிபவர்களுடன் தொடர்புடையது. இந்துத்துவக் கொள்கையை சமூகத்தின் மனதில் ஆழமாகப் பதியவைக்க, மேலும் மக்கள் திரளை ஒருங்கிணைத்து, 'பிராமணரல்லாத இந்துத்வா'[26] என்று பாயும் குமாரும் சொல்லும் ஒன்றை, இந்து தேசியவாதத் தலைவர்கள் ஊக்குவிக்கவேண்டியிருந்தது. இதனைச் சாதிக்க சிறந்த வழி, உள்ளூர் சங் பரிவார் தலைவர்கள் மீண்டும் மீண்டும் அணிதிரட்டுவதற்கான புற ஆதரவைப் பெறும்வகையில் பொதுமைய வட்டங்களில் இயங்குவதாகும்: "இந்தக் குழு பலசமயங்களில் பெரிய, தெளிவற்ற குழுக்களுக்குப் பயிற்சியளிக்கும், பலசமயங்களில் உ.பி. போன்ற பின்தங்கிய மாநிலங்களிலுள்ள படித்த, வேலையில்லாத இளைஞர்களுக்குப் பயிற்சியளித்துக் கிளர்ச்சிகளின்போது ஆதரவளிப்பதற்கானத் திரளாக, மற்ற நேரங்களில் செயலற்றுக் கிடப்பவர்களாகப் பயன்படுத்தினர்."[27] இந்த நபர்கள், குஜராத்தில் மோடி தொடங்கிய கிட்டத்தட்ட நிலையான அணிதிரட்டலில் பங்கேற்கவும் மற்றும் வழக்கமான பசு வதை, இந்து மதத்தைத் தவிர இதர மத மாறுதல்களுக்கு, மதங்களுக்கு இடையிலான திருமணங்கள் மற்றும் பல விஷயங்களுக்கு எதிராகப் பிரச்சாரங்களில் பங்கேற்கவும் அடிக்கடி அழைக்கப்பட்டனர்: இந்த அணிதிரட்டல்கள் இந்துக்கள் மற்றும் முஸ்லிம்களுக்கு இடையே பதற்றமான சூழலை உருவாக்கியது, கிடைத்த முதல் வாய்ப்பிலேயே ஒரு கலகத்தை உருவாக்குவதைச் சாத்தியமாக்கியது, 2007இல் கோரக்பூரிலும், 2005இல் மாவிலும் உருவாக்கியதைப்போல். இடைவிடாத பதற்றம், அடிக்கடி நடக்கும் மோதல்கள் இயல்புநிலை திரும்புவதைத் தடுக்கவும் - சமூகங்களுக்கு இடையிலான விரோதம் நீடிக்கவும், இந்துக்களும் முஸ்லிம்களும் பரஸ்பரம் உரையாடிக்கொள்வதைத் தவிர்ப்பது புதிய இயல்பாக மாறும் நோக்கிலும் செயல்படுத்தப்பட்டன.[28] இந்தத் திட்டத்தை நடைமுறைப்படுத்துவது குறைந்த தீவிரம் கொண்ட கலகங்களின் மறுபிரவேசமாக மொழிபெயர்க்கப்பட்டது (அட்டவணை 3.1-ஐப் பார்க்கவும்), அது கண்காணிப்பின்கீழ் சங் பரிவாரை வைத்தபடியே, சமூகத்தை துருவப்படுத்த தகுதிப்படுத்தியது.

பாயும் குமாரும் விவரிக்கும் இந்த வியூகம், இந்து தேசியவாத இயக்கத்தின் உருமாற்றத்துடன் இணைந்து சென்றதோடு, அதன்

செயல் தொனியை மட்டுமின்றி அதன் சமூக சுயவிவரக் குறிப்பையும் அதேயளவில் பாதித்தது.

பஜ்ரங் தள்ளின் எழுச்சி மற்றும் இந்து தேசியவாதத்தை சாமானியமயமாக்கல்

முன்பு குறிப்பிட்டதுபோல, 1980-லிருந்து, இன்னும் தெளிவாகச் சொல்வதெனில் 1990இல் மண்டல் ஆணைய அறிக்கை நடைமுறைப்படுத்துவதற்கெதிரான கிளர்ச்சியின் எழுச்சியிலிருந்து, கீழ் ஜாதிகளின் ஏற்றமும் பொதுவில் சாதி அரசியலின் ஆதிக்கமும் அதிகரிக்க, அது ஆர்.எஸ்.எஸ்.ஸுக்குப் பெரிய சவாலை ஏற்படுத்தியது. மத ஜனரஞ்சகவாதத்தைப் பயன்படுத்தி, மற்றவர்களான முஸ்லிம்களுக்கு எதிராக கீழ் ஜாதிகளைத் தங்களை இந்துக்களாக எண்ணச் செய்வது முதலாவதும் முக்கியமானதுமாக மாறியது. இந்தச் சாமானியர்களை நெருங்க முக்கியமாக உயர்சாதி ஆதிக்க நெறிமுறைகளுடன் எளிதில் கலக்காதவர்களைக் கொண்ட பஜ்ரங் தள்ளை முன்னுக்குக் கொண்டுவந்தது ஆர்.எஸ்.எஸ்.[29] இந்த இயக்கத்தின் கலாச்சாரம் அதன் தாய் அமைப்பிலிருந்து மாறுபட்டு இருக்க திட்டமிடப்பட்டது- இது சுப்பிரமணிய சுவாமியின் கூற்றுப்படி ‘ஆப்பிள்களையும் ஆரஞ்சுகளையும் கலப்பதைத்’ தவிர்க்க நிறுவப்பட்டது. சுவாமி இதனை இன்னும் அப்பட்டமாகப் பேசினார்: “ஆர்.எஸ்.எஸ். வேண்டுமானால் தலைமைத்துவ அளவில் பிராமண மேலாதிக்கம் மிக்கதாக இருக்கலாம், ஆனால் அதன் முன்கள அமைப்பான பஜ்ரங் தள் பெரிதும் இந்து பாட்டாளி வர்க்கத்தவர்களால் ஆனது.”[30]

1984 இளவேனிற்காலத்தில் பஜ்ரங் தள், ஆர்.எஸ்.எஸ்.ஸின் ஆதரவில் அல்லாமல் விஸ்வ இந்து பரிஷத்தின் ஆதரவால் தொடங்கப்பட்டது. மற்றொரு அடுக்கு கூடுதலாகச் சேர்க்கப்பட்டது தாய்க்கழகம் மறைமுகமாகச் செயல்பட உதவியது. அயோத்தி விவகாரத்தில் இந்துக்களை அணிதிரட்டும் வி.ஹெச்.பி.க்கு உதவ பஜ்ரங் தள் பணிக்கப்பட்டது (2-வது அத்தியாயத்தைப் பார்க்கவும்), மேலும் அது சங் பரிவாரின் மலினகரமான வேலைகளைச் செய்யவேண்டும் என எதிர்பார்க்கப்பட்டது. வி.ஹெச்.பி. அதிர்ச்சிப் படைகளை உருவாக்க முயன்றது என்பதை, இந்த அமைப்பின் பெயரே நிரூபித்தது: பஜ்ரங் என்பதற்கு ‘வலிமை’ எனப் பொருள், அது ஹனுமனுடனும், அவர் எப்போதும் கையில் அடையாளமாக வைத்திருக்கும் கதாயுதத்துடனும் தொடர்புடையது. உண்மையில், பஜ்ரங் தள்ளின் முதல் வேலை, 1984 செப்டம்பரில் பீகாரின் சிதார்மகியிலிருந்து அயோத்திக்கு ராம் மற்றும் சீதாவின் உருவங்களை எடுத்துக்கொண்டு,

அட்டவணை 3.1.இந்தியாவின் பத்தாண்டு கால வகுப்புவாதக் கலவரங்கள்

வருடம்	2007			2008			2009			2011		
மாநிலங்கள்	N	D	W	N	D	W	N	D	W	N	D	W
அஸ்ஸாம்	7	0	29	10	2	34	20	10	83	9	3	28
பீகார்	26	4	139	25	6	118	40	4	146	26	4	99
குஜராத்	57	8	126	79	5	228	63	4	151	47	3	144
ஜார்கண்ட்	18	2	60	29	8	105	20	1	53	12	5	61
கர்நாடகா	64	4	207	108	4	163	110	13	292	70	4	183
மத்தியப்பிரதேசம்	180	22	459	131	32	323	106	14	316	81	15	180
மகாராஷ்டிரம்	140	9	435	109	26	513	128	22	389	88	15	342
ராஜஸ்தான்	30	1	89	39	4	139	52	10	140	42	16	204
உத்திரப்பிரதேசம்	138	37	397	114	18	408	159	32	525	84	12	347
மே. வங்கம்	18	1	73	10	0	73	17	5	83	15	3	31
இதர மாநில புள்ளி விவரங்கள் உள்பட மொத்தம்	761	99	2227	943	167	2354	849	125	2461	580	91	1899

ஆதாரங்கள்: மக்களவை கேள்விகளுக்கான பதில் அறிக்கைகள்: இந்திய அரசாங்கம், உள்துறை விவகாரங்களுக்கான அமைச்சகம், "மக்களவை, நட்சத்திரமிடப்படாத கேள்வி எண்: 590, 2018 பிப்ரவரி 6 அன்று பதிலளிக்கப்பட்டது," 2018, மார்ச் 18 அன்று அணுகப்பட்டது, http://164.100.47.190/lok-sabhaquestions/annex/14/AU590.pdf; இந்திய அரசாங்கம், உள்துறை விவகாரங்களுக்கான அமைச்சகம், "மக்களவை, நட்சத்திரமிடப்படாத கேள்வி எண். 3586, 2017, ஆகஸ்ட் 8 அன்று பதிலளிக்கப்பட்டது., 2018, மார்ச் 18 அன்று அணுகப்பட்டது,https://mha.gov.in/MHA1/Par2017/pdfs/par2017-pdfs/ls-08082017-en-glish/3586.pdf; இந்திய அரசாங்கம், உள்துறை விவகாரங்களுக்கான, "மக்களவை, நட்சத்திரமிடப்படாத கேள்வி எண்.1606, 2014, டிசம்பர் 2 அன்று பதிலளிக்கப்பட்டது,", உள்துறை விவகார அமைச்சகம், டிசம்பர் 10,2020, https://mha.gov.in/MHA1/Par2017/pdfs/par2014-pdfs/ls-021214/1606.pdf; கடந்த மூன்று ஆண்டுகளில், அதாவது 2007, 2008 மற்றும் 2009 ஆகிய ஆண்டுகளில், நாட்டில் நடந்த வகுப்புவாத சம்பவங்கள், கொல்லப்பட்ட மற்றும் காயமடைந்த நபர்களின் எண்ணிக்கையைக் காட்டும் 'வகுப்பு வன்முறை அறிக்கை தொடர்பான லோக்சபாவின் நட்சத்திரமில்லா கேள்வி எண் பகுதிகள் (a) & (b)க்கான பதிலில் உள்ள இணைப்பு., அணுகப்பட்டது டிசம்பர் 10 2020, http://164.100.47.193/Annexture_new/lsq15/5/au2545.htm.

குறிப்பு: க.எ. = கலவரங்களின் எண்ணிக்கை; கொ.எ. = கொல்லப்பட்டவர்களின் எண்ணிக்கை; கா.எ. = காயம்பட்டவர்களின் எண்ணிக்கை.

அவர்களை விடுவிப்பதாகச் சொல்லிக்கொண்ட யாத்ரீகர்கள் பேரணிக்குப் பாதுகாப்பு அளிப்பதே ஆகும்.[31]

பஜ்ரங் தள்ளின் முதல் தலைவரான, வினய் கட்டியார், ஆர்.எஸ்.எஸ்.ஸின் பிரச்சாரக் பொறுப்பை எதிர்பார்த்தவர்களில் ஒருவராக இருந்தார். 1972இல் இந்தப் பொறுப்புக்கு வந்தபின் ஏ.பி.வி.பி.யின் அமைப்புச் செயலாளராக இருந்தார். ஆனால் அவரது சுயவிவரம், இந்தப் பொறுப்புக்கான பழமையான பிராமண வகைப்பாட்டு நிலையுடன் அவரது சாதி காரணமாக முரண்பட்டது:

2012			2013			2014			2015			2016			2017		
N	D	W	N	D	W	N	D	W	N	D	W	N	D	W	N	D	W
0	0	0	0	0	0	1	0	23	3	0	10	12	3	19	16	4	45
21	3	172	63	7	283	61	5	294	71	20	282	65	4	230	85	3	321
57	5	5	68	10	184	74	7	215	55	8	163	53	6	116	50	8	125
11	1	35	12	2	35	10	1	102	28	3	118	24	5	110	49	2	204
69	3	221	73	1	235	73	6	177	105	8	337	101	12	248	100	9	229
92	9	245	84	11	256	56	12	167	92	9	177	57	3	191	60	9	191
94	15	280	88	12	352	97	12	198	105	14	323	68	6	234	46	2	136
37	6	117	52	2	194	72	14	139	65	5	150	63	5	117	91	12	175
118	39	500	247	77	360	133	26	374	155	22	419	162	29	488	195	44	542
23	9	66	24	1	80	16	6	32	27	5	84	32	4	252	58	9	230
668	94	2117	823	133	2269	644	95	1921	751	97	2264	703	86	2321	822	111	2384

அப்போதிருந்த பிரச்சாரக்குகள் அனைவரையும் போல அவர் 'இருபிறப்பாளர் அல்ல', மாறாக குர்மி (ஓ.பி.சி.). அவரது பிறப்பு, ஆர்.எஸ்.எஸ். ஒழுக்கங்களைப் பின்பற்றாத ஒரு அமைப்பான பஜ்ரங் தள்ளின் சாமானிய இயல்பின் அறிகுறியாக இருந்தது. மேலும், பஜ்ரங் தள் ஆர்.எஸ்.எஸ். அளவு ஒழுக்கங்களைக் கொண்டிருப்பதாக எப்போதும் சொல்லிக்கொண்டதில்லை. அதன் உறுப்பினர்கள் ஆர்.எஸ்.எஸ். ஷாகாவின் சுயம்சேவக்குகளைப்போல் தினமும் சந்திக்கத் தேவையில்லை, மாறாக, அவர்கள் 'எப்படித் துணிச்சலுடன் இருப்பது'[32] என்பதற்கான பயிற்சி முகாம்களில் பங்கெடுத்தால் போதும். 1993 வரை, பஜ்ரங் தள் அமைப்புக்கு சீருடைகூடக் கிடையாது. அப்போது முதல் இன்று வரை குறிப்பாக அத்தகைய உடை தேவைப்பட்டிருக்கவில்லை: பஜ்ரங் தள்ளைச் சேர்ந்தவர்கள் ஒருவர் மற்றவரை காவிநிற ராம் என அடையாளமிடப்பட்ட தலைக்கச்சை மூலம்தான் கண்டுகொள்கின்றனர். 1990-களின் ஆரம்ப கட்டத்தில் மத்தியப்பிரதேசத்தில் நான் நேர்காணல் செய்தவர்களில் பெரும்பாலானவர்கள் வேலையற்றவர்களும் முக்கியமாக லாட்டரிபோன்ற சூதாட்டம் உள்ளிட்ட, பாதி சட்டப்பூர்வமான நடவடிக்கைகளில் தொடர்புடையவர்களுமே.

மேலும் கத்தியார் ஊடக நேர்காணல் ஒன்றில், "வல்லமையே நான் புரிந்துகொண்ட ஒரே சட்டம். மற்ற எதுவும் எனக்கு ஒரு பொருட்டில்லை. இந்தியாவில் இது ராமருக்கும் ராவணனுக்கும் போர் போன்ற சூழ்நிலையாகும்."³³ மஞ்சரி கட்ஜுவின் தகவல் தருபவர்களில் ஒருவர் கூற்றுப்படி, உள்ளூர் அளவில் பஜ்ரங் தள்ளின் வழக்கமான நடவடிக்கைகள், அருகாமையிலுள்ள இந்துப் பெண்களின் மீதான கண்காணிப்பு (மற்றும் பாதுகாப்பு), இறைச்சிக்கூடங்களில் பசுக்கள் வெட்டப்படுவதிலிருந்து தடுத்தல், உள்ளூர் முஸ்லிம்கள், குறிப்பாக அவர்கள் பங்களாதேஷிலிருந்து வந்தவர்களாக இருக்கும்பட்சத்தில் முறையாக உளவுபார்த்தல்³⁴ ஆகியவையாகும். ஆனால் பஜ்ரங் தள்ளின் மிகப்பெரிய வேலை நிச்சயமாக அயோத்தி இயக்கம் சம்பந்தப்பட்டதாகும், அதில் அதன் செயல்பாட்டாளர்கள் தொடர்ந்து முன்னணியில் இருந்தனர். 1990இல் பாபர் மசூதியைத் தாக்கிய கரசேவகர்களில் பெரும்பாலானவர்களும், உத்தர பிரதேச அரசாங்கத்தின் அடக்குமுறையை முதலாவதாக எதிர்கொண்டவர்களும் இவர்கள்தான். 1992, டிசம்பர் 6இல், மறுபடியும் அயோத்தியில் மசூதி தகர்ப்பிலும், அதன் இடிபாடுகளில் ஒரு தற்காலிக ராமர் கோவிலைக் கட்டுவதில் முன்னணியிலும் துடிப்புடனும் இருந்தவர்களும் அவர்கள்தான். அதேநேரம், பஜ்ரங் தள் மேலும் இந்தியா முழுவதிலும் முஸ்லிம்களுக்கு எதிராக இந்துக்களை நிறுத்தி எண்ணற்ற கலகங்களில் பங்குபெற்றது. உதாரணமாக, போபாலில் பாபர் மசூதி தகர்ப்பையடுத்து ஏற்பட்ட கலகத்தில் 161 பேர் இறந்துபோயினர்- அவர்களில் பெரும்பாலானவர்கள் முஸ்லிம்கள்- இதில் பஜ்ரங் தள்ளைச் சேர்ந்தவர்கள் முக்கியப் பங்கு வகித்தனர். அந்தக் கலகத்தின் நாயகர்களில் ஒருவர் அதன்பிறகு சுருக்கமாக என்னிடம் சொன்னது: "நாங்கள் சங் பரிவாரிடமிருந்து அயோத்திக்குச் செல்லவேண்டாம் என்ற உத்தரவைப் பெற்றோம் (டிசம்பர் 6, 1992 அன்று) ஏனெனில் இங்கே நிச்சயம் ஒரு சண்டை நிகழுமென்ற முன்னெச்சரிக்கை (முன்னறிவிப்பு) இருந்தது (போபாலில்). எனவே, முன்னெச்சரிக்கையாக இங்கே கொஞ்சம் பேர் தங்கிவிட்டோம். நாங்கள் கலகத்தில் பங்குபெற்றோம். முஸ்லிம் நபர்கள் போலீஸ்காரர்களைக் கொன்று மக்களைக் கொள்ளையிட்டார்கள். எனவே, நாங்கள் பங்குபெற்றோம் (கலகத்தில்), பின் முஸ்லிம்களை அச்சுறுத்தி விரட்டினோம்."³⁵ பாபர் மசூதி இடிப்புக்குப் பிறகு, ஆர்.எஸ்.எஸ்., வி.ஹெச்.பி. போலவே பஜ்ரங் தள்ளும் நரசிம்ம ராவ் அரசால் தடைசெய்யப்பட்டது. அந்தக் குழு அடுத்த வருடம் சட்டபூர்வமானது, ஆனால் அது அதன் முந்தைய நடவடிக்கைகளை எளிதாகத் தொடர முடியவில்லை- பா.ஜ.க.வில் தொடங்கி- சங் பரிவார், வி.ஹெச்.பி.

ஆகியவை அயோத்தி இயக்கத்தின்போது, எந்த வகையானதொரு ஒழுக்கத்தையும் எதிர்த்த அந்த அமைப்பின் மீது பிடியை இறுக்க விரும்பின. பாபர் மசூதி தகர்ப்பு சங் பரிவாரின் திட்டத்தின் ஒரு பகுதி என்பதில் சந்தேகம் எதுவும் இல்லை, அந்த நிகழ்வுகளின் வரிசை, இவர்களை அவர்களது தற்போக்கில் செயல்படவிட்டால் நீண்ட காலப்போக்கில் அவர்கள் தங்களை மீறிவிடுவார்கள் என அதன் தலைவர்களைப் பயங்கொள்ளச் செய்தது. மசூதி இடிப்பில் பங்கேற்றவர்களில் சிலர் கத்தியைத் தங்கள் பற்களுக்கு இடையே பிடித்தபடி கேமராவுக்கு போஸ் கொடுப்பது வரை சென்றதைப் பார்த்து, குறிப்பாக பஜ்ரங் தள்ளை சரிசெய்வது அத்தியாவசியம் என்ற முடிவுக்கு வந்தனர்.

எனவே ஆர்.எஸ்.எஸ்., பஜ்ரங் தள்ளின் செயல்பாட்டை வரம்புக்குட்படுத்த விதிமுறைகளை வகுத்தது. சட்டபூர்வமாகச் சில மாநிலங்களில் மட்டுமே இருந்த-பஜ்ரங் தள், 1993, ஜூலை 11இல் தேசிய அளவிலான அமைப்பாக மாறியதுடன் வி.ஹெச்.பி.யின் இளைஞரணி அமைப்பாக அதிகாரப்பூர்வமாக அங்கீகரிக்கப்பட்டது.[36] அவ்வமைப்பு, நீல டவுசர், வெள்ளைச் சட்டை, காவி நிறத் துண்டு- சீருடையுடன், இந்தியா முழுவதும் பயிற்சியளிக்கப்படும் 350 முகாம்களைப் பற்றிய கையேட்டையும் அளித்தது.[37] இந்தச் சிறு நூலின் பெரிதும் சமஸ்கிருதத் தாக்கமுடைய முன்னுரையில், அப்போதைய வி.ஹெச்.பி.யின் இரண்டாம் நிலை தலைவர் ஆச்சார்யா கிரிராஜ் கிஷோர், பஜ்ரங் தள் மகத்தான ஒழுக்கத்தை வெளிக்காட்டவேண்டுமென வலியுறுத்தினார்: "தனிநபரோ தேசமோ, ஒட்டுமொத்த சமூகமோ அல்லது ஒரு அமைப்போ, ஒழுக்கத்தை அறிந்த ஒருவர் மட்டுமே வெற்றி, விழிப்புணர்வு, உயர்வை அடையமுடியும். ஒழுக்கமின்றி, வெற்றியில்லை."[38]

ஒழுக்கத்தைக் குறித்த ஆர்.எஸ்.எஸ்.ஸின் அழுத்தம் இருந்தபோதிலும், பஜ்ரங் தள்ளின் வன்முறை குறித்த மனப்பாங்கு அதன் தாய் அமைப்பிலிருந்து மாறுபட்டதாக இருந்தது. சாமானிய இந்துக்கள், இளைஞர்களை எட்ட பயனுள்ளதாக நிரூபித்த அமைப்பான பஜ்ரங் தள்ளுக்கு ஆர்.எஸ்.எஸ். வன்முறையை வெளி ஒப்பந்தத்துக்கு விட்டதுபோல் அது இருந்தது.

ஒரு புதிய சமூக சுயவிவரக் குறிப்பு: சங் பரிவாரும் அதன் 'கோபக்கார இளைஞர்களும்'

2010-களின் தொடக்கத்தில், அயோத்தி இயக்கம் மற்றும் இதர செயல்பாடுகளின் சட்டகத்தில் இருபத்தைந்து வருட செயல்பாடு

மற்றும் போர்க்குணத்தால் சங் பரிவார் மாற்றமடைந்ததுபோல் தோன்றியது. ஆர்.எஸ்.எஸ். அதன் அமைதியான, சமஸ்கிருதமயமான பிம்பத்தைப் பாதுகாத்துக்கொள்ள, இது அதன் சமூக சுயவிவரக் குறிப்பு மற்றும் செயல்படும் விதத்தில் முக்கியமான மாறுதல்களை ஏற்படுத்திக்கொண்டது. இந்துத்வாவின் பேரில் ஜாதி மற்றும் இதர பிரிவினைகளைத் தாண்டி, முஸ்லிம்களுக்கு எதிராக இந்துக்களைத் தொடர்ந்து அணிதிரட்டும் அதன் குறிக்கோள் அப்படியே நீடித்தது. மற்றவர்களைப் போலச்செய்யும் வியூகமும் எங்கும் நிறைந்திருந்தது: இஸ்லாமியத் தீவிரவாதிகளைப் பின்பற்றி, அவர்களை எதிர்க்க அதே இந்துக்களை ஆயுதம் ஏந்த வைத்த சங் பரிவாரின் முடிவுக்குப் பின்னாலுள்ள வழிகாட்டிக் கோட்பாடு அதுவே. வகுப்புவாதக் கலவரங்களை நாடுவதன்மூலம், சமூகத்தைத் துருவப்படுத்தித் தேர்தல்களை வெற்றிபெறுவதற்கான வழிமுறையாக மாற்றிய, இந்து தேசியவாத அணுகுமுறையைத் தேர்தல் யுக்திகள் தொடர்ந்து தெரிவித்தன. ஆனால் படிப்படியாக, பஜ்ரங் தள் மற்றும் அதன் கோபக்கார இளைஞர்கள் தொடங்கி அதன் புதிய நடிகர்கள் வேகம்பெறத் தொடங்கினர். 2010-களின் நடுப்பகுதியில் மேற்கொள்ளப்பட்ட களப்பணிகளின் அடிப்படையில் ஸ்னிக்தா பூனம் எழுதிய இந்திய இளைஞர்களைப் பற்றிய புத்தகத்தின் நான்காவது அத்தியாயத் தலைப்பை, ஆங்க்ரி யங் மேன் என்ற இந்த மூன்று வார்த்தைகள் உருவாக்கின. இந்த அத்தியாயம், நரேந்திர மோடியின் அரசியல் தடத்தில், இந்தக் கோபக்கார இளைஞர்களுக்கு வலுவான உறவுகள் உண்டு என்பதைக் காட்டுகிறது.

பூனம் அப்படி விரிவாகப் பகுத்தாய்ந்த ஒரு நபர் விகாஸ் தாக்கூர். உத்தர பிரதேசத்தைச் சேர்ந்த ராஜ்புத் (உயர் ஜாதி) சமூகத்தைச் சேர்ந்தவனான, அவன் தனது குடும்பத்தின் சமூக வீழ்ச்சி தொடர்பான ஆத்திரத்தைக் கூறுகிறான். இது கீழ் ஜாதியினரின் எழுச்சியின் இழப்பில், தன்னைக் கண்டடைந்த அற்பமான பணப்பற்றாக்குறை பிரபுத்துவத்தின் பொதுவான அம்சமாகும். தனிப்பட்டவிதத்தில், அவனுக்கும் அவனது அந்தஸ்துக்கும் காங்கிரஸின் “ஏழைகளுக்கான மான்யங்கள், சிறுபான்மையினரை திருப்திபடுத்துதல், பிற்பட்ட வகுப்பினருக்குக் கல்வி மற்றும் வேலைவாய்ப்பில் ஒதுக்கீடு”[39] ஆகிய கொள்கைகளே ஆபத்தைக் கொண்டுவந்தன எனத் தாக்கூர் குற்றம்சுமத்தினான். அவனுக்கான மாற்று அடையாளத்தை, அவன் பதிமூன்று வயதில் சேர்ந்த பஜ்ரங் தள்ளின் இந்து தேசியவாதம் மூலம் கண்டுகொண்டான். அவன் தனது சுயமரியாதையை அவனது மதத்தின் போர்க்குணமிக்க பாதுகாப்பு மூலம் புதுப்பித்துக்கொண்டான்: அந்த அமைப்பு அவனது மீரட் சுற்றுவட்டாரத்தில் சட்டத்தை வகுத்தது, பதிலுக்கு,

“மக்கள் மரியாதை கொடுத்தனர்”[40] என அவன் நினைவுகூர்ந்தான். பல்கலைக்கழகத்தில், ஆர்.எஸ்.எஸ்.ஸின் பிரிவுகளில் ஒன்றான, தங்களது சமூக அந்தஸ்துக்கான அச்சுறுத்தல் அதிகரித்துவருவதாக உணர்ந்த உயர் ஜாதியினரின் கோபக்கார இளைஞர்களைச் சேர்த்துக்கொள்ள ஆயத்தமாக இருந்த ஆர்.எஸ்.எஸ்.ஸின் மாணவர் அமைப்பான ஏ.பி.வி.பி.யில் இணைந்தான் தாக்கூர். 2012இல், உத்தர பிரதேச மாநில தேர்தலில் சமாஜ்வாதி கட்சியின் (சோஷியலிஸ்ட் கட்சி) தேர்தல் வெற்றிகளால் எரிச்சலடைந்தான் அவன். அக்கட்சியின் ஆதரவாளர்கள் பிரதானமாக ஓ.பி.சி.யினர் மற்றும் முஸ்லிம்களாக இருந்தனர். அவன், லவ் ஜிஹாத்துக்கு எதிராகச் சண்டையிடுதல் போன்ற சங் பரிவாரின் செயல்பாடுகளில் பெரிதும் தன்னை அர்ப்பணித்துக்கொண்டான் (அத்தியாயம் 6-ஐப் பார்க்கவும்). 2013இல் அவன் நரேந்திர மோடியின் சேவையில் தன்னை ஈடுபடுத்திக்கொண்டதோடு, சமூக ஊடகங்களுக்குப் பொறுப்பான குழுவொன்றில் நியமனம் செய்யப்பட்டான். ஆயிரக்கணக்கான பலரும் அதையே செய்தனர்.

இதேபோன்ற ஆனால் இன்னும் சிக்கலான, அகமதாபாத்தைச் சேர்ந்த பஜ்ரங் தள்ளைச் சேர்ந்த குணாலின் சித்திரத்தைத் தீட்டுகிறார் மோயுக் சாட்டர்ஜி. தாக்கூரைப் போலவே குணாலும் கோபமிக்க ராஜபுத்திரர்: நடைமுறையில் படிப்பறிவில்லாதவர், இந்த இளைஞர் தலித் அண்டைப்புறத்தில் வசிக்கவேண்டிய கட்டாயத்தில் இருக்கிறார். தலித் மக்களை அவர் வெறுக்கிறார். நிலையான வேலையில்லாமல், அவரும் அவர் வழிநடத்தும் பஜ்ரங் தள் குழுவினரும் வாய்க்கும் கைக்குமான வாழ்க்கையை நடத்துகிறவர்கள். தனது அந்தஸ்துக் குறைவை ஈடுகட்டுவதற்காக, முகநூலில் அவர் கையில் திரிசூலத்தைப் (சிவனின் ஆயுதம்) பிடித்தபடி போர்வீரன் போன்ற படங்களைப் பதிவிடுகிறவர். குணால் தான் ஒரு ‘முரட்டு ஆள்’ என்பதால் தன்னை ஹார்ட்கோர் (செயல்துடிப்புள்ளவர்) என வர்ணித்துக்கொள்பவர். 2002 படுகொலையில் பங்குபெற்று, காவலர்கள் உடந்தையுடன் ஒரு மசூதியை எரித்தழித்தும், இளம் இந்துப் பெண்களுடன் முஸ்லிம்கள் வெளியே திரிவதை வலுவில் தடுத்தும் அவர் இதனை நிரூபித்தார்- இப்படியாக அவர் ஈடுசெய்கிறார்: “அகமதாபாத்தில்- எல்லோரும் நல்ல உடைகள், சிறப்பான போன், நல்ல சம்பளமுள்ள வேலைகள்- என இருக்கிறார்கள். குணாலும் அவரது நண்பர்களும் வலுவற்ற இந்துக்கள் மற்றும் முஸ்லிம் துரோகிகளிடமிருந்தும் இந்துத்துவத்தைப் பாதுகாப்பதில் பெருமையடைகிறார்கள்.”[41] எந்தவொரு சமூக மூலதனமும் இல்லாதவர்களுக்கு, பெரும்பான்மை மதத்துக்கு அர்ப்பணிக்க தசைபலம் மட்டுமே அவர்கள் புகழடைவதற்கான ஒரே வாய்ப்பாகும்.

இந்த அனைத்து இளைஞர்களுக்கும், மற்றெவரையும்விட, மோடி ஒரு நாயகன். அவர்களைப் போல, அவர் வெறுங்கையுடன் தொடங்கினார், அவர் தனி ஆளாகவே நீடித்தார், வன்முறையைப் பயன்படுத்தி இந்துக்களைப் பாதுகாத்தார்- ஒருபோதும் அதற்கு மன்னிப்புக் கேட்கவில்லை. 2013-ஆம் ஆண்டில் பா.ஜ.க. அதன் பிரதம வேட்பாளரைத் தேர்வுசெய்ய வேண்டிவந்தபோது, இந்தச் சாமானிய இளைஞர்களிடம் மோடி பெற்றிருந்த புகழ் ஆர்.எஸ்.எஸ்.ஸுக்கு முக்கியத்துவமுடையதாக ஆனது. கட்சியானது நடுத்தர வர்க்கத்தின் ஆதரவை மட்டுமே நம்பிக்கையாகச் சார்ந்திருந்தபோது, மோடி நவ நடுத்தர வர்க்கத்தின் வாக்குகளை மட்டுமல்லாமல் சாமானியர்களின் வாக்குகளையும் கொண்டுவர முடியுமென்றானது. உச்சபட்சமாக, சங் பரிவார் 2013இல் அதன் வேட்பாளராக மோடியைக் கொண்டுவர தீர்மானித்ததற்கான காரணங்களில் ஒன்று, இளைஞர் இயக்கங்களில் அவருடைய புகழ், ஷாகாக்களில் நடைபெறும் சுயம்சேவக்குகளின் தினசரிக் கூட்டங்களில் மட்டுமல்லாமல், அயோத்தியா இயக்கம்[42] நடைமுறைக்கு வந்ததுமுதல் முக்கியத்துவம் பெற்றிருந்த, அதன் துணை அமைப்புகளான பஜ்ரங் தள், ஏ.பி.வி.பி. ஆகியவற்றின் இளைஞர்களிடையேயும் புகழடைந்திருந்தார். சங் பரிவாரின் இந்த உருமாற்றம், ஆழமான சமூகப் பரிணாமங்களைப் பிரதிபலித்தது: மோடி குஜராத்தில் ஏற்கெனவே வெற்றிகண்டிருந்த நவ-நடுத்தர வர்க்கத்தின் வருகை, (தீவிரவாத தாக்குதல்களின் சூழலில்), இந்துக்கள் நடுவே அதிகரித்துவந்த இஸ்லாமாபோபியா போன்றவை ஜாதிப் பிரிவினைகளை மங்கச் செய்தது, 2002 படுகொலைகளுக்காக வருந்தாத இந்து தேசியவாதம், இவையனைத்தும் வழியைச் சரிசெய்துவைத்திருந்தன. மோடியுடன் ஒப்பிட, வயதால் மட்டுமல்லாமல் தலைமுறையாலும் எல்.கே. அத்வானி சூழலுக்குப் பொருத்தமாக இல்லை: 1990-களின் இந்து தேசியவாதத்தில் தரமானதொரு பாய்ச்சலுக்கு அடையாளமாகத் திகழ்ந்த அவரது பாணி, இப்போது மிகவும் மிதமானதாக இருந்தது.

மாறாக மோடியோ, இந்தச் சித்தாந்தத்தில் சமரசம் செய்துகொள்ளாமலே முழுமையான தனிப்பெரும்பான்மையுடனான வெற்றியை உத்தரவாதமளித்தார். அவர் தனது கட்சியான பா.ஜ.க.வுக்குள் பிரச்சாரம் செய்வதிலிருந்து தொடங்கினார், 2012 டிசம்பரில் தனது சொந்த மாநிலத்தில் மூன்றாவது முறையாக குஜராத்தின் தேர்தலில் வெற்றிபெற்று, மறுபடியும் முதல்வராகத் தேர்வானது முதலே வேட்பு மனுக்களைப் பெறத் தொடங்கியது பா.ஜ.க. முதலில், அவர் மார்ச் 2013இல் பா.ஜ.க. பாராளுமன்றக் குழுவில் நியமிக்கப்பட்டார், பின் ஜூனில் அவரது முன்னாள் வழிகாட்டியான எல்.கே. அத்வானி ஆட்சேபனை தெரிவித்தபோதும் மத்திய தேர்தல் பிரச்சாரக்

குழுவுக்குத் தலைவராகத் தேர்ந்தெடுக்கப்பட்டார். கட்சி, ஆர்.எஸ்.எஸ் இரு தரப்பிலிருந்தும் தாராளமான அழுத்தம் தந்து தன் மனதை மாற்றும் முன், பா.ஜ.க.வில் வகித்த அனைத்துப் பதவியிலிருந்தும் ராஜினாமா செய்தார். ஆனால் கட்சியின் மீதான நரேந்திர மோடியின் வெற்றி, அதன் பழைய தலைவர்களை மட்டுமல்லாமல் பலரையும் எரிச்சலடைய வைத்தது. தேசிய ஜனநாயகக் கூட்டணியிலுள்ள அதன் சில உறுப்பினர்கள், 1990-களில் வாஜ்பேயி மற்றும் அத்வானியால் நிர்பந்தப்படுத்தி கூட்டணி வைத்த அவர்கள் உறவை முறித்துக்கொண்டனர். அன்றைய பீகாரின் முதல்வரான ஒருங்கிணைந்த ஜனதா தளம் கட்சியைச் சேர்ந்த நிதிஷ்குமாரின் வெளியேற்றத்திலிருந்து அது தொடங்கியது.

2014 தேர்தல் பிரச்சாரம்

2014இல் பிரதமர் பதவிக்கான மோடியின் தேர்தல் பிரச்சாரம் தனித்துவமானது என்பதுடன், உண்மையில் இந்திய வரலாற்றில் புதிய அத்தியாயத்தையும் தொடங்கியது, பிரதமர் மன்மோகன் சிங்கின் முன்னாள் ஊடக ஆலோசகர் சஞ்சயா பாரு அதனை 'இரண்டாவது குடியரசு'[43] என அழைத்தார்- அது ஏனென இந்தப் புத்தகத்தின் இரண்டாம் பாகத்தில் பார்ப்போம். முதல்முறையாக, ஒரு மாநில முதல்வர், முன்பு ஒருபோதும் தேசிய அளவிலான பொறுப்புகளில் (அமைச்சு அல்லது இதர பொறுப்புகளில்) அமராத ஒருவர் தேர்தல்களை வழிநடத்தி, அவர் தன் மாநிலத்தில் செய்ததாகப் பெருமையடித்துக் கொண்ட சாதனைகளை தேசிய அளவில் செய்யப்போவதாக வாக்குறுதியளித்தார். முந்தைய பா.ஜ.க. பிரச்சாரங்கள் பெரிதும் கூட்டுமுயற்சியாக, நீண்டகால கட்சி நடைமுறைகளுக்கு உண்மையாக இருந்த நிலையில்,[44] இம்முறை மோடி மற்றுமே அதன் ஒரே முகமாக, அதன் ஒரே தலைவராக, அதன் ஒரே நிகழ்ச்சியாகவும் இருந்தார். 2014 பிரச்சாரத்தின் இந்த அம்சம், மேலே குறிப்பிடப்பட்ட ஜனரஞ்சகவாத சரிபார்ப்புப் பட்டியல் கட்டங்களில் ஒன்றை டிக் செய்கிறது- தனது மக்களுடன் அதன் தலைவருக்கான நேரடி உறவு. ஆனால் மற்றவைகளும் பின்னால் வரும்.

மோடி, பாண்ட் மற்றும் வாத்தியக் கோஷ்டியின் ஒற்றை நடத்துனர்

2014இல், மோடியின் தேசிய ஜனரஞ்சகவாத சட்டகம், 'குஜராத் மாடல்' வளர்ச்சி வாக்குறுதிகள், அமைப்புடனான அவரது விரோதம் (குறிப்பாகக் காங்கிரஸ் தலைவர்களுடனான), அரசு அமைப்புகளை மக்களின் விருப்பத்துக்கு அடிபணியச்

செய்தல், மக்களை இன, மத ரீதியில் வரையறை செய்வது, அது எதிர்கொள்ளவிருக்கும் அச்சுறுத்தலைக் காட்டிச் சுரண்டுவது ஆகியவற்றின் அடிப்படையிலான வாக்குறுதிகளாலானது.

வாக்குறுதிகளைப் பொறுத்த அளவில், மோடியின் பிரச்சாரத்தின் அழுத்தமானது-பொருளாதாரச் சரிவும், அதைத் தொடர்ந்து வேலைவாய்ப்புகளில் வீழ்ச்சியும் ஏற்பட்டு பொதுமக்களிடையே கவலை ஏற்பட்டிருந்த நிலையில் பொருளாதார மேம்பாடு என்பதாக இருந்தது. மேலும் கார்னகி என்டோவ்மென்ட் சர்வே, வாக்காளர்களின் பிரதான பிரச்சாரப் பிரச்சனையாக வளர்ச்சி இருக்குமெனக் காட்டியிருந்தது.[45] இதன் பின்னால் வேலைகள் இருப்பதை மோடி தெளிவாகக் கண்டார். இத்தகையொரு சூழலில், நரேந்திர மோடி அவரது மாநிலம் குறிப்பிடத்தக்க வளர்ச்சி விகிதத்தைக் காட்டியிருந்ததால் மிகவும் எளிதாக 'வளர்ச்சிக்கான நபராக' அல்லது விகாஸ் புருஷாக காட்சியளிக்கமுடிந்தது. 'குஜராத் மாடல்' எனும் இரண்டே வார்த்தைகளில் மோடி பிரச்சாரத்தில் பயன்படுத்திய நச்சென்ற கோஷம் கொந்தளித்தது. எவரொருவரும் அதன் பொருளென்ன என்று உண்மையிலே அறியாதபோதும், அது சிறப்பான வாழ்க்கைக்கான நம்பிக்கையை வெளிப்படுத்தியது.

ஒட்டுமொத்த பிரச்சாரம் முழுவதும், மோடி திரும்பத் திரும்ப அவரது மாநிலத்தைத் தவிர மிச்சமுள்ள இந்தியாவின் மிகச் சாதாரணமான செயல்திறனைச் சுட்டிக்காட்டி, அதற்குக் காங்கிரஸ் கட்சியே காரணமெனத் திறமையாகக் குற்றம்சாட்டினார். அவர் நேரு/காந்தியின் வரலாற்றுத் தொகுதியான அமேதியில், விகாஸ் புருஷாகக் காட்சியளித்தபடி, "இத்தனை வருடங்களில் மூன்று தலைமுறையினரின் கனவுகளை வீணடித்துவிட்டார்கள். நான் இங்கே இளைஞர்களிடையே நம்பிக்கையின் விதைகளை விதைக்க வந்திருக்கிறேன். உங்களது துயரத்தைப் பகிர்ந்துகொள்ள, உங்களது பிரச்சனையை எனது பிரச்சனையாக உணர நான் வந்திருக்கிறேன்" என்று உறுதிபடத் தெரிவித்தார்.[46] பின் மோடி குஜராத்தில் செய்த தனது சாதனைகளைத் தம்பட்டமடித்தார்.

பா.ஜ.க.வின் தேர்தல் அறிக்கை இதேபோன்ற பாணியில் எழுதப்பட்டிருந்தது. குறிப்பிட்ட நகர்ப்புற அம்சங்களை கிராமங்களுக்கு எடுத்துச்செல்வதன் மூலம் கிராமப்புற பகுதிகளுக்கும் நகரத்துக்குமான பாரதூரமான வித்தியாசங்களை மங்கச் செய்து, 'ரூர்பான்' இந்தியாவைக் கொண்டுவருவதாகச் சொல்லியிருந்தார்: 'ரூர்பான்' யோசனை மூலம், நாங்கள் நகர்ப்புற வசதிகளைக் கிராமப்புற பகுதிகளுக்குக் கொண்டுவரும் அதேவேளை கிராமங்களின் ஆத்மாவையும் தக்கவைத்துக் கொள்வோம்." நகர்ப்புறப் பகுதிகளுக்கு,

நவீன தொழில்நுட்பம் மற்றும் உட்கட்டுமான வசதியின் உதவியுடன்-நிலைத்தன்மை, நடந்தே பணிக்குச் செல்வது உள்ளிட்ட இதர கருத்தாக்கங்களைக் கடைபிடித்து, பா.ஜ.க. 100 ஸ்மார்ட் சிட்டிகளை கட்டியெழுப்பப் போவதாக வாக்குறுதியளித்தது.[47] இத்தகைய வாக்குறுதிகளின் பாணியானது, பொதுக்கொள்கை என்பதைவிட 'யோசனைகள்' மற்றும் 'கருத்துகள்' ஆகியவற்றுக்கு முக்கியத்துவம் கொடுக்கப்பட்டிருப்பதைக் காட்டுகிறது. இது எந்தவொரு தேர்தல் பிரச்சாரத்திலும், குறிப்பாக ஜனரஞ்சக பாணி இருக்கும்போது, சொல்லாட்சிகள் பொதுவாக மேலோங்கியிருப்பதற்கான அறிகுறியாகும்.

அதேநேரத்தில், மோடியின் காங்கிரஸ்மீதான புறக்கணிப்பு போட்டியாளர் என்பதைவிடவும் கூடுதலாக, ஒரு எதிரியாக ஆக்கியது. அது ஒரு எதிரி. இந்தியாவின் அரசியல் பன்முகத்தன்மையின் ஒரு பகுதியான இந்தக் கட்சி நிராகரிப்பு-மோடி ஏற்கெனவே கடந்த காலத்தில் கண்டது, டிசம்பர் 22, 2013இல் மும்பையில் ஒரு பேரணியை அறிவித்தபோது புதிய உயரத்தை எட்டியது, "இதே நிலத்தில், இதே மும்பையில்தான் வெள்ளையனே வெளியேறு இயக்கத்துக்கு அழைப்பு விடுக்கப்பட்டது (1942இல் பிரிட்டிஷாரை நோக்கி காந்தியால்) கடைசியில் பிரிட்டிஷார் இந்தியாவை விட்டுக் கிளம்பினர். அதே நிலத்திலிருந்து, காங்கிரஸ் இல்லாத இந்தியா அமைய அழைப்புவிடுக்கிறேன். வெள்ளையனே வெளியேறு என்று சொன்ன நிலம், காங்கிரஸ் இல்லாத இந்தியா அமையட்டும் எனச் சொல்லட்டும்... (காங்கிரஸ்) ஓட்டுவங்கி அரசியலில் ஆழ்ந்திருக்கிறது, கட்சியானது பிரிட்டிஷாரிடமிருந்து பிரித்தாளும் கலையை மிகவும் நன்றாகக் கற்றிருக்கிறது."[48] மோடி காங்கிரஸை மட்டும் நிராகரிக்கவில்லை (ராஜ்ஜியத்துக்கு எதிராக சுதந்திரப் போராட்ட இயக்கத்தில் இந்தக் கட்சி முன்னணியில் இருந்ததால், பெரிதும் முரணான வகையில்), தான் பிரதிநிதித்துவப்படுத்துவதாகக் கூறும் தேசிய ஒற்றுமையின் பெயரில் கட்சி அரசியலையும் நிராகரித்தார். மேலும் அவர் ஓங்கிச் சொன்னார், "2014இல், நாம் எந்தக் கட்சிக்கோ, நபருக்கோ ஓட்டுப் போடாமல், இந்தியாவுக்காக வாக்களிப்போம்." மக்களுடன் நேரடி உறவை ஏற்படுத்துவதற்காக, ஜனரஞ்சகவாதிகள் கட்சிகளையும் மற்றும் பல அமைப்புகளையும் திட்டமிட்ட வகையில் பின்னுக்குத் தள்ளினார். - அது பகுதி மூன்றில் பார்க்கப்படும்.

அதேவிதத்தில், 2014 தேர்தல் பிரச்சாரத்தில் காங்கிரஸ் திரும்பத் திரும்ப அழுத்தம்தந்த, 2002 படுகொலை விவகாரத்தில் காங்கிரஸ் சாட்டிய குற்றங்களை வாக்குப் பெட்டிகள் மதிப்பிடட்டும் என மோடி கூறினார். 2014 ஏப்ரலில் தன்னைப் பற்றிப் பேசுகையில் படர்க்கை ஒருமையில், பழிக்குள்ளாதல் மற்றும் நாயகமயமாக்கல்

சொற்களைத் தஞ்சமடைந்து: "இந்தக் குற்றச்சாட்டுகளில் ஒரேயொரு துளி உண்மையிருந்தாலும் நான் திருப்தியடைவேன், நான் இந்தியாவின் ஒளிமயமான எதிர்காலம், மரபுகள் சார்பாக இருக்கிறேன், மோடி தெருச் சதுக்கத்தில் தூக்கிலிடப்படவேண்டும்... ஒரு சிறு குழு, கடுமையாக உழைத்து ஒரு புயலை உருவாக்கிவிட்டதாக நினைக்கிறது. ஆனால் மோடி தோற்கமாட்டான்... சாகமாட்டான்... இப்போது, நான் மக்கள் மன்றத்தில் இருக்கிறேன், அவர்களிடமிருந்து அவர்களது தீர்ப்பைக் கேட்பதற்காக நான் காத்திருக்கிறேன்."[49] இந்தப் பேச்சுகள் ஜனரஞ்சகவாத சரிபார்ப்புப் பட்டியலில் மற்றொரு கட்டத்தை டிக் செய்கிறது, மக்கள் குரலுக்கு ஆதரவாக அமைப்புகளை (இந்த விஷயத்தில், நீதித்துறையை) நிராகரித்தது, ஒரு நபருக்கு வாக்களிப்பது என்பது அவனைக் குற்றமற்றவன் எனச் சான்றளிப்பதுபோல, மக்களின் குரல் சட்டப்பூர்வமான ஒன்றுபோல.[50]

குஜராத்தில் அந்த அளவுக்குத் தனது பின்தங்கிய சமூகப் பின்னணியைக் குறிப்பிட்டுக் கொள்ளாத மோடி, 2014இல், அதனைத் தாராளமாக உபயோகித்தார். ஏனெனில், பீகார் போன்ற இந்தியாவின் சில பகுதிகளில், கீழ் ஜாதியினர் தங்களது அடையாளம் குறித்து மிகவும் விழிப்புணர்வுடன் இருந்தனர்.[51] தாழ்த்தப்பட்டவர்களை இழிவாகக் கருதும் மன்னராட்சி வாரிசுகளாக நேரு/காந்தியை தான் தொடர்ந்து சித்தரிப்பதிலிருந்து தன்னை வேறுபடுத்திக் காட்டுவதற்காக, இதனை மோடி தஞ்சமடைந்தார். அவர் அப்போது ராகுல் காந்தியை, "திருவாளர் கோல்டன் ஸ்பூன்."[52] என்றழைத்தார். ராஜீவ்-சோனியாவின் மகளான பிரியங்கா காந்தி, தோற்றத்தில் இந்திரா காந்தியை ஒத்தவர் என்பது-பி.ஜே.பி.யின் கவலைகளில் ஒன்று. மோடி பேரணியொன்றில், பிரியங்கா அரசியலில் இருப்பதற்கான ஒரே காரணம் இந்திராவின் பேத்தி என்பதுதான் என்றார். பிரியங்கா கோபத்தில் இத்தகைய பேச்சு 'தாழ்வானது' எனச் சீற, மோடி அந்த வார்த்தையை உடனடியாகப் பிடித்துக்கொண்டு, அதை அவரது சாதியைப் பற்றிச் சொன்னதாகத் திரித்துக்கூறினார். அர்னாப் ஸ்வாமியுடனான தொலைக்காட்சி நேர்காணல் ஒன்றில், அவர் தற்காத்துக்கொள்ளும்விதமாக: "குறைந்தபட்சம் உண்மையைச் சொல்லும் உரிமைகூட எனக்கில்லையா? இல்லை எளிய குடும்பத்தில், எளிய பின்னணியிலிருந்து வந்த காரணத்தால் இது நடக்கிறதா? இந்த நாடு இப்படி ஆகிவிட்டதா? எனது ஜனநாயகம் ஒரு குடும்பத்திடம் ஒப்படைக்கப்பட்டுவிட்டதா? ஒரு ஏழை மனிதன் ஏதோ ஒன்றைச் சொன்னதற்கா, இந்த முழக்கம்." பிரியங்கா காந்தியின் கருத்தில் சமூகப் படிநிலையைக் குறிக்கும் எந்த உள்நோக்கமும் இல்லையென கோஸ்வாமி, மோடியை மறுத்துப்பேசவில்லை.[53] கோஸ்வாமியின்

தூண்டிவிடும் மனநிலை பற்றிப் பகுதி 3இல் பேசப்படும்.[54] தேசபக்தர்களுக்கு எதிரான நபர்களுக்கு எதிரானவராக-இந்தியாவின் அடித்தட்டு மக்களின் நிரந்தர ஆதரவாளர்-எனத் தன்னைக் காட்டிக்கொள்ள, பீகாரின் முசாபர் நகரில் நடந்த தேர்தல் பேரணியொன்றில் மோடி, அடுத்தப் பத்தாண்டுகள் தலித்துகளுக்கும் இதர பிற்பட்ட வகுப்பினருக்குமானது என்றார்.[55]

இந்தப் புதுமைகளுடன் சேர்ந்து, குஜராத்தில் மோடியின் வெற்றிக்குப் பெரிதும் காரணமான இந்து தேசியவாத கருத்துகளை அவர் தொடர்ந்து பயன்படுத்தினார். 2002 படுகொலையில் அவரது செயல்களின் நினைவானது போதுமான அளவுக்கு நீடித்ததால், அதனைத் திரும்பச்செய்யவேண்டிய தேவை இருக்கவில்லை, வெகுசில விவேகமான கருத்துகளைத் தெரிவிப்பதே இந்து இதயங்களின் சக்கரவர்த்தியின் புகழ் வளையத்தைத் தூண்டிவிடப் போதுமானதாக இருந்தது. முஸ்லிம்களை சாதாரண குடிமக்களாகக் கருதாமல், அவர்கள் மீதான ஆர்வத்தின் அடையாளமாக மோடி பேரணியில் பங்குபெற அவர்களை அழைத்து, பார்வையாளர் இடத்தில் இடம் ஒதுக்கினார். நுழைவுவாயிலில் அவர்களுக்குத் தலைக்குல்லாவும் புர்காவும் அளித்து ஒரு மூலைக்குத் தள்ளப்பட்டதால், யாரும் அவர்கள் இருப்பைப் புறக்கணிக்கமுடியாது.[56]

குஜராத் தேர்தலில் நடந்ததைப்போல், மோடியின் பிரச்சாரம் அதன் இறுதி நாட்களில் மேலும் மேலும் இந்து தேசியவாதத் தன்மையுடையதாக மாறியது. பிரச்சாரப் பாதையில் அவர் நிற்குமிடங்களிலுள்ள அனைத்து இந்துக் கோவில்கள், புனித இடங்களுக்குச் செல்வதை ஒரு வழக்கமாக ஆக்கிக்கொண்டார். இவ்வாறாக ஜம்மு காஷ்மீர் பேரணியில் பங்குபெறுவதற்கு முன்பாக வைஷ்ணவி தேவி ஆலயத்தை அவர் தரிசனம் செய்தார்.[57] பொதுவாக காவிநிற உடையணிந்த, பல மதப் பிரபலங்களுடன் அவர் காட்சியளித்தார். உதாரணமாக, பல தருணங்களில் பாபா ராம்தேவுடன் மேடையைப் பகிர்ந்துகொண்டார், இதன்மூலம் அவருக்குச் சொந்தமான தொலைக்காட்சி சானல்கள் மூலம் தினமும் காலையில் பல லட்சக்கணக்கான மக்களுக்கு யோகா கற்பிக்கும் யோகியின் பிரபல்யத்தை அவர் அனுபவித்தார்.[58] அதே போன்று, சொந்த மாநிலமான வதோதராவில் மட்டுமின்றி, இந்து மதத்தின் ஆன்மிகத் தலைநகராகக் கருதப்படும் வாரணாசி தொகுதியில் போட்டியிடுவதெனத் தீர்மானித்தார் மோடி. (இரண்டு தொகுதிகளிலுமே அவர் வென்றார், ஆனால் வாரணாசியை மட்டும் வைத்துக்கொண்டார்.) புனித நதியான கங்கையின் அழைப்புக்கு பதிலளிப்பதாக அதனை விளக்கினார்.[59] டிசம்பர் 2013இல் அவர் அளித்த உரை, காசி விஸ்வநாதர் கோவில் சங்கத் மோட்சன்

கோவில்களுக்கு அவர் சென்றது பற்றிய குறிப்புகளுடன், இந்து மேற்கோள்களுடன் காரசாரமாக அமைந்திருந்தது. சங்குகள் முழங்கப்படும் ஒலியெழ (சிவ பக்தர்களின் அழைப்பு), "சோம்நாத் மண்ணிலிருந்து பகவான் விஸ்வநாதரின் ஆசிபெற வந்திருப்பதாக" அவர் அறிவித்தார். இறந்துகொண்டிருக்கும் நதியான, கங்கையை புத்துயிர்ப்பு கொள்ளவைக்கும் தேவையைப் பற்றிப் பேசுகையில், "உ.பி.யின் வாக்காளர்கள் ராம ராஜ்ஜியத்திற்கு உதவுமாறு கேட்டுக்கொண்டார்." அவரைத் தொடர்ந்து உ.பி.யின் முன்னாள் பா.ஜ.க. முதல்வரான கல்யாண்சிங், தனது உரையை கருத்தியல் மத முழக்கங்களான, 'ஜெய் ஸ்ரீராம்' என்பதுடனும், 'ஹர ஹர மகாதேவ' என்பதுடனும் தொடங்கினார். பின், "ஒவ்வொரு முஸ்லிமும் தீவிரவாதி என நான் சொல்லவில்லை. ஆனால் ஏன் அனைத்துத் தீவிரவாதியும் முஸ்லிமாகவே இருக்கிறான் எனக் கேட்கிறேன்" என முழங்கினார்.[60] அயோத்திக்குப் போகாதபோதும், மே 2014இல் மோடி பக்கத்து நகரான ஃபைஸாபாத்தில் ராமரின் மிகப்பிரமாண்டமான ஒரு ஓவியம் பின்னணியில் தொங்க ஒரு கூட்டத்தை நடத்தினார். அதேநேரம், பா.ஜ.க.வின் தேர்தல் அறிக்கை, "அரசியலமைப்புச் சட்டகத்தில், அயோத்தி ராமர் கோவிலைக் கட்டுவதற்கான அனைத்து வாய்ப்புகளையும்" கட்சி பரிசோதிக்க அர்ப்பணித்துக்கொண்டுள்ளதாகக் குறிப்பிட்டிருந்தது.[61]

மோடி வழக்கமாக குஜராத்தில் செய்வதுபோல் தனது பிரச்சாரத்தின் முடிவில் பாகிஸ்தான் அச்சுறுத்தலைக் கிளப்பி, இந்து தேசியவாதத்தை ஊக்குவித்தது மட்டுமல்லாமல், அவர் தனது எதிரிகளையும் தகுதியிழக்கச் செய்தார். ஜம்மு காஷ்மீரில் பிரச்சாரம் செய்கையில், அவர், "பாகிஸ்தானில் 3 ஏ.கே.க்கள் மிகவும் பிரபலம்: ஏ.கே. 47, ஏ.கே. அந்தோணி, ஏ.கே.-49" என ட்வீட் செய்தார். மூன்று பகுதிகளைக் கொண்ட இந்த உவமையின் முதல் ஏ.கே. (மோடியின் விருப்பத்துக்குரிய ஸ்டைலான சாதனங்களில் ஒன்று) பாகிஸ்தானிலிருந்து வரும் இஸ்லாமியத் தீவிரவாதத்தைக் குறிப்பிடுவது. இரண்டாவது, மன்மோகன் சிங்கின் ஐக்கிய முற்போக்குக் கூட்டணியின் பாதுகாப்பு அமைச்சரான ஏ.கே. அந்தோணியைச் சுட்டுவது. கடைசியிலுள்ளது, 2013-14இல் புது டெல்லியின் முதல்வராக அரவிந்த் கெஜ்ரிவால் 49 நாட்கள் பதவிவகித்ததைப் பரிகசிக்கும் மோடியின் வேடிக்கை. ஹிரண் நகரில் நடந்த ஒரு பேரணியில் மோடி, இந்த மூன்று ஏ.கே.க்களும் பாகிஸ்தானுக்கு உதவுவதாகக் குறிப்பிட்டார் (தனது பலவீனத்தின் காரணமாக தேசத்துரோகியாக இருப்பதாக அந்தோணியைக் காட்டும் ஒரு வழிமுறை.) கெஜ்ரிவாலின் விஷயத்தில், இந்தியா தொடர்ந்து ஒட்டுமொத்த மாநிலத்தையும்

உரிமைகோரி சவால்விடும் புவிசார் யதார்த்தத்துக்கு மாறாக,[62]- அவரது வலைத்தளம் பாதி காஷ்மீர் பாகிஸ்தானுக்குரியதாகக் காட்டியதை வைத்துக் குற்றச்சாட்டை முன்வைத்தார். ஒரு மாதத்துக்குப் பின், பீகார் அரசைச் சார்ந்த தனது துடுக்குத்தனமான அறிக்கைகளுக்காகப் பெயர்பெற்ற முன்னாள் பா.ஜ.க. அமைச்சர், கிரிராஜ் சிங் மோகன்புர் பேரணியில், “நரேந்திர மோடியை எதிர்ப்பவர்கள் பாகிஸ்தானைப் பார்த்துக்கொண்டிருக்கிறார்கள், அத்தகையவர்களுக்குப் பாகிஸ்தானில்தான் இடம் உண்டு, இந்தியாவில் அல்ல” என்றார்.[63]

எனினும் பா.ஜ.க.வின் துருவப்படுத்தல் வியூகம், பெரிதும் முசாபர் நகர் கலகம் மற்றும் அதன்பிறகு நடந்தவைபோன்ற உள்ளூர் முரண்பாடுகளைப் பயன்படுத்திக்கொள்வதிலேயே இருந்தது. 2013, ஆகஸ்டில், இந்த வன்முறை வெளிப்பாடு 55 பேர் இறப்புக்கும் 51,000 பேர் இடம்பெயரவும் காரணமானது- இறந்தவர்களில் பெரும்பாலோர் முஸ்லிம்கள்- இது உ.பி.யில் ஒரு சாதனை.[64] குறிப்பாக முஸ்லிம்களுக்கு எதிரான ஆத்திரமூட்டும் கருத்துகளை சமூக ஊடகங்களில் பதிவுகள் இட்ட பா.ஜ.க. எம்.எல்.ஏ.க்கள், போலீஸால் சம்பிரதாயமாகவே விசாரிக்கப்பட்டனர். ஆக்ரா ஊர்வலத்தில் பேசிய நரேந்திர மோடியால், அவர்கள் கலகத்தின்போது இந்துக்களின் பாதுகாப்பை உறுதிசெய்தவர்களாகவும், நாயகர்களாகவும் பாராட்டப்பட்டனர்.”[65] தேர்தலில் சீட்டுகள் கொடுக்கப்படும் நேரம் வந்தபோது, முசாபர் நகர் கலவரத்தில் இவர்களின் பங்கு பற்றி விசாரணை போய்க்கொண்டிருந்த நிலையிலும், கட்சி இவர்களில் மூவருக்கு எம்.எல்.ஏ.க்களாகப் போட்டியிட வாய்ப்பளித்தது.[66]

உத்தர பிரதேச தேர்தல் பிரச்சாரத்தின் பொறுப்பாளராக மோடியால் நியமிக்கப்பட்டிருந்த அமித்ஷா (திரும்பச் செலுத்தவேண்டிய பதவி உயர்வு), முசாபர்நகருக்கு அருகிலிருந்த கலகத்தால் பாதிக்கப்பட்ட கிராமமொன்றில் தேர்தல் உரையின்போது, முஸ்லிம்கள் ஏதோ குற்றத்தில் ஈடுபட்டவர்கள்போல ‘வாக்காளர்களை’ பழிவாங்க அழைத்தார்: “மக்களுக்கு நீதி கிடைக்கவில்லை, இது பழிவாங்குவதற்கான தருணம். முகலாயர் ஆட்சியில் வாட்களும் அம்புகளும் பழிவாங்க பயன்படுத்தப்பட்டன. ஆனால் தற்போது நீங்கள் வாக்குகளைப் பழிதீர்ப்பதற்குப் பயன்படுத்தவேண்டும். அவர்களுக்கான சரியான இடத்தைக் காட்டுவதற்கு, (வாக்கு எந்திரத்தில்)[67] சரியான பட்டனை அழுத்துங்கள்.” இத்தகைய பேச்சுகள், மேற்சொல்லப்பட்ட வரிசையில் தர்க்கரீதியாக மூன்றாவது சொல்லான, பயத்திலிருந்து நகர்ந்து, கோபம், முடிவில் பழிதீர்த்தலுக்கு இட்டுச்சென்றது. பா.ஜ.க. செய்தித் தொடர்பாளர் ஒருவர் இந்த உரையின்போது சொன்னார், ஷா, “தேசத்தின்

மனநிலையைக் கைப்பற்றிவிட்டார்."⁶⁸ இந்திய தேர்தல் ஆணையம் இத்தகைய பேச்சுகளை, தேர்தல் நோக்கத்துக்காக மதத்தைப் பயன்படுத்துதல் என்ற வரையறையில் வரும் எனக் கூறி 123(3) பிரிவின் மக்கள் பிரதிநிதித்துவச் சட்டத்துக்கு முரணானது என ஆட்சேபித்தது. ஆனால் அமித் ஷா வெறுமனே மன்னிப்புக் கேட்டார். ஒரு மாதத்துக்குப் பின் அதே பாணியில் நடந்துகொண்டதுடன், சில இஸ்லாமிய அமைப்புகள் அமைந்துள்ள ஆஸம்கார்க் நகரத்தை- 'தீவிரவாதிகளின் தளம்' எனக் குறிப்பிட்டார்.⁶⁹

மோடி சுனாமி: உயர்தொழில்நுட்ப தொடர்பும் 'வாக்கு அணிதிரட்டலும்'

மோடியின் பிரச்சாரத்துக்கு மேற்கு இந்தியாவிலும் வட இந்தியாவிலும் உள்ள ஒவ்வொரு மாவட்டங்களிலும் அலைதிரண்டு வந்த பார்வையாளர்களின் எண்ணிக்கை-ஒரு சுனாமியாய் இருந்தது, அது 'சுனா(மி)மோடி'⁷⁰ எனும் சொற்பிரயோகத்துக்கு எழுச்சி தந்தது. ஆனால் அந்தப் பிரயோகம் அதேயளவு தேர்தல் முடிவுகளுக்கும் பொருந்தும்-அது 'மோடி அலை' எனக் கீழே இடம்பெறும்-அவரது வாக்குச் சேகரிக்கும் விதம், அவரது பிரச்சாரத்தில் மோடி வலியுறுத்திய கருப்பொருள்களுக்கு அப்பால், மீண்டும் ஒருமுறை அவரது பாணி மிக வசீகரிக்கும் அம்சமுடையதாய் இருந்தது. (எட்டு மாதங்கள்) என்ற விதிவிலக்கான பிரச்சார காலகட்டத்தையும் தாண்டி, மோடி வழக்கமான 475 பேரணிகளைத் தாண்டி, 1,86,411 மைல்கள் பயணம் செய்தார். (அதற்குமாறாக, இந்திரா காந்தி 1971இல் தனது இரண்டு மாத கால பிரச்சாரத்தின்போது இத்தகைய 252 பேரணிகளையே நடத்தினார்.)⁷¹ மோடி முன்னெப்போதும் காணாத வகையிலான பெருந்திரளான மக்களிடம், சிலசமயம் அவர்களைக் கடிந்துகொண்டும், சிலசமயம் அவர்களை நம்பிக்கையானவர்களாகப் பாவிப்பதாகக் காட்டிக்கொண்டும், அவர்களை நண்பர் என அழைத்தும் நேரடியாக உரையாடினார். ('என் நண்பர்களே' என்பதே அவரது விருப்பத்துக்குரிய வெளிப்பாடாயிருந்தது.) ஹோலோகிராம்களின் பயன்பாட்டால் இந்தப் பொதுக்கூட்டங்களின் விளைவு பெருக்கப்பட்டது. ஒரே நாளில் மூன்று நான்கு இடங்களில் அவர் பேசுகையில், அவரது வார்த்தைகளும் பிம்பமும்- ஒரே நேரத்தில் 100 இடங்களில் ஒளிபரப்பப்பட்டன. அவரது வலைத்தள விவரங்களின்படி, 2014 ஏப்ரல், மே-யில் மட்டும் அவர் பேசிய பன்னிரண்டு உரைகள் 1,350 இடங்களில் 3டி ஹோலோகிராபிக் திரைகள் மூலம் ஒளிபரப்பப்பட்டன.⁷² ராஜ்தீப் சர்தேசாய் கூடுதல் விவரங்களைத் தருகிறார்: ஹோலோகிராம் பிரச்சாரத்தின் உச்ச தருணத்தில், "2500 உறுப்பினர்களைக் கொண்ட குழு, 125 3டி திரைகளைக் கொண்டு இயங்கியது, 12 நாட்களில்

இந்த 3டி காட்சிகளை 7 மில்லியனுக்கும் அதிகமான மக்கள் பார்த்திருப்பார்கள்" என்கிறார்.[73] உத்திரகாண்ட் மாநிலத்தில் ஹோலோகிராம் பிரச்சாரத்தை ஒருங்கிணைத்த செயல்பாட்டாளர் ஒருவர், "கிராமப் பகுதிகளில், 3டி திரையிடல் ஒரு மேஜிக் போன்றது. தொலைதூர கிராமங்களில் இருந்தெல்லாம் மக்கள் இதனைக் காணவருவார்கள்."[74] மோடி கொஞ்சம் மக்களால் தொடர்ந்து அதிமானுட சக்திகள் கொண்டவராகப் பார்க்கப்பட்டார்.

எனினும், ஹோலோகிராம்கள் முக்கியமாக நகர மக்களைச் சென்றடையும் நோக்கிலேயே பயன்படுத்தப்பட்டன. கிராம மக்களுக்கு மோடி, பெரிய திரைகள் பொருத்திய வேனில் கொள்கை விளக்க வீடியோக்களையே பிரதானமாகப் பயன்படுத்தினார். உத்தர பிரதேசத்தில் 200 நமோ ரதங்கள் (மகேந்திரா அண்ட் மகேந்திராவால் தயாரிக்கப்பட்ட, பிரமாண்ட திரைவசதிகளுடான, மேக்ஸிமோஸ் மாடல் வாகனங்கள்) அம்மாநிலத்தின் (443 தொகுதிகளில்) 403 தொகுதிகளைச் சேர்ந்த 19,000 கிராமங்களுக்குச் சென்று பதிவுசெய்யப்பட்ட பத்து நிமிட உரையைக் காட்டச் சென்றன.[75] அத்துடன், மோடி ஆயிரக்கணக்கான தேநீர்க் கடைகளில், இன்டர்நெட் வழியாக அவருடன் உரையாட விரும்பிய இந்திய குடிமக்களுடன் பேசி, 'சாய் பே சார்ச்சா' (தேநீர் விவாதம்) மூலமாக ஆயிரக்கணக்கான வாக்காளர்களுடன் நேரடித் தொடர்பை ஏற்படுத்தினார்.[76] இருபத்து நான்கு மாநிலங்களில் பரவிக் கிடந்த 4,000 தேநீர்க் கடைகளில், அவர் மொபைல் இணையதளம் மற்றும் வீடியோ கான்பரன்சிங் தொழில்நுட்பத்தைப் பயன்படுத்தி அவர்களுடன் உரையாடினார். ஆர்.எஸ்.எஸ். உறுப்பினரும் பா.ஜ.க.விலிருந்தபோது மோடியுடன் கணிசமான நேரத்தைச் செலவிட்டவருமான மூத்த உறுப்பினர் கே.என் கோவிந்தாச்சார்யா, கடைசியாக அரசியலிலிருந்து விலகும்முன் ஒரு புலனாய்வுப் பத்திரிகையின் செய்தியாளரிடம், "நரேந்திர மோடியின் பலம் அவரது அரசியல் சந்தைப்படுத்தல். அவரது மனமுதிர்ச்சி எளிதானது. அரசியல் என்பது அதிகாரத்துக்கு இணையானது. அதிகாரம் தேர்தலுக்கு இட்டுச்செல்கிறது. தேர்தல்கள் பிம்பங்களின் போர்க்களம். எனவே, பிம்பங்கள், செய்திகள், சமிக்ஞைகளைச் சார்ந்து இயங்குவதே அரசியல்."[77]

குஜராத்தில் இருந்ததைப்போலவே மக்களுடனான மோடியின் தொடர்பு, சங் பரிவாரைவிடவும் மிகவும் விரிவாகச் செயல்பாட்டாளர்கள் வலைப்பின்னலை நம்பியிருந்தது. பிரதீப் சிப்பர், சூசன் ஆஸ்டர்மேன் இருவரும், "வாக்கு திரட்டுபவர்கள் என அழைக்கும் குழுவின் செயல்பாட்டால் மட்டுமே மேற்குறிப்பிட்ட தொழில்நுட்பங்கள் செயல்படமுடியும்.[78] இந்தத் தனிநபர்கள்

பழைய நாட்களைப் போன்று தேநீர்க் கடைகளில் மைக்குகளை நிறுவுவது, வீட்டுக்கு வீடு ஆதரவு திரட்டுவது, சந்தைகளில் துண்டுப் பிரசுரங்கள் விநியோகிப்பதைத் தாண்டி, சமூக ஊடகங்கள் மற்றும் இணையதளத்திலும் வாக்காளர்களை அணிதிரட்ட முடியும். இந்திய அரசியலின் இந்தக் காலாட்படை வீரர்கள், அரசியல்வாதிகள் தேர்தல்களை வெல்ல, ஊடக வெளிப்பாட்டை மட்டும் சார்ந்திருக்கமுடியாத, இந்தியா போன்ற நாட்டில் குறிப்பாக பிரதான பாத்திரம் வகித்தார்கள். பா.ஜ.க. செயல்பாட்டாளர்களின் திரளையும் தாண்டி, மோடி வாக்குத் திரட்டுபவர்களை நியமிப்பதில் குறிப்பாக செயல்திறன் மிக்கவராக இருந்தார். சி.எஸ்.டி.எஸ். கருத்துக் கணிப்பு ஒன்று, மோடிக்கு வாக்குத் திரட்டுபவர்களில் 19 சதவிகிதத்தினர் மட்டுமே கட்சி உறுப்பினர்கள் என்கிறது.[79] அவர்களில் 32 சதவிகிதத்தினர், மோடி மட்டும் பா.ஜ.க.வின் பிரதமர் வேட்பாளராக இல்லாவிட்டால், அவர்கள் மற்றொரு கட்சிக்கு வாக்களித்திருப்போம் என்றிருந்தனர்.[80] சிப்பர் மற்றும் ஆஸ்டர் மன், உத்தர பிரதேசம், ராஜஸ்தான் போன்ற பிரதான மாநிலங்களில் வாக்கு திரட்டிகளின் எண்ணிக்கைக்கும் பா.ஜ.க.வின் தேர்தல் செயல்பாட்டுக்கும் தொடர்பு இருப்பதைக் கண்டுபிடித்தனர்.

குஜராத்தில் ஆர்.எஸ்.எஸ். அதன் ஆதரவைப் பின்வாங்கியபோது, மாற்று ஆதரவு கட்டமைப்பை வடிவமைக்கவேண்டிய தேவையெழுந்தபோது, தனிப்பட்ட விதத்தில் அர்ப்பணிப்புடைய நபர்களின் ஆதரவு வலையமைப்பைக் கட்டும் மோடியின் திறனை உறுதிசெய்யும் பெரிய திட்டத்தின் பகுதியே இந்த வாக்குச் சேகரிப்பாளர்கள். இந்த வியூகத்தை அவர் ஏற்கெனவே குஜராத்திலேயே முயற்சிசெய்து பலனை அறுவடையும் செய்திருந்தார். மேற்சொன்னதுபோல, 2012இல் அவர் இந்த அமைப்பைத் தகவல்தொழில்நுட்ப நிபுணர்களின் குழுவொன்றை அமைத்துத் தொழில்முறை நிபுணத்துவமுடையதாக்கியிருந்தார். இவர்களில் பலர் ஐக்கிய அமெரிக்காவில் பயிற்சிபெற்றவர்கள். அமோக் சர்மா விளக்குவதுபோல அவர்களின் தலைவரான பிரசாந்த் கிஷோர், பொறுப்புள்ள நிர்வாகத்திற்கான குடிமக்கள் (CAG), நிறுவனத்தை 2013இல் அதிகாரப்பூர்வமாக்கினார்-இதன் தலைமை அலுவலகம் காந்தி நகரில் அமைந்துள்ளது-இந்நிறுவனம் அதிகாரப்பூர்வமாக அரசியல் சாராததாகும்:[81] "அமைப்பு தொடங்கப்பட்ட சில மாதங்களுக்குப் பின், எந்தக் கட்சியுடனும் தொடர்பில்லாத, கட்சிசார்பற்ற அமைப்பு-சுயேட்சையான நிறுவனம் என்ற பிம்பத்தை சி.ஏ.ஜி. ஏற்படுத்திக்கொண்டது, அதன் நிகழ்வுகள் குடிமக்களை, குறிப்பாக இளம் வாக்காளர்களை 2014 பொதுத் தேர்தல் தொடர்பாக ஜனநாயக அரசியல் பங்கேற்பு தொடர்பான உரையாடலில்

ஈடுபடுத்தும் இலக்கைக் கொண்டது என்ற எண்ணத்தைத் தோற்றுவித்தது. அதேநேரம், அதன் நிகழ்வுகள் நரேந்திர மோடி தேசியத் தலைவர் என்ற பிம்பத்தை வலுவூட்டும்விதமாகக் கவனமாக வடிவமைத்தது-இந்த உண்மை இந்த நிகழ்வுகளைக் கவனமாகப் பகுத்தாய்ந்தபின்பே தெளிவாகின."[82] இந்த யுக்தி, தொடக்கத்தில் மோடி சி.ஏ.ஜி. நிகழ்வுகளுக்கு அழைக்கப்பட்டு, தொழில்முறை நிபுணர்களுடன் அல்லது அரசியல்சாராத குழுக்களுடன் கலந்துரையாடும் நிகழ்வுகளை நடத்த அனுமதித்தது. 2014-லும், சி.ஏ.ஜி. எந்த ஒரு கட்சியுடனும் உறவு இருப்பதைத் தொடர்ந்து மறுத்தது, "நரேந்திர மோடியின் தலைமையில் தங்களுக்கிருக்கும் நம்பிக்கையால் மட்டுமே உந்தப்பட்டு" செயல்படுவதாகக் கூறியது.[83] "கதவு கதவாகத் தட்டி ஆதரவுகோருவது முதல் சமூக ஊடக நிர்வாகம் வரையிலான கிட்டத்தட்ட பிரச்சாரத்தின் எல்லா பகுதியிலும் இணைந்து செயலாற்றியது" சி.ஏ.ஜி. மேலும் "மோடியின் ஆணையின் மூலம், சி.ஏ.ஜி பா.ஜ.க. தொண்டர்கள் அனைவரின் ஆதரவையும் பெற்றது, சுயம்சேவக்குகள் முதல் சங் பரிவார் வரை பா.ஜ.க. பிரச்சாரத்தின் காலாட்படையாக இருந்த அனைவரின் ஆதரவையும், நரேந்திர மோடி பிரச்சாரத்துக்கு எனப் பணியமர்த்தியிருந்த எண்ணற்ற விளம்பர தொழில்நிபுணர்களின் ஆதரவையும் பெற்றது."[84] வேறு வார்த்தைகளில் சொன்னால், பிரச்சாரத்தில் சங் பரிவார் முன்களப் படையாக இல்லை. மோடி அணியின் தொழில்முறைசார் பிரச்சார நிபுணர்களும், அவரது தனிப்பட்ட ஆதரவாளர்களுமே முன்னணியில் இருந்தனர்.

சி.ஏ.ஜி.யின் 200-400 உறுப்பினர்கள், வாக்குச் சேகரிப்பாளர்களைவிடவும் மேலானவர்கள். அதற்குக் காரணம் அவர்கள் தன்னார்வலர்கள் இல்லை. அவர்களுக்கு ஊதியமளிக்கப்பட்டது மட்டுமின்றி, அத்துடன் அவர்களது குறிக்கோள்களில் ஒன்று வாக்குச் சேகரிப்பவர்களாகத் திகழக்கூடியவர்களை அடையாளம் கண்டு, பயிற்சியளிப்பதுமாகும். இதனால் அவர்கள் அந்த உள்ளூர் பொதுவெளியையும் சமூக ஊடக வெளியையும் தங்கள் கொள்கைகளால் நிறைக்கமுடியும். எனவே அவர்கள் 800 பயிற்சியாளர்களின் ஊதியத்தைப் பெற்றனர்: அதேயளவில், மொத்தமாக 1,00,000 தன்னார்வல வாக்குச் சேகரிப்பாளர்கள் மோடிக்காக 2013-14இல் பிரச்சாரம் செய்துகொண்டிருந்தார்கள்.[85] இந்த ஆதரவாளர்கள் பெரிதும் இரு நெட்வொர்க்குகளாகக் குழு பிரிக்கப்பட்டனர்: மோடி 4 பி.எம். மற்றும் மிஷன் 272. (இரண்டாவது பெயர், மக்களவையில் பா.ஜ.க. பெரும்பான்மை பெற வெற்றிபெறவேண்டிய இடங்களின் எண்ணிக்கையைக் குறிப்பது.)[86]

வாக்குச் சேகரிப்பவர்களில் ஒருவர் ஷீலா பட்டுக்கு அளித்த நேர்காணலிலிருந்து அவர்களது நோக்கங்கள் தெளிவாக வெளிப்பட்டது. அது ஸ்னிக்தா பூனம் விவரித்த விகாஸ் தாக்கூரின் சித்திரத்தை நினைவூட்டுவதாக இருந்தது. பிலாஸ்பூரில் (சத்தீஸ்கரிலுள்ள ஒரு நகரம்) சிறிய பயண நிறுவனம் நடத்தும் பிரமோத் சிங், "நான் ஒருபோதும் அரசியலில் ஆர்வத்துடன் இருந்ததில்லை. நான் மோடிமீது மட்டுமே ஆர்வமுடையவன். நீங்கள் என்னை ஹிந்துவாடி என அழைக்கவிரும்பினால் அழைக்கலாம் (இந்துத்துவா செயல்பாட்டாளர்). ஆனால் எனக்கு அரசியலில் ஆர்வம் கிடையாது."[87] குஜராத் முதல்வர் ஆகஸ்டு 2013இல் தொடங்கிவைத்த *india272.com* வலைத்தளத்தில் பதிவுசெய்து மோடியின் ஆதரவாளர்கள் என்ற படிநிலையில் சேர்ந்தார் பிரமோத் சிங். அவருக்கு வலைத்தளத்தில் பிரச்சாரச் செய்திகளைப் பதிவிடும் பணியும், பின் அவற்றை முகநூல், ட்விட்டரில் பதிவிடும் பணியும் அளிக்கப்பட்டது. மோடியின் அனைத்து ஆதரவு நெட்வொர்க்குகளும் சமூக ஊடகங்களைப் பயன்படுத்தின. அத்தகைய வாக்குச் சேகரிப்பாளர்களில் ஒருவன் பிரச்சாரத்தின் முடிவில் ஊடகங்களிடம் கூறினான்: வாக்காளர்களின் ஒவ்வொரு அணுகுபுள்ளியும் எங்களுக்கு முக்கியமானது. அவர்கள் எங்கே இருந்தபோதும் நாங்கள் அவர்களுடன் தொடர்புகொள்வதென்ற இலக்கில் இருக்கிறோம். எனவே தொலைக்காட்சி, அச்சு, வானொலி, விளம்பரப் பலகைகள், முகநூல், ட்விட்டர், யூட்யூப், வாட்ஸ்அப், டிடிஎச், கேபிள் டி.வி. சேவைகள், ஆன்லைன் மற்றும் ஆப்லைன் என மக்களுடன் தொடர்புகொள்ளும் அனைத்து முயற்சிகளை மேற்கொள்கிறோம்."[88] தொடர்புறுத்தும் குழுக்கள் மோடியின் பிரச்சாரத்தைக் கையாள்வது அரசியல்சாரா அமைப்பான சி.ஏ.ஜி. யைச் சார்ந்திருக்க, பா.ஜ.க.வின் தகவல்தொழில்நுட்ப பிரிவு, மோடியின் 2014 பிரச்சாரத்தில் பிரதான பங்கு வகித்தது. 2010 வரை தொழில்நுட்ப வல்லுநர்களுக்குப் பதில் அரசியல்வாதிகளே பிரச்சாரத்தின் தலைமையைக் கொண்டிருந்தனர், அது அன்றைய பா.ஜ.க. தலைவர் நிதின் கட்கரியால் முழுவதுமாக மீண்டும் மாற்றியமைக்கப்பட்டது. பா.ஜ.க. தகவல்தொழில்நுட்ப பிரிவின் தலைவர் அரவிந்த் குப்தா, அமெரிக்காவில் பயிற்சிபெற்ற தகவல்தொழில்நுட்ப நிபுணர்.[89] அவர் இந்தியாவில் தன் சொந்த நிறுவனத்தைத் தொடங்கும்முன் சிலிக்கான் பள்ளத்தாக்கில் பணியாற்றியவர். அவர் பா.ஜ.க.வில் இணைந்து, ஜூலை 2013இல் கட்சித் தலைமையகத்தில் தேசிய எண்ம திட்டங்களுக்கான மையத்தைத் தொடங்கியபோது,-2014 தேர்தலை வெற்றிகொள்ள டிஜிட்டல் தொழில்நுட்பத்தை எப்படிப் பயன்படுத்துவது என்பதே அவரது ஒற்றை நிகழ்ச்சி நிரலாக இருந்தது.[90]

மோடியின் பிரச்சாரத்துக்கு உதவவிரும்பிய எவரொருவரையும் தொடர்புகொண்டு பெரிய எண்ணிக்கையிலான வாக்குச் சேகரிப்பாளர்களைப் பணியமர்த்தியதில் அவர் மிகமுக்கியமானவர்: ஒருவர் இலவச தொடர்பு எண்ணை அழைத்தால் போதும், அது அவரைத் திரும்பத் தொடர்புகொண்டு பணி ஒன்றை அளிக்கும். "பா.ஜ.க. இதன் மூலம் 1.3 மில்லியன் தன்னார்வலர்களைப் பெற்றது" என்பது குப்தாவின் கணக்கு.

குப்தா, பா.ஜ.க. தலைமையகத்தை அடிப்படையாகக் கொண்டவர் எனில், மோடியின் டிஜிட்டல் ராணுவத்தைச் சேர்ந்த ராஜேஷ் ஜெயின், அவர் அமெரிக்காவிலிருந்து திரும்பிய மற்றொரு தகவல்தொழில்நுட்ப ஆள். ஆனால் கட்சியைச் சேர்ந்தவரல்ல. அவரது பங்கு மேற்குறிப்பிடப்பட்டிருக்கிறது. 5000-க்கும் மேலான அலுவலர்களைக் கொண்ட அவரது குழு, 155 முக்கியமான நகர்ப்பகுதி தொகுதிகளைச் சராசரிக்கும் மேலான வலைத்தள ஊடுருவலும், பெரிய அளவில் சமூக ஊடகப் பயன்பாடும் உடைய "டிஜிட்டல் தொகுதிகளாக" அடையாளம் கண்டு அங்குள்ள மக்களின் மனோபாவத்தை ஆய்வுசெய்தது. மோடிக்காக வேலைசெய்த தகவல் தொழில்நுட்ப பிரிவுகள், அவர்களுக்கு இடைவிடாத கருத்துகளைப் புகட்டியது. அவர்கள் அர்ப்பணிப்புள்ள தொலைக்காட்சி சானலான யுவாய் டி.வி.மூலம் மோடியின் பேரணிகளை நேரலையாக ஒளிபரப்பு செய்தனர், மேலும் இந்த உள்ளடக்கமானது, "அதேநேரத்தில் யூ டியூப்-புக்காக சிறிய படத்துணுக்குகளாகக் கத்தரிக்கப்பட்டன", அதேநேரம் மற்றொரு குழு "மோடியின் முக்கிய அறிக்கைகள் பெரும்பாலானவற்றை லைவ்-ட்வீட்டுகளாகப் பதிவிட்டது."[91] பிரச்சாரத்தின்போது தினமும் 40,000 ட்வீட்டுகள் வரை பதிவுக்கு அனுப்பப்பட்டன. சில தகவல்தொழில்நுட்ப அணியினரின் யுக்திகளை 'மல்டிமீடியா கார்பெட் பாம்பிங்' என விவரிக்கிறார்.[92] அலைவரிசைகளுக்கான அணுகல் நிர்வகிப்பு தொடர்பான சட்டவிதிமுறைகள் சரிவர இல்லாததைச் சாதகமாக எடுத்துக்கொண்டு, பல டி.வி. சானல்களின் உரிமையாளர்கள் ஏற்கெனவே மோடியின் தாக்கத்துக்குள்ளாகியிருந்தனர் அல்லது மோடியை பிரதம வேட்பாளராகக்[93] காட்டி பொதுவெளியை நிறைப்பதன் மூலம், எதிர்காலத்துக்கான அடித்தள வேலைகளில் ஆர்வமாக ஈடுபட்டனர். சி.எம்.எஸ். மீடியா லேப்பால் நடத்தப்பட்ட ஆய்வு, மார்ச் 1 முதல் ஏப்ரல் 30 காலகட்டத்தில் நடந்த பிரச்சாரத்தின்போது, செய்தி ஒளிபரப்பில் மோடி ப்ரைம் டைமில் 33.21 சதவிகித இடம்பெற்றார். (வாக்குப் பதிவு நடைபெறுவதற்கு முந்தைய நாட்களில் 40 சதவிகிதத்துக்கு அதிகமாக இது இருந்தது).

அரவிந்த் கெஜ்ரிவாலுடன் ஒப்பிட அவர் 10.31 சதவிகிதமும், ராகுலுடன் ஒப்பிட இது 4.33 சதவிகிதமுமாக இருந்தது.[94]

இந்த மகத்தான தொடர்பு சக்தி, பா.ஜ.க.வால் திரட்டமுடிந்த நிதி ஆதாரங்களால் மட்டுமே சாத்தியமாகியது. தி எக்னாமிஸ்ட் மே 24, 2014 பதிப்பில், 2014 தேர்தல் பிரச்சாரத்தின்போது மொத்தமாகச் செலவழிக்கப்பட்ட 4 பில்லியன் டாலரில், பா.ஜ.க. மட்டும் 1 பில்லியன் டாலர் செலவழித்தது என மதிப்பிட்டது, இது ஜனநாயக அரசுகளின் வரலாற்றிலேயே மிகவும் செலவான இரண்டாவது தேர்தலாக இந்தியத் தேர்தலை மாற்றியது. ஐக்கிய அமெரிக்காவின் அதிபர் பதவிக்கான பாரக் ஒபாமா முதல் முறை பிரச்சாரம் மேற்கொண்டதே முதல் இடத்தில் இருக்கிறது.[95] இந்த மதிப்பீடு சென்டர் பார் மீடியா ஸ்டடிஸ் ஆய்வுகளுடன் ஒத்துப்போகிறது, இது மொத்தச் செலவை 5 பில்லியன் டாலர்களுக்கு நெருக்கமாகக் கணக்கிடுகிறது.[96]

சரி, பிரச்சாரத்தின் வாக்கு வன்மை எப்படி இருந்தது? மோடியின் பெயரை மக்கள் மனதில் பதியச் செய்யும் ஒரே நோக்கத்துடன் கோஷங்கள் பெரிதும் தனிநபர்த் தன்மையுடையதாகக் காணப்பட்டது. "அப்கி பார், மோடி சர்க்கார்!" (இந்த முறை, மோடி அரசு!) உண்மையில், மொத்த பிரச்சாரமும் வேட்பாளரின் பண்புகளை மையம்கொண்டே அமைந்திருந்தது. செய்தித்தாள்களில் இருந்து ஒரு விளம்பரம் எடுக்கப்பட்டு, சுவர்களிலும் விளம்பரப்படுத்தப்பட்டது, 'தொடங்கிவைப்பவர், கண்டுபிடிப்பாளர், நடைமுறைப்படுத்துபவர்' என மோடியை அந்த விளம்பரம் விவரித்தது. மற்றொரு கோஷம் காட்டுத்தீயெனப் பரவியது: – இந்தியா எதிர்கொள்ளக் காத்திருக்கும் 'மகிழ்ச்சியான நாட்களை', 'அச்சே தின்!' எனக் குறிப்பிட்டது.

தேர்தலில் போட்டியிடுவதற்கான சீட்டு விநியோகம், பா.ஜ.க.வுக்குள் இருந்த புதிய அதிகாரச் சமநிலையைப் பிரதிபலித்தது. மோடி மற்றும் குஜராத்தில் பதினைந்து ஆண்டுகள் அவரது நம்பிக்கைக்குரிய தளபதியாகச் செயல்பட்ட அமித்ஷா இருவரின் தேர்வாக இருந்தது. 1964இல் அகமதாபாத் அருகிலுள்ள மான்ஷாவின் வளமான வணிகக் குடும்பத்தில் பிறந்த அமித்ஷா, சிறுவனாக இருந்தபோதே ஆர்.எஸ்.எஸ்.ஸில் சேர்ந்தார். விஸ்வ இந்து பரிஷத் செயல்பாட்டாளராக இருந்து பா.ஜ.க. அரசியல்வாதியாக மாறிய அமித்ஷா, 1989இல் காந்தி நகரில் எல்.கே. அத்வானியின் தேர்தல் பிரச்சாரங்களைக் கையாண்டதற்காகப் பெயர்பெற்றவர்.[97] 1997இல் முதன்முறையாகத் தேர்ந்தெடுக்கப்பட்டதோடு, மறுமுறையும் தேர்ந்தெடுக்கப்பட்டார். 2002இல் மோடி அரசின் இளைய உறுப்பினர் என்பதோடு, உள்துறை உட்பட அதிகமான எண்ணிக்கையிலான அமைச்சகங்களைக்

கையில் வைத்திருந்தவரும்கூட (பத்து துறைகள் வரை[98]). அத்தோடு, அவர் "மோடிக்கு கட்சி நிர்வாகம், அரசியல் வியூகம் உட்பட அனைத்து விவகாரங்களிலும் ஆலோசனை அளித்தார்."[99] 2014இல் மோடி முதல்நிலை தலைவரானபோது, ஷா தானாகவே இரண்டாமிடத்துக்கு வந்தார், அவர்கள் இருவருமே வேட்பாளர்கள் பட்டியலை இணைந்து தயார்செய்தனர்.[100] அவர்கள் வாஜ்பேயி அரசில் வெளியுறவுத்துறை விவகார அமைச்சராக இருந்த மூத்த உறுப்பினர் ஜஸ்வந்த்சிங்கை ஓரங்கட்டினர். வாரணாசியில் மோடி போட்டியிடுவதற்காக, எம்.எம். ஜோஷியின் தொகுதியை மாற்றிக்கொள்ளுமாறு வலியுறுத்தினர்.

எந்தவொரு ஜனரஞ்சகவாதத் தலைவரையும்போல, ஒரு ஸ்தாபனத்துக்கு எதிராக, அனைத்துவிதமான ஊழலையும் குற்றம்சாட்டி, சிவில் சமூகத்தைச் சேர்ந்த-அல்லது அரசியல் வெளிக்கு வெளியேயிருந்து வரும் ஆளுமைகளின் ஒத்துழைப்புடன், அரசியல் வர்க்கத்தைப் புதுப்பிக்கப்போவதான மனப்பதிவைத் தரவிரும்பினார் மோடி. இவ்வாறாக, ஒரு வருடத்துக்கு முன்பே பணி ஓய்வுபெற்ற முன்னாள் ராணுவத் தலைமைப் பணியாளரான வி.கே.சிங்குக்கு உத்தர பிரதேசத்தின் காஸியாபாத்தில் பா.ஜ.க. சீட்டுக் கொடுத்தது. மும்பை போலீஸ் கமிஷனர் சத்யபால் சிங், அவரது பதவியிலிருந்து பணி ஓய்வு பெற்று உத்தர பிரதேசத்தின் மற்றொரு தொகுதியான பாக்பத்தில் கட்சியால் நிறுத்தப்பட்டார். டெலிகிராப்பில் தொடங்கி இந்தியா-டுடே வரை பணியாற்றிய பத்திரிகையாளர் எம்.ஜே. அக்பர் அதேபோன்ற பாதையைப் பின்பற்றி, தனது சொந்த மாநிலமான பீகாரில் போட்டியிட்டார்.

தனது பிரச்சாரப் பயணங்களில், பா.ஜ.க. வேட்பாளர்களுக்கு வாக்களிப்பதன் மூலம் தனக்கே வாக்களிப்பதாக விளக்கி, இந்திய நாடாளுமன்ற முறையை மேலும் தலைமை மையத்துவமுடையதாகச் செய்த பின்பு, மக்களவைக்குப் போட்டியிட சீட்டுக் கொடுப்பதிலும் மையப் பாத்திரம் வகித்தார். ஆங்கிலச் செய்தித்தாள்களில் முழுப் பக்கத்துக்கு மோடியின் பிம்பத்துடன்: "நீங்கள் பா.ஜ.க. வேட்பாளருக்கு அளிக்கும் ஓட்டு எனக்கு அளிக்கும் ஓட்டே" எனச் சொல்வதுபோல் விளம்பரம் அளிக்கப்பட்டது. அத்தகைய தேர்தலை தனிப்பயனாக்குதல் சிறப்பாக வேலைசெய்தது. சி.எஸ்.டி.எஸ். தேர்தல் கருத்துக்கணிப்புப் படி பா.ஜ.க.வுக்கு வாக்களித்தவர்களில் 27 சதவிகிதம் பேர் மோடிக்காகவே அக்கட்சியின் வேட்பாளர்களுக்கு ஆதரவளித்தனர்.[101] மோடி பிரதமரானால், பா.ஜ.க. எம்.பி.க்கள் கூடுதலாகவோ, குறைவாகவோ அவருக்குக் கடன்பட்டுள்ளனர் என்ற உண்மை, அவர்களைக் கீழ்ப்படிந்து நடக்கத் தூண்டும்.

2014 பிரச்சாரத்தைத் தனிப்பயனாக்கியது பா.ஜ.க.வுக்குள் கூட்டாக முடிவெடுக்கும் தன்மையை ஓரளவுக்குக் குறைத்தது. ஆனால் நரேந்திர மோடி மேலும் 1998-2004இல் வாஜ்பாய் அரசின் இந்து தேசியவாதத் திட்டத்தை நீர்த்துப்போகச் செய்ய வலியுறுத்திய தேசிய முற்போக்குக் கூட்டணிக் கட்சிகளின் பிடியிலிருந்து விடுதலைபெறவும் விரும்பினார். எனவே சிக்கலான கூட்டாளியாக இருந்த ஜே.டி.(யூ) விலகிச்சென்றதற்காக வருந்தவில்லை. ஆனால் மக்களவையில் பா.ஜ.க. அறுதிப் பெரும்பான்மையுடன் வெற்றிபெற, காங்கிரஸ் பெரிதும் ஆதாயமடைய வழிசெய்யும் மும்முனைப் போட்டியை அவசியம் தவிர்க்கவேண்டும். நீண்டகாலக் கூட்டணிகளான மகாராஷ்டிராவின் சிவசேனா, பஞ்சாப்பின் அகாலி தளம் இவற்றுடன் மட்டுமல்லாமல், மோடியின் புகழ் அலையில் ஏறிப் பயணிக்கலாமென்று நம்பி கூட்டணிக்குத் திரும்பவும் வந்த ஆந்திரப்பிரதேசத்தின் தெலுகுதேசம் கட்சி, பீகாரின் லோக் ஜனசக்தி கட்சி இவற்றுடன் தொகுதிப் பங்கீட்டு ஒப்பந்தங்கள் செய்துகொண்டார். இவ்விரண்டு கட்சிகளும் குஜராத்தின் 2002 படுகொலைகளுக்கு எதிராகக் கூட்டணியைவிட்டு விலகிச்சென்ற கட்சிகளாகும்.

பழைய பாட்டில்களில் புதிய ஒயின்: சங் பரிவாரின் நெகிழ்வான பங்கு

செயல்பாட்டாளர் வலையமைப்பைப் பொறுத்தவரை, நரேந்திர மோடியின் பிரதான சொத்துக்களில் ஒன்று புதிய வாக்குச் சேகரிப்பாளர்களையும் பழைய வலையமைப்புகளையும் இணைத்துச் செயல்படுத்தும் அவரது திறமையாகும். 2014இல் மோடியின் வெற்றியில் குறிப்பிடத்தக்க காரணங்களில் ஒன்று ஆர்.எஸ்.எஸ்.ஸின் ஆதரவாகும், அவர் தனக்கெனச் சொந்தமாக ஆதரவு நெட்வொர்க்குகளை உருவாக்கித் தனது பழைய பள்ளியிலிருந்து விடுபட முயன்றாலும், குறிப்பிட்ட ஆர்.எஸ்.எஸ். உறுப்பினர்களுடன் நேரடித் தொடர்பையும் வைத்திருந்தார். இந்தத் தன்னிச்சையான போக்கிலான ஜனரஞ்சகவாத அணுகுமுறை நடத்தையை ஆர்.எஸ்.எஸ். தலைமை எளிதாக எடுத்துக்கொள்ளவில்லை, எனினும் முன்பே குறிப்பிட்ட காரணங்களாலும்-மேலும், காங்கிரஸ் அதிகாரத்தில் தொடரும் பட்சத்தில், காங்கிரஸ் தலைவர்கள் பயங்கரவாதக் குற்றம்சாட்டப்பட்ட ஆர்.எஸ்.எஸ்.ஸின் உறுப்பினர்கள் மீது வழக்கு நடவடிக்கைகளைத் தொடரும் என்ற ஆர்.எஸ்.எஸ்.ஸின் பயத்தாலும் (இந்த பிரச்சனை பின்னால் விரிவாக ஆராயப்படும்)[102] மோடியை ஆதரிப்பதென்ற முடிவுக்கு வந்தது. சங் பரிவாருக்குள்ளும் வெளியேயும் உள்ள பா.ஜ.க. தலைவர்களுள் மோடியே மிகவும் பிரபலமானவர் என்பதால், ஆர்.எஸ்.எஸ். தலைவர்கள், அதன்

முழு குடும்பத்தாலும் மோடி ஆதரவளிக்கப்படவேண்டும் என்று முடிவுசெய்தனர்.

2014, மார்ச்சில் பெங்களூருவில் நடைபெற்ற ஆர்.எஸ்.எஸ்.ஸின் மேல்மட்ட கொள்கை உருவாக்க அமைப்பான அகில் பாரதிய பிரதிநிதி சபா கூட்டமொன்றில், அவ்வியக்கத்தின் இணைப் பொதுச்செயலாளரான தத்தாத்ரேய ஹோசபாலே, "மோடி ஒரு வலுவான தலைவர். அவர் ஒரு சுயம்சேவக்கும்கூட, அதனால் நாம் பெருமைகொள்கிறோம். இந்த நாடு ஒரு மாறுதலை விரும்புகிறது. அவர் தனது தகுதியை குஜராத்தில் நிரூபித்துவிட்டார்."[103] ஆனால் நான்கு நாட்களுக்குப் பின், ஆர்.எஸ்.எஸ். தலைவரான மோகன் பகவத், ஆளுமை வழிபாடுகளுக்குப் பழக்கமில்லாத, அவரது அமைப்பை ஆக்கிரமித்த மோடி மேனியாவுக்குப் பயந்து-அதற்கும் மேலாக எழுந்து, இந்து தேசியவாதத்தின் வளரும் நட்சத்திரத்திடமிருந்து தன்னை விலக்கிக்கொண்டு: "நாம் அரசியலில் இல்லை. நமது வேலை நமோ நமோ என உச்சரிப்பதல்ல. நாம் நமது சொந்த இலக்கை நோக்கியே அவசியம் செயலாற்றவேண்டும்."[104] என்றார். வேறு வார்த்தைகளில் சொன்னால், தேர்தல் ஒருபுறமிருந்தாலும், ஆர். எஸ்.எஸ். குறிக்கோள் சமூகத்தை முழுமையாகச் சீர்திருத்துவதாகும். இருந்தபோதும், ஆர்.எஸ்.எஸ். ஏற்கெனவே அடித்தளத்தில் செயலாற்ற ஆரம்பித்திருந்தது. "தொலைக்காட்சி கேமராக்களிலிருந்து விலகி, ஆர்.எஸ்.எஸ். அது அறிந்த பழைய பாணி முறையில் வீடு வீடாகக் கூடுதல் நேரம் செயலாற்றியது. தொலைதூர கிராமங்கள் எங்கும் ஊடுருவிய நமோ ரதத்தை நிர்வகிப்பதையும் தாண்டி அதன் பங்கு நீண்டுள்ளது" எனச் சுட்டிக்காட்டுகிறார் ஸ்மிதா குப்தா.[105] அப்போது பா.ஜ.க. பலவீனமாகக் காணப்பட்ட மேற்கு வங்காளம் போன்ற மாநிலங்களில், கட்சியின் பிரச்சாரம் இன்னும் அதிகமாக ஆர்.எஸ்.எஸ்.ஸையே சார்ந்திருந்தது.[106]

மொத்தமுள்ள 544 தொகுதிகளில், இந்தியாவின் மிகப்பெரிய மாநிலமான உத்தர பிரதேசம் 80 தொகுதிகளை அது பிரதிநிதித்துவம் செய்ததால் தேர்தலில் அதன் பங்கு அதிகம்-எனவே மோடி அங்கு ஏற்கெனவேயுள்ள சங் பரிவார் அமைப்பை மட்டும் சார்ந்திருப்பதை விரும்பவில்லை. பா.ஜ.க. அங்குப் பலவீனம் அடைந்திருந்ததோடு, நிலைப்பாடுகளில் கெட்டிதட்டிப்போயிருந்ததும் காரணம். மேற்குறிப்பிட்டதுபோல, அவர் அமித்ஷாவை நியமித்து,[107] காலப்போக்கில் நிரூபிக்கப்பட்ட நடைமுறைகளையும் வழக்கத்துக்குமாறான அணுகுமுறைகளையும் இணைத்து கடைபிடித்தார். இளம் ஆர்.எஸ்.எஸ். உறுப்பினரான சுனில் பன்சாலின்[108] உதவியோடு பா.ஜ.க. நிறுவன கட்டமைப்பை ஷா மாற்றியமைத்தார். அவர்கள் பூத் வரைக்கும் முக்கியத்துவமளித்து,

பூத் கமிட்டிகளை அமைத்து, உள்ளூர் வாக்காளர்களிடையே வாக்களிப்பதன் முக்கியத்துவம், சரியான நபருக்கு வாக்களிப்பதன் அவசியம் பற்றிய விழிப்புணர்வை ஏற்படுத்தியதோடு, தேவைப்பட்டால் அவர்களுக்குத் துணைநின்றனர்.[109] மேலும் ஷா தனக்குத் தகவலளிப்பவர்களின் சொந்த வலைப்பின்னல் அமைப்பை உருவாக்கி, ஓரளவுக்குப் பக்கச் சார்புடையதாய் இருக்க வாய்ப்புள்ள சங் பரிவாரை மட்டுமே சார்ந்திருக்கத் தேவையில்லாதபடி பார்த்துக்கொண்டார். உள்ளூர் கருத்துக் கணிப்புப் போக்குகளைக் கண்காணிக்க அவருக்கு உதவ, சிறப்புத் திறமைமிக்கத் தேர்தல் கருத்துக் கணிப்பு நிறுவனங்களை வாடகைக்கு அமர்த்தினார் அவர். மேலும் அவர் சங் பரிவார் முன்பெப்போதும் பயன்படுத்தியிராத யுக்தியொன்றையும் பெரிய அளவில் கடைபிடித்தார்: அதுவரை, அதன் கருத்தியல் மற்றும் வெளிப்படுத்தும் மதிப்பீடுகள் குறித்தப் பெருமிதம் காரணமாக அவ்வமைப்பு வெளியாட்களை இணைத்துக்கொள்வதில் தயக்கம் காட்டியது. ஷா, இதர அரசியல் கட்சிகளை நிலைகுலையச் செய்ய, அக்கட்சிகளின் உறுப்பினர்களை ஆசைகாட்டிக் கவர்ந்திழுப்பதைத் தனது கோட்பாட்டின் ஒரு பகுதியாக ஆக்கிக்கொண்டார். ஷாவும் மோடியும் இந்த நுட்பத்தை குஜராத்தில் சிறிய அளவில் பயன்படுத்தியிருந்தாலும், பா.ஜ.க.வுக்கும் காங்கிரஸின் பல உறுப்பினர்களுக்குமான கருத்தியல் நெருக்கம் காரணமாகவும்,[110] ஷா உத்தர பிரதேசத்தின் பி.எஸ்.பி., எஸ்.பி. கட்சி உறுப்பினர்களிடம் இந்த யுக்தியைப் பயன்படுத்தி பா.ஜ.க.வுக்கு இழுத்தார். கடைசியாக, தொகுதிகளின் சமூகவியல் அமைப்பு குறித்துக் குறிப்பாகக் கவனம் செலுத்தினார். முஸ்லிம்களுக்கு எதிராக இந்துக்களை ஒருங்கிணைத்து மதரீதியாகத் துருவப்படுத்தும் யுக்தியை மட்டுமே தஞ்சமடைவதில் திருப்தியின்றி, பா.ஜ.க. சீட்டு வழங்கும் வேட்பாளர்களின் ஜாதிக் கணக்குகள், உள்ளூர்ப் பிரிவு போன்ற பயனுள்ள சமூக விவரங்களையும் கணக்கிட்டார். பி.எஸ்.பி. மற்றும் எஸ்.பி. கடந்த இருபது வருடங்களாக ஆட்சிக்கு வந்ததில் அந்த இரு ஜாதியினரன்றி, பலனடையாத இதர பிற்பட்ட வகுப்பினர் மற்றும் தலித்துகளைக் குறிப்பாகக் குறிவைத்தார். அதன்விளைவாக, அவர் ஜாதவ் வகுப்பைச் சேராத அட்டவணை ஜாதியினர் மற்றும் யாதவ் வகுப்பைச் சேராத அரசியல்வாதிகளுக்குப் பெருமளவிலான எண்ணிக்கையில் வாய்ப்புக் கொடுத்தார். இந்த வேட்பாளர்கள், தலித் மற்றும் இதர பிற்பட்ட வகுப்பினரிடையே, மாநில அரசியலில் ஜாதவ்களும் யாதவ்களும் அடைந்த செல்வாக்கான நிலையால் ஆத்திரத்திலிருந்த வாக்காளர்களைக் கவரும் நிலையில் இருந்தனர். 2019 தேர்தல் சூழலில், விரிவாக இந்த யுக்தி ஆராயப்படும்.

(கிட்டத்தட்ட) முன்னுதாரணமில்லாத - எதிர்பாராத - தேர்தல் வெற்றி: பெரும்பான்மைவாதம் எதிர் சிறுபான்மைவாதம்

1984லிருந்து மக்களவையில் எந்த ஒரு அரசியல் கட்சியும் தனிப்பெரும்பான்மையுடன் வெற்றிபெற முடிந்ததில்லை. மோடிக்கு நன்றி, பா.ஜ.க. இந்தச் சாதனையை, 31 சதவிகித வாக்குகளுடன் 543 சீட்டுகளில் 282 சீட்டுகளை வென்றுகாட்டியது- ஆனாலும் இது குறிப்பிடத்தக்க வெற்றியாகவே இருந்தது, மேலும் எதிர்பாராததாகவும், நம்பகமான கருத்துக் கணிப்பு எதுவும் இதனை எதிர்பார்த்திருக்கவில்லை. மற்றொரு பக்கம், காங்கிரஸ் கட்சி அதன் வரலாற்றிலே மோசமான தோல்வியைச் சந்தித்திருந்தது, 19 சதவிகித வாக்குகளுடன் 44 இடங்களையே பிடித்திருந்தது. 1998இல் பா.ஜ.க.வுடன் ஏற்பட்ட முதல் தோல்வியைவிடவும் 60 இடங்கள் குறைவாகப் பிடித்திருந்தது.

பா.ஜ.க.வின் வெற்றி அதிக புவியியல் செறிவைப் பிரதிபலித்தபோதும், அதன் தேர்தல் தளம் நகர்ப்புற இயல்புடையது என்பதை மறைத்தது. கட்சியானது சிறியளவிலான பெரும்பான்மையின் திரிபுகளிலிருந்து முழுக்க ஆதாயமடைந்திருந்தது: மூன்றில் ஒரு பங்குக்கும் குறைவான வாக்குகளே அதனை மக்களவையில் 52 சதவிகித இடங்களைப் பிடிக்க உதவியது. இத்தகைய 'செயல்பாடு' இந்திய வரலாற்றில் தனித்துவமானது. 1952இல் காங்கிரஸ் ஒருமுறை ஜெயித்ததைத் தவிர, அதுவரை, எந்தக் கட்சியும் 40 சதவிகிதத்துக்குக் குறைவான வாக்குகள் பெற்று பாதிச் சீட்டுகளை வெல்லமுடிந்ததில்லை. சீட்டுகள் அளவில் பா.ஜ.க. வெற்றியின் பெருக்கத்தை, அதன் சக்திகள் எந்தெந்தப் பகுதியில் வலுவாகக் காணப்பட்டது என்பதிலிருந்து விளக்கிவிடமுடியும். மேற்கு வங்கத்தில் 2009இல் பெற்றதை விடவும் மும்முடங்குக்கு நெருக்கமான வாக்கு (6.1 லிருந்து 16.8 சதவிகித வாக்கு), அஸ்ஸாமில் 17.2-லிருந்து 36.5 சதவிகிதம் வாக்கு, ஜம்மு-காஷ்மீரிலும் அது 18.6 சதவிகித வாக்கிலிருந்து 32.4 சத வாக்கு என பா.ஜ.க. முன்னேறியது உண்மைதான். ஆனால் இந்த உள்நுழைவுகளை நிறைய சீட்டுகளாக மாற்றிச் சொல்லமுடியாது (மேற்கு வங்கத்தில் இரண்டு இடங்கள், ஜம்மு காஷ்மீரில் மூன்று இடங்கள்). மாறாக, கட்சியானது இந்தி வட்டாரத்தில் போட்டியிட்ட 225 இடங்களில் 190 இடங்களில் வென்றிருந்தது, அதில் தீர்க்கமான திருப்புமுனையாக, உத்தரபிரதேசத்தில் 80 தொகுதிகளில் போட்டியிட்டு 71 இடங்களில் வென்றதும் அடங்கும். குஜராத்தை அதனுடன் சேர்க்கும்போது அது 216 ஆக உயர்கிறது (அல்லது 75 சதவிகித கட்சியின் இடங்கள்) மேலும் மகாராஷ்டிராவைச் சேர்க்கும்போது 239 (85 சதவிகிதத்துக்கு நெருக்கமாக) ஆகிறது. கர்நாடகாவைத் தவிர்த்து

பா.ஜ.க. தெற்கில் பெரிதும் தட்டுப்படவே இல்லை-கிழக்கு கடற்கரை மாநிலங்கள் மற்றும் வடகிழக்கு மாநிலங்கள், அஸ்ஸாம் மற்றும் அருணாசலப்பிரதேசம் தவிர்த்து. பா.ஜ.க. ஒட்டுமொத்த பகுதிகளிலிருந்தும் ஒதுக்கிவைக்கப்பட்டதென்றால், அது பிராந்தியக் கட்சிகளின் வலுவான எதிர்ப்பு காரணமாகவே. அவர்களின் நிலைத்தன்மை உண்மையிலே குறிப்பிடத்தக்கது, அவர்கள் 2009 தேர்தலைப் போலவே மிகச்சரியாக அதே எண்ணிக்கையிலான இடங்களையும் (212) அதே விகிதத்திலான வாக்குகளையும் (46.6) பெற்றிருந்தனர்.[111]

மேலும் பா.ஜ.க.வின் செயல்பாடு குறிப்பாக நகர்ப்புற பகுதிகளில் வலுவாக இருந்தது. அது நகர்ப்புற தொகுதிகளிலுள்ள வாக்காளர்களிடையே தன் கவர்ச்சியை அதிகரித்திருந்தது (நகரவாசிகள் ஒட்டுமொத்தமாக 75 சதவிகிதத்துக்கும் அதிகமாக உள்ளனர்.) அதில் 42 சதவிகித வாக்குகளை அள்ளியது (அல்லது அதன் சராசரி வாக்கு விகிதத்தைவிட 11 சதவிகிதம் அதிகமாகப் பெற்றிருந்தது), அதேசமயம் அரை நகர்ப்புறத் தொகுதிகளில் (நகரவாசிகள் மொத்தத்தில் 25 முதல் 74 சதவீதம் வரை உள்ளனர்), பா.ஜ.க. 32 சதவிகிதத்தை எட்டியது, (மொத்த மக்கள்தொகையில் நகரவாசிகள் 25 சதவிகிதத்துக்கும் குறைவாகவே உள்ள) கிராமப்புற தொகுதிகளில் பா.ஜ.க. 30 சதவிகிதம் மட்டுமே பெற்றது.

அதனைச் சற்று நுணுக்கமாகவே பார்த்தாலும், பா.ஜ.க.வின் வெற்றி குறிப்பிடத்தக்கது. ஏற்கெனவே 2012இல் குஜராத்தில் நிகழ்த்தப்பட்டதுபோல் பாரம்பரிய பா.ஜ.க. ஆதரவாளர்களைப் பெரும் எண்ணிக்கையில் திரட்டி கட்சிக்கு அதுவரை வாக்களித்திராத குழுக்களை அவருக்கு வாக்களிக்க வைத்தது பிரதானமாக மோடியின் திறமையாகவே விளக்கப்பட்டது. பா.ஜ.க. உயர்ஜாதி நடுத்தர வர்க்கத்தினரின் ஆதரவைக் கணக்கில்கொள்ளவில்லை, இந்த வகைப்பாட்டிலுள்ள வாக்காளர்கள், மண்டலுக்குப் பின்பான 1990-களின் மௌனப் புரட்சியால் சாமானியர்களைவிடவும் குறைந்த சதவிகிதத்திலே வாக்களித்தனர்: அவர்கள் பகுஜன்களான இதர பிற்பட்ட வகுப்பினர் மற்றும் தலித்துகளின் எண்ணிக்கை பலத்தால்-குறைந்தபட்சம் மாநில அளவில்-தங்களது வாக்குகள் எந்த வித்தியாசத்தையும் ஏற்படுத்திவிடப்போவதில்லை என நினைத்தனர்.[112] 2009இல், சி.எஸ்.டி.எஸ். கருத்துப்படி, பணக்காரர்களின் வாக்கு எண்ணிக்கை ஏழைகளின் 57 சதவிகித்துக்குச் சமமாக இருந்தது-வேறு எந்த ஜனநாயகத்திலும் காணப்படாத சமநிலை. 2014இல் அது 10 சதவிகிதப் புள்ளிகள் அதிகரித்தது-ஆனால் ஏழைகளின் வாக்கு 3 சதவிகிதம் மட்டுமே கூடியது.[113] இந்த வியத்தகு மாற்றமே, அனைத்து முந்தைய வாக்குப் பதிவு சதவிகிதத்தையும்

தாண்டி 66.4 வாக்குப் பதிவு ஏற்படக் காரணம், இது மற்றொரு பெரும்பான்மையினரான நகர்ப்புற நடுத்தர வர்க்கத்தினரை, இனமத அடிப்படையிலான அளவுகோலின் அடிப்படையில் வலியுறுத்தி நம்பவைக்கும் மோடியின் திறன் காரணமாகவே சாத்தியமானது: சிறுபான்மைவாதத்தின் மீது பெரும்பான்மைவாதம் மேலோங்கியது.

அத்துடன், மோடியின் ஜனரஞ்சகவாதத்தின் அடையாள அரசியல் மற்றும் இதர அம்சங்கள், அவரை இந்திய சமூகத்தின் கீழ்மட்ட, இடைநிலை பிரிவுகளை ஈர்க்கத் தகுதிப்படுத்தியதாக மதிப்பிடப்பட்டது. அதேயளவு குறிப்பாக நவ நடுத்தர வர்க்கம் பா.ஜ.க.வுக்கு திரும்பச் சற்றே மனச்சாய்வு கொண்டிருந்ததும் முன்பே காட்டப்பட்டது. மோடி அவர்களை வெற்றிகொண்டதை அட்டவணை 3.2இல் காணலாம், அந்த அட்டவணை இந்திய சமூகத்தில் பெரும்பான்மையாகக் காணப்படும், கீழ்மட்ட, இடைநிலை சமூகப் பிரிவினரில் 9 முதல் 12 சதவிகிதம் ஆதரவை பா.ஜ.க. சாத்தியமாக்கியதைக் காட்டுகிறது.

பா.ஜ.க. தனது ஆதரவுத்தளத்தை வகுப்பு அடிப்படையில் மட்டும் விரிவுபடுத்தவில்லை: ஜாதி அடிப்படையிலும் அதை மேற்கொண்டது (ஜாதியும் வர்க்கமும் இயல்பாகவே ஓரளவு ஒன்றின்மேல் ஒன்று பொருந்துவன). அட்டவணை 3.3 இதர பிற்பட்ட வகுப்பைச் சேர்ந்த பா.ஜ.க. வாக்காளர்கள் 22-லிருந்து 34 சதவிகிதத்துக்குத் தாவியதைக் காட்டுகிறது (மக்கள்தொகை அடிப்படையில் மிகப்பெரிய வகைப்பாடு) அதேசமயம் அந்தக் கட்சிக்கு ஆதரவளித்த அட்டவணை சாதியினர் விகிதம் இரு மடங்கு ஆகியிருந்தது.

இந்தச் சாமானிய வாக்காளர்களை நரேந்திர மோடி இத்தனை கவர்ந்திழுக்கக் காரணமான காரணிகள் எவை? அவரது ஈர்ப்புக்கு காரணமானவற்றைத் தெளிவுபடுத்த சர்வேக்களோ அல்லது கருத்துக் கணிப்புகளோ எதுவும் கிடைக்கவில்லை, நாம் தனிப்பட்டவர்களின் சாட்சியங்களை மட்டுமே நம்பியிருக்கவேண்டியிருக்கிறது. ஸ்னிக்தா பூனத்தின், கோபக்கார இளைஞர்களுடனான நேர்காணல்கள், ஷீலா பட்டின் வாக்குத் திரட்டுபவர்களே இதுசம்பந்தமாகப் பெரிதும் உதாரணமானவர்கள். மோடி கீழ்மட்ட சமூகத்திலிருந்து வந்தவர் என்பதோ அமைப்புக்கு எதிராகப் போராடுவதோ மட்டுமே அவர்களை ஈர்க்கவில்லை. இவ்விரண்டின் பலியாள் அவர் என்பதுமே அவர்கள் மோடியை நோக்கி ஈர்க்கப்படக் காரணம் என அவர்களது பதில்கள் வெளிப்படுத்துகின்றன. ஷீலா பட்டிடம் பேசிய பிரமோத் சிங் தீவிர தொலைக்காட்சிப் பிரியர், விநோதமான முறையில் தொலைக்காட்சி மூலம் மோடியைப் பற்றி அறியவந்தார்:

அட்டவணை 3.2 2009 மற்றும் 2014 லோக்சபா தேர்தல்களில் காங்கிரஸ் மற்றும் பாஜ.க.வுக்கு வர்க்கவாரியாக வாக்களித்தவர்களின் சதவிகிம் (%)

	காங்கிரஸ்		பா.ஜ.க.	
வர்க்கம்	2014	2009	2014	2009
கீழ்த்தட்டு	20	27	24 (+ 9)	16
கீழ்த்தட்டு நடுத்தர வர்க்கம்	19	29	31 (+12)	19
நடுத்தர வர்க்கம்	20	29	32.3 (+10)	22
மேல்தட்டினர்	17	29	38 (+13)	25
மொத்தம்	19	29	31 (+12)	19

ஆதாரம்: லோக்நிதி–சி.எஸ்.டி.எஸ்., தேசிய தேர்தல் சர்வே (என்.இ.எஸ்.),2014. Christophe Jaffrelot, "The Class Element in the 2014 Indian Election and the BJP's Success with Special Reference to the Hindi Belt," in "Understanding India's 2014 Elections," special issue, Studies in Indian Politics 3, no. 1 (June 2015): 19–38–லிருந்து எடுத்தாளப்பட்டது.

குறிப்பு: இந்த அட்டவணையில் காங்கிரஸ், பா.ஜ.க மட்டுமே கருத்தில் கொள்ளப்பட்டுள்ளதால், பத்திகளின் மொத்தம் 100 சதவிகிதத்துக்கும் குறைவானது.

அட்டவணை 3.3 2009, 2014, 2019 மக்களவைத் தேர்தல்கள்: பழங்குடி, ஜாதி மற்றும் மத அடிப்படையில் வாக்குகள்

	காங்கிரஸ்			காங்கிரஸ் கூட்டணி			பா.ஜ.க.			பா.ஜ.க. கூட்டணி		
கட்சிகள்	2019	2014	2009	2019	2014	2009	2019	2014	2009	2019	2014	2009
உயர் ஜாதியினர்	12	13	25	5.5	3	9	52	48	28	7	9	7
இதர பிற்பட்ட ஜாதியினர்	15	15	24.5	7	4	7	44	34	22	10	8	6
அட்டவணை ஜாதியினர்	20	19	27	5.5	1	6.5	33.5	24	12	7	6	3
அட்டவணை பழங்குடியினர்	31	28	39	6	3	8	44	38	24.5	2	3	2
முஸ்லிம்கள்	33	38	38	12	8	9	8	8.5	4	1	1	2
மற்றவர்கள்	39	23	35	4	4	8	11	20	11	12	15.5	12.5

ஆதாரம்: சி.எஸ்.டி.எஸ்.– லோக்நிதி, 2009, 2014, 2019–க்கான தேசிய தேர்தல் சர்வே. Christophe Jaffrelot, "Class and Caste in the 2019 Indian Election—Why Have So Many Poor Started Voting for Modi?," Studies in Indian Politics 7, no. 2 (November 2019): 1–12.–ல் மேற்கோள் காட்டப்பட்டது.

"2002 கலவரங்களுக்குப் பின் ஊடகங்களும் இதர அரசியல் கட்சிகளும் மோடியைக் குற்றம்சொல்ல ஆரம்பித்தபோது-எங்களைப் போன்ற ஆயிரக்கணக்கான மக்கள்-இப்போது அது கோடிக்கணக்கில் ஆகியிருக்கும்-மோடியின் தீவிர ஆதரவாளர்கள் ஆகினோம். எத்தனை அதிகமாய் நீங்கள் அவரைக் குற்றம்சாட்டினீர்களோ, அத்தனை அதிகமாய் அவரை நாங்கள் ஆதரித்தோம்."[114] (2010இல் என்.டி.டி.வி.யில்[115] கரண்தாப்பர் மோடியிடம் 2002இல் நடந்த வன்முறையைப் பற்றிப் பேசத் தொடங்கியபோது, மோடியால் தன் தரப்பை நியாயப்படுத்தி ஒரு பதிலைத் தரமுடியவில்லை, அவர் தொலைக்காட்சி அரங்கத்தைவிட்டு வெளியேறவும் செய்த நிகழ்வு நடைபெற்றது.)[116] நிச்சயமாக சிங் இந்து தேசியவாதத்திற்கு ஆதரவாளர்தான், ஆனால் எது அவரை மோடிக்கு மிக நெருக்கமாகக் கொண்டுவந்ததெனில், (தொலைக்காட்சி நிலையங்கள் அமைந்துள்ள) டெல்லியைச் சேர்ந்தவர்கள், மதச்சார்பைக் கைக்கொண்டுள்ள ஆங்கிலம் பேசுபவர்கள், நவீன மேற்தட்டினர் அனைவரும் இந்தப் படுகொலையைக் கண்டித்ததுதான். பல கோபக்கார இளைஞர்களும் தங்களைச் சமூகத்தின் பலியாடுகளாகக் கருதியவர்களும் அதேசமயம் உயரடுக்கைச் சேர்ந்தவர்களாக இருந்தவர்கள், மோடியுடன் அடையாளப்படுத்திக்கொண்டனர். மேலும் அவர் கூறினார், "குஜராத் நிகழ்வுகளைப் பதிவுசெய்த பத்திரிகையாளர்கள்-சமயங்களில் பெண்கள் மேற்கத்திய பாணியில் உடையணிந்து (குட்டையான முடியுடன், பேண்ட் அணிந்து) மதச்சார்பின்மை பற்றி விளக்கமளித்தவர்கள் இப்படியாக அவரது கருத்து சென்றது. பூனம் நேர்காணல் செய்த கோபக்கார இளைஞர்கள், "மிகச்சரியாக அவர்கள் வெறுக்கவிரும்பிய வகைப்பட்ட பெண்கள்: நகர்ப்புற, சுயேட்சையான, தனக்கெனச் சுயமாகக் கருத்துகள் கொண்டவர்கள்"[117] இந்த நபர்கள் தங்களைப் பலியாட்களாகப் பார்த்தது மட்டுமில்லாமல், நவீனமயமாக்கல் செயல்முறை, அவர்கள் நகரமயமாக்கலின் பலனை அனுபவிப்பதற்கு அவசியமான கல்வியும் சமூக வலைப்பின்னல்களும் தங்களுக்கு இல்லையென்ற உணர்வையும் கொண்டிருந்தனர்.: அவர்கள் ஆங்கிலம் பேசத் தெரியாதவர்கள் (அல்லது நன்றாகப் பேசத்தெரியாதவர்கள்) மேலும் பொதுவெளியில் தன்னம்பிக்கையுடன் செயல்படும் பெண்களை எப்படிக் கையாள்வதெனத் தெரியாதவர்கள். இது அவர்கள் அனைவரையும், பாரம்பரியத்தின் உறுதியான ஆதரவாளர்களாக (அதில் சுயமரியாதையைக் காண) மாற்றியதுடன் அதில் தஞ்சம்புகத் தூண்டியது.

பா.ஜ.க. ஏற்கெனவே நகர்ப்புற, மேல்சாதி நடுத்தர வர்க்கத்தின் ஆதரவைக் கொண்டிருந்த நிலையில்,–ஆங்கிலம் பேசும் மேட்டுக்குடி

வர்க்கத்தின் தாக்கத்தாலும் இட ஒதுக்கீட்டாலும் சமூக கலாச்சார விளிம்புநிலைக்குத் தள்ளப்பட்டதாக அமைப்பின் மீது ஆத்திரம் கொண்டவர்களை, தனது கட்சியின் வாக்காளர்களாக மோடி மாற்றினார். அவர்களோ, மோடியையும் தங்களைப்போல பாதிக்கப்பட்டவராக உணர்ந்தனர். சற்றே சரிவைச் சந்தித்த மேல் ஜாதியினரும், உயர வேண்டும் எனக் கனவுகண்டு அவருக்கு நன்றி தெரிவிக்கவிரும்பியவர்கள் பெரிதும் இதர பிற்பட்ட வகுப்பினராகவும் இருந்தனர்-இந்தக் 'கூடுதல் வாக்குகள்' மோடியால் பா.ஜ.க.வுக்குக் கொண்டுவரப்பட்டன.

நவ நடுத்தர வர்க்கத்தின் மீதான மோடியின் ஆதிக்கம், 1990-களில் தொடங்கிய மண்டல் விவகாரத்தில் தொடங்கிய சமூக மற்றும் அரசியல் பாதையில் ஒரு புதிய வரிசையைத் திறந்தது: அந்த நேரத்தில் தொடங்கிவைக்கப்பட்ட அணிதிரட்டல், ஆதிக்க சாதிகளின் நிழலில் அப்போதும் வாழ்ந்துகொண்டிருந்த இதர பிற்பட்ட சாதியினரின் விடுதலையைத் துரிதப்படுத்தியது. 1990-களில் தொடங்கி, இந்தக் குழுவினர் தங்களது சொந்த அரசியல் கட்சிகளைத் தொடங்கி, சமூக ஏணியில் ஏறும் கனவை காணத் தொடங்கினர். இது இடஒதுக்கீட்டால் குடிமைப் பணிகளில் ஆதாயம் அடைந்ததால் மட்டுமல்லாமல், 1991இன் பொருளாதார தாராளமயமாக்கம் அளித்த வளர்ச்சிக்கான உறுதிமொழியாலும் நடந்தது. இருபத்தைந்து வருடங்களுக்குப் பின், அங்கே வேலைகள் இல்லாததுடன், நவ நடுத்தர வர்க்கத்தினர் ஆங்கிலத்தில் புலமை பெறாததுடன், நடுத்தர வர்க்கத்தின் தாழ்வு மனப்பான்மை மனநிலையிலேயே தொடர்ந்தனர். உயர்வடைந்தபோதும் விரக்தியிலிருந்த-இடஒதுக்கீட்டால் பாதகத்தை அடைந்த (அல்லது பாதகமடைந்ததாக நம்பிய அவர்கள்) தங்களது மேல் ஜாதி எதிராளிகளைப்போல்-அவர்கள் பெரிதும் நம்பிக்கை வைத்திருந்த மோடியுடன் அடையாளப்படுத்திக்கொண்டு இந்துத்வாவில் தங்களுக்கு மாற்று அடையாளத்தைக் கண்டுகொண்டனர். கோபக்கார இந்துக்களில் பலரும், அவர்கள் சற்று வீழ்ச்சியைச் சந்தித்த மேல் சாதியினராக இருந்தாலும், அல்லது நவ நடுத்தர வர்க்க இதர பிற்பட்ட சாதியினராக இருந்தாலும், ஆஸ்டிகையின் வார்த்தைகளில் சொன்னால் மோடி அவர்களுக்கு 'தன்னைப் போன்று' அல்லது 'முன்மாதிரி தன்முனைப்பாக' இருந்தார். இந்த ரசவாதம் ஜனரஞ்சகவாதி 'அவரது' மக்களுடன் எவ்வாறு தொடர்புபடுத்துகிறார் என்பதை இங்கே உறுதியாக வரையறுக்கிறது.

இந்து தேசியவாத இயக்கத்தின் வரலாற்றில் 2000 முதல் 2010 வரையிலான பத்தாண்டுகள் புதிய சுழற்சியைக் கண்டன. கடந்த காலத்தின் அம்சங்கள் நீடித்திருக்க, புதிய அம்சங்கள் தோன்றின.

பழைய பாணியை நினைவூட்டுவது எதுவெனில், இஸ்லாமிய தீவிரவாதத்தால் தாக்கப்படும்போது, இந்து சமூகத்தினரிடையேயான ஊறுபடும் உணர்வைப் பயன்படுத்திக்கொள்ளும் சங் பரிவாரின் திறமை. 2004-க்குப் பின், அவர்கள் எதிர்க்கட்சியாக இருந்தபோது, இந்தப் பயத்தை ஆயுதமாக்க இந்து தேசியவாதிகள் பெரிதும் ஆவலுடன் இருந்தனர். அவர்கள் பலசமயங்களில், தீவிரவாத அச்சுறுத்தல் இனியும் பாகிஸ்தானிலிருந்து மட்டும் வரவேண்டும் என்றில்லை இந்திய முஸ்லிம்களிடமிருந்தும் எதிர்பார்க்கலாம் என்று சொல்லி சாதகமான சூழலில் பயத்தைக் கோபமாக மடைமாற்றினர். அச்சமயத்தில் பல்வேறுவிதமான ஏமாற்றங்களால் ஏற்கெனவே பெருமளவிலான இளைஞர்கள் நடுவே கோபம் பரந்தளவில் காணப்பட்டது.[118] பொருளாதார தாராளமயமாக்கம் நாட்டை நுகர்வு சமூகமாக மாற்றியபோது, இந்திய இளைஞர்களைப் பாதித்த வேலையின்மை அத்தகையதொரு ஏமாற்றமாக இருந்தது.

செயலற்ற நிலைக்காகக் கண்டிக்கப்பட்ட இந்தக் கோபக்கார இளைஞர்கள், போதுமான கல்வியில்லாததால் நல்ல வேலையைக் கண்டுபிடிக்க இயலாத கீழ் ஜாதி நவ நடுத்தர வர்க்கத்தைச் சேர்ந்தவர்கள் மற்றும் தங்களின் வீழ்ச்சிக்கு இட ஒதுக்கீட்டை உடனடியாகக் குற்றம்சாட்டும் உயர் ஜாதி கீழ்நடுத்தர வர்க்கத்தைச் சேர்ந்தவர்கள் இரண்டிலுமிருந்து வந்தவர்கள். சங் பரிவார், பஜ்ரங் தள் மூலமாகப் பணிக்கமர்த்த தேடிய வகையிலான சுயவிவரத்தைக் கொண்டவர்கள் இவர்களே. சமூகத் தளத்தை விரிவுபடுத்தும் அதேசமயம் இன்னும் மேல்தட்டினராக இருப்பது, முஸ்லிம்களின் பின் சென்று குறைந்த தீவிரமுள்ள கலகங்களைத் தூண்டுவதன்மூலம் சமூகத் துருவப்படுத்தலை நிலைநிறுத்துவது என்ற இரட்டை இலக்குடன் செயல்பட்டது சங் பரிவார்.

இந்த வியூகத்தின் தேர்ந்தெடுக்கப்பட்ட சாதனம் பஜ்ரங் தள்ளே. அதன் வளர்ச்சி சங் பரிவாரில் இரட்டை மாற்றத்தைக் காட்டுகிறது. முதலாவதாக அது ஆர்.எஸ்.எஸ். நெறிமுறைகளுடன் முரண்பட்ட சாதாரணர்களை அமைப்பிற்குள் கொண்டுவருகிறது. இரண்டாவதாக இயக்கத்தின் மட்டமான வேலைகள் செய்யப்படுவதன் வழியாக அது வெளிப்படையாக வன்முறையைப் புகலிடமாகக் கொள்கிறது. சங் பரிவாருக்குள் பஜ்ரங் தள்ளின் வளரும் செல்வாக்கு நரேந்திர மோடியின் பின்னணி மற்றும் பாணியுடன் கணிசமான தொடர்புகளைக் கொண்ட ஒரு புதிய அரசியல் கலாச்சாரத்தின் தோற்றத்தை வளர்த்தது.

மோடி ஒருபோதும் தேசிய அளவில் பதவிகளை வகித்திராதபோதும், அத்வானி போன்ற பா.ஜ.க. மூத்த தலைவர்கள், ஏற்கெனவே

களத்தை ஆக்ரமித்திருந்தபோதும், 2013இல் ஆர்.எஸ்.எஸ்.ஸும் கூட்டணிக் கட்சிகளும் (ஒருங்கிணைந்த ஜனதா தளத்தைத் தவிர) உச்சபட்சமாகத் தங்களது பிரதமர் பதவிக்கான வேட்பாளராகத் தேர்ந்தெடுத்தது அவர் ஒருவரைத்தான். இதனால் அவர் உடனடியாக ஆர்.எஸ்.எஸ். அணிதிரட்டலை மட்டுமின்றி, மோடியைத் தங்களைப் போன்ற ஒருவராக எண்ணிய, தங்களைக் காக்கக்கூடியவராக எண்ணிய கோபக்கார இளைஞர்களின் ஆதரவையும் சேர்த்தே கணக்கில்கொண்டார்: அவர் இந்தக் கோபக்கார இளைஞர்களுக்கு வேலைகளை உத்தரவாதம் அளித்தது மட்டுமின்றி, அவர்களைப் போலவே கீழ்மட்ட வகுப்பிலிருந்து வந்தவராகவும், அந்த நேரத்தில் மிகவும் எதிர்மறையாகக் கருதப்பட்ட அடைமொழியான 'தாராளமய அமைப்பின்' பலியாளாகத் திகழ்வதாகவும் சொல்லிவந்திருந்தார்,

பிரச்சாரம் தொடங்கியதும், மோடி இந்த மனித ஆற்றலை, ஒரு வலிமையான பிரச்சார இயந்திரத்துடன் இணைந்து, முக்கியமாக வாக்குச் சேகரிப்பவர்களாகப் பயன்படுத்தமுடியும் என்பது அவரை முன்பெப்போதும் காணாத வகையில் பொதுவெளியை நிறைக்கச் செய்தது. அவர் பயன்படுத்திய கருப்பொருளான தேசிய-ஜனரஞ்சகவாதம், ஏற்கெனவே குஜராத்தில் கூர்தீட்டிப் பயன்படுத்தப்பட்டிருந்தது என்பதனால் அவர் அதைத் தேசிய காட்சிக்கு வெறுமனே இடமாற்றம் மட்டுமே செய்யவேண்டியிருந்தது: கூட்டுக் கற்பனையில் குஜராத் மாறியதைப் போன்ற வளர்ச்சிக்கான வாக்குறுதிகள், காங்கிரஸை (பல்வேறு கட்சி அமைப்பு முறையையும்) மற்றும் அமைப்பையும் அதன் தலைமையையும் புறக்கணித்தல் (மோடியின் சாமானிய பின்னணியால் இது சட்டபூர்வமாக்கப்பட்டது), மக்களின் விருப்பத்துக்குக் குடியரசு அமைப்புகள் அடிபணிதல், மக்களை இனமத வரையறைக்கு உட்படுத்துதல், பாகிஸ்தானோ அல்லது இஸ்லாமியத் தீவிரவாதமோ தலைக்குமேல் நிற்பதாகச் சொல்லி அச்சுறுத்தல்களைப் பயன்படுத்திக்கொள்ளுதல். பயத்தையும் கோபத்தையும் மட்டும் மோடி பயன்படுத்திக்கொள்ளவில்லை, அவர் சிரமமான சூழல்களில் அவர்களின் பெருமித உணர்வு, நம்பிக்கையும் தட்டியெழுப்பியதோடு, பாதுகாப்பும் நல்வாழ்வும் தாக்குதலின்கீழ் இருப்பதாகவும் எதிர்பார்ப்புகள் ஏமாற்றத்துக்குள்ளாகியிருப்பதாக மக்களைக் கனவு காணவும் வைத்தார். அநேகமாக, ஐ.நா.வின் நீடித்த வளர்ச்சிக்கான தீர்வுகளுக்கான கூட்டமைப்பின் அட்டவணையில் இந்தியாவின் நிலை மிகவும் கீழாகக் காணப்பட்டதோடு, உலக மகிழ்ச்சிக்கான அறிக்கையில் இந்தியா வருடத்துக்கு வருடம் மிகவும் பின்தங்கி, 2013இல் அது 156 நாடுகளில் 111-வது இடத்தை வகித்தது.[119]

மிகவும் பலவீனமான எதிர்க்கட்சியோடான போட்டியில், மேற்குறிப்பிடப்பட்ட குஜராத் தொழிலதிபர்கள் உட்பட, வியாபார சமூகத்திடமிருந்து பெற்ற நிதியிலிருந்து, இந்தத் தேசிய ஜனரஞ்சகவாத ஈர்ப்பும் சங் பரிவார் மற்றும் அமித்ஷாவால் ஒருங்கிணைக்கப்பட்ட நரேந்திர மோடி நெட்வொர்க்குகளும்-[120] பா.ஜ.க.வை, அதன் வரலாற்றில் முதன்முறையாக மூன்றில் ஒரு பங்குக்குக் குறைவாக வாக்குகளைப் பெற்றும் லோக்சபாவில் பெரும்பான்மை வெற்றிபெறச் செய்தன. சில சமூக சிவப்புக் கோடுகளைத் தாண்டுவதன் மூலம், குறிப்பாகப் பிரகாசமான எதிர்கால நம்பிக்கையின் காரணமாகவோ, அல்லது இனமத உணர்ச்சியின் காரணமாகவோ கட்சியின் பாரம்பரிய தளத்தில் இணைந்த கீழ் ஜாதி வாக்காளர்களைக் கவர்ந்திழுத்ததன் வழியாக இந்த வெற்றி சாத்தியமானது.

2014 தேர்தலுக்குப் பின், ஒவ்வொரு தனி மாநிலத்தையும் வெல்வதெனத் தீர்மானித்த மோடி, ஒவ்வொரு தேர்தலிலும் ஆர்.எஸ்.எஸ். ஆதரவுடன் இதே முறையைப் பயன்படுத்தினார். 2015இல் இயக்கத்தின் தலைவர்களில் ஒருவர், "நாங்கள், அனைத்து மாநில தேர்தல்களிலும் பா.ஜ.க. வெல்லவேண்டுமென விரும்புகிறோம், ஏனெனில் அதன்பிறகே முக்கியமான சமூக, அரசியல், கலாச்சார மாறுதல்கள் இந்த நாட்டில் நடக்கும். 2014 தேர்தல் வெற்றி, நீண்டகால பணியின் தொடக்கப் புள்ளியாகவே பார்க்கப்படவேண்டும்."[121]

இந்த அணுகுமுறை உடனடியாக ஆர்.எஸ்.எஸ்.ஸில் ஆயிரமாண்டு உத்வேகத்தில் பிரதிபலித்ததுடன் இந்திய கூட்டாட்சியமைப்பின் சட்டகத்தில் மாநிலங்களின் எடையை அதிகரிப்பதற்கான தெளிவான புரிதலை வெளிப்படுத்தியது. 2014 மற்றும் 2018-க்கு இடையில், பா.ஜ.க. இந்திய ஒன்றியத்தில் சாதனைக்குரிய எண்ணிக்கையில் பல மாநிலங்களைத் தன் கட்டுக்குள் கொண்டுவந்தது, இவ்வாறாக அதன் கட்டுப்பாட்டின் கீழ் 29இல் 20 மாநிலங்களைக் கொண்டுவந்து (தனியாகவோ அல்லது கூட்டணியுடனோ), 1970-கள் மற்றும் 1980-களில் இந்திரா காந்தியின் கீழிருந்த காங்கிரஸ் போன்ற மேலாதிக்கக் கட்சியாக மாறியது

2014-2018-க்கு இடையில் நரேந்திர மோடியின் பா.ஜ.க. ஏழு தேர்தல்களில் தோற்றது-பீகார், பாண்டிச்சேரி, டெல்லி, மேற்கு வங்காளம், கேரளா, தமிழ்நாடு, பஞ்சாப், கர்நாடகா[122]- ஆனால் அதைப்போல் இரு மடங்கு ஜெயித்தது. நான்கு வருடங்களில், பா.ஜ.க. கோவாவில் மீண்டும் தேர்ந்தெடுக்கப்பட்டது (தேர்தல் பின்னடைவு இருந்தபோதிலும். எட்டாவது அத்தியாயத்தைப் பார்க்கவும்) குஜராத்தில் வென்றது (மிகச் சிறிய சதவிகித வாக்கு

வித்தியாசத்தில், 182-தொகுதிகளுக்கான தேர்தலில் 9 இடங்கள் மட்டும் அதிகமாக வென்று), அனைத்தைவிடவும் மிக முக்கியமாக, அரியானா, மகாராஷ்டிரா, அஸ்ஸாம், ஹிமாச்சல் பிரதேசம், மணிப்பூர், உத்திரகாண்ட், உத்தர பிரதேசம், திரிபுராவில் வென்றது.

மோடி அவரது 2014 வெற்றிக்குப் பின், பிராந்தியத் தேர்தல்களில் முதலீடுசெய்த ஆற்றல் விதிவிலக்கானது. அனைத்தையும் வெல்வதற்கான அவரது விருப்பத்தையும், உடனடியாக ஒட்டுமொத்த நாட்டையும் கட்டுப்படுத்துவதற்கான, தன் எதிரிகளை அழிக்கும் ஒரு வெல்லமுடியாத தலைவராகத் தனது மேலோங்கிய நிலையை நிரூபிப்பதற்குமான அவரது விருப்பத்தைக் காட்டியது. இவ்வாறாக 2013இல் அவர் தனது குறிக்கோளாகக் குறிப்பிட்ட, 'காங்கிரஸ் இல்லாத பாரதம்' மற்றும் தேர்தல் என்பது என்ன என்பதற்கான அவரது விளக்கம்: 2017 உத்தர பிரதேச மாநிலத் தேர்தல் பிரச்சாரத்தில் அவரே குறிப்பிட்டது: "தேர்தல் என்பது ஒரு போர், நான் அதன் தளபதி."[123]

ஒரு மேலாதிக்கக் கட்சியாக, நரேந்திர மோடியின் பா.ஜ.க. மாறிவிட்ட நிலையில் அது தன் சக்தியை எப்படிப் பயன்படுத்தும்? பின்வரும் அத்தியாயம் சமூக மற்றும் பொருளாதாரக் கொள்கைகளில் ஜனரஞ்சகவாத பரிமாணம் குறித்து கவனம் செலுத்தும், இந்தியாவை இன ஜனநாயகமாக நிறுவுவதற்கான அதன் முயற்சியைப் பற்றி இந்தப் புத்தகத்தின் இரண்டாம் பகுதி கவனம்செலுத்தும்.

4
நலத்திட்டங்களா அல்லது நலவாழ்வா?

2014இல் நரேந்திர மோடியின் வெற்றி பெரிதும் பா.ஜ.க.வின் பாரம்பரிய ஆதரவுத் தளமாகத் திகழ்ந்த நவ நடுத்தர வர்க்கம், இந்திய சமூகத்தின் ஏழ்மையான பிரிவினர்களை ஒன்றிணைத்த அவரது திறமையாலே நிகழ்ந்தது என்பது அட்டவணை 3.3 மூலம் வெளிப்படையாகிறது: பா.ஜ.க.வுக்கு ஏழ்மையான வாக்காளர்களைவிடவும் வசதியான வாக்காளர்கள் அதிக சதவிகிதம் பேர் வாக்களித்தபோதும், ஏழைகள் தங்கள் மிகப்பிரமாண்டமான எண்ணிக்கை காரணமாக மோடியின் வெற்றிக்குப் பெரிதும் காரணமாகினர். மேற்குறிப்பிட்ட அடையாள அரசியல் காரணமாக ஓரளவும், அவரது தேர்தல் பிரச்சாரத்தின்போது, மோடி ஏழைகளுக்கு வேலை கிடைக்கவும் பொருளாதார வளர்ச்சியின் பலன் அவர்களுக்குக் கிடைக்கச் செய்வதாக உறுதியளித்திருந்த சமூகப் பொருளாதாரக் காரணங்களால் ஓரளவும் அவருக்கு ஆதரவளித்திருந்தனர். அவர் தேர்ந்தெடுக்கப்பட்டதும் உடனடியாக அவ்வாறு செய்யவும் ஆரம்பித்தார்.

இத்தகைய வாக்குறுதிகள் உறுதியான கொள்கைகளாக மாற்றப்படவில்லை. பேச்சுக்கும் யதார்த்தத்துக்குமான இந்தத் தொடர்பின்மை எந்த ஒரு பேச்சு வன்மையுடையவர் விஷயத்திலும் உள்ளதுதான், ஆனால் நரேந்திர மோடி விஷயத்தில், அது மிதமிஞ்சிய பரிமாணத்தை எட்டியது, இந்திரா காந்தியின் முதல் பதவிக்காலத்துக்குப் பின்பு முன்னெப்போதும் காணாதது. உண்மை என்னவெனில், அவர்கள் இருவரும் ஏழைகள் சார்ந்து மிகையாகவும் உணர்ச்சிப்பூர்வமாகவும் பேசினர், ஆனால் தங்கள் வாக்குறுதிகள் சார்ந்து அரிதாகவே நிறைவேற்றினர், பதிலாக சமத்துவமின்மைகள் அதிகரிக்கவும், தங்களது ஜனரஞ்சகவாத பாணி பிரதிபலிக்கவும் அனுமதித்தனர். ஜனரஞ்சகவாதிகள் ஏழைகளுக்கு குறைவாகவே செய்வார்கள், ஆனால் தாங்கள் ஏழைகளின் பக்கமென்று சொல்வார்கள். தாங்களே மக்களென்றும் உரிமை பாராட்டுவார்கள். முன்பே குறிப்பிட்டதுபோல், ஜனரஞ்சகவாதிகளுக்கு, "தாங்களே

ஒரே முறையான மக்கள் என்று கூறிக்கொள்ளும் மக்கள் கூட்டம் தேவை"[1] என்று லாக்லாவ் உறுதியுடன் சுட்டிக்காட்டுகிறார்.

ஜனரஞ்சகவாத திறமைக்கே பொதுவான-மோடியின் முதல் பதவிக் காலத்தின் முரண்பாடு-அவர் ஒருமுறை பிரதமரானதும், அவர் தன்னை ஏழைப் பங்காளன் எனக் காட்டிக்கொள்ள முயன்றார். அதேவேளை, ஏழைகளுக்கு எதிரானது எனச் சொல்லத்தக்க, இந்திய அரசியலின் தனித்துவமற்ற மொழியில் கொள்கைகளை உருவாக்கினார். ஏழைகளின் நிதித் தேவைகளுக்கு முக்கியத்துவம் தருவதற்குப் பதிலாக, ஏழைகளின் கண்ணியத்துக்கு ஆதரவாகத் தனது செயலுக்கு அழுத்தம் தருவதன் வழி, தனது திறமையின் பரிமாணங்களில் ஒன்றான அடையாள அரசியலையே அவர் தொடர்ந்து சார்ந்திருந்தார். இந்தத் துறையில் அவர் எடுத்த முன்முயற்சிகள் அனைத்தும் பெரிதும் விளம்பரப்படுத்தப்பட்டும் அவரது ஆளுமையுடன் முறையாகத் தொடர்புபடுத்தியும் அமைந்தன.

ஏழ்மையெதிர்ப்புக் கொள்கைகளா அல்லது பெருமித அரசியலா?

நரேந்திர மோடியும், அவரது வலது கையும் கட்சியின் வெற்றிக்குப் பின் பா.ஜ.க. தலைமைப் பொறுப்பு அளிக்கப்பட்டவருமான அமித்ஷாவும் பதவியில் அமர்ந்ததும்-குறிப்பாக இந்திய மக்கள் தொகையில் தோராயமாக 30 கோடி பேரை பிரதிநிதித்துவம் செய்யும் ஏழையினருக்காக வேலைசெய்வதாக அவர்கள் கூறிக்கொண்டனர்.[2] 1970-களில் ஏற்கெனவே ஜனரஞ்சகவாத சொல்லாட்சியில் இந்திரா காந்தியின் இதயம் ஏழைகளுக்காகத் துடித்தது. "இந்திரா ஹட்டாவோ! (இந்திராவை ஒழிப்போம்) என்று முழக்கமிட்டவர்களுக்குப் பதிலடியாக, அவர் "வறுமையை ஒழிப்போம்" என்று கோஷத்துடன் வந்தார். நடைமுறையில் அமித்ஷா சொல்லுக்குச் சொல் அந்தக் கருப்பொருளை நகல்செய்ய,[3] மோடி மக்களவையில் தனது முதல் உரையிலேயே இதனைப் பயன்படுத்திக்கொள்ள முயன்று, 'ஏழைகளிலும் ஏழைக்குச் சேவை செய்யப்போவதாக' உறுதிமொழியேற்றார்.[4] ஒவ்வொரு மாதமும் மன் கி பாத் (மனதின் குரல்) என்ற பெயரில் அளித்துவந்த வானொலி நிகழ்ச்சியில், நட்பான உரையாடல் தொனியில் தேசத்துக்காக அவர் ஆற்றிய நீண்ட உரையின்போது இந்தச் சொற்பிரயோகத்தைத் திரும்பத் திரும்பப் பயன்படுத்தினார்.

மன் கி பாத்: மக்களிடம் சுயமரியாதையைத் தெரிவிப்பது

1970-களின் இந்திரா காந்தியைப் போல, இந்தியர்களுடன் குறிப்பாக, தொலைக்காட்சிப் பெட்டியிலாதபோதும் குறைந்தபட்சம் ஒரு

சிறிய வானொலியைக் கொண்டிருப்பதாக அவர் சொன்ன ஏழைகளிடம் தொடர்புகொள்ள வானொலியையே நரேந்திர மோடி தன் விருப்பமான ஊடகமாகப் பயன்படுத்தினார். 2014 ஆகஸ்டில், அவர் ஞாயிற்றுக்கிழமை காலை 11 மணியளவில் மன் கி பாத் எனும் மாதாந்திர நிகழ்வை, "வானொலி ஊடகம் மூலம் மக்களுடன் தொடர்புகொள்வதற்காக" நடத்துவதெனத் தீர்மானித்தார்.[5] அதற்கு இரு நோக்கங்கள் இருந்தன. முதலாவதாக, அது "சாத்தியமான அளவுக்கு கலந்துரையாடல்" தன்மையுடையதாக இருக்கவேண்டும்[6] அதற்காக, சமூக ஊடகங்கள் வழியாக, அவரது பேச்சு அமையவேண்டிய தலைப்புகள் குறித்துப் பரிந்துரைக்க இந்தியர்களை மோடியே அழைத்தார். அதன் பலனாக, "இதுவரை கேள்விப்படாத ஒன்றாக, ஏழைகளுக்கு அரசாங்கத்தை எட்ட குரலும் ஊடகமும் கொடுத்தது மன் கி பாத்" என அவர் சொல்லிக்கொள்ள வழிவகுத்தது.[7] இரண்டாவதாக, அவர் தொடர்புகொள்ளும் பாணி தந்தையைப்போல, கருணைமிக்கதாக இருந்தது. "ஆட்சி அதிகாரத்தின் இதயத்திலிருக்கும் தொலைவை இட்டுநிரப்பும் அக்கறைமிக்கக் குரலாக அது இருந்தது. அதிகாரத்தின் குளிர்ந்த கட்டளைக்கு மாறாக, குடிமக்களுடனான இதமான உரையாடலாக இருந்தது. இது பகிரப்பட்ட சுயபரிசோதனையின் நெறிமுறை உத்வேகத்தால் உருக்கொண்டு, சாமானியர்களின் நலனுக்காக நிலைகொண்ட மென்மையான தூண்டுதலாக இருந்தது."[8]

ஜனரஞ்சகவாத திறமையின் ஒரு வகைப்பாட்டை மன் கி பாத் விளக்குகிறது. தலைவருக்கும் அவரது மக்களுக்கும் இடையே, வானொலி ஒலிபரப்பானது ஒரு நெருக்கமான, நம்பிக்கை அடிப்படையிலான, ஒருவழிப்பாதையாய் அல்லாத உறவை உருவாக்கும் நோக்கத்தில் ஏற்படுத்தப்பட்டது. "பல புதிய யோசனைகளையும் புதிய கருத்துகளையும், கூடவே நமது அரசைப் பற்றி நல்லதும் கெட்டதுமான தகவல்களையும் பெறுவதாகவும், சமயங்களில், இந்தியாவின் தொலைதூர கிராமத்தைச் சேர்ந்த தனிநபர் ஒருவரிடமிருந்து வரும் சிறு கருத்தும், நமது இதயங்களைத் தொடவல்ல ஒன்றை வெளிப்படுத்தும்"[9] என மோடி தொடர்ந்து வலியுறுத்திவந்தார். இந்தப் பாணியானது பொதுவாக ஜனரஞ்சகமானது, தலைவர் மக்களுடன் நேரடி உறவை ஏற்படுத்துவதன் மூலம் அவர் ஜனநாயகத்தை வலுப்படுத்துவதாகக் கூறலாம் மேலும், பாராளுமன்றம் உள்ளிட்ட பிரதிநிதித்துவ ஜனநாயக அமைப்புகளைப் புறக்கணிக்கும் விதத்தை அவர் நியாயப்படுத்தலாம் (அத்தியாயம் 8-ஐப் பார்க்கவும்)[10] மிக முக்கியமாக, நம்பிக்கை அடிப்படையிலான உறவை உருவாக்கிக்கொள்வதன் மூலம், மோடி அவர்களைக் குறித்துத் தனிப்பட்டவிதத்தில் அக்கறைகொள்கிறார்

என்பதோடு, அவர்கள் சொல்வதைக் காதுகொடுத்தும் கேட்கிறார் என்ற மனப்பதிவையும் மக்களிடம் ஏற்படுத்தினார்-இந்தச் செயல்முறை அவர்களது சுயமரியாதையையும், பெருமித உணர்வையும் மேம்படுத்தியது.

மேலும், ஏழைகளுக்கு மோடி அளிக்கவேண்டுமென விரும்பிய ஒரு உணர்வான, பெருமித அரசியலின் ஒரு பகுதியாக மன் கி பாத் திகழ்கிறது. 2015, மே 31இல் மோடி அவரது மன் கி பாத் நிகழ்ச்சியொன்றில் இவ்வாறு அறிவித்தார்: "நம் நாட்டிலுள்ள ஏழை மக்களுக்கு ஏதாவது செய்யவேண்டுமென என் மனம் எப்போதும் ஏங்குகிறது. ஏழைகளுக்கு உதவுவதற்காக மற்றவர்கள் கூறும் புதுமையான யோசனைகளையும் வரவேற்கத்தகுந்த கருத்துகளையும் பற்றியே நான் எப்போதும் யோசித்துக்கொண்டிருக்கிறேன். கடந்த மாதம், நாங்கள் மூன்று முக்கியக் கொள்கைகளைத் தொடங்கிவைத்தோம்... இந்தத் திட்டங்கள், ஏழைகளுக்கு அவர்களுக்குப் பாத்தியப்பட்ட பாதுகாப்பையும் பெருமிதத்தையும் வழங்குவதை இலக்காகக் கொண்டவை."[11] மன் கி பாத்தில் நரேந்திர மோடி பெரிதும் பயன்படுத்தும் வார்த்தைகள் அவரது எண்ணத்தை வெளிப்படுத்துபவை: 'தேசத்துக்குப் பின் ஏழை இரண்டாவது இடத்தில் வருகிறது. அதில் ஆச்சர்யம் ஏதுமில்லை. அதன்பின் 'கனவுகள்' வருகிறது. 'பெருமிதமும்' 'பாரம்பரியங்களும்' நான்காவது இடத்துக்குப் போட்டியிடுகின்றன.[12] இந்த அகராதி, ஏழைகள் குறித்த மோடியின் அணுகுமுறையைப் பிரதிபலிக்கிறது. ஏழைகளிடம் அவர்களது அடையாளங்கள் குறித்து அவர்களிடமே நேரடியாகப் பேசவிரும்புகிறார், பெருமிதம், சுயமரியாதை என்ற பொருளளிக்கும் அவர்களது 'கண்ணியத்துக்கு' சிறப்பான பொருள் கொடுக்க விரும்புகிறார். மேலும் நிச்சயமாக, நம்பிக்கை உணர்வையும் கொடுக்கவிரும்புகிறார். இங்கே அதை 'கனவு' என மொழிபெயர்த்துக்கொள்ளவேண்டும்.

தூய்மை இந்தியா பிரச்சாரம், பிரதம மந்திரி மக்கள் செல்வம் திட்டம், பிரதம மந்திரி பிரகாசம் திட்டம்

ஏழைகளுக்காகப் பணிபுரிவது என்ற கூற்று மூன்று திட்டங்களாக மாற்றப்பட்டது: ஸ்வச் பாரத் அபியான் (தூய்மை இந்தியா பணி), ஜன்தன் யோஜனா (மக்கள் செல்வம் திட்டம்)-இரண்டும் 2014இல் தொடங்கப்பட்டன-உஜ்வாலா யோஜனா (பிரகாசம் திட்டம்), 2016இல் தொடங்கப்பட்டது. இந்தத் திட்டங்கள் அனைத்தும் தனிப்பட்டவிதத்தில் பிரதமராலே தொடங்கப்பட்டதோடு,

அவரோடு நெருங்கிய தொடர்புடையதாகவே நீடித்தன என்பது அவை சந்தைப்படுத்தப்பட்ட விதத்திலிருந்தே வெளிப்படையானது.

நரேந்திர மோடி, 2014, ஆகஸ்டு 15இல் அவரது முதல் சுதந்திர தின பேச்சில் தூய்மை இந்தியா பிரச்சாரம் குறித்துப் பேசினார்- உடனடியாக ஏழ்மை மற்றும் தூய்மையின் பிரச்சனைகளைக் குறிப்பிட்டுத் தனிப்பட்ட விதத்தில் இரண்டுடனும் தன்னைத் தொடர்புபடுத்திக்கொண்டார். அவரது ஏழைகளுக்கு ஆதரவான உரையின் பேச்சுத் திறமையைப் பாராட்டும்விதமாகச் சற்றே நீண்ட மேற்கோளை இங்கே எடுத்தாள்வது பயனுள்ளது:

சகோதர சகோதரிகளே, நாம் சுற்றுலாவை ஊக்குவிக்க விரும்புகிறோம். சுற்றுலா, ஏழைகளிலும் கடையருக்கு வேலைவாய்ப்பை வழங்குகிறது. கிராம வியாபாரி கொஞ்சம் சம்பாதிக்கிறான், ஆட்டோ டிரைவருக்கு கொஞ்சம் வருமானம் வருகிறது, பக்கோடா வியாபாரி கொஞ்சம் சம்பாதிக்கிறான். டீ வியாபாரி ஏதோ சம்பாதிக்கிறான். டீ வியாபாரியைப் பற்றிப் பேசும்போது, நான் எனக்குச் சொந்தமான ஒன்றைப் பற்றிப் பேசும் உணர்வை அடைகிறேன். சுற்றுலா ஏழைகளிலும் ஏழைகளுக்கு வேலைவாய்ப்பை வழங்குகிறது. ஆனால் சுற்றுலாவை ஊக்குவிப்பதில் பெரிய தடையொன்று நமது தேசிய குணாம்சத்தில் இருக்கிறது. அது-நம்மையெல்லாம் சுற்றியுள்ள அசுத்தம். சுதந்திரத்துக்குப் பின்பாகட்டும், சுதந்திரம் அடைந்து இத்தனை வருடங்களாகிய பின்பாகட்டும், ஒன்றரை தசாப்தம் கடந்து நாம் 21-ஆம் நூற்றாண்டின் முற்றத்தில் நிற்கையிலும், நாம் இன்னும் அசுத்தத்தில் வாழ விரும்புகிறோமா? அரசமைத்த பின்பு இங்கே நான் முதலில் தொடங்கிய வேலை சுத்தம் தொடர்பானது. மக்கள் ஆச்சரியப்படலாம், இது பிரதமர் மேற்கொள்ளவேண்டிய வேலையா என்று? ஒரு பிரதமருக்கு இது அற்பமான வேலையென மக்கள் நினைக்கலாம். ஆனால் என்னளவில் இது பெரிய வேலை. தூய்மை மிகப்பெரிய வேலை. நமது நாடு தூய்மையாய் இருக்கக்கூடாதா?

125 கோடி (1.25 பில்லியன்) மக்களும், இனி எப்போதும் தாங்கள் அசுத்தத்தைப் பரப்புவதில்லையெனத் தீர்மானித்தால் உலகில் எந்தச் சக்தி, நம் நகரங்களிலும் கிராமங்களிலும் அசுத்தத்தைப் பரப்பிவிடமுடியும்? நம்மால் இந்த அளவுக்கு உறுதி மேற்கொள்ளமுடியாதா? சகோதர-சகோதரிகளே 2019-ஆம் ஆண்டு மகாத்மா காந்தியின் 150-வது பிறந்த நாள் விழா வருகிறது. மகாத்மா காந்தியின் 150-வது பிறந்த நாள் விழாவை நாம் எப்படிக் கொண்டாடப் போகிறோம்? மகாத்மா காந்தி, நமக்குச் சுதந்திரம் பெற்றுக்கொடுத்தார். இத்தகையதோர் பெரிய நாட்டுக்கு உலகில்

பெரியதோர் பெருமையைப் பெற்றுத் தந்தார். பதிலுக்கு மகாத்மா காந்திக்கு நாம் என்ன தரப்போகிறோம்? சகோதர-சகோதரிகளே, சுத்தத்தையும் சுகாதாரத்தையும் மகாத்மா காந்தி தனது இதயத்துக்கு நெருக்கமானதாகக் கருதியிருந்தார். நமது கிராமத்தில், நகரத்தில், தெருவில், பகுதியில், பள்ளியில், கோவிலில், மருத்துவமனையில் ஒரு துளி அழுக்கை அனுமதிக்கமாட்டோம் என உறுதியெடுக்க நாம் முடிவெடுத்தால், 2019இல் மகாத்மா காந்தியின் 150-வது பிறந்தநாள் கொண்டாட்டத்தின்போது என்ன ஆகியிருக்கும்? இது அரசால் மட்டும் நடக்காது, பொதுமக்கள் பங்கேற்பாலே சாத்தியமாகும். அதனால்தான் நாம் இதனை இணைந்து சாதிக்கவேண்டும்.

சகோதர சகோதரிகளே, நாம் 21-ஆம் நூற்றாண்டில் வசிக்கிறோம். நமது தாய்மார்களும் சகோதரிகளும் திறந்தவெளியில் மலம்கழிப்பது எப்போதாவது நமக்கு வலியைத் தந்திருக்கிறதா? பெண்களின் கண்ணியம் நமது கூட்டுப் பொறுப்பல்லவா? கிராமத்தின் பரிதாபத்துக்குரிய பெண்கள் இரவுக்காகக் காத்திருக்கின்றனர். இருள் இறங்கும் வரை, அவர்கள் மலம்கழிக்கப் போகமுடியாது. என்னவிதமான உடல்ரீதியான அசௌகரியத்தை அவர்கள் உணர்வார்கள், எத்தனை நோய்களை இது உருவாக்கலாம். நம்மால் நமது தாய்மார்கள் மற்றும் சகோதரிகளின் கௌரவத்துக்காக கழிவறை ஏற்பாடுகளைச் செய்யமுடியாதா? சகோதர சகோதரிகளே, சிலர் ஆகஸ்ட் 15 போன்ற பெரிய திருவிழாக்கள், பெரிய விஷயங்களைப் பேசுவதற்கான தருணம் என நினைக்கலாம். சகோதர சகோதரிகளே, பெரிதாகப் பேசுவது, அதற்கேயான முக்கியத்துவங்களைக் கொண்டிருக்கிறது, அறிவிப்புகளைச் செய்வதும்கூட அதற்கான முக்கியத்துவத்தைக் கொண்டிருக்கிறது, ஆனால் சமயங்களில் அறிவிப்புகள் நம்பிக்கையை வளர்த்து, நம்பிக்கை பூர்த்திசெய்யப்படாமல் போனால், சமூகம் ஒருவித விரக்தி நிலையில் மூழ்கும். அதனாலேயே, நமது பார்வை எல்லைக்குள் படும், பூர்த்திசெய்யலாம் என நம்பும் விஷயங்களைச் (ஒரு வார்த்தை இடம்பெறவில்லை) சொல்வதற்கு ஆதரவாய் இருக்கிறார்கள். சகோதர-சகோதரிகளே, செங்கோட்டையின் அரணுக்குள் இருந்து தூய்மையைப் பற்றியும் கழிவறை கட்டுவதின் அவசியத்தைப் பற்றியும் பிரதமர் பேசுவதைக் கேட்டு நீங்கள் அதிர்ச்சியடையலாம்.

சகோதர சகோதரிகளே, எனது பேச்சு எப்படி விமர்சிக்கப்படப் போகிறது, மக்கள் இதனை எப்படி எடுத்துக்கொள்ளப்போகிறார்கள் என்பது எனக்குத் தெரியாது. ஆனால் இது எனது இதயப்பூர்வமான நம்பிக்கை. நான் ஏழைக் குடும்பத்திலிருந்து வந்தவன், நான் ஏழ்மையைப் பார்த்தவன். ஏழைக்குத் தேவை மரியாதை, அது தூய்மையிலிருந்து தொடங்குகிறது. எனவே நான் இவ்வருடம்

அக்டோபர் 2 முதல் தூய்மை இந்தியா பிரச்சாரத்தைத் தொடங்கி, நான்கு வருடங்களுக்கு முன்னெடுத்துச் செல்லவிருக்கிறேன். இன்றே நான் ஒரு தொடக்கத்தை ஏற்படுத்த விரும்புகிறேன் அதாவது-இந்த நாட்டிலுள்ள அனைத்துப் பள்ளிகளும் பெண்களுக்குத் தனிக் கழிவறை உட்பட, கழிவறையைக் கொண்டிருக்கவேண்டும் என விரும்புகிறேன். அதன்பின்பே நமது மகள்கள், பள்ளிப் படிப்பை இடையில் நிறுத்தும் கட்டாயத்துக்கு ஆளாகமாட்டார்கள்.[13]

இங்கே மோடி, முதலில், 'அவரது' மக்களுடன், அவரது 'சகோதர சகோதரிகளுடன்' மிகவும் எளிய, அற்ப விஷயங்களைப் பற்றி-அவர்களது தினசரி வாழ்க்கையின் பகுதியான விஷயங்களைப் பற்றிப் பேசுகிறார், அவை டெல்லி செங்கோட்டையின் அரண்களிலிருந்து ஒருபோதும் பேசப்படாத விஷயங்கள் எனச் சொல்கிறார். ஆனால் அவர் கொண்டுவரும் முக்கியமான மாற்றம் இதுதான், அவர் தனது ஏழ்மைப் பின்னணியைக் குறிப்பிடுகையில், தன்னைச் சாமானியனின் தரத்திலிருந்து வந்தவராய் குறிப்பிட்டுக்கொள்கிறார். இரண்டாவதாக, அவர் உண்மையிலே தூய்மை மீது அக்கறை கொண்டிருந்த மகாத்மா காந்தியின் பாரம்பரியத்துடன்[14] தன்னை இணைத்துக்கொள்ள இந்த வாய்ப்பைப் பயன்படுத்திக்கொள்கிறார். மூன்றாவதாக, தூய்மை இந்தியா பிரச்சாரம் ஏழ்மையகற்றும் பிரச்சாரமாகப் பெரிதும் முன்வைக்கப்படுவது, அது ஏழைகளுக்குக் கொண்டுவரும் பணம் காரணமாக அல்ல-தூய்மை, இந்தியாவை சுற்றுலாவாசிகளுக்கு மிகவும் ஈர்ப்புடையதாக மாற்றும், அது ஏழைகளுக்கு வேலை பெற்றுத் தரும் என அவர் குறிப்பிட்டாலும்- ஏழைகளுக்கு குறிப்பாக-திறந்த வெளியில் மலம்கழிக்கும் நிர்பந்தத்தில் இருக்கும் பெண்கள், கழிவறை வசதி இல்லாததால் பள்ளி செல்லாத மாணவிகள், கழிவறை இல்லாததைக் குறித்து வெட்கம்கொள்ளும் அவர்கள், கழிவறை வசதி கிடைத்தால் பெருமிதத்தை அனுபவிப்பார்கள் என்பதனாலேயே. மோடி மிகவும் உணர்ச்சிகரமான புள்ளியைத் தொடுவதாக நினைக்கிறார்: அவரது ஏழ்மையகற்றும் திட்டம் பெரிதும் பொருள்சார்ந்த பலன்களைவிடவும் குறியீடுகளைச் சார்ந்திருப்பதோடு, அது தூய்மை எதிர்பார்ப்புகளையும் பூர்த்திசெய்யுமெனக் கருதுகிறார். நான்காவதாக, தூய்மையானது ஏழைகளுக்கே உரியது மட்டுமல்ல, அனைவருக்குமானது-இது ஜனரஞ்சகவாதிகள் எப்போதும் பயன்படுத்தும் சமன்பாடு. ஏழைகளைத் தாண்டி, இந்திய சமூகம் பெரிதும் (உயரடுக்கு சமூகம் உட்பட, நடுத்தர வர்க்கத்தின் 'சுத்திகரிக்கப்பட்ட' அரசியல் தேடலிலிருந்து வெளிப்படையாகிறது)[15] தூய்மை குறித்த அக்கறையுடையது, தூய்மைக்கான பொதுக் கூருணர்ச்சி, தூய்மை

(ஜாதி அமைப்பின் பிரதான கட்டுமானப் பொருள்) மற்றும் ஆரோக்கியத்தால் (பல்வேறு நோய்கள் மோசமான சுகாதாரத்துடன் தொடர்புடையவை.) பெருக்கப்படும் பிரச்சனையாகத் திகழ்கிறது.[16]

2014, அக்டோபர் 2 காந்தியின் பிறந்த தினத்தன்று மோடி, "ஒரு காலத்தில் காந்தி தங்கிய டெல்லியின் அருகிலுள்ள பஸ்தி (உள்ளூர்), வால்மீகிகள் (முன்னாள் தீண்டத்தகாத துப்புரவுப் பணியாளர்கள்) நடுவே நீண்ட துடைப்பத்துடன் தனியாளாகப் பெருக்கி, அதை ஏகப்பட்ட தொலைக்காட்சிகள் படம்பிடிக்க திட்டத்தைத் தொடங்கிவைத்தார்."[17] தேசத்துக்கான முதல் மாத மன் கி பாத் ரேடியோ ஒலிபரப்பில், மக்கள் தங்கள் வாழ்க்கையிலிருந்து அழுக்கை நீக்க உறுதியெடுத்துக்கொள்ளும்படிக் கேட்டுக்கொண்டார் அவர்.

மோடி கணிசமான பணத்தையும் ஆற்றலையும் தூய்மை இந்தியா பிரச்சாரப் பணியில் முதலீடு செய்தார். அவர் இந்தப் பிரச்சாரத்துக்கு நிதி திரட்ட அனைத்து வரிவிதிக்கக்கூடிய சேவைகளுக்கும் 0.5 சதவிகிதம் செஸ் வரி விதித்தார். இத்திட்டத்தில் 2018-2019இல் அரசு ரூ15,373 கோடி செலவிட்டது (கிட்டத்தட்ட 20.5 மில்லியன் அமெரிக்க டாலர்கள்). 2014இல் இத்திட்டத்துக்கென மோடி ஏற்படுத்திக்கொண்ட குறிக்கோள், அக்டோபர் 2019-க்குள் இந்தியாவை திறந்தவெளியில் மலங்கழிக்காத நாடாக மாற்ற, 120 மில்லியன் கழிவறைகளைக் கட்டுவதாகும். பிரச்சாரம் முறையாக விளம்பரப்படுத்தப்பட்டது: 2016இல் பணமதிப்பிழப்பு செய்யப்பட்டுப் புதிதாகக் கொண்டுவந்த பணத் தாள்கள் உட்பட-தூய்மை இந்தியா திட்ட சின்னமான-மகாத்மா காந்தியின் கண்ணாடி-எங்கும் தட்டுப்பட்டது. அதே வருடம், சில மாதங்களுக்கு முன்பு, மோடி பா.ஜ.க.வின் முன்னணித் தலைவர்களைப் போர்பந்தரிலுள்ள மகாத்மா காந்தியின் பிறந்த இடத்துக்கு அழைத்துவந்து, அவரது பிறந்த தினத்தை மட்டுமின்றி-தூய்மை இந்தியா பிரச்சாரத்தின் ஆண்டுவிழாவையும்-குஜராத் அனைத்து நகரப் பகுதிகளிலும் திறந்த வெளியில் மலம்கழிப்பதைத் தவிர்த்துவிட்டதென்ற உண்மையையும் அறிவித்துக் கொண்டாடினார்.[18]

அக்டோபர் 2019இல், மோடி அரசு தூய்மை இந்தியா திட்டம், குறிக்கோள் நிறைவடைந்ததாக அறிவித்தது: 2019-க்குள் நகர்ப்புற இந்தியாவில் 66.42 லட்சம் (66,42,000) வீடுகளில் கழிவறைகளும், கிராமப்புற இந்தியாவில் 924 லட்சம் (92,400,000) கழிவறைகள் கட்டப்பட்டு நாட்டை திறந்தவெளி மலம்கழிக்காத நாடாக ஆக்கியிருப்பதாக அறிவிக்கப்பட்டது. 2019-2020 தேர்தலுக்கு முந்தைய பட்ஜெட் 49 சதவிகிதம் குறைந்திருந்தது.[19] சில சர்வேக்கள் இந்தச் சாதனையின் முக்கியத்துவம் குறித்துக் கேள்வியெழுப்பின. ஏனெனில்

கழிவறைகளுடன் கூடிய பல வீடுகள் வேறு பல காரணங்களால் அவற்றைப் பயன்படுத்துவதில்லை-சமயங்களில் அவை மிக மோசமாகக் கட்டப்பட்டிருந்தன.[20] இன்னும் சில இடங்களில் பெரும் எண்ணிக்கையிலான இந்தக் கழிவறைகள் (2017இல் 60 சதவிகிதம்) முறையான நீர் விநியோகம் இல்லாதவை.[21] எனினும் இந்தத் திட்டத்தின் வெற்றி இதர காரணங்களாலும் தகுதிபெறவேண்டும்: நிதி அடிப்படையில் திடக்கழிவு மேலாண்மையின் செலவிலும், நடைமுறை அடிப்படையில் கையால் சுத்தம் செய்பவர்களின் இழப்பிலும் இத்திட்டம் வேகம்பெற்றது.

தூய்மை இந்தியா திட்டம், கழிவறைக் கட்டுமானத்துக்காக மட்டும் தொடங்கப்படவில்லை. உதாரணத்துக்கு, 2017-2018இல் இந்தத் திட்டத்தின் நகர்ப்புற அம்சமானது, திடக்கழிவு மேலாண்மை நடவடிக்கைகளுக்காக பாதித்தொகை ஒதுக்கப்பட்டதால், தூய்மைக்காக ஒதுக்கப்பட்ட மொத்த நிதித்தொகுப்பில் இந்தக் கூறானது மூன்றில் ஒரு பங்கை மட்டுமே பெற்றது. யதார்த்தத்தில், முந்தையது 51 சதவிகிதமும், பிந்தையது 38 சதவிகிதமும் பெற்றன.[22] ஏன்? ஏனெனில் கழிவறைகள் கண்ணுக்குப் புலனாகுபவை, மக்கள் பெருமிதம் கொள்ளக்கூடிய திடமான சாதனைகள். ஆனால் திடக்கழிவு மேலாண்மை கையாலே கழிவகற்றும் பணி செய்பவர்களுக்கு இன்னும் அதிக உதவிகரமாயிருக்கும். ஏனெனில் மிகவும் அருவருப்பான பணிகளில் ஒன்றான புதிய கழிவறைகளுக்கு அதிக ஆட்கள் தேவைப்பட்டது.

1993 முதல் இந்தியாவில் உலர் கழிவறை கட்டுமானம் மற்றும் மனிதர்களைக் கழிவகற்ற வேலைக்கமர்த்தும் (தடைச்) சட்டத்தின்கீழ், மனிதக் கழிவை சுகாதாரப் பணியாளர்கள் நேரடியாகக் கையாள்வது தடைசெய்யப்பட்டிருந்தது. அச்சட்டம் உலர் கழிவறையைக் கட்டுவதையும் பராமரிப்பதையும் தடைசெய்திருந்தது. ஆனால் தூய்மை இந்தியா திட்ட வரையறையின்கீழ் கட்டப்பட்டிருந்த பெரும்பாலான கழிவறைகள், “மலக் கழிவுகளைக் குறிப்பிட்ட கால இடைவெளியில் காலிசெய்வது, கழிவறைக்கு வெளியே கையாள்வது வகையிலான தொழில்நுட்பங்களைப் பயன்படுத்திக் கட்டப்பட்டிருந்தன.”[23] உண்மையில், கைகளைப் பயன்படுத்திக் கழிவகற்றும் பணிகளைச் செய்யும் பணியாளர்களின் எண்ணிக்கை, பெரும்பாலும் இவர்கள் தலித்துகள்-இந்தியாவில் இவர்களின் எண்ணிக்கை 50 லட்சம்-அரசு இவர்களுக்கு உதவ வெகுகுறைவாகவே பணிகள் செய்துள்ளது. அதற்கு மாறாக, 2013-2014 முதல் 2018-2019க்கு இடையில் கைகளால் சுத்தம்செய்பவர்களின் மறுவாழ்வுக்கான சுயவேலைவாய்ப்புத் திட்டத்துக்கான மத்திய நிதி ஒதுக்கீடு கணிசமாகச் சரிவைச் சந்தித்துள்ளது. அதாவது, ரூ 70

கோடியிலிருந்து (9.33 மில்லியன் டாலர்) வெறுமனே 5 கோடியாக (0.67 மில்லியன் டாலர்கள்-93 சதவிகிதக் குறைப்பு) குறைந்துள்ளது. விஷவாயு, நோய்த்தொற்று ஆகியவற்றால் பலியாகும் நபர்களின் எண்ணிக்கையும், அவர்கள் மீதான இழிவான பார்வையும் மிகவும் அதிகரித்திருக்கவே செய்திருக்கிறது.[24]

கைகளால் கழிவகற்றும் பணிசெய்பவர்களான-ஏழைகளிலும் ஏழைகள்-எண்ணிக்கை வெறும் 50 லட்சம் மட்டுமே என்பதால், மாநில அரசின் அளவுகடந்த பிரச்சாரம் காரணமாக, மற்ற ஏழைகள் தூய்மை இந்தியா பிரச்சாரத் திட்டத்தைப் பெரும் அளவுக்குப் பாராட்டவே செய்துள்ளனர். மேல்மட்ட வகுப்பினர் உள்ளிட்ட மிச்சமுள்ள சமூகத்தினர், இந்தியாவில் தூய்மைக்கான அதன் பங்குக்காக மட்டுமின்றி, சர்வதேச பிம்பம், சுகாதாரம் குறித்த அதன் தாக்கம் காரணமாகவும், இதனை நன்கு பாராட்டவே செய்துள்ளனர். பத்திரிகை செய்திகள் இந்த உணர்வுக்கு சாட்சியாக உள்ளன:

"உறுதியான அரசியல் முனைப்பின் விளைவு அல்லது ஒரு நச்சரிக்கும் பிரச்சனையின் மீதான பலமுனைத் தாக்குதல் எப்படி வேண்டுமானாலும் சொல்லுங்கள், தற்போது இந்தியா பார்த்துக்கொண்டிருப்பது நாகரிக முன்னேற்றம் என்பதற்குக் குறைவானதில்லை. ஐந்து வருடங்களுக்கு முன்பு வரை, நாட்டின் பெரும்பாலான பகுதிகளில் திறந்தவெளியில் மலம்கழிப்பது வாழ்க்கை முறைகளில் ஒன்றாக இருந்தது. உலக மக்கள்தொகையில் 60 சதவிகிதம் திறந்தவெளியில் மலம்கழிப்பது பற்றிய பேச்செழும்போது, இந்திய அரசாங்கம் சர்வதேச தளங்களில் திரும்பத் திரும்ப இழுக்கப்பட்டது. செப்டம்பர் 23 அன்று கணிப்பின்படி, 37 மாநிலங்கள், யூனியன் பிரதேசங்களைச் சேர்ந்த கிராமங்கள், நகரங்கள் திறந்தவெளியில் மலம்கழிக்காத பகுதியாக அறிவித்துக்கொண்டன. நாடானது அக்டோபர் 2 அன்று திறந்தவெளியில் மலம்கழிக்காத நாடு எனும் பெருமையைப் பெறுவதற்கான பாதையில், 22 சதவிகித மாவட்டங்கள் மட்டுமே உறுதிசெய்யப்படவேண்டியது பாக்கியிருக்கிறது.

இந்தச் சுகாதாரத் திட்டத்தின் பகுதியாகச் செயல்பட்ட சமூகத் தலைவர்கள் மற்றும் அதிகாரிகளிடையே ஒருவித வெற்றியுணர்வு எழுந்ததோடு, இது உலகிலேயே மிகப்பெரிய சுகாதாரப் பணி எனவும் சொல்லப்பட்டது.[25]

தூய்மை இந்தியா திட்டம் வெற்றிகரமான முயற்சி என்ற பொதுவான பார்வை காட்டுவதென்னவெனில், நரேந்திர மோடி ஏழைகளுக்குப் பணத்தைக் கொடுக்காமலே, 2014இன் ஆரம்பத்திலேயே, ஏழைகளின் பெயரில் பெரிய திட்டங்களைத் தொடங்கி சமூக வெளியில் அவரது

புகழை அதிகரித்துக்கொள்ள முடிந்ததைக் காட்டுகிறது. இன்னும் இரண்டு திட்டங்கள், இதே பாணியில் பொருந்துபவை.

தனது 2014 சுதந்திரதின உரையில் மோடி, தூய்மை இந்தியா பிரச்சாரம் என்றறியப்படும் திட்டத்தை மட்டும் அறிவிக்கவில்லை, பிரதமரின் மக்கள் செல்வம் திட்டத்தையும் *(PMJDY- Prime Minister People's Wealth Scheme)*, ஏழைகளுக்கு ஆதரவான திட்டமாகத் தனது பதவியின் பெயரிலேயே முன்வைத்தார்:

> *சகோதர-சகோதரிகளே, சுதந்திரத் திருவிழாவுக்குத் திட்டம் ஒன்றைத் தொடங்கிவைப்பது என்ற உறுதிமொழியுடன் இங்கு வந்திருக்கிறேன். இத்திட்டத்துக்குப் பிரதம மந்திரி மக்கள் செல்வம் திட்டம் எனப் பெயர். இத்திட்டத்தின் மூலம் இந்நாட்டின் ஏழைக் குடிமக்களும் வங்கிக் கணக்கு வசதியைப் பெறவேண்டும் என விரும்புகிறேன். வங்கிக் கணக்கில்லாத ஆனால் மொபைல் போன்களை வைத்திருக்கும் லட்சக்கணக்கான குடும்பங்கள் இருக்கின்றன. நாம் இந்த நிலையை மாற்றவேண்டும். ஏழை மக்களின் நலவாழ்வுக்காக இந்நாட்டின் பொருளாதார மறுவள ஆதாரங்கள் பயன்படுத்தப்படவேண்டும். இந்த நிலையிலிருந்தே மாற்றம் நிகழத் தொடங்கும். அதற்கான சாளரத்தை இந்தத் திட்டம் திறந்துவைக்கும். பிரதம மந்திரி மக்கள் செல்வம் திட்ட கணக்குதாரருக்கு ஒரு பற்று அட்டை வழங்கப்படும். அந்தப் பற்று அட்டையுடன் ஒவ்வொரு ஏழைக் குடும்பத்துக்கும் ரூ 1 லட்சம் மதிப்பிலான (1,333 அமெரிக்க டாலர்கள்) காப்பீடு உத்தரவாதம் அளிக்கப்படும். அவர்களது வாழ்வில் ஏதாவதொரு இக்கட்டு நேர்ந்தால் ரூ 1 லட்சம் (1,333 அமெரிக்க டாலர்கள்) மதிப்பிலான காப்பீட்டின் பலன் வழங்கப்படும்.*[26]

"ரூ 1 லட்சத்துக்கான காப்பீடு (1330 அமெரிக்க டாலர்கள்)" எனச் சில உறுதியான பலன்களை ஏழைகள் பெறுவர் என மோடியின் குறிப்பு தெரிவித்தாலும், உண்மையில் பிரதமரின் மக்கள் செல்வம் திட்டம், தூய்மை இந்தியா திட்டம் போன்றதே. ஏழைகளுக்கு ஒருவித பெருமித உணர்வையும் அங்கீகாரத்தையும் அளித்ததே தவிர அவர்களுக்குப் பணத்தைக் கொடுக்கவில்லை. இந்த விஷயத்தில், பற்று அட்டை முக்கியமானது, அது ஒரு வங்கிக் கணக்கின் உரிமையைச் சான்றளித்தது. இத்தகைய கணக்குகள் படிப்படியாகப் பெருகி, மானியங்களின் எண்ணிக்கை அதிகரித்ததன் காரணமாக நேரடிப் பலன் பரிமாற்றத் திட்டத்துக்கு இந்த வங்கிக் கணக்கு வழி பயன்பட்டது. இந்தத் திட்டத்துக்கு பிரதமரின் பெயர் சூட்டப்பட்டதிலிருந்தே, இடைத்தரகர்களைத் தவிர்க்கவும், மொத்தச் செயல்முறையை மையப்படுத்தவும், காசை மிச்சப்படுத்துவதை

ஊக்குவிக்கவும் அரசாங்கம் விரும்பியது வெளிப்படையாகிறது.[27] இந்த வழியைப் பயன்படுத்தியதில் சிலர் தம் கணக்கில் அதிகப் பணத்தைப் பெற்றனர்.

2017இல், உலக வங்கியின் விரிவான அறிக்கையொன்று, இத்தகைய கணக்குகளில் 48 சதவிகிதம் செயலற்றவை என மதிப்பிட்டது.[28] ஆனால் மேற்குறிப்பிட்ட காரணங்களால் இந்தக் கணக்குகள் படிப்படியாக, வேகமாக அதிகரிக்கத் தொடங்கின. அதிகாரப்பூர்வ தகவல்களின்படி, 371.1 மில்லியன் பிரதமரின் மக்கள் செல்வம் கணக்குகளில், செப்டம்பர் 2019இன்போது கணக்கில் பூஜ்ய இருப்பு வைத்துள்ளவை 48.8 மில்லியனுக்கு நெருக்கமாக இருக்கும் (13.15 சதவிகிதம்), செயலற்ற கணக்குகள் 66 மில்லியன் அல்லது 17.8 சதவிகிதம்.[29] பல்வேறு மானியங்களின் நேரடிப் பலன் பரிமாற்றம், 2019இன் போது பிரதமரின் மக்கள் செல்வம் கணக்குகளைப் பிரபலமாக மாற்ற உதவின, இந்தக் கணக்குகளில் 75 மில்லியன் கணக்குகள் ஒன்றோ அல்லது அதற்கு அதிகமான நேரடிப் பலன் பரிமாற்றத்தைப் பெறுபவை. ஆனால் பல இந்தியர்கள் இந்தக் கணக்குகளை, வங்கிக் கணக்கு ஒன்றை வைத்திருக்கும் பெருமிதம் போன்ற காரணங்களுக்காகத் திறந்தார்கள் என்பது வெளிப்படை. அவர்களில் கிராமப்புற ஏழைகளே அதிகமாக இருந்தனர். 2017 உலக வங்கி அறிக்கையின்படி, ஏழ்மையான குடும்பங்களைச் சேர்ந்த 40 சதவிகித பெரியவர்களிடம் 2014இல் வங்கிக் கணக்கு இருந்தது, 2017இல் முப்பது சதவிகிதப் புள்ளிகள் அதிகரித்து 77 சதவிகிதமாகியது.[30] ஏழைகளிடமும் வங்கிக் கணக்குப் பயன்பாடு அறிமுகமானதற்குப் பிரதமரின் மக்கள் செல்வம் திட்டத்துக்கு நன்றி, இவர்களில் பெண்களே அதிகமாகக் காணப்பட்டனர் என உலக வங்கியின் சர்வே தெரிவிக்கிறது. “இந்தியாவில் 2014இல் வங்கிக் கணக்கைக் கொண்டிருப்பதில், பெண்களை விடவும் ஆண்கள் 20 சதவிகித புள்ளிகள் அதிகமாக இருந்தனர். அந்த இடைவெளி 6 சதவிகிதமாகச் சுருங்கியது.”[31]

நரேந்திர மோடி, அந்தத் திட்டம் வெற்றிகரமானது என இன்னொரு காரணத்தாலும் உரிமைபாராட்டலாம்: இந்தத் திட்டத்தில் வங்கிக் கணக்கிலிருந்த சராசரி வைப்புத் தொகை 2015 மார்ச்சில் ரூ 1000-லிருந்து (13.33 அமெரிக்க டாலர்கள்) 2019 அக்டோபரில் ரூ 2,853 ஆக (38.04 அமெரிக்க டாலர்கள்) உயர்ந்தது. “கிராமப்புற வருவாயில் வீழ்ச்சி மற்றும் கிராமப்புற நுகர்வில் மந்தம் இருந்தபோதிலும் பிரதம மந்திரி மக்கள் செல்வம் வங்கிக் கணக்கின் இருப்புகளில் தொடர்ச்சியான உயர்வு காணப்படுவது ஆச்சர்யகரமானதே.”[32] முரணாகத் தோன்றும் இந்த விஷயம் குறித்து இத்திட்டத்தை நெருக்கமாக நோக்கிவரும் ஒருவரின் கருத்து இது: இதற்கு

சாத்தியமான ஒரே விளக்கம் என்னவெனில், கிராமப்புற ஏழைகள் அதிகமாகச் சம்பாதித்துவிடவில்லை, மாறாக, அவர்கள் பெற்ற சிறு அளவிலான பணம் (குறைந்தபட்சம் அதில் பெரும்பகுதி) தற்போது பிரதமரின் மக்கள் செல்வம் கணக்கில் வந்து சேர்ந்ததேயாகும்.

உண்மையில், பிரதமரின் மக்கள் செல்வம் திட்டம் மறுபகிர்வுத் திட்டமல்ல. அல்லது அது கிராமப்புற ஏழைகளின் பிரதான பிரச்சனையான முறையான கடன் அணுகலுக்குத் தீர்வும் சொல்லவில்லை: 2016இன் இந்திய குடிமக்கள் சுற்றுச்சூழல் மற்றும் நுகர்வோர் பொருளாதாரம் பற்றிய குடும்ப ஆய்வு, மூன்றில் இரு பங்கு ஏழைகள் முறையற்ற ஆதாரங்களிலிருந்தே தங்களுக்கான கடனைப் பெறுகின்றனர் எனக் காட்டுகிறது. வங்கிகள், அவர்களுக்கு கணக்குகள் திறக்க ஆயத்தமானதே தவிர, கடன் தரவில்லை. அதன் விளைவாக, அவர்கள் இன்னும் வட்டிக்குப் பணம்கொடுப்பவர்களையே சார்ந்திருக்கிறார்கள். 2017இல் இந்திய ரிசர்வ் வங்கி அதன் அறிக்கையொன்றில், "நாங்கள் அதிகளவிலான பாதுகாப்பற்ற கடனை ஆவணப்படுத்துகிறோம், மிக முக்கியமாகக் கடன் வழங்குபவர்கள் போன்ற நிறுவனம்சாராத ஆதாரங்களிலிருந்து கடன் பெற்றிருக்கிறார்கள். இத்தகைய கடன்கள் இந்தியக் குடும்பங்களுக்கு மிக அதிகச் செலவுகளை ஏற்படுத்துகிறது, மேலும்... குடும்பங்களை நீண்டகால வட்டி திருப்பிச்செலுத்தும் பொறியில் சிக்கவைப்பதற்கு இட்டுச்செல்கின்றது."[33] லேவாதேவிக்காரர்களிடம் இருந்து ஏழைகள் தங்களை விடுவித்துக்கொள்ள உதவுவது சாராம்சமுள்ள சாதனையாக அமையும், ஆனால் மோடி அரசு கூடுதல் செலவுகளை ஏற்படுத்தக்கூடிய, அத்தகைய செயல்பாட்டில் ஆர்வமாயில்லை,

மோடியின் ஏழைகளுக்கான மூன்றாவது திட்டம்-பிரதம மந்திரி பிரகாசத் திட்டம் (PMUY)- 2016இல், அவரது பெயரிலேயே தொடங்கிவைக்கப்பட்டது. இது வறுமைக் கோட்டுக்குக் கீழ் வாழும் 80 மில்லியன் குடும்பங்களுக்கு, இயற்கை எரிவாயு வழங்குவதற்காக அவர்களுக்கு ரூ 1,600 மான்யம் வழங்கியது. மோடி இத்திட்டத்தை உத்தர பிரதேசத்தின் ஏழ்மையான நகரமான பாலியாவில், மே 1 அன்று மற்றொரு மனதைத் தொடும் உரையுடன் தொடங்கிவைத்தார்:

இந்தச் சமையல் எரிவாயு இணைப்பு, ஒவ்வொரு குடும்பத்தின் செலவைக் குறைக்க மட்டும் உதவப்போவதில்லை, பெண்களின் ஆரோக்கியத்தைப் பெரிதும் மேம்படுத்தவும் உதவப்போகிறது. இந்த மான்ய பரிமாற்றம், குடும்பத் தலைமை வகிக்கும் பெண்ணின் மக்கள் செல்வம் கணக்குக்கு அனுப்பப்படும்... நான் திரவ பெட்ரோலிய எரிவாயு (எல்.பி.ஜி.) மான்யத்தை

விட்டுக்கொடுக்கும்படி. (ஏழையல்லாத) மக்களிடம் வேண்டுகோள் வைத்தேன். அது ஒரு இதயப்பூர்வமான வேண்டுகோள். நான் அதற்காக ஒரு திட்டமோ, தொடர் பிரச்சாரமோ குறித்து யோசிக்கவில்லை, ஆனால் இந்த நாட்டு மக்கள் தங்களது மான்யத்தை விட்டுத்தருமளவுக்கு மகத்தானவர்களாக இருந்தனர். தங்களது எல்.பி.ஜி. மான்யத்தை விட்டுத்தந்த 1 கோடி குடும்பங்களை (10 மில்லியன்) நான் போற்ற விரும்புகிறேன். பிரதம மந்திரி பிரகாசத் திட்டம் மூலம் அந்த விட்டுத்தரப்பட்ட மான்யங்கள், ஏழை மக்களின் குடும்பங்களைச் சென்றடைந்துள்ளன. இன்று உழைப்பாளர் தினம்... நான் இந்நாட்டின் அனைத்து உழைப்பாளர்களுக்கும் தலைவணங்குகிறேன். ஒன்றுபடுவதே உலக உழைப்பாளிகளின் தாரக மந்திரம். இப்போது உழைப்பாளர்கள் இந்த உலகத்தை ஒன்றிணைக்க வேண்டும் என விரும்புகிறேன்... முன்பு, அரசானது ஏழைகளை அவர்களது ஏழ்மையோடு போராடவிட்டு அவர்களது மன உறுதியை அழித்தது. வளர்ச்சியின் பலன்கள் இந்தியாவின் கிழக்குப் பகுதியை அடையவேண்டும். அப்போதுதான் வறுமைக்கு எதிரான போராட்டத்தில் நாம் வலிமைபெறுவோம்... இது ஏழைகளுக்கான அரசாங்கம். நாங்கள் செய்வது எதுவாக இருந்தாலும், அது ஏழைகளுக்காக இருக்கும். இந்த நூற்றாண்டில் நமது தாரக மந்திரம், "உலகத் தொழிலாளர்களே, நாம் இந்த உலகை ஒன்றிணைப்போம்" என்பதாக இருக்கவேண்டும். உலகை ஒன்றிணைப்போம்.[34]

இந்தப் பேச்சும் மோடியின் பாணியைப் பற்றிய சில அம்சங்களை வெளிப்படுத்துகிறது. முதலில், 2014 முதல் தொடர்ந்து அவர் ஏழைகளுக்கு ஆதரவானவராகத் தோன்ற முயற்சிப்பதைச் சிறப்பாக விளக்குகிறது-மே தினம், பாரம்பரியமாக இடதுசாரிகளுடன் தொடர்புடைய தினம். எனினும், மே 1-ஐ அவர் காட்டமுயன்ற விதத்தால் இங்கே அது எதிர்பாராத ஒரு திருப்பத்தை எடுக்கிறது. இரண்டாவதாக, பணக்காரர்கள் ஏழைகளுக்காகத் தங்களது எல்.பி.ஜி. மானியத்தை விட்டுத்தர வேண்டுமென மோடி மறைமுகமாகக் கேட்கும்போது, கருத்து வேறுபாடுகளை மறந்து, இந்திய மக்களை ஒருமையானவர்களாகக் காட்ட விரும்பும் அவரது ஆவலை இந்தப் பேச்சு பிரதிபலிக்கிறது. மூன்றாவதாக, அவரது முந்தைய ஆட்சியாளர்கள் செய்ததுபோல், "ஏழ்மைக்கு எதிராகப் போராடவிட்டு அவர்களது மன உறுதியை" அழிப்பது ஏழ்மையை எதிர்த்துப் போராடுவதற்கான சிறந்த வழியல்ல என அவர் பரிந்துரைக்கிறார். நரேந்திர மோடி எப்போதும் இட ஒதுக்கீடு எனப்படும் நேர்மறைப் பாகுபாடுக்கு எதிராக, ஏழைகளிடையே

தொழில்முனைவு உணர்வை ஊக்குவிப்பதை ஏன் விரும்பினார் என்பதைத் துல்லியமாக வெளிப்படுத்துகிறது. (கீழே இந்தக் கருத்துக் குறித்துத் திரும்பவும் பேசப்படும்).

பிரதம மந்திரி பிரகாசத் திட்டம், குறிப்பாக ஏழைப் பெண்களிடையே பிரபலம், இத்திட்டம் இல்லாவிடில் அவர்கள் விறகுப் புகை சூழ சமைத்தாகவேண்டியவர்கள் (விறகுகளையும் அவர்களே சேகரித்தாகவேண்டும்). 2018இல் நமோ செயலி வழியாக அவர் யாருடன் கலந்துரையாடிக் கொண்டிருந்தாரோ, அவர்களுக்குத் தனது சாமானியத் தொடக்கத்தை உணர்ச்சிகரமாக நினைவூட்டி, அந்த மிகப்பெரும் வகைப்பாட்டினரை மனதில்கொண்டு மோடி இந்தத் திட்டத்தைத் திட்டமிட்டு விளம்பரப்படுத்தினார்:

பிரகாசம் திட்டம், ஏழைகள், விளிம்புநிலை மக்கள், தலித்துகள், பழங்குடிச் சமூகத்தினரின் வாழ்க்கையை வலுப்படுத்தியுள்ளது. சமூக மேம்பாட்டில், இந்த முயற்சி முக்கியப் பங்கு வகிக்கிறது. 2014 வரை பெரிதும் பணக்காரர்களையே உள்ளடக்கிய 13 கோடி (130 மில்லியன்) குடும்பங்கள் மட்டுமே திரவ பெட்ரோலிய எரிவாயுவைப் பயன்படுத்தி வந்தன. கடந்த நான்கு வருடங்களில் 10 கோடி புதிய இணைப்புகள் (100 மில்லியன்) ஏழைகள் பயன்பெறுவதற்காகத் தரப்பட்டுள்ளன. நான் சிறுவனாக இருந்தபோது எனது தாயார் சமைப்பதை நினைத்துப் பார்த்தால், எங்கள் ஞாபகத்துக்கு வருவது புகைதான். அவளது சின்னக் குழந்தைகள் புகையைச் சுவாசிப்பதால் அவளடைந்த வேதனையையும் நான் நினைவு வைத்திருக்கிறேன் (உள்ளவாறே).[35]

இந்த உரையில் அவர் தந்திருக்கும் எண்கள், அவர் சொந்த அரசாங்கத்தின் மதிப்பீட்டின்படிகூட மிகைப்படுத்தப்பட்டுள்ளது. பிரதம மந்திரி பிரகாசத் திட்டத்தின் அதிகாரப்பூர்வ வலைத்தளம், "இந்தத் திட்டத்தின்கீழ் 5 கோடி (50 மில்லியன்) எல்.பி.ஜி. இணைப்புகள், இணைப்பு ஒன்றுக்கு ரூ 1600 உதவியுடன் (21.3 அமெரிக்க டாலர்கள்) அடுத்த மூன்றாண்டுகளுக்கு வறுமைக் கோட்டுக்குக் கீழுள்ளவர்களுக்கு வழங்கப்படும்" என்கிறது. உண்மையில், பெட்ரோலியம் மற்றும் இயற்கை எரிவாயு அமைச்சகம் 2016-2018 ஆண்டுக்கிடையில் 4.48 கோடி (44.8 மில்லியன்) இணைப்புகள் பிரதம மந்திரி பிரகாசத் திட்டத்தின்கீழ் வழங்கப்பட்டுள்ளதாகத் தெரிவித்துள்ளது. தேசிய மாதிரி ஆய்வின் (NSS) 76-ஆவது சுற்றின்படி, 31.7 மில்லியன் குடும்பங்களே, இந்தக் காலகட்டத்தில் பிரதம மந்திரி பிரகாசம் திட்டத்தின் கீழ் மானியத்துடனான எல்.பி.ஜி. இணைப்புகள் பெற்றுள்ளன[36] எனினும், 2018இல், அரசாங்கமானது இத்திட்டத்தின் பயன்பாட்டை 50 மில்லியனிலிருந்து 80 மில்லியனாக

விரிவுபடுத்தியது, 2019இன் பிற்பகுதியில் பொது தணிக்கையாளர் மற்றும் செலவுக்கட்டுப்பாட்டு (சி.ஏ.ஜி.) அமைப்பின் அறிக்கை, பிரதம மந்திரி பிரகாசத் திட்டத்தின் வரம்பின்கீழ் 71.9 மில்லியன் இணைப்புகள் அளிக்கப்பட்டுள்ளதாகத் தெரிவித்தது.[37]

மிகவும் சாதாரணமான இத்தகைய புள்ளிவிவரங்கள்கூட, ஏற்கெனவே பெரிதும் சாதனையாகப் பிரதிநிதித்துவப்படுத்துகின்றன. எனினும், மார்ச் 2018இல் ஆண்டு சராசரி மறுநிரப்பு நுகர்வு 3.66 ஆக இருந்தது டிசம்பர் 2018இல் 3.21 ஆகச் சரிந்து, பன்னிரண்டு மாதங்களானபோது செப்டம்பர் 2019-க்கு முன்பே 3.08-க்குச் சரிந்தது. இந்தப் போக்கு அரசுக்குத் தெளிவான செய்தியை அனுப்பியது:[38] இந்தத் திட்டத்தால் ஒரு எரிவாயு உருளையைப் பெற்று ஆதாயமடைந்த ஏழை, அதன் சந்தை விலைக்கு மறுநிரப்பு வசதியைக் கொண்டிருந்தது குறைவிலும் குறைவு-[39] 2019 சி.ஏ.ஜி. அறிக்கை இன்னும் எச்சரிக்கையூட்டுவதாக இருந்தது-2018, டிசம்பர் 31இல் ஒரு வருடமோ அல்லது அதற்கு அதிக நாளோ ஆன கிட்டத்தட்ட 5.6 மில்லியன் பயனாளர்கள் (17.61 சதவிகிதம்), இரண்டாவது எரிவாயு உருளைக்கு ஒருபோதும் வரவேயில்லை, 10.5 மில்லியன் பயனாளர் (33.02 சதவிகிதத்தினர்) ஒன்று முதல் மூன்று எரிவாயு உருளைகள் மட்டுமே பயன்படுத்தினர்.[40] 2018-க்குள், எல். பி.ஜி.க்கு மாறி பிரதம மந்திரி பிரகாசம் திட்டத்துக்கு நன்றிசொன்ன 35 சதவிகிதத்துக்கும் அதிகமானவர்கள், பாரம்பரிய, சுத்தமில்லாத எரிபொருளுக்குத் திரும்பியிருந்தனர்.[41] அதன்விளைவாக, அரசுக்குச் சொந்தமான எண்ணெய் சந்தைப்படுத்தல் நிறுவனங்கள், 2019இல் ஆறு எரிவாயு உருளைகளின் கடன் வசூலை ஒத்திவைப்பதாக அறிவித்தன.[42]

பிரதம மந்திரி பிரகாசம் திட்டத்தின் தொடக்க பட்ஜெட் ரூ 8,000 கோடி (1.07 பில்லியன் டாலர்கள்), ஆனால், மோடியின் வேண்டுகோளுக்கிணங்க சமையல் எரிவாயு மானியத்தை விட்டுத்தந்த 11.3 மில்லியன் பயனாளர்களின் காரணமாக இந்தத் தொகை ஓரளவு ஈடுசெய்யப்பட்டது. இப்படி மான்யத்தை விட்டுத்தந்தவர்களின் எண்ணிக்கை ஒருபோதும் பொதுவில் அறிவிக்கப்படவில்லையெனத் தோன்றுகிறது, ஆனால் திட்டத்திற்காகச் செலவிடப்பட்ட பணம் குறைந்துவந்தது. மேலும், 2016-2017 இந்தத் திட்டத்துக்கான ஒதுக்கப்பட்ட தொகையின் சதவிகிதம் 58 சதவிகிதத்திலிருந்து, 2017-2018இல் 49 சதவிகிதமாகவும், 2018-2019இல் 13 சதவிகிதமாகவும் தொடர்ந்து சரிந்தது.[43]

மொத்தத்தில், பெரும்பாலான ஜனரஞ்சகவாதத் தலைவர்களைப் போலவே, மோடியும் தன்னை ஏழைகளின் பாதுகாவலராகக்

காட்டிக்கொண்டார். ஆனால் மறுபகிர்வு செய்யும் ஏழைகளுக்கு ஆதரவான கொள்கைகளுக்குப் பதில் கண்ணியம் சார்ந்த திட்டங்களுக்கு மாறிக்கொண்டார். இந்த மாற்றம் தூய்மை இந்தியா பிரச்சாரம், பிரதம மந்திரி மக்கள் செல்வம் திட்டம் இவற்றில் நன்கு புலப்பட்டது-பிரதம மந்திரி பிரகாசம் திட்டத்தில் ஓரளவுக்கு வெளிப்படையானது. இந்தத் திட்டங்களின் பெயர்களே காட்டுவதுபோல, இத்திட்டங்கள் அனைத்தையும் தனது அலுவலகத்துடன் மோடி தொடர்புபடுத்திக்கொண்டார்.

மறுபகிர்வுத் திட்டங்களுக்கு முரணாக, இந்த அபியான் (பணி) மற்றும் யோஜனாக்கள் (திட்டங்கள்) சமூகச் சமநிலையை மாற்றவோ அல்லது சமத்துவமின்மையுடன் மோதவோ இல்லை, ஆனால் அவை மக்களுக்கு அடையாளம்சார்ந்த சேதியை அனுப்புகின்றன. பா.ஜ.க. முகாமைச் சேர்ந்த உள்ளூர் உறுப்பினர் துல்லியமாக இவ்வாறு கூறுகிறார்: "உஜ்வாலா, கழிவறைகள், ஜன்தன் திட்டங்கள் மிகவும் பிரபலமானவை. ஏனெனில் அவை ஏழைகளுக்கு கண்ணியத்தை அளிக்கின்றன. இந்தத் திட்டங்களுக்கான பெருமையை அவர்கள் மோடிக்கு அளிக்கிறார்கள்."[44] மேலே மதிப்பிடப்பட்ட மூன்று திட்டங்களின் விஷயத்தில், பெண்களின் கண்ணியம் குறிப்பாக முன்னிலைப்படுத்தப்பட்டுள்ளது. தூய்மை இந்தியா பிரச்சாரம், ஆண்களைவிடவும் பெண்களுக்கு முன்னுரிமை தந்து பெண்களைக் கழிவறைகளைப் பயன்படுத்த வழிசெய்தது-.பிரதம மந்திரி மக்கள் செல்வம் திட்டமும் பெண்களுக்குக் கொஞ்சம் முன்னுரிமையளிக்கிறது, கடைசியில் தங்களது கணவர்களிடமிருந்து பொருளாதாரரீதியாக விடுதலையளித்த, பிரதம மந்திரி பிரகாசத் திட்டம், பிரத்யேகமாக பெண்களுக்காகவே வடிவமைக்கப்பட்டது.

ஏழைகளுக்கான பணமதிப்பிழப்பு

2016 நவம்பரில் மேற்கொள்ளப்பட்ட பணமதிப்பிழப்பின்போது, ஜனரஞ்சகவாதப் பண்புடைய, மோடியின் ஏழைகளுக்கு ஆதரவான சொல்லாட்சி புதிய உயரங்களைத் தொட்டது.[45] சுழற்சியிலுள்ள 86 சதவிகித, 500 ரூபாய், 1000 ரூபாய் கரன்சிகளை திரும்பப்பெறுவது தொடர்பான இந்தத் திட்டம், பொருளாதாரத்தை மண்டியிட வைத்ததுடன், ஏழைகளுக்கும், இந்தியப் பொருளாதாரத்தின் 80 சதவிகிதத்தைச் சேர்ந்தவர்களான முறைசாரா பிரிவிலுள்ள பணியாளர்களுக்கும் பெரும்பாதிப்பை ஏற்படுத்தியது. இவர்களுக்கு சம்பளம் பணமாகவே வழங்கப்படும். பலருக்கும் வங்கிக் கணக்கோ, செக் புக்கோ, கடன் அட்டையோ கிடையாது. விநியோகஸ்தர்கள் திவாலாகியதால், சம்பளம் வழங்கப்படாத புலம்பெயர் தொழிலாளர்கள் தங்கள் கிராமங்களுக்குப் பெயர்ந்தனர்.

உழவர்களது விளைச்சல்கள் வாங்கப்படாததால் அவர்கள் பண்டமாற்றிலும் வேறு வழியிலும் விற்பனைசெய்தனர்.

இது அனைத்து வகை அழுக்குப் பணங்களையும் கைப்பற்றி பொருளாதாரத்தைச் சுத்திகரிக்கும், பணக்காரர்களுக்கு எதிரான நடவடிக்கை என்றார் மோடி. உத்தர பிரதேசத்தின் 2017 மாநிலத் தேர்தலின்போதான பிரச்சாரத்தில், தனது பாத்திரத்தை மாற்றிக்கொண்டு, இந்தத் தலைப்பில் இவர் ஆற்றிய உரைகள், கண்ணோட்டத்தை இந்த வழியில் திருப்பி இவரது திறமையை வெளிப்படுத்துவதாகும். ஒவ்வொரு பேரணியிலும், அவர் இந்நடவடிக்கை புழக்கத்தில் இருக்கும் கறுப்புப் பணத்தைத் திரும்பப்பெறுவதன் மூலம் ஊழலுக்கு எதிராகத் திட்டமிடப்பட்டது என்றும், ஏழைகளைவிடவும் பணக்காரர்களுக்கு இது பெரிய அடி என்றும் பேசினார்.[46] மொரதாபாத்தில் அவர் ஆற்றிய நீண்ட உரை மேற்கோள் காட்டத் தகுதியானது. ஐம்பது நிமிடங்கள் நீண்ட உரையில், அவர் ஏழை, ஏழ்மை போன்ற சொற்களை டஜன்கணக்கில் பயன்படுத்தினார். இந்தப் பேச்சு கூட்டத்தினருடன் தொடர்புகொள்ளும் அவரது திறமையையும் அவரது சொற்பொழிவுத் திறனையும் விளக்கும்.[47] மோடி தன்னைத்தானே ஏழைப் பங்காளன் என்றதோடு, பொருளாதார மேம்பாட்டின் முகவர்போல, பணக்கார வர்க்கத்தின் ஊழல்களால் பாதிக்கப்படுபவர்களைப் பாதுகாப்பதே பணமதிப்பிழப்பின் பிரதான இலக்குகள் எனத் திரும்பத் திரும்பக் குறிப்பிட்டார். பேச்சில், பணக்காரர்கள் எத்தனை ஊழலானவர்கள் என விவரித்த அவர்,-கறுப்புப் பணத்தை வெளுப்பாக்குவதைத் தடுக்க-புதிய கரன்ஸிகளுக்கு மாற்றாகப் பழைய கரன்ஸிகளை குறிப்பிட்ட தொகை வரை வைத்திருக்க அனுமதிக்கப்பட்ட செல்வந்தர்கள், மக்கள் செல்வம் திட்டத்தால் வங்கிக் கணக்கு வைத்திருந்த, இந்த உச்சவரம்பை எட்டாத, ஏழைகள் பக்கம் திரும்பினர்:

> சகோதர சகோதரிகளே, நாம் இந்தியாவில் ஏழ்மை அழிக்கப்படவேண்டுமென விரும்பினால், இந்தியாவின் ஒரு சிறிய பகுதியில், 1, 1.2 அல்லது 1.5 மில்லியன் மக்கள் தொகையுள்ள பகுதியில் மட்டும் ஏழ்மையை அகற்றுவது சாத்திமாகுமா? ஆகாது! ஒரு பெரிய மாநிலத்தின் ஏழ்மை குறைக்கப்படுமானால், அது நாட்டின் ஏழ்மையைக் குறைக்குமா? இந்தக் காரணத்தினாலே, இந்தியா முழுவதும் இருந்து ஏழ்மை நீக்கப்படவேண்டுமென்றால், அது பெரிய மாநிலங்களான உத்தர பிரதேசம், பீகார், மகாராஷ்ட்ரா அல்லது மேற்கு வங்காளம் ஆகியவற்றிலிருந்து முதலில் நீக்கப்படவேண்டும். இந்த

இடங்களிலிருந்து எல்லாம் ஏழ்மை நீக்கப்பட்ட பின், இந்த நாடு ஏழ்மையிலிருந்து விடுதலை பெறும்.

சகோதர சகோதரிகளே, நான் உத்தர பிரதேசத்திலிருந்து பாராளுமன்றத் தேர்தலுக்குப் போட்டியிட்டேன், வாரணாசி மக்கள் எனக்கு மகத்தான ஆசிகளை வழங்கினார்கள். ஆனால் பாராளுமன்ற உறுப்பினராவதற்காக மட்டும், உத்தர பிரதேசத்தில் தேர்தலில் போட்டியிடவில்லை, இந்தியாவின் மிகப்பெரிய மாநிலம் என்பதாலேயே நான் இங்குப் போட்டியிட்டேன். ஏழ்மை இங்குப் பரவலாகக் காணப்படுகிறது. நான் ஏழைகளிடையே செல்லவும், ஏழ்மைக்கு எதிராகப் போரிடவுமே விரும்புகிறேன். ஏழ்மையிலிருந்து உத்தர பிரதேசத்தை விடுவிக்கவே, உத்தர பிரதேசத்துக்கு பணியாற்ற ஒப்புக்கொண்டேன்.

எனது சகோதர சகோதரிகளே...

கூட்டம்: மோடி, மோடி (ஆர்ப்பரிக்கிறது)

அறிவிப்புகள் பலவற்றை வெளியிடும் அரசுகள் பல இருக்கலாம், ஆனால் ஒவ்வொரு ரூபாய்க்கும் பொதுமக்களிடம் கணக்குத் தரும் முதல் அரசு இதுதான். எங்களது முதலாளிகள் மக்களே. இந்தியாவின் 1.25 பில்லியன் மக்களே இந்த அரசின் முதலாளிகள். இந்த நாட்டின் 1.25 பில்லியன் மக்களே, பிரதமருக்கு சொந்தக்காரர்கள். எனக்குக் கட்டளையிடக்கூடியவர்கள், இந்த தெய்வீக மக்கள். எனக்கு வேறெந்தத் தலைவரும் இல்லை, எனது சொந்தமெனச் சொல்லக்கூடிய யாரும் எனக்கில்லை. நீங்கள், மக்கள் மட்டுமே, என் சொந்தமெனச் சொல்லக்கூடியவர்கள்...

நீங்களே எனக்குச் சொல்லுங்கள், இந்த நாடு ஊழலால் அழிந்ததா ... இல்லையா? ஊழல் இந்த நாட்டைக் கொள்ளையிட்டதா இல்லையா? ஊழல் ஏழைகளுக்கு மிகவும் பாதிப்பை உண்டுபண்ணியதா இல்லையா? ஊழல் மக்களின் உரிமையைத் திருடியதா இல்லையா? ஊழலே நமது அத்தனை பிரச்சினைகளுக்கும் வேர். இப்போது எனக்குச் சொல்லுங்கள், ஊழல் நீடிக்கவேண்டுமா அல்லது துடைத்தழிக்கப்படவேண்டுமா? ஊழல் இருக்கவேண்டுமா அல்லது போகவேண்டுமா? ஊழல் அழிக்கப்படவேண்டுமா கூடாதா? அது தானாகவே போய்விடுமா என எனக்குச் சொல்லுங்கள். அது தானாகப் போய்விடுமா? ஊழல், "மோடிஜி, நீங்கள் வந்திருக்கிறீர்கள், நான் பயந்துபோயிருக்கிறேன். நான் கிளம்பட்டுமா?" எனச் சொல்லுமா? இல்லை, அது தானாகப் போகாது. நாம் ஒரு குச்சியை எடுத்துக்கொண்டு, அதனைத் துரத்தவேண்டும். நாம் துரத்தவேண்டும் அல்லவா? நாம் சட்டத்தைப்

பயன்படுத்தவேண்டும், நாம் பயன்படுத்தவேண்டாமா? நேர்மையற்றவர், நேராக்கப்படவேண்டுமா இல்லையா? ஊழல் நபர்கள் தூக்கியெறியப்பட வேண்டுமா கூடாதா? நாம் இந்த வேலையைச் செய்யவேண்டுமா இல்லையா? ஒருவர் அதனைச் செய்தால், அவர் குற்றவாளியா? ஒருவர் ஊழலுக்கு எதிராகப் போராடினால், அவர் குற்றவாளியா? சகோதர சகோதரிகளே, இந்த நாட்களில் என் சொந்த நாட்டில் சிலர் என்னைக் குற்றவாளி என அழைப்பது கண்டு ஆச்சரியமடைகிறேன். நான் ஆச்சரியமடைகிறேன் சகோதரர்களே, என்ன காரணம்? நேர்மையற்ற நபர்களின் நாட்கள் எண்ணப்படுகிறது என்ற உண்மைதான் என் குற்றமா? நான் ஏழைகளுக்கு உரிமைகள் தர உழைக்கிறேன் என்பதுதான் என் குற்றமா? இதுதான் என் குற்றமா? ஏழை மக்களின் உரிமைகளைத் திருடியவர்கள் அதற்குப் பொறுப்பேற்கவேண்டும்.

சகோதர சகோதரிகளே, யாரோ ஒருவரின் வீட்டில் சோதனை என்ற செய்தியை நாம் கேள்விப்படுகிறோம். படுக்கையின் கீழே கோடிக்கணக்கான ரூபாய்கள் கண்டுபிடிக்கப்படுகின்றன. இதெல்லாம் யாருடைய பணம்? இதெல்லாம் யாருடைய பணம்? இந்துஸ்தானின் பணத்தின் மீது யாருக்காவது உரிமை இருக்குமெனில், அது இந்நாட்டின் 1.25 பில்லியன் மக்கள்தான். நான் உங்களுக்காகப் போராடுகிறேன். சகோதர சகோதரிகளே, அவர்களால் அதிகபட்சம் என்னை என்ன பண்ணிவிடமுடியும்? சொல்லுங்கள், எல்லாவற்றுக்கும் மேல் நான் ஒரு எளிய சந்நியாசி (ஃபக்கீர்). நான் என் சிறிய பையை எடுத்துக்கொண்டு நகர்ந்துவிடுவேன்.

கூட்டம்: மோடி, மோடி!

சகோதர சகோதரிகளே, இந்தத் துறவுதான் ஏழைகளுக்குப் போராடுவதற்கான பலத்தை எனக்கு அளித்தது...

சகோதர சகோதரிகளே, கறுப்புப் பணத்தைக் குவித்துள்ள நேர்மையற்ற மக்கள் ஏழை மக்களின் வீடுகளுக்கு முன் வரிசைகட்டி நிற்கிறார்கள். அவர்களுக்கு வங்கியின் முன்வரிசையில் நிற்கும் சக்தி இல்லை. வங்கி வரிசையில் நிற்கும் மக்கள் நேர்மையை ஆடையாய் உடுத்தவர்கள். நேர்மையும் துணிவும் உள்ளவர்கள் வங்கிக்கு வெளியே நிற்கிறார்கள். நேர்மையற்ற ஆட்கள் தந்திரமாக ஏழைகளின் வீட்டுக்கு வெளியே வரிசைகட்டி நிற்கிறார்கள். நான் ஏழைகளுக்குச் சொல்கிறேன், மக்கள் செல்வம் வங்கிக் கணக்குகளை நான் திறந்தபோது, ஏழைகள்கூட எப்படி அதில் பணம் வரும், இது எப்படி வேலைக்காகும் என அறியாமல்

இருந்தார்கள். இது செயல்படுகிறதா இல்லையா? ஆனால் இந்நாட்டில் மக்கள் செல்வம் கணக்குகள் வைத்திருக்கும் ஏழை மனிதர்களுக்கு எல்லாம் நான் ஒன்றைச் சொல்லவிரும்புகிறேன். யார் உங்களுக்குப் பணம் அளித்தாலும், வேறொருவருக்காக எவ்வளவு பணம் வங்கியில் செலுத்தினாலும், அந்தப் பணத்தைத் திரும்ப எடுக்காதீர்கள். அதுதான் வழி. அவர் உங்களுக்குக் கொடுத்த பணத்தில் ஒரு ரூபாயைக்கூடத் திரும்ப எடுக்காதீர்கள், அவர் உங்கள் வீடுகளுக்குத் தினமும் வருகை தருவதை நீங்கள் பார்ப்பீர்கள். அவர் உங்கள் கால்களைப் பிடிப்பார்கள், ஆனால் அவர்களிடம் எதுவும் சொல்லாதீர்கள். சொல்லுங்கள், "புத்திசாலித்தனமாக நடந்துகொள்ளலாம் என பார்க்காதீர்கள், இல்லை நான் மோடிக்குக் கடிதம் எழுதுவேன்" அப்படியும் அவன் உங்களைத் தொந்தரவு செய்தால், அவனிடம் சொல்லுங்கள், "நீ பணம் கொடுத்ததற்கான ஆதாரத்தைக் கொண்டு வா, ஆதாரம் கொண்டுவா." கடைசியில் அவர்கள் பொறியில் சிக்கியிருக்கிறார்கள். நேர்மையற்ற, ஊழல் நபர்கள் முழுக்க பொறியில் சிக்கியிருக்கிறார்கள். எப்படியானபோதும், நாம் வெற்றி மட்டுமே பெறுவோம். மற்றவர்களின் வங்கிக் கணக்கில் பணத்தைப் போட்டவர்கள், அதைத் திரும்பக் காணப்போவதில்லை, பணம், போடப்பட்ட கணக்கில் உள்ளது. நிலைமையைச் சமாளிக்க நான் உங்களிடம் ஐம்பது நாட்கள் கேட்டிருந்தேன். நான் கேட்டேனா இல்லையா? முதல் ஐம்பது நாட்களில் கொஞ்சம் சிரமம் இருக்கும் என நான் சொல்லியிருந்தேன். சிரமம் மெல்ல தீர்ந்துகொண்டிருக்கிறது, இல்லையா? வேலை வளர்ந்துவருகிறது, மெல்ல, மெல்ல.

தேசத்தின் குடிமக்களுக்கு நான் வணக்கம் வைக்கிறேன். "வரிசைகள்-வரிசைகள்" எனத் தீவிரமாக விவாதிக்கும் தலைவர்களைக் கேட்கவிரும்புகிறேன், நாம் சர்க்கரை வாங்க, மண்ணெண்ணய் வாங்க, கோதுமை வாங்க வரிசையில் நிற்பதில்லையா? நீங்கள் எங்கே போயிருந்தீர்கள்? நீங்கள் இந்த நாட்டை 70 ஆண்டுகளாக வரிசையில் நிற்க வைத்தீர்கள். அனைத்து வரிசைகளையும் முடிவுக்குக் கொண்டுவர, நான் இந்தக் கடைசி வரிசையை ஏற்படுத்தியிருக்கிறேன், சகோதர சகோதரிகளே.

கூட்டம்: மோடி, மோடி, மோடி!

ஜன்தன் கணக்குள்ள மக்கள், மற்ற நபர்களிடமிருந்து உங்கள் கணக்கில் பணத்தைப் போடுவதற்காகத் தரும்போது, நீங்கள் அதை அதில் வைத்துக்கொள்வீர்களா... மாட்டீர்களா? எனக்குச்

சொல்லுங்கள் அவர்கள் எத்தனை அழுத்தம் உங்களுக்குத் தந்தாலும், நீங்கள் அதற்கு அடிபணியக்கூடாது, சரியா? நீங்கள் அதனைப் பாதுகாப்பாக வைத்துக்கொண்டால், பின் நான் அதற்கு ஒரு வழி கண்டுபிடிப்பேன், நான் தொடர்ந்து சிந்தித்துக்கொண்டிருக்கிறேன். நான் தீர்வைத் தேடிக்கொண்டிருக்கிறேன். ஏழைகளின் கணக்கில் பணத்தைச் சட்டவிரோதமாகப் போடும் நபர்களைச் சிறைக்கு அனுப்புவதற்கும், பணம் அந்த ஏழை நபரின் வீட்டைச் சேர்வதற்குமான ஒரு தீர்வு. இது இலவசமில்லை, கருணையில்லை. இந்தப் பணம் ஏழைகளைச் சேர்ந்தது, அவர்களிடமிருந்து அது கொள்ளையடிக்கப்பட்டது. சகோதர சகோதரிகளே, நான் வியப்படைகிறேன், நீங்களும் அவசியம் கவனித்திருப்பீர்கள், பெரிய மனிதர்களின் முகங்கள் தங்கள் சோபையை இழப்பதை. அவர்கள் நாளெல்லாம் "மோடி, மோடி" என முணுமுணுத்துக்கொண்டிருக்கிறார்கள். முன்பெல்லாம் அவர்கள் வழக்கமாக, "பணம், பணம், பணம்" என நாளெல்லாம் சொல்லிக்கொண்டிருந்தார்கள். இப்போது அவர்கள், "மோடி, மோடி, மோடி" எனச் சொல்லிக்கொண்டிருக்கிறார்கள். சகோதர சகோதரிகளே, எனது அனைத்துக் குடிமக்களுடன் நான் மீண்டும் பேசுகிறேன், நீங்கள் அனுபவித்துக்கொண்டிருக்கும் வலி, நாட்டுக்காக அந்த வலியை நீங்கள் அனுபவிக்கிறீர்கள்...

எனது விவசாயிகளின் பிரச்சனை எனது பிரச்சனை, விவசாயிகளுக்குச் சிறப்பு மரியாதை செலுத்த நான் விரும்புகிறேன். (பணமதிப்பிழப்பின்) இத்தனை அசௌகரியத்துக்குப் பின்பும், விதைப்பு குறைந்துவிடவில்லை, உண்மையில், கடந்த வருடத்தை விடவும் விதைப்பு அதிகரித்திருக்கிறது...

வாருங்கள், சகோதர சகோதரிகளே, இந்தப் பாதையில் நாம் சேர்ந்து நடையிடுவோம். இந்த 70 வருட நோய்க்கு நாம் முடிவுகட்ட வேண்டும். நாடு இந்த 70 வருட நோயிலிருந்து தப்பவேண்டும். வாருங்கள், என்னுடன் குரல்கொடுங்கள். இரு கைமுஷ்டிகளையும் மூடிக் கத்துங்கள், "பாரத் மாதா கி!"

எழும் சப்தம் ஒவ்வொரு நேர்மையற்ற நபரும் புல்லரிக்கும்படி, அவர்களது ரோமங்கள் எழுந்து நிற்கும்படி இருக்கவேண்டும், ஒவ்வொரு நேர்மையற்ற நபரும் உதறலெடுக்கவேண்டும், நடுங்கவேண்டும்

பாரத் மாதா கி!, பாரத் மாதா கி!, பாரத் மாதா கி!"

இங்கே மோடி ஒரேநேரத்தில் வாழ்க்கையின் இன்பங்களைத் துறந்து மக்களின் சேவையில் ஈடுபடுத்திக்கொள்ளும் சந்நியாசி,

பணக்காரர்களுக்கு மோசமான அடியைத் தர ஏழைகளுடன் இணைந்து சதிசெய்யும் ராபின்ஹூட் வேடங்களை அணிந்துகொள்கிறார். தான் ஒரு சந்நியாசி எனச் சொல்வதன்மூலம், மகாத்மா காந்தியால் உருவகப்படுத்தப்பட்டதும் சுதந்திரத்துக்குப் பின் ஜெயப்பிரகாஷ் நாராயணன், வி.பி.சிங்கால்[49] புகழப்பட்டதுமான, டபிள்யூ. எச். மாரிஸ் 'புனித அரசியல்'[48] என அழைத்த ஒரு தொகுப்பில், இந்திய அரசியலின் மிகவும் மதிப்புமிக்க தொகுப்பில் தன்னைப் பொருத்திக்கொள்ள முயல்கிறார். லாயிட் ஐ. ருடால்ப் மற்றும் சுசான்னே ஹோபர் ருடால்ப் பரிந்துரைப்பதுபோல, 'இந்த உலகத் துறவுவாத' திறமையானது, பாரம்பரியமாக தியாகத்துடன் இணைக்கப்பட்ட மதிப்பீடு காரணமாக இந்தியாவில் மிகவும் புகழ்பெற்றது.[50]

ஆனால் மோடி ராபின்ஹூட்டும்கூட, மக்களைச் சேர்ந்த மனிதன், மக்களிடமிருந்து வந்த மனிதர், மக்களுக்காகப் பணிபுரிபவர். ("அடித்தட்டிலுள்ள மக்களாகிய நாம் ஒருவரையொருவர் புரிந்துகொண்டு, பணக்காரர்களைப் பதிலுக்கு விலைதர வைக்கவேண்டும்" பாணியில்), பணக்காரர்கள் அவர்களைத் தொந்தரவு செய்தால் அவருக்கு ஒரு கடிதம் எழுதும்படி ஏழைகளை அழைத்து நேரடித் தொடர்பை நிறுவுவதன் மூலம், அவர் முழுக்க நிறுவனத்துக்கு எதிரான அசல் ஜனரஞ்சக பாணியில் செயல்பட்டார். அந்த நிகழ்வில் கலந்துகொண்டு பேச்சைக் கேட்ட, ஹிந்துஸ்தான் டைம்ஸ் பத்திரிகையைச் சேர்ந்த ஊடகவியலாளரான பிரசாந்த் ஜா, அதன் தாக்கத்தைப் பார்த்து திகைத்துப் போயிருக்கிறார். அந்தக் கூட்டத்தில் கலந்துகொண்ட ஒரு பெண்ணிடம், கூட்டம் முடிந்தபின்பு பணமதிப்பிழப்பின் தாக்கம் குறித்து அவர் நேர்காணல் செய்தபோது, "பெரிய ஆட்களே தொந்தரவுக்கு உள்ளாகிறார்கள் என்றால், நான் தொந்தரவுக்குள்ளாவது எப்படிப் பெரிய விஷயமாகும்" என அவரிடம் கூறியிருக்கிறார்.[51] மோடி மிகவும் திறமையாக, இந்தியாவில் மிகவும் உணர்ச்சிகரமான கருப்பொருளான தியாகம் என்பதைப் பயன்படுத்திக்கொண்டார்: அவர் தன்மீது மட்டும் சந்நியாசத்தைச் சுமத்திக்கொள்வில்லை, தேசத்தைத் தூய்மைப்படுத்துவதற்காக, மற்றவர்களையும் சிரமப்பட அழைக்கிறார். பணமதிப்பிழப்பு சில அசௌகரியங்களையும் (அவர் உரையில் கூறியபடி) உள்ளடக்கியதுதான், அதனால் தேசம் மிகவும் வலிமையாக இருக்கும்" என்று பரிந்துரைக்கிறார். இது தேசபக்திக்கான சோதனை, அவரது பலியாட்களை வீரபாவனையுடன் அதற்கு இசையுமாறு வலியுறுத்தினார். பணமதிப்பிழப்பு ஒரு பொருளாதார பேரழிவு என நிரூபிக்கப்பட்டபோதும், இந்தச் சொல்லாட்சித்

தந்திரம் உத்தர பிரதேசத்தில் வேலைசெய்தது, மோடியின் பயணம் மகத்தான வெற்றியாக அமைந்தது.

மொரதாபாத் உரை வாய்வீச்சு, ஏமாற்று அம்சங்களோடு மோடி பாணியின் மூன்று இதர பரிமாணங்களையும் சுட்டுபவை. முதலாவதாக, அவர் தனது பார்வையாளர்களுடன் ஒரு உணர்ச்சிகரமான உறவை நிறுவுகிறார். இந்தப் பார்வையாளர்கள் வேறு யாருமல்ல, அவருடைய மக்கள் என்று அவரே உரிமை கோரும் 1.25 பில்லியன் இந்தியர்கள். சகோதர-சகோதரிகளே என்ற வெளிப்பாட்டின் முறையான பயன்பாட்டில், முன்பே குறிப்பிட்டது உட்பட இன்னும் பல பேச்சுக்களில் இதன் தாக்கம் தெளிவாகத் தெரிகிறது.[52] இரண்டாவதாக, மோடி ஒரு நல்ல தந்தையாக நடிக்கிறார் (அல்லது இந்திய பாணியில் ‘மக்களின் தந்தையாக’), சற்றே கட்டளையிடும் தொனியில் உரையாற்றி, பணமதிப்பிழப்பு பற்றி புகார் செய்யும் ஏழைகளிடம் அவர், நவீன காலகட்டத்துக்குள் நுழையும்படியும், மொபைல் போன்கள் தற்போது ஆன்லைன் பணம்செலுத்தும் முனையங்களாகச் செயல்படுவதால், ஒரு வங்கி அட்டை அல்லது மற்றொரு டிமெட்டிரியலைஸ்டு பணம்செலுத்தும் முறையைப் பயன்படுத்துவதன் மூலம் பிளாஸ்டிக் பணத்தைப் பயன்படுத்தும்படி வலியுறுத்தி வேண்டுகோள் விடுத்தார். இந்த விஷயத்தில் அவரது நடத்தை, மோடியின் கூற்றுப்படி ஒரு பிராண்டை உருவாக்கிய ஒரே தலைவரான[54] மகாத்மா காந்தியை நினைவுபடுத்துவது,[53] - அவருக்கு இணையாக வர நினைக்கிறார். தனது குரலை உயர்த்தாமலே உத்தரவு கொடுக்கும் அவரது திறன், மோடியின் இயல்பான அதிகாரத்தைக் காட்டுகிறது (மாறாக, உண்மையில், அவர் மிகவும் புனிதமான தொனியைப் பாவித்தபடி), மரியாதையை வெளிப்படுத்தியபடி (சில டிகிரி பயம் கலந்து) ஒரு சந்நியாசி குருவிடம் காட்டும் பணிவை ஒத்த அதேயளவு பணிவுடன் பேசுகிறார். மூன்றாவதாக, மோடி உண்மையல்லாத எந்த விஷயங்களைப் பேசவும் கூச்சப்படுவதில்லை. முழுக்க சுய உறுதியுடன் பொய்களைக் கையாள்வது ஒன்றும் அரசியலில் அபூர்வமானதில்லை, வேறு ஜனரஞ்சகவாதிகள் இதனை தங்கள் ட்ரேட் மார்க்காக ஆக்கியுள்ளனர், ஆனால் மோடி இந்தச் சொல்லாட்சி சாதனத்தைச் சரியான விதத்திலும் துஷ்பிரயோகம் செய்யவும் செய்கிறார். உதாரணமாக, விதை விதைத்தலில் பணமதிப்பிழப்பு எந்தத் தாக்கத்தையும் ஏற்படுத்தவில்லை எனக் குறிப்பிடும்போது. உண்மையில் விவசாயிகள் விதைகளை வாங்கக் காசில்லாததால், நடவைக் குறைக்கவேண்டிவந்தது.

மோடி ஒருபோதும் விவாதங்களில் பங்கேற்றதில்லை, ஊடகச் சந்திப்புகளில் கலந்துகொண்டதில்லை என்றபோதும், அவரது

ஏழ்மையைப் பற்றிய உரை, இதர தலைப்புகளிலான உரையைப்போல் நற்செய்தியின் வலிமையைக் கொண்டிருந்தது. பிரசாந்த் ஷா கூற்றுப்படி, 2017 தேர்தல் அவரை வளர்ச்சிக்கான மனிதர் என்பதிலிருந்து (விகாஸ் புருஷ்) ஏழைகளின் தலைவர் (கரிபான் கா நேத்தா) என்ற நிலைக்கு உயர்த்தியது.[55] மக்கள் செல்வம் திட்டம் இந்தப் பிம்பத்தை உருவாக்குவதில் பெரிதும் பங்காற்றியது, இந்தத் திட்டம் அதன் பயனாளிகளின் கணக்கில் பெரிய அளவு பணத்தைக் கொண்டுசேர்க்கவில்லையெனினும், குறைந்தபட்சம் அவர்களுக்கு ஒரு கணக்கு கிடைத்தது, சமயங்களில் வங்கி அட்டைகூட சுயமரியாதையின் ஒரு அடையாளமாகத் திகழ்ந்தது. ஷாவிடம், ஒரு இளம் தலித் ஆட்டோ ரிக்சா ஓட்டுநர், "நாங்கள் பணத்தைச் சம்பாதித்துக்கொள்ள வேண்டும்,"[56] என்று கூறினாராம். அனைத்தும் நாட்டிடம் இருந்து வரும் என எதிர்பார்ப்பதைவிட, தொழில்முனைவு ஊக்கத்தை வளர்க்க மோடியின் அழைப்பு துணைபுரிகிறது என்ற புள்ளியை நாம் அடைந்திருப்பதாகக் குறிப்பிட்டிருக்கிறார்.

கிராமத்தினர் தோல்வியாளர்களாக

மோடி அரசு, பல்வேறு காரணங்களால் மன்மோகன் சிங் தலைமையில் நடந்த காங்கிரஸ் அரசிடமிருந்து பெற்ற ஏழைகளுக்கு ஆதரவான திட்டங்களை வெறுத்தது. முதலில், இந்தத் திட்டங்கள் அதிகம் செலவுபிடிப்பவையாக இருந்தன, பா.ஜ.க.வோ நிதிப் பற்றாக்குறையைக் கட்டுப்படுத்துவதில் ஆர்வமாக இருந்தது. இரண்டாவதாக, நரேந்திர மோடி 2014 தேர்தல் பிரச்சாரத்தில் குறிப்பிட்ட கோஷமான, குறைந்தபட்ச அரசு, அதிகபட்ச ஆட்சி என்பதன் மூலம் தேசத்தை இத்தகைய திட்டங்களிலிருந்து சுருக்கிக்கொள்ள விரும்பினார் என்பது வெளிப்படையாகிறது. இந்த நிலைப்பாடு வளர்ச்சிக்கு, பொருளாதார தாராளமயமாக்கம் ஒரு முன்நிபந்தனை என்ற நம்பிக்கையைப் பிரதிபலிக்கிறது. ஆனால் அது இந்து தேசியவாத இயக்கத்தின் பாரம்பரிய உலக நோக்கத்தையும் நினைவுபடுத்தியது. முன்பே குறிப்பிட்டதுபோல, அதன் முக்கிய சித்தாந்தவாதியான-தீன்தயாள் உபாத்யாயா உள்பட- இந்து நாகரிகத்தின் சாராம்சம் சமூகத்திலேயே தங்கியிருக்கிறது, இந்த உச்சபட்ச அமைப்பானது சுய ஒழுங்குமுறைக்கு உட்பட்டது என நம்பியது. (சாதி அமைப்புக்குச் சார்பான ஒரு மேற்கோள்): நாடெங்கும் நிலைபெற்றிருக்கிற சமூக ஒழுங்கு, சமூகத்தின் இயல்பான நல்லிணக்கத்தைச் சிதைப்பதாகக் குற்றம்சாட்டப்பட்டது. இந்தப் பொருளில், ஏழைகளுக்கு நாடானது உதவிகள் வழங்கக்கூடாது, பதிலாக தன்னைத்தானே மேம்படுத்திக்கொள்ளும் உணர்வை வளர்த்தெடுக்கவேண்டும். இந்தக் காரணங்களால், நடப்பிலிருந்த

ஏழைகளுக்கு ஆதரவான பல கொள்கைகள் சமரசத்துக்கு உட்படுத்தப்பட்டன.

எம்.ஜி.என்.ஆர்.ஈ.ஜி.ஏ.-வைக் குறிவைத்தல்

2005இல் மன்மோகன்சிங்கால் மகாத்மா காந்தி தேசிய கிராம வேலைவாய்ப்பு உத்தரவாதச் சட்டத்தின் கீழ் (எம்.ஜி.என்.ஆர்.ஈ.ஜி.ஏ) தொடங்கிவைக்கப்பட்ட மிகப்பெரிய திட்டமே, மோடியின் முதல் ஆட்சிக் காலத்தின் தொடக்கத்தில் இந்த அணுகுமுறைக்குப் பிரதான பலியாக ஆனது. இது இந்தியா கண்டதிலேயே (எனவே உலக அளவிலும்) கிராமப்புற ஏழைகளுக்கு உதவத் தொடங்கப்பட்ட பெரிதும் லட்சியபூர்வமான திட்டங்களுள் ஒன்று.[57] நீடித்த வேலைவாய்ப்பின்மையால் பாதிக்கப்பட்ட எந்தவொரு கிராமப்புற குடும்பத்துக்கும் 100 நாட்கள் வேலை வழங்கப்பட்டு குறைந்தபட்ச ஊதியம் வழங்குவதாக அரசு தீர்மானம் செய்துகொண்டு, அரசு உதவிகளைச் சார்ந்திருப்பதைக் குறைப்பதை இலக்காகக் கொண்ட புதுமையான திட்டம்.[58] இந்தத் திட்டத்துக்கு சிங் அரசு ஒதுக்கிய தொகை, இந்தியாவின் ஜி.டி.பி.யில் 0.6 சதவிகிதம் வரையாகும். இது 50 மில்லியன் குடும்பங்களுக்கு வேலை வழங்கியதோடு, 14 மில்லியன் மக்களை வறுமைக்கோட்டிலிருந்து வெளிக்கொண்டுவந்தது. இத்திட்டம் அவர்களுக்கு வருவாயைக் கொண்டுவந்தது மட்டுமல்லாமல், கிராமப்புற பகுதிகளில் குறைந்தபட்ச ஊதியத்தை அதிகரிக்கவும் செய்தது (2005இல் ரூ 65 ஆக இருந்தது (0.9 அமெரிக்க டாலர்) 2013இல் ரூ 162 (2.16 அமெரிக்க டாலர்கள்) ஆக அதிகரித்து).[59] ஓரளவு இந்தக் காரணத்தால், கிராமப்புறத்தில் தனிநபர் வருமான வளர்ச்சி 1999-2004-க்கு இடையில் ஆண்டுக்கு 2.7%-ஆக இருந்து 2006-2011-க்கும் இடையில் 9.7 சதவிகிதமாக உயர்ந்தது.[60]

எனினும் மோடியும் பா.ஜ.க.வும் இந்தத் திட்டத்தை ஒரு பேரழிவாகக் கருதினர். (தங்களது பணியாளர்களுக்கு அதிக ஊதியம் தரவேண்டி வந்ததால்) இத்திட்டம் விவசாயிகளுக்குத் தண்டனையாக அமைந்தது. வறட்சி போன்ற காலகட்டங்களில், வேலைகள் எதுவும் இல்லாதபோதும் (மிகவும் நம்பத்தகுந்த வகையில்) அவர்களுக்கு நலத்திட்ட பணம் வழங்கலாக ஊதியம் அளிக்கவேண்டியிருந்தது. பிப்ரவரி 2015இல் பா.ஜ.க. அரசின் முதல் பாராளுமன்ற பட்ஜெட் கூட்டத்தின்போது, ஒரு மணி நேர உரையில் தன்னை ஏழைகளின் ஆதரவாளர், விவசாயிகளின் ஆதரவாளர் எனக் காட்டிக்கொண்டு, எம்.ஜி.என்.ஆர்.ஈ.ஜி.ஏ. முந்தைய அரசின் தோல்வியின் நினைவுச்சின்னம் என்று முடிவாக அறிவித்தார். காங்கிரஸ் எம்.பி.க்களிடம் அவர், "நான் எம்.ஜி.என்.ஆர்.ஈ.ஜி.ஏ. திட்டத்தை உயிர்ப்புடன் வைத்திருப்பேன். உங்களது

அனுபவம் எனக்கு இல்லாமல் இருக்கலாம், ஆனால் நீங்கள் அனைவரும் எனக்கு அரசியல் திறமைகளை அளிப்பீர்கள், சுதந்திரம் அடைந்ததிலிருந்து உங்கள் தோல்விக்கான நினைவுச் சின்னமாக அதனை உயிர்ப்புடன் வைத்திருக்க அந்தப் புத்திசாலித்தனம் என்னிடம் கூறுகிறது. 60 வருடங்களுக்கு அப்புறமும், நீங்கள் மக்களை இன்னும் குழிதோண்ட வைக்கிறீர்கள்."[61] இந்த வார்த்தைகள் அவரது சிந்தனைக்குத் துரோகம் செய்தன: எம்.ஜி.என்.ஆர்.ஜி.ஈ.ஏ. போன்ற பிரபலமான திட்டத்தைக் கைகழுவுவது அரசியல்ரீதியாக மிகவும் இழப்பாக இருக்கலாம், ஆனால் பிரதமர் அதன் ஒழுக்கங்களில் நம்பிக்கையில்லாதவராக இருந்தார். அதன் விளைவாக, அவர் வெளியில் தெரிவிக்காமல், அத்திட்டத்துக்கு ஒதுக்கப்படும் நிதியைக் குறைத்து, திட்டத்தை முடக்கினார். இந்த பட்ஜெட் மோசடியை எடுத்துக்காட்டும் சில புள்ளிவிவரங்கள் எடுத்துக்காட்ட உகந்தது. பட்ஜெட் அமர்வுகள் தொடரும்போது, இந்தத் திட்டத்துக்குப் பெரும் தொகை ஒதுக்கப்படுவது தொடர்ந்தது.[62] நிதியமைச்சர் அருண் ஜெட்லி 2015இல், "நமது அரசாங்கம் எம்.ஜி.என்.ஆர்.ஈ.ஜி.ஏ. மூலமாக வேலைவாய்ப்புக்கு ஆதரவளிப்பதில் உறுதியாக உள்ளது. நாங்கள் எந்த ஒரு ஏழையும் வேலைவாய்ப்பு இல்லாமல் விடுபட்டுவிடக்கூடாது என்பதை உறுதிப்படுத்திக்கொள்கிறோம்."[63] ஆனால் நிதியாண்டின்போது, ஒன்று நிதி வழங்கப்படாது, அல்லது கடுமையான நிதிக்குறைப்பு செய்யப்பட்டு, திட்டத்தின் அளவைக் குறைத்தது. மே 2016இல் உச்சநீதிமன்றம் தலையிட்டு எம்.ஜி.என்.ஆர்.ஈ.ஜி.ஏ. திட்டத்துக்கு ஒதுக்கப்பட்ட நிதியை விடுவிக்க அரசாங்கத்தை வலியுறுத்தியது. ஆனால் நிர்வாக வெளிப்படைத்தன்மை குறித்து அத்தனை கவனிக்கப்படாத, மாநிலவாரியாக ஒரு வாட்ஸ் அப் குழுவில் தொகுக்கப்பட்டுள்ள இந்தத் திட்டத்துக்குப் பொறுப்பான உள்ளூர் அரசு அதிகாரிகள், சமூக ஊடகங்கள் வழியாக நிதிகளை விடுவிக்கவேண்டாமென உத்தரவுகளைப் பெற்றனர்.[64] வருடா வருடம், பெருமளவிலான எம்.ஜி.என்.ஆர்.ஈ.ஜி.ஏ. நிதிகள் நிதியாண்டின் நடுவிலேயே மறைந்துவிட்டன.[65] அதன் விளைவாக, ஆண்டுக்கு 100 நாட்கள் வேலைபார்க்கும் மக்களின் எண்ணிக்கை 2013-2014இல் 4,70,000 ஆக வீழ்ச்சியடைந்து, 2014-2015இல் 2,50,000 ஆகக் குறைந்து, 2015-2016இல் 1,70,000 ஆகச் சரிந்தது.[66] 2013-2014இல் ஒட்டுமொத்த தொகுப்பு நாட்களின் எண்ணிக்கை 221.15 கோடியிலிருந்து (22.1 மில்லியன்), 2014-2015இல் 166.32 கோடியாக (16.6 மில்லியன்) ஆகச் சரிந்தது.[67] 2013-2014 காலகட்டத்தில் பயனாளர்கள் பணிபுரிந்த நாட்களின் சராசரி 46-லிருந்து வீழ்ச்சியடைந்து, 2014-2015 காலகட்டத்தில் 39 ஆக மாறியது.[68] கடைசியாக, 2014-2015இல்[69] ஒரு நாளுக்கான எம்.ஜி.என்.ஆர்.ஈ.ஜி.ஏ. திட்டத்துக்கான சராசரி அசல் ஊதியம் ரூ 142-

(1.95 அமெரிக்க டாலர்கள்) லிருந்து இறங்கி, 2016-2017 காலகட்டத்தில் ரூ 136 ஆகியது. அதன் விளைவாக, பல மாநிலங்களில் குறைந்தபட்ச ஊதியம் எம்.ஜி.என்.ஆர்.ஈ.ஜி.ஏ. ஊதியத்தைவிட அதிகமாக இருக்கிறது.[70]

இந்தத் திட்டத்தில் வேலை செய்தவர்கள் தங்கள் ஊதியத்தைப் பெறுவதற்காக நீண்ட தாமதங்களைப் பொறுத்துக்கொள்ள வேண்டியிருந்தது. 2014-2015இல், பயனாளிகள் அவர்கள் வேலைசெய்ததிலிருந்து 15 தினங்களுக்குப் பிறகு ஊதியம் வழங்கப்படவேண்டுமெனச் சட்டம் நிர்ணயம் செய்திருந்தாலும், 28 சதவிகிதம் பேரே அப்படி 15 நாட்களுக்குப் பிறகு ஊதியம் பெற்றனர், கைக்கும் வாய்க்குமாக வாழ்க்கை நடத்தும் இவர்கள், தங்களது பணத்துக்காக அதனினும் அதிகமாகக் காத்திருக்க இயலவில்லை.[71] உச்சநீதிமன்ற தலையீட்டுக்குப் பிறகு இந்தச் சதவிகிதம் 40 ஆக உயர்ந்தது.[72] ஆனால் 2017இல் அது மீண்டும் 28 சதவிகிதமாகச் சரிந்தது.[73] இத்திட்டத்தின் சரிவு, குறிப்பாக வறட்சி போன்ற இயற்கைப் பேரழிவுச் சூழல் அறிவிக்கப்பட்ட மாநிலங்களில் வாழ்ந்த தொழிலாளருக்கு அபராதமாகத் திகழ்ந்தது.[74] அதேவேளை, தகவல் தொழில்நுட்ப மற்றும் தொலைதொடர்பு அமைச்சர், அரசு ஊழியர்களுக்கு வருடக் கடைசி போனசாக ரூ14,724 கோடி (1.96 பில்லியன் கோடி) அறிவித்தார்.[75]

கிராமப்புற மக்களுக்கான மோடியின் கொள்கைகளில் எம்.ஜி.என்.ஆர்.ஈ.ஜி.ஏ. பிரதான பலியாடாக இருந்தபோதும், பாதிப்புக்குள்ளானது அந்தத் திட்டம் மட்டுமே அல்ல.

கிராமப்புற சமூகப் பொருளாதார வீழ்ச்சி

எம்.ஜி.என்.ஆர்.ஈ.ஜி.ஏ. உள்ளிட்ட ஏழ்மைக்கெதிரான திட்டங்கள், மோடி (என்.டி.ஏ.-2 என்றும் அறியப்படும்) அரசால் தக்கவைத்துக்கொள்ளப்படாததோடு, பிற கொள்கைகளும் பெரிதும் கிராமப்புற இந்தியாவைச் சேர்ந்த, இதர குழுவினரை வறுமையில் தள்ளியுள்ளன.[76] உண்மையில், கிராமப்புற பகுதிகளுக்கு அவசியத் தேவையான, நீர்ப்பாசனத்தை மேம்படுத்துவதற்காக வடிவமைக்கப்பட்டவைகளில் தொடங்கி, கிராமப்புற வளர்ச்சிக்கான பல திட்டங்கள், தங்கள் பட்ஜெட்டில் கடுமையான வெட்டுகளைக் கண்டன.[77] இந்த விவகாரத்தில் நிபுணரான ஹிமான்சுவால் மேற்கொள்ளப்பட்ட மதிப்பீடு, இந்தப் பிரச்சனையின் சாராம்சத்தைப் படம்பிடிக்கிறது:

> வட்டி மானியக் கூறுகளைத் தவிர்த்து, விவசாயத்துக்கான ஒட்டுமொத்த பட்ஜெட் ஐ.மு.கூ. ஆட்சிக்காலத்தில் ஆண்டுக்கு 26

சதவிகிதம் அதிகரித்தது, ஆனால் என்.டி.ஏ.-2 ஆட்சிக்காலத்திலோ இது ஆண்டுக்கு 8.7 சதவிகிதம் மட்டுமே அதிகரித்தது. 2016-2017 ஆண்டைத் தவிர மற்ற வருடங்களில் பட்ஜெட் ஒதுக்கீடும் உண்மையான செலவீனமும் நெருக்கமாகக்கூட வரவில்லை என்பதைக் குறித்துக்கொள்வதும் முக்கியமானது. சமீபத்திய வருடங்களில் விவசாய பட்ஜெட் சற்றே அதிகரித்திருப்பதில் பெருமளவு, மானியத்தின் மீதான வட்டியும், காப்பீட்டு பிரிமியமுமே ஆகும். ஆனால், இந்த அதிகரிப்பானது விவசாயத்தில் முதலீடு செய்வதில் ஏற்பட்ட சரிவாலேயே ஆகும். விவசாயத்தின் மீதான அசல் முதலீடு, மோடி அரசின் முதல் நான்கு ஆண்டுகளில் ஆண்டுக்கு ஒரு சதவிகிதம் வீதம் குறைந்துள்ளது.[78]

விவசாயப் பணியாளர்களைப் போலன்றி சற்றே நிலத்தை உடைமையாகக் கொண்ட, விளைச்சலில் உபரியை விற்கக்கூடிய விவசாயிகளுக்காகக்கூட உதவ பா.ஜ.க. முன்வரவில்லை. அவர்களுக்கு உதவுவதற்கான நடவடிக்கைகள் அறிவிக்கப்பட்டபோது நன்மை பயக்கும் விளைவுகள் பின்பற்றப்படவில்லை. இயக்கைப் பேரழிவுகளுக்கு எதிரான பயிர்க் காப்பீட்டுத் திட்டம், அளவுக்கதிகமான மத்திய அதிகாரத்துவத்தால் பாதிக்கப்பட்டது,[79] இத்திட்டத்துக்கான தனிப்பட்ட பெருமையை மோடி பெற நினைத்தார் என்ற உண்மையோடு தொடர்புபடுத்திக்கொள்ளவும். அதன் நிர்வாகம், தனியார் நிறுவனமான அனில் அம்பானியின் நிறுவனத்துக்கு வழங்கப்பட்டது-அந்நிறுவனம் விவசாயிகளைவிடவும் அதிக லாபம் பார்த்தது.[80]

விவசாய விளைபொருட்களின் விலைகள் பிரச்சனை இன்னும் அதிக பிரச்சனைக்குரியதாக இருந்தது.[81] மோடி, தனது பிரச்சார மேடையில் விவசாயிகளின் விளைபொருட்களை விவசாயச் சந்தையில் அதன் உற்பத்தி விலையைவிட 1.5 மடங்கு விலையில் வாங்குவதாக உறுதியளித்தார். ஆனால் அந்த விலைகளைக் கணக்கிடுவதற்கான வழிமுறைகள் ஒருபோதும் குறிப்பிடப்படவில்லை, உண்மையில் குறைந்தபட்ச ஆதார விலை அத்தனை போதுமானதாக இல்லையென்பதை நிரூபித்தது.[82] இன்னும் மோசமாக, சந்தை விலை உயரும்போது, அரசாங்கம் கேள்விக்குரிய அந்தப் பொருளை அதிகமாக இறக்குமதி செய்வதன்மூலமோ அல்லது விவசாயிகள் ஏற்றுமதி செய்வதைத் தடைசெய்தோ தாராளமாகக் கிடைக்கும்படி பார்த்துக்கொண்டது.[83] அதன் விளைவாக, 2018இல் பணவீக்க விகிதம் 4.8 சதவிகிதத்திலே நீடித்திருக்க, மொத்த விலைக் குறியீடு சரிவடைந்ததோடு, எதிர்மறையாகவும் காணப்பட்டது,[84] இந்தக் கொள்கை, கிராம மற்றும் நகர்ப்புற இந்தியாவில் வர்த்தக விதிமுறைகளுக்குத் தீங்கு விளைவித்ததோடு, கோபமடைந்த

விவசாயிகள் 2017இல் போராட்ட நடவடிக்கைகளில் இறங்கத் தொடங்கினர். சில பகுதிகளில், போராட்டங்கள் வன்முறையால் நசுக்கப்பட, பதற்றம் அதிகரித்தபடி சென்றது.[85]

விவசாயிகளின் துயரங்களுக்குப் பதிலாக, உத்தர பிரதேசம், மகாராஷ்டிரா போன்ற பா.ஜ.க. ஆண்ட மாநிலங்களில் அம்மாநில அரசு கடன்களைத் தள்ளுபடி செய்தது. எனினும், பெரும்பான்மையான விவசாயிகள் வங்கி அமைப்பை அணுகமுடியாதவர்களாக இருந்தனர் (கடன்களைத் தள்ளுபடி செய்ய இதுவே ஒரே வழி), பதிலாக உள்ளூர் கடன்வழங்குபவர்களின் பிடியில் இருந்தனர்,[86] எனவே சமயங்களில் கடன் தள்ளுபடி செய்யப்பட்ட தொகை பரிகசிக்கத்தக்க அளவில் சிறிதாக இருந்தது.[87]

விவசாயிகள் தங்கள் உற்பத்திக்கு நியாயமான விலை கேட்டதன்றி அதிகமாக எதுவும் கேட்கவில்லை.[88] ஆனால் மோடியின் பா.ஜ.க. மிகச்சரியாக அதைச் செய்ய மறுத்தது. ஏன்? ஏனெனில் அது பிரதிநிதித்துவப்படுத்தும் மக்கள் முக்கியமாக நகரவாசிகள். மேலே குறிப்பிட்டதுபோல், 2014இல், பா.ஜ.க.வின் வெற்றி தெளிவாக நகரங்களிலேயே அமைந்தது. நகர்ப்புற தொகுதிகளிலேயே வாக்காளர்களிடையே பா.ஜ.க. மீதான ஈர்ப்பு அதிகமிருந்தது. நகரப் பகுதிகளில் 42 சதவிகித வாக்குகளை வென்றிருந்தது (அதன் சராசரி வாக்குகளை விடவும் 11 சதிவிகிதம் அதிகமாக), அரை நகர்ப்புற பகுதிகளில் அதன் வாக்கு சதவிகிதம் 32 சதவிகிதத்தை எட்டியிருந்தது, கிராமப்புற தொகுதிகளில், அது 30 சதவிகிதத்துக்குச் சரிந்திருந்தது.[89] அதனை இங்கே மீண்டுமொருமுறை கூறுவது மதிப்புடையது. ஒப்பீட்டு ரீதியில் கிராமப்புற வாக்காளர்களை அதிகம் சார்ந்து இல்லையென்பது நிச்சயமென்பதாலும், நகர்ப்புற வாக்காளர்கள் தங்களது உணவுக்கு அதிகம் செலவிடுவதைத் தடுப்பதே அவர்களது இலக்கென்பதாலும் பா.ஜ.க. விவசாய விளைபொருட்களின் விலையை உயர்த்தாமலிருப்பது எனத் தீர்மானித்ததோடு, எம்.ஜி.என்.ஆர்.ஈ.ஜி.ஏ.வுக்கான நிதியைக் குறைத்து கிராமப்புற பகுதிகளில் ஏழ்மைக்கெதிராகப் போராடுவதைத் தவிர்த்தது (இல்லையெனில் அது விவசாயப் பணியாளர்களின் சம்பள உயர்வுக்கு இட்டுச்செல்லும்). விவசாயப் பொருளாதார நிபுணரான அசோக் குலாத்தி, இந்த அணுகுமுறையை, "நகர்ப்புற நுகர்வோர் சார்பானது" என விவரிக்கிறார்.[90]

2019-ஆம் ஆண்டில் தேசியப் புள்ளியியல் அலுவலகம் இந்தியக் குடும்பங்களின் நுகர்வோர் செலவு: முக்கிய அறிகுறிகள் என்ற தலைப்பில் நடத்திய ஆய்வின்போது வெளிப்பட்ட வறுமையின் அதிகரிப்பை, கிராமப்புற இந்தியாவின் வறுமை விளக்குகிறது: ஒரு

மாதத்தில் ஒரு இந்தியனால் சராசரியாகச் செலவிடப்படும் தொகை 2011-2012இல் ரூ 1,501 (20 அமெரிக்க டாலர்கள்) ஆக இருந்தது, 2017-2018இல் ரூ 1,446 (19.28 அமெரிக்க டாலர்கள்) 3.7 சதவிகிதமாகச் சரிந்தது. ஆனால் 2004-2005 காலகட்டத்துக்கும் 2009-2010 காலகட்டத்துக்கும் இடையே அது 13 சதவிகிதம் அதிகரித்திருந்தது.[91] நுகர்வில் அத்தகைய வீழ்ச்சி, 1972-1973 முதல் அதுவரை காணாதது. இந்த முரண்பாடு முக்கியமாக, கிராமப்புற இந்தியாவால் ஏற்பட்டது. நகரங்களிலும் சிறு நகரங்களிலும் நுகர்வோர் செலவீனம் 2 சதவிகிதம் அதிகரித்திருக்க, அது கிராமங்களில் 8.8 சதவிகிதம் சரிந்திருந்தது: 2017-2018இல் கிராமப்புற இந்தியர்கள் மாதத்துக்குச் சராசரியாக ரூ 580 (7.73 அமெரிக்க டாலர்கள்) செலவழித்திருக்க, 2011-2012இல் அவர்கள் ரூ 643 (8.6 அமெரிக்க டாலர்கள்) செலவிட்டிருந்தனர் (இரு வகைப்பாட்டிலும் அசல் வரம்புகளில்). ஹிமான்சு, மற்ற என்.எஸ்.ஓ. ஆய்வுகளையும் இதே அடிப்படையிலான போக்கில் பகுப்பாய்வு செய்தவர், 2015-2016 தொடங்கி 2019-2020 வரை இந்த வீழ்ச்சி நீடித்திருப்பதைக் காட்டி, -கிராமப்புற பகுதிகளில் ஆண்டுக்கு 4.4 சதவிகிதமும் நகர்ப்பகுதிகளில் ஆண்டுக்கு 4.8 சதவிகிதமும்[92] இது கிராம மக்களை மட்டுமின்றி நகர மக்களையும் அதேயளவில் பாதித்திருப்பதைச் சுட்டிக்காட்டினார்:

பெருமளவில் ஏழ்மை திரும்பியிருப்பதை, உலக வங்கியின் மனித மூலதனக் குறியீட்டில் (2018இல் 157 நாடுகளில் 115-வது இடம்)[93] மற்றும் உலகளாவிய பசிக் குறியீடு வரிசையில் (மொத்தமுள்ள 119 நாடுகளில் 2016இல் 97-வது இடத்திலும், 2017இல் 100-வது இடத்திலும் இருந்தது, 2018இல் 103-வது இடத்துக்குச் சரிந்தது)[94] இந்தியாவின் வீழ்ச்சியை விளக்கும். 2016இல் இந்தியாவின் தேசிய ஊட்டச்சத்து கண்காணிப்புப் பிரிவு, 35 சதவிகித கிராமப்புற ஆண்களும் பெண்களும் ஊட்டச்சத்துக் குறைபாட்டுடன் திகழ்வதாகவும், 42 சதவிகித குழந்தைகள் எடைக்குறைவுடன், 1970-களை விட மோசமான ஊட்டச்சத்துக் குறைபாட்டுடன் இருப்பதாகவும் கூறியது.[95] 2017இல், சர்வதேச உணவுக் கொள்கை ஆராய்ச்சி நிறுவனம் (IFPRI), தான் ஆய்வுசெய்த 119 நாடுகளில் இந்தியாவுக்கு 100-வது இடத்தை வழங்கியது.[96]

இடஒதுக்கீட்டை நீர்க்கச் செய்தல்

பாரம்பரியமாக உதவியளிக்கப்பட்ட சமூகப் பிரிவுகளில், மோடியின் பேச்சு எவ்விதமாக இருந்தபோதிலும், பிரதானமாக தலித்துகள் மோடி அரசால் தண்டிக்கப்படுகின்றனர். அவரது பேச்சுகள் மற்றும் பிரச்சார உறுதிமொழிகள், அவரை தலித் ஆதரவாளராகக் காட்டமுயற்சிசெய்தன. அதேபோல, அவரது ஆட்சியின் தொடக்க

காலத்தில், அவர்களுடைய வரலாற்றுத் தலைவரான பி.ஆர். அம்பேத்கரிடமிருந்து மோடி உத்வேகம் பெற்றதாகத் தெரிவித்தார். மேலும் காங்கிரஸ், அதிலும் குறிப்பாக நேரு, அம்பேத்கருக்கு உரிய மரியாதை அளிக்கவில்லை எனத் தெரிவித்தார் (எனினும், அம்பேத்கரை சட்ட அமைச்சராக நியமித்தது நேருதான்).[97] 2014-ஆம் ஆண்டு பா.ஜ.க. தேர்தல் மேடையில் "எஸ்.சி.க்கள், எஸ்.டி.க்கள் மற்றும் இதர நலிந்த பிரிவினர்: சமூக நீதி மற்றும் அதிகாரமளித்தல்" எனும் தலைப்பிலான பிரிவில் வாக்குறுதிகளை அளித்தது. அதில், "பா.ஜ.க. சமாஜிக் நியாயா (சமூக நீதி) சமாஜிக் சம்ரஸ்ததா (சமூக நல்லிணக்கம்) ஆகிய கொள்கைகளைப் பின்பற்றி, இடைவெளியை நிரப்ப உறுதிபூண்டுள்ளது. சமூக நீதியானது, பொருளாதார நீதி மற்றும் அரசியல் அதிகாரம் ஆகியவற்றால் இட்டு நிரப்பப்படவேண்டும்- நாங்கள் சமூகத்தின் நலிந்த பிரிவினருக்கு அதிகாரமளிப்பதில் கவனம் செலுத்துவோம். கல்வி, சுகாதாரம், வாழ்வாதாரம், ஆகியவற்றில் சமவாய்ப்புள்ள சூழலை உருவாக்குவதற்கான நடவடிக்கைகள் எடுக்கப்படும். முக்கியமாக எஸ்.சி.க்கள் மற்றும் எஸ்.டி.க்களுக்கு எதிரான கொடுமைகளைத் தடுத்து அவர்களுக்குப் பாதுகாப்பு வழங்குவதற்கு நாங்கள் முன்னுரிமை கொடுப்போம்."[98] எஸ்.சி.க்கள் அல்லது தலித்துகளைப் பொறுத்தவரை, பா.ஜ.க.வின் பிரச்சார உறுதிமொழிகள் பட்டியலில் முதன்மையானது, கல்வி மற்றும் நிறுவன உணர்வை மேம்படுத்துவதற்கான சுற்றுச்சூழலை அமைப்பதாகக் கூறியதாகும். எனினும், நடைமுறையில், தலித் கல்விக்காக இந்திய பட்ஜெட்டில் ஒதுக்கப்பட்ட நிதியானது குறைக்கப்பட்டுள்ளது. மோடியின் முதல் ஆட்சிக் காலத்தில் இந்த பட்ஜெட் விஷயத்தில், சிறப்பு உபகரணத் திட்டத்தில் (ஆண்டு பட்ஜெட்டின் கிளைப்பிரிவு), தலித்துகளின் மக்கள் தொகை விகிதாசாரத்துக்கேற்ப இருக்கவேண்டிய 16.6 சதவிகிதமாக இல்லாமல், 9 முதல் 6.5 சதவிகிதமாக இது இருந்தது.[99] அதன் விளைவாக, கல்வி உதவித்தொகை நிதிகள் தீவிரமாகக் குறைக்கப்பட்டன. கிட்டத்தட்ட 5 மில்லியன் தலித் மாணவர்கள் இந்த நிதிக்குறைப்பால் பாதிக்கப்பட்டனர்-மீண்டும் ஒருமுறை நிதி அளிப்பது தாமதம் செய்யப்பட்டது.

அதற்கிணையாக, மோடி அரசாங்கமும் பா.ஜ.க. மாநில அரசுகளும் நூற்றாண்டுகளாகத் தொடரும் சாதி அடக்குமுறை மரபிலிருந்து தலித்துகள் தங்களை விடுதலை செய்துகொள்ள உதவிய பெரும் காரணியான நேர்மறைப் பாகுபாடு நடைமுறையை பலவீனப்படுத்தினர். முதலாவதாகப் பொதுத்துறையை நலியச் செய்ததன் பலனாக, இடஒதுக்கீட்டுச் சட்டகத்தில் தலித்துகள் நிறைத்துவந்த வேலைகளின் எண்ணிக்கை வெகுவாகக் குறையத்

தொடங்குவதில் சென்றுமுடிந்தது. உதாரணமாக, மத்திய பொதுப் பணித் துறையால் பட்டியிலிடப்பட்ட குடிமைப் பணி பணியாட்களின் எண்ணிக்கை 2014 முதல் 2018 காலத்துக்குள் 40 சதவிகிதம் குறைந்து 1236-லிருந்து 759[100] ஆக சரிந்தது. இந்த மதிப்பீடு பழைய பாணிகளால் மட்டுமல்ல (பொதுத்துறை நிறுவனங்கள் தனியார்மயமாக்கல் மற்றும் அதில் காலி இடங்கள் அதிகரிப்பு), புதிய கொள்கைகளாலும் நிகழ்ந்தது. இந்திய நிர்வாகத்தில் பக்கவாட்டு நுழைவு என்ற பெயரில் உருவாக்கப்பட்டுள்ள வேலைநியமனமும் இதற்கொரு உதாரணம். இந்தச் சீர்திருத்தம், "தொழிற்துறை, கல்வி, சமூகத்திலிருந்து நிபுணத்துவத்தை சேவைகளில் ஈர்க்கும் நோக்கம்" கொண்டது.[101] பிப்ரவரி 2019இல், (தனியார் துறையிலிருந்து 6,000 பேர் மனு செய்ததிலிருந்து) 89 விண்ணப்பதாரர்கள் சுருக்கப் பட்டியலுக்குக் கொண்டுவரப்பட்டு, இணைச் செயலாளர் பதவிக்கான 10 காலி இடங்கள் நிரப்பப்பட்டது.[102] இந்தப் புதிய நடைமுறைக்கு இடஒதுக்கீடு பொருந்தாதென்பதால், இது இடஒதுக்கீட்டை நீர்த்துப்போகச் செய்தது.

இரண்டாவதாக, 2019இல் பொருளாதாரரீதியாக நலிந்த பிரிவினர்களுக்கான 10 சதவிகித இடஒதுக்கீடு அறிமுகம், பின்தங்கிய நிலை என்பதற்கான வரையறையையே முற்றிலும் மாற்றியது. அது, பொருளாதார பின்தங்கிய நிலையை மட்டும் முன்னிறுத்தி, சமூகரீதியிலோ, கல்வியிலோ பின்தங்காத உயர்ஜாதியினருக்கு மட்டும் அந்த இடஒதுக்கீட்டை வழங்கியது. ஆண்டுக்கு ரூ 8,00,000 (10,667 அமெரிக்க டாலர்கள்) ஆக வருவாய் வரம்பை நிர்ணயம் செய்து, அதற்குக் கீழேயுள்ள குடும்பங்கள் பொருளாதாரரீதியாக நலிந்த பிரிவினர் என வகைசெய்து, அரசாங்கமானது ஏழைகள் மட்டுமல்லாது, 99 சதவிகித மேல் ஜாதியினருக்கு இந்த இடஒதுக்கீடு கிடைக்க வழிசெய்துள்ளது. அஸ்வினி தேஷ்பாண்டே மற்றும் ராஜேஷ் ராமச்சந்திரன் கருத்துப்படி, "இடஒதுக்கீட்டின் அசல் தர்க்கத்தை முற்றிலும் தலைகீழாக மாற்றியுள்ளது."[103] என்கின்றனர். மேலும் அவர்கள்:

> எஸ்.சி.-எஸ்.டி.-ஓ.பி.சி. (இதர பிற்பட்ட வகுப்பினர் அல்லாத, ரூ 8,00,000 அல்லது அதற்குக் குறைவாகவோ சம்பாதிக்கும் குடும்பங்களுக்குப் பிரத்யேகமாக இடஒதுக்கீடு அளிப்பதன்மூலம், அரசாங்கம் வருவாய் விநியோகத்தில் அடங்காத மேல்மட்ட 1% இந்து உயர் ஜாதியினருக்கு பிரத்யேகமாக ஒரு இடஒதுக்கீட்டை திறமையாக உருவாக்கியுள்ளது. பொருளாதார அளவுகோல்களின் அடிப்படையில் இடஒதுக்கீடு அளிக்கப்பட்டாலும்\பொருள், சமூக ஒதுக்கலால் பாதிப்பு ஏதும் அடையாத சாதிகளை இலக்காகக் கொண்ட, பெரிதும் சாதி அடிப்படையிலான இட

ஒதுக்கீடாகும், மாறாக, சடங்கு தூய்மையின் அடிப்படையிலான சமூக மதிப்பீட்டில் இந்த ஜாதிகள் உயர்ந்த தரவரிசையில் உள்ளன.[104]

இந்த இடஒதுக்கீட்டை அறிமுகம் செய்ததன்மூலம், மோடி அரசு இரு செய்திகளை அனுப்பியது: ஒன்று, மண்டல் தருணம் முடிந்தது, ஜாதி அடிப்படையிலான இடஒதுக்கீடு மட்டுமே ஒரே இடஒதுக்கீடு வழிமுறையல்ல. இரண்டாவது, ஓ.பி.சி.கள் அல்லது எஸ்.சி.க்களுக்கு ஒதுக்கப்படும் வேலைகளையும் மேல் ஜாதியினர் பெறமுடியும். உண்மையில், எஸ்.சி.க்கள், எஸ்.டி.க்கள், ஓ.பி.சி.க்களில் அதிக மதிப்பெண் பெற்று, பொது வகைப்பாட்டில் வேலைபெற்று வந்தவர்கள் இனி அப்படிப் பெறமுடியாது. ஏனெனில் பொது வகைப்பாட்டில் 10 சதவிகித இட ஒதுக்கீடு, அவர்களுக்குக் கிடைக்கும் இடங்களின் எண்ணிக்கையைக் குறைக்கும்.[105]

எஸ்.சி.க்கள், எஸ்.டி.க்கள், ஓ.பி.சி.க்களுக்கு ஆதரவான பாரம்பரிய இடஒதுக்கீட்டு முறையிலான வீழ்ச்சியும் புதிய இடஒதுக்கீட்டு முறையின் அறிமுகமும், பழைய சங் பரிவாரின் நேர்மறைப் பாகுபாட்டுக்கான அணுகுமுறையுடன் நன்கு ஒத்திசைந்துபோயின. மேற்குறிப்பிட்டதுபோல், ஆர்.எஸ்.எஸ்.ஸும் அதன் கிளைகளும், இட ஒதுக்கீடு இந்து சமூகத்தைப் பிரிப்பதோடு தனிப்பட்டவரின் திறமைக்குப் போதுமான வெகுமதி அளிப்பதில்லை என்று குற்றம்சாட்டின. இரு சந்தர்ப்பங்களிலும், இந்து தேசியவாத சித்தாந்தவாதிகள், இந்திய சமூகத்தில் சமத்துவமின்மைக்கான காரணியாக சாதியின் தொடர்பைக் குறைக்கமுயன்றனர்-இது சமூக அமைப்பு பற்றிய அவர்களது முரணான பார்வையின் தெளிவான பிரதிபலிப்பு, மேல் ஜாதியினரைப் பாதுகாப்பதற்கான அவர்களது முயற்சியின் தெளிவான அறிகுறியாகும், பொருளாதாரரீதியாக நலிந்த பிரிவினருக்கான இட ஒதுக்கீட்டைத் தவிர்த்து வேறு காரணங்களாலும் இச்சமூகம் மோடி அரசால் ஆதாயமடைந்தது.

மோடி, உயர்குடி வர்க்கத்தின் ஆதரவாளராக

மோடி அரசாங்கமானது, ஏழ்மையை எதிர்த்துப் போராடுவதாக அது அளித்த உறுதிமொழிகளைக் காப்பாற்றாததுடன், மேல் ஜாதியினர் இந்திய அரசியலில் சிறப்பான முறையில் திரும்பிவர தகுதிப்படுத்தியதுடன், சமத்துவமின்மையைப் பெருக்கி, முதலாளித்துவ ஆதரவை ஊக்குவித்தது.

இந்திய அரசியலில் மேல் ஜாதியினரின் மறுஎழுச்சி

பொருளாதாரரீதியாக நலிந்தவர்களுக்கான இடஒதுக்கீடு, பொதுவெளியில் உயர் ஜாதியினரின் மறுவருகையுடன் சம்பந்தப்பட்டிருந்தது. மண்டலுக்குப் பிந்தைய காலகட்ட நாணயத்தின் இரு பக்கங்கள் இவை. மோடியை அதிகாரத்துக்குக் கொண்டுவந்த காவி அலையானது, இந்தப் புத்தகத்தின் அறிமுகத்தில் அனுமானிக்கப்பட்டதுபோல, பெரிதும் உயர்சாதியினரின் எதிர்ப் புரட்சியாக இருந்தது,

இந்தப் பரிணாமம், பா.ஜ.க. எம்.பி.க்களின் சமூகவியல் சுயவிவரத்தில் சாட்சியமாக்கப்பட்டிருந்தது. கிட்டத்தட்ட மக்களவையின் பாதி இடங்களை பிரதிநிதித்துவப்படுத்தும் பகுதியான இந்திப் பகுதிகளில்-ஓ.பி.சி.க்கள் மற்றும் முஸ்லிம்களின் இழப்பில், மேல் ஜாதியைச் சேர்ந்த கீழவை எம்.பி.க்களின் விகிதம் 2009இல், ஏற்கெனவே அதிகரிக்கத் தொடங்கியிருந்தது. 2014இல் பா.ஜ.க.வின் கணிக்கவியலாத வெற்றி காரணமாக இந்தப் போக்கு தொடர்ந்தது. உண்மையில், 2014இல் பா.ஜ.க.வின் 47.6 சதவிகித எம்.பி.க்கள் உயர் ஜாதியைச் சேர்ந்தவர்கள்.[106] அதன் விளைவாக, 4.1இல் காட்டியுள்ள விவரங்களின்படியும், அட்டவணை 4.1இல் காணும் விவரங்களின்படியும், உயர் ஜாதி எம்.பி.க்களின் சதவிகிதம் மேல்நோக்கி ஏறத்தொடங்கி 1980இன் பிரதிநிதித்துவத்துக்கு இணையாக 44.5 சதவிகிதம் வந்தது, மாறாக, ஓ.பி.சி.க்களின் பங்கோ 20 சதவிகிதம் சரிந்தது.[107] பா.ஜ.க. மேல் ஜாதி எம்.பி.க்களிலும், பிராமணர்களும் ராஜபுத்திரர்களும் பிரத்யேகமாக அதிகளவில் காணப்பட்டனர்.

பா.ஜ.க. எம்.பி.க்களிடையேயான உயர் ஜாதியினரின் மிகைப்பிரதிநிதித்துவத்தை, மோடி அரசாங்கத்துடன் ஒப்பிட ஒன்றுமே இல்லை, அங்கே 79.4 சதவிகித அமைச்சர்கள், மாநில அமைச்சர்கள் உயர் ஜாதியினரே. மண்டல் தருணம் வந்தது முதல் அத்தகைய மிகைப் பிரதிநிதித்துவம் ஒருபோதும் நிலவியதில்லை என்கின்றனர் வில்பிரைட் ஸ்வென்டனும், காத்தரீன் அடேனிவும்.[108]

பா.ஜ.க. நிச்சயமாக கீழ்ஜாதிகளைப் புறக்கணிக்கவில்லை. உதாரணமாக, அவர்களில் பலருக்கும் கட்சி எந்திரம் புதிய பொறுப்புகளை அளித்தது.[109] ஆனால் இத்தகைய பதவி உயர்வுகள் வரம்புக்குட்பட்டும் பெரிதும் குறைவாகவும் உயர் ஜாதியினரை அந்நியப்படுத்தாதபடிக்கும் அமைந்திருந்தன. ஏற்கெனவே இருக்கும் உறுப்பினர்கள் ஆக்கிரமித்திருக்கும் பதவிகளில் புதியவர்களை அமர்த்தாமல், அவர்களுக்கெனவே உருவாக்கப்பட்ட கூடுதல் பதவிகளில் நியமிக்கப்பட்டனர். அதன்விளைவாக உத்தர

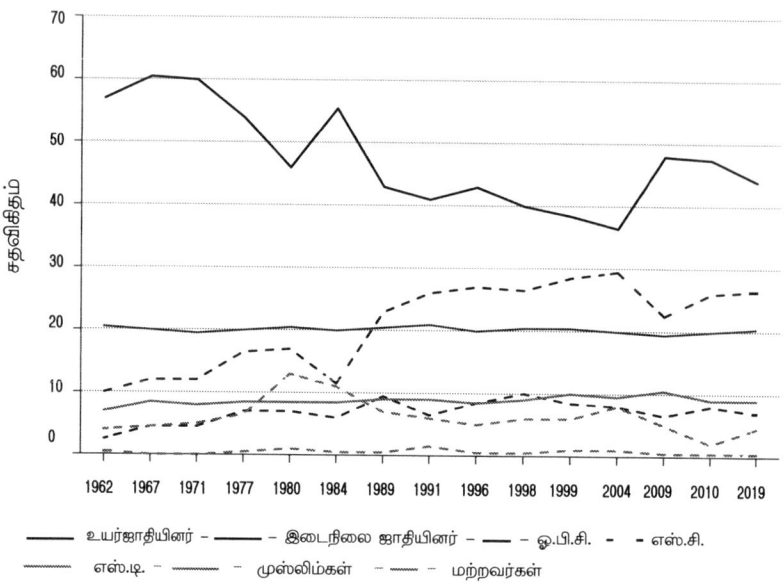

வரைபடம் 4.1: இந்தி மொழி பேசும் வட்டாரங்களில் சாதி மற்றும் சமூகப் பிரதிநிதித்துவம் (1962–2019)

ஆதாரம்: Christophe Jaffrelot and Gilles Verniers, "The Reconfiguration of India's Political Elite: Profiling the 17th Lok Sabha," Contemporary South Asia 28, no. 2 (May 18, 2020): 245, https://doi.org/10.1080/09584935.2020.1765984

அட்டவணை 4.1: இந்தி மொழி பேசும் வட்டாரங்களிலுள்ள பா.ஜ.க. மக்களவை எம்பிக்களின் ஜாதி விவரக் குறிப்புகள்

எண்களில்	1989	1991	1996	1998	1999	2004	2009	2014	2019
உயர்ஜாதியினர்	32	49	56	58	45	32	30	87	80
இடைநிலை ஜாதியினர்	2	4	8	9	9	7	2	14	14
இதர பிற்பட்ட வகுப்பினர்	10	13	21	24	21	13	11	38	35
அட்டவணை ஜாதியினர்	10	16	26	21	22	14	8	36	33
அட்டவணைப் பழங்குடியினர்	7	3	7	9	13	11	11	16	15
முஸ்லிம்கள்	1	1	0	0	1	0	0	0	1
மற்றவர்கள்	1	1	1	1	0	1	0	0	0
மொத்தம்	63	87	119	122	111	78	62	191	178
சதவிகிதத்தில்	1989	1991	1996	1998	1999	2004	2009	2014	2019
உயர்ஜாதியினர்	50.8	56.3	47.1	47.2	40.2	41	47.6	45.5	44.9
இடைநிலை ஜாதியினர்	3.2	4.6	6.7	7.3	8	9	3.2	7.3	7.9
இதர பிற்பட்ட வகுப்பினர்	15.9	14.9	17.6	19.5	18.8	16.7	17.5	19.9	19.7
அட்டவணை ஜாதியினர்	15.9	18.4	21.8	17.1	19.6	17.9	12.7	18.8	18.5
அட்டவணைப் பழங்குடியினர்	11.1	3.4	5.9	7.3	11.6	14.1	17.5	8.4	8.4
முஸ்லிம்கள்	1.6	1.1	0	0	0.9	0	0	0	0.6
மற்றவர்கள்	1.6	1.1	0.8	0.8	0	1.3	0	0	0

ஆதாரம்: SPINPER–இந்திய தேசிய மற்றும் மாகாணத் தேர்ந்தெடுக்கப்பட்ட பிரதிநிதிகளின் சமூக விவரக்குறிப்பு, அசோகா பல்கலைக்கழகம் மற்றும் அறிவியல் பாடப்பிரிவுகளுடன் இணைந்து, சி.என்.ஆர்.எஸ்.–ஆதரவு சர்வதேச மெய்நிகர் ஆய்வகம் மேற்கொண்ட ஆய்வின் திட்ட முடிவுகள்.

பிரதேசத்தின் எழுபத்தைந்து மாவட்ட தலைவர் பதவிகளில், ஐம்பத்து நான்கு பதவிகள் ஓ.பி.சி.களுக்கும் மூன்று தலித்துகளுக்கும் வழங்கப்பட்டுள்ளன.[110]

இந்தியாவில் தலைமைப் பதவிகளில் உயர் ஜாதியினர் அதிக எண்ணிக்கையில் திரும்பவந்தது மட்டுமல்லாமல், பா.ஜ.க. தலைவர்கள் எந்தவிதத் தயக்கமுமின்றி தங்களது தார்மீக மேன்மை குறித்து புகழவும் செய்தனர். அகமதாபாத்தில் நடந்த பிராமண வணிக உச்சி மாநாட்டின் தொடக்கவிழாவில், குஜராத் சட்டமன்ற பா.ஜ.க. சபாநாயகரும், பிராமணருமான ராஜேந்திர திரிவேதி, தங்களது ஜாதி ஆட்களை மதிப்புக்குரியவர்களாகக் காட்ட இந்த வாய்ப்பைப் பயன்படுத்திக்கொண்டார்: "60 நாடுகளின் அரசியலமைப்புச் சட்டங்களை விரிவாகப் படித்த பிறகு, அரசியலமைப்புச் சட்டத்தின் வரைவை உருவாக்கி டாக்டர் பாபாசாகேப் அம்பேத்கரிடம் கையளித்தவர் யாரென உங்களுக்குத் தெரியுமா? அது பி.என். ராவ். ... பெங்கால் நர்சிங் ராவ் அதாவது பிராமணர்,"[111] அம்பேத்கரை தங்களில் ஒருவராக, இந்திய அரசியலமைப்புச் சட்டத்தைக் கட்டியெழுப்பியவராக வழக்கமாக பெருமைகொள்ளும் தலித்துகள் மீதான மறைமுகத் தாக்குதல். மேலும் திரிவேதி, "இந்தியாவில் நோபல் பரிசு வென்ற எட்டு பேரில், ஏழு பேர் பிராமணர்கள். ஒன்பதாவதாக நோபல் வென்றவரின் பெயர் உங்களில் யாருக்காவது நினைவிருக்கிறதா? அபிஜித் பானர்ஜி. அபிஜித் பானர்ஜி ஒரு பிராமணர்." அதே கூட்டத்தில், குஜராத்தின் முதல்வரான விஜய் ரூபானி, அதுவரை சங் பரிவார் அமைப்பு தவிர்த்துவந்த ஒரு விஷயத்துக்கு, சங் பரிவாரின் பிராமண மூலத்துக்கு அழுத்தம் தந்தார், அவர், "பிராமண சமூகம் எப்போதும் தேசநலன் குறித்தே பேசிவந்திருக்கிறது. அதனால்தான் அந்தச் சமூகம் பா.ஜ.க. மற்றும் ஆர்.எஸ்.எஸ்.ஸுடன் இணைந்திருக்கிறது"-என அறிவித்தார். ஜன சங்கமானது குஜராத்தைச் சேர்ந்த மூன்று பிராமணர்களால் உருவாக்கப்பட்ட உண்மையை அதன்மூலம் வெளிப்படையாகத் தெரிவித்தார்.

மக்களவையின் பா.ஜ.க. சபாநாயகர் ஓம் பிர்லா மேலும் ஒரு படி மேலேசென்று, பிராமணர்களை அவர் புகழ்ந்த விதம் ஜாதி அமைப்புக்கு ஆதரவாய் அமைந்தது: "பிராமண சமூகம், எப்போதும் இதர அனைத்து சமூகங்களுக்கும் வழிகாட்டியாய் செயல்படுகிறது. மேலும் அச்சமூகம் எப்போதும் வழிகாட்டும் பாத்திரத்தைக் கொண்டுள்ளது. எப்போதும் சமூகத்தில் மதிப்பீடுகளையும் கல்வியையும் பரப்புவதாய் அதன் பங்கு அமைந்திருக்கிறது. இன்றும்கூட ஒரு கிராமத்தில் ஒரேயொரு பிராமணக் குடும்பமோ, அல்லது குடிலோ இருந்தால், அந்தப் பிராமணக் குடும்பத்தின்

அர்ப்பணிப்பு மற்றும் சேவை காரணமாக அது உயர்ந்த நிலையைத் தக்கவைத்திருக்கும்... எனவே, தங்களது பிறப்பு ஒழுக்கம் காரணமாக சமூகத்தில் பிராமணர்கள் உயர்ந்த நிலை வகிக்கின்றனர்."[112] அதுவரை, சங் பரிவார் சித்தாந்திகள், பிராமணர்களின் பிறப்புவழி மேல்நிலையை வெளிக்காட்ட தயக்கம்காட்டிவந்தனர். பிராமணர்கள் சமூகத்தின் மேல்மட்டத்தில் இருந்தனர் என்றால், அது அவர்களின் பண்புகளின் காரணமாகவே என, அவர்கள் சுவாமி தயானந்தாவைப்போல மறுமலர்ச்சியாளர்கள் மற்றும் சீர்திருத்தவாதிகளிடமிருந்து பெற்ற சொற்களையே பயன்படுத்திவந்தனர். பிர்லாவோ மாறுபட்ட ஒன்றைச் சொல்லிக்கொண்டிருந்தார், அதே மூச்சில், அவர் சமூக ஒழுங்கையும் ஒற்றுமையையும் பாதுகாக்க சிறந்த வழி என ஜாதி நடைமுறையையும் ஆதரித்தார். பிராமணர்கள் தங்களது மகன்களுக்கும் மகள்களுக்கும் பிராமண வாழ்க்கைத் துணையைத் தேர்ந்தெடுக்க உதவும் பிராமின் பரிசாய் சம்மேளன் மாநாட்டில் பேசும்போது, அவர் மேலும் கூறினார்: "நாம் சமூகத்தை ஒன்றாகப் பிணைக்க விரும்பினால், இன்று இங்கே அதற்கு ஒரேயொரு ஏற்பாடு மட்டுமே இருக்கிறது. நமது முன்னோர் திருமணத்துக்காகக் கூட்டணி அமைத்ததுபோல், நாம் இன்று பரிசாய் சம்மேளனைக் கொண்டிருக்கிறோம். நாம் சமூகத்தைப் பாதுகாக்க விரும்பினால், பின் இதுவொன்றே ஒரே மாற்று." பிர்லாவைப் பொறுத்தவரை, சமூக ஒற்றுமை ஜாதி ஒழுங்கின் மூலம் மட்டுமே வரும். மேலும் அது படியடுக்கு நிலையிலே அமையும்.

உண்மையில், பா.ஜ.க. தலைவர்கள் ஜாதி அடிப்படையிலான அனுசரிப்புகளைச் செய்து, தலித்துகளின் தூய்மையின் மீதான தங்களது நம்பிக்கைகளைப் பிரதிபலிக்கின்றனர். உதாரணத்துக்கு, உத்தர பிரதேசத்தின் முதல்வராக யோகி ஆதித்யநாத் தேர்வுசெய்யப்பட்ட பிறகு, அது முன்பு அகிலேஷ் யாதவ், மாயாவதி, முலாயம்சிங் யாதவால் ஆக்கிரமிக்கப்பட்டிருந்ததன் காரணமாக இந்து மதகுருக்கள், "பிரம்மாண்டமான முதல்வரின் பங்களாவில் புனித தூய்மைப்படுத்தும் சடங்குகளுக்கான ஏற்பாடுகளை விரிவாகச் செய்தனர்,"[113] "தலித் ஆர்ப்பாட்டக்காரர்களின் இருப்பு காரணமாக மாசடைந்துவிட்டதாகக் குற்றம்சொல்லி"[114] அதேபோன்ற சடங்குகள், உடுப்பி ஸ்ரீகிருஷ்ணா கோவில் சுற்றுப்புறத்திலும், கிளை அமைப்பான சங் பரிவாரால் ஏற்பாடு செய்யப்பட்டன. சமூக நீதி மற்றும் மேம்பாட்டுத்துறை அமைச்சகம் மற்றும் தகவல் ஒளிபரப்புத் துறை அமைச்சகத்தால் அதிகாரப்பூர்வ தொடர்புகளில் தலித் என்ற வார்த்தை இனி பயன்படுத்தக்கூடாது. அட்டவணை ஜாதியினர் என்ற வார்த்தைக்கு மட்டுமே அனுமதி உண்டு எனச் சொல்லி உத்தரவுகள் பிறப்பிக்கப்பட்டன.[115]

பா.ஜ.க. சாதியின் அடிப்படையில் மட்டும் உயரடுக்கு அல்ல, அது வர்க்க அடிப்படையிலும் அத்தகையதே. இந்த விஷயத்தில், அது பிரதானமாக வணிக சமூகத்தைச் சேர்ந்த மக்களை ஈர்த்தது, அது வளமான பெரும்புள்ளிகளோ அல்லது உள்ளூர் வணிகர்களோ. அதன் எம்.பி.க்களின் சமூகவியல் சுயவிவரம், மீண்டும் இந்த உண்மையின் மீது ஒளிசிந்துகிறது. மக்களவை பிரதிநிதிகளிடையே வணிகத்தில் ஈடுபடுவோரின் பங்கு 1991இல் 14.20% ஆக இருந்தது, 2014இல் 26.33 சதவிகிதமாக நேர்கோட்டு முன்னேற்றத்தைக் கண்டது.[116] 2014இல் பா.ஜ.க. இந்த விகிதத்தில் எந்த ஒரு கட்சியைவிடவும் அதிகமாகப் பங்களித்தது, அதன் 282 எம்.பி.க்களில் 86 பேர், அல்லது அவர்களில் 30.5 சதவிகிதம் வியாபார சமூகத்திலிருந்து வந்தவர்கள். இந்த 86 எம்.பி.க்கள் மக்களவையிலுள்ள 144 வணிகர்களில் பாதிக்கும் மேற்பட்டவர்கள்.

பா.ஜ.க. எம்.பி.க்களின் சமூகவியல் சுயவிவரம், கட்சியின் உயரடுக்கு இயல்பின் அறிகுறி மட்டுமல்ல. அது அதன் முதலாளித்துவ நட்பு நடைமுறையையும் பிரதிபலிக்கிறது. காங்கிரஸின் கொள்கைகள், 1990இன் பொருளாதார தாராளமயமாக்க அலையின்போது அரசியலுக்கும் வணிகத்துக்கும் இடையில் இதேபோன்ற சுழற்சியைக் கொண்டுவந்தபோது, பா.ஜ.க. மொத்த விற்பனைக்கு தாராளச் சந்தையில் அனுமதியளித்து அதனைப் புதிய உயரங்களுக்கு இட்டுச்சென்றது. முதலில், சில பா.ஜ.க. தலைவர்கள் வெளிப்படையான அரசியல்-வணிகத்தில் ஈடுபடுபவர்களாக, அதில் தொடர்புடைய நலன்களின் மோதல் குறித்து அக்கறையற்றவர்களாக இருந்தனர். மோடியின் முதல் அரசில் போக்குவரத்துத் துறை அமைச்சராக இருந்த நிதின் கட்கரி, இந்தத் துறையுடன் தொடர்புடைய வணிகங்களைக் கொண்டிருந்தார். அவரது கூட்டாளி, பியூஷ் கோயல்-முன்னாள் பா.ஜ.க. பொருளாளரின் மகன்-ஒரு வியாபாரியாவார், 2014இல் அவர் (மின்சாரம் மற்றும் நிலக்கரி உள்ளிட்ட முழு அளவிலான போர்ட்போலியோக்களைக் கொண்டிருந்தார்) அமைச்சராக நியமிக்கப்பட்ட பிறகு, தனது நிறுவனத்தை பிராமல் எனும் உட்கட்டுமானம் மற்றும் மின்சாரத்தில் ஆர்வமுடைய நிறுவனத்துக்குக் கணிசமான மிகை விலைக்கு விற்றார்.[117] இரண்டாவதாக, பா.ஜ.க. முத்திரையுடன் பாராளுமன்றத்துக்குத் தேர்ந்தெடுக்கப்பட்ட ராஜீவ் சந்திரசேகர் போன்ற வணிகர்கள், இவர் ரிபப்ளிக் டி.வி. என்னும் தொலைக்காட்சி சேனலை நிறுவிய துணிகர முதலீட்டு வணிகர் (அத்தியாயம் 8இல் நாம் இதுகுறித்துக் காண்போம்.)-தங்களது துறைசார்ந்த விதிகளை மேலாதிக்கம் செய்து, முன்னுரிமையை அனுபவித்ததோடு, உள்விவகார ஒப்பந்தங்களின் அனுகூலங்களையும் பெற்றனர்.[118]

பணக்காரர் மேலும் பணக்காரராகிறார்

நரேந்திர மோடியின்கீழ், பணக்காரர்கள் மேலும் செல்வந்தராகினர், சமத்துவமின்மைகள் அதிகரித்தன. 2018இன் ஆக்ஸ்பாம் அறிக்கை 10 சதவிகித இந்தியச் செல்வந்தர்கள், தேசத்தின் செல்வத்தில் 77.4 சதவிகிதத்தை உடமையாகக் கொண்டிருந்தனர். (முந்தைய வருடம் 73 சதவிகிதத்தைக் கொண்டிருந்ததற்கு மாறாக)[119] அதில் 58 சதவிகிதம், இந்தியாவின் '1 சதவிகித' பணக்காரர்களின் கைகளில் இருந்தது (உலக சராசரி 50 சதவிகிதம்). இந்தக் கையளவு நபர்களின் 2017 சம்பாத்தியம், அந்த வருட இந்திய பட்ஜெட்டுக்குச் சமமானது. மேலும் 2017இல், இந்தியாவின் 100 பணக்கார அதிபர்களின் செல்வம் 26 சதவிகிதம் எகிறியது. அவர்கள் அனைவரிலும் பணக்காரரான முகேஷ் அம்பானி, தனது சொத்தை 67 சதவிகிதம் அதிகரித்திருந்தார் என இந்த பில்லியனருக்குச் சொந்தமான வெளியீடான ஃபோர்ப்ஸ் இந்தியா கூறியது[120]-2018இல் அம்பானியின் செல்வம் மீண்டும் 24 சதவிகிதம் அதிகரித்தது.[121]

100 பணக்காரர்களுக்குச் சற்று அப்பால் சென்று, ஐ.ஐ.எஃப்.எல். வெல்த் ஹருன் இன்டியா ரிச்சின் பட்டியல் இந்தியாவின் 953 பணக்காரக் குடும்பங்களை அடையாளம் கண்டு, அவர்களது சொத்து, இந்திய நாட்டின் ஜி.டி.பி.-யில் 26 சதவிகிதத்துக்கும் அதிகமாக இருப்பதைக் காட்டும் புள்ளிவிவரங்களைத் தந்தது[122]-அதன் பொருள் நாட்டின் அந்த 953 குடும்பங்களுக்கு 4 சதவிகித வரிவிதித்தால், அதன்மூலம் வரும் தொகை இந்தியாவின் ஜி.டி.பியில் 1 சதவிகிதத்துக்குச் சமமாக இருக்கும்.[123] கிரெடிட் சூயிஸ் மதிப்பீட்டின்படி, 2000இல் இந்தியாவிலுள்ள டாலர் மில்லியனர்களின் எண்ணிக்கை 34,000இல் இருந்து 2019இல் 7,59,000[124] ஆக உயர்ந்தது. உலகின் மிக வேகமாக அதிகரிக்கும் மில்லியனர்களைக் கொண்ட நாடாக இந்தியா திகழ்கிறது என்பதே இதன் பொருள்."[125] இந்த மில்லியனர்களின் சராசரி சொத்து இந்தக் காலகட்டத்தில் 74 சதவிகிதம் அதிகரித்துள்ளது.

வரிவிதிப்புக் கொள்கையின் நியாயமின்மை

பணக்காரர்கள் மேலும் பணக்காரர்களாகிக் கொண்டே செல்ல, அரசின் வரிவிதிப்புக் கொள்கை, இந்தப் போக்கைத் திருத்துவதற்குப் பதில், அதனை மேலும் வலுப்படுத்தியது. முதல்முறை மோடி அரசு பதவியேற்றதும் எடுத்த முதன்மையான முடிவுகளுள் ஒன்று, 1957இல் அறிமுகம் செய்யப்பட்ட செல்வ வரியை நீக்கியதுதான். இந்த வரியால் உருவாக்கப்பட்ட நிதி ஆதாரங்கள் குறிப்பிடத்தக்கதாக இல்லையென்றபோதும், இந்த முடிவு குறியீட்டுத்

தன்மையானது என்பதைவிடவும் அதிகமானது.¹²⁶ செல்வ வரிக்குப் பதிலாக, ஆண்டுக்கு 1 கோடிக்கு மேல் சம்பாதிக்கும் (133,333 அமெரிக்க டாலர்கள்) குடும்பங்களுக்கு வருமான வரி 2 சதவிகிதம் அதிகரிக்கப்பட்டது.¹²⁷

எப்படியிருந்தபோதும் இந்தியாவில் குறைவான மக்களே வருமான வரி செலுத்துகிறார்கள்: 14.6 மில்லியன் மக்கள் மட்டுமே 2019இல் (மக்கள் தொகையில் 2 சதவிகிதம் பேர்) வருமான வரி செலுத்தினர். அதன் விளைவாக, வருமான வரிக்கான ஜி.டி.பி. விகிதம் 11 சதவிகிதத்துக்குக் கீழேயே நீடித்தது. மோடி அரசு இதனைச் சீர்திருத்த நடவடிக்கை எடுக்காதது மட்டுமின்றி, (சுங்க வரிகள் போன்ற) மறைமுக வரிகளை அதிகரித்தது. அவை மறைமுக வரி செலுத்துபவரின் வருமானத்தைப் பற்றிக் கவலைப்படாமல் அனைவரையும் பாதிக்குமென்பதால் மிகவும் நியாயமற்றது. மதுபானம் மற்றும் பெட்ரோலியப் பொருட்களின் மீதான வரி ஒரு உதாரணம். சில மாநில அரசுகளும் தங்களது சொந்த வரிகளை விதித்ததால், இந்த வியூகத்தின் காரணமாக உலகிலேயே எரிபொருள் மீது மிக அதிக வரிவிதிக்கும் நாடுகளில் ஒன்றாக இந்தியா ஆனது. மோடி ஆட்சியில் நாட்டின் நிதி ஆதாரங்களில் மறைமுக வரியின் பங்கு ஒட்டுமொத்த வரியில் 50 சதவிகிதத்தை எட்டியது-ஐ.மு.கூ 1 காலகட்டத்தில் 39 சதவிகிதமாகவும், ஐ.மு.கூ. 2இல் 44 சதவிகிதமாகவும் இந்த வரி இருந்தது.¹²⁸

மோடியின் வரிவிதிப்புக் கொள்கை, நிறுவன உத்வேகத்தை ஊக்குவிக்கும் நிர்வாகச் சொல்லாட்சியை மனதில் வைத்துச் செயல்படும் விநியோகச் சார்பான பொருளாதார அணுகுமுறையாகும். செயல்திறன் விழிப்புணர்வுள்ள 'அரசியல்சார்பற்ற சி.இ.ஓ' ஆகத் தன்னை முன்வைக்க ஆர்வமுடையவராகப் பிரதமர் இருந்தார். பொருளாதாரப் பகுத்தறிவின் பெயரில் மோடி அரசாங்கம் மேற்கொண்ட நவதாராளவாத நடவடிக்கைகளில் ஒன்று, அவரது 2015 முதல் பட்ஜெட் முதலே, கார்ப்பரேட் வரியைக் குறைத்ததாகும்.¹²⁹ ஏற்கெனவே இயங்கிவந்த நிறுவனங்களுக்கு வரி 30 சதவிகிதத்திலிருந்து 22 சதவிகிதமாகக் குறைக்கப்பட்டது, 2019, அக்டோபர் 1-க்குப் பிறகு தொடங்கப்பட்ட உற்பத்தி நிறுவனங்களுக்கு, அந்த வரி 25-லிருந்து 15 சதவிகிதமாகக் குறைக்கப்பட்டது-கடந்த இருபத்தியெட்டு வருடங்களில் நடந்த மாபெரும் வரிக்குறைப்பு இதுவாகும். இந்த வரிக்குறைப்புடன் கூடுதலாக, வெளிநாட்டு வகைப்பாட்டில் வரும் முதலீட்டாளர்களுக்கும், அதேயளவு உள்நாட்டு வகைப்பாட்டில் வரும் முதலீட்டாளர்களுக்கும், நீண்ட கால மற்றும் குறைந்தகால மூலதன லாபங்களுக்கான மேம்படுத்தப்பட்ட கூடுதல் கட்டணம் அரசாங்கத்தால் திரும்பப்பெறப்பட்டது.¹³⁰

2019 தேர்தல்கள் நெருங்கியதும், மோடி அரசாங்கம் மறுபடியும் பணக்காரர்களுக்குக் குறைந்த ஆதரவுடையதாகவும், ஏழைகளுக்கு அதிக ஆதரவுடையதாகவும் காட்சியளிக்கவேண்டியதன் தேவையை உணரத் தொடங்கியது. ஆனால் பிப்ரவரியில் நிறைவேற்றப்பட்ட மத்திய பட்ஜெட், விவசாயிகள் குறித்த அக்கறையுள்ளதாகக் காட்டுவதற்கான வாய்ப்பை ஓரளவு தவறவிட்டிருந்தது. அவர்களுக்குச் சாதகமாக எந்தக் கடன் தள்ளுபடியும் அறிவிக்கப்படவில்லை. வெறுமனே கடன்கள் மீதான அதிகரிக்கப்பட்ட வட்டி உதவித் தொகையும், இரண்டு ஹெக்டேரோ அல்லது அதற்கும் குறைவான நிலங்களை வைத்திருக்கும் விவசாயிகளின் குடும்பங்களுக்கு-ஆண்டு வருமானத்தில் 6 சதவிகிதமாக ரூ 6000 (80 அமெரிக்க டாலர்கள்) ஓராண்டுக்கான வருமான உதவியாக அறிவிக்கப்பட்டது.[131] உண்மையில், மத்திய பட்ஜெட் மீண்டும் ஒருமுறை நடுத்தர வர்க்கத்தினரை மகிழ்விக்கும்படி அமைந்திருந்தது. வருமான வரி விலக்கு வரம்பு ரூ 2,00,000 லிருந்து (2,667 அமெரிக்க டாலர்கள்) ரூ 2,50,000 (3,333 அமெரிக்க டாலர்கள்)ஆக உயர்த்தப்பட்டது, மேலும் ரூ 5 லட்சம் (6,667 அமெரிக்க டாலர்கள்) வரைக்கான வருமான வரி விகிதம் 10 சதவிகிதத்திலிருந்து 5 சதவிகிதமாகக் குறைக்கப்பட்டது. ரூ 10 லட்சம் (13,333) வருமானமுள்ளவர்களுக்கான வருமான வரியானது ரூ 1,10,210 (1,470 அமெரிக்க டாலர்கள்)-லிருந்து ரூ 75,000 (1000 அமெரிக்க டாலர்கள் ஆக குறைக்கப்பட்டது.[132]

2014-2019இல் மோடி அரசாங்கத்தின் நிதிக்கொள்கையால் ஏழைகளே இருமடங்கு பாதிக்கப்பட்டனர்: நடுத்தர வர்க்கத்துக்கு ஆதரவாக மேற்கொள்ளப்பட்ட வரிக் குறைப்பு, செல்வ வரி நீக்கம், கார்ப்பரேட் வரி விகிதங்களின் குறைப்பு இவற்றின் பற்றாக்குறைகள் மறைமுக வரிகளால் அதிகரிக்கப்பட்டது மட்டுமின்றி, நிதி மறுவள ஆதாரங்களின் தேக்கத்தால் இந்திய அரசாங்கம் பொதுக்கல்வி மற்றும் பொது சுகாதாரத்துக்கு அதிகமாகச் செலவழிக்கமுடியவில்லை-அதுமட்டுமின்றி நரேந்திர மோடி நிதிப்பற்றாக்குறையை குறைக்கவிரும்பினார். அனைத்திலும் மேலாக, வரி வசூல் குறைந்திருந்தது. உதாரணத்துக்கு, கார்ப்பரேட் வரிக் குறைப்பால் கருவூலம் இழந்தது ரூ 1.45 லட்சம் கோடி. 2018-2019 நிதியாண்டைவிட மொத்த வரி வசூல், 2019-2020 நிதியாண்டில் 4.92 சதவிகிதம் குறைந்ததற்கான முக்கியக் காரணம் இதுதான்.[133] 1961-1962-லிருந்து எந்த ஒரு வருடமும் ஒட்டுமொத்த நேரடி வரிவசூல் எப்போதும் குறைந்ததே இல்லை.[134] இரண்டாவதாக, அரசாங்கத்தின் செலவீனம் குறைந்திருந்தது. மத்திய அரசு 2013-2014-ஆம் ஆண்டு ஜி.டி.பி.யில் 0.63 சதவிகிதத்தைக் கல்விக்குச் செலவிட்ட மத்திய அரசு, 2017-2018இல் 0.47 சதவிகிதம் மட்டுமே செலவிட்டது. பொதுச்

சுகாதார விஷயத்தில் இந்தப் போக்கு ஓரளவுக்குச் சிறப்பாகவே இருந்தது. 2013-2014இல் மத்திய அரசு ஜி.டி.பி.யில் 0.37 சதவிகிதம் சுகாதாரத்துக்குச் செலவிட்டது, 2015-2016இல் 0.34 சதவிகிதமாகச் சரிந்து, 2016-2017இல் மீண்டும் உயர்ந்து 0.38 சதவிகிதத்தை எட்டியது.[135]

இந்த வியூகம், வறுமையை எதிர்த்துப் போராடுவதற்கான நடவடிக்கைகளை ஓரளவுக்குத் தகர்ப்பதுடன், இந்தியாவில் சமத்துவமின்மைகள் தொடர்ந்து அதிகரித்துவருவதை ஓரளவு விளக்குகிறது. எனினும், மோடி அரசுக்கும் தொழிலதிபர்களுக்குமான நெருங்கிய உறவு உள்ளிட்ட இதர காரணங்களாலும் செல்வந்தர்களில் சிலர் மேலும் செல்வந்தர்களாயினர்.

முதலாளித்துவ நண்பன் என்பதிலிருந்து முதலாளித்துவத்துடன் கூட்டுவைத்தல்

2014 பா.ஜ.க. வெற்றிக்கு முன்பே, பெரும்பாலான இந்திய தொழிலதிபர்கள் செல்வந்தர்களாக இருந்தனர், மோடி அரசாங்கம் தொடர்ந்து அவர்களுக்கு உதவியது. குஜராத்தில், மோடி அரசாங்கம், சந்தை விலைக்குக் கீழாக நில விற்பனை, சுற்றுச்சூழல் விதிமுறைகளில் சலுகைகள், நியாயப்படுத்தமுடியாத வரித் தள்ளுபடிகள், வட்டியில்லாத கடன்கள் உள்ளிட்ட நியாயமற்ற சாதகங்களைத் தொழிலதிபர்களுக்கு வழங்கியது.[136] மத்திய அரசை அமைத்ததும், தேசிய ஜனநாயகக் கூட்டணி அரசு பில்லியன்கணக்கில் கடன்பட்டிருந்த இந்தியத் தொழிலதிபர்களை வங்கிகளிடமிருந்து காப்பாற்றியது. இந்தக் கூட்டணி, நிச்சயமில்லாத கடன்களைக் குறைமதிப்புக்கு உட்படுத்தி, வங்கி அமைப்பைச் சீர்குலைத்தது-குறிப்பாகப் பெரிய முதலீட்டாளர்கள், தங்கள் கடன்களைத் திருப்பிச் செலுத்தவில்லை.[137] இந்தப் பிரச்சனை முந்தைய அரசின்கீழே தொடங்கியிருந்தபோதும், வணிகர்களுக்கும் ஆளும் வர்க்கத்துக்குமான கூட்டணியின் காரணமாகவே இந்தப் பிரச்சினை நீடித்தது. அரசின் கூட்டாளிகள் பொதுத் துறை வங்கிகளிடமிருந்து தொடர்ந்து பெருந்தொகைகளைக் கடனாக வாங்கினர் (அரசாங்கத்துக்குக் கீழ்ப்படியாவிட்டால் அந்த வங்கிகளின் தலைமைகள் தொந்தரவுக்குள்ளாயினர்,[138]) அதனை அவர்களால் திருப்பிச்செலுத்த முடியாது என்பதை நிரூபித்தனர். மே 2018இல், அவை செயல்படாத சொத்துக்களாக (NPAs) அறிவிக்கப்பட்டன) வேறுவிதமாகச் சொன்னால், பொது வங்கிகளிடம் கடன் வாங்கியவர், குறைந்தபட்சம் 90 நாட்களில் வட்டி, அல்லது அசலைத் திருப்பிச்செலுத்தாத கடன்கள்-12.65 பில்லியன் டாலர்களுக்குத் திரண்டிருந்தது, அல்லது அவர்களது ஒட்டுமொத்த கடன்களில் 14 சதவிகிதமாக இருந்தது (முந்தைய

ஆண்டு (2017) மார்ச்சில்[139] 12.5 சதவிகிதமாக இருந்ததுடன் ஒப்பிட, மார்ச் 2012இல் 3 சதவிகிதமாக மட்டுமே இது இருந்தது.)[140] ஒரு சிறிய எண்ணிக்கையிலான கடன்காரர்களே பெரிதும் இந்த நிலைக்குக் காரணம், அவர்களில் முக்கிய பெரிய தொழிலதிபர்களும் இருந்தனர்.[141] 2015இல், 57 பக்க ஆவணத்தில், கிரெடிட் சூயிஸ், பத்து இந்திய கார்ப்பரேஷன்களின், இந்த மலைக்கவைக்கும் கடன்குறித்த விரிவான பகுப்பாய்வை அளித்திருந்தது. இந்நிறுவனங்கள் அனைத்தும் சிவப்புக் கொடி காட்டுமளவுக்கு வந்தபின்னும் கடன் வாங்கின.[142] 2018இல், நிச்சயமில்லாத கடன்களில் 84 சதவிகிதம் பெரும் கார்ப்பரேட் நிறுவனங்களால் வாங்கப்பட்டது, அதில் 12 நிறுவனங்களே திரும்பவராத மொத்தக் கடன்களின் 25 சதவிகிதத்துக்குப் பொறுப்பு.[143] அவர்களில் 2002 முதல் பிரதமர் நரேந்திர மோடியின் ஆதரவாளராக இருக்கும், கௌதம் அதானிக்குச் சொந்தமான நிறுவனங்களும் அடக்கம்.[144] 2015இல், இந்த நிறுவனமானது, இரு மின்னுற்பத்தி நிலையங்களையும், ஒரு துறைமுகத்தையும் வாங்க தனது கடன் அளவை 16 சதவிகிதம் அதிகப்படுத்தியது. அதன் விளைவாக, 2011இல் 331 பில்லியன் ரூபாய்களாக (4.41 பில்லியன் அமெரிக்க டாலர்கள்) இருந்ததுடன் ஒப்பிட, அதன் கடன் 840 பில்லியன் ரூபாய்களாக (11.2 பில்லியன் அமெரிக்க டாலர்கள்), அதிகரித்தது.[145] இருந்தும் நரேந்திர மோடியுடனான கௌதம் அதானியின் நட்பு காரணமாக, வங்கிகள் தொடர்ந்து பணத்தை அந்நிறுவனத்துக்குக் கடனாக அளித்தன.

வங்கிப் பிரச்சனையால், ரிசர்வ் பேங்க் இந்தியா (ஆர்.பி.ஐ), சில வங்கிகளைக் கடன் வழங்குவதிலிருந்து தடைசெய்தது, இது விவசாயிகள் மற்றும் சிறிய மற்றும் நடுத்தர அளவிலான நிறுவனங்களைப் பாதித்தது. வங்கிகளின் மறுவள ஆதாரங்கள் காரணமாக இவர்களின் கடன் அளவு ஏற்கெனவே சுருங்கிப்போயிருந்தது. இந்தச் சிறிய, நடுத்தர அளவிலான நிறுவனங்களில்-சில மிகவும் அளவில் சிறியவை-திவாலாகிப் போகின. ஆனால் இந்தியாவில் சேவைத்துறை, கைவினைப் பொருள்கள், தொழிற்துறை வேலைகளை அதிகளவு வழங்குபவை இவையே. இந்தத் துறை அனுபவப்பட்டுக்கொண்டிருக்கும் பிரச்சனை ஓரளவு உழைப்புச் சந்தையில் உள்ள நெருக்கடியை விளக்கும், வேலையின்மையின் முதல் பலியாடுகள் இந்த ஏழைகளே.

2016-ஆம் ஆண்டு திவால் மற்றும் திவால் குறியீடு சட்டத்தினைப் பயன்படுத்துவதன்மூலம் வங்கிகள், தொழிலதிபர்களைத் தங்களது சொத்துகளில் சிலவற்றையோ அல்லது அனைத்தையுமோ விற்றுக் கடனைத் திருப்பிச்செலுத்த ஏன் நெருக்கவில்லை? சில நிறுவனங்கள் அதிகாரவர்க்கத்துக்கு நெருக்கமாக இருந்ததனால் கொஞ்சமும்,

சிலசமயம் நீதிமன்றங்களின் காரணமாகவும், வழக்குகள் வருடக் கணக்கில் இழுத்துக்கொண்டு போனது (எஸ்ஸார் குழுமத்தில் சில சொத்துகளை விற்க, சட்டம் வரையறை செய்துள்ள 270 நாட்களுக்குப் பதிலாக 841 நாட்கள் ஆனது),[146]-கடனைத் திருப்பிச்செலுத்தாதவர்களின் இவ்வளவு பெரிய பட்டியல் பெரிதும் ரகசியமாகவே உள்ளது.

முதல் பகுதியின் நிறைவு

2000இன் முதல் தசாப்தத்தில், நரேந்திர மோடி தனது ஜனரஞ்சகவாத நிலைப்பாட்டின் மூலம் அதிகாரத்துக்கு வந்தது, சங் பரிவாரின் வரலாற்றில் ஒரு திருப்புமுனையாகக் குறிக்கப்பட்டது. நிச்சயமாக, அவர் அந்த இயக்கத்தின் மையக் கொள்கையை உடைக்கவில்லை: ஆர்.எஸ்.எஸ்.ஸின் கலப்பில்லாத தயாரிப்பான அவர், பா.ஜ.க.வின் பழைய வியூகமான துருவப்படுத்தலைப் பின்பற்றி, முஸ்லிம்களை மற்றவர்களாகக் காட்டுவது உட்பட, இந்து இதயங்களின் சக்கரவர்த்தியாக மாறிய மோடி, 2002 படுகொலையின்போது, இந்து தேசியவாதத்தின் அனைத்தும் அம்சங்களையும் வளர்த்தெடுத்தார். அவை வார்த்தைகளாலும் செயல்களாலும் குறிப்பாக மிகைப்படுத்தப்பட்டது. அத்துடன், இஸ்லாமிய தீவிரவாதத் தாக்குதல் அலை நிலவிய சூழலில், குறிப்பாக எல்லை மாநிலமான குஜராத்தெங்கும் பரவலாகக் காணப்பட்ட பெரும்பான்மை சமூகத்தின் ஊறுபடும் உணர்வை முஸ்லிம் மற்றும் பாகிஸ்தானுக்கு எதிராக, அவரால் பயன்படுத்திக்கொள்ள முடிந்தது.

ஆனால் மோடி தனது ஜனரஞ்சகவாத பாணி காரணமாகப் புதிய ஒன்றை இந்துத்துவாவுக்குக் கொண்டுவரமுடிந்தது. உண்மையில், ஜனரஞ்சகவாத இஸத்தின் கோட்பாட்டாளர்களால் வரையறுக்கப்பட்டுள்ள, பெரும்பாலான அம்சங்களை மோடி அவரது குஜராத் ஆண்டுகளின்போதே ஏற்கெனவே நிறைவுசெய்திருந்தார். அவர் முழுமையாக மக்களின் உருவகமாகத் தன்னைக் காட்டிக்கொண்டிருந்தார். முதல்வராக, அவர் எப்போதும் 50 அல்லது 60 மில்லியன் குஜராத்திகளின் சார்பிலும், பிரதமராக, 1.2 அல்லது 1.3 பில்லியன் இந்தியர்கள் சார்பிலும் முறையாகத் தன்னை வெளிப்படுத்திக்கொண்டதோடு, 'நண்பர்களே', 'சகோதர சகோதரிகளே' போன்ற உணர்ச்சியேற்றப்பட்ட வார்த்தைகளோடு, 'ஒற்றுமை' என்பது போன்ற 'வெற்றுக் குறிப்பான்களை'ப் பயன்படுத்தினார். லாக்லாவின் தத்துவத்தை இங்கே மறுவரையறை செய்யலாம் அல்லது இந்தியச் சூழலுக்கு ஏற்றவாறு

மாற்றியமைக்கலாம், ஏனெனில் மற்றவர்களுக்காக அனைத்தையும் தியாகம் செய்யும் ஃபக்கீரின் அம்சங்களைப் பின்பற்றுவதன்மூலம், ஒற்றுமையின் உருவத்தை ஒருங்கிணைக்கமுயன்றார். அத்துடன் இந்தத் திறமை கலாச்சார ரீதியாகவும் எதிரொலித்தது.

தன்னை மகத்தான ஒருங்கிணைப்பவராகவும் மக்களின் மனிதனாகவும் காட்டி, மோடி விசேஷமான, நேரடித் தொடர்பை மக்களுடன் ஏற்படுத்த முயன்றார். இது ஜனரஞ்சகவாத பாணியில் மற்றொரு உரைகல்லாகும். மேலும் எல்.கே. அத்வானி தனது ரத யாத்திரை மூலம் முயற்சித்துப்பார்த்ததும் ஆனால் தாக்குப்பிடிக்க முடியாததும் இதுவாகும். (முடிவில் ஏ.பி. வாஜ்பாயைப்போல நீண்ட காலம் அவரால் மக்கள் ஏற்பைப் பெறமுடியவில்லை.) மோடி சாதித்ததோ முன்னுதாரணமில்லாதது, ஏனெனில் அமைப்புக்குள்ளும் பொதுவாக சங் பரிவாருக்குள்ளும் அதிகாரத்தைத் தனிப்பயனாக்குவதை ஆர்.எஸ்.எஸ். நெறிமுறைகள் தொடர்ந்து எதிர்த்துவந்திருந்தது. அவ்வமைப்பு வெற்றிபெற்றதற்கானக் காரணம் மனித அளவீடுகளுக்கு அப்பாற்பட்டது என்பதைக் கருத்திக்கொண்டால், தனி ஆளுமை ஒன்று அமைப்பை ஆளுகை செய்ய அனுமதித்தால், அது அமைப்பை பலவீனமாக்கும் எனக் கருதி, அரசியலில் உறுதியான ஆளுமைகள் மட்டுமே நுழையும் விதத்தில், ஆர்.எஸ்.எஸ். ஷாகாவில் சுயம்சேவக்குகளுக்குத் தன்னகங்காரத்தை நசுக்கி, தனிமனிதவாதத்தைத் தடைசெய்யும் விதத்தில் பயிற்சியளித்தது. அவ்வமைப்பில் பொதுவிவாதம் அரிதாகவே காணப்படுகிறது. மோடியோ இந்த நிலைப்பாட்டில், வகைப்பாட்டில் அடங்காதவராக இருந்தார்: அவர் 1990இல் ஆர்.எஸ்.எஸ்.ஸிலிருந்து பா.ஜ.க.வுக்குள் வந்தார், அங்கே அவர் அமைப்பைவிடவும் மேலோங்கி, அதனில் ஆதிக்கம் செலுத்தியதுடன், அதன் கொள்கைகளுக்கு விசுவாசமாக நீடித்தபடியே அவ்வமைப்பிலிருந்து சில டிகிரிகள் தன்னை விடுவித்துக்கொண்டார். அதிகாரத்தைத் தனிப்பயனாக்கி ஜனரஞ்சகவாதம் வரும்போது, அது உண்மையில் அமைப்பில் ஓரளவு சரிவை ஏற்படுத்தவே செய்யும். ஷில்ஸ் பரிந்துரைப்பதுபோல, மக்களிடம் நேரடியாகத் தொடர்புறுத்தும் தலைவர் தங்களது முன்னோரைப் போலன்றி அரசியல் கட்சிகளை அதிகளவில் சார்ந்து இருக்கமாட்டார் (தன் சொந்தக் கட்சி உட்பட), சீர்குலைக்கும் அரசியல்வாதியாகத் தனது சொந்த ஆட்டத்தை ஆடுவதற்காக, தனது சொந்த செயல்பாட்டாளர்கள், சமூக ஊடக நெட்வொர்க்கைப் பயன்படுத்துவார். நிச்சயமாக, மோடி தனது ஆற்றல், சொற்பொழிவுத் திறனால் மக்களிடம் செயல்திறனுடன் தொடர்புகொண்டதுடன், தன்னைப் பொதுவெளியில் நிறைப்பதற்குத் தேவையான மாபெரும் நிதி ஆதாரங்களும் அவருக்குக் கிடைத்தது.

எனினும், லாக்லாவ் மகத்தான ஒருங்கிணைப்பாளரெனச் சொல்லும் இவர் அனைத்து ஜனரஞ்சகவாதிகளையும்போல, மிகவும் எளிய வழியில் ஆதரவாளர்களைத் திரட்டினார்: முட்டே விவரிப்பதுபோல 'ஊழல்வயப்பட்ட உயரடுக்கினர்' என எதிரிகளைச் சொன்னார். அது நேரு-காந்தியை முதன்மையாகவும் காங்கிரஸையும் பிரதிநிதித்துவம் செய்தது. ஒரு வம்சத்தைப்போல, பல பத்தாண்டுகளாக இந்தக் குடும்பம் அதிகாரத்தை ஆக்கிரமித்திருந்ததற்கு மாறாக, மோடி தன்னை ஏழ்மையான பின்னணியிலிருந்து சுயமாக உருவாகி வந்த மனிதராகக் காட்டினார். இந்தச் சமூகப் பின்னணி, காங்கிரஸ் கட்சிக்கு எதிராக மட்டும் அவருக்கு உதவவில்லை, உண்மையில், சாமானியமயமாக்கலுக்கு உட்பட்டுக்கொண்டிருந்த அமைப்பில். மண்டலுக்குப் பிந்தைய, பெரிதும் சாமானிய முகத்தை அமைப்பானது முன்னிறுத்தத் தேவையிருந்த சூழலில், சங் பரிவாருக்குள் வளர்ச்சியடையவும் உதவியது. இங்கே, இயக்கத்தின் உயரடுக்கு அடையாளத்துக்கும் வெகுஜனத்தை ஈர்ப்பதற்கான அதன் விருப்பத்துக்கும் என நீண்ட காலமாக பாதிப்புக்குள்ளாகியிருந்த சங் பரிவாரின் முரண்பாடொன்றை சமப்படுத்தவும் மோடி உதவினார்: ஆர்.எஸ்.எஸ். பிராமணர்களால் நிறுவப்பட்டிருந்தது, வெகுகாலமாக அதன் உறுப்பினர்கள் உயர் சாதியினர்களாக மட்டுமே காணப்பட்டனர். சாமானியர்களில் இருந்து அமைப்பின் உறுப்பினர்களை நியமிக்க அவ்வமைப்பு விரும்பியபோது, சமஸ்கிருதமயமாக்கலின் தர்க்கப்படி, உள்ளூர் உயரடுக்கினரின் நட்பையும், அவர்களைப் போற்றுவதன்வழி தங்களது அந்தஸ்தையும் உயர்த்த விரும்பிய கீழ்ஜாதியினர் மட்டுமே ஷாகாக்களுக்கு வந்தனர். மோடி தூய ஆர்.எஸ்.எஸ். தயாரிப்பு, அதேசமயம் கீழ் ஜாதியைச் சேர்ந்தவர் என்பதால், இந்தச் சமூகப் பிளவுக் கோடு மங்கியது. இந்தப் பாரம்பரிய அம்சத்துக்கு அப்பால், நவ நடுத்தர வர்க்கமென அவரே குறிப்பிட்ட புதிய சமூக வகைப்பாட்டின் எழுச்சியின் குறியீடாகத் திகழ்ந்தார். இந்த வர்க்கம், 2000இன் முதல் பத்தாண்டுகளில் மண்டலுக்குப் பிந்தைய இடஒதுக்கீட்டால் ஆதாயமடைந்த கீழ் ஜாதி சக்திகளின் எழுச்சியாலும், பொருளாதார தாராளமயமாக்க அலையின் எழுச்சியால் இரண்டிலக்க பொருளாதார வளர்ச்சி சாத்தியமானதாலும் இருப்புக்கு வந்திருந்தது. வாஜ்பாயியின் பா.ஜ.க., நேர்மறைப் பாகுபாட்டுக்கு எதிரான பாதுகாப்பாக பா.ஜ.க.வைக் கண்ட மேல் ஜாதி வாக்காளர்களைக் கவர்ந்தது. மோடியின் பா.ஜ.க.வோ அதே மேல்வகுப்பு வாக்காளர்களைக் கவர்ந்ததுடன், நேர்மறைப் பாகுபாட்டாலும், பொருளாதார வளர்ச்சியாலும் ஆதாயமடைந்தவர்களையும் அதேசமயம் 2010இன் பொருளாதார மந்தநிலை காரணமாக வளர்ச்சி தொடராததால் ஏமாற்றமடைந்தவர்களையும் கவர்ந்திருந்தது.

மண்டலுக்குப் பின் ஆர்.எஸ்.எஸ். இந்த வகைப்பாட்டைத்தான் (பெரும்பாலும் ஓ.பி.சி.யினர்) சேர்த்துக்கொள்ள விரும்பியிருந்தது, சங் பரிவாருக்குள் அதன் செல்வாக்கு அதிகரித்துவந்தது, பஜ்ரங் தள்ளின் உறுதிப்பாட்டால் நிரூபிக்கப்பட்டுள்ளது. ஆனால் இந்து தேசியவாத இயக்கத்தின் இந்தச் சாமானியமயமாக்கல், ஜாதியத்தை மட்டும் சார்ந்திருக்கவில்லை: பல மேல் ஜாதி 'கோபக்கார இளைஞர்கள்' சமூக வீழ்ச்சி மற்றும் சுயமதிப்பை இழத்தல் ஆகியவற்றை எதிர்த்து, வேலைகளை உருவாக்கவும், அவர்களுக்குப் புதிய பெருமிதத்தை உருவாக்கியளிக்கவும் மோடியை நம்பியிருந்தனர். இந்த அனைத்து இளைஞர்களும், ஆங்கிலம் பேசும் தாராளவாத உயரடுக்கினரின் பலிகடாவும், 2002 படுகொலைக்கு ஒருபோதும் மன்னிப்புக் கோராதவருமான மோடியோடு அடையாளப்படுத்திக்கொண்டனர். அவர்கள் 2014 தேர்தலில் குறிப்பிடத்தகுந்த தாக்கத்தை ஏற்படுத்தினர். வாக்காளர்களில் நான்கில் ஒரு பகுதியைப் பிரதிநிதித்துவப்படுத்திய, பதினெட்டிலிருந்து-இருபத்தைந்து வயதான வாக்காளர்களாலேயே 68 சதவிகித வாக்கு பதிவானது. (தேசிய சராசரியைவிடவும் 2 சதவிகிதம் அதிகம்). சி.எஸ்.டி.எஸ். சர்வேயின்படி, அவர்களில் 34.4 சதவிகிதத்தினர் மோடியின் பா.ஜ.க.வை ஆதரித்தனர், கட்சியின் ஒட்டுமொத்த செயல்பாட்டைவிடவும் இது 3 சதவிகிதம் அதிகம்.[1]

ஆஸ்டிகயின் பொழிப்புரைக்கேற்ப, மோடி ஒரேசமயத்தில் பாதிக்கப்பட்டவராகவும், அதிநாயகனாகவும் தோன்றமுடிந்ததால் பொதுவாக மக்களிடமும், இளைஞர்களிடமும் திறன்மிக்கவகையில் தொடர்புறுத்த முடிந்தது. மோடி, தனது சமூகப் பின்னணி காரணமாக நிறுவனத்தால் பலிகடாவாக்கப்பட்டதாகக் கூறிக்கொண்டார். இந்தப் பின்னணி, மக்கள் அவருடன் அடையாளப்படுத்திக் கொள்ளவும், அவரது சாதனைகளை இன்னும் அதிக விதிவிலக்கானதாகவும் மாற்ற உதவியது.-முக்கியமாக இந்த விதிவிலக்கான பண்புகளில்தான் வெபரின் கவர்ச்சிகரமான அங்கீகாரம் வேர்கொண்டுள்ளது. இந்த நியதிக் கருத்தாக்கத்தை இங்கே செம்மைப்படுத்தவும் இந்தியமயப்படுத்தவும் செய்யலாம். அதிமானுட சக்திகளை நாயகர்களுக்கு வழங்கும் அதிஇயற்கைப் பண்பானது சமூகத்தில் ஊடுருவிக் கிடப்பதற்கானக் காரணிகளைப் பகுப்பாய்வு செய்தால் மோடியின் வசீகரத்தை எளிதாகப் புரிந்துகொள்ளமுடியும்.

மோடி, விளிம்புநிலை சமூகத்தைச் சேர்ந்தவர் என உரிமைகோருவதன் மூலம் ஜனரஞ்சகவாத திறமையைப் பயன்படுத்தமுடிந்தது, ஆனால், நிலவியல் விளிம்பைச் சேர்ந்தவர் எனவும் அவரால் வாதிக்கமுடிந்தது, இந்த விளிம்புநிலை மிகவும் 'அசலானது': அவர் ஒருபோதும் காஸ்மோபாலிட்டன் டெல்லி வட்டத்தின் பகுதியாகவோ அல்லது 2013-2014 வரை தேசியத் தலைவராகவோ

இருந்ததில்லை. இந்த நிலையானது அவருக்கு ஒரு வெளியாளாகவும் இந்திய மண்ணில் வேரைக் கொண்டுள்ள கறைபடாத மனிதராகவும் காட்சியளிக்க உதவியது, மாறாக காங்கிரஸ் தலைவர்களோ லோகாயத விஷயங்களில் கறைபடிந்தவர்களாக இருந்தனர் (அன்னா ஹசாரே இயக்கம் நிரூபித்ததாகக் கூறப்படுவது) கலாச்சார ரீதியில் பார்த்தாலும்: சோனியா காந்தி ஒரு வெளிநாட்டவர், ராகுல் காந்தியோ தனது நரம்புகளில் அவரது ரத்தத்தைக் கொண்டிருந்தார்.

இது ஒரு முக்கியமான கருத்தாகும், ஏனெனில் மோடியின் ஜனரஞ்சகவாதம், ஜெர்மனியால் கோட்பாட்டுக்குட்படுத்தப்பட்ட தேசியவாத ஜனரஞ்சகவாதம் எனும் துணைப்பிரிவுக்கு உட்பட்டதாகும். அதனால் அவர் தனக்கு முன்பிருந்த எந்தவொரு பா.ஜ.க. தலைவரைவிடவும் காங்கிரஸ் தலைவர்களை மிகவும் ஆக்ரோஷமாகவும் பரிகாசமாகவும் தாக்கிப் பேசினார். அவர்கள் முறையான எதிரிகள் அல்ல, மாறாக அவர் பிரதிநிதித்துவப்படுத்திய தேசத்தின் எதிரிகள் என்று சொல்லி, மிகவும் வக்கிரமான விதத்தில் அவர்களை இழிவுபடுத்தவும் அவமானப்படுத்தவும் துணிந்தார். இங்கே, அவரது பாணி ஜனரஞ்சகவாதத்தின் பன்மை எதிர்ப்பு பரிமாணத்துக்கு எடுத்துக்காட்டாக அமைகிறது. ஆனால் அவரது பிரதான இலக்கோ சிறுபான்மையினர். பா.ஜ.க.வின் தலைவராக இருந்த அவரது முன்னோர்கள் எல்லாம் குறைந்தபட்சம் குறியீட்டுரீதியாகவாவது சிறுபான்மையினருடன் அனுசரித்துப் போக வழிகளைக் கண்டபோது, மோடி அந்தவிதத்தில் எந்தச் சலுகையும் அளிக்கவில்லை. எனவே, அவர் கண்டுபிடித்த இந்த வகைப்பாட்டு தேசிய ஜனரஞ்சகவாதத்தில், பெரும்பான்மை சமூகத்தினர், மற்றவர்களான முஸ்லிம்களுக்கு எதிராக ஒன்றிணைந்து, வன்முறையான வழிமுறைகளை எதிர்கொண்டு ஒன்று அவர்கள் சரணடையும்படியோ அல்லது கிளம்பும்படியோ நிர்பந்திக்கப்பட்டனர். இந்தப் புத்தகத்தின் இரண்டாவது பாகத்தில் நான் காட்டுவதுபோல, இது 2014இன் வெற்றியின் எதிரொலிப்புக்குப் பின் நடைமுறை இன ஜனநாயகத்தின் பிறப்புக்கு வழிவகுத்தது. இது மோடியின் இந்து தேசியவாதம் மற்றும் ஜனரஞ்சகவாதத்தின் முன்னெப்போதுமில்லாத இணைவின் காரணமாகவே பெரிதும் நிகழ்ந்தது.

இன ஜனநாயகம் குறித்த கேள்விக்குச் செல்லும்முன்பாக, நாம் மோடியின் ஜனநாயகத்தின் கடைசிப் பரிமாணத்தை மதிப்பீடு செய்வது அவசியம்: அவர் அதிகாரத்தைக் கையிலெடுத்துக்கொண்டபின் நடைமுறைப்படுத்திய கொள்கைகள் மற்றும் சில பிரசங்கங்களின் அடிப்படையிலான, அதன் சமூகப் பொருளாதார குணாதிசயம். ஏழைப் பங்காளன் என அவர்

வலியுறுத்தியபோதும்-தூய்மை இந்தியா பிரச்சாரம், பிரதம மந்திரியின் மக்கள் செல்வம் திட்டம், பிரதம மந்திரியின் பிரகாசம் திட்டங்களை அவர் முன்வைத்த விதம், டஜன்கணக்கான உரைகளைப் பார்த்தவிதத்தில்-ஏழை மக்களுக்கு தேசிய சொத்தில் சிறிதை மறுவிநியோகம் செய்த சமூக ஜனநாயகவாதிகள் மற்றும் சோஷியலிஸ்டுகளுக்கு மாறாக, மோடி எம்.ஜி.என். ஆர்.ஈ.ஜி.ஏ. உள்பட ஏழைகளுக்காக அரசு செலவிடும் தொகையைக் குறைத்தார். ஜாதி அமைப்பிலிருந்து பெற்ற சமூகப் படிநிலை கருத்தாக்கமான-சமூக ஒழுங்கில் அரசு இடையிடாமல் தடுக்க, அரசின் தேவையைக் குறைப்பது என்ற பா.ஜ.க.வின் பாரம்பரிய எதிர்பார்ப்புடன் இந்த அணுகுமுறை பொருந்துகிறது. செல்வத்தை மறுவிநியோகம் செய்வதற்குப் பதிலாக, மோடி அரசானது நிதியல்லாத மறுவளமான பெருமித உணர்வை வழங்கியதுடன், பணமதிப்பிழப்பு அலையின்போது செல்வந்தர்களுக்கு எதிரான பழிவாங்கும் உணர்வை அவர் பயன்படுத்திக்கொண்டார். இத்தகைய சமூக உணர்வுகளைச் சுரண்டலும் ஜனரஞ்சகவாத பாணியின் ஓர் அங்கமே, அனைத்துக்கும் மேலாக அத்தியாயம் 4இல் பகுப்பாய்வு செய்யப்பட்ட திட்டங்கள் அனைத்தும், செய்தித்தாளில் இடம்பெற்ற ஒவ்வொரு விளம்பரத்திலும், ஒட்டப்பட்ட அனைத்துச் சுவரொட்டிகளிலும் மோடியின் படம் இடம்பெறச் செய்யப்பட்டுத் தீவிரமாகச் சந்தைப்படுத்தப்பட்டன.

அரசியல் அறிஞர்கள், தெளிவாக இந்திய உயரடுக்கு வர்க்கத்தினருடன் தொடர்புடைய கட்சியான பா.ஜ.க.வை ஏழைகள் ஏன் ஆதரித்தனர் எனப் புரிந்துகொள்ள முயன்றனர்.[2] ஜாதி அடிப்படையிலான நேர்மறைப் பாகுபாட்டுக்கு எதிரான, இந்து உயர் பாரம்பரியங்களின்[3] ஆதரவாளராகத் தோன்ற முயலும் ஒரு அரசியல் சக்தியுடன் தங்களை அடையாளப்படுத்திக்கொள்வதன் மூலம் தங்களது அந்தஸ்தைப் பாதுகாக்க முயலும், உயர் ஜாதி ஏழைகளின் விஷயத்தில், இதற்கு விளக்கம் அளிப்பது அத்தனை சிரமமானதல்ல. மேலும் இது, ஏழைகள் மத்தியில் பா.ஜ.க., எங்கே சமூகப் பணிகள் செய்கிறது என்பதையும் விளக்குகிறது.[4] ஆனால் மோடியின் விஷயத்தில், மற்றொரு வகைப்பாடும் காரணியாக இருக்கவேண்டும்: ஏழைகள் உட்பட அவரது சமூகத்தைச் சேர்ந்த ஒவ்வொருவருக்கும், தேசிய ஜனரஞ்சகவாத தலைவரின்மீது ஈர்ப்பிருந்தது. தங்களைக் கருத்திலெடுத்துக்கொண்ட, மதிப்பளித்த, புதிய மகத்தான தலைவராகப் பார்த்தனர். இதெல்லாவற்றுக்கும் மேலாக, சாமானியர்கள் அவரைத் தங்களுள் ஒருவராய்க் கண்டனர்.

இந்தியாவில், ஜனரஞ்சகவாதி என்ற சொல் பலசமயங்களில் வாய்வீச்சுடன் செயல்படும் ஆட்சியாளர்களால்[5]

மேற்கொள்ளப்படும் ஆடம்பரமான பொதுச் செலவீனங்களைக் குறிக்கப் பயன்படுத்தப்படுகையில், இங்கே ஜனரஞ்சகவாதம், ஒரு வகை எதிர்ப்புரட்சியாகவும், சமத்துவ அரசியலுக்கான முறிவு மருந்தாகவும்-தேசிய ஜனரஞ்சகவாதமோ இன்னுமதிகமாக, ஏனெனில் இந்தத் தொகுப்பு அதனைக் கட்டியெழுப்பியவர்கள் ஜாதி, வர்க்கத்தின் அடிப்படையிலான அடையாளங்களை மங்கச் செய்யவும், மற்றவர்களுக்கு எதிராக சமூகத்தை அணி திரட்டுவது மட்டுமல்லாமல், ஏழைகளுக்குப் புதிய பெருமித உணர்வையும் அளித்தது. உண்மையில் தேசிய ஜனநாயகவாதத்தின் மறைமுகப் பொருள், உயரடுக்கினரின் பழிவாங்கலும், 2014 முதல் உயர்ஜாதி அரசியல்வாதிகள் அரசியலுக்குத் திரும்பத் தொடங்கியதுமேயாகும். இடஒதுக்கீடுகள் நீர்க்கச் செய்யப்பட்டது, எம்.ஜி.என்.ஆர்.ஈ.ஜி.ஏ. போன்ற திட்டங்கள் வெட்டிக்குறைக்கப்பட்ட பின் சமத்துவமின்மைகள் பெருகத் தொடங்கின. வரிக் கொள்கையானது, இந்தப் போக்குகளைச் சரிசெய்வதற்குப் பதில் இவற்றை தீவிரப்படுத்தின, நிதிச் சீர்திருத்தங்களால் பணக்காரர்களும் நடுத்தர வகுப்பினரும் ஆதாயமடைய, ஏழைகள் மறைமுக வரிகளால் தீவிரமாகப் பாதிக்கப்பட்டனர். கடைசியாக, அரசாங்கத்தின் நட்பு சக்திகள் தங்களது நிலையை அதி-பணக்காரர்களாக உயர்த்திக்கொள்ள அனுமதிக்கப்பட்டனர். இந்தப் பொது மதிப்பீட்டில், அதிகாரப்பூர்வ உரைகளில் கிராமப்புற இந்தியா பெற்றுக்கொள்ளும் முனையில் இருப்பதாக தெளிவுபடச் சொல்லப்பட்டாலும், கிராமங்களில் மீண்டும் பெருமளவில் ஏழ்மை அதிகரிக்கத் தொடங்கியது.

மோடி அரசியலின் இந்த அம்சங்கள் ஜனரஞ்சகவாதத்தின் நியதிகளை உறுதிசெய்கின்றன: மோடி முழு அளவிலான தொனியில் (சொல்லப்போனால்: கருணை, நம்பிக்கை முதல் கட்டளை வரை) ஏழைகளுக்கு ஆதரவான உரைகளை வழங்கினார், இந்தப் பேச்சுகளைத் தவிர்த்துச் செயல்படவும் செய்தார். அதற்குமாறாக, மோடி ஏழைகளை அமைப்புக்கு எதிராக அணிதிரட்டும் அதேசமயம், அவரது கொள்கைகளில் சில பணக்காரர்களை மேலும் பணக்காரர்களாக்கியது. தேசிய ஜனரஞ்சகவாதத்தின் இந்த இரு அம்சங்கள் இங்கே இப்படிச் செயலாற்றுகிறது: ஒருபுறம், உயரடுக்குக் குழுவினர் மற்றும் நடுத்தர வர்க்கத்தினர் தங்கள் அந்தஸ்துக்குப் பயந்து, மற்றவர்களுக்கு எதிராகச் சாமானியர்களை அணிதிரட்ட அடையாளத்தையும் மதத்தையும் பயன்படுத்தி உணர்வுகளைச் சுரண்டினர். மற்றொரு புறம், பொருளாதார மேம்பாட்டின் அடிப்படையில் நிறைவேற்றப்பட்ட வாக்குறுதிகள் பெரும்பாலும்

நிதிசார்பற்றவை மட்டுமே, இதனால் சமத்துவமின்மை பெருக அனுமதிக்கப்பட்டது.

ஜனரஞ்சகவாதிகள் மக்களின் பாதுகாவலர்களாகக் காட்சி தந்தனர், ஆனால் அடையாள அரசியல் தவிர்த்து, எல்லாத் தீமைகளுக்கும் மற்றவர்களே காரணம் எனக் காட்டி, மிகவும் கைவிடப்பட்டவர்களுக்கு மிகச்சிறிய சலுகைகளை அளித்து, மக்களுக்காக மிகக் குறைவாகவே செய்தனர். மோடியின் விஷயத்தில், முஸ்லிம்களை முழுக்க பலிகடாவாகப் பயன்படுத்திக்கொண்டு, வெகுஜனங்கள் பொருளாதார விஷயத்தில் தங்கள் வாழ்க்கை மேம்படுவதைக் காண்பதே அரிதாக இருந்தது, பணக்காரர்களோ அவரது கொள்கைகளால் மகத்தான அளவில் ஆதாயமடைந்தனர். இந்த மாதிரியை முதலில் பா.ஜ.க. வாக்காளர்கள் இயல்பின் மூலம் விளக்கமுடியும்: மோடியின் 'மக்கள்', 2014இல் முதன்மையாக மேல் ஜாதி, நகர்ப்புற நடுத்தர வர்க்கத்தினர், நவ நடுத்தர வர்க்கத்தினருக்காக, கிராமப்புற ஏழைகள் தியாகம் செய்யப்பட்டனர்- என்பது பணக்காரர்களுக்கும் நடுத்தர வர்க்கத்தினருக்கும் மட்டுமே கட்டுபடியாகும் அகமதாபாத்தையும் மும்பையையும் புல்லட் ட்ரெய்ன் மூலம் இணைப்பது என்ற அரசின் முடிவிலிருந்து புலனாகிறது.[6] இரண்டாவதாக, தேர்தல் பிரச்சார நிதிக்காக, மோடியின் பா.ஜ.க. வணிக சமூகத்துக்குப் பெரிய அளவுக்கு ஆதரவாக நின்றது.

எனவே, அரசியல் அமைப்பால் கைவிடப்பட்டதாக உணரும் மக்களின் ஆதரவின் காரணமாக, தேர்தலில் வெற்றிபெறும் பல ஜனரஞ்சகவாதிகளிடமிருந்து மோடி வேறுபடுகிறார். ஓ.பி.சி மற்றும் நவ நடுத்தர வர்க்கத்தைச் சேர்ந்த இதர பிற்பட்ட வகுப்பினரின் எழுச்சியால் அச்சுறுத்தப்பட்டதாக உணர்ந்த உயர் ஜாதியினரால், இதைச் சரிசெய்யும் மனிதராக மோடி கருதப்பட்டார். இட ஒதுக்கீட்டிலிருந்து நகர்ந்து பொதுத் துறையிலிருந்து தனியார் துறைக்கு வந்து சமூக ஏணியில் ஏற விரும்பிய நவ நடுத்தர வர்க்க ஓ.பி.சி.க்கள், மோடி குஜராத்தில் செய்ததுபோல தேசிய அளவிலும் சாதிப்பார் என நம்பினர்.

பகுதி 2
உலகின் மிகப்பெரிய நடைமுறை இன ஜனநாயகம்

இன ஜனநாயகத்துக்கான கொள்கைகளை உருவாக்கிய சாமி ஸ்மோகா, இந்த அரசியல் அமைப்பை பரந்த அளவுகோல்களின் அடிப்படையில் வரையறுக்கிறார். இன தேசியவாதத்தின் விளைவுப்பொருளான இன ஜனநாயகம்-தம்மை இன, மொழி, மத அல்லது இதர கலாச்சார குணங்களின் அடிப்படையில் பிணைத்துக்கொண்டதாகக் கருதும் ஒரு குழுவின் சித்தாந்தம் மற்றும் பிணைப்புகளிலிருந்து, வலுவான உடைமை உணர்வையும், பலசமயங்களில் மேலாதிக்கத்தையும் அடைகிறது. அதன் அடையாள உணர்வு, மற்றவர்களை நிராகரிப்பதுடன், இன தேசியத்தின் ஒருங்கிணைப்புக்கும் அதன் நீடிப்புக்கும் பொதுவாக மற்றமை ஒரு அச்சுறுத்தல் எனக்கருதுகிறது. ஸ்மூகாவைப் பொறுத்தவரை, இன ஜனநாயகத்தின் தோற்றத்துக்கும் நீடித்திருப்பதற்குமான நிபந்தனைகளில் ஒன்று, "இன தேசியத்தின் இருப்புக்கான அச்சுறுத்தல் (உண்மையோ அல்லது யூகித்துக்கொள்ளப்பட்டதோ), இன தேசியமாக நீடித்திருப்பதற்காகப் பெரும்பான்மையினரை அணிதிரட்டுவதற்கான தேவையெழுவதாகும்."[1] இந்த உள்நிபந்தனை மற்றெல்லாவற்றையும்விட மிக முக்கியமானது (அத்துடன் இனப் பெரும்பான்மையினரின் ஒப்பீட்டு அளவு, குறிப்பிடத்தக்கதாக இருப்பது அத்தியாவசியமானதாகும்), இரண்டு வெளிநிபந்தனைகள் அவசியம் நிறைவேற்றப்படவேண்டும்: அதே இனக்குழுவினரால் நிர்வகிக்கப்படும் ஒன்று அல்லது அதிகமான மாநிலங்களில் சிறுபான்மையினருக்கான பாதுகாப்பு குறைவுபட்டதாக இருக்கவேண்டும், மற்றும் சர்வதேச சமூகத்தின் (ஆதரவு அல்லது நடுநிலைமை[2] இன தேசிய அரசுக்கு இருத்தல்.

இன ஜனநாயகத்தின் பாதையில் பல நாடுகள் சென்றிருந்தாலும், மேற்கு ஐரோப்பாவிலிருந்து உத்வேகம் பெற்று பாராளுமன்ற அமைப்பையும் இன (யூத) அடையாளத்தையும் இணைக்க

முயற்சிகளை மேற்கொள்ளும் நாடான இஸ்ரேலே இன ஜனநாயக அரசியல் அமைப்புக்கு முன்னுதாரணமாகத் திகழ்கிறது என்கிறார் ஸ்மூகா. இந்த நாணயத்தின் இரு பக்கங்கள், யூத இயல்புடனான தேசமும், முதன்மையாக பாலஸ்தீனியர்கள் என்றும் இஸ்ரேலிய அராபியர்கள் எனவும் அறியப்படும் சிறுபான்மையினரின் உரிமைகளும் அது சுமத்தும் கட்டுப்பாடுகளும் ஆகும். இந்த நாட்டின் இன அம்சங்களை, அன்றாட வாழ்க்கையைத் தெரிவிக்கும் யூதமயப்படுத்தப்பட்ட அடையாளச் சின்னங்களில் காணமுடியும்: இஸ்ரேலின் பட்டத்துடனான பெயர்கள், நாட்காட்டிகள், தினங்கள் மற்றும் நினைவிடங்கள், நாயகர்கள், கொடி, சின்னம், தேசிய கீதம், இடங்களின் பெயர்கள், விழாக்கள் மற்றும் அதுபோன்றவை எல்லாமே யூதத் தன்மையுடையவை."[3] நாடானது அடையாளக் குறிப்புகளின் அடிப்படையில் மட்டும் யூத சமூகத்தை ஊக்குவிக்கவில்லை. யூதக் கழகம், யூத தேசிய நிதியம், யூதர்களுக்கு மட்டுமே நிதி வழங்கும் பகுதியளவு மக்கள் அமைப்புகள் அனைத்தும் நிதி அடிப்படையிலும் யூத சமூகத்திற்கு உதவுகிறது, மேலும் ஸ்மூகா தெரிவிக்கிறார், பெரும்பாலான பேதங்கள் அதிகாரப்பூர்வமானவை அல்ல, ஆனால் நடைமுறையில் இருப்பவை. பலன்களைப் பெறுவதற்கு ராணுவ சேவையை அளவுகோலாக்குவதுபோன்ற விதிமுறைகளை ஏற்படுத்தியுள்ளன. இவையோ, பெரும்பாலான சிறுபான்மை உறுப்பினர்களை விலக்குபவை.

இஸ்ரேலிய அராபியர்களின் மீதான பாரபட்ச நடைமுறைகள், தியோடர் ஆணையம் அல்லது அதற்குத் தலைமை தாங்கிய முன்னாள் உச்சநீதிமன்ற நீதிபதியால் பார்வையிடப்பட்டு அங்கீகரிக்கப்பட்டுள்ளன. அக்டோபர் 2000இல் அல்-அக்சா இன்டிஃபாடாவின் தொடக்கத்தில் 13 அரேபியர்களின் உயிரைப் பலிவாங்கிய போலீஸ் அடக்குமுறையை விசாரிக்க அரசாங்கத்தால் நியமிக்கப்பட்ட ஆணையம், "இஸ்ரேலிய ஜனநாயகம், யூதர்களிடம் ஜனநாயகத்துடன் இருக்கும் அதேயளவுக்கு அரேபியர்களிடம் ஜனநாயகப்பூர்வமாக இல்லை"[4] எனக் கண்டறிந்தது.

இன ஜனநாயகம் என்ற கருத்து, உண்மையில் முரண்பாடானது, ஏனெனில் அது விளக்கங்களை இரண்டு வகைப்பாடாகப் பிரிக்கிறது: மத அடையாளம் காரணமாக, சில குடிமக்கள் கொண்டிருக்கும் அதே உரிமைகளை மற்றவர்கள் கொண்டிருக்கவில்லை, ஆனால் இஸ்ரேலிய யூதர்கள் ஜனநாயகக் கொள்கைகளை ஆதரிப்பதாகக் கூறுகின்றனர், மேலும் உச்ச நீதிமன்றம் 1988ஆம் ஆண்டு தீர்ப்பில் கூறியதுபோல், அமைதிக்கான முற்போக்கு பட்டியல், கட்சித் தேர்தலில் பங்கேற்கும் உரிமையை மறுக்கிறது, ஏனெனில் இக்கட்சி இஸ்ரேலை ஒரு யூத நாடாக அங்கீகரிக்க மறுத்தது: "இந்த இரு

விஷயங்களுக்கிடையே எந்தவொரு முரண்பாடும் இல்லை: நாடானது யூதர்களுக்கான நாடாக இருக்கும் அதேசமயம் அதன் ஆட்சி அறிவொளிமிக்க ஜனநாயக ஆட்சி. இது யூதர்கள் அல்லது யூதர்களல்லாத அனைத்து குடிமக்களுக்கும் உரிமைகளை வழங்குகிறது."[5] நீதிபதிகள் மேலும் அதிகமாக, "ப்ரான்ஸின் ப்ரெஞ்சுத் தன்மை அதன் ஜனநாயக தன்மைக்கு முரணானதில்லையோ, அதுபோல, இஸ்ரேல் அரசு யூத நாடாக இருப்பது, அதன் ஜனநாயக இயல்பை மறுப்பதில்லை"[6] எனக் குறிப்பிடும் அளவுக்குச் சென்றனர்.

இஸ்ரேல் உச்சநீதிமன்றம் நாட்டின் அனைத்து குடிமக்களும் சம உரிமைகளைக் கொண்டிருப்பதாக நினைத்த அதேசமயம், ஸ்மூகாவின் கருத்துப்படி, "அரேபியர்களுக்கு விதிக்கப்பட்ட கட்டுப்பாடுகளை ஏற்றுக்கொள்வதோடு, யூதர்கள் முன்னுரிமையுடன் நடத்தப்படுவதையும் யூதப் பொதுக்கருத்து அங்கீகரிக்கிறது."[7] 1995இல் இஸ்ரேலிய யூதர்களிடையே நடத்தப்பட்ட கருத்துக் கணிப்பொன்று, நாடானது அரேபியர்களைவிட யூதர்களுக்கு முன்னுரிமைச் சலுகை வழங்கவேண்டுமென 74.1 சதவிகிதம் எதிர்பார்த்தனர். 32.2 சதவிகிதம்[8] பேரிடம் கேட்கப்பட்டதில், 30.9 சதவிகிதம் பேர், அரேபியர்களுக்கு வாக்களிக்கும் உரிமை அளிக்கக்கூடாது, குடிமைப் பணி வேலைகளில் அமர்த்தப்படக்கூடாது எனவும் கூறியுள்ளது இந்தப் பிரச்சனையின் பரிமாணத்தை விளக்கும் என்கிறார், "பெரும்பாலான யூதர்கள் மேற்கூறிய வித்தியாசமான நடைமுறைகளை அரேபியர்களுக்கு எதிரான பாகுபாடு என்பதைக் கூட உணரவில்லை, மாறாக யூத அரசில் யூதர்களுக்கு உரிமையுடன் வழங்கப்பட்ட தேர்வுகளாகவே கருதினர்."[9]

முரணாக, ஸ்மூகா இப்படி முடிக்கிறார், "இஸ்ரேல் விவகாரமானது, ஆழமாகப் பிளவுபட்ட சமூகங்களில் ஒரு தனித்துவமான ஜனநாயகமாக இன ஜனநாயகத்தின் நம்பகத்தன்மையை நிரூபிக்கிறது."[10] அவர் ஒட்டுமொத்தமாக, "மோதல் வரன்முறைப்படுத்தலின் ஒரு வழிமுறையாக, இது இனப்படுகொலைக்கும், இனச் சுத்திகரிப்பு, தன்னிச்சையான மக்கள் இடமாற்றம் மற்றும் ஜனநாயகமற்ற ஆதிக்க அமைப்புகளைவிட இது மேலானது."[11] என்கிறார். ஆனால் ஜனநாயகத்தை இனமயமாக்குவது சிறுபான்மையினரை வன்முறையிலிருந்து நிச்சயமாகக் காப்பதில்லை.

இப்புத்தகத்தின் இரண்டாம் பகுதி, இந்திய ஜனநாயகத்தின் இனமயமாக்கல் என்ற பிரத்யேக கோணத்திலிருந்து இந்து தேசியவாத சக்திகள் அதிகாரத்தைப் பயன்படுத்துவதைப் பற்றிப் பேசுகிறது.12 நரேந்திர மோடியின் முதல் ஆட்சிக்காலமான, 2014-2019இன் போது, இந்தச் செயல்முறை சில நீதித்துறை திருத்தங்கள் தொடர்புடையதாக

இருந்தது: அரசியலமைப்புச் சட்டம் திருத்தப்படாதது மட்டுமின்றி (பா.ஜ.க. அவ்வாறு செய்வதற்கான பெரும்பான்மையைக் கொண்டிருக்கவில்லை), மாநில அளவிலும், சில புதிய சட்டங்கள் இயற்றப்பட்டன. அதனால்தான் தேசிய ஜனநாயகக் கூட்டணியின் இரண்டாம் ஆட்சிக் காலத்தின்போது மோடியின் இந்தியா, ஒரு நடைமுறை இன ஜனநாயகத்தைக் கண்டுபிடித்ததாகக் கூறலாம், இதில் ஒப்பீட்டளவில் அரசு பின்னணியில் இருந்து, சட்ட அமலாக்க அமைப்புகளின் வெளிப்படையான அல்லது மறைவான ஆதரவுடன், கண்காணிப்புக் குழுக்களிடம் களத்தை விட்டது. அத்துடன் கருத்து வேறுபாடுடையவர்கள், மதச்சார்பின்மையின் பாதுகாவலர்களாக இருந்தாலும் சிறுபான்மையின் உறுப்பினர்களாக இருந்தாலும் அவர்களின் பின்னால் கண்காணிப்புக் குழுவினர் சென்றனர். சாதியமைப்பு மற்றும் ஆணாதிக்க மரபின் சிறப்பியல்புகளான, ஆந்த்ரோபிராக்ஸி அல்லது சமூகக் கட்டுப்பாட்டை நினைவூட்டும் இந்தக் கலாச்சார காவல் முத்திரை இந்துக் கலாச்சார ஊக்குவிப்புடன் இணைந்து இந்தியக் கலாச்சாரமென வரையறுக்கப்பட்டு அதனுடன் சமப்படுத்தப்பட்டது. ஒரு மாறுதலாக, தேசமானது இதில் முக்கியப் பங்கு வகித்தது. கண்காணிப்புக் குழுவினரால் சிறுபான்மையினர், மதச்சார்பற்றவர்களைக் குறிவைத்து தாக்குவதைப் பார்க்கும்முன்பு, இந்தக் கடைசி அம்சம் முதலில் ஆராயப்படும்.

5

மதச்சார்பின்மைக்கு எதிராக இந்து பெரும்பான்மைவாதம்

நரேந்திர மோடி ஆட்சியில் அமர்ந்தது முதல், பொதுவெளியில் இந்துத்துவம் ஊக்குவிக்கப்படுவது தொடங்கியது. உண்மையில், இந்த நகர்வு அவர் பிரதமராக நியமிக்கப்படுவதற்கு முன்பே தொடங்கிவிட்டது. தேர்தல் முடிவுகள் அறிவிக்கப்பட்டு, குஜராத்தில் அவர் வென்ற தொகுதியை ராஜினாமா செய்வதற்கு முன்பே, வாரணாசி தொகுதியின் பா.ஜ.க. வேட்பாளர் தனது தொகுதியில் அதனைக் கொண்டாடத் தீர்மானித்தார். உண்மையில், வாரணாசியில்தான் மோடியின் முதல் பதவியேற்பு விழா நடந்தது, அது அவரது கலாச்சார அங்கீகாரத்தை உறுதிப்படுத்தியது. அதிகாரப்பூர்வ பதவியேற்பு எளிய, நிறுவனரீதியான சம்பிரதாயமாகவே அமைந்தது. வாரணாசியில், அவரது நெற்றியை சிவ திலகம் அலங்கரிக்க (இந்துக்களின் சைவ சின்னம்), அமித்ஷா[1] உள்ளிட்ட பா.ஜ.க. பிரமுகர்கள் சூழ்ந்திருக்க, கங்கா ஆரத்தி எனும் இந்துச் சடங்கை (புனித நதியின் கரையில் மேற்கொள்ளப்படும் வழிபாடு) மோடி நிகழ்த்தினார்.

தொடர்ந்துவந்த வாரத்தில், மே 26 அன்று, அவரது அலுவலகப்பூர்வமான சத்தியப் பிரமாணத்துக்குப் பின், ஆர்.எஸ்.எஸ். பொறுப்பாளர்கள் கலந்துகொள்ள, சில இந்து தேசியவாத ஆளுமைகள் உள்ளிட்ட நபர்கள் இடம்பெற அவர் அரசாங்கத்தை அமைத்தார். அவர்களில் ஒருவரான உமாபாரதி, இந்து மத ஆளுமைகளின் வழக்கமான காவிநிற உடையணிந்து[2]-கங்கை புத்துயிர்ப்பு மற்றும், நதிகள் மேம்பாடு மற்றும் நீர்வள ஆதார அமைச்சராக நியமிக்கப்பட்டார். ஆயுர்வேத மருத்துவம்[3] மற்றும் யோகாவை உள்ளடக்கிய துறையின் சுருக்கமான ஆயுஷ் துறையின் அமைச்சரைத் தவிர்த்து-இதர துறைகள் நேரடியாக இந்துத்துவ ஊக்குவிப்போடு தொடர்புடையவையாக இருக்கவில்லை-ஆனால் கேபினட் அமைச்சர்கள் (அவர்களில்

பலர் ஆர்.எஸ்.எஸ்.ஸைச் சேர்ந்தவர்கள்) அனைவரும் தங்களது முடிவுகளிலும் தங்களது பேச்சிலும் பெரிதும் இந்துத்துவத்தை உயர்த்திப்பிடிக்கும் நம்பிக்கை உடையவர்களாக இருந்தனர். அரசு எந்திரத்தில் ஆர்.எஸ்.எஸ். ஊடுருவியதோடு, அதிகாரிகள் மட்டத்தில் அணுகுவதற்கான வழிவசதிகளும் முன்னெப்போதுமில்லாத வகையில் கிட்டியது. இந்தியாவின் புதிய தலைவர்களின் இலக்குகளாக, மதச்சார்பின்மையும் அதன் ஆளுமைகளும் இருந்தன. கல்வி, சில என்.ஜி.ஓ.க்கள் தொடங்கி, நாட்டின் வரலாற்றைத் திரும்ப எழுதுவது வரை, முடிந்தவரை சிறப்பாகக் கருத்தியலைப் பரப்புவதில் தங்களை அர்ப்பணித்துக்கொண்டனர். அதேவேளை, புதிய அரசாங்கமானது, சட்டமியற்றும் எந்திரத்தை மறைமுகமாக மாற்றியமைக்கத் தொடங்கியது.

பொதுவெளியை இந்துத்துவமயமாக்குதல்

பசுக்களைப் பாதுகாத்தல், மதமாற்றத்தைத் தடுத்தல்

மோடியின் இந்தியாவை அவரது முதல் ஆட்சிக்காலத்தில் ஒரு நடைமுறை இன ஜனநாயகம் என்று விவரிக்கமுடியுமே தவிர, முறையான இன ஜனநாயகம் எனச் சொல்லமுடியாது, ஏனெனில் பொதுவெளியை இந்துத்துவமாக்குவது பெரிதும் முறையற்ற வழிகளைப் பின்பற்றியே நடைபெற்றது, ஒரேயோரு விஷயத்தில் மட்டுமே பா.ஜ.க. சட்டங்கள் இயற்றியது (அப்போதும், தேசிய அளவிலல்ல): அது பசுப் பாதுகாப்பு. இந்து மதத்தில் மிகவும் புனிதமான விலங்கான பசுக்களைப் பாதுகாப்பது என்பது, இந்துத்துவத்தின் பாதுகாவலர்களுக்கும் அவர்களது பத்தொன்பதாம் நூற்றாண்டு முன்னோடிகளுக்கும்கூட நம்பிக்கையான கட்டளையாகும்.[4] குஜராத் 2012 தேர்தல் பிரச்சாரத்தின்போது "இளம்சிவப்பு புரட்சிக்கு" எதிராக மோடி குரல்கொடுத்தபோது, காங்கிரஸ் கட்சிமீது குற்றம்சாட்டினார்[5] அதனை அப்போது தனது விருப்பத்துக்குரிய கருப்பொருளாக மாற்றினார். அவர் 2014இல், பீகார், அஸ்ஸாம் என இரண்டு பொதுமேடைகளில் மட்டுமே இந்தத் தீங்குவிளைவிக்கும் புரட்சியைப் பற்றிக் குறிப்பிட்டார். ஆனால் தனது வலைத்தளத்தில் ஒரு மிகக் குறிப்பிடத்தக்க செய்தியைப் பதிவிட்டார்: "காங்கிரஸால் வழிநடத்தப்படும் தற்போதைய தேசிய ஜனநாயகக் கூட்டணி, "இளம்சிவப்பு புரட்சியைக் கொண்டுவருவதற்காக மாட்டிறைச்சி ஏற்றுமதியையும், பசுக்களை வெட்டுவதையும் ஊக்குவிக்கிறது.[6] இயல்பாகவே, அவர் கேள்விக்குரிய அந்த மாமிசம்[7] மாட்டினுடையது அல்ல, எருமையினுடையது என முழுக்க அறிந்திருந்தார். ஆஸ்திரேலியாவையும் விஞ்சி அதன் ஏற்றுமதியில் இந்தியா முன்னணியில் இருந்தது.[8]

பசு இறைச்சிக்காக வெட்டப்படுகிறது என்பதனால் மட்டும் பசு வதை புரிபவர்களுக்கு எதிராக இந்து தேசியவாதிகள் போராடவில்லை, பசுவின் மூத்திரம், பால் உட்பட பசுவிலிருந்து கிடைக்கும் பொருட்கள் அனைத்தும் சிறப்பான குணங்கள் உடையதாகக் கருதியதாலேயே போராடினார்கள். அவர்களில் ஒருவர், இந்தியப் பசுக்களிடமிருந்து கிடைக்கும் பால் ஜெர்ஸிப் பசுக்களிடமிருந்து கிடைக்கும் பாலைப் போன்றதல்ல, இந்தியப் பசுவின் பால் தீய எண்ணங்களை விரட்டுவதோடு, குழந்தைகளைக் குற்றங்களிலிருந்து விலகிநிற்க வைக்கக்கூடியது என விளக்கினார்.[9] உத்தரகாண்டின் முதல்வர் இதேபோன்று, "பசுவின் அருகில் வசிப்பதே ஒருவகை காசநோயை குணப்படுத்தும்"[10] என வாதிட்டார். ஆனால் ஆர்.எஸ்.எஸ். தலைவரும் அதன் தலைமைத் தத்துவவாதியான மன்மோகன் வைத்யா உள்ளிட்ட மற்றவர்கள் கூடுதல் வாதங்களை அளித்தனர். வைத்யா, "விஷயம் மதரீதியானது மட்டுமல்ல. வேதியியல் உரங்கள் மண்ணுக்குத் தீங்கு பயக்கின்றன, ஆனால் பசு அடிப்படையிலான விவசாயமோ சுற்றுச்சூழலுக்கு உகந்தது என ஆய்வுகள் காட்டுகின்றன. இந்திய வம்சாவளி பசுக்களின் சாணமும் மூத்திரமும், துளசிச் செடியைப் (புனித துளசி) போலவே, மருத்துவ குணம் கொண்டது" எனக் கூறினார்.[11]

இந்த அனைத்துக் காரணங்களாலும், 2014-க்குப் பிறகு, தேர்தல்களில் அது அடைந்த வெற்றியைப் பயன்படுத்தி, சில மாநிலங்களில் நீண்ட காலமாக இந்து தேசியவாதத் திட்டத்தின் பகுதியாக இருந்த சட்டங்களை இயற்றுவது அல்லது ஏற்கெனவே இருக்கும் சட்டங்களைத் திருத்துவதில் இறங்கியது. மகாராஷ்டிராவில், அக்டோபர் 2014இல் ஆட்சியைப் பிடித்தது பா.ஜ.க. 2015இல் அமைக்கப்பட்ட பா.ஜ.க.-சிவசேனா கூட்டணி அரசு, 1995இல் இயற்றப்பட்ட சட்டத்தைக் கடினமாக்கியது (இவ்வாறாக பா.ஜ.க. - சிவசேனா முதல் கூட்டணி அரசால் சட்டம் நிறைவேற்றப்பட்டது): பசுவதை தற்போது தடைசெய்யப்பட்டது மட்டுமின்றி, இதர எருது போன்றவைகளை வெட்டுவதும், பசு இறைச்சி வைத்திருப்பதும்[12] தடைசெய்யப்பட்டதாக ஆனது (நீர் எருமைக்கு மட்டும் விதிவிலக்கு அளிக்கப்பட்டது.) இது தற்போது ஐந்தாண்டு வரை சிறைத் தண்டனையும், கடுமையான அபராதமும் விதிக்கக்கூடிய குற்றமாக ஆனது.

2014இல் பா.ஜ.க. தனியாகவே நின்று வென்ற மாநிலமான ஹரியானாவில், 2015இல் மாட்டிறைச்சிக்குத் தடைவிதிக்கப்பட்டது. அங்கே தண்டனை, அதிகபட்சமாகப் பத்தாண்டு சிறையும் அபராதமாக ரூ 1,00,000-ம் (1,330 அமெரிக்க டாலர்கள்) இருக்கும். பின் விரைவிலேயே, குஜராத் அதன் சட்டங்களைக் கடுமையாக்கியது.

2017இல், வேறெந்த மாநிலத்தைவிடவும் நீண்டகாலமாக பா.ஜ.க.வால் ஆளப்பட்டுவரும் அம்மாநில சட்டமன்றம், 1954ஆம் ஆண்டு குஜராத் விலங்குகள் பாதுகாப்புச் சட்டத்தை, எந்தவித எருது வகை விலங்கையும் வெட்டுவது ஏழு ஆண்டுகள் சிறைத் தண்டனைக்கும் ரூ 5,00,000 (6,667 அமெரிக்க டாலர்கள்) அபராதத்துக்கும் உரிய குற்றமாகும் என திருத்தியது, இச்சட்டத்தின்கீழ் தண்டனைபெற்ற குற்றவாளிகள் பிணைபெறுவதற்குத் தகுதியானவர்கள் அல்லர்.[13]

ஆனால் பசுப் பாதுகாப்புக்கு சட்டமியற்றுவது அத்தியாவசியமான முன்நிபந்தனையல்ல. உதாரணமாக, உத்தர பிரதேசத்தில் அதன் 2017 வெற்றிக்குப் பின் பசுக் கொலையைத் தடுக்கும் சட்டத்தை மாற்றுவது அவசியமென பா.ஜ.க. கருதவில்லை. புதிய முதல்வர் யோகி ஆதித்யநாத் பதவியேற்ற இரண்டே நாளில், பல கசாப்புக் கடைகள் சட்டபூர்வமற்றவை அல்லது இயந்திரமயமாக்கப்பட்டவை என்ற வாதத்தைப் பயன்படுத்தி அவற்றை மூடும்படி உத்தரவிட்டார். உண்மையில் நகராட்சி இறைச்சிக்கூடங்களே சட்டப்பூர்வமற்ற கசாப்புக் கடைகள். சுகாதார மற்றும் தூய்மைப் பராமரிப்பு போதுமானதாக இல்லையென உள்ளூர் அதிகாரிகளால் உரிமங்கள் புதுப்பிக்கப்படவில்லை என்பது தெரியவந்தது.[14] இந்த உண்மை மற்றும் அரசியலமைப்பின் அடிப்படையில் மாநில நீதிமன்றம், அரசின் உத்தரவுக்கு எதிரான அதன் முடிவில் இப்படிக் குறிப்பிட்டிருந்தது[15], "வாழ்க்கை மற்றும் வாழ்வாதார உரிமையுடன் சந்தேகத்துக்கு இடமின்றி தொடர்புடையதாய் இருக்கும் குறிப்பாக உணவு, உணவுப் பழக்கவழக்கங்கள், விற்பனையுடன் தொடர்பானவற்றில், சட்டத்திற்குப் புறம்பான நடவடிக்கைகளை உடனடியாகத் தடுக்கும், அதேசமயம் சட்டப்பூர்வமான நடவடிக்கைகளை எளிதாக்குவதும் ஒரேசமயத்தில் இருக்கவேண்டும்."[16] இங்கே குறிப்பிடப்பட்டுள்ள "வாழ்க்கை உரிமை, அரசியலமைப்புச் சட்டத்தின் பிரிவு 21-ஐ அடிப்படையாகக் கொண்டது." மேலும் நீதிமன்றம், "மாட்டிறைச்சித் தடை மூலம், ஒரு நபரின் தனிப்பட்ட வாழ்க்கை பாதிக்கப்படலாம், ஒருவரது தனிப்பட்ட நுகர்வுத் தேர்வின் அடிப்படையில் அவர் அத்தகைய உணவைச் சாப்பிட விரும்பியிருக்கலாம்" என்றது.

இந்தத் தீர்ப்பை மீறி, அரசாங்கம் மேல்முறையீடு செய்தபோதும், மத்திய அதிகாரிகள், ஒரு கால்நடைச் சந்தையானது கசாப்புக் கடைக்கு முந்தைய நிறுத்தமாக இருக்கும் எனச் சந்தேகப்படும்போது, அங்கே நிறுத்தக்கூடாது எனக் கால்நடைகள் போக்குவரத்து குறித்த அறிவிக்கையைப் பிறப்பிக்க முடிவுசெய்தனர். இந்த முடிவு, மேற்கு வங்காளம், கர்நாடகா, கேரளா, திரிபுரா நான்கு மாநிலங்களின் பொருளாதாரத் துறையை உடனடியாக முடக்கியதால், இவை இதனுடன் ஒத்துப்போக மறுத்தன, அவை இந்தப் பிரச்சனையை

உச்சநீதிமன்றம் முன் கொண்டுசெல்ல, நீதிமன்றம் விளக்கம் கேட்டது.[17] நீதித்துறை அமைச்சர் ரவிசங்கர் பிரசாத் தெளிவான அறிக்கையொன்றை அளித்தார். இது இன ஜனநாயகங்களின் பெரும்பான்மைவாத தத்துவப் பண்புகளை நன்கு விளக்குகிறது: "இந்த அரசாங்கம் மக்களின் உணவுப் பழக்கத்தைக் கட்டுப்படுத்த விரும்பவில்லை, ஆனால் இந்திய மக்கள் தொகையின் பெரும்பகுதி பசுவை வணங்குகிறது என்பதே யதார்த்தம்."[18]

பசுக்களைப் பாதுகாக்கும் நோக்கில் பொதுக்கொள்கைகள் மற்றும் பல்வேறு விதிமுறைகளைப் பெருக்கியதுடன், மதமாற்றங்களைத் தடுக்கப் பெருமளவிலான புதிய நடைமுறைகளை அமல்படுத்தியது பா.ஜ.க. மகாராஷ்டிரா மதமாற்றத்தைச் சிரமமானதாக மாற்றும் சட்டம் ஒன்றை நிறைவேற்றியது. இந்து தேசியவாதிகள், இந்த நடவடிக்கையை நியாயப்படுத்த பெரும்பான்மை சமூகத்தின் மக்கள்தொகை வீழ்ச்சியைச் சுட்டிக்காட்டினர்: 2011 மக்கள்தொகைக் கணக்கெடுப்பின்படி, இந்துக்கள் 1947-க்குப் பின் வரலாற்றிலேயே முதன்முறையாக 80 சதவிகிதத்துக்குக் கீழ் சற்றே இறங்கியிருந்தனர். அப்படிச் செய்ததன் மூலம், ஏற்கெனவே பா.ஜக.வின் கட்டுப்பாட்டிலுள்ள குஜராத், மத்தியப்பிரதேசம் போன்ற இதர மாநிலங்களின் உதாரணத்தை மகாராஷ்டிரா பின்பற்றியது. இந்த மாநிலங்கள் ஒவ்வொன்றிலும், இந்தச் சட்டங்கள் கிறித்துவ மதப்பரப்புக் குழுவினரின் நடவடிக்கைகளைத் தடுக்கும் நோக்கிலும், ஓரளவுக்கு (பழங்குடிகள் அல்லது கீழ்ஜாதியினர்) இஸ்லாமுக்கு மாறுவதைத் தடுக்கும் நோக்கிலும் அமைந்திருந்தன.

பாரத் எதிர் இந்தியா

இந்துத்துவத்தை மேம்படுத்துவதற்கான புதிய சட்டங்களின் தன்மையின் வீச்சு மிகவும் வரம்புக்குட்பட்டதாகவே இருந்ததானது, முதன்மையாகச் சட்ட உருவாக்கத்தின் மூலம் செயல்படும் எண்ணம் பா.ஜ.க.வுக்குக் குறைவாகவே இருந்தது என்பதையே காட்டுகிறது: பேச்சும் நடைமுறைகளுமே அவர்களது திறமையின் தேர்ந்தெடுக்கப்பட்ட செயல்முறையாக இருந்தது, இந்தியா என்ற பெயருக்குக் கொடுக்கப்பட்ட மரியாதையை இந்த விவாதங்களில் காணலாம்.

நாட்டின் அரசியலமைப்புச் சட்டத்தின் பிரிவு 1இல் இந்தியா, பாரதம் இரு பெயர்களாலும் குறிப்பிடப்படுகிறது, "இந்தியா, எனும் பாரதம் மாநிலங்களின் ஒன்றியமாக இருக்கும்." அடிப்படையிலே காணப்பட்ட இந்தத் தெளிவின்மை, இந்த இருமை, 1946 முதல் 1950 வரை அரசியலமைப்பு சபையில் இந்தியா குறித்த இந்த இரு

கருத்துகளும் போட்டியிட்ட விவாதங்களைக் குறிப்பிடுகிறது. நேரு, அம்பேத்கரால் முன்னெடுக்கப்பட்ட இந்தியா என்ற கருத்து, ஆங்கில வார்த்தையில் பொதிந்திருந்தது. காங்கிரசின் இந்துப் பாரம்பரியவாதிகளோ சமஸ்கிருதச் சொல்லும், இந்து புராணங்களில், தன் பெயரில் பிரதேசத்தை உருவாக்குவதற்குத் தலைமை தாங்கிப் பாதுகாத்த பரதனின் பெயரிலான பாரத் என்பதைத் தேர்ந்தெடுத்தனர்,[19] அவர்களது கோரிக்கை, பெரிதும் தேசம் பற்றிய இந்துத்துவக் கருத்தாக்கத்தைப் பிரதிபலித்தது. இந்த இந்தியா குறித்த கருத்துடைய முன்னோடிகளில் ஒருவரான, ஹர்கோவிந்த் பந்த், இதனை ரகசியமாகவெல்லாம் வைத்திருக்கவில்லை: நம்மால் பயன்படுத்தப்படும் "பாரதம்" அல்லது "பாரத வர்ஷம்" எனும் சொல் நமது தினசரி மதக் கடமைகளின்போது ஓதப்படும் சங்கல்பத்தில் பயன்படுத்தப்படுகிறது. நாம் குளியலின்போது சமஸ்கிருதத்தில்: ஜம்பு த்விபே, பாரத வர்ஷே, பாரத் காண்டே, ஆர்யவர்த்தே போன்றவற்றைச் சொல்கிறோம்"[20] பங்கிம் சந்திர சாட்டர்ஜியின் பிரபல புதினமான ஆனந்த மடத்துக்குப் பின் மக்களின் கற்பனையில் பாரத மாதா பெரிதும் தாய் தெய்வமாகக் கருதப்படுகிறாள் (*The Abbey of Bliss*) (1882),[21] தவிரவும், 1920-1930-ஆம் வருடங்களில் பெரிதும் இந்துத்துவ பிரதிநிதித்துவமாக பாரத அன்னை மாறும்முன்பு, இருபதாம் நூற்றாண்டின் ஆரம்ப வருடங்களில், தேசியவாத பேச்சுகளில் 'வந்தே மாதரம்!' (அன்னையை வணங்குகிறேன்!), பண் பிரபலமாகத் திகழ்ந்தது.[22]

1946-1950 விவாதம் 2014இல் மீண்டும் தொடங்கப்பட்டது. (1976இல் ஸ்ரீலங்காவின் சிங்களப் புத்தமதவாதிகளைப் போலின்றி) பா.ஜ.க. இந்தியாவை அதிகாரப்பூர்வமாக மறுபெயரிடவில்லை. சட்டத்தினால் அல்லாமல் நடைமுறைகள் மூலம் செயல்பட விரும்பும் வியூகத்தை மனதில்கொண்டு கட்சியானது பாரதம் எனும் பெயரின் பயன்பாட்டைப் பரப்பவிரும்பியது. இவ்வாறாகக் கட்சியானது 'பாரத் மாதாவுக்கு வெற்றி!' (அன்னை இந்தியா வாழ்க!) எனும் வெளிப்பாட்டை ஊக்குவிக்க முடிவெடுத்தது! 2016இல், "நமது அரசியலமைப்புச் சட்டம் ஒவ்வொரு குடிமகனுக்கும் பேச்சு சுதந்திரத்தை உறுதிசெய்திருக்கிறது. ஆனால் அந்தச் சுதந்திரம் அதன் சட்டகத்துக்குள் மட்டுமே அனுபவிக்கத்தக்கது. பாரதத்தை அழிவுக்குள்ளாக்கும் விதத்திலான பேச்சு, பேச்சு சுதந்திரத்தின் பேரில் ஆதரிக்கப்படாது. அதேபோல், பாரதத்தைப் போற்ற மறுப்பது-பாரத் மாதாவுக்கு ஜே என-பேச்சு சுதந்திரத்தின் பேரால் சொல்லமறுப்பதும் ஏற்புடையதல்ல"[23] என ஒரு தீர்மானத்தை நிறைவேற்றியது. இந்து மதத்தின் உலகளாவிய தன்மையைக் கருத்தில்கொண்டு, ஆர். எஸ்.எஸ். தலைவரான மோகன் பகவத் மொத்த உலகமும் "பாரத்

மாதாவுக்கு ஜே!" என முழங்கவேண்டும் என்ற முடிவுக்கு வந்தார்.[24] ஆனால் உண்மையில் அந்தக் குறிக்கோள் உள்நாட்டு அளவிலான ஒன்று: பெரும்பான்மை சமூகத்தின் குறியீட்டைத் தழுவத் தயங்கும் சிறுபான்மையினரை களங்கப்படுத்துவதன் மூலம் இந்தியன்-இந்து சமன்பாட்டை முன்னெடுத்துச் செல்வதே இலக்காகும். மகாராஷ்டிராவின் பா.ஜ.க. முதல்வர் இந்த அணுகுமுறையைப் பின்பற்றி எழுதிய கடிதத்தில், 'பாரத் மாதாவுக்கு ஜே!' எனச் சொல்ல மறுப்போர், இந்தியாவைச் சேர்ந்தவர்கள் அல்லர். "பா.ஜ.க.வுக்கு எதிரான விமர்சனத்தை நாங்கள் அனுமதிப்போம். ஆனால் நாட்டுக்கு எதிரான விமர்சனத்தை அனுமதிக்கமாட்டோம்"[25] என முடித்தார்.

அதேவேளை, மோடி அரசின் அமைச்சர்களும் ஆர்.எஸ்.எஸ். தலைவர்களும் மதச்சார்பின்மை அரசியலமைப்புச் சட்டத்தில் இடம்பெற்றபோதிலும்கூட, இந்திய அடையாளத்தின் இந்து சாராம்சத்தை உறுதிப்படுத்தும் நோக்கிலும் மதச்சார்பின்மைக்கு எதிராகவும் தொடர்ந்து அறிக்கைகளைத் தந்தனர். முன்னாள் பா.ஜ.க. தலைவரும், 2014இல் போக்குவரத்துத் துறை அமைச்சருமான நிதின் கட்கரி, உத்தர பிரதேசத்தின் சுல்தான்பூருக்கும் அயோத்திக்கும் நெடுஞ்சாலை அமைப்பதற்கான தொடக்கவிழாவில் மோடி அரசாங்கம் குறித்து: "இது ராம பக்தர்களின் அரசாங்கம்... ஜெய் ஸ்ரீராம் சுலோகத்தைத் தந்தவர்களின் அரசாங்கம்"[26] என்றார். அந்த சுலோகம் அயோத்தி இயக்கத்தின்போது பெரிதும் வெற்றிகரமானதாகப் பார்க்கப்பட்டது. வழக்கமாகப் பெரிதும் மிதமான போக்குக் கொண்ட வெளியுறவுத்துறை விவகார அமைச்சரான சுஷ்மா ஸ்வராஜ், இந்தியா பகவத் கீதையை (மகாபாரத காவியத்தின் அணிகலன்) 'தேசிய வேதமாக' அறிவிப்பதற்கு ஆதரவாகப் பேசினார். அவரது பரிந்துரையின் பேரில்தான் நரேந்திர மோடி அந்தப் புத்தகத்தின் பிரதியை அதிபர் பராக் ஒபாமாவுக்கு அளித்தார். அரியானாவின் பா.ஜ.க. முதல்வரான எம்.எல். கத்தார் அதைத் தொடர்ந்து கீதை, 'அரசியலமைப்புச் சட்டத்தைவிடவும்' மேலானது என்றார்.[27]

எதிர்க்கட்சிகள் மதச்சார்பின்மைக்கு எதிரான இத்தகைய சவால்களுக்கு எதிராக எழுந்தன. தேசியவாத காங்கிரஸ் கட்சியின் தலைவரான சரத் பவார், இதற்கு எதிர்ப்புத் தெரிவித்து, "நான் ஒரு இந்து. என் மதத்தின் வளமான பாரம்பரியத்தில் பெருமை கொள்கிறேன். ஆனால் அதற்காக, மற்ற மதங்களின் உணர்வுகளைப் புண்படுத்த எனக்கு உரிமை இருக்கிறதா? அனைத்து மதங்களும் சமமாக நடத்தப்படவேண்டும்"[28] என்றார். தமிழ்நாட்டைச் சேர்ந்த தேசிய ஜனநாயகக் கூட்டணிக் கட்சிகளில் ஒன்றான பாட்டாளி

மக்கள் கட்சியும் (பா.ம.க.) அதன் நிறுவனரான எஸ். ராமதாஸின் குரலில் வலுவான விதத்தில் பிரதிவினை செய்தது: "கீதை புனித மதிப்பீடுகளைக் கொண்டது என்பதில் மறுப்பு இல்லை. அதே மதிப்பீடுகள் புனித குர்ரானிலும் புனித பைபிளிலும் உண்டு. அதேவேளை, "(உள்ளபடியே) இந்த முயற்சியானது மோடி அரசாங்கம் இந்தியாவை இந்து தேசமாக மாற்ற முயற்சி செய்கிறது என்ற வாதங்களை வலுப்படுத்தவே செய்யும்" என்றார்.[29]

மோடி அரசாங்கம் அமைந்து ஆறு மாதங்களுக்குப் பின், இந்திய அடையாளம் குறித்த இருவேறுபட்ட பார்வைகள், மற்றும் மதச்சார்பின்மை குறித்த கேள்வி-1950 அரசியலமைப்புச் சட்டத்தை மாற்றியமைக்கும் சாத்தியம்-ஆகியவை விவாதப் பொருட்களாக இருந்தன. விவாதங்கள் பல சமயங்களில் மதத்திற்குப் புறம்பான அல்லது இன, மதரீதியான பரிமாணங்களை எடுத்தது, ஆபத்தில் இருப்பது 'மண்ணின் மைந்தர்'களிலிருந்து வந்தவர்கள் எனக் கூறப்படும் மக்களின் அடையாளம் என நிரூபித்தது. 2017 டிசம்பரில், மோடி அரசின் திறன் மேம்பாடு மற்றும் தொழில்முனைவுக்கான மத்திய அமைச்சரான ஆனந்த்குமார் ஹெக்டே, "முற்போக்கு, மதச்சார்பற்றவர்கள் எனக் கூறிக்கொள்பவர்கள் தங்களது இரத்த மற்றும் பெற்றோரின் அடையாளம் இல்லாதவர்கள். இத்தகைய அடையாளத்தின் மூலமே ஒருவர் சுயமரியாதையைப் பெறமுடியும்... சிலர் அரசியலமைப்புச் சட்டம் மதச்சார்பற்ற எனும் வார்த்தையைக் குறிப்பிடுகிறது. எனவே நீங்கள் ஒத்துக்கொள்ளவேண்டும் என்கிறார்கள், அரசியலமைப்புச் சட்டத்தில் காணப்படுவதால், நாங்கள் அதை மதிக்கிறோம். ஆனால் கூடிய விரைவில் அது மாறும். அரசியலமைப்புச் சட்டம் முன்பும் பலமுறை மாறியிருக்கிறது. நாங்கள் இங்கே அரசியலமைப்புச் சட்டத்தை மாற்றுவதற்கு வந்திருக்கிறோம். நாங்கள் அதை மாற்றுவோம்" என்றார்.[30] மறுநாள் எதிர்க்கட்சியினர் பாராளுமன்ற அமர்வைப் புறக்கணித்து, ஹெக்டே ராஜினாமா செய்யவேண்டுமெனக் கோரினர். அமைச்சர் அரசியலமைப்புச் சட்டத்துக்கான கட்சியின் மரியாதையை மீண்டும் உறுதிசெய்துவிட்டு, நிகழ்ச்சி நிரலில் எந்தத் திருத்தமும் இல்லை என்றார். எந்தவொரு நிகழ்விலும், வாக்கெடுப்பு நடத்தாமல் அரசியலமைப்புச் சட்டத்தைத் திருத்துவதற்கான மூன்றில் இரு பங்கு பெரும்பான்மை பா.ஜ.க.விடம் இல்லை. ஆனால் புதிய அரசாங்கத்தின் குறிக்கோள்களில் ஒன்று அரசியலமைப்புச் சட்டத்தில் இடம்பெற்றுள்ள மதச்சார்பின்மையைச் சவாலுக்கு உட்படுத்துவது என்பது தெளிவாகிறது.[31]

இந்துத்துவ ஆதரவாளர்கள், தற்போதைய மற்றும் முந்தைய காங்கிரஸ் தலைவர்களைத் தாக்குவதன்மூலம் மதச்சார்பற்றவர்களை (இந்து

தேசியவாதிகள், சமூக ஊடகங்களில் இவர்களை "செக்குலரிஸ்ட்" என அழைத்தனர்) முறையற்றவர்களாகக் காட்டும் வேலையில் இறங்கினர். நேருவே அவர்களின் முதன்மை இலக்காக இருந்தார். இந்திய அரசியல் வாழ்க்கையில் இந்துத்துவத்தை விளிம்புக்குத் தள்ளி முஸ்லிம்களுக்கு ஆதரவாகக் கொள்கைகளைக் கொண்டுவந்ததாக பா.ஜ.க. குற்றம்சாட்டியது. காந்தியையும் அவர்கள் விட்டுவைக்கவில்லை. மக்களவையின் பா.ஜ.க. உறுப்பினரான ஷாக்சி மகராஜ் ஒரு மதகுரு. இவர் உத்தர பிரதேசத்தில் சங்கிலித் தொடர் பள்ளிகள் மற்றும் ஆசிரமங்களைத் தோற்றுவித்தவர், மேலும் மகாத்மா காந்தியைக் கொலைசெய்த நாதுராம் கோட்சே புகழ்பாடியவர். வன்புணர்வு, கொலை என இரு வழக்குகளில்[32] விசாரிக்கப்பட்டுவந்த மகராஜ், கோட்சேயை தேசபக்தர் என்றழைத்ததுடன், சமூக ஊடகங்களில் அளவுகடந்து பாராட்டித்தள்ளினார்.[33] மகாத்மாவின் பேரனான, துஷார் காந்தி இந்தப் பிரச்சனையில் தெரிவித்த கருத்து பெரிதும் கவனிக்கப்பட்டது: "குறைந்தபட்சம் ஷாக்சி மகராஜ் தனது இதயத்தில் என்ன இருக்கிறதோ அதைச் சொல்லுமளவுக்கு நேர்மையாய் இருக்கிறார்... ஷாக்சி மகராஜ் சொன்னதை அரசு ஆமோதிக்கவேண்டும், அவர்கள் இரட்டை வேடம் போடக்கூடாது."[34]

மதச்சார்பின்மைக்கான சவால் என்பது வெறும் பேச்சு மட்டுமோ, தாக்கம் ஏதுமின்றி அரசியலமைப்புச் சட்டத்தைத் திருத்தமுடியாத நிலையில் பா.ஜ.க. இருந்தது மட்டுமோ அல்ல. அவர்களது குறிப்பிடத்தக்க செயல்களில் ஒன்று, ஆர்.எஸ்.எஸ்.ஸுக்கு அரசு எந்திரத்தின் அனுமதி வழங்கியதாகும்.

ஆர்.எஸ்.எஸ். செல்வாக்குக்கு இடமளித்த அரசு இயந்திரம்

பா.ஜ.க.வுக்குள் குறிப்பிட்ட ஆளுமையை ஊக்குவிப்பதும், அத்தகைய குறிப்பிட்ட ஆளுமை வழிபாட்டுக்கு ஏற்புத்தன்மையும்- ஆர்.எஸ்.எஸ்.ஸுக்குப் புதிது,[35] மற்றொரு புதுமை, நரேந்திர மோடி தேர்ந்தெடுக்கப்பட்டதும் அரசு இயந்திரத்தில் இந்த அமைப்பு காட்டிய ஆர்வம். முன்பே குறிப்பிட்டதுபோல், சமூகத்துக்குள் இருந்தே செயல்புரிவதை ஆர்.எஸ்.எஸ். விரும்பியதால், அவ்வமைப்புக்குள் அரசியல் அதிகாரத்துக்கான விருப்பம் பாரம்பரியமாக வெறுக்கப்பட்டன. அரசின் பக்கம் அதன் கவனம் புதிதாகத் திரும்பியதற்குக் குறைந்தபட்சம் இரு காரணங்களை விளக்கமுடியும். முதலாவதாக, அரசின் பாதுகாப்பு கிடைக்கும்பட்சத்தில் இன்னுமதிக விரைவாக ஆர்.எஸ்.எஸ். விரிவடையமுடியும். இரண்டாவதாக, அதன் பாரம்பரிய பணிகளில் இருந்து விலகாமலே, அரசு இயந்திரத்தைப் பயன்படுத்தி வலுவாகத்

தேவையெனக் கருதும் சீர்திருத்தங்களை விரைவுபடுத்துவதை ஆர்.எஸ்.எஸ். கற்பனைசெய்தது. உண்மையில், இந்த அமைப்பு முக்கிய அமைச்சர்களிடம் செல்வாக்கு செலுத்த முயன்றது. உதாரணமாக, பா.ஜ.க.வின் புதிய தலைவரான அமித் ஷா, பா.ஜ.க. தேசிய சபை அவரது நியமனத்துக்கு ஒப்புதலளிப்பதற்கு முன்பே ஆர்.எஸ்.எஸ்.ஸின் தலைமையகமான நாக்பூருக்குச் சென்றார். அங்கே அவரிடம், "மோடி அரசாங்கம், கட்சியை மறைத்துவிட அனுமதிக்கக்கூடாது" எனச் சொல்லப்பட்டதோடு, "சங்கின் இந்துத்துவத் கொள்கையைப் பற்றி நினைவூட்டப்பட்டது. அதில் அயோத்தியாவில் ராமர் கோவில் கட்டுவதும், அரசியலமைப்புச் சட்டப் பிரிவு 370-வை நீக்கி பொது சிவில் சட்டம் ஏற்படுத்துவதும் அடங்கும்.[36] பா.ஜ.க. மீதான அதன் பிடியை இறுக்க, பா.ஜ.க.வின் தேசிய நிர்வாகிகள் நியமனத்தில் ஆர்.எஸ்.எஸ். பங்கேற்றது.[37] இந்தப் பரிவர்த்தனைகளின் விளைவாக, 2003 முதல் ஆர்.எஸ்.எஸ்.ஸின் செய்தித் தொடர்பாளரும் ஆர்.எஸ்.எஸ். செயற்குழுவின் உறுப்பினருமான ராம் மகாதேவ் பா.ஜ.க. தேசிய செயற்குழுவில் இடம்பெற்றார். அதேபோல மற்றொரு ஆர்.எஸ்.எஸ். உறுப்பினரான சிவ் பிரகாஷும் அதில் இடம்பெற்றார்.

ஆர்.எஸ்.எஸ். யாருடைய துறைகளில் எல்லாம் மிகவும் ஆர்வமாக இருந்ததோ, அந்த அமைச்சர்களின் துறைகளில் செல்வாக்குச் செலுத்த ஒருங்கிணைப்பு பொறிமுறைகளை அமைத்தது. அக்டோபர் 2014இல், விவசாயம், தொழிலாளர், மின்சாரம், தகவல் அமைச்சகங்கள்-பாரதிய மஸ்தூர் சங், பாரதிய கிஸான் யூனியன், வனவாசி கல்யாண் ஆஸ்ரம் உள்ளிட்ட ஆர்.எஸ்.எஸ்.ஸின் சிறப்புக் கிளைகளுடன் ஒரு கூட்டத்தை நடத்தியது. இந்த அமர்வின் முடிவில் அதன் பங்கேற்பாளர்களில் ஒருவர், "இன்றைய கூட்டத்துடன் அரசாங்கத்துக்கும் ஆர்.எஸ்.எஸ்.ஸுக்குமான ஒருங்கிணைப்பு நடைமுறை தொடங்கியிருக்கிறது. இன்றைய சந்திப்பு அமைச்சகங்களுடன் தொடர்புடைய பொருளாதாரச் செயல்பாடுகளுக்கானது. இது பொதுவான சந்திப்பு, அதைத் தொடர்ந்து சம்பந்தப்பட்ட அமைச்சகங்களுக்கும் தனிப்பட்ட அமைப்புகளுக்குமான ஆலோசனைகள் நடக்கும். சங் தலைவர்களிடமிருந்து கருத்துகளையும் ஆலோசனைகளையும் எடுத்துக்கொள்ளவேண்டும், செயலாக்கத்தின்போது, கொள்கை விவகாரங்களில் மோதல்களைத் தவிர்க்கவேண்டும்."[38] கல்விக்குப் பொறுப்பான, மனித மறுவள மேம்பாடுக்கான அமைச்சகம் உள்ளிட்ட, இதர அமைச்சகங்களுடன் இதுபோன்ற சந்திப்புகள் நடந்தன. இந்த முக்கிய அமைச்சகத்துடன் தொடர்பை உறுதிசெய்வதற்காக, பாரதிய சிக்சா நிதி ஆயோக் (BSNA) என்னும்

ஒரு ஆலோசனை அமைப்பை ஆர்.எஸ்.எஸ்., அமைத்தது. அதில் சங் பரிவாரின் பல்வேறு பிரிவுகளைச் சேர்ந்த பிரதிநிதிகள் பங்கேற்றனர்.

அமைச்சர்களைத் தாண்டி, அவர்களின் நிர்வாகத்தில் ஆர்.எஸ். எஸ். சிறப்பு அணுகலைப் பெற்றது. 1966இல் பிறப்பிக்கப்பட்ட அரசாணை ஒன்று, ஆர்.எஸ்.எஸ்., ஜமாத் இ-இஸ்லாமியில் சேர்ந்த அரசு ஊழியர்களை ஒழுங்கு நடவடிக்கைக்கு உள்ளாக்கியது. இந்தச் சிவப்புக் கோடு இதுவரைக்கும் கடக்கப்பட்டதில்லை. ஏ.பி. வாஜ்பேய்கூட பிரதமராக இருந்தபோது குஜராத் மாநிலத்தில் 2000இல் எடுக்கப்பட்ட ஒரு முடிவைத் திரும்பப்பெற்றார், இந்த முடிவு மாநில அரசுப் பணியாளர்கள் ஆர்.எஸ்.எஸ். நடவடிக்கைகளில் பங்குபெற அங்கீகாரமளித்தது. 2014இல் விஷயங்கள் மாறுதலடைந்தன. 2016இல் இவ்வியக்கத்தின் தகவல்தொடர்பாளர், மன்மோகன் வைத்யா, “ஆர்.எஸ்.எஸ். உறுப்பினர்கள் அரசுப் பணிகளில் சேர்வதைத் தடைசெய்வது நியாயமற்றது, சட்டபூர்வமற்றது, ஜனநாயகமற்றது” என எதிர்ப்புத் தெரிவித்தார்.[39] அந்த விதியை அதிகாரப்பூர்வமாக மறுபரிசீலனை செய்யாமல், மத்திய அரசும், பா.ஜ.க. ஆளும் மாநில அரசுகளும் அதற்கு இணங்குவதை நிறுத்தின. மூத்த அரசுப் பணியாளர்கள் சம்பிரதாயமாக ஆர்.எஸ். எஸ்.ஸில் இணையாவிட்டாலும், அவ்வமைப்பின் உறுப்பினர்கள் அரசு எந்திரத்தில், குறிப்பாக அமைச்சகப் பணியாளர்கள் மூலம் (அரசியல்வாதிகளுக்கும் நிர்வாகத்துக்குமான இணைப்பாக) அனுமதிக்கப்பட்டனர், மேலும் குடிமை அல்லது ராணுவத்தில் உயர் பதவி வகிக்கும் அரசுப் பணியாளர்களுடன் தொடர்புகொள்வதற்கு அனுமதிக்கப்பட்டனர். வடகிழக்குப் பகுதிகளை இந்தியாவின் மற்ற பகுதிகளுடன் இணைக்கும், கோழியின் கழுத்து என அறியப்படும், பெரிதும் வியூக முக்கியத்துவமுள்ள நிலப்பகுதியான, (மேற்குவங்கத்தின்) கூச் பெகாரிலுள்ள டின்பிகா காரிடாரைப் பார்வையிட ஆர்.எஸ்.எஸ். பொதுச்செயலாளர், பையாஜி ஜோஷி அழைக்கப்பட்டார். இவ்வாறாக அவர் எல்லைப்புற பாதுகாப்புப் படையின் அதிகாரியுடன் சந்திப்பை மேற்கொண்டார். ஆர். எஸ்.எஸ். வாராந்திரப் பத்திரிகையான, தி ஆர்கனைசர் இதனை நேர்மையாக ஒப்புக்கொண்டதுடன், “எல்லைப்புற பாதுகாப்புப் படை அதிகாரியுடன் காரிடாரில் சேர்ந்து நடையிட்டதன் மூலம் பையாஜி, 1992 முதல் தற்போதுவரையிலான பாதுகாப்பு அமைப்பு பற்றிய தகவலை அறிந்துகொண்டார்”[40] எனக் குறிப்பிட்டது.

வாஜ்பேயியின் ஆட்சியிலும்கூட, ஆர்.எஸ்.எஸ். அரசியல் நடவடிக்கையில் ஒருபோதும் ஈடுபடாத அதன் தலைவர்களில் சிலரை அரசு எந்திரத்தில் ஊடுருவி, ஆளுநர் பதவியில் நியமித்தது. இவ்வாறாகத்தான் 2014இல் பா.ஜ.க. வெற்றியைத் தொடர்ந்து,

மத்தியப்பிரதேசத்தின் மாகாண பிரச்சாரக்கான காப்டன் சிங் சோலங்கி, ஹரியானாவின் ஆளுநராகவும், பி.பி.ஆச்சார்யா நாகாலாந்து ஆளுநராகவும், ஓ.பி. கோஹ்லி குஜராத் ஆளுநராகவும் ஆயினர்.[41]

அரசில் ஆர்.எஸ்.எஸ்.ஸின் ஊடுருவலானது பொதுத் தொலைக்காட்சி நிலையமான தூர்தர்ஷனிலும், ஆர்.எஸ்.எஸ்.ஸின் வளர்ந்துவரும் இருப்பால் வெளிப்பட்டது, 2014இல் இந்துப் பண்டிகையான விஜயதசமியன்று ஆர்.எஸ்.எஸ். தலைவர் அவரது தொண்டர்களுக்கு ஆண்டு உரை நிகழ்த்தியது முதல்முறையாகத் தொலைக்காட்சியில் ஒளிபரப்பப்பட்டது. தகவல்துறை அமைச்சர் இந்த நிகழ்வை, மோகன் பகவத் 'தனது பேச்சில் முக்கியமான தேசிய பிரச்சனைகளைப் பற்றிப் பேசியதாகக்' கூறி நியாயப்படுத்தினார்.[42]

பொதுத் தொலைக்காட்சியோ அல்லது தனியார் தொலைக்காட்சியோ, பா.ஜ.க. ஆட்சிக்கு வந்ததும் பகவத் தன் நாவின் கட்டுக்களைத் தளர்த்தி, முன்னெப்போதுமில்லாத அளவுக்குப் பொதுவெளியில் தனது இருப்பை உணரச் செய்தார். அவரது விருப்பத்துக்குரிய உரிமைகோரல் என்னவெனில், அனைத்து இந்தியர்களும் இந்துக்கள் என்பதை உறுதிப்படுத்தி, மதவேற்றுமைகளை மறுப்பதன் மூலம், அரசியலமைப்புச் சட்டத்தில் இடம்பெற்றுள்ள மதச்சார்பின்மையில் உள்ளுறைந்துள்ள பன்மைக் கலாச்சாரத்தை மறுப்பதாகும்.[43] மோடி வெற்றிபெற்ற ஆறு மாதங்களுக்குப் பின், அவர், "அனைத்து இந்தியர்களின் கலாச்சார அடையாளம் இந்துத்துவா, இந்த நாட்டில் தற்போது வசிப்பவர்களெல்லாம் இந்த மகத்தான கலாச்சாரத்தின் வழிவந்தவர்களே" என்றார்.[44] 2017இல், 'இந்தியாவிலுள்ள முஸ்லிம்களும் இந்துக்களே'[45] எனச் சொல்லுமளவுக்குச் சென்றார். அவர்கள் 'இந்து' ரத்தம் கொண்ட மதம்மாற்றப்பட்டவர்களின் வழிவந்தவர்களே என்று பரிந்துரைத்தார் அல்லது மறைமுகமாகக் குறிப்பிட்டார்-இந்து தேசியவாத கருத்தியலின் இனப் பரிமாணத்தை மறு உறுதிப்படுத்தினார். இத்தகைய பரந்துவிரிந்த பொதுமைப்படுத்தல்களுடன், பகவத் மேலும் சங் பரிவாரினருக்கிடையே பிரச்சாரங்களில் நீண்டகாலமாகப் பேசிவரும் மிக முக்கியமான தலைப்புகளையும், பொதுக்கொள்கைகளையும் பேசச் தொடங்கினார். இவ்வாறாக அவர் கர் வாப்ஸி என்றறியப்படும் மறுபடியும் இந்துக்களாக மாற்றும் இயக்கத்தை நியாயப்படுத்தும் விதத்தில், "தங்களது பாதைகளைத் தொலைத்த நமது சகோதரர்களை நாம் மீண்டும் பாதையைக் கண்டடையச் செய்யவேண்டும். அவர்கள் தாமாகச் செல்லவில்லை. அவர்கள் கொள்ளையடிக்கப்பட்டனர், மதம் மாற ஆசைகாட்டப்பட்டனர்... தற்போது திருடன் பிடிபட்டுவிட்டான்.

எனது உடைமை திருடனிடம் இருக்கிறதென உலகம் அறிந்திருக்கிறது... நான் எனது உடைமைகளைத் திரும்பப் பெறுவேன், அதற்கு ஏன் இத்தனை பெரிய பிரச்சனை...? நாம் பயந்துவிடக்கூடாது. நாம் ஏன் பயப்படவேண்டும்? நாம் ஊடுருவியவர்கள் அல்ல. நாம் அந்நியர்கள் அல்லர். இது நமது தாய்நாடு. இது நமது நாடு. இது இந்து தேசம்."[46] அதேவிதத்தில், உச்சநீதிமன்றம் வழக்கை ஆராய்வதற்குச் சற்றுமுன்பு-அயோத்தியில், ஒரேயொரு மதக் கட்டடம் மட்டுமே கட்டப்படவேண்டும்-அது ராமருக்கு அர்ப்பணிக்கப்பட்ட கோவில் என்று அறிவித்தார், அதேசமயம் ஒரு மசூதியையும் திரும்பக் கட்டுவதற்கான சமரசமும் எழுந்தது.[47] அவர் மேலும் ஜம்மு காஷ்மீரில் நிரந்தரமாக வசிக்காதவர்கள் சொத்துகளை வாங்குவதற்கும், பொதுப் பதவியில் இருப்பதற்குத் தடைவிதிக்கும், அரசியலமைப்புச் சட்டத்தின் 370-வது பிரிவில் சேர்க்கப்பட்ட, பிரிவு 35 ஏ-வை ரத்துசெய்வதற்கு ஆதரவாகவும் வாதிட்டார்.[48]

ஆர்.எஸ்.எஸ். தலைவர் இத்தகைய பொது அறிக்கைகளை வெளியிடுவது வழக்கம்தானென்றாலும், இத்தகைய தீவிர நிலைப்பாட்டுடனும் இத்தனை அடிக்கடியும் செய்தவரல்ல. 2018இல், புதுடெல்லியிலுள்ள இந்திய அரசாங்கத்தின் மதிப்புமிக்க இந்திய மாநாட்டு மையமான விக்யான் பவனில் மூன்று நாட்களுக்கு ஒரு தொடர் மாநாட்டை ஏற்பாடு செய்தார். இதன்மூலம், தேசத்தின் வழிகாட்டியாக அல்லது இந்தியாவின் ராஜகுருவாகத் தோன்றுவதற்கான அவரது விருப்பத்தை ஆர்.எஸ்.எஸ். மூலம் வெளிப்படுத்தினார்.

கல்வி மற்றும் மறுகல்வி: இந்துத்வா, வரலாறு, அறிவியல்

ஆர்.எஸ்.எஸ். எப்போதும் பெரிதும் ஆர்வம் காட்டிவந்த அரசுத் துறைகளில் ஒன்று கல்வி. ஆர்.எஸ்.எஸ். அதன் ஷாகாக்கள், வெளியீடுகள் மூலம் செய்துமுடிக்கப்பட்ட வேலையை வகுப்பறைகள் மூலமாக விரிவுபடுத்தி இந்தியாவின் கூட்டு உளவியலை மறுவடிவமைக்கும் ஆர்.எஸ்.எஸ்.ஸின் விருப்பமானது, மற்றெல்லாவற்றையும்விட மேலானதாகத் தீர்மானிக்கப்படுகிறது.[49] அது, தேசிய அடையாளத்தை வரையறுப்பதில் பங்களிக்கிறது என்பது மட்டுமின்றி, மதச்சார்பின்மைவாதிகள் முன்பு பழங்காலத்தைச் சித்தரித்த விதம் யதார்த்தத்தைப் பிரதிபலிக்கவில்லை என நம்பியதாலும் குறிப்பாக வரலாற்றைக் கற்பிக்கவேண்டுமெனத் தீவிரமாக உணர்ந்தது.[50]

மோடி ஆட்சிக்கு வந்த வெகுவிரைவிலே, கல்விக்குப் பொறுப்பான மனிதவள மேம்பாட்டு அமைச்சகத்தின் கொள்கைகளைப்

புதுப்பித்து, கல்வி அமைப்பை இந்தியமயப்படுத்தும் எண்ணத்தில், 2014, ஆகஸ்டில் ஆர்.எஸ்.எஸ். பாரதிய சிக்சா நிதி ஆயோக் என ஒரு குழுவை உருவாக்கியது[51] இந்தக் குழுவுக்கு, இந்து தேசியவாதத்தின் நியதிகளுக்குப் பொருந்த இந்திய வரலாற்றைத் திருத்தியெழுதுவதில் நிபுணத்துவம் மிக்கவரும் ஆர்.எஸ்.எஸ். ஸின் நீண்டகால உறுப்பினருமான தினானந்த் பத்ரா தலைமை வகித்தார். 2010இல் வென்டி டோனிகரின் நூலான 'தி இந்துஸ்' புத்தகம் இந்துத்துவத்தை மோசமாகக் காட்டுவதாக உணர்ந்ததால், அவர் அந்நூலைத் தடைசெய்ய வழக்கொன்றைப் பதிவுசெய்தார். இழப்புக்குப் பயந்து பென்குயின் இந்தியா நிறுவனம், நீதிமன்ற முடிவு வெளிவருவதற்கு முன்பே அதன் கடுமையைக் குறைத்தது. நன்கறியப்பட்ட இந்திய மானுடவியலாளரான ஏ.கே. ராமானுஜத்தின் 'முந்நூறு ராமாயணங்கள்' கட்டுரையை டெல்லி பல்கலைக்கழகத்தின் பாடத்திட்டத்திலிருந்து நீக்க அழுத்தம் கொடுத்தார். அக்கட்டுரை, காவியத்தின் ஒற்றைக் கவிதை வடிவமே இருந்தது என்ற இந்து தேசியவாத எண்ணத்துடன் முரண்பட்டதே அழுத்தத்துக்குக் காரணம்.[52]

அதேவேளை, சங் பரிவாரின் வித்யா பாரதி மதப் பள்ளிகள் வலையமைப்பின் நீண்டகால பொதுச்செயலாளரான பத்ரா, மதச்சார்பற்ற ஆசிரியர்களால் எழுதப்பட்ட பாடநூல் வரலாற்றில் உணர்ந்த தவறுகளை எதிர்த்துப் போராடுவதில் தனது பெரும்பாலான சக்தியை அர்ப்பணித்துவந்தார். 2001இல் பதிப்பிக்கப்பட்ட அவரது நூலான, 'தி எனிமிஸ் ஆப் இந்தியனைசேஷன்: தி சில்ரன் ஆப் மார்க்ஸ், மெக்காலே, அன்ட் மதரசா'-வில், அவர் இந்து தேசியவாதிகளின் இயல்பான வரலாற்று மனச்சாய்வில் பிரதிபலித்த நாற்பத்தொரு பிரதான பிழைகளைப் பட்டியலிட்டிருந்தார்.[53] இந்தப் பிழைகளில் பெரும்பாலானவை இந்தச் சிந்தனைப் பள்ளிகளின் நான்கு கோட்பாடுகளின்கீழ் வருபவை. முதலாவதாக, ஆரியர்கள் பழங்காலத்தில் உலகின் வேறு பகுதிகளிலிருந்து வந்தவர்கள் என்ற எண்ணத்தை நிராகரித்தது அது, ஏனெனில் இந்துக்கள் மண்ணின் மைந்தர்களாக மட்டுமே இருக்கமுடியும்.[54] இரண்டாவதாக, காவியங்களில் கூறப்பட்டுள்ள இந்தியாவின் அனைத்துப் பெருமைகளும் வரலாற்று யதார்த்தத்தின் துல்லியமான பிரதிபலிப்பாகும் என மதிப்பிடுகிறது. மூன்றாவதாக, இஸ்லாமிய படையெடுப்பு, பன்னிரண்டாம் நூற்றாண்டில்[55] நாளந்தா பல்கலைக்கழகத்தின் அழிப்பு தொடங்கி மொகலாய சாம்ராஜ்ஜியத்தின்[56] முடிவு வரை இந்திய வரலாற்றில் கறுப்பு அத்தியாயங்களைத் தொடங்கிவைத்தது. நான்காவதாக, இந்திய விடுதலை இயக்கத்தில் காந்திக்கும் நேருவுக்கும் அளவுக்கதிகமான

முக்கியத்துவம் அளிக்கப்பட்டு, இந்து தேசியவாத நாயகர்கள் புறக்கணிக்கப்பட்டதாக அது விமர்சிக்கிறது. இந்து தேசியவாத சிந்தாந்தவாதிகளைப் பொறுத்தவரை, இத்தகைய முக்கியமான தவறுகள் மதச்சார்பற்ற அல்லது மேற்கத்திய இயல்புடைய வரலாற்றுப் பாடநூல் ஆசிரியர்களால் வந்தது.[57]

2014 கோடைகாலத்தில் மோடி அரசில், வரலாற்று ஆராய்ச்சிக்கான இந்திய சபைக்குத் தலைமையாக நியமிக்கப்பட்ட இந்து தேசியவாத வரலாற்றாசிரியரான சுதர்சன ராவ் குறிப்பாக இந்தக் கருத்துக்கு அழுத்தம்தந்தார். காகதிய பல்கலையின் முன்னாள் கல்லூரி உறுப்பினரான ராவ், சமூக அறிவியல் மற்றும் வரலாற்றை இந்திய மயப்படுத்தி எழுதவேண்டும் என்ற கருத்தின் தீவிரமான ஆதரவாளர். தி ஆர்கனைசருடனான நேர்காணல் ஒன்றில், அவர் அறிவித்தார்:

> நான் நேர்மையாக உணர்வதென்னவெனில், பொதுவாக இந்திய சமூக அறிவியல் ஆராய்ச்சியும், குறிப்பாக வரலாற்று ஆராய்ச்சியும் தாராளவாத அல்லது இடதுசாரி நோக்கு என்ற பெயரில் மேற்கத்திய பார்வையே தாக்கம் செலுத்துகிறது. மேற்கத்திய முப்பட்டகத்தின் வழியாகவே நம்மில் பெரும்பாலோர் இந்தியாவைக் காண்கிறோம்-ஒருவேளை பிரிட்டிஷ் ஆட்சியின்கீழ் நாம் இந்திய வரலாற்றை அவர்களது பார்வைக் கோணத்தில் கருத்திலெடுத்துப் புரிந்துகொண்டதால் இருக்கலாம்... ஒவ்வொரு தேசத்துக்கும், குறிப்பிட்ட தேசியக் குறிக்கோள்களுடன், அதன் சொந்தப் பார்வையில் அதன் சொந்த வரலாற்றை எழுதும் உரிமை இருக்கிறது. நான் இந்த நடைமுறையை 'இந்தியமயப்படுத்தல்' என்பேன். சிறந்த முறையில் நீங்கள் அதனை தேசபக்தி அணுகுமுறை எனச் சொல்லலாம்.[58]

ராவ், வரலாற்றையும் புராணத்தையும் ஒரே விஷயமாகப் பார்க்கிறார், காவியங்களில் நடந்த நிகழ்வுகள் விவரிக்கப்பட்ட இடங்களை அடையாளம் காண்பதில் வரலாற்று ஆய்வுகள் கவனம் செலுத்தவேண்டும் என நம்புகிறார்.[59] 2014 முதல் இத்தகைய வரலாற்றையும் புராணத்தையும் கலப்பது இயல்பாகிவிட்டது.

மார்ச் 2018இல், கலாச்சார அமைச்சர் மகேஷ் ஷர்மாவால் இந்திய வரலாற்றை மீள்பார்வை செய்யச் சொல்லி அமைக்கப்பட்ட குழுவின் இருப்பைப் புலனாய்வுச் செய்தியாளர்கள் வெளிப்படுத்தினர். 14 உறுப்பினர்களைக் கொண்ட இக்குழு (தொல்பொருள் ஆராய்ச்சியாளர்கள், அதிகாரத்துவவாதிகள், சித்தாந்தவாதிகள் உள்பட) தற்போதிலிருந்து 12,000 வருடங்களுக்கு முன்பு இந்தியக் கலாச்சாரத்தின் பரிணாமம், தோற்றம் மற்றும் உலகின் இதர கலாச்சாரங்களுடன் அதன் எதிர்கொள்ளல்[60] பற்றிய முழுமையான

ஆய்வை மேற்கொள்ள அமைச்சரால் நியமிக்கப்பட்டிருந்தனர். இந்து நாகரிகத்தை, சமகால வரலாற்றாசிரியர்களால் நிறுவப்பட்டதைவிடவும் மூன்று அல்லது நான்கு மடங்கு காலம் முந்தையதாக நிறுவும் யோசனை, இரு வெளிப்படையான குறிக்கோள்களைக் கொண்டது. முதலாவதாக, அது இந்து தேசியவாதிகள் தங்கள் தொன்மங்களை வரலாறாக முன்வைக்கும் தொடர்ச்சியான முயற்சியுடன் தொடர்புடையது. ராய்ட்டரிடம் மகேஷ் ஷர்மாவே: "நான் ராமாயணத்தை வழிபடுகிறேன். அது வரலாற்று ஆவணமென நான் நினைக்கிறேன்" என்றவர் மேலும், போலச்செய்தல் வியூக முறையை முயற்சிப்பதை மனதில்கொண்டு, "குர்ரான், பைபிள் இரண்டும் பகுதியளவு வரலாறாகக் கருதப்படுமென்றால், இந்து மதப் பிரதிகளை இந்திய வரலாறாக ஏற்றுக்கொள்வதில் என்ன பிரச்சனை?" என்றார்.⁶¹ இரண்டாவதாக, பழங்கால வரலாற்றிலிருந்து ஆதாரங்களை வெளிக்கொண்டுவருவது, "இன்றைய இந்துக்கள் பல்லாயிரம் வருடங்களுக்கு முந்தைய இந்த நிலத்தில் வசித்தவர்களின் நேரடி வாரிசுகள் என்று நிறுவுவதை" இலக்காகக் கொண்டது.⁶² அதன்மூலம் இந்து தேசியவாதிகள் ஒருவித மேன்மையைப் பெறுவதற்கான வாதங்களை வைக்கிறார்கள்.

மகேஷ் சர்மாவின் பணி அவரது கலாச்சார அமைச்சகத்தைப் பற்றியது என்றாலும், அதுபோன்ற திட்டங்கள் பொதுக்கல்வியையும் பாதித்தன. அரசாங்கம் அதன் நோக்கங்களைத் தெளிவாக்கிவிட்டது. மனித மறுவள மேம்பாட்டுக்கான முன்னாள் மத்திய அமைச்சர் ராம்சங்கர் கத்தேரியா இரண்டு வருடங்களுக்கு முன்பு, "நாட்டையும் கல்வியையும் காவிமயமாக்குவது இருக்கும். அது காவிமயமாக்கலோ அல்லது சங்வாத்தோ (ஆர்.எஸ்.எஸ். சித்தாந்த பிரச்சாரம்), நாட்டுக்கு எது நல்லதோ அது நடக்கும்,"⁶³ கல்வி ஆராய்ச்சி மற்றும் பயிற்சிக்கான (NCERT)⁶⁴ தேசிய கவுன்சிலை அதன் விருப்பத்துக்கு ஏற்றவாறு வடிவமைத்து, புதிய பாடப்புத்தகங்களை எழுதுவதற்கான வழிகாட்டு நெறிமுறைகளைப் பதிப்பித்த⁶⁵ வாஜ்பாயி அரசாங்கத்தைப் போலல்லாமல், மோடி அரசாங்கம் ரகசியமாக இந்தப் பணிகளை மேற்கொள்வதைத் தேர்வுசெய்ததுடன், மாநில அரசுகள் பாடப்புத்தகங்களில் மாறுதல்களை மேற்கொள்வதையும் அனுமதித்தது, மோடி வாக்களித்தபடி புதிய கல்விக்கொள்கையைப் பதிப்பிக்கும் யோசனையைக்கூட ஒத்திவைத்தது, அந்த எண்ணத்தை அது கைவிட்டது என்பதனால் அல்ல⁶⁶, மாறாக வெளிப்படையான பொதுவிவாதத்தைவிடவும் ஒளிவுமறைவாக இயங்குவதன் செயல்திறனை அது நம்பியது.⁶⁷

மத்திய இடைநிலைக் கல்வி வாரியத்துடன் (CBSE), இணைக்கப்பட்ட பள்ளிகளில் பயன்படுத்தப்படக்கூடிய, என்.சி.ஈ.ஆர்.டி.யால் வெளியிடப்பட்ட புத்தகங்கள் விரிவாகத் திருத்தியெழுதப்பட்டுள்ளன. இந்தியன் எக்ஸ்பிரஸ் கூற்றுப்படி, மனித மறுவள மேம்பாட்டு அமைச்சரின் மீண்டும் மீண்டும் செய்யப்பட்ட குறுக்கீடுகளால் (மற்றொரு ஆர்.எஸ்.எஸ். உறுப்பினரான பிரகாஷ் ஜாவ்டேகர்) என்.சி.ஆர்.ஈ.டியால் வெளியிடப்பட்ட 182 பாடப்புத்தகங்களில் 1,334 மாறுதல்கள் செய்யப்பட்டிருந்தன.[68] என்.சி.ஈ.ஆர்.டி.யாலும் அதன் நிபுணர்களாலும் பின்பற்றவேண்டிய நடைமுறைகள் இந்த மாறுதல்களில் பின்பற்றப்பட்டிருக்கவில்லை.[69] இந்த மாறுதல்கள், 'முஸ்லிம் சகாப்தத்தை'[70] விலையாகத் தந்து, மீண்டும் ஒருமுறை பழங்கால இந்திய வரலாறு (மருத்துவம், வானவியல், யோகா உள்ளிட்டவை) மேம்படுத்தப்பட்டிருந்தன. பழங்காலத்தைச் சேர்ந்த இந்து ஆளுமைகள் (மகாராணா பிரதாப், சிவாஜி, அரவிந்தர், விவேகானந்தர் போன்றவர்கள் சேர்க்கப்பட்டிருந்தனர். இத்தகைய மாற்றங்கள் வரலாற்றுப் பாடப்புத்தகங்களில் மட்டும் மேற்கொள்ளப்படவில்லை. 10-ஆம் வகுப்பு அறிவியல் புத்தகத்தில் அர்த்தவேதத்தின் செய்யுள்கள் இடம்பெற, எட்டாம் வகுப்பு பாடப்புத்தகம், "இந்தியப் புராணம் உர்ஜா மேஜர் விண்மீன் கூட்டம் பற்றிச் சொன்னதை" எடுத்தாண்டிருந்தது.[71] பல பாடப்புத்தகங்கள் தூய்மை இந்தியா பிரச்சாரம் தொடங்கி, பேடி பச்சாவோ, பேடி பதாவோ (பெண்களைப் பாதுகாப்போம், பெண்களுக்குக் கற்பிப்போம்) வரை மோடி அரசின் முக்கியக் கொள்கைகளை விளம்பரப்படுத்தியிருந்தன.

இந்து தேசியவாதிகள் எந்த அளவில் வரலாற்றை மாற்றி எழுதுகிறார்கள் என்பதை மாநில அளவில் மிகத் தெளிவாக அளந்துவிடமுடியும், பா.ஜ.க. ஆளும் மாநிலங்களில் அவர்கள் மிகத் தீவிரமாகச் செயல்பட்டுக்கொண்டிருந்தனர். தொடக்க மற்றும் இரண்டாம் நிலைக் கல்வி, மாநிலங்களின் பொறுப்பிலிருந்ததால், அத்தகைய அணுகுமுறை அர்த்தமுள்ளதாக இருந்தது, முக்கியமாக அதன் சிந்தாந்தவாதிகளின் தேசிய அளவிலான தாக்கம் இந்த மட்டத்திலும் அதேயளவில் உணரமுடிந்தது. குஜராத் மற்றும் ஹரியானாவில் பயன்படுத்தப்படும் சில பாடப்புத்தகங்களை எழுதும் பொறுப்பு பத்ராவுக்கு அளிக்கப்பட்டது.[72] ஹரியானாவில், 2014இல் பா.ஜ.க. வென்றதும் கல்வியமைப்பைப் புதுப்பிக்கும் குழுவுக்கான தலைமைப் பொறுப்பாளராக அவர் நியமிக்கப்பட்டார். குஜராத்திலுள்ள பள்ளிகளுக்கு அவர் எழுதிய அறநெறி பாடப்புத்தகங்களை உடனடியாகக் கொண்டுவந்தார். அவற்றில் ஆறு புத்தகங்கள், 7 முதல் 12-ஆம் வகுப்புகளுக்கு (பதிமூன்று முதல் 18 வயதுக்கான) 2015

இலையுதிர்காலத்தில் அறிமுகப்படுத்தப்பட்டது. அவையனைத்தும் கடவுள் சரஸ்வதியைப் புகழ்வதுடன் தொடங்கின, ஆனால் பத்ரா இது இந்துத்துவமயமாக்கலின் ஒரு வடிவமல்ல என வாதாடினார்: "சரஸ்வதி மத ஆளுமையல்ல. தெய்வத்தின் ஒவ்வொரு பகுதியும் ஒவ்வொரு மாணவனும் பின்பற்றவேண்டிய பண்புகளின் குறியீடு... சரியாகச் சிந்திக்கும் எந்த முஸ்லிம் இந்தப் பண்புகள் வேண்டாமென்று விரும்புவான்?" என வாதிட்டார்.[73] அந்தப் பாடப்புத்தகங்கள் பத்ராவால் எழுதப்பட்ட கவிதையொன்றையும் கொண்டிருந்தது: "எனக்கொரு கனவுண்டு, இந்துத்துவம் தேசபக்தியின் அடிப்படையில் பள்ளியொன்றைக் கட்டியெழுப்பவேண்டும்."[74]

எனினும் பாடநூல்களில் கணிசமான மாறுதல்களைச் செய்ததற்காக ஊடகங்களில் மிகவும் கவனம்பெற்ற மாநிலம் ராஜஸ்தான் தான்: 10-ஆம் வகுப்பு சமூக அறிவியல் பாடப்புத்தகங்களில், (ஆராய்ச்சியாளர்களின் முடிவுகளுக்கு மாறாக)[75] ஹல்டிகாதியில் நடைபெற்ற போரில் அக்பருக்கு எதிராக ராஜபுத்திர அரசர் வெற்றிபெற்றதாக எழுதப்பட்டிருந்தது. புதிய சமூக அறிவியல் பாடப்புத்தகம், காங்கிரஸ் அரசு இருந்தபோது புத்தகத்தில் இடம்பெற்றிருந்த ஜவஹர்லால் நேருவைப் பற்றியும், மகாத்மா படுகொலையைப் பற்றியும் சற்றும் குறிப்பிடவே இல்லை.[76] கல்வி அமைச்சர் வாசுதேவ் தேவ்னானி, இந்த மாற்றங்களைப் பற்றி விளக்கிப் பேசுகையில், "ராஜஸ்தான் நாயகர்களைப் பற்றி குழந்தைகளுக்குக் கற்பிக்கும் அவரது விருப்பத்தையும், அவர்கள் இந்தியக் கலாச்சாரம் குறித்துப் பெருமிதம் கொள்ளச் செய்யவும் குடிமக்களில் இருந்து முடிந்த அளவு அதிகமாக தேசபக்தர்களை உருவாக்கவுமான விருப்பத்தின் காரணமாகவே இந்த மாற்றங்கள்" என்றார்.[77]

இதர மாநிலங்களும் பிராந்திய மற்றும் தேசிய வரலாற்றைச் சொல்வதில் மறுசீரமைப்பை மேற்கொண்டனர். மகாராஷ்டிராவில், வரலாற்றுப் பாடப்புத்தகத்தைத் திருத்தியெழுதும்போது, 7-ஆம் வகுப்பு பாடப்புத்தகத்தில் தீவிர குறைப்பு செய்யப்பட்டது: அக்பரின் ஆட்சியின்கீழ் மொகலாய சாம்ராஜ்யம் அத்தியாயம் மூன்றே வரிகளாக வெட்டிச்சுருக்கப்பட்டது.[78] உத்தர பிரதேசம் அதன் வரலாற்றுப் பாடப்புத்தகங்கள் சிலவற்றில் மொகலாய சாம்ராஜ்யம் பற்றிய வரலாற்றையே அழித்துவிட்டது.[79] டெல்லி பல்கலைக்கழகம் அதன் வரலாற்றுப் பாடத்திட்டத்தில் மொகலாயர்களின் ஆட்சி காலகட்டத்தைப் பற்றிய பாடத்தைத் தீவிரமாகக் குறைத்துவிட்டது.[80] நாக்பூர் பல்கலைக்கழகத்தின் பாடத்திட்டத்தில் வகுப்புவாதத்தை உருவாக்குவதில் முஸ்லிம் லீக், இந்து மகாசபா, ஆர்.எஸ்.எஸ்.ஸின் பங்கு ஆகியவற்றை விவரித்த அத்தியாயம் நீக்கப்பட்டு, 'தேசத்தை

உருவாக்குவதில் ராஷ்ட்டிரிய சுயம்சேவக் சங்கத்தின் பங்கு' என்ற பாடம் இடம்பெறச் செய்யப்பட்டது.[81] அத்தோடு உத்தர பிரதேச அதிகாரப்பூர்வ தேர்வுடன், மாநிலத்திலுள்ள அனைத்துப் பள்ளிகளிலும் பொதுக் கலாச்சாரம் என்றொரு தேர்வை சங் பரிவார் ஏற்பாடு செய்தது. 2017, ஆகஸ்டில் லக்னோவில் அமித்ஷாவால் வெளியிடப்பட்ட, இந்தத் தேர்வுக்கு மாணவர்கள் ஆயத்தமாக உதவ வடிவமைக்கப்பட்ட சிற்றேட்டின்படி, இந்தியா ஒரு இந்து தேசம், சுவாமி விவேகானந்தா 1893இல் சிகாகோவில் இந்துத்துவாவுக்கு ஆதரவாகப் பேசினார்.[82] கர்நாடகாவில், பதினெட்டாம் நூற்றாண்டு முஸ்லிம் அரசனின் பிறந்த தின கொண்டாட்டமான திப்பு சுல்தான் ஜெயந்தியை ரத்து செய்தபின், பா.ஜ.க. அரசு 2019இல் ஏழாம் வகுப்பு பாடநூலில் இந்த வரலாற்று ஆளுமை தொடர்புடைய அத்தியாயத்தையும் கைவிட்டது.[83] கோவிட் 19 பெருந்தொற்றுச் சூழலில், லாக்டவுனால் கற்றலில் ஏற்பட்ட சவால் காரணமாக, இந்திய அரசு அனைத்து மாநிலங்களையும் 1 முதல் 10-ஆம் வகுப்பு வரையிலான மாணவர்களின் பாடத்திட்டத்தில் 30 சதவிகிதத்தைக் குறைக்கக் கேட்டுக்கொண்டிருந்தது.[84] அந்தச் சூழலைப் பயன்படுத்திக்கொண்டு, இந்தியாவின் மிகப்பெரிய கல்வி வாரியமான மத்திய இடைநிலைக் கல்வி வாரியம் (சி.பி.எஸ்.ஈ.), இந்தியா முழுவதுமுள்ள, "அரசாங்கத்தால் நடத்தப்படும் பள்ளிகள் இனி ஜனநாயக உரிமைகள், மதச்சார்பின்மை, கூட்டாட்சி, குடியுரிமை உள்ளிட்ட இதர தலைப்புகளைக் கற்பிக்க வேண்டியதில்லை" என முடிவுசெய்தது.[85]

அறிவை வளர்க்கும் செயல் பிரச்சாரமாக மாற்றப்பட்டு, இறுதித் தேர்வுகளில் மோடி அரசாங்கத்தால் மேற்கொள்ளப்பட்ட சீர்திருத்தங்கள், பிரதமரான மோடி மற்றும் இந்து ஆளுமைகளின் வீரச்செயல்களின் மீது கவனம் குவிப்பது அதிகமாகிவந்தது. லக்னோ பல்கலைக்கழகத்தின் இளங்கலைப் பொருளியல் பாடப்பிரிவு (பி.காம்) மாணவர்கள் பொருளாதாரத் தேர்வில் மோடியால் தொடங்கப்பட்ட திட்டங்களான, டிஜிட்டல் இந்தியா (நாடுமுழுவதும் டிஜிட்டல்மயமாக்கலை வளர்த்தெடுத்தல்), ஸ்டார்ட் அப் இந்தியா, அல்லது வேலை உருவாக்கத் திட்டங்கள் பற்றி விவரிக்கக் கேட்டுக்கொள்ளப்பட்டனர்.[86] குடிமைப் பணி தேர்வு அதைவிடவும் அதிகமாகச் சென்றது. மத்தியப்பிரதேசத்தில் மாநில நிர்வாகத்தில் சேர தேர்வெழுதியவர்கள் 2016இல் இவ்வாறு கேட்டுக்கொள்ளப்பட்டனர்: "மதிப்புக்குரிய பிரதமரால் வழிநடத்தப்பட்ட தூய்மை இந்தியா பிரச்சாரம் சமூகத்தின் மீது மகத்தான தாக்கத்தை ஏற்படுத்தியது, ஏனெனில் 1)மக்கள் தூய்மையின் முக்கியத்துவத்தைப் புரிந்துகொண்டனர், 2) நாடெங்குமுள்ள மக்கள்

அந்தப் பிரச்சாரத்தை விரும்பினர்."[87] மோடி ஆதரவாளர்கள் மட்டுமே வெளிப்படையாக இதிலுள்ள பொறியை அடையாளம் காணமுடியும்: இரண்டு பதில்களுமே சரியானவை!

பாடப்புத்தகத்தைத் திரும்ப எழுதும் தேசியவாதத் தொனி, சமகால அறிவியலுக்கு எதிராகப் பழங்கால இந்தியாவின் அறிவமைப்பைப் போற்றுவதை வேண்டுமென்றே செய்தது.[88] உதாரணமாக, நாட்டின் மனித மறுவள மேம்பாட்டுக்கும் உயர்கல்விக்கும் பொறுப்பான அமைச்சரான சத்யபால் சிங், பரிணாமக் கோட்பாட்டின்[89] பெறுமதியை மறுத்ததுடன், தன் பேச்சுககளில் ஒன்றில் விமானத்தைக் கண்டுபிடித்தது இந்தியர்களே என்று தெரிவித்தார்.[90] உத்தர பிரதேசத்தின் துணை முதல்வர் பழங்கால இந்தியாவில் சோதனைக் குழாய் குழந்தை முறை இருந்தது, ராமரின் மனைவி சீதா மட்பாண்டத்தில்தான் பிறந்தார் எனச் சொல்ல, திரிபுரா முதல்வர் பிப்லப் குமார் தேப், பழங்கால இந்தியாவில் செயற்கைக் கோள்களும் இன்டர்நெட் தொழில்நுட்பங்களும் இருந்ததென விளக்கினார்.[91] அதேவிதத்தில், ராஜஸ்தான் கல்வி அமைச்சர் ஏழாம் நூற்றாண்டிலேயே இந்தியாவில் புவியீர்ப்பு விசை கண்டுபிடிக்கப்பட்டதாக உரிமைகோரினார்.[92] அதேபோன்று, மற்றொரு பா.ஜ.க. அமைச்சரும் அஸ்ஸாமின் சுகாதார, கல்வி, நிதியமைச்சரும் புற்றுநோயாளிகள் தங்களது பாவங்களுக்கான விலையைத் தந்துகொண்டிருப்பதாகப் பேசினார்.[93] உத்தரகாண்ட் பா.ஜ.க. தலைவர், அம்மாநிலத்திலுள்ள நதியின் நீரைப் பருகினால் கர்ப்பிணிப் பெண்கள் சிசேரியன் பிரசவத்தைத் தவிர்க்கலாமென அறிவித்தார்.[94] பிரதமர் நரேந்திர மோடியே, இனப்பெருக்க மரபியல் மற்றும் பிளாஸ்டிக் அறுவை சிகிச்சையை இந்தியா கண்டுபிடித்ததாகக் கூறினார். 2014 அக்டோபரில், அவர் மும்பை மருத்துவமனை ஒன்றில் மருத்துவர்கள் மற்றும் இதர துறைசார் பணியாளர்களின் கூட்டமொன்றில்: "நாம் எல்லாம் மகாபாரத கர்ணனைக் குறித்து வாசித்திருக்கிறோம். இன்னும் கொஞ்சம் கூடுதலாகச் சிந்தித்தால், நாம் கர்ணன் அவரது அன்னையின் கருவிலிருந்து பிறக்கவில்லை என மகாபாரதம் கூறுவதை உணரவருவோம். இதன் பொருள் மரபணு அறிவியல் அந்தக் காலகட்டத்தில் இருந்தது. அதனால்தான் கர்ணனால் தனது தாயின் கருப்பைக்கு வெளியில் பிறக்கமுடிந்தது… நாம் கணேசனை வணங்குகிறோம். யானையின் தலையை மனித உடலில் பதித்து பிளாஸ்டிக் சர்ஜரி செய்யும் பழக்கத்தை ஆரம்பித்த பிளாஸ்டிக் சர்ஜன் யாரோ அக்காலத்தில் இருந்திருக்க வேண்டும்."[95] இத்தகைய பேச்சுகள், ஒவ்வொரு முறையும் இடதுசாரி கம்யூனிஸ்டுகளுடன் இணைந்த ஒருவகை அறிவுஜீவிகளான பகுத்தறிவுவாதிகளிடமிருந்து

எதிர்ப்பைப் பெற்றன. இந்து தேசியவாத குறுங்குழுவாதம் மற்றும் பழமைவாதத்தின் மீதான விமர்சனத்துக்காகப் பெயர்பெற்ற மூன்று பேர், 2013 மற்றும் 2015-க்கு இடையில் கொலைசெய்யப்பட்டனர்: மகாராஷ்டிர மூடநம்பிக்கை ஒழிப்புக் குழுவின் நிறுவனரான நரேந்திர தபோல்கர், இந்திய கம்யூனிஸ்ட் கட்சியின் நீண்டகால உறுப்பினரான கோவிந்த் பன்சாரே, ஹம்பியிலுள்ள கன்னடப் பல்கலைக்கழகத்தின் முன்னாள் துணைவேந்தர் எம்.கல்புர்கி ஆகியோரே அந்த மூவர் (அத்தியாயம் 7-ஐப் பார்க்கவும்.)[96] பழைமைவாதக்காரர்களுக்கு (அவர்கள் மதப்பிரிவைச் சேர்ந்தவர்களோ அல்லது இனதேசியவாத இயக்கத்தைச் சேர்ந்தவர்களோ), பகுத்தறிவுவாதிகளே முக்கிய இலக்குகள். ஏனெனில் அவர்கள் தெய்வ நிந்தனையாளர்களாகப் பார்க்கப்படுகிறார்கள். அவர்கள் நம்பும் கட்டுக்கதைகளை அம்பலப்படுத்தி இவர்களது நம்பிக்கை முறைக்கு ஒரு அச்சுறுத்தலாகத் திகழ்கின்றனர்.

‘தாராளவாதிகளுக்கு’ எதிரான சிலுவைப் போர்

இந்துத்துவ ஊக்குவிப்பு, தாராளவாதிகளுக்கு எதிரான இடைவிடாத போராட்டத்துடன் கைகோத்தது. தங்களது கொள்கையைப் பின்பற்றாத கல்வியாளர்கள், என்.ஜி.ஓ.க்கள், பத்திரிகையாளர்களைக் குறிப்பிட இந்து தேசியவாதிகள் பெரிதும் இழிவுபடுத்தும் வார்த்தையாக ‘தாராளவாதிகள்,’ என்பதைப் பயன்படுத்தினர்.

பல்கலைக்கழகங்களைக் கட்டுப்பாட்டுக்குள் கொண்டுவருதல்–ஜவஹர்லால் நேரு பல்கலைக்கழக விவகாரம்

முற்போக்கு மதிப்பீட்டைக் கொண்ட பல்கலைக்கழகங்கள், இந்து தேசியவாதிகளின் நீண்டகால இலக்காக இருந்தன, 2014-க்குப்பின் இந்தப் பதற்றம் மேலும் தீவிரமடைந்தது. அவை இரண்டுவகையிலான இடையீட்டுக்கு ஆட்பட்டன. முதலில், அவற்றை சீர்திருத்தும் வேலையை அளித்து அவற்றுக்குத் தலைமை வகிக்க சங் பரிவார் அல்லது அத்தகைய வழியில் பயணிப்பவர்கள் அரசால் தலைமைப் பொறுப்புக்கு நியமிக்கப்பட்டனர். இரண்டாவதாக, ஆர்.எஸ்.எஸ். மாணவரணியான ஏ.பி.வி.பி, அரசின் ஆசிர்வாதத்துடன் பல்கலைக்கழக வளாகங்களில் இறுதியில் என்ன நடக்கவேண்டுமென்பதை முடிவுசெய்பவர்களாகத் திகழ முயற்சிசெய்தனர்.

இந்த இரட்டை வியூகம் ஜவஹர்லால் நேரு பல்கலைக்கழகத்தின் (ஜே.என்.யூ) மீது சுமத்தப்பட்டது அது நடத்தப்பட்ட விதத்தில் மிகத்தெளிவாகப் புலப்பட்டது. இந்த அமைப்பு, முக்கியமாக சமூக அறிவியலில்-அதன் ஆசிரியர்களின் திறமைகளுக்காக

அறியப்பட்டது. 1960இல் அது நிறுவப்பட்டதுமுதலே அதன் பல ஆசிரியர்களின் இடதுசாரி சாய்வு காரணமாகவும் அதன் பிரதான மாணவர் அமைப்புகள் காரணமாகவும் இந்து தேசியவாதிகளின் கசப்பான விமர்சனத்தைப் பெற்றுவந்திருந்தது.[97]

2016இல், மோடி அரசாங்கம் மமிதாலா ஜகதீஷ் குமாரை ஜே.என். யூ. துணைவேந்தராக நியமித்தது. இந்த மின்னணுப் பொறியியல் பேராசிரியர் அதுவரை அருகிலிருந்த இந்தியன் இன்ஸ்டிடியூட் ஆப் டெக்னாலஜியில் கற்பித்துக்கொண்டிருந்தார், அவர் சங் பரிவாரின் குடைகீழுள்ள அமைப்பான விஜன பாரதியில் உள்நாட்டு இந்திய அறிவியலை ஊக்குவிப்பதில் துடிப்பான பங்கு வகித்ததாகக் கூறப்பட்டது.[98] அவர் தீவிர பட்ஜெட் வெட்டைச் செயல்படுத்தினார்- மூன்றாண்டுகளில் கல்விச் செலவு பாதியாகக் குறைக்கப்பட்டது[99]- மாணவர் சேர்க்கையில் சரிவுநேர்ந்தது, அதேவேளை ஆர்.எஸ். எஸ்.ஸுக்கு எதிரான மாணவர் சங்கங்கள் மற்றும் ஆசிரியர்கள் செயல்பாடுகள் அமைப்புரீதியாகத் தடைசெய்யப்பட்டன. வெளிப்படையாக சங் பரிவாருக்கு விரோதமான பேராசிரியர்கள், வளாகத்தின் அரசியல் கட்டுப்படுத்தல் போன்ற பல்வேறு வழிமுறைகளில் துன்புறுத்தப்பட்டனர்.[100]

முதன்மையாக முதுகலைப் பட்டங்கள் மற்றும் முனைவர் பட்டங்களை வழங்கும் ஆராய்ச்சிப் பல்கலைக்கழகமான, ஜே.என். யூ.வில், முதுகலை அல்லது முனைவர் பட்டத்துக்காகச் சேர்க்க விரும்பும் இடங்களின் எண்ணிக்கை ஒரே வருடத்தில் 1234இல் இருந்து 194-ஆக 84 சதவிகிதம் சரிந்தது.[101] அதற்கும்மேலாக, பல்கலைக்கழகச் சட்டங்கள் மற்றும் பல்கலைக்கழக மானியக் குழு (யூஜிசி), வழிகாட்டுதலின்படி கல்வியாளர்களைக் கொண்டு அமைக்கவேண்டும் என்பதை மீறி, ஜே.என்.யூ. துணைவேந்தரால் நியமிக்கப்பட்ட நிபுணர்களை மட்டுமே கொண்டு மாணவர் சேர்க்கைக் குழுக்கள் அமைக்கப்பட்டன.[102] இது குறைவான தகுதிகளைக் கொண்ட[104] இந்து தேசியவாத வட்டார ஆசிரியர்களைப் பணிக்கமர்த்துவதற்கான சாத்தியங்களை ஏற்படுத்தியது,[103] அவர்களில் சிலர் கருத்துத் திருட்டு குற்றச்சாட்டுகளை எதிர்கொள்பவர்களாக இருந்தனர்.[105] குறிப்பாக, வேலைக்கு விண்ணப்பித்தவர்களை வடிகட்டுவதற்குப் பொறுப்பான குழு, தகுதியற்றவர்கள் என நிராகரித்தபிறகும், ஜே.என்.யூ.வைச் சேர்ந்த சில முன்னாள் ஏ.பி.வி.பி. மாணவர் செயல்பாட்டாளர்கள், துணைப் பேராசிரியர்களாக நியமிக்கப்பட்டனர்.[106] துணைவேந்தர், சமூக அறிவியல் பள்ளிகளுக்கான தலைவர்களை நியமன விதிமுறைகளைப் பின்பற்றாமல் வேறிடங்களுக்கு மாற்றியது, ஆராய்ச்சியாளர்களை 80 சதவிகிதம் வரை குறைத்தது, வேலைக்கு விண்ணப்பிப்பவர்களின்

நிலவியல் பின்னணி, சமூகப் பின்னணி நடைமுறைகளைப் பின்பற்றி பன்மைத்துவத்தை நிச்சயப்படுத்தவேண்டும் என்ற ஜே.என்.யூ. விதிகளைப் பின்பற்றுவதைத் தவிர்த்தார்.[107] வழக்கமாக மாணவர்கள் சேர்க்கையில் 50 சதவிகிதத்துக்கு நெருக்கமாக தலித்துகள், ஆதிவாசிகள், ஓ.பி.சி.க்கள் காணப்படுவர். புதிய ஆட்சேர்ப்பு நடைமுறை, அவர்களுக்குச் சாதகமற்றதாக அமைந்தது. தற்போது அவர்கள் வெறும் 7 சதவிகிதமே காணப்பட்டனர். மேலும் துணைவேந்தர் சமீபத்தில் பணியில் சேர்ந்த ஆசிரியர்களை முழுமையான பேராசிரியர் பணிக்கு நியமனம்செய்து, தற்காலிக பதவி உயர்வுகளையும் பிறப்பித்தார். அதற்குமாறாக, பணிமூப்பின் அடிப்படையில் அந்தப் பதவி உயர்வைப் பெற்றிருக்கவேண்டிய அரசுக்கு எதிரான ஆசிரியர்களின் பணிஉயர்வுகள் நிறுத்திவைக்கப்பட்டன. பழிநடவடிக்கைக்கு உள்ளானவர்கள் விஷயத்தை நீதிமன்றத்துக்கு எடுத்துச்சென்றனர்.[108] நிராகரிப்பு நடைமுறையின் சட்டவிரோதத் தன்மையைக் கவனத்தில் எடுத்துக்கொண்டு நீதிமன்றம் உரிமை கோருபவர்களின் பதவி உயர்வுகளை மறுபரிசீலனை செய்ய உத்தரவிட்ட பிறகும், மீண்டும் ஒரு முறை அவர்களின் பதவிஉயர்வு மறுக்கப்பட்டது.[109] கருத்து வேறுபாடு கொண்ட ஆசிரியர்கள் மற்றும் மாணவர்களுக்கு எதிராக நிர்வாகத் தடையை ஏற்படுத்துவதன் மூலம், ஜே.என்.யூ விவகாரங்களில் நீதிமன்ற வழக்குகளை நடத்துவது கிட்டத்தட்ட ஒரு வழக்கமாகவே ஆகிவிட்டது.[110] நாற்பத்தெட்டு ஆசிரியர்களுக்கு, மத்திய குடிமைச் சேவைப் பணி (நடத்தை) விதிகளின் அடிப்படையில் ஜே.என்.யூ. நிர்வாகம் அதன் கற்பித்தல்-கற்றல் கொள்கைகளுக்கு எதிராக அவர்கள் குரல்கொடுத்ததற்காகக் குற்றப் பத்திரிகைகளை வழங்கியது பெரியதொரு சர்ச்சையாக மாறியது.[111] சங்கங்கள், சி.சி.எஸ். விதிகள், கல்விச் சுதந்திரத்தின் வழியில் வரும் பல்கலைக்கழகங்கள் போன்ற தன்னாட்சி அமைப்புகளுக்குப் பொருந்தாது என வாதிட்டன.[112]

ஜே.என்.யூ. முன்னாள் மாணவர்களில் ஒருவரும் கட்சி சார்பற்ற ஊடக ஆளுமையுமான, சஞ்சயா பாரு அதிருப்தியைத் தெரிவித்தபோது, “ஆசிரியர்களைத் தொந்தரவு, இழிவு மற்றும் மனச்சோர்வு அடையச்செய்யவும் இது ஒன்றுக்கும் உதவாத அமைப்பு என்ற மனப்பதிவை ஏற்படுத்தவும் ஜே.என்.யூ. நிர்வாகத் தலைமையின் திட்டமிட்ட முயற்சியாகும்” என்றார்.[113] அதற்குப் பிரதிவினையாக, பயனில்லாத பல ஆர்ப்பாட்டங்களுக்குப் பிறகு, ஜவஹர்லால் நேரு பல்கலைக்கழக ஆசிரியர் கூட்டமைப்பு (ஜே.என்.யூ.டி.ஏ.) துணைவேந்தரை ராஜினாமா செய்யக் கோரி வாக்கெடுப்பு நடத்தியது-வாக்களித்த 300 பேரில் 279 பேர் அவரைப் பதவியிறங்கக் கோரியிருந்தனர்.[114]

மோடி அரசை ஒரு அங்குலம்கூட அசைக்காத இந்தப் பதற்றங்களுடன் கூடுதலாக, மாணவர்கள் அமைப்புகளின் மோதலுக்கான களமாக ஜே.என்.யூ வளாகம் ஆனது. குறிப்பாக 2016இல் நடந்த மோதல் அத்தியாயம், மோதல்களின் இயல்பு மற்றும் நோக்கத்தைப் பிரதிபலிப்பதாக அமைந்தது. பிப்ரவரி 9, ஜவஹர்லால் நேரு பல்கலைக்கழக மாணவர் அமைப்பின் தேர்ந்தெடுக்கப்பட்ட உறுப்பினர்கள், (இதில் இடதுசாரி சங்கங்களே பெரும்பாலானவை) அப்சல் குரு தூக்கிலிடப்பட்டதை நினைவுகூரும் நிகழ்வொன்றை நடத்தினர்.[115] அந்நிகழ்வில் உரைகள் நிகழ்த்தப்பட்டபோது, குறிப்பாக உமர் காலித்தும், மாணவர் சங்கத் தலைவர் கன்னையா குமாரும், அப்சல் குருவின் சொந்த மாநிலமான ஜம்மு காஷ்மீரில் மத்திய அரசாங்கத்தின் கொள்கையையும், கிளர்ச்சிகள் தீவிரமடைந்து சில உயிர்கள் பலியானதையும் விமர்சித்தனர். ஏ.பி.வி.பி. அந்தப் பேரணிக்கு எதிர்ப்புத் தெரிவித்து, அதனை 'தேசவிரோதம்' என்றது.[116]

வருடங்கள் செல்லச் செல்ல, இந்தியாவில் பதிவுபெற்ற 35,000 உயர்கல்வி அமைப்புகளில் 20,000 சங்கங்களோடும், அதிகாரப்பூர்வமாக 3.2 மில்லியன் உறுப்பினர்களோடும், ஏ.பி. வி.பி. இந்தியாவின் மிகப்பெரும் மாணவர் அமைப்பானது.[117] எனினும், அதன் தாக்கம் வெறுமனே எண்ணிக்கையில் மட்டும் அளவிடப்படக்கூடாது அதன் அரசியல் பாத்திரத்திலிருந்தும் அளவிடப்படவேண்டும். இந்த அமைப்பு, பல்வேறு பா.ஜ.க. அரசியல் தலைவர்களின் தொடக்கப்புள்ளியாக அமைந்திருக்கிறது, அவர்கள் விவாதிக்கவும், கருத்தியல் போர்செய்யவும் ஏ.பி.வி.பி.யில் இருந்த காலகட்டத்திலேயே கற்றிருந்தனர். பல்கலைக்கழக வளாகங்களுக்கு வெளியே சங் பரிவார் அமைப்புகளிலும் தொடர்புடையதாக இந்த அமைப்பு இருந்தது. ஏ.பி.வி.பி. 2011 மற்றும் 2013இல் நடந்த அன்னா ஹசாரே இயக்கத்தில், ஐக்கிய முற்போக்கு கூட்டணியின் ஊழலுக்கு எதிராக 2 மில்லியன் போராட்டக்காரர்களை அணிதிரட்டியதாகக் கூறுகிறது.[118] ஆனால் இதன் செயல்பாடுகள் பிரதானமாகப் பல்கலைக்கழக வளாகங்களிலேயே அமைந்தன. இந்த இடங்களில், மாணவர் அமைப்புகள், 2014 முதல் ஒரு வகை கலாச்சாரக் காவலர்களாகத் திகழ்வதோடு, ஒவ்வொரு முறை ஒரு அரசியல் பிரச்சனை எழும்போதும் சட்டத்தை மீறுகிறது. 2015இல், (உ.பி.) முசாபர் நகர் கலவரம் குறித்த திரைப்படம் டெல்லி பல்கலைக்கழகத்தில் திரையிடப்படுவதைத் தடுத்தது.[119] ஆனால் ஏ.பி.வி.பி.யின் மிக முக்கியமான குவிமையம் ஜே.என்.யூ., அவர்கள் வெற்றிபெற்றாகவேண்டிய இடம், அங்கே இடதுசாரிகளை நசுக்குவதே ஏ.பி.வி.பி.யின் நோக்கம்.

அப்சல் குரு தொடர்பாக ஜே.என்.யூ. மாணவர் அமைப்பு ஏற்பாடு செய்திருந்த நிகழ்வு தொடர்பான பிரச்சனை, குரு அந்தப் பிராந்தியத்தில் வளர்ந்திருந்ததால் இஸ்லாமியத் தீவிரவாதம் மற்றும் காஷ்மீரிகளின் பிரிவினைவாதம் தொடர்பான கேள்விகளைக் கொண்டிருந்தது. எனவே மோதலுக்குச் செல்வதற்கான சிறப்பான வாய்ப்பாக அமைந்தது. ஏ.பி.வி.பி. தன் அதிகாரத்தைப் பயன்படுத்தி, ஜே.என்.யூ. நிர்வாகம் அந்த நிகழ்வைத் தடைசெய்யுமளவுக்குக் கொண்டுசென்றது, ஆனால் நிகழ்ச்சி ஏற்பாட்டாளர்கள் அதற்கு இணங்கமறுத்தனர். உள்துறை அமைச்சர் ராஜ்நாத் சிங், ஏற்பாட்டாளர்களைக் கண்டிக்க அந்த வாய்ப்பைப் பயன்டுத்திக்கொண்டு "அங்கே இந்தியாவுக்கு எதிரான கோஷங்கள் முழங்கப்பட்டதாகத் தெரிவித்தார்[120], போலீஸ் பல்கலை வளாகத்தில் தேடுதல்மேற்கொண்டு கன்னையா குமார் மற்றும் சில சக மாணவர்களைக் கைதுசெய்தது. பிப்ரவரி 14 அன்று பாட்டியாலா ஹவுஸில் அமைந்துள்ள டெல்லி மாவட்ட நீதிமன்றத்தில் ஆஜர்படுத்துவதற்கு முன் அவர்கள் மேல் தேசவிரோதக் குற்றச்சாட்டு சுமத்தப்பட்டது.[121] அந்த நிகழ்வில் கலந்துகொள்ள விரும்பிய மாணவர்களும் ஆசிரியர்களும், வந்தே மாதரம், பாரத் மாதா கி ஜே எனக் குரலெழுப்பிய நாற்பது வழக்கறிஞர்களால் தாக்கப்பட்டனர். அவர்களுடன் இந்து தேசியவாதத் தலைவர்கள், பா.ஜ.க. எம்.எல்.ஏ. ஓ.பி. ஷர்மா ஆகியோரும் காணப்பட்டனர். இதில் ஷர்மா தனது கைமுஷ்டியைப் பயன்படுத்தவும் தயங்கவில்லை. ஜே.என்.யூ. மாணவர்கள், ஆசிரியர்களுடன், அப்போது அவ்விடத்தில் காணப்பட்ட பத்திரிகையாளர்களும் வன்முறைக்கு இலக்காகினர்.[122] அதேநேரம், ஏ.பி.வி.பி. டெல்லி பல்கலைக்கழகத்தினூடாக அணிவகுத்து, "ஜே.என்.யூ. பல்கலையை மூடு, துரோகிகளே திரும்பிச் செல்லுங்கள்" என்றும் "காஷ்மீர் நமது எதிர்காலத்திலும் நமதே" என்றும் கோஷமிட்டனர்.[123] அடுத்த நாள், உலகெங்குமுள்ள அறுபத்து மூன்று அறிவுஜீவிகள் தேசத்துரோக குற்றச்சாட்டு அடிப்படையற்றது என வாதித்து,[124] குமாரை விடுதலை செய்யக் கோரி விண்ணப்பமொன்றில் கையெழுத்திட்டிருந்தனர். போலீஸ் குறிப்பிட்ட ஒரேயொரு ஆதாரம், பிப்ரவரி 9 கூட்டத்தின் நேரடி ஒளிபரப்பை ஜீ டி.வி. திரும்பத் திரும்ப ஓடவிட்டதாகவும், அதில் பாகிஸ்தானுக்கு ஆதரவான பாகிஸ்தான் ஜிந்தாபாத்" (பாகிஸ்தான் நீடுவாழ்க!) போன்ற கோஷங்கள் கேட்டதாகவும் சொல்லப்பட்டது. பத்து நாட்களுக்கும் அதிகமாகச் சென்றபின்,[125] கடைசியில் போலீஸ் அந்த டி.வி. நிறுவனத்திடம் ஒரிஜினல் காட்சிப் பதிவைக் கேட்டபோது, அந்தக் காட்சிப் பதிவு சிதைக்கப்பட்டது, பிப்ரவரி 9 அன்று பாகிஸ்தானுக்கு ஆதரவான கோஷங்கள் எதுவும் எழவில்லை என்ற உண்மையை ஒப்புக்கொள்ள நேர்ந்தது. உண்மையில்,

போராட்டக்காரர்கள் இந்திய நீதியமைப்பை பாராட்டும்விதமாக, "பாரதிய கோர்ட் ஜிந்தாபாத்" (இந்திய நீதிமன்றங்கள் நீடு வாழ்க) என்றுதான் கத்தியிருந்தனர்.[126] தடயவியல் பகுப்பாய்வு முடிவு வெளியாவதற்கு முன்பாகவே, ஜீ டி.வி. பத்திரிகையாளர், விஷ்வ தீபக், பணியிலிருந்து விலகியதுடன். பொதுமக்களுக்கு நீண்ட கடிதமொன்றை எழுதினார்:

அந்த வீடியோவில் 'பாகிஸ்தான் ஜிந்தாபாத்' கோஷம் ஒருபோதும் கிடையவே கிடையாது. நாங்கள் உணர்ச்சிகளைத் தூண்டவே அதனைத் திரும்பத் திரும்ப ஒளிபரப்பினோம். இருளில் ஒலித்த குரல்கள் கன்னையா அல்லது அவரது நண்பர்களுடையது என்பதை எப்படி அவ்வளவு எளிதாக நாம் நம்பினோம்? முன்னனுமானம் காரணமாக 'பாரதிய கோர்ட் ஜிந்தாபாத்' என்பதை 'பாகிஸ்தான் ஜிந்தாபாத்' என்பதாகக் கேட்டோம்... மோடி இந்தியாவின் பிரதமராக வந்தது முதல், இந்த நாட்டிலுள்ள ஒவ்வொரு செய்தியறையும் கூடுதலாகவோ அல்லது குறைவாகவோ வகுப்புவாதமயமாக்கலைக் கண்டுவருகின்றன, ஆனால் இந்த நிறுவனத்தின் நிலைமையோ மிகவும் மோசமானது... ஒவ்வொரு செய்திக்குப் பின்னும் ஒரு நோக்கம், ஒவ்வொரு செய்தி நிகழ்விலும் மோடி அரசாங்கத்தை மகத்தானதாகச் சித்தரிக்கும் ஒரு முயற்சி, ஒவ்வொரு விவாத நிகழ்விலும் மோடியின் எதிரிகளை வீழ்த்த ஒரு முயற்சி-தாக்குதலுக்குக் குறைவான வார்த்தையை நம்மால் ஏற்றுக்கொள்ள முடியாது இவையெல்லாம் என்ன? சிலசமயங்களில் நின்று இவைபற்றி யோசிக்கும்போது, நான் பைத்தியமாகிக்கொண்டிருப்பதுபோல் உணர்கிறேன்.[127]

இந்தப் புத்தகத்தின் மூன்றாம் பகுதி, மோடியின் இந்தியாவில் ஊடகங்களின் பங்குக்குத் திரும்புவதால், ஜே.என்.யூ.வில் 2016 நெருக்கடி பற்றிய தற்போதைய பகுப்பாய்வை நிறைவுசெய்வது முக்கியமானது. இந்த அத்தியாயம் ஜே.என்.யூ.வைச் சேர்ந்த ஏ.பி.வி.பி. அதிகாரிகள் மூன்று பேர் அந்த அமைப்பைவிட்டு விலகத் தூண்டியது. அவர்களில் ஒருவரான பிரதீப் நர்வால், அரசாங்கம், கும்பல் கலாச்சாரத்தை சட்டபூர்வமாக்குவதாகத் தெரிவித்தார்.[128] ஆனால் அரசாங்கமோ, ஜே.என்.யூ.வுக்கு எதிராக ஏவிவிடப்பட்ட தாக்குதலைக் கண்டிக்கவும் இல்லை, ஜீ டி.வி.க்கு எதிராகப் புகார் பதிவுசெய்யப்படவும் இல்லை.[129] மனித மறுவள மேம்பாட்டுத்துறை அமைச்சர் ஸ்மிர்தி ராணி, ஜே.என்.யூ. உட்பட அனைத்து பல்கலைக்கழகங்களையும் கண்காணிக்கும் அமைச்சகத்தின் தலைமைப் பொறுப்பிலிருந்த அவர், "அன்னை இந்தியாவுக்கான அவமானம் எதனையும் தேசம் பொறுத்துக்கொள்ளாது" என அறிக்கையளித்தார்.[130] மோடி அரசாங்கத்தின் இதர அமைச்சகங்கள்,

இந்த வாய்ப்பைப் பற்றிக்கொண்டு போராட்டக்காரர்களை "தேசத்துக்கு எதிரானவர்கள்" எனக் குற்றம்சாட்டின.[131]

இந்து தேசியவாத இயக்கமானது, இந்தப் பிரச்சனைக்குப் பின் தொடர்ந்து ஜே.என்.யூ.வை தேசவிரோதமானதெனவும் ஒழுக்கக்கேடானதெனவும் இழிவுடுத்துவதைத் தொடர்ந்தது. பல்கலைக்கழகத்தை, அதன் பரவலான துஷ்பிரயோகத்தைத் தாக்கி, தொடர்ந்து பிரச்சாரங்கள் மேற்கொள்ளப்பட்டன. ராஜஸ்தானைச் சேர்ந்த பா.ஜ.க. சட்டமன்ற உறுப்பினர் ஒருவர் பிப்ரவரி 22 அன்று பொதுவில் வெளியிட்ட அறிக்கையொன்றில், "ஜே.என்.யூ.வில் தினமும் 2000 இந்திய, வெளிநாட்டு மது பாட்டில்கள் கண்டெடுக்கப்படுகின்றன. 10,000-க்கும் அதிகமான சிகரெட் துண்டுகள், 4000 பீடித் துண்டுகள் காணப்படுகின்றன. 50,000 பெரிதும் சிறிதுமான எலும்புத்துண்டுகள் கிடைக்கின்றன. 2000 சிப்ஸ் மற்றும் ஊறுகாய் பொதிகள் கிடைக்கின்றன, அதேபோல் பயன்படுத்தப்பட்ட 3000 ஆணுறைகள்-அங்கே அவர்கள் நமது தங்கைகளிடமும் மகள்களிடமும் தவறான செயலை மேற்கொள்கின்றனர்"[132] என்று குறிப்பிட்டார். அதேசமயம் ஜே.என்.யூ. வளாகத்தில் 2015 முதல் வசிக்கும் நபர்களை நெருக்கமாகக் கண்காணித்ததன் அடிப்படையிலான போலீஸ் அறிக்கை, தேசவிரோத நடவடிக்கைகளோடு கூடுதலாக மாணவர்கள் இந்து புராணத்திலுள்ள துர்தேவதையான மகிஷாசுரனை வழிபடவும், மாட்டிறைச்சி சாப்பிடவும் செய்வதாகக் கூறியது. இது எந்தவிதத்திலும் சட்டவிரோதமானதல்ல, ஆனால் அவர்கள் இந்து மத நம்பிகைகளை நிராகரிப்பதை அடையாளம் காட்டியது.[133] கண்காணிப்புக் குழுக்களின் முதன்மைப் பணியான, கலாச்சாரக் காவலில் போலீசார் ஈடுபடும் போக்கின் அறிகுறியாகும் இது. (அத்தியாயம் 7-ஐப் பார்க்கவும்). மார்ச்சின் தொடக்கத்தில், ஜே.என்.யூ குறித்த கருத்து பரிமாற்றத்திற்காக, ஆர்.எஸ்.எஸ்., ஏ.பி.வி.பி. உறுப்பினர்கள் கலந்துகொண்ட பயிற்சிப் பட்டறையில் ஸ்மிர்தி ரானி பேசினார். இந்த நிகழ்வின்போது, "கம்யூனிஸ்ட்களும் ஜிகாதிகளும் ஜே.என்.யூ.வில் பணிபுரிகின்றனர்"[134] என்ற கையேடு விநியோகிக்கப்பட்டது.

அதேசமயம், அடக்குமுறைச் செய்திகளை மூடிமறைக்க, போலீஸ் அதிகாரிகள் ஊடகவியலாளர்களைத் தொலைபேசியில் அழைத்தும் வரச்சொல்லியும் உத்தரவிடவும் செய்தனர். கட்டுப்பாட்டைப் பரிந்துரைத்தனர்-சமயங்களில் அந்தப் பரிந்துரைகள் மெல்லிய அச்சுறுத்தல்களாவும் இருந்தன.[135] கன்னையாகுமாரின் நெருக்கமான இரு மாணவர்களான உமர் காலித், அன்றிபன் பட்டாச்சார்யா தலைமறைவாகிவிட்டனர். கடைசியில் திரும்பவந்தபோது,

சில நாட்கள் தடுப்புக் காவலில் வைக்கப்பட்டனர், தடுப்புக் காவலின்போது பிப்ரவரி 9 கூட்டத்தில் பங்குபெற்றவர்கள், ஏற்பாடு செய்தவர்களின் பெயரைப் பெறும் நோக்கில் விசாரணைக்கு உட்படுத்தப்பட்டனர்.[136]

தொடர்ந்து, ஜே.என்.யூ.வில் பதற்றமானது நிரந்தரமாக மாற, ஒரு படத்தைத் திரையிடுவதாகட்டும் (லவ் ஜிகாத் குறித்த ஆவணப்படத்தை ஏ.பி.வி.பி. காட்டவிரும்பியது. அத்தியாயம் 6-ஐப் பார்க்கவும்,)[137] அல்லது துணைவேந்தரின் கொள்கைகளுக்கு எதிரான போராட்டமாகட்டும்[138] மோதல்கள் ஒருபோதும் வன்முறையாகத் தவறவில்லை. 2018 வசந்த காலத்தில், ஜே.என்.யூ.வுக்கு ஆதரவாக மற்றொரு விண்ணப்பம், பரந்த சர்வதேச ஆதரவைத் திரட்டியபோதும் அது வீணாகிப் போனது.[139] இரண்டு வருடங்களுக்குப் பின், 2020, ஜனவரி 5 அன்று, இந்த மோதல்கள் ஒரு தீவிர திருப்பத்தைக் கண்டது. கிட்டத்தட்ட 100 முகமூடி அணிந்த நபர்கள் வெறித்தனமாக கழிகள், இரும்புத் தடிகளுடன் பல்கலைக்கழகத்துக்குள் சென்று, 36 மாணவர்கள், ஆசிரியர்கள், பணியாளர்களைக் காயமாக்கிவிட்டுத் திரும்பினர்.[140] ஒரு முதல் தகவல் அறிக்கை பதியப்பட்டது, ஆனால் ஒரு வருடத்துக்குப்பின், இதனை எழுதிக்கொண்டிருக்கும் வரையில், தாக்கியவர்கள் மீதோ அல்லது பல்கலைக்கழகத்தைப் பாதுகாக்கவேண்டிய காவல் படையினர் மீதோ எந்த ஒரு நடவடிக்கையும் எடுக்கப்படவில்லை.

ஏ.பி.வி.பி. செயல்பாட்டாளர்களுடனான மோதலுக்குப் பின் நஜீப் அகமது எனும் ஒரு மாணவன், 2016 அக்டோபருக்குப் பின் காணாமலானான்.[141]

ஜே.என்.யூ. மீது அதிகாரிகள் துரோகம், தேசவிரோதம், இந்துவிரோத நிழலைப் படியச்செய்ய முயற்சித்ததன் பலனாக இதர பல்கலைக்கழகங்களும் கல்வியாளர்களும் அதிலிருந்து ஒதுங்கிக்கொண்டனர். உதாரணத்துக்கு, ஜே.என்.யூ.விலிருந்து என்.எம். பாணினி எனும் சக பணியாளரை அழைத்ததற்காக, ராஞ்சியிலுள்ள ஜார்க்கண்ட் மத்திய பல்கலைக்கழகத்தின் துணைவேந்தர் அப் பல்கலைக்கழகத்தின் பேராசிரியர் ஒருவரை இடைநீக்கம் செய்தார். பாணினியை அத்துணைவேந்தர், சமீபத்தில் ஜே.என்.யூ. பல்கலை வளாகத்தில் தேசவிரோத நடவடிக்கையில் பங்குபெற்ற மாணவர் குழுக்களின் வழிகாட்டி எனக் குறிப்பிட்டிருந்தார்.[142] ஜோத்பூரிலும் இதேபோன்ற நிகழ்வு நடை பெற்றது, இம்முறை குற்றம்சாட்டப்பட்ட விருந்தினர் நிவேதிதா மேனன், ஜே.என்.யூ.வின் அரசியல் அறிவியல் பேராசிரியர்களில் ஒருவர்.[143]

உண்மையில், ஜே.என்.யூ. இத்தகைய மோதல்களின் மையமாக இருந்தபோது ஏ.பி.வி.பி. இதர பல பல்கலைக்கழக வளாகங்களில் சட்டத்தை மண்டியிடவைக்கும் முனைப்பில் இருந்தது. ஏ.பி. வி.பி. அமைப்பின் வரலாற்றுக் கோட்டைகளில் ஒன்றான டெல்லி பல்கலைக்கழகத்தில், ஏற்கெனவே கணிசமான செல்வாக்கைப் பெற்றிருந்தது. 2016இல், உமர் காலித் உள்ளிட்ட ஜே.என்.யூ. மாணவர் அமைப்பின் தலைவர்கள் சிலருக்கு ராம்ஜாஸ் கல்லூரியின் தத்துவ சமூகம் விடுத்த அழைப்பை ரத்துசெய்யும்படி அந்த அமைப்பு பல்கலைக்கழகத்தின் நிர்வாகக் குழுவை சமாதானம் செய்திருந்தது.[144] இந்த முடிவுக்குப் பிரதிவினையாக, ஜே.என். யூ. மாணவர் அமைப்புக்கு ஆதரவான மாணவர்கள், ஏ.பி. வி.பி. வலிமையுடன் காணப்படும் வளாகத்தில் அணிவகுத்தனர். இந்நிகழ்வைச் செய்தியாக்க வந்திருந்த ஊடகவியலாளர்கள் உட்பட முப்பது பேர் காயம்பட மோதல்கள் காரணமாகின. வன்முறையை நேரில் கண்ட சாட்சிகள்-குறிப்பாகப் பத்திரிகையாளர்கள்-ஏ.பி.வி. பி. செயல்பாட்டாளர்களின் துணையாகக் காவல்துறை எப்படிச் செயல்பட்டதென்பதைச் சுட்டிக்காட்டினர். மத்திய உள்துறை இணையமைச்சர் கிரண் ரிஜ்ஜு, இந்த அடக்குமுறையைப் பின்வரும் வார்த்தைகளில் நியாயப்படுத்தினார்: “இந்தியாவுக்கு எதிரான கோஷங்களைப் பேச்சுரிமையின் பேரில் அனுமதிக்கமுடியாது. இந்த நாட்டில் கருத்துச் சுதந்திரத்தின் பேரால் கல்லூரி வளாகங்களைத் தேசவிரோதச் செயல்பாடுகளுக்கான மையமாக மாற்றும் உரிமையை யாருக்கும் அளிக்கமுடியாது.”[145] இதற்குப் பிரதிவினையாக, டெல்லி பல்கலையைச் சேர்ந்த ஒரு மாணவியான குர்மீகர் கௌர், 1999 கார்கில் போர் மோதலில் உயிரிழந்த அதிகாரியின் மகள், #StudentsAgainstABVP என்ற ஹேஷ்டேக்குடன் சமூக ஊடகப் பிரச்சாரமொன்றைத் தொடங்கினார்.

டெல்லியைத் தவிர்த்து, இதர மாநிலங்களிலும் கொந்தளிப்பு எழத் தொடங்கியது, குறிப்பாக ஹைதராபாத் பல்கலைக்கழகத்தில் ஏ.பி. வி.பி.க்கு எதிராக இடதுசாரி சாய்வுள்ள, அம்பேத்கர் மாணவர் கூட்டமைப்பு போன்ற தலித் மாணவர் அமைப்புகள் எதிர்த்துநின்றன. பல்கலைக்கழக வாரியம் மற்றும் ஏ.பி.வி.பி.யின் திட்டமிட்ட துன்புறுத்தலால் நேரடியாக மிகவும் பாதிக்கப்பட்ட மாணவர்களில் ஒருவர் ரோஹித் வெமூலா. முஸாபர் நகர் கலவரம், 1993இல் மும்பை குண்டுவெடிப்பை நடத்தியதாகக் குற்றம்சாட்டப்பட்ட சர்ச்சைக்குரிய குற்றச்சாட்டுகளுக்கு உள்ளான யாகூப் மேமன் தூக்கு பற்றிய படங்களை ஒளிபரப்பமுடியாததை எதிர்த்துப் போராடியதற்காக அவன் மோசமாக நடத்தப்பட்டிருந்தான். ரோஹித்தின் ஒட்டுமொத்தக் குடும்பமே நம்பியிருந்த, அவனது

பெல்லோஷிப் சில மாதங்களுக்கு ரத்துசெய்யப்பட்ட பின் அவன் தன் உயிரை மாய்த்துக்கொண்டான். இது மாணவர் வட்டாரத்திலும் அதற்கப்பாலும் மகத்தான துயரத்துக்குக் காரணமாகியிருந்தது.[146]

ஏ.பி.வி.பி. காரணமாகப் பல்கலைக்கழக வளாக வாழ்க்கையைக் களங்கப்படுத்திய நிகழ்வுகளின் பட்டியல் இங்கே ஆராயமுடியாத அளவுக்கு நீளமானது. அவற்றில் சில, "கல்விச் சுதந்திரமும் இந்தியப் பல்கலைக்கழகங்களும்"[147] நந்தினி சுந்தரின் கட்டுரையுடனும் அவரது 2020இன் மிக விரிவான அறிக்கையுடனும்[148] இணைக்கப்பட்டுள்ளன. அலகாபாத் பல்கலைக்கழக வளாகத்தில் ஏ.பி.வி.பி.க்கு எதிர்ப்புத் தெரிவித்த பெண் மாணவியின் சித்திரத்தின் மூலம், அந்த அமைப்பின் நடவடிக்கைகள் பற்றிய விரிவான கணக்கை ஸ்னிக்தா பூனம் நேர்வு ஆய்வாக (கேஸ் ஸ்டடி) வழங்கியுள்ளார்.[149]

இந்திய பல்கலைக்கழகங்களை, குறிப்பாக ஜே.என்.யூ.வை கட்டுப்பாட்டுக்குள் கொண்டுவருவதற்கான இந்து தேசியவாதிகளின் முயற்சிகள்[150], 2014இல் அமைக்கப்பட்ட ஆட்சியின் இரு கட்டமைப்புக் கொள்கைகளின் பொருத்தமான விளக்கங்களை வழங்குகிறது. முதலாவதாக, ஏ.பி.வி.பி. போன்ற வன்முறையான கண்காணிப்புக் குழுக்களிடம், கலாச்சாரக் காவலை மேற்கொள்வதை அரசானது வெளிக்கொள்முதலுக்கு விட்டுவிட்டது (அத்தியாயம் 7இல் இந்த விஷயம் இன்னும் விரிவாக விவாதிக்கப்படும்). இரண்டாவதாக, பல்கலைக்கழகங்கள் தொடர்பான அரசின் மனோபாவம், தேசிய ஜனரஞ்சகவாதத்தின் கட்டற்ற தாக்கங்களை வெளிப்படுத்துகிறது, இது என்.ஜி.ஓ.க்களுக்கு எதிரான தாக்குதல்களிலும் வெளிப்பட்டது.

அழுத்தத்தின்கீழ் என்.ஜி.ஓ.க்கள்

மதச்சார்பின்மைக்கு ஆதரவான என்.ஜி.ஓ.க்கள் அல்லது மதச்சிறுபான்மையருக்கு ஆதரவான என்.ஜி.ஓ.க்கள் ஆகியவையும் 2014 முதல் இந்திய அரசாங்கத்தின் முக்கிய இலக்குகளாக இருந்துவருகின்றன. ஆகஸ்டில், புலனாய்வுத் துறை சில இந்திய என்.ஜி.ஓ.க்கள், "பொருளாதார மேம்பாட்டை எதிர்மறையாக தாக்கம்செலுத்துவதாக"க் குறிப்பிட்டு நரேந்திர மோடிக்கு குறிப்பு அனுப்பியது.[151]

கருத்து வேறுபாடுகொண்ட என்.ஜி.ஓ.க்களை நசுக்குவதற்கு, அவசரநிலை காலகட்டத்தின் கறுப்பு நாட்களில், 1978இல் இந்திரா காந்தியால் அறிமுகம்செய்யப்பட்ட சட்டமொன்றை மீண்டும் உயிரூட்டியது. அந்த நேரத்தில் அரசாங்கம், வெளிநாட்டிலிருந்து வரும் ஜனநாயக தாக்கத்திலிருந்து இந்தியாவைப் பாதுகாக்க, தன்னார்வத் தொண்டு நிறுவனங்களுக்கு வெளிநாட்டிலிருந்து வரும்

பங்களிப்புகள் முன்கூட்டியே அங்கீகாரம் பெறவேண்டுமெனச் சொல்லி: வெளிநாட்டு பங்களிப்புச் (ஒழுங்குமுறை) சட்டம் கொண்டுவரப்பட்டது (FCRA). 2015இல், இந்திய அரசு வெளிநாட்டிலிருந்து ஆயிரக்கணக்கான என்.ஜி.ஓ.க்கள் நிதிபெறுவதைத் தடுக்க இந்தச் சட்டத்தைப் பயன்படுத்தியது, இந்த நிதியின்றி அவை நெடுநாட்களுக்கு இயங்கமுடியாது.[152] அவர்களது எஃப்.சி.ஆர்.ஏ. உரிமத்தை ரத்துசெய்ததற்காகச் சொல்லப்பட்ட அதிகாரப்பூர்வ காரணம், கிட்டத்தட்ட எப்போதும் ஒன்றாகவே இருந்தது: குற்றம்சாட்டப்பட்ட அமைப்புகள் நிதிகள் எதற்காகப் பயன்படுத்தப்பட்டது என முன்பு அறிக்கையிடாதது, அவை பணமோசடி அல்லது தீவிரவாதத்திற்கு நிதியுதவி போன்ற தவறான நடவடிக்கைகளுக்குப் போயிருக்கலாம் என்ற சந்தேகங்களை எழுப்புகிறது.[153] 2013-2014 மற்றும் 2014-2015-க்கு இடைப்பட்ட நடவடிக்கையால் இந்தியாவிலுள்ள என்.ஜி.ஓ.க்களுக்கு வெளிநாட்டுப் பங்களிப்பு 30 சதவிகித சரிவுக்குக் காரணமானது-ஆனால் இது முறைப்படுத்துவதற்கான கொள்கையின் துவக்கம் மட்டுமே.[154] மார்ச்-ஏப்ரல் 2015இல், 10,117 என்.ஜி.ஓ.க்களின் எஃப்.சி.ஆர்.ஏ. உரிமங்கள் ரத்துசெய்யப்பட்டன.[155] அடுத்த வருடத்தில் அதேயளவிலான எண்ணிக்கையிலான அமைப்புகள் பாதிக்கப்பட்டன, இந்திய என்.ஜி.ஓ.க்களின் எண்ணிகையானது 33,000-லிருந்து தோராயமாக 13,000-க்குச் சுருங்கியது. அவற்றில் பெரும்பாலானவை வெளிநாட்டு உதவியில்லாமல் தங்கள் பொருளாதாரத் தேவைகளை எதிர்கொள்ள முடியாமல் முடங்கின.[156] இந்தப் போக்கு 2019 வரை தொடர்ந்தது, 19,000-க்கும் அதிகமான உதவிபெறும் என்.ஜி.ஓ.க்களின் எஃப். சி.ஆர்.ஏ. உரிமங்கள் மத்திய அரசாங்கத்தால் ரத்துசெய்யப்பட்டன.[157] இருந்தும் 2019 மக்களவை தேர்தலுக்குப் பின் மத்திய அரசு எஃப். சி.ஆர்.ஏ.வுக்குப் பாராளுமன்றத்தில் திருத்தம் ஒன்றை நிறைவேற்றியது. அது என்.ஜி.ஓ.க்கள் வெளிநாட்டு நிதிகள் பெறுவதையும் அவற்றைச் சுதந்திரமாகப் பயன்படுத்துவதையும் கடினமாக்கியது. அரசுப் பணியாளர்கள் இனி வெளிநாட்டு நன்கொடைபெறத் தகுதியானவர்கள் அல்லர். பெறும் மொத்த வெளிநாட்டு நிதியில் (முன்பு 50 சதவிகிதம் என இருந்ததற்கு எதிராக) 20 சதவிகிதத்துக்கும் அதிகமாக நிர்வாகச் செலவுகளுக்காகச் செலவிடக்கூடாது. எஃப். சி.ஆர்.ஏ. மானியம் மற்றொரு நிறுவனத்துக்கு மாற்றப்படக்கூடாது.[158]

குறிவைக்கப்பட்ட என்.ஜி.ஓ.க்களில், சுற்றுச்சூழலுக்குக் கேடான நிறுவனங்கள், சுரங்கத் திட்டங்களுக்கு எதிராகப் போராடிய க்ரீன்பீஸ் போன்ற பெரிய நிறுவனங்கள் மட்டுமில்லை[159], மதச்சார்பின்மைக்கு ஆதரவாகச் செயல்படுவதாக அறியப்பட்ட அன்ஹாட் (*Act Now for Harmony and Democracy*),[160] தி லாயர்ஸ்

கலெக்டிவ், சிட்டிசன் ஃபார் ஜஸ்டிஸ் அண்ட் பீஸ் போன்ற நிறுவனங்களும் இருந்தன. இந்த மூன்று என்.ஜி.ஓ.க்களுக்கு எதிராக அரசாங்கமானது விடாப்பிடியாக இருந்ததற்குக் காரணம், குஜராத்தில் நரேந்திர மோடி முதல்வராக இருந்தபோது ஏற்பட்ட கலவரத்தில் பாதிக்கப்பட்டவர்களைக் காப்பதில் அவர்கள் காட்டிய உறுதிப்பாடுதான். இந்துக்களுக்கும் முஸ்லிம்களுக்கும் சமரசம் ஏற்படுத்தவும், கலவரத்தில் உயிர்பிழைத்தவர்களுக்கு மறுவாழ்வு அளிக்கவும், ஷப்னம் ஹஸ்மி 2003இல் அன்ஹாட்டைத் தொடங்கினார். 1981இல் இந்திரா ஜெய்சிங் மற்றும் அவரது கணவரால் தொடங்கப்பட்ட லாயர்ஸ் கலெக்டிவ்,[161] ஒரு முக்கியமான இலக்கு,[162] இந்த இரண்டு வழக்கறிஞர்களும் மனித உரிமைகள் மற்றும் மதச்சார்பின்மை தொடர்பாக உறுதியான அர்ப்பணிப்புடன் சேவை செய்துவந்தனர்.[163] மத்திய உள்துறை அமைச்சகத்தின் விசாரணை சார்ந்து, ஜூன் 2019இல் தி லாயர்ஸ் கலெக்டிவுக்கு எதிராக மத்தியப் புலனாய்வுப் பிரிவு குற்ற வழக்கொன்றைப் பதிவுசெய்தது.[164] குறிப்பாக, தீஸ்தா செடல்வாட் மற்றும் அவரது கணவர் ஜாவேத் ஆனந்துடன் இணைந்து, ஜெய்சிங் மற்றும் குரோவரின், சிட்டிசன்ஸ் ஃபார் ஜஸ்டிஸ் அண்ட் பீஸ் (CJP), என்.ஜி.ஓ.வைப் பாதுகாக்க, அரசாங்கமோ இந்த என்.ஜி.ஓ.வின் பின் மிகக் கடுமையான உறுதியுடன் தொடர்ந்தது. செடல்வாட்டும் ஆனந்தும், இதர மனித உரிமைச் செயற்பாட்டாளர்களுடன் இணைந்து ஏப்ரல் 2002இல் குஜராத்தில் நடந்த படுகொலையைத் தொடர்ந்து சி.ஜே.பி.யைத் தொடங்கியிருந்தனர். இந்தப் பத்திரிகையாளர்கள், பயிற்சியின் மூலம் ஏற்கெனவே 1993இல் வகுப்புவாதப் போராட்டம் எனும் பத்திரிகையை அனைத்துவிதமான அடிப்படைவாதத்திற்கும் எதிராகத் தொடங்கியிருந்தனர். இதர பிரச்சாரங்களுக்கு இடையே, நரேந்திர மோடி அதன் தலைமைப் பொறுப்பிலிருந்தபோது குஜராத் அரசுக்கு எதிராகத் தொடுத்திருந்த நீதிமன்ற வழக்கின் ஒட்டுமொத்த காலத்திலும் எஸான் ஜாஃப்ரியின் விதவை மனைவிக்கு செடல்வாட் ஆதரவளித்தார்.[165] தனது மனுவில் மாநிலத்தின் இதர அரசியல்வாதிகள், மூத்த காவல் அதிகாரிகளுடன் மோடியையும் நேரடியாகக் குற்றம்சாட்டியிருந்தார் ஜாகியா ஜாப்ரி.[166] 2014 வரை, சி.ஜே.பி.யை நிர்வகிக்கும், வகுப்புவாதப் போராட்டம் பத்திரிகையை வெளியிடும் நிறுவனமான சபரங் ட்ரஸ்ட்டின் சொத்துகளை முடக்கியது மட்டுமல்லாமல், தீஸ்தா செடல்வாட்டுக்கு எதிராக அவரை, “வெறுப்பு நிறைந்த, இணக்கமின்மையைப் பரப்பும், கெட்ட எண்ணத்தை ஏற்படுத்தும், பகைமையை உருவாக்கும் பழிதூற்றும் எழுத்துகள்”[167] எனக் குற்றம்சாட்டி குற்ற வழக்கும் தொடரப்பட்டது. அவரது ட்ரஸ்ட் ஆகஸ்ட் 2016இல் எஃப்.சி.ஆர்.ஏ. உரிமத்தை இழந்தது.

சி.ஜே.பி.க்கு நிதியளித்ததற்காக, இந்தியாவிலுள்ள ஃபோர்டு பவுண்டேஷன், தனது எஃப்.ஆர்.சி.ஏ. உரிமம் ரத்தானதைக் காணவேண்டியதானது. 1952இல் நிறுவப்பட்டுக் குறிப்பாகப் பசுமைப் புரட்சியின் வெற்றிக்குப் பங்களித்த இந்நிறுவனம், இந்தச் செயலால் நாடு முழுவதும் பல்வேறு திட்டங்களுக்காக விநியோகிப்பதற்கு ஆயத்தம் செய்துவைத்திருந்த 4 மில்லியன் அமெரிக்க டாலர்களை செயலிழக்கச் செய்தது. அமெரிக்க தூதரான ரிச்சர்டு வெர்மா, அத்தகைய முடிவு இந்திய குடிமை சமூகம், நாட்டின் ஜனநாயக மரபுகளின் மீது ஏற்படுத்திய உறையவைக்கும் தாக்கத்தை எண்ணி வருந்தினார்.[168] சில மாதங்கள் முன்பாக, ஐக்கிய நாடுகள் அமைப்பின் சிறப்பு அறிக்கையாளர் மைனா கியாய், அமைதியான கூட்டம் மற்றும் கூட்டுறவுக்கான சுதந்திர உரிமைகள் பற்றிய ஒரு அறிக்கையைச் சமர்ப்பித்தார், அதில் அவர் இந்திய அரசு எஃப்.சி.ஆர்.ஏ.வை, ‘சர்வதேச சட்டம், கொள்கைகள், தரத்துக்கு ஏற்ப’ பயன்படுத்தவில்லை எனக் குறிப்பிட்டிருந்தார்.[169]

இத்தகைய சர்வதேச பிரதிவினைகள் மோடி அரசாங்கத்தைக் கவரவில்லை. 2019இல் 1300-க்கும் மேலான என்.ஜி.ஓ.க்களின் எஃப்.சி.ஆர்.ஏ. உரிமங்கள் ரத்தாகியிருக்க,[170] முன்பே குறிப்பிட்டதுபோல் 2020இல் எஃப்.சி.ஆர்.ஏ. சட்டத்தில் என்.ஜி.ஓ.க்களால் பெறப்படும் வெளிநாட்டு நிதிகளில் 20 சதவிகிதத்துக்கும் மேலாக நிர்வாகச் செலவுகளுக்குச் செலவிடக்கூடாதெனத் திருத்தம் மேற்கொள்ளப்பட்டது. அதுவரை 50 சதவிகிதம் வரை நிர்வாகச் செலவுகளுக்குச் செலவிடலாம் என்பதனோடு ஒப்பிட, இந்தத் திருத்தம் சில என்.ஜி.ஓ.க்கள் அதன் பணியாளர்களைக் குறைக்கும் நிர்பந்தத்துக்கு உள்ளாக்கியது.[171] அதற்கிணையாக, 2018இல் அம்னஸ்டி இன்டர்நேஷனல் இந்தியாவின் வங்கிக் கணக்கை முடக்கியது மோடி அரசு. அது உயர்நீதிமன்றத்தால் மீண்டும் இயக்கத்துக்குக் கொண்டுவரப்பட்டது. பின் உள்துறை விவகார அமைச்சகத்தால் ஒரு ஆய்வு மேற்கொள்ளப்பட்டது. 2019இல், சி.பி.ஐ. அந்த என்.ஜி.ஓ. அலுவலகத்தைச் சோதனையிட்டது. இறுதியில் 2020இல் அதன் வங்கிக் கணக்கு மீண்டும் முடக்கப்பட்டது, “இந்திய அரசாங்கத்தால் மனித உரிமை அமைப்புகளின் மீதான சூனிய வேட்டையில் சமீபத்தியது” என அந்த என்.ஜி.ஓ. விவரித்தது.[172] அம்னஸ்டி இன்டர்நேஷனல், டெல்லி கலவரத்தில் முஸ்லிம்களுக்கு எதிரான வன்முறையில் காவல்துறையின் பங்கு, ஜம்மு-காஷ்மீரில் சித்ரவதையின் பயன்பாடு (அத்தியாயம் 10-ஐப் பார்க்கவும்) பற்றிய அறிக்கையை அரசாங்கம், ‘உண்மையிலிருந்து தொலைவானது’[173] என நிராகரித்ததால், அதன்பிறகு விரைவிலேயே இந்தியாவில் அதன் செயல்பாடுகளை நிறுத்திக்கொள்வதென முடிவுசெய்தது அம்னஸ்டி.

நரேந்திர மோடியின் முதல் ஆட்சிக் காலத்தில் நடந்த, இந்திய ஜனநாயகத்தின் இனமயமாக்கல், குறிப்பாக மதச்சார்பின்மையை விலையாகத் தந்து, அரசாங்கத்தின் தீவிர இந்துத்துவ ஊக்குவிப்பைச் சார்ந்தே அமைந்தது. இந்தச் செயல்முறை, புதிய தலைவர்கள் பெரும்பான்மை சமூகத்தின் கலாச்சாரத்தைத் தொடர்ந்து பெருமைபடுத்திய தினசரி பேச்சுகளில் மட்டும் வெளிப்பாட்டைக் காணவில்லை,-சமயங்களில் இந்தப் புதிய சொற்பொழிவுக்கு அரசியலமைப்புரீதியாக மொழிபெயர்ப்பு கொடுக்கவேண்டிய தேவையைக் குறிப்பிடுகிறது-மேலும் ஐந்து மாறுபட்ட உறுதியான வழிமுறைகளிலும் வெளிப்பாடு கண்டது. முதலாவதாக, தேசிய மற்றும் மாநில அளவில் இந்துத்வத்தையும் அதன் குறியீடுகளையும் காக்க புதிய சட்டங்கள் இயற்றப்பட்டன, புதிய விதிமுறைகள் விதிக்கப்பட்டன: மோடியின் முதல் ஆட்சிக் காலத்தில் சட்டப்படியான இன ஜனநாயகமாக இருக்கவில்லையென்றாலும், பசுக்களைக் கொலைசெய்பவர்களுக்கு, கால்நடை போக்குவரத்து மேற்கொள்பவர்களுக்கு, மதமாற்றம் செய்பவர்களுக்கு எதிரான அதிகாரப்பூர்வ முடிவுகள் அதற்குச் சற்றே அமைப்புரீதியான சுவையை அளித்தன. இரண்டாவதாக, மோடி அரசாங்கம், இடதுசாரிகளின் கடைசிக் கோட்டையான (ஜே.என்.யூ. போன்ற) பல்கலைக்கழகங்களில் துணைவேந்தர்களை நியமிப்பதுமுதல் என்.ஜி.ஓ.க்களுக்கு எதிராகச் சட்டங்களைப் பயன்படுத்துவது வரை (எஃப்.சி.ஆர்.ஏ. போன்ற) மதச்சார்பற்றவற்றவர்களைப் பாதிக்கும் முடிவுகளை எடுத்தது. மூன்றாவதாக, மோடி அரசாங்கம் பொதுவெளியில் ஆர்.எஸ்.எஸ்.ஸை சட்டபூர்வமாக்கியதுடன் (அவ்வமைப்பின் தலைவர் மற்றவர்களுடன் தூர்தர்ஷனில் புதிதாகத் தட்டுப்படுவதிலிருந்து வெளிப்படையாகிறது) அந்த அமைப்புக்கு அரசு எந்திரத்தைத் திறந்துவிட்டார். நான்காவதாக, பாடப்புத்தகங்களைத் திரும்ப எழுதுவதன் மூலம் வரலாற்றைக் கற்பிப்பது உட்பட, அரசாங்கமும் சங் பரிவாரும் இணைந்து கல்வி அமைப்பின் அம்சங்களை மறுவடிவமைத்தன. கடைசியாக, இந்தவகையான கூட்டுமுயற்சி பொதுவெளியை ஓரளவுக்கு அரசு செயல்பாட்டாளர்கள் (அரசாங்கம் முதல் போலீஸ் வரையிலானவர்கள்) அரசல்லாத செயல்பாட்டாளர்களை… பாதுகாக்க மறுகட்டுமானம் செய்தது. அதாவது பொதுவெளியில் தங்களது சொந்த கலாச்சார ஒழுக்கத்தைச் சுமத்திய சங்பரிவாரின் கிளைகளை (ஏ.பி.வி.பி.யினர் உள்பட) பாதுகாத்தனர். அமைச்சர்களும், கண்காணிப்பாளர்களும் “வந்தே மாதரம்” பாடாத “தேசவிரோதிகளை” சட்டப்பூர்வமற்றவர்களாக மாற்ற கைகோத்தனர். அத்தியாயம் 7இல், அதிகாரிகள்கூடத் தங்கள்

சட்டப்பூர்வ தன்மையின் பேரில் சட்டபூர்வமற்ற செயல்களைப் பாதுகாத்த இப்புதிய காலகட்டத்துக்கு நான் திரும்பவும் வருகிறேன்.

இந்தப் புத்தகத்தின் அறிமுகத்தில் விவரிக்கப்பட்டுள்ளதைப்போல், மாறுபட்ட இந்தியா எனும் கருத்தின் உருவகம் நரேந்திர மோடி மட்டுமே அல்ல, ஆனால் அவர் பிரதமராகத் தேர்ந்தெடுக்கப்பட்டது, மதச்சார்பின்மைக்கு மாறாக இந்துத்துவக் கொள்கையை முன்னெப்போதுமில்லாத அளவில் இந்தியாவில் மட்டுமல்லாமல் வெளிநாடுகளிலும் ஊக்குவிக்க அவரைத் தகுதிப்படுத்தியது. இந்த அத்தியாயத்தின் தொடக்கத்தில் விவரிக்கப்பட்ட, வாரணாசியில் அவரது அதிகாரப்பூர்வமற்ற பதவியேற்பு விழா நடந்ததுமுதல், அவர் இந்துத்துவத்தின் ஆதரவாளர் நிலைப்பாட்டை அவரது வெளிநாட்டுப் பயணங்களிலும் எடுத்தார். நேபாளத்தில் செய்ததுபோல், அவர் பயணம்செய்த அனைத்து புனிதத் தலங்களுக்கும் முழுக்க காவிநிறத்தில் உடையணிந்துசென்றார், அல்லது அபுதாபியில் செய்ததுபோல இந்துக் கோவில்கள் கட்டுவதற்காகப் பேச்சுவார்த்தை நடத்தினார். இந்துத்துவ ஊக்குவிப்பின் சர்வதேச பரிமாணம் உண்மையிலே மோடியின் முன்னுரிமைகளில் ஒன்று. அவர் இந்து நாகரிகம் உலகளவில் அங்கீகரிக்கப்படவேண்டுமென விரும்பினார்–எனவே சர்வதேச யோகா தினம் அறிமுகப்படுத்தப்படவேண்டுமென ஐக்கிய நாடுகளை வலியுறுத்தும் அவர் முயற்சி பலனளித்தது. ஜோதி புரி குறிப்பிடுவதுபோல, “சர்வதேச யோகா தினத்தை இணைத்துக்கொள்ள ஐக்கிய நாடுகள் சபையில் வெற்றிகரமாகப் பரப்புரை செய்ததன் மூலம், பிரதமர் மோடி உலகுக்கான விலைமதிப்பில்லா பரிசாக யோகாவை மீளச்செய்திருக்கிறார்.”[174] நிச்சயமாக, 2016 முதல் ஒவ்வொரு ஜூன் 21 அன்றும் இந்தச் சர்வதேச யோகா தினத்தை மோடி கொண்டாடி, இந்த வாய்ப்பை இந்திய மக்கள் நடுவே பிரமாண்டமான அளவில் தொடர்புறுத்தும் வாய்ப்பை பற்றிக்கொண்டார்: முதல் கொண்டாட்ட தருணத்தின்போது, மோடியுடன் 50,000 பேர் யோகா செய்ய, அந்த நிகழ்வைத் தொலைக்காட்சியில் லட்சக்கணக்கான பேர் கண்டனர். இந்தத் திருவிழா, குஜராத்தின் முதல்வராக அவர் இருந்தபோது தொடங்கிவைத்த நிரந்தர அணிதிரட்டல் வியூகத்தின் பகுதியாகும். சிலர் அவரை “நிகழ்ச்சி மேலாளர்” என விமர்சித்தனர். உண்மையில், தேசிய-ஜனரஞ்சகவாத அதிகாரத் தேட்டம் இந்தியாவை இன ஜனநாயகமாக மாற்றுவதில் ஒரு தொடர்ச்சியை ஏற்படுத்தியது: ஒருமுறை பதவிக்கு வந்ததும், மோடியால் பெரும்பான்மையினரை நோக்கிய உரையை, அதன் தர்க்கபூர்வ முடிவுக்குச் செயல்களின் மூலம் கொண்டுசெல்லமுடியும் அதேவேளை, அடுத்தத் தேர்தல்களுக்கு ஆயத்தமும் செய்யமுடியும். அதனாலேயே

மதத்தின் அடிப்படையில் சமூகத்தை மேலும் துருவப்படுத்துவதை வழக்கமாக்கிக் கொண்டார். அவர் சிறுபான்மையினரை நடத்திய விதம் இன ஜனநாயகத்தை உருவாக்கும் மற்றொரு தூணாக விளங்குகிறது என்பது வெளிப்பட்டது.

6

சிறுபான்மையரைக் குறிவைத்தல்

வரலாற்றுரீதியாக, இந்து மறுமலர்ச்சியானது மற்றவர்களுக்கு எதிரான எதிர்ப்பின் அடிப்படையில் நிறுவப்பட்டது -தொடர்ச்சியாகவும் ஒரேநேரத்திலும் மேற்கத்திய நாடுகளுக்கும் (அல்லது 'சிக்குரலிஸ்ட்' அந்நாடுகளைப் பிரதிநிதித்துவம் செய்வதாகப் பார்க்கப்பட்டது), கிறித்தவர்களுக்கும் (முந்தையவர்களின் துணைப்பிரிவாக விவரிக்கப்பட்டது) முஸ்லிம்களுக்கும் எதிராக. இந்து தேசியவாதிகள் இந்த மூன்று குழுக்களையும்-சிலசமயங்களில் ஒன்றுடன் ஒன்று பொருந்துகிற-அச்சுறுத்தலாகக் கண்டனர். இவர்கள் இந்துத்துவத்துக்கு விரோதமானவர்களாகவும், மதமாற்றத்தை ஏற்படுத்தும் கலாச்சார ஊடுருவலர்களாகவும் பார்க்கப்பட்டனர்.

இந்த மூன்று குழுக்களும், கூடவே கம்யூனிஸ்டுகளும், எம். எஸ். கோல்வால்கரால் 1960இல் வெளியான அவரது நூலான பஞ்ச் ஆப் தாட்ஸ்-இல் இலக்காக்கப்பட்டனர்.[1] நாற்பது வருடங்களுக்குப் பின்னால் சுப்பிரமணிய சுவாமியால் எழுதப்பட்ட "முற்றுகையிடப்பட்ட இந்துக்கள்" நூலில் மீண்டும் ஒருமுறை இவர்கள் கவனத்தில் கொள்ளப்பட்டனர். அதில் டி.பி. மெக்காலே போன்ற ஆங்கிலேயர்கள் பத்தொன்பதாம் நூற்றாண்டின் ஆரம்ப கட்டத்தில் இந்து கலாச்சாரத்தை அவமதிப்பதாகவும், ஆசிரியரின் சக மதத்தினரை 'அவர்களது பாரம்பரியத்தைப் பறித்து சுயமரியாதையைப்' பிடுங்கி இழிவுபடுத்துவதாகவும் குற்றம்சாட்டினார்.[2] மேலும் முன்பே விவரித்ததுபோல் கிறித்தவர்களும் முஸ்லிம்களும் அவர்களது மக்கள்தொகைப் பெருக்கம், தீவிரவாதத்தால் மட்டுமின்றி, வரலாற்று மரபுகள் காரணமாகவும் அச்சுறுத்தல்களாகத் திகழ்வதாகக் காட்டினார். அவரைப் பொறுத்தவரை, "இன்று, இந்தியாவில் வாழும் ஒவ்வொரு முஸ்லிமும் கிறித்துவனும் இந்துக்களுக்கு எதிரான வெறுக்கத்தக்க வன்முறைக்கான வாழும் உதாரணம்"[3] இந்நிலை முஸ்லிம்களின் ஆக்ரமிப்பு மற்றும் பிரிட்டிஷாரின் வெற்றியால் வந்தது. பழங்காலத்தில் திகழ்ந்த, தங்களது நாகரிகத்தின் மகத்துவத்தை மட்டும் போற்றாமல், மண்ணின் மைந்தர்கள்

நூற்றுக்கணக்கான வருடங்கள் வன்முறையால் பாதிக்கப்பட்டதற்கும் அழுத்தம்தந்து, அந்தக் குற்றவாளிகளின் சந்ததியினரைப் பழிதீர்க்க அழைப்புவிடுக்கவேண்டுமென நினைக்கிறார். சுவாமி வெளியிடும் அவர்களால் அழிக்கப்பட்ட கோயில்களின் பட்டியல் இந்து தேசியவாத மனப்போக்கை தெளிவாக வெளிப்படுத்துகிறது.[4]

சுவாமி முடிவாக, கிறித்தவர்கள் மற்றும் முஸ்லிம்களிடமிருந்து இந்துக்களைப் பாதுகாக்க, பா.ஜ.க. ஆளும் மாநிலங்களில் பசுவதைக்கும், மதமாற்றங்களுக்கு எதிரான இந்து தேசியவாத சாதனையாக சட்டங்கள் இயற்றப்பட்டதுபோல பிரத்யேக சட்டங்கள் தேவையென முடிக்கிறார்[5]. ஆனால் கட்சியானது அதற்குமேல் சென்று தேசிய அளவில் பசுவதை மற்றும் மதமாற்றங்களைத் தடைசெய்ய வேண்டுமானால், பாராளுமன்ற மேலவையில் (ராஜ்ய சபா) பெரும்பான்மை தேவை. அத்துடன் அது அரசியலமைப்புடன் இணங்குவதை நீதித்துறை உறுதிசெய்யவேண்டும். எனவே அவர்கள் சட்டத்தின் மூலமாக அல்லாமல் நடைமுறைகள் மூலம்தான் இந்த இரு பிரச்சனைகளிலும், அதேபோல கலப்புத் திருமணம் உட்பட மற்ற பிரச்சனைகளிலும் கிறித்துவர்கள், முஸ்லிம்களைக் குறிவைத்துள்ளனர்.

கிறித்தவர்களுக்கு எதிரான வெறுப்பு!

களங்கப்படுத்துதலும் ஓரங்கட்டுதலும்!

பா.ஜ.க. ஆளும் மாநிலமோ அல்லாததோ, பல மாநிலங்களில் அனைத்துவிதமான தாக்குதல்களுக்கு ஏற்கெனவே கிறித்துவர்கள் உட்பட்டுவருகின்றனர்[6] ஆனால் 2014-க்குப் பிந்தைய காலகட்டத்தில் அவர்கள் பிரதான இலக்குகளாக ஆகினர்.[7] ஆர்.எஸ்.எஸ்.ஸானது கிறிஸ்தவ பள்ளிகளை-குறிப்பாக ஜேசூட் கூட்டமைப்புகளை, சங் பரிவாரின் மனங்களை வடிவமைக்கும் திட்டத்திற்கு முரணான சமூகமயமாக்கலின் இடமாக உணர்ந்ததால், சில கிறித்தவப் பள்ளிகள், ஆரத்தி[8] அதனுடன் இணைந்த ஸ்தோத்திரங்களைப் பாடுவது[9] கட்டாயம் என அரசாங்கங்கள் வலியுறுத்தின.

எனினும், கிறித்துவர்கள் தொடர்பாக இந்து தேசியவாதிகளின் முக்கிய குறை சமயப் பரப்பலால் ஏற்படும் மதமாற்றம் தொடர்பானது. அரசியலமைப்புப்படி சட்டப்பூர்வமான மதமாற்ற நடவடிக்கைகளை நிராகரிப்பதானது-பல்லாண்டுகால மக்கள்தொகை பீடிப்பில் வேர்கொண்ட, ‘அழிந்துவரும் இனம்’ என்ற நோய்க்குறியுடன் தொடர்புடையதாகும். அழிந்துவருவதை உறுதிப்படுத்த எந்த ஒரு புள்ளிவிவரத் தரவுகளும் உறுதியாக இல்லாதபோதும் இந்த நோய்க்குறி வலுவாக நீடித்தது. நிச்சயமாகப் பிரதான

சமூகத்தின் மக்கள்தொகை சற்றே சரிவுகண்டிருந்ததுதான், ஆனால் இந்திய மக்கள்தொகையில் கிறித்துவ சிறுபான்மைச் சமூகமும் அதற்கிணையாக 2 சதவிகிதத்துக்குக் கீழ் சரிந்திருந்தது.

இருந்தும் ஆர்.எஸ்.எஸ். தலைவரான மோகன் பகவத், வழக்கமான இந்து தேசியவாத கிறித்துவ எதிர்ப்பு குற்றச்சாட்டுக்கு ஒரு பரிமாணத்தைச் சேர்க்கும்விதமாக, 2015இல் அன்னை தெரசாவை, "அன்னை தெரசாவின் சேவை பயனுள்ளதாக இருந்திருக்கும். ஆனால் அது சேவையைப் பெற்ற நபரை கிறித்துவராக மாற்றும் ஒரு நோக்கத்துக்கே உதவியது"[10] என விமர்சித்தார். 2017இல் உத்தர பிரதேசத்தின் முதல்வராக இருந்த யோகி ஆதித்யநாத்-இதே பேச்சை எதிரொலித்து, வடகிழக்கில் உள்ள பழங்குடிக் குழுவினரின் பிரிவினைவாத எண்ணங்களுக்கு அவர்களின் மதம்தான் காரணம் என்ற இந்து தேசியவாத கோட்பாட்டை மீண்டும் உயிர்ப்பித்தது:[11] "இந்தியாவை கிறித்துவமயமாக்கும் சதியின் பகுதியே தெரசா. நாகாலாந்து, மேகாலயா, திரிபுரா, அருணாச்சலபிரதேசம் உள்ளிட்ட வடகிழக்குப் பகுதிகளில் கிறித்துவமயமாக்கும் நிகழ்வுகள் பிரிவினைவாத இயக்கங்களுக்கு வழிவகுத்தன"[12] என்றார். ஆர்.எஸ்.எஸ். தலைமைப் பொறுப்பில் சிறுபான்மையினர் தொடர்புக்குப் பொறுப்பான நபரான இந்த்ரேஷ்குமார், 2016இல் போப் பெனடிக்ட் XVI-க்கு திறந்த மடலில், கத்தோலிக்க மதமாற்றத்தின் தார்மீகமற்ற அம்சம் குறித்து புகார் தெரிவித்து எழுதினார்: "ஆரோக்கியம், கல்வி, கூட்டுறவு இவற்றில் சேவை என்ற போர்வையில் கிறித்துவத்துக்கு மதமாற்றுவது சேவைக்கு இழிவும் மதிப்புக்குறைவும் ஆகும். மேலும் மனிதத்துக்கு எதிரான குற்றமும் ஆகும். அது, உங்கள் சேவைகள் சுயநல நோக்கமும் மதவிரிவுபடுத்தலும் சகிக்கமுடியாதவையும் என்பதை நிரூபிக்கிறது. எங்கெல்லாம் கிறித்தவ மதப்பரப்பு அமைப்புகள் செயல்துடிப்புடனும் வலுவுடனும் திகழ்கிறதோ, அங்கெல்லாம் வெறுப்பு, குற்றம், சமூக அமைதியின்மை, பிரிவினைவாதம், அடிமையாதல் போன்றவை அதிகரிக்க, அமைதியான சூழல், இணக்கம், சகோதரத்துவம், மகிழ்ச்சி போன்றவை மங்குகின்றன."[13] இந்தியர்களாலோ அல்லது வெளிநாட்டினர்களாலோ நடத்தப்படும் கிறித்தவ மிஷன்கள், 'விழிப்புணர்வை வளர்த்தல்' மற்றும் மேம்பாட்டிற்குப் பங்களித்துள்ளன என்ற பார்வையில் சிறிதளவு உண்மையிருக்கிறது. உண்மையில் இது, இந்து தேசியவாதிகள் சமூக ஒழுங்காகக் கருதும், சமூகப் படிநிலைகளுக்கும், விளிம்புநிலை இனக் குழுக்கள் அடங்கிநடப்பதிலும் சவாலை ஏற்படுத்துவதில் சென்றுமுடிந்தது.

எனவே, கிறித்தவ மதமாற்றத்தை எதிர்த்துப் போராடுவது என்ற பெயரில் அரசாங்கம் வெளிநாட்டிலிருந்து நிதியுதவி பெறும் சில

கிறித்துவ அரசுசாரா அமைப்புகளின் உரிமையை ரத்துசெய்தது. உதாரணமாக, 1968 முதல் இந்தியாவில் செயல்பட்டுவரும் ஏழைக் குழந்தைகளுக்கு உதவிபுரியும் அரசுசாரா அமைப்பான கம்பேஷன் இன்டர்நேஷனல் விஷயத்திலும் இதுவே நடந்தது. 2017இல், வருடத்துக்கு 45 மில்லியன் அமெரிக்க டாலர்கள் வெளிநாட்டு நிதியைப் பெற்று, கம்பேஷனின் உதவியால் 1,45,000 குழந்தைகள் பயனடைந்தனர். 2017இல் வெளிநாட்டு பங்களிப்பு (வரன்முறை) சட்டத்தின்படி எஃப்.சி.ஆர்.ஏ. உரிமம் புதுப்பிக்கப்படாததால், அந்தப் பணப்புழக்கம் வறண்டுபோனது.[14] கொலரோடாவின் குடியரசுக் கட்சி செனேட்டர் கோரி கார்ட்னர், வெளியுறவுச் செயலாளர் ரெக்ஸ் டில்லர்ஸனின் முடிவைக் குறித்துத் தனது கோபத்தை வெளிப்படுத்தினார், இது இந்து தேசியவாதிகள் பதிலளிக்கத் தூண்டியது. ஆர்.எஸ்.எஸ். வாராந்தரப் பத்திரிகையான, தி ஆர்கனைசர், போதகர்கள் மற்றும் பாதிரியார்களின் பாலியல் அத்துமீறலுக்குக் குழந்தைகள் பலியாவதாகவும், அதேபோல வலுக்கட்டாயமாக மதமாற்றம் செய்யப்படுவதாகவும் கூறி கம்பேஷனின் உரிமத்தைத் திரும்பப்பெற்றதை நியாயப்படுத்தியது. அதேசமயம், அரசுசாரா அமைப்புகளில் அத்தகைய நிகழ்வு ஏதும் இல்லையென்பதை ஒப்புக்கொண்டது.[15]

கம்பேஷன் இன்டர்நேஷனல், "எங்களை விரட்டும்நோக்கிலான, முன்னெப்போதுமில்லாத, பெரிதும் ஒருங்கிணைக்கப்பட்ட, திட்டமிட்ட, முறையான தாக்குதல்களை"[16] அனுபவித்ததாகக் கூறியதுடன், அவ்வமைப்பு சேவை செய்த குழந்தைகளில் 23 சதவிகிதம் பேர் மட்டுமே கிறித்தவர்கள் எனவும், 73 சதவிகிதம் பேர் இந்துக்கள் என்றும் வாதிட்டது.[17] நியூயார்க் டைம்ஸ் உள்ளிட்ட அமெரிக்காவிலுள்ள ஊடக நிறுவனங்கள் இந்த விவகாரத்தில் ஆர்வம் காட்டின, அத்துடன் லாஸ் ஏஞ்சல்ஸ் டைம், கம்பேஷன் விவகாரத்தை பரந்த சட்டகத்தில் நோக்கி, தலித்துகளைப் பாதுகாக்கும் இதர பல என்.ஜி.ஓ.க்களைக் குறிவைத்து நடத்தப்படும் 'குடிமை சமூக அமைப்புகளுக்கு எதிரான அடக்குமுறை'யைப் பற்றி எழுதியது.[18] இந்த அணிதிரட்டலின் ஒரு பகுதியாக, அமெரிக்க தூதரகம் அதன் அதிருப்தியைத் தெரிவிக்க, அமெரிக்க வெளியுறவு அமைச்சர் ஜான் கெர்ரியே இந்தப் பிரச்சனையை இந்திய அதிகாரிகளிடம் எடுத்துச் செல்ல,[19] கடைசியில் கம்பேஷன் 10 என்.ஜி.ஓ.க்களுக்கு நிதியளிக்க அனுமதிக்கப்பட்டது (முன்பு 250 அமைப்புகளுக்கு நிதியளித்ததற்கு மாறாக)-உண்மையிலேயே இது ஒரு சிறிய ஆறுதல்தான்.[20]

உடல்ரீதியான அத்துமீறல்

கிறித்தவ மதமாற்றத்தை வெளிப்படையாக எதிர்ப்பதற்காக, தேவாலயங்கள் நாசப்படுத்தப்பட்டன, முகம்தெரியாத தனிநபர்களால் மதகுருக்கள் உடல்ரீதியாகத் தாக்கப்பட்டனர். 2014-2016இல், (அவதூறு, பகுதி அல்லது முழுமையான அழிவு, கொள்ளை)[21] டெல்லி,[22] ஹரியானா (தாக்குதல் நடத்தியவர்கள் சிலுவையை அகற்றிவிட்டு அனுமன் சிலையை வைத்தனர்),[23] சத்தீஸ்கர்,[24] மங்களூர்,[25] ஜார்கண்ட்,[26] உத்தர பிரதேசம்,[27] ஒரிஸ்ஸா,[28] தமிழ்நாடு,[29] மற்றும் பல இடங்களில் 250 கிறித்துவ வழிபாட்டிடங்கள் ஒவ்வொரு வருடமும் தாக்குதலுக்கு உள்ளாயின. கிராமத்தவர்களை வலுக்கட்டாயமாக மதம்மாற்றுவதாக எழுந்த சந்தேகத்தில், மத்தியப்பிரதேசத்தில் கிறிஸ்துமஸ் பாடல்களைப் பாடும் உறுப்பினர்களைக் கொடூரமாகக் கைதுசெய்தது முதல்[30], 2017, ஜூலை 15இல் லூதியானாவின் தேவாலயத்தின் முன்னால் சுல்தான் மாசிஹ் கொலைசெய்யப்பட்டது வரை பலதரப்பட்ட உடல்ரீதியான அத்துமீறல் விவகாரங்கள் நிகழ்ந்தன, மதகுருக்கள் மேல் நடந்த பல தாக்குதல் சம்பவங்கள் குறிப்பிடப்படவில்லை. தி எவாஞ்சலிக்கல் ஃபெல்லோஷிப் ஆப் இந்தியா மற்றும் ஆல் இந்தியா கிறிஸ்டியன் கவுன்சில் இந்தப் போக்கிலான 'நிகழ்வுகளைக்' கணக்கிட்டு, 2014இல் 147 நிகழ்வுகளும், 2015இல் 177 நிகழ்வுகளும், 2016இல் 441 நிகழ்வுகளும், 2017இன்[31] முதல் ஆறு மாதங்களில் மட்டும் 410 நிகழ்வுகளும் நடந்ததாகச் சொல்லியது.[32] ஒரு ஐரிஷ் அரசுசாரா அமைப்பான சர்ச் இன் செயின்ஸ் தொடர்ந்துவந்த ஆறு மாதங்களில் நடந்த 57 நிகழ்வுகளை ஆராய்ச்சி செய்தது. அதன் அறிக்கை விரிவான, கண்ணால் கண்ட சாட்சிகளின் அடிப்படையில் நேரடியாக ஆர்.எஸ்.எஸ். உள்ளிட்ட இந்து தேசியவாதக் குழுக்களைக் குற்றம்சாட்டியது. மேலும் அதிகாரிகளின் மெத்தனப்போக்குக்காக- முதலும் முக்கியமுமாகக் காவல்துறையின் மனப்பான்மைக்காக வருந்தியிருந்தது.[33] உதாரணமாக, போதகர் மாசிஹ்இன் உறவினர், காவலர்கள் இந்த வழக்கை அக்கறையுடன் அணுகவில்லை என்று சொல்லியிருந்தார்.[34] எவாஞ்சலிக்கல் ஃபெல்லோஷிப் ஆப் இந்தியாவின் 2019-க்கான ஆண்டறிக்கை, 2018இல் 325 கிறித்துவர்கள் தாக்குதலுக்கு இலக்கானதற்கு எதிராக 366 தாக்குதல் சம்பவங்கள் 2019இல் நடந்திருந்ததாகப் பட்டியலிட்டிருந்தது (12.5 சதவிகித அதிகரிப்பு). அறிக்கையின்படி, "பெரும்பாலான நிகழ்வுகள் உடல்ரீதியான வன்முறை நிகழ்வுகள், அச்சுறுத்தல்கள், துன்புறுத்தல், மத அடிப்படைவாதிகள் அல்லது காவலர்களால் தேவாலய சேவைகளில் இடையூறுகளாகும்."[35] பெர்ஸிக்யூஷன் ரிலீஃப் அமைப்பின் அரையாண்டு அறிக்கையின்படி, (இவ்வமைப்பு

2016இல் நிறுவப்பட்டது), 2020இன் முதல் ஆறு மாதங்களில் கிறித்துவர்களுக்கு எதிராக வெறுப்பை அடிப்படையாகக் கொண்ட ஆறு கொலைகளும் ஐந்து வன்புணர்வுகளும் பதிவாயின. முந்தைய வருடத்தை ஒப்பிட குற்றங்கள் 40 சதவிகிதம் அதிகரித்திருந்தது.[36]

கிறித்துவ மதகுரு பிரமுகர்கள் மீண்டும் மீண்டும் கோரிக்கை விடுத்ததும், இத்தகைய விவகாரங்களும் பெர்ஸிக்யூஷன் ரிலீஃப் போன்ற புதிய கிறித்துவ அமைப்புகளை உருவாக்கத் தூண்டியது. டிசம்பர் 2017இல், இந்தியாவின் கத்தோலிக்க ஆயர்கள் மாநாட்டின் அப்போதைய தலைவரான கார்டினல் பேஸிலியோஸ் க்ளிமிஸ், "நாடு மத நம்பிக்கையின் அடிப்படையில் பிளவுபட ஆரம்பித்திருக்கிறது. ஒரு ஜனநாயக நாட்டில் இது மோசமானது. நான் எனது நாடு மதச்சார்பின்மையின் அடிப்படையில் ஒன்றுபட்டிருக்க விரும்புகிறேன்.[37] ஆனால் தற்போது, இந்த நாடு மதத் தொடர்புகள் காரணமாகத் துருவப்பட ஆரம்பித்திருக்கிறது. நாம் அதற்கெதிராகப் போராட வேண்டும்... பெரியதொரு நாட்டில் இத்தகைய சம்பவங்கள் நிகழவே செய்யும் என நான் ஒப்புக்கொள்கிறேன்... ஆனால் அரசாங்கத்தின் நிலைப்பாட்டையும் உறுதியையும் நீங்கள் எவ்வாறு மதிப்பிடுவீர்கள்? அடுத்தகட்ட நடவடிக்கையும் சட்டப் பாதுகாப்புமே இங்கே முக்கியமானது."[38] கடைசி வாக்கியம், அதன் இலக்கணப் பொருத்தப்பாடின்மை இருந்தபோதும் முக்கியமானது: தீவிரவாத குழுக்களின் நடவடிக்கைகளுக்கு யாரும் தப்பமுடியாது என்றபோதும், அரசானது அவர்களை எதிர்ப்பதற்கு மாறாக, அவர்களுடன் இணைந்து செயல்படவோ அல்லது தன் இழிவான வேலைகளை அவர்களிடம் விடவோ செய்யும்போது, எத்தகைய ஆட்சியை நாம் எதிர்கொள்கிறோம் என்பதன் தெளிவான அறிகுறியாகும். இந்து தேசியவாத போராளிகள் அனுபவித்த தண்டனையின்மையானது, கிறித்துவப் பிரமுகர்கள் இந்தியா பெரும்பான்மைவாதத்துக்குள் நழுவுவதை ஊகிக்க வழிவகுத்தது. 2015இல், இந்திய காவலர் படையில் நீண்டகாலம் அதிகாரியாகப் பணியாற்றியவரும், தனது நேர்மை காரணமாகப் பெரிதும் மதிக்கப்பட்டவருமான ஜூலியோ ரிபெரியோ, "ஒரு கிறித்துவனாக, திடீரென எனது நாட்டிலேயே நான் ஒரு அந்நியனாக இருக்கிறேன்" என்ற தலைப்பில் ஒரு தலையங்கம் எழுதினார். சட்டத்தின் ஆட்சியைப் பாதுகாக்கவேண்டியவர்களால், இந்து தீவிரவாதிகள் அவர்களது தவறுக்கு ஒருபோதும் பொறுப்பேற்க வைக்கப்பட்டதில்லை என்ற உண்மையை நினைத்து அவர் வருத்தப்பட்டார்: "இந்தத் தீவிரவாதிகள் அனுமதிக்கப்பட்ட வரம்பையும் தாண்டி வெறுப்புச் சூழல் மற்றும் அவநம்பிக்கையால் தைரியமடைந்திருக்கின்றனர். மொத்த மக்கள் தொகையில் வெறும்

2 சதவிகிதம் மட்டுமே உள்ள கிறித்துவ மக்கள்தொகை, நன்கு திட்டமிட்ட, தொடர் தாக்குதல்களுக்கு உள்ளாகிவருகிறது."[39] சூழல் இன்னும் மேம்படாத நிலையில், கோவாவின் பேராயரான ஃபிலிப் நேரி ஃபெராரோ, இந்திய கத்தோலிக்க ஆயர்கள் மாநாட்டால் ஏற்பாடு செய்யப்பட்ட சபையில், ஏப்ரல் 2018-க்கு முன்பு குறிப்பிட்டார், "சில வளர்ந்துவரும் போக்குகளால், இந்தியா என்ற கருத்தின் வலுவான தூண்களான பன்முகத்தன்மை மற்றும் பன்மைத்துவம் அச்சுறுத்தலுக்கு உள்ளாகியிருக்கிறது" என்று தொடங்கி "பிரத்தியேக மத அடிப்படைவாதத்தின் வளர்ச்சியால் பயங்கரவாதம், தீவிரவாதத்தின் வளர்ச்சி மற்றும் பெரும்பான்மை மேலாதிக்கம் தோற்றுவிக்கப்பட்டிருக்கிறது."[40] 2019 தேர்தல் நெருங்கிவந்த நிலையில், டெல்லி பேராயர், அனில் குடோ, தனது மறைமாவட்டத்திலுள்ள அனைத்து பாரிஷ் பாதிரியார்களுக்கும் இவ்விதம் கடிதம் எழுதினார்: "நமது அரசியலமைப்புச் சட்டத்தில் இடம்பெற்றுள்ள ஜனநாயகக் கோட்பாடுகளுக்கும், நமது நாட்டின் மதச்சார்பற்ற கட்டமைப்பிற்கும் அச்சுறுத்தலாகத் திகழும் கொந்தளிப்பான அரசியல் சூழலை நாம் காண்கிறோம். நமது நாட்டுக்காகவும் அதன் அரசியல் தலைவர்களுக்காகவும் எப்பொழுதும் பிரார்த்தனை செய்வது புனிதமான நடைமுறையாகும். ஆனால் பொதுத் தேர்தல் அணுகும்போது நாம் இன்னும் அதிகமாகப் பிரார்த்திக்கிறோம்." அவர் மேலும் கூறினார், "தேசம் 2019-ஐ எதிர்பார்த்துக்கொண்டிருக்கிறது, எப்போது நாம் புதிய அரசாங்கத்தை அடைவோம் என" என்றவர், நிறைவாக: "உண்மையான ஜனநாயகத்தின் நெறிமுறைகள் நமது தேர்தல்களைக் கண்ணியத்துடன் சூழ்ந்துகொள்வதாக. நேர்மையான தேசபக்தியின் சுவாலைகள் நமது அரசியல் தலைவர்களைத் தூண்டுவதாக."[41] இந்தக் கடிதம், உள்துறை அமைச்சர் ராஜ்நாத் சிங், அமித்ஷா முதல், அரசின் உறுப்பினர்கள் பலரிடமும் சூடான பிரதிவினைகளைத் தூண்டியது. இந்திய கத்தோலிக்க ஆயர்கள் மாநாட்டின் தலைவர், கார்டினல் ஆஸ்வால்ட் கிரேசியஸை, உள்துறை அமைச்சர் அழைத்து-அரசாங்கம் மத சமூகங்களுக்கு எதிராகப் பிரிவினை பாராட்டவில்லையெனத் தெரிவித்தார்.[42] நிலைமை இன்னும் மோசமாவதன் அறிகுறியாக ஜூலியோ ரிபெரியோ, முந்தையதைவிடவும் இன்னும் அதிகம் கடுமையான தலையங்கத்தை எழுதினார். உண்மையில், இந்து ராஷ்டிரத்தின் வருகையையும், சிறுபான்மையினரை இரண்டாம் தர குடிமக்களாக மாற்றியதையும் கண்டார் ரிபெரியோ: "இந்து ராஷ்டிராவுக்குத் தயாராகி வருகிறேன்... உயர்ந்த பணிகளான உச்சநீதிமன்ற நீதிபதி, மாநில ஆளுநர், பாதுகாப்புப் பணி தலைமைப் பொறுப்பு அல்லது புலனாய்வுப் பணி போன்றவை மறுக்கப்படும் இரண்டாம் தர குடியுரிமைக்கு நான் ஆயத்தம்

செய்துகொள்ளவேண்டும். தவறாக தேசவிரோதி முத்திரை குத்தப்பட்டு பொதுவிடத்தில் இழிவுக்கு உட்படுத்தப்பட்டவர்களில் ஒருவனாகக் கணக்கில்கொள்ளப்படுவதைத்தான் என்னால் ஏற்றுக்கொள்ளமுடியாது”[43] என்று குறிப்பிட்டிருந்தார் அதில்.

முஸ்லிம்களுக்கு எதிரான தொடர்ச்சியான அணிதிரட்டல்

இழிவுபடுத்தல், அடக்குமுறைக் கொள்கைகளின் அடிப்பாகத்தில் கிறித்துவர்கள் இருந்தபோதும், முஸ்லிம்களின் நிலைமை இந்த இரு கோணத்தில்[44] இன்னுமதிக மோசமாக உள்ளது. இந்து தேசியவாதிகள், இந்திய குடிமக்களாக அவர்களை இன்னுமதிக நேர்த்தியாகத் தகுதியிழப்பு செய்திருந்தனர். இந்துத்துவ ஆதரவாளர்களுக்கு, முஸ்லிம்கள் மற்றமையின் சிறப்பான உதாரணம்.[45] 2017 உத்தர பிரதேச தேர்தல் பிரச்சாரத்தின்போது, டெல்லி மேற்கு தொகுதியின் எம்.பி.யான பர்வேஷ் வர்மா, தனது தலைவர்களைவிடவும் உலக அறிவில் அத்தனை ஆழமில்லாதவரான அவர், தனது மொழியைக் குறித்தும் அத்தனை சிரத்தைகொள்ளத் தேவையற்றவர். சிறுபான்மையினரான முஸ்லிம்களின் வாக்குகளைப் பெறாமல் அவர்களை ஒதுக்கித்தள்ள பா.ஜ.க. ஏன் விரும்புகிறதென, ஏற்கெனவே பயன்படுத்திய உண்மையான துருவமுனைப்பு உத்திகளைப் பயன்படுத்திப் பேரணியொன்றின்போது நிரூபித்தார்: “முஸ்லிம்கள் எங்களுக்கு ஒருபோதும் வாக்களித்ததில்லை, வாக்களிக்கவும்போவதில்லை. இது மிகவும் எளிய விஷயம்... இந்த நாட்டிலுள்ள ஒவ்வொரு தீவிரவாதியும் முஸ்லிமாக இருக்கிறான், ஏன் முஸ்லிம்கள் பா.ஜ.க.வுக்கு வாக்களிப்பதில்லை... ஏனெனில் பா.ஜ.க. ஒரு தேசபக்தி கட்சி, அதனால்தான் முஸ்லிம்கள் எங்களுக்கு வாக்களிக்க விரும்புவதில்லை.”[46] அவரது பேச்சை காங்கிரஸ் விமர்சித்தபோது பதிலளித்த அவர், இந்தியா பாகிஸ்தான் இடையிலான உறவால் முஸ்லிம் பிரச்சனை வந்ததென அவர் கூறினார். மேலும், “ஏன் தீவிரவாதிகள் முஸ்லிம்களாக மட்டுமே இருக்கிறார்கள்? அவர்கள் எங்கிருந்து அனைத்து நிதிகளையும், ஆயுதங்களையும் பெறுகிறார்கள்?” இந்தப் புத்தகத்தின் முதல் பாகத்தில் பார்த்ததுபோல், இதுதான் மோடியின் தேசியவாத ஜனரஞ்சகவாதத்தின் முக்கிய அம்சமாகும், தேசிய அளவில் பரப்புவதற்கு முன், அவர் குஜராத்தில் பரப்பிய ஒரு கருத்தாகும். பாகிஸ்தானுடன் முஸ்லிம்களுக்கு இருப்பதாகக் கூறப்பட்ட தொடர்பு, இஸ்லாமும் தீவிரவாதமும் சமம் என்ற சமன்பாடு காரணமாக, முஸ்லிம்கள் துரோகிகளாக வாய்ப்புடையவர்கள் என அது கூறுகிறது.

முஸ்லிம்களை இழிவுபடுத்துவதன் மற்றொரு நோக்கம், மொகலாயர்களால் மேற்கொண்ட அழிவுவேலைகளுடன் தொடர்புடையது-இந்த விஷயத்தில் பா.ஜ.க. சிறுபான்மையினரை தேர்தல் நேரத்தில் பொருட்படுத்தாததையும் பொதுவெளியிலிருந்தே அழிக்கமுயற்சிக்கும் அதன் முயற்சியையும் நியாயப்படுத்துகிறது. 2017இல் உத்தர பிரதேச தேர்தலில் வென்றபிறகு, இந்தியாவிலேயே அதிக நபர்களால் பார்வையிடப்பட்ட நினைவுச் சின்னமான தாஜ்மகாலை, மாநிலத்தின் சுற்றுலா கையேட்டிலிருந்து நீக்கி இந்த வேலையைக் கையிலெடுத்தது. முஸாபர் நகர் மாவட்டத்திலுள்ள சர்தானா தொகுதி பா.ஜ.க. சட்டமன்ற உறுப்பினர், இந்த முடிவை, 'தாஜ்மகால் இந்தியக் கலாச்சாரத்தில் ஒரு கறை'[47] என்றுகூறி நியாயப்படுத்தினார். மொகலாயப் பேரரசர்களின் இந்துக்களுக்கு எதிரான நடவடிக்கைகள் எனச் சொல்லப்படுபவற்றின்மீது தனது கோபத்தை வெளிப்படுத்தும்விதமாக அவர் மேலும் கூறினார், "நமது வரலாற்றின் பகுதிகளாக அத்தகைய கொடுங்கோலர்கள் தொடர்வது பெரிதும் துயரகரமானது, துரதிர்ஷ்டவசமானது."[48] இந்த அறிக்கை, பள்ளிப் பாடப்புத்தகங்கள்[49] திருத்தி எழுதப்படுவதையும், 'மொகல் அருங்காட்சியகத்துக்கு' சிவாஜி பெயர்[50] இடப்படுவதையும் முன்கூட்டியே காட்டியது.

இந்து தேசியவாதிகள், பொதுவெளியிலிருந்து முஸ்லிம்களை விலக்கிவைக்க அவர்களுக்கு எதிரான இடைவிடாத பிரச்சாரங்கள் மூலம் இன்னும் தீவிர முயற்சிகளை மேற்கொள்வார்கள். குஜராத்தில் நரேந்திர மோடி முதல்வராக இருந்தபோது பயன்படுத்திய சூழ்ச்சிகளை நினைவுபடுத்தும் நடைமுறைகள் மீண்டும் பயன்படுத்தப்பட்டன. அதற்கு அவர்கள் ஆர்.எஸ்.எஸ். ஸுடன் நெருங்கிய உறவுள்ள போராளிகளை நம்பியிருந்தனர். இந்தச் செயல்திட்டம் பல சாதகங்களைக் கொண்டிருந்தது. முதலாவதாக, மோடி அரசாங்கத்தின் பொருளாதார மற்றும் சமூகத் துறைகளில் (உதாரணமாக, வேலைவாய்ப்பு உருவாக்கம்) அதன் செயல்பாட்டில் அதிருப்தியடையக்கூடிய இந்து தேசியவாத தரவரிசையிலுள்ளவர்களுக்கு, அடையாள திருப்தியை அளிக்கிறது. மேலும் நல்ல சண்டைக்காக ஏங்குபவர்களையும் நிறைவடையச் செய்கிறது. இரண்டாவதாக, சிறிய போராளிக் குழுக்களின் எண்ணிக்கையைப் பெருக்குவதன் மூலமும் அவர்களது பெயர்களை மாற்றுவதன் மூலமும், ஒரு விஷயத்திலோ மற்றொரு விஷயத்திலோ திரும்பத் திரும்ப முஸ்லிம்களுக்கு எதிராகத் தூண்டிவிடப்படுகையில், அது ஆர்.எஸ்.எஸ். மற்றும் பா.ஜ.க.வின் பொறுப்புடைமையை[51] மங்கலானதாக மாற்றுகிறது

2014 மற்றும் 2019-க்கு இடையில், சங் பரிவார் குறைந்தபட்சம் நான்குவிதமான பிரச்சாரங்களைத் தொடங்கியது: 'லவ் ஜிகாத்' எனச் சொல்லப்படும் இயக்கத்துக்கு எதிராக, கிறித்துவம், இஸ்லாத்துக்கு மாறுவதற்கு எதிரான பிரச்சாரம், 'லேண்ட் ஜிகாத்'துக்கு எதிரான பிரச்சாரம், பசுவதைக்கு எதிரான பிரச்சாரம். முஸ்லிம்களே எப்போதும் பிரதான இலக்குகளாக இருந்தனர். ஒவ்வொருமுறையும், சங் பரிவார் இணைப்பிலுள்ள தற்காலிக கண்காணிப்புக் குழுக்கள் முன்வரிசையில் காணப்பட்டன.

'லவ் ஜிகாத்தை' எதிர்த்தல்

2000 முதல் இருந்துவரும் லவ் ஜிகாத் என்ற பிரயோகம், அதிர்ச்சியேற்படுத்தும் நோக்கத்திலான ஒரு பயன்பாடாகும். இது 2007இல் குஜராத்தில் முதலில் தோன்றியதாகச் சொல்லப்படுகிறது. ராம் சேனா (அத்தியாயம் 7-ஐப் பார்க்கவும்) எனும் தனது சொந்த இயக்கத்தை நிறுவிய முன்னாள் சுயம்சேவக்கான பிரமோத் முத்தலிக் ஆதரவில் கர்நாடகா மற்றும் கேரளாவில் 2009இல் மீண்டும் வெளிப்பட்டது. இந்தக் கருத்தை வரையறுத்த பிரமோத்: "லவ் ஜிகாத்தில், மதவெறியுள்ள பையன்கள், ஐஸ்க்ரீம் பார்லர்கள், பள்ளிகள், கல்லூரிகள், திரையரங்குகளுக்கு வெளியே இளம் இந்துப் பெண்களைக் கவர ஊக்குவிக்கப்படுகிறார்கள்... இந்து சமூகத்தைச் சீரழிக்கத் திட்டமிடப்பட்ட முயற்சிகள் மேற்கொள்ளப்பட்டு வருகிறது"[52] என்றார். லவ் ஜிகாத் என்ற கருத்து, இந்து தேசியவாதத்தின் தொடக்கம் முதல் அதனைத் தொந்தரவு செய்த இருவிதமான கருத்துகளால் பீடிக்கப்பட்டிருக்கிறது: வலுவான உடலும், நல்ல வீரியமும் உள்ள (அதனாலேயே வசீகரம்மிக்கவர்களாகத் திகழும்)[53] முஸ்லிம்கள் குறித்த உடல்ரீதியான தாழ்வுமனப்பான்மை, மக்கள்தொகை சரிவு பயம் இரண்டும், இந்துப் பெண்களைத் தூண்டி, அவர்களை இஸ்லாமுக்கு மாறும்படி (பின் முஸ்லிம் சந்ததிகளை உருவாக்க) முஸ்லிம்கள் வற்புறுத்துவதாக எண்ணவைத்தது.

அதுவரை இந்து தேசியவாதிகள் ரகசியமாகப் பலசமயங்களில் மறுபயன்பாடு செய்துவந்த இந்தச் சொல்லாட்சி, 2014இல் பகிரங்கமானது. அதேவருடம் செப்டம்பரில், மோடி பிரதமர் பதவிக்குத் தேர்ந்தெடுக்கப்பட்ட சில மாதங்களுக்குப் பின், ஆர்.எஸ்.எஸ்.ஸால் வெளியிடப்படும் இரு பத்திரிகைகளான- ஆங்கிலப் பத்திரிகையான ஆர்கனைசரும், இந்திப் பத்திரிகையான பாஞ்சஜன்யாவும்-தங்களது அட்டைப் படக் கட்டுரையாக லவ் ஜிகாத்தை முன்வைத்திருந்தது, இரண்டில் ஒன்று பாதிக்கப்பட்ட இந்துவின் புகைப்படத்தைக் காட்டியிருந்தது. மற்றதோ தலைக்கச்சையும் கறுப்புக் கண்ணாடியும் அணிந்திருக்கும் அரபுப் பெண்ணின் படத்தைக் கொண்டிருக்க,

அதன்கீழ் காணப்பட்ட தலைப்பு, 'பியார் அன்டா யா தந்தா' (காதல் கண்ணில்லாததா அல்லது வணிகமா?) என்றிருந்தது[54] தி ஆர்கனைசர், "வலி, துயரம், அச்சுறுத்துதல், மதமாற்ற அச்சுறுத்தல் போன்ற பேரழிவுக் கதைகளைத் தொடர்ந்து போலியாகக் காதலை வெளிப்படுத்துவதற்கும் உதாரணங்கள் உள்ளன"[55] என விளக்கியிருந்தது.

2016இல் சுப்பிரமணியம் சுவாமி ராஜ்ய சபாவுக்குத் தேர்ந்தெடுக்கப்பட்ட சில மாதங்களுக்குப் பின், "அதிகரித்துவரும் ஜிகாதி தீவிரவாத அச்சுறுத்தல் மற்றும் லவ் ஜிகாத் எனும் பெரிய அளவிலான சதிக்கு எதிராகக் கடுமையான நடவடிக்கைகள் எடுப்பதற்கான தேவைக்கு அழுத்தம்தந்து இந்து சமூகத்தின் கவனத்தை ஈர்ப்பதை" இலக்காகக் கொண்ட, இந்து மதத் தலைவர்கள் கலந்துகொண்ட கூட்டமொன்றில் பங்கேற்றார்.[56] அவரது கூற்றுப்படி, பிரதானமான அச்சுறுத்தல் மக்கள்தொகை சார்ந்தது. "முஸ்லிம்களின் மக்கள்தொகை வளர்ச்சி மிகப்பிரமாண்டமாக 22 சதவிகிதமாக இருக்க, இந்து மக்கள்தொகையின் வளர்ச்சியோ வெறுமனே 1.5 சதவிகிதமாகவே இருக்கிறது" என்றிருந்தார். இந்த விவரங்கள் முற்றிலும் தவறானவை. 2001 மற்றும் 2011[57]-க்கு இடையே இந்து மற்றும் முஸ்லிம் சமூகத்தின் ஆண்டு வளர்ச்சி விகிதம் முறையே 1.4 மற்றும் 2.2 சதவிகிதம். சுவாமியின் கூற்றுப்படி, "முஸ்லிம் மக்கள்தொகையை அதிகரிப்பதற்கான பெரிய சதித்திட்டத்தின் ஒரு பகுதியே லவ் ஜிகாத்." 2005-2009-க்கு இடையே குற்றவியல் புலனாய்வுத் துறை (CID) போலீஸ் விசாரணை அறிக்கையில் இடம்பெற்றுள்ள காணாமல் போன பெண்களில் 229 பேர் மட்டுமே தங்கள் மதத்தை விடுத்து பல்வேறு மதங்களைச் சேர்ந்த ஆண்களைத் திருமணம் செய்துகொண்டவர்கள். அவர்களில்-63 பேர் மட்டுமே பிற மதங்களுக்கு மாறியுள்ளனர். அவர்கள் அனைவரும் இந்து மதத்தைச் சேர்ந்தவர்கள் அல்ல. இதுமட்டுமே இதுதொடர்பாகக் கிடைக்கும் ஒரே புள்ளிவிவரம். உண்மையில் அவர்களில் 38 முஸ்லிம் பெண்களும், 20 கிறித்துவப் பெண்களும் இந்துக்களை மணந்துகொண்டுள்ளனர்.[58]

இந்து தேசியவாதிகள் தங்களது சமூகம் தொடர்ந்திருப்பதற்கான கடும் அச்சுறுத்தலாக முன்வைத்த விஷயத்துக்குப் பிரதிவினையாக, அவர்கள் முஸ்லிம் ஆண்கள் இந்து இளம்பெண்களைக் கவர்ந்துவிடாமல் பாதுகாக்க எதிர்நடவடிக்கையைத் தொடங்கினர். அவர்கள் இந்து பெஹன் பேடி பச்சாவோ சங்கர்ஷ் சமிதி (இந்து சகோதரிகள் மற்றும் மகள்கள் பாதுகாப்புக் குழு) போன்ற சிறப்புக் குழுக்களை உருவாக்கினர், தங்கள் மகள்கள் ஒரு முஸ்லிமைக் கல்யாணம் செய்துகொள்வாளோ என வருத்தப்பட்ட

பெற்றோர்களுக்கு உதவ, செயல்பாட்டாளர்கள் உதவிகளை வழங்கியதோடு, நீதிமன்றங்களிலும் காவல் நிலையங்களிலும் இருந்து தகவல் அளிப்பவர்களின் வலைப்பின்னலொன்றை உருவாக்கினர். வழக்கமாக இங்குதான் காணாமல் போன மகளைப் பற்றிப் புகார் தரவோ (அவள் திருமணம் செய்துகொள்வதற்காக ஓடியிருந்தால்), கடத்தப்பட்டதாகப் புகார் தரவோ, இணையாக ஒரு வழக்கைத் தாக்கல் செய்வதற்கோ பெற்றோர் வருவர்.[59] தகவல் தருபவர்களின் இந்த வலையமைப்பு, சங் பரிவார் மற்றும் அரசு எந்திரத்துக்கு இடையே எத்தனை தூரம் ஊடுருவல் நடந்திருக்கிறது என்பதைக் காட்டுகிறது.[60] உதாரணமாக, ராஜஸ்தானில் பஜ்ரங் தள் செயல்பாட்டாளர்கள் தங்களது அண்டை அயலார்களை உளவுபார்க்க (பகுதியளவு சமூக ஊடகங்கள் மூலமாக), மேலும் திருமணப் பதிவு அலுவலகங்கள், தாலுகா அலுவலகங்கள், நீதிமன்றங்களில் (உள்ளூர் பஜ்ரங் தள் தலைவர்) ஏற்பாடு செய்துள்ள முறைசாராத உளவு வலைப்பின்னலமைப்பை நம்பியுள்ளனர். இந்த வலைப்பின்னலமைப்பில் பெரும்பாலானவர்கள் எழுத்தர்கள் மற்றும் வழக்கறிஞர்களே-இவர்கள் கலப்புத் திருமணம் குறித்து அமைப்புக்குத் தகவல் தருவர்.[61]

ஒருமுறை வழக்கொன்றில், லவ் ஜிகாத்துக்கு எதிரான போராட்டக்காரர்கள் தவறான தகவல் முதல் வற்புறுத்தல், மிரட்டல் வரையிலான அனைத்துவிதமான தந்திரங்களையும் தஞ்சமடைந்தனர். அவர்களது வழிமுறைகள், கோப்ரா போஸ்ட் மற்றும் குலைல்.காம் எனும் இரு புலனாய்வு செய்தி வலைத்தளங்களில் பணியாற்றும் பத்திரிகையாளர்களால் அம்பலப்படுத்தப்பட்டன. இந்து தேசியவாத ஆதரவு மாணவர்களாய் நடித்து, ரகசிய கேமராவைப் பயன்படுத்தி அவர்கள் செயல்பாட்டாளர்களுடனான உரையாடல்களைப் பதிவுசெய்தனர். இந்து தேசியவாதிகளின் முதல் வேலை, பாதிப்புக்குள்ளாகப் போகிறவள் அவள்தான் என்று நைச்சியமாகக் கூறி இளம் இந்துப் பெண்ணைச் சமாதானப்படுத்தி முஸ்லிமை திருமணம் செய்யும் முடிவிலிருந்து பின்வாங்கக் கூறுவது எனக் கண்டறிந்தனர். முஸாபர் நகரின் வி.எச்.பி. மாவட்டத் தலைவரான லலித் மகேஸ்வரி, "நாங்கள் அவளது எதிர்காலம் பற்றிப் பேசுவோம். இந்து சமூகத்தில் பெண்களுக்குள்ள முக்கியத்துவத்தை அவளிடம் சொல்வோம். நாம் பெண்களை எப்படிப் பார்க்கிறோம், முஸ்லிம்கள் எப்படிப் பார்க்கிறார்கள் என நாங்கள் சொல்வோம் (உள்ளவாறே). நாம் எப்படிப் பெண்களை மதிக்கிறோம், அவர்கள் பெண்களை ஒருவகை இன்பத்துக்கான கருவியாக மட்டுமே பயன்படுத்துகின்றனர், பிள்ளைபெறும் எந்திரமாக அன்றி வேறெதுவாகவும் நடத்தாத, மேலும் மூன்று அல்லது நான்கு

மனைவிகளை வைத்துக்கொள்வதை இலக்காக வைத்திருக்கின்றனர்" எனக் கூறுவோம்.[62] முஸாபர் நகரைச் சேர்ந்த உ.பி. சட்டமன்ற உறுப்பினரான சங்கீத் சோம், தார்மீகத்தின் முக்கியத்துவத்தை வலியுறுத்த மீண்டும் ஒருமுறை குரல்கொடுத்தார்:

> இது அவளுக்கு நல்லதல்ல என்பதற்கானக் காரணத்தை நாங்கள் அவளைக் காணச்செய்வோம். நாங்கள் அவளிடம், அவர்கள் முஸ்லிம்கள், அவர்கள் ஒரு பெண்ணுடன் நிறுத்தமாட்டார்கள், இந்துப் பையன் அப்படிச் செய்தால் தானாகவே சிறைக்குச் சென்றுவிடுவான். அதற்குமாறாக, ஒரு முஸ்லிம் நான்கு பெண்கள் வரை திருமணம் செய்யலாம், அந்தப் பெண்களும் தங்களுக்குள் விட்டுக்கொடுத்துக் கொள்வார்கள். நீயே சொல், எந்த இந்துப் பெண் அதுபோல விட்டுக்கொடுப்பாள்? நிச்சயமாக, சில விதிவிலக்குகள் இருக்கலாம். அத்தகைய விதிவிலக்குகள் அபூர்வம்... மிக முக்கியமாக, சமூகத்தை எதிர்கொள்ள முடியாமல் அவளது அம்மா இறந்துபோவாள், அவளது தந்தை இறந்துபோவார், சகோதரன் நிச்சயம் தற்கொலை செய்துகொள்வான்[63] என்று சொல்லி உணர்ச்சிரீதியாக அவளைக் களைப்படையச் செய்வோம்.

இந்த வலியுறுத்தல்கள் தோல்வியடைந்தால், இதர வழிமுறைகள் நடைமுறைப்படுத்தப்படும். முஸாபர்நகரைச் சேர்ந்த ஆர்.எஸ்.எஸ். தலைவரான ஓம்கார் சிங், முஸ்லிம்களின் பிடியிலிருந்து 125 பெண்களை மீட்டு, இந்து ஆண்களுக்குத் திருமணம் செய்ததாகச் சொல்லிக்கொள்ளும் அவர், "வழக்கமாக, யாருடன் அவள் ஓடிப்போனாளோ அந்த முஸ்லிம் இளைஞன் மீது ஒரு கற்பழிப்பு அல்லது கடத்தல் வழக்கு பதியப்படும்."[64] இது வழக்கமாக சிங் வெளிப்படையாகப் பேசும் அடிக்கடி பயன்படுத்தும் தந்திரம்: "ஒரு பெண் சோனுமோனுவிடம் காதலில் வீழ்ந்தபின்... (முஸ்லிம் பையன்கள் இத்தகைய பெயர்களைப் பயன்படுத்துவார்கள்... பெண்கள் தங்களது வாழ்வு பாழானதாக உணரவருவார்கள், (அவர்கள் நினைப்பார்கள்) அவனுடனே இருந்துவிடுவதே சிறப்பானது என. பின் நாங்கள் அவர்களைப் புரிந்துகொள்ளச் செய்வோம், அதன்பின்பும் அவர்கள் ஒத்துக்கொள்ளவில்லையெனில், நாங்கள் அவர்களது ஆளின் மேல் போலி வழக்குகளைப் பதிவோம்.[65] 2014இல் பா.ஜ.க. சார்பில் முஸாபர்நகர் நகராட்சித் தேர்தலில் நின்ற இந்துச் செயல்பாட்டாளரான சஞ்சய் அகர்வால், முஸ்லிம் பையனுடன் ஓடிப்போன இந்துப் பெண்களைப் பொய் சாட்சியம் தரச்சொல்லி வற்புறுத்தியதை ஒப்புக்கொண்டார்-அவள் தனது சமூகத்தை விட்டு வந்தால், பொதுவாக அவனுக்கு எதிராகப் போலி கற்பழிப்பு மற்றும் கடத்தல் புகார் தந்து, அவளை இந்து மதத்துக்கு

மீண்டும் மாற்றியதாகவும், அவர் புனிதமான காரியமெனக் கருதும் ஒன்றின் பெயரால் இதைச் செய்ததாகவும் ஒப்புக்கொண்டார்."[66] "நாங்கள், இந்தியாவின் ஒவ்வொரு குடிமகனும் இந்துவாக இருப்பதை நிச்சயப்படுத்துவதை நோக்கிச் செயல்புரிகிறோம்" என்ற அவர் மேலும்: "அவள் நாங்கள் சொன்னதைக் கேட்கவில்லையெனில், அவளைத் தாக்குவோம். நாங்கள் அவளை அடித்துத் துவைப்போம். நாங்கள் தவறாக நடந்துகொள்வோம் (முழு அநாகரிகத்தை மேற்கொள்வோம்)." ஒரு பெண் பொய் சாட்சியம் சொல்ல மறுத்து பிடிவாதம்பிடித்தால், அவரது குழுவினர் அதிகாரிகளின் மறைமுக ஆதரவுடன் அவளைப் பல நாட்களுக்கு நீதிமன்றத்தில் ஆஜராகவிடமாட்டோம் என அகர்வால் விளக்கினார்.

> இந்தப் பெண் கேட்கமறுக்கிறாள் என நாங்கள் சொல்வோம். அவர்கள் (போலீஸ்) பரவாயில்லை, அவளை நாம் நாளை பார்த்துக்கொள்வோம் என்பார்கள். அவள் மறுநாளும் கேட்கமறுத்தால், அது பரவாயில்லை என அவர்கள் சொல்வர். அவர்கள் எங்களுக்கு நிறைய உதவியிருக்கின்றனர். அவர்கள், அவளது தாயை எங்களிடம் பேசுவதற்காக அனுப்பியிருக்கிறார்கள். நாங்கள் அதைச் செய்ய அனுமதிக்கப்பட மாட்டோம். அவர்கள் எங்களுக்கு நிறைய உதவியிருக்கின்றனர். நீதிபதிகள் எங்களுக்கு உதவியிருக்கின்றனர். அதேபோல்தான் எஸ்.எஸ்.பி.யும் (மூத்த காவல் கண்காணிப்பாளர்)... நீதிபதி தனது தீர்ப்பில் அந்தப் பெண்ணை எங்களிடம் ஒப்படைத்திருக்கிறார். அவர் அவளை அவளது பெற்றோரிடம் ஒப்படைத்திருக்கிறார். ஒருமுறை அவள் தனது பெற்றோரின் கட்டுப்பாட்டுக்குள் வந்ததும், நாங்கள் அவளுக்கு மூன்று நாட்களுக்குள் திருமணம் செய்துவைத்துவிடுவோம்.[67]

அத்தியாயம் 7, 8இல் காவலர் மற்றும் நீதிபதியின் பாத்திரம் பற்றித் திரும்பவும் நான் பேசுவேன். இந்தத் தருணத்தில் நான், லவ் ஜிகாத்தை எதிர்கொள்ள இந்து தேசியவாத குழுக்களால் பயன்படுத்தப்பட்ட வழிமுறைகள் பற்றி இந்தச் சிறப்பு அறிக்கை நமக்கு என்ன சொல்கிறது என்பதிலேயே கவனம்குவிக்க விரும்புகிறேன். இதுவரை குறிப்பிட்ட விவரங்கள், வற்புறுத்தல், அச்சுறுத்தல், கட்டாயப்படுத்தலின் பங்கை விளக்குகின்றன. இந்த வேறுபட்ட அம்சங்களைச் சிறப்பாக விளங்கிக்கொள்ள, இதர விவகாரங்களை நோக்குவது மதிப்புடையது. கோப்ராபோஸ்ட் மற்றும் குலைல்.காம் பத்திரிகையாளர்கள் கேரளாவிலும், லவ் ஜிகாத்துடன் இணைந்து லவ் கோஸ்பெல் நடைபெறுவதாகச் சொல்லப்படும் கர்நாடகாவிலும் தங்களது விசாரணையை மேற்கொண்டிருக்கின்றனர். அதாவது இங்கு கிறித்தவர்கள் இளம்

இந்துப் பெண்களைக் கவர முயற்சித்திருக்கின்றனர். பயமும் ஒரு காரணியாய் எப்படித் திகழ்கிறது என்பதை இந்தப் புலனாய்வுகள் காட்டுகின்றன.

கேரளாவில், குறிப்பாக எர்ணாகுளத்தில் இந்து தேசியவாதிகள் "இந்து ஹெல்ப்லைன்" மற்றும் ஆலோசனை மையங்களை உருவாக்கினர். இந்த மையங்கள் ஒன்றின் தலைமைப் பொறுப்பிலுள்ளவர், அந்தப் பெண் தனது வழிகளைச் சரிசெய்துகொள்ள விரும்பாதபோதும், இஸ்லாமுக்கு மாறவிரும்பும்போதும் தனது குழுவினர் சமயங்களில் அவளை அடைத்துவைப்பதைத் தஞ்சமடைந்ததாகக் கூறினாள்.

> அவள் இஸ்லாம் குறித்துப் பிடிவாதமாக இருக்கும்பட்சத்தில், நாங்கள் அவளை மத ஆலோசனை மையம் ஒன்றுக்கு அனுப்புவோம். அங்கே அவள் குர்ரானில் நிபுணத்துவம்மிக்க எங்களது நபர்களுடன் விவாதம் மேற்கொள்ளலாம். அதன்பிறகும் அவள் மாறவில்லையெனில், நாங்கள் அவளை ஒரு மருத்துவமனைக்கு அனுப்பி, ஒரு அறைக்குள் அடைத்துவைப்போம், அவள் ஆக்ரோஷமாக இருந்தால் சில சிகிச்சையின்கீழ் இருப்பாள்... (அதன்பிறகும் அவள் மனம் மாறவில்லையெனில்), நாங்கள் அவளை ஏதாவது ஒரு இடத்துக்கு அனுப்பி, அங்கே அவள் சிலநாட்கள் வைக்கப்படுவாள்... அங்கே நிறைய வகுப்புகள், நிறைய இந்து அமைப்புகள் அவள் பிரச்சனைகுறித்து செயல்புரியும். அதனை எப்படிச் சொல்வதென எனக்குத் தெரியவில்லை, நாங்கள் பயத்தை உருவாக்குவதில் வெற்றிபெற்றிருக்கிறோம். முன்பெல்லாம் "நான் ஏன் கவலைப்படவேண்டும்" என்ற கேள்வியெழும். "ஏனெனில் உங்களது வீட்டுக்கு இன்றோ அல்லது நாளையோ ஜிகாத் வரும். அது உங்களது தங்கையோ, மனைவியோ அல்லது தாயாகவோ இருக்கலாம். எனவே நீங்கள் கவனமாக இருங்கள்." நாங்கள் சமூகத்தில் முஸ்லிம்கள் குறித்த உண்மையான பயத்தை ஏற்படுத்தியுள்ளோம்.[68]

ஒரேநேரத்தில் அச்சுறுத்தல், பயத்தின் அரசியல், நாடு முழுவதுமுள்ள அமைப்புகளின் பரந்த வலைப்பின்னலமைப்பால் வெளிப்படையாக நடைமுறைப்படுத்தப்படும் செயல்முறைகள் ஆகியவற்றை லவ் ஜிஹாத்துக்கு எதிரான போராட்டம் நம்பியுள்ளது. அதன் இருப்பை அரசு அவசியம் அறிந்துள்ளது. எனினும், சிலசமயங்களில் முஸ்லிம்கள் இந்துப் பெண்ணை திருமணம் செய்யும்போதோ- அல்லது ஏற்கெனவே திருமணம் செய்த நிலையிலோ பஜ்ரங் தள் போராளிகள் மதக் கலப்புத் திருமணம் நிலவுவதைத் தடுக்க, திருமண நிகழ்வுகளைத் தடுப்பது, அல்லது முஸ்லிம்களை உடல்ரீதியாகத்

தாக்குவது போன்றவற்றிலிருந்து இன்னும் அதிக வன்முறையான வழிமுறைகளைக் கையாள்வதும் வெளிப்படையாகிறது.[69]

ஷாம்லியில் (மேற்கு உத்திரப்பிரதேசம்), உள்ளூர் பஜ்ரங் தள் தலைவரான பிரேமி குழுவினர், "1,00,000 பேர் கொண்ட நகரத்தின் காதல் காட்சிகளை நுண்நிர்வாகம் செய்யும் அளவில்" திகழ்கின்றனர். அக்குழு நூற்றுக்கணக்கான வாட்ஸ்அப் குழுக்களில் ஊடுருவியதால் மட்டும் அது சாத்தியமாகவில்லை... உள்ளூர் நீதிமன்றத்தின் அடர்த்தியான வழக்கறிஞர்களின் வலைப்பின்னல் அமைப்பு காரணமாகவும் பஜ்ரங் தள்ளின் உடல்ரீதியான தாக்கும் படை காரணமாகவும்தான்-இதில் தொடர்புடைய வழக்கறிஞர்களில் ஒருவரின் சாட்சியத்திலிருந்து சேகரிக்கப்பட்டது இத்தகவல்:

> ஏதாவதொரு முஸ்லிம் ஆண், ஒரு இந்துப் பெண்ணுடனான திருமணத்தைப் பதிவுசெய்ய நீதிமன்றங்களை அணுகினால், அவரது அலுவலகத்திலுள்ள இதர பணியாளர்கள் அவரிடம், அந்த ஜோடி எப்போது நீதிமன்றத்துக்கு வருகிறதென்ற தகவலைத் தெரிவிப்பார்கள். பின் அவர் செய்யவேண்டியதெல்லாம் பிரேமியின் பரிவாரங்களுக்கு உடனடியாக ஒரு வாட்ஸ்அப் செய்தி அனுப்பவோ அல்லது அழைத்துத் தெரிவிக்கவோ வேண்டியதுதான். "அந்த ஜோடி நீதிமன்றத்துக்கு வரும் நாளில், பஜ்ரங் தள் உறுப்பினர்கள் நீதிமன்ற வாசலில் அவர்களைக் கவனித்துக்கொள்வார்கள்," அதன் பொருள், "அவனிடம் உடையை அவிழ்த்துக் காட்டச் சொல்வர், அதன்மூலம் அவர்கள் அவன் சுன்னத் செய்திருக்கிறானா எனக் காணமுடியும், அவன் இந்து அல்ல என்பதற்கான நிச்சயமான அறிகுறி" பின், "அந்தக் குழு அவனை போலீஸிடம் ஒப்படைத்துவிடும்."[70]

லவ் ஜிஹாத்துக்கு எதிரான பிரச்சாரத்தின் தாக்கம் எத்தனை செல்வாக்குமிக்கதாக இருக்கிறதெனில், திருமணம் இப்போதும் பெரும்பாலும் பெற்றோர்களாலேயே ஏற்பாடு செய்யப்படுகிறது, சிலசமயங்களில் முஸ்லிமுடன் காதல் திருமணம் செய்யத் துணியும் பெண்களின் பெற்றோர்கள் இந்து தேசியவாத வலையமைப்புகளிடம் சென்று தங்கள் வாரிசை திரும்பவும் தங்களிடம் கொண்டுவரும்படி கேட்கத் தயங்காத அளவுக்கு உள்ளது.[71] ஆனால் சங் பரிவாரின் விளிம்பு அமைப்புகள், பெற்றோர்கள் எதிர்ப்புத் தெரிவிக்காத இத்தகைய மதக்கலப்புத் திருமணங்களையும் தடுக்கின்றன.[72] இந்து தேசியவாத குழுக்கள் பின் காவல்துறையை நோக்கித் திரும்பியது. அதன் முஸ்லிம் விரோத சார்பு, (இந்தப் புத்தகத்தின் மூன்றாம் பகுதியில் விவாதிக்கப்படும்) லவ் ஜிஹாத்துக்கு எதிரான திட்டங்கள் எடுத்திருக்கிற அளவுக்கான மற்றொரு விளக்கத்தை வழங்குகிறது.

சமயங்களில் மணமகள் இந்துவாக இருக்கும்பட்சத்தில், காவல்துறை திருமணங்களை ரத்துசெய்தது மட்டுமல்லாமல் (மணமகனும் மணமகளும் இருவரும் உரிய வயதுடன் இருக்கும்போதும் சட்டத்தை முற்றிலும் புறக்கணித்து),[73] அவர்கள் சங் பரிவார் (அல்லது அதனுடன் இணைந்த அமைப்புகள்) கலப்புமணத் திருமணங்களைத் தடுக்கவும் அனுமதித்துள்ளனர். இது, வெளியிலிருந்தும் உள்ளிருந்தும் காவல்துறையின் மீது இத்தகைய குழுக்களுக்கு இருக்கும் செல்வாக்கின் அளவைச் சுட்டுகிறது. 2014இல், இந்த இயக்கத்தின் தொடக்கத்தில், 'தி இந்து' நாளிதழ் லவ் ஜிகாத் பற்றி உரையாடல்கள் ஒன்றைப் பதிப்பித்தது. சில குறிப்பிட்ட காவல் அதிகாரிகள் இணையதளத்தில் இந்த விவாதத்தில் பங்கேற்றனர்-அவர்களில் ஒருவர் லவ் ஜிஹாத் நிகழ்வை 'ஒழுங்கமைக்கப்பட்ட குற்றம்' என்று தகுதிப்படுத்த-இதனால் டாப்காப் என்னும் இந்த விவாத மன்றத்தை மூடுமாறு கட்டாயப்படுத்தியது.[74]

காவல்துறையுடன் கூடுதலாக, நீதித்துறையும் லவ் ஜிஹாத்துக்கு எதிரான இந்து தேசியவாத போராளிகளுக்கு, நீதிமன்றங்களின் முன் வரும் புதிய வழக்குகள் பற்றித் தகவல் தருவது மட்டுமின்றி, வலுவான ஆயுத நடவடிக்கைகளிலும் ஈடுபடுவதன்மூலம் உதவியுள்ளது என்பது இந்த இரு சமூகங்களுக்கு இடையிலும் வலுவான கருத்தியல் உறவு இருப்பதன் அறிகுறியாகும்.[75] இந்த இந்து தேசியவாத அனுதாபிகள், ஹாதியா எனும் பெயருடைய, கேரளாவைச் சேர்ந்த இளம்பெண்ணின் முன்மாதிரி வழக்கில் வெளிச்சத்துக்கு வந்தனர். அவள் 2015இல் இஸ்லாமுக்கு மதம் மாறினாள், 2016இல் ஒரு முஸ்லீம் ஆணை திருமணம் செய்துகொண்டாள். அவள் தனது சொந்தவிருப்பத்தின் பேரிலேயே செயல்பட்டதாக அழுத்திச்சொன்னபோதும், அவளது பெற்றோர் உடனடியாக நீதிமன்றத்தில், அவள் வலுக்கட்டாயமாகத் திருமணம் செய்யப்பட்டு மதம் மாற்றப்பட்டதாக மனு செய்தனர். மாநில உயர்நீதிமன்றம் பெற்றோருக்கு ஆதரவாக முடிவெடுத்து, மே 2017இல் அந்தத் திருமணத்தைச் செல்லாததாக அறிவித்து, ஹாதியை அவர்களது பாதுகாப்பில் விட்டதோடு, இந்தப் 'பரிதாபத்துக்குரிய பெண்' அநேகமாக இஸ்லாமிய தீவிரவாதக் குழுக்களின் பலிகடா என வாதித்தது.[76] அவளது கணவன் இந்த முடிவுக்கு எதிராக உச்சநீதிமன்றத்தில் முறையீடு செய்தார். உச்சநீதிமன்றம் பெரிதும் விதிவிலக்காக இத்தகையதொரு வழக்கில், மன்மோகன்சிங் அரசால் தீவிரவாதத்தை எதிர்த்துப் போராட உருவாக்கப்பட்ட தேசிய விசாரணைக் கழகத்தின் விசாரணைக்கு (என்.ஐ.ஏ.) உத்தரவிட்டு இஸ்லாமிய சதிக்கான வாய்ப்பு ஏதும் இருக்கிறதா என விசாரிக்கச் சொன்னது.[77] என்.ஐ.ஏ. விசாரணையைத் தொடங்கும்போதே, ஹாதியா வழக்கு தனிமைப்படுத்தப்பட்ட ஒன்றல்ல, அத்தகைய

சதிக்கான வாய்ப்பைப் புறந்தள்ள முடியாதெனச் சொன்னது. எனினும் விசாரணை முடிவுக்குக் காத்திருக்காமல் நீதிபதிகள் அவளது பெற்றோரின் கட்டுப்பாட்டிலிருந்து அவளை விடுவித்தனர். விசாரணையின் முடிவுகளைக் கண்டதும் மார்ச் 2018இல் அவளது திருமணம் செல்லுமெனத் தீர்ப்பு சொன்னது நீதிமன்றம்.

2014 இடைத்தேர்தலில் லவ் ஜிகாத் என்ற கருத்தை வெளிப்படையாகப் பயன்படுத்த பா.ஜ.க. கருதியது. கட்சியின் மாநில பிரிவு, லவ் ஜிஹாத்துக்கு எதிரான போராட்டத்தை, அதற்கு எதிராக முடிவுசெய்யும்முன்பே தனது திட்டங்களில் சேர்த்தது.[78] எனினும் அந்த வார்த்தைகளைப் பயன்படுத்தாமல்[79] அதனைப் பிரச்சாரப் பிரச்சனையாகப் பயன்படுத்திக்கொண்டாலும், 2017 தேர்தலில்தான் முழுமையாகப் பயன்படுத்திக்கொண்டது. யோகி ஆதித்யநாத், தனது ஆட்சியை அமைத்ததும் விரைவாக, முக்கியமாக முஸ்லிம்களிடமிருந்து பெண்களைப் பாதுகாக்க 'ஆண்டி ரோமியோ ஸ்குவாடை' அமைத்தார்.[80] இந்த அமைப்புகள் சங் பரிவார் செயல்பாட்டாளர்களுக்கும் (பஜ்ரங் தள் தொடங்கி), அரசுப் பணியாளர்களுக்கும் இடையே (காவல்துறை தொடங்கி) அடிமட்ட அளவிலிருந்த ஊடுருவலை அதிகாரப்பூர்வமாக்கியது- இந்தப் பிரச்சனை அடுத்த அத்தியாயத்தில் விவாதிக்கப்படும்.

ராஜஸ்தானில், இந்துப் பெண்ணைக் கவர்ந்திழுத்ததாகக் குற்றம்சாட்டப்பட்டு முஸ்லிம் ஒருவர் படுகொலையான பிறகே லவ் ஜிஹாத்துக்கு எதிரான போராட்டத்தில் சங் பரிவாரின் தொடர்பு வெளிப்பட்டது. கொலைசெய்தவர், பா.ஜ.க.வின் தேர்ந்தெடுக்கப்பட்ட பிரதிநிதிகள் உட்பட சங் பரிவார் உறுப்பினர்கள் சிலரிடமிருந்து (நீதிமன்றச் செலவுகளை மேற்கொள்ள) நிதி மற்றும் தார்மீக ஆதரவைப் பெற்றார்.[81] கொலைசெய்தவரின் இளம் மருமகன்[82], குறிப்பிட்டதொரு கொடூரமான குற்றச்செயலைப் படம்பிடித்துச் சமூக ஊடகங்களில் பதிவிட்டதன் மூலம் இதுபோன்ற வளர்ச்சி இன்னும் குறிப்பிடத்தக்கதானது.

அதேவேளை, 'தலைகீழ் லவ் ஜிஹாத்' எனப்படும் இந்து ஆண்கள் முஸ்லிம் பெண்களைத் திருமணம் செய்யும் நிகழ்வில் சங் பரிவார் ஈடுபட்டது. சங் பரிவாரின் துணையமைப்பான இந்து ஜாக்ரன் மஞ்ச், இந்தப் பிரச்சாரத்துக்குப் பொறுப்பேற்று, 'பேடி பச்சாவோ, பாலு லோ' ('பெண்களைப் பாதுகாப்போம், மருமகளைக் கொண்டுவருவோம்') எனும் பெயரில் 2017இல் 2100 சங்கங்களிடம் அறிவித்தது.[83] முஸ்லிம் ஆண்கள் இந்துப் பெண்களைத் திருமணம் செய்வதைத் தடுக்க பா.ஜ.க. எம்.எல்.ஏ. ஒருவர் முன்வைத்த மற்றொரு யோசனை குழந்தைத் திருமணங்களை ஊக்குவிப்பதாகும்.[84]

கர் வாப்ஸி (அல்லது வீடுதிரும்புதல்: ஒரு மறு மதமாற்ற பிரச்சாரம்)

இந்துப் பெண்கள் இஸ்லாத்துக்கு மாறுவதைத் தடுக்கும் லவ்-ஜிஹாத்துக்கு எதிரான போராட்டத்தைத் தொடர்ந்து, இஸ்லாம் அல்லது கிறித்துவத்துக்கு மாறிய இந்துக்களை அவர்களது சொந்த சமூகத்துக்குத் திரும்பக் கொண்டுவரும் பிரச்சாரம் தொடங்கியது. இந்தப் பிரச்சாரத்துக்கான முன்முயற்சியை, 2014 நவம்பர் 7 முதல் 9 வரை நாக்பூரில் அதன் ஆதரவாளர்களும் உறுப்பினர்களுமாக 1200 பேர் கூடியிருக்க, (லவ் ஜிஹாத்துக்கு எதிரான போராட்டம் தொடங்கப்பட்ட சில வாரங்களில்) ஆர்.எஸ். எஸ். நேரடியாகத் தொடங்கியது. இந்த மதமாற்றத் திட்டங்களைச் செயல்படுத்துவதற்குப் பொறுப்பான சங் கிளை, தர்ம ஜாக்ரன் சமிதிக்கு (மத விழிப்புணர்வுக் குழு). ஆர்.எஸ்.எஸ். 58 பிரச்சாரக்குகளை இந்தப் பணிக்கு ஒதுக்கியதோடு, கணிசமான எண்ணிக்கையில் இதற்கான பிரச்சாரங்களும்[85] மேற்கொள்ளப்பட்டது, பாரம்பரியமாக இந்தவிதமான செயல்பாட்டுக்குப் பொறுப்பான வி.ஹெச்.பி.யும் இதில் ஈடுபட்டது.

2014இல் கர் வாப்ஸி பிரச்சாரம் தொடங்கியதும், போபாலில் நடந்த மாநாட்டில் பேசிய வி.ஹெச்.பி. தலைவர் பிரவீன் தொகாடியா, மொத்த உலகமும் ஒருகாலத்தில் இந்துக்களால் நிறைந்திருந்தது, மொத்தமாக 7 பில்லியன் பேர் இருப்பதற்குப் பதில் 1 பில்லியன் பேரே எஞ்சியிருக்கிறோம். இந்தக் கீழ்நோக்கிய போக்கு தடுத்துநிறுத்தப்பட வேண்டும்: “இன்றைய இந்துக்கள் இன்னும் ஆயிரம் ஆண்டுகள் பாதுகாக்கப்படவேண்டுமென விரும்புகிறோம் நாங்கள். அவர்களது மக்கள்தொகை 82 சதவிகிதத்திலிருந்து 42 சதவிகிதத்துக்கு இறங்கவும், அதனால் அவர்களது உடைமைகளும் பெண்களும் பாதுகாப்பில்லாத நிலைக்கு ஆளாகவும் அனுமதிக்கமாட்டோம்.”[86] லவ் ஜிகாத் மற்றும் கர் வாப்ஸி பிரச்சாரத்துக்கு இடையிலான தொடர்பைக் கூறும்விதமாக தொகாடியா மேலும் கூறினார், “சயீத் சவீதாவைத் திருமணம் செய்ததும் சல்மாவாக மாறிவிடுகிறாள். இந்து முஸ்லிம் தொடர்புடைய 100 திருமணங்களில், 50 சாவித்திரிகள் சல்மாக்களாக மாறிவிடுகின்றனர். ஏன் 50 சல்மான்கள் ராமாக மாறக்கூடாது?”[87]

நடைமுறையில், இந்துக்களை மீண்டும் இந்து சமூகத்துக்குள் கொண்டுவருவதற்கான பிரச்சாரங்கள், பழங்காலத்தில் இருந்த அதே சடங்குகளின் வடிவில் இருந்தன. இது சம்பந்தமான நிகழ்வொன்றில், ஹேவன் என்றழைக்கப்பட்ட புனித நெருப்பைப் பயன்படுத்தியோ அல்லது புனித நதிகளின் நீரைப் பயன்படுத்தி

சுத்தி செய்தோ தூய்மைப்படுத்தப்பட்டனர். அவர்களுக்கு இந்துப் பெயர் சூட்டப்பட்டதோடு, கிறித்துவச் சடங்குகள் அல்லது முஸ்லிம் சடங்குகளை இனி மேற்கொள்ளமாட்டாமென உறுதியெடுத்ததோடு[88], அவர்கள் மீண்டும் சாதியொன்றுக்குள் கொண்டுவரப்பட்டனர்.[89] இந்தச் சடங்குகள் ஒரு மதப் பரிமாணத்தைக் கொண்டிருந்ததோடு, சங் பரிவாரைச் சேர்ந்த காவி உடையணிந்த நபர் ஒருவர் இதில் முக்கியப் பங்குவகித்தார். அவர்களில், குறிப்பாக யோகி ஆதித்யநாத் செயலூக்கத்துடன் திகழ்ந்தார். 2014 டிசம்பரில், இந்தப் பிரச்சாரத்துக்காக ஆயத்தம்செய்ய இந்தியா முழுவதுமிருந்து ஒன்றுதிரட்டிய 2,200 மதகுருக்களின் முன்பாக, அவர் பீகாரில் முக்கியச் சொற்பொழிவொன்றை நிகழ்த்தினார் (உத்தர பிரதேசத்துடன் கர் வாப்ஸிக்காகத் தேர்ந்தெடுக்கப்பட்ட மாநிலங்களில் இதுவும் ஒன்று): "இந்த நாட்டின் 6.23 லட்சம் கிராமங்களுக்கும் (6,23,000) 15 லட்சம் (1.5 மில்லியன்) துறவிகள் சென்றுவந்தால், சொற்ப எண்ணிக்கையிலான கிறித்துவ மதகுருக்களும் மௌலவிக்களும் இந்துக்களை மதம்மாற்ற முடியாது."[90] பின் யோகி ஆதித்யநாத், 'மாலா கி சாத் பாலா' (பிரார்த்தனையும் போராட்டமும்)[91] என்ற மந்திரத்தை வழங்கினார். 2014 டிசம்பரில் கல்கத்தாவில் ஆர்.எஸ்.எஸ். தலைவர் மோகன் பகவத் கர் வாப்ஸி இயக்கத்துக்கு[92] ஆதரவாக ஆற்றிய உரையின் மையக்கருத்து, கிறித்துவத்துக்கோ அல்லது இஸ்லாத்துக்கோ சென்றவர்கள் 'தங்கள் வழியைத் தொலைத்தவர்கள்' அல்லது உலகாயத ஆதாயத்தைக் காட்டி மதம்மாற வற்புறுத்தப்பட்டவர்கள் அல்லது கவர்ந்திழுக்கப்பட்டவர்கள்.

மீண்டும் இந்து மதத்துக்கு மாறுவதற்கான திட்டங்களின் தாக்கத்தை அளவிடுவது கடினம். ஏனெனில் அதன் விளைவுக்ளைச் சரிபார்ப்பது சிரமமானது. ஆனால் சங் பரிவார் 'மதமாற்ற முகாம்களை' அமைக்கப் பணம் திரட்டியது[93] மேலும் இவை, இலக்குவைக்கப்பட்ட இரு முக்கிய மாநிலங்களான பீகார், உத்தர பிரதேசத்தில் கர் வாப்ஸி இயக்கத்துக்கு முக்கியமாகப் பங்களித்தன. எனினும், ஊடகங்கள் ஆக்ராவிலுள்ள ஐம்பத்தேழு குடும்பங்களிடம், அவர்களுக்கு மாநில அரசு வழங்கும் குறைந்த விலை உணவுக் கடைகளில் பொருட்களை வாங்குவதற்கான 'குடும்ப அட்டைகள்' அல்லது "வறுமைக்கோட்டுக்குக் கீழுள்ளவர்களுக்கான அட்டைகள் வழங்கப்படுவதாக உறுதியளித்ததை வெளிப்படுத்தியபோது இந்த இயக்கம் பெரிதும் பின்னடைவைச் சந்தித்தது.[94] இந்த வியூகத்தால் பாராளுமன்றத்தில் கூச்சல் எழ, இந்தச் சர்ச்சைக்கு ஒரு முடிவுகட்ட பா.ஜ.க. கட்டாய மதமாற்றத்துக்கு எதிராக சட்டம் ஒன்றை இயற்றுவதாக அறிவித்தது. மோகன் பகவத்தின் ஆதரவுடனான இந்த முன்மொழிவு[95]- 1950இன் அரசியலமைப்புச் சட்டப்படி மாநில

அரசின் வரம்பிற்குள் வந்ததால் இது தோல்வியடைந்தது. எனவே அதிகாரத்திலிருந்த அந்தக் கட்சி, அது ஆட்சியிலிருந்த மாநிலங்களில் மதமாற்றத்துக்கு எதிரான சட்டங்களை நிறைவேற்றியோ அல்லது ஏற்கெனவே இருக்கும் சட்டங்களைக் கெடுபிடியாக்கியோ முன்கூட்டியே விவாதித்ததுபோல இந்து தேசியவாதிகளால் வெற்றிகரமான மதமாற்றத்திற்கான காரணங்களில் ஒன்றாகக் கருதப்பட்ட, நம்பிக்கை அடிப்படையிலான வெளிநாட்டிலிருந்து நிதிபெறும் சில என்.ஜி.ஓ.க்களை நிதிபெறவிடாமல் தடுத்தோ திருப்தியடைந்தது.[96]

இஸ்லாம் மதத்துக்கு மாறியவர்கள்தான் இந்து தேசியவாதிகளின் பிரதான இலக்காயிருந்தும், கிறித்துவர்களும் இந்தக் கொள்கைகளின் மையமாக இருந்தனர். ஜம்மு மாவட்டத்திலுள்ள கிராமம் ஒன்றில், நாற்பத்தைந்து கிறித்துவக் குடும்பங்களின் (மறு)மதமாற்றத்திற்குப் பின், மதம் மாறமறுத்த நான்கு கிறித்தவக் குடும்பங்கள் அழுத்தத்துக்கு உள்ளானதால், மாநில அரசால் அவர்களைப் பாதுகாக்க பதினேழு காவல் அதிகாரிகள் நியமிக்கப்பட்டனர்.[97]

பல சமயங்களில், சாதியப் பிரச்சனைகளும் மதமாற்றப் பிரச்சனையுடன் பின்னிப் பிணைந்துள்ளன. 2018இல், உத்தர பிரதேசத்திலுள்ள பஜ்ரங் தள் செயல்பாட்டாளர்கள் முஸ்லிமாக மாறிய ஒரு இளம் தலித்தை வலுக்கட்டாயமாக மதமாற்றம் செய்தனர் (அத்துடன் முகச்சவரமும் செய்தனர்). அவன், "உயர்சாதியினர், தலித்துகளுக்கு ஒரு நாகரிகமான வாழ்வை அனுமதிக்கமாட்டார்கள்" என்றான்.[98]

லவ் ஜிஹாத்துக்கு எதிரான போராட்டத்தில் விவரிக்கப்பட்டுள்ளதைப் போலவே, வடக்கிலுள்ள இந்தி பேசும் மாநிலங்களிலுள்ள போலீசார், இத்தகைய மறுமதமாற்ற செயல்பாடுகளின்போது பலசமயங்களில் செயலற்றிருந்தனர், அல்லது அவர்களுக்கு உடந்தையாகச் செயல்பட்டனர். உதாரணமாக, உத்தர பிரதேச போலீஸ், கட்டாயத்தின் பேரில் இஸ்லாத்துக்கு மாறினார் என்ற குற்றச்சாட்டில் இருபத்தியொரு வயது இளைஞரைக் கைதுசெய்தது, அதேசமயம் அப்படி முற்றிலும் நடக்கவில்லை.[99]

கெட்டோமயமாக்கல், 'நில ஜிஹாத்', மற்றும் மதவெளியை கட்டாயமாகத் தனியார்மயமாக்கல்

மறுமதமாற்றம் என்பதற்கு ஒரே பொருள், முஸ்லிம்களை கண்ணுக்குப் புலப்படாதவர்களாக ஆக்குவதாகும். கலந்து வாழும் சூழலில் அவர்களுடன் பழகாமல் இருப்பது அடுத்தது. தனிமைப்படுத்தலைச் சாதிப்பதற்காக, கலகம் எழவாய்ப்புள்ள

நகரங்களில் கெட்டோமயமாக்கல் (இனச் சிறுபான்மையினரை தனிமைப்படுத்துதல்) இயக்கத்துக்குக் கொண்டுவரப்பட்டது. உதாரணத்துக்கு அகமதாபாத்தில், தொடர் வன்முறைகளுக்கு உட்பட்ட சிறுபான்மையினர், ஜுஹாபுரா போன்ற மையத்திலிருந்து விலகியுள்ள குடியிருப்புகளில் ஒன்றிணைந்த குழுக்களாக வாழத் தூண்டியது.[100] இந்த நகரத்தில், இந்துப் பெரும்பான்மையர் வசிக்கும் பகுதிகளில் சொத்துகளை வாங்குவதோ அல்லது வாடகைக்கு எடுப்பதையோ உள்ளூர் பதற்றங்கள் காரணமாக நகராட்சி ஆணைகள் தடுக்கின்றன.[101]

1990 முதல் மற்றொரு நடைமுறை, இந்துக்கள் செல்வாக்குமிக்க பகுதியில் முஸ்லிம்கள் சொத்துகளை வாங்குவதையோ அல்லது வாடகைக்கு எடுப்பதையோ தடுக்கிறது. 1992-1993 கலவரத்துக்குப் பின், இந்த மனப்பாங்கு மும்பையிலேயே முதலில் ஊடகங்களின் கவனத்தில் வந்தது. நில ஜிஹாத்துக்கு எதிர்ப்பு என விவரிக்கப்பட்ட இதற்கு, இந்து தேசியவாதிகளே பெரிய அளவில் பொறுப்பு. இந்துக்கள் மற்றும் முஸ்லிம்களுக்கு இடையே திருமணங்களைத் தடுப்பதற்கென முன்பு விவாதிக்கப்பட்ட திட்டங்களைப்போல், சங் பரிவார் செயல்பாட்டாளர்கள், அவர்கள் தடுக்கவிரும்பும் ரியல் எஸ்டேட் வளாகத்துக்குச் சிலசமயம் வருவர். உதாரணத்துக்கு 2017இல் உத்தர பிரதேசத்தின் மீரட், பா.ஜ.க.வின் உள்ளூர் பிரிவின் இளைஞர் அமைப்பான பா.ஜ.க. யுவமோர்ச்சாவின் (BJPYM) ஊடுருவலைக் கண்டது. பா.ஜ.க. யுவமோர்ச்சாவின் பொதுச் செயலாளர், இந்தக் குழுவின் செயலை எந்தச் சந்தேகமுமின்றி இணைந்துவாழ மறுப்பது என்னும் பொருளில் நியாயப்படுத்தினார்: "இந்துக்கள் தொடர்ந்து சொத்துகளை விற்பனை செய்துகொண்டிருக்க... முஸ்லிம்கள் அவற்றை வாங்கிக்கொண்டிருக்கின்றனர். அவர்களது கலாச்சாரம், சிந்தனைகள், வாழ்க்கைமுறைகள் நமது வாழ்க்கைமுறை, சிந்தனை, கலாச்சாரத்திலிருந்து மாறுபட்டிருக்கின்றன. இது ஒரு வீட்டிலிலிருந்து மெதுவாகத் தொடங்கும், பின் மொத்த பகுதியும் முஸ்லிம் செல்வாக்குமிக்கதாகும். நாங்கள் இதனை அனுமதிக்கமுடியாது."[102]

நில ஜிஹாத்துக்கு எதிரான பிரச்சாரம் லவ் ஜிஹாத்துக்கு எதிரான பிரச்சாரத்தின் அளவுக்குச் செல்லவில்லையெனினும், அது சிலசமயங்களில் கலப்பு அண்டைப்புறமாக அமைவதிலிருந்து முஸ்லிம்களை விலக்கும் பொதுவான முயற்சியாக உருவெடுத்துள்ளது. உதாரணமாக, குராஹானில் இந்து தேசியவாத படைகள், முஸ்லிம்கள் வெள்ளிக்கிழமை பிரார்த்தனைக்காகக் கூடும் வழக்கமான பொதுவெளியிலிருந்து அவர்களை விலக்கிவைப்பதை சாத்தியப்படுத்தியுள்ளனர். 2018, ஏப்ரல் 20இல், சம்யுக்த் இந்து சங்கர்ஷ் சமிதி (SHSS) (ஐக்கிய இந்துக்கள் போராட்டக் குழு)

எனும் புதிரான அமைப்பின் உறுப்பினர்கள், வெள்ளிக்கிழமை பிரார்த்தனைக்காக வெற்று இடத்தில் கூடியிருந்த முஸ்லிம்களை வலுக்கட்டாயமாகக் கலையச் செய்தனர். அடுத்த வாரம், நகரின் ஆறு வேறுபட்ட இடங்களில் இதே நிகழ்வு நிகழ்ந்தது. காவல்துறை இதில் தலையிடாமல் கவனித்தபோதும்,[103] அவர்கள் ஆறு செயல்பாட்டாளர்களிடம் விசாரணை மேற்கொள்ளத் தவறவில்லை. சம்யுக்த் இந்து சங்கர்ஷ் சமிதி தலைவர் பிணையில் அவர்களை விடுவிக்கக் கோரியதுடன், தனது ஆலோசனைக் கடிதத்தில் தனது கோரிக்கையை நியாயப்படுத்தியும் இருந்தார். பிரார்த்தனை செய்யும் முஸ்லிம்கள், 'பாகிஸ்தான் நீடுவாழி'!, 'இந்தியா ஒழிக!' போன்ற கோஷங்களை முழங்குவதாகவும், தங்களது நமாஸை (பிரார்த்தனை) ஒரு சாக்குப்போக்காகப் பயன்படுத்தி, அவர்களுக்குச் சொந்தமில்லாத நிலத்தை அவர்களது நிலத்துடன் இணைத்துக்கொள்வதாகவும் கேள்விப்படுவதாக அதில் கூறியிருந்தார்.[104] அந்தக் கடிதம்: "குர்ஹானில் வசிக்கும் ரோஹிங்கியாக்கள், பங்களாதேஷ்வாசிகள் அடையாளம் காணப்பட்டுக் குறித்துக்கொள்ளப்படவேண்டும். இந்து குடியிருப்புப் பகுதிகள், அண்டைப்புறங்கள், வசிப்பிடங்களில் நமாஸ் செய்ய அனுமதிக்கக்கூடாது" என்று முடிந்திருந்தது. முஸ்லிம் மக்கள்தொகை 50 சதவிகிதத்துக்கு அதிகமாக உள்ள இடங்களில் மட்டுமே நமாஸ் செய்ய அனுமதிக்கப்படவேண்டும், இல்லையெனில் அங்கே அமைதிக்குக் குந்தகம் நேர வாய்ப்பிருக்கிறது."[105] இந்தக் கருத்துகள், பொதுவெளியுடன் இஸ்லாமுக்குள்ள புதிய உறவை வரையறுப்பதுடன், இஸ்லாமைக் கடைப்பிடிப்பது தற்போது முஸ்லிம் பகுதிகளில் மட்டுமே சகித்துக்கொள்ளப்படும், இது கெட்டோமயமாக்கலின் புதிய காரணியை அறிமுகப்படுத்துவதாகும். ஹரியானா முதல்வர் எம்.எல். கத்தார் இன்னும் மேலே சென்றார். வெள்ளிக்கிழமை பிரார்த்தனைக்கு இடையூறு செய்யப்படுவதை விமர்சனம் செய்யத் தவறியதுடன், அவர், "திறந்தவெளியில் நமாஸ் செய்வது அதிகரித்துவருகிறது" என்றார். "நமாஸ், பொதுவெளியிலன்றி மசூதிகள் அல்லது இத்காக்களில் வாசிக்கப்படவேண்டும்," என்றதுடன் சட்டம் ஒழுங்கைப் பேணுவதற்காக, "நமாஸ் செய்வதற்கான இடம் போதவில்லையென்றால், அது வீடுகள் போன்ற தனிப்பட்ட இடங்களில் மேற்கொள்ளவேண்டும்" என்றார்.[106] இந்தப் பேச்சு, இதுவரை அரசியல் சாசனத்துடன் நேரடியாக முரண்பட்டுவிடுவோமோ என்ற பயத்தில் இந்து தேசியவாதிகள் வெறுமனே பரிந்துரைத்துவந்ததை, இப்போது சத்தமாக முழங்குவதுபோல் உள்ளது: சிறுபான்மையினர் தனிப்பட்டவிதத்தில் வழிபாடு மேற்கொள்ளவேண்டும், பொதுவெளியில் இந்துத்துவமே ஒரே சட்டபூர்வமான மதம் என்பதுபோல், மாபெரும் மக்கள் திரண்டிருக்க, மாநிலத் தலைவர்கள்

பிரம்மாண்டமான ஊடகங்கள் செய்திசேகரிக்கும் நிகழ்வில் இந்து மதத்தை ஆதரிப்பதிலிருந்து வெளிப்படையாகிறது. அதற்கொரு உதாரணம்தான் 2019 கும்பமேளாவில் நரேந்திர மோடி பங்கேற்றது. நிச்சயமாக, இந்த வளர்ச்சி அன்றாட இன ஜனநாயகத்தின் தூண். இந்தியா முழுவதிலும் அதிக சராசரி வருவாயைக் கொண்ட நகரமான குராகான், கலாச்சார சகவாழ்வு மற்றும் கலப்பின் இந்திய பாரம்பரியத்துக்குத் தீவிரமாகச் சவால்விடும் சோதனைக்களமாகச் செயல்பட்டது என்பது, நடுத்தர வர்க்க கலாச்சாரம் இந்து தேசியவாதத்துடன் கொண்டுள்ள உறவின் ஆதாரமாகும்.[107]

பசுப் பாதுகாப்பின் பெயரிலும் அல்லாமலும் படுகொலைகள்

ஆராயப்படவேண்டிய கடைசிப் பிரச்சாரமான பசுப் பாதுகாப்பு இயக்கம், இந்தப் புத்தகத்தின் பகுதி 1இல் ஏற்கெனவே குறிப்பிடப்பட்டிருந்தது. ஆனால் அது இங்கே மாறுபட்ட கோணத்தில், அதனால் பாதிக்கப்பட்ட முஸ்லிம்களின் கோணத்தில் ஆராயப்படும். பாதுகாப்பு என்று சொல்லப்படுவதன் பேரில், முஸ்லிம் கால்நடை வளர்ப்பாளர்கள், வழக்கமான சந்தைகளில் அவர்கள் கால்நடைகள் வாங்குவது விற்பதிலிருந்து தடுக்கப்பட்டது மட்டுமன்றி, அவர்கள் இந்து தேசியவாதிகளால் ஒவ்வொரு அசைவும் கண்காணிக்கப்பட்டு அனைத்துவித துஷ்பிரயோகங்களுக்கும் உள்ளாக்கப்பட்டனர்.

2015 மற்றும் 2018-க்கு இடையில், இந்தியாவில் தொடர் முஸ்லிம் படுகொலைகள், ஒவ்வொரு முறையும் கிட்டத்தட்ட ஒரேமாதிரியான காட்சிகளோடு தொடர்ந்தன: முஸ்லிம்கள் கால்நடை திருடியதாகவோ அல்லது மாட்டிறைச்சி சாப்பிட்டதாகவோ குற்றம்சாட்டப்பட்டு தாக்கப்பட்டனர், டஜன்கணக்கான நிகழ்வுகளில் தங்களது காயம் காரணமாக இறந்தும்போயினர். 2015, செப்டம்பர் 15 அன்று உத்தர பிரதேசத்தில் அமைந்துள்ள, ஆனால் டெல்லியை ஒட்டியுள்ள கௌதமபுத்தா நகர் மாவட்டத்தின் தாத்ரி கிராமத்தின் முகம்மது அக்லக் படுகொலையில் இந்த வரிசை தொடங்கியது. அன்றைய தினம், அக்லக்கின் வீட்டருகே இரவு 10 மணிக்கு இளம் இந்துக் குழுவொன்று கூடியது. அவர்களிடையே உள்ளூர் பா.ஜ.க. தலைவரின் மகனும் நெருங்கிய உறவினரும் காணப்பட்டனர். அந்தக் கும்பல் அங்குள்ள கோயில் பூசகரை வற்புறுத்தி அவரது ஒலிபெருக்கி மூலம் அக்லக் மாட்டிறைச்சி சாப்பிட்டதாக அறிவிக்கவைத்தது. பின் அவர்கள் வீட்டுக்குள் புகுந்து அவரது குளிர்சாதனப் பெட்டிக்குள்ளிருந்து எடுத்த இறைச்சியை காட்சிக்கு வைத்து, அதனை மாட்டிறைச்சி எனக் கூறினர். அக்லக் மிருகத்தனமாகத் தாக்கப்பட்டு, பின் நொய்டாவிலுள்ள மருத்துவமனையில் தனது

காயங்கள் காரணமாக இறந்துபோனார். தாக்கும்போது இடையிட்ட அவனது மகன் தனிஷோ, பலத்த காயமடைந்திருந்தான்.[108]

பேலுகானின் படுகொலையோ வருந்தத்தக்கவிதத்தில் இன்னுமதிக முன்மாதிரியானது. கான், கறவைப் பசுக்களில் நிபுணத்துவம்மிக்க மாடு வளர்ப்பவர். அவர் ராஜஸ்தானில் கால்நடைகளை விலைக்கு வாங்கியபின் அவரது வீடமைந்துள்ள ஹரியானாவுக்கு திரும்பிக்கொண்டிருந்தபோது, அவரது வாகனம் தேசிய நெடுஞ்சாலை 8இல் இடைமறிக்கப்பட்டது. ஐம்பதுக்கு நெருக்கமான இளம் இந்துக்கள் அந்த வண்டியில் தீவிரமாகத் தேடியபின், அவன் அந்த விலங்குகளைக் கசாப்புக்குக் கொண்டுசெல்வதாகக் குற்றம்சாட்டினர். அவரது செயல்பாடு முழுக்க சட்டபூர்வமானது என்பதால், அவர் விற்பனை ரசீதுகள் உள்ளிட்ட ஆதாரத்தைக் காட்டினார். அவர் பசுக்களுக்கு ரூ 50,000 (667 அமெரிக்க டாலர்கள்) விலை தந்திருந்தார், அதனால் அதனை ரூ 6000-க்கு (80 அமெரிக்க டாலர்கள்) கசாப்புக்கு விற்பது சாத்தியமில்லை. எனினும் அவர் கொடூரமாக அடித்துநொறுக்கப்பட்டார், அதுபோலவே அவரது மகன்களும். அதன்பின் விரைவிலேயே அவர் இறந்துபோனார், எனினும் சுற்றுப்புறங்களிலிருந்து வந்து அவரைத் தாக்கியவர்களின் பெயர்களைப் போலீஸுக்கு கொடுத்தபிறகே இறந்துபோனார்.[109]

தமக்குத்தாமே பசுப் பாதுகாப்பாளராக நியமித்துக்கொண்ட இந்து தேசியவாதிகளின் விருப்பத்துக்குரிய இலக்குகள், முஸ்லிம் கால்நடை போக்குவரத்தை மேற்கொள்பவர்களே (சமயங்களில் கால்நடை வளர்ப்பவர்களும்கூட), இதர முஸ்லிம்களும் அதேயளவில் மாறுபட்ட காரணங்களால், நாட்டின் பல்வேறு பகுதிகளில் படுகொலை செய்யப்பட்டுள்ளனர். ராஜஸ்தான்,[110] மேற்கு வங்காளம்,[111] அஸ்ஸாம்,[112] ஹரியானா,[113] குராஹான்,[114] ஜார்கண்ட்,[115] மத்தியப்பிரதேசம்,[116] மற்றும் பல இடங்களும் இதில் அடங்கும். இந்த நிகழ்வுகள் பலவற்றில் ஒரேபோன்ற காட்சிகள் மெதுமெதுவாக உருவாகி வந்தது, பாதிக்கப்பட்டவர் கண்காணிப்பாளர்களால் 'ஜெய்ஶ்ரீராம்' (பகவான் ராமருக்கு வெற்றி) எனத் திரும்பத் திரும்பக் கோஷமிடச் சொல்லி வற்புறுத்தப்பட்டனர்.[117] ஜார்கண்டில், இருபத்துநான்கு வயது தப்ரேஷ் அன்சாரி கம்பத்தில் கட்டிவைக்கப்பட்டு மணிக்கணக்கில் அடித்துநொறுக்கப்பட்டு, பகவான் ஶ்ரீராமர் எனக் கோஷமிட வற்புறுத்தப்பட்டான்.[118] அந்த நாமம் அவனைக் காப்பாற்றவில்லை, தனது காயங்களால் நான்கு நாட்களுக்குப் பின் அவன் இறந்துபோனான். மற்ற பலரின் வீடியோவைப் போன்று, அவரைத் துன்புறுத்தியவர்களின் வீடியோவும் வைரலானது. துன்புறுத்தல் காட்சிகளைப் படம்பிடிப்பதும் இத்தகைய நிகழ்வுகளின் அங்கமாகிப் போனது.

அட்டவணை 6.1 இந்தியாவில் பசு தொடர்பான வன்முறைகள், 2012 2018

வருடம்	2012	2013	2014	2015	2016	2017	2018
நிகழ்வுகள்	1	2	3	13	30	43	31
பாதிக்கப்பட்டவர்கள்	2	0	11	49	67	108	57
மரணங்கள்	0	0	0	11	9	13	13

ஆதாரம்: IndiaSpend, "Hate Crime: Cow-Related Violence in India," அணுகப்பட்டது மார்ச் 26, 2018, http://lynch.factchecker.in.

தலைப்புச் செய்திகளில் இடம்பெறாத அளவுக்கு இந்த நிகழ்வுகளின் எண்ணிக்கை அத்தனை அதிகமாக நிகழ்வதில் சென்றுமுடிந்தது.[119] எனினும் சில பதிப்பகங்கள், தரவுகளைத் தொகுக்கத் தொடங்கின. மாடு தொடர்பான நிகழ்வுகள் 2012இல் ஒன்றும், 2013இல் ஒன்றும், 2014இல் மூன்றும், 2015இல் பதிமூன்றும், 2016இல் இருபத்தைந்தும், நிகழ்ந்ததோடு ஒப்பிட 2017இல் முப்பத்துநான்கு சம்பவங்கள் நிகழ்ந்ததாக மதிப்பிட்டிருக்கிறது இந்தியா ஸ்பெண்ட்.[120] ஜூன் 2017 வரையிலான ஒரு வருட காலகட்டத்தில் அவ்வாண்டின் பாதிக்கப்பட்ட 28 நபர்களில் 24 பேர் முஸ்லிம்கள்.[121] 2018இல், இந்த ஆன்லைன் வெளியீடு குறிப்பாகப் பசு தொடர்பான படுகொலைகளைப் பதிவுசெய்யும் நோக்கத்தில் மற்றொரு வலைத்தளத்தைத் தொடங்கியது, அட்டவணை 6.1-மேலே குறிப்பிட்ட எண்களிலிருந்து சிறிதே வேறுபட்டு-முடிவுகள் அமைந்துள்ளன. இந்த வலைத்தளம் விரைவில் நின்றுபோனது.

மகாத்மா காந்தியின் பேரன் துஷார் காந்தி மற்றும் காங்கிரஸ் கட்சித் தலைவர் டெஹ்சீன் பூன்வாலா ஆகியோரால் உச்சநீதிமன்றத்தில் மனுத்தாக்கல் செய்யப்பட, இந்நிகழ்வுகளின் அளவு உச்சநீதிமன்றத்தை மிகவும் கடுமையான விரிவான தீர்ப்பை வழங்கத் தூண்டியது. அந்தத் தீர்ப்பில் நீதிபதிகள், "தவறான கதைகள் மற்றும் போலிச் செய்திகளின் பரவலால் தவறான தகவலைப் பெற்று சகிப்பின்மையால் தூண்டப்பட்டு, நாடுமுழுவதுமுள்ள வெறிபிடித்தக் கும்பல்களால் திரும்பத் திரும்ப ஒரேவிதத்தில் நடந்த அலைபோன்ற நிகழ்வுகளின் எழுச்சியால் கும்பல் வன்முறையும் படுகொலைகளும் தைபோன் அரக்க வடிவம் எடுத்ததாகக்"[122] குறிப்பிட்டனர்.

கும்பல்கள், சமூக ஊடகம் (முதலாவதாகவும் முக்கியமாகவும் வாட்ஸ் அப்), மூலமாகவே தவறான தகவல் பரப்பப்பட்டு,

தூண்டி, தாக்குதல்களை ஒருங்கிணைத்ததாகக் குற்றம் சுமத்தினர் நீதிபதிகள். அப்படிச் செய்வதன் மூலம், உச்சநீதிமன்றம் ரஹீல் தத்திவாலா சுட்டிக்காட்டியதுபோல் குற்றவாளிகளைத் தேடாமல் பொறுப்புகளைத் தட்டிக்கழித்து,[123] இந்து தேசியவாதிகளின் ஆட்டத்தை ஆடியது. இந்து தேசியவாதிகள், ஒரு புனிதமான காரணத்திற்காகத் தங்களைச் சீற்றத்தில் ஆழ்த்திக்கொள்ளக்கூடிய, உணர்ச்சிகளை அதிலும் குறிப்பாக நம்பிக்கைகளிலெல்லாம் முக்கியமான மத உணர்ச்சியைத் தூண்டி, முஸ்லிம்களுக்கு எதிரான வன்முறையைச் சட்டபூர்வமானதெனப் பரிந்துரைந்தனர். பொதுவாகத் தங்கள் தலைவர்களால் உத்வேகம் பெற்ற கூட்டங்கள் பகுத்தறிவைக் கொண்டிருக்கும்.[124] உண்மையில், கொலைகளைச் செய்தவர்கள் தன்னிச்சையாகத் தவறுகளைச் செய்பவர்கள் அல்ல, ஆனால் நன்கு பயிற்சிபெற்ற, கருத்தியல் செயல்பாட்டாளர்கள். பெரும்பாலான கொலைகள் கண்காணிப்புக் குழுவைச் சேர்ந்த போராளிகளால் அல்லது அவர்கள் தூண்டிய மனநிலையின் விளைவால் நிகழ்ந்தவை. பின்வரும் அத்தியாயங்களில் இந்த விஷயம் ஆராயப்படும்.

2014 முதல், கிறித்துவ மற்றும் முஸ்லிம் சிறுபான்மையினர், இந்தியாவில் பலவகை இழிவுகளுக்கும் வன்முறைகளுக்கும் ஆளாயினர். இது அவர்களைத் தங்களது உரிமைகளை இனியும் உறுதிப்படுத்த இயலாத, நடப்பு இன ஜனநாயகத்தின் இரண்டாம் தர குடிமக்களாக மாற்றுகிறது. அவர்களில் பலர் பொதுவெளியிலிருந்து அகற்றப்பட்டு, பெரும்பான்மை கலாச்சாரத்துக்கு அடிபணியவோ அதிலிருந்து விலகியிருக்கவோ நிர்பந்திக்கப்பட்டனர். பெரும்பான்மைக் கலாச்சாரத்துக்கு மாறவோ அல்லது அதற்கு விசுவாசமாக இருக்கவோ, அல்லது கெட்டோக்களாக, திருமணம், பொருளாதாரம் அல்லது சமூகம் என இந்துக்களுடன் எந்தவிதமான உறவையும் பேணாதவர்களாகப் பின்வாங்கினர்.

முஸ்லிம் கால்நடை வளர்ப்பவர்கள் மற்றும் கசாப்புக்காரர்களின் படுகொலைகள் அந்தச் சமூகம் முழுவதையும் பொருளாதாரரீதியில் தண்டித்தது மட்டுமின்றி,[125] சமயங்களில் முஸ்லிம்கள், பால் விற்றுவந்த இந்துக்களுடனான உறவையும் அவர்கள் துண்டித்தனர். இது உண்மையிலேயே தேசியவாதிகளின் குறிக்கோள்களில் ஒன்று. அதற்கும் மேலாக, பஜ்ரங் தள் தலைவரான வினய் கட்டியார், 2018இல் "முஸ்லிம்கள் பசுக்களைத் தீண்டுவதிலிருந்தும் விலக்கிவைக்கப்படவேண்டும்"[126] எனக் குறிப்பிட்டார், இது பசுக்கள் படுகொலைக்கு எதிரான போராட்டத்தையும் தாண்டி ஒரு வற்புறுத்தலாக மாறுகிறது. சமூகங்களுக்கு இடையிலான உறவுகளைத் தினந்தோறும் அழிப்பதானது, இன ஜனநாயகத்தை

நிறுவுவதற்கான பெரிய திட்டத்தின் ஒரு பகுதியாகும். பெருந்திரளின் அறிவாற்றல் வரம்பைத் தாண்டி அவர்களைப் புறக்கணிப்பதன்றி, அதில் பெரும்பான்மையினருக்கு சிறுபான்மையினருடன் எந்தத் தொடர்பும் இல்லை. உ.பி.யில் சஜ்ஜன்குமார், சுதா பாய் ஆய்வுசெய்த புதியவகை மதக் கலவரங்களின் உட்குறிப்பு அதுதான்.[127]

இந்த இன-மத துருவப்படுத்தல்களுக்கான பொறுப்பு, வெகுஜனம் அல்லது கும்பலுடையது என உச்சநீதிமன்றம் மற்றும் ((#lynchmobs என்ற ஹேஷ்டேக்கைத் தொடங்கியவர்கள் போன்ற) பல சமூக ஊடக நடிகர்கள் கருதுகின்றனர். ஆனால் உண்மையில், இந்த ஒட்டுமொத்த செயல்முறைக்கான முன்னெடுப்பானது இந்து தேசியவாதிகளையும் அவர்கள் கட்டுப்படுத்தும் அரசு எந்திரத்தையுமே சாரும். மேற்கூறப்பட்ட இந்தப் பிரச்சாரங்கள் இங்கே தரப்பட்ட ஒழுங்கில், ஒருவித வரிசையில் நிகழ்ந்தது என்ற உண்மையே, ஏதோ ஒருவித ஒருங்கிணைப்பு இருந்தது என்பதன் தெளிவான அறிகுறி. வெகுஜனங்கள் ஒரு பாத்திரம் வகித்தார்கள் என்பதில் சந்தேகமில்லை, ஆனால் அவர்கள் கண்காணிப்புக் குழுக்களால் அணிதிரட்டப்பட்டனர் என்பதும், அந்தக் குழுக்களின் கருத்தியல் நிலை என்ன என்பதும் வெளிப்படையானது. உதாரணமாக, அவர்கள் பலசமயங்களில், தங்களது பலியாடுகளை அடித்துக்கொண்டே,[128] 'ஜெய் ஸ்ரீராம்,' 'கௌ மாதா கி ஜெய்' (பசு மாதா வாழ்க!), அல்லது 'ஜெய் ஹனுமான்!' (ஹனுமான் வாழ்க!)[129] என்று கோஷமிட வற்புறுத்தினர். அனுபவமிக்க செயல்பாட்டாளர்களால் அடையாளச் சின்னங்களைச் சுரண்டுவதன் மூலம் கூட்டத்தை அணிதிரட்டுவது என்பது, இந்து முஸ்லிம்கள் இடையேயான பழைய கலவரங்களில், குறிப்பாக மத ஊர்வலங்களில் கவனிக்கப்பட்ட நிகழ்வாகும். ஒரு கூட்டத்தின் சிறந்த உதாரணம்-நிபுணத்துவமிக்க ஆத்திரத்தைத் தூண்டுபவர்கள் எளிதாக ஒரு கூட்டத்தைத் தாக்குபவர்களின் கும்பலாக மாற்றலாம் என்பதுதான்.[130]

பசுப் பாதுகாப்பு, லவ் ஜிஹாத்துக்கு எதிரான, கர் வாப்ஸி பிரச்சாரங்கள் தொடர்பான முஸ்லிம்களுக்கு எதிரான வன்முறைக்கான பொறுப்பு இந்து தேசியவாத குழுக்கள், கண்காணிப்பாளர்களுக்கும் அரசு எந்திரத்துக்குமான மோதல், பிரத்யேகமாக போலீஸ் ஆகியவர்களையே சேரும் என்பது இந்தப் பெரும்பாலான இயக்கங்களில் வெளிப்படையாகிறது-நாம் இப்போது பார்க்கவிருப்பது பரவலாக எங்கும் காணப்படும் நிகழ்வாகும்.

7

ஒரு நடைமுறை ஹிந்து ராஷ்ட்ரம்
இந்திய பாணி கண்காணிப்பியம்

“சட்ட அல்லது தார்மீக நெறிமுறைகளை அமல்படுத்துவதற்காக, ஒழுங்கை நிலைநாட்டுவதையோ அல்லது நீதியை நிலைநாட்டுவதையோ இலக்காகக் கொண்ட, பலசமயங்களில் வன்முறையானதாகவும் வழக்கமாகச் சட்டவிரோதமானதாகவும் இருக்கும் பல்வேறுவிதமான கூட்டு வற்புறுத்தல் நடைமுறைகளே”,[1] கண்காணிப்பியம் என கில்லிஸ் பேவரல் காரிகியுஸ் மற்றும் லாரென்ட் கேயர் வரையறுக்கின்றனர். எனவே, தற்பாதுகாப்புக் குழுக்கள் அல்லது கருத்தியல் போராளிகளாக இருந்தாலும், மக்கள் நீதிமன்றத்தை அமைத்தாலும் அல்லது தங்களது பலியாடுகளைக் காவல்துறையினரிடம் ஒப்படைத்தாலும் கண்காணிப்பாளர்கள் ‘சட்டவிரோதத்தை மேற்கொள்பவர்களாகச்’ செயல்படுகின்றனர். இந்தத் திறமையானது பல்வேறுவித மோடிச் செயல்பாடுகளைக் கொண்டிருந்தாலும், இரு வகைகள் தனித்துநிற்கின்றன: முதலாவதாக, வேறுபட்டதாகக் கருதப்படும் நடவடிக்கைகளைக் கொண்ட மற்றும் உள்ளூர்ப் பெரும்பான்மையினரிடம் பயத்தைத் தூண்டுபவர்களை, அவர்கள் தனிப்பட்டவர்களோ அல்லது குழுவினரோ ஆயினும் தாக்குகின்றனர்.[2] இரண்டாவதாக, இதே குழுவினர் (மற்றும் பிறர்) கூறப்பட்ட தங்களது சமூகம், பாரம்பரியங்களுக்கு (அவை மதம், கலாச்சாரம், சமூகம் அல்லது பிறவாக இருந்தபோதும்) துரோகம் செய்கிறார்கள் என்ற போலிக்காரணத்தினால், தங்களது சொந்த சமூகத்தைச் சேர்ந்தவர்களைப் பின்தொடர்கின்றனர். இரண்டு வகைப்பாட்டிலும், தொடர்புடைய நடைமுறை, உடல்ரீதியான அல்லது குறியீட்டுரீதியிலான வன்முறையுடன் குறிப்பிட்ட அளவு தொடர்புடையது.

ஆர்.எஸ்.எஸ். தொடக்கம் முதலே அதற்கு ஒதுக்கப்பட்ட பணியில் கண்காணிப்பியத்தை இயல்பாகக் கொண்டிருந்தது. அனைத்துக்கும்மேலாக, இந்துக்களின் நலன்களுக்கு அச்சுறுத்தலாகத்

தெரிந்த, முஸ்லிம்கள் தொடங்கி இதர குழுக்களின் மீது, தேவைப்பட்டால் வலுவைப் பயன்படுத்தி இந்துக்களின் நலன்களைக் காப்பதும் முன்னேற்றுவதுமே ஹெட்கேவாரின் குறிக்கோள். ஆனால் ஆர்.எஸ்.எஸ். மிகவும் அரிதாக மட்டுமே வலுவைப் பயன்படுத்தியது, வற்புறுத்தலை நம்புவதோடு, அதன் துணை அமைப்புகள் சிலவற்றிடம் வன்முறையின் மூலம் அதன் வற்புறுத்தலை மடைமாற்றம் செய்வதையுமே தேர்வுசெய்கிறது.[3] 2014 முதல், பஜ்ரங் தள் தவிர இதர கண்காணிப்பு அமைப்புகள், பிரத்யேகமாக பசுப் பாதுகாப்பில் தனிச்சிறப்புமிக்க அமைப்புகள் உருவாகியுள்ளன. இந்த அத்தியாயத்தில் பார்ப்பதுபோல, சங் பரிவாருடன் முறையான தொடர்புகொள்ளாத இந்தக் கண்காணிப்பு குழுக்கள்-அரசின், குறிப்பாக அதன் ஆயுதப் பிரிவான காவல்துறையின் மறைமுகமான ஒப்புதல் இல்லாமல் வளர்ந்து செழித்திருக்கமுடியாது. அரசின் அடக்குமுறை எந்திரத்துக்கும் இந்தத் தனியார் படைகளுக்கும் இடையிலான ஊடுருவல், நடைமுறை இந்து ராஷ்டிரத்தின் தோற்றத்துக்கு உகந்ததாக இருந்துவருகிறது. மேலும் வன்முறை சிறுபான்மையினரை மட்டும் பாதிக்கவில்லை, சமூக ஊடகங்களிலும் டிஜிட்டல் கண்காணிப்பியம் உருவானதால், வன்முறை உடல்ரீதியானதாக மட்டும் இருக்கவில்லை.

பஜ்ரங் தள், சங் பரிவாரின் ஆயுதப் பிரிவு

முந்தைய அத்தியாயங்களில், பஜ்ரங் தள் பல சமயங்களில் சங் பரிவாரின் சமூகத் தளத்தை முடிந்தவரை சிறப்பாக விரிவுபடுத்தும் திறன்கொண்ட ஆர்.எஸ்.எஸ்.ஸின் கிளைகளில் ஒன்று என விவரிக்கப்பட்டது. ஆனால் சாமானியமயமாக்கலுக்கான சாதனம் என்பதைவிட, பஜ்ரங் தள் ஆர்.எஸ்.எஸ்.ஸின் ஆயுதப் பிரிவாக மாறியது. 1990-களின் ஆரம்ப கட்டங்களிலேயே, பஜ்ரங் தள் பயிற்சி முகாம்களை அமைத்து, அதன் செயல்பாட்டாளர்களைக் கடுமையான உடற்பயிற்சிகளில் ஈடுபடுத்தியது. 2004இல் அமைப்பின் தலைவர் இந்த முகாம்களில் நடைபெறும் செயல்பாடுகளை, முஸ்லிம் அச்சுறுத்தலைச் சுட்டிக்காட்டி, "பங்களாதேஷிலிருந்து ஊடுருவுபவர்கள், பாகிஸ்தானின் உளவுத்துறை முகவர்கள், திருடர்கள், பெண்களை மானபங்கம் செய்பவர்கள், கடத்துபவர்களிடமிருந்து இவர்கள் சமூகத்தையும் சமூகக் கட்டமைப்பையும் பாதுகாப்பதாகக் கூறி"[4] நியாயப்படுத்தினார். உண்மையில், அகமதாபாத்திலுள்ள முகாமின் தலைவர், இந்தத் தலைப்பில் பிரசுரிக்கப்பட்ட அரிதான நேர்காணல்களில் ஒன்றில்: "ஜிகாதிகள் மரண பயம் கொண்டிருக்கவில்லை. அவர்கள் மதரசாக்களில் பயிலும் ஆரம்ப வயதிலேயே இதனைக் கற்றுக்கொண்டுவிடுகின்றனர். நாமும்

அவசியம் நமது மரண பயத்தை முடிவுக்குக் கொண்டுவரவேண்டும்”[5] என விளக்கமளித்தார்.

இந்தக் கூற்றானது பஜ்ரங் தள் முகாம்களானது மற்றவர்களை எதிர்ப்பதற்காக அவர்களைப் போன்றே நகல்செய்வதுடன் தொடர்புடைய போலச்செய்யும் வியூகம் என்ற தர்க்கத்தை இன்னும் பின்தொடர்வதைத் தெளிவாகச் சுட்டிக்காட்டுகிறது. இந்தச் செயல்முறை ஜியோனிஸம் பற்றிய புதிய குறிப்புகளையும், இஸ்ரேலில் நிலவும் சூழலையொத்த மனநிலையை இந்தியாவுக்கு கொண்டுவருவதையும் மேற்கொள்கிறது. 2000இல் ஒரு பஜ்ரங் தள் தலைவர் இவ்வாறாக விளக்கினார், இஸ்ரேலானது விரோதமான சூழலைத் தாக்குப்பிடிக்கத் தங்களைத் தகுதிப்படுத்திக்கொள்ள, போர்க்கலையில் அதன் குடிமக்களுக்குப் பயிற்சியளிப்பதுபோல் இந்து தேசியவாதிகள் அதன் உத்வேகத்தை இஸ்ரேலிடமிருந்து பெற்றனர். அந்த நபர் மேலும் கூறுகையில், “இந்தியா (சூழல்) இன்னும் மோசம், இஸ்ரேல் அதன் வெளிப்புறத்திலிருந்து மட்டுமே அச்சுறுத்தலை எதிர்கொள்கிறது. இந்தியாவோ, அதில் வசிப்பவர்களிடமிருந்தே அச்சுறுத்தலை எதிர்கொள்கிறது.”[6] மற்றொரு பஜ்ரங் தள் உறுப்பினர் குறிப்பிடத்தக்க கருத்தைக் கூறினார்: “நான் பஜ்ரங் தள்ளின் ரகசிய சேவைப் பிரிவைச் சேர்ந்தவன். இஸ்ரேலின் மொஸாட்டே எனது முன்னுதாரணம்.” .

1990-களில் இந்தியா முழுவதும் துர்கா வாகினி என்ற பெயரில் முப்பதுக்கு நெருக்கமான பஜ்ரங் தள் முகாம்கள் மற்ற முகாம்களுடன் இணைத்து நிறுவப்பட்டன. (காளி என்று சிறப்பாக அறியப்பட்ட இந்துக் கடவுளின் பெயரிலான), இந்த துர்கா படையணிகள், 1990-களில் இந்து தேசியவாத இளம்பெண்களை ஒன்றிணைப்பதற்காகத் தோன்றியது, இளம் இந்துப் பெண்களின் பாதுகாப்பை-குறிப்பாக சுயபாதுகாப்பை இவை வலியுறுத்தினாலும், இவைகளின் செயல்முறையானது பஜ்ரங் தள்ளிலிருந்து முழுக்க நகலெடுக்கப்பட்டு பின்பற்றப்பட்டன. இந்து தேசியவாத பெண்கள், துப்பாக்கிகளைப் பயன்படுத்துவதற்கான பயிற்சி உள்பட, பஜ்ரங் தள்ளைச் சேர்ந்தவர்களுக்கு அளிக்கப்பட்ட அதே கடுமையான உடற்பயிற்சிகள், துணை ராணுவப் பயிற்சிகளுக்கு உட்படுத்தப்பட்டனர்.[7] பஜ்ரங் தள், வருடம்தோறும் இந்தவிதமான பயிற்சி முகாம்களை ஏற்பாடு செய்யத் தொடங்கியது. அவ்வமைப்பு, 2017இல் உத்தர பிரதேசத்தின் ஆறு பகுதிகளில் ஏழு நாள் முகாம்களை நடத்தியது. 2016இல் பயிற்சி முகாமில் கலந்துகொண்ட இளைஞர்களின் எண்ணிக்கை 240-லிருந்து அதிகரித்து, அந்த வருடம் 400-க்கு நெருக்கமாக அமைந்தது. அங்கு அளிக்கப்பட்ட பயிற்சிகளில் தற்காப்புக் கலைகள், தடை

தாண்டுதல், ஏர்-கன் பயிற்சி, கயிறு ஏறுதல், மோதல் சூழலில் லத்தியைப் பயன்படுத்தும் விதம்[8] போன்றவை அடங்கும்.

1980-களின் மத்தியில்தான் பஜ்ரங் தள்ளில் முதல்முறையாகத் துப்பாக்கிகள் இடம்பெற்றது என்றபோதும், இந்தக் குழுவினர் கூர்மையான மற்றும் இதர கைகலப்பு ஆயுதங்களில் பெரிதும் கவனம்செலுத்தினர். இந்த இயக்கத்தின் விருப்பத்துக்குரிய சாதனம் சிவனுடன் தொடர்புடைய ஆயுதமான திரிசூலம், அதன்காரணமாக இந்திய ஆயுதச் சட்டத்திலிருந்து இதற்கு விதிவிலக்கு அளிக்கப்பட்டிருந்தது. இந்த அமைப்பு இந்தப் பொருளை தீங்கற்ற மதச்சின்னமாக விவரிப்பதை விரும்பியது, எனினும் உண்மையில் அதன் கூர்முனைகள் பத்து சென்டிமீட்டருக்கும் அதிகமான நீளமுடையன, கலகங்களில் பஜ்ரங் தள் செயல்பாட்டாளர்களால் பாதிக்கப்பட்ட பலர், இந்தத் திரிசூலத்தால் காயமடைந்தவர்களே ஆவர். மொத்தமாக, இந்த இயக்கம் 1986-க்கும் 2004-க்கும் இடையில் 5,00,000-க்கும் அதிகமான திரிசூலங்களைக் கொடுத்துள்ளதாக மதிப்பிட்டுள்ளது.[9] உண்மையில், அதன் தலைவர், 2001இல் 1,25,000 உறுப்பினர்களைக் கொண்டிருந்ததாகக் கூறியதற்கு மாறாக, 2000இன் முற்பகுதியில் குறைந்தபட்சம் அதைவிட இரு மடங்கு ஆர்வலர்களைக் கொண்டிருந்ததாகத் தெரிவித்தார்.

பஜ்ரங் தள் இந்த மோதல் படையை எதற்கு எதிராகப் பயன்படுத்துகிறது? இந்த அமைப்பு அதன் படைகளில் கொஞ்சத்தை, ஜிஹாதிகளின் தாக்குதலால் பாதிக்கப்படும் இந்துக்களைப் பாதுகாக்க ஜம்மு-காஷ்மீருக்கு அனுப்பியது. முக்கியமாக குஜராத், ஒடிஸாவில் கிறித்தவ மதப்பரப்பு அமைப்புகளுக்கு எதிராகச் சண்டையிட்டது.[10] அது தனக்குத்தானே அறநெறிக் காவல் பணிகளில் நியமித்துக்கொண்டது. இந்து கலாச்சாரத்தைப் போதிய மரியாதையின்றி வெளிப்படுத்தும் கலைஞர்களே பஜ்ரங் தள்ளின் முக்கிய இலக்கு என அந்தக் குழுவினரே சொல்கிறார்கள். அதன் தொடக்க இலக்காகப் புகழ்பெற்ற ஓவியர் எம்.எஃப். ஹுசைன் திகழ்ந்தார்.[11] 1996இல் அகமதாபாத்தில் ஹுசைனின் படைப்புகள் விற்பனையான காட்சிக்கூடம் பஜ்ரங் தள் செயல்பாட்டாளர்களால் தாக்கப்பட்டது. அவர்கள் ரூ 15 மில்லியன் மதிப்புள்ள (200,000 அமெரிக்க டாலர்கள்) கணேசர், ஹனுமான், புத்தர்களைப் பிரதிநிதித்துவப்படுத்தும் சுவர் அலங்காரத் திரைகள், சித்திரக் கித்தான்களை அழித்தனர். ஆனால் அவர்களது கோபத்துக்கான அதிகாரப்பூர்வ காரணம், அவர்களது ரசனைக்கு மாறாக 1976இல் சரஸ்வதியை மிகச் சொற்பமான உடையில் சித்திரம் தீட்டியிருந்ததே ஆகும்.[12] மே-2, 1998இல் ஹுசைன் மீண்டும் பஜ்ரங் தள்ளின் கண்காணிப்பியத்துக்கு இரையானார். ராமாயணத்தின் புகழ்பெற்ற

காட்சியான ராவணனின் பிடியிலிருந்து சீதா விடுதலையான காட்சியைச் சித்தரிக்கும்,[13] சீதா மீட்பு எனும் ஓவியத்துக்கு எதிர்ப்புத் தெரிவித்துச் செயல்பாட்டாளர்கள் பாம்பேயிலுள்ள ஓவியரின் அடுக்குமாடிக் குடியிருப்பைக் கொள்ளையிட்டனர்.

பஜ்ரங் தள் சில குறிப்பிட்ட கலைப் படைப்புகளின் நிந்தனைத் தன்மையை மட்டும் கொண்டு அறநெறிக் காவல் பணியில் இறங்குவதில்லை. அவர்களளவில் இந்து சமூகப் பாரம்பரியங்களைத் தாக்கும் கலைப் படைப்புகள் குறித்த பிரச்சனைகளையும் கையிலெடுப்பர். சமூகத்தில் பெண்களின் நிலைகுறித்து விவரிப்பது தொடர்பான விஷயங்களில் பஜ்ரங் தள் அச்சுறுத்தல், வன்முறை போன்றவற்றைப் பயன்படுத்தும், உதாரணமாக, தீபா மேத்தா படங்களின்போது எழுந்த சர்ச்சைகளைக் கூறலாம். 2000இல் கனடிய-இந்திய இயக்குநரான தீபா, 1930-களில் வாரணாஸியிலுள்ள இந்து விதவைகள் குறித்த படத்தை எடுத்தார், அப்போது இந்தப் பெண்கள்மீது பிரம்மச்சர்யமும் இரந்துவாழ்தலும் சுமத்தப்பட்டது. விஸ்வ இந்து பரிஷத் தலைவர் உடனடியாக, அந்தப் படம் இந்துக் கலாச்சாரத்தையும் பாரம்பரியத்தையும் அவமானப்படுத்துவதாக அறிவித்தார்.[14] மேலும் “தீபா இந்தியாவில் படப்பிடிப்பு நடத்த முயற்சித்தால், மிகவும் வன்முறையான எதிர்ப்பை வெளிக்காட்டுவோம்” என அச்சுறுத்தவும் பட்டார். எனினும் அவர், உத்தர பிரதேச அதிகாரிகள் மற்றும் மத்திய அரசிடமிருந்து அத்தியாவசியமான அங்கீகாரங்களை உறுதிசெய்த பின்பு ஏற்பாடுகளைச் செய்தார். எனினும், கங்கைக் கரையோரமாக அமைக்கப்பட்டிருந்த படப்பிடிப்புத் தளம் முழுக்க பஜ்ரங் தள் போராளிகளால் சூறையாடப்பட்டது.

அந்த இயக்கம் மேற்கத்திய கொண்டாட்டங்கள் எனக் கருதப்பட்டவைக்கு எதிராகவும் எதிர்ப்புத் தெரிவித்தது. பெரிதும் கவனம் ஈர்த்த காதலர்தின நிகழ்வு, மேற்கத்தியச் சீரழிவின் சின்னமென விவரிக்கப்பட்டதுடன், பஜ்ரங் தள் செயல்பாட்டாளர்கள் கொடூரமான உடல்ரீதியான தாக்குதல்களில் ஈடுபடுவதற்கான வாய்ப்பையும் வழங்கியது: ஒன்றிணைந்து அந்தத் தினத்தைக் கொண்டாடிய இளம் வயதினர் அடித்து நொறுக்கப்பட்டதுடன், காதலர் தின முத்திரையுடன் அல்லது அலங்காரத்துடன் பொருட்களை விற்ற கடைகள் கொள்ளையடிக்கப்பட்டன.

குஜராத்தில், 2002 படுகொலையில் பல்வேறு அமைப்புகளில் பஜ்ரங் தள் மட்டுமே ஒரே செயல்பாட்டாளராக இருந்ததனால், அதன்பிறகு வன்முறையில் பாதிக்கப்பட்டவர்கள் புகார் தராதபடிக்கும், சாட்சிகள் அமைதியாக இருக்கும்படியும் நிச்சயப்படுத்திக்கொண்டது.

பஜ்ரங் தள் தலைவரான பாபு பஜ்ரங்கி, அகமதாபாத் கலவரத்தில் தனது பங்கேற்புக்காக சிறைத்தண்டனை விதிக்கப்பட்ட அவர், பெரிய அளவில் மிரட்டல் உத்திகளைக் கையாண்டார். 2006இல், குஜராத்திலுள்ள திரையரங்க உரிமையாளர்கள் அனைவரும் பர்சானியா படத்தைத் திரையிடக்கூடாதென எதிர்ப்பு தெரிவித்தார். 2002 குஜராத் கலவரத்தையடுத்து தம் குழந்தையை இழந்த குடும்பத்தின் உண்மைக் கதையை இப்படம் விவரிக்கிறது. அவரது மிரட்டலுக்கு அனைத்துத் திரையரங்குகளும் பணிந்ததால், அந்தப் படம் மாநிலத்தில் திட்டமிட்டபடி திரையிடப்படவே இல்லை.[15] மேஷானா மாவட்டத்தைச் சேர்ந்த ஓய்வுபெற்ற குடிமைப் பணியாளரான, என். கே. ஆச்சார்யா, நீதிமன்றத்தில் அந்தத் திரைப்படத்தைத் திரையிட அனுமதிப்பதற்கான ஏற்பாடுகளைச் செய்யும்படி மனு கொடுத்தார்.[16] பதிலுக்கு, 2007இல் அவர் கடத்தப்பட்டு, இரண்டு வாரங்களுக்குச் சிறைவைக்கப்பட்டு மிரட்டல் நடவடிக்கைகளுக்கு ஆளானார்.[17]

பஜ்ரங் தள் பல வருடங்களுக்கு முன்பே தொடங்கப்பட்டபோதும், இந்து தேசியவாதிகளின் அதிகார கைப்பற்றலால் உருவான சூழலிலேயே அது மிக இயல்பாக நிலைபெற்றது. 2014-முதல் லவ் ஜிகாத்துக்கு எதிரான போராட்டம் முதல், கர் வாப்ஸி, பசுப் பாதுகாப்பு இயக்கம் வரை, பஜ்ரங்தள், சங் பரிவார் தொடங்கிய ஒவ்வொரு கிளர்ச்சிப் பிரச்சாரத்திலும் பங்குபெற்றது. அது 1990-2000-களில் ஈர்த்த அதே வேலையற்ற, கோபக்கார இளைஞர்களை ஈர்த்து, அவர்களது சுயமரியாதையை மீட்க உதவுகிறது. வாஷிங்டன் போஸ்டின் இந்தியப் பொறுப்பாளரான அன்னி கோவனிடம், வி.எச்.பி.யால் (பஜ்ரங் தள்ளின் தாய் அமைப்பு) நடத்தப்பட்ட பயிற்சி முகாமில் பங்கேற்ற பிறகு, இருபத்து மூன்று வயது உறுப்பினர் ஒருவர், "இப்போது ஒரு விநோத தன்னம்பிக்கை உணர்வு என்னிடமிருக்கிறது. எது சரி, சமூகத்துக்கு நாம் செய்யவேண்டியது என்ன எனக் குழு கற்பித்தது" என்றார். வாழ்க்கையில் சுயமரியாதை அல்லது எளிய குறிக்கோளைத் தேடும் இளைஞர்களின் வாழ்வுக்கு அர்த்தத்தை அளிக்கும் சங் பரிவாரின் திறமைக்கு அத்தகைய நம்பிக்கை சான்றளிக்கிறது. ஆனால் அதே நபர், எந்தவித அடையாளத்தையும் விட்டுச்செல்லாத ஒருவகை வன்முறை வடிவத்தில்தான் பயிற்சியளிக்கப்பட்டதாக ஒப்புக்கொள்கிறார்: "தலையிலோ மார்பிலோ தாக்கக்கூடாதென நாங்கள் கற்பிக்கப்பட்டோம்-அது உயிருக்கு ஆபத்தாய் முடியலாம். நாங்கள் ஆபத்தான, அமைதியான காயங்களை ஏற்படுத்தும் விதத்தில் அவர்களை அடிப்போம்-முதுகில், கால்களில்-இதனால் அவர்கள் இறக்கமாட்டார்கள். இல்லையெனில், எங்களுக்கு எதிராக வழக்கு தொடரப்படும்."[18]

இவ்வகை வன்முறையான கண்காணிப்பியம் தன்னிச்சையான தென்பதை இத்தகைய கருத்துகள் உறுதிப்படுத்துகின்றன. அதுமட்டுமின்றி, அவை அரசுடனான ரகசிய உறவையும் குறிக்கின்றன. முந்தைய விவாதத்தில், லவ் ஜிகாத், கர் வாப்ஸி, பசுப் பாதுகாப்பு இவற்றின் பெயரிலான பிரச்சாரங்கள் அரசு அமைப்புகளான காவல்துறை அல்லது நீதித்துறையுடன் கூட்டுச் சேர்ந்தது வெளிச்சத்துக்குக் கொண்டுவரப்பட்டது.[19] 2014 முதல், குறிப்பாக பா.ஜ.க.வால் ஆளப்பட்ட ஹரியானா, உத்தர பிரதேசம் போன்ற மாநிலங்களில்[20] சங் பரிவாரத்தால் அரசு கைப்பற்றப்படுவது அல்லது அதில் ஊடுருவுவதில் உள்ள அணுகுமுறையின் தாக்கங்களை இப்போது நான் ஆராய்வேன்.

கண்காணிப்பாளர்கள் மற்றும் மாநில நிர்வாகங்கள்

கண்காணிப்பியம் பற்றி, அரசுக்கும் கண்காணிப்புக் குழுக்களுக்குமான உறவு சமூக அறிவியல் இலக்கியத்தில் தீவிர விவாதத்துக்கு உட்பட்டது.[21] லெஸ் ஜான்ஸ்டன் போன்ற சில ஆசிரியர்கள், கண்காணிப்பியத்தைக் குடிமக்களின் இயக்கமாக வரையறுக்கின்றனர். அதன் நடவடிக்கைகள் தன்னியல்பானவை, அரசின் அதிகாரமோ அல்லது ஆதரவோ இன்றி மேற்கொள்ளப்படுகின்றன என்கின்றனர்.[22] ஆர்.எம். பிரௌன்[23], ஆர். ஆப்ரஹாம்ஸ்[24] போன்ற மற்றவர்களோ, காவலர்களில் தொடங்கி அரசு நிறுவனங்களுக்கும் இத்தகைய குழுக்களுக்குமான பிணைப்புகளின் இருப்பை மறுப்பதில்லை. இத்தகைய உறவுகளுக்கான காரணங்கள் வேறுபடும்: கருத்தியல் தொடர்புகள், நலன்களின் ஒருங்கிணைப்பு, ஆட்சியாளர்கள் சட்ட அமலாக்கத்தில் ஒருசார்பான நடத்தையைச் சுமத்துகையில் அரசியல் ஆணைகளுடன் இணங்கிப்போதல் என்று நீள்கிறது. இத்தகைய இயக்கவியல் ஒரு தொடர்ச்சியை நிறுவுவதற்கு இட்டுச்செல்லலாம் (காவலர்கள் தங்களது மோசமான பணிகளைக் கண்காணிப்பாளர்களிடம் விடலாம்) அல்லது செயல்பாடுகள் ஒன்றுடன் ஒன்று கலக்கலாம் (சீருடை அணிந்த அதிகாரிகள் களத்தில் கண்காணிப்பாளர்களுக்கு உதவலாம் அல்லது அவர்களது பணிநேரம் முடிந்ததும் கண்காணிப்பாளர்களுடன் இணைந்து செயல்படலாம்). பலதரப்பட்ட விளக்கங்கள் ஓரளவு பல்வேறுவித நடைமுறைகளைப் பிரதிபலிக்கின்றன, சில கண்காணிப்பாளர்கள் சட்டத்தைத் தங்கள் கையில் எடுத்துக்கொள்கின்றனர் (வரலாற்றுரீதியாக, பிரத்யேகமாக ஐக்கிய அமெரிக்க நாடுகளில் இதுதான் நடைபெறுகிறது), மற்றும் சிலரோ வெறுமனே தங்கள் இரையை காவல்துறையிடம் ஒப்படைக்கின்றனர். அதனினும் மேலாக, அரசு வெறும் ஒற்றையடுக்கு முறையல்ல, ஆனால்

காவல்துறை போன்ற ஒரு நிறுவனத்தினுள், கீழ்மட்டத்திலுள்ளவர்கள் சில சமயங்களில் கணிசமான சுதந்திரத்துடன் செயல்படுகின்றனர்.

இவ்வுண்மையின் பல்வேறு சமூக அறிவியல் ஆராய்ச்சியாளர்களின் விளக்கங்கள், பல்வேறு முறைகளின் பன்முகத்தன்மையை ஓரளவு பிரதிபலிக்கின்றன. தற்போதைய விவகாரத்தில் பஜ்ரங் தள்ளைவிடவும் மிகப் பிரத்யேகமான இயக்கங்கள் பற்றிய, ஆய்வுகளின் மூலம் பெற்ற எனது சொந்த விளக்கத்தை அளிக்கிறேன், உண்மையில், 2014 முதல்-மேலும் அதற்கும் முன்பாகவே-பஜ்ரங் தள் இந்து கண்காணிப்பியத்தின் தனி முகவர் அல்ல, ஒன்று சங் பரிவார் விஷயங்களைக் குழப்புவதற்காக அதேபோன்ற இயக்கங்களைத் தோற்றுவித்திருக்கவேண்டும் அல்லது பஜ்ரங் தள்ளைச் சேர்ந்தவர்கள் இந்தப் புதிய இயக்கங்களில் சேர்ந்திருக்கவேண்டும் அல்லது மற்ற இயக்கங்களைத் தோற்றுவித்திருக்கவேண்டும். சங் பரிவாரோடு இணைந்த குழுக்களில், கௌ ரக்சா தள், யுவ இந்து வாகினி இரண்டும் அவற்றின் அரசோடான உறவுகள் காரணமாக சிறப்பு கவனத்தைப் பெறுகின்றன.

ஹரியானாவில் பசுப் பாதுகாப்பில் காவல்துறை மற்றும் போராளிகளிடையே ஊடுருவல்

பஜ்ரங் தள் பாரம்பரியமாகவே பசுப் பாதுகாப்புச் செயல்பாடுகளில் பங்கேற்றபோதும்,[25] மோடியின் முதல் ஆட்சிக் காலத்தில் இந்தச் செயல்பாட்டில் அதிகம் தென்பட்ட இந்து தேசியவாத அமைப்பு கௌ ரக்ச தள் (GRD-பசுப் பாதுகாப்புக் கூட்டமைப்பு), ஆகும். பஞ்சாப், உத்தர பிரதேசம், ராஜஸ்தான், இமாச்சலபிரதேசம், குஜராத், மத்தியப்பிரதேசம், மகாராஷ்ட்ரா, கோவா, டெல்லி, ஹரியானாவில் இவ்வமைப்புக்குக் கிளைகள் இருந்தன. இந்த இயக்கம் வலுவாகக் காணப்படும் இடங்களில் ஒன்றான ஹரியானாவில் ஜி.ஆர்.டி-யின் சின்னம், இரண்டு ஏ.கே.47 துப்பாக்கிகளுடனான பசுவின் தலையாகும். (படம் 7.1-ஐப் பார்க்கவும்). சில இடங்களில் இயக்கத்தின் மரபுக் குறியீடாகத் துப்பாக்கிக்குப் பதில் குத்துவாள் பசுவின் தலைக்கருகில் காணப்படுவதுண்டு. நடைமுறையில், அதன் உறுப்பினர்கள் கிரிக்கெட் மற்றும் பேஸ்பால் பேட்டுகள், களத்தில் பயன்படுத்தும் ஹாக்கி மட்டைகள், லத்திகள் போன்ற இன்ன பிற கொடூரமான சாதனங்களைப் பயன்படுத்துகின்றனர்.

பஜ்ரங் தள்ளில் காணப்படுவதுபோலவே, ஜி.ஆர்.டி. செயல்பாட்டாளர்கள் பெரிதும் இளைஞர்களாகவும் வேலையற்றவர்களாகவும் தங்களது வேலைக்காகப் பணமளிக்கப்படுகையில் மகிழ்ச்சியடைபவர்களாகவும், இந்த வேலையால் ஒருவித

படம் 7.1. ஹரியானா மாநிலத்தில் கௌ ரக்ஷ தள்ளின் சின்னம்

சுயமரியாதை அடைபவர்களாகவும் காணப்படுகின்றனர். என்.டி.டி.வி பத்திரிகையாளர்களால் மறைத்துவைக்கப்பட்ட கேமராவில் படம்பிடிக்கப்பட்ட ஒரு நேர்காணல், (உத்தர பிரதேசத்தின்) ஹாபூர், (ராஜஸ்தானின்) ஆல்வார் ஆகிய இடங்களில் சில இளம் கௌ ரக்சக்குகளால் (பழிவாங்கும் கும்பலால் அல்ல), அசாதாரணமான குரூரத்துடன் நிகழ்த்தப்பட்ட படுகொலைகளைக் காட்டியது. (ஆல்வாரில் பாதிக்கப்பட்டவர் ஒரு மணி நேரத்துக்கும் மேலாக அடித்தே கொல்லப்பட்டார்-இது சமூக ஊடகங்களில் பதிவிடப்பட்ட வீடியோக்களால் வெளிப்படையானது) ஹாப்பூரில் கைதுசெய்யப்பட்டு விடுவிக்கப்பட்ட கொலையாளிகளில் ஒருவர்-இது ஒரு வழக்கமான காட்சி-என்.டி.டி.வி. செய்தியாளர்களிடம் கூறினான், அவன் சிறையைவிட்டு வெளியே வரும்போது, “மக்கள் விரிந்த கைகளுடன் வரவேற்பார்கள், நான் மிகவும் பெருமிதமாக உணர்கிறேன்” என்றான்-மேலும் அவன், மீண்டும் இதே விஷயத்தைச் செய்ய ஆயத்தமாக இருப்பேன் என்றும் கூறினான்.[26] கௌ ரக்சக்கின் உந்துதல்களில் ஒன்று சுயமரியாதைக்கான தேடலாகும், மேலும் இந்த உண்மையானது அவர்கள் தங்களது அத்துமீறல்களை ஏன்

படமாக்கினர், அதனை ஏன் சமூக ஊடகங்களில் பதிவிட்டனர் என்பதனையும் விளக்குகிறது.

இந்த அமைப்பின் செயல்திட்டம் பயங்கரக் கொடூரமானது காவல்துறையுடன் உறவுகளைக் கொண்டது என்பதை, குழுவொன்றின் புலனாய்வு விசாரணை அறிக்கை வெளிப்படுத்தியது. 2016இல், தி கேரவன் ஊடகத்தின் இஷான் மார்வல், ஹரியானாவில் சண்டிகர் மற்றும் டெல்லியை இணைக்கும் நெடுஞ்சாலையில் ரோந்து செல்லும் ஜி.ஆர்.டி. குழுவினர் தன்னை ஏற்றுக்கொள்ளச் செய்தது எப்படி என்பதை நினைவுகூர்ந்தார். கௌ ரக்சக்குகள், பசுக்களைக் கொண்டுசெல்லக்கூடிய சாத்தியமுள்ள ட்ரக்குகளைத் தேடி ஹாக்கி மட்டைகளுடன் திரிந்தனர், ஓட்டுநர்கள் முஸ்லிம்களாக இருக்கும்பட்சத்தில் அவர்களை அடித்தனர். (இந்துக்கள் வெறுமனே கண்டனத்துக்கு மட்டுமே ஆளாயினர்.) 2014இல் ஹரியானாவில் பா.ஜ.க. ஆட்சிக்கு வருவதற்கு முன்பிருந்தே ஜி.ஆர்.டி. இருந்து வந்தது,[27] ஆனால் 2015இல் பசுக்கொலைத் தடுப்பு, மாட்டிறைச்சி விற்பனையைத் தடைசெய்யும் சட்டம் நிறைவேற்றப்பட்ட பின் நிலைமை மாறிவிட்டது. ஜி.ஆர்.டி.யின் திட்டங்கள் இனியும் சட்டவிரோதமாகக் கருதப்படாது-அப்படியே சட்டவிரோதமாக இருந்தாலும், அதிகாரிகள் அவர்களிடம் தவறு எதையும் கண்டுபிடிக்கவில்லை. மாறாக, நடைமுறையில், ஜி.ஆர்.டி.யும் காவல்துறையும் வேலைகளைப் பகிர்ந்துகொள்ளும் ஏற்பாட்டுக்கு வந்தன. இஷான் மார்வல், கௌ ரக்சக்கின் இரவுநேர நெடுஞ்சாலை ரோந்தில்-அவர்களுக்கு உதவுவதான பாவனையில் சேர்ந்துகொண்டபோது நடந்ததை விளக்குகிறார். கண்காணிப்பாளர்களது எஸ்.யூ.வி. ஏற்கெனவே போலீஸ் வாகனங்களுக்கு அருகே நிறுத்தப்பட்டிருந்தது. அந்தக் காவலர்களில் ஒருவர் (பெயர் குறிப்பிடுவதை விரும்பாதவர்) மார்வலிடம், “நாங்கள் சோதனைச்சாவடிகளை அமைத்துக் காத்திருப்போம். தன்னார்வலர்கள் (ஜி.ஆர்.டி. கண்காணிப்பாளர்கள்) சுற்றி வந்தபடியே இருப்பர், அவர்கள் எதையாவது கண்டுபிடிக்கும்போது எங்களை அழைப்பர். பாருங்கள், நாங்கள் பசுக்களைத் தவிரவும் சிந்திக்க நூறு விஷயங்கள் இருக்கின்றன. இவர்கள் அந்த வேலையைச் செய்வார்கள். இது நல்லது, இல்லையா? தற்போது நிர்வாகமும் அவர்களை முழுமையாக ஆதரிக்கிறது.”[28] தங்களது ரோந்தின்போது, தன்னார்வலர்களில் ஒருவர், 2015இல் ஹரியானா பா.ஜ.க. அரசு நிறைவேற்றிய மாட்டிறைச்சி தடைச் சட்டம் அவர்களது செயல்பாட்டை எவ்விதம் மாற்றியதென விளக்கினார்: “பசுக்கொலைக்கு எதிரான புதிய சட்டத்தை பா.ஜ.க. கொண்டுவரும்முன், வாகனங்கள் (கால்நடை கொண்டுசெல்லும்

வாகனங்கள்) அவர்களது உரிமையாளரிடம் திரும்பிக்கொண்டிருந்தன. நாங்கள் கோபமடைந்து அந்த வண்டிகளை எரித்துவிடுவோம். தற்போது, நாங்கள் அதைச் செய்யவேண்டியதில்லை. அந்த வாகனங்கள் அரசின் உடைமையாகிவிடும். எனவே நாங்கள் அவற்றைக் காவல்துறையிடம் ஒப்படைத்துவிடுவோம்."[29] அதன் தலைவர்களில் ஒருவர் கூறினார், "முதல்வர் எங்களது வேலையால் மகிழ்ந்திருக்கிறார், நாங்கள் அவரது ஆசிர்வாதத்தையும் முழு ஆதரவையும் கொண்டிருக்கிறோம்."[30]

ஹரியானாவில், கௌ ரக்சக்கை சேர்ந்தவர்கள் அரசுடன் இயற்கையான உறவுகளைக் கொண்டுள்ளனர். ஹரியானா ஜி.ஆர்.டி. கிளையின் தலைவர் யோகேந்திர ஆர்யா, இவர் ஜி.ஆர்.டி.யின் தேசிய துணைத் தலைவரும்கூட, இவர் ஹரியானா அரசாங்கத்தால் நிறுவப்பட்ட பசு நலவாழ்வு நிறுவனமான கௌ சேவா ஆயோக் வாரியத்திலும் இடம்பெற்றுள்ளார். அதிகாரிகளுடன் ஜி.ஆர்.டி. இணைந்து செயல்படுவதற்கான விதிகளை ஆர்யாவே, வரையறுத்தார்: "நாங்கள் தன்னார்வலர்கள் மற்றும் தகவலளிப்பவர்களின் மிகப்பெரிய வலையமைப்பைக் கொண்டிருக்கிறோம். ஏதோ தவறு என ஒருவர் ஊகித்ததும், அவர்கள் அழைப்புவிடுப்பார்கள், நாங்கள் சம்பந்தப்பட்ட மாவட்டத்தின் தன்னார்வலர்களுக்குத் தகவல் தருவோம், உள்ளூர் காவல்துறை கடத்தல்காரர்களைப் பிடிக்கச் சோதனைச்சாவடிகளை அமைக்கும்." மேலும் அவர் கூறுகையில், "ஜி.ஆர்.டி. செயல்பாட்டாளர்கள் காவலர்களுக்கு முன்பாகவே அந்த இடத்தை அடைந்துவிடுவார்கள். நாங்கள் செய்வதைக் காவலர்கள் செய்யமுடியாது, அவர்கள் விதிகளைப் பின்பற்றவேண்டும். எங்களிடமிருக்கும் வலையமைப்பும் ஆதாரங்களும் அவர்களிடம் கிடையாது" என்கிறார். "தவிரவும், எங்களது பையன்கள் மகத்தான மத ஆர்வத்துடன் செயல்படுவார்கள்."[31] இவ்வாறாக ஜி.ஆர்.டி. சமூக அறநெறிக் காவல்துறையாகச் செயல்படுகிறது, அதன் உறுப்பினர்கள் வெறுமனே அறிக்கை தருவதற்கு மட்டுமல்லாமல் தண்டனை பெறவேண்டியவர்கள் எனக் கருதும் நபர்களின் ஒவ்வொரு அசைவையும் நெருக்கமாகக் கண்காணித்து, அந்தக் குழுவே தண்டனையும் அளிக்கிறது.[32]

ஒன்பது இதர நீண்ட கால சங் பரிவார் உறுப்பினர்களும் ஆர்யோவோடு கௌ சேவா ஆயோக் போர்டில் இடம்பெற்றுள்ளனர்.[33] குராகான் மாவட்டத்தில் பல ஆண்டுகள் பா.ஜ.க.வுக்கு தலைமை தாங்கிய மூத்த ஆர்.எஸ்.எஸ். உறுப்பினரான பனிராம் மங்லாதான் இந்த அமைப்பின் தலைவர். பசுவை அடிப்படையாகக் கொண்ட ஐந்து பொருட்களின் நன்மைகளை நீண்ட காலமாக மங்லா பேசிவந்துள்ளார். உதாரணமாக, அவர் புற்றுநோய் சிகிச்சையில் பசுவின் மூத்திரம்

பலனுள்ளது என நம்பிவந்தார்.[34] மேலும் திறமையான வகையில், அரசின் காவல் எந்திரத்துக்குள் ஹரியானா பசுப் பாதுகாப்பு பணிக் குழுவை நிறுவியதன் மூலம், அதிகாரப்பூர்வமற்ற (ஜி.ஆர்.டி) மற்றும் அதிகாரப்பூர்வமான என இரண்டுவகையான காவல்துறையின் ஒருங்கிணைப்பை மங்லா மேற்பார்வையிட்டார். இந்திய காவல் சேவையைச் சேர்ந்த (ஐ.பி.எஸ்.) பெண் அதிகாரியான பாரதி அரோரா,[35] இந்தக் கூட்டமைப்பின் தலைவராக நியமிக்கப்பட்டார். இந்தக் கூட்டமைப்பு தற்போது ஒவ்வொரு மாவட்டத்திலும் சிறப்புவாய்ந்த போலீஸ் அதிகாரிகள், இரண்டு காவல் துணை ஆய்வாளர் உள்ளிட்ட 17 பேர் கொண்ட படையணியாக விரிவுபடுத்தப்பட்டுள்ளது. ஆனால் மங்லா, 'காவல்துறையால் அனைத்து வேலைகளையும் தனியே செய்யமுடியாது' அதனால் 'கௌ ரக்சக்குகளின் ஆதரவை' நம்பியிருப்பதாகவும் சொல்லிவருகிறார்.[36] எனவே பணிக் குழு ஜி.ஆர்.டி.யுடன் கைகோர்த்துச் செயல்படுகிறது, மிகவும் பொருட்படுத்தத்தகாத பணிகளை ஜி.ஆர்.டி.க்கு துணை ஒப்பந்தத்துக்கு விடுகிறது. உள்ளூர் காவலரொருவர் மார்வலிடம் இவ்வாறு கூறினாராம்: "எண்ணித் தீராத வண்டிகள் உள்ளன. அவையனைத்தையும் யாரால் சோதனையிட முடியும்? எனவே, தீவிரத்துடன் இருக்கும் ஜி.ஆர்.டி. பையன்களிடம் அந்த வேலையை விட்டுவிட்டு நாங்கள் மேற்பார்வையை மட்டும் பார்க்கிறோம்."[37]

ஹரியானா, மிகவும் துடிப்பாக பசுப் பாதுகாப்புத் திட்டத்தைச் செயல்படுத்தும் மாநிலமாகவும்[38] முடிவெடுக்கும் மட்டங்களில் அதிக சங் பரிவார் உறுப்பினர்களை அரசாங்கத்தில் சேர்த்ததற்காகக் குடிமைப் பணியாளர்களிடையே கவலைகள் பெருகுமளவுக்கு அதிக எண்ணிக்கையிலான சங் பரிவார் உறுப்பினர்களைக் கொண்டதாகவும் அறியப்படுகிறது. அம்மாநிலத்தின் முதல்வர் மனோகர் லால் கத்தார், சங் பரிவார்களுக்குப் பிரத்யேகமான அந்தஸ்தை உருவாக்கியதோடு, ஒருநாளின் தொடக்கத்திலும் முடிவிலும் அவர்களைச் சந்திக்கிறார். சிறப்புப் பணியிலிருக்கும், அதிகாரிகள் எனச் சொல்லப்படும் இவர்கள் அனைவரும் ஆர்.எஸ்.எஸ்.ஸிலிருந்து வந்தவர்கள்.[39] இதர பா.ஜ.க. ஆளும் மாநிலங்களைவிட ஹரியானா வெகுவாக முன்சென்றிருந்தாலும், அதன் விவகாரம் தனித்துவமானதல்ல.

பா.ஜ.க. ஆளும் மகாராஷ்டிரா, 2015இல் மாட்டிறைச்சி சாப்பிடுவதை ஒரு கிரிமினல் குற்றமாக மாற்றியதுடன், இன்னொரு தீவிரமான அடிவைப்பையும் மேற்கொண்டது: இந்தப் புதிய சட்டத்தை நடமுறைப்படுத்த மதிப்புக்குரிய விலங்குகள் நல்வாழ்வு அதிகாரிகளை மாநில அரசு நியமித்து, முன்னாள் கௌ ரக்சக்குகளை வேலைக்கு அமர்த்தியது.[40] அவர்கள் தங்கள் செயல்பாடுகளை

மேற்கொள்வதற்கான அதிகாரப்பூர்வ அந்தஸ்தைப் பெற்றிருப்பதில் பெருமிதம் கொண்டனர்.[41] அரசு அதிகாரிகளுக்கும் அரசுசாராத செயல்பாட்டாளர்களுக்கும் இடையிலான வேறுபாடில்லாமை, ஒருபோதும் அத்தனை வெளிப்படையாக இருந்ததில்லை.

அரசின் பாதுகாப்பை அனுபவித்த ஜி.ஆர்.டி., அதற்கான நிகழ்ச்சி நிரலைப் பல வழிகளில் தாண்டிச்சென்றிருக்கிறது. அதன் உறுப்பினர்கள் சிலர் கோழி மற்றும் ஆடுகளை ஏற்றிச்செல்லும் முஸ்லிம்களை வெறுமனே தாக்கமட்டும் செய்வதில்லை. சட்டத்தை மீறி[43], அவர்கள் சமுதாயம் முழுமைக்குமாக சைவப்பழக்கத்தைத் திணிக்கவும் முயல்கின்றனர்.[42] அவர்கள் தங்கள் தலைவர்களால் முன்வைக்கப்படும் தூய்மை என்ற கருத்தை மீறி, பணம்பறிக்கவும் முயல்கின்றனர். ஏற்றிச்செல்பவரின் சரக்குகளைப் பறிமுதல் செய்வதற்குப் பதிலாக, பலசமயங்களில் அவர்கள் தங்களது அமைதிக்கு விலையாகப் பெரும் தொகையை வசூலிக்கின்றனர். காவலர்களும்கூடப் பணம் பறிப்பதுபோன்ற செயல்முறைகளில் ஈடுபடத் தொடங்கியுள்ளனர்.[44] உதாரணமாக, அவர்கள் பசுக் கடத்தல் மற்றும் முஸ்லிம் ரெஸ்டாரெண்டுகளிலும் கடைகளிலும் பசு இறைச்சியாலான உணவுகள் விற்பனையைக் கண்டுகொள்ளாமல் இருப்பதற்கு லஞ்சம் கேட்கின்றனர்.[45] இத்தகைய நடைமுறைகள் புலனாய்வுப் பத்திரிகையாளர்களால் மட்டுமல்ல, ஹரியானாவின் ஜி.ஆர்.டி. ஸ்குவாட் லீடராக நியமிக்கப்பட்ட 114 பேர்களில் ஒருவரும் முன்னாள் ரோந்துக்காரருமான ரேணு யாதவாலும்[46] கண்டனம் செய்யப்பட்டன. இவர் மற்றொரு புலனாய்வுச் செய்தியாளரான பிரக்யா திவாரியிடம் இவ்வாறு புகார் செய்தார்: நான் இந்து சமூகத்துக்காக எவ்வளவோ செய்திருக்கிறேன். முஸ்லிம் பசுக் கடத்தல்காரர்களின் முதுகை முறித்திருக்கிறேன். ஆனால் இந்து துரோகிகளும் சில பசுப் பாதுகாப்பாளர்களும் முஸ்லிம் கடத்தல்காரர்களிடமிருந்து லஞ்சம் பெற்றுக்கொண்டு பசுக்களை கசாப்புக்குப் போக அனுமதித்துவிடுகின்றனர்."[47]

இத்தகைய நிகழ்வுகள் கர் வாப்ஸி, லவ் ஜிகாத் குறித்து மௌனத்தைக் கடைப்பிடித்த நரேந்திர மோடியையே, அதை முறித்துக்கொண்டு பேசத் தூண்டின. டைம்ஸ் நவ் (பொதுவாக அரசாங்கத்தை ஆதரிக்கும் செய்தி ஊடகம்), பசுப் பாதுகாப்பாளர்கள் மேற்கொள்ளும் நடைமுறைகளை விவரித்த இரண்டு நாளுக்குப் பிறகு, மோடி குறிப்பிட்டார், "சுயமாகத் தங்களைப் பசுப் பாதுகாப்பாளர்களாக அறிவித்துக்கொண்ட தன்னார்வலர்களின் அறிக்கையொன்றைத் தயார்செய்யுமாறு மாநில அரசுகளை நான் வலியுறுத்துகிறேன். சமூகம் ஏற்றுக்கொள்ளாத இத்தகைய மோசமான செயல்களைச் செய்யும் 70 முதல் 80 சதவிகிதம் பேர் இத்தகைய நபர்கள் என்பது

தெரியவரும். தங்களது தவறான செயல்பாடுகளை மறைக்க, அவர்கள் பசுப் பாதுகாப்பாளர்கள் என முகமூடி அணிந்துகொள்கிறார்கள்."[48] அதன்பிறகு விரைவிலேயே, 2016, ஆகஸ்ட் 20இல் பஞ்சாப்பின் ஜி.ஆர்.டி, தலைவர் சதீஷ்குமார் கலவரம் செய்தல், மிரட்டிப் பணம்பறித்தல், இயற்கைக்கு மாறான பாலுறவு[49] ஆகிய மூன்று குற்றச்சாட்டுகளின் பேரில் கைதுசெய்யப்பட்டார்: அதேநேரத்தில், பா.ஜ.க.வால் ஆட்சிசெய்யப்பட்ட இரு மாநிலங்களான ஹரியானா, உத்திரகாண்டில் அவர்களின் சேவைப் பதிவுகளைச் சரிபார்த்தபிறகே, அதிகாரப்பூர்வமாக அங்கீகரிக்கப்பட்ட பசுப் பாதுகாப்புப் படையினரின் பட்டியலை, உருவாக்க முடிவுசெய்தனர்.[50] ஆர். எஸ்.எஸ். செய்தித் தொடர்பாளர் உள்பட, மிகத் தீவிரமான சங் பரிவார் உறுப்பினர்களின் கோபத்துக்கு மோடி ஆளானார், ஆர்.எஸ்.எஸ் செய்தித் தொடர்பாளர், இத்தகைய பேச்சுகள் தவிர்க்கப்பட்டிருக்கவேண்டும் எனக் குறிப்பிட்டார்.[51] மற்றுமொரு புதிய பேச்சில் ஆர்.எஸ்.எஸ்.ஸின் மகத்தான திருப்திக்காக, 70-80% என்ற மதிப்பீட்டுக்குப் பதில், மிகவும் மாறுபட்ட தோராயமான கணக்குக்கு (கணிசமான பேர்) மாறினார்.[52] பின், ஆர்.எஸ். எஸ். தலைவர் மோகன் பகவத், இலையுதிர்கால விஜயதசமிக் கொண்டாட்டத்தின்போதான தனது ஆண்டு உரையில், வாய்ப்பைப் பயன்படுத்திக்கொண்டு பசுப் பாதுகாப்பாளர்களைப் பாராட்டிப் பேசினார்.[53]

பா.ஜ.க. ஆட்சிக்குவந்ததும் குறிப்பாகக் கல்வி சம்பந்தமான விஷயங்களில் ஆர்.எஸ்.எஸ். எப்படி அரசில் ஊடுருவி, தன்னை நிர்வாகத்தில் செல்வாக்குச் செலுத்தும் நிலையில் வைத்துக்கொண்டது என்பது ஏற்கெனவே காட்டப்பட்டது. முந்தைய பக்கங்களில் சட்டம் ஒழுங்கு தொடர்பான கூடுதல் வழக்குகள் விவரிக்கப்பட்டுள்ளன. அங்கே, சங் பரிவார், ஆட்டத்தின் இரு பக்கங்களிலும் விளையாடியுள்ளது. ஒரு பக்கம், பசுப் பாதுகாப்புக்காகவே அர்ப்பணிக்கப்பட்ட கௌ ரக்சக் தள் மூலம் குறிப்பாக, அதன் சிறப்புப் போராளிகள் நேரடிச் செயலில் பங்குபெற்றுள்ளனர், மறுபக்கம், ஹரியானாவின் கௌ ரக்சக் ஆயோக் போன்ற அரசுக் குழுக்கள் மூலமாக அல்லது முதல்வரின் அலுவலகம் வாயிலாகக் காவல்துறையின் மீது மறைமுக அதிகாரம் செலுத்துகிறது. இந்த மறைமுக அதிகாரம், சட்டத்துக்குப் புறம்பாகச் சட்டத்தைச் செயல்படுத்துபவர்களாக, எந்தவித இடையூறுமின்றி சங் பரிவார் நிகழ்ச்சி நிரலை நிறைவேற்றுபவர்களாகப் போராளிகளைத் தகுதிப்படுத்துவதை முதன்மை நோக்கமாகக் கொண்டது. இது விஷயத்தில், தேர்ந்தெடுக்கப்பட்ட அதிகாரிகளுக்குத் தனது சட்டத்தினை ஆணையிடும் நிழல் அரசாங்கத்தின் அம்சங்களை

மட்டுமல்லாமல், அதன் தலைவர்கள் முதல் செயல்பாட்டாளர்களின் அடர்த்தியான வலையமைப்பு வரையான பிரமிடு அமைப்பினை இணைக்கும் ஒரு இணை அரசாங்க அமைப்பாகவும் ஆர்.எஸ். எஸ். திகழ்ந்தது. கௌ ரக்சக்கின் குற்றச் செயல்பாடு விவகாரத்தில், ஹரியானாவின் நிர்வாகத்தில் ஆர்.எஸ்.எஸ். உறுப்பினர்களின் பங்கு பற்றிய மோடியின் கருத்துடன் பகவத் முரண்பட்ட விதம், ஆர். எஸ்.எஸ்.ஸின் நீண்டகால லட்சியமான முதன்மை ஆலோசகர், ராஜகுருவாகத் திகழும் விருப்பத்தைப் பிரதிபலிப்பதுடன், அடிமட்ட அளவில் சமூகங்களைச் சீர்திருத்துவதை நோக்கமாகக் கொண்ட அதன் பாரம்பரியச் செயல்பாடுகளையும் பிரதிபலிக்கிறது.

ஒரு மதகுரு மற்றும் போராளிக்குழு தலைவர் அரசைக் கைப்பற்றுதல்: உத்தர பிரதேசத்தில் யோகி ஆதித்யநாத்

ஹரியானாவில் அதன் தூயவடிவில் காணச் சாத்தியமுள்ள-மேலே விவரிக்கப்பட்ட சூழல்-மட்டுமே சாத்தியமான சூழல் அல்ல. உத்தர பிரதேசத்தில், போராளிக் குழு தலைவரும் மதத் தலைவருமான யோகி ஆதித்யநாத் நிர்வாகத்தின் தலைவராக, ஆட்சிக்கு வந்தது ஒரு வித்தியாசமான சூழ்நிலையை உருவாக்கியுள்ளது.

யோகி ஆதித்யநாத் முதன்மையாக ஒரு மகந்த், நாத் இந்துப் பிரிவினரின் (தலைமை மதகுரு). அதன் தலைமையகம் வடஇந்தியாவில் (உத்தர பிரதேசத்தின்) கோரக்பூரில் அமைந்துள்ள கோரக்நாத்தில் மிகவும் மதிப்புமிக்க இந்து வளாகங்களில் ஒன்றில் (கோவிலும் மடமும்) நிறுவப்பட்டுள்ளது. இந்தவிதத்தில், அவர் இந்து தேசியவாதிகளின் நீண்ட வரிசையில் ஒரு வாரிசும்கூட. அவரது இரு முன்னோர் திக்விஜய்சிங், அவைத்தியநாத். திக்விஜய்சிங், 1937இல் இந்து மகாசபாவில் இணைந்தார், பின் (1967இல்) முப்பது வருடங்களுக்குப் பின் கோரக்பூர் எம்.பி.யாகத் தேர்வுசெய்யப்பட்டார், கோவிலின் தலைமைக் குருவாக வென்றுவந்த அவைத்யநாத், பா.ஜ.க.வுக்குச் செல்லும்முன் இந்து மகாசபா எம்.பி.யாகவும் இருந்தார்.[54] இந்த இருவரும் சாவர்க்கரிசத்தின் உருவகங்கள், (ஆதித்யநாத்தைப் போல ராஜ்புத்திர சாதியைச் சேர்ந்தவர்கள். இந்த அம்சம் மேலும் பரிசீலனை செய்யப்படும்) ஆர்.எஸ்.எஸ்.ஸின் தெளிவான குறிக்கோளான-நீண்டகால அடிப்படையில் இந்து மதத்தை மறுமலர்ச்சிக்கு உட்படுத்துவதில் இது குறைவான ஆர்வம் காட்டியது. அதைவிடவும் உடனடிச் செயல்பாட்டின் மூலம் (அரசியல் வழிமுறையின் மூலமாகவோஅல்லது வன்முறை மூலமாகவோ)[55] நினைத்ததைச் சாதிப்பதே சாவர்க்கரிசத்தின்

கருத்தியல். யோகி ஆதித்யநாத், பா.ஜ.க.வுக்குள் வந்தபின்னும், இந்தத் தீவிரச் செல்பாட்டுக்கே உண்மையானவராக இருந்தார்.

யோகி ஆதித்யநாத்-1990-களின் பிற்பகுதியில் அரசியலுக்குள் வந்தபோதே கவனத்தை ஈர்த்தாலும், 1993இல் தான் அவைத்யநாத் சுவாமியால் நாத் பிரிவுக்குள் இணைக்கப்பட்டார். 2014 வரை அவர் தலைமை மதகுருவாக ஆக்கப்படவில்லை என்றபோதும், 1998இல் சுவாமி அவைத்தியநாத்தின் மரணத்துக்குப் பிறகு, அவர் தனது இருபத்தியாறாவது வயதில், கோரக்பூரில் முன்பு அவைத்யநாத் வகித்த எம்.பி. பதவிக்குத் தேர்ந்தெடுக்கப்பட்டார். அவர் உடனடியாக கௌ ரக்சா மஞ்ச்சை (பசுப் பாதுகாப்பு முன்னணி) அமைத்தார். அது இளம் இந்து தேசியவாதிகளைச் சேர்த்துக்கொண்டு பயிற்சியளித்தது. ஒரு வருடத்துக்குப் பின், 1999இல் உத்தர பிரதேசத்தில் உள்ள முஸ்லிம் கிராமத்தின் கல்லறையை இழிவுபடுத்தும் நோக்கத்துடன் தாக்குதல் நடத்தியதற்காகக் காவல்துறை அவரது இருபத்து நான்கு ஆதரவாளர்களுடன் சேர்த்து யோகிக்கு எதிராக ஒரு வழக்கைப் பதிவுசெய்தது. அதைத் தொடர்ந்து நடந்த மோதலில், யோகி ஆதித்யநாத்தின் ஆட்கள் துப்பாக்கிப் பிரயோகம் செய்ததில் ஒருவர் உயிரிழந்தார்.[56]

உத்தர பிரதேசத்தில் 2002 தேர்தல் தோல்விக்குப் பின் யோகி ஆதித்யநாத், தனது அரசியல் வாழ்க்கையை கோரக்பூரையும் தாண்டி எடுத்துச்செல்லும் நோக்குடன், தனது கௌ ரக்ச மஞ்சை, இந்து யுவவாகினி (இந்து இளைஞர் படை) எனும் போர்ப்படையாக மாற்றினார். இந்து யுவவாகினியின் முதன்மைக் குறிக்கோளாக, பசுப் பாதுகாப்பு இருந்தாலும், அதன் அரசியலமைப்புச் சட்டத்தில், இந்து மதத்தையும் சமூகத்தையும் வலுப்படுத்த இந்துக்களை மறு அணிதிரட்டுவதும் முக்கியமான கோட்பாடாகக் குறிப்பிடப்பட்டுள்ளது.[57] இந்துக்களைச் சிறப்பாக அணிதிரட்டவேண்டிய சூழலில், யோகி ஆதித்யநாத் உத்திரப்பிரதேசத்தின் சில டஜன் கிழக்கு மாவட்டங்களில் தனது நலன்களை மேம்படுத்த இந்து யுவவாகினி செயல்பாட்டாளர்களுக்கு ஒரு திட்டமொன்றைத் தந்தார்: ஜனவரி-பிப்ரவரியில், அவர்கள் தலித்துகளைத் தேடிச்சென்று அவர்களுடன் ஒருவேளையாவது உணவருந்தவேண்டும். பிப்ரவரி-மார்ச்சில் அவர்களது பணி புதிய உறுப்பினர்களைச் சேர்ப்பதாகும். ஏப்ரல்-மேயில், அவர்கள் வீடு வீடாகச் சென்று பேரணிகளில் கலந்துகொள்ளத் தன்னார்வலர்களைக் கேட்டுக்கொள்ளவேண்டும். வருடத்தின் மிச்ச நாட்களில், அவர்கள் அமைப்பை ஒருங்கிணைக்கும்படி உத்தரவிடப்பட்டனர்.[58] இந்து யுவவாகினி விரைவிலேயே வளர்ந்துபெருகியது.[59] இவ்வாறாக இந்து யுவவாகினி, ஒரு

மனிதருக்கு அர்ப்பணிக்கப்பட்ட படையணியாகவும், மத மற்றும் குற்ற இயங்காற்றலின் சங்கமமாகவும், சட்ட அமலாக்கத்தை மீறும் கண்காணிப்பியத்தின் வரையறையுடையதாகவும் திகழ்ந்தது. உதாரணமாக 2002 ஜூன் 19இல், இந்து யுவவாகினி செயல்பாட்டாளர்கள், முஸ்லிம்களால் ஓர் இளம் தலித் பெண் கற்பழித்துக் கொல்லப்பட்டதாகக் கூறப்பட்ட மோகன் முன்டேரா கிராமத்தைச் சூறையாடினர், பதிலடியாக அவர்கள் நாற்பத்திரண்டு முஸ்லிம் வீடுகளைக் கொளுத்தினர்.[60]

சுதாபாய் சஜ்ஜன்குமார் ஆய்வுசெய்த அன்றாட வகுப்புவாதம் எனும் குறைந்த தீவிரம்கொண்ட கலவரங்களைத் தூண்டுவதில் இந்த இயக்கம் சிறப்புவாய்ந்ததாகத் திகழ்ந்தது. (அத்தியாயம் 3-ஐப் பார்க்கவும்). 2002இல் நடந்த டஜன் கணக்கான மோதல்கள், மத அடிப்படையில் வாக்காளர்களைத் தூண்டுவதை நோக்கமாகக் கொண்டது.[61] உதாரணமாக, 2005 ரமலானின்போது சிறுநகரமான மௌவில், தொழுகை நேரத்தில் மசூதி அருகாமையில் ராமாயணத்தை ஓத ஒலிபெருக்கியைப் பயன்படுத்தி இந்து யுவவாகினி ஆத்திரமூட்டலில் இறங்கியது. ஒரு கலகம் வெடித்து, ஒன்பது பேர் இறந்துபோயினர்.[62] இரண்டு வருடங்களுக்குப் பின், கோரக்பூரில் மொகரம் ஊர்வலத்துக்கும், இந்து திருமண ஊர்வலமொன்றுக்கும் இடையிலான மோதலில் இந்து யுவவாகினி இடையிட்டபோது, அதன் உறுப்பினர்களில் ஒருவர் மோசமாகக் காயம்பட்டார். வன்முறையால் ஐந்து பேர் மரணமடைந்தனர். மொகரம் ஊர்வலத்தின்போது டாஸியாஸை (மொகரம் ஊர்வலத்தில் எடுத்துச்செல்லப்படும் ஹூசைன் கல்லறையின் நகல்) அழிக்கப்போவதாக யோகி ஆதித்யநாத் சூளுரைத்ததால், ஊர்வலம் செல்லும் காலகட்டத்தில் காவல்துறை அவரைச் சிறைவைப்பதில் சென்று முடிந்தது.[63]

இந்தத் திடீர் சட்டத்தின் ஆட்சி சிறிது காலமே நீடித்தது, யோகி ஆதித்யநாத் அதிகரித்தபடியே செல்லும் ஆத்திரமூட்டும் பேச்சுகளால் தனது பிம்பத்தை வளர்த்துக்கொண்டே போனார். உதாரணமாக, 2013இல் ஊர்வலமொன்றில் தனது சீடர்களிடம், "எப்போதெல்லாம் அஸ்ஸானை (தொழுகைக்கான அழைப்பு) கேட்கிறீர்களோ, அப்போதெல்லாம் 'ஜெய் ஸ்ரீராம்' எனக் கத்தும்படி உத்தரவிட்டார்... இந்து யுவவாகினி பணியாளர்கள் முஸ்லிம்களை இந்துஸ்தானில் வாழவிடக்கூடாது"[64] என உத்தரவிட்டார்.

யோகி ஆதித்யநாத், 2014 முதல் முஸ்லிம்களுக்கு எதிரான தனது இனவெறியை மிகவும் நேரடியான முறையில் வெளிப்படுத்திய இந்து தேசியவாத தலைவர்களுள் ஒருவர். உதாரணமாக,

2015இல் வாரணாசியில் ஆற்றிய உரையொன்றில்: "இந்து சமாஜ் விஸ்வநாதரை தரிசிக்கப் போகும்போதெல்லாம் ஜியான்வாபி மசூதி நம்மை அச்சுறுத்துகிறது. அது அப்படியெனில், எங்களுக்கு அனுமதிகொடுங்கள், நாங்கள் ஒவ்வொரு மசூதியிலும் கௌரி, கணேசர், நந்தியை வைப்போம்... காசிக்கு எல்லோரும் வரலாம் (வாரணாசி) ஆனால் மெக்கா, மதினாவில் முஸ்லிம்கள் மட்டுமே அனுமதிக்கப்படுவர்"[65] எனப் பேசினார்.

இந்து யுவவாகினியைச் சூழ்ந்திருந்த சர்ச்சை காரணமாக, யோகி ஆதித்யநாத் அந்த அமைப்பைக் கலைக்க நிர்பந்திக்கப்பட்டார். அந்த இடத்தில் யோகி ஆதித்யநாத் இந்து யுவ வாகினியை (YAHYV) தொடங்கினார், அதன் வலைத்தளத்தில் இயக்கத்தின் தலைவர்கள்,

> "இந்தக் குழுவில் குற்றவாளிகள் அல்லது மாபியாக்கள் போன்ற எந்தவித அம்சங்களும் இடம்பெறுவதை விரும்பவில்லை. எந்த ஒரு உறுப்பினராவது தவறான செயல்பாட்டில் ஈடுபடுவது தெரியவந்தால், அந்த உறுப்பினர்கள் குழுவிலிருந்து நீக்கப்படுவர். இந்து யுவ வாகினியின் அரசியலமைப்பு மற்றும் உறுப்பினர் சேர்க்கையின்படி, எந்த ஒரு உறுப்பினராவது நீதிமன்றத்தால் ஏதாவது ஒருவகை குற்றத்துக்காகத் தண்டனைபெற்றால் அவரது உறுப்பினர் அந்தஸ்து ரத்துசெய்யப்படும். ஒருவரை உறுப்பினராகச் சேர்ப்பதற்கு முன், விண்ணப்பதாரரின் பின்னணி விரிவாக ஆராயப்படும், அந்த உறுப்பினரின் அனைத்து நடவடிக்கைகளும் ஆறுமாதங்களுக்கு கண்காணிக்கப்படும். இந்த ஆறுமாத காலகட்டத்தில், உறுப்பினர்கள் குழுவின் விதிமுறைகளுக்கு எதிராக எந்தவிதமான செயலையும் செய்வதைக் கண்டறிந்தால் அத்தகைய நபர்களுக்குக் குழுவில் உறுப்பினர் பதவி வழங்கப்படாது. எனவே யோகி ஆதித்யநாத் இந்து யுவ வாகினியில் உறுப்பினராக விரும்பும் அனைத்து விண்ணப்பதாரர்களும், குழுவின் விதிகளுக்கு எதிராக அவசியம் செல்லக்கூடாது எந்த ஒரு குற்ற நடவடிக்கையிலும் அவசியம் ஈடுபடக்கூடாது."[66]

இந்த விவகாரத்தில் யோகி எடுத்த முன்னெச்சரிக்கை நடவடிக்கைகள், முன்னாள் இந்து யுவவாகினியில் குற்ற சக்திகள் இருந்ததையும், அதனை விலக்க அவர் முயற்சிப்பதையும் தெளிவாக உறுதிப்படுத்துகிறது.

யோகி ஆதித்யநாத்தின் அவதூறான பிம்பத்தைவிடவும், அவரது சுதந்திரமே பா.ஜ.க.வையும் ஆர்.எஸ்.எஸ்.ஸையும் சினமூட்டியது, ஆர்.எஸ்.எஸ்.ஸானது, ஒருபோதும் சங் பரிவாருடன் முழுக்க இணைந்திராத பாரம்பரியத்தில் வளர்ந்த ஒரு மனிதனை இனியும்

கட்டுப்படுத்த முடியாதெனப் பயந்தது உண்மையில், யோகி ஆதித்யநாத் பா.ஜ.க. தலைவர்களின் கரங்களைத் திரும்பத் திரும்ப முறுக்க முயன்றார், தன்னை ஆதரிப்பவர்கள் சிலருக்குக் கட்சி உள்ளூர் அல்லது தேசியத் தேர்தலில் இடம்தர மறுத்தால், தனது ஆதரவை திரும்பப்பெறுவேனென அச்சுறுத்தினார். 2002இல், ஆதித்யநாத்தின் உதவியாளர்களில் ஒருவரான ராதா மோகன்தாஸ் அகர்வால் வேட்புமனுவை பா.ஜ.க. நிராகரிக்க, அவர் யோகி ஆதித்யநாத் ஆதரவுடன் இந்து மகாசபா சார்பாகப் போட்டியிட்டு-பா.ஜ.க. வேட்பாளரைத் தோற்கடித்தார். ஐந்து வருடங்களுக்குப் பின், தனது பிரதிநிதிகளில் ஒருவரைப் புறக்கணித்தால், 70 வேட்பாளர்களை நிறுத்துவேன் என யோகி ஆதித்யநாத் அச்சுறுத்தினார்.[67] பா.ஜ.க. விட்டுக்கொடுத்தது. உத்தர பிரதேச சட்டசபையைப் புதுப்பிப்பதற்கான 2017 தேர்தல் நெருங்கியபோது, மோடி அரசாங்கத்தில் யோகி ஆதித்யநாத்தை ஒரு அமைச்சராக்குவதன்மூலம் அமைதிப்படுத்த பா.ஜ.க. முயற்சித்தது,[68] ஆனால் அந்த அழுத்தத்தை எதிர்த்துத் தனது சுதந்திரத்தைத் தக்கவைத்துக்கொண்டதுடன், இந்து யுவவாகினியிலிருந்து விடுவித்துக்கொண்டு,[69] சி.எஸ்.டி.எஸ். கருத்துக் கணிப்பின்படி, அவரை 7.4 சதவிகிதம் பேர் மட்டுமே உத்தர பிரதேச முதல்வராக வரவேண்டுமென விரும்பியிருந்தபோது,[70] இந்தியாவின் மிகப் பிரபலமான மாநிலத்தின் கட்சித் தலைவராகத் தன்னை நிறுவிக்கொள்வதில் வெற்றியடைந்தார்.

யோகி ஆதித்யநாத் ஆட்சி

2017இல், பா.ஜ.க., யோகி ஆதித்யநாத்தை மத அந்தஸ்து மற்றும் தனிப்பட்ட ராணுவத்துக்கு உரிமை கோர முடிந்த இந்தியாவின் முதல் முதலமைச்சராக்கியது. அது அவர் நிறுவியிருந்த அதிகாரச் சமநிலை மற்றும் கட்சிக்குள் சேர்க்கை இரண்டையும் பிரதிபலித்தது. இது வன்முறையான கண்காணிப்புக் குழு ஒருவகை மதரீதியான ஆட்சியுடன் கைகோக்கமுடியுமென்பதை புறக்கணிக்க இயலாததாக்கியது. உண்மையில், யோகி ஆதித்யநாத்தின் துணைமுதல்வர்களில் ஒருவரான கேசவ பிரசாத் மௌர்யாவே ஒரு முன்னாள் பஜ்ரங் தள் உறுப்பினர், அவர் ராமஜென்ம பூமி இயக்கத்திலும், அதேபோலப் பசுப் பாதுகாப்பு பிரச்சாரங்களிலும் செயல்துடிப்புடன் இருந்தவர். முதன்மையாகக் குற்றம்சாட்டப்பட்ட கொலைவழக்கு உட்பட, பத்து குற்ற வழக்குகளும் அவர்மீது இருந்தது.[71] மாநில அரசில் பொறுப்பேற்கும் முன்பாக அவர் பா.ஜ.க. மாநிலத் தலைவராக நியமிக்கப்பட்டிருந்தார், இது அரசியல் வாழ்க்கையில் இணைவதற்கான ஆயத்தக்களமாக பஜ்ரங் தள் திகழ்ந்தது என்பதை மீண்டும் உறுதிப்படுத்துகிறது. யோகி

ஆதித்யநாத்தின் அரசாங்கத்தில் மௌர்யா பா.ஜ.க.வின் ஓ.பி.சி. முகம் எனில், பெரும்பாலான அமைச்சர்கள் உயர் சாதியைச் சேர்ந்தவர்கள். இந்து தேசியவாத ஆளும் வர்க்கத்தின் முக்கியத் தொகுதிகளின் சமூகவியல் விவரத்துக்கு இது மற்றுமொரு உதாரணம்: முப்பத்தெட்டு வலுவான அமைச்சர்கள் கொண்ட சபையில், இருபத்தெட்டு பேர் உயர் சாதியைச் சேர்ந்தவர்கள்.[72]

யோகி ஆதித்யநாத்தின் ஆட்சி அவரது போராளிகளுக்கு ஒரு பங்கை ஒதுக்கீடு செய்திருந்தது. சில போராளிகள் அவர் ஆட்சிப் பொறுப்பேற்றது குறித்து மிகவும் நயமற்ற சொற்களில் மகிழ்ந்தனர். அவர்களில் ஒருவர், யோகி ஆதித்யநாத்தை மோடியுடன் ஒப்பிட்டதுடன், நியூயார்க் டைம்ஸிடம்: "எங்கள் குடியிருப்பிலுள்ள அனைவரும் முஸ்லிம்களைக் கொல்ல மோடி நம்மை அனுமதிப்பார் என நினைத்தோம். முஸ்லிம்கள் பீதியடைந்தனர். ஆனால் ஒன்றும் நடக்கவில்லை. யோகி முதல்வராகியிருக்கிறார், அவர்கள் (முஸ்லிம்கள்) மீண்டும் பயந்தனர்" என்றார்.[73] யோகி ஆதித்யநாத் இந்து யுவ வாகினி அதேவிதத்தில் முஸ்லிம்களைப் பயமுறுத்தியது.[74] லவ் ஜிகாத் குற்றம்சாட்டப்பட்ட முஸ்லிம்களைச் சாகும்வரை அடித்தும்[75] கும்பலாகச் சென்று மசூதியின் குவிமாடத்தில் இந்தியக் கொடியை ஏற்றச்சொல்லியும்[76], நில ஜிகாத்தை எதிர்க்க செயல்திட்டங்களை அதிகரித்தும்[77] அவர்கள் எண்ணற்ற முறை தங்கள் அச்சுறுத்தலை மேற்கொண்டனர். ஆனால் யோகி ஆதித்யநாத் முதல்வரானதும், மாநில அரசால் மேற்கொள்ளப்படும் கண்காணிப்பை மேற்கொள்வதற்காக, யோகி ஆதித்யநாத் இந்து யுவ வாகினியைக் கலைத்தார்.[78]

முறையான உரிமம் இல்லாத கசாப்புக் கடைகள் அனைத்தையும் மூடுவது-அதன்மூலம் பல முஸ்லிம்களுக்குப் பிழைப்புக்கு வழியின்றிச் செய்வது-பெண்களைப் பாதுகாப்பதான பாவனையில் அறநெறிக் காவலை மேற்கொள்ள ஆண்டி ரோமியோ குழுக்கள் எனப்பட்ட படையணியைக் காவல் படைக்குள்ளே அமைப்பது என்ற இரு ஆரம்ப கட்ட முடிவுகளை எடுத்தார்:

> உ.பி.யின் 1,500 காவல் நிலையங்களில் முழு விசையுடன் புதிதாக உருவாக்கப்பட்ட குழுக்கள், புறாக்களுக்கு நடுவில் பூனைகளை வைத்து அனைவரையும் பீதியில் ஆழ்த்தியுள்ளது. ஆன்டி ரோமியோ குழுக்கள், மின்னல் வேகத்தில் தாக்க இயலும் என்பதை முதல் மூன்று நாட்களில் 2000-க்கும் அதிகமான இளைஞர்களைச் சித்ரவதை செய்து நிரூபித்தது: சிலர் நீண்ட முடி வளர்த்ததற்காகவும், சிலர் பெண்கள் பள்ளிகள் மற்றும் கல்லூரிகள் அருகே நின்றதற்காகவும், சிலர் எதுவுமே

செய்யாதபோதும். அவர்கள், தூக்கியெறிந்தனர், தண்டித்தனர், கண்டித்தனர், சோதனையிட்டனர், அவமானப்படுத்தினர், மன உளைச்சலுக்கு ஆட்படுத்தினர்-எல்லோரும் பார்க்க தன் காதுகளைப் பிடித்துக்கொண்டு உட்கார்ந்து எழுந்திருக்கவும்-நன்னடத்தை உறுதிமொழி எடுக்கவும் நிர்பந்திக்கப்பட்டனர், காவல் நிலையங்களுக்கு இழுத்துச்செல்லப்பட்டனர், தடுத்துவைக்கப்பட்டனர், விசாரிக்கப்பட்டனர், விடுவிக்கவோ கைதுசெய்யவோ செய்தனர். இளம்பெண்களும் ஜோடிகளும் (அவர்களில் சிலர் அண்ணன் தங்கையாகவோ, திருமணமானவர்களாகவும் இருந்தாலும் என்ன?) வழக்கமான ஒழுக்க உரைகளைக் கேட்கவைக்கப்பட்டனர். சந்தைகள், பள்ளிகள், கல்லூரிகள், பயிற்சி மையங்கள், கூட்டமான இடங்களில்-உ.பி. காவல்துறை மிக மிக பரபரப்பானது.[79]

இந்த விவகாரத்தில் காவல்துறையினர், மென்மையான கண்காணிப்பு போராளிகளின் வேலைகளைச் செய்தனர்,[80] ஆனால் விரைவிலேயே அவர்கள், முன்பு யோகி ஆதித்யநாத்துடன் இணைந்திருந்த ஆயுதக் குழுக்களுடன் கைகோத்துச் செயல்படும்படி கேட்டுக்கொள்ளப்பட்டனர். யோகி ஆதித்யநாத் இந்து யுவவாகினி மற்றும் இந்து சமாஜ் கட்சியின் (இந்து மகாசபாவின் ஒரு கிளை) முன்னாள் உறுப்பினர்கள், முஸ்லிம்களின் வீடுகள், கடைகள், உணவகங்கள், சிறு வணிகங்களை அழிக்கும் நோக்குடன் இந்துக்கள் மற்றும் முஸ்லிம்களிடையே மோதலைத் தூண்டுவதில் தங்கள் சக்தியை அர்ப்பணித்தனர். காவல்துறை தலையிட்டதெனில், அது பெரும்பாலும் வன்முறையை மேற்கொள்பவர்களைத் தடுப்பதற்காக என்பதைவிடவும் பாதிக்கப்பட்டவர்களைத் தடுப்பதற்காகத்தான். உள்ளூர் நீதிமன்றங்களில் பிணையில் பாதிக்கப்பட்டவர்கள் விடுவிக்கப்பட்டால், காவல்துறை அவர்களை மீண்டும், 1980இல் நிறைவேற்றப்பட்ட கடுமையான சட்டமான தேசிய பாதுகாப்புச் சட்டத்தில் கைதுசெய்தது. நாட்டின் பாதுகாப்புக்கு அச்சுறுத்தலாகத் திகழ்பவர்களுக்கான இச்சட்டத்தின்கீழ் தனிநபர்களைப் பன்னிரண்டு மாதங்கள் வரை எந்தக் குற்றத்தையும் சொல்லாமலே தடுத்துவைக்க முடியும். யோகி ஆதித்யநாத் முதல்வரான முதலாம் ஆண்டு-2017-கலவரங்கள்-மரணங்களின் எண்ணிக்கை அதிகரித்ததை மட்டும் காணவில்லை (2017இல் 44, 2016இல் 29, 2015இல் 22) இதே காலகட்டத்தில் தேசிய பாதுகாப்புச் சட்டத்தில் 160 கைதுகளும் மேற்கொள்ளப்பட்டன.[81] என்.எஸ்.ஏ.வைப் பயன்படுத்துவது ஒட்டுமொத்த குடும்பங்களையும் சீரழித்ததுடன், முஸ்லிம்களிடையே அதில் கைதுசெய்யப்படுவோமோ என்ற பயத்தையும் ஓசையற்ற தயக்கத்தையும் ஏற்படுத்தியது.[82] முன்னாள் காவல்துறை அதிகாரியான

எஸ்.ஆர். தாராபுரி இதுகுறித்துக் குறிப்பிடுகையில், "முதல்வர் யோகி உத்தர பிரதேசத்தைக் காவல்துறை மாநிலமாக மாற்றிவிட்டார்... இந்திய வரலாற்றில் முதல்முறையாக, இந்தச் சட்டம் மிகப் பெரிய அளவில் தவறாகப் பயன்படுத்தப்பட்டுள்ளது... அச்சத்தின் மூலம் ஆள்வது என்ற பா.ஜ.க. கொள்கையின் ஒரு பகுதியாகும் இது. அவர்கள் தலித்துகளையும் சிறுபான்மையினரையும் பயமுறுத்த காவல்துறையை சக்திமிகும் ஆயுதமாகப் பயன்படுத்துகின்றனர்."[83]

காவல்துறையினர் புதிய வழிகளில் தேசிய பாதுகாப்புச் சட்டத்தைத் தஞ்சமடைய அனுமதிக்கப்பட்டது மட்டுமின்றி, அவர்கள் ஆபரேஷன் க்ளீன் சட்டகத்தின்கீழ் குற்றவாளியெனச் சந்தேகிக்கப்பட்டவர்கள் மீது சட்டம் ஒழுங்கைக் காரணம் காட்டி துப்பாக்கிச்சூடு நடத்தவும் ஊக்குவிக்கப்பட்டனர்.[84] இந்தத் திட்டத்தின் நடைமுறையை விளக்கிய யோகி ஆதித்யநாத், உத்தர பிரதேச சட்டசபையில் போலீஸ் துப்பாக்கிச்சூட்டில் ஒரு வருடத்துக்குள் நாற்பது குற்றவாளிகள் சுட்டுக்கொல்லப்பட்டதாக அறிவித்தார். பிப்ரவரி 2017-க்கும் பிப்ரவரி 2018-க்கும் இடையில் இதுபோன்ற 1,200 துப்பாக்கிச்சூடுகள் நடைபெற்றதாக அறிவிக்கப்பட்டது-அவை எச்சரிப்பதற்காக முன்கூட்டி நடத்தப்பட்ட துப்பாக்கிச்சூடுகளாக இருக்கவேண்டும்-இது ஒரு சாதனை.[85] இத்தகைய துப்பாக்கிச்சூட்டின் பலியாடுகள் பிரதானமாக முஸ்லிம்கள், இவர்களில் சிலரின் குடும்பங்கள் அவர்கள் பலிக்குப் பலியாகக் கொல்லப்பட்டதாகக் கூறுகின்றனர். உச்சநீதிமன்ற வழக்கறிஞரும், இந்தியாவின் மிகவும் மதிக்கப்படும் வழக்கறிஞர்களில் ஒருவருமான பிரசாந்த் பூஷன், வன்முறைக்கு எதிரான குடிமக்கள் என்ற அரசுசாரா அமைப்பின் உதவியுடன் விசாரணை மேற்கொண்டபிறகு, நிறைவாக இப்படிச் சொல்கிறார், " உத்தர பிரதேச முதல்வரின் உத்தரவின்பேரில் பெருமளவிலும், திட்டமிட்ட முறையிலும் மக்கள் கொலைசெய்யப் பட்டிருக்கின்றனர்."[86] தேசிய மனித உரிமை ஆணையம், பதினேழு முஸ்லிம்கள் கடத்திக் கொலைசெய்யப்பட்டது தொடர்பான வழக்குகளில், உண்மையைக் கண்டறிய விசாரணை ஒன்றை மேற்கொண்டது. ஆணையம், அதன் விசாரணையைத் தொடங்கும்முன்பே, அறிக்கையொன்றை வெளியிட்டுக் கூறியது, " உத்தர பிரதேச மாநில போலீஸ் அதிகாரிகள், உயர் பொறுப்பிலுள்ளவர்கள் வழங்கிய அறிவிக்கப்படாத ஒப்புதலின் வெளிச்சத்தில் சுதந்திரமாக உணர்வதுடன், அதிகாரத்தைத் தவறாகப் பயன்படுத்துகிறார்கள். மேலும் அவர்கள் சட்டத்தின் ஆட்சியின் அடிப்படையில் கட்டமைக்கப்பட்டிருக்கும் ஒரு நாகரிக சமூகத்தில் தங்கள் முன்னுரிமைகளை-சட்ட அதிகாரத்தைப் பயன்படுத்தி மக்களுடனான கணக்கைத் தீர்த்துக்கொள்வதாகத் தெரிகிறது. இதனை

ஏற்றுக்கொள்ளவே முடியாது. காவல் படையானது மக்களைப் பாதுகாப்பதற்கானது, இவ்விதமான என்கவுண்டர் கொலைகள் எனச் சொல்லப்படுபவை சமூகத்துக்குத் தவறான செய்தியை அனுப்புவதோடு, பயம் நிறைந்த சூழலை உண்டுபண்ணுகிறது."[87] யோகி ஆதித்யநாத் பதவிக்கு வந்தவுடன், அவர் மீதும் அவரது கூட்டாளிகள் மீதும் 1990 முதல் உள்ள எல்லா புகார்களையும், அது கிடப்பில் போட்டிருந்தாலும் திரும்பப்பெறுவதற்கான நடவடிக்கைகளை மேற்கொண்டார். இதனால், காவல்துறை தண்டிக்கும் என்ற உணர்வு உத்தர பிரதேசத்தில் மேலும் விலகியது.[88] அவரைப் பற்றிய சில புகார்கள் 1995-க்கும் முந்தையவை.[89] இன்னும் சில முஸாபர்நகர் கலவரத்தில் விஸ்வ இந்து பரிஷத் மற்றும் பா.ஜ.க. உறுப்பினர்கள் மேற்கொண்டவை தொடர்பானவை[90] (மொத்தமுள்ள 131 புகார்களில்-13 புகார்கள் கொலைகள் தொடர்பானவை).[91] மனித உரிமை அமைப்புகளின் வேண்டுகோளின் பேரில், 2018 கோடைகாலத்தில் உச்சநீதிமன்றம் யோகி ஆதித்யநாத்தின் இரு செயல்பாடுகளின் பேரில் பிரதிவினை செய்தது: முதலாவதாக, அது காவலர் வன்முறையால் பாதிக்கப்படுபவர்களின் எண்ணிக்கை அதிகரித்து வருவது குறித்து அவரை விளக்கும்படிக் கேட்டது (அவர் பதவியேற்றதற்கும் ஆகஸ்ட் 2018-க்கும் இடையில் அது மொத்தம் 58 ஆகியிருந்தது)[92] இரண்டாவதாக, உச்சநீதிமன்றம் 2007 வெறுப்பு பேச்சு தொடர்பான வழக்கை ரத்துசெய்ய மறுத்திருந்தது, அந்த வழக்கில் சிறிதுகாலம் அவர் சிறையிலடைக்கப்பட்டிருந்தார்.[93] இந்த இடையீடு யோகி ஆதித்யநாத்தின் கொள்கைகளைக் குறிப்பிடத்தக்கவிதத்தில் மாற்றியமைத்துவிடவில்லை.[94] முதலாவதாக, 2007 வெறுப்புப் பேச்சு வழக்கின் மனுதாரர் ஒரு பாலியல் வல்லுறவு வழக்கில் சிக்கவைக்கப்பட்டு அவருக்கு ஆயுட்தண்டனை வழங்கப்பட்டது.[95] இரண்டாவதாக, யோகி ஆதித்யநாத்தின் சிறுபான்மையினர் தொடர்பான நடத்தை அப்படியே நீடித்தது. உ.பி. போலீஸ், ஈத் கொண்டாட்டத்தின்போது பொது இடங்களிலோ, பிற மதத்தினர் கலந்து வாழும் இடங்களிலோ விலங்கு பலியிடாமல் உறுதிசெய்யும்படிக் கேட்டுக்கொண்டது.[96] இந்த நடவடிக்கை- சில இடங்களில் முஸ்லிம்கள் பக்ரீத் கொண்டாடுவதிலிருந்து தடுத்துத் துன்புறுத்துவதில் சென்று முடிந்தது.[97] சில முஸ்லிம்கள் விழாக்களில் பங்குபெறுவதிலிருந்து விலகிக்கொண்டனர்[98]- பொதுவெளியில் இஸ்லாமை நசுக்கும் யோகி ஆதித்யநாத்தின் தொடர் முயற்சியாக அமைந்தது. உ.பி. முதல்வர் தாஜ்மகால் இந்தியக் கலாச்சாரத்தை பிரதிபலிக்கவில்லை எனக் கூறியிருந்ததால்,[99] 2017இல் இந்த அணுகுமுறை உத்தர பிரதேச சுற்றுலா கையேடுகளில் தாஜ்மகாலை நீக்குவதில் சென்றுமுடிந்திருந்தது,[100] ஆக்ராவில் கட்டப்பட்டுவந்த

“மொகல் அருங்காட்சியகம், 2020இல் கட்டிமுடிக்கப்பட்ட பின் சிவாஜி அருங்காட்சியகம் என மறுபெயரிடப்பட்டது.[101]

யோகி ஆதித்யநாத் தனது மாநிலத்தில் காவல்துறையைக் காவிமயமாக்கி இராணுவமயமாக்கலுக்குத் தலைமைதாங்கினார். 2017இல் உத்தர பிரதேசம் முழுவதுமுள்ள காவல் நிலையங்களுக்கு, இந்து ஜென்மஸ்தானி கொண்டாட்டங்களில் பங்கேற்கவும் வளாகங்களை முறையாக அலங்கரிக்கவும் முதல்வர் அழைப்பை நீட்டித்ததன் மூலம் இந்தப் பரிணாமம் நிகழ்ந்தது. இதுகுறித்துத் தகவலறிந்த பார்வையாளர் கருத்துத்தெரிவிக்கையில், “பெரும்பாலான இந்தியர்களுக்கு, தானா தான் (காவல் நிலையம்) பலசமயங்களில் மிக முக்கியமான, அடிப்படையான அரசுடன் ஊடாடும் தலமாகும். இனி காவல் நிலையம் அடையாளரீதியாகக்கூட மதச்சார்பற்ற அமைப்பல்ல.”[102] காவல்துறையின் இந்தப் பரிணாமத்தை, முதல்வரிடம் சில அதிகாரிகள் காட்டிய மதரீதியான பக்தியில் ஏற்கெனவே கண்டறியமுடிந்தது. 2018இல், குரு பூர்ணிமாவின்போது (குருவுக்கு சீடர்கள் தங்களது மரியாதையை வெளிக்காட்டும் மதக் கொண்டாட்டம்), கோரக்நாத் கோவிலின் பாதுகாப்புக்குப் பொறுப்பான காவல் அதிகாரிகளில் ஒருவர் சீருடையில், தலைமை குருவிடம் மண்டியிட்டு ஆசிர்வாதம் பெறுவதைப் புகைப்படம் எடுத்துக்கொண்டார். யோகி ஆதித்யநாத், அரசாங்கத்தின் தலைவராகத் தனது பங்கை ஒப்படைத்துவிட்டு, கோரக்நாத்தின் மகந்தாகச் (தலைமைப் பூஜாரியாக) செயல்படவும், அதற்காக கோவிலில் தங்கவும் செய்யும் இரு சடங்கு நிகழ்வுகளில் ஒன்று விஜயதசமி, மற்றது குரு பூர்ணிமா. நவராத்திரிக் கொண்டாட்டத்தின்போது, ஒன்பது இளம்பெண்களின் பாதங்களைக் கழுவி கன்யா பூஜை செய்யவும், அவர்களது முன்நெற்றியில் (டிகா) எனப்படும் தெய்வீகச் சின்னத்தை வைக்கவும், சுன்ரி[103] எனப்படும் மாலையை அவர்களுக்கு வழங்கவும் செய்யவேண்டுமென அவரிடம் எதிர்பார்க்கப்படும். இந்தச் சடங்குகளின்போது மட்டும் யோகி ஆதித்யநாத் மதகுருவாகப் பார்க்கப்படமாட்டார். பத்திரிகையாளர் உள்பட,[104] பொதுவெளியிலுள்ள அனைத்துவிதமான நபர்களும்-வழக்கமாக அவரது காலில் பணிவர்.

ஒரு இணை அரசின் எழுச்சி: தார்மீக ஒழுங்கே சட்டம் ஒழுங்காக

பா.ஜ.க. அரசுகள் பாரம்பரியமாகவே இந்து தேசிய கண்காணிப்பாளர்களைப் பாதுகாத்துவந்தது. உதாரணமாக, ஹரியானா காவல் துறையில் போராளிகளின் ஊடுருவல், குஜராத்தின் பா.ஜ.க. நடைமுறைகளை எதிரொலிக்கிறது, பா.ஜ.க. அம்மாநிலத்தில் ஆட்சிக்குவந்ததும், இந்து தேசியவாதிகள் பஜ்ரங்

தள் போன்ற சர்ச்சைக்குரிய அமைப்புகளுடன் இணைந்த நம்பகமான கூட்டாளிகளை நிர்வாகத்தில் நியமிக்க முடிந்தது, முக்கியமாகக் காவல்துறையில்.[105] உண்மையில், குஜராத்தில் சட்ட அமலாக்கத்துறைக்கும் இத்தகைய அமைப்புகளுக்குமான எல்லை மிகவும் மங்கலாகிவிட்டது. பஜ்ரங் தள் உறுப்பினர்கள் காவல்துறைக்குள்ளும் அதற்கு நேர் எதிராகவும் நுழைந்து பங்களிக்கின்றனர். உள்ளூர் மட்டத்தில் சட்டம் ஒழுங்கை நிர்வகிக்க அதிகாரிகளால் பயன்படுத்தப்படும் மக்கள் படையான, துணை ராணுவ ஊர்க்காவல் படையில்-பெரும் எண்ணிக்கையிலான ஆர்.எஸ்.எஸ். உறுப்பினர்கள் மற்றும் பஜ்ரங் தள் உறுப்பினர்கள் பணியிலமர்த்தப்பட்டுள்ளனர்.[106] 1990-களில், அப்போதைய மத்தியப்பிரதேச முதல்வராக இருந்த திக்விஜய் சிங் அவரது மாநிலத்தில் ஆர்ப்பாட்டம் செய்த, பஜ்ரங் தள் போராளிகளைக் கைதுசெய்தார், அப்போது அவர்களூடே குஜராத்தைச் சேர்ந்த நான்கு போலீஸ் அதிகாரிகளும் இடம்பெற்றிருந்ததாகக் குறிப்பிட்டார்.[107]

1998-க்கும் 2004-க்கும் இடையே, காங்கிரஸ் ஆட்சிசெய்த மத்தியப்பிரதேச, ராஜஸ்தான் அரசாங்கத்திடமிருந்து வந்த பஜ்ரங் தள்ளை கலைக்கவேண்டுமென்ற அழுத்தமான கோரிக்கைகளை வாஜ்பாய் அரசாங்கம் எதிர்த்தது. எனினும் வாஜ்பாய் ஆட்சியின்போது, ஒரு குறிப்பிட்ட கட்டுப்பாடு நிலவியது. கிறித்தவ மதபோதகரான கிரகாம் ஸ்டேயின்ஸையும் அவரது மகன்களையும் 1999இல் கொலைசெய்தவரான தாரா சிங், ஒரு வருடம் சென்றபின் 2000 ஜனவரியில் சிறையிலடைக்கப்பட்டார். பா.ஜ.க. பாராளுமன்ற உறுப்பினர் திலிப் சிங் ஜூடியோ அவருக்குப் பாதுகாப்புத் தர முன்வந்தபோது, பா.ஜ.க, தலைவரால் கண்டிக்கப்பட்டுத் தன்னைக் காப்பாற்றிக்கொள்ள வேண்டிவந்தது.

ஹரியானா, உத்தர பிரதேச நிகழ்வுகளில் விளக்கப்பட்டதுபோல, 2014 முதல் அத்தகைய தயக்கங்கள் உருகியோடிவிட்டது. இந்த மாற்றத்துக்குச் சில காரணிகளே காரணமாகின்றன. முதலில், பொதுக்கொள்கைகளை வடிவமைப்பது-சில சட்டம் ஒழுங்குக்கொள்கைகளை வடிவமைப்பது என உள்ளுக்குள் இருந்தபடியே நவீன ராஜகுருவாக, ஹரியானா போன்ற சில மாநிலங்களில் அரசின்மீது வலுவான செல்வாக்கு செலுத்தியது ஆர்.எஸ்.எஸ். இது அதன் போராளிகள் தண்டனை பற்றிய பயம் முற்றிலுமின்றிச் செயல்பட வழிவகுத்தது. உத்தர பிரதேசத்தில், மேற்குறிப்பிட்டதுபோல அரசாங்கத் தலைவர், ஆன்மிகத் தலைவர், போராளிக்குழு தலைவர் அனைத்தும் ஒரே நபராகக் காணப்பட்டார்.

அரசியல் பாதுகாப்பின் அழுத்தம்

ஹரியானா மற்றும் உத்தரப்பிரதேம் என்ற இரண்டு நிகழ்வுகளுக்கு அப்பால் கவனத்தை விரிவுபடுத்துவதன்மூலம் இந்தப் போக்கின் முக்கியத்துவத்தை உணரலாம். பா.ஜ.க. ஆட்சிசெய்கின்ற ஒவ்வொரு மாநிலத்திலும் சங் பரிவார் போராளி உறுப்பினர்கள் அரசியல் பாதுகாப்பை அனுபவிக்கின்றனர். மோயுக் சாட்டர்ஜி சொல்வதுபோல, குஜராத்தில் பஜ்ரங் தள் உறுப்பினரான குணால் காவலர்களுடன் இடையூறு ஏற்படுகையில், அகமதாபாத்திலுள்ள பஜ்ரங் தள் அலுவலகத்தைத் தொடர்புகொண்டு, (தனது தலைவர்களை) காவலர்களுடன் பேசும்படி செய்வதாகச் சொல்லியிருக்கிறார். சாட்டர்ஜி நிறைவாக, "குணால் மற்றும் அவரது ஆட்களுக்குக் காவலர்கள் ஒரு இணக்கமான சக்தி, தங்களது இந்து மேலாதிக்கக் கொள்கைகளுக்கு ஏற்றவாறு அவர்கள் வடிவமைக்கப்படவேண்டும். இது பகிரப்பட்ட இந்து நலன்களைப் பாதுகாக்க உதவுமாறு காவலர்களிடம் வேண்டுதல் அல்லது வற்புறுத்துதல் மூலமும் அல்லது அரசியல்வாதிகளுடனான தொடர்புகள் மூலம் நிகழ்கிறது" என்கிறார்.[108]

இத்தகைய அரசியல் பாதுகாப்பு தேசிய அளவில் நீர்த்த வடிவத்தில் நிலவுகிறது. அத்தியாயம் 6இல் மேற்கோள் காட்டப்பட்ட படுகொலையைச் சாதாரணமாக மாற்றுவதற்கு எதிராக, உச்சநீதிமன்றம் அளித்த தீர்ப்பில், "படுகொலையை ஒரு தனிப்பட்ட குற்றமாக மாற்றும் ஒரு சட்டத்தை நிறைவேற்றச் சொல்லி" அரசாங்கத்துக்குப் பரிந்துரைத்திருந்தது உச்சநீதிமன்றம். அவ்வாறு செய்வதற்குப் பதிலாக, அரசாங்கம் இந்த விவகாரத்தில் அந்தப் பொறுப்பு மாநிலத்தினுடையது எனக் குறிப்பிட்டது. சில அமைச்சர்கள் போலீஸ் தேடிவந்த படுகொலையாளர்களைப் பாதுகாக்கவும் செய்தனர், உதாரணமாக, சிவில் விமானப் போக்குவரத்துத் துறை இணையமைச்சர் ஜெயந்த் சின்கா, ஜார்கண்ட் நீதிமன்றத்தால் குற்றஞ்சாட்டப்பட்ட ஏழு பசுப் பாதுகாப்பாளர்களுக்கு ஆதரவாக வாதாடினார்-அவர்கள் பிணையில் விடுவிக்கப்படும் முன்பாக, 2014இல் சின்கா எம்.பி.யாகத் தேர்ந்தெடுக்கப்பட்டார். அவர்கள் சிறையிலிருந்து விடுவிக்கப்பட்டபோது, அவர்கள் கழுத்தில் மாலை அணிவித்துக் கொண்டாடினார்.[109] 'பேச்சுச் சுதந்திரம்'[110] என்ற பெயரில் இத்தகைய செயல்களை அரசின் மற்றொரு உறுப்பினரான நிதின் கட்காரி நியாயப்படுத்தியபோது இந்த சர்ச்சை இன்னும் பெரிய விகிதாச்சாரத்தை எடுத்தது. இறுதியில் அரசாங்கம் உள்துறை செயலாளர் ராஜீவ் குப்தா தலைமையில் "கும்பல் வன்முறை மற்றும் படுகொலைகளைத் தடுப்பதற்காக உயர்மட்டக் குழுவொன்றை

அமைத்தது, அக்குழுவோ நம்பகமான புள்ளிவிவரங்கள் இல்லாததால் இன்னும் அதனை அளவிட முடியவில்லை என்று கூறுகிறது.[111]

இத்துடன், இந்து தேசியவாதத் தலைவர்கள் படுகொலைகளைப் பல்வேறு வழிகளில் நியாயப்படுத்துகின்றனர். ஹைதரபாத்தைச் சேர்ந்த பா.ஜ.க. எம்.எல்.ஏ., சட்டத்தால் ராஷ்ட்ர மாதா (தேசத் தாய்) எனப் பசு அங்கீகரிக்கப்படும் வரை அவர்கள் இதனைத் தொடர்வார்கள் என விளக்கினார்,[112] உத்தர பிரதேசத்தைச் சேர்ந்த மற்றொரு எம்.எல்.ஏ. முஸ்லிம்களின் மக்கள்தொகை வளர்ச்சியாலேயே இந்தக் கொலைகள் நிகழ்வதாகக் கூறினார்.[113] மூத்த ஆர்.எஸ்.எஸ். தலைவரான இந்த்ரேஷ் குமார், படுகொலைகள் நிற்கவேண்டுமென்றால் மக்கள் மாட்டிறைச்சி உண்பதை நிறுத்தவேண்டும் எனக் கட்டுப்பாடு விதித்தார்.[114] ராஜஸ்தானின் பா.ஜ.க. முதல்வரான வசுந்தரா ராஜே, இந்திய இளைஞர்களைப் பாதிக்கும் வேலைவாய்ப்பின்மையே இந்தப் படுகொலைகளுக்குக் காரணமென விவரித்தார்: “மக்கள்தொகை வெடிப்பால் ஏற்படும் பிரச்சனை இது. மக்கள் வேலையை எதிர்பார்க்கின்றனர். வேலைகிடைக்காதபோது அவர்கள் ஏமாற்றம் அடைகின்றனர். ஏமாற்றம் மக்களிடையே சமூகங்களிடையே பரவுகிறது… இது அரசிடமிருந்து வெளிவருகிற விஷயமல்ல. தங்கள் சூழலுக்குப் பிரதிவினையாக மக்களிடமிருந்து வெளிப்படும் கோபம் இது.”[115] தேசிய, மாநில அளவில் பொறுப்பு வகிக்கும் இந்த சங் பரிவார் தலைவர்கள், படுகொலைகளைக் கட்டுப்படுத்துவதற்குப் பதில் பசுப் பாதுகாப்பின் பேரில் அவற்றை நியாயப்படுத்தினர்.

இணைப்புக் காரணியாகப் போராளிகள் மற்றும் காவல்துறையில் ஊடுருவல்

பசுப் பாதுகாப்பு கண்காணிப்பை மேற்கொள்பவர்களுக்கான அரசியல் பாதுகாப்பானது, அவர்களைத் தடுத்துநிறுத்த காவல்துறையை ஆற்றலற்றதாகச் செய்ய, அதே காவல்துறை கௌ ரக்ச தள், பஜ்ரங் தள் போன்ற சங் பரிவார் போராளிக் குழுக்களுடன் இணக்கமாகச் செயல்பட்டன. சில காவல்துறை அதிகாரிகள் இந்த மனப்போக்குக்குத் தம்மை மாற்றிக்கொண்டனர், ஏனெனில் மேலே குறிப்பிட்டிருந்ததுபோல பசுப் பாதுகாப்புடன் தொடர்புடைய பணம் பறிக்கும் கும்பலில் அவர்கள் பங்குபெற்றிருந்தனர். அத்தோடு, பா.ஜ.க. ஆட்சிசெய்த மாநிலங்களில், அவர்கள்-குறிப்பாகப் பதவி உயர்வை எதிர்பார்த்தவர்கள்-[116] சிலசமயங்களில் ஒருவித உற்சாகத்தில் இந்து தேசியவாத ஆயுதக் குழுக்களுக்கு உதவியும் செய்தனர். கடைசியாக, அவர்கள் நடுவே முஸ்லிம் விரோதச் சார்பும், கருத்தியல் அனுதாபங்களும் அபூர்வமான

ஒன்றில்லை. இத்தகைய தொடர்புகள் சிலசமயங்களில் இந்து தேசியவாதிகளால் பயன்படுத்தப்படும் ஊடுருவல்வாத யுக்தியைப் பிரதிபலிக்கின்றன. கேப்டன் கணேஷ் கர்னிக், சட்டப்பேரவையின் (மாநில சட்டமன்றத்தின் மேலவை) பா.ஜ.க. உறுப்பினர், (கர்நாடகா) மங்களூர் கட்சித் தலைமை அலுவலகத்தில் வைத்து குலைல்.காம், கோப்ரா போஸ்ட் பத்திரிகையாளர்கள் பேட்டி கண்டபோது, சங் பரிவார் காவல்துறையில் ஊடுருவ பயன்படுத்தும் நுட்பங்களைச் சுருக்கமாக விளக்கினார்: "நாங்கள் எங்களது பையன்களில் சிலரை காவல்துறைக்கு அனுப்ப முயற்சிசெய்கிறோம். நான் மாணவர்களிடம் பேசும்போது அவர்களைக் காவல்துறையில் இணையும்படி சொல்கிறேன். இதனால் நமக்கு உதவி தேவைப்படும்போது அங்கே நிறைய ஆர்.எஸ்.எஸ். செயல்பாட்டாளர்கள் இருப்பர். அறுபது சதவிகிதம் இளம் கான்ஸ்டபிள்கள் எங்களது மாணவர்கள்."[117]

களத்தில், அரசுக்கும் சமூகத்துக்கும் இடையிலான இணைப்புக் காரணியாகப் போராளிகள் ஆற்றிய பங்கு குறிப்பிடத்தக்கது. மீண்டும் ஒருமுறை, குணாலின் விவகாரம் பெரிதும் தகவல் நிறைந்தது: ஒருபுறம், அவர் ஒரு காவல்துறை தகவலாளராகச் செயல்படுகிறார், அனைத்துவிதமான கடத்தல்களையும் அறிந்துகொள்ள அவர்களால் பயன்படுத்திக்கொள்ளப்பட்டார். மறுபுறம், அவர் குடிமக்கள் காவல்துறையைக் கையாள உதவுகிறார் அல்லது 'மக்கள் பாதுகாப்பு குழு' மூலம் விரைவான நீதி (அல்லது மக்கள் நீதி) வழங்க உதவுகிறார். இத்தகைய இளம், செயலற்ற, 'தசை மனிதர்களின்' பெருமித ஆதாரமாகவுள்ளது இது. இந்த விவகாரத்தில் சாட்டர்ஜி, "இளம் வயதினர் பலருக்கு அவர்களது நிலையற்ற தினசரி வாழ்க்கையைவிடவும் மகத்தான, பெரிதான ஒன்றின் பகுதியாக இருக்கும் வாய்ப்பை" இந்தப் போராளிகள் வழங்குகின்றனர். இது காவல்துறை போன்ற அமைப்புகள், சக்திமிகு அரசு அதிகாரிகளின் மீது செல்வாக்கை அவர்களுக்கு அளிக்கிறது."[118]

இந்த வகையில், குணாலின் சொந்த நகரான அகமதாபாத்தைப் பற்றிய வார்ட் பெரன்ஷாட்டின் இனவியல் ஆய்வின் மையமாக இருந்த உள்ளூர் இடைத்தரகர்களில் குணாலும் ஒருவர். பெரன்ஷாட்டின் இடைத்தரகர்களைப் போல (பேச்சுவழக்கில், தலால் அல்லது தரகர்கள்), இந்துக்களிடையே அனுகூல பரிமாற்ற அடிப்படையிலான உள்ளூர் ஆதரவாளர் வலையமைப்பின் இணைப்பில் அவர் இருக்கிறார். இந்த இடைத்தரகர்கள் தங்கள் தொகுதிகளில் வசிப்பவர்கள் அரசின் மறுவள ஆதாரங்களைப் பெற உதவமுடியும் (வறுமைக்கோட்டுக்குக் கீழ் வாழ்பவர்களுக்கான உணவுப் பொருட்கள் முதல் இடஒதுக்கீட்டு வேலைகள் வரை). கலகம் நிலவும் சூழல்களில், இத்தகைய நபர்கள் கருத்துத்

தெரிவிக்கும் தலைவர்களாகவும், குழுத் தலைவர்களாவும் உள்ளனர். அவர்களுக்கு அவர்களின் சுற்றுப்புறம் காலாட்படை வீரர்களையும் பாதுகாப்பையும் வழங்குகிறது.[119]

அதிகாரப்பூர்வமற்ற இந்து அரசை உருவாக்குதல்

மேலே பட்டியலிடப்பட்ட அனைத்துக் காரணங்களால், சங் பரிவார் போராளிகள் புரூஸ் பெர்மன் மற்றும் ஜான் லான்ஸ்டேலால் விவரிக்கப்பட்டதுபோன்ற அரசை உருவாக்கும் செயல்முறையில் பங்கேற்கின்றனர். இந்த ஆசிரியர்கள், அரசை ஒரு சமூக அமைப்பாக உருவாக்குதலுக்கும் நிர்வாகச் செயல்முறையில் அரசை கட்டியெழுப்புவதற்குமான வித்தியாசங்களைக் கச்சிதமாக வேறுபடுத்திக் காட்டுகின்றனர்.[120] அரசைக் கட்டியெழுப்புதல் அடிப்படையில் மட்டுமே நியாயப்படுத்துதலானது, அரசுகளின் வரலாற்றை அவற்றின் அடிப்படை காலகட்டத்துக்கும் அதிகாரபூர்வ முகவர்களின் செயல்களுக்குமாகக் குறைக்கிறது. பெர்மன் மற்றும் லான்ஸ்டேல் பகுப்பாய்வு, அதற்கு மாறாக நீண்ட கால மாநிலப் போக்குகளின் நன்மைகளைக் கருத்தில்கொள்ளும் அதேயளவுக்குத் தனிப்பட்ட நடிகர்களின் பங்கையும் காரணியாகக் கொண்டுள்ளது. கென்யாவின் அனுபவத்திலிருந்து இந்த ஆசிரியர்கள் சுட்டிக்காட்டுவதுபோல, “அதிகாரத்தை இழிவுபடுத்துவதன் மூலமாகச் சமூகக் குழுக்கள் முறையாக அரசு உருவாக்கச் செயல்முறையைத் தங்களது வழியில் செயற்படுத்துகின்றனர். இது தனிப்பட்ட நோக்கங்களுக்காக மென்மேலும் பொது அதிகாரத்தைக் கட்டளையிடுவதை உள்ளடக்கியது.[121] இந்த அணுகுமுறை வெளிப்படையாக இந்து கண்காணிப்பு குழுக்களையும் பொதுவாக சங் பரிவாரையும் பகுப்பாய்வு செய்வதற்கான பட்டறிவுசார் அனுகூலங்களைக் கொண்டுள்ளது. இத்தகைய தனியார் ராணுவங்களின் எதிர்-தேச அம்சத்தை வெளிப்படையாக வைக்க இது உதவுகிறது, அவர்கள் அதிகாரத்தைப் பயன்படுத்தினாலும் அல்லது அதிகாரத்தில் உள்ளவர்களின்மீது (காவல்துறை உள்பட) செல்வாக்கு செலுத்தினாலும் ஓரளவுக்கு, அவர்களே அரசு, அவர்களே அரசை உருவாக்குகின்றனர்.

உண்மையில் தொடக்கம் முதலே ஆர்.எஸ்.எஸ்.ஸின் குறிக்கோள் அரசை உருவாக்குதலாகும். 1925 முதல், இந்த அமைப்பு இந்து ராஷ்ட்ராவைக் கொண்டுவரும் கனவைக் கொண்டுள்ளது, மேக்ஸ் வெபரின் சொற்களில் சொன்னால், ஒரு சமூகத்தின் கலாச்சாரத்தை அடிப்படையாகக் கொண்டு வரையறுக்கப்படுவதே தேசம், இத்தேசம் அரசியலமைப்பின் அடிப்படையிலோ அல்லது சட்டரீதியிலான-பகுத்தறிவு அடிப்படையிலோ அமைவதைவிடப் பெரிதும் சுய

ஒழுங்கின் அடிப்படையில் அமைவதாகும். வெபர் அரசின் சட்டபூர்வத்தன்மைக்கு பதிலடி தரும் ஆர்.எஸ்.எஸ். அது புனிதமாகக் கருதும் ஒரு அடையாளத்தின் சட்டப்பூர்வத்தன்மையுடன் எதிர்க்கிறது-மேலும் அது (ஹெட்கேவாரின் கூற்றுப்படி.[122]) "இந்து ராஷ்டிராவின் மினியேச்சராகத் திகழ்கிறது. இந்து பாரம்பரிய ஆதாரங்களிலிருந்து பெறப்பட்ட சமூக அமைப்புகளை அடிப்படையாகக் கொண்ட இந்து தேசத்தைக் கொண்டுவர அறநெறிக் காவலுக்குப் பொறுப்பான இந்து போராளிகள் உதவுகின்றனர். கண்காணிப்பாளர்கள் வெறுமனே சட்டத்தைத் தகுதியற்றதாக்குவதில்லை. அவர்கள் சமூக விதிகளை அதன் இடத்தில் மேல்சாதியினரின் சரியான நடைமுறைகளைப் பதிலியிடுகின்றனர். ஆர்.எஸ்.எஸ். முன்பெப்போதும் இல்லாத வகையில் அரசை பாதுகாத்துக்கொண்டிருக்கலாம். ஆனால், அதைக் கட்டுப்படுத்துவதன் மூலம், அது கல்வியால் மனங்களைச் செல்வாக்கு செலுத்தலாம். சங் பரிவார் துணை அமைப்புகளுக்குச் சுதந்திரம் அளித்து, இந்து தேசத்தை உருவாக்கும் நிலையிலுள்ள ஒரேயொரு அமைப்பாகத் திகழ்கிறது.

எனவே இந்து ராஷ்டிரம் உண்மையில் இடைவழியில் இருக்கிறது. இந்து ராஷ்டிரா என்பது இரத்த உறவுகள், கலாச்சாரம் மற்றும் சமூகக் குறியீடுகளால், ஒரு அரசியல் கட்டமைப்பால் ஒன்றுபட்ட மக்களைப் பெரிதும் குறிப்பிடுவதால், இந்த லேபிள் ஆபத்தில் இருக்கும் செயல்முறையின் தெளிவற்ற தன்மையை மிகச்சரியாக விவரிக்கிறது. இது தற்போதைக்கு ஒரு சமூகம், கலாச்சாரம், தேசம்... கடைசியாக ஒரு அரசியல் கட்டமைப்பு. இந்த விதத்தில், சங் பரிவாரின் பணியானது தேசத்தின புதிய உருவாக்கத்தில் பங்குகொள்கிறது, இன்னும் அங்கீகரிக்கப்படாத தேசத்துக்கான சமூக வரையறைகளின் அடிப்படையில் ஒரு நடப்பு இந்து ராஷ்டிரத்தை உருவாக்குகிறது. இந்திய நாடானது பிரிட்டிஷ் கையளித்த அதிகாரத்துவத்தைச் சுற்றி கட்டமைக்கப்பட்டது, ஆனால் அங்கு இந்து தேசத்தை உருவாக்கும் வேலை மிச்சமிருக்கிறது, கண்காணிப்பாளர்கள் அதை நோக்கிச் செயல்புரிகின்றனர். பகவத் அதனை ரகசியமாகவெல்லாம் வைக்கவில்லை. பா.ஜ.க. வெற்றிக்கு சில மாதங்களுக்குப் பின், 2014-ன் வருடாந்திர துஷேரா (அல்லது விஜயதசமி) பேரணியில், வருடந்தோறும் ஆற்றுவதுபோன்று அவர் ஆற்றிய உரை தி ஆர்கனைசரில் இடம்பெற்றுள்ளது. அதில், "எச்சரிக்கை மணி ஒலிக்கிறது, வெறும் அரசியல் அதிகாரம் மட்டும் சமூகத்தில் விரும்பிய மாற்றத்தைக் கொண்டுவந்துவிடாது" சமூகத்துக்கு வழிகாட்டுதல், பல்வேறு வேறுபட்ட பிரச்சனைகளைத் தீர்ப்பதில் ஈடுபட்டுள்ள, செயல்துடிப்புள்ள, கண்காணிப்புப்

பணியில் ஈடுபட்டுள்ள தனிநபர்கள் மற்றும் அமைப்புகளின் வகுப்பை உருவாக்குவதற்கு மிகுந்த அழுத்தம் கொடுத்தார் திருவாளர் பகவத். இந்த வகுப்பின் செயல்பாடானது, விழிப்புணர்வு, தேசநலன்களில் முதிர்ச்சி, அதிகார அரசியல் விளையாட்டுகளால் ஏற்படச் சாத்தியமான திசைவிலகலிலிருந்து தேசத்தைப் பாதுகாக்க அரசுக்கு உதவும்."[123] இந்த வார்த்தைகள் மறைமுகமாக, அரசு விவகாரங்களைக் கைகளில் எடுத்துக்கொள்வது, முக்கியமாக ஆர்.எஸ்.எஸ். தனது பணியைத் தடையின்றித் தொடர அனுமதிக்கிறது என்பதைக் காட்டுகின்றன. அரசைப் பற்றிய குறிப்பிட்ட மர்மத்தைக் கொண்டுள்ள இதர சித்தாந்தங்களைப் போலல்லாமல், அரசானது உள்ளுக்குள்ளேயே, தன்னளவிலேயே மதிப்பிடப்படுவதில்லை. இது வெறுமனே 'எளிதாக்கித் தருவது', இந்து ராஷ்டிரத்தை நோக்கி தேசத்தை வழிநடத்த போதுமான விழிப்புணர்வுள்ள சமூக அமைப்புகளுக்கே முக்கியப் பாத்திரம். நாட்டின் அரசியல் மற்றும் சமூகத்தில் இணையான அதிகார அமைப்பாகப் பொதிந்துள்ள ஆர்.எஸ்.எஸ்.ஸுக்கு இதைவிடச் சிறப்பான வரையறை ஏதுமில்லை. ஒரேநேரத்தில் தேசத்தை ஆள்பவர்களைப் பின்னாலிருந்து ராஜகுரு வழிநடத்தவும் செய்கிறார், அரசாங்க நபர்களுக்கும் கண்காணிப்பு வலையமைப்புகளுக்கும் இடையிலான பகுதி முறைசாரா ஒருங்கிணைப்புக் குழுவாகவும் செயல்படுகிறார். கட்டுப்படுத்தவும் சீர்திருத்தவும் வேண்டிய சமூகத்துடன், அந்தச் செயல்பாட்டாளர்கள் தொடர்ந்து விழிப்புடனும் நேரடித் தொடர்புடனும் இருப்பர். அனைத்துக்கும் மேலாக, ஆர்.எஸ்.எஸ். தலைவர்கள் வாக்காளர்களுக்குப் பதில்சொல்லவேண்டிய பொறுப்பின்றி அரசாங்கங்களின் மீது செல்வாக்கு செலுத்துபவர்களாக இருக்கிறார்கள்-இந்த ஏற்பாடு சட்டப்பூர்வமாக இல்லாதிருக்கலாம்-ஆனால் அது பெரும்பான்மை சமூகத்தில் அதிகரித்தபடியே செல்லும் வலுவான சட்டபூர்வத்தன்மையைப் பெறுகிறது.

மேலும் கௌ ரக்ச தள், இந்திய தேசத்தின் சட்டத்தைவிடவும் மகத்தான சட்டபூர்வத்தன்மையைக் கொண்டிருப்பதாக் கூறுகிறது. 2017இல் ஹரியானா ஜி.ஆர்.டி. தலைவர் தினேஷ் ஆர்யா, ராய்ட்டரின் பத்திரிகையாளர்களுக்குப் பதிலளிக்கையில், சட்ட வரம்புக்குள் செயல்படுவதாக உரிமைகோரவில்லை, ஆனால் ஒரு புனிதமான காரியத்துக்காகச் செயல்படுவதாகக் கூறினார்: "கால்நடைகளைக் கைப்பற்றுவது சட்டபூர்வமானதல்ல, அதனை நாங்கள் நன்கறிவோம். நாங்கள் இதைச் செய்வதற்கான அங்கீகாரமுடையவர்கள் அல்ல, இது காவல்துறையின் வேலை" என்றார் ஆர்யா. ஆனால் அதனினும் மேலான ஒன்றைக் கூறினார்: "எங்களது மதம், எங்களது தாய்

கசாப்புச் செய்யப்படுவதை நிறுத்தும் உரிமையை எங்களுக்கு அளித்திருக்கிறது," எனக் கோமாதாவை அல்லது பசுத் தாயைக் குறிப்பிட்டுக் கூறினார். "நாங்கள் வலுவில் அந்த உரிமையைக் கையிலெடுத்திருக்கிறோம்."[124]

இங்குதான் இந்து ராஷ்டிரம், மோடியின் ஜனரஞ்சகவாதம், இன ஜனநாயகம் ஆகியவை தேர்ந்தெடுக்கப்பட்ட தொடர்புகளைக் கொண்டுள்ளன. இந்து ராஷ்டிரமானது பெரும்பான்மைச் சமூகத்தின் புனித கலாச்சாரத்தின் தற்காப்புக்கு வருவதிலிருந்து அதன் சட்டபூர்வ தன்மையைப் பெறுகிறது. பிரதமர் தேசத்திற்குச் சமமான பெரும்பான்மையை உள்ளடக்கியவராகிறார். இந்துப் பெரும்பான்மை மக்களுக்குச் சமமாக மாறும்போது, ஜனநாயகமே சங் பரிவாரின் விருப்பத்துக்குரிய ஆட்சியாகும். ஏனெனில் அதன் விளைவாக, அதன் செயல்களின் சட்டபூர்வத்தன்மை ஜனநாயகப்பூர்வமாகத் தோன்றும். விளைவாக, கண்காணிப்பாளர்கள் அரசின் பங்கையும் அதிகாரத்தில் இருப்பவர்களின் பாகுபாடான தன்மையையும் மேலும் ஒப்பிட்டுப்பார்க்கமுடியும். சர்தானா சங்கீத் சோம், கோப்ரா போஸ்ட், குலைல் போஸ்ட்டுக்கு வழங்கிய நேர்காணலில் போராளி தேசத்தில் பெரும்பான்மைவாதத்துக்கான சிறப்பான வரையறையை இவ்விதம் சொல்கிறார்: இது இந்துஸ்தான், எந்தக் கட்சி அரசாள்கிறது என்பது ஒரு பொருட்டில்லை. இதுபோன்ற ஜனநாயக நாட்டில், விஷயங்கள் நடைபெற நிறைய வழிகள் இருக்கின்றன. நாங்கள் மறியல், போராட்டம் செய்கிறோம், இவையனைத்தும் கலகத்துக்கு இட்டுச்செல்லும் என்பதைக் காவல்துறை நன்கறியும். எனவே அவர்கள் எங்களுடன் ஒத்துழைக்கவேண்டும்."[125] இத்தகைய அறிக்கைகள், பெரும்பான்மையினர் சட்டத்தை இயற்றும் ஆட்சி, அதன் சட்டபூர்வத்தன்மை, இந்த இயக்கவியலை எதிர்ப்பதற்கு இனி பெரிதும் எதுவும் செய்யவியலாது என்ற நிலை நிலவும் நடைமுறை இன ஜனநாயகத்தின் அடிப்படை பரிமாணத்தை விளக்குகின்றன.

'செக்குலரிஸ்டுகளுக்கு' எதிரான உடல்ரீதியான வன்முறை மற்றும் டிஜிட்டல் கண்காணிப்பு

சிறுபான்மையினரோடு, இந்து தேசியவாதிகளால் செக்குலரிஸ்டுகள் என அழைக்கப்பட்ட மதச்சார்பின்மைவாதிகளும், அத்தியாயம் 5இல் குறிப்பிட்டதுபோல் கண்காணிப்பாளர்களால் இலக்காக்கப்பட்டனர். இங்கே, பத்திரிகையாளர்கள், அறிவுஜீவிகள், கலைப் பிரமுகர்கள், இயக்குநர்கள்[126]- குறிப்பாக ஹர்ஷ் மந்தர் போன்ற சிறுபான்மையினருக்காக வாதாடுவோர்கள்,[127] வகுப்புவாதத்தை எதிர்த்துப் போராடும் மதப் பிரமுகர்களுமே முதன்மையாகத் துன்புறுத்தலுக்கு உள்ளானவர்கள். இத்தகைய ஆண்களும்

பெண்களும் உடல்ரீதியாகவும் குறிவைக்கப்பட்டதுபோல ஆன்லைனிலும் இலக்காக்கப்பட்டனர்.

ட்ரோல்கள், ஆன்லைன் மூலம் பத்திரிகையாளர்களைத் துன்புறுத்தல்

சமூக ஊடகங்கள் மூலம் நடத்தப்படும் துன்புறுத்தல்கள் மெய்யான டிஜிட்டல் கண்காணிப்பியத்தை அதிகப்படுத்தியுள்ளன. அத்தியாயம் 3இல் விவரிக்கப்பட்டுள்ள தேர்தல் பிரச்சாரம், பா.ஜ.க.வுக்கும் குறிப்பாக நரேந்திர மோடிக்கும் சமூக ஊடகத்தின் முக்கியத்துவத்தை அளவிட ஒரு வாய்ப்பை வழங்கியது. அதையும் தாண்டி, டிஜிட்டல் ஊடக அலைவரிசையினை விரைவாகப் புரிந்துகொண்ட ஆர்.எஸ்.எஸ்., குறிப்பாக அமைப்பின் செல்வாக்கை மேற்கிலுள்ள இந்துக்களிடம் பரப்ப[128]-அதன் செய்திகளைப் பிரச்சாரம் செய்வதற்கு வெகுதொடக்கத்திலேயே ஆன்லைன் வழிமுறைகளில் ராம் மகாதேவின் வழிகாட்டுதலில் முதலீடு செய்தது. 2001-லேயே கணினி அறிவியல் பொறியாளர்களை ஒருங்கிணைக்க பெங்களூரில் அவர் "ஐ.டி. ஷாகாவை அமைத்தார்.[129] இயக்கத்தின் உறுப்பினர்களுடன் தொடர்பில் நீடித்திருக்க அவரைத் தகுதிசெய்யும் செயலிகளை அவர் உருவாக்கினார். உச்சபட்சமாக, அவர் பேஸ்புக் போன்ற பிரபல சமூக ஊடகங்களில் ஆர்வமுடன் ஈடுபட்டார். ஸ்வாதி சதுர்வேதியுடனான நேர்காணல் ஒன்றில் அவர், இத்தகைய சானல்கள் அவரை 'வெகுஜனங்களுடன் நேரடித் தொடர்பிலிருக்க' அல்லது, குறிக்கோள் மிக முக்கியமான குவிமையமாக இருக்கும்பொழுது, 'தனது இலக்குக்கான குழுவை எட்டுவதற்கு' சாத்தியப்படுத்தியதாக அவர் கூறினார்.[130]

பா.ஜ.க. உள்பட ஒட்டுமொத்த சங் பரிவாரும், படிப்படியாக அதன் சமூக ஊடக தொடர்புக் குழுவை, அமைப்பின் கருத்துகளையும் அதன் நாயகர்களையும் (முதலும் முக்கியமாக நரேந்திர மோடியை) விளம்பரப்படுத்துவதை விட்டு, புதிய வகையிலான கலாச்சாரக் காவலை ஊக்குவிப்பதை நோக்கிச் செல்லும்படி திருப்பப்பட்டது.[131] வன்முறை உடல்ரீதியாக அல்லாமல் பெரிதும் வார்த்தைரீதியானதாக இருந்தாலும், பாதிப்பு கிட்டத்தட்ட அதேயளவுக்கு இருக்கமுடியும். ஸ்வாதி சதுர்வேதி, இந்த 2014-க்குப் பின்பான நிகழ்வு குறித்த ஆய்வில், ட்ரோல்கள் எனப்படுபவர்களை "ஆன்லைன் உலகின் குண்டர்கள்" என்கிறார்.[132] அவர்களது நோக்கங்களைப் புரிந்துகொள்ள தேடிச்சென்றபோது, இந்து தேசியவாதத்தின் இந்தப் புதியவகை தீவிரவாதத்துக்கு அவரே பலிகடாவும் ஆனார். 2014இல், ஐக்கிய நாடுகளில் ஆறு வருடங்களைச் செலவிட்டபின் மோடியின் வளர்ச்சி குறித்த உறுதிமொழிகளில் நம்பிக்கை கொண்டு தன்னார்வலராக

வந்த ஆர்வமுள்ள இளம்பெண்ணான சாத்வி கோஸ்லாவிடமிருந்து ட்ரோலை பற்றிய தனது தேடலை அவர் தொடங்கினார். பா.ஜ.க.வின் ட்ரோல் ராணுவத்தின் காலாட்படை வீரராக அவர் ஆனார், 2014இல் மோடியின் சமூக ஊடகப் பிரச்சாரத்தை வடிவமைத்த நபரும் நன்கறியப்பட்ட தேசிய எண்ம திட்டங்களுக்கான மையத்தின் தலைமையுமான அரவிந்த் குப்தாவிடமிருந்து அவளுக்கு உத்தரவுகள் வந்தன. இரண்டு வருடங்களுக்கு, அவள் ஒருவித சைபர்வாரில் நல்லதொரு சிறு வீரராகப் பங்கெடுத்தார். (ராணுவ உருவகம் அரவிந்த் குப்தாவே பயன்படுத்தியது, ட்ரோல்களை யோதாவுடன்-வேறு வார்த்தைகளில் சொன்னால் வீரர்களுடன் ஒப்பிட்டார்.) கோஸ்லா நினைவுகூரும்போது, "அது ஒருபோதும் முடிவடையாத வெறுப்பு மற்றும் சிறுபான்மையினருக்கு எதிரான வெறி. தாக்கப்படவேண்டிய பட்டியலில் காந்தி குடும்பம், பத்திரிகையாளர்கள், தாராளவாதிகள்... மோடிக்கு எதிரானவர்கள் எனக் கருதப்படக்கூடிய எவரும் இடம்பெற்றிருந்தனர்."[133] அவர் சொல்லியபடியே சென்றார்:

> காங்கிரஸுக்கு எதிராகத் திடுக்கிடும் தகவல்களைக் கூறக்கூடிய கடிதங்கள், அவற்றில் சில நூறு பக்கங்களுக்கும் நீளக்கூடியவை. அவை சோனியாகாந்தி அவரது இந்து எதிர்ப்பு நிலைப்பாட்டின் ஒரு பகுதியாக ராஜீவ்காந்திக்கு எதிராகச் சதி செய்தார், பிரியா காந்தி பைபோலார் மனநலப் பிரச்சனை உடையவர், தனது கணவர் ராபர்ட் வதேராவிடமிருந்து பிரிந்துவிட்டார், ராகுல் ஒரு போதை அடிமை, இந்துவல்லாத பெண்ணைத் திருமணம் செய்து குழந்தைகளும் உண்டு, ஆனால் இது ரகசியமாக வைக்கப்பட்டிருக்கிறது. வருடங்கள் செல்லச் செல்ல ப.சிதம்பரத்தின் (முன்னாள் நிதியமைச்சர்) ஊழல் பேரங்கள் மற்றும் பர்கா தத் (கீழே காணவும்) அவரது முஸ்லிம் கணவர்கள் குறித்தும் ரீம் கணக்கில் கடிதங்கள் வரத்தொடங்கின.[134]

அவர்கள் பெண்களைக் குறிவைத்தபோது அவமதிப்புகள் குறிப்பாக ஆபாசமாக மாற்றமடையத் தொடங்கின. சிறுபான்மையினரில், முஸ்லிம்களே அவர்களது விருப்பத்துக்குரிய இலக்குகளாக இருந்தாலும், அவர்களில் பாலிவுட் நட்சத்திரங்களான சல்மான்கான், ஷாருக்கான்,[135] அமிர்கான் போன்றோரே இத்தகைய உக்கிரத் தாக்குதல்களின் பலிகடாக்கள். 2016இல், கோஸ்லா, குப்தாவுக்கு விலகல் கடிதமொன்றை எழுதினார். அதில் அவர் இவ்வாறு எழுதினார்:

> நான் இந்து மதத்தில் நம்பிக்கையுள்ளவள். என் இந்து மதத்தில் இத்தகைய வெறுப்புக்கு இடமில்லை. இவர்கள் (ட்ரோல்கள்)

இதேவிதத்தில் சென்றால் இந்து மதத்தை அழித்துவிடுவார்கள். வெற்றிக்குப் பின்பும் அவர்கள் துருவப்படுத்துவதிலும் வெறுப்பிலும் மட்டுமே கவனம் குவிக்கிறார்கள். நாம் ஏன் தொடர்ந்து முஸ்லிம்களை மோசமாகச் சித்தரிக்கவும் வெறுப்பைத் தூண்டும் படங்களை போட்டோஷாப் செய்தும் பதிவிடவேண்டுமென என்னால் புரிந்துகொள்ள முடியவில்லை. எனக்கொரு இளைய மகன் இருக்கிறான். அவன் பாகிஸ்தானைப் பிரதிபலிக்கும் இந்தியாவில் வளர்வதை விரும்பவில்லை. அவனைக் குறித்து எனக்குச் சில கனவுகள் இருக்கின்றன, நான் உண்மையிலே அவன் நல்ல நபராக ஆகவேண்டுமென, மதவெறி என்னும் வைரஸ் தொற்றாதவனாக வேண்டுமென விரும்புகிறேன். என் மகன் ஒரு அமெரிக்கக் குடிமகன். முதல்முறையாக, நாம் ஒருவரையொருவர் எப்படி எதிர்கொள்கிறோம் என்பதைக் கண்டு நான் மிகவும் பயந்துபோயிருக்கிறேன். நான் அமெரிக்காவுக்குச் செல்லக்கூடும்.[136]

சதுர்வேதி, பா.ஜ.க. தலைமையகத்தை அடிப்படையாகக் கொண்ட முப்பது இந்து தேசியவாத ட்ரோல்களை நேர்காணல் கண்டார். இந்த நபர்களில் பெரும்பாலானவர்கள் உயர் சாதியின் கீழ்நடுத்தர வர்க்கத்தைச் சேர்ந்தவர்கள் நேர்மறைப் பாகுபாட்டில் உடன்பாடில்லாதவர்கள் என்பதை ரகசியமாக வைக்காதவர்கள், அதுவே அவர்களுக்கு வேலை கிடைக்காததற்கான காரணம் எனக் குற்றம்சாட்டுபவர்கள்.[137] அனைத்துக்கும் மேலாக அவர்கள் இஸ்லாமை திட்டவட்டமாக விமர்சித்தார்கள். சதுர்வேதி பின்வரும் கருத்துடன் அதனை நிறைவுசெய்தார்: "நான் சந்தித்த ஒவ்வொரு ட்ரோலும் இரண்டு விஷயங்கள் குறித்துத் தெளிவாக இருந்தார்கள்: முஸ்லிம்கள் மிகவும் வன்முறையானவர்கள். அவர்கள் வன்முறையுடன் இருப்பதற்கு அவர்கள் அசைவ உணவுப் பழக்கமுடையவர்களாக இருந்ததே காரணம்."[138] அத்தியாயம் 2இல் ஆஸ்டிகையின் ஆய்வறிக்கையைப் பயன்படுத்தி மோடியின் ஜனரஞ்சகவாத முத்திரையின் சிறப்பியல்பு அம்சங்களைப் பகுத்தறிந்தபோது அதன் தெளிவின்மை மற்றும் ஆற்றல் வெளிப்பட்டது. அதேபோல இந்த ட்ரோல்களும் இரட்டைக் காரணங்களால் மோடியைக் குறித்த புகழ்ச்சியை வெளிப்படுத்தினர். "மோடி அவரது பக்தர்களால், தங்களுக்கு எதிராக வரலாற்றுத் தவறுகளைச் செய்தவர்களைத் துன்புறுத்துபவராகவும், அதேநேரத்தில் 'சிக்குலர்' அமைப்பால் பாதிக்கப்பட்டுத் துன்புறுபவராகவும் பார்க்கப்பட்டார்.[139] சதுர்வேதி தான் நேர்காணல் செய்தவர்களான காஸ்மோபாலிட்டன் ஆங்கிலோபான் உயரடுக்கினர், 'கிறித்துவக் கல்லூரிகளில்' கல்வி கற்றவர்களாகவும், இந்தியாவின் யதார்த்தங்களிலிருந்து துண்டித்துக்கொண்டவர்களாவும் இருப்பதைக் கண்டார். பா.ஜ.க.

எத்தனை முன்ஜாக்கிரதையுடன் வடிகட்டுகிறது என்பதை அவரது முகத்துக்கெதிரே, அவர்களில் ஒருவர் சொன்னதிலிருந்து புரிந்துகொண்டார்:

> பாருங்கள், அந்த கன்னியாஸ்திரிகள் உங்களை மூளைச்சலவை செய்திருப்பதை நான் புரிந்துகொள்ள முடியும். உங்களைப் போன்றவர்கள் இந்திய யதார்த்தம் குறித்த எந்தக் கருத்தும் அற்றவர்கள். இந்த முஸ்லிம்களும் கன்னியாஸ்திரிகளும் எங்களை மீண்டும் ஆள விரும்புகின்றனர் என்பது உங்களுக்குத் தெரியாது. சரி, குறைந்தபட்சம் கன்னியாஸ்திரிகள் லவ் ஜிகாத் மேற்கொள்வதில்லை. முஸ்லிம் ஆண்கள் இந்துப் பெண்களைச் சீர்கெடச் செய்வதற்கும், அவர்களை இஸ்லாமியர்களாக ஆக்குவதற்கும் மட்டுமே விரும்புகின்றனர்... இந்த முஸ்லிம்கள் அளவுக்கதிகமான பாலியல் தேவையுள்ளவர்கள், முஸ்லிம் பெண்களால் அவர்களைத் திருப்திப்படுத்த முடிவதில்லை. எனவே அவர்கள் நம் பெண்களுக்குப் பின்னால் செல்கிறார்கள். இதெல்லாம் அவர்கள் சாப்பிடும் மாட்டிறைச்சியால்தான்... உங்களைப் போன்றவர்கள் உண்மையான இந்தியர்கள் இல்லை, எனவே நாங்கள் எத்தனை தூரம் பாதிக்கப்படுகிறோம் என்பது பற்றி அக்கறைப்படுவதில்லை. உங்களைப் போன்றவர்கள் அனைவரும் மேற்கில் உள்ளவர்களால் நிதியளிக்கப்பட்டு அவர்களுக்கான பிரச்சாரத்தை மேற்கொள்பவர்கள். நாங்கள் மோடி பிரதமரான பின்பே உண்மையான சுதந்திரத்தைப் பெற்றோம்.[140]

இந்த மேற்கோளில், இஸ்லாம் குறித்த பயம் பற்றிய ஸ்டீரியோடைப்களின் செறிவு, மேற்கத்திய தாராளவாதிகள் குறித்த நிராகரிப்பு, மோடி வழிபாடு ஆகியவை நிறைந்திருக்கின்றன. ஆங்கிலோபோன் உயரடுக்கிலிருந்து விலகிய, யாருடைய பெயரில் ட்ரோல்கள் வருகிறதோ, அவர்களால் மட்டுமே இதனைப் புரிந்துகொள்ளமுடியும். இது வழக்கமாக மோசமாக கல்விகற்ற, அறிவு மற்றும் தர்க்கத்துக்கு எதிரான ட்ரோல்களின் கோபத்தையும் அவர்களது தாழ்வு மனப்பான்மையையும் வெளிக்காட்டுகிறது. குறிப்பாக இந்தப் பண்புகள் ஆளுமைமிக்க பெண்களால் வெளிப்படுத்தப்படும்போது.[141]

பத்திரிகையாளர்களை அச்சுறுத்தல்

டிஜிட்டல் கண்காணிப்பியத்தால் அடிக்கடிக் குறிவைக்கப்படும் நபர்களில் பத்திரிகையாளர்களும் உண்டு. இந்தக் குழுவில் பெருமளவான விகிதம் பெண்களும் உண்டு, பல சமயங்களில்.

விடுக்கப்படும் அச்சுறுத்தல் பாலியல் தன்மையுடையதாக இருக்கும், உதாரணத்துக்குக் கூட்டுப் பலாத்கார அச்சுறுத்தல். 2002 படுகொலை பற்றிய குஜராத் பைல்ஸ்இன் ஆசிரியரும் தெஹல்கா பத்திரிகைக்கு எழுதியவருமான ரானா அயூப்புக்கான ஆன்லைன் அச்சுறுத்தல்கள் அதிகரித்ததோடு மட்டுமின்றி, குழந்தை வன்புணர்ச்சியாளர்களுக்கு ஆதரவாகப் பேசுவதாக அவரது பெயரில் போலிச் செய்திகளைப் பதிவிட்டு அவரை மௌனமாக்க முயற்சித்த ட்ரோல்களின் முயற்சிகளுக்கு இரையாகினார்.[142]

2017இல் தனியாகச் செல்வதற்கு முன்பாக, 21 ஆண்டுகள் என்.டி.டி.வி.யில் செலவிட்ட அர்ப்பணிப்புமிக்க இந்திய தொலைக்காட்சி பத்திரிகையாளரான பர்கா தத், இதேபோன்றதொரு மிரட்டலுக்குப் பலியானவர். இந்த மிரட்டல் இந்திய அரசாங்கத்திடமிருந்து வந்ததாக அவர் குற்றம்சாட்டினார். அவரது குடும்ப உறுப்பினர்களையும் குறிவைத்து அச்சுறுத்தல்கள் வந்த நிலையில் அவர் அதைப் பகிரங்கமாக வெளிப்படுத்தினார்.[143]

என்.டி.டி.வி. இந்தி செய்தி சானலில் பணியாற்றிய பிரபல பத்திரிகையாளரான ராவிஷ்குமார், தனக்கு நேர்ந்த டிஜிட்டல் கண்காணிப்பியம் குறித்து விரிவான தகவல்களுடன் விவரித்திருக்கிறார்.[144] அவரைத் துன்புறுத்திய ட்ரோல்களில் ஒருவர் மோடியை ட்விட்டரில் பின்தொடர்பவர். அவரது சுயசரிதை நூலான *தி ஃப்ரீ வாய்ஸ்*-இல், பயம் என்ற வார்த்தை மிகவும் அடிக்கடி இடம்பெறுவதைக் குறிப்பிட்டு-அவர் உறுதியளிக்கிறார், “நான் பயத்திலிருந்து தைரியத்தை நோக்கி தினமும் பயணம் செய்கிறேன். எனது தினங்கள் ட்ரோல்களின் வசைகள் மற்றும் அச்சுறுத்தல்களில் தொடங்கி, என் பணியின் நிமித்தம் நான் கவனமாக இருக்கவேண்டும் என்ற எண்ணத்துடன் முடியும்.”[145] கல்வியாளர்கள் ஜே.என்.யூ.வில் பணிபுரியும் சக பணியாளர்களிடமிருந்து, தண்டனைக்கு உள்ளோவோம் என்ற பயத்தில் விலகியிருந்ததுபோல, உள்ளூர் செய்திப் பத்திரிகைகள் ராவிஷ்குமாரிடமிருந்து இனியும் தலையங்கங்கள் பெறுவதில்லை எனவும், பெற்றோர் தங்கள் குழந்தைகளை அவரை முகநூல், ட்விட்டரில் பின்தொடர்வதிலிருந்தும் தடைசெய்தனர்.[146]

சமூக ஊடகங்கள், தாராளவாதிகள் மற்றும் லிப்டார்டுகளை (லிபரல் மற்றும் ரிடார்ட் எனும் இரு வார்த்தைகளின் இணைவு, ஐக்கிய அமெரிக்காவில் ட்ரம்ப் ஆதரவாளர்களிடமிருந்து இறக்குமதியான வார்த்தை) இழிவுபடுத்துவதற்காகப் போலிச் செய்திகளைப் பரப்புவதற்கான விருப்பத்துக்குரிய வழிமுறையாக ட்ரோல்கள் ஆகினர். உதாரணமாக, அருந்ததிராய் பாகிஸ்தானி பத்திரிகையாளர்

ஒருவருக்கு நேர்காணல் தந்ததாகவும், அதில், “7,00,000 பேரைக் கொண்ட பலமுள்ள இந்திய ராணுவம்கூட காஷ்மீரின் சுதந்திரப் போராட்டக் குழுவைத் தோற்கடிக்கமுடியாது” எனச் சொன்னதாகக் குற்றம்சாட்டப்பட்டது.[147] சமூக ஊடகங்களில் வைரலான இப்படியொரு நேர்காணல், மேற்கொள்ளப்படவே இல்லை.

சமூக ஊடகங்களை மூழ்கடிக்கும் இந்து தேசியவாதிகளின் அனைத்து போலிச் செய்திகளின் பட்டியலைத் தொகுப்பது பெரிதும் சோர்வடையச் செய்யும் ஒன்றாகும். (2019 தேர்தல் பிரச்சாரம் என்ற கருத்தையொட்டி, நாம் இந்தப் பிரச்சனைக்கு மீண்டும் வரலாம்.) எண்ணற்ற வலைத்தளங்கள் இந்தத் துறையில் நிபுணத்துவம் பெற்றுள்ளன. அவற்றில் ஒன்றான ஆல்ட் நியூஸ், தொடர்ந்து இந்தப் போலிச்செய்திகளை அம்பலப்படுத்துகிறது. இத்தகைய போலிச் செய்திகள் போட்டோஷாப் மென்பொருட்களைப் பயன்படுத்தி அல்லது விளக்கப்படங்களுடனான தலைப்புகள் மூலம் தவறாகப் பொருள்கொள்ளும்படிக்கு, (ஒன்றா இவர்கள் காட்டியிருக்கும் நிகழ்வு வேறெங்காவது நடந்திருக்கும் அல்லது பல வருடங்கள் முன்பு நடந்திருக்கும்)[148] முஸ்லிம்களைக் குழந்தை வன்புணர்வாளர்களாக, பெண்களை நசுக்குபவர்களாக, ரத்த தாகமிக்க குற்றவாளிகளாக, இப்படியாகக் காட்டியபடியே செல்கிறது.

எண்ணற்ற ட்ரோல்களுடன் மோடி நேரடி உறவுகளை ஏற்படுத்திக்கொண்டார். 2016இல் சதுர்வேதி தனது புத்தகத்தை வெளியிட்டபோது, மோடியை ட்விட்டரில் 21.6 மில்லியன் பேர் பின்தொடர்பவர்களாக இருந்தனர், அவர்களில் 1,375 பேரை மோடியே பின்தொடர்ந்தார். இவர்களில் கவனமாகத் தேர்ந்தெடுக்கப்பட்ட ‘மகிழ்ச்சியான சிலர்’ ட்ரோல்கள் எனத் தெரியவந்தது. “மோடியால் பின்தொடரப்பட்ட ஹேண்டில்களில், 26 கணக்குகள் வழக்கமாக இதர கட்சிகளின் அரசியல்வாதிகளை, பத்திரிகையாளர்களை, சிறுபான்மையினரை, தலித்துகளை வசைபாடினர், மரண அச்சுறுத்தல் விடுத்தனர், பாலியல்ரீதியாகத் துன்புறுத்தினர்.”[149] மோடி, சமூக ஊடகத்தில் தான் பின்தொடர்ந்த இத்தகைய 150 நபர்களை டிஜிட்டல் சம்பார்க் என்றழைக்கப்பட்ட சந்திப்புக்கு அழைத்தார், இந்தச் சந்திப்பில் மிகவும் திறமையான வீரர்களுடன் சில செல்ஃபிகள் எடுத்துக்கொண்டார் மோடி.[150] அவர்களில் ஒருவரான, பிரித்தி காந்தி, தன்னைச் சமூக ஊடகத்தில், மகாத்மா காந்தி கொலையாளியான “நாதுராம் கோட்சேவின் பெரிய ரசிகன்” எனக் காட்டிக்கொள்பவர்.[151] இதர கோட்சே புகழ்பாடுபவர்கள் சிலரையும் மோடி ட்விட்டரில் பின்தொடர்கிறார்.[152] பத்திரிகையாளர் கௌரி லங்கேஷின் கொலையாளிகளைப் பாராட்டிய சிலரும் (கீழே காண்க),[153] 2017இன் போது தகவல் மற்றும் தொழில்நுட்ப துறை

அமைச்சர் ரவிசங்கர் பிரசாத் தீவிரமாக விமர்சித்த ட்ரோல்கள் சிலரும்[154] மோடி பின்தொடர்பவர்களில் அடக்கம்.

வாஜ்பாய் அரசில் அமைச்சராக இருந்த அருண் ஷோரி, அவரது தலைமுறையில் பல்வேறு பா.ஜ.க, தலைவர்களைப் போலவே, அவரும் மோடியால் ஓரங்கட்டப்பட்டார். "அவர்களைப் பின்தொடர்வதன் மூலம் மோடி தரும் செய்தி இதுதான்: "நான் இதனைப் பின்தொடர்கிறேன்... மொத்த நாட்டின் குரல்களையும் மௌனமாக்க நிகழ்த்தப்படும் பல திட்டங்களைப்போல இதுவும் தற்போது கட்சிச் செயல்பாடு,"[155] என்று சொல்வதாகக் கூறினார். உண்மையில் சிலர் பாதிக்கப்பட்டாலும் இந்த இரக்கமற்ற தாக்குதல்கள், அவர்களது குறிக்கோளை நிறைவுசெய்ய உதவியது.

மிகவும் மிதவாதமாகக் கருதப்பட்ட சில இந்து தேசியவாத தலைவர்களுக்கு எதிராகவும்கூட சில ட்ரோல்கள் சென்றனர் என்பது கவனிக்கத்தக்கது. மோடியின் முதல் ஆட்சிக்காலத்தின்போது வெளியுறவுத் துறை அமைச்சர் சுஷ்மா ஸ்வராஜ், தங்களது பாஸ்போர்ட்டுகளைப் பெறவும், அவர்களது பயண ஆவணங்களை சட்டவிரோதமாகத் தரமறுத்த குடிமைப் பணியாளர் மீது தண்டனை நடவடிக்கை எடுக்கவும் இந்து முஸ்லிம் தம்பதிக்கு உதவினார். அப்படிச் செய்ததற்காக அவர் ட்ரோல்களின் தொடர் தாக்குதலுக்கு ஆளானார். அந்த மனைவி ஒரு முஸ்லிமை மணந்ததற்காகவும், கணவரை இந்து மதத்துக்கு மாறவும் சொல்லி அலுவலர்கள் கடுமையாகப் பேசியிருந்தனர்.[156]

விளிம்புநிலை சக்திகளாகக் குற்றவாளிகள்? சாவர்க்கரியத்தை இயல்புநிலையாக்கல்

ஆன்லைன் துன்புறுத்தல்களுடன், நாதுராம் கோட்சே மீதான அவர்களின் அபிமானத்தை முன்னறிவித்தபடி, 'செக்குலரிஸ்ட்டுகளுக்கு' எதிராகக் கண்காணிப்பாளர்களால் பாரம்பரிய வடிவிலான வன்முறைகளும் கட்டவிழ்த்துவிடப்பட்டன. உண்மையில், மதச்சார்பற்றவர்களுக்கு எதிராக வன்முறையைத் தஞ்சமடையலாம் எனச் சொல்பவர்களுக்கு கோட்சே ஒரு அடையாளமாகியுள்ளார். இந்தக் குணாதிசயங்கள் பாரம்பரியமாக சாவர்க்கரிய சிந்தனைப் பள்ளிக்கு உரியதாகும்: விவேகம் மற்றும் நீண்டகால நிகழ்ச்சி நிரல்களின் அடிப்படையிலான ஆர்.எஸ்.எஸ். ஸின் வியூகத்துக்கு மாறாக, சாவர்க்கரியவாதிகள் உடனடியான, தீவிரச் செயல்களைக் கோரியதோடு, தயக்கமும் கூடாதென்றனர். ஆர்.எஸ்.எஸ்., இந்துக்களின் நீண்டகால உளவியல் மற்றும் சமூக மாற்றத்தில் கவனம் குவிக்கிறது, இது குறிப்பிட்ட அளவு

செயலின்மையைக் கோருகிறது, சாவர்க்கர், இந்து மகாசபா மூலமாக அரசியல் செயல்பாட்டைத் தேர்ந்தெடுத்தார், அவரது சீடர்கள் சிலர் ஆர்.எஸ்.எஸ்.ஸை விட்டு விலகி, ராம் சேனா, இந்து ராஷ்டிர தள் (இந்து தேசக் குழுவினர்), போன்ற தங்களது சொந்தப் போராளிகளை உருவாக்கி நேரடி வன்முறைச் செயல்பாடுகளை ஆதரித்தனர். நாதுராம் கோட்சே பிந்தையவர்களின் வரிசையிலிருந்து வந்தவர் எனச் சொல்லப்படுவதுண்டு.[157] சிவசேனா என்ற சிவாஜி படையை உருவாக்குவதற்கு முன், பால் தாக்கரே ஆர்.எஸ்.எஸ்.ஸால் பயிற்றுவிக்கப்பட்டவர். அவரும் இதேபோன்ற பயணத் திட்டத்தைப் பின்பற்றினார்.[158]

இருபத்தியொன்றாம் நூற்றாண்டில் இந்த அரசியல் கலாச்சாரத்துக்கு இந்து மகாசபா உண்மையாகத் திகழ்ந்தது. மீரட்டில் (மேற்கு உத்திரப்பிரதேசம்), கோட்சேவுக்கு ஒரு கோவிலும் சிலையும் அர்ப்பணிக்கப்பட்டுள்ளது,[159] இந்து மகாசபாவின் உள்ளூர் மதகுருவான பூஜா ஷகுன்பாண்டே, காந்தி படுகொலையை மீண்டும் நடிக்க, அந்த வீடியோ வைரலானது. அவள், “கோட்சே காந்தியைக் கொன்றிருக்காவிட்டால் நான் அவரைக் கொன்றிருப்பேன் எனப் பெருமையுடன் சொல்கிறேன்” என அறிவித்தாள்.[160] சொத்து மற்றும் திருமண விவகாரங்களைக் கையாள,[161] ஷரியத் நீதிமன்றங்களுக்குப் போட்டியாக இந்து மகாசபா இந்து நீதிமன்றங்களை அமைக்கவிருந்தது. எந்தவொரு இந்து கண்காணிப்புக் குழுக்களைப் போலவே, மதச்சார்பற்ற இந்தியர்களுக்கு எதிராக இந்து மகாசபாவும் கலாச்சாரக் காவல் மற்றும் வன்முறைச் கலாச்சாரம் இரண்டையும் கொண்டிருந்தது.

மோடியின் முதல் ஆட்சிக்காலத்தின்போது, புதிய தனியார் ராணுவங்கள் பெருகத் தொடங்கியதுடன் தனிநபர்கள் சட்டத்தைத் தங்கள் கைகளில் எடுத்துக்கொள்வது அதிகரித்தபோது பிந்தையது எங்கும் பரவத்தொடங்கியது.[162] 2018இல், ஹரியானாவை அடிப்படையாகக் கொண்ட பசுப் பாதுகாப்புக் குழுவைச் சேர்ந்த இரு உறுப்பினர்கள், ஜே.என்.யூ. கும்பலின் உக்கிரமான நபர்களை அமைதிப்படுத்த மாணவர் தலைவரான உமர் காலித்தை ஒரு பிஸ்டலை வைத்துக் கொல்ல முயற்சிசெய்தது, ஏற்கெனவே முந்தைய அத்தியாயத்தில் சொல்லப்பட்டிருந்தது.[163] ஆனால் கண்காணிப்பாளர்கள் இந்துக்களையும், சுவாமி அக்னிவேஷ் போன்ற மதப் பிரபலங்களையும் தாக்கினர். சுவாமி அக்னிவேஷ், காவி நிற உடை அணியும், ஆர்ய சமாஜின் புகழ்பெற்ற உறுப்பினராக இருந்தபோதும், 2018இல் தொழிற்துறை கட்டுமானத் திட்டமொன்றுக்காக உள்ளூர் பழங்குடிகள் நிலத்தைக் காலிசெய்ய அச்சுறுத்தப்பட்டபோது, அவர்களுக்கு ஆதரவான பேரணியொன்றில் கலந்துகொள்ள

வரும் வழியில் ஜார்கண்டில் (அப்போது பா.ஜ.க.வால் ஆளப்பட்ட மாநிலம்) கொடூரமாகத் தாக்கப்பட்டார். சுவாமி அக்னிவேஷ் அந்த விழாவில் கலந்துகொள்ளும் முன்பாக அவரது உடைகள் கிழிக்கப்பட்டு, அவரது தலைப்பாகை பிடுங்கப்பட்டு, அடித்து உதைக்கப்பட்டார். இந்த நிகழ்வு, ஏற்கெனவே காட்டியதைப்போல பஜ்ரங் தள்ளின் எழுச்சியால், சாவர்க்கரிய கலாச்சாரம் மற்றும் ஆர்.எஸ்.எஸ். நெறிமுறைகள் இவற்றுக்கிடையிலான நெறிமுறைகள் வேகமாக மங்கிவருவதைக் காட்டுகிறது. இந்த நிகழ்வுக்கும் தங்களுக்கும் சம்பந்தமில்லை என சங் பரிவார் கூறியபோதும், போலீஸில் அளிக்கப்பட்டுள்ள புகாரில் இடம்பெற்றுள்ள எட்டு பேர், பஜ்ரங் தள், பா.ஜ.க., அதன் இளைஞர் அமைப்பான பா.ஜ. யுவமோர்ச்சா, மற்றும் ஆர்.எஸ்.எஸ்.ஸைச் சேர்ந்தவர்கள். மேலும் உள்ளூர் சங் பரிவார் பொறுப்பாளர்கள், இறைச்சி சாப்பிடுபவர்கள் மீதான சுவாமி அக்னிவேஷின் சகிப்புத்தன்மை, பழங்குடியினருக்கு ஆதரவான அவரது செயல்பாடு இவற்றையே அவர் தாக்கப்பட்டதற்குக் காரணமாகக் கூறினர். மாவோயிஸ்ட்டுகள் (மாவோயிஸ்ட்டுகள் பழங்குடி சமூகங்களிடையே செயல்பாட்டில் இருந்தனர்), அவரது கிறித்தவ மதமாற்ற அமைப்புகளுடனான தொடர்புகளைச் சுட்டிக்காட்டுவதாக அவர்கள் நம்பினர்.[164] ஒரு மாதத்துக்குப் பின், அப்போது மறைந்த ஏ.பி.வாஜ்பேயிக்கு அஞ்சலி செலுத்தவந்தபோது சுவாமி அக்னிவேஷ் பா.ஜ.க. ஆதரவாளர்களால் மீண்டும் தாக்கப்பட்டார்.[165]

மற்றவர்கள், சங் பரிவாருடன் தொடர்பில்லாத அல்லது பிரதான இந்துத்துவாவுடன் ஏதோ ஒருவிதத்தில் தொடர்பை வைத்திருக்கும் முன்னாள் ஆர்.எஸ்.எஸ். உறுப்பினர்களால் நிறுவப்பட்ட அமைப்பைச் சேர்ந்த கொலையாளிகளால் பாதிக்கப்பட்டவர்கள். சனாதன் சன்ஸ்தா (நித்திய அமைப்பு) முதல் வகைப்பாட்டுக்கு நல்லதொரு உதாரணமாகத் திகழ்கிறது. இது ஜெயந்த் பாலாஜி அத்வாலேவால் உருவாக்கப்பட்டது, ஹிப்னோதெரபிஸ்ட்டான இவர் ஆன்மிகத்தையும் அறிவியலையும் இணைக்க முயல்பவர். 1995இல் இந்த அமைப்பு தொடங்கப்பட்டது என்பதைத் தவிர இதன் வரலாற்றைப் பற்றி மிகக் குறைவாகவே அறியப்பட்டிருக்கிறது. கோவாவிலுள்ள அதன் ஆஸ்ரமத்தை தலைமையகமாகப் பயன்படுத்துகிறது. இவ்வமைப்பு ஒரு இந்து ராஷ்ட்ரத்தை நிறுவவிரும்புவது இதன் செய்தித் தொடர்பு இதழான சனாதன் பிரபாத் மூலம் வெளிப்படையாகிறது.[166] அத்வாலேவின் நூலான, ஷத்ரதர்மா (ஷத்ரியர்களின் மதம்), வெளிப்படையாகவே அரசியலில் வன்முறையை நியாயப்படுத்துகிறது.[167] இருவிதமான வன்முறைச் செயல்கள் குறித்த காவல்துறையினரின் விசாரணையை அடுத்து

இந்தக் குழு பொதுமக்களின் கவனத்துக்கு வந்தது. முதலாவதாக, இந்துக் கடவுள்களை மோசமான விதத்தில் காட்டும் நாடகங்களிலும்[169] நிந்தனையாகக் கருதப்படும் கொண்டாட்டங்களிலும் (கோவாவில் தீபாவளிக்கு முந்தைய நாள் நரகாசுரன் கொண்டாடப்படுவது போன்றவை)[168] சன்ஸ்தா வெடிகுண்டுகளை வைத்தது. இரண்டாவதாக, சன்ஸ்தா சதக் (உண்மை தேடுபவர்கள்), 2008இல் மொகலாயப் பேரரசர் அக்பரை நேர்மறையான விதத்தில் காட்டிய ஜோதா அக்பர் திரைப்படத்தைத் திரையிட்டபோது, (மும்பைக்கு அருகிலுள்ள) பான்வெலிலுள்ள சினிராஜ் திரையரங்கில் மேம்படுத்தப்பட்ட வெடிக்கும் கருவியைப் பயன்படுத்தினர். இதில் ஐந்து சதக்குகள் கைதுசெய்யப்பட்டனர்.[170]

பின், 2013-க்கும் 2017-க்கும் இடையில் நான்கு ‘தாராளவாதிகளின்’ கொலைகளை வெளிப்படையாக மேற்கொண்டது சன்ஸ்தா.[171] நரேந்திர தபோல்கர், மகாராஷ்டிர மூடநம்பிக்கை ஒழிப்புக் குழு, கோவிந்த் பன்சாரே, முன்னாள் இந்திய கம்யூனிஸ்ட் கட்சி உறுப்பினர், எம்.எம். கல்புர்கி, ஹம்பியிலுள்ள கன்னடப் பல்கலைக்கழகத்தின் துணைவேந்தர், கௌரி லங்கேஷ், இந்துத்துவாவுக்கு எதிராக அவர் எடுத்த நிலைப்பாடு, காட்டிய தைரியம் காரணமாக இந்து தேசியவாதிகளின் கடும் வெறுப்புக்குள்ளான பெங்களூரு பத்திரிகையாளர்.[172] முதல் மூன்று பேர் பகுத்தறிவுவாதிகள் என அறியப்பட்டவர்கள், பி.சாய்நாத் சுட்டிக்காட்டுவதுபோல, “அடிப்படைவாதிகளின் கவனம் பகுத்தறிவுவாதிகளைக் கொல்வதில் இருந்தது. அவர்கள் மதச்சார்பற்ற அலைவரிசையை முழுமையாகத் தாக்கினார்கள், ஆனால் பகுத்தறிவுச் செயல்பாட்டாளர்களுக்காகத் தங்களது மோசமான பகுதியைக் காத்துக்கொண்டனர். அனைத்துக்குமேலாக, அவர்கள் அடிப்படைவாத புராணங்களின் மையத்தைத் தாக்கி மூடநம்பிக்கையை விமர்சிப்பவர்கள்.”[173]

மகாராஷ்டிர அரசு, மூடநம்பிக்கைக்கெதிரான மசோதா ஒன்றை நிறைவேற்றவேண்டுமென நம்பச்செய்ய முற்பட்டது முதற்கொண்டே தபோல்கருக்கு எதிராக சன்ஸ்தா பிரச்சாரம் செய்யத்தொடங்கியது.[174] பன்சாரே, அவரது புத்தகத்தில் சிவாஜி தனது படை பரிவாரங்களில், மெய்க்காப்பாளர்கள் வரை முஸ்லிம்களை வைத்திருந்தார் எனக் கூறியதற்காக சன்ஸ்தா செயல்பாட்டாளர்களால் கொல்லப்பட்டார் என நம்பப்படுகிறது.[175] இந்த இரு கொலைகளும் மற்றும் கல்புர்கியின் கொலையும் ஒரே ஆயுதத்தால் நிறைவேற்றப்பட்டிருக்கிறது என்பதற்கான ஆதாரத்தை காவல்துறை கொண்டுள்ளது.[176]

கௌரி லங்கேஷ் வழக்கில், குற்றம்சாட்டப்பட்டவர்களின் ஒருவரான கே.டி.நவீன்குமாரின் ஒப்புதல் வாக்குமூலம், சங்

பரிவார் மற்றும் விளிம்பு அமைப்புகளின் இணைப்பாகத் திகழும் செயல்பாட்டாளர்கள் திரளின் சமூகவியல், உளவியலை வெளிப்படுத்துவதாக இருக்கிறது. குமார், கர்நாடகாவின் பழமையான ஆர்.எஸ்.எஸ். கோட்டையான மங்களூருக்கு அருகில் பஜ்ரங் தள் உறுப்பினராகத் தனது இந்து தேசியவாத பணியைத் தொடங்கினார்.[177] பின் தனது சொந்த அமைப்பைத் தொடங்கி, பின் அவனிடம் கௌரி லங்கேஷ் பற்றிக் கூறிய பிரவீண் உள்ளிட்ட சனாதன் சன்ஸ்தா தலைவர்களைச் சந்தித்தார். பிரவீணிடம் ஒருவன், "இந்துக்களுக்கு எதிரான கருத்துகளுக்காக அவளைக் கொல்வதென" தீர்மானித்திருப்பதாகக் கூறினான்.[178] லங்கேஷ் உண்மையிலேயே சமரசம் செய்துகொள்ளாத மதச்சார்பற்ற பத்திரிகையாளராகத் திகழ்ந்ததோடு, தனது எண்ணங்களைச் சுதந்திரமாக அவரது டேப்ளாய்ட் அளவிலான வாராந்திர கன்னடப் பத்திரிகையில் வெளிப்படுத்திவந்தார். அதன் விளைவாக, பா.ஜ.க. பாராளுமன்ற உறுப்பினர் உள்ளிட்ட, இந்து தேசியவாதத் தலைவர்களால் அவர்மீது அவமதிப்பு வழக்குகள் தொடுக்கப்பட்டன.[179] மற்றொரு பா.ஜ.க. தலைவரும், முன்னாள் கர்நாடக அமைச்சருமான ஒருவர், கௌரியின் மரணம் குறித்து, அவரது எழுத்துகளை மேற்கோள் காட்டி: "கௌரி லங்கேஷ் இத்தகைய கட்டுரைகளை எழுதுவதிலிருந்து விலகியிருந்திருந்தால், அவர் அநேகமாக இன்று உயிருடன் இருந்திருப்பார். கௌரி, எனக்கு ஒரு சகோதரியைப் போன்றவர். ஆனால் எங்களுக்கு எதிராக அவர் எழுதிய விதம், ஏற்றுக்கொள்ளமுடியாதது."[180]

அத்தகைய கூற்றுகள் ஒரு தெளிவான செய்தியைச் சுமந்திருக்கின்றன: பிறரும் 'ஏற்றுக்கொள்ளமுடியாத' சிலவற்றைச் சொல்கையில், அவர்களும் இதே நிலைமைக்கு உள்ளாகலாம். முன்னாள் அமைச்சராகவும் நடப்பு பா.ஜ.க. சட்டமன்ற உறுப்பினராகவும் இருந்த ஒருவர் வெளிப்படுத்திய இத்தகைய எச்சரிக்கை, சங் பரிவாருக்கும் சாவர்க்காரிய அமைப்புகள் என வர்ணிக்கப்படும் மற்ற இந்துத்துவ பாரம்பரிய விளிம்புநிலைக் குழுக்களுக்கு இடையிலான எல்லைக்கோட்டை மங்கச்செய்துவிட்டது என்பதே உண்மை.

லங்கேஷ் கொலைக்குப் பின், எல்லைக்கோடு இரு காரணங்களால் மேலும் தெளிவின்றி ஆனது. முதலாவதாக, காவல்துறை பன்னிரண்டு க்ரூட் வெடிகுண்டுகள், ஜெலட்டின் குச்சிகள், டெட்டனேட்டர்[181] உள்ளிட்ட பெரிய அளவிலான ஆயுதங்களையும் இன்னும் 36 பேரை இலக்காகக் கொண்ட விரிவான திட்டங்களையும் கைப்பற்றியது[182] என்றபோதும், 2015இல் தபோல்கர், பன்சாரே கொலைக்குப் பின் மகாராஷ்டிராவின் தீவிரவாதத் தடுப்புப் பிரிவு எதிர்பார்த்த

விஷயங்கள் சிக்கியபோதும்,[183] அவர்களது விசாரணையின்போது அரசானது சனாதன் சன்ஸ்தாவைத் தடைசெய்வதிலிருந்து விலகியே காணப்பட்டது. இன்னும்சொன்னால், விசாரணையும் குற்றச்சாட்டுகளை வரையறைசெய்தலும் குறிப்பிடத்தக்க அளவில் மெதுவாகக் காணப்பட்டது.[184] இரண்டாவதாக, லங்கேஷின் மரணம்குறித்து சமூக ஊடகங்களில் மிகவும் நாகரிகமற்ற கருத்துகளைப் பதிவிட்ட சிலரை மேல்மட்ட பா.ஜ.க. தலைவர்கள் பின்தொடர்ந்தனர். பிரமோத் முத்தலிக்கின் ட்வீட்டுக்கு பிரதிவினையாக, ராம்சேனா நிறுவனரும் சிக்மகளூர் (கர்நாடகா) பா.ஜ.க. சட்டமன்ற உறுப்பினருமான சி.டி. ரவி ஆன்லைனில்: "கௌரி லங்கேஷை நாய்களுடன் ஒப்பிட்ட முத்தலிக்கின் கூற்றை நான் கண்டிக்கிறேன். அவர் நாய்களை அவமதித்துவிட்டார்" என அறிவித்தார். அந்தச் சமயத்தில் ரவியை ட்விட்டரில் பின்தொடரும் 1,17,000 பேரில் நரேந்திர மோடியும் அடக்கம். அதேபோன்றதொரு ட்விட்டை பதிப்பித்த ரூப் தாரக், அப்போதைய பா.ஜ.க. தலைவர் அமித் ஷாவால் பின்தொடரப்பட்டார். அவரது ட்வீட் நிகுன்ஷாகுவால் முன் அனுப்பப்பட்டது, அவர் பிரதமர் நரேந்திர மோடியின் அதிகாரப்பூர்வ ஹேண்டில்களால் பின்தொடரப்பட்டார்.[185] கௌரி லங்கேஷை ட்ரோல் செய்த பல ட்விட்டர் கணக்குகளை மோடி ஏற்கெனவே பின்தொடர்ந்துகொண்டிருந்தார்.[186]

சாவர்க்கரிய இயக்க முறைமையை மரபாகப் பெற்ற விளிம்புநிலைக் கூறுகள் என்றழைக்கப்படுபவைக்கும், ஆர்.எஸ்.எஸ்.ஸால் உள்ளடக்கப்பட்ட இந்துத்துவ பிரதான அமைப்புகளுக்கும் இடையிலான ஊடுருவல் இயல்பானது, பெரிதும் கண்காணிப்புக் குழுவான பஜ்ரங் தள்ளின் பங்கே பெரிதும் இணைப்புப் புள்ளியாக அமைந்தது. இந்த நிலை ராம் சேனாவால் (ராமின் படைகள்) நன்கு விளக்கப்பட்டிருக்கிறது. கர்நாடகாவை தளமாகக் கொண்ட இவ்வமைப்பின் நிறுவனரான, பிரமோத் முத்தலிக், பல்வேறு சுயம்சேவக்குகளைப் போலவே சிறுவனாக இருக்கும்போதே ஆர்.எஸ்.எஸ்.ஸில் இணைந்து, தனது செயல்பாட்டைத் தொடங்கியவர். பெரும்பாலானவர்களைப் போலவே, 1975-77 அவசரநிலை காலகட்டத்தின்போது ஆர்.எஸ்.எஸ். உறுப்பினர் என்பதற்காக சிறைசென்றவர். அவர் 1993இல் பிரச்சாரக்காக ஆக்கப்பட்டு வி.ஹெச்.பி.க்கு மாற்றப்பட்டார். அந்த நேரம் அவரது தலைவராக இருந்த அசோக் சிங்கால், அடுத்த வருடம் அவருக்கு பஜ்ரங் தள்ளின் பிராந்தியக் கிளையை அமைக்கும் பணியைக் கொடுத்தார்.[187] 2001இல், அவர் இந்தியாவின் நான்கு முக்கிய தென்னக மாநிலங்களின் பஜ்ரங்தள் தலைவராக ஆனார். ஆனால் சில காரணங்களால், அவர் சங் பரிவாரிலிருந்து முறித்துக்கொண்டு 2005இல் ராம்

சேனாவை உருவாக்கினார்.[188] செப்டம்பர் 2008இல், பெங்களூரில் நடந்த தாக்குதல்கள் இஸ்லாமியத் தீவிரவாதிகளின் மீது ஏற்றிச்சொல்லப்பட்டபோது, அவர் 700 உறுப்பினர்களைக் கொண்ட தனது அமைப்பானது, தற்போது தற்கொலை குண்டுவெடிப்பு குறித்த பயிற்சியைப் பெற்றுவருவதாக அறிவித்தார். "எங்களிடம் இனியும் பொறுமை இல்லை. பழிக்குப் பழி என்னும் மந்திரம் மட்டுமே இந்து மதத்தைக் காப்பாற்றும். இந்துக்களின் மத முக்கியத்துவமுள்ள மையங்கள் குறிவைக்கப்பட்டால், எதிர்த்தரப்பின் மத மையங்கள் இரு மடங்காக அடித்துநொறுக்கப்படும்" என்றார்.[189]

ராம் சேனா, சனாதன் சன்ஸ்தாவைப்போல் வெடிகுண்டுகளை வைக்கத் தொடங்கியது. 2008இல் ஹூப்ளி குண்டுவெடிப்புக்கு முத்தலிக்கின் நெருங்கிய கூட்டாளிகளில் ஒருவனே காரணமென போலீஸ் மதிப்பிட்டது. ஆனால் அடுத்த வருடம் அவ்வமைப்பின் உறுப்பினர்கள் சிலர் மங்களூரு பப் ஒன்றில் பொது இடத்தில் மது அருந்துவதன் மூலம் இந்துப் பாரம்பரியத்தை மீறுவதாகக் கூறி, ஒரு பெண்ணின் பின்னால் செல்லும்வரை, அவர்கள் தலைப்புச்செய்தியில் இடம்பெறவில்லை: 'குற்றம் செய்தவர்களை' ஆர்வலர்கள் துன்புறுத்துவதைக் காட்டும் அமெச்சூர் வீடியோக்கள் சமூக ஊடகங்களில் பரவியது. திரைக்குப் பின்னால் செயல்பட விரும்பும் சங்பரிவாரைப் போலல்லாமல், ராம் சேனை அதன் தார்மீகக் கட்டுப்பாட்டை நடத்துவதில் வெளிப்படையாகப் பலத்தைப் பயன்படுத்துகிறது.

எனினும், சங் பரிவாரும் ராம் சேனாவும் 2010இல் நெருங்கிவந்தது. அது, மார்ச் 2014இல் முத்தலிக் கர்நாடகாவின் பா.ஜ.க.வில் மிகுந்த விருப்பத்துடன் இணையுமளவுக்குப் போனது. எனினும், அவரை ஏற்றுக்கொள்வதென்ற பா.ஜ.க.வின் பிராந்தியக் கிளையின் முடிவை தேசியத் தலைமையகம் நிராகரித்ததால், அவர் சில மணி நேரங்களே உறுப்பினராக நீடித்தார்.[190]

சில மாதங்களுக்குப் பின், மோடி தேர்வுசெய்யப்பட்டதானது இந்து தேசியவாதிகளுக்கு சிறகை வழங்கியதால், முத்தலிக்கைப் போன்ற குணாம்சம் உடையவர்களிடம் சங் பரிவார் குறைந்த ஒதுக்கத்தையே காட்டியது. மேலே விவாதிக்கப்பட்ட இரு இந்து தேசியவாத பாரம்பரியங்களும் ஒன்றிணைந்ததற்கான முக்கிய அறிகுறி இது, 2017இல் உத்தர பிரதேச முதல்வராக யோகி ஆதித்யநாத்தை நியமனம் செய்ததன் மூலம் இந்த உண்மை மேலும் உறுதிப்படுத்தப்பட்டது. பா.ஜ.க. தலைவர்கள் கண்காணிப்புக் குழுக்களின் தீவிரவாதச் செயல்களுக்கு ஒப்புதல் தந்தது மட்டுமல்லாமல், அவர்களது கட்சியும் தீவிர குணாதிசயங்களைக் கொண்டவர்களுக்கு இடமளித்தது.

பஜ்ரங் தள்ளே, இந்தவிதமான மேல்நோக்கிய இயக்கத்துக்கான பிரதான வழியாக அமைந்தது. சங் பரிவாருக்கு மனித மறுவளங்களை ஒதுக்கும் பொறுப்பிலுள்ள நாக்பூரை அடிப்படையாகக் கொண்ட ஆர்.எஸ்.எஸ். அமைப்பின் ஆசிர்வாதம் அல்லது செயல்துடிப்பான தலையீட்டுடன் பஜ்ரங் தள் செயல்பாட்டாளர்கள் தேசிய, மாநில, உள்ளூர் அளவில் கட்சிக்கு மாற்றப்பட்டனர். உதாரணமாக உள்ளூர் அளவில் பஜ்ரங் தள் செயல்பாட்டாளரான பிரேமி, பா.ஜ.க.வின் மாவட்டச் செயலாளரானார்.[191] தேசிய அளவில், மோடி அரசாங்கத்தில் 2019இல் அமைச்சராக நியமிக்கப்பட்ட பிரதாப் சந்திர சாரங்கி, ஒடிஸாவில் 1999இல் கிரகாம் ஸ்டெயின்ஸும் அவரது மகன்களும் கொல்லப்பட்டபோது பஜ்ரங் தள்ளின் மாநில தலைவராக இருந்தவர். அயோத்தியில் ராமர் கோவில் கட்டுவதற்கான போராட்டத்தின்போது ஒடிஸா மாநில சட்டசபையை அவரும் அவரது சீடர்களும் சேதப்படுத்தினர்.[192] சாரங்கியும் அறுபத்தியாறு போராட்டக்காரர்களும் கலகம் செய்தல், தீவைப்பு மற்றும் தாக்குதல் குற்றச்சாட்டில் காவலர்களால் கைதுசெய்யப்பட்டனர்.[193] மக்களவை உறுப்பினராகவும் முதல்முறை பாராளுமன்ற உறுப்பினராகவும், அவர் தனது போர்க்குணத்தை வெளிப்படுத்தும்வகையில், ‘வந்தே மாதரம்’ சொல்லாதவர்கள், ‘இந்தியாவில் வசிக்க உரிமையற்றவர்கள்’ எனச் சொன்னார்.[194] சங் பரிவாருக்குள் பஜ்ரங் தள் போன்ற கண்காணிப்பு மனநிலையின் செல்வாக்கு வளர்ந்துவருவது -வன்முறையைச் சட்டப்பூர்வ செயல்முறையாகக் கொண்ட, சாவர்க்காரிய பாரம்பரிய வாரிசுகளுடன் சங் பரிவாரின் நல்லிணக்கத்தைப் பெரிதும் விளக்குகிறது,

பகுதி 2இன் நிறைவு

இந்தப் புத்தகத்தின் இரண்டாம் பகுதி, இந்தியாவில் மூன்று மாறுபட்ட வழிகளில் இன ஜனநாயகத்தின் வெளிப்பாட்டைக் காட்டுகிறது. முதலில், மத்தியிலும் மாநிலத்திலும் உள்ள பா.ஜ.க. அரசுகள், பசுக்களுக்கான சட்டப் பாதுகாப்புகளை அதிகரிப்பதன் மூலமும், ஆர்.எஸ்.எஸ்-ஸுக்கு அரசைத் திறந்துதருவதன் மூலமும், நாட்டின் வரலாற்றைத் திருப்பியெழுதுவதன் மூலமும், (கல்வியாளர்கள், மாணவர்கள் உள்ளிட்ட) மதச்சார்பற்றவர்களைத் துன்புறுத்துவதன் மூலமும், நாட்டில் செயல்படுகிற அரசுசாரா அமைப்புகளின் எண்ணிக்கையைக் குறைத்தும், அதேயளவில் அவற்றின் செயல்படும் திறமையைக் குறைத்தும் இந்துக் கலாச்சாரத்துக்கான அவர்களது வரையறையை ஊக்குவித்தன.

இரண்டாவதாக, முதல் மோடி அரசின் கீழ், மதமாறுதல், லவ் ஜிகாத், நில ஜிகாத்துக்கு எதிரான சங் பரிவாரின் போராட்டங்கள், பசுப் பாதுகாப்பு திட்டங்களுக்காக அவர்கள் திரும்பத் திரும்ப மேற்கொண்ட பிரச்சாரங்களில் சிறுபான்மையினர்-பெரிதும் கிறித்துவர்களும் முஸ்லிம்களும்-களங்கப்படுத்தப்பட்டதுடன் பலிகடாவாகவும் ஆகினர். இத்தகைய பிரச்சாரங்கள் மிரட்டல்களாகவும், வன்முறையாகவும் மாறியதுடன், முஸ்லிம்களின் படுகொலையாகவும் மாறியது.

மூன்றாவதாக, இந்தப் பிரச்சாரங்கள் பல நேரங்களில் சங்பரிவாருடன் தொடர்புடைய கண்காணிப்புக் குழுக்களால் முன்னெடுக்கப்பட்டன. இத்தகைய குழுக்களில் மிகவும் முக்கியமானது பஜ்ரங் தள், இது ஏற்கனவே அயோத்தி இயக்கத்தின்போது சங் பரிவாரின் தாக்குதல் படையாகச் செயல்பட்டது மட்டுமல்லாமல், மண்டல் ஆணையத்தின் அறிக்கையை அமல்படுத்துவதில் மிகவும் ஆர்வமாக இருந்த சாதாரண மக்களைச் சென்றடைவதற்கான சாதனமாகவும் வளர்ந்துவந்தது. 2014-க்குப் பிறகு கட்டவிழ்த்துவிடப்பட்ட கலாச்சார காவல் துறைக்குத் தேவையான செயல்பாட்டாளர்களின்

அத்தியாவசியமான வலையமைப்பை சங் பரிவாரின் சாமானியமயமாக்கல் கொண்டிருந்தது.

இந்தியாவில்-முக்கியமாக பா.ஜக. ஆளும் மாநிலங்களில் இந்து தேசிய கண்காணிப்பியம் புதிதில்லை என்றபோதும், பா.ஜக. அதிகாரத்துக்கு வந்தது கண்காணிப்பின் அளவிலும் சாராம்சத்திலும் மாற்றத்தைக் கொண்டுவந்தது, அது தேசத்தின் அரசியல் ஆட்சியையே மாற்றியது. இந்துக் கண்காணிப்பியம், பொது இடங்களில் நடக்கும் முஸ்லிம் தொழுகைகளுக்கு இடையூறு செய்தல், சிறுபான்மையினரை ஓய்வெடுக்கவிடாமல் செய்தல் போன்ற அறநெறிக் காவலின் புதிய பகுதிகளை விரிவுபடுத்துவதன் மூலம் மேலும் முறைப்படுத்தப்பட்டதாக மாறியது. சீரான இடைவெளியில் பிரச்சாரங்களை மேற்கொண்டது, நிரந்தர அணிதிரட்டல் நிலையை உருவாக்கி-சிறுபான்மையினரை நிரந்தர பயமுறுத்தல் நிலைக்கு உட்படுத்தியது. பா.ஜக. ஆட்சிக்கு வரும்முன், இந்து கண்காணிப்புவாதிகள் தங்களது செயல்களுக்கான காவல்துறையின் தண்டனை குறித்துப் பயந்தனர். 2014 முதல், பா.ஜக. சீட்டு வழங்கியதால் பதவிக்குத் தேர்ந்தெடுக்கப்பட்ட அல்லது சிறப்பு ஆலோசகர்களாகத் தேர்ந்தெடுக்கப்பட்டு அரசு இயந்திரத்தில் ஒரு பகுதியாக மாறி, உள்ளுக்குள் இருந்து அரசில் செல்வாக்குச் செலுத்தும் நிலையில் சங் பரிவார் தலைவர்கள் இருந்ததால், அவர்களால் வழிநடத்தப்பட்ட, அல்லது ஏற்பாடுசெய்யப்பட்ட-இந்தக் குழுக்கள் பாதுகாக்கப்பட்டு வருகின்றன.

அதிகாரப்பூர்வமாக, அரசானது தான் தொடர்ச்சியாக கடைபிடிப்பதாகக் கூறும் சட்டத்தை உடைப்பதோ அல்லது அரசியலமைப்பின் உத்வேகத்தை மீறுவதோ கிடையாது. ஆனால் அதிகாரிகள் மற்றும் அவர்களது செயல்கள் பனிமலையின் வெளித்தெரியும் நுனிமட்டுமே. மேலும், சில கௌ ரக்சக்குகள் குற்றச்செயல்பாட்டுடன் நடந்துகொண்டதாக மோடி குற்றம்சாட்டியபோது, அவர் ஆர்.எஸ்.எஸ். தலைவர்களால் விமர்சிக்கப்பட்டதுடன், கூறியதைத் திரும்பப்பெற நிர்பந்திக்கப்பட்டார். ஏனெனில், வெளித்தெரியும் பனிமலை நுனியின் ஆழத்தில், நடைமுறை இந்து ராஷ்டிரா உருவாக்கத்துக்கான ஏற்பாடுகளை ஒருங்கிணைத்துவந்தது ஆர்.எஸ்.எஸ்.ஸே ஆகும்.

தெருவில் இருக்கும் கண்காணிப்பாளர்களைப் போலவே, அச்சுறுத்தவும் அவதூறுசெய்யவும், தவறான தகவல்களைத் தரவும் கணினித்திரைகளின் பின்னால் முகம்தெரியாத ட்ரோல்களின் படையும் இந்த இணை அதிகார அமைப்புக்குப் பின்னால் ஒளிந்திருக்கிறது. இவ்வாறாக, சங் பரிவார் ஒரு

நடைமுறை இன ஜனநாயகத்தை உருவாக்கிவருகிறது. அரசு இயந்திரத்தைக் கட்டுப்படுத்துவதைவிடவும் இந்தக் குழுவுக்கு இது முக்கியமானது. சட்டத்தின் பெயரால் தலையிடுவதைத் தடுப்பதற்கும், நடுநிலையாக்கவும் அது முயல்கிறது. மோடி நாட்டின் உயர்ந்த பதவியைக் கைப்பற்றியதன்மூலம் ஆற்றும் சேவையின் குறிக்கோள் இதுதான். ஆர்.எஸ்.எஸ்.ஸின் பிரதான பணி அதன் இயல்பிலிருந்து மாறுபட்டதாகும்: அரசு அதிகாரத்தை அல்லாமல் மனங்களை வெல்வதும், சட்டங்களை விதிப்பதைவிடவும் கலாச்சார, சமூகப் பழக்கங்களைச் சுமத்துவதும் அதன் இலக்காகும். கண்காணிப்புவாதிகளின் அறநெறி மற்றும் சமூகக் காவலானது, இந்தியாவை படிப்படியாக இந்தப் பாதையில் பயணிக்கச் செய்வதை நோக்கத்தில் கொண்டதே. தேசத்தைச் சுற்றி எழுப்பப்பட்டுள்ள சட்டச் சட்டகத்தை மாற்றுவது அத்தியாவசியமானதல்ல. கட்சியோ இன்னும் சிறுபான்மைக் கட்சிதான் என்பதால், சட்டத்தை மாற்றுவது சந்தேகத்தைக்[1] கிளப்பும், ராஜ்ய சபாவிலுள்ள இதர அரசியல் சக்திகளிடம் பா.ஜ.க.வை சமரசம் செய்துகொள்ளக் கட்டாயப்படுத்தும்.

அந்த அர்த்தத்தில், பரிவாரின் வியூகம் சாவர்க்கரியவாதிகளின் பாரம்பரிய அணுகல்முறைகளிலிருந்து மாறுபடுகிறது. முன்னால் சொல்லப்பட்டவர்கள் சமூகத்தை நீண்டகால நோக்கில் வெற்றிகொள்ளவும் மாற்றியமைக்கவும் கண்காணிப்பைப் பயன்படுத்துகிறார்கள். அடிமட்ட அளவில் செயல்புரிந்து, வற்புறுத்தல் (ஆர்.எஸ்.எஸ். வழிமுறை) பலவந்தம் (பஜ்ரங்தள் வழி) மூலமாகத் தன் எண்ணங்களைச் சுமத்தவும் பிரச்சாரம் செய்யவும் செய்கிறது பரிவார். இத்தகைய வழிமுறைகளில் நிறைந்திருக்கும் அடிப்படை மதிப்பீடுகள், ஜாதி அமைப்பு மற்றும் ஆண்வழிச் சமூகத்திலிருந்து பெற்ற பழமையான மதிப்பீடுகளாகும். ஆர்.எஸ்.எஸ்.ஸானது சமூகத்தைத் திருத்துவதற்கும் கூட்டு உளவியலுக்கும் முக்கியத்துவமளிக்கையில், சாவர்க்கரியவாதிகள் வன்முறையான வழிமுறைகள் உள்ளிட்ட நேரடி அரசியல் செயல்பாடுகளில் நம்பிக்கை கொண்டிருக்கிறார்கள். அவர்கள் சமூகத்தைவிடவும் தேசத்தை வெற்றிகொள்வதிலோ அல்லது அதனைச் சீர்குலைப்பதிலோ அதிக ஆர்வம்கொண்டவர்களாக இருக்கிறார்கள், மேலும் முறைப்படுத்தப்பட்ட வன்முறையைத் தஞ்சமடைகிறார்கள். இந்த வன்முறைக் கலாச்சாரம், சனாதன் சன்ஸ்தா உள்ளிட்ட விளிம்புநிலைக் குழுக்கள் மூலம் மீண்டும் உயிர்ப்புக்குக் கொண்டுவரப்பட்டது. இந்த அமைப்பு 2014-க்குப் பிறகு ஆட்களை இலக்குவைத்துக் கொலைகளில் ஈடுபட்டது.

முதல் மோடி அரசாங்கத்தின்கீழ், கண்காணிப்பியத்தின் எழுச்சி இந்த இரு குழுக்களுக்கிடையான முரணை மங்கச்செய்தது, சங் பரிவாரின் வழிவந்த பஜ்ரங் தள் சிந்தனைப் பள்ளி, சாவர்க்கரியவாத அம்சங்களைப் பெருமளவில் பகிரத் தொடங்கி அதனுடன் ஒன்றாகத் தொடங்கியது. நிச்சயமாக, பா.ஜ.க.வும் ஆர்.எஸ்.எஸ். ஸூம் தங்களது அழுக்கான வேலைகளை பஜ்ரங் தள்ளிடம் ஒதுக்கி, மரியாதைக்குரிய தோற்றத்தைப் பேண முயற்சித்தன, ஆனால்- பஜ்ரங் தள்ளைச் சேர்ந்தவர்கள் பா.ஜ.க. உறுப்பினர்களாகவும் அமைச்சர்களாகவோ அல்லது துணை முதல்வராகவோ ஆனதிலிருந்து பஜ்ரங் தள் பாணி படிப்படியாக சங் பரிவாரிலும் அரசிலும் வியாபித்தது வெளிப்படையானது. ஆன்லைன் கண்காணிப்பியவாதிகளும் அரசியலுக்குள் இடம்மாறினர் என்பது, புகழ்பெற்ற தேசியவாத ட்ரோலான தஜிந்தர் பால் சிங் பக்கா பா.ஜ.க. செய்தித் தொடர்பாளராக நியமிக்கப்பட்டதிலிருந்து தெளிவானது.[2] இத்தகைய முன்னேற்றங்கள் யோகி ஆதித்யநாத்தின் உத்தர பிரதேசத்தில் உருவான கண்காணிப்பு அரசை உருவாக்குவதில் சென்றுமுடிந்தது.

பனிமலை என்ற உருவகம், இணை அதிகார அமைப்பு மாதிரியை விவரிக்கப் பயனுள்ளதாக இருந்தால், அரசு கண்காணிப்பிய வகைப்பாட்டைச் சிறப்பாகப் புரிந்துகொள்ள மிதக்கும் பனிக்கட்டி முனை என்பது, பயனுள்ள பிம்பமாக இருக்கும். யோகி ஆதித்யநாத்தின் உத்தர பிரதேசத்தில் எதுவும் உண்மையில் மறைவானதில்லை: முதல்வர், மதச்சார்பற்ற அரசியலமைப்பை மதிப்பதாகக் கூறமுடியாத ஒரு மதநம்பிக்கையின் தலைவர் மட்டுமல்ல, நீதிமன்ற நடைமுறைகளுக்கு உள்ளான போராளிக்குழுவின் தலைவரும்கூட. சிறுபான்மையினர் இரண்டாம்தர குடிமக்களாக வாழும் ஒரு ஆட்சியை நிறுவவிரும்பும் மதப்பிரிவின் தலைவர் மட்டுமல்ல யோகி ஆதித்யநாத், அந்த ஆட்சியில் காவலர்கள்கூட (முகமற்ற குழுக்கள் எனப்படும்) கண்காணிப்பு குழுக்களைவிடவும், சிறுபான்மையினரை மண்டியிடவைக்க பலப்பிரயோக யுக்திகளைப் பயன்படுத்தும் நபர்கள். மோடியின் முதல் ஆட்சியின்போது ஸ்படிகமாக இறுகி, 2019 தேர்தலுக்குப் பின் இரண்டாவது ஆட்சியில் தன்னைத்தானே உறுதிப்படுத்திக்கொண்ட, சர்வாதிகார முறையின் பல்வேறு அம்சங்களில் ஒன்றே அரசின் கண்காணிப்பியம் என்பதை இந்நூலின் மூன்றாம் பாகம் காட்டுகிறது.

பகுதி 3

போட்டி எதேச்சதிகாரத்தின் இந்திய பதிப்பு

இந்த இயத்தின் கோட்பாட்டாளர்கள் காட்டுவதுபோல, ஜனரஞ்சகவாதம் பலசமயங்களில் எதேச்சதிகாரத்துக்கு இட்டுச்செல்கிறது, இரண்டாவது அத்தியாயத்தில் குறிப்பிட்டிருப்பதுபோல, ஜேன்-வெர்னர் முல்லர் ஜனரஞ்சகவாதிகள் பன்மைத்துவத்துக்கு எதிரானவர்கள், ஏனெனில் அவர்கள் அனைத்து மக்களையும் பிரதிநிதித்துவம் செய்வதாகக் கூறுவதோடு, அரசியல் எதிர்த்தரப்பினரை தேவையற்றவர்களாக மட்டுமின்றி, சட்டவிரோதமானவர்களாகவும் தேசவிரோதியாகவும் ஆக்குகிறார்கள் என வாதிடுகிறார். அத்தியாயம் 2இல் மீள்பார்வை செய்யப்பட்ட எட்வர்டு ஷில்லின் கருதுகோளும், ஜனரஞ்சகவாதி, அவனே மக்கள் என்பதால் அமைப்புகளுக்கு மேலாக எழுந்துநிற்கிறான். அவனது சட்டபூர்வத்தன்மை அதிகார மையங்களுக்கு மேலாகப் பரவிநிற்கிறது-அதிகார மையங்கள் சட்டப்பூர்வமானது என்றாலும், அவனது சட்டபூர்வத்தன்மையுடன் அவற்றின் சட்டபூர்வத்தன்மை போட்டியிடமுடியாது.

தேசிய ஜனரஞ்சகவாதிகள், ஜனநாயகத்துக்கு இன்னும் அதிக அபாயகரமானவர்கள், ஏனெனில், அவர்கள் உள்ளடக்குவதாகக் கூறும் மக்களிடமிருந்து சிறுபான்மையினரை விலக்குகின்றனர். அவர்களது செயல்திட்டம் பலசமயங்களில் சிறுபான்மையினரை இரண்டாம்தர குடிமக்களாகக் குறைக்கும் இன ஜனநாயக வடிவில் கொண்டுபோய்விடுகிறது. அது தன்னளவில் ஜனநாயகத்துக்கெதிரானது, பிரத்யேகமாக இந்தியாவில், இந்தச் செயல்முறையில் சிறுபான்மையினரை அவர்களது இடங்களில் தக்கவைக்க கண்காணிப்புக் குழுக்களை ஆளும் கட்சி சார்ந்திருக்கிறது. இத்தகைய கண்காணிப்புக் குழுக்கள், அரசின் ஆசிர்வாதத்தோடும் சட்டத்தின் ஆட்சியை விலையாகத் தந்தும் வன்முறையைத் தஞ்சமடைகின்றன-இது சர்வாதிகாரத்தை நோக்கிய நகர்வில் ஒரு காரணியாகும். ஜனநாயகங்கள் எப்படி மரணிக்கின்றன எனச் சொல்லும்போது, ஸ்டீவன் லெவிட்ஸ்கி, டேனியல் ஜிப்லாட்

இருவரும், ஆட்சியாளர்கள் வன்முறையை ஆதரித்து, சந்தேகத்திற்கு இடமின்றித் தங்களது ஆதரவாளர்களைக் கண்டிக்கவும் தண்டிக்கவும் தயங்குவது.[1] எதேச்சதிகார நடத்தைக்கான காரணிகளில் ஒன்று என்ற உண்மையைக் கருத்தில்கொள்கின்றனர்.

ஆனால் ஒரு சர்வாதிகார அரசு, மிகவும் நேரடியாக, தேர்தல் போட்டிகளை இடையூறுக்குள்ளாக்கி, சட்டத்தையோ அல்லது அரசியலமைப்பையோ மாற்றுவதன் மூலம், அதன் பாதுகாப்பு அமைப்பு (காவல் படைகள் உள்ளிட்டவை) மூலம் அனைத்து எதிர்ப்புகளையும் நசுக்கியும் சிறுபான்மையினரை ஒடுக்கியும் வற்புறுத்தலை மேற்கொள்ளலாம். அதற்கிணையாக, பிரச்சாரம் செய்வதன் மூலமும், தவறான தகவல்களைப் பரப்புவதன் மூலமும், ஊடகங்களைக் கட்டுப்படுத்துவதன் மூலமும் சமூகத்தின் மீது அரசு செல்வாக்கு செலுத்தலாம். இந்தச் செயல்முறைகள் அனைத்தும், "வரையறுக்கப்பட்ட பன்மைத்துவத்தின் அடிப்படையில் எதேச்சதிகாரம் பற்றிய ஜுவான் லின்ஸின் வரையறையை ஆவணப்படுத்துகிறன்றன: "அரசியல் செயல்பாட்டில் ஒரு வழியில் அல்லது வேறுவழியில் செல்வாக்குச் செலுத்தும், அரசால் உருவாக்கப்படாத அல்லது சார்ந்து இயங்காத குழுக்கள் இருக்கும்வரை,[2] பன்மைத்துவத்தை வரையறைப்படுத்துவது சட்டபூர்வமாகவோ அல்லது நடைமுறையிலோ இருக்கலாம், அதிகமாகவோ அல்லது குறைவாகவோ திறம்படச் செயல்படுத்தப்படலாம், கண்டிப்பாக அரசியல் குழுக்களுக்குள் மட்டுப்படுத்தப்பட்டதாகவோ அல்லது ஆர்வமுள்ள குழுக்களுக்கு நீட்டிக்கப்பட்டதாகவோ இருக்கலாம், (அத்தகைய குழுக்கள் இல்லாத நிலையில், ஒரு நாடானது சர்வாதிகாரப் பாதையில் செல்கிறது.)

மூன்றாம் பகுதியின் நான்கு அத்தியாயங்கள், நரேந்திர மோடியின்கீழ் எதேச்சதிகாரத்தின் வெவ்வேறு அம்சங்களின் இந்தியப் பதிப்பைப் பற்றி அறிவதற்கு அர்ப்பணிக்கப்பட்டுள்ளன.

8
இந்தியாவை நிறுவனக்குலைப்புக்கு ஆட்படுத்துதல்

அரசியல் எதிர்ப்பை மட்டுமின்றி, அதிகார மையமாகத் திகழும் எந்தவொரு நிறுவனத்தையும் முடக்குவதில் எதேச்சதிகாரம் வெளிப்பாட்டைக் காண்கிறது. நிறுவனங்களின் விஷயத்தில், அவற்றின் முக்கிய அதிகாரிகள் நிர்வாகத்தால் சுதந்திரமாக நியமிக்கப்படாததுடன், இந்த முடக்குதல் கொள்கையானது கூட்டுச்சேர்தல் முதல் அச்சுறுத்தல் வரை பல்வேறுவித வழிமுறைகளைப் பின்பற்றக்கூடும். இதில் முதலாவது ஒரு ஊழல் நடைமுறையாகும், பணி ஓய்வுக்குப் பிறகான நியமனம் உள்ளிட்ட நிதிப்பரிமாற்றம் அல்லது நிதி நன்மையைக் குறிப்பிடுவதாகும். பிந்தையது சட்டம், ஒழுங்குக்குப் பொறுப்பானவை உட்பட அரசு நிறுவனங்களைப் பயன்படுத்துவதைக் குறிக்கிறது-எனவே, அவற்றைக் கைப்பற்றுவது ஆட்சியாளர்களின் முன்னுரிமைகளில் ஒன்றாகும்.

நிர்வாகிகளால், முக்கிய அதிகாரிகள் நியமிக்கப்பட்ட நிறுவனங்கள் கட்டுப்படுத்தவோ முடக்கவோ எளிதானவையாகும்: காலியிடங்கள் நிரப்பப்படாமல் விடப்பட்டோ அல்லது ஆட்சியாளர்களின் நண்பர்களை அதிகளவில் நியமித்தோ அவை செயல்படாதவையாக (அல்லது செயலிழந்தவையாக) மாற்றப்படலாம். நம்பகமான தளபதிகளின் வலையமைப்பை நம்பி அரசு அதிகாரத்தில் கவனம்செலுத்த விரும்பும் ஆட்சியாளருக்கு, இயல்பாகப் பிந்தைய வழிமுறையே மிகவும் பலனுள்ள ஒன்றாகத் திகழும். நரேந்திர மோடி, அவரது குஜராத் ஆண்டுகளின்போது அவருடன் பணியாற்றிய காவலர்கள், அதிகாரிகள் தொடங்கி முக்கியப் பதவிகளில் அவர்களை நியமனம் செய்வதுவரை இதுபோன்ற பல்வேறு நடைமுறைகளைப் பயன்படுத்தினார். இந்த அத்தியாயத்தில் பயன்படுத்தியுள்ள காலவரிசை அணுகுமுறை, காலப்போக்கில் அவர் பெருமளவில் இத்தகைய கடுமையான முறைகளைப் பயன்படுத்தினார் என்பதை நிரூபிக்கும். மேலும் அவரது இரண்டாவது ஆட்சிக் காலத்தில்,

அரசியலமைப்புக்கு எதிரான வியூகங்களின் இந்தப் போக்கு விவாதிக்கத்தக்க அளவுக்கு உச்சத்தை எட்டியது.

1947 முதல் உலகின் மிகப்பெரிய ஜனநாயகமாகத் திகழ்வதற்குப் பங்களித்துக்கொண்டிருக்கும் நிறுவனங்களின் சரிவு அல்லது செயலிழப்பைப் புரிந்துகொள்வதற்கு, அவற்றை ஒன்றன்பின் ஒன்றாக ஆய்வுசெய்வது அல்லது மீளாய்வு செய்வது அத்தியாவசியமானதாகும். திரும்பத் திரும்ப நிகழும் இந்த வழிமுறை, ஒரு சரியான காரணத்துக்காகவே பின்பற்றப்பட்டிருக்கிறது: இது உற்றுநோக்குபவர்களை, சர்வாதிகார உருவாக்கத்தின் வழிமுறையை அடையாளம்காண அனுமதிக்கிறது.

லோக்பால் குறித்து யாருக்குப் பயம்?

மோடியின் முதல் ஆட்சிக் காலத்தில், சட்டத்தின் ஆட்சியின் பாதுகாவலர்களின் தலையீட்டைக் குறைப்பதற்கான அவரது விருப்பம், நீதித்துறையைச் சீரமைப்பதற்கான அவரது விருப்பத்திலும் (அது கீழே பார்க்கப்படும்) லோக்பால் நியமனத்தைத் தாமதம் செய்ததிலும் தெளிவானது. சமூக ஆர்வலர் அன்னா ஹஸாரே 2011இல் மேற்கொண்ட ஊழலுக்கு எதிரான இயக்கத்தை, குஜராத் முதல்வராக நரேந்திர மோடி ஆதரித்தார்.[1] பிரதமர் உள்பட, அரசியல்வாதிகள், அதிகாரிகளால் மேற்கொள்ளப்படும் முறைகேடுகளை விசாரிக்க அதிகாரமுள்ள லோக்பாலை உருவாக்க ஹஸாரே கோரினார், அப்போது ஹஸாரேவுக்கு எழுதிய திறந்த மடலில், மோடி எழுதினார்:

> மரியாதைக்குரிய அன்னா ஜி, உங்களுக்கான என் மரியாதை பல்லாண்டுப் பழமையானது. அரசியலுக்குள் நுழைவதற்கு முன்பு, நான் முழுநேர ஆர்.எஸ்.எஸ். பிரச்சாரக் ஆக இருந்தேன். அந்த நேரங்களில், எங்களது கூட்டங்களுக்கு வரும் ஆர்.எஸ்.எஸ். தேசியத் தலைவர்கள் மாற்றமின்றி உங்களது கிராம மேம்பாட்டு நடவடிக்கைகளையும் விவாதித்தனர், எனவே அவை பின்பற்றப்பட்டன. அவை என் மீது மகத்தான தாக்கத்தை ஏற்படுத்தின. முன்பு, நானும்கூட உங்களைச் சந்திக்கும் அதிர்ஷ்டத்தைக் கொண்டவனாக இருந்திருக்கிறேன்.
>
> எனது மாநிலத்துக்காகவும் எனக்காகவும் நீங்கள் சொன்ன நல்வார்த்தைகளுக்காகவும், நீங்கள் காட்டிய துணிச்சல் மற்றும் நம்பிக்கைக்காகவும் நானும் எனது மாநிலமான குஜராத்தும் கடன்பட்டிருக்கிறோம். நீங்கள் காட்டும் துணிச்சலில், உண்மைக்கான உங்கள் அக்கறையையும், போர்வீரனையொத்த

நம்பிக்கையையும் காட்டியிருந்தீர்கள். இதன்காரணமாக, உங்களது அபிப்ராயம் உலக அளவில் ஏற்றுக்கொள்ளப்பட்டது.

உங்களது பாராட்டு என்னை மனநிறைவடையச் செய்வதுடன் தவறுகள் செய்யாமலிருக்க என்னை ஆசிர்வதிக்கும்படி நான் உங்களை வேண்டிக்கொள்கிறேன்.

உங்களது ஆசிர்வாதம், எது சரியோ அதைச் செய்வதற்கான பலத்தை எனக்குத் தந்துள்ளது, அது நல்லதே. அதேசமயம், எனது பொறுப்பும் அதிகரித்துள்ளது. உங்களது அறிக்கை காரணமாக கோடிக்கணக்கான இளைஞர்கள் என்னிடம் பெரிய எதிர்பார்ப்பைக் கொண்டுள்ளார்கள், எனவே என்னளவிலான சிறியதொரு தவறும் அவர்களை அதிருப்தியடையச் செய்யும். எனவே, நான் விழிப்புணர்வுடன் இருக்கவேண்டும், அதற்காகவும் உங்களது ஆசிர்வாதத்தை வேண்டிக்கொள்கிறேன்.[2]

இந்த உரை, இந்தியாவில் சட்டம் ஒழுங்கில் மேம்பாட்டை எதிர்பார்த்தவர்கள் நடுவே எதிர்பார்ப்புகளை அதிகரித்தது: 2014இல் ஆட்சி மாற்றம் நிகழ்ந்த நிலையில் இந்தியா சுத்தமானதாக ஆகியிருக்கவேண்டும். 2013இல், காங்கிரஸ் வழிநடத்திய ஐ.மு.கூ. கூட்டணி-அன்னா ஹசாரே இயக்கத்தின் அழுத்தம் காரணமாக-லோக்பாலை உருவாக்குவதற்கு லோக்பால் மற்றும் லோக்ஆயுக்தா சட்டத்தை நிறைவேற்றியது-ஆனால் பா.ஜ.க.வின் எதிர்ப்பு[3] காரணமாகவும் லோக்பாலை நியமிக்க முடியாமல் இருந்துவந்தது. 2014இல், மோடிக்கு வாக்களித்த பலரும் அவர் இந்தச் சட்டத்தை யதார்த்தமாக்குவாரா என எதிர்பார்த்தனர்-அனைத்துக்கும் மேலாக பா.ஜ.க.வின் தேர்தல் அறிக்கையும், அவர்கள் அரசமைக்கும் நிலைவந்தால் அவர்களது அரசு ஒரு லோக்பாலை நியமனம் செய்யும் என வாக்குறுதியளித்திருந்தது. ஆனால் மோடி அரசு அமைக்கப்பட்டதுமே, அந்தச் சட்டத்தின்படி, பிரதமர், மக்களவை சபாநாயகர், எதிர்க்கட்சித் தலைவர், இந்திய தலைமை நீதிபதி (அல்லது அவரால் நியமிக்கப்பட்டவர்), மேலே குறிப்பிடப்பட்டவர்களால் நியமிக்கப்பட்ட “சிறந்த நீதிபதி”யாக லோக்பால் இருக்கவேண்டும் என்பதை எதிர்த்தது. இந்த விவகாரத்தில், அது ஒரு சட்டப்பூர்வமான பதவி என்றபோதிலும்-மிகப் பெரிய எதிர்க்கட்சியான காங்கிரஸ் வெறும் 10 சத இடங்களைக்கூடப் பெறவில்லை என்று கூறி பதினாறாவது மக்களவையின் எதிர்க்கட்சித் தலைவரை சபாநாயகர் அங்கீகரிக்க மறுத்தார். முதல் சபாநாயகர் வகுத்த விதிமுறைகளையே பின்பற்றுவதாகக் கூறி, அதன்படி எதிர்க்கட்சித் தலைவர் என்று அங்கீகரிக்கப்பட, மக்களவையிலுள்ள மிகப்பெரிய எதிர்க்கட்சி சபையில் பத்தில் ஒரு பங்கு இடங்களைப் பெறுவது தேவையெனக்

குறிப்பிட்டார்.[4] ஆனால் அத்தகைய நடைமுறை ஆட்சியின்போது ஒருபோதும் பின்பற்றப்பட்டிருக்கவில்லை.

மோடியின் முதல் ஆட்சிக் காலத்தின்போது, மத்திய புலனாய்வுத் துறையின் இயக்குநர், தலைமை தகவல் ஆணையாளர் ஆகியோரை தேர்வுசெய்ய வேண்டிவந்தபோது, அவர்களது நியமனம் தொடர்பான விதிகள் அதிகாரப்பூர்வ நடைமுறைகளின் தேவைக்கேற்ப-இருப்பதிலேயே பெரிய கட்சியின் தலைவரை எதிர்க்கட்சியின் தலைவராக அங்கீகரிக்க விதி திருத்தப்பட்டதனால் இந்த வாதமும் குறையுள்ளதாகிப் போனது. லோக்பால், லோக் ஆயுக்தா சட்டங்களும் அதுபோலவே திருத்தப்பட்டிருக்கலாம். உண்மையில், அது 2016இல் மாறுபட்ட விதத்தில் திருத்தப்பட்டது: நியமன நடைமுறைக்கான விதிமுறைகள் அப்படியே நீடிக்க, ஊழல் எதிர்ப்புப் போராட்டம் தொடர்பான விதிமுறைகள் நீர்க்கச் செய்யப்பட்டன. 2016, ஜூலை 31 லோக்பால், லோக் ஆயுக்தா சட்டப்படி, லோக்பால் நியமிக்கப்படாத நிலையிலும், இச்சட்டத்தின் 44-வது பிரிவு செயல்படுத்தப்படவேண்டும்-அது பொது ஊழியர்கள் (வெளிநாட்டு அதிகாரிகள், பாராளுமன்ற உறுப்பினர்கள், பிரதமர், அமைச்சர்கள், எந்த ஒரு அமைப்பின் அல்லது அரசாங்க அதிகாரிகள், ட்ரஸ்ட்டுகள் அல்லது அரசுசாரா அமைப்புகள்) ரூ 10 லட்சம் வெளிநாட்டு உதவி (கிட்டத்தட்ட 13,330 அமெரிக்க டாலர்கள்) அல்லது ரூ 1 கோடி (கிட்டத்தட்ட 1,33,330 அமெரிக்க டாலர்கள்) அரசு உதவிபெறும்போது அவர்கள் அதனை வெளிப்படுத்தவேண்டும். தனிப்பட்டவிதத்தில் ஆதாயமடையும் விவகாரங்கள் வெளிப்படுத்தப்படும் அபாயத்தைக் குறைக்க, பா.ஜ.க. அரசு அவசரகால நடைமுறையாக[5] லோக்பால் திருத்தச் சட்டம் 2016-ஐ நிறைவேற்றியது-அது அ) பொது ஊழியர்கள் தங்களது துணைகள் மற்றும் குழந்தைகளின் சொத்துகளை வெளிப்படுத்தவேண்டும் என்ற சட்டபூர்வமான தேவையை நீக்கியது, ஆ) தங்களது சொத்துகளை பொதுமக்களுக்கு வெளிப்படுத்தவேண்டுமென்பதை நீக்கியது, இ) "சொத்துகளை வெளிப்படுத்தும் விதத்தையும் முறையையும் பரிந்துரைக்க ஒன்றிய அரசுக்கு அதிகாரமளித்தது.[6] அதன் விளைவாக, "சொத்துகளையும் கடன்களையும் அறிவிப்பதற்கான கெடு காலவரையறையின்றி நீட்டிக்கப்பட்டது. மேலும் சட்டத்தில் புதிய திருத்தங்களைக் கொண்டுவந்தபின்னரே, அறிவிப்புகளை வெளியிட்டால்போதும் என்றாகிவிட்டது இப்போது.[7]

அஞ்சலி பரத்வாஜும் அம்ரிதா ஜோஹ்ரியும் சுட்டிக்காட்டுவதுபோல, "அரசு ஊழியர் அல்லது அவரது/அவளது சார்பாக எந்தவொரு நபரும் பண வளங்களை வைத்திருத்தல் அல்லது வருவாய் ஆதாரம் என அறியப்பட்டவற்றுக்குப் பொருத்தமில்லாத சொத்தைக்

கொண்டிருப்பது தொடர்பான ஊழல் தடுப்புச் சட்டம் (பி.சி.ஏ.) மற்றும் பி.சி.ஏ. தொடர்பான குற்ற நடத்தை எனச் சொல்லக்கூடிய ஒன்றின்கீழான புகார்களை விசாரிப்பதற்காக லோக்பால் நிறுவப்பட்டது.[8] இந்தத் திருத்தம் அதற்கு பலத்த அடியாக அமைந்தது. ஆனால் லோக்பாலை பற்கள் இல்லாததாக மாற்ற, அரசாங்கமானது பி.சி.ஏ.வையே திருத்த முயற்சித்தது: ஆளும் கட்சி அறிமுகம்செய்த சட்டத் திருத்தத்தின்படி, ஊழல் செய்ததாக சந்தேகிக்கப்படும் அதிகாரிகள் மீது வழக்குத் தொடர, அரசின் அனுமதியை லோக்பால் பெறவேண்டும்.[9]

லோக்பால் பெரிதும் அதிகாரமற்ற நிறுவனமாக ஆனபோதும், மோடி அரசு மக்களவையில் எதிர்க்கட்சித் தலைவர் இல்லாததால் அந்த இடத்தில் யாரையும் நியமிக்கமுடியாது எனத் தொடர்ந்து வாதிட்டது. 2017இல் மோடி மக்களுக்கு அளித்த வாக்குறுதியை மீறிவிட்டதாகவும், “ஊழலுக்கு எதிரான பிரச்சாரத்தை மீண்டும் தொடங்குவதற்கான நேரம் வந்துவிட்டதாகவும்” அன்னா ஹசாரே எழுதினார்.[10]- அறியப்படாத காரணங்களால், அதனை அவர் மேற்கொள்ளவே இல்லை. விரைவில் உச்சநீதிமன்றம் லோக்பாலுக்கு ஆதரவாகக் குரல்கொடுத்தது. ஏற்கெனவே நவம்பர் 2016இல், மேற்குறிப்பிடப்பட்ட சட்டத் திருத்தத்துக்குப் பின், தலைமை நீதிபதி டி.எஸ். தாக்கூர் தலைமை வகித்த அமர்வு, தலைமை வழக்கறிஞர் முகுல் ரோத்தகியிடம், “அரசு ஊழலை சுத்தப்படுத்துவதில் அத்தனை அர்ப்பணிப்புடையதாக இருந்தால் அது ஏன் லோக்பாலை நியமிப்பதில் இத்தனை மெதுவாயிருக்கிறது?” எனக் கேட்டார்.[11] லோக்பால் ஏன் நியமிக்கப்படவில்லையெனில், எதிர்க்கட்சித் தலைவர் யாரும் இல்லை[12] எனத் தொடர்ந்து வாதிட்டார் ரோத்தகி. 2017இல், காமன் கேஸ் மற்றும் இதர அரசுசாரா அமைப்புகளால் தாக்கல் செய்யப்பட்ட விண்ணப்பங்களுக்குப் பதிலாக, உச்சநீதிமன்றம் அந்தச் சட்டம் தன்னளவிலேயே, “லோக்பாலின் தலைவர் அல்லது உறுப்பினர்களை நியமிப்பதற்கான பரிந்துரைகளை உருவாக்க தனித்த தேர்வுக் குழுவொன்றை உருவாக்க அதிகாரம்பெற்றுள்ளதாக” பதிலளித்தது.[13] 2018இன் தொடக்கத்தில், மக்கள் தகவல் அறியும் உரிமைக்கான தேசிய பிரச்சாரக் கட்டமைப்பின் பேரில் (NCPRI),[14] அரசுசாரா அமைப்புகள் லோக்பாலுக்கு ஆதரவாக அணிதிரண்டன. மோடி அரசு மக்களவையிலுள்ள காங்கிரஸ் தலைவரான மல்லிகார்ஜுன கார்கேவை, லோக்பால் தேர்வுக் குழு கூட்டத்துக்கு, “சிறப்பு அழைப்பாளராக அழைக்க முடிவுசெய்தது. சிறப்பு அழைப்பாளராக அவருக்கு என்ன அதிகாரம் இருக்கும் என்பதைக் குறிப்பிடவில்லை. தற்செயலாக, பிரதம அமைச்சர் அலுவலக இணையமைச்சரான

ஜிதேந்திர சிங்கையும் ஒரு 'சிறப்பு அழைப்பாளராக' கூட்டத்தில் பங்கேற்க அழைத்திருந்தது.[15] கடைசியில், கார்கே அந்த 2013 சட்டம் சிறப்பு அழைப்பாளர்களின் பங்கு என்ன என்பதை வரையறுக்க விதிகள் உருவாக்கப்படவில்லை என்பதைக் கருத்தில்கொண்டு குழுவின் முக்கியக் கூட்டங்களைப் புறக்கணித்தார்.

2019, ஜனவரி 17 அன்று, உச்சநீதிமன்றம் லோக்பாலையும் அவரது குழுவையும் நியமிப்பதற்கான காலக்கெடுவாக பிப்ரவரி கடைசியை நிர்ணயித்தது. இறுதியாக, மக்களவைத் தேர்தலுக்கு ஒரு மாதத்துக்கும் குறைந்த நாளிருந்தபோது,[16] முன்னாள் உச்சநீதிமன்ற நீதிபதி பினாகி சந்திர கோஷும் அவருடன் எட்டு இதர நபர்களும் மார்ச் 15 அன்று நியமிக்கப்பட்டு, முதல் இந்திய லோக்பாலை உருவாக்கினர்-அரசாங்கப் பிரதிநிதிகள் பெரும்பான்மையாகக் காணப்பட்ட குழுவால் அவர்கள் அனைவரும் தேர்ந்தெடுக்கப்பட்டிருந்தனர்.[17] லோக்பால் மற்றும் லோக் ஆயுக்தா சட்டம் மற்றும் நீர்க்கச்செய்யப்படவில்லை, பொதுத் தகவல் அதிகாரியின் பெயரும் அறிவிக்கப்படவில்லை, அத்தோடு லோக்பாலுக்கு ஒரு வழக்கு விசாரணைப் பிரிவும் வழங்கப்படவில்லை-அதன் பொருள் அந்த நிறுவனம் இதற்காகக் காவல்துறை பிரிவான சி.பி.ஐ.யை நம்பியிருக்கவேண்டும். இவ்வமைப்பின் சுதந்திரமே குறிப்பிடத்தக்க அளவில் மோசமாகியிருந்தது (கீழே அதுபற்றி இடம்பெறும்).

பா.ஜ.க. அரசுக்கு ஒரு லோக்பாலை நியமிக்க ஐந்து வருடங்கள் ஆனது, மேலும் அக்கட்சி அன்னா ஹசாரேவுக்கு ஆதரவளித்து, கொண்டுவந்த 2013 சட்டத்தை நீர்க்கச் செய்துவிட்டது என்ற உண்மையோடு, "ஊழலற்ற இந்தியா என்ற அதன் தேர்தல் வாக்குறுதியினை தண்டனையின்றிக் கைவிடுகிறது என்பதற்கான அறிகுறியுமாகும்.[18] இது பல ஊழல் வழக்குகள் கையாளப்பட்ட விதம் மூலம் விளக்கப்படவேண்டிய ஒன்றாகும். ஆனால் ஊழலுக்கு எதிரான போராட்டம் மட்டுமே இங்கு ஆபத்திலிருக்கும் ஒரே விஷயமல்ல: நரேந்திர மோடி, ஒரு மாற்று அதிகார மையம் லோக்பாலின் வடிவில் கெட்டிப்படுவதை விரும்பவில்லை-இந்த மனோபாவம் அவர் குஜராத் முதல்வராக இருந்தபோதே கவனித்த ஒன்றுதான், பத்தாண்டுகள் அம்மாநிலம் லோக் ஆயுக்தா இல்லாமலே நீடித்தது, அந்தச் சமயத்தில் லோக் ஆயுக்தா மசோதாவை அறிமுகம் செய்து இந்த அலுவலகத்தின் பங்கை நீர்க்கச் செய்ய மோடி முயன்றார்.[19] பணிநியமனங்களைத் தாமதம் செய்வதன் மூலம் காலியிடங்களை ஏற்படுத்துவது, சிலசமயங்களில் அதன் சமநிலையை எட்டவிடாமல் தடைசெய்யும் எளிய வழியாகும்-நரேந்திர மோடி அவர் பிரதமராக இருந்த முதல் ஆட்சிக் காலத்திலும் இன்னும் பல சமயங்களிலும் இந்த யோசனையைத் தஞ்சமடைந்திருக்கிறார்.

தகவல் அறியும் உரிமையின் மெதுவான மரணம்

2005-ஆம் ஆண்டு தகவல் அறியும் உரிமைச் சட்டத்தின்கீழான மிக உயர்ந்த முறையீட்டு அமைப்பான மத்திய தகவல் ஆணையம் (CIC), இன்றைய தேதிக்கு பொதுத் துறையில் வெளிப்படைத் தன்மையை உறுதிசெய்வதற்கான மிகவும் வலுவான சட்டங்களைக் கொண்டுள்ளவற்றில் ஒன்றாகும்-இது இத்தகைய தாமதப்படுத்தும் தந்திரங்களால் பாதிக்கப்பட்டவற்றுக்கு முன்மாதிரியாக உள்ளது. முதலாவதாக, ஆகஸ்ட் 2014இல் தலைமை தகவல் ஆணையாளர் பதவியில் இருந்தவர் ஓய்வுபெற்ற பிறகு,[20] அரசாங்கம் ஒரு வருடத்துக்கு அந்த இடத்துக்கு யாரையும் நியமிக்கவில்லை, மத்திய தகவல் ஆணையத்தின் தகவல் ஆணையாளர் காலியிடங்கள் எதுவொன்றையும் 2016 முதல் 2018 வரை நிரப்பவில்லை, இதன் விளைவாக, அனுமதிக்கப்பட்ட பதினொரு ஆணையாளர்கள் இடங்களில் ஒரு வருடம் முழுவதும் ஏழு ஆணையாளர்களே இருந்தனர்.[21] உச்சநீதிமன்றம் இதில் தலையிட்டது. 2019 ஜனவரியில் சில நியமனங்கள் மேற்கொள்ளப்பட்டன, ஆனால் 2019இன் நடுப்பகுதி[22] வரை நாலு பணியிடங்கள் காலியாகவே நீடித்தன, இது மத்திய தகவல் ஆணைய விவகாரத்தில் அரசுக்கு ஆர்வமில்லாதது மற்றும் அதனைப் பலவீனப்படுத்துவதற்கான அறிகுறி.[23] ஜூலை 2019இல் நிலுவையிலுள்ள வழக்குகள் 28,442 ஆக அதிகரிக்க,[24] மத்திய தகவல் ஆணையம் செயல்படாத அமைப்பாக மாறியுள்ளது. இரண்டாவதாக, மோடி அரசாங்கம் பலசமயங்களில் எந்தக் காரணத்தையும் தெரிவிக்காமல், முன்பு ஆர்.டி.ஐ. சட்டத்தின்கீழ் கிடைத்துவந்த தகவல்களைத் தர மறுத்துவந்தது.[25] 2016 வரை, எத்தனை பேரின் தொலைபேசிப் பேச்சு பதிவுசெய்யப்படுகிறது என்பது பற்றிய வினாக்களுக்குப் பதில் தரவில்லை.[26] மோடி அரசின் கீழாக ஒவ்வொரு வருடமும் பெற்ற விண்ணப்பங்களில் 15 சதவிகிதத்தை உள்துறை மற்றும் நிதி அமைச்சகங்கள் நிராகரித்துவிடுகின்றன. 2016-2017இல், இந்திய ரிசர்வ் வங்கி மற்றும் பொதுத்துறை வங்கிகள் கோரிக்கை நிராகரிப்புகளில் 33 சதவிகிதத்தைப் பிரதிநிதித்துவப் படுத்துகின்றன.[27] உதாரணத்துக்கு ஆர்.பி.ஐ., பணமதிப்பிழப்பு குறித்த எந்த ஒரு தகவலையும் கொடுக்க மறுத்தது.[28] மூன்றாவதாக, மக்களவைத் தேர்தல்களுக்குப் பின்பு நடந்த 2019 பாராளுமன்ற மழைக்கால கூட்டத்தொடரில்-மோடி அரசு ஆர்.டி.ஐ. சட்டத்தில் மத்திய தகவல் ஆணையரின் அதிகாரத்தைக் குறைக்கும் திருத்தமொன்றைச் செய்தது. மத்திய தகவல் ஆணையாளர் மற்றும் தகவல் ஆணையாளர்களின் நிலையான பதவிக்காலமான ஐந்தாண்டு காலமென்பதை நீக்கியது. கூடுதலாக, அவர்களது சம்பளம் முன்பு இருந்ததுபோல்-இந்திய தேர்தல் ஆணையம் உள்ளிட்ட

ஒத்த நிறுவனங்களில் உள்ளோரைப்போல் அமைக்கப்படாமல்- ஒவ்வொரு வழக்கின் அடிப்படையில் அரசாங்கத்தால் தீர்மானிக்கப்பட்டு அறிவிக்கப்படும். வேறு வார்த்தைகளில் சொன்னால், "அரசாங்கமானது, தலைமை தகவல் ஆணையாளர் மற்றும் தகவல் ஆணையாளர்களை அவர்கள் அரசாங்கத்துடன் ஒத்துப்போவதன் அடிப்படையில் தன்னிச்சையான நீக்கம் அல்லது நீட்டிப்பு மற்றும் சம்பளக் குறைப்பு, அதிகரிப்பு மூலம் கவரவோ அல்லது அச்சுறுத்தவோ செய்யலாம்."[29] இந்த அதே புதிய விதிகள் மாநில அளவிலும் பொருந்தும், "மாநில தலைமை தகவல் ஆணையாளர் மற்றும் தகவல் ஆணையாளர்களும் மத்திய அரசாலே தேர்ந்தெடுக்கப்படுவர்."[30] தகவலறியும் உரிமைச் சட்டம் ஆளும் கட்சிக்கு கடும் தர்மசங்கடத்தை ஏற்படுத்தியதையடுத்து, மோடி அரசாங்கம் மத்திய தகவல் ஆணையத்தின் சுதந்திரத்தை மட்டுப்படுத்தியது. 2017இல், ஆர்.டி.ஐ. விண்ணப்பம் ஒன்றின் கேள்விக்கு, தகவல் ஆணையாளர் ஸ்ரீதர் ஆச்சார்யலு 1978இல் பி.ஏ. பாடத்தில் வெற்றிபெற்ற மாணவர் பதிவேடுகளைச் சோதனையிட அனுமதிக்குமாறு டெல்லி பல்கலைக்கழகத்துக்கு உத்தரவிட்டார். அந்த வருடத்தில்தான் பிரதமர் நரேந்திர மோடி தேர்வில் வெற்றிபெற்றதாகச் சொல்லப்பட்டது. உடனடியாக, ஆச்சார்யலு மனித மறுவள மேம்பாட்டுத் துறையிலிருந்து விடுவிக்கப்பட, அந்த விண்ணப்பம் உயிரற்ற கடிதமாக மாறியது. 2018இல் உயர்நீதிமன்றத்தில் இந்திய கூடுதல் சாலிசிட்டர் ஜெனரல், துஷார் மேத்தா தடை உத்தரவைக் கோரிய பிறகு மாணவர் பதிவுகள் மீதான ஆய்வு நடைபெறவில்லை. இந்த விவகாரம் இன்னும் டெல்லி உயர்நீதிமன்றத்தில் கிடப்பில் இருக்கிறது.[31] அதற்குச் சில காலத்துக்கு முன்பு, பொதுத்துறை வங்கிகளில் பெரிய அளவில் கடன் வாங்கி சரிவரச் செலுத்தாதவர்களின் விவரங்களையும் செயல்படாத சொத்துகளின் விவரங்களையும் வழங்கும்படி இந்திய ரிசர்வ் வங்கியிடம் கேட்டிருந்தது ஒரு ஆர்.டி.ஐ. விண்ணப்பம். நான்காவது அத்தியாயத்தில் குறிப்பிட்டிருந்தபடி, அவற்றின் ரகசியத் தன்மையை மேற்கோள் காட்டி, கேட்கப்பட்ட விவரங்களைத் தர மறுத்தது ஆர்.பி.ஐ. அதையடுத்து மனுவொன்று தாக்கல் செய்யப்பட, உச்சநீதிமன்றம் ஆர்.பி.ஐ.க்கு அந்த விவரங்களைத் தரும்படி ஏப்ரல் 2019இல் உத்தரவிட்டது. இந்த இரு நிகழ்வுகள் மத்திய தகவல் ஆணையம் மோடி அரசுக்குத் தொந்தரவாகத் திகழும் என்பதை நிரூபிக்கிறது.

மத்திய தகவல் ஆணையம் போன்ற நிறுவனங்களைப் பலவீனப்படுத்துவதோடு, தகவல் அறியும் உரிமைச் சட்டம் தவிர்த்த, வெளிப்படைத்தன்மையை நிச்சயப்படுத்தும்

நோக்கிலான இதர சட்டங்களையும் நீர்க்கச் செய்தது. ஊழலை அம்பலப்படுத்துபவர்கள் பாதுகாப்புச் சட்டம் (The Whistleblower's Protection Act) அவற்றுள் ஒன்றாகும். மே 2015இல், மோடி அரசாங்கம், அந்தச் சட்டத்துக்கு திருத்த மசோதாவை முன்வைத்தது: புகாரளிக்கப்பட்ட ஆவணங்களை வைத்திருப்பதற்காக ஊழலை அம்பலப்படுத்துபவர்கள் மீது வழக்குத் தொடரலாம். இப்படி அவர்கள் வைத்திருக்கக்கூடாதெனக் கட்டுப்படுத்தும் ஆவணங்களின் பட்டியல் நீளமானது: ஊழலை அம்பலப்படுத்துபவர்கள் எழுப்பும் விஷயங்கள் பொது நலனுக்குரியதாக இருக்கவேண்டும், அது "இந்திய ஒற்றுமையையும் இறையாண்மையையும் பாதிக்கக்கூடாது" அல்லது "வெளிநாட்டு அரசாங்கத்திடமிருந்து நம்பிக்கையின் அடிப்படையில் பெறப்பட்ட தகவலாக இருக்கக்கூடாது."[32]

மத்தியப் புலனாய்வுப் பிரிவின் வீணான எதிர்ப்பு

ஊழல் தடுப்புச் சட்டங்களின்கீழ் கூறப்படும் குற்றங்களை விசாரிக்க 2003இல் மத்திய கண்காணிப்பு ஆணையம் (CVC) நிறுவப்பட்டது. அதன்விளைவாக, ஊழல் தடுப்புச் சட்டத்தின்கீழ், மத்திய புலனாய்வுப் பிரிவு நடத்தும் விசாரணைகளையும் அது மேற்பார்வை செய்யும். சி.பி.ஐ.யைத் தேர்வுசெய்யும் குழுவில் மத்திய கண்காணிப்பு ஆணையாளர், பிரதமர் மற்றும் மக்களவை எதிர்க்கட்சியின் தலைவருடன் இணைந்து சி.வி.சி.யின் தலைவரும் பங்கேற்பார். ஆணையத்தின் அதிகாரம், மத்திய கண்காணிப்பு ஆணையாளரின் ஆளுமையைப் பொறுத்து அமையுமெனச் சுட்டிக்காட்டுகிறார்[33] ஈ. ஸ்ரீதரன், இந்த அத்தியாயத்தில் செய்யப்பட்டுள்ள அனைத்து நிறுவன்ங்கள் பற்றிய மதிப்பாய்விலிருந்து, அதன் தலைவர்களைத் தேர்வுசெய்யும் நடைமுறையை முக்கியமானதாக ஆக்குவது எது என ஒருவர் முடிவுக்கு வரலாம், இங்கே, இந்தியாவின் மிக முக்கிய விசாரணைக் கழகமான சி.பி.ஐ. மீது கவனம் செலுத்தப்படுகிறது.

'காவல்துறையின் அரசியல்மயமாக்கமானது'[34] ஊழலுக்கெதிரான வழக்குகளில் இந்திய அரசின் முதன்மை விசாரணைக் கழகமான சி.பி.ஐ.யை[35] பல பத்தாண்டுகளாகப் பாதித்துவருகிறது, இது, கொலை, கடத்தல், பொருளாதாரக் குற்றங்கள் உட்பட அனைத்துவிதமான குற்றங்களையும் விசாரிக்கிறது. சி.பி.ஐ.யை நிறுவிய டெல்லி சிறப்புக் காவல் ஸ்தாபன சட்டம், இந்த அமைப்பின் கண்காணிப்பு அதிகாரத்தை மத்திய அரசுக்கு அளித்து, விசாரணை நிலையிலேயே அரசியல் இடையீட்டை சாத்தியமானதாக ஆக்குகிறது. 1997இல், இந்திய அரசாங்கம் அதன் நலன்களுக்கு எதிராக விசாரணையை நடத்திய சி.பி.ஐ. இயக்குநரை நீக்கிய பிறகு[36]-உச்சநீதிமன்றம் சி.பி.ஐ.யை மேலும் சுதந்திரமானதாக ஆக்க விதிமுறைகளை

மாற்றியது: தற்போது இரண்டு ஆண்டுகால பதவியைக் கொண்ட சி.பி.ஐ.யின் இயக்குநரை, மத்திய கண்காணிப்பு ஆணையர், உள்துறை அமைச்சகத்தின் செயலாளர், பணியாளர்துறை செயலாளர் அடங்கிய குழு தேர்வுசெய்கிறது. கடைசியாக ஆனால் மிக முக்கியமாக, சி.பி.ஐ. தற்போது சி.வி.சி.க்கும் அறிக்கையளிக்கவேண்டும்.

மோடி, ஷாவின் குஜராத் ஆண்டுகளின் பின்னாலுள்ள சில வரலாற்றுப் பின்னணியைத் தெரிந்துகொள்வது இங்கு அவர்கள் சி.பி.ஐ.யை இலக்காக்குவது ஏன் என்பதைப் புரிந்துகொள்ள உதவிகரமாயிருக்கும். குஜராத்தின் முதல்வராக இருக்கையில் நரேந்திர மோடி இத்தகைய மாற்றங்கள் எந்த வித்தியாசத்தையும் ஏற்படுத்தாது எனக் கருதினார். மேலும் அவர் மன்மோகன் ஆட்சியிலிருந்த இரு ஆட்சிப் பொழுதுகளின்போது உண்மையில் சி.பி.ஐ., 'காங்கிரஸ் புலனாய்வுப் பிரிவு'[37] ஆகத் திகழ்வதாக வாதிட்டார். 2013இல் போபாலில் ஆற்றிய உரையொன்றில், "அடுத்த மக்களவைத் தேர்தலில் காங்கிரஸ் போட்டியிடாது, பதிலாக சி.பி.ஐ.யை நிறுத்தும்"[38] எனப் பேசினார். 2002 மற்றும் 2006-களுக்கு இடையில் குஜராத்தில் நிகழ்ந்த போலி என்கவுண்டர்கள் என இந்தியாவில் நன்கு அறியப்பட்ட- நீதிக்குப் புறம்பான கொலைகள் தொடர்பாக சி.பி.ஐ. நடத்திய விசாரணைகளாலே பெரிதும் இந்த விமர்சனம் எழுந்தது. 2012இல் உச்சநீதிமன்றமே சி.பி.ஐ.யை இத்தகைய நிகழ்வுகள் குறித்து விசாரிக்க உத்தரவிட்டது.[39] அத்தியாயம் 2இல் குறிப்பிடப்பட்ட இஸ்ரத் ஜகான் வழக்கும் சொராபுதீன் வழக்கும் இத்தகைய வழக்குகளில் முக்கியமானவை.

இஸ்ரத் ஜஹான் என்கவுண்டர் எனக் குறிப்பிடப்படும் வழக்கு, 2004, ஜூன் 15-ஆம் தேதி, அகமதாபாத், காந்திநகருக்கு இடையிலான சாலையில் நடந்தது. அகமதாபாத் நகர காவல்துறையின் குற்றக் கண்டுபிடிப்பு பிரிவைச் சேர்ந்த குழுவால், மும்பையில் தனது இளங்கலை அறிவியல் டிகிரியை நிறைவுசெய்ய ஆயத்தம் செய்துவந்த பத்தொன்பது வயது கல்லூரிப் பெண் உள்பட நான்கு பேர் கொல்லப்பட்டதாகச் சொல்லப்படுகிறது. என்கவுண்டருக்குப் பின், குஜராத் காவல்துறை லஷ்கர்-இ தொய்பா ஜிகாதி இயக்கத்தைச் சேர்ந்த பாகிஸ்தான் குழுவினர்கள் இவர்கள் எனவும், அவர்கள் நரேந்திர மோடியைப் படுகொலை செய்ய குஜராத் வந்ததாக்வும் தெரிவித்தனர். ஆனால் 2009இல் மெட்ரோபாலிட்டன் மாஜிஸ்ட்ரேட் எஸ்.பி. தமங், அகமதாபாத்தின் மெட்ரோபாலிட்டன் நீதிமன்றத்தில், பிணங்களின் மீது கண்டெடுக்கப்பட்ட பாகிஸ்தான் அடையாள அட்டைகள் போலியாக உருவாக்கப்பட்டவை எனவும், உண்மையில் அந்த நாலு பேர் போலீஸ் பாதுகாப்பில்

இருந்தபோது, பதவி உயர்வையும் வெகுமதியையும் எதிர்பார்க்கும் காவலர்களால் கொல்லப்பட்டவர்கள் எனவும் குறிப்பிட்டு அறிக்கையளித்தார். இந்தப் போலி என்கவுண்டரில் தொடர்புடைய, குற்றக் கண்டுபிடிப்பு பிரிவின் தலைவர் டி.ஜி. வன்சாரா உட்பட, பல மூத்த காவல் அதிகாரிகளின் பெயரையும் தமங் குறிப்பிட்டார்.[40] போலி என்கவுண்டர் செய்தவர்கள் எனக் குற்றம்சாட்டப்பட்ட காவலர்கள், தங்கள் வழக்கை வாதிடமுடியவில்லை என குஜராத் அரசு ஆட்சேபனை தெரிவித்தது. விவகாரம் உயர்நீதிமன்றத்துக்குச் சென்றது, அது சிறப்பு விசாரணைக் குழுவை அமைத்தது. 2011, நவம்பர் 21இல், சிறப்பு விசாரணைக் குழு உயர்நீதிமன்றத்தில் நடந்த என்கவுண்டர் உண்மையானதல்ல என்று அறிக்கையளித்தது. இருபது காவலர்களுக்கு எதிராகக் கொலை வழக்குப் பதிவுசெய்யப்படவேண்டுமென நீதிமன்றம் உத்தரவிட்டது. ஜனவரி 2012இல், உயர்நீதிமன்றம் சி.பி.ஐ.யை வழக்கில் பொறுப்பேற்றுக்கொள்ளும்படி கேட்டுக்கொண்டது.

2005, நவம்பர் 26இல் போலி என்கவுண்டரில் கொல்லப்பட்டதாகச் சொல்லப்படும் சொராபுதீன் ஷேக் குற்றவாளிகள் உலகைச் சேர்ந்தவன். குஜராத், ராஜஸ்தானைச் சேர்ந்த மார்பிள் தொழிற்சாலைகளைச் சேர்ந்தவர்களிடமிருந்து அவர்களை மிரட்டிப் பணம் பறிப்பதில் பெயர்பெற்றவன். அவன் தனது மனைவி கௌசர் பியுடன் நவம்பர் 23, 2005இல் (ஆந்திரப்பிரதேசம்) ஹைதராபாத்துக்கும் (மகாராஷ்டிரா) சங்லிக்குமிடையே பஸ்ஸில் பயணிக்கும்போது, பேருந்து குஜராத் காவல்துறையின் தீவிரவாத தடுப்புப் படையால் நிறுத்தப்பட்டது. அவனது மனைவி அகமதாபாத்துக்கு வெளியிலுள்ள வன்சாராவின் சொந்தக் கிராமத்திலுள்ள பண்ணை வீட்டுக்கு இட்டுச்செல்லப்பட்டு, அங்கே அவள் கொல்லப்பட்டு, உடல் எரிக்கப்பட்டதாகக் கூறப்படுகிறது. சொராபுதீன் ஷேக் சில நாட்களுக்குப் பின், அகமதாபாத் அருகிலுள்ள விஷாலா சர்க்கிள் நெடுஞ்சாலையில் வைத்து கொல்லப்பட்டான்.[41] அப்போது குஜராத் தீவிரவாத தடுப்புப் படை தலைவராக பதவி உயர்த்தப்பட்டிருந்த வன்சாராவால், அவன் உடனடியாகத் தீவிரவாதியாகக் காட்டப்பட்டான். வன்சாரா ஒரு பத்திரிகையாளர் சந்திப்பை நடத்தி, சொராபுதீன் ஒரு லஷ்கர் இ தொய்பா ஜிகாதி, நரேந்திர மோடியைக் கொல்லவிரும்பியவன் என விளக்கமளித்தார்.[42] ஆனால் சொராபுதீனின் இளைய சகோதரன், ருபாபுதீன் மிரட்டல்களையும் மீறி டிசம்பர் 2005இல் உச்சநீதிமன்றத்தில் தனது சகோதரர் ஒரு போலி என்கவுண்டரில் கொல்லப்பட்டதாகப் புகாரளித்தார்.[43] பிரசாந்த் தயாள் எனும் பத்திரிகையாளர் இந்த வழக்கை விசாரணை செய்து, இந்தப் போலி என்கவுண்டரில் பங்குபெற்ற காவலர்களிடமிருந்து குறிப்பிடத்தக்க

உண்மைகளைச் சேகரித்து, 2006இல் குஜராத் செய்தித்தாள்களில் பிரசுரம் செய்தார்.[44] குஜராத் அரசு, இந்தப் புத்தகத்தில் முன்பு ஆராய்ந்த பயத்தின் அரசியலைப் பயன்படுத்திக்கொள்ளலாம் எனவும் மிரட்டிப் பணம் பறிக்கும் ஒருவரை ஒழித்துவிடலாம் எனவும் நினைத்ததாகக் கூறப்படுகிறது.

மார்ச் 2007இல், உச்சநீதிமன்றம் இந்த வழக்கை குற்றப் புலனாய்வுத் துறை (CID) விசாரிக்க உத்தரவிட்டது. 2007, ஏப்ரல் 24-ஆம் தேதி சிறிது காலத்துக்கு முன்பு டி.ஐ.ஜி. பார்டர் ரேஞ்சாக மாறிய டி.ஜி. வன்சாரா[45] உட்பட குற்றம்சாட்டப்பட்ட மூன்று பேரை கைதுசெய்ய, காவல்துறையின் டெபுடி இன்ஸ்பெக்டர் ஜெனரலான ரஜ்னிஷ் ராய்க்குப் போதுமான ஆதாரங்களை சி.ஐ.டி. சேகரித்தது. உச்சநீதிமன்றம் முந்தைய தீர்ப்புகளைப் போலவே இந்த முடிவுக்கான காரணங்களையும் சுட்டிக்காட்டி, 2010இல் மீண்டும் இந்த வழக்கை சி.பி.ஐ. விசாரிக்க உத்தரவிட்டது: “குஜராத் மாநில போலீஸ் அதிகாரிகள், முதலில் அவர்கள் செய்யவேண்டுமென நாங்கள் எதிர்பார்த்த நியாயமான, பாரபட்சமற்ற விசாரணையை மேற்கொள்ளத் தவறிவிட்டார்கள் என உணர்கிறோம். உயர் காவல் அதிகாரிகள் இழைத்த குற்றங்கள் கடுமையான இயல்புடையவை என்பதில் கேள்வியில்லை, அவை கடுமையாகக் கையாளப்படவேண்டும்.”[46] 2010 ஜூலையில், சி.பி.ஐ. 30,000 பக்க குற்றப் பத்திரிகையை தாக்கல் செய்தது, அது அமித்ஷா உள்பட பல கூடுதல் காவல் அதிகாரிகள் கைதுக்குக் காரணமானது. சொராபுதீனைக் குறிவைத்த போலி என்கவுண்டரில் மட்டுமின்றி, மிரட்டிப் பணம்பறிக்கும் கும்பலிலும் அமித்ஷாவுக்கு பங்கிருப்பதாகக் குற்றம்சாட்டப்பட்டார்.[47]

அக்டோபர் 2010இல் ஷாவுக்கு பிணை வழங்கப்பட்டது, ஆனால் அவர் நீதித்துறை செயல்பாட்டில் தலையிடக்கூடும் எனப் பயந்த நீதிபதிகள், குஜராத்தைவிட்டு இரண்டு வருடங்களுக்கு அவர் எங்கும் செல்லக்கூடாது எனக் கேட்டுக்கொண்டனர். 2012இல் மீண்டும் மோடி முதல்வராகத் தேர்ந்தெடுக்கப்பட்டதையடுத்தும், 2014இல் பிரதமராகத் தேர்ந்தெடுக்கப்பட்டதையடுத்தும் அனைத்தும் மாறிவிட்டன: சி.பி.ஐ. கவனித்துக்கொள்ளப்பட்டது. மோடி அரசாங்கம் உடனடியாக குஜராத்தில் நரேந்திர மோடியின் தலைமையின்கீழ் பணியாற்றிய காவலதிகாரிகளை நியமிக்க முயற்சிசெய்தது. 2015இல் ஒய்.சி. மோடி சி.பி.ஐ. இயக்குநராக நியமனம் செய்யப்பட்டார்.[48] சி.பி.ஐ. அதிகாரியான அவர், குஜராத் படுகொலையில் நரேந்திர மோடியின் பங்கையும் ஹரேன் பாண்டியா கொலை வழக்கையும் விசாரித்த எஸ்.ஐ.டி.யில் பங்குபெற்றிருந்தவர்.[49] அவர், துபாயை அடிப்படையாகக் கொண்ட நிழல் உலக

தாதா தாவூத் இப்ராஹிம், லஷ்கர் இ தொய்பா, பாகிஸ்தானின் உளவுத்துறையான இன்டர் சர்வீசஸ் இவற்றுக்கிடையான கூட்டு நடவடிக்கையில் பாண்டியா படுகொலை செய்யப்பட்டார் என அறிவித்த விசாரணைக் குழுவில் இடம்பெற்றிருந்தார். பன்னிரண்டு முஸ்லிம்கள் கைதுசெய்யப்பட்டு பாண்டியாவின் மரணத்துக்குக் காரணம் எனக் குற்றம்சாட்டப்பட்டனர், ஆனால் எட்டு வருடங்களுக்குப் பின், 2011 செப்டம்பரில், குஜராத் உயர்நீதிமன்றம் ஒருவர் விடாமல் அனைவரையும் விடுவித்ததோடு ஒட்டுமொத்த வழக்கையும் கைவிட்டது. நீதிபதி, "விசாரணை முழுவதும் குறுகிய கண்ணோட்டத்துடனும் குழப்பமாகவும் அமைந்துள்ளது. தங்களது திறமையின்மையின் விளைவாக ஏற்பட்ட அநீதிக்கு விசாரணை அதிகாரிகளே பொறுப்பாவர். சம்பந்தப்பட்ட நபர்களுக்குப் பெரும் துன்புறுத்தல் நிகழ்ந்திருப்பதுடன், நீதிமன்றத்தின் நேரமும் பொதுமக்கள் பணமும் பெருமளவில் வீணடிக்கப்பட்டிருக்கிறது" எனத் தெரிவித்தார்.[50]

மேலும் 2015இல், குஜராத் பிரிவைச் சேர்ந்த மற்றொரு ஐ.பி. எஸ். அதிகாரியான அருண்குமார் ஷர்மா சி.பி.ஐ.க்கு இணை இயக்குநராக இடமாற்றம் செய்யப்பட்டார். சி.பி.ஐ.யின் உயர் பதவியைச் சேர்ந்த அதிகாரிகளின் கூற்றுப்படி, நரேந்திர மோடி அவருக்கு கொள்கைப் பிரிவின் (ஜே.பி.சி. என அறியப்படும்) முக்கியப் பொறுப்பைக் கொடுக்கவிரும்பினார், சி.பி.ஐ.யின் இரண்டாவது முக்கிய அதிகாரியாக உருவாக்க விரும்பினார். ஸ்க்ரோல்.இன் வலைத்தளத்துக்கு கருத்துத் தெரிவித்த ஒரு சி.பி.ஐ. அதிகாரி: "அமைச்சர்களைத் தாண்டி செயலாளர், இணைச்செயலாளர் மூலமாக பல்வேறு அமைச்சகங்களில் நேரடித் தொடர்பை ஏற்படுத்திக்கொண்ட ஒரு பிரதமர், சி.பி.ஐ.யின் இயக்குநரைத் தாண்டி அவ்வமைப்புடன் நேரடித் தொடர்பை ஏற்படுத்திக்கொள்வது இயல்பான ஒன்றுதான்"[51] என்றார். எனினும் ஷர்மாவுக்கு சர்ச்சைக்குரிய கடந்த காலம் இருந்தது. இஸ்ரத் ஜகான் கொலை தொடர்பான விசாரணைகளைத் தடம்புரளச் செய்ததாகக் குற்றம்சாட்டப்பட்ட குஜராத் காவல்துறை அதிகாரிகளுள் ஒருவர் அவர். அகமதாபாத் குற்ற கண்டறிதல் பிரிவு சிறப்பு ஆணையாளர் பதவி அவருக்காகவே உருவாக்கப்பட்டது. அப்போதைய சி.பி.ஐ. இயக்குநர் அனில் சின்கா, அவரை ஜே.பி.சி.யாக நியமிக்க மறுத்துவிட்டார்.

ஆனால் 2016இல், குஜராத்தின் மற்றொரு ஐ.பி.எஸ். நிலை அதிகாரியான ராகேஷ் அஸ்தானா, சின்ஹாவின் பணி ஓய்வுக்குச் சில மாதங்கள் முன்பாகக் கூடுதல் இயக்குநராக நியமனம் செய்யப்பட்டார். அவர் வதோதராவில் காவல்துறை ஐ.ஜி.யாகவும்,

அகமதாபாத் நகரத்தில் காவல்துறை இணை ஆணையராகவும், சூரத், வதோதராவில் காவல் ஆணையாளராகவும் இருந்தவர். மேலும் அவர் 2002 கோத்ரா துயரச் சம்பவம் குறித்து விசாரிக்க குஜராத் அரசு நியமித்த சிறப்பு புலனாய்வுக் குழுவிலும் பங்குபெற்றவர். கூடுதல் சி.பி.ஐ. இயக்குநரான சில மாதங்களுக்குப் பின், அஸ்தானா, தற்காலிக-இடைக்கால சி.பி.ஐ. இயக்குநராக நியமிக்கப்பட்டார், (பணி ஓய்வு பெறவிருந்த) சின்ஹாவின் இடத்தில் அமரவேண்டிய ஆர்.கே. தத்தா, உள்விவகாரத் துறை அமைச்சகத்தின் சிறப்புச் செயலாளராக (அவருக்காகவே சிறப்பாக மேம்படுத்தப்பட்ட பதவிக்கு) சின்ஹா பணி ஓய்வு பெறுவதற்கு இரு நாட்கள் முன்னதாகப் பணிமாறுதல் செய்யப்பட்டார்.[52] அஸ்தானாவின் பணிநியமனத்தைச் சாத்தியமாக்கிய இந்தப் பணிமாறுதல், எந்த ஒரு சி.பி.ஐ. அதிகாரியின் பதவிக் காலத்தையும் குறைக்கும் முன்பாக சி.வி.சி.யின் அனுமதியை அவசியம் பெறவேண்டும் என்ற விதியைப் பின்பற்றாமல் உத்தரவிடப்பட்டது. காமன் காஸ் என்ற அரசுசாரா அமைப்பு, இந்த நடவடிக்கையை மோசமானது, தன்னிச்சையானது, சட்டவிரோதமானது என்று சொல்லி அரசுக்கு எதிராக வழக்கு பதிவுசெய்தது. பொதுநல வழக்குப் பதிவுசெய்த உச்சநீதிமன்ற வழக்கறிஞர் பிரசாந்த் பூஷனுக்கு, தத்தாவுக்கு சி.பி.ஐ. இயக்குநர் பொறுப்பு கொடுப்பதை உறுதிசெய்யவேண்டும் என்பதே குறிக்கோள்.[53]

உச்சநீதிமன்றம் தத்தாவின் பணிமாறுதல் அனைத்துவகையிலும் பெரிதும் சட்டவிரோதமானது என முடிவுசெய்தது. அவர் முக்கியமான வழக்குகளை மேற்பார்வையிட்டுக்கொண்டிருந்தார், அவற்றை நீதிமன்றத்துக்கு அவர் அறிக்கையிட்டுக்கொண்டிருந்தார்– எந்த ஒரு பணிமாறுதலுக்கும் முன் அவரது சம்மதம் பெறப்பட்டிருக்கவேண்டும் என்றது.[54] கூடுதலாக, சொலிசிட்டர் ஜெனரல் துஷார் மேத்தா, சி.பி.ஐ. இயக்குநரை நியமிப்பதற்கான தேர்வுக் குழு கூட்டத்தில், அரசாங்கத்தைச் சரியான நடைமுறையைப் பின்பற்றவேண்டும் என உச்சநீதிமன்றம் வலியுறுத்தியதாகக் கூறினார். ஆனால் ஆச்சர்யகரமாக, அது தத்தாவின் சட்டவிரோத பணிமாறுதலை திரும்பப்பெறவில்லை. எனினும், ஒரு நிறுவனமாக சி.பி.ஐ., அஸ்தானாவை சி.பி.ஐ. இயக்குநராக்க முடியாதென எதிர்ப்புத் தெரிவித்தது. பதிலாக, அப்போதைய டெல்லி காவல் தலைமைப் பொறுப்பிலிருந்த அலோக் வர்மா அந்தப் பதவிக்கு நியமிக்கப்பட்டார்.

ஆனால் அஸ்தானாவின் அதிகார எழுச்சி அங்கேயே முற்றுப்பெற்றிடவில்லை. சில மாதங்களுக்குப் பின், 2017இல், சி.பி.ஐ.யின் இயக்குநர் அலோக் வர்மா எதிர்ப்புத் தெரிவித்தபோதும்,

அவர் சி.பி.ஐ.யின் சிறப்பு இயக்குநராக நியமிக்கப்பட்டார். அலோக் வர்மா,[55] அவருக்கு எதிரான குற்றச்சாட்டுகள் நீங்கும்வரை அவரது நியமனத்தை நிறுத்திவைக்கவேண்டும் என வாதிட்டார். உண்மையில், பணமோசடி ஊழலொன்றில் அவரையும் மற்ற ஊழியர்களையும் திருப்திப்படுத்தியதாகக் குற்றம்சாட்டப்பட்ட ஒரு நிறுவனத்திற்கு எதிராக சி.பி.ஐ. பதிவுசெய்த முதல் தகவல் அறிக்கையில் அஸ்தானா பெயரும் இடம்பெற்றிருந்தது.[56] சி.பி.ஐ. சிறப்பு இயக்குநராக அஸ்தானா நியமிக்கப்பட்டதை எதிர்த்த மனுவை, அவரின் மகத்தான பணியை மேற்கோள்காட்டி மத்திய அரசு அவருக்கு ஆதரவாக வாதாடியபின் உச்சநீதிமன்றம் ரத்துசெய்தது.[57] பின் சி.பி.ஐ. இயக்குநர் அலோக் வர்மா, அஸ்தானா மீது ஊழல் குற்றாச்சாட்டைச் சுமத்தினார்[58]-அஸ்தானாவும் வர்மா மீது ஊழல்குற்றச்சாட்டைச் சுமத்தினார். அக்டோபர் 2018இன் பிற்பகுதியில் அரசாங்கம் இருவரையும் காலவரையற்ற விடுப்பில் அனுப்பியது.[59]

பின் மத்திய அரசு ஒரு இடைக்கால சி.பி.ஐ. தலைவரை நியமித்தது. ஒடிசாவை சேர்ந்த அதிகாரியான இந்த நபர் நாகேஸ்வர ராவ், அவரது மாநிலத்தில் சர்ச்சைக்குரிய காவல் அதிகாரியாகத் திகழ்ந்தவர். 1994இல், நப்ரங்பூர் மாவட்டத்தின் இளம் காவல் கண்காணிப்பாளராக அவர், அரசுப் பள்ளி தலைமையாசிரியர்களிடையே, மதமாற்றத்துக்கு எதிராக மாணவர்களை ஊக்கப்படுத்தாதிருக்க வலியுறுத்தி ஒரு கடிதத்தைப் பரப்பினார்.[60] நான்கு வருடங்களுக்குப் பின், முஸ்லிம்கள், கிறித்துவர்கள், மார்க்ஸிஸ்ட்கள் இந்தியாவுக்கு அச்சுறுத்தலாகத் திகழ்வதாகப் பொதுமேடையில் அவர் பேசியதாக ஒரு ஒடியா நாளிதழ் ஒன்றில் குறிப்பிடப்பட்டிருந்தது: “இத்தகைய சக்திகள் வன்முறையில் நம்பிக்கையுள்ளவை, மற்றவர்களைச் சகித்துக்கொள்ளாதவை. கிறித்துவர்களும் முஸ்லிம்களும் பைபிளையும் குர்ரானையும் தவிர வேறெந்த புனித நூலையும் மதிக்காதவர்கள். அவர்கள் சலுகைகள் வழங்கி மக்களைக் கவர்ந்து மதமாற்றம் செய்கின்றனர்.”[61] இந்திய சேவை (நடத்தை) விதிகளை மீறிய இத்தகைய சொற்கள்-காவல்துறையின் டி.ஐ.ஜி.யிடம் முறையிடப்பட்டு, ராவ் பணிமாறுதல் செய்யப்பட்டார். 2008இல், ராவ் இந்தியாவின் மிகப்பெரிய துணைராணுவ நிறுவனமான மத்திய ரிசர்வ் போலீஸ் படையின் (CRPF) இன்ஸ்பெக்டர் ஜெனரலாகப் பணியாற்றினார்-அப்போதுதான் கிறித்தவர்களுக்கு எதிரான காந்தமால் கலகம் நிகழ்ந்தது. சிறுபான்மைக் கிறித்துவர்கள் வகுப்புவாதக் கலவரத்தில் தாக்குதலுக்குள்ளாகும்போது, மத்திய ரிசர்வ் படை பிரிவுகளின் நடமாட்டத்தை ராவ் கட்டுப்படுத்தியதாகச் சொல்லப்பட்டது. படிப்படியாக ராவ், சங் பரிவார் சிந்தனைக்

கருவூலத்தின் ராம் மாதவ் உடன் நெருக்கமாக ஆனார். 2018இல் இத்தகைய சிந்தனைக் குழுக்கள் வெளியிட்ட முக்கிய இந்துக் கோரிக்கைகளின் சாசனத்தில் அவர் முக்கியப் பங்களிப்பாளராக இருந்தார். இத்தகைய கோரிக்கைகளில், "இடதுசாரி-மார்க்ஸிஸ்ட் வரலாற்றாசிரியர்களின் இந்துக்களுக்கும் தேசியத்துக்கும் எதிரான விவரணையை மாற்றி, இந்திய வரலாற்றை இந்துக்களின் பார்வையில் சொல்லப்படவேண்டிய தேவையின்" அவசியம் காணப்பட்டது.[62] அத்தோடு, ஆர்.எஸ்.எஸ்.ஸின் குரலான தி ஆர்கனைஸரிலும் ராவ் எழுதினார்.[63]

அக்டோபர்-2018இல், மாட்டுத் தீவன ஊழல் வழக்கில்[64] முக்கியக் குற்றவாளியும் பீகாரின் முன்னாள் முதல்வருமான லாலுபிரசாத் யாதவுக்கு எதிரான விசாரணையை வர்மா தடைசெய்வதாக அஸ்தானா முன்வைத்த புகார் உள்பட சி.வி.சி. அறிக்கையின் அடிப்படையில், வர்மாவை விடுப்பில் செல்ல கேட்டுக்கொண்டது அரசாங்கம்.[64] ஆனால் வர்மாவும் காமன் காஸ் அமைப்பும் உச்சநீதிமன்றத்தின் முன்பு ஒரு மனுவொன்றைத் தாக்கல்செய்தன. நீதிமன்றம் ஒரேயொரு பிரதான மாற்றத்துடன், சி.வி.சி. தொடங்கிவைத்த விசாரணை நடைமுறையை அனுமதித்தது, எனினும் நீதிமன்றம் சி.வி.சி. தலைவர் விசாரணையை நடத்துவதை நம்பியிருக்கத் தயாரில்லை என்பதுபோல் முன்னாள் நீதிபதியான ஏ.கே. பட்நாயக் இந்த விசாரணையை மேற்பார்வை செய்ய நியமிக்கப்பட்டார். அக்டோபரின் பின்பகுதியில்வந்த உச்சநீதிமன்ற இடைக்கால உத்தரவு, சி.வி.சி. அறிக்கை பதினைந்து நாட்களுக்குள் நிறைவுபெற்றிருக்கவேண்டும், மேலும் இடைக்கால இயக்குநரான ராவ் வழக்கமான வேலையை அன்றி வேறெதையும் செய்யக்கூடாது என்றது. அதற்குமாறாக, அவரது முதல் முடிவுகளில் ஒன்று, அஸ்தானாவுக்கு எதிரான ஊழல் குற்றச்சாட்டுகளை விசாரித்துக்கொண்டிருந்த பதிமூன்று சி.பி.ஐ. அதிகாரிகளைப் பணிமாறுதல் செய்ததாகும்.

வர்மாவுக்கு எதிரான குற்றச்சாட்டுகள் குறித்த ஆரம்பகட்ட விசாரணை அறிக்கையை சி.வி.சி. முத்திரையிடப்பட்ட உறையிலிட்டு ஒப்படைத்தது. தற்செயலாக, மக்கள் தகவல் அறியும் உரிமைக்கான தேசிய பிரச்சாரத்துக்கான இணை ஒருங்கிணைப்பாளரான அஞ்சலி பரத்வாஜ், இந்த வழக்கின் பொருத்தமான ஆவணங்களைப் பெற ஆர்.டி.ஐ. கோரிக்கைகளைத் தாக்கல் செய்தபோது, அவை பொதுமக்களுக்குரியதல்ல என அவரது கோரிக்கை சி.வி.சி.யால் மறுக்கப்பட்டது.[65] சி.வி.சி. அறிக்கை ரகசியமாகவே நீடித்தது மட்டுமல்லாமல், இந்த விசாரணையை மேற்பார்வையிட நியமிக்கப்பட்ட ஓய்வுபெற்ற நீதிபதி, சரியான நடைமுறைகள்

பின்பற்றப்படவில்லை என்பதைச் சுட்டிக்காட்டியிருந்தார். வர்மாவும் காமன் காஸும் உச்சநீதிமன்றத்தில் தாக்கல் செய்திருந்த மனு விசாரணையின்போது, ஒன்றிய அரசாங்கம் வர்மாவையும் அஸ்தானாவையும் அவர்களுக்கு இடையிலான பகை காரணமாக, வலுக்கட்டாயமாகப் பதவியிறக்கிய அதன் முடிவை நியாயப்படுத்தியதுடன்: "அரசாங்கம் தலையிடாதிருந்தால், சி.பி.ஐ.யில் உயர் பொறுப்பிலுள்ள இவர்களின் விவகாரம் எதில் முடிந்திருக்குமோ, கடவுள்தான் அறிவார்,"[66] என அரசின் தலைமை வழக்கறிஞர் கூறினார். இத்தகைய வாதங்கள் மத்திய அரசை ஒரு சமாதானப்படுத்தும் சக்தியாகக் காட்டியதுடன், மோடி அரசாங்கம் சி.பி.ஐ.யின் தலைமை அதிகாரி விரும்பாத இரண்டாம் நிலை அதிகாரியை நியமித்ததன்மூலம் இத்தகைய பிரச்சினைகளுக்கான களத்தைத் தயாரித்ததே மோடி அரசுதான் என்ற உண்மையை அழித்துவிடுகிறது. இந்தத் தீர்மானத்தால் சி.பி.ஐ. சீர்குலைக்கப்பட்டதுடன், அதன் தலைவரை இழிவுபடுத்தும் முயற்சிகள், அவர் தனக்கேயான சிந்தனையைக் கொண்டவராக இருக்கமுடியாதவராக மாற்றின.

இந்த விவகாரத்தின் கடைசி அத்தியாயம் மிகவும் சுவாரஸ்யமான ஒன்றாகும். ஜனவரி 7, 2019இல் உச்சநீதிமன்றம், அலோக் வர்மாவை சி.பி.ஐ. இயக்குநர் பதவியிலிருந்து நீக்கும் முன்பு, டெல்லி சிறப்புக் காவல் அமைப்புச் (DSPE) சட்டம், பிரிவு 4ஏ (1)இன்கீழ் அமைக்கப்பட்ட குழுவின் அனுமதியை முன்கூட்டியே சி.வி.சி.யும் அரசும் பெற்றிருந்திருக்கவேண்டும் என்று கருதியதால் அவரை திரும்பவும் சி.பி.ஐ. இயக்குநராக அமர்த்தியது. ஆனால், பிரதம மந்திரி குழு என்றழைக்கப்படும் குழு கூடி சந்திக்கும் வரை 'நடப்பிலிருக்கும் வழக்கமான செயல்பாடுகளை' மட்டுமே மேற்கொள்ளவேண்டும் என அவரது அதிகாரத்தைக் கட்டுப்படுத்தியது.

உச்சநீதிமன்றத்தின் இரு நிலைப்பாடான தீர்ப்பு, புதிய அதிகாரச் சமநிலையைப் பெரிதும் காட்டுவதாக இருக்கிறது: ஒருபுறம், உச்சநீதிமன்றம் வர்மா விடுப்பில் அனுப்பப்பட்டது சட்டவிரோதமானது எனக் கருதுகிறது. இன்னொரு புறமோ, சட்டத்தைக் கடைபிடிப்பதற்குப் பதில், பிரதமர் குழு தீர்மானிப்பது சரிதான் என்கிறது.[67] அலோக் வர்மாவின் விதியைத் தீர்மானிப்பதற்கு உடனடியாக பிரதமர் குழு உருவாக்கப்பட்டது. தலைமை நீதிபதி ரஞ்சன் கோகாய், அதில் உச்சநீதிமன்றத்தின் தரப்பு பிரதிநிதியாக சிக்ரியை நியமித்தார்.[68] இரண்டு தினங்களுக்குப் பின், பிரதமர் நரேந்திர மோடி தலைமை வகித்த அந்தக் குழு ஜனவரி 10 அன்று, 'ஊழல் மற்றும் கடமை தவறிய குற்றச்சாட்டில்' சி.பி.ஐ. இயக்குநரை பதவியிலிருந்து நீக்கியது.[69] அலோக் வர்மா உடனடியாக முன்கூட்டி

பணி ஓய்வு பெற்றுக்கொண்டதுடன் கடிதம் ஒன்றையும் எழுதினார். அவரின் இரண்டாவது பத்தி மேற்கோள் காட்டப் பொருத்தமானது: "அமைப்புகள் நமது ஜனநாயகத்தினை மிகவும் வெளிப்படையாய்க் காட்டும் வலுவான குறியீடுகளாகும். இந்தியாவில் இன்று மிக முக்கியமான அமைப்புகளில் ஒன்று சி.பி.ஐ. என்பது மிகையானது இல்லை. நேற்று எடுக்கப்பட்ட முடிவுகள், வெறுமனே எனது செயல்பாட்டின் பிரதிபலிப்பாக மட்டும் இல்லாமல், ஆளும் அரசாங்கத்தின் பெரும்பான்மை உறுப்பினர்களால் நியமிக்கப்பட்ட மத்திய கண்காணிப்பு ஆணையம் மூலமாக சி.பி.ஐ. எந்த ஒரு அரசாங்கத்தாலும் எப்படி நடத்தப்படும் என்பதற்கான சாட்சியும் ஆகும். குறைந்தபட்சமாகச் சொல்வதென்றால், கூட்டு சுயபரிசோதனைக்கான தருணம் இது."[70] அவரது கடிதத்தில், வர்மா மேலும், "*[CVC] அறிக்கையின் கண்டுபிடிப்புகள்/ முடிவுகள் தன்னுடையதல்ல*" என ஓய்வுபெற்ற நீதிபதி பட்நாயக் சுட்டியிருந்ததையும் குறிப்பிட்டிருந்தார். உண்மையில், பட்நாயக் மேலும் ஓரடி சென்று இந்தியன் எக்ஸ்பிரஸ் நேர்காணலில்: "வர்மா ஊழல் செய்தார் என்பதற்கு எந்த ஆதாரமும் இருக்கவில்லை. ஒட்டுமொத்த விசாரணையும், (சி.பி.ஐ. சிறப்பு இயக்குநர் ராகேஷ்) அஸ்தானாவின் புகாரின் மேலேயே நடைபெற்றது. நான் என் அறிக்கையில் மத்திய கண்காணிப்பு ஆணையகத்தின் அறிக்கையின் கண்டுபிடிப்புகள் எதுவும் என்னுடையதல்ல... உயர் அதிகாரம் கொண்ட குழுதான் அவசியம் தீர்மானிக்கவேண்டும் என்று உச்சநீதிமன்றமே கூறியிருந்தநிலையில், அந்த முடிவு மிக மிக அவசரமாக எடுக்கப்பட்டது. நாம் இங்கே ஒரு அமைப்பைக் கையாண்டுகொண்டிருக்கிறோம். முக்கியமாக உச்சநீதிமன்ற நீதிபதி அங்கிருக்கும்போது அவர்கள், தங்களது மனதை முழுமையாகப் பயன்படுத்தியிருக்கவேண்டும். மத்திய கண்காணிப்பு ஆணையம் கூறுவதே, இறுதி வார்த்தையாக ஆகமுடியாது."[71] ஓய்வுபெற்ற நீதிபதி பட்நாயக் உச்சநீதிமன்றத்தில் அறிக்கை தந்தபோதிலும், 2019, ஜனவரி 10இல் பிரதமர் குழுவைச் சந்தித்த நீதிமன்றத்தின் பிரதிநிதியான நீதிபதி சிக்ரி, மறுப்புக் குறிப்பை எழுதிய ஒரே ஒருவரான கார்கேவுக்கு எதிராக நரேந்திர மோடி சார்பாக வாக்களித்தார். இந்த நடைமுறை தனது உத்தரவுக்கு இணங்கவில்லை என உச்சநீதிமன்றம் ஏன் எதிர்க்கவில்லை? நீதிமன்றத்தின் மெத்தனம் கீழே மீண்டும் பார்க்கப்படும்.

வர்மா சொன்னது சரிதான்: அவரது நீக்கத்துக்குப் பின் சி.பி.ஐ. மத்திய அரசுக்கு தலைவணங்கத் தொடங்கியது. சி.பி.ஐ.யின் சுதந்திரத்தின் வீழ்ச்சி-எனினும் அதன் சுதந்திரம் எப்போதும் முழுமையாக இருந்ததில்லை-பல முடிவுகளில் வெளிப்பட்டது.

முதலில், அஸ்தானா தொடர்பான விசாரணை முட்டுக்கட்டைக்கு உள்ளானது. 2019, மே-யில், டெல்லி உயர்நீதிமன்றம் அந்த விசாரணையை நிறைவுசெய்ய சி.பி.ஐ.க்கு நான்கு மாத அவகாசம் கொடுத்தது. ஆகஸ்டில், அந்த விசாரணைக்குப் பொறுப்பான விசாரணை அதிகாரி, பணியிலிருந்து தன்னிச்சையாக ஓய்வு கேட்டார். அந்த வழக்கை விசாரித்த மிச்சமுள்ள சி.பி.ஐ. குழுவும் அப்படியே கலைக்கப்பட்டது.[72] கடைசியில், நீதிமன்றக் கெடுவுக்குப் பல மாதங்களுக்குப் பின், 2020 பிப்ரவரியில், சி.பி.ஐ. உயர்நீதிமன்றத்தில், 2018 அக்டோபரில் பதிவுசெய்யப்பட்ட லஞ்ச வழக்கில் அஸ்தானாவுக்கும் அவரது இணை அலுவலரான குமாருக்கும் எந்தத் தொடர்பும் இல்லையெனக் கண்டறிந்ததாகத் தெரிவித்தது-நீதிமன்றமும் அந்த முடிவை ஏற்றுக்கொண்டது.[73]

இரண்டாவதாக, சி.பி.ஐ., மாற்றுக் குரல்கள் எழுப்பிய ஊடகம் உள்ளிட்ட நபர்களுக்கு எதிராகப் பயன்படுத்தப்பட்டது. சங் பரிவார் தலைவர்கள் தொடர்பான வழக்குகளை விசாரித்துவந்த அதன் அதிகாரிகள், இன்னும் அதிக முறைப்படுத்தப்பட்ட விதத்தில் ஓரம்கட்டப்பட்டனர். 2014இல் நிறுவனக் குலைப்புக்கு உட்படுத்துதல் நடைமுறையின் இந்தப் பரிமாணங்கள் தேசியப் புலனாய்வுக் கழகம் (NIA) உள்ளிட்ட இதர கழகங்களையும் பாதித்தது, தற்போது ஆய்வுசெய்யப்பட உள்ளது.

மொத்தத்தில், சி.பி.ஐ. கையகப்படுத்தப்பட்டது குறித்து மேலே நடத்தப்பட்ட விரிவான நேர்வு ஆய்வு, இந்தப் புலனாய்வுக் கழகத்தினால் பாதிக்கப்பட்ட மோடியும் ஷாவும், அதன் சிறகுகளை வெட்ட சிறந்த வழி, குற்றத் தோழர்களான குஜராத்தைச் சேர்ந்த போலீஸ் அதிகாரிகளை அதில் நியமிப்பது எனப் பரிந்துரைக்கிறது. ஒரு நிறுவனமாக சி.பி.ஐ, அதனால் முடிந்தமட்டும் எதிர்ப்பைக் காட்டியது, ஆனால் உச்சநீதிமன்றத்தின் மனப்பாங்கு காரணமாக கடைசியில் தோற்கடிக்கப்பட்டது. என்.ஐ.ஏ.வு.ம் பெரிதும் இதேபோன்ற விதியைச் சந்தித்தது.

தேசிய புலனாய்வுக் கழகமும் சி.பி.ஐ.யும்: 'கூண்டிலடைக்கப்பட்ட பறவைகள்' என்பதிலிருந்து கழுத்துப்பட்டையில் பிணைக்கப்பட்ட காவல் நாய்களாக

மோடி அரசாங்கத்தால், குஜராத்தில் அது மேற்கொண்ட வேலைகளுக்காக சி.பி.ஐ.[74] குறிவைக்கப்பட்டதெனில், என்.ஐ.ஏ., 2014-க்கு பிறகு நடந்த புகழ்பெற்ற 'இந்து தீவிரவாத' வழக்குகளால் சர்ச்சைக்குரியதாக ஆனது. இந்துத் தீவிரவாதம் என்ற கருத்து 2000இன் பிற்பகுதியில் உருவாகிவந்தது. போலீசால் விசாரிக்கப்பட்ட

குறிப்பிட்ட குண்டுவெடிப்புகள் இந்து தேசியவாதிகளால் மேற்கொள்ளப்பட்டதாக மதிப்பிட்ட அப்போதைய உள்துறை அமைச்சர் ப.சிதம்பரத்தால் அந்த வார்த்தைப் பிரயோகம் பயன்படுத்தப்பட்டது. இவர்களில் சிலர் அபினவ் பாரத்தின் சந்தேகத்துக்குரிய உறுப்பினர்கள். வி.டி. சாவர்க்கர், பூனாவில் 1905இல் தொடங்கிய இயக்கத்தின் நினைவாக இந்த அமைப்புக்கு இந்தப் பெயரிடப்பட்டது. இந்திய காவல்துறையின் கூற்றுப்படி, அதிலும் குறிப்பாக மகாராஷ்டிராவின் பயங்கரவாத எதிர்ப்புப் படையின் (ATS) தலைமைப் பொறுப்பிலிருந்த ஐ.பி.எஸ். அதிகாரி ஹேமந்த் கார்கரேவின் கூற்றுப்படி, செப்டம்பர் 2008இல், ரமலான் முடிந்து வெகுநாட்களாகாத நிலையில் நகரிலுள்ள மசூதியின் முன்பிருந்த மக்கள் ஆறுபேரைக் கொன்ற மாலேகான் தீவிரவாதத் தாக்குதலுக்கு இந்த அமைப்பே பொறுப்பு. கார்கரேவால் வரைவு எழுதப்பட்ட அறிக்கை விதிவிலக்கான செழுமையுடன் இருந்தது. ஏனெனில் 2007 மற்றும் 2008இல் மடிக்கணினியில் நிகழ்ச்சியாளர்களால் பதிவுசெய்யப்பட்ட அபினவ் பாரத் ரகசியக் கூட்டங்களின் நகல்களையும் அது உள்ளடக்கியிருந்தது.[75]

அந்த நேரத்தில் அபினவ் பாரத்தின் தலைவர்களாக இருந்தவர்கள்: அப்போதைய இந்து மகாசபா தலைவரும் (நாதுராம் கோட்சேவின் சகோதரர்) கோபால் கோட்சேவின் மகளுமான ஹிமானி சாவர்க்கர், ஏ.பி.வி.பி.யின் தேசிய செயற்குழு உறுப்பினராகவும் சாத்வி ஆகவும் (உலகைத் துறந்தவர்) ஆகும்முன்பு 1997 வரை மத்தியப்பிரதேசத்தில் ஏ.பி.வி.பி. மாணவர் தலைவராக இருந்த சாத்வி பிரக்யா சிங் தாக்கூர், 1940 முதல் ஆர்.எஸ்.எஸ். சேவகராகவும், 1990களில் கிழக்கு டெல்லி லோக்சபா சீட்டை வென்றவருமான பி.எல். ஷர்மா, பா.ஜ. கட்சியின் மும்பையின் முன்னாள் ராணுவ வீரர் பிரிவின் தலைமை வகித்த பணி ஓய்வுபெற்ற மேஜர் ரமேஷ் உபாத்யாயா, லெப்டினன்ட் கலோனல் பிரசாத் புரோகித், கார்கரேவின் கூற்றுப்படி ராணுவ அதிகாரியான இவர்தான் இந்த அமைப்பின் பிரதான இயங்கு விசை.

மாலேகான் வழக்கு குறிப்பிடத்தக்க கவனத்தை ஈர்த்திருந்தது- குறிப்பாக கார்கரே நவம்பர் 2008இல் நடந்த ஜிஹாதி தாக்குதலின்போது கொல்லப்பட்டிருக்க-இதர குண்டுவெடிப்புகளுக்கு இந்து தேசியவாதிகள் காரணம் எனச் சொல்லப்பட்டது. மூன்று தீவிரவாத தாக்குதல்கள் காவலர்களால் தனிமைப்படுத்தப்பட்டன: சம்ஜாயுதா எக்ஸ்பிரஸ் (பிப்ரவரி 2007), மெக்கா மஸ்ஜித் (மே 2007), அஜ்மீர் தர்ஹா (அக்டோபர் 2007) தாக்குதல்கள்-இவற்றில் முறையே அறுபத்தெட்டு, ஒன்பது, மூன்று பேர் இறந்திருந்தனர். அஜ்மீர் தர்கா குற்றப் பத்திரிகையில் குற்றவாளியாகப் பதியப்பட்டவர்களில் ஒருவரான சுவாமி அசீமானந்தா, ஒரு நீதிபதி முன்பு சிறையில்

குற்றத்தை ஒப்புக்கொண்டார், அதில் அவர் பல வழக்குகளில் ஆர்.எஸ்.எஸ். நபர்களின் பங்கைக் குறிப்பிட்டார். அவர் ஆர்.எஸ்.எஸ். செயற்குழுவைச் சேர்ந்த உறுப்பினரான இந்திரேஷ்குமார் பெயரைக் குறிப்பிட்டார்-அவர் ஏற்கெனவே அஜ்மீர் தர்கா முதல் தகவல் அறிக்கையிலும் இடம்பெற்றிருந்தார், மற்றும் ஆர்.எஸ்.எஸ். பிரச்சாரக்கான சுனில் ஜோஷி, அவரை முன்னவரின் பாதுகாவலராகக் குறிப்பிட்டார். அசீமானந்தா கூற்றுப்படி, 2007இல் மர்மமான முறையில் கொலைசெய்யப்பட்டவரான ஜோஷி, இதர பிரச்சாரக்குகளுடன் சேர்ந்து சம்ஜாயுதா எக்ஸ்பிரஸ் குண்டுவெடிப்பில் பங்குபெற்றார்.

இந்தச் சூழலில், ஆர்.எஸ்.எஸ். தலைவர் மோகன் பகவத் நவம்பர் 2010இல் அறிவித்தார்:

> அமைப்பின் வரலாற்றில் முதன்முறையாக ஒரு சர்சங்க் சாலக் தர்ணாவில் கலந்துகொண்டது மட்டுமின்றி, ஆர்.எஸ்.எஸ்.ஸை தீவிரவாதத்துடன் தொடர்புபடுத்திச் சதிவலை பின்னப்படுவதாகக் கூட்டமொன்றில் பேசவும் செய்தார்... குண்டுவெடிப்பில் தொடர்புடையவர்கள் ஒன்று சங்கத்தின் உறுப்பினர்களாக இருக்கமாட்டார்கள் அல்லது அவர்கள் வெகுகாலத்துக்கு முன்பே அவர்களது வன்முறை இயல்பு காரணமாக அமைப்பிலிருந்து வெளியேற்றப்பட்டிருப்பார்கள்... ஆனால் இந்தச் சூழலைச் சாதகமாக எடுத்துக்கொண்டு, சிலர் இந்து தீவிரவாதம் பற்றிப் பேசத்தொடங்கியிருக்கின்றனர்... சங்கம் ஒரு தீவிரவாத அமைப்பு என நிறுவ முயற்சியொன்று மேற்கொள்ளப்பட்டு வருகிறது. குற்றச்சாட்டுகள் யாருக்கு எதிராக மேற்கொள்ளப்பட்டிருக்கிறதோ, அவர்கள் வெளிப்படையான குணத்தைக் கொண்டவர்கள். அவர்கள் நாட்டுக்காக உழைத்தவர்கள், நல்ல குடிமகனாக எப்படியிருப்பதென மற்றவர்களுக்குக் கற்பித்தவர்கள்.[76]

2014இல் பா.ஜ.க. அதிகாரத்துக்கு வந்தபோது, மேலே குறிப்பிடப்பட்ட தீவிரவாதத் தாக்குதல் ஒன்றில் போலீசாரால் குற்றம்சாட்டப்பட்டதால் குறைந்தபட்சம் அரை டஜன் இந்து தேசியவாதிகள் சிறையில் இருந்தனர். இந்த்ரேஷ்குமார் உள்ளிட்ட பிறர் விசாரணைக்காகக் காத்திருந்தனர்: இந்த்ரேஷ்குமார் உடனடியாக அறிவித்தார்: "புதிய அரசாங்கம் (எங்களது) வழக்குகளை மீள்பார்வை செய்யவேண்டும்."[77] அவர்களுக்கு எதிரே வழக்குப் பதிவு பண்ணிய விசாரணை அமைப்புகள் ஒன்றா சி.பி.ஐ. ஆக இருந்தது அல்லது என்.ஐ.ஏ.வாக இருந்தது. எனவே அவை உடனடியாகக் குறிவைக்கப்பட்டன.

தேசியப் புலனாய்வு அமைப்பு, மாலேகான் வழக்குகளும் பிறவும்

2008 மும்பை ஜிஹாதி தாக்குதலுக்குப் பிறகு, இந்து தீவிரவாதிகள் உள்பட இந்தியா முழுவதும் தீவிரவாதம் தொடர்பான வழக்குகளைக் கையாள என்.ஐ.ஏ. நிறுவப்பட்டது. ஜூன் 2014இல், 2008 மாலேகான் குண்டுவெடிப்பு தொடர்பான வழக்கில் என்.ஐ.ஏ.வுக்காக சிறப்பு அரசு வழக்கறிஞராகப் பணியாற்றிய ரோகிணி சாலியன், குற்றம்சாட்டப்பட்டவர்கள் மீது மென்மையாக நடந்துகொள்ளக் கேட்டுக்கொள்ளப்பட்டபோதே, என்.ஐ.ஏ.வின் பணியில் அரசாங்கத்தின் தலையீடு வெளிச்சத்துக்குவந்தது. 2015இல் இந்தியன் எக்ஸ்பிரஸ் பத்திரிகையில் வந்த நேர்காணலில், சாலியன்: "என்.ஐ.ஏ. அதிகாரிகளில் ஒருவரிடமிருந்து கடந்த வருடம் என்னிடம் பேசவருவதாக எனக்கொரு அழைப்புவந்தது. அவர் அதனை போனில் பேசவிரும்பவில்லை. அவர் என்னிடம் வந்து, நான் வழக்கில் மென்மையாகப் போகவேண்டுமென ஒரு செய்தி இருக்கிறது எனத் தெரிவித்தார்... அதே வருடம் ஜூன் 12இல், அதே அதிகாரி என்னைச் சந்தித்து, இந்த வழக்கில் எனக்குப் பதில் வேறு ஒரு அதிகாரி நியமிக்கப்பட உள்ளதாக வாய்ப்பேச்சில் தெரிவித்தார்."[78] மூன்று மாதங்களுக்குப் பின், சாலியன் பம்பாய் உயர்நீதிமன்றத்தில் அவருடன் பேசிய, காவல் அதிகாரியின் பெயரைக் குறிப்பிட்டு பிரமாணப் பத்திரம் தாக்கல் செய்தார், நீதி நிர்வாகத்தில் தலையிட, ஒரு தூதுவராக 'முயற்சிசெய்ததாக' அதில் அவர் குறிப்பிட்டிருந்தார்.[79] உண்மையில், என்.ஐ.ஏ.வின் கொள்கை பா.ஜ.க. அதிகாரத்துக்கு வந்ததும் முற்றிலும் மாறியிருந்தது. மாலேகான் வழக்கில் சாலியன், அமைப்பானது "என் முதுகுக்குப்பின்னால் எனக்குத் தெரியாமல் குற்றப்பத்திரிகையை" தாக்கல் செய்ததாக அறிவித்தார்.[80] அவ்வமைப்பானது குற்றம்சாட்டப்பட்டவர்களின் ஒப்புதல் வாக்குமூலங்களையும், சாட்சியளித்தவர்களின் சாட்சியங்களையும் பயன்படுத்துவதற்குப் பதிலாக, அவர்களை மீண்டும் விசாரிக்கத் தொடங்கியது.[81] பலர் பின்வாங்கினர் அல்லது விரோதமாகக் கூறினர்.[82] கடைசியில் லெப்டினன்ட் கர்னல் புரோஹித்தை குற்றம்சாட்டுவதற்காக ஏ.டி.எஸ்., குற்றவாளிகளில் சிலரை வற்புறுத்தியது[83] என்றும் வெடிபொருட்களை மறைத்துவைத்தது என்றும் என்.ஐ.ஏ. குற்றம்சாட்டியது.[84] என்.ஐ.ஏ.வின் இந்த தலைகீழ் திருப்பம், குற்றம்சாட்டப்பட்டவர்கள் விடுதலையாவதில் சென்றுமுடிந்தது. அவ்வமைப்பின் உள்ளூர் அதிகாரிகள் மேல்முறையீடுசெய்ய விரும்பியபோதும்,[85] அது மேல்முறையீடு செய்யவே இல்லை, பலசமயங்களில் அது பல வருட விசாரணை வீணாவதில் சென்றே முடியும். மாலேகான் வழக்கில், கார்கரேவின் விரிவான குற்றப்பத்திரிகை இருந்தபோதும், என்.ஐ.ஏ.வே ஆதாரங்கள்

பலவீனமானவை என அறிவித்தது,[86] மெக்கா மஸ்ஜித், அஜ்மீர் வழக்குகளும் அதேபோன்ற பாதையிலே பயணித்தன. முதல் வழக்கில், மூத்த ஆர்.எஸ்.எஸ். தலைவர்கள் சம்பந்தப்பட்ட முக்கிய ஆவணங்கள் காணாமல் போயின.[87] நீதிபதி அவர் தீர்ப்பளித்த அன்றே தனது பணியிலிருந்து ராஜினாமா செய்தார்.[88] அஜ்மீர் வழக்கில், பெருமளவிலான சாட்சிகள் எதிராக மாறியதைக் கவனித்த நீதிபதி, விசாரணையை முறையாக நடத்த என்.ஐ.ஏ. செய்திருக்கவேண்டிய அடிப்படை நடவடிக்கைகள் அனைத்தையும் பட்டியலிட்டார். ஆனால் “இந்த விசாரணையின்போது என்.ஐ.ஏ. காட்டிய ஆர்வக் குறைவு” எத்தகையதெனில், விசாரணை அதிகாரிகள் வழக்கு விசாரணையின்போது ஒரேயொரு முறைகூட ஆஜராகவில்லை.[89]

2015இன் தொடக்கத்திலேயே, அசீமானந்த் உள்பட குற்றம்சாட்டப்பட்ட பலருக்கும் ஜாமீன் வழங்கப்பட்டது. 2016இல் மாலேகான் வழக்கின் குற்றப் பத்திரிகையில் பிரக்யா சிங் தாக்கூரின் பெயரைச் சேர்ப்பதில்லையென முடிவெடுத்தது.[90] பதிலாக, ஆதாரங்கள் இல்லாதபோதும் முஸ்லிம் குழுவொன்றை குற்றம்சாட்டியது.[91] 2017இல், அஜ்மீர் தர்கா வழக்கில் குற்றம்சாட்டப்பட்ட அனைவரும் விடுதலைசெய்யப்பட்டனர், புரோகித்துக்கு ஜாமீன் வழங்கப்பட்டது. 2018 ஏப்ரலில் மெக்கா மஸ்ஜித் வழக்கில் குற்றம்சாட்டப்பட்ட ஐந்து பேரும் விடுதலை செய்யப்பட்டனர்.

சி.பி.ஐ. - சொராபுதீன் வழக்கு முதல் லோயா வழக்கு வரை

2014 தேர்தலுக்கு முன்பே, நரேந்திர மோடிதான் அடுத்தப் பிரதமராக ஆவார் என்பது தெளிவானதும், அமித் ஷா பிரதான குற்றவாளியாக இருந்த சொராபுதீன் வழக்கில்[92] சி.பி.ஐ. தன் செயல்முறையை மாற்றியது. தேர்தலுக்கு ஒரு மாதம் முன்பாக, ஏப்ரலில், சி.பி.ஐ. தலைவர் ரஞ்சித் சின்ஹா, மிகவும் திறமையான அதிகாரியான சந்தீப் தம்காட்கேவை வழக்கிலிருந்து நீக்கினார். தம்காட்கே, 2012, 2013 என இரு தருணங்களில் ஷாவை விசாரணை செய்திருந்தார். இரண்டு தனித் தனி வழக்குகளில் கடமையைச் செய்யத் தவறியதாக சி.பி.ஐ.யால் குற்றம்சாட்டப்பட்டு, தண்டிக்கப்பட்டார்.[93]

ஷா, 2014, ஜூன் 6 அன்று இந்த வழக்கு விசாரணைக்குப் பொறுப்பான சி.பி.ஐ. நீதிமன்ற நீதிபதி, உத்பத் முன்பாக ஆஜராகவேண்டும்-ஆனால் அவர் ஆஜராகவில்லை. நீதிபதி அவரைக் கண்டித்து, அவர் ஆஜராவதற்கு புதிய தேதியை நிர்ணயித்தார். ஷா எந்த நீதிபதி முன் ஆஜராகவேண்டுமோ

அவர், ஷா நீதிமன்றத்தில் ஆஜராவதற்கு ஒரு நாள் முன்னதாகப் பணியிட மாறுதல் செய்யப்பட்டார். அந்த நீதிபதி அங்கு அமர்த்தப்பட்டு ஒரு வருடத்துக்கும் குறைவாகவே ஆகியிருந்தது, சராசரியாக இத்தகைய பணிக்காலம் மூன்று வருடங்கள் ஆகும். 2014, டிசம்பர் 1இல் நாக்பூரில் இறந்த நீதிபதி லோயா அவருக்குப் பதில் அவ்விடத்தில் அமர்த்தப்பட்டார். அவர் இறந்த பகுதியைச் சேர்ந்த மருத்துவமனை அவரது மரணம் ஹார்ட் அட்டாக்கால் நிகழ்ந்தது எனக் கூறியது, இந்த வழக்கை விடாப்பிடியாகத் தொடர்ந்த கேரவன் பத்திரிகையாளர்களோ, பிரேதப் பரிசோதனை வழக்கமான நடைமுறையின்படி நடக்கவில்லை என்பதைக் கண்டுபிடித்தனர்.[94] நீதிபதி லோயாவின் சகோதரிகளில் ஒருவருடன் நடத்திய நேர்காணல் மூலம், அப்போதைய மும்பை உயர்நீதிமன்ற தலைமை நீதிபதி மொகித் ஷா, சாதகமான தீர்ப்பளித்தால் அதற்குப் பிரதியுபகாரமாக ரூ 100 கோடி (கிட்டத்தட்ட 13,333,330 டாலர்கள்) லஞ்சம் தருவதாகக் கூறியதாக, லோயா அவளிடம் தெரிவித்ததாகக் கூறினார்.[95] வழக்கறிஞர்கள் உடனடியாக நீதிபதி லோயாவின் மரணம் சந்தேகத்துக்குரியது, விசாரிக்கப்படவேண்டும் என்றனர்- அதனால் எந்தப் பயனும் இருக்கவில்லை.[96]

சி.பி.ஐ. நீதிமன்றத்துக்கு லோயாவுக்கு அடுத்ததாக வந்தவர் இந்த வழக்கை ஒரு மாதத்துக்கும் குறைவான காலத்தில் முடித்துவைத்தார். 2014, டிசம்பர் 30இல், ஆதாரத்தைப் பற்றிக் கேள்வி கேட்காமல், குற்றப் பத்திரிகையின் அடிப்படையில் மட்டும், அரசியல் காரணங்களினால் வழக்கில் சேர்க்கப்பட்டுள்ளார் என்றுகூறி அமித்ஷாவை விடுவித்தார்.[97] குற்றம்சாட்டப்பட்டவர்களில் குஜராத்தைச் சேர்ந்த, வன்சாரா உள்ளிட்ட ஆறு போலீஸ் அதிகாரிகள் உள்பட பதினொரு பேரும் 2015-2016 காலகட்டத்தில் சாட்சியங்கள் இல்லாத காரணத்துக்காகவோ அல்லது வழக்குத் தொடர அனுமதியின்மைக்காகவோ விடுவிக்கப்பட்டனர்.[98] ஒரு குற்ற வழக்கில் குற்றம்சாட்டப்பட்ட நபர்களை விடுவித்தபோது, சி.பி.ஐ. மேல்முறையீடு செய்யவில்லை என்பது பெரிதும் விதிவிலக்கானது.[99] உண்மையில், சி.பி.ஐ.தான் குற்றச்சாட்டுகளை உருவாக்கி விசாரணையை நடத்தியிருந்தபோதும், சி.பி.ஐ. அவரது விடுதலையை எதிர்க்கப்போவதில்லையென நீதிமன்றத்தின் முன்பு தனது நிலைப்பாட்டைத் தெளிவுபடுத்தியது.[100]

குற்றம்சாட்டப்பட்டவர்கள் 22 பேர் மட்டுமே எஞ்சியிருக்க, சி.பி.ஐ. சாட்சிகளைப் பாதுகாப்பதிலிருந்து விலகிக்கொள்ள, அவர்கள் ஒருவர்பின் ஒருவராக பிறழ்சாட்சியாக மாறினர். 2018, ஏப்ரலில் அவர்களில் 45 பேர் பிறழ்சாட்சிகளாக மாறினர்,[101] இந்தப் போக்குத் தொடர்ந்தது.[102] இந்த வழக்குக்குப் பொறுப்பான

உயர்நீதிமன்ற நீதிபதி, குற்றஞ்சாட்டப்பட்டவர்களாலோ அல்லது அவர்களது தரப்பினராலோ[103] தூண்டுதல் அல்லது மிரட்டலுக்கு ஆளாகக்கூடிய சாத்தியமுள்ள சாட்சிகளுக்குப் போதிய பாதுகாப்பு வழங்காததாகவும், முதன்மையான சான்றுகள் உள்பட அனைத்து ஆதாரங்களையும் பதிவுசெய்யத் தவறியதாகவும் சி.பி.ஐ. மீது குற்றஞ்சாட்டினார். நீதிபதி பணியிட மாறுதல் செய்யப்பட்டார்.[104] கடைசியாக, விசாரிக்கப்பட்ட 210 சாட்சிகளில் 92 பேர் பிறழ் சாட்சிகளாக மாறினர்-மிக முக்கியமான சாட்சிகளும் அவர்களுள் காணப்பட்டனர்.[105] இத்தகைய அழுத்தத்தைத் தாங்கிய சாட்சிகளும், "வழக்கறிஞரின் கூற்றுகளை ஓரளவு மட்டுமே ஆதரித்தனர்,"[106] மற்றவர்கள் சாட்சியளிக்க அனுமதிக்கப்படவில்லை.[107] ரஜ்னீஷ் ராய், சந்தீப் தம்காட்கே[108], வி.எல். சோலங்கி (இந்த வழக்கை முதலில் விசாரித்த காவல் அதிகாரிகள், இதில் முதல் இருவரும் அவர்களது தொழில் நிபுணத்துவத்துக்காக சி.பி.ஐ.யால் தண்டிக்கப்பட்டவர்கள்) மூவரும் விசாரிக்கப்படவில்லை.

கடைசியாக, 2018 டிசம்பரில், நீதிபதி ஷர்மா, அமித்ஷா வழக்கில் அவருக்கு முன் இருந்த நீதிபதி கோசாவி வந்த அதே முடிவுக்கு வந்தார்: சொராபுதீன் வழக்கில் சி.பி.ஐ. தொடர்ந்த விசாரணை அரசியல் உள்நோக்கம் கொண்டது.[109] குஜராத்தைச் சேர்ந்த 14 காவலர்கள், ராஜஸ்தானைச் சேர்ந்த 6 காவலர்கள் உள்பட குற்றம்சாட்டப்பட்ட இருபத்தி இரண்டு பேரும் விடுவிக்கப்பட்டனர்.[110] மீண்டும் ஒருமுறை, சி.பி.ஐ.யின் விசாரணைகள் நீதிபதிகளால் அவமானகரமான விதத்தில் கண்டிக்கப்பட்டபோதும், மிகவும் வழக்கத்துக்குமாறான விதத்தில், சி.பி.ஐ. எந்த ஒரு மேல்முறையீடும் செய்யவில்லை. அந்த அமைப்பு எதிர்பார்ப்புக்கேற்றபடி நடந்துகொண்டது.

மோடி அரசாங்கம், சி.பி.ஐ., என்.ஐ.ஏ. மீதான அதன் கட்டுப்பாட்டை உறுதிசெய்த பின், இந்த அமைப்புகளுக்குக் கூடுதல் அதிகாரத்தை வழங்கியது. 2019இல் என்.ஐ.ஏ. சட்டத்தைத் திருத்தம் செய்து மனிதக் கடத்தல், கள்ள நோட்டு அல்லது வங்கி நோட்டுகள், தடைசெய்யப்பட்ட ஆயுதங்களின் தயாரிப்பு, விற்பனை, சைபர் தீவிரவாதம், வெடிபொருட்கள் சட்டத்தின் கீழான குற்றங்கள் போன்றவற்றை விசாரிக்க அனுமதி வழங்கியது.[111] இந்த விவகாரங்களை இப்போது என்.ஐ.ஏ. விசாரிக்க முடியும், மாநில போலீஸால் முடியாது என்பது அதிலொரு முக்கியமான மாற்றம். எதிர்க்கட்சியால் ஆளப்படும் பல மாநிலங்கள் மத்திய அரசால் நிர்வகிக்கப்படும் போலீஸ் படைகள் தங்கள் பகுதியில் விசாரிக்க மறுத்த காலகட்டத்தில் இந்தத் திருத்தம் வந்தது. இதை எழுதும்போது, இந்திய ஒன்றியத்தின் ஏழு மாநிலங்கள்-மிசோரம், மேற்கு வங்காளம், ராஜஸ்தான், மகாராஷ்ட்ரா, சத்தீஸ்கர், கேரளா, ஜார்கண்ட்-

தங்களது பகுதியில் சி.பி.ஐ. விசாரணை நடத்த அளித்திருந்த பொதுவான சம்மதத்தைத் திரும்பப்பெற்றிருந்தன. இதன் பொருள் சி.பி.ஐ, அது நடத்தவிரும்பும் ஒவ்வொரு விசாரணையின்போதும் இந்த மாநிலங்களின் அங்கீகாரத்தை அவசியம் கேட்கவேண்டும்.

உச்சநீதிமன்றம், எதிர்ப்பிலிருந்து சரணாகதிக்கு

ஜனநாயகத்துக்கு வலுவான நீதித்துறை ஒரு நிபந்தனையாக இருந்தாலும், மோடியின் முதல் ஆட்சிக் காலத்தில் இந்தியக் காவல்துறையின் உயர்மட்ட விசாரணை அமைப்புகளைத் தவிர்த்து, உச்சநீதிமன்றமும் அதன் சுதந்திரத்தில் ஓரளவை, அழுத்தத்தின் காரணமாகவும் இதர காரணங்களாலும் கைவிட்டது.

2014இன் திடீர் தாக்குதல்

2014இல் மோடி அரசாங்கம் அமைக்கப்பட்ட பிறகு, நீதித்துறையுடனான அதன் உறவைத் தீர்மானிக்கும் முதல் நிகழ்வு உச்சநீதிமன்றத்துக்கு நீதிபதிகளை நியமிப்பது தொடர்பானதாகும். 2014 ஜூனில் கொலிஜியத்தால் (இந்தியாவின் தலைமை நீதிபதி உள்ளிட்ட ஐந்து மூத்த நீதிபதிகள் கொண்ட குழு) தேர்ந்தெடுக்கப்பட்ட நான்கு உச்சநீதிமன்ற நீதிபதிகளை நியமிக்க மத்திய அரசைக் கேட்டது. மோடி அரசு கோபால் சுப்பிரமணியமை தவிர்த்து அனைவரையும் நியமித்தது. இந்தியாவின் தலைமை நீதிபதி இந்த 'ஒருதலைப்பட்சமான பாகுபாடு' குறித்து எதிர்ப்புத் தெரிவித்தார்-அதனால் எந்தப் பயனும் இல்லை.[112] முன்பும், அரசுகள் தெளிவுபடுத்துவதற்காகவோ அல்லது மறுபரிசீலனைக்கோ கோப்புகளை கொலிஜியத்திடம் திருப்பியனுப்பியிருக்கின்றன, ஆனால் எதிர்ப்புகள் இந்த முறையைப் போன்று அத்தனை தீவிரமாக இருந்ததில்லை.[113] இந்த நிகழ்வில், சுப்பிரமணியத்தின் நேர்மையைக் குறித்து உளவுப் பிரிவு அல்லது சி.பி.ஐ. கேள்வி கேட்ட அறிக்கைகளின் அடிப்படையில் அவரை அரசு நிராகரித்தது. சுப்பிரமணியம், தலைமை நீதிபதிக்கு ஒன்பது பக்க கடிதம் ஒன்று எழுதினார், அதில் தான் 'பொருத்தமற்றவராக'க் கருதப்படுவது ஏனெனில் அவர் 'அரசாங்கத்தின் அதிகாரத்திற்கு' அடிபணியமாட்டார் என்பதனால்தான் என்பதைச் சுட்டிக்காட்டினார். நம்பிக்கையின் அடிப்படையில், உச்சநீதிமன்றத்தால் சொராபுதீன் வழக்கில் ஒரு பாரபட்சமற்ற ஆலோசகராக அவர் நியமிக்கப்பட்டார். அப்போதைய பிரதான குற்றவாளியான அமித்ஷாவுக்கு[114] எதிராக அவர் தனிப்பட்ட பழிவாங்கும் எண்ணமோ அல்லது எந்தவிதமான வெறுப்போ கொண்டிருக்கவில்லை என்பதைச் சுட்டிக்காட்டினார். ஆனால் அரசாங்கத்தின் தரப்பில் அநேகமாக இது உண்மையில்லை.

உச்சநீதிமன்ற வழக்கறிஞர் சஞ்சய் ஹெக்டேவின் கூற்றுப்படி, "அரசாங்கத்தின் எதிர்ப்புக்கான வெளியே சொல்லப்படாத காரணம்", கோபால் சுப்பிரமணியம் சொராபுதீன் வழக்கில் மிகத் துல்லியமாகத் தனது பங்கை ஆற்றினார், சுப்பிரமணியத்தின் பரிந்துரையின் பேரில்தான் உச்சநீதிமன்றம் '2010இல் ஷா, குஜராத்தில் நுழைவதைத் தடைசெய்தது' என்ற உண்மையும் இதில் அடக்கம்.[115] உண்மையில், சி.பி.ஐ. அவரது நேர்மையைக் கேள்வி கேட்ட சில வாரங்களுக்குப் பின், அது, "நிலக்கரி சுரங்க ஊழல் விசாரணையில் அவரைச் சிறப்பு வழக்கறிஞராக வைத்துக்கொள்ள தற்போது ஆவலுடன் இருப்பதாகக் கூறி யூ டர்ன் எடுத்தது."[116] உச்சநீதிமன்ற நீதிபதி தேர்வுக்கான விண்ணப்பத்தைத் திரும்பப்பெற்ற அவரது கடிதத்தில் சுப்பிரமணியம் பெரிதும் தீர்க்கதரிசனத்துடன் இவ்வாறு எழுதியிருந்தார், "கடந்த சில வாரங்களாக நடைபெறும் நிகழ்வுகள், நீதித்துறை அமைப்பின் சுதந்திரம், ஒருமைப்பாடு, புகழைப் போற்றுவதற்கும் மதிப்பதற்குமான அரசாங்கத்தின் நிர்வாகத் திறன் குறித்து எனது மனதில் தீவிரமான சந்தேகங்களை எழுப்பியுள்ளன. இந்தப் மனப்பாங்கு காலப்போக்கில் மாறும் என நான் நினைக்கவில்லை."[117]

2014 ஜூலையின் வெகு ஆரம்பத்திலேயே, பா.ஜ.க.வின் தேர்தல் அறிக்கையின்படி மோடி அரசு நீதிபதிகள் நியமன முறையைச் சீர்திருத்தும் அதன் விருப்பத்தை அறிவித்தது. அந்த அறிக்கை, "உயர் நீதித்துறையில் நீதிபதிகளை நியமிக்க தேசிய நீதித்துறை ஆணையம் அமைக்கப்படும்" என உறுதியளித்திருந்தது. 1990-களின் பிற்பகுதியிலிருந்து உயர்நீதித் துறையின் நீதிபதிகள் தங்களது சகாக்களால் தேர்வு செய்யப்படும் கொலிஜியம் முறையைச் சீர்திருத்துவதற்கான தேவை, பா.ஜ.க.வுக்கு அப்பாலும் உணரப்பட்டது. இந்த நடைமுறை வெளிப்படையாக இல்லாததோடு ஊழலுக்குக் காரணமாவதாகச் சந்தேகப்படப்பட்டதுடன், பொறுப்புடைமை இல்லாமலிருப்பதாக விமர்சிக்கப்பட்டது.[118] காங்கிரஸ் வழிநடத்திய ஐக்கிய முற்போக்குக் கூட்டணி இந்த முறையை மாற்ற முயற்சித்து, நீதித்துறை நியமன ஆணைய மசோதாவை 2013இல் அறிமுகம் செய்திருந்தது-அதனை பா.ஜ.க. எதிர்த்ததால் காலாவதியானது.[119] 2014இல், பா.ஜ.க.வால் தாக்கல்செய்யப்பட்ட அரசியலமைப்பு மசோதாவை காங்கிரஸ் ஆதரித்தது, அது நாடாளுமன்றத்தின் இரு அவைகளிலும் ஆகஸ்டு, 2014இல் ஒருமனதாக நிறைவேற்றப்பட்டது. இந்திய ஒன்றியத்தின் இருபத்தொன்பது மாநிலங்களில் பதினாறு மாநிலங்கள் இதனை விரைவாக அங்கீகரித்ததால், இந்த மசோதா இந்தியக் குடியரசுத் தலைவரால் டிசம்பர் 2014இல் அறிவிக்கப்பட்டது.

ஆகஸ்ட் 2014இல் இந்த மசோதா நாடாளுமன்றத்தில் அறிமுகம் செய்யப்பட்ட தினமே இந்தியத் தலைமை நீதிபதி இந்தச் சீர்திருத்தத்தை விமர்சனம் செய்தார்.[120] இந்த மசோதாவால் அமைக்கப்படும் தேசிய நீதித்துறை நியமன ஆணையக் கூட்டமைப்பு நீதித்துறையின் சுதந்திரத்தைப் பாதிக்கும் எனப் பல வழக்கறிஞர்கள் தெரிவித்தனர்.[121] இந்த ஆணையம், இந்தியத் தலைமை நீதிபதி, இரண்டு மூத்த நீதிபதிகள், தலைமை நீதிபதியை உள்ளடக்கிய குழுவால் தேர்ந்தெடுக்கப்பட்ட இரண்டு பிரபலங்கள், பிரதமர், மக்களவை எதிர்க்கட்சித் தலைவர் ஆகியோரை உள்ளடக்கியிருக்கும்.

அதே மாதத்தில் சட்டம் நடைமுறைக்கு வந்தது, உச்சநீதிமன்றம், இந்தச் சீர்திருத்தத்தின் அரசியலமைப்பு செல்லுபடியை கேள்விக்குள்ளாக்கும் மனுக்களை விசாரணைக்கு ஏற்றுக்கொண்டது. அக்டோபர் 2015இல், ஒரு அரிய தீர்ப்பில்,[122] அது 99-வது அரசியலமைப்பு திருத்தச் சட்டத்தையும் தேசிய நீதித்துறை நியமன ஆணைய சட்டத்தையும் ரத்துசெய்தது.[123] ஐந்து நீதிபதிகள் கொண்ட அமர்வின் நான்கு நீதிபதிகள் இந்தத் தீர்ப்பை வழங்கி, இந்தச் சட்டங்கள் இந்திய அரசியலமைப்புச் சட்டத்தின் அடிப்படை அமைப்பின் பகுதியாகத் திகழும் நீதித்துறையின் சுதந்திரத்தைப் பாதிக்கும் எனத் தீர்ப்பு நிறைவுபெற்றிருந்தது.[124] அவர்கள் இரண்டு விதிகள் குறிப்பாகச் சிக்கலானவை எனக் கண்டனர்: 'இரு பிரபலங்களின்' பங்கு-நீதித்துறையின் நிர்வாகத்துடன் தொடர்பில்லாதவர்கள் என்ற உண்மையின் அடிப்படையில், அதிகளவு அதிகாரம் அளிக்கப்பட்டுள்ளதாகத் தோன்றினர்[125]-நீதிமன்ற நியமன ஆணையச் சட்டத்தில் சட்ட அமைச்சரின் முன்னிலை, நலன் சார்ந்த மோதலை உருவாக்கும்.

இந்தத் தீர்ப்பு, ஆளும் கட்சி அதன் தேர்தல் வெற்றிக்குப் பிறகு உடனடியாகக் கிட்டத்தட்ட அனைத்து ஆளுநர்களையும் மாற்றி அமைப்பைச் சீர்குலைத்த விதத்தை குற்றம்சாட்டும் விதத்தில்-இந்தச் சீர்திருத்தத்தை நீதித்துறைக்கும் விரிவுபடுத்தியது: "எனவே அமைப்பைச் சீர்குலைக்கும் ஆட்சியிலிருந்தும், எந்த ஒரு அரசியல் நிர்வாகத் தலையீடுகளிலிருந்தும் நீதித்துறை நியமனங்களையும் நீதித்துறையின் சுதந்திரத்தையும் காப்பதற்கு, மிக அதிகபட்ச முக்கியத்துவமாகவே இந்தத் தீர்ப்பு."[126] பின்வந்த மாதங்களிலும் வருடங்களிலும், நீதிபதிகளின் நியமனம், நீதித்துறைக்கும் நிர்வாகத்துறைக்குமான பிரச்சனைக்குரிய விஷயமாகவே நீடித்தது.

2015- 2016 பலவீனமடையும் போர்

தீர்ப்புக்குப் பின், நீதிபதி கேஹர் தலைமைவகித்த அமர்வு கொலிஜியம் அமைப்பு மேம்படுத்தப்படவேண்டுமென ஒப்புக்கொண்டது, 2015 டிசம்பர் மத்தியில், உயர் நீதித்துறை நியமனங்களுக்கான புதிய நடைமுறைக் குறிப்பை முன்மொழியுமாறு அரசைக் கேட்டுக்கொண்டது. வெளியுறவு விவகாரத்துறை அமைச்சர் சுஷ்மா ஸ்வராஜ் தலைமை வகித்த அமைச்சர்கள் குழு, (தகுதி அளவுகோல்கள் உட்பட) நியமன நடைமுறைகளை மிகவும் வெளிப்படையானதாக வகுக்க நியமிக்கப்பட்டது. அது ஒரு வரைவு நடைமுறைக் குறிப்பை மார்ச் 2016இல் கொலிஜியத்திடம் சமர்ப்பித்தது. மே மாதத்தில், தலைமை நீதிபதி அந்த வரைவை கொலிஜியத்தின் கருத்துகளுடன் திருப்பியனுப்பினார். அது கொலிஜியம் பரிந்துரைத்த எந்த ஒரு பெயரையும் தேசிய பாதுகாப்பு என்ற பெயரில் நிராகரிக்க அரசை அனுமதிக்கும் பிரிவு உட்பட சில விதிகளை ஏற்றுக்கொள்ளமுடியாதவை எனச் சொன்னது. அரசாங்கம் இந்த ஆட்சேபனைகளை மறுத்தது.[127] தேசிய பாதுகாப்பு வாதத்தைத் தவிரவும்-தொடர் கருத்து வேறுபாடுகளாக இருந்த இதர விஷயங்கள்-நியமன நடைமுறையில் மூப்பின் முக்கியத்துவம் தொடர்பானது (நீதிபதிகள் பெரிதாக மதிக்கும் ஒன்று), குறிப்பாக அரசாங்கம் ஒரு வேட்பாளர் குறித்த தெளிவுபடுத்தலைக் கேட்கும்போது)[128] கொலிஜியம் அதன் தேர்வுகளை நியாயப்படுத்தவேண்டியதன் அவசியம், “பெயர்களை நிராகரிப்பதில் நிர்வாகத்துக்கே இறுதி அதிகாரம் உண்டு” என்பது குறித்த கொலிஜியத்தின் ஆட்சேபம் போன்றவையாகும்.[129] இ-கோர்ட்டுகளில் தனியார் துறையின் ஈடுபாடு போன்ற நீதிபதிகள் நியமனத்துக்குத் தொடர்பில்லாத முயற்சிகள், இதர சீர்திருத்த முயற்சிகளை ஸ்தம்பிக்கவைக்கும் அளவுக்கு இழுபறி மிகக் கடுமையாக இருந்தது.[130]

மோடி அரசு நீதிபதிகள் நியமன முறையை ஆறு மாதத்தில் மாற்றிய 2014 திடீர்த் தாக்குதலுக்குப் பின்-2015-2016-ஆம் ஆண்டுகள் பலவீனமடைந்தபடியே செல்லும் போரால் குறிக்கப்படுகிறது. இந்தக் காலகட்டத்தில் அரசாங்கம் கொலிஜியத்தின் முன்மொழிவுகளை நடைமுறைக் குறிப்பில் இணைக்க மறுத்தது மட்டுமல்லாமல், நீதிபதிகளை நியமிக்கவும் மறுத்தது. 2015இல், குறைந்தபட்சம் எட்டு மாதங்களுக்கு எந்தவொரு புதிய நீதிபதியும் அரசாங்கத்தால் நியமிக்கப்படவில்லை.[131] 2015, ஜனவரியில் உயர்நீதிமன்ற நீதிபதிகள் காலியிடம் 35 சதவிகிதமாக இருந்தது[132] அதேவருடத்தின் டிசம்பர் மாதம் 42 சதவிகிதமாக ஆனது[133], 2016 ஜூலையில் இது 45 சதவிகிதமாக உயர்ந்தது.[134] தலைமை நீதிபதி லோதா ஏற்கெனவே இந்தப் பிரச்சனையை 2014இல் எழுப்பியிருந்தார்.[135] அவருக்குப்

பின்வந்த, தலைமை நீதிபதி டி.எஸ். தாக்கூர், மேலும் அதை அடிக்கோடிட்டுக் காட்டினார். ஏப்ரலில், தலைமை நீதிபதிகள் மற்றும் முதல்வர்களுக்கான வருடாந்திர மாநாட்டில், பிரதமர் நரேந்திர மோடி முன்னிலையில், அவர் கொந்தளித்து, இந்திய நீதித்துறை அதன் கடமையை நிறைவேற்றமுடியாத அளவுக்கு மிகக்குறைவான பணியாளர்களைக் கொண்டிருக்கிறது எனப் பேசினார்.[136] மே 2016இல், அரசாங்கத்திடம் உயர்நீதிமன்ற நீதிபதிகள் நியமனத்துக்கான சுமார் 170 பரிந்துரைகள் கிடப்பிலிருக்க-தலைமை நீதிபதி, தீர்வுக்காகக் காத்திருக்கும் லட்சக்கணக்கான வழக்குகளுக்கு முடிவுகாண[138] (தற்போதிருக்கும் 21,000 நீதிபதிகளுக்குப் பதிலாக) நாட்டுக்கு 70,000 நீதிபதிகள் தேவையெனச் சுட்டிக்காட்டினார்.[137] ஆகஸ்டில், நீதிபதிகள் பற்றாக்குறை தொடர்பான பொதுநல வழக்குவிசாரணையின்போது, அவர் அரசுத் தலைமை வழக்கறிஞர் முகுல் ரோத்தகியிடம்: “இந்த நிறுவனத்தை நிறுத்தத்துக்குக் கொண்டுவர முயற்சிசெய்யாதீர்கள். இது நீதித்துறைப் பணியை முடக்குகிறது. நாங்கள் தற்போது பொறுப்புக்கூறலுக்கு உட்படுவோம். ஏன் அவநம்பிக்கை?” எனக் கேள்வியெழுப்பினார்.[139] உண்மையில், மோடி அரசாங்கம் பேரம்பேசும் மனநிலையில் இருந்தது. “செயல்முறைக் குறிப்பாணை தொடர்பான நிர்வாகத்தின் அழுத்தத்துக்கு உச்சநீதிமன்றம் அடிபணியவேண்டும் என்று அது விரும்பியது. அக்டோபரில், மீண்டும் ஒருமுறை, தலைமை நீதிபதி தாக்கூர் மோடி அரசாங்கத்தை, நீதிபதிகள் நியமனம் தொடர்பாகக் கேள்விகளால் விளாசினார்: “இன்று நீதிபதிகள் இல்லாததால் நீதிமன்றங்கள் பூட்டிக்கிடக்கும் சூழ்நிலையில் நாங்கள் இருக்கிறோம். இது கர்நாடகாவில் நிகழ்ந்துகொண்டிருக்கிறது. ஏன் மொத்த நீதித்துறையையும் பூட்டிவைத்து, மக்களுக்கு நீதி கிடைக்காமல் செய்யவேண்டும்... எந்த முட்டுக்கட்டையும் அங்கே இருக்கக்கூடாது. செயல்முறைக் குறிப்பாணையை இறுதிசெய்யாமலே நீதிபதிகள் நியமனத்துக்கான கோப்புகளைச் செயலாக்க நீங்கள் கடமைப்பட்டுள்ளீர்கள். செயல்முறைக் குறிப்பாணையை இறுதிசெய்வதற்கும் நீதித்துறையில் பணி நியமனம் செய்வதற்கும் எந்தத் தொடர்பும் இல்லை.”[140]

தலைமை நீதிபதி மேலும் கூறினார்: “இவ்விதம் இந்த அமைப்பின் பணியைச் சீர்குலைக்கமுடியாது. நீங்கள் இந்த அமைப்பில் சில புரட்சிகர மாறுதலுக்காகக் காத்திருக்கிறீர்களா?”[141] உண்மையில் ஒரு புரட்சிகர மாறுதலுக்காகத்தான் மோடி அரசு சிந்தித்துக்கொண்டிருந்தது. என்.ஜே.ஏ.சி.யை உருவாக்கியதன் மூலம் அரசாங்கத்தால் எந்த ஒரு மாற்றத்தையும் சாதிக்கமுடியாததால், அது புதிய செயல்முறை குறிப்பாணையை உருவாக்கி உச்சநீதிமன்றத்தின்

கையை முறுக்க முயன்றுகொண்டிருந்தது. இந்தச் சூழலில், "உண்மை நிலையை உறுதிசெய்ய பிரதமர் அலுவலக மற்றும் சட்ட, நீதித்துறை அலுவலகச் செயலாளர்களுக்கு அழைப்பாணை அனுப்பப்போவதாக நீதிமன்றம் எச்சரித்தது.¹⁴² தலைமை நீதிபதி, "நீங்கள் இதேவிதத்தில் சென்றால், நாங்கள் ஐந்து நீதிபதிகள் கொண்ட அமர்வைக் கூட்டி, அரசாங்கம் புதிய செயல்முறைக் குறிப்பாணையை உருவாக்கும் வரை, அதனை நீதிமன்ற நியமனங்களை முடக்க அனுமதிக்கமாட்டோம் என்று கூறுவோம்... நீங்கள் அதனை விரும்புகிறீர்களா?"¹⁴³

ஆனால் மோடி அரசாங்கம் உயர்நீதிமன்ற காலியிடங்கள் அதிகரிப்பதில் இயல்புக்கு மாறாக எதுவும் இல்லை, இத்தகைய அச்சுறுத்தலுக்கு அடிபணியப்போவதில்லை என்றது.¹⁴⁴ இக்கட்டு நீடித்தது, 2016, நவம்பர் 11இல் கொலிஜியம் உயர்நீதிமன்றங்களில் நீதிபதிகளாக நியமிக்கப் பரிந்துரைத்த 77 பெயர்களில் 43 பெயர்களை அரசு மறுத்தபோது பதற்றம் அதிகரித்தபடியே சென்றது. அந்தச் சமயத்தில் 500 இடங்கள் காலியாக இருந்தன.¹⁴⁵ உச்சநீதிமன்ற கொலிஜியம் உடனடியாக இந்த நாற்பத்து மூன்று பெயர்களை வலியுறுத்தி மீண்டும் பரிந்துரைத்தது.¹⁴⁶ சில நாட்களுக்குப் பின், சட்டம் மற்றும் பணியாளர்களுக்கான பாராளுமன்ற நிலைக்குழு, "உயர் நீதித்துறைகளுக்கான நீதிபதிகளை நியமனம் செய்வது, முக்கியமாக நிர்வாகத்தின் செயல்பாடு" எனக் குறிப்பிட்டது.¹⁴⁷ தேசிய நீதிபதிகள் நியமன ஆணையத்தை உச்சநீதிமன்றம் நிராகரித்து ஒரு வருடத்துக்கு அதிகமான நாட்களான பிறகும், சட்டமன்றக் கிளையும் நிர்வாகமும் இன்னும் நீதித்துறைக்கு எதிராக ஒற்றுமையுடன் இருந்தன. தாக்கூர் ஒரு மாதத்துக்குப் பின் பணி ஓய்வு பெறவிருந்தார். ஜனவரி 2017இல், அவர் ஓய்வுபெற்றபோது, மூத்த வழக்கறிஞரான துஷ்யந்த் தவே அவரை, 'சமரசத்துக்கான விருப்பற்றவர்' என வாழ்த்தினார்.¹⁴⁸

போர் நிறுத்தம் முதல் சரணாகதி வரை, 2017- 2020

டி.எஸ். தாக்கூருக்குப் பின் வந்த தலைமை நீதிபதி கேஹரின் கீழ், உச்சநீதிமன்றத்துக்கும் அரசுக்குமான உறவானது மெல்ல மெல்ல மேம்பட்டது: "2017 பிப்ரவரியின்போது, ஒரு மாறுபட்ட தொனி நிலவியது. மோடி, பொதுக்கூட்டம் ஒன்றில், கேஹரின் விரைவான முடிவுகளைப் புகழ்ந்தார், அவரது பணி ஓய்வுக்காலமான ஆறு மாதங்களையும் தாண்டி கேஹரே தலைமை நீதிபதியாக நீடிக்கவேண்டுமென விரும்புவதாகத் தெரிவித்தார். கேஹர், பிரதமருக்கு உறுதியளித்தார், 'நமது எல்லைக்குள் நாம் தொடர்வோம்'. கேஹர் பதவியிலிருக்கும்போது, அரசாங்கம்

நீதிமன்ற நியமனங்களைச் சரிசெய்யத் தொடங்கியது."[149] அதற்கு ஈடாக அரசுக்கு என்ன கிடைத்தது?

கேஹர் தலைமை நீதிபதியான பிறகு விரைவிலேயே, ஒரு முழு வருடமும் பெரும் சர்ச்சையாக இருந்த செயல்முறைக் குறிப்பாணை விதிகளை எதிர்ப்பதிலிருந்து தன்னை விலக்கிக்கொண்டார்: தற்போது செயல்முறைக் குறிப்பாணை, தேசியப் பாதுகாப்பு என்ற பெயரில் ஒரு நீதிபதியின் நியமனத்தை நிராகரிக்க அரசாங்கத்தை அனுமதிக்கிறது. இந்தப் பிரிவு மோடி அரசுக்குப் பெரும் சலுகையாகத் தெரிந்தது, உளவுத்துறை அல்லது சி.பி.ஐ. அறிக்கையின் அடிப்படையில் கொலிஜியம் பரிந்துரைத்த பெயர்களைத் தொடர்ந்து திருப்பியனுப்பியது, ஒரு குறிப்பிடத்தக்க தெளிவற்ற சூத்திரம், நிர்வாகத்துக்குக் கணிசமான சுதந்திரத்தைக் கொடுத்தது. சஞ்சய் ஹெக்டே, "ஒருவர் நல்ல வழக்கறிஞராக இருந்தாலும், அவருக்குப் பின்னால் ஒரு செயல்பாட்டுப் பின்னணி இருக்குமெனில், அவர் உயர்நீதிமன்ற அல்லது உச்சநீதிமன்ற நியமனத்துக்கோ கருத்திலெடுக்கப்பட்டால், அரசாங்கம் அந்த நியமனத்தைத் தடைசெய்ய தேசியப் பாதுகாப்பு என்கிற வாதத்தைக் கையிலெடுக்க வகைசெய்தது" எனச் சுட்டிக்காட்டுகிறார். இன்னுமதிக கவலைக்குரியது என்னவெனில், "இத்தகைய ஒரு பிரிவு பல தகுதியான நபர்களை நீதிபதியாக முயற்சி செய்வதிலிருந்துகூட விலக்கிவைத்தது-எவரொருவரும் தங்கள் பெயருக்குப் பின்னால் தேசவிரோதி என முத்திரை குத்தப்படுவதை விரும்பவில்லை"[150] என்கிறார் அவர்.

குறிப்பாணை முன்மொழிவு இன்னும் இறுதிசெய்யப்படவில்லை,[151] ஆனால் பின்னால் வந்த நீதிபதி முன்னிருந்தவரைப் போல் முறையாக எதிர்ப்பதை நிறுத்தியிருந்ததன் காரணமாகப் பெரிதும் அரசுக்கும் நீதித்துறைக்குமான உறவு மேம்பட்டிருந்தது.[152] பொதுநிர்வாகத்திலும் ஆட்சியிலும் ஊழலை வெளிப்படுத்தும் சட்டவிரோத நடவடிக்கைகளுக்கெதிராகக் குரல்கொடுப்பவர்களைப் பாதுகாக்கவும், சட்டவிரோத நடவடிக்கைகளை வெளிப்படுத்துபவர்களுக்கான பாதுகாப்புச் சட்டம் நீர்க்கச்செய்யப்பட்டுள்ளதாகக் குற்றம்சாட்டிய மனுவை 2017, ஜனவரி 13இல் நீதிமன்றம் விசாரணைக்கு எடுத்துக்கொள்ள மறுத்துவிட்டது. தலைமை நீதிபதி கேஹர், சட்டம் பாராளுமன்றத்தில் விவாதிக்கப்பட்டுக்கொண்டிருக்கிறது, சட்டம் நிறைவேற்றப்பட்டு அதில் திருப்தியில்லையெனில் மனுதாரர் நீதிமன்றத்தை அணுகவேண்டுமென விளக்கமளித்தார். தி ஹிந்து, "நீதிமன்றத்தின் விசாரணைத் தொனி, முந்தைய விசாரணையான ஜனவரி 2016இல் இருந்ததிலிருந்து முற்றிலும் முரண்பட்டுத் தென்பட்டது. அப்போது உச்சநீதிமன்றம், "சட்டவிரோதத்துக்கு

எதிராகக் குரல்கொடுப்பவர்களின் உயிர்களைப் பாதுகாக்க சட்டம் இயற்றும்வரை, புகார்களைப் பெற்று, தவறேயில்லாத இடைக்கால பொறிமுறையை ஏற்படுத்துமாறு" மத்திய அரசுக்கு அழுத்தம் கொடுத்திருந்தது.[153] மார்ச்சில் அருண் ஜெட்லி நிதி மசோதாவை அறிமுகம் செய்கையில் வரவிருந்ததை ஒப்பிட இது சாதாரணமானது. "இந்த மசோதா ஏற்கெனவே இருந்த 40 சட்டங்களில் திருத்தங்களைச் செய்தது. மேலும் அது-தொழில்நுட்ப நிபுணத்துவம், சிறப்புத் தன்மைமிக்க தேசிய பசுமைத் தீர்ப்பாயம், போன்ற நாட்டின் பல தீர்ப்பாயங்களில், நீதியமைப்பை ஒத்த குழுக்களில் மாறுதல்களைச் செய்தது. ஜெட்லி எட்டு தீர்ப்பாயங்களை நீக்கினார், அவற்றின் செயல்பாடுகள் இதரத் தீர்ப்பாயங்களால் உள்வாங்கப்பட்டதுடன், இந்தத் தீர்ப்பாயங்களின் உறுப்பினர்கள் மற்றும் நீதிபதிகளின் நியமனம், நீக்கம் குறித்த விதிகளை அரசாங்கம் உருவாக்கவும் அதிகாரமளித்தார்."[154] அவையனைத்தும் நிதி மசோதாக்களுக்கு அரசியலமைப்பு வகுத்த வரம்புகளுக்கு வெளியே இருந்தபோதும், ஜெட்லி முன்மொழிந்த திருத்தங்கள் அனைத்தும் நிதி மசோதாக்களாக நிறைவேற்றப்பட்டன[155] காங்கிரஸ் தலைவர் ஜெய்ராம் ரமேஷ் ஒரு மனுத் தாக்கல் செய்தார், ஆனால் உச்சநீதிமன்றம் அதன் தீர்ப்பை ஒத்திவைத்தது. அரசாங்கத்துடனான முரண்பாடுகளை ஏற்படுத்தக்கூடிய விஷயங்களில் அதுவே அதன் நிரந்தரமான நிலைப்பாடாக மாறியது.

இதே முறையே, ஆதார் சட்டம் (2016) வழக்கில் பின்பற்றப்பட்டது, இதுவும் பண மசோதாவாக நிறைவேற்றப்பட்டது, ஏனெனில் 1.3 மில்லியன் இந்தியர்களின் பயோமெட்ரிக் அடையாள முறை, தனியுரிமையைப் போதுமான அளவு மதிக்கவில்லை, இது வெறும் பண மசோதாவாக நிறைவேற்றப்பட்டிருக்கக்கூடாது[156] என்று சொல்லி அதன் அரசியலமைப்பு பொருத்தப்பாடு பல்வேறு மனுக்களால் கேள்விக்குட்படுத்தப்பட்டது. மறுபடியும், உச்சநீதிமன்றம் 2013 முதல் பல்வேறு இடைக்கால உத்தரவுகளைப் பிறப்பித்து அதன் தீர்ப்புக்காகக் காத்திருக்குமாறு கூறியது. அதற்குமுன்பே ஆதார் பெரிதும் முறையானதாக மாறியிருந்தது, பல மாதங்கள் முடிவெடுக்காமலே கடத்தி, கடைசியில் அரசுடன் ஒத்துப்போனது. ஜூலை 2017இல் தலைமை நீதிபதி கேஹர் பணி ஓய்வுபெறுவதற்குச் சில வாரங்களுக்கு முன்பாக, உச்சநீதிமன்றம் இறுதியாக 1448 பக்கங்களில் ஆதார்மீது பெரிதும் சிக்கலான தீர்ப்பை அளித்தது.[157] ஒருபக்கம் நீதிபதிகள், அரசின் உறுதிப்பாட்டுக்கு முரணாக-அரசியலமைப்பின் பல்வேறு பிரிவுகள் பாதுகாக்கும் அடிப்படை உரிமையென வரையறுத்து, இந்தியர்களின் அந்தரங்க உரிமையை உறுதிசெய்திருந்தனர். மறுபக்கமோ, பான் கார்டு (வரிசெலுத்துவோர்

தங்களது வருமான வரியைச் செலுத்துவதற்கானது) மற்றும் சமூகத் திட்டங்கள் தொடர்பாக அரசாங்கம் இணைக்கச் சொல்லியிருந்த பல்வேறு தொடர்புகளுக்காகவும் ஆதார் சட்டபூர்வமானது என்றிருந்தனர் நீதிபதிகள். இன்னும் அதிக ஆச்சர்யகரமாக, பெரும்பாலான நீதிபதிகள், சுற்றி வளைத்து நியாயப்படுத்தி, ஆதாரை பண மசோதாவாகக் கருத ஒப்புக்கொண்டிருந்தனர். உச்சநீதிமன்ற வழக்கறிஞர் கருணா நந்தி இந்த விவகாரத்தில் மதிக்கத்தக்க விளக்கத்தை அளிக்கிறார்:

> ஆதார் விஷயத்தில் உச்சநீதிமன்றத்தின் மீதான பெருமளவிலான விமர்சனம் என்னவெனில், சரியான நேரத்தில் செயல்பட அது விரும்பவில்லை அல்லது இயலவில்லை என்பதுதான். ஆக, நீங்கள் உச்சநீதிமன்ற இடைக்கால உத்தரவுக்கெதிரான ஒரு அரசாங்கக் கொள்கையைக் கொண்டிருக்கிறீர்கள். ஆதார் விஷயத்தில், அது நீதிமன்ற உத்தரவுகளுக்கு எதிரான மீறல் மற்றும் அவமதிப்பு கொண்டது. கொள்கையளவில், மக்கள் அதற்காகச் சிறைசெல்லவேண்டும். இது நடக்கவில்லை. பதிலாக அரசு சொல்லியது, நல்லது, நாங்கள் அதனைச் செய்துவிட்டோம், நாங்கள் நிறைய பணத்தைச் செலவிட்டுவிட்டோம், பெரும்பாலான மக்கள் ஆதாரைக் கொண்டிருக்கிறார்கள். எனவே அது நன்றாகச் செயல்படுகிறது, எனவே அதனை நாங்கள் அவசியம் வைத்துக்கொள்வோம். பின் உச்சநீதிமன்றம் சரி, எக்ஸ்ஒய்இசட்டுக்காக நாங்கள் அதனைக் கட்டாயமாக்கமாட்டோம், ஆனால் வருமானவரித் தாக்கல் போன்றவற்றுக்கு அது கட்டாயம் என்போம் எனச் சொல்கிறது.[158]

தலைமை நீதிபதி கேஹருக்கு அடுத்துவந்த தீபக் மிஸ்ராவும், அரசாங்கத்தை எதிர்கொள்வதற்கு எதிராகச் செயல்படுவதெனத் தீர்மானித்தார். அவரது மனோபாவம் மிகவும் சமத்துவமற்றதாகவும் அடங்கிப்போவதாகவும் இருந்தது, தலைமை நீதிபதிக்கு அடுத்தபடியாக உச்சநீதிமன்றத்தில் மிகவும் மூத்த உறுப்பினர்களான- நீதிபதி குரியன் ஜோசப், ஜஸ்தி செல்லமேஸ்வர், மதன் லோகுர், ரஞ்சன் கோகய்-ஜனவரி 12, 2018இல் அவரது செயல்பாடுகளைக் கண்டித்து ஒரு பத்திரிகையாளர் சந்திப்பை நடத்தினர். உச்சநீதிமன்றத்தில் விஷயங்கள் 'ஒழுங்கில்' இல்லாததைக் குறித்து பொதுமக்களை எச்சரிக்கும் நோக்கிலான இந்த எதிர்பாராத நிகழ்வில், தலைமை நீதிபதிக்கு, மூன்று விஷயங்கள் இக்கட்டில் இருப்பதைப் பரிந்துரைத்து ஒரு கடிதமும் அனுப்பியிருந்தனர்: இன்னும் விசாரிக்கப்பட்டுக்கொண்டிருந்த லோயா வழக்கு (அவர்களின் கருத்துப்படி முறையாக விசாரிக்கப்படவில்லை), குறிப்பாணை செயல்முறையின் இறுதிப்படுத்தல் (அது இன்னும்

சிக்கலில் இருந்தது), பட்டியலிடும் தலைவரான தலைமை நீதிபதி மிஸ்ரா, அமர்வுகளைத் தேர்ந்தெடுத்த விதமும், மிக முக்கியமாக அமர்வுகளுக்கு வழக்குகளை ஒதுக்கிய விதமும். லோயா வழக்கு, அருண் மிஸ்ரா தலைமை வகித்த அமர்வுக்கு ஒதுக்கப்பட்டிருந்தது, மூத்த வழக்கறிஞர் துஷ்யந்த் தவே கூற்றுப்படி, பா.ஜ.க. மற்றும் அதன் மூத்த அரசியல்வாதிகளுடன் நெருங்கிய தொடர்புகளைக் கொண்டிருந்தவர்.[159] (இந்தக் கருத்து கீழே விவாதிக்கப்படும்), இது தெளிவாக சர்ச்சையின் மையமாக இருந்தது. மிஸ்ரா, தன்னை இதிலிருந்து விலக்குவதற்குமாறாக-ஜனவரி 12ஆம் தேதி அந்த வழக்கு விசாரணையை நடத்தினார்-தலைமை நீதிபதி மற்றொரு அமர்வுக்கு அந்த வழக்கை ஒதுக்க மறுத்த அதே தினம், நான்கு நீதிபதிகளும் தங்களது பத்திரிகையாளர் சந்திப்பை மேற்கொள்வதெனத் தீர்மானித்தனர்.[160]

பின்னோக்கிப் பார்த்தால், ஓய்வுபெற்ற நீதிபதி குரியன் ஜோசப் அந்தப் பத்திரிகையாளர் சந்திப்பைப் பின்வரும் சொற்களில் விளக்கினார்:

> உயர்நீதிமன்றங்களுக்கும், உச்சநீதிமன்றங்களுக்கும் நீதிபதிகள் நியமனம், அமர்வுகளுக்குத் தலைமை வகிக்கும் நீதிபதிகளைத் தேர்வுசெய்வது, வழக்குகளை ஒதுக்கீடு செய்வது தொடர்பாக உச்சநீதிமன்றத்தின் செயல்பாட்டின்மீது வெளிப்புறத் தாக்கங்கள் செயல்பட்டதற்குப் பல்வேறு உதாரணங்கள் உள்ளன... வெளியிலிருந்து ஒருவர் தலைமை நீதிபதியைக் கட்டுப்படுத்துகிறார் என்பதே நாங்கள் உணர்வது. எனவே நாங்கள் அவரைச் சந்தித்து, உச்சநீதிமன்றத்தின் சுதந்திரத்தையும் மகத்துவத்தையும் பேணும்படிக் கேட்டுக்கொண்டாம். அனைத்து முயற்சிகளும் தோல்வியடையவே, நாங்கள் பத்திரிகையாளர் சந்திப்பை மேற்கொள்வதெனத் தீர்மானித்தோம்... அரசியல்ரீதியாக சார்புடையவர்களாகக் கருதத்தக்க நீதிபதிகளைத் தேர்ந்தெடுப்பது,[161] குறிப்பாகப் பல்வேறு அமர்வுகளுக்கு வழக்குகளை ஒதுக்குவது தொடர்பாகச் செல்வாக்குகள் செயல்படுவதை அப்பட்டமாக உணரத்தக்க அறிகுறிகள் தென்படுகின்றன.

நீதிபதி மிஸ்ரா இதிலிருந்துத் தன்னை விலக்கிக்கொள்வதற்காக, அவரே தலைமை வகித்த, பத்திரிகையாளர் சந்திப்பில் பங்கேற்ற நான்கு மூத்த நீதிபதிகள் இடம்பெறாததுமான ஒரு அமர்வுக்கு லோயா வழக்கை மாற்றுவதற்கு இந்த அத்தியாயம் இட்டுச்சென்றது. இருந்தும், லோயா வழக்கு அரசுடன் முரண்படாத வகையில் தீர்க்கப்பட்டது. ஜனவரி 2018இல், மும்பை வழக்கறிஞர் கூட்டமைப்பு,

மும்பை உயர்நீதிமன்றத்தில் நீதிபதி லோயா மரணத்தின் சூழலை விசாரிக்க சுதந்திரமான விசாரணை கேட்டு மனுவொன்று தாக்கல் செய்தது.[162] உச்சநீதிமன்றம் ஏப்ரல் 2018இல் இந்த விவகாரத்தை ஆய்வுசெய்து, இந்த மனுவை ரத்துசெய்தது. எதிர்பாராதவிதமாகக் கௌதம்பாட்டியா குறிப்பிடுகையில், "தலைமை நீதிபதி, உச்ச விசாரணை அதிகாரி, உச்ச கூடுதல் அமர்வு நீதிபதி, முதலும் கடைசியுமான நீதிமன்றம்" போல நீதிமன்றம் நடந்துகொண்டதாகச் சுட்டிக்காட்டினார்: "நீதிமன்றம் 114 பக்க நீண்ட தீர்ப்பைச் சிறப்பான உண்மை விவரங்களுடன், என்ன நிகழ்ந்தது எனக் கிட்டத்தட்ட உறுதியான முடிவுகளுக்கு வந்து, எல்லாக் காலத்துக்குமாக வழக்கைத் திறமையாக முடித்துவைத்தது, ஆனால் நடப்பிலிருக்கும் ஆதாரத்துக்கான விதிகளிலிருந்து இல்லாமல், அதன்முன் இருந்த ஆவணங்களின் விளக்கத்தின் அடிப்படையில் செய்தது. எனவே தீர்ப்பானது, விசாரணைக்கான மனு மீதான தீர்ப்பைப்போல் குறைந்த அளவிலும், விடுவிப்பில் சென்றுமுடிந்த குற்றவியல் மேல்முறையீட்டைப்போல் அதிகளவிலும் காணப்படுகிறது. ஆனால் விசாரணை நீதிமன்றத் தீர்ப்பின் பலன் இல்லாதபடிக்கு."[163] நீதிபதிகள் நியமன விவகாரத்திலும் தலைமை நீதிபதி, அரசாங்கத்தை எதிர்க்கவில்லை. 2018, ஜனவரி 11இல், நீதிபதிகள் இந்து மல்ஹோத்ரா, கே.எம். ஜோசப்பை உச்சநீதிமன்றத்துக்கு உயர்த்த கொலிஜியம் பரிந்துரைத்தது. அரசாங்கம், கொலிஜியம் பக்கம் கவனம்திருப்ப மூன்று மாதங்கள் காத்திருந்தது. நீதிபதி மல்ஹோத்ரா அங்கீகரிக்கப்பட்டார், ஆனால் சீனியாரிட்டி குறைவு, ஏற்கெனவே நீதிமன்றத்தில் கேரளாவைச் சேர்ந்த ஒரு நீதிபதி இருப்பது ஆகிய காரணங்களால் நீதிபதி ஜோசப் அங்கீகரிக்கப்படவில்லை-இந்த இரண்டு அளவுகோல்களையும் ஆய்வுக்கு உட்படுத்தினால், கடைசி நியமனங்கள் அனுபவ மூப்பு விதிகளுடன் இணங்கவில்லை, மேலும் கேரளாவைச் சேர்ந்த நீதிபதி ஆறு மாதங்களில் பணி ஓய்வு பெறவிருந்தார். சில வழக்கறிஞர்கள், உத்தரகாண்ட் உயர்நீதிமன்ற தலைமை நீதிபதியாக ஜோசப் இருந்தபோது, 2016இல் மோடி அரசாங்கம் சுமத்தியிருந்த குடியரசுத் தலைவர் ஆட்சியை ரத்துசெய்து, காங்கிரஸ் அரசு மீண்டும் வருவதற்கு வழிசெய்ததற்கு அரசாங்கம் அவரைத் தண்டிக்க விரும்பியதென விளக்கமளித்தனர்.[164] உச்சநீதிமன்றத்தின் கேரள நீதிபதியான குரியன் ஜோசப்-சில நாட்களுக்கு முன் தலைமை நீதிபதிக்கு எழுதிய கடிதத்தில், அதனை மிகத் தெளிவாக்கியிருந்தார்: கொலிஜியம் பரிந்துரைகளை நடைமுறைப்படுத்தாதன் மூலம், அரசாங்கம் அனைத்து நீதிபதிகளுக்கும் வலுவான செய்தியை அனுப்பியிருக்கிறது, "அவர்கள் கஷ்டப்படக்கூடாது என்றால் நிர்வாகத் தரப்பினருக்கு எந்தப் பாதிப்பையும் ஏற்படுத்தக்கூடாது...

இது நீதித்துறையின் சுதந்திரத்துக்கு அச்சுறுத்தல் இல்லையா?"[165] இதர வழக்கறிஞர்கள் இந்த நடைமுறைக்குக் கண்டனம் தெரிவித்தனர். நீதிபதி செல்லமேஸ்வர் தனிக் கடிதமொன்றில் (கீழே ஆராயப்பட்டுள்ளது), தலைமை நீதிபதிக்கு ஒரு வெளிப்படையான கடிதம் எழுதி, "கொஞ்ச காலமாக, அரசாங்கம் நமது பரிந்துரைகளை விதிவிலக்காகவே ஏற்றுக்கொள்கிறது, அவற்றைக் கண்டுகொள்ளாமல் விடுவதே இயல்பாகியிருக்கிறது என்பதே நமது மகிழ்ச்சியற்ற அனுபவம்"[166] நூற்றுக்கும் அதிகமான வழக்கறிஞர்கள் தலைமை நீதிபதிக்கு, இரு நீதிபதிகளை ஒன்றாக நியமனம் செய்யும்வரை நீதிபதி மல்ஹோத்ரா நியமனத்தை நிறுத்திவைக்குமாறு கையெழுத்திட்டு விண்ணப்பித்தனர். தலைமை நீதிபதி மிஸ்ரா அரசாங்கத்துக்குத் தனது மனநிலையைத் தெரிவிக்க விரும்பினார். அவர் 100 வழக்கறிஞர்களின் விண்ணப்பத்தை நிராகரித்து, "மத்திய அரசு பரிந்துரைகளில் ஒன்றைத் தனிமைப்படுத்தி, அதிலுள்ள பெயர்களில் ஒன்றை மறுதீர்மானத்துக்கு அனுப்பினால், அவர்கள் தங்களது உரிமை வரம்புகளுக்குள்தான் இருக்கிறார்கள்" என அறிவித்தார்.[167] பல உச்சநீதிமன்ற உறுப்பினர்கள் அவருடன் முரண்பட்டனர், அவர்களில் சிலர் முழுமையான கூட்டத்தைக் கூட்டும்படிக் கேட்டனர். தலைமை நீதிபதி அதனைக் கூட்டவில்லை, மே மாதத்தில் கொலிஜியம் சந்தித்தபோது, நீதிபதி ஜோசப் மீதான தனது பரிந்துரையை மீண்டும் வலியுறுத்துவதற்குப் பதிலாக, நீதிபதி ஜோசப்பின் பெயரை மீண்டும் சமர்ப்பிக்க விரும்பிய கொலிஜியத்தின் இதர உறுப்பினர்களுடன் தலைமை நீதிபதி முரண்பட்டதால், அது அதன் முடிவை ஒத்திவைத்தது.[168] இறுதியாக, ஜூலை 2018இல், கொலிஜியம் நீதிபதி ஜோசப்பை நியமிக்கும் அதன் பரிந்துரையை வலியுறுத்தியது, அவர் இறுதியாக நியமிக்கப்பட்டார். ஆனால் இந்த அத்தியாயம், உச்சநீதிமன்றம் எப்படிப் பிரிந்து கிடக்கிறது எனக் காட்டியதுடன், மற்ற நீதிபதிகள் தலைமை நீதிபதி மீது சந்தேகம் கொண்டனர் என்பது உச்சநீதிமன்றத்தின் கௌரவத்தை மேலும் பாதிப்புக்குள்ளாக்கியது. மிக முக்கியமாக, நீதிமன்றம் நிர்வாகத்தின் கருணையை மேலும் மேலும் எதிர்நோக்குவதாகத் தோற்றமளித்தது- தலைமை நீதிபதிகள் மோதல் போக்கைக் கடைபிடிக்காததற்கானக் காரணங்களில் இதுவும் ஒன்று. அவர்கள் தற்போது நீதிபதிகள் நியமனத்துக்காக இரந்துகொண்டிருந்தனர், நீதிபதி ஜோசப் தலைமை நீதிபதிக்கான தனது கடிதத்தில் சொன்னதுபோல: "இந்த நீதிமன்றத்துக்கு தர்க்கரீதியாக எதிர்பார்க்கக்கூடிய இயல்பான நேரத்துக்குள் நியமனத்துக்காகப் பரிந்துரைகளைக் கொண்டுசெல்ல முடியாததிலிருந்து இந்த நிறுவனத்தின் மரியாதை, கௌரவம், கண்ணியம் நாளுக்கு நாள் குறைந்துவருகிறது."[169] உச்சநீதிமன்றம், அரசின் முடிவுகளுக்காக அதிக நேரம் காத்திருக்கவேண்டியது

மட்டுமல்ல, அடிக்கடி கொலிஜியத்தின் பரிந்துரைகளுக்கு எதிராக அரசின் முடிவுகள் இருந்தன. நீதிபதி ஜோசப் இறுதியாக உச்சநீதிமன்றத்துக்குத் தேர்ந்தெடுக்கப்பட்டார், ஆனால் மற்றவர்களோ, கொலிஜியத்தால் தேர்ந்தெடுக்கப்பட்டிருந்தும் ஒருபோதும் உயர்நீதிமன்ற அளவில் நியமிக்கப்படவில்லை. ஏப்ரல் 2018இல், நீதிபதி ராமேந்திர ஜெயினை பஞ்சாப், ஹரியானா உயர்நீதிமன்றத்தின் நிரந்தர நீதிபதியாக ஆக்குவதற்குப் பதில் (அங்கே அவர் கூடுதல் நீதிபதியாக இருந்தார்), அரசாங்கம் அவருக்கு ஆறு மாதகாலம் நீட்டிப்பு அளித்தது: "கொலிஜியம் அமைப்பு அறிமுகப்படுத்தப்பட்டதிலிருந்து முதல் முறையாக, நீதிமன்ற நியமனக் குழுவின் பரிந்துரைகளை, மத்திய அரசு தனது சொந்த சாசனத்தைப் பயன்படுத்துவதற்கு ஒருதலைபட்சமாகத் திருத்தியுள்ளது."[170] தீபக் மிஸ்ராவின் கீழ் இத்தகைய தீர்வுசெய்யப்பட்ட சட்டம் மற்றும் நடைமுறைகளை மீறுவது வழக்கமான நடைமுறையாகிவிட்டது.

ஹர்நரேஷ்சிங் கில், பஷ்ரத் அலி கான், முகம்மது மன்சூர், மொகம்மது நிஜாமுதீன்-நான்கு வழக்கறிஞர்களும் 2016இல் உச்சநீதிமன்ற கொலிஜியத்தால் உயர்நீதிமன்ற நீதிபதிகளாகத் தேர்ந்தெடுக்கப்பட்டிருந்தும், அரசின் முடிவுக்காக இரண்டு வருடங்களாகக் காத்திருந்தனர்.[171] கடைசியில், ஜூன் 2018இல், கொலிஜியம் ஏற்கெனவே அவர்களை மீண்டும் வலியுறுத்தியிருந்தும் அரசாங்கம் கான் மற்றும் மன்சூர் பெயரை நிராகரித்திருந்தது, அரசாங்கத்தின் நிராகரிப்புக்கான காரணமோ 'அற்பமானதாக' இருந்தது.[172] இத்தகைய தன்னிச்சையான மனநிலை சட்டவிரோதமானது, கொலிஜியம் மீண்டும் வலியுறுத்தி பரிந்துரை செய்யும்போது அது அரசாங்கத்தைக் கட்டுப்படுத்துவது.[173] இங்குக் குறிப்பிடப்பட்ட பெரும்பாலானோர் விவகாரங்களில் நடைமுறை ஏன் மீறப்பட்டது என்பதற்கான காரணங்கள் மர்மமாகவே இருந்தது, வேறுசில வழக்குகளிலோ, வழக்கறிஞர்கள் ஓரம்கட்டப்பட்டனர் அல்லது அவர்களது முந்தைய பணிகளுக்கு மாறுதல் செய்யப்பட்டனர். நீதிபதி ஜெயந்த் படேல் ஒரு உதாரணம், மற்றவர்களைப் பற்றிப் பின்வரும் பக்கங்களில் காணலாம்.

நீதிபதி படேல், குஜராத் உயர்நீதிமன்றத்தின் செயல் தலைமை நீதிபதியாக, 2004இல் இஸ்ரத் ஜஹான் கொலையை சி.பி.ஐ. விசாரிக்க உத்தரவிட்டவர். மூத்த வழக்கறிஞர் ராஜீவ் தவான் சுட்டிக்காட்டுவதுபோல்,[174] அவர் குஜராத் தலைமை நீதிபதியாக ஆகியிருக்கவேண்டும். ஆனால் 2016இல் கர்நாடகாவுக்கு மாற்றப்பட்டார்,-கர்நாடகாவின் மூத்த நீதிபதி சில வாரங்களில் பணி ஓய்வுபெறவிருந்த நிலையில் மீண்டும் 2017இல் அலகாபாத் உயர்நீதிமன்றத்துக்கு மாற்றப்பட்டு கர்நாடக உயர்நீதிமன்றத்தின்

தலைமை நீதிபதியாகும் வாய்ப்பு மறுக்கப்பட்டது. இந்தப் பணிமாறுதலை ஏற்றுக்கொள்வதற்குப் பதில், அவர் பணியிலிருந்து விலகினார். கர்நாடக மாநில வழக்கறிஞர்கள் சங்கமும், குஜராத் வழக்கறிஞர்கள் சங்கமும் ஒரு நாள் வேலைக்குச் செல்லாமல் எதிர்ப்பைக் காட்டினர்.[175] ஆனால் இந்தியத் தலைமை நீதிபதியைக் கலந்தாலோசித்திருக்காததால், உச்சநீதிமன்றம் இதில் தலையிடவில்லை, அரசியலமைப்புச் சட்டத்தின் 222-வது பிரிவின்படி அவர் தலையிட்டிருக்கமுடியும். தவான் இப்படி முடிக்கிறார், "கொலிஜியம் அரசாங்கத்துக்கு எதிராக எழுந்து நிற்காவிட்டால், சட்டத்தின் ஆட்சி ஆபத்தில் சென்று முடியும்." "நீதிபதி லோயா, தாக்கூர், கேஹர் போன்ற முந்தைய தலைமை நீதிபதிகள், நீதிபதிகள் நியமனம், தாமதம், தலையீடுகள் குறித்துக் கேள்வி கேட்பதில் பெரிதும் துடிப்புடன் இருந்ததுபோன்று, தற்போதைய நீதிபதிகள் நிவர்த்திசெய்ய முன்வரவில்லை. நடந்துகொள்ளவில்லை" என்ற உண்மையால் இந்திய நீதித்துறையை நெருக்கமாகக் கவனித்து வந்தவர்கள், திகைப்படைந்திருப்பர்.[176]

அரசாங்கம், அதுதொடர்பான தலைமை நீதிபதியின் சமரச அணுகுமுறையும், நீதிபதி செல்லமேஸ்வர் உட்பட, உச்சநீதிமன்ற உறுப்பினர்களைத் தொடர்ந்து எரிச்சலூட்ட, மேலே குறிப்பிட்டதுபோல, மார்ச் 2018இல் அவர் தலைமை நீதிபதி மிஸ்ராவுக்கு வெளிப்படையாகக் கடிதம் எழுதினார். கொலிஜியம் பரிந்துரைத்திருந்த நீதிபதியைப் பற்றி விசாரிக்க கர்நாடக உயர்நீதிமன்ற நீதிபதியை நேரடியாகத் தொடர்புகொண்ட அரசாங்கத்தின் நிலையான நடைமுறைகளுக்கு மாறான மற்றொரு மாறுபட்ட நடைமுறையே அவரை அப்படிக் கடிதமெழுதத் தூண்டியது. இதன்முன்பு எப்போதும் உச்சநீதிமன்றத்தை இந்தவிதத்தில் நிர்வாகம் புறக்கணித்ததில்லை. ஆனால் நீதிபதி செல்லமேஸ்வர் குறிப்பாக அரசாங்கத்துக்குச் சேவைசெய்வதன் மூலம், "அரசரைவிடவும் அதிக விசுவாசமாக இருக்கமுயலும்" தலைமை நீதிபதியின் மனோபாவம் குறித்துக் கவலைப்பட்டார். அவர், "எந்த ஒரு அரசிலும் நீதித்துறைக்கும் அரசாங்கத்துக்கும் நல்லுறவு திகழுகையில், அது ஜனநாயகத்துக்கு சாவுமணி அடிப்பதாகத் திகழுமென" தலைமை நீதிபதி மிஸ்ராவை எச்சரித்தார்.[177]

சிறப்பு நீதிபதி லோயா மரண விவகாரத்தில் விசாரணையை எதிர்பார்த்த மனுக்களைத் தள்ளுபடி செய்ய உச்சநீதிமன்றம் முடிவெடுத்ததற்கு அடுத்த நாள், ஏப்ரல் 2018இல் தலைமை நீதிபதியின் பிம்பம் மிகவும் களங்கப்பட்டதாகக் கூறி, தீபக் மிஸ்ராவை பதவி நீக்கம் செய்வதற்கான நடைமுறையை, (சி.பி.ஐ. சி.பி.ஐ.(எம்), என்.சி.பி. எஸ்.பி., பி.எஸ்.பி, ஐ.யூ.எம்.எல். இவற்றுடன் இணைந்து),

காங்கிரஸ் தொடங்கிவைத்தது. இந்திய வரலாற்றில் இப்படியான நிகழ்வு அதுவே முதல் முறை. ராஜ்யசபா பேரவையின் தலைவரும், துணை ஜனாதிபதியுமான வெங்கையா நாயுடுவிடம், எழுபத்தொரு ராஜ்ய சபா எம்.பி.க்கள் அளித்த பதவிநீக்க நோட்டீஸில், கீழே விவாதிக்கப்பட்ட ஊழல் வழக்குகள் உட்பட ஐந்து நடத்தை விதிகள் குறிப்பிடப்பட்டிருந்தன.[178] இந்த மனுவை நாயுடு நிராகரித்ததால், எம்.பி.க்கள் உச்சநீதிமன்றத்தை நாடினர். காங்கிரஸ் எம்.பி.யான கபில்சிபல் நீதிமன்றத்தில் ஆஜராகி, தான் வாதாடிக்கொண்டிருக்கும் இந்த அமர்வை யார் நியமித்ததெனக் கேட்டார். அவருக்குப் பதில் கிடைக்காததால், அவர் பதவிநீக்க நோட்டீஸைத் திரும்பப்பெற்றார்.[179]

இந்த நிகழ்வு இந்தியத் தலைமை நீதிபதி மிஸ்ராவின் கீழ் நடந்தது, ஆனால் இதேபோன்ற மற்றொரு நிகழ்வு, முக்கியமான வழக்குகள், நீதிபதிகள் நியமனம்-பணியிடமாற்றப் பிரச்சனைகளை அதேவிதத்தில் கையாண்ட, அவரைத் தொடர்ந்துவந்த தலைமை நீதிபதி கோகாய்யின்கீழ் நடந்தது. உச்சநீதிமன்றம் தொடர்ந்து ஒத்திப்போட்டுவந்த முக்கியமான வழக்குகளில் ஒன்று தேர்தல் பத்திரங்கள் தொடர்பானது. இந்தப் பத்திரங்கள், மோடி அரசால் பிப்ரவரி 2017இல் வெளிப்படைத்தன்மையின் பெயரால் அறிமுகப்படுத்தப்பட்டது, அவை அரசியல் கட்சிகளுக்குப் பெயரை வெளிப்படுத்தாமல் நிதியளிக்க அனுமதியளிக்கின்றன. இதனால் நிதியளிப்பவர்களின் அந்தரங்கம் பாதுகாக்கப்படுகிறது. இந்தியத் தேர்தல் ஆணையம் இந்த நிதி நடைமுறையின் வெளிப்படையற்ற தன்மையை உடனடியாக விமர்சித்ததுடன் அரசாங்கத்திடம் கூறியது: “நன்கொடைகளின் வெளிப்படைத்தன்மையைப் பொறுத்தவரை இது ஒரு பிற்போக்குத்தனமான நடவடிக்கையாகும். இந்த விதிமுறை திரும்பப்பெறவேண்டும்.”[180] தேர்தல் பத்திரங்களைச் சாத்தியமாக்கிய நிதிச் சட்டம் 2017இன் விதிகளைக் கேள்விக்குள்ளாக்கும் மனுக்கள் சி.பி.ஐ(எம்)-ஆலும், இரண்டு அரசுசாரா அமைப்புகளாலும் (காமன் கேஸ், அசோஸியேஷன் ஃபார் டெமாக்ரடிக் ரீபார்ம்ஸ்) தாக்கல் செய்யப்பட்டன. மார்ச் 2019 வரை மிகவும் முக்கியமான பிரச்சனை எனச் சொல்லிவந்தது உச்சநீதிமன்றம். இந்தக் காலகட்டத்தில் பெரும்பகுதி தேர்தல் பத்திரங்கள் பா.ஜ.க.வுக்குச் சாதகமாக வாங்கப்பட்டிருந்தன-(அத்தியாயம் 9-ஐ பார்க்கவும்). தலைமை நீதிபதி கோகாய் தலைமை வகித்த மூன்று நீதிபதிகள் அமர்வு மேற்கொண்ட ஒரே விஷயம், அரசியல் கட்சிகளை அவர்கள் வாங்கிய நன்கொடைகளின் விவரங்களை, மே 30-க்குள் உறையிலிட்டு சீல்செய்து இந்தியத் தேர்தல் ஆணையத்திடம் தரச்சொல்லியதுதான். அதாவது, தேர்தலுக்குப் பிறகு.[181] இதற்கு முன்பு ஆதார் சட்டத்தைப் போலவே, மோடி அரசின் மிகவும் சர்ச்சைக்குரிய

கொள்கையைக் கட்டுப்படுத்துவதற்கு, உச்சநீதிமன்றத்தின் ஆர்வக் குறைவு காரணமாக, தேர்தல் பத்திரங்கள் விஷயமும் மற்றொரு செய்துமுடிக்கப்பட்ட செயலாக மாறியது.

தலைமை நீதிபதி கோகாயின் கீழ், நீதிபதிகளின் நியமனம் மற்றும் இடமாற்றம் தொடர்பான அரசின் கொள்கையை எதிர்த்து உச்சநீதிமன்றம், முந்தைய இந்தியத் தலைமை நீதிபதியைவிட அதிகமாக ஒன்றும் செய்துவிடவில்லை. குஜராத் உயர்நீதிமன்ற உறுப்பினரான ஜஸ்டிஸ் குரேஷி, சொராபுதீன் வழக்கில் 2010இல் அமித்ஷாவை போலீஸ் காவலில் இரண்டு தினங்கள் இருக்கும்படி அனுப்பினார். கொலிஜியம் அவரை குஜராத் தலைமை நீதிபதியாகப் பரிந்துரைத்தது, ஆனால் அரசோ அவரை மும்பை உயர்நீதிமன்றத்துக்கு இடமாறுதல் செய்வதைத் தேர்ந்தெடுத்தது. பின் கொலிஜியம் அவரை மத்தியப்பிரதேச உயர்நீதிமன்றத்தின் தலைமை நீதிபதி பதவிக்குப் பரிந்துரைத்தது. சட்ட அமைச்சர், அவரது கடந்தகால வகுப்புவாத பதிவுகள் காரணமாக. அவர் எந்த ஒரு உயர்நீதிமன்றத்துக்கும் தலைமை நீதிபதியாக நியமிக்கப் பொருத்தமற்றவர் என்றார்.[182] பதிலாக, அது மத்தியப்பிரதேச உயர்நீதிமன்றத்தின் மூத்த நீதிபதியை, செயல் தலைமை நீதிபதியாக நியமித்தது. குஜராத் உயர்நீதிமன்ற வழக்கறிஞர்கள் கூட்டமைப்பு இந்த முடிவை, “நியாயமற்ற நிர்வாகத் தலையீடு”[183] என விவரித்தது. சட்ட அமைச்சகம் நீதிபதி குரேஷியை சிறிய நீதிமன்றத்துக்கு நியமித்தால் ஆட்சேபனையில்லை எனத் தெரிவித்தபோது, கொலிஜியம் தனது பரிந்துரையை வலியுறுத்துவதற்குப் பதில், தனது முடிவைத் திருத்தி, அவரை திரிபுரா உயர்நீதிமன்ற தலைமை நீதிபதியாக நியமிப்பதற்குப் பரிந்துரைத்தது.

மொத்தத்தில், தலைமை நீதிபதிகள் மிஸ்ரா, கோகாயின் கீழ் கொலிஜியம் நீதித்துறையின் சுதந்திரத்தைப் பாதுகாப்பதையும், குறிப்பாக நீதிபதிகள் நியமனம் மற்றும் இடமாறுதல் தொடர்பான சட்ட அமைச்சகத்தின் முடிவுகளை எதிர்ப்பதையும் நிறுத்தியது.[184] ஓய்வுபெற்ற உச்சநீதிமன்ற நீதிபதி எம்.பி. லோகுர், “அரசியலமைப்புக்கு எதிரான தேசிய நீதிபதிகள் நியமன ஆணையம் அதன் தலையை உயர்த்தி தற்போது ஃப்ரான்கையின்ஸ்டெயின் அரக்கனாக உள்ளது. NJAC-யால் முன்வைக்கப்பட்ட இரு பிரபல நபர்களின் ஆலோசனை இனித் தேவையில்லை. உண்மையில், NJAC-யைக் கொண்டுவர அரசியலமைப்புச் சட்டத்தைத் திருத்த இனி தேவையே இல்லை- அது ஏற்கெனவே பழிவாங்கிக்கொண்டுதான் இருக்கிறது” எனச் சுட்டிக்காட்டினார்.[185]

ஆனால் இந்திய தலைமை நீதிபதியின் சரணடைதல், நீதிபதிகள் நியமனம், பணியிடமாற்றம் இவற்றுக்கு மட்டுமே உரியதல்ல: 2017-லிலிருந்து உச்சநீதிமன்றம் அரசாங்கத்துடன் முரண்படும் நோக்கங்களைக் கொண்டிருப்பதைத் தவிர்க்கத் தொடங்கியது, ஒன்று சங்கடத்தை ஏற்படுத்தும் புகார்களைத் தள்ளுபடி செய்துள்ளது (அலோக் வர்மா நீக்கம், லோயா வழக்கு) அல்லது அது ஒரு வழக்கை எடுக்கப் பல மாதங்கள் அல்லது வருடங்கள் எடுத்துக்கொண்டது (தேர்தல் பத்திரச் சட்டம்போல) அல்லது ஆதார் வழக்கில் நடந்ததுபோல் ஒரு சர்ச்சைக்குரிய சட்டத்துக்குத் தீர்வு காணும் முன்பு அது செய்துமுடிக்கப்பட்ட செயலாக மாறும்வரை நீதிமன்றம் மிக அதிக நேரம் எடுத்துக்கொண்டது.

உச்சநீதிமன்றம் 2016 முதல் நிர்வாகத்தை எதிர்ப்பதை நிறுத்திக்கொண்டது ஏன்?

அரசின் அழுத்தங்கள், சுயமாக ஏற்படுத்திக்கொண்ட காயங்கள், நீதித்துறை 'தேசிய சர்வாதிகாரத்துவவாதம்'

உச்சநீதிமன்றத்தின் மோதலைத் தவிர்க்கும் மனோநிலையை மூன்று கோணங்களில் இருந்து விளக்கலாம்: அரசின் அழுத்தம், கருத்தியல் சார்பு, அச்சுறுத்தல்.

அரசின் அழுத்தம்

2014இல் மோடி அரசு அமைந்த பிறகு, மின்னலைப் போன்ற திடீர்த் தாக்குதல்கள் முதல், இழுத்துக்கொண்டே செல்லும் நீண்ட போர், இழுபறிப் போர் போன்ற தொடர் தாக்குதல்களால் உச்சநீதிமன்ற நீதிபதிகள் தவிர்க்கவியலாமல் நிலைகுலைந்துள்ளனர். இது, 2001 முதல் மோடி குஜராத்தில் பா.ஜ.கவை வெற்றிபெறச் செய்தபின், கேஷுபாய் படேல், சில சங் பரிவார் தலைவர்களுக்கு எதிராக மேற்கொண்ட முந்தைய போர்களைப் போலவே இருந்தது. பிரதமராக, அவர் நீதித்துறையைவிட மேலோங்கியிருப்பதை இலக்காகக் கொண்டார். NJAC-யை ரத்துசெய்வதன் மூலம் அவரை எதிர்க்கத் துணிந்தது நீதித்துறை. அவரது குஜராத் வருடங்களில் அவரது வழியில் நின்ற சுதந்திரமான நீதித்துறையின் அதிகாரத்தை அவர் அனுபவப்பட்டிருந்தார். அனைத்துக்கும் மேலாக, குஜராத் படுகொலையை ஒட்டி அவர் நீதிமன்றத்தில் நிற்க நெருக்கப்பட்டிருந்தார்.[186]

எந்தவொரு ஜனரஞ்சகவாதத் தலைவரும் செய்வதைப்போல மோடி நீதித்துறையின் சுதந்திரத்தை, பா.ஜ.க.வை அதிகாரத்துக்குக் கொண்டுவந்த மக்களின் இறையாண்மையின் பெயரில் தாக்கினார்:

சட்ட அமைச்சரும் வழக்கறிஞருமான அருண்ஜெட்லி NJAC தோற்கடிக்கப்பட்ட பிறகு, 'தேர்ந்தெடுக்கப்படாதவர்களின் கொடுங்கோன்மை'[187] என இழிவுடுத்தினார். அவர் மேலும் இந்திய நீதித்துறையால், சட்டமியற்றும் அதிகாரம் ஆக்கிரமிக்கப் பட்டிருப்பதாகக் கண்டித்தார். மேலும் அவர், "படிப்படியாக, செங்கல் செங்கலாக இந்திய நாடாளுமன்றம் அழிக்கப்படுகிறது." என்றார்.[188] 2014-2016இல் நீதித்துறைக்கும் நிர்வாகத்துக்குமான உறவின் இயல்பு 1990-களில் இருந்ததை ஒத்தது, அப்போது நீதித்துறை நீதி செயற்பாடொன்றைத் தொடங்கியிருந்தது.[189] ஆனால் 1990-களில் உச்சநீதிமன்றம், அதேபோல டி.என். சேஷனின் கீழ் இந்திய தேர்தல் ஆணையம்-சிறப்பார்வத்துடன் செயல்பட்டன, 2010-களின் நடுவிலோ நிர்வாகிகள் தாக்குதலில் இறங்கி இறுதியில் வெற்றிபெற்றனர்.

ஆனால் உச்சநீதிமன்றம் 2017-2018இல், அரசாங்கம் தொடுத்த போர் நெருக்கடியைத் தாங்கமுடியாமல் மட்டும்தான் சரணடைந்ததா? நிச்சயமாக, எந்த ஒரு நாட்டிலும் நடப்பிலிருக்கும் நிறுவனங்களின் உறுதியைக் குலைக்க ஜனரஞ்சகவாதிகளாயிருந்து சர்வாதிகார ஆட்சியாளர்களாக, ஆட்சியாளர்கள் முயலும்போது அந்தப் போராட்டம் நீதித்துறையை பலவீனப்படுத்தும் விளைவுகளைக் கொண்டிருக்கும்தான். உச்சநீதிமன்ற நீதிபதிகள் பிளவுபட்டு, தங்களது பேதங்களைப் பொதுவெளியில் காட்டத் தொடங்கியதுடன், ஜனவரி 2018இல் அவர்களில் நால்வர் (மட்டும்) பத்திரிகையாளர் சந்திப்பையும் நடத்தினர். நீதித்துறையின் கௌரவமும் அத்தகைய நகர்வுகளால் களங்கமடைந்தது, மிகச்சரியாக மோடி அரசாங்கம் சாதிக்க முயற்சித்ததும் அதனைத்தான். அரசாங்கத்தின் திட்டங்களை எதிர்த்துவந்த கடைசி அமைப்பின் நற்பெயருக்கு சேதம் ஏற்படுத்த நினைத்தது. எனினும், வளர்ந்துவந்த கருத்தியல் ஒற்றுமை, நீதிபதிகளின் ஊழல் குற்றச்சாட்டு போன்ற இதர காரணங்களாலும் இந்தப் போராட்டத்தில் நிர்வாகம் வெற்றிபெற்றது.

கருத்தியல் ஒற்றுமைகள்:
மனிதனால் உருவாக்கப்பட்டதும் தன்னிச்சையானதும்

இந்து தேசியவாதிகள் காவல்துறை உள்ளிட்ட இதர துறைகளில் ஊடுருவியதுபோல் நீதித்துறையிலும் ஊடுருவ முயற்சித்தனர். அதனால்தான் சங் பரிவார், இந்தியாவின் சிறந்த வழக்கறிஞர்கள் பயிற்சிபெற்ற சட்டப் பள்ளிகளை அதன் விருப்பத்துக்குரிய ஆட்சேர்ப்பு மையங்களில் ஒன்றாகத் தேர்ந்தெடுத்தது. மேலும் 1995இல் சங் பரிவாரின் தொழிலாளர் சங்கத்தை உருவாக்கியவரான[190], டி.பி. தெங்காடியால் 1992இல் அகில இந்திய ஆதிவக்த பரிஷத் (AIAP) என்ற வழக்கறிஞர் பிரிவு தொடங்கப்பட்டது.

*AIAP*இன் நிறுவனர்களில் பஞ்சாப்-ஹரியானா, கௌகாத்தி உயர்நீதிமன்றங்களின் முன்னாள் தலைமை நீதிபதிகளான ராமா ஜோயிஸ், குமான் லால் லோதா ஆகியோரும் அடக்கம். ஆனால் சங் பரிவாரோடு தொடர்புடைய வழக்கறிஞர்களின் இருப்பு உயர்நீதிமன்றங்கள் மற்றும் உச்சநீதிமன்றத்தில் தேசிய ஜனநாயகக் கூட்டணியின் கீழ்தான் வேகம்பெற்றது. 1990-களின் பிற்பகுதி மற்றும் 2000-களின் முற்பகுதியில் நீதித்துறையில் பா.ஜ.க.வின் அதிகார எழுச்சியின் தாக்கத்தை ஏ.கே. கோயலின் தொழில்வாழ்க்கையை உற்றுக் கவனித்து ஆய்வுசெய்த அதுல் தேவ் வசீகரிக்கும் விதத்தில் விளக்கியுள்ளார்.

ஏ.கே. கோயல், 2001இல் பஞ்சாப், ஹரியானா உயர்நீதிமன்ற நீதிபதியாக நியமிக்கப்பட்டார். இரண்டு ஆண்டுகளுக்குப் பின், உளவுத்துறை கோயலின் பின்னணியைச் சோதனை செய்து, ஆர்.எஸ்.எஸ்.ஸின் வழக்கறிஞர்கள் பிரிவான அனைத்து இந்திய ஆதிவக்த பரிஷத்தின் பொதுச்செயலாளர் என்று குறிப்பெழுதி அறிக்கை தந்தது. 'நற்பெயர்/நேர்மை' என்ற தலைப்பின் கீழ், அந்த அறிக்கை, 'ஊழல் நபர்' எனக் குறிப்பெழுதியது. இருந்தபோதும், சட்ட அமைச்சகத்துக்கு அப்போது தலைமை வகித்த பா.ஜ.க.வின் அருண் ஜெட்லி, கோயலின் நியமனத்தை அங்கீகரித்தார். அப்போதைய குடியரசுத் தலைவர் கே.ஆர். நாராயணன், கோயலின் நியமன உத்தரவில் கையெழுத்திட மறுத்ததுடன், அவரது கோப்பைத் திரும்பவும் அமைச்சகத்துக்கு அனுப்பினார். கோப்பை கொலிஜியத்துக்குத் திருப்பியனுப்புவதற்குப் பதில், கோயலின் நியமனத்தை ஜெட்லியே ஆதரித்ததுடன், உளவுத்துறையின் கண்டுபிடிப்பை "அவதூறு" எனப் புறந்தள்ளினார். கோயலின் கோப்பு மீண்டும் குடியரசுத் தலைவருக்கு அனுப்பப்பட்டது, இந்த முறை பிரதமர் அடல் பிகாரி வாஜ்பேயி கையெழுத்தும் இணைத்து அனுப்பப்பட்டது. நாராயணன், இரண்டாவது முறையாக அவர் முன் கோயலின் கோப்பு வரவே நியமன உத்தரவில் தயக்கத்துடன் கையெழுத்திட்டார். "தேர்வுச் செயல்முறையின் ஒருங்கிணைந்த பகுதியாக, தலைமை நீதிபதியின் அறிவுரை மீண்டும் கோரப்பட்டு, முறையாகப் பெறப்படும் அதே நடைமுறையைப் பின்பற்றுவதே மிகவும் விரும்பத்தக்க செயலாக இருந்திருக்கும் என நான் நினைக்கிறேன்..." என நாராயணன் அமைச்சகத்துக்கு எழுதினார். "எனது உடனடி அவதானிப்புகள், எனது முந்தைய அவதானிப்புகளுடன் இந்திய தலைமை நீதிபதியுடன் பகிர்ந்துகொள்ளப்பட்டால் அதனை நான் பாராட்டுவேன்." கோயல், இரு உயர்நீதிமன்றங்களின் தலைமை நீதிபதியாகப் பணியாற்றச் சென்றார். மோடி பதவிக்குவந்ததும்

விரைவிலேயே அவர் உச்சநீதிமன்ற நீதிபதியாக நியமனம் செய்யப்பட்டார். அவர் பணி ஓய்வுபெறுவதற்கு முந்தைய வருடம், அவர் தலைமை வகித்த அமர்வு நீண்டகாலமாக இந்துத்துவாவினரின் கண்களை உறுத்திவந்த அட்டவணை ஜாதியினர் மற்றும் பழங்குடிகள் (அட்டூழியங்கள் தடுப்பு) சட்டத்தின் விதிகளை நீர்க்கச்செய்தது. அருண் மிஸ்ராவுடன் இணைந்து கோயல் உச்சநீதிமன்றத்துக்கு உயர்த்தப்பட்டார்.[191]

நீதித்துறை சங் பரிவாரின் உறுப்பினர் அல்லது ஆதரவாளர்களால் ஊடுருவியிருப்பதை அருண் மிஸ்ராவின் விவரங்கள், இன்னும் அதிகம் வெளிப்படுத்தும். அருண் மிஸ்ராவின் பின்னணி சரிபார்ப்பு திருப்தியாக இல்லாததால், கொலிஜியத்தால் மூன்று முறை உற்றுநோக்கப்பட்டபோதும் அவர் உச்சநீதிமன்ற நீதிபதியாக நியமிக்கப்பட்டார்.[192] இந்திய நீதித்துறையைச் சேர்ந்த மாணவர் ஒருவர் இந்தப் பதவி உயர்வை, "(ஆர்.எஸ்.எஸ்.)ஸின் அரசியல் பிரிவான பாரதிய ஜனதா கட்சியை (பா.ஜ.க.) வலதுசாரி அரசுசாரா அமைப்பாகப் பாவிக்கும் அமைப்புக்கு நெருக்கமாவதன் மூலமாகவோ அல்லது பிற விதத்திலோ அடையப்பட்டதாக விளக்கினார்.[193] நீதிபதி மிஸ்ரா 2016இல், புது டெல்லி மற்றும் குவாலியரில் தன் மருமகனுக்குத் திருமண வரவேற்பு நடத்தியபோது, அந்த நெருக்கம் தெளிவானது. ஏனெனில் வரவேற்புக்கு வந்தவர்களில் மத்தியப்பிரதேச பா.ஜ.க. முதல்வர் சிவராஜ்சிங் சௌகான், மத்திய உள்துறை அமைச்சர் ராஜ்நாத்சிங், மத்திய நிதியமைச்சர் அருண் ஜேட்லி, ராஜஸ்தான் முதல்வர் வசுந்தரா ராஜே ஆகியோர் இடம்பெற்றிருந்தனர்.[194]

அருண் மிஸ்ரா, சேர்ந்து பணிபுரிந்த கடைசி மூன்று இந்திய தலைமை நீதிபதிகளின்கீழ், ஹரேன் பாண்டியா வழக்கு (குறிப்பு 55-ஐ பார்க்கவும்), சஹாரா-பிர்லா நாட்குறிப்புகள் வழக்கு உள்ளிட்ட அதிக எண்ணிக்கையிலான அரசியல் முக்கியத்துவம் வாய்ந்த வழக்குகள் ஒதுக்கப்பட்டது அருண்மிஸ்ராவுக்குத்தான். இந்த சஹாரா-பிர்லா நாட்குறிப்பின் பதிவுகளில் ஒன்றுதான், மோடி முதல்வராக இருந்தபோது ரூ 25 கோடி தொகை நிறுவனத்தால் வழங்கப்பட்டதாகச் சொல்கிறது.[195] இந்த வழக்குகளையும் வேறு பல வழக்குகளையும் பகுப்பாய்வு செய்த வி. வெங்கடேசன், "நீதிமன்றத்தின் மிகப்பெரிய வழக்குரைஞராக, மத்திய அரசு எப்போதும் அவர் முன் பட்டியலிடப்பட்ட வழக்குகளில் ஆதாயம் அடைகிறது."[196] 2020இல், அதிகாரப் பிரிவினையைக் கவனிக்கும் ஒரு நாட்டில் அருண் மிஸ்ரா ஆச்சரியப்படத்தக்க வகையில் பிரதமரைப் புகழ்ந்துபேசினார். சர்வதேச நீதித்துறை மாநாட்டின் தொடக்கவிழாவில் நன்றியுரை வழங்கிய அவர், "உலக அளவில்

சிந்தித்து, உள்நாட்டுக்கு ஏற்ப செயல்படும் பல்துறை மேதை திரு நரேந்திர மோடியின் ஊக்கமளிக்கும் பேச்சுக்கு நன்றி” என்ற அவர், “சர்வதேச அளவில் போற்றப்படும் தொலைநோக்குப் பார்வை கொண்ட பிரதமர் திரு நரேந்திர மோடியின் தொலைநோக்குப் பார்வையின்கீழ் இந்தியா, சர்வதேச சமூகத்தின் பொறுப்பான, மிகவும் நட்புறவான உறுப்பினராகத் திகழ்கிறது.”[197]

இதர உச்சநீதிமன்ற நீதிபதிகளும் சங் பரிவாருடன் மறைமுகத் தொடர்பைக் கொண்டுள்ளனர்.[198] உதாரணத்துக்கு, வழக்கறிஞர் யு.ஆர். லலித்தின் மகனான யு.யு.லலித், அகில இந்திய ஆதிவக்த பரிஷத்தின் தொடக்ககால உறுப்பினர், இன்றும் அதன் அலுவலர்களில் ஒருவர்.[199] ஓய்வுபெற்ற உச்சநீதிமன்ற நீதிபதி கே.டி.தாமஸ், கோட்டயத்தில் நடந்த ஆர்.எஸ்.எஸ். பயிற்றுநர் முகாமில்[200] உரையாற்ற அழைக்கப்பட்டார் என்பதையும் குறித்துக்கொள்ளவேண்டும்.

ஆனால் நீதிபதிகளுக்கும் இந்து தேசியவாதத்துக்குமான அரசியல் தொடர்புகள், சங் பரிவார் மற்றும் அதன் உறுப்பினர்களுடனான தொடர்புகள் காரணமாக மட்டும் இருக்கவேண்டிய அவசியமில்லை. உண்மையில், இந்த வலையமைப்பின் பகுதியாக இல்லாத பல நீதிபதிகள் அயோத்தி விவகாரம், (அத்தியாயம் 11இல் விவாதிக்கப்பட்டுள்ளது) மதச்சார்பின்மை, ஒருங்கிணைந்த சிவில் சட்டத்தின் தேவை,[201] தேசியவாதம், சட்டவிரோத புலம்பெயர்வோர்[202] உள்பட பல விவகாரங்களில் பா.ஜ.க. எண்ணங்களைப் பகிர்ந்துகொண்டுள்ளனர்.

ஆளும் கட்சியினரின் கருத்துகளை ஒத்த கருத்துகளைத் தலைமை நீதிபதிகளும் தெரிவித்துள்ளனர். ஒரு வழக்கின்போது தலைமை நீதிபதி கோகாய் இனதேசியவாத உணர்வைக் காட்டியுள்ளார். பா.ஜ.க. ஆட்சிக்கு வரும்முன்பே, உச்சநீதிமன்ற நீதிபதியாக கோகாய், கட்சியின் பிரதான குறிக்கோள்களில் ஒன்றை ஆதரித்துள்ளார்: குறிப்பாக அவரது சொந்த மாநிலமான அஸ்ஸாமில், பங்களாதேஷிலிருந்து வரும் சட்டவிரோத புலம்பெயர்வோருக்கு எதிராகப் போராடுவது என்பதை. 2013இல் அவர் சட்டவிரோதமாகக் குடியேறும் புலம்பெயர்வோரை அடையாளம் காண மாநிலத்தில் தேசிய குடிமக்கள் பதிவேட்டை(NRC) புதுப்பிக்கவேண்டுமெனக் கேட்ட, அஸ்ஸாம் பப்ளிக் வொர்க்ஸ் எனும் அரசுசாரா அமைப்பின் மனுவை விசாரித்தார். இந்த நகர்வு பல ஆண்டுகளுக்கு நீடித்தது. மாநில அரசும் மத்திய அரசும் மிக மெதுவாகச் செயல்படுவதை அவர் கண்டறிந்தார். 2014இல் அவர், அஸ்ஸாமில் என்.ஆர்.சி.க்குப் பொறுப்பான மாநில ஒருங்கிணைப்பாளர் பிரதீக்

ஹஜேலாவை, டிசம்பர் 2016-க்குள் புதுப்பிப்பை முடிக்கமுடியுமா என ஒரு உறுதிமொழியைத் தாக்கல்செய்ய உத்தரவிட்டார்.[203] அதைத் தொடர்ந்து ஐந்து வருடங்களுக்கு, ராஜன் கோகாய் நீதிமன்றத்திலிருந்து ஓய்வுபெறும்வரை, "விசாரணைக்காலம் முழுவதும், நீதிமன்றம் அரசாங்க அதிகாரிகள் மீது மகத்தான அழுத்தத்தைச் செலுத்தி, திட்டத்தின் ஒவ்வொரு விவரத்தையும் கண்காணித்தது." உண்மையில் பா.ஜ.க.வுக்குப் பிடித்த கொள்கையை நுண்மேலாண்மை செய்வதன் மூலம், அரசாங்கத்தின் வேலையைச் செய்துகொண்டிருந்தார் நீதிபதி. 2014இல் நீதிமன்றம், 'சந்தேகத்துக்குரிய குடிமகன்களின்' தேசியத்தை உறுதிசெய்வதற்கு இன்னும் பல வெளிநாட்டினருக்கான தீர்ப்பாயங்கள் அத்தியாவசியம் என அறிவித்ததால், பா.ஜ.க. அரசாங்கம் அத்தியாவசியமான பட்ஜெட்டையும் மனிதவள ஆதாரத்தையும் வழங்கியது: ஜஸ்டிஸ் கோகாய் அறிவித்த காலவரம்புக்குள் வேலையை முடிக்க, இதர கொள்கைகள் விலையாய் தரப்பட்டு, அதிகாரவர்க்கத்தின் பாதி அணிதிரட்டப்பட்டது. ஹஜேலா முன்னேற்றங்களை, முத்திரையிடப்பட்ட உறைகளில் நீதிபதி கோகாயிடம் அறிக்கைகளாகச் சமர்ப்பித்தார். தலைமை நீதிபதியாய், அவர் சட்டவிரோதக் குடியேறிகள் என்று அறிவிக்கப்பட்ட பெரும் எண்ணிக்கையிலானோர் நாடு கடத்தப்படவேண்டுமென விரும்பினார். விசாரணைகளில் ஒன்றின்போது, ஏப்ரல் 2019இல், அவர் அஸ்ஸாம் தலைமைச் செயலாளரிடம்: "அயல்நாட்டினர் என அறிவிக்கப்பட்ட 4,600 பேரில் வெறும் 4 பேர் மட்டும்தான் நாடுகடத்தப்பட்டனரா... இது உங்கள் அரசியலமைப்புக் கடமையல்லவா? நீதிமன்றம் அல்லது பகுதி நீதித்துறைக் குழுவால் அவ்வாறு அறிவிக்கப்பட்டவர்கள் அனைவரையும் நாடுகடத்துவது அரசியலமைப்புச் சட்டத்தால் விதிக்கப்பட்ட உங்களது புனிதமான கடமையாகும்."[204] என்றார். மே 30, 2019இல், இந்திய தலைமை நீதிபதியால் தலைமை வகிக்கப்பட்ட அமர்வு 200 கூடுதல் வெளிநாட்டினருக்கான தீர்ப்பாயங்கள் செப்டம்பர் 1-க்குள் அமைக்கப்படவேண்டுமென உத்தரவிட்டது. இந்தக் கொள்கை, இந்து தேசியவாதிகளின் திட்டங்கள் மற்றும் கொள்கைகளுடன் நன்கு ஒத்துப்போனது, அன்றைய தினமே உள்துறை அமைச்சகம், 1964, வெளிநாட்டினருக்கான (தீர்ப்பாய) உத்தரவை திருத்தியதிலிருந்து வெளிப்படையானது. அதுவரை வெளிநாட்டினருக்கான தீர்ப்பாயங்கள் அஸ்ஸாமுக்குள் மட்டுமே செல்லுபடியான நிலையில், நாடெங்குமுள்ள மாநில அரசுகள், யூனியன் பிரதேசங்கள் அத்தகைய தீர்ப்பாயங்களை உருவாக்க அங்கீகாரமளிக்கப்பட்டன.[205]

2019, நவம்பர் 3 அன்று பணி ஓய்வுபெறுவதற்குப் பதினைந்து தினங்கள் முன்பாக, இந்திய தலைமை நீதிபதி ரஞ்சன் கோகாய், பா.ஜ.க.வின் பிரதான அரசியல் திட்டங்களில் ஒன்றான என்.ஆர்.சி.யை செயல்முறைப்படுத்துவதைக் கட்சியின் சொற்பொழிவை ஏற்று ஆதரித்தார்: "அஸ்ஸாமிய மக்கள் என்.ஆர்.சி.க்கு ஆயத்தங்களைச் செய்யும் நோக்கத்துக்காகப் பல்வேறு இறுதித் தேதிகளை ஏற்றுக்கொண்டு மிகுந்த பெருந்தன்மையையும் பெரிதும் அன்பையும் வெளிக்காட்டியுள்ளனர், அஸ்ஸாமியரையோ அவர்களது மூதாதையரையோ நிர்பந்திக்கப்பட்ட முதல் இடப்பெயர்வு தாக்கியதிலிருந்து, இந்நிகழ்வு வரை கணிசமான தொலைவைக் கடந்துவந்துள்ளனர்."[206] கோகாயின் வாழ்க்கையை நெருங்கிக் கவனித்ததன் அடிப்படையில் இந்து தேசியவாதத்துடனான அவரது கருத்தியல் உறவை இன வேர்களின் அடிப்படையில் விளக்கும் இந்த மேற்கோள் உறுதிப்படுத்துகிறது. அவர் அஸ்ஸாமின் மண்ணின் மைந்தர்கள் எனச் சொல்லிக்கொள்ளும், புலம்பெயர்ந்து வந்தவர்களால் நசுக்கப்பட்ட அஹோம் சமுதாயத்தவரின் நடுவில் வளர்ந்ததோடு மட்டுமல்லாமல், அவரது தாய்வழியிலான முன்னோர்கள் அஹோம் பரம்பரையைச் சேர்ந்தவர்களும்கூட. கௌகாத்தியில் ஒரு மாணவராக, அவர் அஸ்ஸாமிய தேசியவாதம் வலுவாக ஆழப்பதியும் விதத்தில் ஆசிரியர்களால் பயிற்சியளிக்கப் பட்டவரும்கூட.[207]

ஊழலின் முகங்கள்
தார்மீக அதிகாரத்தை இழப்பது முதல் அச்சுறுத்தல் வரை மற்றும் பணி ஓய்வுக்குப் பின்பான வேலைகள்

தலைமை நீதிபதிகள் உள்ளிட்ட உச்சநீதிமன்ற நீதிபதிகளின் அரசுடன் முரண்படாத மனோபாவத்துக்கு, கருத்தியல் உறவோடு கூடுதலாக, பல்வேறு வகையான ஊழல்களையும் காரணமாகச் சொல்லலாம்.

கடந்த சில வருடங்களாக, பல தருணங்களில் கடைசி மூன்று தலைமை நீதிபதிகளின் நேர்மை, அவர்களது முன்னோடிகளின் பதிவுகளுடன் ஒப்பிடும்போது பலசமயங்களில் கேள்விக்குள்ளாகியிருக்கிறது. அவர்களில் இருவர் புல் வழக்கில் குறிப்பிடப்பட்டுள்ளனர். 2016இல் காலிகோ புல் தற்கொலை செய்துகொள்வதற்கு முன்பாக, உச்சநீதிமன்ற நீதிபதிகள் ஒரு குறிப்பிட்ட வழக்கில் சாதகமான தீர்ப்புக்குக் கைமாறாக அவரிடம் பணம் கேட்டதாக விரிவாக நாட்குறிப்பு போன்று நோட்டில் எழுதிவைத்திருந்தார்: அவர் அணி மாறிய காங்கிரஸ் எம்.எல்.ஏ.க்கள் துணையுடன் அருணாச்சலபிரதேசத்தின் முதல்வராக ஆகியிருந்தார். அணிமாறியதன் மூலம் முந்தைய

முதல்வர் நபம் துகியின் வீழ்ச்சிக்குக் காரணமாகியிருந்தார். ஆனால் துகி நீதித்துறையை நாட, குடியரசுத் தலைவர் ஆட்சி சுமத்தப்பட்டது. புல் எழுதியுள்ளார்:

எனக்குச் சாதகமாகத் தீர்ப்புக் கொடுக்க 86 கோடி [கிட்டத்தட்ட 11,466,660 அமெரிக்க டாலர்கள்] கேட்டு தொலைபேசி அழைப்புகள் வந்தன. ஆனால் எனது மனசாட்சி இதனை அனுமதிக்கவில்லை... நான் மாநிலத்தை கிணற்றில் தள்ள விரும்பியதில்லை. அருணாச்சலப்பிரதேசத்தின் எம்.எல்.ஏ.க்கள் வாங்கப்படலாம். காங்கிரஸ் கட்சியும்கூட விற்பனைக்கு வரலாம்... ஆனால் உச்சநீதிமன்ற நீதிபதிகளும் வாங்கப்படக்கூடியவர்களே என நான் ஒருபோதும் நினைத்ததில்லை. அவர்கள் எனக்கு ஆதரவாகத் தீர்ப்பு வழங்குவதைப் பற்றி விவாதிக்க, என்னையும் என் கூட்டாளியையும் பலமுறை தொடர்புகொண்டனர். அவர்கள் 84 கோடி லஞ்சம் [கிட்டத்தட்ட 11,466,660 அமெரிக்க டாலர்கள்] கேட்டனர். நீதிபதி கேஹரின் இளைய மகன் வீரேந்தர் கேஹர், எனது கூட்டாளியைத் தொடர்புகொண்டு 49 கோடி [கிட்டத்தட்ட 6,533,330 அமெரிக்க டாலர்கள்] கேட்டார். நீதிபதி தீபக் மிஸ்ராவின் சகோதரர் ஆதித்ய மிஸ்ரா என்னிடம் 37 கோடி [கிட்டத்தட்ட 4,933,330 அமெரிக்க டாலர்கள்] கேட்டார்... 25 ஜூலை 2016-இன்று வரை, ராம் அவதார் ஷர்மா, நீதிபதி கேஹருக்காக என்னைத் தொடர்புகொண்டபடி இருந்தார். அவர் தீர்ப்பை எப்படி மாற்றுவது எனப் பேசிக்கொண்டிருக்கிறார்... மக்கள் அவசியம் சட்ட வியாபாரிகளையும் தரகர்களையும், இந்த ஊழல் துரோகிகளையும் அடையாளம் கண்டுகொள்ளக் கற்றுக்கொள்ளவேண்டும்.[208]

புல் பணம் கொடுக்கவில்லை. அவர் தற்கொலை செய்துகொண்டார். ஜூலை 13, 2016, அன்று, நீதிபதி கேஹர் தலைமையிலான ஐந்து நீதிபதிகள் அமர்வு நபம் துகியின் அரசை மீளக்கொண்டுவந்தது. புல்லின் குறிப்பேடு அவரது மரணத்துக்கு ஆறு மாதத்துக்குப் பின் வெளியிடப்பட்டது, ஆனால் "நிர்வாகம் இந்தக் காலகட்டத்தில் மாறியிருந்தது. நீதிபதி கேஹரை தலைமை நீதிபதியாக நியமித்து கையெழுத்திடுகையில், பிரதமர் மோடி இதனை எவ்வளவு தூரம் அறிவார்?" எனக் கேட்கிறார் விஜய் சிம்ஹா, அரசாங்கம் தற்போது எளிதாக புதிய தலைமை நீதிபதியை மிரட்டமுடியும் எனும் பொருளில்[209]- அவருக்குப் பின்னால் வந்த தலைமை நீதிபதியையும். ஆனால் தீபக் மிஸ்ரா விவகாரத்தில், பிரசாத் எஜுகேஜன் ட்ரஸ்ட் வழக்கு[210], அரசு நிலத்தைத் தவறான வழிகளில் ஆக்கிரமித்த குற்றச்சாட்டு.[211] போன்ற இதர வழக்குகளையும் அதேயளவு குறிப்பிடமுடியும்,

தலைமை நீதிபதி கோகாய் மீது வேறு குற்றச்சாட்டுகள் வந்தன. 2019இல், முன்னாள் உச்சநீதிமன்ற பணியாளர் அவர் மீது பாலியல் தொந்தரவு குற்றச்சாட்டை முன்வைத்தார். அவர் உடனடியாக விசாரணைக்காக ஒரு சிறப்பு அமர்வை உருவாக்கினார். அந்த அமர்வு தலைமை நீதிபதியையும் உள்ளடக்கியிருந்தது, அருண் மிஸ்ரா, சஞ்சீவ் கண்ணா அன்றைக்கே சந்தித்தனர்.[212] முதலில் பேசிய தலைமை நீதிபதி நீதித்துறையின் சுதந்திரத்துக்கு எதிரான தாக்குதல் குறித்து நீண்ட நேரம் பேசியதோடு, "குற்றச்சாட்டை மறுக்கும் அளவுக்கு மிகவும் தாழ்வான நிலையில் இருப்பதாக நினைக்கவில்லை" என்றார்.[213] பின் அந்த வழக்கு தற்காலிக விதிகளைப் பின்பற்றும் மற்றொரு குழுவுக்கு மாற்றப்பட்டது: அது புகார்தாரருக்கு என்ன நடைமுறை பின்பற்றப்படுகிறதெனச் சொல்லவில்லை, அதன் நடைமுறைகளைப் பற்றிய எந்தவொரு ஆவணத்தையும் அவளுக்கு வழங்கவில்லை, அதன்முன்பு அப்பெண் ஆஜரானபோது ஒரு வழக்கறிஞர் வைத்துக்கொள்ளக்கூட அனுமதிக்கவில்லை. இதற்கு எதிர்ப்பு தெரிவித்து நீதிமன்ற நடவடிக்கைகளில் இருந்து விலகினார் அந்தப் பெண்."[214] தங்களது ஆதரவை கோகாய்க்குத் தெரிவித்த முதல் நபர் அப்போதைய நிதியமைச்சர் அருண் ஜேட்லி, "நீதித்துறையுடன் சேர்ந்துநிற்பதற்கான நேரம் இது" என்ற தலைப்பில் வலைப்பூ எழுதினார்.[215] இறுதியாக, அந்தக் குழு முத்திரையிடப்பட்ட உறையில் கிடைக்கப்பெற்ற அறிக்கையின் அடிப்படையில், "குற்றச்சாட்டில் சாரம் எதுவும் இல்லை," எனக் கண்டறிந்தது. அந்த அறிக்கையை புகார்தாரரிடம் காட்டக்கூட இல்லை.

இந்த வழக்குகள் ஒரு முறையைப் பின்பற்றுகின்றன: இவற்றில் பலவற்றில் இந்திய தலைமை நீதிபதி இயற்கை நீதியின் அடிப்படைத் தத்துவத்தைக்கூடப் பயன்படுத்தவில்லை, தங்கள் சொந்த விஷயங்களில்[216] அவர்களே நீதிபதிகளாகச் செயல்பட்டனர், அதன் விளைவாக அந்த வழக்குகள் பலவற்றில் புகார்தாரர்கள், முடிவுகள் ஏற்கெனவே தெரிந்ததுபோல, பலசமயம் வழக்கு நடவடிக்கைகளில் இருந்து விலகவே விரும்பினர் (கபில்சிபல் பதவிநீக்கத் தீர்மான வழக்கில் செய்ததுபோல). ஊழல் குற்றச்சாட்டுகள் நியாயமானதோ, இல்லையோ விசாரணை நடைபெறாதது சந்தேகத்தை ஏற்படுத்தியது: நீதித்துறை இதற்கு முன்பில்லாதபடி நம்பிக்கைக் குறைபாட்டுக்கும் தார்மீக அதிகார இழப்புக்கும் உள்ளாகியது. ஒரு புதிய முறையின் முறைப்படுத்துதலாக, ஆவணங்களை முத்திரையிடப்பட்ட உறைகளில் ஒப்படைத்தனர். யாரும் பார்க்க அனுமதிக்கப்படாத அந்த ஆவணங்களின் அடிப்படையில் நீதிபதிகள் தீர்ப்பளித்தது- இந்த உணர்வை அதிகப்படுத்தியது: "இந்த விளையாட்டின் பெயர் ரகசியம்," என ஓய்வுபெற்ற நீதிபதி லோகுர் மிகுந்த

அதிருப்தியை வெளிப்படுத்தினார்.[217] அவரைப் பொருத்தவரை இந்தப் புதிய இயல்பானது அரசாங்கத்துடனான இருண்ட பரிவர்த்தனைகள், நீதித்துறையைப் பொதுக்கருத்தின் தவறான பக்கத்தில் வைக்கமுனைகிறது-என அவர் கருதுகிறார்.

இந்தச் சுய ஒழுங்குபடுத்தல் பலவீனப்பட்டதிலிருந்து கிட்டத்தட்ட இயந்திரத்தனமாக நிர்வாகம் பலனடைந்துள்ளது. ஆனால் அதனை அது தீவிரமாகவும் பயன்படுத்திக்கொண்டது: ஒரு நீதிபதி ஊழல் குற்றச்சாட்டுக்குள்ளாகும்போது, ஒரு வழக்கு பதிந்து, அவரை மிரட்டப் பயன்படுத்திக்கொண்டது. மோடி அரசாங்கத்துக்கும் உச்சநீதிமன்றத்துக்குமான உறவுகளை அணுகிக் கவனிப்பவர்கள் பலர், அரசானது கடைசி மூன்று தலைமை நீதிபதிகள் மீது வழக்குப் பதிந்துள்ளது என்ற முடிவுக்கு வந்துள்ளனர். பிரசாந்த் பூஷன், தீபக் மிஸ்ரா விஷயத்தில் இதனை வெளிப்படையாகவே கூறினார்: “மருத்துவக் கல்லூரிகளால் நீதிபதிகளுக்கு லஞ்சம் கொடுத்ததாகச் சொல்லப்படும் விஷயத்தில் சி.பி.ஐ. விசாரணையின் மூலம் தலைமை நீதிபதியை நிர்வாகம் மிரட்டிக்கொண்டிருக்கிறது”[218]-சி.பி.ஐ.யை அரசாங்கம் கட்டுக்குள் வைத்துக்கொள்வதற்கான மற்றுமொரு காரணம் இது.[219]

அரசாங்கம் தண்டனையுடன் வெகுமதியையும் பயன்படுத்தியது. தலைமை நீதிபதி கோகாய் பாலியல் துன்புறுத்தல் குற்றச்சாட்டில் சிக்கியபோது மோடி அரசு அவரது உதவிக்கு மட்டும் வரவில்லை. அவர் பணி ஓய்வுபெற்ற நான்கு மாதங்களுக்குப் பின் அவரை ராஜ்ய சபாவுக்கும் நியமனம் செய்தது. இந்த எதிர்பாராத நகர்வுக்கான பிரதிவினைகள் விதிவிலக்காக வலுவாக இருந்தது. மூத்த வழக்கறிஞரும் உச்சநீதிமன்ற வழக்கறிஞர் கூட்டமைப்பின் தலைவருமான துஷ்யந்த் தவே, “இது முழுக்க அருவருப்பாக இருக்கிறது, சாதகமாக நடந்துகொண்டதற்காகத் தெளிவான வெகுமதி. நீதித்துறையின் சுதந்திரம் முற்றாக அழிக்கப்பட்டுவிட்டது.”[220] கோகாய் தலைமை நீதிபதியாக எடுத்த சில முடிவுகள், ஓய்வுக்குப் பிறகான பணப்பலன்கள் சாத்தியத்தை நோக்கி முன்கூட்டியே தீர்மானிக்கப்பட்டவை என தவே பரிந்துரைக்கிறார். உண்மையில், நீதித்துறையின் சுதந்திரத்தை உறுதிசெய்ய இரண்டு வருட சூடுதணியும் காலகட்டத்துக்கு முன்பே அத்தகைய நியமனங்கள் நடக்கக்கூடாது. 2012இல் அருண்ஜேட்லியே எடுத்த முடிவு இது, “பணி ஓய்வுக்கு முந்தைய தீர்ப்புகள், பணி ஓய்வுக்குப் பின்பான வேலை விருப்பத்தின் தாக்கத்தாலேயே அப்படிச் செய்கின்றனர்” என அறிவித்திருந்தார். எனவே இரண்டு வருடங்கள் சூடு ஆறுவதற்கான காலகட்டம் அனுசரிக்கப்படவேண்டும். “ஓய்வுக்குப் பிந்தைய

வேலைகளுக்கான ஆரவாரங்கள் நீதித்துறையின் பாரபட்சமற்ற தன்மையைக் கடுமையாகப் பாதிக்கிறது."[221]

ஆனால் பணி ஓய்வுக்குப் பின் முக்கியமான வேலையைப் பெற்ற முதல் முன்னாள் தலைமை நீதிபதி, ரஞ்சன் கோகாய் அல்ல. 2014இன் தொடக்கத்திலேயே, இந்திய தலைமை நீதிபதி பி.சதாசிவம் கேரள ஆளுநராக நியமிக்கப்பட்டார். அவர் இந்த வெகுமதியை இரு முக்கியமான விஷயங்களுக்காகப் பெற்றார் எனப் பகுப்பாய்வாளர்கள் யூகிக்கின்றனர்: முதலாவதாக, உச்சநீதிமன்ற நீதிபதியாக அவர், (பிரஜாபதி வழக்கு) போலி என்கவுண்டர் வழக்கு எனச் சொல்லப்படும் வழக்கொன்றில் பா.ஜ.க. தலைவர் அமித்ஷாவுக்கு எதிரான முதல் தகவலறிக்கையை ரத்துசெய்தார். இரண்டாவதாகவும் மிக முக்கியமானமாகவும், ஆஸ்திரேலிய மதபரப்புனரான கிரஹாம் ஸ்டெயின்ஸையும் அவர்களது இரு குழந்தைகளையும் கொன்ற பஜ்ரங் தள் தலைவர் தாராசிங்குக்கு ஆயுள் தண்டனை வழங்கிய ஒடிஸா உயர்நீதிமன்றத்தின் தீர்ப்பை உறுதிசெய்த இரு நீதிபதிகளில் இவரும் ஒருவர். தாராவுக்கு, இன்னும் கடுமையான தண்டனை வழங்கவேண்டுமென்ற முறையீட்டோடு இந்த வழக்கு உச்சநீதிமன்றத்துக்கு வந்திருந்தது.[222]

இத்தகைய பணி ஓய்வுக்குப் பின்பான வெகுமதிகள்[223] வழக்கறிஞர்களுக்கு, அவர்கள் சரியான விதத்தில் நடந்துகொண்டால் அவர்கள் பணி ஓய்வுக்குப் பின் வெகுமதியை அனுபவிக்கலாம் எனக் காட்டியது. சுவாரஸ்யம் என்னவெனில், ஓய்வுபெற்ற நீதிபதி லோகுர், ரஞ்சன் கோகாயின் நியமனத்தால் ஆச்சரியப்படவில்லை, மாறாக முக்கியமானதொரு முடிவுக்கு வந்தார்: "நீதிபதி கோகாயை கௌரவிக்கும்விதமாக என்ன கிடைக்கும் எனச் சிலகாலமாக ஒரு யூகங்கள் நிலவிவருகிறது. எனவே, அவர் நியமனம் செய்யப்பட்டிருப்பது ஆச்சரியமானதில்லை, அது இத்தனை சீக்கிரம் நிகழ்ந்திருப்பதுதான் ஆச்சரியமானது. இது நீதித்துறையின் சுதந்திரம், ஒருமைப்பாடு, பாரபட்சமற்ற தன்மை ஆகியவற்றை மறுவரையறை செய்கிறது. கடைசிக் கோட்டையும் விழுந்துவிட்டதா?"[224]

உச்சநீதிமன்றத்தின் பரிணாமமே, உண்மையில் இந்தியாவில் இன்னுமதிக சர்வாதிகார ஆட்சிக்கு வழியேற்படுத்தியுள்ளது. இது ஆர்.எஸ்.எஸ்.ஸை சேர்ந்த நீதிபதிகளின் ஊடுருவல், கருத்தியல் உறவு, தேய்ந்துகொண்டே செல்லும் போர், நிர்வாகிகளின் மின்னல்வேக தொடர்தாக்குதல்களால் மட்டும் விளைந்ததல்ல, அத்தோடு இன தேசியவாதம், சர்வாதிகாரத்துவத்தில் நம்பிக்கையுள்ள மற்றவர்களின் தனிப்பட்ட மனச்சாய்வு இவற்றின் இணைவால் தேசிய சர்வாதிகாரத்துவவாதம் விளைந்துள்ளது. 2020-ஆம்

ஆண்டில் நீதிபதி அருண் மிஸ்ரா தலைமை வகித்த உச்சநீதிமன்ற அமர்வொன்று, நீதித்துறை மீது பாகுபாடு காட்டல், ஒருதலைச் சார்பு உள்ளிட்ட ஊழல் குற்றச்சாட்டுகளைச்[225] சுமத்தியதற்காக நீதிமன்ற அவமதிப்பு செய்ததாக வழக்கறிஞர் பிரசாந்த் பூஷனைக் கண்டித்தபோது, நீதிபதிகள் கருத்து வேறுபாடுகளை நிராகரிப்பது வெளிப்பட்டது. பிரதாப் பானு மேத்தா, "நீதித்துறை காட்டுமிராண்டித்தனம்,"[226] என்று சொல்வதை இந்திய உச்சநீதிமன்றம் கண்டறிந்தது. அவரளவில், மெதுவாக "வெய்மர் நீதித்துறையின் சாயல்களை" நோக்கி இந்திய நீதித்துறை நகர்வதைக் குறிக்கும் வெளிப்பாடாகும்.[227] சட்டத்தின் விதிகளை நடைமுறைப்படுத்தும் பொறுப்பிலுள்ள உச்சநீதிமன்றம், சர்வாதிகாரத்தில் மகிழ்வது என்ற கருத்து முரண்பாடாகத் தோன்றலாம், ஆனால் 1990-களின் தொடக்கப்பகுதியில் உச்சநீதிமன்றத் துறை தோன்றிய அமெரிக்கா உட்பட எங்கெங்கும் கவனிக்கப்பட்டது, அது "வளைந்துகொடுக்காத தன்மை, இரக்கமின்மை, அடக்குமுறையை அங்கீகரிப்பதாகத் தோன்றியது."[228] ஆனால் இன்றைய இந்தியாவின் விஷயத்தில், சர்வாதிகாரம் அதன் இனதேசியவாத தொனி காரணமாக தகுதிபெறவேண்டும்-எனவே நீதித்துறையின் தேசிய சர்வாதிகாரம் என்ற கருத்து எழுகிறது. மதச்சார்பின்மையின் இழப்பில் இந்து தேசியவாதத்தை ஆதரிக்கும் நீதித்துறையின் முனைப்பு குறித்து விரிவாக இந்தப் புத்தகத்தின் கடைசி அத்தியாயத்தில் ஆராயப்படும்.

நான்காவது தூண்?

உண்மையான சுதந்திரத்தை அனுபவிக்கும் பட்சத்தில், தாராளவாத ஜனநாயகத்தில், ஊடகத்துறை ஜனநாயகத்தின் நான்காவது தூணாக இருக்கவேண்டும், மோடியின் இந்தியாவில் அதற்கு வழங்கப்பட்டு அனுபவித்துவந்த உண்மையான சுதந்திரத்தை அது பெருமளவுக்கு இழந்துள்ளது.

ஊடகங்களுக்கு வாய்ப்பூட்டு போடும் அரசாங்கத்தின் முயற்சிகள், குஜராத் ஆண்டுகளிலிருந்தே, ஊடகங்களுடனான நரேந்திர மோடியின் சிக்கலான உறவைப் பிரதிபலிக்கிறது. 2002இல் குஜராத் படுகொலைகள் அதன் பின்விளைவுகள் பற்றிய ஊடகங்களின் விமர்சன தாக்கத்தால் தீவிரமாகப் பாதிக்கப்பட்ட மோடி, பிரதான சானல்களை நம்பியதே இல்லை. செவந்தி நினன் குறிப்பிடுவதுபோல, 2014இன் கோடை தொடக்கம் முதலே அவர் அவற்றைப் புறக்கணிப்பதையே தேர்வுசெய்தார். அவரது வெளிநாட்டுப் பயணங்களில் அதிகாரப்பூர்வ ஊடகங்கள் மட்டுமே அவருடன் வரும். அவர் எந்த ஒரு செய்தியாளர் சந்திப்புகளையும் நடத்தமாட்டார்.[229] பதிலாக, ட்விட்டர் மூலமாகவும், மாதாந்திர

வானொலி நிகழ்ச்சியான மன் கி பாத் மூலமாகவும் (அத்தியாயம் 4இல் விவாதிக்கப்பட்டது) இந்தியர்களை நேரடியாகச் சந்திப்பதெனத் தீர்மானித்தார். முக்கிய ஊடகங்கள் தேவையற்றதாகத் திகழும் 'ஒற்றை வழி' தொடர்புகொள்ளும் பாணியென இதனை விவரிக்கலாம்.[230] பிரதமராக, அவர் செய்தியாளர் சந்திப்பை ஒருபோதும் நடத்தியதில்லை-கொடுத்த சில நேர்காணல்களும்-அவரது கொள்கைகளையும் அரசியலையும் விமர்சிக்கும் தொலைக்காட்சி சானல்களுக்கும் செய்தித்தாள்களுக்கும் கொடுக்கவில்லை.

சுதந்திர ஊடகம் என்ற கருத்துடன், அவரது அரசாங்கம் வெளிப்படையான அசௌகரியத்தைக் காட்டியுள்ளது. 2014இன் ஆரம்பகட்டத்தில், தகவல் மற்றும் ஒளிபரப்புத்துறை அமைச்சர் பிரகாஷ் ஜாவ்டேகர், ஊடகங்கள் 'லட்சுமண ரேகை'யைக் (ரூபிகான் அல்லது சிவப்புக் கோடு) கடைபிடிக்கவேண்டும், வெளிப்படைத் தன்மை என்ற பெயரில் இந்திய அதிகாரிகளைப் பயமுறுத்துவதற்குப் பதில்[231] 'நற்பணிகளைச் செய்வதற்கு' உதவவேண்டும் என அறிவிக்கவே செய்தார். அப்போதைய நிதியமைச்சர் அருண் ஜேட்லி, இன்னும் மேலே சென்று 2017இல், "இந்தியாவிலும் எந்த ஒரு சமூகத்திலும் பேச்சு சுதந்திரம் என்பது விவாதிக்கப்பட வேண்டிய ஒன்று" எனத் தான் நம்புவதாக அறிவிக்கவே செய்தார்.[232]

அத்தியாயம் 7இல் குறிப்பிட்டதுபோல, பத்திரிகையாளர்களை மிரட்டுவது ட்ரோல்களுக்கு விடப்பட்டது, அவர்கள் தொடர்ந்து பத்திரிகையாளர்களை "*presstitutes*" என இழிவுபடுத்தியதுடன் சமூக ஊடகங்களிலும் உடல்ரீதியாகவும் துன்புறுத்திவந்தனர்.[233] ஆனால் மெதுமெதுவாக அரசே ஊடகங்களைக் கட்டுப்படுத்த ஆரம்பித்தது. ஐந்து வகையான இடையீடுகளை இங்கே அடையாளம் காணலாம்.

முதலில், அரசாங்கம் விளம்பரங்களை ஒரு சாதனமாகப் பயன்படுத்தியது. ஜூன் 2019இல், மக்களவைத் தேர்தல் முடிந்த உடன், மூன்று பெரிய செய்தித்தாள் குழுக்களுக்கு முன்பு அளித்துவந்த விளம்பரங்களை நிறுத்த அல்லது குறைக்க முடிவுசெய்தது: தி டைம்ஸ் ஆப் இந்தியா, தி இந்து, டெலிகிராப் பத்திரிகையை வெளியிட்ட அம்ரிதா பஜார் பத்ரிகா. இவற்றில் முதலும் கடைசியுமான பத்திரிகைகளில், இந்த நகர்வு செய்தித்தாள்களின் விளம்பரங்களின் 15 சதவிகித சரிவைக் குறிக்கிறது.[234] ஒவ்வொரு விஷயத்திலும் சாதகமற்ற செய்திகளுக்கான பதிலடியாக இது மதிப்பிடப்பட்டது.[235]

இரண்டாவதாக, ஊடக நிறுவனங்கள் ரெய்டுகளால் மிரட்டப்பட்டன. என்.டி.டி.வி.யின் செயல்தலைவரும் இணைநிறுவனருமான பிரனாய் ராயின் வீடு சி.பி.ஐ. சோதனைக்கு உள்ளானது ஒரு உதாரணம்.

ஐ.சி.ஐ.சி.ஐ கடனுடன் தொடர்புடைய 'வங்கி ஒன்றுக்கு இழப்பு' என்று கூறப்பட்டு இந்தச் சோதனை நியாயப்படுத்தப்பட்டது, ராயோ, அந்தக் கடன் திருப்பிச் செலுத்தப்பட்டுவிட்டது எனக் கூறினார்-என்.டி.டி.வி.யின் விமர்சன செய்திகளின் காரணமாகவே இந்தக் காவல்துறை செயல்பாடு எனப் பரவலாக மதிப்பிடப்பட்டது. உண்மையில், என்.டி.டி.வி. தொகுப்பாளருக்கும் பா.ஜ.க. செய்தித்தொடர்பாளர் சம்பித் பத்ராவுக்கும் இடையிலான டி.வி. நிகழ்வொன்றில் நடந்த வாக்குவாதத்துக்கு அடுத்தநாள் இந்தச் சோதனை நடைபெற்றது. சோதனைக்குப் பின் பிரனாய் ராயால் இந்திய பிரஸ் கிளப்பில் ஏற்பாடு செய்யப்பட்ட ஊடக சந்திப்பில், பிரபல வழக்கறிஞர் ஃபாலி எஸ். நாரிமன் இதனை, "பத்திரிகை மற்றும் ஊடகங்களின்மீதான நியாயப்படுத்தவியலாத தாக்குதல்" என விவரித்தார்.[236] இதரவகையான சோதனைகள் இதர ஊடக நபர்களையும் பாதித்தது. உதாரணத்துக்கு, தி குயிண்ட் நிறுவனரான ராகவ் பாலின் வீட்டில் வருமான வரித் துறை சோதனை நடத்தியது. உடனடியாக எடிட்டர்ஸ் கில்டு ஆப் இந்தியா, "இதுபோன்ற உள்நோக்கம் கொண்ட வருமான வரிச் சோதனைகள் மற்றும் ஆய்வுகள் ஊடக சுதந்திரத்தை முக்கியமாகக் குறைமதிப்புக்கு உள்ளாக்கும்" என அறிக்கை வெளியிட்டது.[237]

மூன்றாவதாக, தொலைக்காட்சி சானல்கள் தற்காலிகமாகத் தடைசெய்யப்பட்டன. 2020இல், டெல்லி கலவரத்தைப் படம்பிடித்து ஒளிபரப்பியதற்காகத் தகவல் ஒளிபரப்புத் துறை அமைச்சகத்தால் நாற்பத்து எட்டு மணி நேரத்துக்கு இரு மலையாளச் சானல்கள் தடைசெய்யப்பட்டன (அது 10-வது அத்தியாயத்தில் மேலும் விவாதிக்கப்படும்) அந்தச் சானல்கள் டெல்லி போலீஸ் குறித்தும் ஆர். எஸ்.எஸ். குறித்தும் விமர்சன மனப்பான்மையுடன் இருந்ததாகவும் வேறுபல குற்றச்சாட்டுக்களுக்கும் உள்ளாக்கப்பட்டன[238], இது ஒரு புதிய சிவப்புக் கோடு. என்.டி.டி.வி.யே, 2016 பதான்கோடு விமானப் படை நிலையத்தின் மீதான தீவிரவாதத் தாக்குதலைப் படம்பிடித்ததற்காக, 'வியூக நோக்கில் முக்கியமான விவரங்களை வெளிப்படுத்தியதாகக்' கூறி இருபத்து நான்கு மணி நேரத்துக்குத் தடைசெய்யப்பட்டது. இதே தகவலை அளித்த மற்ற சேனல்கள் தடைசெய்யப்படவில்லையென எடிட்டர்ஸ் கில்டு ஆட்சேபம் தெரிவித்தது.[239]

நான்காவதாக, அரசாங்கம் அவ்வப்போது ஊடக நிறுவனங்களின் உரிமையாளர்களிடம் அர்ப்பணிப்புள்ள பத்திரிகையாளர்களை வேலையைவிட்டு நீக்கச் சொல்லி அழுத்தம் கொடுத்தது. மிரர் நவ்வின் நட்சத்திரத் தொகுப்பாளராகத் திகழ்ந்த ஃபேயே டிசோசா உட்பட மோடி அரசாங்கத்தை விமர்சிக்கும் பல பத்திரிகையாளர்கள்

பணியிலிருந்து விலகினர், ஒருசில சந்தர்ப்பத்தில் மட்டுமே இத்தகைய அழுத்தத்திற்கான சான்றுகள் உள்ளன. புன்ய பிரசூன் பாஜ்பாய் அவர்களுள் ஒருவர். அவரது நிகழ்ச்சியான மாஸ்டர் ஸ்ட்ரோக் நாளுக்குநாள் புகழ்பெற்றுவரும் நிகழ்ச்சியாகவும் மோடியை விமர்சிப்பதாகவும் இருக்க, அவர் ஏ.பி.பி. நியூஸ் உரிமையாளரால், "பிரதமர் மோடி எனக் குறிப்பிடுவதிலிருந்தும் அவரது நிகழ்வில் மோடியின் படத்தைக் காட்டாதிருக்கும்படியும் கேட்டுக்கொள்ளப்பட்டார். ஆனால் பாஜ்பாய், அரசின் கொள்கைகளையும் கௌதம் அதானி உட்பட, மோடியின் பரிவாரங்களைச் சேர்ந்த தொழிலதிபர்களை விமர்சிப்பவராகவுமே நீடித்தார். அதன் விளைவாக, பாபா ராம்தேவ் உட்பட அவர்களில் சிலர் விளம்பரத்தை நிறுத்தினர், சங் பரிவார் அந்தச் சானலின் டாக் ஷோவைப் புறக்கணித்தது, அதனைவிட மோசமாக, பிரதான ஒளிபரப்பு நேரத்தில் ஏ.பி.பி.யின் சாட்டிலைட் தொடர்பு நிலையற்றதாக மாற, கடைசியில் வெகுசில விளம்பரங்களே வந்தன. உரிமையாளரின் யோசனைப்படி பாஜ்பாய் விலகிய கணமே, சாட்டிலைட் பிரச்சனை நின்றுபோனது, விளம்பரங்கள் திரும்பவும் வந்தன.[240] தி பவுண்டேஷன் பார் மீடியா புரொபஷனல், "புன்ய பிரசூன் பாஜ்பாயை வேலையிலிருந்து நீக்குவதற்கு ஆளும் தரப்பின் ஒரு செல்வாக்குமிக்க பகுதியினரால் ஏ.பி.பி. நிர்வாகத்தின் மீது வெளிப்படையாக அழுத்தம் கொண்டுவரப்பட்ட விதம் வருத்தமளிக்கிறது" என இதுகுறித்துக் கூறியது.[241] இந்துஸ்தான் டைம்ஸ் தலைமை ஆசிரியர் பொறுப்பிலிருந்து, பாபி கோஷ் வெளியேற நிர்பந்திக்கப்பட்டதாகக் கூறப்பட்ட விஷயத்தில் இதேபோன்றதொரு செயல்முறை காணப்பட்டது. குவார்ட்ஸ் மற்றும் டைம் பத்திரிகையில் பணியாற்றியபிறகு, 2016இல் இணைந்த கோஷ், முஸ்லிம் படுகொலைகள் குறித்து 'வெறுப்பை பற்றிப் பேசுவோம்' எனச் சிறப்புத் தொடரைத் தொடங்கினார். இந்தப் புதுமுயற்சி பா.ஜ.க. தலைவர்களால் மோசமாக வரவேற்கப்பட்டது. அவர் இந்துஸ்தான் டைம்ஸில் சேர்ந்த ஒன்றரை வருடத்தில் நியூயார்க்குக்குத் திரும்பினார், அந்தச் செய்தித்தாள் அது தொடங்கிய 'ஹேட் ட்ராக்கரை' நிறுத்தியது.[242]

ஐந்தாவதாக, ஊடகங்களிலுள்ள முரண்படும் குரல்கள் மேலும் மேலும் முறையாகத் துன்புறுத்தப்படுகின்றன. பத்திரிகையாளரும் மனித உரிமைச் செயற்பாட்டாளருமான ஆகார் படேல், ஜார்ஜ் ஃப்ளாய்டு கொலைக்கு எதிர்ப்புத் தெரிவித்து கொலராடோ தலைநகர் கட்டடங்களுக்கு அருகே போராட்டக்காரர்கள் கூடியிருப்பதைக் காட்டும் வீடியோவை ரீ-ட்வீட் செய்து, "தலித்துகள், முஸ்லிம்கள், ஆதிவாசிகள், ஏழைகள் மற்றும் பெண்களிடமிருந்து இத்தகைய

போராட்டங்கள் நமக்குத் தேவை. உலகமே கவனிக்கும் போராட்டம் ஒரு திறமை."[243] என்று கருத்திட்டதற்காக போலீசாரால் அவர்மீது வழக்குப் பதிவு செய்யப்பட்டது. காவல்துறை இந்திய தண்டனைச் சட்டத்தின் மூன்று பிரிவுகளின்கீழ்-பிரிவு 505(1) (b)(பொதுமக்களுக்கு, அல்லது பொதுமக்களில் எந்த ஒரு பிரிவினருக்கு அச்சத்தை அல்லது எச்சரிக்கையை ஏற்படுத்தக்கூடிய நோக்கத்துடன், நாட்டுக்கோ அல்லது பொது அமைதிக்கோ எதிரான குற்றத்தைச் செய்யத் தூண்டுகிற எந்த ஒரு நபரும்), பிரிவு 153 (கலவரத்தை ஏற்படுத்தும் நோக்கத்துடன் ஆத்திரமூட்டலை மேற்கொள்வது), பிரிவு 117 (பொதுமக்கள் அல்லது பத்துக்கும் மேற்பட்ட நபர்களால் ஒரு குற்றத்தைத் தூண்டுதல்) முதல் தகவல் அறிக்கை பதிவுசெய்தது: ஒரு பா.ஜ.க. தலைவர், மற்றொரு மூத்த பத்திரிகையாளரான வினோத் துவா மீது நரேந்திர மோடி வாக்குகளைப் பெற தீவிரவாதத்தைப் பயன்படுத்துவதாகக் கூறியதாகக் குற்றம்சாட்டி, அவருக்கு எதிராக தேசத்துரோக வழக்கைப் பதிவுசெய்தார். உச்சநீதிமன்றம் விசாரணையைத் தடைசெய்யாமல், துவாவை விசாரணையில் இணைந்துகொள்ளும்படிக் கேட்டுக்கொண்டது.[244] ஸ்க்ரோல். இன் வலைத்தள நிர்வாக ஆசிரியர் சுப்ரியா ஷர்மா, நரேந்திர மோடியின் வாரணாசி தொகுதியிலுள்ள கிராமங்களைப் பற்றிய செய்தியொன்றில், கோவிட்-19 ஊரடங்கால், குறிப்பாக தலித்துகள் பாதிக்கப்படுவதாகச் செய்தி வெளிட்டதற்காக வழக்குப்பதிவு செய்யப்பட்டது. அவர்களில் ஒரு தலித் பெண், சுப்ரியா அவளை அவதூறு செய்ததாக ஒரு முதல் தகவல் அறிக்கையைப் பதிவுசெய்தார். தி வயர் பத்திரிகையாளர்கள் அவளது எண்ணுக்கு அழைத்தபோது, அவர்கள் மேலதிக விவரங்களைப் பெறுவதற்கு மாவட்ட நீதிபதியிடம் பேசவேண்டுமெனக் கூறப்பட்டார்கள்.[245] உண்மையில், உத்தர பிரதேச மாநிலம் கோவிட் பிரச்சனையின்போது பத்திரிகையாளர்களுக்கு எதிராக மூர்க்கமான நிலைப்பாட்டை எடுத்தது.

உரிமைகள் மற்றும் அபாயங்கள் பகுப்பாய்வுக் குழு என்ற அரசுசாரா அமைப்பின் கருத்துப்படி, இந்தியா முழுவதும், "2020, மார்ச் 25 முதல் மே 31 வரையிலான தேசிய ஊரடங்கின்போது குறைந்தபட்சம் 55 பத்திரிகையாளர்கள் கைதாகினர், முதல் தகவலறிக்கை பதிவு, அழைப்பாணை அல்லது ஷோ காஸ் நோட்டீஸ்கள், உடல்ரீதியான தாக்குதல்கள், செய்திகளைச் சேகரித்ததற்காக உடைமைகளைச் சேதப்படுத்தல், கோவிட்-19 பற்றிய செய்திகளுக்காக, சுதந்திரமாக கருத்தை வெளிப்படுத்தியதற்காக அச்சுறுத்தல் ஆகியவற்றை எதிர்கொண்டனர்."[246] அவற்றில் மிக அதிக எண்ணிக்கையிலான எண்ணிக்கை-பதினொான்று[247]- உத்தர பிரதேசத்தில் நிகழ்ந்தது.

கோவிட் பிரச்சினைக்கு முன்பேகூட பத்திரிகையாளர்கள் மீது தாக்குதல் நடந்தது. 2019இல் சுயாதீனப் பத்திரிகையாளரான பிரசாந்த் கனோஜியா, கருத்துச் சொன்னதற்காக, சமூக ஊடகங்களில் "முதல்வரின் பிம்பத்தைக் களங்கப்படுத்தியதாக"ச் சொல்லி சிறையிலடைக்கப்பட்டார். உச்சநீதிமன்றம் தலையிட்டபிறகே அவர் விடுவிக்கப்பட்டார். 2020இல் அவர் அயோத்தியாவில் கட்டப்பட்டு வரும் ராமர் கோவிலின் மார்பிங் செய்யப்பட்ட இடுகையைப் பகிர்ந்ததற்காக மீண்டும் கைதுசெய்யப்பட்டார்.[248] மற்றொரு உள்ளூர் பத்திரிகையாளர், பொது மருத்துவமனை ஒன்றின் தளத்தை சிறுவயதுப் பெண் சுத்தம் செய்யும் காணொளியைப் பகிர்ந்ததற்காக- அதை அரசைக் களங்கப்படுத்தும் முயற்சியாகக் கண்டு காவல்துறை அவர்மீது வழக்குப் பதிவு செய்தது.[249] ஜனதேஷ் டைம்ஸ் மற்றும் உள்ளூர் தினசரியொன்றைச் சேர்ந்த இரு வேறு பத்திரிகையாளர்கள், பிரதமரின் தொகுதியைச் சேர்ந்த கிராமமொன்றில் தலித் குழந்தைகள் பசியால் புல்லைச் சாப்பிடுவதாகக் காட்டிய காணொளி வைரலாக, அந்தச் செய்திக்காக வாரணாசி மாவட்ட மாஜிஸ்ட்ரேட் அவர்களுக்கு ஷோ காஸ் நோட்டீஸ் அனுப்பினார்.[250] கேரளாவைச் சேர்ந்த செய்தி இணையதளத்தின் செய்தியாளரான கப்பன் சித்திக், அக்டோபர் 5, 2020இல், ஹாத்ராஸைச் சேர்ந்த தலித் பதின்பருவப் பெண் கூட்டுப் பலாத்காரத்துக்கு ஆளாக்கப்பட்டு கொலைசெய்யப்பட்ட விவகாரத்தில், செய்தி சேகரிக்கச் சென்றபோது நடுவழியிலேயே உத்தர பிரதேச காவல்துறையால் கைதுசெய்யப்பட்டார். அவர் மேல் மாநில அரசுக்கு எதிராகச் சதிசெய்ததாகச் சட்டவிரோத நடவடிக்கைகள் தடுப்புச் சட்டத்தின்கீழ் வழக்குப்பதிவு செய்யப்பட்டது.[251] தி வயர், உத்தர பிரதேச அமைச்சர் கோவிட்-19 ஊரடங்கை மீறியதாகச் செய்திவெளியிட்டதற்காக, செய்தி இணையதளத்தின் இணை நிறுவனரான சித்தார்த் வரதராஜனுக்கு எதிராக, உ.பி. அதிகாரிகள் கிரிமினல் குற்றச்சாட்டைப் பதிவுசெய்தனர்.[252]

வேறு மாநிலங்களிலும், இதர உள்ளூர் பத்திரிகையாளர்கள் இதுபோன்ற நடவடிக்கைக்கு உள்ளாகினர். நீதிபதி லோயா மரணத்தை விசாரணை செய்யவேண்டும் என்ற கோரிக்கை மனுவை உச்சநீதிமன்றம் நிராகரித்ததை விமர்சித்த கார்ட்டூன் ஒன்றை சமூக ஊடகத்தில் பகிர்ந்ததற்காக, சத்தீஸ்கரில் ஒரு பத்திரிகையாளர் மீது தேசத்துரோக குற்றச்சாட்டுப் பதியப்பட்டது. மற்றொருவர் மாவோயிஸ்ட் கொரில்லாவுடனான என்கவுண்டரை செய்தியாக்கியதற்காக, மாவோயிஸ்ட்டுகளுக்கு உடந்தையாக இருந்ததாகக் குற்றம்சாட்டப்பட்டு 17 மாதங்கள் சிறையில்

செலவிட்டார்.[253] மற்ற வழக்குகளின் எண்ணிக்கையைக் குறிப்பிட்டு, அவற்றைப் பட்டியிலிடுவது களைப்படையச் செய்வதாக இருக்கும்.[254]

இச்சூழலில் அச்சம் எங்கும் பரவியுள்ளது. புலனாய்வு இதழியலில் நிபுணரான ஜோஸி ஜோசப், "முதன்மை ஊடகங்கள் முழு சுதந்திரத்துடன் இதழியல் பணிகளை மேற்கொள்வது நின்றுவிட்டது" எனச் சுட்டிக்காட்டிய அவர், "காலையில் எழும்போதே முதன்மைச் செய்தியறைகளிலுள்ள ஆசிரியர்கள் அல்லது பொம்மலாட்டக்காரர்கள் பயத்துடன்தான் எழுந்திருக்கின்றனர். அவர்கள் உறங்கச் செல்லும்போதும் பயத்தைப் போர்த்திக்கொண்டுதான் தூங்குகின்றனர் என நினைக்கிறேன். தங்களை ஆசிரியர்கள் என ஒப்புக்கொள்பவர்கள், புதிய உண்மைகளையும் ஆதாரங்களையும் கண்டு அஞ்சிநடுங்குவது ஒரு அற்புதமான விஷயம்." எனச் சுட்டிக்காட்டுகிறார்.[255] கிராமப் புறங்களிலும் சிறு நகரங்களிலுமுள்ள உள்ளூர் பத்திரிகையாளர்கள், (காவலர்கள் உள்ளிட்ட) உள்ளூர் நிர்வாகத்தால் பெரிதும் பாதிக்கப்படுபவர்களாக இருக்க, பெரிய நகரங்களிலுள்ள முதன்மைச் செய்தியறைகளின் தலைமை ஆசிரியர்கள் பா.ஜ.க. தலைவர்கள் அல்லது அமைச்சர்களிடமிருந்து தொலைபேசி அழைப்புகள் வருமோ எனப் பயந்து காணப்படுகின்றனர். 2017இல் தி வைஸ் இந்தியா தலைமைச் செயல் அலுவர் தனது பத்திரிகையாளர்களிடம், "நமக்கு அமித்ஷாவிடமிருந்து அழைப்பு வரக்கூடாது" எனக் கூறினார். அதன் பொருள் சுயதணிக்கையைப் பயன்படுத்தவேண்டும் என்பதுதான்.[256]

சுய தணிக்கைக்கு அப்பால், கருத்தியல் ஒற்றுமை அல்லது பொருளாதாரச் சார்பு காரணமாக முதன்மை ஊடகமானது-குறைந்தபட்சம் மின்னணு ஊடகங்கள்-அரசு ஆதரவு சானல்களுக்கு விற்கப்பட்டு (ஜோஜி ஜோசப்பின் வார்த்தைகளில் சொன்னால்) கைப்பற்றப்பட்டுள்ளன. "அரசு-மூலதன உறவில் ஒரு சூழ்ச்சிவாய்ந்த பரிமாணத்தை மோடி அரசாங்கம் சேர்த்தது", என 2018இல் பிரதாப் பானு மேத்தா வலியுறுத்தினார். பொதுவாக நிர்வாகக் காரணங்களுக்காக, நடப்பு அரசாங்கத்தின்மீது, இந்திய மூலதனம் மேற்கொள்ளப்படுவதில்லை. ஆனால் தற்போது தனியார் மூலதனம் கருத்தியல் நோக்கங்களோடு முன்னெப்போதுமில்லாத வகையில் அரசின் திட்டங்களில் பயன்படுத்தப்பட்டுள்ளது. சில விதிவிலக்குகள் இருக்கின்றன. அதிர்ச்சியளிக்கும்வகையில் தற்போது பெரும்பகுதி தனியார் ஊடகங்கள் அரசின் கருத்தியல் முன்னணிப் படைகளாகவும் அரசியலில் வகுப்புவாதம், துருவப்படுத்தல், கவனம் சிதறவைத்தல், அறிவுஜீவிவாத எதிர்ப்பு, உண்மையற்ற தன்மை, வெறுப்பு போன்ற திடீர்த் தாக்குதலை மேற்கொள்ளும் வீரர்களாகவும் திகழ்கின்றன.[257]

முந்தைய அத்தியாயங்களில் விவரிக்கப்பட்ட க்ரோனி கேபிடலிசத்தின் இந்திய பிராண்டான இந்தப் பரிமாணம், பல டி.வி. நிகழ்ச்சிகளில் 2019-ஐப் போலத் தேர்தல் பிரச்சாரங்களின்போது மட்டுமல்ல, வழக்கமாகவே வெளிப்பட்டது. கார்ப்பரேட் துறையால் நிதியளிக்கப்பட்ட சில முதன்மைச் சானல்கள், பாரபட்சமில்லாத தகவல்களை வழங்குவதாக அவை கூறிக்கொண்டாலும், அரசின் ஆதரவைப் பெற்று ஆதாயமடைந்தபின், அரசின் கருத்துகளையே உண்மையில் எதிரொலித்தன. மீண்டும், ரிபப்ளிக் டி.வி.யை இதற்கு உதாரணமாகக் கூறலாம். முதலில், இந்த சானல் அரசுக்குச் சொந்தமான தூர்தர்ஷனின் இலவச டிஷ் மற்றும் தூர்தர்ஷன் டிடிஎச்-இல் "ஒரு பைசா கட்டணம் செலுத்தாமல் (ஜீ டி.வி. யைப்போல்) கிடைத்தது.[258] இரண்டாவதாக, ரிபப்ளிக் டி.வி.யின் நட்சத்திர தொகுப்பாளர் அர்னாப் கோஸ்வாமி (ரிபப்ளிக் மீடியா நெட்வொர்க்கின் தலைமை ஆசிரியர், நிர்வாக இயக்குநரும் அவரே), மோடி அரசுடன் மிக இணக்கமாகவும்[259] எதிர்க்கட்சிகள் மீது மிகவும் ஆக்ரோஷமாகவும் இருப்பார். வகுப்புவாத அடிப்படையில் செயல்படுவதாகவும் அவதூறு வழக்குகளும் அவருக்கு எதிராகப் பதியப்பட்டன.[260] கோஸ்வாமியின் நிகழ்ச்சிகளோடு, ரிபப்ளிக் டி.வி. மற்றும் ரிபப்ளிக் பாரத் (ஒரு இந்தி சானல்) செய்திகளை மிகவும் சமச்சீரற்ற விதத்தில் கையாண்டுவந்தன. மே 1, 2017 முதல் ஏப்ரல் 1, 2020 வரை இந்த சானல் 1,136 அரசியல் விவாத நிகழ்வுகளை ஒளிபரப்பியுள்ளது, இது அதன் மொத்த விவாதங்களில் 63.8 சதவிகிதம். அதன் அனைத்து விவாதங்களிலும், எதிர்க்கட்சிகளுக்கு எதிரான விவாதங்கள் 33.4 சதவிகிதம், அரசியல் நடுநிலையான விவாதங்கள் 16.2 சதவிகிதம், பா.ஜ.க.வுக்கு ஆதரவான விவாதங்கள் 11.47 சதவிகிதம், பா.ஜ.க.வுக்கு எதிரான விவாதங்கள் 2.8 சதவிகிதம், எதிர்க்கட்சிகளுக்கு ஆதரவான விவாதங்கள் 0 சதவிகிதம்.[261] நவம்பர் 2020இல் தொழிலதிபர் அன்வாய் நாயக் தற்கொலை செய்துகொண்டது தொடர்பாக மகாராஷ்ட்ரா காவல்துறை அர்னாப் கோஸ்வாமியைக் கைதுசெய்தபோது, நரேந்திர மோடி அமைச்சரவையிலுள்ள ஒவ்வொரு அமைச்சரும் வெளிப்படையாக அவருக்கு ஆதரவாக வந்தனர்."[262] இந்திய உச்சநீதிமன்றம் அவரது வழக்கை முன்னெப்போதுமில்லாத வேகத்தில் கையாண்டு, இடைக்கால பிணையில் அவரை விடுவிக்க உத்தரவிட்டது.[263] ஒரு மாதத்துக்குப் பின், யு.கே. தகவல்தொடர்பு வரன்முறை அமைப்பு, ரிபப்ளிக் பாரத் டி.வி.யை அதன், 'பூச்தா ஹை பாரத்' நிகழ்ச்சிக்காக, 'சூழ்நிலைக்குப் பொருத்தமற்ற வெறுப்புப் பேச்சைக்' கொண்டிருந்ததாக, 'பெரிதும் புண்படுத்துகிற ஆற்றலுடையதாக'ப் பார்த்து அதற்கு அபராதம் விதித்தது.[264]

இதர செய்திச் சானல்கள், தொகுப்பாளர்கள் இதேவிதமான நடவடிக்கைகளில் ஈடுபட்டனர், ஜீ டி.வி.யின் சுதிர் சௌத்ரி உள்பட-இந்த சானல் ஜே.என்.யூ மாணவர்களின் திருத்தப்பட்ட வீடியோக்களை ஒளிபரப்பியதாகக் கூறப்பட்டது (அத்தியாயம் 5-ஐப் பார்க்கவும்)-இவர் அறிவுஜீவிகளையும் கலைஞர்களையும் தேசவிரோதிகள் எனக் குற்றம்சாட்டுவது வழக்கம்.[265] (அர்னாப் கோஸ்வாமி டைம்ஸ் நவ்-வுக்காகப் பணியாற்றியபோது, 2015இன் வெகுதொடக்கத்திலேயே தொடங்கிவைத்தது இது.)[266] சௌத்ரி அவரது டி.வி. நிகழ்ச்சியில், தினசரி செய்திகள் அலசலின்போது "ஜிகாத் என்று அழைத்த செய்திக்காக கேரள காவல்துறையால் வழக்குப் பதிவு செய்யப்பட்டது. மூத்த பா.ஜ.க. தலைவர் செய்யது ஷாநவாஸ் ஹுசைன் உடனடியாக, அவர்மீதான இந்த வழக்கு, "பத்திரிகைச் சுதந்திரம் மீதான தாக்குதல்" என்று கூறினார்.[267] இதேபோன்று, நியூஸ் 18 தொலைக்காட்சித் தொகுப்பாளர் அமிஷ் தேவ்கன், அவரது வகுப்புவாத மிகைப் பேச்சுக்காக மும்பை காவல்துறையால் வழக்குப்பதிவு செய்யப்பட்டபோது நடந்தது. இதர டி.வி. தொகுப்பாளர்கள், இதேபோன்ற சார்புகளின் அடிப்படையில் குற்றம்சாட்டப்பட்டனர், (இந்தியா டி.வி.) ரஜத் ஷர்மா உள்பட.[268] ரிபப்ளிக் டிவி, ஜீ நியூஸ், இந்தியா டி.வி, ஆஜ் தக், ஏ.பி.பி., டைம்ஸ் நவ் போன்ற பல இந்திய டி.வி. சானல்களை அவற்றின் முஸ்லிம்களுக்கு எதிரான போக்குக் காரணமாக, ஐக்கிய அரபு எமிரேட்டை அடிப்படையாகக் கொண்ட, கல்ப் நியூஸ் செய்தித்தாள் கோரியதன் அடிப்படையில் இவை வளைகுடா பகுதியில் தடைசெய்யப்பட்டுள்ளன.[269] ஆனால் வெளி அழுத்தங்களும் முதல் தகவல் அறிக்கைகளும் எந்த மாற்றத்தையும் ஏற்படுத்தவில்லை: பொதுக் கருத்தை வடிவமைக்கும் முக்கியச் சொத்தாக அரசாங்கம் தெளிவாகப் பிரதிநிதித்துவப்படுத்தும் சர்ச்சைக்குரிய தொகுப்பாளர்களை, அரசாங்கம் தொடர்ந்து பாதுகாத்துவருகிறது.[270]

என்.டி.டி.வி. தொகுப்பாளரான ராவிஷ்குமாரை மேற்கோள் காட்ட, "முதன்மை இதழியலானது ஏன் புதிய பிரச்சாரச் சாதனமாக மாறியுள்ளது?",[271] இந்தப் போக்கை, சங் பரிவார்-பத்திரிகையாளர்கள் மற்றும் ஊடக நிறுவனங்களின் உரிமையாளர்கள் இணைவின் வளர்ந்து வரும் போக்கு ஓரளவு விளக்கும். கோப்ராபோஸ்ட் 2018இல் ஒரு ஸ்டிங் ஆபரேஷன் மூலம் இதனை நிறுவ முயன்றது. அதன் ரகசிய செயல்பாட்டு நிருபர் ஒருவர், ஸ்ரீமத் பகவத் கீதை பிரச்சார சமிதி என்ற இந்து அமைப்பில் பணிபுரியும் பிரச்சாரக் என நடித்து, பெரிய ஊடக நிறுவனங்களின் நிர்வாக ஆசிரியர்கள், சந்தைப்படுத்தல் நிர்வாகிகளுக்கு லட்சக்கணக்கில் (சமயங்களில் கோடிக்கணக்கில்)

பணங்களை வழங்குவதாகக் கூறி, இந்துத்துவாவை ஊக்குவித்து செய்தியைப் போன்ற விளம்பரங்கள், நிகழ்வுகள், விளம்பரங்கள் போடவேண்டுமெனக் கூறினார். அவர் தொடங்கவிரும்பும் பிரச்சாரம் 2019 தேர்தல்களுக்குச் சற்று முன்பு இரண்டு பகுதிகளாக அமைந்திருக்கும்: புராண மற்றும் மத நிகழ்ச்சிகளின் ஒளிபரப்பை நம்பியிருக்கும் 'மென் இந்துத்துவா' நிகழ்வுகளுக்குப் பின், ராகுல் காந்தி, மாயாவதி, அகிலேஷ் யாதவ் உள்ளிட்ட எதிர்த்தரப்பின் மீது முறையான தாக்குதல்கள் என வரிசையான நிகழ்வை ஒளிபரப்பவேண்டியதிருக்கும் எனத் தெரிவிக்கப்பட்டது. பணத்தைப் பெற தயாரான ஊடக நிறுவனங்கள் ஆர்.எஸ்.எஸ். தலைவரான மோகன் பகவத், வினய் கட்டியார், உமா பாரதி போன்ற சங் பரிவார் தலைவர்களின் பேச்சுகளை ஒளிபரப்பின.[272]

கோப்ராபோஸ்ட் செய்தியாளருடன், இந்தியாவின் மிகவும் செல்வாக்கான முன்னணி ஊடக நிறுவனத்தின் நிர்வாகிகள் சிலர், டைம்ஸ் ஆப் இந்தியாவின் நிர்வாக இயக்குநர் வினித் ஜெயின் உட்பட பேசும் வீடியோக்கள் வெளியிடப்பட்டன. வினித் ஜெயினுக்கு ரூ 500 கோடி தருவதாகச் சொல்லப்பட, (கிட்டத்தட்ட 67 மில்லியன் டாலர்கள் வரை)[273] ஆனால் அவர் அதைவிட இரு மடங்கு தொகையைக் கேட்டார். இரண்டு ஊடக நிறுவனங்களைத் தவிர, இதர அனைத்து நிறுவனங்களும்-(டைம்ஸ் ஆப் இந்தியா தவிர்த்து) இந்துஸ்தான் டைம்ஸ், நியூ இந்தியன் எக்ஸ்பிரஸ், டி.என்.ஏ. ஜீ குழுமம், ஏ.பி.பி. நியூஸ், டி.வி 18, இந்தியா டி.வி, ஏ.பி.என். ஆந்திர ஜோதி, தினமலர், ஜார்கன் குழு, ஓபன் மேகஸின், லோக்மத், சன் குரூப், பிக் எப்.எம். ரகசிய செய்தியாளரின் அதிகாரப்பூர்வ குறிக்கோளான-வாக்காளர்களைத் துருவப்படுத்த இந்த வகுப்புவாத ஆட்டத்தை ஆடத் தயாராக இருந்தனர். கோப்ராபோஸ்ட் நிருபரின் தொடர்புகளில் சிலர், பணத்தை எப்படி அவர்களது கணக்குகளுக்கு எடுத்துச் செல்வர் என்பதை விளக்கவும் தயாராக இருந்தனர்.[274]

கோப்ராபோஸ்ட் மேற்கொண்ட திட்டத்தின் பெயரான, "ஆபரேஷன் 136", 2017இல் உலக பத்திரிகை சுதந்திரக் குறியீட்டில் இந்தியா வகித்த இடத்திலிருந்து உருவாக்கப்பட்டது. உண்மையில், இந்தியா 2014 முதலே பத்திரிகைச் சுதந்திரத்தில் அதன் இடத்தை இழந்துகொண்டிருந்தது. 2016-க்கும் 2020-க்கும் இடையில் ஒன்பது இடங்கள் பின்னடைவுக்குள்ளாகி, எல்லைகள் இல்லாத செய்தியாளர்களின் வருடாந்திர உலக பத்திரிகைச் சுதந்திர தரவரிசையில் மொத்தமுள்ள 180 நாடுகளில் 142-வது இடம்பிடித்தது இந்தியா.[275] எளிதில் அணுகமுடியாத காஷ்மீர் மற்றும் வடகிழக்குப் பகுதிகளுக்கு, வெளிநாட்டுப் பத்திரிகையாளர்களுக்கு விசா விதிமுறைகள் கடுமையாக்கப்பட்டிருந்தது, இந்தச் சரிவுக்கான

நுண்காரணிகளில் ஒன்றாகும்.[276] ஃப்ரீடம் ஹவுஸ், "இது ஓரளவு மட்டுமே பத்திரிகைச் சுதந்திரத்தை அடிப்படையாகக் கொண்டது. அதிகாரிகள் பாதுகாப்பு, அவதூறு, தேசவிரோதம், வெறுப்புப் பேச்சு தொடர்பான சட்டங்கள், நீதிமன்ற அவமதிப்பு குற்றச்சாட்டுகள் இவற்றைப் பயன்படுத்தி ஊடக விமர்சனக் குரல்களைக் கட்டுப்படுத்தியிருப்பதாகக்" கூறி இந்தியா குறித்த தனது தரவரிசைப்படுத்தலை நியாயப்படுத்தியது. இந்து தேசியவாத பிரச்சாரங்கள், கருத்து வெளிப்பாட்டை தேசவிரோதமாகக் கருதி அதைரியப்படுத்தும் போக்கு சுய தணிக்கையை அதிகப்படுத்தியது."[277]

இங்குப் பெரிதும் ஆபத்தில் இருப்பது கருத்துச் சுதந்திரம். இந்த விஷயத்தில் ஊடகங்களின் சுதந்திரம் தவிர, மோடியின் இந்தியாவில் இணைய வசதியும் பெரும்பிரச்சனையாக உள்ளது. 2016இல், எந்த ஒரு நாட்டைவிடவும் இந்த நாடு மிக அதிகமான இணைய முடக்கங்களைச் சந்தித்துள்ளது.[278] 2017இல், 1885-ஆம் ஆண்டின் இந்திய தந்திச் சட்டத்தில் திருத்தங்கள் செய்தது, தற்போது சட்டம், "தற்காலிகமாகத் தொலைத்தொடர்பு சேவைகளை நிறுத்திவைப்பதை அனுமதிக்கிறது."[279] சாஃப்ட்வேர் ப்ரீடம் லா சென்டர் (SFLC), எனும் டெல்லியைச் சேர்ந்த டிஜிட்டல் ரைட்ஸ் குழுவால் தொகுக்கப்பட்ட தரவு இந்தியாவில் இணைய முடக்கம், 2012இல் 3 ஆக இருந்தது, 2013இல் 5 ஆகவும், 2014இல் 6 ஆகவும், 2015இல் 14 ஆகவும், 2016இல் 31 ஆகவும், 2017இல் 79 ஆகவும், 2018இல் 134 ஆகவும் அதிகரித்து, 2019இல் 106 ஆகவும், 2020இல் 132 ஆகவும் குறைந்ததைக் காட்டுகிறது.[280] 2014-க்கு பிந்தைய இணைய முடக்கங்களின் எண்ணிக்கை அதிகரிப்பது பா.ஜ.க.வின் கொள்கையைக் காட்டுகிறது: 2014இல் மோடி தேர்ந்தெடுக்கப்பட்டதற்கும் 2017 இலையுதிர்காலத்துக்கும் இடையில், நிகழ்ந்த 89 இணைய முடக்கத்தில், 74 முடக்கங்கள் பா.ஜ.க. மற்றும் அதன் கூட்டாளிகள், தேசிய, மாநில, அல்லது மாவட்ட அளவில் நிகழ்த்தியவை.[281] 2016-லிருந்து, இரு அதிகாரப்பூர்வ காரணங்களுக்காக, ஒவ்வொரு வருடமும் இந்தியா உலக அளவிலுள்ள எந்த ஒரு நாட்டை விடவும் அதிக அளவில் இணைய முடக்கத்தைத் தஞ்சமடைந்திருக்கிறது: பொதுமக்கள் பாதுகாப்பு மற்றும் பொது ஒழுங்கு. உதாரணமாக, 2019இல், குடியுரிமைத் திருத்தச் சட்டத்துக்கு எதிரான போராட்டக்காரர்களிடையே தகவல்தொடர்பைச் சிரமமானதாக மாற்றுவதற்காக இணைய முடக்கங்கள் பயன்படுத்தப்பட்டுள்ளன-அவர்களது போராட்டங்கள் சட்டபூர்வமாகவும் அமைதியானதாகவும் இருந்தநிலையிலும் (அத்தியாயம் 10-ஐ பார்க்கவும்).[282] அதேபோல, இந்தியாவின் விவசாயத்தைத் தாராளமயமாக்கும் எண்ணத்தில் கொண்டுவரப்பட்ட சட்டங்களுக்கு எதிராகப் போராடிய

விவசாயிகளின் முகநூல் பக்கங்கள், டிசம்பர் 2020இல் போராட்டம் அதன் உச்சியிலிருக்கும்போது தடைசெய்யப்பட்டன.[283]

மோடியின் இந்தியாவில், தேசிய ஜனரஞ்சகவாதம் மிக அதிகளவில் சர்வாதிகாரவாதத்தைப் போன்ற போக்கைப் பின்பற்றுகிறது. அரசாங்கம் நாட்டின் நிறுவனங்களுக்கு மேலாக, அவர்களது அதிகாரத்தை மட்டுப்படுத்தியோ அல்லது அவர்களது சுதந்திரத்தைக் கட்டுப்படுத்தியோ செல்வாக்கு செலுத்த முயற்சித்தது. இவ்விதத்தில் ஒரு முக்கிய உத்தி, நியமன நடைமுறைகள் தொடர்பானது. ஆளும் கட்சி மெதுமெதுவாக, பிரதான அதிகார மையங்களின் உயர்பதவிகளை, தனது ஆட்களை நியமிக்கும் இடத்தில் வைத்துக்கொண்டது அல்லது திட்டமிட்டு சூழ்ச்சியாக அவர்களின் எண்ணிக்கையைக் குறைத்தது. அமித்ஷா மற்றும் இந்திரேஷ்குமார்[284] உட்பட முக்கியத் தலைவர்களுக்கு எதிரான முக்கியமான வழக்குகளின் எண்ணிக்கையைக் கருத்தில்கொண்டு, பா.ஜ.க.வுக்கு மிகவும் முக்கியத்துவம் வாய்ந்த இரண்டு ‘உள் பொறுப்புக்கூறல் நிறுவனங்களான’ சி.பி.ஐ. மற்றும் என்.ஐ.ஏ. வழக்குகளில் இத்தகைய செயல்முறை சாதிக்கப்பட்டுள்ளது. (சிறிய விஷயங்களை) மறைத்திருப்பவர்களையும், எதிரிகளையும் மிரட்ட அல்லது அச்சுறுத்திப் பணியவைக்க இந்த விசாரணை அமைப்புகள் பயன்படுத்தப்பட்டன.

எனினும், மரபான இந்திய அமைப்பில் கட்டுப்படுத்தி, சீர்தூக்கிப் பார்த்து செயல்படவைக்கும் மிக மிக்கியமான அமைப்பு உச்சநீதிமன்றமாகும்.[285] இங்கே திரும்பவும் நியமனங்கள் பற்றிய கேள்வி முக்கியமானது, ஆனால் சி.பி.ஐ. அல்லது என்.ஐ.ஏ.வின் இயக்குநர்களாக வருபவர்களைவிடவும், நீதிபதிகளாகவும் தலைமை நீதிபதிகளாவும் வருபவர்கள் சார்ந்திருக்கக்கூடிய நபர்களாக இருப்பது இன்னுமதிக சிரமமானது. உச்சநீதிமன்றம் NJAC-யை சட்டவிரோதமானது என அறிவித்தபோது, மோடி அரசாங்கம் துன்புறுத்தும் போரை தொடங்கி, நீதித்துறை நியமனங்கள் தொடர்பாகவும், எண்ணற்ற நீதிபதிகளைக் கட்டாயமாக இடமாறுதல் செய்வதன் மூலமும் வலியுறுத்தத் தொடங்கியது. 2017 முதல், அரசாங்கம் தலைமை நீதிபதிகளிடமிருந்து குறிப்பிடத்தகுந்த எதிர்ப்பு எதனையும் சந்திக்கவில்லை. இந்த மாறுதல் விளக்குவதற்குச் சிரமமானது. தலைமை நீதிபதிகள் ஒரு புதிய அதிகாரச் சமநிலைக்குத் தங்களை ஒப்புக்கொடுத்துவிட்டனரா? அவர்கள் மிரட்டப்பட்டனரா? இத்தகைய மாறுபடக்கூடியவைகள் (நிச்சயமாகச் சொல்ல சாத்தியமற்றவை) காரணியாக இருக்கவேண்டும் என்றாலும், மற்றொன்று வலியுறுத்திச் சொல்லப்படவேண்டும்: ஆளுங்கட்சியுடன்

சில நீதிபதிகளும் தலைமை நீதிபதிகளும் கருத்தியல் உறவைக் காட்ட ஆரம்பித்தனர், ஒன்று அவர்கள் சங் பரிவார் வலையமைப்போடு தொடர்புடையவர்களாக இருக்கவேண்டும் அல்லது அவர்கள் அதன் கருத்துகளில் சிலவற்றோடு உடன்பட்டிருக்கவேண்டும்-இது தலைமை நீதிபதி அஸ்ஸாமில் என்.ஆர்.சி.யை மேற்பார்வை செய்ததிலிருந்து வெளிப்படையாகிறது. அந்தவிதத்தில், இந்தியக் குடியரசின் ஒரு முக்கியமான அமைப்பு, ஆளும்கட்சியின் அடையாளத்தைப் பொருட்படுத்தாமல், அரசியலமைப்புச் சட்டத்தின் மதிப்பீடுகளுக்கு முரணான மதிப்பீடுகளைக் கொண்டிருப்பதாகத் தோன்றுகிறது.

மேலே குறிப்பிடப்பட்ட நிறுவனங்களிலும், இந்த நிலவரங்களைக் கண்டறியலாம். உதாரணமாக, மே 2014இல் அரசாங்கத்தை அமைப்பதற்கு முன்பாகவே, என்.ஐ.ஏ. ஓரளவுக்கு பாரபட்சமாகக் காணப்பட்டது. ரோகிணி சாலையன் இந்த விஷயத்தில் அம்பலமாக்கும் தகவல்களைத் தருகிறார்: “எல்லோரையும் நம்புவது கடினமாக இருந்தது. ஒருவருடன் ஒருவர் ஒத்திசைந்த அர்ப்பணிப்புமிக்கக் குழுவுடன் நான் பணிபுரிந்தேன். புதிதாக அமைக்கப்பட்ட குழுவில் உள்ள அனைவரும் வழக்கை வலுவாக உருவாக்கச் சாதகமாக இல்லாததால், என்.ஐ.ஏ.வில் ஊடுருவல் ஏற்கெனவே நிகழ்ந்துவிட்டது என நான் உணர்ந்தேன். இருந்தும், நாங்கள் சில திறமையான அதிகாரிகளைக் கொண்டிருந்தோம். அவர்கள் எனக்கு ஆதரவாக இருந்ததுடன், வழக்கை நேர்மையாக விசாரித்தனர். ஆனால் 2014இல் வழக்கை ஒப்படைக்கும்படி என்னிடம் கேட்டுக்கொள்ளப்பட்டபோது, அவர்களும் வெளியேற்றப்பட்டனர்.”[286] பா.ஜ.க.வின் வெற்றிக்கு முன்பாகவே, சம்ஜௌதா எக்ஸ்பிரஸ் வழக்கில், ஏப்ரல் 2014இல் சுவாமி அசீமானந்தாவுக்கு ஜாமீன் வழங்கப்பட்டபோது, அநேகமாக என்.ஐ.ஏ.வில் ஏற்கெனவே ஊடுருவல் நிகழ்ந்திருந்த காரணத்தால்தான் அந்த நிறுவனம் அதற்கெதிராக முறையீடு செய்யவில்லை.[287] மோடி அரசாங்கத்தில் தற்செயலாக இருமுறை நீட்டிப்பு வழங்கப்பட்ட என்.ஐ.ஏ. இயக்குநரான சரத்குமார், 2013இல் ஐக்கிய முற்போக்குக் கூட்டணி ஆட்சியின்போது நியமிக்கப்பட்டவர். அதேபோல, மோடியின் தேசிய பாதுகாப்பு ஆலோசகராகத் திகழ்ந்த அஜித் கே தோவல், மன்மோகன் சிங்கின் தேசிய பாதுகாப்பு ஆலோசகராகத் திகழ்ந்த ஜே.என். தீக்சித்தால் ஜூலை 2004இல் உளவுத்துறை இயக்குநராக நியமிக்கப்பட்டார். பிரவீன் தோந்தியின் கூற்றுப்படி, “அவரது உளவுத்துறை ஆண்டுகளில், அவர் பாரதிய ஜனதாவுடனும் ராஷ்ட்ரிய சுயம்சேவக் சங்கத்துடனும் நெருங்கிய தொடர்புகளைக் கொண்டிருந்தார்.”[288] ஓய்வுக்குப் பிறகு, தோவலுக்கும் சங் பரிவாருக்கும் இடையிலான ஒன்றிணைந்த கருத்துகள் வெளிப்படையாகத்

தெரிந்தன. “பங்களாதேஷ் நாட்டவர்களின் ஊடுருவல் மிகப்பெரிய உள்நாட்டுப் பாதுகாப்புப் பிரச்சனை” என பா.ஜ.க. சொன்னதைப் போலவே, அவர் 2006இல் ஒரு நேர்காணல் ஒன்றில், “இந்தியாவின் உள்நாட்டு பாதிப்புகள் அதன் வெளிப்புற பாதிப்புகளைவிடவும் அதிகமானவை” எனச் சொல்லியிருந்தார்.[289] 2013இல் பா.ஜ.க. நிகழ்வொன்றில் அவர் பேசும்போது, “இக்கட்சியானது பன்முகத்தன்மையை அடையாளமாகக் காணாத ஒரே கட்சி எனச் சுட்டிக்காட்டினார்: “பன்முகத்தன்மையின் அடிப்படையில் தேசத்தைக் கட்டியெழுப்புவதை நமது அடிப்படையாகக் கொள்ளமுடியாது.”[290] இதற்கிடையில், தி விவேகானந்தா பவுண்டேஷனை நிறுவிய, சிந்தனைக் கருவூலத்தின் இயக்குநராக, அன்னா ஹசாரே இயக்கத்தின் காட்சிகளுக்குப் பின்புலத்தில் அவர் முக்கிய பாத்திரம் வகித்தார், இதிலும் சங் பரிவார் முக்கியப் பங்கு வகித்தது.[291] தோவலால் உதவிகேட்டு அணுகப்பட்ட, முன்னணி செய்தித்தாளின் ஆசிரியர், “உள்துறை அமைச்சகத்தின் அதிகாரவர்க்கத்தினர் உளவுத்துறை அதிகாரிகள் சிலரும் ரகசியமாக அதில் ஒரு பகுதியாக இருந்தனர்” என வலியுறுத்துகிறார்.[292] ஆக, 2010-களின் தொடக்கத்தில், இந்திய அரசாங்கத்தை எதிர்த்துப் போராடிய சங் பரிவாருடன் தொடர்புடைய சில சக்திகளுடன் சில குடிமைப் பணி அதிகாரிகள் கைகோத்திருந்தனர்-இந்த இரகசிய அதிகாரிகள் பாதுகாப்புத் தொடர்பானவர்கள் என்பதில் எந்த ஆச்சரியமும் இல்லை.

இந்திய ஜனநாயகத்தின் முக்கிய நிறுவனங்கள், அரசியலமைப்புச் சட்ட மதிப்பீடுகளை முழுமையாகக் கடைபிடிக்காத, மாறாக, சங் பரிவாரின் உலகப் பார்வையை, குறைந்தபட்சம் பகுதியளவிலாவது கடைபிடிக்கும் நபர்களால் ஓரளவு செல்வாக்கு செலுத்தப்பட்டு வந்ததுபோல் தோன்றுகிறது. சிலரது விவகாரத்திலே அவர்கள், சங் பரிவாருடனே தொடர்புடன் இருந்திருக்கின்றனர்-இது 2014-க்கு முன்பே, “அரசைக் கட்டுப்படுத்தும் நிலையில்” ஆழ் அரசின் இருப்பைப் பரிந்துரைக்கிறது. தெற்கு ஆசியாவில், இந்தக் கருத்து முதன்மையாக பாகிஸ்தானுக்குப் பயன்படுத்தப்பட்டு, திரைக்கு மறைவில் ராணுவம் (பெருமளவில் பாதுகாப்பு அமைப்பு) அரசியலில் செல்வாக்கு செலுத்தியது. இந்தத் தற்போதைய புத்தகத்தில், இதுவரை, அடிமட்ட அளவில் சமூக வாழ்க்கையை வரன்முறைப்படுத்திய, ஆர்.எஸ்.எஸ்.ஸிடம் அறிக்கையளிக்கவேண்டிய இந்து தேசியவாத கண்காணிப்புக் குழுக்களையும், அதிகாரப்பூர்வ அரசியல் பதவிகளில் இல்லாதபோதும் பா.ஜ.க. அமைச்சர்களுக்கும் முதல்வர்களுக்கும் அறிவுரை வழங்கிய ஆர்.எஸ்.எஸ். நபர்களையும் விவரிக்க இணை அரசு என்ற கருத்து பயன்படுத்தப்பட்டது. ஆழ்ந்த அரசு என்ற

கருத்து மாறுபட்டது: இங்கே, நடிகர்கள் அரசுக்கு வெளியில் உள்ளவர்கள் அல்ல. அவர்கள் அரசின் பகுதியானவர்கள். ஆனால் அவர்கள் அரசியலமைப்பு மதிப்பீடுகளுடன் முரண்படுகிற, இன ஜனநாயக, சர்வாதிகார பரிமாணங்களைக் கொண்ட தத்துவங்களை நடைமுறைப்படுத்தி அரசு நிறுவனங்களைக் கடத்தும் மனப்பான்மை உடையவர்கள். இன்றைய இந்தியாவில் இன ஜனநாயகமும் தாராள ஜனநாயகமும், இணையரசு, ஆழ் அரசின் இரு கால்களாகும். எனினும் 2014 முதல், ஆழ் அரசு என்ற கருத்தானது அதன் பெரும்பகுதி மதிப்பீடை இழந்துவிட்டது, ஏனெனில் திரைக்குப் பின் இயங்கிக்கொண்டிருந்தவர்கள் தற்போது வெளிப்படையாகவே அவ்வாறு இயங்கத் தொடங்கியிருக்கின்றனர்.

அரசாங்கமானது, முக்கிய நிறுவனங்களைப் பலவீனப்படுத்தி (ஓரளவுக்கு அரசியல்மயப்படுத்தி)[293] அல்லது-முதன்மை ஊடகங்கள் உட்பட-அவற்றின் மீதான கட்டுப்பாட்டைத் தீவிரப்படுத்திய விதம், இயந்திரத்தனமாக ஒரு சர்வாதிகார ஆட்சியை நிறுவுவதை நோக்கிச் செயல்படத் தொடங்கியுள்ளது.[294] டெல்லி உயர்நீதிமன்றத்தின் முன்னாள் தலைமை நீதிபதி ஏ.பி. ஷா, மக்கள் பாராளுமன்றத்தின்[295] ஆரம்ப விரிவுரையின்போது, "2014 முதல், இந்த நிறுவனங்களை முறைப்படுத்தப்பட்ட விதத்தில் அழிக்க அனைத்து முயற்சிகளும் தொடங்கப்பட்டிருக்கின்றன. முன்பு இந்திரா காந்தி அரசாங்கம் வெளிப்படையாக மேற்கொண்ட அழிவு வழியில் இல்லாமல், நிச்சயமாக, இந்திய ஜனநாயக நாட்டை நடைமுறையில் நினைவிழப்புக்கு (கோமா ஸ்டேஜ்) ஆளாக்கும் வழிமுறைகளில், பெரும்பாலான விஷயங்களில் நிர்வாகத்துக்கு அதிகாரம் கொடுப்பதன் மூலம்" என வலியுறுத்திக் கூறினார்.[296] இந்த வியூகம் இந்து ராஷ்டிரா என்பதிலிருந்து சர்வாதிகார இந்து ராஜ்யம் என்பதைச் சாத்தியமாக்கியுள்ளது. ஆனால் பல்வேறு சர்வாதிகார வடிவங்கள் இருக்கின்றன. மோடியின் கீழ் இந்தியாவின் வகைப்பாடு, தேர்தலுக்கு முக்கியப் பங்களிக்கும் மாதிரிக்குப் பொருந்துகிறது—அதைத் தேர்தல் சர்வாதிகாரவாதம் அல்லது போட்டி சர்வாதிகாரவாதம் என அழைக்கலாம். தேர்தல் போட்டியின் முக்கியமான பகுதி-ஜனரஞ்சகவாத திறமை-இது 2019 மக்களவைத் தேர்தலில் நிரூபிக்கப்பட்டது.

9
'தேர்தல் எதேச்சதிகாரத்தை' நோக்கி
2019 தேர்தல்கள்

அரசு நிர்வாகத்தை எதிர்க்கும் நிறுவனங்களைப் பலவீனப்படுத்துவதென்பது, இந்தியாவில் சர்வாதிகாரத்துவவாத எழுச்சியின் ஒரேயொரு அம்சம் மட்டுமே. தேர்தல் செயல்முறையைக் குலைப்பதென்பது அதன் மற்றொரு அம்சம், இது ஆண்ட்ரியாஸ் ஷெட்லரால் கண்டுபிடிக்கப்பட்ட தேர்தல் சர்வாதிகாரத்துவ முறையின் மற்றொரு வடிவத்தை உருவாக்கியுள்ளது. வழக்கமாக, தேர்தல் சர்வாதிகாரத்துவ ஆட்சியில் பல கட்சி தேர்தல்களை நடத்தும்போது, "அவர்கள் ஜனநாயக சாராம்சத்தைக் குறைவுபடச் செய்வர்"[1] என ஷெட்லர் விளக்குகிறார். ஏனெனில், "அவர்கள்... மக்களின் தேர்வுகளையும் அதேயளவு வெகுஜன தேர்வு வெளிப்பாடு உருவாவதையும் சிதைப்பர்."[2] எப்படி? (இந்திய தேர்தல் ஆணையம்போன்ற) தேர்தல்களை ஏற்பாடு செய்வதற்கான நிறுவனங்களில் குறுக்கிடுவதால் மட்டுமின்றி, ஊடக சுதந்திரம் உள்பட, கருத்துச் சுதந்திரத்தைத் தடைசெய்வதன் மூலமும் பணவிஷயத்தில் சமமற்ற போட்டி நிலவும்படிச் செய்வதன் மூலமும்.

2017 உத்தர பிரதேச தேர்தலுக்குப் பிறகு, எந்தவொரு பிரதான மாநிலத் தேர்தலிலும் பெரும்பான்மை பெறமுடியாமல் போனதால், மோடிக்குப் பெரிதும் சிக்கலான சூழலில் நடந்த 2019 தேர்தல் பிரச்சாரத்தின்போது, இந்தியா தேசிய ஜனரஞ்சகவாதத்திலிருந்து தேர்தல் சர்வாதிகாரத்துவவாதத்துக்கு மாறியது வெளிப்படையாகத் தெரிந்தது. 2018 டிசம்பரில், பதினேழாவது பொதுத் தேர்தல்களுக்குச் சில மாதங்களுக்கு முன்பாக, மத்தியப்பிரதேசம், ராஜஸ்தான், சத்தீஸ்கர் தேர்தலில் பா.ஜ.க. தோற்றது. ஜூலை 2018இல் சி.எஸ்.டி.எஸ்.-லோக்நிதி மூட் ஆப் தி நேஷன் சர்வே (MOTN) ஆளும் கட்சியின் புகழ் பெரிய அளவிற்குச் சரிந்துவருவதைக் காட்டியது, MOTN ஜூலை 2018 கருத்துக் கணிப்பின் பெரிய முடிவுகளில் ஒன்று, "பாரதிய ஜனதா கட்சி அதன் லோக் சபா

மேலாதிக்கத்தைத் தக்கவைத்துக்கொள்ளுமென நம்பவியலாது"[3] எனப் பகுப்பாய்வாளர்கள் தன்னம்பிக்கையுடன் கூறுமளவுக்கு ஆளும்கட்சியின் பிரபலம் தேய்வில் இருந்தது.

2014இல், பா.ஜ.க. அறுதிப் பெரும்பான்மையை வெல்லுமென இந்தத் தேர்தல் மேதைகள் யாரும் எதிர்பார்த்திருக்கவில்லை, அதுபோலவே, இவர்கள் கணித்தது தவறென நிரூபணமானது. 2014இல், நரேந்திர மோடியின் தேர்தல் பிரச்சாரம் தேசிய ஜனரஞ்சகவாத தொனியின் பெரும் தாக்கத்தை ஏற்படுத்தியது, மேலும் 2019-லும், மோடியின் பிரச்சாரம் அவரது வெற்றியைப் பெரிதும் விளக்கியது. 2014-ஐப் போலவே, பா.ஜ.க. பிரத்யேகமாக ஒருமுனை நிகழ்ச்சி நிரலைக் (மோடி) கொண்டிருந்ததுடன், அதே மாநிலங்களில் இருந்து கிட்டத்தட்ட அதே எண்ணிக்கையிலான இடங்களை அடைந்து, ஐந்து வருடங்களுக்கு முன்பு என்ன நடந்ததோ, அதே செயல்திறனை 2019 தேர்தலில் நிகழ்த்திக் காட்டியதால், அதனைப் பகுத்துப் பார்க்கும் ஆவலை ஏற்படுத்துகிறது.[4]

ஆனால் 2019 தேர்தல் மாறுபட்டது. ஏனெனில் 2014இல் மோடி ஒரு வெளியாள், 2019-லோ அவர் பதவியிலிருந்தவர். ஐந்து வருடங்களுக்கு முன்னால் வளர்ச்சி சார்ந்த உறுதிமொழிகளைக் கூறியதுபோல் அவரால் திரும்பவும் கூறமுடியாது. பதிலாக, அவர் தனது ஜனரஞ்சகவாத திறமையின் இன்னொரு அம்சமான தேசிய பாதுகாப்புக்கு அழுத்தம்தந்தார். ஓரளவு பேசுபொருள் மாறியிருந்தபோதும், அதே வழிமுறை நீடித்தது: கட்சி செலவிட்ட பணம் காரணமாக, மோடி பொதுவெளியைத் திகைக்கவைக்கும் அளவுக்கு, பரந்தளவிலான பா.ஜ.க. தேர்தல் பிரச்சாரத்தால் நிறைத்தார். இந்த 2019 பா.ஜ.க. தேர்தல் பிரச்சாரத்தின் முன்னோடியில்லாத பண்பு, ஓரளவு தேர்தல் பத்திரங்கள் அறிமுகம் காரணமாக நிகழ்ந்தது.

2019 தேர்தல் பிரச்சாரம், தேர்தல் சர்வாதிகாரத்துவவாதத்தை நோக்கிய இந்தியாவின் நகர்வைக் குறிக்க முக்கியக் காரணம், தேர்தல் சமமான இரு போட்டியாளர்களுக்கு இடையிலான போட்டியாக இல்லாமல் போனதற்கு ஆளும் கட்சியின் நிதி வளங்கள் மட்டுமே காரணம் அல்ல. ஊடகங்களின் பங்கும், தேர்தல் நடைமுறைக்குப் பொறுப்பான நிறுவனமான இந்திய தேர்தல் ஆணையத்தின் ஒருபக்கச் சார்புமே ஆகும்.[5]

சௌகிதார் மோடி

மோடியின் 2019 தேர்தல் பாணி, ஏற்கெனவே 2014இல் முன்வைக்கப்பட்ட சில ஜனரஞ்சகவாத அம்சங்களைத்

திரும்பவும் முன்வைத்தது. மீண்டும் ஒருமுறை மோடி உயரடுக்குக் குழுவினருக்கு எதிரான மக்களை பிரதிநிதித்துவப்படுத்துவதாகச் சொல்லிக்கொண்டார். வசதிபடைத்தவர்களுக்கு ஏற்ற டெல்லி சந்தைக்கு அடிக்கடி செல்லும் குழுவினரை விவரிக்க ஒரு நேர்காணலில் 'கான் மார்க்கெட் குழுவினர்' என்ற வார்த்தையைப் பயன்படுத்தினார். உயரடுக்குக் குழுவினர் என அவர் சொன்ன குழு, தாராளவாதிகள் உள்ளிட்ட அறிவுஜீவிகள், பணக்கார இந்தியர்கள், வெளிநாட்டுக் கடைகளில் பொருட்களை வாங்கவும் உயர்மட்ட கஃபேக்களுக்குச் செல்பவர்களையும் குறிக்கும்.[6] எனினும், மோடியைப் பின்பற்றுபவர்கள் வழக்கமாக இந்த 'லிப்டார்டுகளை' 'லுட்யன்ஸ் மக்கள்' எனக் குறிப்பிடுவதையே விரும்புகிறார்கள், இது பிரிட்டிஷ் கட்டடக் கலைஞர் எட்வின் லுட்யன்ஸால் வடிவமைக்கப்பட்ட புதுடில்லியின் ஆடம்பரமான பகுதியைக் குறிக்கிறது. நேரு, காந்தி குடும்பம் உள்ளிட்ட காங்கிரஸ் தலைவர்களால் புகழப்பட்ட அமைப்பையே மோடி தொடர்ந்து எதிர்த்துப் போராடிவந்தார்-2014இல் இருந்ததுபோல மீண்டும் ஒருமுறை ராகுல் காந்தியே அவரது பிரதான எதிரியாக இருந்தார்.

தனது சாமானியப் பின்னணியை வலியுறுத்திய மோடி, தனது குடும்பம் 'மிகவும் பின்தங்கிய சாதியைச் சேர்ந்தது' என வலியுறுத்தினார்[7], பாதிப்புக்குள்ளாகும் சாத்தியத்துடனான கீழ்நிலையில் உள்ளவர்களுடன் இணைத்துக்கொள்ள, முந்தைய ஆட்சியாளர்களால் பாதிக்கப்பட்ட நபராகக் காட்டிக்கொண்டார். மத்தியப்பிரதேசத்தில் நடந்த கூட்டமொன்றில், அவர், "காங்கிரஸ் கட்சியினர், உங்களது மோடியைக் கொல்ல கனவு காணுமளவுக்குப் பெரிதும் வெறுத்தனர். ஆனால் இந்தியா மற்றும் மத்தியப்பிரதேசத்து மக்கள் எனக்காக இருக்கின்றனர் என்பதை மறந்துவிடுகின்றனர்."[8] மக்களுக்கு நெருக்கமானவராகவும், அவர்களில் ஒருவராகவும் தோன்றும் ஆவலில், அவர்கள் பேசுவதைப் போன்றே பேசுவதைத் தேர்வுசெய்தார். சமஸ்கிருதம் கலந்த இந்திப் பேச்சை மோடி கொண்டிருந்தபோதும், அவரது குஜராத் நாட்கள் முதலே, முக்கியமாக நேரு-காந்தி குடும்ப ஆட்களைத் தாக்கிப் பேசும்போது பரிகாசமான, எளிய சொற்பொழிவுப் பாணியிலான பேச்சைத் தேர்வுசெய்தார். ராகுல்காந்தியின் மறைந்த தந்தை ராஜீவ் காந்தியை இலக்காகக்கொண்டு பேசும்போது, "உங்கள் தந்தையை அவரது அவையைச் சேர்ந்தவர்கள், 'மிஸ்டர் க்ளீன்' என்றழைத்தனர், ஆனால் அவரது வாழ்க்கை 'பிரஸ்டாச்சாரி நம்பர் 1-ஆக (ஊழல் மனிதர் நம்பர் 1) முடிவடைந்தது."[9]

2014-ஐப் போல, அவரது குஜராத் நாட்களில் பயன்படுத்திய நாயக செயல்முறையை அவர் வளர்த்தெடுத்தார். எனினும்,

அவரது ஞானத்தைப் போலவே, அவரது பாணி நாயகத்துவம் பெரிதும் அவரது தசையாலான உடலமைப்பை (ஐம்பத்தாறு இஞ்ச் பேச்சுகள்) நம்பியிருந்ததை-அவரது வயது ஓரளவு விளக்கும். 2019இன் தொடக்கத்தில் பிரயாகையில் தொடங்கவிருந்த கும்பமேளாவின்போது அவர் இந்தத் திறமையைப் பயன்படுத்தினார். பிரதமர் கங்கையில் குளிக்கும். பிரார்த்தனை செய்யும் புகைப்படங்கள் பெரியளவில் விளம்பரப்படுத்தப்பட்டன.[10] வாக்குப் பதிவு முடிந்த மறுநாள், அவர் இமாலய மலைக்கு ஏறிச்சென்று, அவரும் அவரது புகைப்பட நிபுணரும் மட்டுமே தங்குமளவுள்ள குகையில் இரண்டு நாட்கள் தியானம் செய்வதில் செலவிட்டார்.[11] சூசன் ஹோபர் ருடால்ஃப், லாயிட் ருடால்ஃப், டபிள்யு. ஹெச். மோரிஸ் ஜோன்ஸ் ஆகியோரின் கருத்தான 'புனித அரசியல்'[12] (அத்தியாயம் 2-ஐப் பார்க்கவும்), 'இவ்வுலகத் துறவு' என்னும் அரசியல் மரபுடன் மிகவும் நன்றாகப் பொருந்திப் போகிறது. ஆனால் இது பொதுக் காட்சியின் 'பாலிவுட்மயமாக்கலுடன்' ஏதோவொன்றைக் கொண்டுள்ளது, ஏனெனில் ஜனரஞ்சகவாத காலத்தில், அரசியல் என்பது முன்னெப்போதையும்விட ஒரு காட்சியாக உள்ளது. பொதுத்தன்மை மற்றும் நாயகபாவத்தின் இணைவு, ஜனரஞ்சகவாதத் திறமையின் மாதிரியாகும், எனவேதான் ஜனரஞ்சகவாத பிம்பத்தை[13] உற்பத்தி செய்வதில் பலசமயங்களில் உடல் மொழி முக்கியப் பங்கு வகிக்கிறது.

தேசியப் பாதுகாப்பு ஜனரஞ்சகவாதம் பாகிஸ்தானை எதிர்த்தல் - மற்றும் காங்கிரஸை சட்டவிரோதமாக்குதல்

2019இல், பாதுகாப்பு அச்சுறுத்தல் எழுந்த சூழலில் மோடியின் நாயக அந்தஸ்து வலிமையானவர் என்ற அவரது பிம்பத்தால் வளர்த்தெடுக்கப்பட்டது. 2002 குஜராத் தேர்தல் முதல்- மோடியின் தேர்தல் பிரச்சாரத்தில் பாகிஸ்தான் அச்சுறுத்தல் எப்போதும் முக்கிய இடத்தைப் பிடித்துவந்துள்ளது. ஆனால் இந்தக் காரணியை, அவர் 2019இல் வெற்றிகரமாகவும் விரிந்த அளவிலும் பயன்படுத்திக்கொண்டதுபோல், வேறெப்போதும் பயன்படுத்திக்கொள்ளும் நிலையில் இருந்ததில்லை.

பிப்ரவரி 14, 2019இல், அதிகாரப்பூர்வ பிரச்சாரம் தொடங்க சில வாரங்களே இருந்த நிலையில், (ஜம்மு-காஷ்மீர்) புல்வாமாவில் பாகிஸ்தானை அடிப்படையாகக் கொண்ட ஒரு ஜிஹாதி குழுவினரால் வழிநடத்தப்பட்ட மிக மோசமான தாக்குதலில், மத்திய பாதுகாப்பு காவலர் படையைச் சேர்ந்த நாற்பத்தொரு இந்திய வீரர்கள் உயிரிழந்தனர். அதற்குப் பதிலடியாக, பாகிஸ்தான் பிராந்தியத்தில் விமானத் தாக்குதல் நடத்த மோடி உத்தரவிட்டார்.

இதில் பாலக்கோட்டிலுள்ள ஜெய்ஷ் இ முகம்மது பயிற்சி முகாம் அழிக்கப்பட்டதாகக் கூறப்பட்டது. இந்த நடவடிக்கையில், இந்திய விமானப்படை ஒரு விமானத்தையும் விமான ஓட்டி, விமானப்படை தலைமை அதிகாரியான அபிநந்தன் வர்தமான் இவற்றை இழந்தது, (அவர் பாகிஸ்தானில் தவறிவிழுந்து இந்தியாவுக்கு ஒரு நாயகனாகத் திரும்பிவந்தார்) தவறுதலாகத் தனது சொந்த ஹெலிகாப்டர்களில் ஒன்றை சுட்டுவீழ்த்தியது ஆறு விமானப்படை வீரர்கள் உயிரிழக்கக் காரணமானது[14] இந்த விமானத் தாக்குதலின் விளைவு கலவையாக இருந்தபோதும், தேசியவாதமும் போர்வெறியும் மேலாதிக்கம் செலுத்திய பிரச்சார உரையில் மோடி தன்னை இந்தியாவின் பாதுகாவலராகக் காட்டிக்கொண்டார்-ஏனெனில் இந்த நடவடிக்கையில் ஆறு விமானிகள் இறந்துபோனது அரிதாகவே ஊடகங்களால் செய்தியாக்கப்பட்டிருந்தது. இராணுவத்தை தேர்தல் பிரச்சார நோக்கத்துக்குப் பயன்படுத்துவதைத் தடைசெய்யும் தேர்தல் ஆணையத்தின் மாதிரி நடத்தை விதிகள் நடப்புக்கு வரும் முன்பாக, பா.ஜ.க. அனைத்து ஊடகங்கள், சானல்கள் மூலம் விமானத் தாக்குதல், ராணுவத்துடன் மோடியையும்-குறிப்பாக விங் கமாண்டர் அபிநந்தன் வர்த்தமானையும் இணைத்து மிகப்பெரும் அளவில் பிரச்சாரத்தை மேற்கொண்டது. காங்கிரஸ் தலைவர்களை தேசவிரோதிகளாகக் காட்டி தகுதியிழப்புச் செய்யும் நோக்கில் மோடியே, “தங்களது மோடி வெறுப்பால், (அவர்கள்) இந்தியாவை வெறுக்கத் தொடங்கிவிட்டனர்” என்பது போன்ற பேச்சுகளைப் பயன்படுத்தத் தொடங்கினார்.[15] பாகிஸ்தானை அவர்கள் இதேபோன்று ஒருபோதும் தாக்கத் துணிந்ததில்லை என்பதோடு, அவர்கள் பாலக்கோட் தாக்குதல் குறித்து விரிவான தகவல்களைக் கேட்டு-‘வீரர்களை உற்சாகமிழக்கச் செய்கின்றனர்.’[16] மகாராஷ்டிராவில் அவர் நடத்திய பேரணி ஒன்றில், மோடி முதல் முறையாக வாக்களிப்பவர்களை நோக்கிப் பேசும்போது: “உங்களது முதல் வாக்கை பாலக்கோட்டில் விமானத் தாக்குதல் மேற்கொண்ட விமானப் படைக்கு அர்ப்பணியுங்கள், புல்வாமாவில் உயிர்த் தியாகம் செய்த வீரர்களுக்கு அர்ப்பணியுங்கள்... காங்கிரஸ் தேர்தல் அறிக்கை முழுவதும் தேசவிரோத எண்ணங்களால் நிறைந்திருக்கிறது. காங்கிரஸ் என்னவெல்லாம் சொல்கிறதோ, அதைப் பாகிஸ்தான் திரும்பச் சொல்லும். காங்கிரஸ் பிரிவினையாளர்களுடன் பேச்சுவார்த்தை நடத்த விரும்புகிறது, காஷ்மீரில் ஆயுதப் படைகளைக் குறைக்க விரும்புகிறது, தேசத்துரோக சட்டத்தை நீக்க விரும்புகிறது. பாகிஸ்தானும் மிகச்சரியாக அதையே விரும்புகிறது... ஆயுதப் படைகளை நம்பாத அத்தகைய கட்சிகளுக்கு வாக்காளர்கள் பொருத்தமான பாடத்தைக் கற்பிக்கவேண்டும்.”[17] பிரதான ஊடகங்கள் எனச் சொல்லப்பட்டவை, இந்தச் செயற்கையாக

வளர்த்தெடுக்கப்பட்ட தேசபக்தி வெறியை ஆதரித்ததோடு, பா.ஜ.க. தலைவர்கள் களத்தில் போட்டி போட்டுக்கொண்டு பின்பற்றிய, பிரதமரின் இராணுவவாத பிம்பத்தைப் பரப்ப உதவின. உதாரணத்துக்கு, டெல்லி பா.ஜ.க. தலைவர், ராணுவ உடையணிந்து விங் கமாண்டர் வர்த்தமானைப் பற்றி மேடையில் கவிதை வாசித்து பிரச்சாரம் செய்தார்.[18] பா.ஜ.க.வின் கர்நாடக முதல்வரான பி.எஸ். எடியூரப்பா, பாலக்கோட் விமானத் தாக்குதல் அவரது மாநிலத்தில் 22 மக்களவை இடங்களை வெல்ல உதவும் எனக் கூறினார்.[19]

மார்ச் 17 அன்று, மோடி தனது ட்விட்டர் ஹேண்டிலுக்கு சௌகிதார் (காவல்காரர் அல்லது சிப்பாய்) என்ற முன்னொட்டைச் சேர்த்ததோடு, அந்த அடையாளத்தை அவரது மத்திய அமைச்சர்கள் உள்ளிட்ட, பெரும் எண்ணிக்கையிலான பின்தொடர்பவர்களையும் பின்பற்றச் செய்து-பா.ஜ.க. பிரச்சாரத்தின் அடையாளமாக்கினார். *#MainBhiChowkidar* (நான் காவல்காரனும்கூட) ஹேஷ்டேக், டிஜிட்டல் ஆர்வலர்களின் ராணுவத்தால் விரைவாகப் பிரபலமடைந்தது. அவரது முதல் பிரச்சார ட்வீட்டில் அவர் எழுதினார், “உங்களது காவல்காரர் தேசத்துக்குச் சேவை செய்வதில் உறுதியாக இருக்கிறார். நான் மட்டுமில்லை... இன்று, ஒவ்வொரு இந்தியனும் நானும் காவல்காரன்தான் எனச் சொல்கிறார்.”[20] இந்த வாசகம், தங்கள் தலைவருடன் பெரும் ஜனத்திரள் ஒன்றுகலப்பதற்காக முன்பு பயன்படுத்திய தொடர்பு நுட்பங்களை எதிரொலித்தது. 2007இல் குஜராத்தில், மோடி ஆதரவாளர்கள் மோடி முகமூடியை அணிந்தனர். பன்னிரண்டு வருடங்களுக்குப் பின், டிஜிட்டல் தொடர்பு யுகத்தில் அந்த முன்மாதிரி நுணுக்கமான திருப்பத்தை எடுத்தது.

எனினும், மோடியின் பிரச்சாரம் டிஜிட்டல் முறையில் மட்டுமானதாக இருக்கவில்லை. அவர் 2014இல் மேற்கொண்டதைப் போலவே இந்தியா முழுவதும் சுற்றுப்பயணம் செய்தார்[21] ஆனால் இந்த முறை தேசத்தின் இராணுவமயமாக்கப்பட்ட ‘காவல்காரராக’ சுழன்றடித்தார். (சத்தீஸ்கரின்) பலோட் மாவட்டத்தில் வாக்குத் திரட்டும்போது, “பலமான அரசாங்கம் இருக்கும்போது, அங்கே மின்னல்வேகத் தாக்குதல்கள் இருக்கும், விமானத் தாக்குதல்கள் இருக்கும், உலகம் கவனிக்கும்”[22] என அவர் அறிவித்தார். (மத்தியப்பிரதேசத்தின்) கர்கோனில், தீவிரவாதிகளை அவர்களது மார்பில் சுடுவதற்கு ட்ரிக்கரை அழுத்துவதுபோல, வாக்காளர்களை தாமரை பொத்தானை (இந்திய வாக்கு எந்திரங்களில் காணப்படும் பா.ஜ.க.வின் சின்னம்),[23] அழுத்த வலியுறுத்தினார். பீகாரில் அவர் இன்னும் மேலே சென்றார்:

புல்வாமா தீவிரவாதத் தாக்குதலுக்குப் பின், இந்தியாவின் தைரியமிக்க மகன்கள் தங்களது வீரத்தை வெளிப்படுத்தியிருக்கின்றனர்… இந்திய வரலாற்றில் முதன்முறையாக, அவர்கள் தீவிரவாதிகளின் வீட்டுக்குள், அவர்களுக்கு ஒரு பாடம் கற்பிப்பதற்காக நுழைந்திருக்கின்றனர்… ஒட்டுமொத்த உலகும் இந்தத் தாக்குதலைப் பற்றி விவாதித்துக்கொண்டிருக்கிறது, ஆனால் இந்த மகாமிலாவதிகளோ (‘இந்த மாசுபட்டவர்களோ’-எதிர்க்கட்சியினரைக் குறிப்பதற்காக) (பாலக்கோட் பயிற்சி முகாம் அழிக்கப்பட்டதற்கு) மோடியிடமிருந்து ஆதாரத்தைக் கேட்டுக்கொண்டிருக்கிறார்கள்… இந்த நபர்கள் இந்தியாவின் வீரமான மகன்கள் மேல் நம்பிக்கை கொண்டிருக்கிறார்களா அல்லது பாகிஸ்தானின் குபுத்களிடம் (மோசமான மகன்) நம்பிக்கை கொண்டிருக்கிறார்களா என்பதைச் சொல்லவேண்டும்… இந்தக் காவல்காரர் நாட்டுக்காகச் செய்ததில் மக்கள் மகிழ்ச்சியடைந்திருக்கிறீர்களா? இன்னும் என்னெவெல்லாம் செய்யவேண்டுமோ அவையெல்லாம் இந்த சௌகிதாரால் நிறைவுசெய்யப்படும்.[24]

வாக்குப்பதிவுக்கு ஒரு நாள் முன்னதாக, பா.ஜ.க. தேர்தல் அறிக்கை இதே கருப்பொருளில் விரிவாக வெளியிடப்பட்டது, “கடந்த சில வருடங்களின் இயல்பான உச்சமாக, ஆயுதப் படைகளின் அரசியல்மயமாக்கம் மற்றும் சலசலப்பு 2016இல் லைன் ஆப் கண்ட்ரோல் பகுதியில் மின்னல்வேக தாக்குதல் முதல், பின் புல்வாமா தாக்குதல், பாகிஸ்தானின் பாலக்கோட் விமானத் தாக்குதல் போன்றவையாக அமைந்தன[25] தேர்தல் பிரச்சாரத்தின்போது, ராணுவ நபர்களே தேர்தல் விளம்பரத்தில் இடம்பெறுவதில் ராணுவம் அரசியல்மயப்படுத்தப்பட்டது வெளிப்பட்டது. பின்னணியில் பின்வரும் பாடல் ஒலிக்க காட்டுக்குள் திட்டமொன்றை நிறைவேற்றும் வீரர்களின் காணொலிக் காட்சியை. மோடியே பதிவிட்டார்: “இனி நான் பயங்கரவாதத்தைச் சகித்துக்கொள்ள மாட்டேன்/இனி அமைதியாக இருக்கமாட்டேன்/நான் இந்தியாவின் மகன், நான் எவ்வளவு காலம் அமைதியாக இருப்பேன்?/எனது போர் முழக்கம் எல்லையில் உள்ள துணிச்சலான வீரர்களுடன் இணைகிறது.”[26] 2019 தேர்தலில் புல்வாமா காரணி பிரதான பங்கு வகித்தது, அதுவே தேசப் பாதுகாப்பு என்ற பாதையில் இந்தியாவைக் கொண்டுசென்றிருக்கலாம்.

‘ஊடுருவலாளர்களுடன்’ போராடுதல்

பா.ஜ.க. தேர்தல் பிரச்சாரத்தில் பாகிஸ்தான் முக்கியமாகக் குறிப்பிடப்பட்டாலும்,[27] டொனால்ட் ட்ரம்பின் ‘அமெரிக்கா முதலிடம்’ ஸ்லோகனை எதிரொலிக்கும்விதமான ஒரு சூத்திரமாக,

கட்சியின் தேர்தலறிக்கையின் முதல் பகுதியில் இதர வெளி அச்சுறுத்தல்கள் ‘தேசத்துக்கு முதலிடம்’ என்ற தலைப்பில் குறிப்பிடப்பட்டுள்ளன. வெளிப்புற அச்சுறுத்தல்களும் உள் அச்சுறுத்தல்களும் ஒருங்கிணைக்கப் பட்டிருப்பதால், இந்தப் பகுதியின் துணைத் தலைப்புகள் உண்மையில் மிக சுவாரசியமான பட்டியலைத் தோற்றுவிக்கின்றன: தீவிரவாதத்துக்கு பூஜ்ய சகிப்பு அணுகுமுறை, தேசிய பாதுகாப்பு, வீரர்கள் நலவாழ்வு, ஊடுருவலைத் தடுத்தல், கடலோரப் பாதுகாப்பு, குடியுரிமை (திருத்தச் சட்டத்தை நடைமுறைப்படுத்தல், இடதுசாரி தீவிரவாதத்தைக் கட்டுப்படுத்தல், அரசியலமைப்புச் சட்டப்பிரிவு 370-ஐ ரத்துசெய்தல், இவற்றில் மூன்று விஷயங்கள் உள்நாட்டுப் பிரச்சனைகளைக் குறிப்பிடுகின்றன. மாவோயிஸ்ட் நடமாட்டம், ஜம்மு-காஷ்மீரின் தன்னதிகாரத்தைப் பாதுகாப்பு பிரச்சனையாகக் காட்டுதல், குடியுரிமைத் திருத்தச் சட்டம், பிரச்சாரத்தின்போது அப்போதைய பா.ஜ.க. தலைவர் அமித்ஷாவால் இது மற்ற இரண்டைவிடவும் அதிகமாகக் குறிப்பிடப்பட்டது. ‘ஊடுருவலை எதிர்ப்பது,’ ‘குடியுரிமைத் திருத்தச் சட்டம்’ இரண்டு வெவ்வேறு துணைத்தலைப்புகளின்கீழ் பா.ஜ.க. அதன் தேர்தல் அறிக்கையில் இடம்பெறச் செய்திருந்த இரு பொறுப்புகளுக்கு இடையிலான புள்ளிகளை ஷா இணைத்தார். அந்த இரண்டு புள்ளிகள் கீழே ஆராயப்பட்டுள்ளன. தேர்தலறிக்கை கூறுகிறது:

1. சட்டவிரோதக் குடியேற்றம் காரணமாகச் சில பகுதிகளில் கலாச்சார மற்றும் மொழி அடையாளங்களில் பெரும் மாற்றம் ஏற்பட்டுள்ளது, இதன் விளைவாக உள்ளூர் மக்களின் வாழ்க்கைமுறையிலும் வேலைவாய்ப்பிலும் பாதகமான விளைவுகள் ஏற்பட்டுள்ளன. இந்தப் பகுதிகளில் முன்னுரிமை அடிப்படையில் தேசிய குடிமக்கள் பதிவேட்டுச் செயல்முறையை விரைவில் முடிப்போம். எதிர்காலத்தில், (அஸ்ஸாமைத் தவிர்த்த) நாட்டின் பிற பகுதிகளிலும் படிப்படியாக என்.ஆர்.சி.யை. அமல்படுத்துவோம்.

2. அண்டை நாடுகளிலிருந்து வரும் மதச்சிறுபான்மையின சமூகத்தைச் சேர்ந்த தனிநபர்கள் துன்புறுத்தலிலிருந்து பாதுகாப்பதற்காகக் குடியுரிமைத் திருத்தச் சட்டத்தை நடைமுறைப்படுத்த நாங்கள் உறுதியாக உள்ளோம். இந்தச் சட்டம் குறித்துத் தயக்கத்தை வெளிக்காட்டும் வடகிழக்கு மாநிலங்களின் குறிப்பிட்ட பிரிவினரிடம், பிரச்சனைகளைத் தெளிவுபடுத்த நாங்கள் அனைத்து முயற்சிகளையும் மேற்கொள்வோம். வடகிழக்கு மக்களின் மொழி, கலாச்சார, சமூக அடையாளங்களைப் பாதுகாப்பதற்கான நமது அர்ப்பணிப்புணர்வை நாங்கள்

மீண்டும் வலியுறுத்துகிறோம். இந்தியாவின் அண்டை நாடுகளின் துன்புறுத்தலிலிருந்து தப்பிவரும் இந்துக்கள், ஜைனர்கள், பௌத்தர்கள், சீக்கியர்களுக்கு இந்தியாவில் குடியுரிமை வழங்கப்படும்.[28]

2019 பிப்ரவரியில் ராஜ்ய சபாவில் அறிமுகப்படுத்தப்பட்டு நிராகரிக்கப்பட்ட குடியுரிமை (திருத்தச்) சட்ட மசோதாவின் பின்னணியில், பிரச்சாரத்தில் அதுகுறித்து விளக்கிப்பேசிய அமித்ஷா, இந்தியாவில் தஞ்சமடைந்த, மேற்குறிப்பிடப்பட்ட சமூகத்தவரைத் தவிர மற்றவர்களை நாடுகடத்த என்.ஆர்.சி. உதவும் என்றார். மேலும் பா.ஜ.க. பாராளுமன்றத்தில் இதனை மறுபடியும் அறிமுகம் செய்யும் என உறுதியளித்திருந்தது. பா.ஜ.க. காலூன்றத் துடித்த மேற்கு வங்காளத்தில் சுற்றுப்பயணம் சென்றிருந்தபோது ஷா, மம்தா பானர்ஜியின் கட்சியை முஸ்லிம்கள் ஆதரிப்பதாகவும் (அவர்களில் சிலர் பங்களாதேஷிலிருந்து வந்தவர்கள்), அடுத்தபடியாக என். ஆர்.சி.யை அந்த மாநிலத்தில்தான் பயன்படுத்தப்போவதாகவும் உறுதியளித்தார். அவர் சொன்னார்: “ஊடுருவல்காரர்கள் தன்னை ஆதரிப்பார்கள் என மம்தாஜி நினைக்கிறார்… நாங்கள் என்.ஆர். சி.யைக் கொண்டுவருவோம், ஒவ்வொரு ஊடுருவல்வாதியையும் மாநிலத்திலிருந்து வெளியேற்றுவோம்… அகதிகள் அனைவருக்கும் நான் உறுதியளிக்கவிரும்புகிறேன்… குடியுரிமை (திருத்தச்) சட்டம் நமது கடப்பாடு. இந்து, பௌத்த, சீக்கிய அகதிகள் நாட்டைவிட்டு வெளியேற வேண்டியிருக்காது. அவர்கள் இங்கே கௌரவமாக வாழலாம்.”[29] அரசியலமைப்பிற்கு முரணான, தேசத்தின் இனமத வரையறையை எதிரொலிக்கும் இத்தகைய வார்த்தைகள், வங்காள வாக்காளர்களை மத அடிப்படையில் துருவப்படுத்துவதை நோக்கமாகக் கொண்டிருந்தன.[30] உண்மையில், 2014இல் இருந்ததைவிட 2019 தேர்தல் பிரச்சாரத்தில் பா.ஜ.க.வின் வகுப்புவாத மிகைத் தொனி அதிகமாக இருந்தது.

துருவப்படுத்தும் சொற்பொழிவுகளும் நடைமுறைகளும்

நரேந்திர மோடி தனது முதல் ஆட்சியின்போது, துருவப்படுத்தும் வியூகத்தை மற்றவர்களிடமும் உள்ளூர் செயல்பாட்டாளர்களின் கைகளிலும் விட்டிருந்தாலும், மறுதேர்தல் பிரச்சாரத்தின்போது விஷயங்கள் மாறியிருந்தன. மேற்கு உத்திரப்பிரதேசத்தில், 2013 முஸாபர் நகர் கலவரத்தை மீண்டும் தூண்டி, இந்து வாக்காளர்களை அணிதிரட்ட முயன்றார். கலவரம் (தூண்டப்படாதபோது)[31] பெரும்பான்மையினருக்கு எதிரான அட்டூழியங்களுக்குச் சிறுபான்மையினரே பொறுப்பு என முஸ்லிம்களுக்கு எதிராக இந்து தேசியவாதிகளை விரோதமாக நிறுத்தமுயன்றார்:

டெல்லியில் மகாமிலாவதி (பெரிதும் மாசுபட்ட) அரசும் இங்கே எஸ்.பி.யின் அரசும் இருந்த காலத்தை நினைவுகூருங்கள். அவர்கள் முஸாபர் நகரில் ஒரு பரிசோதனையை மேற்கொண்டனர். ஜாதி மற்றும் சமூகத்தின் அடிப்படையில் அக்கிரமங்கள் நிகழ்த்தப்பட்டன. என்னவெல்லாம் குற்றங்கள் மேற்கொள்ளப்பட்டன, மகள்களுக்கு எதிராக என்ன அக்கிரமங்கள் நிகழ்ந்தன, உங்களுக்கு நினைவிருக்கிறதா, நீங்கள் நினைப்பீர்களா...? (ராஷ்ட்ரிய லோக் தள்ளைச் சேர்ந்த, மாநிலத்தின் எதிர்க்கட்சித் தலைவர்) அஜித் சிங், கலவரக்காரர்களுக்கு இடமளித்தவர்களுக்கு எதிராகத் தனது குரலை உயர்த்தவில்லை, இன்று அவர் ஒவ்வொரு வீதிக்கும் வருகை தந்து இந்தக் காவல்காரனை வசைபாடுகிறார்... மற்றவர்களைத் துண்டுபோடுவதாக அச்சுறுத்தியவர்கள் அவர்கள், மகள்களின் கௌரவத்தையும் பாதுகாப்பையும் உறுதிசெய்தவர்கள் நாங்கள் என்பதை நினைவுகூருங்கள்.[32]

எனினும், இந்து தீவிரவாதம் குறித்த கேள்வியின்போதே, இருப்பதிலேயே மிகவும் நாடகத்தனமான வகுப்புவாத சொற்பொழிவு ஆற்றப்பட்டது. ஏப்ரலில், மாலேகான் வழக்கு உள்ளிட்ட, முஸ்லிம்களைக் குறிவைத்த ஒன்றுக்கு மேற்பட்ட குண்டுவெடிப்புகளில் பிரக்யா சிங் மீது உள்ளூர் தீவிரவாத குற்றச்சாட்டு சொல்லப்பட்டபோதும், பிரக்யாசிங் தாக்கூரை போபால் தொகுதியில் நிறுத்தியது பா.ஜ.க.[33] உடல்நிலையைக் காரணம் காட்டி விடுதலைசெய்யப்பட்ட தாக்கூர் தீவிரமாகப் பிரச்சாரம் மேற்கொண்டார், நரேந்திர மோடி இந்துக்களின் கௌரவம், மற்றும் பிரக்யா சிறைவாசத்தை அனுபவித்ததன்பேரில் அவரை வேட்பாளராக நிறுத்தியதை நியாயப்படுத்தினார். டைம்ஸ் நவ்வுக்கு அளித்த பேட்டியொன்றில், அவர் சொன்னார், *“ஒரு பெண், பெண் துறவி இதுபோல் சித்ரவதை செய்யப்பட்டும், யாரும் விரலைக்கூட உயர்த்தவில்லை... அவர்கள் வசுதைவ குடும்பகத்தில் நம்பிகையுள்ள (உலகமே ஒரே குடும்பம்) 5000 வருட கலாச்சாரத்தை அவமானப்படுத்தினர். அவர்கள், இவர்களைத் தீவிரவாதிகள் என அழைத்தனர். அவர்கள் அனைவருக்கும் பதில் சொல்வதற்கு, இது ஒரு அடையாளச் செயல்பாடு, இதற்குக் காங்கிரஸ் விலைகொடுக்கும்.”*[34] நரேந்திர மோடி தேர்தல் பேரணியின்போது மேடையிலும் இதே வாதத்தைப் பயன்படுத்தினார். மகாராஷ்டிர மாநிலம் வார்தாவில் அவரது முதல் பிரச்சாரத்தின்போது, பெரும்பான்மை சமூகத்தைச் சேர்ந்த குண்டுவைத்தவர்களை ‘இந்துத் தீவிரவாதம்’ என்றதையும் காங்கிரஸ் அவர்களைத் தேசத்துரோகிகளாகக் குறிப்பிட்டதையும் விவரித்து மோடி ஒரு ஆவேசமான உரையை நிகழ்த்தினார்.

பிரதமர் வெளிப்படையாக இந்துக்கள் இத்தகைய வன்முறையைத் தஞ்சமடையத் திறனற்றவர்கள் என நம்பினார், அதற்கு இஸ்லாமியத் தீவிரவாதிகளே காரணம் என அவர் மறைமுகமாகக் குறிப்பிட்டார்: "உலகின் முன் இந்துக்களை அவமானப்படுத்திய காங்கிரஸை எப்படி மன்னிக்கமுடியும்?" என ஓலமிட்டார்.[35]

ராகுல் காந்தி, அவரது பாரம்பரிய தொகுதியான அமேதியில் மட்டுமல்லாமல் கேரளாவின் வயநாடு தொகுதியிலும் போட்டியிட்டதற்காக முஸ்லிம்கள் பெரும்பான்மையாக உள்ள ஒரு மாவட்டத்தில் தஞ்சம் தேடுவதாக (அந்தத் தகவல் தவறு), மோடி குற்றம்சாட்டினார். அந்தக் கட்சியின் தலைவர் அமித்ஷா, இன்னும் மேலேசென்று அந்த மாவட்டத்தை பாகிஸ்தானுடன் ஒப்பிட்டார்.[36] அரசின் அமைச்சர் ஒருவர், (அவரது தந்தை வழியில்) ராகுல் காந்தியை முஸ்லிம் என்றும், (தாய் வழியில்) கிறிஸ்தவர் என்றும் ஒரு போட்டோஷாப் செய்யப்பட்ட படத்தை வைத்து குற்றம்சாட்டினார்.[37] யோகி ஆதித்யநாத் அதேயளவு வீரியத்துடன், காங்கிரஸ், 'முஸ்லிம் லீக் வைரஸ்' தொற்றுக்கு ஆளாகியிருப்பதாகக் குற்றம்சாட்டினார். சிறையில் ஜிஹாதிகளுக்கு பிரியாணி வழங்குவதாகவும், மோடியோ அவர்களுக்கு 'தோட்டாக்களையும் வெடிகுண்டுகளையும்' வழங்குவதாகவும் குற்றம்சாட்டினர்.[38] பிரக்யா சிங் தாக்கூர் மேலும் சென்று மகாத்மா காந்தியைக் கொன்ற நாதுராம் கோட்சேவை ஒரு உண்மையான தேசபக்தர் என வாழ்த்தினார். இதற்காக நரேந்திர மோடி அவளை மன்னிக்க மாட்டேன் எனக் கூறினாலும், அவள் பேசியதற்காக எதுவும் செய்யவில்லை.

நலவாழ்வு ஜனரஞ்சகவாதம்

பகுதி 1இல் பயம், கோபம் என்ற இரண்டு உணர்வுகள் தேசிய ஜனரஞ்சகவாதத்தின் பிரதான அடிப்படைகளாகப் பகுப்பாய்வு செய்யப்பட்டது, அவை மோடியின் தேசியப் பாதுகாப்பு ஜனரஞ்சகவாதத்திலும் தொடர்ந்து பிரதான பங்கு வகித்தன, அத்தியாயம் 4இல் குறிப்பிடப்பட்டதுபோல் கண்ணியத்துக்கான ஆர்வம் உட்பட, அவர் இதர உணர்வுகளையும் பயன்படுத்திக்கொள்ள சமூகப் பொருளாதாரப் பிரச்சனைகளையும் பரிந்துரைத்தார். உண்மையில், அச்சுறுத்தல்களுக்கும் ஆக்ரமிப்பாளர்களுக்கும் எதிராக மட்டும் சௌகிதார் எனும் குறிச்சொல் பயன்படுத்தப்படவில்லை. அது ஏழைகளுக்கு மோடியால் வழங்கப்படும் பாதுகாப்பையும் குறிக்கத்தான்.

2014இல், குறிப்பாகப் பொருளாதார மேம்பாடு என்ற தலைப்பில் மோடி பிரச்சாரம் செய்தார். ஆனால் பிரதமராக, அவர் வேலை

உருவாக்கம் குறித்த அவரது உறுதிமொழியை நிறைவேற்றுவதில் தோல்வியடைந்திருந்தார்- இந்தப் பின்னடைவை ஆவணப்படுத்தும் சில தரவுகளை அரசாங்கம் நிறுத்திவைத்திருந்தாலும் இதனைப் பெரும்பாலான மக்கள் உணர்ந்திருந்தனர். 2019-ஆம் ஆண்டின் தொடக்கத்தில், தேசிய மாதிரி ஆய்வு அலுவலகத்தின் (NSSO) காலமுறை தொழிலாளர் படை கணக்கெடுப்பு, கடந்த நாற்பத்தைந்து வருடங்களில் பதிவானதிலே மிக அதிகமான வேலையில்லா விகிதம் பதிவாகியிருந்ததைக் காட்டியது. அதிகாரிகள் இந்தக் கண்டுபிடிப்பை தடுத்திருந்தனர்-இது தேசிய புள்ளிவிவர ஆணையத்தின் இரண்டு புள்ளியியல் நிபுணர்கள் பதவிவிலகலுக்குக் காரணமானது[39]- ஆனால் அவர்கள் இதனை ஊடகங்களுக்குக் கசியவிட்டனர். NSSO-வால் கணக்கிடப்பட்ட வேலையின்மை விகிதம் குறிப்பாக இந்திய இளைஞர்களிடையே அதிகமாகக் காணப்பட்டது: இளைஞர்களில் 22 முதல் 24 வயதுடையோரிடையே இது 34 சதவிகிதமாகக் காணப்பட்டது. இதே வயதுடையவர்களில் நகரங்களில் வசிப்பவர்களிடையே இது 37.5 சதவிகிதம் வரைகூடக் காணப்பட்டது. இந்தப் புள்ளிவிவரம், சென்டர் ஃபார் மானிட்டரிங் இந்தியன் எக்கனாமியின் கணிப்புடன் ஒத்துப்போனது, அதன் கணிப்பின்படி இருபது முதல் இருபத்து நான்கு வயதுடையோரிடையே வேலையின்மை விகிதம் 37 சதவிகிதம், 2017இல் இது 17 சதவிகிதமாக இருந்தது,[40] இருபது முதல் இருபத்தொன்பது வயதுடையோரிடையே இது கிட்டத்தட்ட 28 சதவிகிதம். பிந்தைய வயதுக் குழுவினருக்கு, இதன் பொருள் 30.7 மில்லியன் இளைஞர்கள் வேலையில்லாமல் இருந்தனர், 2017இல் இது 17.8 மில்லியன் மட்டுமே. இரண்டு வருடங்களில், வேலையில்லாத இளைஞர்கள் சதவிகிதம் 73 சதவிகிதம் அதிகரித்திருந்தது.[41] முதலீடு மற்றும் வளர்ச்சி உள்ளிட்ட இதர குறிப்பான்களும், அதேயளவில் வேகம் குறைந்துவந்தன.[42]

2014இல் மோடி அறிவித்த வளர்ச்சிக் கொள்கையை நிறைவேற்ற முடியாதபோது, அவர் தனது பிரச்சாரத்தின் சமூகப் பொருளாதாரக் குவிமையத்தை நலத்திட்ட கொள்கைகளிலிருந்து மத்திய அளவில் நிதியுதவி அளிக்கப்பட்ட திட்டங்களான, அவரது அரசு ஏழைகளுக்காகத் தொடங்கிவைத்த, குறிப்பிடத்தக்க தூய்மை இந்தியா திட்டம், பிரதம மந்திரி மக்கள் செல்வம் திட்டம், பிரதம மந்திரி பிரகாசத் திட்டம் போன்றவற்றுக்கு மாற்றினார். இவை சமூகப் பொருளாதாரத் திட்டங்களாக மட்டுமின்றி, ஏழைகளுக்கு கௌரவத்தையும் அளிக்கும் திட்டங்களாக முன்னெடுக்கப்பட்டன.

நலத்திட்டங்களுக்கும் தேர்தல் ஆதரவுக்கும் இடையில் தெளிவான தொடர்பிருப்பதாக எந்த ஒரு ஆய்வும் தெரிவிக்கவில்லை,

ஆனால் லோக்நிதி-சி.எஸ்.டி.எஸ். தேசிய தேர்தலுக்குப் பின்பான கருத்துக் கணிப்பு ஆய்வு (NES) பிரதம மந்திரி உஜ்வாலா திட்டத்தின் பயனாளிகளான பெண்களின் நடுவில், அதனால் பயனடையாதவர்களைக் காட்டிலும் பயனடைந்த பெண்கள் பா.ஜ.க.வுக்கு அதிகளவில் வாக்களித்துள்ளனர் (முறையே 41 மற்றும் 33 சதவிகிதம்). மக்கள் செல்வம் திட்டத்தின் பயனாளிகளில் 42 சதவிகிதத்தினர் பா.ஜ.க.வைத் தேர்ந்தெடுத்தனர், பயனடையாதவர்கள் 34 சதவிகிதம் தேர்ந்தெடுத்திருந்தனர்.[43] அத்தியாயம் 4இல் குறிப்பிடப்பட்டுள்ளபடி, மோடியின் ஆளுமையை நலவாழ்வு ஜனரஞ்சகவாதத்துடன் தொடர்புபடுத்தும், புதிய வடிவிலான ஏழைகளுக்கு ஆதரவான திட்டங்களாக இந்த முடிவுகளை மதிப்பிடலாம்-இந்தத் திட்டங்களில் பெரும்பாலானவை பிரதமரின் பெயரில் நடைமுறைப்படுத்தப் பட்டிருந்தன. யாமினி அய்யர், இந்தக் கருத்தை 2019 தேர்தல் பிரச்சாரப் பின்னணியில் கூறுகிறார்.

> பா.ஜ.க.வின் நலவாழ்வுத் திட்டங்கள் மோடியின் ஆளுமையைப் பிரதிபலித்தன. அவை உரத்த, பிரம்மாண்ட அறிவிப்புகள், லட்சியப்பூர்வமான இலக்குகள், இறுக்கமான மையப்படுத்தப்பட்ட கண்காணிப்பைக் கொண்டிருந்தன. இங்கேதான் அவர்களது மேதமை இருக்கிறது. தற்போது மோடி வழிநடத்தும் பா.ஜ.க. அரசாங்கத்தின் நலவாழ்வுக் கொள்கைகளுடன் அடையாளப்படுத்தப்படும் பல திட்டங்கள், ஏற்கெனவே இந்தியாவில் நல்வாழ்வை உருவாக்கும் பெரிய அளவிலான திட்டங்களின் பகுதிகளாக இருந்தவை, அவற்றில் பல ஐ.மு.கூ. ஆண்டுகளில் தொடங்கப்பட்டவை... ஆனால் கொள்கைகளைவிடவும் நல்வாழ்வு குறித்த மோடியின் அணுகுமுறையை வேறுபடுத்திக் காட்டியது, மோடியின் ஆளுமையை மேம்படுத்தும் விதத்தில் அவற்றை முன்வைத்துக் கையாண்டவிதம்தான். அரசாங்கத்தின் கொள்கைகள், அத்திட்டத்தின் பெயர்களின் முன்பாக (பிரதம அமைச்சர் என்பதனைக் காட்டும்) பி.எம். எனும் தலைப்பெழுத்துகளாகவோ (அல்லது பிரதான் மந்திரி) என்பது முன்னொட்டாகச் சேர்க்கப்பட்டது, மோடிக்கும் பயனாளிகளுக்குமான தொடர்பைப் பற்றிய யோசனையைப் பரிந்துரைக்கிறது. பெரும்பாலான முதன்மைத் திட்டங்கள், கல்விபோன்ற பொதுப் பொருட்களைப் பரப்புவதற்குப் பதிலாக, (வீடுகள், கழிவறைகள், சமையல் வாயு உருளைகள், ஓய்வூதியங்கள், பண வரவு) போன்ற தனிப்பட்ட பொருட்களை நேரடியாக வழங்கின. இது நலவாழ்வுக்கான மகத்தான தரிசனத்தின் பகுதியாக இருந்ததா அல்லது கவனமாகத்

தேர்ந்தெடுக்கப்பட்ட அரசியல் வியூகமா என்பது யூகத்துக்குரிய விஷயமாகத் திகழும். ஆனால் இந்தத் திட்டங்களின் தேர்வுகள், மோடிக்கும் வாக்காளர்களுக்கும் இடையே வசதியான நேரடி உறவை ஏற்படுத்த அனுமதித்தன. 2019 பிரச்சார அறிக்கை, அரசாங்கம் அல்லது ஆளும் கட்சியிடமிருந்து குடிமக்கள் பலன்களைப் பெற்றோம் என்றல்லாமல், மோடியிடமிருந்து எவ்வாறு பலன்களைப் பெற்றோம் என்பதை விவரிக்கிறது.[44]

2014 பதிப்பின் விகாஸ் புருஷை விட, 2019 தேர்தல் பிரச்சாரம் "பிரதமரை ஏழைகளின் தலைவராக மீண்டும் நிலைநிறுத்த பாஜக முயற்சித்த விதம்" பற்றி ஆர். தேஷ்பாண்டே, எல். டில்லின், கே.கே. கைலாஷ் ஆகியோரின் கருத்தை இந்தப் பகுப்பாய்வு விளக்குகிறது.[45] நீலாஞ்சன் சிர்காரால் பகுப்பாய்வு செய்யப்பட்ட விசுவாச அரசியல், பகுதியளவு வெற்றி என்பதை இந்த வியூகம் விளக்குகிறது. இவர், மோடியின் ஸ்லோகன்களில் ஒன்றில் செய்யப்பட்ட மாற்றம் யுக்தி மாற்றமாக பிரதிபலித்தது எனச் சரியாக வலியுறுத்தினார்:

2014இல், பிரதமர் மோடி எளிய ஸ்லோகமான, 'சப்கா சாத், சப்கா விகாஸ்' (அனைவருக்கும் ஆதரவு எல்லோருக்கும் வளர்ச்சி) என்பதன் மூலம் பதவிக்கு வந்தார். 2019இல், 2014இல் பா.ஜ.க.வின் வசீகரமான செயல்பாட்டுக்குப் பின், பிரதமர் மோடி, "சப்கா சாத், சப்கா விகாஸ், அவுர் அப் சப்கா விஸ்வாஸ்" என்றார். (அனைவருக்கும் ஆதரவு எல்லோருக்கும் வளர்ச்சி, தற்போது அனைவரின் நம்பிக்கையைப் பெறுதல்). விஸ்வாஸ் (நம்பிக்கை) வெளிப்படையாகத் தெரியும்வண்ணம் ஸ்லோகனில் சேர்க்கப்பட்டதில் இருக்கிறது விஷயம். நரேந்திர மோடியின் தனிப்பட்ட புகழையும், அவர் மீது வாக்காளர்கள் வைத்திருந்த நம்பிக்கையையும் அடிப்படையாகக் கொண்ட அரசியல் புரிதல் இது. ஜனநாயக பொறுப்புக் கூறல் ஒன்றிற்கு எதிராக இந்த நம்பிக்கை அடிப்படையிலான அரசியல் கருத்தை ஒருவர் இணைத்துக்கொள்ளலாம், வாக்காளர்கள் தேர்ந்தெடுக்கப்பட்ட பிரதிநிதியிடம் நன்கு வரையறுக்கப்பட்ட கோரிக்கைகளை வைத்து, இந்தக் கோரிக்கைகள் நிறைவேற்றத்தின் அடிப்படையில் அவரையோ-அவளையோ ஆதரிக்கலாம்.[46]

'அனைவருக்கும் ஆதரவு, எல்லோருக்கும் வளர்ச்சி, தற்போது அனைவரின் நம்பிக்கையைப் பெறுதல்' உள்ளிட்ட இத்தகைய முழக்கங்கள் மோடியை இந்த நாட்டின் மாபெரும் ஒருங்கிணைப்பாளராக முன்னிறுத்துவதற்கான வெற்றுக் குறிப்பான்களாகும். இத்தகைய உணர்ச்சிகரமான முழக்கத்தின் மூலமாக, தனது மக்களிடம் ஏற்படுத்திக்கொண்ட

நேரடி உறவானது, அவரது ஆதரவாளர்களின் பார்வையில் பொறுப்புக்கூறுவதிலிருந்து அவரை விடுவித்தது. வலிமையான, துறவுத்தன்மை கொண்ட, தந்தைபோன்ற நாயக அம்சங்களைக் கொண்ட பாதுகாக்கும் உருவமான அவர், கொள்கைத் தோல்விகளுக்குப் பொறுப்புக் கூறவேண்டியவராகத் தோன்றவில்லை. தோல்வி எதையும் ஒப்புக்கொள்ளவேண்டுமென்றாலும், அதற்கு அவரைப் பொறுப்பாக்கமுடியாது, எதிர்க்கட்சியினர் அல்லது அதிகாரவர்க்கத்தினர் உள்ளிட்ட மற்றவர்களையே பொறுப்புக்கூறவேண்டும். மோடி அவரது மக்களுக்கு அவராலான சிறப்பானதையே செய்வார். உண்மையில், அவரால் பயனடையாத சிலர், மீண்டும் தேர்ந்தெடுத்தால் அவர் சொன்னதைச் செய்வார், அவரது கொள்கையால் அவர்கள் ஆதாயமடைவார்கள் என்பதில் நம்பிக்கையுடன் இருந்தனர். அவர்களில் ஒருவரான, ராஜஸ்தானின் ட்ராக்டர் ஓட்டுநர், “நம் பெயர் பிரதான் மந்திரி அவாஸ் யோஜனாவில் இருக்கிறது (2022-க்குள் நகர்ப்புற பகுதிகளில் அனைவருக்கும் வீடு வழங்கும் நோக்கில் 2015இல் தொடங்கப்பட்ட திட்டம்). கழிப்பறை கட்ட பணம் கிடைக்காததால் இதுவரை திறந்தவெளியில் மலம்கழிக்கிறோம். ஆனால் நாங்கள் மோடிஜியிடம் முழு நம்பிக்கை வைத்திருக்கிறோம், அவர் திரும்பவும் ஆட்சிக்கு வந்தால் நாங்கள் எங்களுக்கான வீட்டையும் கழிவறையையும் பெறுவோம்”[47] என்றார்.

ஏழைகளுக்கான நிதி ஆதாரங்கள் குறைந்துவந்தபோதிலும், ‘பி.எம்.’ திட்டங்கள், பலரது நடுவே மோடியை பிரபலமடையச் செய்தது. பிரதமரே திட்டங்களைத் தொடங்கிவைத்தவர் என்பதனால் மட்டுமின்றி, அத்திட்டங்களோடு தொடர்புடைய உறுதியான (பொருளாதார) நன்மை காரணமாகவும்[48] ஏழை இந்தியர்களின் கௌரவப் பிரச்சினைக்குத் தீர்வுசொன்னதாலும். மேலும் இந்தத் திட்டங்கள் விளம்பரப்படுத்தப்பட்ட விதம் மோடியின் தாக்கத்தை மேலும் அதிகரித்தது: தூய்மை இந்தியா பிரச்சாரத் திட்டத்துக்கு மட்டும், அரசாங்கம் 2014–2019 வரை விளம்பரத்துக்கு ரூ 4000 கோடி (533.3 மில்லியன் அமெரிக்க டாலர்கள்) செலவிட்டது.[49]

சுருக்கமாக, மோடியின் 2019 தேர்தல் பிரச்சாரம், 2014இல் ஏற்கெனவே வெளிப்படையாக இருந்த அடிப்படையான ஜனரஞ்சகவாதக் கூறுகளைத் தக்கவைத்துக்கொண்டது (அவரது சாமானிய பின்னணியோடு, அமைப்பும், மற்றவர்களும் இந்துக்களுக்கு ஒரு அச்சுறுத்தலாகத் திகழ்கின்றனர் எனும் அவரது இலக்கும் உட்பட). ஆனால் பாதுகாப்பு சார்ந்தவற்றில் குறிப்பிடத்தக்க மாற்றம் காணப்பட்டது, புல்வாமா தாக்குதலுக்குப் பின் பாகிஸ்தானுக்கு எதிரான ராணுவ தோரணைகள், 2014 விகாஸ் பரிமாணம், சிர்க்கார்

சொல்லும் விசுவாச அரசியலாக உருமாற்றப்பட்டது. கடைசி நிமிட முடிவு ஓரளவு இந்த நம்பிக்கையை நியாயப்படுத்தியது: பிப்ரவரியில் அறிவிக்கப்பட்ட ஒன்றிய பட்ஜெட் இரண்டு ஹெக்டேரோ அல்லது அதற்கும் குறைவான நிலம் வைத்திருக்கிற அனைத்து விவசாயக் குடும்பங்களுக்கு ஆண்டுக்கு ரூ 6000 (80 அமெரிக்க டாலர்கள்) வருவாய் ஆதரவை அளித்தது. அது சிறு விவசாயிகளின் ஆண்டு வருமானத்தில் 6 சதவிகிதமே.[50] பெரிதும் அவநம்பிக்கையான சூழலில் இருந்தபோதும், ஏழை விவசாயிகள், பி.எம். கிசான் யோசனா (பிரதம மந்திரி விவசாயிகள் திட்டம்) என்றழைக்கப்பட்ட சட்டகத்தின்கீழ் அவர்களுக்கு அளிக்கப்பட்ட இந்த நிவாரணத்தைப் பெரிதும் பாராட்டினர். இந்தத் திட்டத்தின் கீழ், சிறிய அளவிலான நிலம் வைத்திருந்த விவசாயிகளின் வங்கிக் கணக்குகளுக்கு ஒவ்வொரு நான்கு மாதங்களுக்கு ஒரு முறை ரூ 2000 (26.7 அமெரிக்க டாலர்கள்) மாற்றப்பட்டதானது அவர்களில் சிலரை பா.ஜ.க.வுக்கு ஆதரவாக மாற்றியதாகத் தோன்றுகிறது. லோக்நிதி-சி.எஸ்.டி.எஸ். தேசிய தேர்தலுக்குப் பிந்தைய கருத்துக் கணிப்பின்படி (NES), பி.எம். கிஸான் திட்டத்தால் பலனடைந்த விவசாயிகளிடையே, மத்திய அரசுக்கு நன்றிக்கடன் பட்டு, 56 சதவிகிதம் பேர் பா.ஜ.க.வுக்கு வாக்களித்திருந்தனர் (தேசிய ஜனநாயகக் கூட்டணிக்கு 65 சதவிகிதம்), வெறும் 8 சதவிகிதம் பேர் மட்டுமே காங்கிரஸைத் தேர்வுசெய்திருந்தனர் (ஐக்கிய முற்போக்கு கூட்டணி 11 சதவிகிதம்). அதற்கு மாறாக, மாநில அரசுக்கு வாக்களித்தவர்களிடையே, இரண்டுக்கும் கிட்டத்தட்ட ஒரே மாதிரியான புள்ளிவிவரங்கள் இருந்தன (ஐ.மு.கூ. 30 சதவிகிதம், தே.ஜ.கூ. 29 சதவிகிதம்). சுவாரசியமாக மாநில அரசை நம்பியவர்களில் ஐந்தில் இரண்டு பங்கினர், ஐ.மு.கூ, தே.ஜ.கூ. கட்சிகளைத் தவிர இதர கட்சிகளுக்கு வாக்களித்தனர்.

தன்னை மீண்டும் ஒருமுறை கண்டுகொண்ட மோடி, ஜனரஞ்சகவாத திறமையின் பல்வேறு பரிமாணங்களை ஒருங்கிணைத்து (மிகத் துல்லியமாக தேசிய ஜனரஞ்சகவாதம்), அவற்றைப் பிரச்சாரத்தின் சூழல், நேரத்துக்கு ஏற்றவாறு பயன்படுத்தினார்.[51] 2014-ஐப் போன்று, அவரே அவரது கட்சியின் ஒரே செயல்திட்டமாக[52] இருந்தார். எந்த அளவுக்கு எனில், மீண்டும் ஒருமுறை பெரும் பகுதி பா.ஜ.க. ஆதரவாளர்கள் அந்தக் கட்சியை அவருக்காகவே தேர்வுசெய்தனர். 2019இல் பா.ஜ.க.வுக்கு வாக்களித்தவர்களில் 32 சதவிகிதம் பேர், மோடி பிரதமர் வேட்பாளராக இல்லாதிருந்தால் அவர்களின் வாக்களிப்புத் தேர்வு மாறியிருக்கும் எனத் தெரிவித்தனர் என என்.ஈ.எஸ். கண்டறிந்தது. இந்தச் சதவிகிதம் 2014இல் 27 சதவிகிதமாக இருந்தது.[53] இதைத் தவிர்த்து, பா.ஜ.க.வின் தேர்தல் செயல்திறன்,

1990-களில் இருந்ததைப் போலவே இருந்திருக்கும். 1990-களைப் போல செயல்திறன் இருந்திருந்தால், அதற்கு ஆட்சிசெய்வதற்கு மீண்டும் கூட்டணிக் கட்சிகளின் ஆதரவு தேவைப்பட்டிருக்கும். ஆனால், 2019இல் மோடி களமிறங்காமல் இருந்திருந்தால் பா.ஜ.க.வின் தேசிய ஜனநாயகக் கூட்டணி பங்குதாரர்களும் பலவீனமாக இருந்திருப்பார்கள். உண்மையில், மோடி தேசிய ஜனநாயகக் கூட்டணியின் பிரதமர் வேட்பாளராக இல்லாதிருந்திருந்தால், பா.ஜ.க. அல்லாத தேசிய ஜனநாயகக் கூட்டணி ஆதரவாளர்களில் 25 சதவிகிதம் பேர் வேறு கட்சிக்கு வாக்களித்திருப்பார்கள் (இது 2014இல் 21 சதவிகிதம்). இந்தச் சூழலில், கட்சிக்கு ஒரு வேலைத்திட்டம் தேவைப்படவில்லை, ஆச்சரியம் ஏற்படுத்தாதவகையில், பா.ஜ.க. தேர்தல் அறிக்கையை மிகக் கடைசி நிமிடத்தில் வெளியிட்டது.

நன்கு மசகிடப்பட்ட தேர்தல் எந்திரம்

2014இல் இருந்ததைவிட, 2019இல் தனிப்பட்ட வாக்குத் திரட்டுபவர்கள், பிரசாந்த் கிஷோரின் சிட்டிசன் ஃபார் அக்கவுண்டபிள் கவர்னன்ஸ் போன்ற முகமைகள் போன்றவற்றைக் குறைவாவும், சங் பரிவாரையும் கட்சியையும் அதிகமாகவும் சார்ந்திருந்தார் மோடி. 2014 முதல், அவரும் அமித்ஷாவும் சங் பரிவாரையும் கட்சியையும் கைப்பற்றி ஆர்.எஸ்.எஸ்.ஸுடன் பலன்தரும் உடன்பாட்டுக்கு வந்திருந்தனர். எனினும், இந்தப் பாரம்பரிய வலையமைப்புகள் பெரிய அளவுக்கு நவீனமாக்கப்பட்டு, காலாட்படையோடு டிஜிட்டல் வீரர்களாலான படையையும் கொண்டிருந்தனர்.

காலாட்படை வீரர்களின் அடர்த்தியான வலையமைப்பு

சங் பரிவாரின் பாரம்பரிய வழிமுறையான வீட்டுக்கு வீடு சென்று வாக்குச் சேகரிப்பது, அதன் அடர்த்தியான ஆர்வலர்கள் வலையமைப்பின் காரணமாக 2019-லும் அதன் வலுவான அம்சமாகத் திகழ்ந்தது. 2018இல் பா.ஜ.க. தோற்ற மத்தியப்பிரதேசத்தில், ஆர். எஸ்.எஸ். அதன் துணைக்கு வந்தது. ஆர்.எஸ்.எஸ். தலைவரான மோகன் பகவத்தே, இந்தூரில் தங்கி, போபால் உள்ளிட்ட முக்கிய மாவட்டங்களில் சுயம்சேவக்குகளின் பணிகளை மேற்பார்வையிட்டார். அங்கே நிறுத்தப்பட்டிருந்த பிரக்யா சிங் தாக்கூருக்கு எதிராகப் போட்டியிட்ட முன்னாள் முதல்வர் திக்விஜய்சிங்கைத் தோற்கடிப்பதை நிச்சயப்படுத்த இந்துத்துவ சக்திகள் விரும்பின.[54]

பா.ஜ.க., 2014இல் அமித்ஷாவால் தொடங்கிவைக்கப்பட்ட செயல் திட்டத்தையே பெரிதும் நம்பியிருந்தது. பூத் கண்காணிப்புக் குழுவை உருவாக்கி, ஒவ்வொருவரும், சில பக்கங்களைக் கொண்ட

வாக்காளர் பட்டியலுக்கு மட்டும் பொறுப்பாக்கப்பட்டிருந்தனர். 2019இல், கட்சியானது பன்னா பரமுக் (பக்கத் தலைமை) எனும் பதவியில் செயல்படும் ஆர்வலர்களைக் கொண்டிருந்தது, இவர்கள் வெளியிடப்பட்ட வாக்காளர் பட்டியலில் ஒரு பக்கத்தில் இடம்பெற்றிருக்கும் வாக்காளர்களுக்குப் பொறுப்பானவர்கள் (ஒரு பக்கமானது (உள்ளவாறே) தோராயமாக 30 வாக்காளர்களைக் கொண்டிருக்கும் என்றபோதும் நடைமுறையில் பன்னா பிரமுக் 60 வாக்காளர்களைக் கையாளவேண்டியிருக்கும்."[55] பா.ஜ.க.வின் மேரா பூத் சப்ஸே மஸ்பூத்-தின் (எனது வாக்குச்சாவடி வலிமையானது) பகுதியாக, மகாராஷ்டிராவில் மட்டும் 92,000 பூத் கண்காணிப்புக் குழுக்கள் உருவாக்கப்பட்டன.[56]

பிரச்சாரத்தின்போது தீர்மானிக்கப்படாத வாக்காளர்களாக அடையாளம் காணப்பட்டவர்கள் குறித்த தன்னார்வலர்களின் செயல்திட்டம்-அவர்கள் ஆர்.எஸ்.எஸ்.ஸுக்காகப் பணிபுரிந்தாலும் அல்லது பா.ஜ.க.வுக்காகப் பணிபுரிந்தாலும்-எப்போதும் ஒன்றாகவே இருந்தது: அவர்கள் வாக்கு சதவிகிதத்தை அதிகரிப்பதற்காக இந்திய குடிமக்களை அணுகுவதாகவும், தங்களை நடுநிலை வாக்கு திரட்டிகளாகவும் கூறிக்கொண்டனர். பின் மெதுமெதுவாக பா.ஜ.க.வுக்கு வாக்களிக்க அவர்களை வலியுறுத்த முயன்றனர். மாவட்ட அளவிலான பூத் மானேஜர் ஒருவர் விளக்கினார்: "நாங்கள் எங்கள் உள்ளூர்ப் பணியாளர் ஒருவரை ஒவ்வொரு நடுநிலை வீட்டுக்கும் நான்கு நாட்கள் தேநீர் சாப்பிட அனுப்பிவைப்போம். இந்த நான்கு நாட்களும், நாங்கள் அரசியல் சார்பாக எதுவும் பேசமாட்டோம். ஐந்தாவது நாள், பா.ஜ.க.வுக்கு வாக்களிக்க அவர்களிடம் வேண்டுகோள் விடுப்போம்."[57] தன்னார்வலர்கள் இத்தகையவர்களிடம் வலியுறுத்தும் கருத்துகளில் ஒன்று, பிரதமரோடு இணைந்த சமூக நல்வாழ்வுத் திட்டங்களைச் சேர்ந்ததாகும்.[58]

சமூக ஊடகங்களும் வார் ரூம்களும்

வாக்குத் திரட்டும் பாரம்பரிய வழிமுறைகளில் சில சங் பரிவாரின் சொத்துகளாக இருந்தபோதும், 2019இல் அந்த அமைப்பு சமூக ஊடகங்களைப் பெருமளவுக்குப் பயன்படுத்தியது. ஷிவம் சங்கர் சிங், 2013இல் பிரசாந்த் கிஷோரின் சிட்டிசன்ஸ் ஃபார் அக்கவுண்டபிள் கவர்னன்ஸ் அமைப்பில் சேர்ந்தவரும், 2018இல் பா.ஜ.க.வைவிட்டு விலகிய பா.ஜ.க.வின் முன்னாள் தரவுப் பகுப்பாய்வாளருமான இவர், "சமூக ஊடகங்களை மிகவும் செயல்திறனுடன் பயன்படுத்துவதற்காக, பா.ஜ.க. ஐ.டி. பிரிவுகள் முதலில் தொகுதி விவரங்களை சாவடி மட்டத்துக்கு உடைத்து உருவாக்கிக் கொண்டு, கள ஆய்வுத் தரவை,

ஒப்பிட்டு செயல்புரியத்தக்க நுண்ணறிவாக பகுப்பாய்வுசெய்தனர்.” என விளக்குகிறார்.[59]

வாக்காளர்களின் சமூகப் பொருளாதார விவரங்களை அடையாளம்காண, ஐ.டி. செல்கள் மின்கட்டண ரசீதுகளைப் பயன்படுத்தின, அவை பொதுவெளியில் கிடைக்கக்கூடாது, ஆனால் அவற்றை சட்டவிரோதமாக எளிதில் பெறலாம். இவை வாக்காளர்களை வகுப்புவாரியாக வகைப்படுத்த உதவின (கீழ்நடுத்தர வர்க்கம், இடை நடுத்தரவர்க்கம், உயர் நடுத்தரவர்க்கம்). வாக்காளர் பட்டியல்கள் மதத்தையும் வகுப்பையும் அடையாளம் காண நல்ல ஆதாரங்களை வழங்கின, ஏனெனில் அவை பெயரை மட்டும் தரவில்லை வாக்காளர்களின் முகவரிகளையும் அளித்தன. இப்படிச் சேகரிக்கப்பட்ட விவரங்கள், குறிப்பிட்ட தேர்தல் கூட்டங்களில் பேசுவதற்கான கருத்துகளை அடையாளம் காண உதவின. இந்த உத்தியானது ட்ரம்பின் 2016 தேர்தல் பிரச்சாரத்தின்போது பயன்படுத்தப்பட்ட கேம்பிரிட்ஜ் அனலிட்டிகாவை நினைவூட்டுகிறது. ஆனால் இது இன்னுமதிக முறைப்படுத்தலுடன், ஒவ்வொரு சாவடி வாக்காளர்களின் தொலைபேசி எண்கள் உள்படத் தரவுகள் சேகரிக்கப்பட்டது. பொருத்தமான தரவுகளைச் சேகரிப்பதற்கு, சங் பரிவார் அதன் பாரம்பரிய வலையமைப்பை-பெரிதும் 45,000 முதல் 50,000 ஷாகாக்களின் அடிப்படையில்-பயன்படுத்தியது. அதேபோல 2014-ஆம் ஆண்டுக்கு முன்பாகவே மோடிக்காக பா.ஜ.க.வை ஆதரிக்க முடிவுசெய்த புதிதாகச் சேர்ந்தவர்கள், முதலில் ‘வாக்குத் திரட்டிகள்’ கதாபாத்திரத்தை மேற்கொண்டனர், 2014 தேர்தலுக்குப் பின் எஸ். ஆஸ்டர்மன், பி. சிப்பரால் இந்த வார்த்தை உருவாக்கப்பட்டது.[60]

செப்டம்பர் 2018இல், பா.ஜ.க. தலைவர் அமித்ஷா ஒவ்வொரு வாக்குச் சாவடிக்கும் ஒரு “செல்போன் பிரமுகர்” என 9,00,000 பேரை சேர்த்து பயிற்சியளிக்கும் “சாவடி செயல் திட்டத்தைத் தொடங்கிவைத்தார். இந்த நபர்கள் தரவுகளைத் திரட்டுவதற்காகவோ பிரச்சாரம் செய்வதற்காகவோ நியமிக்கப்படவில்லை. ஷா, ஒவ்வொரு வாக்குச்சாவடியிலும் ஸ்மார்ட் போன் வைத்திருக்கும் வாக்காளர்களின் பட்டியலைத் தொகுத்து பா.ஜ.க. தலைமைக்கு அனுப்புமாறு மாநில பிரிவுகளைக் கேட்டுக்கொண்டார். அங்கே அவர்கள் செயல்முறைக்கு உட்படுத்தப்பட்டு அவர்களின் வகைப்பாட்டுக்கேற்ப தரப்படுத்தப்பட்டு, செல்போன் பிரமுகர்களைத் தொடர்புகொள்ளக் கேட்டுக்கொள்ளப்பட்டனர்.[61] அவர்களுக்கு செல்போன் தரப்பட்டு வாட்ஸ்அப் குழுக்கள் தொடங்க கேட்டுக்கொள்ளப்பட்டனர். பா.ஜ.க. ஐ.டி. பிரிவு தலைவர் அமித் மாளவியா இந்த வலையமைப்பை விரிவுபடுத்தி அடர்த்தியாக்கும் பொறுப்பை எடுத்துக்கொண்டார். எக்னாமிக் டைம்ஸ் கூற்றுப்படி,

2019 தேர்தலுக்கு முன் அரசாங்கத்தின் மேம்பாட்டு முயற்சிகளைப் பரப்பவும், சமூக ஊடகப் பிரச்சாரத்துக்கு ஆயத்தப்படுத்தி, தகவல்களைத் தன்னார்வலர்கள் பரப்புவதற்குப் பயிற்சியளிக்கவும், அவர் தொலைதூர கிராமங்கள் உள்பட பெரிய அளவில் பயணம் செய்தார். தற்போது 1.2 மில்லியன் தன்னார்வலர்கள் தொடர்ந்து பா.ஜ.க. செய்திகளைப் பரப்பும் படையைக் கொண்டிருப்பதாகக் கூறுகிறார் அவர்."[62]

எனவே பா.ஜ.க.வின் டிஜிட்டல் அமைப்பு, மிகவும் பாரம்பரியமான அணிதிரட்டல் வழிமுறைகளுக்குத் துணையாக வந்தமைந்தது. 2014-ஐப் போலவே, பா.ஜ.க. வாக்குச் சாவடி முதல் மேல்மட்டம் வரை வலுவான அடிமட்டச் செயல்பாடுகளால் பலனடைந்தது. பிரச்சாரத்துக்கு ஆறு மாதத்துக்கு முன்பே, அது ஒவ்வொரு லோக் சபா தொகுதியிலும் பிரச்சார அலுவலகங்களைத் திறந்து, உள்ளூர்ச் செயல்பாடுகளை மேற்பார்வை செய்தது.[63] கட்சியானது, இந்த அலுவலகங்களை மேற்பார்வை செய்ய, வழக்கமான உள்ளூர் கட்சி அலுவலர்களைவிட மேலான நூற்றுக்கணக்கான பிரவாசி கார்யகர்த்தாக்களை (வெளிப்புற செயல்பாட்டாளர்கள்) நியமித்தது. இந்தச் செயல்பாட்டாளர்களில் 452 பேர், 'லோக்சபா பொறுப்பு' அலுவலர்களாக நியமிக்கப்பட்டனர், முழுநேர ஆர்.எஸ்.எஸ். தொடர்புச் செயல்பாட்டாளரோடு இணைந்து செயல்பட்டனர். மேலும், பா.ஜ.க. லட்சக்கணக்கான பன்னா பிரமுகர்களை, உள்ளூர் அணிதிரட்டுபவர்களாக அமர்த்தியது (பா.ஜ.க. 8,00,000 என்கிறது), இவர்களின் முக்கிய வேலை வாக்களிக்கும் தினத்தன்று இலக்குக்குரிய வாக்காளர்களுடன் இணைந்து அவர்களை வாக்களிக்கச் செல்லவைப்பதாகும். இந்தவிதமான கடைசி நிமிட வீட்டுக்கு வீடு செல்லும் பிரச்சாரச் செயல்பாடு மகத்தான பலன்களை அளித்தது.

இந்தச் செயல்திட்டத்தின் இரு அம்சங்கள் வெளிப்படையானவை: தரவுகளைச் சேகரித்து செயல்முறைப்படுத்திய பல ஆர்வலர்கள், தேர்தல் பிரச்சாரச் சூழலில் செய்தி அனுப்பிக்கொண்டிருந்த கணத்தில் ட்ரோல்களாக உருமாறினர். அவர்கள் இரண்டு தொப்பிகளை அணிந்திருந்தனர், ஆனால் அவர்களது பாத்திரத்தின் மாறுபட்ட அம்சங்கள் ஒரு விஷயத்தைப் பொதுவாகக் கொண்டிருந்தன: இரு வேலைகளின் மிகவும் அடிப்படையான இயல்பு, ட்ரோல்களாக வெவ்வேறு வகைப்பாட்டு வாக்காளர்கள் என அடையாளம் கண்டவர்களுக்கு வெவ்வேறு வகை செய்திகளை அனுப்பினர். டிஜிட்டல் பா.ஜ.க., ஷாகா நெட்வொர்க்கைப்போல அடர்த்தியாக மாறியதோடு, இரு தரப்பும் இணைந்தும் பணியாற்றியது.

இந்த இரட்டை வியூகம் பெரிதும் அமித்ஷாவின் யோசனையாகும், 2019 தேர்தல் பிரச்சாரத்துக்காக 'ஐ.டி. யோதா' (வீரர்கள்) படையை உருவாக்குவதற்குத் தனிப்பட்ட முறையில் அவர் தலைமை தாங்கினார். அவர்களில் ஒருவரான தீபக் தாஸ், அவர் பா.ஜ.க. கொல்கத்தா மாநில ஐ.டி. செல்லால் பயிற்றுவிக்கப்பட்டவர், அவர் 1,114 வாட்ஸ் அப் குழுக்களைக் கையாள்வதாக அறிவித்தார்.[64] அவர், மோடியைப் பின்பற்றுபவர்களின் வகைப்பாட்டைச் சேர்ந்தவர், (ஷிவம்சங்கர் சிங்கின் வெளிப்பாட்டில் சொன்னால்) அதாவது பா.ஜ.க. கட்சி ஊழியராக அல்லாமல் வாக்குத் திரட்டிகள் அல்லது தாக்கம் செலுத்துபவராகச் செயல்படுவார்.[65] இந்த டிஜிட்டல் படைப்பிரிவின் முக்கியக் குழுவானது 10 மில்லியன் நபர்களைக் கொண்டது. இவர்கள் 'நானும் ஒரு காவலாளி' உறுதிமொழியை எடுத்தவர்கள், பலசமயங்களில் தங்களது சமூக ஊடக ஹேண்டிலில் 'சௌகிதார்' என்பதைச் சேர்த்துக்கொள்பவர்கள். மோடி அவர்களிடம் மார்ச் 31 அன்று வீடியோ கான்பரன்சிங் மூலம் உரையாடினார்.[66]

இந்த வாக்குத் திரட்டுபவர்கள்/செல்வாக்கு செலுத்துபவர்களுக்கு மூன்று காரணங்களால் ட்விட்டர், முகநூலை[67] விடவும் வாட்ஸ் அப் மிகவும் பொருத்தமான சாதனமாகத் திகழ்கிறது. முதலாவதாக, இந்தியாவில் குறிப்பிடத்தகுந்த அளவில் வாட்ஸ்அப் பிரபலமாகத் திகழ்கிறது, ஏப்ரல் 2019இல் இந்தத் தகவலனுப்பும் சேவையானது 300 மில்லியன் செயலிலுள்ள மாதப் பயனாளர்களைக் கொண்டிருக்கிறது.[68] இரண்டாவதாக, வாக்காளர் திரளில் பெரும்பகுதியைத் தன் பக்கம் எடுக்க பா.ஜ.க.வுக்கு இது உதவுகிறது: பா.ஜ.க. தகவல் தொழில்நுட்ப பொறியாளர்கள் முன்பு வகைப்படுத்திய உள்ளூர் வாக்காளர்களின் பிரிவு, உட்பிரிவுகளை வாட்ஸ் அப் குழுக்கள் குறிவைக்கலாம். மூன்றாவது, முகநூல் பக்கங்களைப் போல் வாட்ஸ்அப் குழுக்களும் அரசியலற்றதாகத் தோன்றலாம், மேலும் ஏற்கெனவேயுள்ள அரசியலற்ற வாட்ஸ்அப் குழுக்களில் ஊடுருவலாம். கட்சிகளால் உருவாக்கப்பட்ட பெரும்பாலான முகநூல் பக்கங்களும், வாட்ஸ் அப் குழுக்களும் தங்களை எந்த அமைப்புடனும் சம்பந்தப்படுத்திக்கொள்ளாமல், அரசியல் கருத்துகளைப் பிரச்சாரம் செய்தன. தீபக் தாஸ், மறைமுகப் பிரச்சாரம் வாட்ஸ்அப்பில் தனது உத்தியில் ஒரு பகுதி என விளக்குகிறார்-இது வழக்கமான நடைமுறை: "நீங்கள் கட்சித் தகவல்களை மட்டும் பதிவிட்டால் முகநூலில் உங்களை யாரும் பின்பற்றவோ, உங்கள் நண்பராகவோ போவதில்லை. நான் முக்கியமான செய்திகளையும் பகிர்வேன், பல்வேறு விஷயங்கள் குறித்த விவாதங்களில் ஈடுபடுவேன்.

இது மக்களை ஈர்க்கும். பின் நான் சில கட்சிச் செய்திகளைப் பதிவிடுவேன்."

2019இல், காங்கிரஸின் 80,000 முதல் 1,00,000 வாட்ஸ் அப் குழுக்களுக்கு எதிராக, பா.ஜ.க. கிட்டத்தட்ட 2,00,000 முதல் 3,00,000 வாட்ஸ்அப் குழுக்களைக் கொண்டிருந்தது.[69] அவற்றில் பெரிதும் சிறப்புத்தன்மை வாய்ந்த குழுக்களை (நிபுணர்கள், மாணவர்கள், கடை உரிமையாளர்கள் இதரகுழுவினர்), வாட்ஸ் அப் குழுக்களில் உள்ள வளமான தொழில்முனைவோர் உருவாக்கி பா.ஜ.க. உட்பட இதர கட்சிகளுக்கு விற்பனை செய்தனர்.[70]

ஏப்ரலில், 2014 முதல் வாட்ஸ்அப்பின் உரிமையாளராக இருக்கும் பேஸ்புக், போலிக்கணக்குகளைப் பயன்படுத்தியதாலும், சர்ச்சைக்குரிய செய்திகளைப் பிரச்சாரம் செய்ததனாலும், 'ஒருங்கிணைந்த நம்பகத்தன்மையற்ற நடத்தை'[71] என நிறுவனம் கூறுவதைப் பிரதிபலிக்கும் நூற்றுக்கணக்கான பக்கங்களை அகற்றியது-அவற்றுள் பா.ஜ.க. தொடர்பான பக்கங்கள் மிக அதிக அளவில் காணப்பட்டன. பூஜா சதுர்த்தி விளக்குவதுபோல:

> 'ஒருங்கிணைந்த நம்பகத்தன்மையற்ற நடத்தையில்' பா.ஜ.க.வின் பங்கேற்பு, பிரதமர் நரேந்திர மோடியின் 'நமோ செயலி'யின் பின்னுள்ள நிறுவனமான சில்வர் டச், என்ற தகவல் தொழில்நுட்ப நிறுவனத்துடன் தொடர்புடைய கணக்குகளின் பின்னால் மறைக்கப்பட்டது. பேஸ்புக், இந்த நிறுவனத்துடன் தொடர்புடைய ஒரு குழு, 13 கணக்குகள், ஒரு பக்கத்தை நீக்கியதாகச் சொன்னது. கேள்விக்குரிய அந்தப் பக்கம் தி இந்தியா ஐ-அது ஒரு பா.ஜ.க. ஆதரவு பிரச்சார அமைப்பு, அது சில்வர் டச் சர்வர்களுடன் தொடர்புடைய வலைத்தளத்தை அணுக வழிசெய்யும். தி இந்தியா ஐ-யும், நமோ செயலியில் விளம்பரப்படுத்தப்பட்ட 15 கணக்குகளில் ஒன்று, அதன் இடுகைகளைப் பயனர்கள் பின்தொடராமல் இருக்கும் வசதி கிடையாது. தி இந்தியா ஐ-யின் பின்தொடர்பவர்களின் எண்ணிக்கை, அனைத்து காங்கிரஸ் பக்கங்களின் ஒருங்கிணைந்த பின் தொடர்பவர்களின் எண்ணிக்கையைவிடவும் 10 மடங்கு அதிகம்.[72]

தி இந்தியா ஐ- பா.ஜ.க.வின் மறைமுகச் சொத்துகளில் ஒன்றாகும், அது போலிச் செய்திகளைப் பிரச்சாரம் செய்யப் பயன்படுத்தப்பட்டது.[73] மேலும் பல அமைப்புகளும் இருந்தன. ஷிவம் சங்கர் சிங் 2019இல் தி கேரவனுக்குச் சொன்னார்:

> சமூக ஊடகங்களுக்கு நிதியளிக்கும் சுற்றுச்சூழல், தேர்தல் ஆணையத்தின் கண்காணிப்பு எல்லைக்கு அப்பாற்பட்டது. ஆனால்

அது கண்காணிக்கப்படவேண்டும்-சமூக ஊடகப் பிரச்சாரத்தின் பெரும்பகுதி வெளியில், பா.ஜ.க.வுடன் அதிகாரப்பூர்வமாக எந்தத் தொடர்பும் இல்லாத குழுக்களுக்கு கொடுக்கப்படுகிறது. இது தொலைக்காட்சி அல்லது வானொலியில் விளம்பரம் தருவதற்குச் சமமானது. மத்தியப்பிரதேசம், உத்திரப்பிரதேசத்தில் செயல்படும், 20-30 பா.ஜ.க. சார்பு முகநூல் பக்கங்களைக் கட்டுப்படுத்தும் குழுக்களை எனக்குத் தெரியும். 'வி சப்போர்ட் இந்தியன் ஆர்மி', 'வி சப்போர்ட் நமோ' போன்ற தலைப்புகளுடனான பக்கங்கள் 1 முதல் 1.5 மில்லியன் பின்தொடர்பவர்களைக் கொண்டிருக்கின்றன. 1.5 மில்லியன் பின்தொடர்பவர்களைக் கொண்டிருப்பதாகச் சொல்லிக்கொள்ளும் 'நேஷன் வித் நமோ' போன்ற குழுக்கள், தொடர்ச்சியாக முகநூலில் விளம்பரங்களைச் செய்துகொண்டிருக்கின்றன, கிராபிக் டிசைனர்கள், வீடியோ எடிட்டர்களை பணியில் அமர்த்துகின்றன. அத்தனை பெரிதாக இருப்பதற்கான ஒரே வழி, நீங்கள் உங்கள் பதிவுகளை பூஸ்ட் செய்ய முகநூலுக்கு கட்டணம் செலுத்துவதுதான். எனவே, யாரோ அவர்களுக்கு நிதியளித்துக்கொண்டிருக்கின்றனர், ஆனால் அது யாரென்பதுதான் தெளிவாக இல்லை. கட்சிகள் அவை தங்கள் பக்கங்கள் இல்லை ஆனால் யாரோ சில ஆதரவாளர்களால் உருவாக்கப்பட்டது என்கின்றனர். விளம்பரங்களுக்காக, ஒரு மாதத்துக்கு 1.5 கோடி (இரண்டு லட்சம் அமெரிக்க டாலர்கள்) முதல் இரண்டு கோடி (2,66,667 அமெரிக்க டாலர்கள்) வரை செலவழிக்கும் பக்கங்களுக்கு இந்தக் காரணம் சரியான பதில் அல்ல.[74]

எனினும், முகநூலின் பதிவுகள் இந்தியாவில் மிகவும் தெளிவற்றவை. பேஸ்புக், வாட்ஸ்அப்புக்கான மிகப்பெரிய சந்தை இந்தியா என்பதால், 2020இல், ஆளும் கட்சியைச் சந்தோஷப்படுத்த, அந்த நிறுவனம் அதன் மேடையில் பா.ஜ.க. அரசியல்வாதிகளின் வெறுப்புப் பேச்சை அனுமதித்திருக்கிறது என வால் ஸ்ட்ரீட் ஜர்னல் உறுதியாக வாதிட்டது.[75] மற்றவர்களைப் போலவே பேஸ்புக்கும், பா.ஜ.க.வின் சமூக ஊடகத்துக்குப் பொறுப்பான ட்ரோல் படையினர் தங்களது செய்திகளால் பயன்பாட்டாளர்களை மிகவும் திறமையாக துஷ்பிரயோகம் செய்ய அனுமதித்தது, 2015இல் நரேந்திர மோடி தொடங்கிவைத்த செயலிகள் உட்பட. அவர்கள், செய்திகளின் உண்மைத்தன்மையைப் பற்றிக் கவலைப்படாமல், இந்தச் செய்திகளை வைரலாகப் பரவும்படி பொறியமைவைச் செய்தனர். இத்தகைய பல செய்திகள் காங்கிரஸைச் சேர்ந்தவர்களை (குறிப்பாக நேரு-காந்தி குடும்பத்தவர்களை) எதிர்மறையாகவும் சிறுபான்மையினரை அரக்கர்களாகவும் சித்தரித்தனர். 2016இல் டொனால்ட் ட்ரம்பின்

ட்வீட்டுகளைப்போல, பா.ஜ.க. தகவல்தொடர்பு பிரிவுகள் மோடியின் பிரதான அரசியல் எதிரியான ராகுல் காந்தியை அழித்தொழிக்க முயன்றன. ராகுல் காந்தி ஒரு முஸ்லிம் என பா.ஜ.க. தலைவர்கள் பரப்பிய வதந்தியை உறுதிப்படுத்துவதுபோல், 2019, ஜனவரி, பிப்ரவரியில் சமூக ஊடகங்களில், இந்திரா காந்தியின் இறுதிச் சடங்கில் முஸ்லிம்கள் தொழுகை மேற்கொள்ளும் நிலையில் அவரும் அவரது தந்தையும் பிரார்த்தனை செய்யும் ஒரு புகைப்படம் வைரலானது. பா.ஜ.க. எம்.பி. சுப்பிரமணியம் சுவாமி உட்பட பலர் மறுட்வீட் செய்த அந்தப் புகைப்படம், எல்லை காந்தி என அழைக்கப்பட்ட, அப்துல் கபார் கானின் 1988 இறுதிச் சடங்கில் எடுக்கப்பட்டது.[76] ஒரு பிரதான தொலைக்காட்சி சானலின், போட்டோஷாப் செய்யப்பட்ட ஸ்க்ரீன்ஷாட்டின் துணையுடன், ராகுல் பாகிஸ்தானுக்கு ரூ 50 பில்லியன் (0.67 பில்லியன் அமெரிக்க டாலர்கள்) வழங்கும் யோசனையை ஆதரிப்பதாகவும் குற்றம்சாட்டப்பட்டார்.[77] பிரியங்கா காந்தியும் இதே விதத்தில் தாக்கப்பட்டார். அவர் கிறிஸ்துவ சிலுவை அணிந்திருக்கும் போட்டோஷாப் செய்யப்பட்ட படம் ‘காட்டப்பட்டது.’[78] இதர காங்கிரஸ்காரர்களும் குறிவைக்கப்பட்டார்கள். ராஜஸ்தானில், அசோக் கெலாட் ஆதரவாளர்களை நோக்கி பாகிஸ்தான் கொடியாகக் கூறப்பட்ட ஒன்றை அசைக்கும் (அது பாகிஸ்தான் கொடியல்ல) படம் காட்டப்பட்டது.[79] மார்ச்சில், காங்கிரஸ்காரர்கள், ‘பாகிஸ்தான் ஜிந்தாபாத்’ எனப் பாடும் வீடியோ காட்டப்பட்டு, பிரபலமாக்கப்பட்டு, “நமது ஆயுதப் படைகளுக்கு அவமானம் மட்டுமல்ல, நம் ஒவ்வொருவருக்கும் அவமானம்” என இழிவுபடுத்தப்பட்டது. இந்தப் பழைய வீடியோ, 2018இல் மது கிஷ்வரால் பதிவிடப்பட்டது என்பதும், அது திருத்தப்பட்ட வீடியோ என்பதும் அம்பலமானது: அது ராஜஸ்தான் மாநில தேர்தலுக்கு முன்பாக கட்சி வேட்பாளர் ஒருவரை கட்சி உறுப்பினர்கள் வாழ்த்தும் வீடியோ.[80]

போலிச் செய்திகளைப் பயன்படுத்துவது பா.ஜ.க. வியூகத்தின் ஒரு பகுதியாகும். செப்டம்பர் 2018இல், அமித்ஷா சாவடி செயல் திட்டத்தைத் தொடங்கிவைத்தபோது, அவர் ராஜஸ்தானில் ஒரு கட்சிக் கூட்டத்தைத் தொடங்கிவைத்தார், அங்கு அவர் பா.ஜ.க. தகவல்தொடர்பு பிரிவு, 2017 உத்தர பிரதேச தேர்தலில் ஊடகங்களில் எப்படித் தாக்கம்செலுத்தியது (மேலும் அச்சுறுத்தியது) எனச் சொல்லியதுடன் பின்வருமாறு அறிவித்தார்: “அது இனிமையானதோ கசப்பானதோ, உண்மையானதோ அல்லது போலியானதோ, நாம் எந்த ஒரு செய்தியையும் பொதுமக்களிடம் வழங்கத் தகுதியுடையவர்கள்.”[81]

அட்டவணை 9.1 2009, 2014 மற்றும் 2019 மக்களவைத் தேர்தல்கள்: எஸ்.சி மற்றும் ஓ.பி.சி.யினர் மத்தியில் பா.ஜ.க.வுக்கு வர்க்கவாரி ஆதரவு

	ஓ.பி.சி–கள்			எஸ்.சி. க்கள்		
வர்க்கம்	2019	2014	2009	2019	2014	2009
ஏழைகள்	39	28	19	34	22	10
கீழ்த்தட்டினர்	35.5	37	23	32	22	13
நடுத்தர வர்க்கத்தினர்	37	33	23	27	22	16
பணக்காரர்கள்	44	37	27	30.5	27	19

ஆதாரம்: லோக்நிதி–சி.எஸ்.டி.எஸ்., தேசிய தேர்தல் கணக்கெடுப்பு, 2009, 2014 மற்றும் 2019.

சாதி அரசியலும் அதன் முரண்களும்

சமூக ஊடகங்களின் முன்னோடிப் பயன்பாட்டுக்கு இணையாக, இந்திய அரசியலின் பழமையான தேர்தல் தந்திரங்களில் ஒன்றான, சாதிப் பின்னணியின் அடிப்படையில் சில வேட்பாளர்களை பா.ஜ.க. தேர்ந்தெடுத்தது. இடஒதுக்கீடு பட்டியலின ஜாதியினர், இதர பிற்பட்ட வகுப்பினர் அனைவருக்கும் சமமான பலனளிக்கவில்லை என்பதைப் பயன்படுத்திக்கொள்வதில் இருக்கிறது இந்த யுக்தி: இச்சமூகத்தினரின் சில துணை ஜாதியினர், பொதுத் துறை, கல்வியமைப்பில் பெரும் பகுதி இட ஒதுக்கீட்டைப் படிப்படியாக ஆக்ரமித்துக்கொண்டனர். சமூகரீதியாக முன்னகரத் தொடங்கிய இந்த ஜாதியினர், அரசியல்ரீதியாக மிகவும் விழிப்புணர்வு அடைந்து– எந்த அளவுக்கெனில் தங்களுக்கான சொந்தக் கட்சியைத் தாங்களே உருவாக்குமளவு அணிதிரளத் தொடங்கினர். மகாராஷ்டிராவில், அம்பேத்கரால் உருவாக்கப்பட்ட கட்சிகளை (இந்திய குடியரசுக் கட்சி உட்பட), ஆதரித்த மகர்கள் ஒரு உதாரணம். உத்தர பிரதேசத்தில், 1980இல் பகுஜன் சமாஜ் கட்சியை ஆதரிக்கத் தொடங்கிய ஜாதவ்கள், தலித்துகளைப் பொறுத்தவரையில் இந்த நடைமுறைக்கு எடுத்துக்காட்டாகத் திகழ்ந்தனர், 1990இன் தொடக்கம் முதலே சமாஜ்வாதி கட்சியை ஆதரித்த யாதவ சமூகத்தினர், ஓ.பி. சி.யினருக்கான அதே போக்கை பிரதிநிதித்துவம் செய்தனர். பீகாரில் யாதவ்-கள் இதேபோல ஜனதா தள்ளைச் சுற்றித் திரண்டுள்ளனர். உத்தர பிரதேசம், பீகாரில் 1990-களில் இருந்து பி.எஸ்.பி., சமாஜ்வாடி, ஆர்.ஜே.டி. கட்சிகள் பதவியிலிருந்தபோது இந்த ஜாதியினர் தங்கள் அரசியல் உறவுகளால் பயனடைந்துள்ளனர்.[82] அவர்கள் புதிய புரவலர்களின் வாடிக்கையாளர்களாக இருந்தனர், அதற்கேற்ப மாநில

அட்டவணை 9.2 2009, 2014 மற்றும் 2019 மக்களவைத் தேர்தல்கள்: உத்தர பிரதேசத்தில் வர்க்கவாரியாக ஓ.பி.சி. வாக்குகள்

	காங்கிரஸ்			பா.ஜ.க.		
வர்க்கம்	2019	2014	2009	2019	2014	2009
ஏழைகள்	17	20	27	36	24	16
கீழ்த்தட்டினர்	21	19	29	36	31	19
நடுத்தர வர்க்கத்தினர்	21	20	29	38	32	22
பணக்காரர்கள்	20	17	29	44	38	25
அனைவரும்	19.5	19	29	37.5	31	19

ஆதாரம்: லோக்நிதி–சி.எஸ்.டி.எஸ்., தேசிய தேர்தல் கணக்கெடுப்பு, 2009, 2014 மற்றும் 2019.

நிர்வாகங்களில் வேலைகளைப் பெற்றனர்.[83] அவர்களின் பெருகிவரும் அதிகாரமும் செல்வச் செழிப்பும் மற்ற பட்டியலின, இதர பிற்பட்ட வகுப்பு ஜாதியினர் மத்தியில் வெறுப்பை வளர்த்துள்ளது, அவர்கள் எண்ணிக்கையில் குறைந்தவர்கள், குறைவாகவே படித்தவர்கள் மற்றும் பின்தங்கியவர்கள், இடஒதுக்கீட்டின் பலனை குறைவாகவே பெற்றவர்கள்.

2019இல், இந்த வெறுப்பை பா.ஜ.க. பயன்படுத்திக்கொண்டது. கட்சி எந்திரத்தில் உயர்ஜாதியினரின் மிகைப்பிரதிநிதித்துவம் இருந்தபோதும், பி.எஸ்.பி., எஸ்.பி. (உத்தர பிரதேசத்தில் இவை ஒரு கூட்டணியமைத்தன) அதேபோல ஆர்.ஜே.டி. போன்ற கட்சிகளை மிகத் திறமையுடன் எதிர்த்துப் போட்டியிட, பட்டியலின மற்றும் இதர பிற்பட்ட வகுப்பைச் சேர்ந்த அத்தனை செல்வாக்கில்லாத கட்சிகள் பா.ஜ.க.வுக்கு மாறின. பா.ஜ.க.வுக்கு நிறைய பட்டியலின, ஓ.பி.சி. வகுப்பைச் சேர்ந்தவர்கள் வாக்களிக்கப்பதற்கான காரணங்களில் இதுவும் ஒன்று. பா.ஜ.க.வுக்குத் தாவிய பட்டியலின வகுப்பினரின் சதவிகிதம் 2009இல் 12 சதவிகிதமாக இருந்தது, 2014இல் 24 சதவிகிதமானது 2019இல் 33.5 சதவிகிதமானது. இதர பிற்பட்ட வகுப்பினரில் பா.ஜ.க.வுக்கு வாக்களித்தவர்களின் பங்கும் இதுபோன்ற பரிணாமம் கண்டு 22-லிருந்து 34 சதவிகிதமாகி, 2019இல் 44 சதவிகிதமானது. சுவாரசியமாக, நடுத்தரவர்க்க பட்டியலின, இதர பிற்பட்ட வகுப்பினரைவிட, ஏழை பட்டியலின வகுப்பினரும் ஏழை இதர பிற்பட்ட வகுப்பினரும் பா.ஜ.க.வுக்கு அதிகளவில் வாக்களிக்கும் போக்கிலிருக்கின்றனர் என்பது அட்டவணை 9.1-லிருந்து வெளிப்படையாகிறது.

அட்டவணை 9.3 2009, 2014 மற்றும் 2019 மக்களவைத் தேர்தல்கள்: அகிலஇந்திய அளவில் முக்கியக் கட்சிகளுக்கு வகுப்புவாரியான ஆதரவு — சதவிகிதம் (%)

	காங்கிரஸ்+			பா.ஜ.க. +			பி.எஸ்.பி.+	எஸ்.பி.		பி.எஸ்.பி. எஸ்.பி.	
வர்க்கம்	2019	2014	2009	2019	2014	2009	2019	2014	2009	2014	2009
ஏழைகள்	4	4	17	59	44	15	33.5	10	15	37	41
கீழ்த்தட்டினர்	7	8.4	15	46.5	53	25	41	8	11	23	44
நடுத்தர வர்க்கத்தினர்	8	11.6	20	42	47	18	47	7	19	24	32
பணக்காரர்கள்	7	14	21	46.5	46	15	40.5	2	8	26	45

ஆதாரம்: லோக்நிதி–சி.எஸ்.டி.எஸ்., தேசிய தேர்தல் சர்வே (NES), 2009, 2014 மற்றும் 2019.

பட்டியலின, இதர பிற்பட்ட வகுப்பினரை பிரதிநிதித்துவப் படுத்துவதாகக் கூறிக்கொள்ளும் இரு கட்சிகளான (பி.எஸ்.பி., எஸ்.பி.) ஒரு கூட்டணியை உருவாக்கிய உத்தர பிரதேசத்தில், மக்களவையில் பெரும்பான்மையைத் தக்கவைத்துக்கொள்ள பா.ஜ.க. சிறப்பாகச் செயல்பட்டிருந்தது அட்டவணை 9.1-லிருந்து மிகத் தெளிவாகத் தெரிகிறது. உத்தர பிரதேசத்தில், அட்டவணை 9.2 காட்டுவதுபோல, ஏழை இதர பிற்பட்ட வகுப்பினர், பா.ஜ.க.வின் உயர்வர்க்க பிம்பத்தையும் தாண்டி, பி.எஸ்.பி.-எஸ்.பி. கூட்டணியைவிடவும் பா.ஜ.க.வுக்கு மிக அதிகமாக வாக்களித்திருக்கின்றனர். 59 சதவிகித ஏழை இதர பிற்பட்ட வகுப்பினர் பா.ஜ.க.வை ஆதரித்திருக்க, கூட்டணிக்கோ 33.5 சதவிகிதம் பேரே வாக்களித்துள்ளனர். இதர பிற்பட்ட வகுப்பினரைச் சேர்ந்த பணக்கார மற்றும் நடுத்தர வகுப்பினர் பி.எஸ்.பி.-எஸ்.பி. கூட்டணிக்கு வாக்களித்திருக்க, ஏழை இதர பிற்பட்ட வகுப்பினர் பா.ஜ.க.வுக்கு அதிகம் ஆதரவளிப்பது பெரிதும் புரிந்துகொள்ளத்தக்கதே: எஸ்.பி. பெருமளவுக்கு ஒரு யாதவா கட்சியாகவே நீடித்துள்ளது, யாதவ் சமூகத்தினர் சராசரி இதர பிற்பட்ட வகுப்பினரைவிடவும் பணக்காரர்கள்தான்.[84] பா.ஜ.க., யாதவர்கள் அல்லாத இதர பிற்பட்ட வகுப்பினரை பல தொகுதிகளில் வேட்பாளர்களாக நியமித்து வெற்றிகரமாக அவர்களது அன்பைப் பெற்றது-பலசமயங்களில் இவர்கள் சமூகத்தின் ஏழை அடுக்கைச் சார்ந்தவர்களும் வழக்கமாக யாதவ் மேலாதிக்கத்தின்மீது ஆத்திரத்தில் இருப்பவர்கள், முக்கியமாக யாதவ சமுதாயத்தைச் சேர்ந்த பல வேட்பாளர்களை நியமித்து இடஒதுக்கீட்டில் குறிப்பிட்ட சதவிகிதத்தை ஆக்கிரமித்துக்கொண்ட விதத்தில் கோபத்திலிருப்பவர்கள். 2019-ஆம் ஆண்டில் எஸ்.பி.

வேட்பாளர்களில் 27 சதவிகிதத்தினர் யாதவர்கள். பா.ஜ.க.வின் வேட்பாளர்களில் 1.3 சதவிகிதத்தினர் மட்டுமே யாதவர்கள், அதற்கு மாறாக சிறிய ஜாதிக் குழுவினரைச் சேர்ந்த இதர பிற்பட்ட வகுப்பினர்களான குர்மிகளுக்கு 7.7 சதவிகிதமும், மற்ற ஓ.பி.சிகளுக்கு 16.7 சதவிகிதமும் வேட்பாளர் பட்டியலில் இடமளித்தது.[85] இந்த வியூகம் வாக்குகளாக மாறியது: 60 சதவிகிதம் யாதவர்கள் எஸ்.பி.-பி.எஸ்.பி. கூட்டணிக்கு வாக்களிக்க, 72 சதவிகிம் மற்ற இதர பிற்பட்ட வகுப்பினர் பா.ஜ.க.வுக்கு ஆதரவளித்திருந்தனர்,[86] இது இதர பிற்பட்ட வகுப்பினர் பிரிவு ஜாதி அடிப்படையில் துருவப்பட்டிருப்பதைக் காட்டுகிறது, உண்மையில், ஏழை யாதவர்களும், பணக்கார யாதவர்களும் எஸ்.பி., பி.எஸ்.பி. கூட்டணிக்கு அதே விகிதத்தில் வாக்களித்திருந்தனர்.

எஸ்.பி.க்கு எதிராக யாதவரல்லாத வாக்காளர்களை பா.ஜ.க. ஒருங்கிணைத்த அதேவிதத்தில், ஜாதவ் அல்லாத வாக்காளர்கள் பி.எஸ்.பி.க்கு எதிராகத் திரளும் புள்ளியாக பா.ஜ.க. மாறியுள்ளது. மீண்டும் ஒருமுறை, இடஒதுக்கீட்டை ஏகபோகமாகத் தன் வசம் வைத்துக்கொண்டு. இதர தலித்துகளைவிட உண்மையிலே ஜாதவ்கள் சிறப்பாக இருப்பதாகக்[87] குறைசொல்லும் மற்ற சிறிய தலித் குழுக்களின் ஆத்திரத்தை அந்த ஜாதிகளைச் சேர்ந்த வேட்பாளர்களை நியமித்து பா.ஜ.க. லாபமாக மாற்றியுள்ளது- உத்தர பிரதேசத்தில், பி.எஸ்.பி. 20 சதவிகிதத்துக்கும் அதிகமான இடங்களை ஜாதவ்களுக்கு வழங்கியிருக்க, பா.ஜ.க.வோ ஜாதவ்களுக்கு 5 சதவிகித இடங்களையே வழங்கியது, பாஸிஸ்ட்களுக்கு 7.7 சதவிகிதமும், இதர தலித்துகளுக்கு 9 சதவிகித இடங்களும் வழங்கியது.[88] நிச்சயமாக, பி.எஸ்.பி.-எஸ்.பி. ஜாதவ் வாக்குகளில் 75 சதவிகிதத்தைப் பெற்றன, ஆனால் அவை இதர தலித்துகளின் வாக்குகளில் 42 சதவிகிதமே பெற்றன. பா.ஜ.க.வோ அதற்கெதிராக 48 சதவிகிதத்தைப் பெற்றது.

இந்த சாதி அரசியலின் பலனாகவும், அதேயளவு மேற்குறிப்பிட்ட மோடியின் இதர ஜனரஞ்சகவாத திறமைகள் காரணமாகவும், பா.ஜ.க.வுக்கு வாக்களித்த ஏழைகளின் சதவிகிதம் கட்சியின் ஒட்டுமொத்த செயல்திறனைவிடவும் (37.5 சதவிகிதம்) 1.5 சதவிகிதம் புள்ளிகளே கீழிறங்கிக் காணப்பட்டது, ஆனால் 2014இல் இந்த இடைவெளி 7 சதவிகிதமாக இருந்தது (அட்டவணை 9.3-ஐப் பார்க்கவும்.)

சுருக்கமாகச் சொன்னால், 2019 தேர்தல் பிரச்சாரத்தின்போது பா.ஜ.க., ஜனரஞ்சகவாதத் திறமை, அதன் பாரம்பரியமான வலிமையான ஆர்வலர்களின் வலையமைப்பு, அதன் டிஜிட்டல் ராணுவம், நன்கறிந்திருந்த ஜாதி அரசியல் முத்திரையையும்

இணைத்துச் செயல்படுத்தியது. வரையறையின்படி, மோடி ஜனரஞ்சகவாதத் திறமையின் முக்கியச் செயல்பாட்டாளராக இருக்க, அமித்ஷா பல்முகம் கொண்ட வியூகத்தின் கடைசி இரு கூறுகளின் தலைமை வடிவமைப்பாளராகத் திகழ, சங் பரிவாரின் களமான ஆர்வலர்களின் வலையமைப்பு, இப்போதும் முக்கியமான வீச்சைக் கொண்டிருந்தது.[89] இந்த அனைத்துக் காரணிகளும், ஏற்கெனவே 2014-லிலும் வேலைசெய்தன. ஆனால் 2019 தேர்தல் வித்தியாசமானது, ஏனெனில் ஐந்து வருடம் ஆட்சியிலிருந்தபின், பா.ஜ.க. அரசியல் களத்தைப் பெரிதும் சமமற்ற விளையாட்டுக் களமாக மாற்றியிருந்தது.

சமமற்ற தேர்தல் களம்

தேர்தல்கள் இனியும் நியாயமாக நடக்கத்தொடங்காத பொழுது, தாராளவாத ஜனநாயகங்கள் போட்டி சர்வாதிகாரமாக மாறத்தொடங்குகின்றன, இந்தக் கோணத்திலிருந்து 2019 தேர்தல்கள் ஒரு திருப்புமுனையைக் குறித்தன. பக்கச்சார்புள்ள ஊடகங்கள், எதிர்க்கட்சியின் இழப்பில் நிதி ஆதாரங்களுக்கான சமமற்ற அணுகல், வாக்கெடுப்பை நடத்துவதற்குப் பொறுப்பான இந்திய தேர்தல் ஆணையத்திடையே பாரபட்சமற்ற தன்மை இல்லாதது உள்ளிட்ட செயல்முறைகள் ஜனநாயகமயமாக்கல் நீக்கலைத் தூண்டிய காரணிகளாகும்.

டி.வி. சேனல்கள்: சுயதணிக்கையும் முகஸ்துதியும்

டி.வி. சேனல்களால் படம்பிடிக்கப்பட்டு ஒளிபரப்பப்பட்ட தேர்தல் பிரச்சாரம், மேற்சொன்ன சமூக ஊடக தாக்கத்தைக் குறைக்கவில்லை. உண்மையில் அவை ஒன்றையொன்று இட்டுநிரப்பின.

2019 தேர்தல் பிரச்சாரத்தின்போது, நிகழ்ச்சித் தொகுப்பாளர்களும் ஆசிரியர்களும் தங்களுடைய ஊடக நிறுவன முதலாளிகளின் அழுத்தத்தின்கீழ் இருந்தனர். அந்த முதலாளிகள் அரசாங்கத்தின் அதிருப்திக்கு ஆளாகித் தங்களது வணிகத்தை ஆபத்துக்குள்ளாக்க விரும்பவில்லை. நடுநிலையோடு செயல்படவேண்டிய செய்தி அறைகள், சில்லிடவைக்கும் சமிக்ஞைகளைப் பெற்றபிறகு சுயதணிக்கையில் ஈடுபட்டன. எப்போதும் மோடி ஆதரவு செய்தி சானல்களாகத் திகழ்பவை (ரிபப்ளிக் டிவி, டைம்ஸ் நவ், ஜீ டி.வி.) வழக்கமாக பா.ஜ.க. தகவல் தொழில்நுட்ப பிரிவால் கையாளப்படும் சமூக ஊடகங்களில் வரும் (தவறான) தகவல்களைப் பெரிய அளவில் எதிரொலித்தன. பாலக்கோட் தாக்குதலுக்குப்பின் வளர்க்கப்பட்ட தேசியவாத வெறியால்-இந்த ராணுவ நடவடிக்கையைப் பற்றிக் கேள்விகள் கேட்டவர்களை 'தேசவிரோதிகள்' எனக்

குற்றம்சாட்டினர்.[90] இந்த சானல்களுக்கு மோடி வழங்கிய சில நேர்காணல்களும் பெரிதும் உத்தரவுக்குக் கீழ்படிந்து நடக்கும் தொகுப்பாளர்களால் நடத்தப்பட்ட இணக்கமான, பெரிதும் அனுதாபத்தை ஏற்படுத்துபவையாக இருந்தன.[91]

இதர சானல்களும் பின்தங்கிவிடவில்லை. மக்களவைத் தேர்தல் அறிவிக்கப்பட்ட ஒரு மாதத்துக்குப் பின், மத்திய தூர்தர்ஷன் செய்திச் சானலிலும், அதன் பிராந்திய சானல்களிலும் காங்கிரஸைவிடவும் 100 சதவிகிதம் கூடுதல் ஒளிபரப்பு கவரேஜைப் பெற்றிருந்தது பா.ஜ.க.- மோடியின் 84 நிமிட நேரடி ஒளிபரப்பான மார்ச் 31-ஐப் பற்றிய உரையான 'நானும் ஒரு காவலாளி' உட்பட[92] இந்தி சேனல்கள் மகத்தான சமச்சீரற்ற தன்மையை வெளிக்காட்டின: ஏப்ரல் 2 முதல் ஏப்ரல் 28-க்கு இடையில் முன்னணி பதினொரு இந்தி சானல்களின் ஒளிபரப்பு நேரத்தை பகுப்பாய்வு செய்து, பிராட்காஸ்ட் ஆடியன்ஸ் ரிசர்ச் கவுன்சில் (BARC), மோடி(722) மற்றும் ஷாவுக்கு (123) 850 மணி நேர ஒளிபரப்பும், ராகுல்காந்தி (251) மற்றும் பிரியங்கா காந்திக்கு (84) மணிநேர ஒளிபரப்பும் செய்திருந்திருந்தன அந்நிறுவனங்கள் என்பதைக் கண்டறிந்தது.[93] எனினும், இந்திய மக்கள் இத்தகைய தவறுகளை ஒரு பிரச்சனையாகக் கருதமாட்டார்கள் என்று தெரிகிறது. 2017இல் பியூ நிறுவனத்தால் ஆய்வுமேற்கொள்ளப்பட்ட நாடுகளில்- இந்தியாவில் மட்டுமே- அரசியல் சார்பு "ஏற்றுக்கொள்ளப்பட்ட ஒன்றாகத் திகழ்கிறது.[94]

புள்ளியியல் விவரங்களின் எண்ணிக்கைகளுக்கு அப்பால், சற்றே தரம் சார்ந்த மதிப்பீடும் இங்கே தேவை. ரிபப்ளிக் டி.வி. ஒரு செய்திச் சானல் என்றும், பி.ஏ.ஆர்.சி.யின் 2019 தர மதிப்பீட்டின்படி[95] செய்தி சேனல்களுள் முதலிடத்தில் இருப்பதாகவும் சொல்லிக்கொள்ளும் நிலையில் ஏப்ரலில் (மக்களவைத் தேர்தல் மேயில் நடக்கவிருக்கையில்) அதில் நடந்த 33 விவாதங்களில் (தோராயமாக தினமும் எதிர்க்கட்சிக்கு எதிரான ஒரு விவாதம் என) ரிபப்ளிக் டி.வி.யில் எதிர்க்கட்சிகளுக்கு எதிரான விவாதங்கள் உச்சத்தில் இருந்தது. 2019, மே 28இல் எதிர்க்கட்சிகளுக்கு எதிரான விவாதங்கள் 5 ஆகக் குறைந்து அதை ஈடுகட்ட, அதேயளவில் பா.ஜ.க. ஆதரவு வாதங்கள் அதிகரித்தது. ரிபப்ளிக் டி.வி.யின் பா.ஜ.க.வுக்கு எதிர்ப்பான விவாதங்கள் வருடம் முழுவதும் கீழேயே இருந்தன. படம் 9.1இல் கண்டபடி. 2019 வருடம் முழுவதும், ரிபப்ளிக் டி.வி. எதிர்க்கட்சிகளுக்கு எதிரான 236 விவாதங்களை ஏற்பாடு செய்தது, அவற்றில் 119 பா.ஜ.க. ஆதரவு விவாதங்கள்.[96] அவற்றில் சிலவற்றின் தலைப்புகளே இதனைப் பெரிதும் வெளிப்படுத்துபவையாக உள்ளன: "காங்கிரஸின் புதிய அரசாங்கம் காங்கிரஸின் திட்டம், அச்சுறுத்தல் மற்றும் மிரட்டல்களைப் பிரதிநிதித்துவப்படுத்துமா?", "ராகுல்

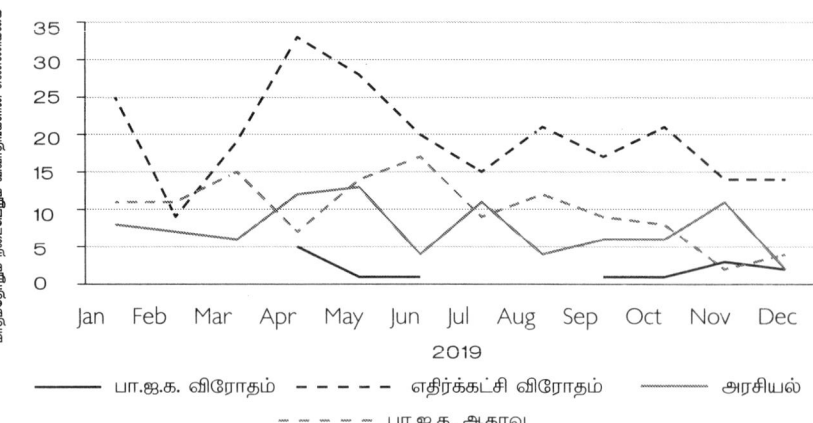

வரைபடம் 9.1 ரிபப்ளிக் டி.வி.யின் 2019 அரசியல் விவாத தலைப்புகளின் எண்ணிக்கை, மாதவாரியாகப் பிரிக்கப்பட்டுள்ளன.

ஆதாரம்: Christophe Jaffrelot and Vihang Jumle, "One Man Show," The Caravan, December 15, 2020, https://caravanmagazine.in/media/republic-debates-study-shows-channel-promotoes-modi-ndtv

காந்தி ரகசிய சீன சந்திப்பை ஒப்புக்கொண்டார், இப்போது அவர் முழு விவரங்களை வெளிப்படுத்துவாரா?", போலி இந்துத்துவாவை காங்கிரஸே வெளிப்படுத்துமா?", "இந்துக்கள் மீதான காங்கிரஸின் மாபெரும் தாக்குதல்", "காங்கிரஸ் ஜனரஞ்சகவாதத்தை வைத்து அச்சுறுத்துகிறதா?", "தேசியவாதம் ஏன் எதிர்க்கட்சிகளை நடுங்கச் செய்கிறது?", "பாலக்கோட் விவகாரத்தில் ஆதாரம் வேண்டும்… "ஜம்மு தீவிரவாத தாக்குதலில் மௌனம், பைத்தியக்காரத்தனமா?", "எதிர்க்கட்சிகள் பயங்கரவாதம் என்று அழைக்காமல் பாகிஸ்தானுக்கு ஆதரவாகச் செயல்படுகிறதா?", "காங்கிரஸ், பாகிஸ்தானின் ராணுவ வியூகத்தை விரும்புகிறதா?", "ராகுல்காந்தியின் வயநாடு தப்பித்தல் வெற்றிபெறுமா?" "2ஜியில் குற்றம்சாட்டப்பட்டவர்களுடன் ராகுல்காந்தியின் தொடர்புகள்", "ராகுல்காந்தி ஊடகங்களின் வாயை மூடவிரும்புகிறாரா?", "அவர் ராகுல் காந்தியா அல்லது ரவுல் வின்சியா?", "பாகிஸ்தான் பிரதமர் இம்ரான்கானைப் புகழ்வதில் ஒற்றுமை காட்டும் காங்கிரஸ்", காந்தி குடும்பம் ஒரு நகைச்சுவையாகச் சுருங்கிவிட்டதா?", "தேசப்பிரிவினையில் ஜின்னாவின் பங்கை காங்கிரஸ் விடுவிக்கிறதா?"[97] இந்தச் சிறிய உதாரணங்கள், காங்கிரஸ் மற்றும் ராகுல் காந்தியை குறிவைத்துத் தாக்குவதைத் தெளிவாக விளக்குகிறது-வாதங்களை ஆதரிக்கும் தவறான தகவல்கள், விவாதங்களின் வக்கிரமான பாணிகள் பற்றி

எதுவும் கூறவியலாது-அதேசமயம் ரிபப்ளிக் டி.வி. ஒருபோதும் ஆளும் கட்சியையும் அதன் தலைமையையும் விமர்சித்ததில்லை.

எனவே பா.ஜ.க. பாரம்பரிய தகவல்தொடர்பு சானல்களுக்கு மாற்றாக சமூக ஊடகங்களைப் பயன்படுத்தவில்லை. மாறாக, சமூக ஊடகத்தைத் துணை தகவல்தொடர்பு சானலாகக் கருதியது. கட்சி ஒவ்வொரு மாநிலத்துக்கும் மூன்றிலிருந்து ஐந்து தகவல்தொடர்பாளர்களையும் விவாத நிகழ்வுகளில் தோன்றுவதற்கெனப் பணியளிக்கப்பட்ட நாற்பதுக்கு நெருக்கமான ஊடகக் குழு உறுப்பினர்களையும் நியமித்தது. இவ்வாறாக பா.ஜ.க. பல்வேறு சானல்களில் 100 அதிகாரப்பூர்வ செய்தித் தொடர்பாளர்களை நியமித்து, அதன் ஒவ்வொரு எதிரியையும் பெரிதும் விஞ்சியது.

பண அதிகாரம்: உலகின் மிக விலையதிகமான பிரச்சாரம்

தேர்தல் பிரச்சாரத்தின்போது பா.ஜ.க. பொதுவெளியை நிறைப்பது பெரிதும் அதன் பரந்த நிதிவள ஆதாரத்தைக் கட்சியின் பிரச்சாரத்துக்குச் செலவிடுவதாலே சாத்தியமாகிறது. இந்தியாவின் பதினேழாவது பொதுத் தேர்தல், இன்றைய தேதிவரை எந்தவொரு ஜனநாயக வரலாற்றில் செலவிடப்பட்டதிலும் அதிக செலவுபிடித்ததாக நீடித்துவருகிறது. 98 நம்பகமான கணக்கீட்டின்படி கட்சிகளின் செலவீனங்கள் 7.2 பில்லியன் டாலர்கள்[99] (பத்து வருடங்கள் முன்பாக செலவிடப்பட்டதைவிடவும் இரு மடங்கு அதிகம்). இதில் காங்கிரஸ் 15 முதல் 20 சதவிகிதம் செலவிட்டதுடன் ஒப்பிட பா.ஜ.க. இந்த மொத்தச் செலவில் 45 முதல் 55 சதவிகிதம்-அல்லது தோராயமாக 3.6 பில்லியன் டாலர்கள் செலவிட்டுள்ளது. மேலும் இதற்கு முன் எப்போதும் தேர்தல் பிரச்சாரத்தின்போது பாராளுமன்றத் தேர்தல் வேட்பாளரின் வீட்டிலிருந்தோ, அரசியல் கட்சி தலைமையகத்திலிருந்தோ இத்தனை அதிக பணமோ, இதர தடைசெய்யப்பட்ட பொருட்களோ கைப்பற்றப்பட்டதில்லை: “சட்ட நிறைவேற்றும் கழகங்கள் மார்ச் 10 மற்றும் மே 19-க்கும் இடையில் ரூ 839.03 கோடி (111.8 மில்லியன் அமெரிக்க டாலர்கள்) பணமாகவும், ரூ 294.41 கோடி (39.2 மில்லியன் அமெரிக்க டாலர்கள் மதிப்பிலான அமெரிக்க டாலர்கள்) மதுவாகவும், 1270.37 கோடி (169.4 மில்லியன் அமெரிக்க டாலர்கள்) மதிப்பிலான போதைப் பொருட்கள், தங்கம் உள்ளிட்ட விலைமதிப்புமிக்க உலோகங்கள் ரூ 986.76 கோடி (13.16 மில்லியன் அமெரிக்க டாலர்கள்), வாக்காளர்களைத் தூண்டும்நோக்கிலான சேலைகள், கைக்கடிகாரங்கள் போன்ற இலவசப் பொருட்கள் ரூ 58.56 கோடி (7.81 மில்லியன் அமெரிக்க டாலர்கள்)[100] பிடிபட்டன. மொத்தத் தொகை ரூ 3,449.12 கோடி

(459.9 மில்லியன் அமெரிக்க டாலர்கள்)—ஐந்தாண்டுகளுக்கு முன்பு கைப்பற்றப்பட்டதைவிட மூன்று மடங்கு அதிகமாக இருந்தது, இது தொடர்பான அனைத்து சாதனைகளையும் பா.ஜ.க. முறியடித்தது.[101]

2016-ஆம் ஆண்டில் மோடி அரசு கொண்டுவந்த சட்டம் காரணமாக அரசியல் கட்சிகள் இந்தப் பணத்தில் கொஞ்சத்தைக் குவிக்கமுடிந்தது, தேர்தல் பத்திரங்கள் மூலமாக வியாபார நிறுவனங்கள், தனிப்பட்ட நபர்கள் அரசியல் கட்சிகளுக்குத் தாங்கள் பணமளிப்பதை பொதுமக்களுக்கு வெளிப்படுத்தாமலேயே பங்களிக்க இந்தச் சட்டம் அதிகாரமளித்தது. இந்த வழியில் அளிக்கப்பட்ட பங்களிப்புகளில் 95 சதவிகிதத்தை பா.ஜ.க. அறுவடை செய்தது.

எனினும், தேர்தல் பத்திரங்கள் மட்டுமே அதன் ஒரேயொரு வருவாய் ஆதாரமல்ல. அசோஷியேசன் ஃபார் டெமாக்ரடிக் ரிபார்ம்ஸ் (ADR) கூற்றின்படி, 2017-2018-ஆம் நிதியாண்டில், இந்தியாவின் ஏழு பெரிய அரசியல் கட்சிகள் ரூ 1397.90 கோடி (186.387 மில்லியன் டாலர்கள்) ஒருங்கிணைந்த வருமானமாக அறிவித்தன, அதில் பா.ஜ.க. மட்டும் 73.5 சதவிகிதத்தைப் பெற்றிருந்தது, அதாவது 1027.339 கோடி (136,979 மில்லியன் அமெரிக்க டாலர்கள்).[102] இது 2019இல் (காங்கிரஸின் சதவிகிதமான 13.64-க்கு எதிராக) 80.13 சதவிகிதமாக உயர்ந்தது.[103] தேர்தல் பத்திரங்கள் மூலம் நன்கொடை அளித்த தனிநபர்கள் மற்றும் அமைப்புகளை (ஏ.டி.ஆர்.படி மொத்தத்தில் 31 சதவிகிதம்) மற்றும் 20,000-க்கும் (267 அமெரிக்க டாலர்கள்) குறைவாகப் பங்களித்தவர்களை அரசியல் கட்சிகள் வெளிப்படுத்தத் தேவையில்லை என்பதால், நன்கொடையாய் வந்த 50 சதவிகிதத்துக்கும் அதிகமான பணத்தின் மூலம் அறியப்படாததாகவே திகழ்ந்தது. வெளிப்படைத்தன்மையில்லாத விஷயத்தில் பா.ஜ.க. குறிப்பாக முக்கியப் பங்கு வகித்ததென ஏ.டி.ஆர். வலியுறுத்துகிறது: “2017-18 நிதியாண்டின்போது, பா.ஜ.க. ரூ 553.38 கோடி (73.784 மில்லியன் அமெரிக்க டாலர்கள்) அறியப்படாத ஆதாரங்களிலிருந்து வருவாயாக வந்ததாக அறிவித்தது. இது தேசியக் கட்சிகளின் அறியப்படாத ஆதாரங்களிலிருந்து வந்த மொத்த வருவாயில் 80 சதவிகிதமாகும். (ரூ 689.44 கோடி {91.925 மில்லியன் அமெரிக்க டாலர்கள்}). பா.ஜ.க.வின் இந்த வருமானம், இதர ஐந்து தேசியக் கட்சிகளால் அறிவிக்கப்பட்ட அறியப்படாத ஆதாரங்களிலிருந்து வருவாயாக அறிவிக்கப்பட்டதன் மொத்தத்தைவிடவும் நான்கு மடங்கு அதிகமாகும்.”[104] முன்னாள் தலைமை தேர்தல் ஆணையர் எஸ்.ஒய். குரேஷி தேர்தல் பத்திரங்களை, “முதலாளித்துவத்தின் நண்பனாக இருப்பதைச் சட்டபூர்வமாக ஆக்குதல்” என்றார்.[105] உண்மையில், ஆளும் கட்சிக்கு மாபெரும் நிதி ஆதாரத்தைக் கொடுத்தவர்கள் பதிலுக்கு ஏதோவொன்றை எதிர்பார்த்தனர். வியாபாரிகள்-

அரசியல்வாதிகள் தொடர்பு ஆழமடைந்தது. இந்திய தேர்தல் ஆணையம் தேர்தல் பத்திரங்களை நிறுத்திவைக்கவேண்டுமெனத் தெரிவிக்க, 2019இல் உச்சநீதிமன்றம் பிறப்பித்த உத்தரவில், அதற்குத் தடைவிதிக்க மறுத்ததோடு, வெறுமனே அரசியல் கட்சிகள் இந்திய தேர்தல் ஆணையத்துக்கு முத்திரையிடப்பட்ட உறையில், அவற்றுக்கு வந்த நன்கொடைகளின் விவரங்களை அளிக்கமட்டும் கோரியிருந்தது.

மேலே குறிப்பிடப்பட்ட 7.2 பில்லியன் டாலர்களில் 20 முதல் 25 சதவிகிதம் வாக்காளர்களிடம் நேரடியாகச் சிறு பில்களாகவோ அல்லது ஏதோ ஒருவகையிலோ கொடுக்கப்பட்டது, 30 முதல் 35 சதவிகிம் பிரச்சாரச் செலவுகளுக்கு, குறிப்பாக தகவல் தொடர்புக்குச் செலவிடப்பட்டது.[106] பா.ஜ.க.வால் திரட்டப்பட்ட பெரும் பகுதி பணம் குறிப்பாக விளம்பரத்துக்காகச் செலவிடப்பட்டது, ஆனால் பிரச்சாரத்துக்கு முன்னதாக மட்டுமல்ல.[107] பிப்ரவரி 7 முதல் மார்ச் 2-க்குள், ஆல்ட்நியூஸ், பேஸ்புக்கின் விளம்பர நூலக அறிக்கையை ஆய்வுசெய்து, பேஸ்புக் பகிரங்கப்படுத்திய மொத்த விளம்பர வருவாயில் 70 சதவிகிதம் பா.ஜ.க. ஆதரவு மற்றும் மத்திய அரசுக்கு ஆதரவான பக்கங்களால் வந்ததே எனக் கண்டறிந்தது.[108] முதல் பத்து அரசியல் விளம்பரதாரர்களில், எட்டு பா.ஜ.க.வுடன் தொடர்புடையவை, அவை ரூ 2.3 கோடி (306,660 அமெரிக்க டாலர்கள்) பேஸ்புக் விளம்பரங்களுக்குச் செலவிட்டிருந்தன[109]-பிராந்தியக் கட்சியான பிஜு ஜனதா தளத்துக்கும் அடுத்தபடியாக காங்கிரஸ் மூன்றாமிடத்தில் வந்திருந்தது. பல பக்கங்கள் பா.ஜ.க.வுடனான தங்களது தொடர்பை அறிவிக்காமல் பா.ஜ.க.வை ஆதரித்தன. பா.ஜ.க. மற்றும் ஆதரவு பக்கங்களுக்காக ஒரு மாதத்தில் பேஸ்புக் விளம்பரத்துக்கெனச் செலவிடப்பட்ட மொத்த தொகை ரூ 2.7 கோடி (360,000 அமெரிக்க டாலர்கள்). அடுத்துவந்த வாரங்களிலும் மாதங்களிலும் அதைவிட அதிகமான தொகை செலவிடப்பட்டது. 2019, பிப்ரவரி 20 முதல் ஏப்ரல் 24 இடையே, கூகுள் தளங்களில் அரசியல் விளம்பரத்துக்காக பா.ஜ.க. செலவிட்ட தொகை கிட்டத்தட்ட ரூ 6 கோடி (800,000 அமெரிக்க டாலர்கள்), இது காங்கிரஸ் செலவிட்டதைவிட பத்து மடங்கு அதிகம். முகநூலில், பிப்ரவரியின் தொடக்க நாட்கள் முதல் ஏப்ரல் 20-க்கு இடையே பா.ஜ.க. அதிகாரப்பூர்வமாகச் செலவிட்ட தொகை ரூ 1.32 கோடி (176,000 அமெரிக்க டாலர்கள். இது எந்த ஒரு கட்சியின் செலவைவிடவும் அதிகமாக இருந்தாலும், இந்தத் தொகை இதர விளம்பர முன்னெடுப்புகளை இன்னும் மறைக்கிறது. அதிகாரப்பூர்வமற்ற பா.ஜ.க. விளம்பரப் பக்கங்களான, ‘பாரத் கே மன் கி பாத்’, ‘நேஷன் வித் நமோ’, ‘மை ஃபேர்ஸ்ட்

வோட் ஃபார் மோடி' கூட்டாக ரூ 4.50 கோடி (6,00,000 அமெரிக்க டாலர்கள்) இந்தக் காலகட்டத்தில் செலவிட்டுள்ளன.[110] இந்த விவரங்களைக் குறிப்பிடத்தக்கதொரு புலனாய்வு பத்திரிகைச் செயல்பாடு மூலம் ஹஃபிங்டன் போஸ்ட் பொதுமக்கள் பார்வைக்குக் கொண்டுவந்ததோடு, இந்த முகநூல் பக்கங்களின் பின்புள்ள பிரத்யேகமாக பா.ஜ.க.வுக்காக மட்டும் வேலைபார்க்கும் அரசியல் ஆலோசனை நிறுவனமான அஸோசியேஷன் ஆப் பில்லியன் மைண்ட்ஸ் என்றழைக்கப்படும் நிழல் நிறுவனத்தை வெளிப்படுத்தியுள்ளது.[111]

இவற்றோடு, அரசு விளம்பரங்களின் சாதகத்தை மோடி கையிலெடுத்துக்கொண்டு நாலரை வருடங்களில் ரூ 5000 கோடிகளுக்கு (0.67 பில்லியன் அமெரிக்க டாலர்கள்) விளம்பரம் செய்துள்ளார்-மன்மோகன் சிங் பத்து வருடங்களில் அச்சு ஊடகங்களிலும் (ரூ 2,136 கோடி [284.852 மில்லியன் அமெரிக்க டாலர்கள்]) மின்னணு ஊடகங்களிலும் (ரூ 2,211.11 கோடி [294,819 மில்லியன் அமெரிக்க டாலர்கள்])[112] செலவிட்ட விளம்பரத் தொகையைவிடவும் இது அதிகம்.

இந்திய தேர்தல் ஆணையத்தை பலவீனப்படுத்தல்

2019 தேர்தல் பிரச்சாரத்தின்போது, பா.ஜ.க. தலைவர்கள் மேற்குறிப்பிடப்பட்ட சர்ச்சைக்குரிய பேசுபொருட்களை அத்துமீறிப் பேசவும் முன்பு விரிவாகக் குறிப்பிடப்பட்ட வழிமுறைகளையும் பயன்படுத்தவும் முடிந்தது. ஏனெனில் இந்திய தேர்தல் ஆணையம், அது வகுத்த நடத்தை விதிகளை மிகக் குறைவாகவே நடைமுறைப்படுத்த முடிந்தது, சில வருடங்களுக்கு முன்பே இந்த ஆணையம் பலவீனப்படத் தொடங்கியதன் இன்னும் ஒரு அறிகுறியாகும்.

இந்திய தேர்தல் ஆணையம் எப்போதும் இந்தியாவின் மிகவும் மரியாதைக்குரிய நிறுவனங்களுள் ஒன்றாக இருந்தபோதும், அதன் நேர்மைத்தன்மை நரேந்திர மோடியின் முதல் ஆட்சிக்காலத்தின் முதல் பாதியில் கேள்விக்குள்ளானது. பதவியிலிருந்த சிலர் மிக அப்பட்டமான அதிகார துஷ்பிரயோகத்தை எதிர்க்கமுயன்றனர். அரசியல் நெறிமுறைகளின் அச்சுறுத்தும் புதிய இயல்பை இந்திய தேர்தல் ஆணையம் நன்கு அறிந்திருந்தது என்பதைத் தேர்தல்கள் நடத்தப்பட்ட விதம் உணர்த்தியது, தேர்தல் ஆணையர் ஓ.பி. ராவத் 2017இல், ஜனநாயகச் சீர்திருத்தங்களுக்கான கூட்டமைப்பால் (ஏ.டி. ஆர்.) ஏற்பாடு செய்யப்பட்ட தேர்தல், அரசியல் சீர்திருத்தங்களுக்கான ஆலோசனை குறித்த பிரதான உரையில் இவ்வாறு அறிவித்தார்:

தேர்தல் சுதந்திரமாகவும் நேர்மையாகவும் வெளிப்படையாகவும் நடக்கும்போதே ஜனநாயகம் செழிக்கும். எனினும், குற்றம் கண்டுபிடிக்கும் ஒரு சாதாரண மனிதனுக்கு, நாங்கள் அறத்தைக் கருத்தில்கொள்வதைத் தவிர்த்து, எல்லா விதத்திலும் அதிகபட்ச மதிப்பீட்டில் வெல்லும்படியான ஒரு கதையை எழுதிவருவதாகத் தோன்றுகிறது. இந்தத் கதையில், வெற்றிபெற்ற சட்டமன்ற உறுப்பினர்களை வேட்டையாடுவது, புத்திசாலித்தனமான அரசியல் நிர்வாகமாகக் கருதப்படுகிறது. கவர்ந்திழுக்க பணத்தை வியூகமாக அறிமுகம் செய்வது, அச்சுறுத்துவதற்கு அரசு எந்திரங்களைப் பயன்படுத்துவது அனைத்தும் திறமையெனச் சொல்லப்படுகிறது. வெற்றிபெறுபவன் எந்தத் தவறும் செய்யமாட்டான். ஆளும் முகாமுக்குச் செல்லும் ஒரு கட்சி மாறுபவர் அவரது அனைத்துக் குற்ற உணர்வுகளிலிருந்தும் சாத்தியமான குற்றங்களிலிருந்தும் சுத்தப்படுத்தப்படுகிறார். இந்த அச்சுறுத்தும் அரசியல் தார்மீக புதிய விதிமுறைகளே, அனைத்து அரசியல் கட்சிகள், அரசியல்வாதிகள், ஊடகங்கள், குடிமை சமூக அமைப்புகள் அரசியலமைப்புச் சட்ட அதிகாரிகள், சிறப்பான எதிர்காலம், சிறப்பான தேர்தலுக்கான அரசியல் ஜனநாயகம் இவற்றில் நம்பிக்கையுள்ளோரின் முன்மாதிரியான நடவடிக்கைக்கு இலக்காக இருக்கவேண்டும்.[113]

தேர்தல் நேரத்தில் எதிர்க்கட்சித் தலைவர்கள் மீதான பெரும் எண்ணிக்கையிலான வருமான வரி சோதனைகள் (விசாரணைகள்) குறித்துப் பிரதிவினை செய்த இந்திய தேர்தல் ஆணையம், (இவை 2019 தேர்தல் சூழலில் கீழே ஆராயப்படும்), மத்திய நேரடி வரி வாரிய அதிகாரிகளுக்கு (சி.பி.டி.ட்டி) "தேர்தல் நேரத்தில் அதன் அமலாக்க முகமைகளின் எந்த ஒரு செயல்பாடும் நடுநிலையானதாகவும், பாகுபாடற்றதாகவும் இருக்கவேண்டுமென வலுவாக அறிவுறுத்தியது"[114] மேலும், தொகுதி வாக்காளர்கள் அரசியல் கட்சிகளால் லஞ்சம் கொடுக்கப்படுவதாகத் தோன்றினால், உள்ளூர் தேர்தல்களை ரத்துசெய்ய கூடுதல் அதிகாரம் பெற இந்திய தேர்தல் ஆணையம் வீணே முயன்றது.[115]

அதற்குப் பிரதிவினையாக இந்திய அரசாங்கம், "இணக்கமான தேர்தல் ஆணையாளர்களை நியமிப்பதன் மூலம், தேர்தல் ஆணையத்தின் அதிகாரத்தை உள்ளிருந்தே குறைப்பது,"[116] என்ற முந்தைய அத்தியாயத்தில் காட்டிய, இதர அமைப்புகளையும் பாதித்த ஒரு தந்திரத்தைப் பின்பற்றியது. ஜூலை 2017இல், நரேந்திர மோடி குஜராத் முதல்வராக இருந்தபோது முன்னாள் முதன்மைச் செயலாளராக இருந்த ஏ.கே. ஜோதி என்பவரை தலைமைத் தேர்தல் ஆணையாளராக நியமித்தது ஒரு உதாரணம்.

இந்திய தேர்தல் ஆணையத்தின் கொள்கை அதன்பின் விரைவில் மாறியது. 2017இல் இந்திய தேர்தல் ஆணையம் இமாச்சலப் பிரதேசம், குஜராத் மாநிலங்களுக்கு 1998 முதல் ஒரே தேர்தல் நாட்காட்டியைப் பின்பற்றி வந்தபோதும், பலசமயங்களில் ஒரே நாளில் வாக்குப்பதிவு நடைபெற்றபோதும் இமாச்சலப் பிரதேசத்துக்கான தேர்தல் தேதிகளை அறிவித்து அதன் சொந்த நடைமுறைக்கு எதிராகச் சென்றது. இந்த வியூக உத்தி, மிலன் வைஷ்ணவ் சுட்டிக்காட்டுவதுபோல், தேர்தல் நடத்தை விதிகளை நடைமுறைப்படுத்துவதைத் தாமதமாக்கி, நரேந்திர மோடி, வாக்காளர்களைக் கவர ஜனரஞ்சகவாத திட்டங்களை அறிவிக்க" வழிசெய்தது.[117] அதேபோல, காங்கிரஸிலிருந்து கட்சிமாறியவர்களின் தகுதிநீக்கம் குறித்த விசாரணைக்கான தேதிகளை உச்சநீதிமன்றம் அறிவித்தபிறகு, இந்திய தேர்தல் ஆணையம் கர்நாடகாவில் முக்கியமான இடைத்தேர்தல் தேதிகளை மாற்றியதானது, 2019இல் பா.ஜ.க. அவர்களை மீண்டும் நியமனம் செய்ய உதவியது. இதையடுத்து ராஜ்தீப் சர்தேசாய் ட்வீட் ஒன்றில், "இடைத்தேர்தல் தேதிகளைத் தேர்தல் ஆணையம் தீர்மானிக்கிறதா அல்லது மத்திய அரசு தீர்மானிக்கிறதா"[118] என்று பதிவிட்டார்.

இந்தப் போக்கு 2019-2020இல் அதன் உச்சத்தை எட்டியது. 2019 தேர்தல் பிரச்சாரத்தின்போது, "எந்த ஒரு கட்சியும் அல்லது வேட்பாளரும் வேறுபட்ட சாதியினர், சமூகங்கள், மதம் அல்லது மொழிசார்ந்த இறுக்கத்துக்குக் காரணமாகவோ, அல்லது பரஸ்பர வெறுப்பை ஏற்படுத்தவோ அல்லது ஏற்கெனவே இருக்கும் வேறுபாடுகளைத் தீவிரமடையவோ செய்யும் எந்தவொரு நடவடிக்கையிலும் ஈடுபடக்கூடாது" எனும் முதல் நடத்தை விதி இருந்தபோதும்-சமூகரீதியான பிரிவினையைத் தூண்டும்படி உரையாற்றிய பா.ஜ.க. தலைவர்களை இந்திய தேர்தல் ஆணையம் தண்டிக்கவில்லை. ஆணையம் ஷாவை அவரது நாக்பூர் பேச்சான, ராகுல் காந்தி போட்டியிட்ட இரண்டாவது தொகுதியான வயநாட்டைப் பாகிஸ்தானுடன் ஒப்பிட்டது உள்பட இரண்டு வழக்குகளைக் கண்டுகொள்ளவில்லை. மோடியின், நான்டெட் பேச்சு மற்றும் இந்தத் தொகுதியில் 'நாட்டின் பெரும்பான்மையினர் சிறுபான்மையினராக உள்ளனர்' என அறிவித்தது உட்பட மூன்று வழக்குகளைக் கண்டுகொள்ளவில்லை.[119]

குஜராத்தில் வாக்குப் பதிவின் முதல் நாளில் தேர்தல் ஆணையத்தின் ஒழுங்குமுறையை மீறி பிரச்சாரம் செய்ததை அவரது எதிரிகள் கவனத்துக்குக் கொண்டுவந்தபோதும், தேர்தல் ஆணையம் அதைக் கண்டுகொள்ளவில்லை. பின் நமோ டி.வி-க்கு[120] ஒளிபரப்பு உரிமம் இல்லை என்பதைச் சுட்டிக்காட்டியது காங்கிரஸ், வருமான வரித்

துறையை அதன் அரசியல் எதிரிகளுக்கு எதிராகச் சோதனைகள் நடத்த பா.ஜ.க. அனுப்பியதாகக் குற்றம்சாட்டியது.[121] தேர்தல் அட்டவணை அறிவிக்கப்பட்ட ஒரு மாதத்துக்குப் பின் எண்பத்து நான்கு இடங்களில் சோதனை நடத்தப்பட்டன. அவையனைத்தும் எதிர்க்கட்சிகளோடு தொடர்புடைய இடங்கள், அவற்றில் காங்கிரஸ் உள்பட தெலுகு தேசம் கட்சி, மதச்சார்பற்ற ஜனதா தளம், திராவிட முன்னேற்ற கழகம் இவற்றின் தலைவர்கள் உட்பட அடக்கம். உதாரணத்துக்கு, மத்தியப்பிரதேசத்தில் மட்டும் முதல்வர் கமல்நாத்தின் உதவியாளர், பிரவீன் கக்கர், ராஜேந்திர குமார் தொடர்புடைய 52-க்கும் அதிகமான இடங்களில் 300-க்கும் அதிகமான வருமான வரித்துறை அதிகாரிகள் சோதனை மேற்கொண்டனர்.[122]

வாரக்கணக்கில், இந்திய தேர்தல் ஆணையம் இத்தகைய மீறல்கள் எதன்மீதும் நடவடிக்கை எடுக்கவில்லை, பின் பிரதமர், அமித்ஷாவுக்கு எதிராகச் செய்யப்பட்ட இந்தப் பதினொரு குற்றச்சாட்டுகளிலிருந்து அவர்களை விடுவித்தது.[123] எனினும், எதிர்க்கட்சித் தலைவரான மாயாவதியின் பிரிவினையை ஏற்படுத்தும் பேச்சொன்றிற்காக அவரை விரைவாகக் கண்டித்ததுடன், நாற்பத்தெட்டு மணி நேரம் பிரச்சாரம் செய்வதற்குத் தடைவிதித்தது. வகுப்புவாத அடிப்படையிலான பேச்சுக்காக யோகி ஆதித்யநாத்துக்கு அனுப்பிய மூன்று நோட்டீஸ்களில் ஒன்றிற்காக, இந்திய தேர்தல் ஆணையம் அவர்மீது இதேபோன்ற தண்டனையை விதித்தது.[124] உத்தர பிரதேச முதல்வர் அந்தத் தண்டனையைப் பொருத்தமற்றது எனப் புறந்தள்ளியதுடன், “தேர்தல் மேடை பஜனை பாடுவதற்கல்ல (பக்திப் பாடல்கள்), அது எதிர்க்கட்சிகளைத் தாக்குவதற்கு” எனக் கொந்தளித்தார். பின் அவர், ‘பாபர் கி அவுலத்’ (பாபரின் வாரிசுகள்” என எதிர்க்கட்சியினரை அழைத்தார்.[125]

இந்திய தேர்தல் ஆணையம், நடத்தை விதிமீறல்களைக் கையாள்வதில் தோல்வியடைந்தது மட்டுமல்லாமல் அது அத்தகைய மீறல்களை அறிந்துகொள்ளும்போதும் முரண்பாடுகளைக் காட்டியது. உதாரணமாகப் பெண்கள் மற்றும் குழந்தைகள் மேம்பாட்டுத் துறை ஒன்றிய அமைச்சரான மேனகா காந்தி, தனது தொகுதிப் பேரணி ஒன்றில், “நான் நிச்சயமாக வெற்றிபெறப் போகிறேன். முஸ்லிம்கள் எனக்கு வாக்களிக்காவிடில், பின் என்னிடம் வேலைகேட்டு வரும்போது நான் யோசிக்கவேண்டியிருக்கும், அவர்களுக்கு வேலை கொடுப்பதால் என்ன பயன்” என்று பேசியபோது ஆணையம் வலுவான நடவடிக்கை எடுக்கவில்லை.[126] இந்திய தேர்தல் ஆணையத்தால் தற்காலிகமாக அவர் பிரச்சாரம் செய்வதிலிருந்து தடைசெய்யப்பட்டாலும், தனது புதிய தொகுதியில் (சுல்தான்பூர்)

பிரச்சாரத்தில் அவர் உடனடியாகக் குறிப்பிட்டார், அவரது பழைய தொகுதியான (பிலிபிட்டில்) நடைமுறைப்படுத்திய, ஒரு வழக்கத்தை அவர் பிரதியெடுக்கப்போவதாகவும், தொகுதியின் கிராமங்களை ஏ, பி, சி, டி என வகைப்படுத்திப் பல்வேறு கிராம மக்கள் அவருக்களித்த வாக்குகளின் அடிப்படையில் அந்தக் கிராமங்களை நடத்தப்போவதாகவும் குறிப்பிட்டார். இந்திய தேர்தல் ஆணையம் அந்தப் பேச்சைக் கண்டித்தது ஆனால் வெறும் எச்சரிக்கையோடு விட்டுவிட்டது.[128] வாக்குச்சீட்டு இனியும் ரகசியம் இல்லை என்பதை அது காட்டியது,[127] அதேபோல, இந்திய தேர்தல் ஆணையம், தவறான செயல்பாடுகள் வெளிப்படையாக நடக்கும் (பணத்தின் பங்கு உட்பட) தொகுதிகளில் தேர்தலை ரத்துசெய்வதில் எந்த நிலையான கொள்கையையும் பின்பற்றவில்லை: இரண்டு தொகுதிகளில் மறு வாக்குப்பதிவுக்கு உத்தரவிட்டது. ஆனால் மற்ற பகுதிகளில் உத்தரவிடவில்லை.[129]

மே 7 அன்று, முன்னாள் தலைமைத் தேர்தல் ஆணையாளர் (CEC) எஸ்.ஒய்.குரேஷி, அவருக்கு அடுத்து தலைமைக்கு வந்தவரை விமர்சனம் செய்யும் அரிய நடவடிக்கையை மேற்கொண்டு, கடுமையாகச் செயல்பட அவர்களுக்குக் கட்டளையிட்டார். உச்சநீதிமன்றத்தின் முன்பாகத் தற்போதைய தலைமைத் தேர்தல் ஆணையரின் அதிகாரமற்ற தன்மையை ஒப்புக்கொண்டு அவரது ஆழ்ந்த அதிருப்தியை வெளிப்படுத்தினார், இந்திய தேர்தல் ஆணையம் நடத்தை விதிகள் மீறலை எதிர்கொள்ளும் விஷயத்தில் பல்லற்றிருப்பதாக அறிவித்தார்.[130]

மோடி, அமித்ஷாவை விடுவிக்கும் ஆணையாளர்களின் முடிவுகள் ஒருமனதாக எடுக்கப்பட்டதில்லை என்பதை அது இறுதியில் வெளிப்படுத்தியது. அவ்விருவர் தொடர்பான மூன்று வழக்குகளில், மூன்று ஆணையாளர்களில் ஒருவரான அசோக் லவாசா கருத்து வேறுபாடு தெரிவித்தார்.[131] ஆனால் அவரது கருத்து வேறுபாட்டுக் குறிப்பானது பதிவாகாமலே நீடித்தது, இறுதியில் அவர் நடத்தை விதிமீறல்கள் தொடர்பான இந்திய தேர்தல் ஆணையர்களின் கூட்டங்களில் கலந்துகொள்வதை நிறுத்திக்கொண்டார்.[132] தேர்தலுக்குப் பின்பு லவாசாவின் மாறுபட்ட குறிப்புகளை வெளியிட எழுந்த கோரிக்கைகளை, "அப்படிச் செய்வது ஒருவரது உயிருக்கோ அல்லது உடல்ரீதியான பாதுகாப்புக்கோ ஆபத்தை ஏற்படுத்தும்"[133] எனும் பெரிதும் விநோதமான வாதத்தை முன்வைத்து, இந்திய தேர்தல் ஆணையம் தொடர்ந்து எதிர்த்தது. விரைவிலேயே, ஆகஸ்ட் 2019இல் பதினொரு பொதுத்துறை நிறுவனங்களுக்கு, லவாசா 2009 முதல் 2013 வரை மின்சார அமைச்சகத்தில் பதவி வகித்த காலத்தில் அவரது மனைவிக்குச் சொந்தமான

நிறுவனங்கள் ஏதாவது ஒன்றிற்கு ஆதரவாக அவர் "தவறான செல்வாக்கு செலுத்தியதாக ஆவணங்கள் ஏதாவது இருக்கிறதா என உறுதிசெய்யும்படி அரசாங்கம் கடிதம் அனுப்பியது. அதே நேரத்தில், அவரது மனைவிக்கு வரி கட்டாமல் தவிர்த்ததாகக் குற்றம்சொல்லி வருமான வரித்துறை நோட்டீஸ்களை அனுப்பியது.[134] தலைமைத் தேர்தல் ஆணையாளராக அவர் வருவதற்கான காலம் வரும்முன்பே-ஏப்ரல் 2021இல் அவர் சீனியாரிட்டி காரணமாக அப்பதவிக்கு வரவேண்டும்-லவாசா தனது பதவியை ராஜினாமா செய்தார். ஆகஸ்ட் 2020இல் ஆசிய மேம்பாட்டு வங்கியின் துணைத் தலைவராக நியமனம் செய்யப்பட்டார்.

2019 தேர்தல் பிரச்சாரத்தின்போது இந்திய குடியரசுத் தலைவருக்கு ஜூலியோ ரிபெய்ரோ, சிவ்சங்கர்மேனன் உள்பட அறுபத்தி ஆறு பணி ஓய்வுபெற்ற அதிகாரிகள் இந்திய தேர்தல் ஆணையத்தின் வீழ்ச்சி குறித்து ஒரு கடிதம் அனுப்பினர். அவர்கள் எழுதினர்:

> இந்திய அரசியலமைப்பின் நம்பகத்தன்மையை, எப்போதும் இல்லாத அளவுக்குக் குறைத்துள்ள இந்திய தேர்தல் ஆணையத்தின் மண்டியிட்ட நடத்தை குறித்து நாங்கள் ஆழ்ந்த கவலைகொண்டுள்ளோம்... இந்திய ஜனநாயகத்தின் முககிய அடித்தளமான, இந்திய தேர்தல் ஆணையத்தின் சுதந்திரம், நேர்மை, பாகுபாடற்ற தன்மை, செயல்திறன் இவையனைத்தும் இன்று சமரசத்தன்மைக்கு உள்ளாகியுள்ளதாகக் கருதப்படுகிறது, இதன்மூலம் தேர்தல் நடைமுறையின் நேர்மைத்தன்மை ஆபத்துக்கு உள்ளாகியுள்ளது. மையத்தில் ஆட்சி செய்யும் கட்சியால் நடத்தை விதிகள் அப்பட்டமாக மீறப்பட்டு, துஷ்பிரயோகத்துக்கு உள்ளாகி, தவறாக நடத்தப்படுவதையும் இத்தகைய மீறல்களை உறுதியுடன் கையாண்டு சரிபடுத்துவதில் இந்திய தேர்தல் ஆணையத்தின் கோழைத்தனத்தைக் கண்டு[135] நாங்கள் மிகுந்த துயரத்துக்கு உள்ளாகியுள்ளோம்.

இந்திய தேர்தல் ஆணையத்தின் சுதந்திரத்தின் வீழ்ச்சி 2019 தேர்தல் நடைமுறையைப் பாதித்ததோடு, தேர்தல் சர்வாதிகாரத்தின் இந்தியப் பதிப்பின் உருவாக்கத்துக்கும் துணைபுரிந்தது.

மோடியின் பா.ஜ.க.: உயரடுக்கினரின் மேலாதிக்கம்

இரண்டாவது இந்துத்துவ அலை

பதினேழாவது இந்தியப் பொதுத் தேர்தல் பா.ஜ.க.வின் மேலாதிக்க நிலையை அதனுடைய முந்தைய தேர்தலைப் போன்றே உறுதிசெய்துள்ளது, முந்தைய தேர்தலில் சாதனை வாக்குப்பதிவு நிகழ்ந்திருந்த நிலையில், 2019 தேர்தல் அதனை

1 சதவிகிதம் விஞ்சி 67 சதவிகித சாதனை வாக்குப் பதிவைக் கண்டிருந்தது. 2014இல் கட்சியானது 31 சதவிகித வாக்குகளுடன் 543 இடங்களில் 282 இடங்களில் வென்று, ஒற்றைச் சுற்று பெரும்பான்மை அடிப்படையிலான வாக்களிப்பு முறையினுடைய உள்ளார்ந்த விலகலிருந்து முழுமையாகப் பயனடைந்தது. 2019இல், அது 37.5 சதவிகித வாக்குகளுடன் 303 இடங்களில் வென்று, மீண்டும் ஒருமுறை முழுமையான பெரும்பான்மையைப் பெற்றது. பெரும்பான்மைக்கென நிர்ணயிக்கப்பட்ட 272 இடங்களை விஞ்சி தேசிய ஜனநாயகக் கூட்டணி (45 சதவிகித வாக்குகளுடன்) 353 இடங்களில் வென்றதன் மூலம் அதன் கூட்டணியைச் சார்ந்திருப்பதிலிருந்து விலக்கு பெற்றது. அதன் எதிர்க்கட்சியான காங்கிரஸ் அரிதாகவே வாக்குகளைப் பெற்றிருந்தது-44 முதல் 52 இடங்களுடன் 19.5 சதவிகித வாக்குகளுடன் (2014இல் பெற்ற அதே சதவிகித வாக்குகளைப் பெற்றிருந்தது. அதன் கூட்டணியான, ஐக்கிய முற்போக்குக் கூட்டணி 60 இடங்களிருந்து 91 இடங்களை வென்றிருந்தது (23 சதவிகித வாக்குகளிலிருந்து 26 சதவிகித வாக்குகள் பெற்றிருந்தது.)

உத்தர பிரதேசத்தில் பி.எஸ்.பி. 10 இடங்கள் வென்று பாராளுமன்றத்துக்குத் திரும்பியிருந்தபோதும், தே.ஜ.கூ அல்லது ஐ.மு.கூ.வுடன் இணையாத பிராந்தியக் கட்சிகளே இந்தத் தேர்தலின் முக்கிய பலிகள். இது ஒரு மோசமான எண்ணிக்கை, மீண்டும் ஒருமுறை இந்தியாவின் மூன்றாவது பெரிய கட்சியாக ஆவதற்காக உத்தர பிரதேசத்தின் சமாஜ்வாடி கட்சியைப் பெரிதும் நம்பியிருந்தது பி.எஸ்.பி. 2014இல் அது வென்றதைப்போலவே 5 இடங்களில் மட்டும் வென்றிருந்த எஸ்.பி.க்கு இந்தத் தோல்வி இன்னும் மோசமான ஒன்று. 2014-ஐப் போன்று ஒவ்வொரு பகுதியிலும் அதே வாக்களிப்பு சதவிகிதம் இருந்தபோதும், பா.ஜ.க. எதிர்க்கட்சிகளின் செல்வாக்கான இடங்களில் கண்டிருந்த குறிப்பிடத்தக்க முன்னேற்றம் காரணமாக, பிராந்தியக் கட்சிகள் குறிப்பிட்ட தேய்மானத்தைக் கண்டிருந்தன. குஜராத், ஹரியானா, டெல்லி, ஹிமாச்சல்பிரதேஷ், ராஜஸ்தானில் அனைத்து இடங்களிலும் பா.ஜ.க. ஜெயித்திருந்தது. மத்தியப்பிரதேசத்திலும் அஸ்ஸாமிலும் ஒரேயொரு இடத்தைத் தவிர மற்ற எல்லா தொகுதிகளிலும் வென்றிருந்தது. கர்நாடகாவில் இரண்டு இடங்களைத் தவிர அனைத்துத் தொகுதிகளிலும் வென்றிருந்தது. கிழக்கு மற்றும் வடகிழக்கு இந்தியாவில் பா.ஜ.க. வலுவான பாதையமைத்திருந்தது புதிதானது. அஸ்ஸாமில் 14இல் 9 இடங்களில் வென்றிருந்தது, 2 இடங்களுக்கு அதிகமாக வெற்றிபெற்றிராத மேற்குவங்கத்தில் 18 இடங்களில் வென்று, திரிணமுல் காங்கிரஸின் மம்தா பானர்ஜிக்கு 22 இடங்களையே மிச்சம்வைத்திருந்தது.

அதேபோன்று ஒடிஸாவில் நவீன் பட்நாயக்கின் பிஜு ஜனதா தள் 2014இல் இருபது இடங்களை வென்றிருந்தது, தற்போதோ 12 இடங்களை மட்டுமே வென்றிருக்க பா.ஜ.க. மகத்தான வெற்றியைப் பெற்றிருந்தது. தேசிய ஜனநாயகக் கூட்டணிக்கு வெளியே மகத்தான வெற்றிபெற்ற ஒரேயொரு பிராந்தியக் கட்சி திராவிட முன்னேற்ற கழகம், அது தமிழகத்தில் 23 இடங்களில் வெற்றிபெற்றிருந்தது. காங்கிரஸைப் பொறுத்தவரையில், கேரளா, பஞ்சாபில் மட்டுமே குறிப்பிடத்தக்க முன்னேற்றத்தை அடைந்திருந்தது, கேரளாவில் அது கம்யூனிஸ்ட்டுகளை வெளித்தள்ளியிருந்தது, தேசிய அளவில் கம்யூனிஸ்ட் 542 இடங்களில் 5 இடங்களையே வென்றிருந்தது, 3 இடங்கள் சி.பி.ஐ. (எம்)மும், 2 இடங்கள் சி.பி.ஐ.-யும். அவர்களது வரலாற்றிலேயே மோசமான வெற்றி இது.

இந்து தேசியவாதத்தின் நிறமாகக் கூறப்பட்ட, ‘காவி அலை’ இந்தியா முழுவதும் சமமாக வீசவில்லை, (கர்நாடகா, அஸ்ஸாம் தவிர்த்து) தெற்கும் கிழக்கும் இன்னும் பா.ஜ.க.வை எதிர்த்துக்கொண்டிருக்க, அது புதிதாக ஜெயித்துவந்த இடங்களில் சமூக வேறுபாடுகளை 2014-ஐ விடவும் இன்னுமதிகம் நசுக்கியது. தாழ்த்தப்பட்ட ஜாதியினரிடம் பா.ஜ.க.வின் கவர்ச்சியானது ஏற்கெனவே பார்த்ததுபோல, அதன் வேட்பாளர் தேர்வு, நேர்மறைப் பாகுபாட்டின் முரண்பாடுகள், அதேயளவு விசுவாச அரசியலுடன் தொடர்புடையதாக இருந்தது. எனினும் மீண்டும் ஒரு முறை அதன் வெற்றியின் முக்கியக் காரணியாக மோடியின் புகழே அமைந்தது. ஒட்டுமொத்த மக்களையும் உள்ளடக்கிய ஒரு தேசிய ஜனரஞ்சகவாதியின் பலம் அதில் உள்ளது- நிச்சயமாக அனைத்து குடிமகன்களையும் உள்ளடக்கிய மக்கள் அல்ல-சமூக பிளவுகளுக்கு அப்பால் பெரும்பான்மையான மண்ணின் மகன்களால் உருவாக்கப்பட்ட, ஆதிக்க இனக்குழு. உண்மையில், பா.ஜ.க. வாக்குகளைக் கணிப்பதில் மிகவும் பயனுள்ள மாறியாக வகுப்புவாத இணைப்பே உள்ளதென ஆலிவர் ஹீத் காட்டுகிறார். ஆகவே, “பல கட்சிகளின் காலத்தின்போது தேர்தல் போட்டியை வடிவமைத்த ஜாதிகளுக்குள்ளான கருத்துவேறுபாட்டுப் பிளவுகள் அடிப்படையில் இருந்தது மாறி, இந்து பெரும்பான்மைவாதத்தின் அடிப்படையிலான ஒரு புதிய வகுப்புவாதப் பிளவு தற்போது அரசியல் மோதல்களை வடிவமைப்பதாக” ஹீத் கருதுகிறார்.[136] அவர் இந்துக்களின் சதவிகிதத்துக்கும் பா.ஜ.க. வாக்குகளுக்கும் இடையில் தெளிவான தொடர்பைக் காண்கிறார்: ஒரு தொகுதியில் எத்தனை அதிகம் இந்துக்கள் இருக்கிறார்களோ, அத்தனை அதிகமாக பா.ஜ.க. வாக்குகள் இருக்கும்-மேலும் பட்டியலின வகுப்பினரின் இருப்பு இனியும் இந்தப் போக்கைப் பாதிக்காது.

மற்ற அனைத்து விஷயங்களும் சமமாக இருந்தாலும், 2009இல் பட்டியலின வகுப்பின் அளவு, பா.ஜ.க. வாக்குகளில் குறிப்பிடத்தக்க மற்றும் எதிர்மறைத் தாக்கத்தை ஏற்படுத்தியது, இது பட்டியலின வகுப்பினர் அதிகமாக இருந்த இடங்களில் பா.ஜ.க. மோசமாகச் செயல்பட்டதைக் குறிக்கிறது. 2014-லும் பட்டியலின வகுப்பினரின் அளவு குறிப்பிடத்தக்கதாகவும் எதிர்மறையாகவும் இருந்தபோதும், அது 2009இல் இருந்ததைப் போல அத்தனை பெரிய விஷயமாக இருக்கவில்லை. எனினும், 2019இல் மற்ற அனைத்து விஷயங்களும் சமமாக இருந்தாலும், பட்டியலின சமூகத்தினர் குறிப்பிடத்தக்க அளவில் இருந்த பகுதிகளில் பா.ஜ.க பெரிய அளவில் மோசமாகச் செயல்படவில்லை என்பதைப் பார்த்தோம். இந்தக் கண்டுபிடிப்புகளை ஒன்றிணைத்துப் பார்த்தால், பா.ஜ.க.வின் பின்னால் இந்து வாக்குகள் பெரிதும் ஒருங்கிணைந்தும் குறைந்த அளவில் பிரிந்தும் காணப்பட்டது தெரியவருகிறது.[137]

அதேபோல, நகர/கிராம பிரிவுகளும் இனியும் குறிப்பிடத்தக்க வித்தியாசத்தை ஏற்படுத்துவதாக இல்லை: நகர்ப்புற பகுதிகளில் பா.ஜ.க. இன்னும் வலுவாக உள்ளது, ஆனால் உறவு குறிப்பாக வலுவாக இல்லை." பால் விகிதம் மட்டுமே ஒரேயொரு செல்வாக்குமிக்க மாறிலி. "பாலின விகிதம் மோசமாக இருக்கும் ஆணாதிக்க பாலின கலாச்சாரம் கொண்ட சமூகங்களில் பா.ஜ.க.வுக்கான ஆதரவு வலுவாக உள்ளது,"[138] இது பழமைவாதத்தின் சின்னமான இந்துத்துவம் ஓங்கியிருக்கும் பகுதிகளில் பா.ஜ.க.வின் கவர்ச்சி அதிகமாக வெளிப்படுகிறது என்பதற்கான தெளிவான அறிகுறியாகும். இது கட்சித் தலைமையின் சமூக சுயவிவரத்துடன் ஒத்துப்போகிறது.

சாமானியரின் பழிவாங்கலா அல்லது உயர்வர்க்கத்தினரின் பழிவாங்கலா?

2019-ஆம் ஆண்டின் பதினேழாவது மக்களவையின் சமூக சுயவிவரம், 1990-கள் முதலே மண்டல் கமிஷனுக்குப் பிரதிவினையாக பா.ஜ.க. திட்டமிட்டு ஒருங்கிணைக்க முயன்ற எதிர்வினையின் உச்சப்புள்ளியாக அமைந்தது. மண்டல் தருணத்தின் பிரதான பயனாளிகளான இந்தி பகுதிகளில் செல்வாக்கான இதர பிற்பட்ட வகுப்பினரே, உண்மையில் இந்தத் தேர்தல்களில் சேதத்துக்கு உள்ளானவர்கள். யாதவ் சமூகத்தினர் ஒரு உதாரணம், ஆனால் பாதிக்கப்பட்டது அவர்கள் ஒரு சமூகத்தினரே மட்டுமல்ல: முதல் முறையாக, இந்தி பேசும் பகுதிகளிலுள்ள மக்களவை எம்.பி.க்களிடையே, செல்வாக்கு செலுத்தாத இதர பிற்பட்ட

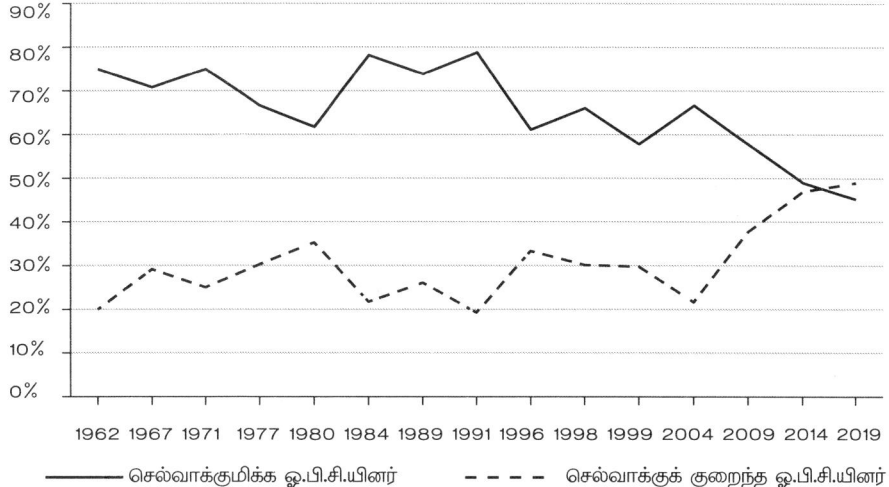

வரைபடம் 9.2 இந்தி மொழி பேசும் மாநிலங்களில் மக்களவை எம்.பி.க்களில் ஆதிக்கம் செலுத்தும் மற்றும் ஆதிக்கம் செலுத்தாத ஓ.பி.சி. குழுக்கள் (1962-2019)

ஆதாரம்: C. Jaffrelot and G. Verniers, "The Reconfiguration of India's PoliticalElite: Profiling the 17th Lok Sabha," Contemporary South Asia 28, no. 2 (May 18, 2020), 246, https://doi.org/10.1080/09584935.2020.1765984

வகுப்பினரின் பங்கானது செல்வாக்கு செலுத்தும் இதர பிற்பட்ட வகுப்பினரின் பங்கைவிட அதிகமாக இருப்பது, படம் 9.2 இல் இருந்து வெளிப்படையாகத் தெரிகிறது.

அதேபோல, செல்வாக்குமிக்க தலித் சாதியினர் தங்களது முந்தைய முக்கியத்துவத்தை இழந்துவிட்டனர். இதற்கு ஜாதவ் சமூகத்தினர் ஒரு உதாரணம்: இந்திப் பகுதிகளில் உள்ள முப்பத்தொன்பது பட்டியலின வகுப்பு எம்.பி.க்களில், ஐந்து பேர் மட்டுமே இந்தச் சாதிக் குழுக்களிலிருந்து வந்தனர். எஸ்.பி. மற்றும் பி.எஸ்.பி. கட்சிகளைப் பாரம்பரியமாக ஆதரித்துவந்த யாதவ் மற்றும் ஜாதவ்களின் வீழ்ச்சியானது, பா.ஜ.க.வின் மேற்குறிப்பிடப்பட்ட தந்திரத்தைப் பிரதிபலிக்கிறது: செல்வாக்குச் செலுத்தாத பட்டியலின, இதர பிற்பட்ட வகுப்பைச் சேர்ந்த சமூகத்திலிருந்து வேட்பாளர்களை நியமித்ததன் மூலம் அக்கட்சியானது அவர்களது ஆத்திரத்தைப் பயன்படுத்தி-அவர்களது வாக்குகளைப் பெற்றது. எனவே, ஒருவிதத்தில் 2019 தேர்தல் சாமானியர்களின் பழிவாங்கலைக் குறிக்கிறது.

அட்டவணை 9.4 (2019) மக்களவையில் பாஜக, காங்கிரஸ் மற்றும் பிராந்திய கட்சிகளிடையே சாதி மற்றும் சமூகப் பிரதிநிதித்துவம் (%)

	பா.ஜ.க.	காங்கிரஸ்	பிராந்திய கட்சிகள்
உயர் ஜாதியினர்	36.3	23.1	19.3
இடைநிலை ஜாதியினர்	15.5	7.7	14.8
இதர பிற்பட்ட ஜாதியினர்	18.8	25	28.4
அட்டவணை ஜாதியினர்	16.2	11.5	17.6
அட்டவணைப் பழங்குடியினர்	12.2	7.7	5.1
முஸ்லிம்கள்	0	5.8	10.8
சீக்கியர்கள்	1.62	7.7	1.7
கிறித்துவர்கள்	0	11.5	0.6
பௌத்தர்கள்	0.3	0	0
அடையாளம் காணப்படாதவர்கள்	0.0	0	1.7
மொத்தம்	100	100	100
	N = 303	N = 52	N = 176

ஆதாரம்: SPINPER திட்டம்–இந்திய தேசிய மற்றும் மாகாண தேர்ந்தெடுக்கப்பட்ட பிரதிநிதிகளின் சமூக விவரக்குறிப்பு, அசோகா பல்கலைக்கழகம் மற்றும் அறிவியல் திட்ட முடிவுகளுடன் தொடர்புடைய சி.என்.ஆர்.எஸ்.–ஆதரவு சர்வதேச மெய்நிகர் ஆய்வகம்.

ஆனால் அது 2014-க்குப் பிறகு தலித்துகள் மற்றும் ஓ.பி.சி.க்களின் உறுதிப்பாட்டுக்கு எதிராக, ஏற்கெனவே பா.ஜ.க.வின் பின்பாக அணிவகுத்த உயர்ஜாதி மேலடுக்கினரின் பழிவாங்கலை- இரண்டாவது செயலை-இது தெளிவாகக் குறிக்கிறது. 2014-ஐப் போலவே, பா.ஜ.க. மக்களவை எம்.பி.க்களிடையே (36.3 சதவிகிதம், சராசரியைவிடவும் 7 புள்ளிகளுக்கும் மேல் அதிகம்) உயர்ஜாதியினரின் பிரதிநிதித்துவம் அதன் எதிரிகளைவிடவும் (காங்கிரஸில் 23.1 சதவிகிதம், பிராந்தியக் கட்சிகளில் 19.3 சதவிகிதம்) குறிப்பிடததக்க அளவில் அதிகமாக இருந்தது அட்டவணை 9.4இல் இருந்து வெளிப்படையாகிறது.

பா.ஜ.க.வினரின் பக்கத்திலுள்ள உயர்சாதி எம்.பி.க்களின் மிகைபிரதிநிதித்துவம் அதன் சீட்டு விநியோகத்தைப் பிரதிபலிக்கிறது. நாடெங்கும், பா.ஜ.க. (மொத்தமுள்ள 414 வேட்பாளர் இடங்களுக்கு) 146 உயர்ஜாதி வேட்பாளர்களை நிறுத்தியது. இந்த அனுமதிச் சீட்டுகளில், பிராமணர்களுக்கும் (71), தாக்கூர்களுக்கும் (38) மட்டும்

109 சென்றது.[139] உயர்ஜாதியினரின் இந்த மிகைப்பிரதிநிதித்துவம் பா.ஜ.க. வலுவாகத் திகழும், பெரிதும் இந்தி வட்டாரத்தைச் சேர்ந்த மாநிலங்களிலிருந்தே வந்தது. இந்தப் பத்து மாநிலங்களில்,[140] 198 வேட்பாளர்களில் 90 பேர் உயர்ஜாதியைச் சேர்ந்தவர்கள், அவர்களில் 81 பேர் வெற்றிபெற்றனர். இந்தச் சித்திரத்திலிருந்து ஒருவர் பட்டியலின, பழங்குடி வேட்பாளர்களை அகற்றினால், பா.ஜ.க.வின் அனைத்து பொது வகைப்பாட்டு வேட்பாளர்களில் 62 சதவிகிதம் உயர்ஜாதியைச் சேர்ந்த எம்.பி.க்கள் ஆவர், மற்ற அனைத்து கட்சிகளின் வேட்பாளர்கள் 37 சதவிகிதம்.

ஆனால் 2019 தேர்தலுக்குப் பிறகு நரேந்திர மோடி அமைத்த அரசில் இடம்பெற்ற பா.ஜ.க. அமைச்சர்களிடையே நிலவும் சூழலை ஒப்பிட, பா.ஜ.க. எம்.பி.க்களில் உயர் ஜாதியினரின் பிரதிநிதித்துவம் ஒன்றுமே இல்லை. ஐம்பத்தைந்து அரசாங்க உறுப்பினர்களில், 47 சதவிகிதம் உயர் ஜாதியினர் (18 சதவிகித பிராமணர்கள் உள்பட), 13 சதவிகிதம் இடைநிலை ஜாதியினைச் சேர்ந்தவர்கள் (ஜாட்டுகள், படேல்கள், ரெட்டிகள், மற்றவர்கள்), 20 சதவிகிதத்தினர் இதர பிற்பட்ட வகுப்பினர்கள், 11 சதவிகிதம் பட்டியலின வகுப்பினர், 7 சதவிகிதம் அட்டவணைப் பழங்குடியினர். மிச்சமிருக்கும் இருவர் சிறுபான்மை வகுப்பைச் சேர்ந்தவர்கள், ஒருவர் முஸ்லிம். மற்றவர் சீக்கியர்.[141]

2014-ஐப் போலவே 2019-லும், நரேந்திர மோடியின் தேசிய ஜனரஞ்சகவாதத் திறமை, இந்துக்களின் மிகவும் செயல்திறன்மிக்க ஒன்றிணைக்கும் காரணியான மதத்தைப் பயன்படுத்தி ஜாதி அடையாளங்களைப் பின்னுக்குத் தள்ளி, ஜாதி மற்றும் வகுப்பைப் புறந்தள்ளி-உயர்ஜாதியினர் ஆட்சிக்கு வர வழிவகுத்தது.

2014-ஐப் போல, 2019இல் பா.ஜ.க.வின் வெற்றி பெரிதும் நரேந்திர மோடியின் தனிப்பட்ட ஈர்ப்பாலேயே அமைந்தது, அவரது பிரபலம் பெரிதும் அவரது தேசிய ஜனரஞ்சகவாத பாணியாலேயே அமைந்தது. எனினும் இந்தத் திறமை, காஸ்மோபாலிட்டன் நேரு/ காந்தி ஆதிக்கமிக்க அமைப்புக்கு எதிராகப் போராடும், மண்ணின் மைந்தன் என்று சொல்லப்படும் ஏழை இந்துவான அவரது தனிப்பட்ட பண்பை மட்டும் சார்ந்தில்லாமல், புல்வாமா ஜிஹாதி தாக்குதல்களின் சூழலில் தேசியப் பாதுகாப்பு பரிமாணத்தையும் வலியுறுத்துவதையும் சார்ந்து அமைந்தது. மோடியின் பெரிதும் தனிப்பயனாக்கப்பட்ட பிரச்சாரம், பிரதமரின் முத்திரையுடனான நலத்திட்ட உதவிகள் மூலம் ஏழைகளின் பாதுகாவலன் போன்ற சாதகமான பண்புகளையும் முன்னிறுத்தியது. (சமூக ஏற்றத்தாழ்வுகள் ஆழமடைந்தபோதிலும்) இந்த அம்சத்தின் ஒப்பீட்டளவிலான தாக்கம், இதர ஜனரஞ்சகவாதத் தலைவர்களைப் போலவே மோடியும்

அவர் தனது வாக்குறுதிகளை நிறைவேற்றாதபோதும் ஏழைகளிடம் நம்பிக்கையை ஏற்படுத்த முடியுமெனக் காட்டியது- அதாவது, தற்போது அவர் பொறுப்புடைமையைக் கடந்தவர் என்பதுபோல. அவர் பலருக்கு-அவர்கள் ஏழையோ பணக்காரரோ, தலித்துகளோ அல்லது உயர் ஜாதியினரோ-அச்சுறுத்தும் மற்றவர்களுக்கு எதிராக- அதாவது அடுத்த வீட்டு இஸ்லாமியரோ அல்லது பாகிஸ்தான் இஸ்லாமிய குடியரசோ, அவர் இந்துக்களின் பாதுகாவலராக, உச்சமான காவலராகத் திகழ்ந்தார்.

அதன் விளைவாக, இந்தியாவின் பிரதமராக, அவர் பொருளாதார அரசியலிலிருந்து பெரிதும் விலகியிருந்ததன் காரணமாகத் தனது வாக்குறுதிகளை நிறைவேற்றியிராதபோதும், 2014-ஐப் போலவே 2019-லும் பா.ஜ.க. வெற்றிக்கு மோடியையே நம்பியிருந்தது.[142] யோகேந்திர யாதவ் சுட்டிக்காட்டுவதுபோல, அவரது கவர்ச்சியும் அடையாள மற்றும் பாதுகாப்பு அரசியலும் அவரை கிட்டத்தட்ட பொறுப்பிலிருந்து விடுவித்திருந்தது. பெரும் எண்ணிக்கையிலான வாக்காளர்களிடம் அவர் உருவாக்கியிருந்த மிகவும் சிறப்பான உறவு- ஊடகங்கள் இதனை மோடி மேஜிக் என அழைத்தன-அவரது விதிவிலக்கான இயல்பில் வேர்கொண்டிருந்தது. உதாரணத்துக்கு, பாலக்கோட் தாக்குதலானது-இந்திரா காந்தி முதல் எந்த ஒரு இந்திய அரசாங்கமும் செய்யத் துணியாதது- (மேக்ஸ் வெபரின் வார்த்தைகளில் சொன்னால்) அவருக்கு குறிப்பிட்ட சட்டபூர்வத்தன்மையையும் அதிகாரத்தையும் வழங்கியது. ஊடகங்களால் வளர்க்கப்பட்ட முரட்டுத்தனமான தேசியவாதச் சூழலில், அத்தகைய துணிச்சலான நகர்வுகள், இந்தியர்கள் சுயமரியாதையைக் கண்டுகொள்ள உதவியது. ஏழைகளுக்கும் கண்ணியம் என்பதுபோன்ற அரசியலை அவர் நம்பியிருந்தார். தேசிய சுயமரியாதையின் தேவை 2019இல் எந்தளவுக்கு இருந்ததென்றால், ஒரு சிறிய அளவிலான வணிகர், நியூஸ் க்ளிக் செய்தியாளரிடம் இப்படிச் சொல்கிறார்: "அந்தத் தாக்குதல் தவறானது, ஒருபோதும் நடக்கவே செய்யாதது எனக் கற்பனை செய்துகொள்வோம், இருந்தும் அவை இந்தியா என்ன செய்ய இயலும் என்பதை நிறுவுகின்றது."[143] வேறுவார்த்தைகளில் சொன்னால், மோடி பொய் சொல்லியிருக்கலாம், அது பெரிய விஷயமல்ல, மக்கள் இந்தியாவின் ஆற்றலை நம்பவிரும்பினர்.

எனினும், மோடியின் ஜனரஞ்சகவாதத் திறமையிருந்தபோதும், பா.ஜ.க.வின் வெற்றி மிகப்பிரம்மாண்டமான சங் பரிவார் வலையமைப்பில் வேர்கொண்டிருந்த நன்கு மசகிடப்பட்ட தேர்தல் எந்திரம் காரணமாகவும் வந்தது. இதர ஜனரஞ்சகவாதத் தலைவர்கள் அவர்கள் கட்டியெழுப்பிய அதிகார அமைப்பை மட்டும் நம்பியிருந்ததற்கு மாறாக, மோடி 2014ஐ விடவும் அதிகமாக

ஏற்கெனவே இருந்த அதிகார அமைப்பை-ஆர்.எஸ்.எஸ். மற்றும் பா.ஜ.க. சாதனம் உள்பட பயன்படுத்தினார். இத்தகைய மாற்றம் எளிதில் புரிந்துகொள்ளக்கூடியதே: 2019-ஐப் போல், 2014இல் மோடி முழுக்க சங் பரிவார் உறுப்பினர்களை நம்பவில்லை. ஐந்து வருடங்களாக அமித்ஷா கட்சித் தலைவராக இருந்த நிலையில், அவர் அதன் மீது முழுக் கட்டுப்பாட்டையும் கொண்டிருந்தார். எனினும், டிஜிட்டல் செயல்பாட்டாளர்கள் மற்றும் டிரோல்களால் ஆன மற்றொரு பரந்த அமைப்பால் துணைசெய்யப்பட்ட இந்தப் பழைய வலையமைப்பு மோடிக்கு விசுவாசமான வாக்குத் திரட்டுபவர்களைக் கொண்டிருந்தது.

எனினும், இந்த நபர்கள் 2014இல் இருந்ததைவிடவும் பா.ஜ.க. ஐ.டி. செல்லில் மிகவும் நெருக்கமாக ஒருங்கிணைக்கப்பட்டிருந்தனர். உண்மையில் இந்த ஒன்றிணைப்பின் பிரதான வடிவமைப்பாளர், பிற எவரையும்விட கட்சித் தலைவரான அமித்ஷாதான். இவர் கட்சி உறுப்பினர்களைத் தேர்வுசெய்வதில் பிரதான பங்கு வகித்தார். இவ்வாறு செய்ததன் மூலம், அவர் மற்றொரு பாரம்பரிய ஆட்டத்தையும் ஆடினார்: இடஒதுக்கீடு அமைப்பு அளித்த வேலைவாய்ப்புகளில் பெரும்பகுதியை யாதவ் மற்றும் ஜாதவ்கள் உள்ளிட்டவர்கள் ஆக்ரமித்துக்கொண்டதில் ஆத்திரமடைந்திருந்த செல்வாக்கற்ற பட்டியலின, ஓ.பி.சி. ஜாதியின அரசியல்வாதிகளுக்கு வேட்பாளர் வாய்ப்பளித்து, பழைய ஜாதி அரசியல் ஆட்டத்தையும் ஆடினார்.

ஆதிக்கம் செலுத்தும் பட்டியலின மற்றும் ஓ.பி.சி. ஜாதியினரை விடவும், சாமானிய பட்டியலின, ஓ.பி.சி. ஜாதியினர் ஏன் அதிக எண்ணிக்கையில் தேர்ந்தெடுக்கப்பட்டனர் என்ற தந்திரத்தை விளக்குகிறது. ஆனால் 2019 தேர்தலில் மீண்டும் உயர் ஜாதியினரே பெரும்பாலும் வெற்றியாளர்களாக வந்தனர், என்பது பதினேழாவது மக்களவையின் சமூக சுயவிவரத்திலிருந்து வெளிப்படையாகிறது. 2014-ஐப் போல, மண்டல் தருணத்தின் எழுச்சியால் அதிகாரத்திலிருந்து ஓரளவு விலக்கப்பட்ட உயரடுக்குக் குழுவினர் தங்களது மேலாதிக்கத்தை மீண்டும் அடைய இந்த ஜனரஞ்சகவாதத் திறமை தகுதிப்படுத்தியது.

மோடியின் பா.ஜ.க. மக்களவைத் தேர்தலில் வெற்றிபெற முடிந்ததெனில், 2014-க்கு மாறாக அரசியல் காட்சியானது தெளிவாகச் சமமற்ற விளையாட்டுக் களமாக மாறியிருந்தது. சில விஷயங்களில் வித்தியாசமானது சில டிகிரிகளே. உதாரணத்துக்கு ஊடகங்கள் 2014-இல் அளவிலும் தரத்திலும், ஏற்கெனவே பா.ஜ.க.வுக்கு சாதகமாக ஆகியிருந்தது. அதேபோல, பா.ஜ.க.வின்

நிதி ஆதாரங்கள் ஏற்கெனவே இதர கட்சிகளைவிடப் பெரிதாக மாறியிருந்தது. ஆனால் தேர்தல் மோசமடைந்தது இந்த இரண்டு காரணிகளால் மட்டுமல்ல-மூன்றாவதாக நிறுவனரீதியான ஒரு காரணியும் உருவாகிவந்தது-மோடியின் பா.ஜ.க. பொதுக் காட்சியில் மேலாதிக்கம் செலுத்தியதிலிருந்து வெளிப்படையாகிறது: இந்திய தேர்தல் ஆணையம் அதன் சுதந்திரத்தில் கொஞ்சத்தை இழந்திருந்தது, மிரட்டல் நடைமுறைகள் (அரசியல் எதிரிகளுக்கு எதிரான வருமான வரிச் சோதனைகள் உள்ளிட்டவையும்) வேகம்பெற்றுள்ளன. இந்த முன்னேற்றங்களே, மோடியின் இரண்டாவது ஆட்சியின் அதிகாரப்பூர்வ அடையாளமாகத் திகழும் சர்வாதிகார ஆட்சி மாற்றத்துக்கான அடித்தளத்தை அமைத்துத் தந்துள்ளன.

10
ஒரு சர்வாதிகார கண்காணிப்பு தேசத்தின் உருவாக்கம்

2019 தேர்தல் முடிவுகளைப் பகுப்பாய்வு செய்து முடிவுக்கு வந்த சில அரசியல் அறிஞர்கள், 2014 விளைவை உறுதிசெய்ததன் மூலம், ஒரு புதிய கட்சி அமைப்பு கெட்டிப்படத் தொடங்குவதை அவர்கள் முன்னறிவிப்பு செய்தனர்.[1] மாறாக, நானும் ஜில்லஸ் வெர்னியரும், ஒரு சிறப்பு வகையான சர்வாதிகாரத்துவவாதத்தின் எழுச்சியின் மூலம் வகைப்படுத்தப்படும் புதியதொரு அரசியல் அமைப்பின் படிகமாதலை அவர்கள் விரைவுபடுத்தியுள்ளனர் என வாதிட்டோம்.[2]

2019 தேர்தலும், நரேந்திர மோடியின் முதல் ஆட்சிக் காலத்தின்போது நிலவிய சூழலும், ஏற்கெனவே ஜனநாயக நீக்கல் செயல்முறையின் அறிகுறியைக் காட்டியிருந்தாலும், மோடியின் இரண்டாவது ஆட்சிக்காலம் தொடங்கிய உடனேயே பா.ஜ.க. தலைவர்களின் மேடைப் பேச்சுகளும் மனோபாவமும் இந்தப் போக்கினை மீண்டும் உறுதிப்படுத்தின. புதிய உள்துறை அமைச்சரான அமித்ஷாவே அதற்கான சமிக்ஞையை அளித்தார். செப்டம்பர் 17இல் புது டெல்லியில் அனைத்து இந்திய நிர்வாகக் கூட்டமைப்பின், 46-வது தேசிய நிர்வாக மாநாட்டில் பேசும்போது அவர் அறிவித்தார்: "சுதந்திரமடைந்து 70 ஆண்டுகளுக்குப் பின்னரும், மக்களின் மனதில் ஒரு கேள்வி இருந்தது... பல கட்சி ஜனநாயக அமைப்பு நாட்டின் குடிமக்களின் லட்சியங்களை நிறைவேற்றத் தவறிவிட்டதா?"[3] இந்தக் 'கேள்வி' மோடியின் பா.ஜ.க. வெளிப்படையாகவும் உள்ளுக்குள்ளும் கொண்டிருந்த நோக்கத்தை எதிரொலித்தது: 'காங்கிரஸ் இல்லாத இந்தியா,' பிரதான எதிர்க்கட்சியை நீக்கிய ஒரு நாடு. பல கட்சி ஜனநாயக அமைப்பை நிராகரிப்பதானது மோடியின் தேசிய ஜனரஞ்சகவாத அடிப்படை கருத்தியலிலிருந்து நேரடியாக வந்தது. இந்தக் கருத்தியலில் இந்து தேசியவாதிகளை உள்ளடக்கிய ஒரே அரசியல் சக்திக்கு மட்டுமே இடம் உண்டு. எனவே,

பெரும்பான்மைவாதம் இன ஜனநாயகத்துக்கு மட்டுமல்லாமல் தாராளவாதமற்ற ஜனநாயகத்துக்கும் பொருத்தமானது.

மனித உரிமைகளின் மரபியலை மறுபரிசீலனை செய்தபோது, அமித்ஷா ஜனநாயகத்தை ஆதரிக்கும் தாராளவாத மதிப்பீடுகளை மறைமுகமாக விமர்சித்தார். 2019, அக்டோபர் 12இல் தேசிய மனித உரிமை ஆணையத்தின் 26-வது தொடக்க நாளில் பேசும்போது, அவர் அறிவித்தார்: "(மனித உரிமைகளை) சர்வதேச நிறப்பிரிகையின் மூலம் மட்டுமே பார்ப்பது தவறு... நகரங்கள் மற்றும் கிராமங்களில் உள்ள ஒவ்வொரு வீடும் தனி நபரின் உரிமைகள் மீறப்படாமல் இருப்பதை உறுதிசெய்துகொள்ள, தங்களுக்கேயான சொந்த வழிகளைக் கொண்டுள்ளன. மனித உரிமைகளைப் பாதுகாப்பது நமது பாரம்பரியத்திலே உள்ளது. நமது சமூகத்தில் உள்ளடங்கிய ஒரு முறை உள்ளது, மக்கள் இதுகுறித்துச் செயல்புரிந்து வருகின்றனர்... நமது குடும்பத்துக்குள், எந்த ஒரு சட்டத்தின் ஊடுருவல் இல்லாமலே, குழந்தைகளின் உரிமை, பெண்களின் உரிமை, ஏழைகள் மற்றும் அடிநிலையில் உள்ள பிரிவினர் இந்தச் சமூகத்தில் உள்ளடக்கப்பட்டிருக்கின்றனர்."[4] மோடியின் முதல் ஆட்சிக் காலத்தின்போது இந்து தேசியவாதிகள் பயன்படுத்திய செயல்முறையின் எதிரொலியாக, இந்த முறை அவரது பேச்சு எதிரொலித்தது: ஒவ்வொரு குடிமகனுக்கும் ஈடேற்ற சக்தியாக நாட்டைப் பயன்படுத்துவதற்குப் பதிலாக, 2019இல் பா.ஜ.க. நன்றாக வென்றுவந்ததும், பசுப் பகுதிகள் என்றறியப்படுவதும், இந்திப் பகுதிகளில் பெரிதும் மேலோங்கியிருப்பதும் பழமைவாத உலகப் பார்வையும்கொண்ட இந்துப் பாரம்பரியத்திலிருந்து மரபாய் பெற்ற சமூக விதிகளை சங் பரிவார் மற்றும் இதர கிளைகளின் கண்காணிப்பாளர்கள் மூலம் திணிப்பதற்காக அவர்கள் நடுநிலையாக்க முயன்றனர்.

எனினும், நரேந்திர மோடியின் இரண்டாவது ஆட்சிக் காலம் சமூகம் சார்ந்த அணுகுமுறையிலிருந்து பெரிதும் அரசு கணிசமான மையப்படுத்தப்பட்ட கட்டுப்பாட்டைக் கொண்டிருக்கும் பார்வைக் கோணத்துக்கு மாறுவதைக் குறித்தது. நிச்சயமாக, அத்தியாயம் 8இல் காட்டப்பட்டதுபோல் அரசு எந்திரங்கள் ஓரளவுக்கு நடுநிலையாக்கப்பட்டபோது, இந்த அணுகுமுறை அவரது முதல் ஆட்சிக்காலத்திலும் ஏற்கெனவே செயல்படுத்திப் பார்க்கப்பட்டது. ஆனால் 2019இல் அது இனியும் போதுமானதாக இல்லை: அரசானது அதன் முழு அளவில் பயன்படுத்தவேண்டியிருந்தது. முதலில், அரசை வெல்ல மாநில அரசுகள் உட்பட அனைத்து அரசியல் அதிகார மையங்களையும் என்ன விலை தந்தாவது செல்வாக்குக்கு உட்படுத்தவேண்டியிருந்தது. இரண்டாவதாக, பா.ஜ.க. அதன்

பெருகிவரும் மேலாதிக்க நிலையைக் கருத்தில்கொண்டு, கூட்டாட்சி மற்றும் சிறுபான்மையினரின் இழப்பில் நாட்டின் அரசியலமைப்பு உள்பட நாட்டின் சட்டங்களை மாற்றியமைக்கத் தீர்மானித்தது. கடைசியாக, அவர்களின் வழிமுறைகள் அதிக எதிர்ப்பை உருவாக்கியதால்–அடிப்படையான கருத்துச் சுதந்திரத்தில் தொடங்கி–கருத்து வேறுபாடுகளை அடக்குவது பெரிதும் அத்தியாவசியம் என எதேச்சதிகார ஆட்சியாளர்கள் கண்டனர்.

பாராளுமன்றத்துக்கு உள்ளும் வெளியிலும் – அரசியல் எதிரிகளுடன் இதர வழிகளில் மோதுதல்

ஜனநாயகங்கள் எப்படி இறக்கின்றன என, ஸ்டீவன் லெவிட்ஸ்கியும் டேனியல் ஜிப்லாட்டும் வாதிடும்போது, அரசியல் வர்க்கத்தின் ஜனநாயகக் கலாச்சாரத்தின் இரு முக்கிய அம்சங்கள் பரஸ்பர சகிப்புத் தன்மையும் நிறுவன பொறுமையுடைமையும் ஆகும், இரண்டும் ஒன்றையொன்று வலுப்படுத்துகின்றன என்கின்றனர்." அவர்கள், "அரசியல்வாதிகள் ஒருவர் மற்றவரை சட்டபூர்வமான எதிரிகளாக ஏற்றுக்கொள்ளும்போது சகிப்புத்தன்மையுடன் இருப்பதற்கான வாய்ப்புகள் அதிகம், தங்கள் போட்டியாளர்களை அழிவுபயப்பவர்களாகப் பார்க்காத அரசியல்வாதிகள், அவர்களை அதிகாரத்திலிருந்து விலக்கிவைப்பதற்கு விதிகளை மீறுவதை நாட ஆசைப்படுவதில்லை."[5] அத்தோடு அரசியல்வாதிகள், "தங்கள் போட்டியாளர்கள் தேசியப் பாதுகாப்புக்கோ அல்லது நிலவி வரும் வாழ்க்கை முறைக்கோ அச்சுறுத்தலாக இருப்பதாகக் கூறுவது" அல்லது "தங்களது போட்டியாளர்களைக் குற்றவாளிகளாகவோ அல்லது வெளிநாட்டு முகவர்களாகவோ விவரிப்பது"[6] சர்வாதிகார நடத்தையின் முக்கிய அறிகுறிகளில் ஒன்று என அவர்கள் கருதுகிறார்கள்.

மோடியின் இந்தியாவில், ஆளும் கட்சியானது வழக்கமாகவே காங்கிரஸ் உள்ளிட்ட அரசியல் போட்டியாளர்களின் சட்டப்பூர்வத்தன்மையை மறுத்துவருவது, 'காங்கிரஸ் இல்லாத இந்தியா' என்ற வெளிப்படையான குறிக்கோளில் இருந்து தெளிவாகிறது. மேலே குறிப்பிட்டதுபோல, பா.ஜ.க.வின் தேசிய ஜனரஞ்சகவாதத்தில் இந்த இந்திய சர்வாதிகாரத்துவ பாணியின் அம்சம் உள்ளுறைந்துள்ளது. மோடியின் முதல் ஆட்சிக் காலத்தில், மக்களவையில் சபாநாயகர் எதிர்க்கட்சிகளின் தலைவராகக் காங்கிரஸுக்குத் தலைமை அந்தஸ்தை அங்கீகரிக்க மறுத்ததுபோன்ற சில நடைமுறைகளிலும் சில மேடைப் பேச்சுகளிலும் வெளிப்பட்டது. மோடியின் இரண்டாவது ஆட்சிக் காலத்தில், இன்னும் பல முடிவுகளில் அது வெளிப்பட்டது. மாநில அளவில் காங்கிரஸ்

கட்சி தேர்தல்களில் வென்றபோது அதனைத் திரும்பத் திரும்ப அதிகாரத்திலிருந்து அகற்றமுயன்றது மட்டுமின்றி, பா.ஜ.க. எதிர்க்கட்சிகளுடன் விவாதங்களில் ஈடுபட மறுத்ததுடன் நன்கு நிலைகொண்டுள்ள பாராளுமன்ற விதிகளையும் மீறியுள்ளது.

தேர்தல்களில் தோல்வி-ஆனால் அதிகாரத்தையல்ல

2014 முதல், தேர்தலுக்கு முன்பாக பா.ஜ.க., இதர கட்சிகளின் உறுப்பினர்களைக் கட்சியை விட்டு விலகவும் தன் அணியில் சேரவும் தூண்டுவதில் சிறந்து விளங்குகிறது.[7] எதிர்க்கட்சிகளின் வலுவான வேட்பாளர்களைத் 'தம் கட்சிக்கு இழுத்து' வருவது சில மாநிலங்களில் வெல்ல பா.ஜ.க.வுக்கு உதவியது.[8] இந்தத் தந்திரம் 2019 மக்களவை தேர்தலுக்குப் பிறகும் தொடர்ந்தது, 2019 கோடையில் மகாராஷ்டிராவின் தேர்தலுக்கு முந்தைய காட்சியிலிருந்து வெளிப்படையாகிறது. அங்கே சுஹாஸ் பால்ஷிகர், பா.ஜ.க. போட்டியை நசுக்குவதிலும் எதிரிகளை அச்சுறுத்துவதிலும், பா.ஜ.க.வைச் சேராத அரசியல்வாதிகளை, பா.ஜ.க.வுக்கு ஆதரவாகத் தங்கள் அரசியல் ஆற்றலைப் பயன்படுத்துவதற்கு வற்புறுத்துவதில் மும்முரமாக இருப்பதைக் கவனித்தார்.[9] மகாராஷ்டிரா மாநில தேர்தலில், பா.ஜ.க.வும் சிவசேனாவும் முறையே இருபது மற்றும் இருபத்தியொரு அணி மாறிய வேட்பாளர்களை நிறுத்தினர். இவர்களில் பெரும்பாலானவர்கள் காங்கிரஸ் அதன் கூட்டணியான தேசிய காங்கிரஸ் கட்சியைச் சேர்ந்தவர்கள்.[10] அமித்ஷா ஒருமுறை கூறியதுபோல், "பஞ்சாயத்து (கிராம சபைகள்) முதல் பாராளுமன்றம் வரை ஒவ்வொரு மாநிலத்தையும் ஆள்வதற்காக", காங்கிரஸ் அரசாங்கத்தைக் கீழிறக்கும் நோக்கத்தில் இந்தக் கட்சித் தாவல் திட்டமானது மிகப் பெரும் விகிதத்தை எடுத்தது.[11]

மோடியின் முதல் ஆட்சியின்போது, காங்கிரஸ் ஆட்சிசெய்த சில மாநிலங்களில் அதிகாரத்தைக் கைப்பற்ற பா.ஜ.க. குடியரசுத் தலைவர் ஆட்சியைத் தஞ்சமடைந்தது. ஆனால் இந்த யுக்தி 2016இல் உத்தரகாண்டிலும் அருணாச்சலபிரதேசத்திலும் தோல்வியடைந்தது. உத்தரகாண்டில் காங்கிரஸ் முதல்வர் டி.ஆர். ராவத் ஒரு குறிப்பிட்ட சில கட்சி எம்.எல்.ஏ.க்களின் கலகத்தால் ஒரு மசோதாவை நிறைவேற்றமுடியாமல் போனபோது, ஒன்றிய அரசாங்கம் குடியரசுத் தலைவர் ஆட்சியைத் தேர்ந்தெடுத்தது. நிதியமைச்சர் அருண் ஜேட்லி, ராவத் அரசாங்கம், 'அரசியலமைப்புக்கு மாறானது மற்றும் தார்மீகமற்றது,'[12] என்று முடிவுசெய்தார், ஆனால் உச்சநீதிமன்றம் அதை மீட்டெடுத்ததுடன், ஒன்றிய அரசின் மனோபாவத்தை அது குற்றம்சொல்லியது: மத்திய அரசு பாரபட்சமற்றதாக இருக்கவேண்டும். (ஆனால்) அது

ஒரு தனியார் கட்சிபோலச் செயல்படுகிறது" என்றார் நீதிபதி.[13] அருணாசலபிரதேசத்தில், அதன் இருபத்தியொரு எம்.எல்.ஏ.க்கள் பா.ஜ.க.வுக்குத் தாவியபோது காங்கிரஸ் அதன் பெரும்பான்மையை இழந்தது. அதனையடுத்து மோடி அரசாங்கம் குடியரசுத் தலைவர் ஆட்சியை அமல்படுத்தியது. ஆனால் விரைவிலேயே, பா.ஜ.க. எம். எல்.ஏ.க்கள் அணி தாவியவர்களுள் ஒருவரான காலிகோ புல்லை ஆதரிக்க, இதர அணி மாறியவர்களின் உதவியோடு அவர் ஒரு அரசாங்கத்தை அமைத்தார். ஆளுநர் சட்டசபை கூட்டத்தொடரை ஒரு மாதம் முன்னதாகவே கூட்டச்சொன்னதாலேயே இந்த நகர்வு சாத்தியமானது. மத்திய அரசுக்காக அவர் ஒருபக்கச் சார்பாகச் செயல்பட்டார். உச்சநீதிமன்றம் இந்த நடவடிக்கையைச் சட்டவிரோதமாகக் கருதியது. இந்திய வரலாற்றில் முதன்முறையாக, குடியரசுத் தலைவர் ஆட்சி அகற்றப்பட்டு மற்றொரு அரசு மீண்டும் ஆட்சிக்கு வந்தது.[14]

மோடியின் இரண்டாவது ஆட்சிக் காலத்தில், பா.ஜ.க. இதர வழிமுறைகளையும் சார்ந்திருந்தது, ஊக்கத்தொகை மற்றும் மிரட்டல்களை இணைத்துப் பயன்படுத்தி அணிமாறச் செய்து, குடியரசுத் தலைவர் ஆட்சியைச் சுமத்தாமலே அதிகாரத்துக்கு வந்தது. இந்தமுறையில் பா.ஜ.க. தேர்தல்களில் தோற்றிருந்தபோதும் சிலமுறை அதிகாரத்தைத் திரும்பப்பெற்றது அல்லது தக்கவைத்துக்கொண்டது. கில்லஸ் வெர்னியர்ஸின் வார்த்தைகளின் சொன்னால், இத்தகைய 'எதிரிகளை உண்ணும் வியூகம்',[15] கர்நாடகாவிலே முதலில் பயன்படுத்தப்பட்டது.[16] இங்கே முதல்வரும் மதச்சார்பற்ற ஜனதா தள தலைவருமான ஹெச்.டி. குமாரசாமி, தனது கட்சி எம். எல்.ஏ.க்கள் சிலருக்கு பா.ஜ. ரூ 10 கோடி (சுமார் 1,333,330 டாலர்கள்) வழங்கியதாகக் குற்றம்சாட்டினார்.[17] இந்தக் குற்றச்சாட்டுகளுக்கு ஆதாரங்கள் இல்லாமலே இருந்தது, ஆனால் கட்சி மாறியவர்களில் ஒருவரான எம்.டி.பி. நாகராஜ் பா.ஜ.க.வுக்கு மாறியதும் விரைவிலேயே ரோல்ஸ் ராய்ஸ் கார் ஒன்றை வாங்கினார்.[18] காங்கிரஸ், மதச்சார்பற்ற ஜனதா தளத்திலிருந்து கட்சி மாறியவர்கள் மும்பை ஹோட்டலுக்குக் கொண்டுசெல்லப்பட்டனர்-அங்கே காங்கிரஸ் தலைவர் டி.கே. சிவக்குமார் அவர்களைச் சந்திக்கமுயன்றார். ஆனால் மகாராஷ்டிரா போலீஸ் (அப்போது பா.ஜ.க. ஆட்சிசெய்த மாநிலம்) அவரை அங்கு நுழையவிடாததால் வெற்றியின்றி முடிந்தது.[19] அதேசமயம், கர்நாடக சட்டசபை சபாநாயகர் அந்தப் பதினாறு கட்சி தாவியவர்களையும் தகுதிநீக்கம் செய்ததோடு கர்நாடக சட்டசபைத் தேர்தல்களில் மேலும் போட்டியிட முடியாதவாறும் செய்தார். அவர்கள் உச்சநீதிமன்றத்தை அணுக, அது அவர்களது தகுதிநீக்கத்தை உறுதிசெய்தது, ஆனால் தொடர்ந்து நடந்த இடைத்தேர்தல்களில்

போட்டியிட அனுமதித்து, இதர கட்சிகளுக்குத் தாவும் எம்.எல்.ஏ.க்கள் அவ்வாறு அணிதாவாமலிருக்க அறிவுறுத்துவதற்கான தெளிவான வாய்ப்பைத் தவறவிட்டது.[20] இந்த இடைத்தேர்தலில் போட்டியிட்டவர்களில் பா.ஜ.க. வேட்பாளர்களாகப் போட்டியிட்டு 13 பேர் தங்களது தொகுதியில் மீண்டும் வென்றனர், அது அக்கட்சி கர்நாடகாவில் அதிகாரத்தைத் தக்கவைக்க அனுமதித்தது.

பா.ஜ.க.வின் பட்டியலிலிருந்த இரண்டாவது மாநிலம் மத்தியப் பிரதேசம், அங்கேயும் நிலைமை பெரிதும் ஒன்றுபோலிருந்தது. மார்ச் ஆரம்ப கட்டத்தில் மத்தியப்பிரதேச முதல்வர் திக்விஜய்சிங், பா.ஜ.க.வுக்கு அணிதாவ சாத்தியமுள்ளவர்களுக்கு ரூ 25 முதல் 35 கோடி (3 முதல் 4 மில்லியன் அமெரிக்க டாலர்கள்)[21] அளிப்பதாகக் கூறி காங்கிரஸ் அரசைக் கவிழ்க்கமுயல்வதாகக் குற்றம்சாட்டினார். பிறகு விரைவிலேயே, மக்களவை தேர்தலில் தோல்வியுற்றிருந்த ஜோதிராதித்ய சிந்தியா, அவர் ஆசைப்பட்ட மத்தியப்பிரதேச காங்கிரஸ் குழு தலைவர் பதவி அவருக்குத் தரப்படாததில் காங்கிரஸிலிருந்து விலகினார். உடனடியாக பா.ஜ.க. அவரை அதன் ராஜ்யசபா உறுப்பினராக நியமனம் செய்தது.[22] பின் அவர் காங்கிரஸிலிருந்து விலகிய அவரது அணி எம்.எல்.ஏ.க்கள் இருபத்தியொரு பேருடன் பெங்களூருவிலுள்ள ஹோட்டலுக்குச் சென்றார், அங்கே காவல்துறை திக்விஜய் சிங் நுழைவதற்கு அனுமதி மறுத்தது. அங்கே அவர்களுடன் பேசச் சென்றபொழுது, உண்மையில் அவர் கர்நாடக போலீசாரால் கைதுசெய்யப்பட்டார்.[23] மத்தியப்பிரதேச ஆளுநர்-மீண்டும் ஒருபக்கச் சார்பாகச் செயல்பட்டார்-அந்த இருபத்தி இரண்டு எம்.எல்.ஏ.க்கள் போபாலுக்குத் திரும்பும் முன்பு காங்கிரஸ் விரும்பாத, நம்பிக்கை வாக்கெடுப்பை நடத்துமாறு, உடனடியாக சபாநாயகரைக் கேட்டுக்கொண்டார்.[24] அது சட்டம் அனுமதிக்காத ஒன்று. சில நாட்களுக்குப் பின் காங்கிரஸ் முதல்வர் கமல்நாத் ராஜினாமா செய்து, பா.ஜ.க. மீண்டும் அவைக்கு வர வழிவிட்டார். இந்த நிகழ்வில், காங்கிரஸுக்குள் இருந்த கோஷ்டிச் சண்டையையும், காங்கிரஸ் எம்.எல்.ஏ.க்களின் கருத்தியல் அர்ப்பணிப்புக் குறைவையும் பா.ஜ.க. பயன்படுத்திக்கொண்டது. உண்மையில், பெரும்பாலான எதிர்க்கட்சிகளில் (காங்கிரஸ் மற்றும் மாநில கட்சிகள் உள்பட), கணிசமான எண்ணிக்கையிலான எம்.எல்.ஏ.க்கள், எம்.பி.க்கள் விற்பனைக்கு ஆயத்தமாக இருப்பதாகத் தெரிகிறது (அத்தியாயம் 8இல் மேற்கோள் காட்டப்பட்ட காலிகோபுல்லின் வெளிப்பாட்டின் சுருக்கம்). ஆனால் அதிகாரத்தை அடைய ஆளும் கட்சி, எதிர்க்கட்சியினரை கவர்ந்திழுக்கும் வழிமுறை ஒன்றை

மட்டுமே பயன்படுத்தவில்லை. அது மிரட்டல் அரசியலையும் பயன்படுத்தியது.

மிரட்டல் அரசியல்

அவசரநிலை பிரகடனத்தின்போது, இந்திராகாந்தியும் அவரது மகன் சஞ்சயும் எதிர்க்கட்சியினரை மிரட்ட பலசமயங்களில் வருமான வரிச் சோதனைகளை மேற்கொண்டனர் அல்லது அவர்களைச் சிறைக்கு அனுப்பினர். 2019இல் மோடி அரசாங்கம், (மக்களவைத் தேர்தல் பகுப்பாய்வு ஏற்கெனவே பரிந்துரைப்பதுபோலவே) அதே வழிமுறையை முந்தைய நான்கு வருடங்களைக் காட்டிலும் மிகவும் முறையாகப் பயன்படுத்தியது. செப்டம்பர் 2019இல், மகாராஷ்டிராவின் மாநிலத் தேர்தல் பிரச்சாரத்தின்போது, இந்தியாவில் பொருளாதாரக் குற்றங்களை எதிர்த்துப் போராடுவதற்குப் பொறுப்பான நிதியமைச்சகத்தின் வருவாய்த் துறையின்கீழ் அமைந்துள்ள சட்ட அமலாக்க நிறுவனமான அமலாக்கத்துறை இயக்குநரகம், என்.சி.பி. தலைவர்களான பிரஃபுல் படேல்,[25] சரத்பவார், அஜித் பவார் மீது வழக்குகளைப் பதிவுசெய்தது. இதேபோல், கர்நாடகாவில் பா.ஜ.க. மீண்டும் ஆட்சியைப் பிடிக்க முயன்றபோது, மற்றொரு வருமான வரி தொடர்பான வழக்கில் கர்நாடகாவின் பிரபல காங்கிரஸ் தலைவரான டி.கே. சிவக்குமார் கைது செய்யப்பட்டார். 2020-ஆம் ஆண்டில், அசோக் கெலாட் மற்றும் சச்சின் பைலட் இடையேயான கோஷ்டிப் பதட்டங்களால் காங்கிரஸ் அரசாங்கம் ஆட்டம்கண்டபோது, அதிருப்தியிலிருக்கும் காங்கிரஸ் எம்.எல்.ஏ.க்களை எல்லா வகையிலும் ஈர்க்க பா.ஜ.க. முயற்சித்தது மட்டுமல்லாமல், 2007-ஆம் ஆண்டிற்கு முந்தைய உர ஊழல் வழக்கில் கெலாட்டின் சகோதரருக்கு அமலாக்கத்துறை அழைப்பாணை அனுப்பியது. ராஜ்தீப் சர்தேசாய் சுட்டிக்காட்டியதுபோல், "ராஜஸ்தானில் அரசியல் கொந்தளிப்புகளுக்கு மத்தியில் ஒரு தசாப்த கால பழமையான வழக்கு மீண்டும் உயிர்ப்பிக்கப்பட்டது தற்செயல் நிகழ்வு அல்ல."[26]

வருமான வரி, மோசடி தொடர்பான வழக்குகள் தவிரவும், எதிர்க்கட்சித் தலைவர்கள் ஆதரவு திரட்டுவதையும், எதிர்ப்புப் போராட்டங்களில் பங்குபெறுவதைத் தடுக்கவும் எதிர்க்கட்சித் தலைவர்களை வீட்டுச் சிறையில் வைக்கவும் தயங்கவில்லை. 2019 முதல் தெலுகு தேசம் கட்சித் தலைவரும் முன்னாள் முதல்வருமான சந்திரபாபு நாயுடு, அவரது மகன் நரலோகேஷ் இதற்கு உதாரணம்.[27] காங்கிரஸ் கட்சியின் முன்னாள் உள்துறை மற்றும் நிதியமைச்சர் ப.சிதம்பரம், ஊழல் குற்றச்சாட்டில் 106 நாட்கள் சிறையில் செலவிட்டார். இவை தனிப்பட்ட உதாரணங்களல்ல, 2019

செப்டம்பரில், உத்தர பிரதேச முதல்வரான யோகி ஆதித்யநாத் கான்பூரில் நடத்திய பொதுக்கூட்டத்தின்போது, அத்தனை பிரபலமில்லாத அரசியல்வாதிகளான சமாஜ்வாதி கட்சி எம். எல்.ஏ.க்கள் தடுப்புக் காவலில் வைக்கப்பட்டு அதே நிலைமைக்கு உள்ளாயினர். ஹாத்ராஸ் தலித் பெண் கூட்டுப் பாலியல் பலாத்காரத்துக்கு ஆளாகி கொலைசெய்யப்பட்டதை மாநில அரசு மறைக்கும் விதத்தில் நடந்துகொண்டதை எதிர்த்துப் போராடச் சென்ற வழியில் உத்தர பிரதேச காங்கிரஸ் தலைவர் கைதுசெய்யப்பட்டு வீட்டுக் காவலில் வைக்கப்பட்டார்.[28] ஹாத்ராஸ் சென்றபோது ராகுல் காந்தியும் உ.பி. காவலர்களால் தடுத்துநிறுத்தப்பட்டு-அதன்பிறகு போக அனுமதிக்கப்பட்டார். அரசியல்வாதிகள் மட்டுமே இத்தகைய ஒரே இலக்கல்ல: அரசியலமைப்புச் சட்டப் பிரிவு 370-ஐ நீக்கும் முடிவுக்கெதிரான போராட்டத்தில் பங்கேற்கும் எண்ணத்திலிருந்த மகசசே விருதுவென்ற சமூகப் போராளியான சந்தீப் பாண்டேவும் வீட்டுக் காவலில் வைக்கப்பட்டார். (கீழே பார்க்கப்படும்.)[29]

எதிர்க்கட்சித் தலைவர்களின் மீதான குற்றச்சாட்டுகள், அவர்கள் பா.ஜ.க.வில் சேர ஒத்துக்கொண்ட கணத்தில் மறைந்தன. தெலுகு தேசம் கட்சியின் அமைச்சர் ஒய்.எஸ். சௌத்ரி ஓர் உதாரணம்: 2019 மக்களவைத் தேர்தல் பிரச்சாரத்தின்போது சி.பி.ஐ., அமலாக்கத்துறை, வருமான வரித்துறை போன்றவை அவருக்கெதிராக சோதனைகள் மேற்கொண்டன, ஆனால் அவர் பா.ஜ.க.வில் சேர்ந்ததுமே அனைத்து வழக்குகளும் நிறுத்திவைக்கப்பட்டன.[30] அதேபோல, தேசிய ஜனநாயகக் கூட்டணியிலிருந்து சிவசேனா விலகியபோது, என். சி.பி. தலைவர் சரத் பவாரின் மருமகன் அஜித் பவாரின் ஆதரவை பா.ஜ.க. நாடியது. அப்போதுதான் அவர்களால் ஒரு கூட்டணி அமைக்கமுடியும் என்றானபோது உடனடியாக மகாராஷ்டிர அதிகாரிகள் அவர் குற்றமற்றவர் என்றனர். நாற்பத்தெட்டு மணி நேரத்தில் ஊழல் தடுப்புப் பிரிவு அவருக்கெதிரான ஒன்பது வழக்குகளை மூடின.[31] இந்த முயற்சி அதேயளவில் தோல்வியடைந்தது, ஏனெனில் என்.சி.பி. கட்சி பா.ஜ.க.வுடன் சேர மறுத்து, சிவசேனா, காங்கிரஸுடன் சேர்ந்து கூட்டணி அரசாங்கத்தை அமைத்தது.

ராஜ்யசபாவை வெற்றிகொள்தல்

எதிர்க்கட்சிகள் ஆட்சிசெய்யும், பா.ஜ.க. மீண்டும் அதிகாரத்தைப் பெறத்துடிக்கும் மாநிலங்களில் மட்டும் பா.ஜ.க. எம்.எல்.ஏ.க்களை வலைவீசிப் பிடிக்கவில்லை. நாடாளுமன்றத்தில் மேலவைக்கான உறுப்பினர்கள் மறைமுகமாக, பெரிதும் எம்.எல்.ஏ.க்களின் ஆதரவால் தேர்ந்தெடுக்கப்படுகின்றனர் என்பதால், ராஜ்யசபாவில் அதிக இடங்களைப் பிடிப்பதற்காக பா.ஜ.க. ஆட்சிசெய்யும்

மாநிலங்களிலும், அக்கட்சி இம்முறையை மேலும் முறையாகப் பயன்படுத்தியது..

ஒருவிஷயம் சட்டமாக மாறுவதற்கு, மக்களவை, மாநிலங்களவை இரண்டிலும் வெற்றிபெற்றாகவேண்டும், நரேந்திர மோடியின் முதல் ஆட்சிக் காலத்தின்போது, பெரும்பான்மையின்றி பா.ஜ.க. இருந்தது என்ற உண்மையால், பா.ஜ.க. தேர்தல் அறிக்கை வாக்குறுதிகளில் சிலவற்றை நிறைவேற்ற முடியாதது பிரதமருக்கு பெரும் பின்னடைவாக இருந்தது.[32] ஆனால் புதிய மாநிலங்களில் வெற்றிபெற்றதன் மூலம் ராஜ்ய சபாவில் பா.ஜ.க.வின் நிலை படிப்படியாக மேம்பட்டது. 233 இடங்களைக் கொண்ட இந்த அவையில், ஒவ்வொரு இரண்டு வருடங்களுக்கும் மூன்றில் ஒரு பங்கு இடங்களுக்குத் தேர்தல் நடைபெறும். பா.ஜ.க. உறுப்பினர்களுக்கு, பா.ஜ.க.வைச் சேராத எம்.எல்.ஏ.க்களின் ஆதரவை உறுதிசெய்வதற்காக, பல்வேறு மிரட்டல் மற்றும் வற்புறுத்தல் வழிமுறைகளைக் கட்சி பயன்படுத்தி இந்த ஆதாயத்தை அடைந்தது, உதாரணத்துக்கு, குஜராத்தில், 2017இல் 99 ஆக இருந்த காங்கிரஸ் எம்.எல்.ஏ.க்களின் எண்ணிக்கை அணிமாறியதன் காரணமாக ஏற்கெனவே 2020இல் 73 ஆகக் குறைந்திருந்தது. இன்னும் 8 பேர் பா.ஜ.க.வால் கவர்ந்திழுக்கப்பட காங்கிரஸ் எம்.எல்.ஏ.க்களின் எண்ணிக்கை 65 ஆகக் குறைந்திருந்தது. (மீண்டும் ஒருமுறை) இழப்பைக் கட்டுப்படுத்த அவர்கள் ரெசார்ட்டுக்கு அழைத்துச் செல்லப்பட்டனர். இந்த எம்.எல்.ஏ.க்களை மேற்பார்வையிடும் பொறுப்பேற்றிருந்த கர்நாடக மின்துறை அமைச்சர் டி.கே. சிவக்குமாருக்குச் சொந்தமான 60 இடங்களில் வருமான வரித்துறை சோதனை மேற்கொண்டது.[33] கடைசியில் காங்கிரஸ் அம்மாநிலத்தில் இரண்டு இடங்களுக்குப் பதில் ஒரேயொரு ராஜ்ய சபா இடத்தை வென்றது, பா.ஜ.க. மற்ற மூன்று இடங்களைப் பறித்துக்கொண்டது.[34] அணி மாறி வாக்களிப்பது, பலமுறை பா.ஜ.க. அது வாங்கவேண்டிய இடத்தைவிட அதிக இடங்களை வெல்ல உதவி, சட்டசபையில் அதற்கு முதன்மை பலத்தை அளித்தது.

இந்திய வரலாற்றில் முதன்முறையாக ஆகஸ்ட் 2017இல் ராஜ்ய சபாவில், காங்கிரஸின் 57 உறுப்பினர்களுக்கு மாறாக 58 உறுப்பினர்களைக் கொண்டு ராஜ்ய சபாவின் மிகப்பெரிய கட்சியாக காங்கிரஸை பா.ஜ.க. முந்தியது. ஆனால் பெரும்பான்மைக்கு 120 இடங்கள் தேவையென்ற நிலையில், 80 இடங்களுடன் தேசிய ஜனநாயகக் கூட்டணி, பெரும்பான்மையிலிருந்து தொலைவிலிருந்தது. அது தொடர்ந்து வளர்ந்து 2018இல் 69 உறுப்பினர்கள் என்ற இடத்தை எட்டியது. 2019இல் கிட்டத்தட்ட 100 இடங்களுடன் (2020, ஜூன் முதல் பா.ஜ.க. பக்கமுள்ள 80 இடங்கள் உள்பட), மேலவையில்

உள்ள எதிர்க்கட்சிகளுடனான போட்டியில் வெற்றிபெறும் நிலையிலிருந்தது, ஏனெனில் மோடி அரசாங்கம் அறிமுகப்படுத்திய மசோதாக்களை உண்மையிலே அவற்றை ஆதரித்ததாலோ அல்லது பதிலுக்கு ஏதோ கிடைத்ததனாலோ அவற்றை ஆதரிக்க ஆயத்தமாக இருந்த தேசிய ஜனநாயகக் கூட்டணியிலில்லாத கட்சிகளின் ஆதரவைச் சார்ந்து இருந்தது பா.ஜ.க. முஸ்லிம் பெண்கள் (திருமண உரிமைப் பாதுகாப்புச் சட்ட) மசோதா குறித்துக் கருத்துச் சொன்ன ப.சிதம்பரம் சில மாநிலக் கட்சிகளின் முரண்பாடுகளைச் சுட்டிக்காட்டி விளக்கினார்:

> அ.இ.அ.தி.மு.க., ஒருங்கிணைந்த ஜனதா தளம், தெலுகு ராஷ்ட்டிரிய சமிதி, மக்கள் ஜனநாயகக் கட்சி போன்ற மசோதாவுக்கு எதிராகப் பேசிய கட்சிகள் வாக்களிக்கும் நேரத்தில் காணாமல் போய்விட்டன. பிரி, முகஸ்துதி செய், வற்புறுத்து அல்லது அச்சுறுத்தி பேரத்தை முடி, அதன் கைவசமுள்ள அனைத்து தந்திரங்களையும் பயன்படுத்தி பா.ஜ.க. மாநிலங்களை நகராட்சி நிர்வாகத்தின் அளவுக்குக் குறைத்துவிட்டது–அனைத்துக்கும் ஒரே அரசாங்கம்–என ஒற்றுமை என்ற மோசமான கருத்துக்கு மேலும் பரிமாணத்தைச் சேர்த்தது.[35]

அத்தகைய தந்திரங்களும், கேள்விக்குரிய மசோதாக்களும் அத்தியாயம் 11இல் மேலும் விளக்கமாக விவாதிக்கப்படும். ராஜ்யசபா மீதான வெற்றி (அல்லது குறைந்தபட்சம் அதனை நடுநிலைப்படுத்தல்) பாராளுமன்றம் மீதான மேலாதிக்கத்தை நிலைநிறுத்துவதற்கு பா.ஜ.க.வுக்கு உதவியது என்பதை இப்போதைக்குச் சொன்னால் போதுமானது. எனினும் இந்த மேலாதிக்கம் முழுமையானதல்ல, நரேந்திர மோடியின் ஆட்சி எந்த நிகழ்விலும் தவிர்க்கவேண்டியிருந்த... பாராளுமன்ற விதிகளைப் பல சந்தர்ப்பங்களில் பா.ஜ.க. மீறவேண்டியிருந்தது.

பாராளுமன்றத்தின் வீழ்ச்சி

எந்தவொரு ஜனநாயகத்திலும், பாராளுமன்றங்கள் ஜனநாயகக் கலாச்சாரத்தின் இரு முக்கிய ஆதார நிறுவனங்களாகும். இதனை தங்கள் நூலான 'பரஸ்பர சகிப்புத்தன்மை மற்றும் நிறுவன சகிப்புத்தன்மையில்' குறிப்பிடும் லெவிட்ஸ்கியும் ஜிப்லாட்டும்–இவை செழித்து வளரவேண்டும். எதிர்க்கட்சியும் சேர்ந்தே பிரதிநிதித்துவப்படுத்தப்படுகிறது என்ற எளிய காரணத்துக்காகப் பிரதிநிதித்துவ சட்டசபைகள் எனப் பொருத்தமாகப் பெயரிடப்பட்டுள்ள, அவை செழிக்கவேண்டும். பாராளுமன்றம் முக்கியமான நிறுவனமாக இருந்து,

அதன் விதிகள் அதை நிறைவேற்றுபவர்களால் மதிக்கப்பட்டால் மட்டுமே இத்தகைய மதிப்பீடுகள் செயல்படமுடியும்.

மோடியின் இந்தியாவில் பாராளுமன்றம் ஒரு வீழ்ச்சியை அனுபவப்பட்டுக் கொண்டிருக்கிறது.[36] இந்தப் பரிணாமம் முரண்பாடானது, ஏனெனில் 2014-இல் பிரதமராகப் பதவியேற்று முதன்முறையாக இந்தியப் பாராளுமன்றத்தில் நரேந்திர மோடி நுழைந்தபோது, ஜனநாயகத்தின் கோவில் என்று அவரால் அழைக்கப்பட்ட அதற்கான ஆழ்ந்த மரியாதையைக் காட்டும்விதமாக தனது நெற்றியை அதன் படிகளில் வைத்து வணங்கினார்.[37] பின்னோக்கிப் பார்த்தால், இந்த அத்தியாயம் அவரது மற்றொரு நாடக காட்சியாகத் தெரிகிறது, ஒரு இந்தியப் பிரதமர் இதற்கு முன்பு எப்போதும் பாராளுமன்றத்தை இத்தனை தொடர்ந்து புறக்கணித்ததில்லை. நாடாளுமன்றத்தில் சராசரியாக ஆண்டுக்கு 3.6 முறை மட்டுமே மோடி பேசியிருக்கிறார்: 2014-2019 காலகட்டத்தில் 22 முறை பேசியிருக்கிறார்.[38] (இரண்டு வருடங்கள் மட்டுமே பிரதமராக இருந்த ஹெச்.டி. தேவேகௌடாவை[39] விடவும் குறைவான முறை). அதற்குமாறாக, பாராளுமன்றத்தில் வருடத்துக்கு 16.7 முறை ஏ.பி. வாஜ்பாய் பேசியுள்ளார், ஆறு வருடத்தில் 77 முறை.[40] மன்மோகன்சிங் இருவருக்கும் நடுவிலுள்ளார், பத்து வருடங்களில் பாராளுமன்றத்தில் 48 முறை பேசியுள்ளார்.[41] 2018இல் நரேந்திர மோடி மக்களவையில் 14 மணி நேரங்களும், ராஜ்ய சபாவில் பத்து மணி நேரங்களும் செலவிட்டுள்ளார். அதற்கு மாறாக அதிகம் பேசாத மன்மோகன்சிங், அவைகளுக்கு வந்து கவனித்தபடி இருந்துள்ளார்.[42]

பாராளுமன்றத்தை வெற்றிகொள்ள, நரேந்திர மோடி முன்னெப்போதுமில்லாத எண்ணிக்கையிலான அவசர சட்டங்களைப் பிறப்பித்துள்ளார். அவசர சட்டங்கள் வழக்கமாகப் பெரும்பான்மையற்ற அரசுகள் அல்லது கூட்டணி அரசுகளாலே தஞ்சமடையப்படும், மக்களவையில் பா.ஜ.க. முழுமையான பெரும்பான்மை பெற்றிருந்தபோதும், மோடி அரசாங்கமோ அதன் எந்த ஒரு முந்தைய அரசாங்கத்தைவிடவும் அவற்றை அதிகளவில் பயன்படுத்தியுள்ளது. மன்மோகன் சிங் கீழ் ஆண்டுக்கு ஆறு என்றிருந்த அவசரச் சட்டங்கள், மோடியின் கீழ் வருடத்துக்கு பதினொன்று என அதிகரித்தன.[43]

மக்களவையும் மாநிலங்களவையும் மெதுமெதுவாக விவாதத்துக்கான இடங்களாக இல்லாமலாகிவருகின்றன. முதலாவதாகப் பாராளுமன்றக் குழுக்களுக்கு-பாராளுமன்றப் பணிக்களுக்கான விவாதக் குழு-பரிந்துரைக்கப்படும் மசோதாக்களின் எண்ணிக்கை தீவிரமாகக் குறைந்துவருகின்றன. பதினைந்தாவது மக்களவையில்

அறுபத்தெட்டாக இருந்தது (ஒட்டுமொத்தத்தில் 71 சதவிகிதம்) பதினாறாவது மக்களவையில் இருபத்தி நான்காக (ஒட்டுமொத்தத்தில் 25 சதவிகிதம்) சுருங்கியது-கடைசி 2020 அமர்வில் பத்தொன்பது மசோதாக்களில் இரண்டு மட்டுமே விவாதிக்கப்பட்டன.[44] மசோதாக்கள் மிகவும் மோசமாகத் தயாரிக்கப்பட்டதற்கு இதுவும் ஒரு காரணம்: பாரம்பரியமாக கட்சி அடிப்படையில் பிரிக்கப்படாத ஆய்வு மற்றும் மேற்பார்வைக் குழுக்கள், மசோதாக்களைத் திறம்படத் திருத்துவதற்குப் பயன்படுத்தப்பட்டது மற்றும் சட்டம் இயற்றும் கலையில் பாராளுமன்ற உறுப்பினர்களுக்குத் திறம்படப் பயிற்சியளித்தது. சமீபத்திய பெரிய சட்டங்கள் எதுவும் (பிரிவு 370-ஐ ரத்து செய்யும் மசோதா மற்றும் ஜம்மு மற்றும் காஷ்மீர் மாநிலத்திலிருந்து இரண்டு யூனியன் பிரதேசங்களை உருவாக்கும் சட்டம் உட்பட) ஒரு சபைக் குழுவால் செயல்படுத்தப்படவில்லை. “நிலைக்குழுக்கள் வழக்கமாக புறக்கணிக்கப்படுகின்றன, அரசாங்கம் ஒரு மசோதாவை குழுவின் ஆய்வுக்குப் பரிந்துரைக்க ஒப்புக்கொண்டால், அது நிர்வாகப் பெருந்தன்மையின் செயலாகக் கணிக்கப்படும்” என மான்சி வர்மா சுட்டிக்காட்டுகிறார். மேலும் நிர்வாகத் தரப்பும் நிலைக்குழுக்களால் செய்யப்படும் பரிந்துரைகளைத் தேர்வுசெய்தே அங்கீகரிப்பார்கள், அவற்றில் பல புறக்கணிக்கப்படும், பாராளுமன்ற உறுப்பினர்களால் மசோதாக்களில் முன்மொழியப்படும் திருத்தங்கள், ஒரு விவாதத்தின் பாசாங்குகூட இல்லாமல் தோற்கடிக்கப்படுகின்றன.”[45]

இரண்டாவதாக, சில முக்கியச் சட்டங்கள் பண மசோதா என்ற வரையறைக்குச் சற்றும் பொருந்தாதபோதும், பண மசோதாக்களாக நிறைவேற்றப்பட்டுள்ளன. பண மசோதாக்கள், வரிவிதிப்பு அல்லது அரசு செலவீனங்கள் சார்ந்ததாக மட்டுமே இருக்கவேண்டும். ஆனால், மேலவையில் நரேந்திர மோடியின் அரசு இன்னும் சிறுபான்மையாக இருப்பதாலும், பண மசோதாக்களைத் திருத்தமுடியாது என்பதாலும் நரேந்திர மோடியின் ஆட்சியின்கீழ், பண மசோதா வரையறையின் கீழ் சிறிதும் பொருந்தாத சில மசோதாக்கள் பண மசோதாக்களாக நிறைவேற்றப்பட்டுள்ளன. ஆதார் மசோதா ஒரு உதாரணம். மேலவையின் சபாநாயகர் அதனை பண மசோதா எனச் சான்றளிக்க, ராஜ்ய சபா முன்மொழிந்த அனைத்துத் திருத்தங்களும் நிராகரிக்கப்பட்டன.

மூன்றாவதாக, வரைவுகள் எம்.பி.க்களுக்குத் தாமதமாகக் கடைசி நிமிடத்தில் கையளிக்கப்படுவதாலோ, விவாதத்துக்கு நேரம் ஒதுக்காத காரணத்தாலோ சாதாரண மசோதாக்கள் பலசமயங்களில் விவாதிக்கப்படுவதில்லை. அப்படி அவை விவாதிக்கப்படும்போதும், அசலாக அறிமுகப்படுத்தப்பட்ட மசோதாக்களைத் தக்கவைக்க

எதிர்க்கட்சிகளின் திருத்தங்கள் வழக்கமாக நிராகரிக்கப்பட்டன. விவாதங்கள் நிகழும்போதும், ஒரு சம்பிரதாயமாக, முதன்மையாகப் பெயரளவிலே விவாதம் நடந்ததாகக் காட்டுவதற்காகவே நடந்தன. 2018-இல், பட்ஜெட்கூட பாராளுமன்றத்தில் அத்தனை முக்கியத்துவமாக விவாதிக்கப்படவில்லை. 2019-இன் (கோடைப்) பருவ அமர்வின்போது (இரு அவைகளையும் கணக்கில்கொண்டால், நாற்பது மசோதாக்களில் அறிமுகம் செய்த ஒரே நாளில் நான்கு மசோதாக்கள் நிறைவேற்றப்பட்டன, 2020 கோடையில், இருபத்தைந்து மசோதாக்களில் இரண்டு மசோதாக்கள் அறிமுகமான அன்றே நிறைவேற்றப்பட்டன, இன்னும் பல மசோதாக்கள் அறிமுகம் செய்த ஒரு நாளுக்குப்பின் நிறைவேறின, ஒரு மசோதா அறிமுகத்துக்கும் கவனத்தில் கொள்வதற்கும் குறைந்தபட்சம் இரண்டு நாட்கள் இடைவெளி இருக்கவேண்டும் என்ற நடைமுறை விதிகளை இது மீறியதாகும்.[46] இதன் பலனாக, எதிர்க்கட்சி பாராளுமன்ற உறுப்பினர்கள் பாராளுமன்ற அமர்வுகளில் கலந்துகொள்வதில் ஆர்வத்தை இழந்தனர்.[47]

நான்காவதாக, 2020 கோடைகால அமர்வின்போது பாராளுமன்றத்தில் விதிகளையும் நடைமுறைகளையும் மீறுவது அதன் உச்சத்தை எட்டியது. 2020-இல், அறிமுகப்படுத்தப்பட்ட உடனேயே நிறைவேற்றப்பட்ட மசோதாக்களில் விவசாயிகளின் விளைபொருள் வர்த்தகம் மற்றும் வணிகம் (ஊக்குவிப்பு மற்றும் வசதி) மசோதா இரு அவைகளிலும் உள்ள காங்கிரஸ் மற்றும் இதர எம்.பி.க்களால் கடுமையாக எதிர்க்கப்பட்டது. ராஜ்ய சபாவில், “அரசாங்கம் அதற்கு வாக்களிப்பவர்களின் எண்ணிக்கையில் உறுதியாய் இல்லை, மசோதாக்களில் கருத்துவேற்றுமை ஏற்படுவதைத் தடுக்கவோ அல்லது தேர்வுக் குழுவுக்கு மசோதாக்கள் அனுப்பப்படுவதற்கான பிரேரணையைத் தடுக்க விரும்பியது, எதிர்க்கட்சி எம்.பி.க்கள் இதுகுறித்துதான் போராட்டம் நடத்துகின்றனர்.”[48] ராஜ்ய சபா சபாநாயகர் விவாதத்துக்குக் கூடுதல் நேரம் வழங்கவில்லை, கருத்துவேறுபாட்டுக் கோரிக்கையினைக்கூட ஏற்கவில்லை,[49] ஒரேயொரு தனிப் பாராளுமன்ற உறுப்பினர் கருத்து வேறுபாடிருப்பதாக வேண்டுகோள் விடுத்தாலும் அனுமதிவழங்க கடமைப்பட்டவராவார் அவர். விவசாய மசோதாக்கள் முன்னுதாரணமில்லாத இந்தச் சூழ்நிலையிலேயே சட்டங்களாக மாறின. எதிர்க்கட்சி எம்.பி.க்கள், அவர்களில் 8 பேரை சஸ்பெண்ட் செய்யுமளவுக்குப் போராடினர். சில எதிர்க்கட்சிகள், மீதமுள்ள அமர்வைப் புறக்கணிக்கும் முடிவுக்கு வந்தன, இந்தப் புறக்கணிப்பையடுத்து ராஜ்ய சபாவிலுள்ள ஆளும் கட்சி உறுப்பினர்கள், தொழிலாளர் சீர்திருத்தம் உள்ளிட்ட

தொலைநோக்கு சட்டங்கள் உள்ளிட்ட 15 மசோதாக்களை ஒரே நேரத்தில் நிறைவேற்றினர்.⁵⁰ அதே அமர்வில், தொற்றுநோயைக் காரணம் காட்டி கேள்வி நேரம் ரத்துசெய்யப்பட்டதாகச் சொல்லப்பட்டது. அது அரசுடன் இரு வழித் தொடர்புக்கான மிகச்சிறிய வாய்ப்பையும் நசுக்கியது. அதைத் தொடர்ந்து, 2020-இன் கடைசியில் அதே காரணத்தைச் சொல்லி பாராளுமன்ற குளிர்கால அமர்வு ரத்துசெய்யப்பட்டது, அத்துடன் நிலைக்குழுக்களும் செயல்படுவதை நிறுத்திவிட்டன-பல நாடுகளிலும், அப்போது பாராளுமன்றங்கள் செயல்பாட்டில் இருந்தன. பதிலாக, மோடி அரசாங்கம் 11 அவசரச் சட்டங்களை வெளியிட்டது.⁵¹

பாராளுமன்றத்தின் வீழ்ச்சி ஜனநாயகத்துக்குப் பிரச்சனையாகத் திகழும் என்று லெவிட்ஸ்கி, ஜிப்லாட் வலியுறுத்த, இந்தியாவில் மோடியின் அரசாங்கம் அரசியலமைப்பைத் திருத்தி புதிய சட்டங்களை நிறைவேற்றுவதை எளிதாக்குவதற்காகப் பாராளுமன்ற வீழ்ச்சியை ஒரு கருவியாகப் பயன்படுத்தியுள்ளது.

கருத்துவேறுபாடுகளை எதிர்க்கும் பெரும்பான்மைவாத அரசை உருவாக்குதல்

2019 முதல் பா.ஜ.க. படிப்படியாகச் சாதித்தது இந்த மேலாதிக்க நிலை. குறிப்பாக மோடி அமோக வெற்றியுடன் மீண்டும் தேர்ந்தெடுக்கப்பட்டதால் கிடைத்த உளவியல் ஊக்கம், ராஜ்யசபாவில் அதன் ஆதிக்கமான பங்கு, இந்தியக் குடியரசின் முக்கிய நிறுவனங்களின் மீது மத்திய அரசு வளர்த்தெடுத்துள்ள கட்டுப்பாடு இவை மோடியின் இரண்டாவது ஆட்சியின்போது, ஆளும் கட்சி இந்திய தேசத்தை மறுவடிவமைப்பு செய்யத் தகுதிப்படுத்தியது. முதல் ஆட்சிக் காலத்தில் சமூகத்திலும் (அதன் மீதும்) இந்து தேசியவாதிகளின் புதிய வலியுறுத்தலைக் கண்டது. உதாரணத்துக்கு கண்காணிப்புக் குழுக்களின் செல்வாக்கு வளர்ந்தபடி சென்றது எனில், இரண்டாவது ஆட்சிக் காலத்தில் தேசமானது பெரும்பான்மைவாதத்தை அதிகாரப்பூர்வமாக்குவதில் பெரும்பங்கு வகித்தது. எனவே அது புதிய சட்டங்களை உருவாக்குவதில் வெளிப்பாடு கண்டது. அதேசமயம் 2014-2019-இல் மோடி அரசின் சட்டங்களை உருவாக்கும் செயல்பாடு பெரிதும் வரம்புக்குட்பட்டதாக இருந்தது. அதன் காரணம் மேலவையில் வலுவான எதிர்க்கட்சிகளால் சவாலை எதிர்கொண்டதாகும்.⁵²

இந்தியக் குடியரசின் மீது பெரும் தாக்கம் ஏற்படுத்திய சட்ட மாற்றங்களில், ஜம்மு-காஷ்மீருக்கு-குறைந்தபட்சம் காகிதத்திலாவது-மேம்பட்ட தன்னாட்சி அளித்துவந்த அரசியலமைப்புச் சட்டத்தின்

370-வது பிரிவு நீக்கம், குடியுரிமை (திருத்த) சட்டம் (சி.ஏ.ஏ.) இரண்டும் விரிவாக ஆராயத் தகுதியானவை, வெறுமனே சட்ட அளவில் மட்டுமல்லாமல் அவற்றின் தாக்கங்களாலும். இரண்டு விஷயங்களிலும், முஸ்லிம்கள் இலக்குக்கு ஆளாகி, பிரதிவினை செய்தனர். சி.ஏ.ஏ.-க்கு எதிரான அவர்களின் அணிதிரட்டல், அரசியலமைப்பு அடிப்படையில், அதன் வீச்சு காரணமாக ஒரு மைல்கல்லாக இருந்தது, ஆனால் காவல்துறை அடக்குமுறையின் மிருகத்தனத்திலிருந்து தெளிவாகத் தெரிவதென்னவெனில் பெரும்பான்மை விளையாட்டில் அரசே இப்போது முக்கியப் பங்கு வகித்தது. உதாரணத்துக்கு உத்தர பிரதேசத்தில் போராடியவர்கள் அனைவரும் காவலர்களுக்கு எதிராக மோதலில் ஈடுபடவேண்டியதாயிற்று. பிப்ரவரி 2020-இல் சி.ஏ.ஏ. எதிர்ப்புப் போராட்டத்துடன் இணைந்த டெல்லி கலவரத்தின்போது இந்த அமைவு மீண்டும் உறுதிசெய்யப்பட்டது, இதில் தாக்குதல் நடத்தியவர்களில் காவலர்களும் காணப்பட்டனர்.

ஒரு ஒருங்கிணைந்த இன அரசை நோக்கி: ஜம்மு-காஷ்மீருக்கான விதிவிலக்கின் முடிவு

இந்துப் பெரும்பான்மைவாதத்தை அடிப்படையாகக் கொண்ட இந்து தேசத்தை ஊக்கப்படுத்துவதை மட்டுமே இந்துத்துவ சித்தாந்தம் நோக்கமாகக் கொண்டிருக்கவில்லை. அது மேலும் 'வேற்றுமையில் ஒற்றுமை'[53] என்ற பழைய முழக்கத்துடனான இந்திய பாணி கூட்டாட்சியின் இழப்பில் ஒரு ஒற்றையாட்சி அரசையும் கட்டியெழுப்ப விரும்பியது. மோடி அரசு 1950 முதல் குறைந்தபட்சம் காகிதங்களிலாவது நிலவி வந்த, மற்ற மாநிலங்களைவிடவும் கூடுதல் தன்னாட்சியை அனுபவித்துவந்த, ஜம்மு-காஷ்மீரின் சிறப்பு அந்தஸ்தைக் குறிப்பாகக் குறிவைத்தது. ஜம்மு-காஷ்மீர் விவகாரத்தில் வரையறுக்கப்பட்ட விவகாரங்களில் இந்திய ஒன்றிய அரசின், பாராளுமன்றத்தின் அதிகார வரம்பு நீட்டிக்கப்பட்டுள்ளது இந்திய அரசியலமைப்புச் சட்டத்தின் 370-வது பிரிவு தெரிவிக்கிறது. மற்ற விஷயங்களில், மாநில சட்டசபை தனிப்பட்ட அரசியலமைப்பின் அடிப்படையில் அதன் அதிகார வரம்பைச் செலுத்தியது. ஜம்மு-காஷ்மீருக்கு தனிக் கொடியும் உண்டு. இந்த அந்தஸ்து, அரசியலமைப்பில் (ஜம்மு-காஷ்மீர் பயன்பாடு தொடர்பான) ஆணை 1954-இல் குறிப்பிடப்பட்டுள்ளது, இது, இந்திய அரசியலமைப்பின் சில விதிகள் மட்டுமே காஷ்மீருக்குப் பொருந்தும் என்பதைத் தெளிவுபடுத்தியது. 35-ஏ பிரிவின்படியான சிறப்பு அந்தஸ்தின் தாக்கங்களில் ஒன்றின்படி, இங்கே உள்ளூர் மக்கள் மட்டுமே நிலங்களை வாங்கமுடியும், பொதுத்துறை பணிகளுக்குத் தகுதியுடையவர்களாக முடியும்.

சங் பரிவாரைப் பொறுத்தவரை, காஷ்மீரிகள் அனுபவித்துவந்த இந்தத் தன்னாட்சியே பிரிவினைவாதத்துக்கான அடிப்படைக் காரணமாகப் பட்டது, மாறாக மாநிலத்திலுள்ள பிரதான பிராந்தியக் கட்சிகளான தேசிய மாநாட்டுக் கட்சி, மக்கள் ஜனநாயகக் கட்சி உள்ளிட்டவை மத்திய அரசின் மனப்பான்மையால் பிரிவினைவாதம் ஊட்டிவளர்க்கப்பட்டதாகக் கருதின. பல பத்தாண்டுகளாக நடைமுறையில் உள்ளூர்வாசிகள் தன்னாட்சியை இழந்திருப்பதாக இந்தக் கட்சிகள் கருதின. (ஜனசங்கத்துக்கு முன்பிருந்தே) அரசியலமைப்புச் சட்டத்தின் 370-வது பிரிவை நீக்குவது பல பத்தாண்டுகளாக, பா.ஜ.க.வின் முக்கிய நோக்கங்களில் ஒன்றாக இருந்துவந்தது, ஆனால் 2019 வரை, எந்த ஒரு பா.ஜ.க அரசாங்கமும் அதனை நடைமுறைப்படுத்த முயன்றதில்லை. மக்களவைத் தேர்தலுக்குச் சில மாதங்களுக்குப் பின்பு மோடி அரசாங்கம் அதனை மேற்கொண்டதற்கு, அதன் பார்வைக் கோணம் மாறி, பெரிதும் மைய அரசு சார்ந்ததாக மாறியிருந்தது என்பதே காரணமாகும்: அதன் கருத்தியலுக்கு ஏற்ப தேசம் மறுவடிவமைக்கப்படவேண்டும் என்பது மட்டுமின்றி, கூட்டாட்சி அமைப்பு உள்பட நிறுவன கட்டமைப்பு சார்ந்த சட்டகம் உள்பட மறுவடிவமைக்கப்பட வேண்டியிருந்தது.

மோடியின் இரண்டாவது ஆட்சிக் காலத்தில் வெகுசீக்கிரமே பலம்வாய்ந்த நபராக மாறிய, புதிய உள்துறை அமைச்சரான அமித்ஷாவினால் பாராளுமன்றத்தின் மூலம் சட்டப்பிரிவு 370-ஐ ரத்துசெய்யும் நடவடிக்கை வழிநடத்தப்பட்டது. 2019, ஆகஸ்ட் 5-இல், மாநிலங்களவையில் அவர், அரசியலமைப்புச் சட்டத்தின் (ஜம்மு-காஷ்மீர் பயன்பாடு) தொடர்பான 1959 உத்தரவை ரத்துசெய்தும், அது அறிமுகம் செய்த கட்டுப்பாடுகளை நீக்கியும் இந்திய குடியரசுத் தலைவர் பிறப்பித்த 2019 ஆணையை வாசித்தார். இதன் விளைவாக ஜம்மு-காஷ்மீர் அரசியலமைப்புச் சட்டம் ரத்துசெய்யப்பட்டது. மேலும் அமித்ஷா, அரசியலமைப்புச் சட்டம் 370-வது பிரிவின் அனைத்து பிரிவுகளையும் செயலிழக்கச் செய்யும் மற்றொரு உத்தரவையும் பிறப்பிக்க இந்திய குடியரசின் ஜனாதிபதிக்குப் பரிந்துரை செய்து மேலும் ஒரு தீர்மானத்தையும் கொண்டுவந்தார். நாடாளுமன்றத்தின் இரு அவைகளிலும் இந்தத் தீர்மானம் நிறைவேற்றப்பட்டது. ஆகஸ்டு 5 அன்று, அமித்ஷா ராஜ்ய சபாவில் ஜம்மு-காஷ்மீர் மறுசீரமைப்பு மசோதா, 2019-ஐ அறிமுகப்படுத்தினார், இம்மசோதா ஜம்மு-காஷ்மீரை இரண்டு யூனியன் பிரதேசங்களாகப் பிரிக்கவும், ஒன்றை ஜம்மு-காஷ்மீர் என அழைக்கவும் மற்றது லடாக்கைக் கொண்டிருக்கவும் பரிந்துரைத்தது. இந்த மசோதாவுக்கு ஆதரவாக 125 வாக்குகளும் எதிர்ப்பாக

61 வாக்குகளும் பதிவாகின. மறுநாள், மக்களவையில் இந்த மசோதாவுக்கு ஆதரவாக 370 வாக்குகளும், 70 வாக்குகள் எதிராகவும் பதிவாகின. பெரும்பாலான தேசிய ஜனநாயகக் கூட்டணிக் கட்சிகள் போக (ஒருங்கிணைந்த ஜனதா தளம் நீங்கலாக), கூடுதலாக பகுஜன் சமாஜ் கட்சி, ஆம் ஆத்மி, ஒய்.எஸ். ரெட்டி காங்கிரஸ், பிஜு ஜனதா தள், தெலுகு தேசம் கட்சி, அ.இ.அ.தி.மு.க. அனைத்தும் பா.ஜ.க.வுக்கு ஆதரவாக வாக்களித்திருந்தன.⁵⁴ ஜோதிராதித்ய சிந்தியா உள்பட காங்கிரஸ் கட்சியின் சில உறுப்பினர்கள் பாராளுமன்றத்தில் கட்சியின் அதிகாரப்பூர்வ நிலைப்பாட்டுக்கு எதிராக, 'தேசிய ஒருமைப்பாடு' என்ற பெயரில் பா.ஜ.க.வை ஆதரித்திருந்தனர்.⁵⁵ இந்த வாக்குகள் ராஜ்யசபாவில் புதிய பலம் பெற்றிருப்பதன் காரணமாக மட்டுமின்றி, 'தேசிய ஒருமைப்பாடு' உள்ளிட்ட அதன் வரையறை உட்பட, அதன் அரசியல் கருத்துகள் அதன் முக்கிய எதிரிகளாலும் பகிர்ந்துகொள்ளப்படுவதன் காரணமாக, மாநிலக் கட்சிகளை அனைத்துவிதமான வழிகளிலும் பின்பற்றும்படி வற்புறுத்த முடியும் என்பதன் காரணமாக, பா.ஜ.க. இப்போது பாராளுமன்றத்தில் அதன் மசோதாக்களை நிறைவேற்றும் நிலையில் உள்ளது என்பதைக் காட்டுகின்றன. இந்தப் புத்தகத்தின் முடிவில், இந்தக் கேள்வி குறித்து மறுபடியும் ஆராயப்படும்.

அமித்ஷாவும் நரேந்திர மோடியும் அரசியலமைப்புச் சட்டப்பிரிவு 370-வை நீக்குவதை தேசிய ஒருமைப்பாட்டின் பெயரில் மட்டுமல்லாமல் வளர்ச்சியின் பெயராலும் நியாயப்படுத்தினர். ஆகஸ்டு 8 அன்று வழங்கிய தொலைக்காட்சி உரையொன்றில் மோடி, ஜம்மு-காஷ்மீரில் வசிப்பவர்கள், இந்தியாவின் மற்ற பகுதிகளில் வசிப்பவர்கள் அனுபவிக்கும் வளர்ச்சியால் பயனடைவதிலிருந்து 370-வது பிரிவு தடுத்தது என்றும் அந்த மாநிலம் இதுவரையும் பற்றாக்குறையுடனிருந்தது என்றும் அவர் கூறினார்.⁵⁶ ஜீன் ட்ரேஸ் காட்டுவதுபோல, அது உண்மையில் தவறான வாதம்.⁵⁷ இப்போது முதலீட்டாளர்கள் இந்தப் பிராந்தியத்தைச் செழிப்பாக மாற்றுவார்கள் எனப் பிரதமர் வாதிட்டார். ஆகஸ்ட் 15 அன்று, தனது சுதந்திரதின உரையில் மோடி, "இந்தியா கடைசியில் அதன் கனவான 'ஒரே தேசம், ஒரே அரசியலமைப்புச் சட்டத்தை' சாதித்துவிட்டதாகக் கூறினார்:

> சட்டப்பிரிவு 370 மற்றும் 35ஏ ரத்து, மக்களவை, மாநிலங்களவை இரண்டிலும் மூன்றில் இரண்டு பங்கு பெரும்பான்மையுடன் நிறைவேற்றப்பட்டுள்ளது. இதன் பொருள் அனைவரும் இந்த முடிவை விரும்பியிருக்கின்றனர், ஆனால் அவர்கள் யாராவது ஒருவர் அதைத் தொடங்கிவைக்கவும் நடத்திமுடிக்கவும் காத்திருந்திருக்கின்றனர். என் நாட்டு மக்களால்

எனக்களிக்கப்பட்ட பணியைச் செய்துமுடிக்க வந்திருப்பவன் நான். நான் தன்னலமின்றிப் பணியாற்றுகிறேன்...

கடந்த எழுபது ஆண்டுகளாக இங்கு நிலவிவந்த அமைப்பு பிரிவினைவாதத்தைத் தூண்டிவந்ததுடன் தீவிரவாதத்தையும் பிறப்பித்தது. இது வம்சாவளி ஆட்சியை ஊக்குவித்தது[58] மற்றும் ஊழல் மற்றும் பாகுபாட்டின் அடித்தளங்களை வலுப்படுத்தியது. ஜம்மு-காஷ்மீர் மற்றும் லடாக் பெண்கள் அவர்களின் உரிமைகளைப் பெற நாம் முயற்சிகளை மேற்கொள்ளவேண்டும். இதுவரை உரிமைகளின்றி வசித்துவரும், என்னுடைய தலித் சகோதர-சகோதரிகள் தங்களது உரிமைகளைப் பெற, நாம் முயற்சிகளை மேற்கொள்ளவேண்டும். இந்தியாவின் பழங்குடி மக்கள் அனுபவித்துவரும் உரிமைகள் அனைத்தும், ஜம்மு-காஷ்மீர், லடாக்கின் பழங்குடி சகோதர-சகோதரிகளும் அவசியம் பெறவேண்டும்...

என் அன்பான மக்களே, ஜம்மு-காஷ்மீர், லடாக்கின் அமைதியும் வளமும் இந்தியாவுக்கு ஒரு உத்வேகமாக இருக்கும். இந்தியாவின் வளர்ச்சிக்கு அவர்கள் பெரிதும் பங்களிக்கமுடியும். அவர்களது மகத்தான பழங்காலத்தை மீட்டெடுக்க நாம் முயற்சிகள் மேற்கொள்ளவேண்டியது அவசியம். சமீபத்திய நடவடிக்கைக்குப் பிறகு நடப்புக்கு வந்துள்ள புதிய அமைப்பு, மாநிலத்தின் மக்கள் நேரடியாகப் பயனளிக்கும் வசதிகளை உருவாக்க உதவும்...

இன்று, நான் செங்கோட்டையிலிருந்து தேசத்தை நோக்கி உரையாற்றுகையில், இன்று ஒவ்வொரு இந்தியனும் 'ஒரே தேசம், ஒரே அரசியலமைப்புச் சட்டம்' எனப் பெருமையுடன் சொல்லிக்கொள்ள முடியும் என நான் சொல்வேன்."[59]

2019 தேர்தல் பிரச்சாரத்தின்போது, மோடி, அமித்ஷாவால் அரசியலமைப்புச் சட்டப்பிரிவு 370 நீக்கம் குறித்துத் திரும்பத் திரும்பப் பேசப்பட்டது. பிந்தையவர், அரசியலமைப்புச் சட்டப்பிரிவு 370, 'ஜம்மு-காஷ்மீரில்'[60] தீவிரவாதத்தின் வாசலாக இருந்ததாகவும், "அரசியலமைப்புச் சட்டப்பிரிவு 370-ஐ நீக்குவதன் மூலம், மோடிஜி பாகிஸ்தானுக்கு அதன் இடத்தையும், இந்தியாவிலிருந்து பிரித்துப் பார்க்கமுடியாத பகுதி காஷ்மீர் என உலகுக்குக் காட்டியிருப்பதாகவும், இப்போது எவராலும் காஷ்மீர் மீது கண்வைக்க முடியாதெனவும்" ஜார்கண்டில் பேசினார்.[61] காஷ்மீரை இந்தியாவுடன் ஒருங்கிணைக்காததற்கு நேருவே காரணம், எனக் குறிப்பாகக் காங்கிரஸைக் குறிவைத்து, இந்த விஷயத்தை அமித்ஷா அரசியலாக்கினார்.[62] மோடி அவரது தேர்தல் சுற்றுப்பயணங்களில்,

பல்வேறு வார்த்தைகளால் தேசிய ஒருங்கிணைப்பின் அவசியத்தைக் குறித்தும் அழுத்தம்தந்து பேசினார். மகாராஷ்டிராவில் அவர், "முன்பு, காஷ்மீர் ஹமாரா ஹை (காஷ்மீர் நமதே) என்பதாக தாரக மந்திரம் இருந்தது, இது அவசியம் இப்போது நயா காஷ்மீர் பனானா ஹை (நாம் அவசியம் புதிய காஷ்மீரை உருவாக்கவேண்டும்) என மாறவேண்டும். நாம் மீண்டும் ஒருமுறை சொர்க்கத்தை (காஷ்மீரில்) உருவாக்குவோம்... ஒவ்வொரு காஷ்மீரியையும் கட்டியணைப்போம்."[63] அவரது பேச்சின் பாசப்பிணைப்பான தொனி ஒருபக்கமிருந்தாலும், அது முக்கியமான இந்து தேசியவாத கருத்தொன்றினைப் பிரதிபலித்தது: காஷ்மீர் தற்போது அவர்களுடையது, இதர பா.ஜ.க. தலைவர்கள் காஷ்மீர் பெண்கள் தொடர்பாக வெளிப்படுத்திய சில பேச்சுகள் பெரிதும் கொச்சையாக இருந்தது. உதாரணமாக, ஹரியானாவின் முதல்வரான (பாலின விகிதாச்சாரம் மிகவும் சமநிலையற்ற மாநிலங்களில் ஒன்று) எம்.எல். கத்தார் அவரது கூட்டாளிகள் சொன்னதாக அறிவித்தார், "நாங்கள் பீகாரிலிருந்து பெண்களைக் கொண்டுவருவோம். தற்போது காஷ்மீர் திறந்திருப்பதாக அவர்கள் சொல்கின்றனர். நாங்கள் அங்கிருந்தும் பெண்களைக் கொண்டுவரமுடியும்."[64] இன்னும் மோசமான தொனியில் முசாபர் நகர் பா.ஜ.க. எம்.எல்.ஏ. ஒரு காணொளிக் காட்சித் துணுக்கில் கூறினார், "அவரது கட்சித் தொண்டர்கள் திருமணமாகாதவர்கள் அவர்கள் மிகுந்த பரபரப்பு அடைந்திருக்கின்றனர். இப்போது அவர்கள் அங்கே மணமுடிக்க முடியும். இப்போது எந்தவொரு பிரச்சனையும் இல்லை. முன்பு, பெண்கள் மீதான கொடுமைகள் அதிகம். காஷ்மீரைச் சேர்ந்த ஒரு பெண் உத்தர பிரதேச ஆணுக்கு மணம்முடிக்கப்பட்டால், அவளது குடியுரிமை ரத்துசெய்யப்படும். முன்பு இந்தியாவுக்கும் காஷ்மீருக்கும் மாறுபட்ட குடியுரிமை இருந்தது."[65] அவர் மேலும் கூறினார், "முஸ்லிம் கட்சித் தொண்டர்கள் இந்தப் புதிய விதிமுறைகளை எண்ணி மகிழ்ச்சியடைய வேண்டும். அவர்கள் தற்போது காஷ்மீரின் வெள்ளைத் தோல் பெண்களை மணமுடிக்கமுடியும்"[66] கடைசியாக, ஜம்மு-காஷ்மீர் மத்திய அரசின் ஆதிக்கத்தில் இருந்தது என்ற உண்மை, ஆகஸ்ட் 5-க்குப் பின்பு புதிய யூனியன் பிரதேசத்தில் நிலவிய சூழ்நிலையிலிருந்து தெளிவாகத் தெரிகிறது.

அரசின் அடக்குமுறை மற்றும் இழிவுபடுத்தல்

மோடி அரசாங்கமானது, அரசியலமைப்புச் சட்டப் பிரிவு 370-வது[67] நீக்கத்துக்கு எதிராக மக்கள் போராட்டங்களுக்குப் பயந்து, ஆகஸ்ட் 5-க்கு சில வாரங்களுக்கு முன்பாகவே 1,75,000 கூடுதல் வீரர்களை, உலகின் மிகவும் ராணுவமயமாக்கப்பட்ட பிராந்தியங்களில் ஒன்றுக்கு அனுப்பினர். ஆகஸ்ட் 5 அன்று, கல்வி நிறுவனங்கள் மற்றும் அலுவலகங்கள் மூட உத்தரவிடப்பட்டன,

போக்குவரத்து வாகனங்கள் செயல்படுவது நிறுத்தப்பட்டது, கடைசியாக, முழுமையான தொடர்புகொள்ளலைத் தடுக்கும்விதமாகத் தொலைபேசிகள், மொபைல் போன்கள் தடைசெய்யப்பட்டன. இந்தச் சூழலில் அமித்ஷா, "காஷ்மீர் இயல்பை நோக்கி நகர்ந்துகொண்டிருப்பதாக"[68] அறிவித்ததுடன், "ஒரேயொரு ஒற்றைத் தோட்டாகூடச் சுடப்படவில்லை, ஒரேயொரு நபர்கூட உயிரிழக்கவில்லை"[69] என வலியுறுத்தினார். உண்மையில், உள்ளூர் மக்கள் உலகத்துக்கு அந்தப் பிராந்தியம் வழக்கம்போல் இல்லை என்பதைக் காட்ட 'மக்கள் ஹர்த்தால்' (வெகுமக்கள் வேலைநிறுத்தத்தை) செயல்படுத்திக் காட்டத் தீர்மானித்திருந்தனர்: காலையும் மாலையும் இரண்டு மணி நேரங்கள் தவிர்த்து வணிக அமைப்புகள் தானாகவே முன்வந்து மூடப்பட்டிருந்தன. அதற்கிணையாக, ஏற்கெனவே அதிகரித்துவந்த அரசாங்கத்தின் அடக்குமுறை நடவடிக்கைகளைச் சுட்டிக்காட்டிப் பெருமளவிலான போராட்டங்களும் நடைபெற்றன.[70] பத்திரிகையாளர்கள் அந்தப் பிராந்தியங்களுக்குச் செல்ல எளிதில் அனுமதி கிடைக்கவில்லை, அப்பகுதியை அடைந்தவர்கள் துப்பாக்கிச் சூடுகள் நடந்ததாகவும், அரசியலமைப்புச் சட்டம் 370-ஐ நீக்கியவுடனே எதிர்த்துப் போராடிய நான்கு பேர் சுடப்பட்டு உயிரிழந்ததாகவும் செய்திகள் வந்தன. போராட்டத்தில் கலந்துகொண்டவர்கள் மீது கொடூரமான அடக்குமுறை நடவடிக்கைகள் மேற்கொள்ளப்பட்டன: கண்ணீர்ப் புகைக்குண்டு சில மரணங்களுக்குக் காரணமாயின, மேலும் பெல்லட் குண்டுகள் பயன்பாடு ஸ்ரீநகர் பள்ளத்தாக்கில் பல போராட்டக்காரர்களின் கண் பார்வை இழப்புக்குக் காரணமாயின.[71] செப்டம்பரின் கடைசியிலும் அக்டோபரின் தொடக்கத்திலும் ஜம்மு-காஷ்மீருக்குச் சென்ற உளவியலாளர், குடிமை உரிமைகளுக்கான மக்கள் ஒன்றியத்தின் மனித உரிமைச் செயற்பாட்டாளர்கள், வணிக சங்க உறுப்பினர்கள், வழக்கறிஞர்கள் அடங்கிய உண்மை கண்டறியும் குழுவினர் அங்குச் சென்று பார்வையிட்டு, ஆகஸ்ட் 5-க்குப் பின்பான நிலவரம் குறித்து விரிவான அறிக்கை ஒன்றைச் சமர்ப்பித்தனர். அவர்கள் எழுதியிருந்தனர்,

2019, ஆகஸ்ட் 5 முதல், ஆயுதப் படைகள் கிட்டத்தட்ட ஒவ்வொரு இரவும் கிராமங்களிலும் நகரத்தின் உள்ளூர்ப் பகுதிகளிலும் சோதனைகள் நடத்திவருகின்றன, மக்களின் தரப்பிலிருந்து கருத்துவேறுபாடு அல்லது எதிர்ப்புகள் இருக்கும்பட்சத்தில் மிகநிச்சயமாக சோதனைகள் நடக்கின்றன. கிராமத்தவர்கள் இந்த இரவு சோதனைகள், துன்புறுத்தல், இழிவுகள் மற்றும் தொந்தரவுகள் காரணமாகத் தூக்கமின்றிச் சிரமப்படுவதாக நாங்கள் கேள்விப்பட்டோம்... கிராமத்துக்குள் படைகள்

நுழைந்து வசைகளைக் கூறிக் கத்தியும் வீடுகளின் மீது கற்களை எறிந்தும் ஜன்னல் கண்ணாடிகளை உடைத்ததாகவும் மக்கள் கூறினார்கள்... ஆயுதப்படைகளால் சித்ரவதை நிகழ்வுகளும் நடைபெற்றிருக்கின்றன. சில நிகழ்வுகளில், பாதிக்கப்பட்டவர் கொடூரமாகத் தாக்கப்படுகையில், அப்பகுதியைச் சுற்றியுள்ள சமூகம் அவர் அலறுவதைக் கேட்க, ஒலிபெருக்கியில் அவரது குரல் கேட்கும்படி சித்ரவதை மேற்கொண்டிருக்கின்றனர்.[72]

சில ஊடக நிறுவனங்களால் சித்ரவதைகள் பொதுமக்களுக்குத் தெரியப்படுத்தப்பட்டபோதும்,[73] டெல்லியை அடிப்படையாகக் கொண்ட பெரும்பாலான தொலைக்காட்சி சேனல்கள் அவற்றில் குறைவாகவே ஆர்வம் காட்டின, மேலும் ஜம்மு-காஷ்மீரின் செய்தித்தாள்கள், பத்திரிகையாளர்கள் மீது அரசாங்கம் கட்டுப்பாட்டைச் செலுத்தியது. 2020-இல் ஜம்மு-காஷ்மீர் நிர்வாகத்தால் வெளியிடப்பட்ட புதிய ஊடகக் கொள்கையானது, ஐம்பத்து மூன்று பக்கத்தில் ஆவணப்படுத்தப்பட்டிருந்தது. இது எந்தச் செய்தி சமூக விரோதமானது-தேச விரோதமானது-சட்டவிரோதமானது என்பதை அதிகாரிகளே தீர்மானிக்கமுடியும் என்றது. செய்திவழங்கலை ஒழுங்குபடுத்துதல் என்ற பெயரில் இது மேற்கொள்ளப்பட்டது.[74]

காஷ்மீரிகளைக் கொடுமைப்படுத்துவதற்குப் பிரதிவினையாக, ஐ.ஐ.டி.யின் 132 முன்னாள் ஆசிரியர்கள், மாணவர்கள் மோடி அரசாங்கத்துக்கு அக்டோபர் 2019-இல் கடிதம் எழுதினர்.[75]

தினசரி வாழ்வின் பல அம்சங்கள் சீர்குலைந்து அப்படியே நீடித்ததால் நிலைமை இயல்பு நிலையிலிருந்து மோசமாகவே நீடித்தது. ஏனெனில்: தகவல் தொடர்பு சீர்குலைவு, சந்தைப் பகுதிகள், போக்குவரத்து வழிவகைகள் குலைவின் காரணமாக பொருளாதாரம் மோசமாகப் பாதிக்கப்பட்டது (உதாரணமாக, ஆப்பிள் வணிகம் பாதிக்கப்பட்டது). சில தொலைபேசித் தொடர்புகளும், அதேயளவில் சில மொபைல் சேவைகளும் பழைய நிலைக்கு மீண்டன. ஆனால் சமூக ஊடகங்கள், அதிவேக இணைய வசதிகள் பாதுகாப்புக் காரணங்களால் இயல்பு நிலைக்குத் திரும்பவில்லை.[76] இந்தத் தொடர்புக் குறைபாடு முக்கியமாக கோவிட்-19 ஊரடங்கின்போது பொருளாதாரம், ஆரோக்கியம், கல்வி இவற்றின் மீது அழிவுபயக்கும் தாக்கங்களை ஏற்படுத்தியது.[77] ஆனால் புது டெல்லியில் திட்டக் குழுவுக்குப் பதிலாக அமைக்கப்பட்ட அமைப்பான நிதி ஆயோக்கின் உறுப்பினர் ஒருவர் 2015-இல் இயல்பாகக் கேட்டார்: "அங்கே இன்டர்நெட் இல்லையென்றால் அது என்ன வித்தியாசத்தை ஏற்படுத்திவிடப்போகிறது? அங்கே இன்டர்நெட்டில் நீங்கள் என்ன

பார்க்கப் போகிறீர்கள்? அங்கே என்ன மின்-சில்லறை விற்பனை நடந்துவிடப்போகிறது? ஆபாச படங்களைப் பார்ப்பதைத் தவிரவும், அங்கே நீங்கள் வேறொன்றும் செய்யப்போவதில்லை."[78]

காஷ்மீரி சமூகத்தின் மீதான இத்தகைய குணவார்ப்பானது, டெல்லியை அடிப்படையாகக் கொண்ட மேல்தட்டின் சில உறுப்பினர்கள் வளர்த்தெடுத்த பிராந்தியத்தை நிந்திக்கும் பார்வைக் கோணத்தைப் பிரதிபலிக்கிறது. மேலே விவரிக்கப்பட்ட அடக்குமுறை காங்கிரஸ் அரசாங்கத்தின்கீழ் நடந்த பழைய நிகழ்வுகளிலிருந்து பெரிதும் மாறுபட்டதாக இல்லையென்றாலும், மற்றமை குறித்த இந்தக் கருத்து குறிப்பாக இழிவுபடுத்துவதாக இருந்தது. உண்மை கண்டறியும் குழுவினர் அல்லது பத்திரிகையாளர்கள் காஷ்மீரிகளை நேர்காணல் செய்தபோது மிகவும் அடிக்கடி எதிர்கொண்ட உணர்வுகளில் ஒன்றாக இந்த இழிவுபடுத்தல் இருந்தது.[79] அது முன்பும் இருந்தது, ஆனால் மேலே குறிப்பிட்டது போன்ற கருத்துகளாலும் ஜம்மு-காஷ்மீரின் காஷ்மீரிகளும் விடாமல் துன்புறுத்தப்படுவது போன்றவற்றால் அது நிச்சயமாகத் தீவிரமடைந்தது.[80] மிகவும் அவமானப்படுத்தப்பட்டதாக உணர்ந்தவர்களில் பிரதானமாக உள்ளூர் கட்சிகளின் தலைவர்களே இருந்தனர். கோவர் கிலானி, எனும் லக்னோவை அடிப்படையாகக் கொண்ட பத்திரிகையாளர் சுட்டிக்காட்டுகிறார், "இந்திய அரசியலமைப்புச் சட்டத்தின் வரம்பிற்குள், காஷ்மீர் அரசியல் பிரச்சினைக்கு ஜனநாயகரீதியிலான தீர்வு சாத்தியமென நம்பிய அரசியல்வாதிகள் அதிர்ச்சி அல்லது துயரத்தில் உள்ளனர். ஜம்மு-காஷ்மீர் அரசியலமைப்புச் சட்ட உத்தரவாதம் காற்றோடு போனநிலையில், தேசிய மாநாட்டுக் கட்சி, மக்கள் ஜனநாயகக் கட்சி போன்ற உள்ளூர் தலைவர்கள் இழிவு, அவமானம், துரோகத்துக்கு உட்படுத்தப்பட்டதாக உணர்கின்றனர். தனிப்பட்ட விதத்தில், அவர்கள் பொருத்தமற்ற, ஆபத்தான நிலையில் இருப்பதாக ஒப்புக்கொள்கிறார்கள்."[81]

உண்மையில், மோடி அரசாங்கம் ஜம்மு-காஷ்மீரைக் கையாண்டவிதம் காட்டுவதென்னவெனில், வாஜ்பேய் அரசாங்கம் உள்ளிட்ட முந்தைய ஒன்றிய அரசுகளுக்கு முரணாக இருப்பதுடன், அதன் நிர்வாகத்தை மாற்றுவது, மக்கள் தொகையை மாற்றியமைப்பது தவிர்த்து, அப்பிராந்தியத்தின் அரசியல் காட்சியைத் துருவப்படுத்துவதை இலக்காகக் கொண்டிருக்கிறது.

அரசியல் கைதிகளை உருவாக்குதல்- மற்றும் துருவப்படுத்துதல்

மோடி அரசானது, உள்ளூர் அரசியல் சக்திகளுடன் தொடர்புகொள்ளும் விதத்தில் வாஜ்பாய் அரசாங்கம் உள்ளிட்ட அதன் அனைத்து முந்தைய ஆள்வோருக்கும் சேர்த்து காஷ்மீர் கொள்கையில் தன் முதுகைக் காட்டியுள்ளது. ஹேப்பிமோன் ஜேக்கப் சுட்டிக்காட்டுவதுபோல், "பாரம்பரியமாக, ஹரியத் மாநாடு போன்ற சுதந்திர ஆதரவுக் கட்சிகள் போன்ற மிதவாதக் கட்சிகளைப் பயன்படுத்தி, மனக்கசப்பை அடையாத காஷ்மீர் மக்களைச் சென்றடைய பயன்படுத்தியது புதுடெல்லி. ஆகஸ்ட் 2019 முதல், புது டெல்லி மிதவாத பிரிவினைவாதிகளை நிலைப்படுத்தும் சக்திகளாகக் கருதுவதை நிறுத்திவிட்டது. தற்போது காஷ்மீரிகள் எந்தவிதமான மிதவாத அரசியலையும் சந்தேகத்துடன் பார்க்கின்றனர். சுருக்கமாக, மிதவாத பிரிவினைவாதிகள் ஓரங்கட்டப்பட்டுள்ளனர்."[82] அதுமட்டுமின்றி, இந்திய ஆதரவுக் கட்சிகளும் ஓரங்கட்டப்பட்டுள்ளன. என்.சி., பி.டி.பி., காங்கிரஸ் மற்றும் இதர எதிர்க்கட்சிகளின் அரசியல் தலைவர்கள்-முன்னாள் முதல்வர்கள் மூன்று பேர் உள்பட, ஒரு முன்னாள் மத்திய அமைச்சர், ஏழு முன்னாள் மாநில அமைச்சர்கள், ஸ்ரீநகரின் மேயர், துணைமேயர்கள், பல்வேறு சட்டமன்ற உறுப்பினர்கள் உள்பட வழக்கறிஞர்கள், வியாபாரிகள், அரசுசாரா அமைப்பின் செயல்பாட்டாளர்கள் கைதுசெய்யப்பட்டுள்ளனர்.[83] அமித்ஷாவின் கூற்றுப்படியே ஒட்டுமொத்தமாக 4000 பேர் கைதுசெய்யப்பட்டுள்ளனர்.[84] உண்மையில், இந்த எண்ணிக்கை, கொடுமையான தடுப்புக் காவல் சட்டமான பொதுமக்கள் பாதுகாப்புச் சட்டத்தின்கீழ் கைதுசெய்யப்பட்டவர்களை மட்டுமே கணக்கில்கொண்டதாகும்.[85] இதன்படி, "பொது ஒழுங்கைப் பேணவோ அல்லது நாட்டின் பாதுகாப்புக்காகவோ" ஒரு நபர் கைதுசெய்யப்பட்டு, அவரது வழக்கை விசாரணைக்கு எடுக்காமலே இரண்டு ஆண்டுகள் வரை சிறையில் அடைக்கலாம். குடிமை உரிமைகளுக்கான மக்கள் ஒன்றியத்தின் (PUCL) உண்மை கண்டறியும் முயற்சியின்படி, கைதானவர்களின் மொத்த எண்ணிக்கை 13,000.[86] ஜம்மு-காஷ்மீர் சிறைகள் முழுமையாக நிரம்பியதால், கைதிகளில் சிலர் உத்தர பிரதேசம், ராஜஸ்தான், பீகார், இன்னும் பல சிறைகளுக்கு அனுப்பப்பட்டனர்.[87] மற்ற கைதிகள் ஸ்ரீநகரிலுள்ள சென்டார் ஹோட்டலில் காவலில் வைக்கப்பட்டனர்[88], அல்லது முன்னாள் முதல்வர்களான ஃபரூக் அப்துல்லா, ஓமர் அப்துல்லா, மெக்பூபா முப்தி இவர்களைப் போன்று வீட்டுக் காவலில் வைக்கப்பட்டனர். (சட்டத்தின் படி) அதிகாரிகள் அவர்களில் பல கைதிகளை ஆறு மாதங்களுக்குப் பின் விடுவிக்கவேண்டும்,

அவர்களில் சிலர், தாங்கள் அரசியலமைப்புச் சட்டப்பிரிவு 370 நீக்கம் குறித்துக் கருத்துச் சொல்லவோ, இந்த முடிவுக்கு எதிராகப் பேரணி நடத்தவோ மாட்டோம்[89] என ஒரு ஒப்பந்தத்தில் கையெழுத்திட ஒப்புக்கொண்டால் தங்கள் சுதந்திரத்தை மீட்டெடுக்க முடியும். ஏற்கெனவே அவசரநிலைப் பிரகடனத்தின்போது சிறையிலிருந்த பல அரசியல் கைதிகள் சிறையிலிருந்து விடுதலையாக இந்த நடைமுறை வழிவகுத்தது.[90] நூற்றுக்கணக்கான நபர்களைக் கையாள்வதற்காக-மூன்று முன்னாள் முதல்வர்கள் உள்பட 532 பேரை அதிகாரபூர்வமற்ற வகையில்[91], ஆறுமாத காலத்தையும் தாண்டி தடுப்புக் காவலிலே வைக்க அதிகாரிகள் பி.எஸ்.ஏ.வைப் பயன்படுத்தினர்.[92]

ராதாகுமார் குறிப்பிடுவதுபோல், அரசியல் கைதிகளுக்கு எதிரான குற்றச்சாட்டுகள் பலசமயங்களில், 'முழுக்க அபத்தமானது.'[93] பல வழக்குகளில் குற்றம் சாட்டப்பட்டவர்கள், "பொது ஒழுங்கைப் பேணுவதற்குப் பெரிதும் தீங்கிழைக்கும் நடவடிக்கைகளில் பங்குபெற்றதாகக் குற்றம்சாட்டப்பட்டது. ஏனெனில் பிரிவினைவாதிகள் தேர்தலைப் புறக்கணிக்க மக்களை வலியுறுத்தினாலும், அவர்களால் மக்களை வாக்களிக்கச் செய்யும்படி திருப்திபடுத்தமுடியும், இந்திய அரசாங்கத்தால் எடுக்கப்பட்ட முடிவுக்கு எதிராகப் போராட பெரும் எண்ணிக்கையிலான மக்களைத் திரட்டமுடியும்,"[94] அதன் பொருள், குமார் வலியுறுத்துவதுபோல, "மோடி அரசாங்கம் தற்போது கருத்துவேறுபாடுகளை தேசத்துரோகம் என முத்திரை குத்துகிறது" என்பதாகும்.

மௌனத்தைப் புறக்கணித்து விடுதலையைத் தேர்ந்தெடுக்க மறுத்த உமர் அப்துல்லா,[95] "அவரது தீவிர நிலைப்பாட்டை மறைக்கும் முகமூடியாக அரசியலைப் பயன்படுத்துவதாகவும், ஒன்றிய அரசுக்கெதிரான நடவடிக்கைகளைத் திட்டமிடுவதாகவும்" குற்றம்சாட்டப்பட்டார்.[96] ஆனால் அவர் குறித்த ஆவணத்தில் ஒரு அறிக்கை அல்லது ஒரு உறுதியான நிகழ்வைக்கூடக் குறிப்பிடவில்லை, அது: "சம்பந்தப்பட்டவர் பிரதான அரசியல்வாதியாக இருந்தபோதிலும், அவர் அரசியல் போர்வையில் இந்திய ஒன்றியத்துக்கு எதிரான நடவடிக்கைகளைத் திட்டமிட்டு வருகிறார். எளிதில் நம்பக்கூடிய வெகுஜனங்களின் ஆதரவை அனுபவித்துவரும் அதேவேளையில், அத்தகைய நடவடிக்கைகளை வெற்றிகரமாகச் செயல்படுத்தி வருகிறார்." ஆகஸ்ட் 5 அன்று பா.ஜ.க. தலைமையிலான மத்திய அரசால் அரசியலமைப்புச் சட்டப்பிரிவு நீக்கப்பட்ட பிறகு, அவர் பி.எஸ்.ஏ. சட்டத்தின்கீழ் பிப்ரவரியில், "கீழான அரசியலைத் தஞ்சமடைந்து, தீவிர வழிமுறைகளைப் பயன்படுத்தி பொதுமக்களை மத்திய அரசாங்கத்தின் கொள்கைகளுக்கு எதிராகத் தூண்டிவிடுகிறார்" எனக் குற்றம்சாட்டப்பட்டார். உமர் அப்துல்லா

இந்திய நாட்டின் கைதியாக, கிட்டத்தட்ட வெளியுலகத் தொடர்பற்று இருந்த நிலையில், இத்தகைய குற்றச்சாட்டு நம்பத்தகாததாகத் தெரிகிறது. மெஹபூபா முப்தி இதேபோன்ற நடவடிக்கைகளுடன் இன்னும் சில குற்றச்சாட்டுகளுக்கும் உள்ளானார். அவரது பி.எஸ்.ஏ. ஆவணங்களின்படி: "(உளவுத்துறை) முகமைகளால் தாக்கல் செய்யப்பட்ட பல ரகசிய அறிக்கைகளின்படி, அவர் பிரிவினைவாதத்தை ஊக்குவித்து வருகிறார்... அவர், தனது அபாயகரமான மற்றும் நயவஞ்சகமான சூழ்ச்சிகள், கையகப்படுத்தும் சுயவிவரம் மற்றும் இயல்பு காரணமாக வெகுஜனங்களால் 'அப்பாவின் பெண்', 'கோட்டா ராணி' எனக் குறிப்பிடப்படுகிறார்... தனது எதிரிகளை சூழ்ச்சி முதல் விஷம்வைப்பது வரையிலான வஞ்சகங்கள் மூலம் அதிகாரத்துக்கு வந்த, காஷ்மீரின் இடைக்கால ராணியின் சுயவிவரத்தின் அடிப்படையில்,[97] இத்தகைய குற்றப்பத்திரிகை உண்மைகளைவிடக் குற்றம்சாட்டப்பட்டவரின் உளவியல் அம்சங்கள் தொடர்பான ஊகங்களையே அதிகம் சார்ந்துள்ளது. ஃபரூக் அப்துல்லாவும் உமர் அப்துல்லாவும் மார்ச் 2020இல் விடுவிக்கப்பட்டனர், மெஹ்பூபா முப்தி அக்டோபர் 2020இல் விடுவிக்கப்பட்டார், ஆனால் நீண்ட காலம் அவர்கள் தடுப்புக் காவலில் வைக்கப்பட்டது ஜம்மு-காஷ்மீரின் மீதான கட்டுப்பாட்டைப் பெற எந்த வழிமுறையையும் கையாளும், அப்பிராந்தியத்திலும் தேசிய அளவிலும் அரசியல் காட்சிகளைத் துருவப்படுத்தும் மோடி அரசின் விருப்பத்தையும் பிரதிபலித்தது. உண்மையில், தொடர்ந்து மத்திய அரசுடனும் பா.ஜ.க.வுடனும் சேர்ந்து செயல்புரிய விரும்பிய கட்சிகளின் தலைவர்களைக் குறிவைத்ததன் மூலம், (1990-களின் பிற்பகுதியிலும், 2000-இன் தொடக்கத்திலும் தேசிய மாநாட்டுக் கட்சி, தேசிய ஜனநாயகக் கூட்டணியின் வாஜ்பேய் அரசில் உமர் அங்கம் வகித்தார், 2015-2018-இல் பா.ஜ.க.வுடன் கூட்டணியாக ஜம்மு-காஷ்மீரை பி.டி. பி. ஆட்சிசெய்துள்ளது.) மோடி அரசாங்கம், ஜம்மு-காஷ்மீரின் இந்திய ஆதரவு அரசியல் சக்திகளைத் தீவிரமாகக் குறைமதிப்புக்கு உட்படுத்தியுள்ளதோடு, இயந்திர கதியில் இந்தியாவுக்கு எதிரானவர்களை ஊக்குவித்துள்ளது. அரசியலமைப்புச் சட்டப் பிரிவு 370-க்கு ஆதரவாக இருந்த, மீண்டும் அதிகாரத்தைக் கோரும் கட்சிகளை ஓரம்கட்ட இந்த வியூகம் பயன்பட்டது. இன்னும் பொதுவாகப் பேசுவதானால், பா.ஜ.க. மீதான மிதவாத எதிர்ப்பு ஓரங்கட்டப்பட்ட நிலையில், பிரிவினைவாதிகள் மட்டுமே ஜம்மு-காஷ்மீரில் குறிப்பிடத்தக்கவர்கள், மேலும் பாகிஸ்தானுடன் தொடர்புடைய இந்த அச்சுறுத்தல் சமாளிக்கப்படவேண்டும் என்று மோடி அரசாங்கம் இந்தியா முழுவதும் சொல்லமுடியும்.

ஏற்கெனவே 2019 தேர்தலின்போது கவனம்பெற்றிருந்த பாதுகாப்பு சார்ந்த திறமை அரசியலுடன் இது நன்றாகப் பொருந்திப் போகும்.

ஒரு புதிய ஒருங்கிணைப்புக் கொள்கை: நிர்வாகத்திலிருந்து மக்கள் தொகைக்கு

அரசியலமைப்புச் சட்டப்பிரிவு 370 நீக்கத்துக்குப் பின்பு மோடி அரசின் மற்றொரு தூணாகத் திகழ்ந்தது ஜம்மு-காஷ்மீர் நிர்வாகம் தொடர்பானதாக இருந்தது. அந்தப் பிரதேசம் யூனியன் பிரதேசமாக மாறியபின்பு, அதன் காவலர்கள் தற்போது-2018-இல் சுமத்தப்பட்ட குடியரசுத் தலைவர் ஆட்சியின்கீழ்-புது டெல்லியால் லெப்டினன்ட் கவர்னராக நியமிக்கப்பட்ட ஜி.சி. முர்முவிடம்-மத்திய அரசாங்கத்தின் முக்கிய நபரான அமித்ஷாவிடமும் நேரடி அறிக்கை தரவேண்டும். இருவருமே நரேந்திர மோடியின் நெருங்கிய கூட்டாளிகள். மாநிலம் யூனியன் பிரதேசமாக மாற்றப்பட்ட நாளன்றே, 2019, அக்டோபர் 31இல் ஜி.சி. முர்மு, லெப்டினன்ட் கவர்னராக நியமிக்கப்பட்டார். முர்மு, குஜராத்தைச் சேர்ந்த ஒரு ஐ.ஏ.எஸ். அதிகாரி, நரேந்திர மோடி முதல்வராக இருந்தபோது அங்கே அவர் முதன்மைச் செயலாளராகப் பணியாற்றியவர், அத்தோடு அவர் மோடி, ஷாவின் நெருங்கிய உதவியாளராக இருந்தவர். ஆர்.பி. ஸ்ரீகுமாரின் சாட்சிப்படி (1971-ஆம் ஆண்டு ஐ.பி.எஸ். அலுவலர்), 2004இல், உள்துறை அமைச்சகத்தின் கூடுதல் செயலாளராக, அவர் கலவரத்துக்குப் பின்பான வழக்குகளில் உதவினார். அவருக்கு (படுகொலையை விசாரித்த) நானாவதி ஆணையத்தின் முன்பு ஆஜராகி சாட்சியமளித்தவர்களுக்கும் விளக்கமளித்த அரசு அதிகாரிகளுக்கும் பயிற்சியளிக்கும் பணி, அரசின் உயர்ந்த பதவியிலிருக்கும் அதிகாரிகளாலும் உள்துறையாலும் ஒப்படைக்கப்பட்டது.[98] அமித்ஷாவின் பெயரும் அடிபட்ட இஷ்ரத் ஜகான் போலி என்கவுண்டர் வழக்கிலும் அவர் பெயர் குறிப்பிடப்பட்டது. லெப்டினன்ட் கவர்னர், மோடி அரசுக்கு நெருக்கமாக இருந்தது மட்டுமின்றி, அவரது குழு ஒரேயொரு காஷ்மீரி முஸ்லிமான ஃபாரூக் கானை மட்டும் கொண்டிருந்தது. ஸ்ரீநகர் பள்ளத்தாக்கைச் சேர்ந்த சில உள்ளூர்வாசிகள், அப்பகுதி பெரும்பான்மை காஷ்மீர் முஸ்லிம்களைப் பிரதிநிதித்துவப்படுத்தாத அரசாங்கம், நிர்வாகத்துக்குப் பயந்தனர்"[99] சிவில் அதிகாரவர்க்கம், காவல்துறை, நீதித்துறை போன்றவற்றிலும், ஜம்மு-காஷ்மீர் வங்கிகளிலும்கூட காஷ்மீரிகள் ஓரங்கட்டப்பட்டிருந்தனர்.[100]

அவர்களைப் பொறுத்தவரை, இது 1947-க்கு முன்பு இந்த மாகாணத்தை ஆட்சிசெய்த இந்து வம்சத்தின்கீழ் நிலவிய டோக்ரா ஆட்சியை நினைவுபடுத்துவதாக இருந்தது. அந்தச் சமயத்தில்,

காஷ்மீரி முஸ்லிம்கள் பெரும்பாலும் இந்து நில உரிமையாளர்களின் நிலங்களை உழுதனர். சுதந்திரத்துக்குப் பின்பான நிலச் சீர்திருத்தச் சூழலில் அவர்கள் நிலங்களைப் பெற்றிருந்தனர். "டோக்ரா ஆட்சி மீண்டும் வரக்கூடுமென்ற"[101], பயம் நிலம் சார்ந்தது மட்டுமல்ல மக்கள் தொகை சமநிலை சம்பந்தமானதும்கூட. அரசியலமைப்புச் சட்டப்பிரிவு 35ஏ, ஜம்மு-காஷ்மீர் சட்டசபைக்கு மாநிலத்தின் நிரந்தரக் குடியிருப்பாளர்களை வரையறுக்கவும், மாநிலத்தில் நிலம் வைத்திருக்கும் உரிமை, அரசு வேலைகளுக்கான அணுகல் உட்பட குறிப்பிட்ட உரிமைகள் அவர்களுக்கு ஒதுக்கப்பட்டிருந்தன. அரசியலமைப்புச் சட்டப்பிரிவு 370 நீக்கத்துக்குப் பின்பு நீக்கப்பட்ட சட்டப்பிரிவுகளில் 35ஏ-வும் ஒன்று. மார்ச் 2020-இல், மோடி அரசாங்கம், ஜம்மு-காஷ்மீரில் வழக்கமான இடத்தில் வாழும் நிரந்தரக் குடியிருப்பாளர்களைப் புதிய விதிமுறையால் மாற்றியமைத்தது: அதிகாரிகளின் குழந்தைகள், வீரர்கள், ஜம்மு-காஷ்மீரிலுள்ள துணை ராணுவ நிலைய உறுப்பினர்கள், அதேபோல இந்தப் பகுதியில் பதினைந்து வருடங்களாக வசித்து வருபவர்கள், அங்கே ஏழு வருடங்களாகப் படித்து வருபவர்கள், அல்லது பள்ளி வாரியத் தேர்வுகளை எழுதியவர்கள், அரசு வேலைகளைப் பெறவும், சொந்தமாக நிலங்களை வைத்திருக்கத் தகுதிபெற்றவர்கள். இந்தப் புதிய வாழிடச் சட்டம் புதிதாக உருவாக்கப்பட்ட மற்றொரு யூனியன் பிரதேசமான லடாக்குக்குப் பொருந்தாது, ஜம்மு-காஷ்மீருக்கு மட்டுமே பொருந்தும். மத்திய அரசாங்கம் லடாக்கின் பௌத்த மக்கள் எப்படிப் பிரதிவினை செய்வார்களோ என மத்திய அரசாங்கம் அஞ்சியது, ஆனால் அவர்கள் ஜம்மு-காஷ்மீர் எப்படிப் பிரதிவினை செய்யுமோ என அஞ்சவில்லை"[102] என்ற உண்மையைக் கூறி இந்த வித்தியாசத்தை விளக்கினார் உமர் அப்துல்லா. இந்த இரட்டை நிலைப்பாடு, அரசியலமைப்புச் சட்டப்பிரிவு 370 நீக்கம், மோடி அரசாங்கத்தின் மையமாக்கலின் வெறியை மட்டும் பிரதிபலிக்கவில்லை, அத்துடன் ஒன்றியத்தின் ஒரே முஸ்லிம் பெரும்பான்மை மாநிலத்துக்கு அதன் இடத்தைக் காட்டுவதையும் நோக்கமாகக் கொண்டது.

ஆயுதப் படைகளுக்கும் வெளியிலிருந்து வரும் முதலீட்டாளர்களுக்கும் நிலம் ஏற்கெனவே ஒதுக்கப்பட்டுவிட்டது என்ற உண்மையால், ஒருவரின் நிலத்தை இழக்கநேரிடும் என்ற பயம் காஷ்மீரிகளிடையே தூண்டப்பட்டுவிட்டது: புதிய சுரங்க ஒப்பந்தங்களில் 70 சதவிகிதம் உள்ளூரைச் சேராதவர்களுக்குச் சென்றுள்ளது[103] ஜூலை 2020-இல் இரண்டு சட்டங்கள் திருத்தப்பட்டு (கட்டடச் செயல்பாடுகளின் கட்டுப்பாட்டுச் சட்டம், 1988, ஜம்மு-காஷ்மீர் மேம்பாட்டுச் சட்டம், 1970) வியூக முக்கியத்துவமுள்ள பகுதிகளில் கட்டுமான

நடவடிக்கைகளை மேற்கொள்வதற்கான சிறப்பு விநியோகத் திட்டம் அறிமுகப்படுத்தப்பட்டது-வேறு வார்த்தைகளில் சொன்னால், நிலமானது எளிதாக ஆக்ரமிக்கப்பட்டு ராணுவத்தின் சொந்தப் பயன்பாட்டுக்காக மாற்றுவதற்கான நடைமுறை ஏற்கெனவே தொடங்கிவிட்டது.[104] இன்னும், அதேபோல 2020 ஜூலையில், ராணுவ அமைப்புகளான பி.எஸ்.எஃப்., சி.ஆர்.பி.எஃப். மற்றும் இதுபோன்ற அமைப்புகளுக்குச் சாதகமாக நிலம் கையகப்படுத்துவதற்கும் பெறுவதற்கும், ராணுவம் மற்றும் துணைராணுவப் படைகள் அதன் உள்துறை பிரிவிடமிருந்து தடையில்லாச் சான்று பெறத் தேவையில்லை என அரசாங்கம் தீர்மானித்தது.[105]

ஆனால் மக்கள்தொகை மாற்றம் பற்றிக் குறிப்பிடும்போது-"ஒரு குடியேற்ற-காலனித்துவ திட்டம் பற்றிப் பேசும்போது-காஷ்மீரிகளின் மனதில் பலசமயங்களில் பாலஸ்தீனிய விவகாரம் வந்துபோகும்[106]- மேலும் அவர்கள் ஏற்கெனவே தொடங்கிவிட்ட, தொகுதிகளின் எல்லைகளை மறுவரையறை செயல்கள் குறித்தும் சிந்திக்கிறார்கள். அவர்களைப் பொறுத்தவரை, இந்தச் செயல்முறை, தேர்தல்கள் நிகழும்போதெல்லாம் ஜம்மு புதிய யூனியன் பிரதேசத்திலிருந்து வரும் தேர்ந்தெடுக்கப்பட்ட பிரதிநிதிகள், காஷ்மீரிலிருந்து தேர்ந்தெடுக்கப்பட்ட சட்டமன்ற எண்ணிக்கையைவிடச் சற்று அதிகமாக இருக்கும்படி ஜம்மு பிராந்தியத்தை இந்துப் பெரும்பான்மை உள்ளதாக ஆக்குவதற்காகத் தொடங்கப்பட்டதாகும்."[107] உண்மையில், ஜம்முவின் பத்து மாவட்டங்களில் விண்ணப்பிக்கும் நபர்களுக்கு இருப்பிடச் சான்றிதழ் வழங்கப்பட்டால், குறிப்பிடத்தக்க மாற்றங்கள் நிகழலாம்: ஜூன் 2020-வரை ஏற்கெனவே 32,000 பேர் விண்ணப்பித்திருக்கிறார்கள்.[108] ஜம்முவின் மக்கள் தொகை தொடர்ந்து அதிகரித்தபடி சென்றால், அதன் தொகுதிகளும் அதற்கேற்ப மாற்றம் செய்யப்படும்.

ஜம்மு-காஷ்மீரின் மாறிவரும் நிலை இந்தியாவின் ஒரே ஒரு மாகாணத்தை மட்டுமே பாதிக்க, 2019-இல் மாற்றம்செய்யப்பட்ட குடியுரிமை விதிகளை, மதச்சார்பற்ற இந்தியர்களும் முஸ்லிம்களும் இந்திய அரசியலமைப்பின் மீதான பெரும் தாக்குதலாகப் பார்த்தனர்.

இனமத அடிப்படையில் குடியுரிமையை மறுவரையறை செய்தல்
குடியுரிமை (திருத்த) மசோதா/சட்டம்

இந்திய பாராளுமன்றத்தால் டிசம்பர் 2019-இல் நிறைவேற்றப்பட்ட குடியுரிமை (திருத்தச்) சட்டம், குடியுரிமையை இனமத வரையறை நோக்கிய மாற்றம் செய்வதைக் குறித்தது, இந்தப் போக்கு பா.ஜ.க.

தலைமையிலான முதல் அரசாங்கத்தால் பல வருடங்களுக்கு முன்பே ஏற்கெனவே தொடங்கிவைக்கப்பட்டிருந்தது.

தொடக்கத்தில், 1947-க்குப் பிறகான இந்தியா, உலகளாவிய மற்றும் பிறந்த இடத்தின் அடிப்படையிலான குடியுரிமை குறித்த கருத்தாக்கத்தை ஏற்றுக்கொண்டது.[109] ஆனால் யார் இந்தியன் என்பதுகுறித்த இந்தப் பிறப்பின் அடிப்படையிலான வரையறை, மெதுமெதுவாகப் பிறப்பை அடிப்படையாகக் கொள்ளாமல் பெற்றோரை அடிப்படையாகக் கொண்ட குறிப்பிட்ட தத்துவங்களை நோக்கி நகரத் தொடங்கியது. இந்த மாற்றம் பெரிதும் அஸ்ஸாமில் நிகழ்ந்த நிகழ்வுப்போக்குகள் காரணமாகவே நடந்தது, அவை ஏற்கெனவே குறிப்பிடப்பட்டுள்ளன. இந்த மாநிலத்தில், வங்காளம் பேசும் புலம்பெயர்ந்தோரை நிராகரித்ததானது (பெரும்பாலும் முஸ்லிம்கள்) 1983-இல் நெல்லி படுகொலையில் வந்து முடிவடைந்தது, அதைத் தொடர்ந்து 1985-ஆம் ஆண்டு மண்ணின் மைந்தர்களாகத் தங்களைக் கூறிக்கொள்பவர்களிடம் ராஜீவ்காந்தி மேற்கொண்ட ஒப்பந்தம், புலம்பெயர்ந்தோரில் மூன்று வகைப்பாடுகளை உருவாக்கியது: 1966-க்கு முன்பு அஸ்ஸாமில் குடியேறியவர்கள் குடிமக்களாக அறிவிக்கப்பட்டனர், 1966-க்கும் 1971-க்கும் இடையில் வந்தவர்கள் குடியுரிமைக்காக விண்ணப்பிக்கவேண்டும், 1971-க்குப் பின் வந்தவர்கள் (பங்களாதேஷ் அப்போதுதான் உருவாக்கப்பட்டது) சட்டவிரோத புலம்பெயர்ந்தோராகக் கருதப்பட்டனர். சட்டவிரோத புலம்பெயர்ந்தோர் என்ற புதிய கருத்து தொடர்ந்துவந்த வருடங்களில் முன்னணிக்கு வரத்தொடங்கியது. 2004-இல் வாஜ்பாய் தலைமையேற்று நடத்திய பா.ஜ.க. தலைமையிலான அரசு குடியுரிமைச் சட்டத்தைத் திருத்தியது: தற்போது, ஒரு குழந்தை இந்தியப் பகுதியில் பிறந்திருந்தாலும் (பிறப்பு அடிப்படை), அக்குழந்தையின் பெற்றோர் சட்டவிரோதக் குடியேறி எனில், அவனோ அல்லது அவளோ குடியுரிமைக்குத் தகுதியுடையவர்களாக மாட்டார்கள். அதேசமயத்தில் இந்தச் சட்டத்தின் கீழுள்ள விதிகளில் ஒன்றும் திருத்தப்பட்டது: 'பாகிஸ்தான் குடியுரிமையுடனான சிறுபான்மை இந்துக்கள்' சட்டவிரோதக் குடியேறிகளாக வகைப்படுத்தப்பட மாட்டார்கள். முதல்முறையாக, மதம் குடியுரிமைத் தகுதிக்கான அளவுகோலாக வகைப்படுத்தப்பட்டது.[110]

மோடியின் கீழான இரண்டாவது தேசிய ஜனநாயகக் கூட்டணி அரசு, குடியுரிமையின் இனமத குணாம்சத்தை மேலும் ஊக்குவித்தது. 9-வது அத்தியாயத்தில் காட்டியதுபோல, பா.ஜ.க. 2019 மக்களவைத் தேர்தலின்போது சட்டவிரோதக் குடியேறிகளைக் குறிவைத்து, இந்த ஊடுருவலாளர்களை நாடுகடத்துவதாக உறுதியளித்தது. அதற்கு முன்பாக, ஜூலை 2016-இல், பா.ஜ.க. குடியுரிமைத் (திருத்த)

மசோதாவைத் தாக்கல்செய்து, ஒரு மாதத்துக்குப் பின் பாராளுமன்றக் கூட்டுக் குழுவுக்குப் பரிந்துரைத்தது. ஆனால் இந்தக் குழு ஜனவரி 7, 2019 வரை அதன் அறிக்கையைத் தாக்கல் செய்யவில்லை. இந்த மசோதா மக்களவையில் உடனடியாக நிறைவேற்றப்பட்டது, ஆனால் மாநிலங்களவையில் இது குறித்த நேரத்தில் விவாதிக்கப்படவில்லை. இதன்விளைவாக, 2019 தேர்தல் நேரத்தில் சட்டவிரோதக் குடியேறிகள் விவகாரம் இன்னும் மேஜையில் இருந்தது. பா.ஜ.க.வின் தேசிய செயற்குழு செப்டம்பர் 2018-இல், "மோடி தலைமையிலான இந்திய அரசாங்கம் சட்டவிரோத ஊடுருவலாளர்கள் இந்தியாவை பாதுகாப்பான இடமாகப் பயன்படுத்த அனுமதிக்காது. ஒவ்வொரு ஊடுருவலாளர்களும் அடையாளம் காணப்பட்டு, குடியுரிமை பறிக்கப்பட்டு நாடுகடத்தப்படுவார்கள்" என அறிவித்தபோது, பா.ஜ.க. இந்தக் கேள்வியின் மீது உரத்த குரலெழுப்பத் தொடங்கியது.[111] தேர்தல் பிரச்சாரத்தின்போது, நரேந்திர மோடி இந்தப் பிரச்சனையை அமித்ஷாவைவிடவும் குறைவாகவே பயன்படுத்தினார். மாறாக அமித்ஷாவோ, குறிப்பாக, பா.ஜ.க. மிகமுக்கியமாக வெல்ல விரும்பிய மாநிலங்களில் ஒன்றான மேற்கு வங்காளத்தில் சுற்றுப்பயணம் மேற்கொண்டபோது முந்தைய அத்தியாயத்தில் குறிப்பிட்டதுபோல் திரும்பத் திரும்ப இதனைக் குறிப்பிட்டார். மோடியின் இரண்டாவது அரசு அமைந்தபின், அமித்ஷா, புதிய உள்துறை அமைச்சராகப் பாதுகாப்பு தொடர்பான விஷயங்களில் பெரிய பங்காற்றினார். இந்த அதிகாரத்துடன், அத்தியாயம் 8இல் குறிப்பிட்டுள்ளதுபோல, அவர் வெளிநாட்டினர் (தீர்ப்பாய) ஆணை, 1964-ஐ திருத்தினார். வெளிநாட்டினர் தீர்ப்பாயங்கள் அதுவரை அஸ்ஸாமில் மட்டுமே இருந்த நிலையில், இந்தத் திருத்தமானது மாநில அரசுகள், யூனியன் பிரதேசங்கள், மற்றும் மாவட்ட நீதிபதிகள்கூட இந்தத் தீர்ப்பாயங்களை நாடெங்கும் உருவாக்க அனுமதித்தது.

மக்களவையில் குடியுரிமை (திருத்த) மசோதா அறிமுகம் செய்யப்படுவதற்குச் சற்று முன்பாக, அந்த மசோதாவுக்கு ஆதரவாக அமித்ஷா தொடர்ந்து பிரச்சாரம் மேற்கொண்டார். கல்கத்தாவில் அக்டோபரில், அவர் கூறினார்: "இந்தியாவில் ஊடுருவிய ஒவ்வொரு ஊடுருவல்காரர்களுக்கும் வெளியேறும் வழி காட்டப்படும் என நான் உத்தரவாதமளிக்கிறேன்." மேலும்: "(ஆனால்) இந்துக்கள், சீக்கியர்கள், ஜைனர்கள், பௌத்தர்கள், கிறித்தவ அகதிகளுக்கு நான் உத்தரவாதமளிக்கிறேன். மத்திய அரசால் நீங்கள் வலுக்கட்டாயமாக வெளியேற நிர்பந்திக்கப்பட மாட்டீர்கள்."[112]

டிசம்பர் 2019இல் பாராளுமன்றத்திலும் குடியுரிமை திருத்த மசோதாவுக்கு அமித்ஷா ஆதரவாக நின்றார். இந்த மசோதா பாகிஸ்தான், பங்களாதேஷ், ஆப்கானிஸ்தானில் மத துன்புறுத்தலுக்கு

ஆளான இந்துக்கள், சீக்கியர்கள், பௌத்தர்கள், ஜைனர்கள், கிறித்துவர்களை வரவேற்பது மட்டுமின்றி, 2014-ஆம் ஆண்டுக்குமுன் இந்தியாவில் தஞ்சம் புகுந்துள்ள அவர்களுக்கு இந்தியக் குடியுரிமைக்கான புதிய பாதையையும் உருவாக்கியது. இத்தகைய அகதிகள் குடியுரிமைத் தகுதிக்கு விண்ணப்பிக்க சட்டப்படி முன்பு பன்னிரண்டு ஆண்டுகள் இந்தியாவில் வசித்ததாக நிரூபிக்கவேண்டியது தேவை, அது இப்போது ஆறு ஆண்டுகள் வசித்ததாக நிரூபித்தால் போதும்.[113] இந்த மூன்று நாடுகளில் இஸ்லாம் மேலாதிக்க மதமாக இருந்ததால், முஸ்லிம்கள் குடியுரிமைக்கான இந்தப் பாதையில் இருந்து விலக்கப்பட்டனர். இதன் விளைவாக, ஹசாராக்கள், ஷியாக்கள் மற்றும் அஹ்மதியர்கள், அவர்கள் தங்கள் சொந்த நாட்டில் துன்புறுத்தப்பட்டாலும், அவர்கள் சட்டவிரோதமாக இந்தியாவிற்குள் நுழைந்து குடியேறியவர்களாக இருந்தால், இந்தியக் குடியுரிமைக்குத் தகுதியற்றவர்களாவார்கள்.

மக்களவையில் 2019, டிசம்பர் 10இல், அமித்ஷா இந்த மசோதாவை அறிமுகப்படுத்தி, "பாகிஸ்தான், பங்களாதேஷ், ஆப்கானிஸ்தானில் துன்புறுத்தப்பட்ட சிறுபான்மையினருக்கு அடைக்கலம் வழங்கும் நோக்கம் கொண்டது இது. அரசியல் அடையாளங்களைத் தாண்டி... இது ஒரு மனிதாபிமான பிரச்சனை... இந்தியாவிலுள்ள முஸ்லிம்கள் பயப்பட எதுவுமில்லை, அவர்கள் தொடர்ந்து பயமின்றி வசிக்கலாம்..."[114] என்று கூறினார்.

ஆதரவாக 311 வாக்குகளும் எதிராக 80 வாக்குகளும் பெற்று குடியுரிமைத் திருத்த மசோதா நிறைவேறியது. அமித்ஷா மாநிலங்களவையிலும் இந்த மசோதாவை அறிமுகம் செய்தார், அங்கே பா.ஜ.க.வின் தேசிய ஜனநாயகக் கூட்டணியில் இல்லாத கட்சிகளின் ஆதரவும் தேவைப்பட்டது (சில மாதங்கள் முன்பு அரசியலமைப்புச் சட்டப்பிரிவு 370-ஐ நீக்கியதுபோது செய்ததுபோல) அந்த ஆதரவு கிடைக்கவும் செய்தது. அ.இ.அ.தி.மு.க., பிஜு ஜனதா தளம், ஒய்.எஸ். ஆர்- காங்கிரஸ், தெலுகு தேசம் கட்சிகள் இந்த மசோதாவை ஆதரிக்க, அம்மசோதா ஆதரவாக 125 வாக்குகளும் எதிராக 105 வாக்குகளும் பெற்று நிறைவேறியது.[115] இவற்றில் பெரும்பாலான வாக்குகள் முற்றிலும் தந்திரத்தால் பெறப்பட்டவை. உதாரணமாக, ஒய்.எஸ். ஆர். காங்கிரஸ் தலைவர் ஜெகன்மோகன் ரெட்டியின் ஆதரவு பரிவர்த்தனை அடிப்படையில் புரிந்துகொள்ளப்படவேண்டும்: "ஜெகன் ஒரு இக்கட்டில் இருந்தார்-அவரது மாநிலத்தை மறுகட்டுமானம் செய்யத் தடையில்லாத நிதிவரவு தேவையிருந்ததால் மத்திய அரசுடன் இணக்கமாக இருப்பதை உறுதிசெய்யவேண்டிய தேவையிருந்தது (ஆந்திராவிலிருந்து 2014இல் தெலுங்கானா உருவாக்கப்பட்டிருந்தது)."[116] ஆந்திராவில் ஆட்சி செய்த ஜெகன்

ரெட்டியின் ஒய்.எஸ்.ஆர்-காங்கிரஸ் கட்சியின் பரம எதிரியான தெலுகு தேசம் கட்சி, கருத்தியல் அல்லாத காரணங்களுக்காகவும் குடியுரிமை திருத்த மசோதாவை ஆதரித்தது: அதன் ராஜ்யசபா உறுப்பினர்கள் பா.ஜ.க.வுக்கு ஏற்கெனவே தாவியிருந்ததால், பதற்றத்தைத் தணிக்க இம்முடிவை அது தேர்வுசெய்தது.

நரேந்திர மோடி குடியுரிமை திருத்த மசோதா குறித்து (அது குடியுரிமை (திருத்த) சட்டமாக மறுபெயரிடப்பட்டிருந்தது) ஒரு ட்வீட்டில் தெரிவித்தார்: "இந்தியாவுக்கும் நமது தேசத்தின் கருணை மற்றும் சகோதரத்துவத்துக்கும் முக்கியமான நாள்! #CAB2019 ராஜ்ய சபாவில் நிறைவேறியதில் மகிழ்ச்சி! இந்த மசோதாவுக்கு ஆதரவாக வாக்களித்த பாராளுமன்ற உறுப்பினர்கள் அனைவருக்கும் நன்றி. இந்த மசோதா பல ஆண்டுகளாகத் துன்புறுத்தலுக்கு ஆளான பலரின் துன்பத்தைக் குறைக்கும்."[117]

குடியுரிமைத் திருத்தச் சட்டம், அரசியலமைப்புச் சட்டப் பிரிவு 14-க்கு முரணானது, அது சொல்கிறது, "தேசமானது, எந்த ஒரு நபருக்கும் சட்டத்தின் முன் சமத்துவத்தையோ, இந்திய எல்லைக்குள் சட்டத்தின் பாதுகாப்பையோ மறுக்கக்கூடாது,"[118] ஆனால், மீண்டும் ஒருமுறை உச்சநீதிமன்றம் இந்தச் சிக்கலைக் கவனிப்பதை ஒரு வருடத்துக்கும் மேலாகத் தவிர்த்தது-இதை எழுதும் வரைக்கும் அது இவ்விஷயத்தைக் கவனிக்கவில்லை.

சி.ஏ.ஏ. நிறைவேற்றப்பட்ட அதேவேளை, மோடி அரசாங்கம் வாஜ்பேய் அரசாங்கத்துக்கும் முந்தைய மற்றொரு சட்ட வரைவொன்றைப் பயன்படுத்தியது: தேசிய குடிமக்கள் பதிவேடு (என்.ஆர்.சி), இது அனைத்து இந்திய குடிமக்களையும் பதிவுசெய்ய 2003இல் நிறுவப்பட்டது. என்.ஆர்.சி. உண்மையில் அஸ்ஸாமிலுள்ள ஆவணங்களற்ற புலம்பெயர்ந்தோரை இலக்காகக் கொண்டது, ஆகஸ்டு 2019இல் அங்குள்ள நிர்வாகம் 1.9 மில்லியன் மக்கள் முறையற்ற குடியேறிகள் என அறிவித்திருந்தது. மோடி அரசாங்கம் என்.ஆர்.சி.யை ஒட்டுமொத்த இந்தியாவுக்கும் ஒரே நேரத்தில் நீட்டிக்கத் தீர்மானித்தது. கொஞ்ச காலத்துக்குப் பின், நிச்சயமாக மோடி அரசு என்.ஆர்.சி.யை தேசிய மக்கள் பதிவேடாக (என்.பி.ஆர்.) மாற்றியது, ஆனால் சாராம்சத்தில், அது எந்த வித்தியாசத்தையும் ஏற்படுத்தவில்லை: சி.ஏ.ஏ. மற்றும் என்.பி.ஆர். இவை இரண்டின் இணைவு, பிற ஆவணமற்ற புலம்பெயர்ந்தோரைப் போலல்லாமல், சட்டவிரோத அந்தஸ்துகொண்ட முஸ்லிம்கள், அகதியாகவோ அல்லது குடியுரிமைபெறவோ தகுதியற்றவர்கள் என்பதால் விளைவுகளைச் சந்திக்கவேண்டியிருக்கும். சட்டவிரோதக் குடியேறிகளாக, அவர்கள் நாடுகடத்தப்படலாம் அல்லது

அரசாங்கமானது இந்திய மாநிலங்களைக் கட்டும்படிக் கேட்டுக்கொண்ட முகாம்களுக்கு இடம்பெயர வேண்டியிருக்கும். இழப்பானது எத்தனை அதிகமானது என நிரஜா கோபால் ஜெயால் காட்டினார்:

என்.ஆர்.சி. மற்றும் சி.ஏ.பி. இரண்டும் அவற்றின் நோக்கங்களில் இணைந்துள்ளன. முதலாவது, பல ஏழை மற்றும் பாதிக்கப்படக்கூடிய மக்களுக்கு நாடற்ற நிலையை ஏற்படுத்துவதற்கும் தடுப்பு மையங்களுக்கு இட்டுச்செல்வதற்கும் வழிவகுக்கிறது. மேலும் மிகவும் அநியாயமாக, பாதிக்கப்படக்கூடியவர்களின் உண்மையான தேசியத்தை அவர்களது நம்பிக்கையின் அடிப்படையில் மறுக்கிறது. இரண்டாவது, புலம்பெயர்ந்தோர் குழுக்களுக்கு குடியுரிமைக்கான இலகுவான பாதையை அவர்களின் நம்பிக்கையின் அடிப்படையில் மட்டுமே அளிக்கிறது. வேறு வார்த்தைகளில் சொன்னால், யார் இந்தியன், யார் இந்தியனல்ல என ஒருவரை சேர்ப்பதற்கும் விலக்குவதற்குமாக பிரத்யேகமான அளவுகோலாக நம்பிக்கை அமைக்கப்பட்டிருக்கிறது. என். ஆர்.சி மற்றும் சி.ஏ.பி. இரண்டும் சேர்ந்து உலகளாவிய சமமான குடியுரிமை என்ற அரசியலமைப்புத் தத்துவத்தைக் குறைமதிப்புக்கு உட்படுத்தி, இந்தியாவை தரவாரியான குடியுரிமை உரிமைகளுடனான பெரும்பான்மை அரசியலாக மாற்றும் திறனைக் கொண்டுள்ளன. சில வகைப்பாட்டைச் சேர்ந்த குடிமக்களுக்கு சேர்த்துக்கொள்வதற்கான முன்னுரிமைகள் அளிக்கப்பட்டிருக்க, மற்றவர்களோ விலக்குவதற்கான குறைபாடுகளால் பாதிக்கப்பட்டிருக்கின்றனர்.

குடியுரிமை திருத்த மசோதா, வெளித்தோற்றத்தில் குடியுரிமைக்கான சட்டபூர்வ அந்தஸ்தைக் கோரும் புலம்பெயர்ந்தோருடன் மட்டுமே தொடர்புடையதுபோல் தெரிந்தாலும், இது புலம்பெயர்ந்தோரை பற்றியது மட்டுமேயல்ல. தேசிய அளவிலான குடிமக்கள் பதிவேடு அச்சுறுத்தல், வெறுமனே மேடைப்பேச்சுக்காகவோ அல்லது மற்றபடியோ, தேசிய அளவிலான என்.ஆர்.சி. காட்டுவது என்னவென்றால், அனைத்து முஸ்லிம் குடிமக்களின் குடியுரிமையைக் கேள்விக்குள்ளாக்கப் பயன்படுத்தப்படுகிறது என்பதைக் காட்டுகிறது. புலம்பெயர்ந்தோர்-அஸ்ஸாமில் உள்ளோரில் தொடங்கி-மற்றமை" என்ற தேசிய அளவிலான மிகவும் லட்சியகரமான திட்டத்தை உருவாக்கி முன்னெடுத்துச் செல்ல, வேகமாக ஒரு சாக்குப்போக்காக மாறிவருகின்றனர்.[119]

சி.ஏ.ஏ.வும் என்.ஆர்.சி.யும் ஒன்றன்பின் ஒன்றென இணைந்து செயல்படுகின்றன என மேற்கு வங்காளத்தில் பத்திரிகையாளர்

சந்திப்பொன்றின்போது அமித்ஷாவே தெளிவுபடுத்தினார்-அந்தக் காணொளி பின் பா.ஜ.க.வின் யூ-ட்யூப் பக்கத்தில் ஏப்ரல் 2019இல் பதிவிடப்பட்டது: "காலவரிசையைப் புரிந்துகொள்ளுங்கள்... முதலில் குடியுரிமை (திருத்த) மசோதா வரும், அனைத்து அகதிகளுக்கும் குடியுரிமை வழங்கப்படும், அதன்பிறகு என்.ஆர்.சி. தயார்செய்யப்படும்."[120] இதன் பொருள் முஸ்லிம் அல்லாத ஆவணங்கள் இல்லாத புலம்பெயர்வோர், என்.ஆர்.சி. செயல்பாட்டுக்கு வரும்முன் ஏதோ ஒருவகை இயல்பாக்க நடைமுறைக்கான வசதியைப் பெறுவர். இந்த என்.ஆர்.சி முஸ்லிம்களை மட்டுமே பாதிக்கும். மேலும், செப்டம்பர் 2019இல் ஆர்.எஸ்.எஸ். தலைவரான மோகன் பகவத், "எந்த ஒரு இந்துவும் என்.ஆர்.சி. காரணமாக வெளியேற வேண்டியிராது" எனத் தெளிவுபடுத்தினார்.[121]

தீவிரவாத இந்து வாட்ஸப் குழுக்கள் படிப்படியாக இந்தச் செய்தியைத் தங்களது சொந்த அர்த்தத்தில் மொழிபெயர்த்துக்கொண்டன: சி.ஏ.ஏ. மற்றும் என்.ஆர்.சி.யின் கலவையானது, 'இந்தியாவைவிட்டு முஸ்லிம்களை வெளியேற்றுவதற்கான' சாதனமாகும். இந்தக் குழுக்களில் ஊடுருவிய ஒரு பத்திரிகையாளர் விளக்குகிறார், "பெரும்பாலான செய்திகள் எதிரொலிக்கும் ஒரு பிரதான கருப்பொருள் என்னவெனில், சி.ஏ.ஏ. மற்றும் என்.ஆர்.சி.யைக் கொண்டுவருவதென்பது இந்திய முஸ்லிம்களின் எண்ணிக்கையைக் குறைக்கும் என்பதைத் தானாகவே குறிக்கும்... இந்தியா ஒரு இந்து நாடாக மாறுவதற்கான நான்கு படிச் செயல்முறையை அவர்கள் பட்டியலிடுகிறார்கள்-குடியுரிமை திருத்த மசோதாவில் தொடங்கி, என்.ஆர்.சி.யைத் தொடர்ந்து, பின் மக்கள் தொகையைக் குறைப்பதற்கான சட்டம் கொண்டுவரப்பட்டு, உச்சமாகப் பொதுசிவில் சட்டம் வருவதில் முடியும். இந்தப் பதிவுகளில் பயன்படுத்தப்படும் மொழி வெளிப்படையான இஸ்லாமிய வெறுப்புடையது-என்.ஆர்.சி.க்கான விளக்கமாகச் 'சோதித்து எறிதல்' என்றிருக்க, மக்கள்தொகைக் கட்டுப்பாட்டுக்கான சட்டம் 'பன்றிப் பெருக்க தடை' எனத் தலைப்பிடப்பட்டுள்ளது.[122] இந்த வாட்ஸ்அப் குழுக்களின் கண்காணிப்பாளர்கள், ட்ரோல்கள் போன்ற அதிகாரப்பூர்வமற்ற நடிகர்கள் முஸ்லிம்கள் மத்தியில் அச்சத்தைத் தூண்டியது மட்டுமல்லாமல், அரசும் அதே தர்க்கத்தின்படி நடந்துகொண்டது. ஜனவரி 2020இல், உத்தர பிரதேச அமைச்சர் ஸ்ரீகாந்த் ஷர்மா, மாநில அரசு அகதிகளைக் கண்டறிந்து சி.ஏ.ஏ.வை நடைமுறைப்படுத்துவதற்கான செயல்முறையைத் தொடங்கிவிட்டதாகவும், ஏற்கெனவே 32,000 அகதிகள் அடையாளம் காணப்பட்டுள்ளதாகவும் அறிவித்தார்.[123] வசந்த காலத்துக்கு முன் என்.பி.ஆர் முறையைப் பின்பற்றிக் கணக்கெடுப்புத்

தொடங்கப்படக்கூடாது என்பதால் இந்த அறிவிப்பு ஆச்சரியத்தை ஏற்படுத்தியது.

அஸ்ஸாமுக்கு வெளியே வாழ்ந்த முஸ்லிம்கள், அங்கே என்.ஆர்.சி. நடைமுறைப்படுத்தப்பட்ட விதத்தைப் பற்றி அவர்கள் அறிந்திருந்த வரை தொந்தரவுக்கு உள்ளாகியிருந்தனர். மத்திய உள்துறை விவகாரங்களுக்கான இணையமைச்சர் நித்யானந்த ராய், 2019, நவம்பர் 19 அன்று மக்களவையில், அஸ்ஸாம் தடுப்பு முகாமில் 1,025 பங்களாதேஷ்காரர்களும் 18 மியான்மர் நாட்டவர்களும் (அநேகமாக ரோஹிங்கியாக்கள்) இருப்பதாகக் கூறினார்.[124] அந்தச் சமயம் அங்கே 28 பேர் இறந்துபோயினர்.[125] நிச்சயமாக, மிகமோசமான சூழ்நிலைகளில் வாழ்ந்த சட்டவிரோதக் குடியேறிகள் என ஒருவர் வாதிடலாம். ஆனால் அங்கே பங்களாதேஷ் நாட்டவர்களும் அல்லாத ரோஹிங்கியாக்களும் அல்லாத, நித்யானந்த ராய் குறிப்பிடாத மற்றவர்களும் காணப்பட்டனர். மொத்தமாகத் தடுத்துவைக்கப்பட்டவர்களின் எண்ணிக்கை 3000-க்கு மேல் இருக்கும்.[126] அவர்களிடையே, முன்னாள் ராணுவ அதிகாரி முகம்மது சனவுல்லா ஆவணங்கள் இல்லாததால் முகாமுக்கு அனுப்பப்பட்டது தலைப்புச் செய்தியானது:[127] அது நன்கு அறியப்பட்ட இந்திய முஸ்லிம்களும் தடுப்புக் காவலுக்கு அனுப்பப்படலாம் என்பதைக் காட்டியது. இந்த மரியாதைக்குரிய கார்கில் வீரர் பதினொரு நாட்களுக்குப் பின் ஜாமீனில் விடுவிக்கப்பட்டார், இதற்கு உயர்நீதிமன்றத்துக்கே நன்றி சொல்லவேண்டும்.

நரேந்திர மோடி டிசம்பர் 22இல் டெல்லியில் ஆற்றிய உரையொன்றில் முஸ்லிம்களின் பயத்தைப் போக்க முயற்சி செய்தார், "நான் 130 கோடி (1.3 பில்லியன்) இந்தியக் குடிமக்களுக்குச் சொல்ல விரும்புவதென்னவென்றால், 2014இல் என் அரசாங்கம் அதிகாரத்துக்கு வந்தது முதல், எந்த ஒரு இடத்திலும் என்.ஆர்.சி. குறித்து விவாதம் நடந்ததில்லை... இந்திய மண்ணில் பிறந்த முஸ்லிம்கள், அன்னை இந்தியாவின் குழந்தைகளான அவர்களது மூதாதையர்கள், அவர்களுக்கு சி.ஏ.ஏ. மற்றும் என்.ஆர்.சி.யுடன் எந்தத் தொடர்பும் இல்லை. அவர்கள் தடுப்பு முகாம்களுக்கு அனுப்பப்படமாட்டார்கள். இந்தியாவிலும் அப்படி எந்தத் தடுப்பு முகாம்களும் இல்லை."[128] இந்தத் தந்திரமான மறுப்புப் போராட்டக்காரர்கள் சி.ஏ.பி. மற்றும் சி.ஏ.ஏ.வுக்கு எதிராக அணிதிரட்டுவதைத் தடுக்கவில்லை.

குடியுரிமைத் திருத்தச் சட்ட எதிர்ப்புப் போராட்டம்

சி.ஏ.ஏ. எதிர்ப்பு இயக்கத்தில் மூன்று போக்குகள் அடையாளம் காணப்பட்டுள்ளன.[129] வடகிழக்கின் பூர்விக மக்கள் நடத்திய

போராட்டமே இதில் சிறியது, இவர்கள் தங்களது முன்னோர்களின் பகுதியில் முஸ்லிம்கள் அல்லாத அந்நியர்களின் இருப்பை சி.ஏ.ஏ. சட்டபூர்வமாக்குவதாகக் கண்டனர். ஹெச். ஸ்ரீகாந்தின் வார்த்தைகளில் சொன்னால், பிறகே "இடதுசாரிகள், தாராளவாதத்துக்கு எதிரான குடிமக்கள், மற்றவர்கள் போராட்டம் வந்தது. அவர்களில் மாணவர்கள், சமூக ஆர்வலர்கள், மனித உரிமை இயக்கங்களின் உறுப்பினர்கள், பெரும் எண்ணிக்கையிலான அரசுசாரா அமைப்புகள், பீம் ஆர்மியைச் சேர்ந்த தலித் தலைவர் சந்திரசேகர ஆசாத், கர்நாடகாவைச் சேர்ந்த கவிஞரான சிராஜ் பிஜரல்லி உள்ளிட்ட அனைத்துவிதமான ஆர்வலர்கள் காணப்பட்டனர்.[130] சி.ஏ.ஏ.வுக்கு எதிராகக் கவிதை வாசித்ததற்காக இவர் கைதுசெய்யப்பட்டார்[131] லக்னோவைச் சேர்ந்த மகசசே விருதுபெற்றவரான சந்தீப் பாண்டே, சி.ஏ.ஏ.வுக்கு எதிராகக் கையேடுகள் விநியோகித்ததற்காகக் கைதுசெய்யப்பட்டார்.[132] இதுபோன்ற ஆயிரக்கணக்கான தனிப்பட்ட நிகழ்வுகள் அங்கு நடந்தன. மூன்றாவதாக, நிச்சயமாக முஸ்லிம்கள் இதர சிறுபான்மை உறுப்பினர்கள், குறிப்பாகச் சீக்கியர்களும் கிறித்தவர்களும் அணிதிரண்டனர்.[133] முஸ்லிம்களின் பக்கம், பெண்கள், இளைஞர்கள், வயோதிகர்கள் மிகப்பெருமளவில் காணப்பட்டனர். இது இந்தக் கலகத்தின் குறிப்பிடத்தகுந்த அம்சமாகும்.

கடைசி இரு வகைப்பாட்டைச் சேர்ந்த போராட்டக்காரர்கள் இந்தியா முழுவதும் போராடினர். அவர்களது செயல்திட்டம் இரு கோணத்தில் குறிப்பிடத்தக்கது: அவர்கள் இந்திய அரசியலமைப்புச் சட்டத்தின் பெயரில் சி.ஏ.ஏ. திரும்பப்பெறப்பட வேண்டுமென விரும்பினர் (பலசமயங்களில் போராட்டக்காரர்கள் தங்கள் கைகளில் இச்சட்டத்தின் நகலைக் கையில் வைத்திருந்தனர்), அவர்களது போராட்டம் அகிம்சைத் தத்துவமான குடிமை ஒத்துழையாமை, அல்லது நேர்மறையான எதிர்ப்பாக இருந்தது. எனவே அமர்ந்து போராடுவதே அவர்களது நிலையான நடைமுறையாக இருந்தது. ஜனவரி 2020இல், "தென்கிழக்கு டெல்லியிலுள்ள ஷாஹீன் பாக்கில், பெண்களால் வழிநடத்தப்பட்ட பிரபலமான போராட்டம்போன்று."[134] இந்தியாவெங்கும் நாற்பது இடங்களில் போராட்டங்கள் நடந்தன. இந்த அமர்வுப் போராட்டம் டிசம்பர் 14, 2019இல் தொடங்கியது, மார்ச் 24, 2020இல் 101 நாட்களுக்குப் பின் கோவிட்-19 தொடர்பான ஊரடங்குச் சூழலால் கலைந்துசென்றது. ஷாஹீன்பாக் ஆர்ப்பாட்டக்காரர்கள் அரசியலமைப்புச் சட்டத்தைத் தாங்கள் பாதுகாப்பதாகக் கூறிக்கொண்டதோடு, 2019, டிசம்பர் 31 நள்ளிரவில் தேசிய கீதத்தைப் பாடியும் தங்கள் தேசபக்தியைக் காட்டினர். 2020, ஜனவரி 26

அன்று 100,000-க்கு அதிகமான நபர்கள் ஒன்றாக ஷாஹீன்பாக்கில் கூடி எழுபத்தொன்றாவது குடியரசு தினத்தைக் கொண்டாடினர். 2020, பிப்ரவரி 14 அன்று, ஷாகீன்பாக் போராட்டக்காரர்கள், ஒரு வருடம் முன்பு புல்வாமாவில் கொல்லப்பட்ட இந்திய வீரர்களுக்கு நினைவஞ்சலி செலுத்தினர். மேலே குறிப்பிடப்பட்ட தலித் தலைவர்களோடு, காங்கிரஸ் தலைவர்கள் (மணிசங்கர் அய்யர், சசி தரூர் உள்ளிட்டவர்கள்) கலைஞர்கள் (அனுராக் காஷ்யப் உள்ளிட்ட திரைக்கலைஞர்கள்) ஷாகீன் பாக்குக்கு வருகைதந்தனர். உண்மையில், போராட்டக்காரர்கள் தங்கள் எதிர்ப்பின் செய்தியை, கலை, காட்சிகள் மூலம் (சுவர் ஓவியங்கள் அல்லது தெரு ஓவியங்கள் உள்ளிட்டவை) அல்லது கவிதைமூலம் வெளிப்படுத்தினர்.[135] கூடுதலாக, அனைத்து மதங்களைச் சேர்ந்த புனித வாக்கியங்கள் பொதுமக்களுக்கான உரைகளின்போது வாசிக்கப்பட்டன.

ஷாஹீன்பாக் போன்ற போராட்டங்கள் கல்கத்தா (பார்க் சர்க்கஸ்), பெங்களூரு (பிலால் பாக்), மும்பை (நாக்படா மற்றும் அக்ரிபடா); சென்னை (பழைய வண்ணாரப்பேட்டை), புனே (கோனார்க் மால்), லக்னோ (க்ளாக் டவர்), பாட்னா (சப்ஸிபாக்), கான்பூர் (சமன் கஞ்ச்), மாலேகோட்லா (அனாஜ் மண்டி), ராஞ்சி (ஹஜ் ஹவுஸ்), டியோபண்ட் (இட்கா மைதானம்), அலகாபாத் (மன்சூர் அலி பார்க்), கயா (சாந்தி பாக்) போன்ற பல இடங்களில் நடைபெற்றன. 2020, ஜனவரி 20இல், வெங்கடராமகிருஷ்ணன், "கடந்த ஆறு வருடங்களில் மோடிக்கு எதிரான முதல் நீடித்த மைதானப் போராட்டங்களைப் பிரதிநிதித்துவப்படுத்துவதாக இந்த அணிதிரட்டலை பொருத்தமாக கணித்தார்."[136] ஒடுக்குமுறையும் அதேயளவு முன்னோடியில்லாதது- தாராளவாதிகள் மற்றும் முஸ்லிம்களுக்கு எதிரான வன்முறை முதன்மையாகக் கண்காணிப்புக் குழுக்களால் நடத்தப்படவில்லை மாறாக அரசால் நடத்தப்பட்டது, மேலே குறிப்பிடப்பட்ட மாற்றத்தைக் குறிக்கிறது.

மாநிலங்களவையில் சி.ஏ.ஏ. நிறைவேற்றப்பட்ட உடனேயே அடக்குமுறை தொடங்கியது. டெல்லியே அதன் முதல் மையமாக இருந்தது. டிசம்பர் 13, ஜாமியா மிலியா மாணவர்கள் சி.ஏ.ஏ.வுக்கு எதிர்ப்புத் தெரிவித்துப் பாராளுமன்றத்தை நோக்கி அணிவகுத்துச் செல்லத் திட்டமிட்டனர், ஆனால் காவலர்கள் ஊர்வலத்தைத் தடுத்து கண்ணீர்ப்புகைக் குண்டுகளால் போராட்டக்காரர்களைக் கலையச்செய்தனர். இரண்டு நாட்களுக்குப்பின், காவலர்கள் நிர்வாகத்தின் அனுமதியின்றி வலுவில் பல்கலைக்கழக வளாகத்தில் நுழைந்து,[137] மாணவர்களைத் தாக்கினர், வாசிப்பறைகளில்கூடக் கண்ணீர்ப் புகைக்குண்டு வீசப்பட்டு உபகரணங்கள் கொள்ளையடிக்கப்பட்டது சி.சி.டி.வி. காட்சியில் தெரியவந்தது. ஆண்,

பெண் எனப் பல மாணவர்கள் துன்புறுத்தலுக்கு உள்ளானதுடன், அடித்துநொறுக்கப்பட்டனர். அவர்களில் குறைந்தபட்சம் எட்டு பேர் தோட்டா காயம், எலும்பு முறிவு உள்ளிட்ட ஆபத்தான காயங்களுடன் மருத்துவமனையில் அனுமதிக்கப்பட்டனர்.[138] டெல்லி இந்திய ஒன்றியத்தின் ஒரு மாநிலம் என்றபோதும், அது முழுமையான மாநிலங்களைப் போன்ற அதே தன்னாட்சி அதிகாரத்தை அனுபவிக்கவில்லை. குறிப்பாக அதன் காவல்துறை மத்திய அரசின் உள்துறை அமைச்சகத்திடம் அறிக்கை தரவேண்டும் என்பதை நினைவுகூர்வது முக்கியமானது.

காவல்துறை வன்முறையைக் கட்டவிழ்த்துவிட்டதைக் கண்ட மற்றொரு மாநிலம் உத்தர பிரதேசம். போராட்டம் வேகம்பெற்ற மற்றொரு முஸ்லிம் பல்கலைக்கழகமான அலிகார் முஸ்லிம் பல்கலைக்கழகமே முதல் இலக்காக அமைந்தது. டிசம்பர் 15 அன்று-ஜாமியா மிலியா விவகாரம்போலவே-காவல்துறையும் விரைவு நடவடிக்கைப் படையும் (RAF) வலுவந்தமாக இரவு 10 மணிக்கு இரும்புக் கதவை உடைத்துக்கொண்டு பல்கலைக்கழக வளாகத்தில் நுழைந்து மாணவர்களைத் தாக்கியது.[139] டிசம்பர் 19 அன்று, மனித உரிமை ஆர்வலர்கள், கல்வியாளர்கள், வழக்கறிஞர்கள், கலைஞர்கள் அடங்கிய உண்மை அறியும் குழு ஏ.எம்.யூ.வுக்குச் சென்றது. கிட்டத்தட்ட 100 பல்கலைக்கழக ஆசிரியர்கள், மாணவர்கள், மருத்துவர்கள், பல்கலைக்கழக நிர்வாகத்தின் சில உறுப்பினர்கள் ஆகியோரின் நேர்காணல்களின் அடிப்படையில் அறிக்கை கூறுகிறது:

> காவல்துறையினரும் படையினரும் பயந்துபோயிருந்த மாணவர்களை விடுதிகள், விருந்தினர் அறைகள் எங்கும் துரத்தி, கண்ணீர்ப் புகைக்குண்டுகள், ஸ்டன் கிரனேடுகள், தோட்டாக்களால் சுட்டுள்ளனர். மாணவர்கள் எங்கெல்லாம் முடியுமோ அங்கெல்லாம் ஓடியுள்ளனர். சிலர் பல்கலைக்கழக விருந்தினர் விடுதிக்கும் சிலர் தங்கும் விடுதிகளுக்கும் ஓடியுள்ளனர். சிலர் மசூதியின் திரைக்குப் பின்னால் அச்சத்தில் மூன்று மணி நேரங்கள் வரை ஒளிந்திருந்துள்ளனர். நாங்கள் பாரம்பரிய மோரிசன் ஆண்கள் தங்கும் விடுதிக்குச் சென்றோம், அங்கே வீரர்கள் விடுதிக் காவலர்களை அடித்து நொறுக்கியதுடன், மாணவர்களை வெளியே வரச்செய்ய அறைகளுக்குள் கண்ணீர்ப் புகைக்குண்டுகளை வீசியுள்ளனர். அறை நெருப்புப் பிடித்துக்கொள்ள, மாணவர்களால் சரியான நேரத்தில் அணைக்கப்பட்டுள்ளது. பல்கலைக்கழக மருத்துவக் கல்லூரி மருத்துவர்கள் பத்துக்கும் அதிகமான ஆம்புலன்ஸுகளில் காயம்பட்ட மாணவர்களை ஏற்றிச்செல்ல விரைந்துவந்துள்ளனர், ஆனால் வீரர்கள் மாணவர்களை மீட்க அவர்களை அனுமதிக்க

மறுத்துள்ளனர், மேலும் ஒரு ஆம்புலன்ஸ் ஓட்டுநரின் எலும்பையும் உடைத்துள்ளனர்.

உத்தர பிரதேசத்தைச் சேர்ந்த பணிபுரியும் போலீஸ் அதிகாரி ஒருவர் பல்கலைக்கழகப் பதிவாளராக நியமிக்கப்பட்டிருப்பதையும், மாணவர்களின் காவலராக இல்லாமல் போலீசாரைத் தூண்டுவதில் மகிழ்ச்சியடையும் நபரைப் போன்று இருப்பதையும் கண்டு குழு அதிர்ச்சியடைந்தது. அவர் காவலர்களின் செயலை அத்தியாவசியமானது, தடுப்பதற்கானது என நியாயப்படுத்தினார், படையினர் ஸ்டென் கிரனேடு பயன்படுத்தியது குறித்தும் இயல்பாகப் பேசினார். இந்தச் சாதனங்கள் எதிரிகளைத் தற்காலிகமாகக் குருடாகவும் செவிடாகவும் மாற்றக்கூடியவை, சமயங்களில் வெடித்துத் தீப்பிழம்பை ஏற்படுத்திக் காயத்துக்குக் காரணமாகுபவை என அறியப்பட்டவை. இதனை கண்ணீர்ப் புகைக்குண்டு என நினைத்து கையிலெடுத்ததாலேயே மாணவன் ஒருவன் தன் கையை இழந்திருக்கக்கூடும், மேலும் தங்கும்விடுதி அறைகளில் ஒன்றில் நெருப்பு பிடித்திருக்கக்கூடும்.

ஸ்டென் கையெறி குண்டுகள் போர்ச் சூழலிலோ அல்லது அபாயகரமான தீவிரவாதிகளுக்கு எதிரான ராணுவமயமான போலீஸ் நடவடிக்கையில் மட்டுமே பயன்படுத்தக்கூடியவை, மாணவர்களின் போராட்டங்களை அடக்கப் பயன்படுத்தப் படுபவை அல்ல. இயல்பான சட்டம் ஒழுங்கு இடையூறுப் பிரச்சனை தொடர்பான செயல்முறைகளில் அவை பயன்படுத்தப்படுவதில்லை. மேலும் போரின்போதுகூட, காயமடைந்தவர்களை மீட்க ஆம்புலன்ஸ்கள் பயன்படுத்தப்படுகின்றன. மாணவர்கள் மீது தாக்குதல் நடத்தி அவர்களது ஸ்கூட்டர்களையும் வாகனங்களையும் தீவைக்கும்போது வீரர்களும் காவலர்களும் உறைய வைக்கும் ஜெய் ஸ்ரீராம் கோஷங்களை (கலவரக்காரர்கள் மற்றும் கொலைவெறிக் கும்பல்களிடையே பிரபலமானது) எழுப்பியதாக மாணவர்கள் கூறினர். இந்தக் குழப்பத்தில், சரியான எண்ணிக்கையை உறுதிப்படுத்துவது சிரமம், ஆனால் நாங்கள் சந்தித்த ஆசிரியர்களும் மருத்துவர்களும் காவலர்களால் 100 மாணவர்கள் வரை தூக்கிச் செல்லப்பட்டனர், மற்றொரு 100 பேர் காயம்பட்டனர், அதில் 20 பேர் வரை மோசமாகக் காயம்பட்டிருந்தனர்...

பல்கலைக்கழக வளாகத்தில் நிறுத்திவைக்கப்பட்டிருந்த ஸ்கூட்டர்களையும் மோட்டார் பைக்குகளையும் காவலர்கள் சேதப்படுத்தியதைக் காணொலிக் காட்சிகளும் கள அறிக்கையும்

காட்டுகின்றன. தற்போதைய அறிக்கை அவற்றில் சில வாகனங்கள் காணாமல்போயிருப்பதாகத் தெரிவிக்கிறது...

தங்கும் விடுதியருகே ஒரு ஆம்புலன்ஸும் அதன் ட்ரைவரும் காவலர்களால் தாக்கப்பட்டிருக்கின்றனர். அவர் இங்கே தான், ஆம்புலன்ஸ் ஓட்டுநர் மட்டுமே, காயம்பட்டவர்களுக்கு உதவவே வந்திருப்பதாகக் காவலர்களிடம் விளக்கம் தெரிவித்தும், அவர்கள் ஆம்புலன்ஸ் சாவியைப் பறிமுதல் செய்ததுடன் அவரது வாகனத்தைச் சேதப்படுத்தினர். அந்த ஓட்டுநர் உடைந்த கையுடன், அதற்குப் பின்னால் வந்த ஆம்புலன்ஸில் மருத்துவமனைக்குத் திரும்பவேண்டியதாயிற்று. சேதப்படுத்தப்பட்ட ஆம்புலன்ஸ் மறுநாள் காலை வரையில் பணியாளர் சங்கத்தினருகே கிடந்தது. காவலர்கள் மற்றும் அதிவிரைவு செயல்படையின் மிரட்டல் காரணமாக, பல்கலைக்கழக வளாகத்துக்குச் சென்ற சில ஆம்புலன்ஸ்கள் காயம்பட்ட எந்த ஒரு மாணவனையும் ஏற்றிக்கொள்ளாமல் இடையிலேயே திரும்பிச்சென்றன...

டிசம்பர் 16 அன்று அதிகாலை 3 மணியளவில், அங்குக் காயமடைந்தவர்களுக்கான சிகிச்சை மையத்தில் அனுமதிக்கப் பட்டிருந்த கிட்டத்தட்ட 30 மாணவர்கள், மருத்துவமனையிலிருந்து காவலர்கள் அவர்களைத் தூக்கிச் செல்லலாம் என்ற அச்சத்தில், அவர்கள் மருத்துவமனையை விட்டுச்செல்லுமாறு (மருத்துவமனையால் அல்ல) கேட்டுக்கொள்ளப்பட்டனர். காவலர்களும் அதிவிரைவுப் படையினரும் மருத்துவமனையின் மற்றொரு முனையில் நின்றுகொண்டிருந்தனர், ஆனால் அவர்கள் உள்ளே வரவில்லையென மருத்துவர்கள் தெரிவித்தனர்...

காவல்துறையினர் மாணவர்களைத் தாக்கும்போது, அவர்கள் மதரீதியாக நிந்தனை செய்யும் சொற்களான 'கட்டுவா' (சுன்னத் செய்தவர்களுக்கான நிந்தனைச் சொல்), 'ஹராம்சே பைடா ஹூ' (பாவத்தில் பிறந்தவன்), 'ஆதன்க்வாடி' (தீவிரவாதி) போன்ற வசைகளையும் அத்தோடு 'சாம்னே சே மாரோ' (முன்னால் இருந்து அடி), 'மாரோ சலோன் கோ' (அவர்களை அடித்துநொறுக்கு) போன்ற சொற்களையும் பயன்படுத்தினர். அதிவிரைவுப் படையினர் மாரிசன் கோர்ட் தங்கும் விடுதியில் நுழைந்து வளாகத்திலுள்ள வாகனங்களைச் சேதப்படுத்தியபோது, 'பாரத் மாதா கி ஜெய்', 'ஜெய் ஸ்ரீராம்.' போன்ற கோஷங்களைக் கேட்டனர் மாணவர்கள்.[140]

காவலர்கள் மற்றும் அதிவிரைவுப் படையினர் முற்றிலும் விகிதாச்சாரமற்ற முறையில் காவலர் படையைப் பயன்படுத்தினர்- அன்று இரவு வளாகத்தில் இடையிட்ட படையினரின் எண்ணிக்கை

1200 முதல் 1300 இருக்கும்-அவர்களது எண்ணிக்கை அவர்கள் பயன்படுத்திய மொழியோடு ஒத்துப்போனது. முஸ்லிம்களைக் கொன்று சித்திரவதை செய்த கண்காணிப்புக் குழுக்களின் விஷயத்தில் ஏற்கெனவே வெளிப்படையாக இருந்த வகுப்புவாத பாரபட்சங்களை இந்த மொழி பிரதிபலித்தது, ஆனால் இந்த முறை முக்கியக் கதாநாயகர்களாக இருந்தது அரசின் நடிகர்கள். நட்வா கல்லூரி, கான்பூரின் இந்தியன் இன்ஸ்டிடியூட் ஆப் டெக்னாலஜி உள்ளிட்ட இதர வளாகங்களும் குறைந்த அளவுக்குப் பாதிக்கப்பட்டன.

தெருப் போராட்டக்காரர்களுக்கு எதிரான அடக்குமுறையும் உத்தர பிரதேசத்தில் அளவுகடந்து இருந்தது. காவல்துறை அவர்கள்மீது தயக்கமின்றித் துப்பாக்கிச் சூடு நடத்தியதைக் காணொலிகளில் காணலாம்.[141] டிசம்பர் 20 அன்று, (மீரட்டில் 3 பேர் உள்பட) 6 பேர் கொல்லப்பட்டனர்.[142] மறுநாள், லக்னோவில் மட்டும் 10 பேர் கொல்லப்பட்டனர் 218 பேர் கைதுசெய்யப்பட்டனர்.[143] ஒருகட்ட மறுப்புக்குப் பிறகு, காவல்துறை சி.ஏ.ஏ. எதிர்ப்புப் போராட்டக்காரர்கள் மீது துப்பாக்கிச் சூடு நடத்தியதை ஒப்புக்கொண்டது,[144] என்.டி.டி.வி மற்றும் இதர தொலைக்காட்சி ஊடகங்களால் வெளியிடப்பட்ட காணொலிகள், புகைப்படங்கள்[145] இந்த உண்மையை மறுஉறுதிப்படுத்தின.[146] அதற்கு இணையாக, கான்பூரில் நடைபெற்ற வன்முறை நிகழ்வுகளில் பதினைந்து எஃப்.ஐ.ஆரில் 21,500 பேர் குற்றம்சாட்டப்பட்டனர். இது முன்பெப்போதுமில்லாத எண்ணிக்கையாகும். காவல்துறை அதிகாரிகளும் தோட்டா காயங்களுக்கு ஆளானதாகக் கூறினர்.[147] டிசம்பர் கடைசியில், உத்தர பிரதேசத்தில் ஏற்கெனவே 1,113 பேர் கைதுசெய்யப்பட்டிருந்தனர், 5,558 பேர் தடுப்புக் காவலில் வைக்கப்பட்டிருந்தனர்.[148]

மேலும் காவல்துறை முஸ்லிம்களுக்குச் சொந்தமான சொத்துகளையும் குறிவைத்தது. காவல்துறை கார்களை நொறுக்கும் முன்போ அல்லது கடைகளைச் சூறையாடும்முன்போ சி.சி.டி.வி.க்களை சேதப்படுத்துவதைப் பல காணொளிகள் காட்டின.[149] முஸாபர் நகர் பொதுமக்களுக்கு வெளிப்படுத்தப்பட்ட பல்வேறு சி.சி.டி.வி. காணொலிகள் காவல்துறை அதிகாரிகள் சொத்துகளைச் சூறையாடுவதையும் கடைகளையும் கார்களையும் சேதப்படுத்துவதையும் வெளிப்படுத்தியபோதும்,. அரசாங்கம் போராட்டக்காரர்களையே சேதத்துக்குக் காரணமெனக் குற்றம்சாட்டியது.[150] காவல்துறை, முஸ்லிம் வீடுகளுக்கு வெளியே இருந்த சொத்துகளைப் பெருமளவு அழித்ததுமட்டுமின்றி, அவர்களது வீட்டுக்கள் நுழைந்து, அவர்களை அச்சுறுத்தியது மட்டுமின்றி,

நகைகளைத் திருடவும் வீட்டு உபயோகப் பொருட்களைக் கொள்ளையடிக்கவும் செய்தனர்.[151] இந்த அடக்குமுறையானது போலீஸுடன் சேர்ந்து சீருடை அணியாத நபர்கள் இருந்ததை நிச்சயப்படுத்தியது. 'காவல்துறையின் நண்பர்கள்' என அறியப்படும் இந்தப் பொதுமக்கள், சீருடை அணிந்தவர்களுக்கும் கண்காணிப்புக் குழுக்களுக்கும் இடையிலான ஊடுருவல் ஆழப்பட்டிருப்பதைப் பரிந்துரைக்கிறது.[152]

ஊடகங்களால் அம்பலப்படுத்தப்பட்ட பா.ஜ.க. அரசாங்கம், பொதுக் கட்டடங்களை அழித்ததற்கும் கடைகளைச் சேதப்படுத்தியதற்கும் பொறுப்பான, கொள்ளையடித்த காவலர்களை, போராட்டக்காரர்களால் தாக்கப்பட்டவர்களாகக் குறிப்பிட்டது.[153] மேலும், டிசம்பர் 22 அன்று உத்தர பிரதேச அரசாங்கம் சொத்துகளுக்கு ஏற்பட்ட சேதத்தை மதிப்பிடுவதற்கும், போராட்டக்காரர்கள் எனக் கூறப்பட்டவர்களிடம் சொத்துகளைப் பறிமுதல் செய்து இழப்புகளைத் திரும்பப்பெறுவதற்கும் குழு ஒன்றை அமைத்தது. முஸ்லிம்களைப் பொருளாதாரரீதியாக நலிவடையச் செய்ய, கசாப்புக் கடைகள் மீதான தடையுடன் தொடங்கிய உத்தர பிரதேச அரசாங்கத் திட்டத்தின் தொடர்ச்சி இதுவாகும்.

உத்தர பிரதேசத்தில் அதிகாரப்பூர்வமாக அடக்குமுறையின்போது உயிரிழந்தவர்களின் எண்ணிக்கை 23. இதேபோன்ற காவல்துறை நடவடிக்கைகள் பீகாரிலும்[154] காங்கிரஸ் ஆட்சிசெய்த மத்தியப்பிரதேசத்திலும் நிகழ்ந்தன.[155] ஆனால் உத்தர பிரதேசம்தான் மோசமாகப் பாதிக்கப்பட்ட மாநிலம்.

2019-2020 குளிர்காலத்தில் இந்திய முஸ்லிம்கள் அனுபவப்பட்ட அதிர்ச்சி, கைதான ஆயிரக்கணக்கானோரை காவல்துறையினர் கையாண்டவிதத்தாலும் ஏற்பட்டதாகும். இந்த நிகழ்வுகளின் பின்னர் பேசத்துணிந்தவர்களின் சாட்சியங்கள் அனைத்திலும் உடல் மற்றும் உளவியல் வன்முறையின் கலவையிலான ஒரேவிதமான நிகழ்முறை திரும்பத் திரும்ப வருகிறது. உதாரணமாக, காவலில் எடுக்கப்பட்ட அலகாபாத் முஸ்லிம் பல்கலைக்கழக மாணவர்கள் அடித்துநொறுக்கப்பட்டதுடன் இழிவுக்கும் உட்படுத்தப்பட்டனர்: "உடனடியாக அவர்களது போன்கள் கைப்பற்றப்பட்டு அழிக்கப்பட்டது. பாப்-இ-செய்யது கேட்டிலிருந்து 25 கிலோமீட்டர் தொலைவிலிருக்கும் அக்ராபாத் காவல் நிலையத்துக்குக் கொண்டுசெல்லும் வழியெங்கும் அவர்கள் அடித்துநொறுக்கப்பட்டனர். காவல் நிலையத்தில், அவர்கள் உடைகள் களையப்பட்டு, நிர்வாணமாகத் தரைமீது விரிக்கப்பட்ட விரிப்பின்மீது முகம் கீழிருக்கும்படி குப்புற படுக்கவைக்கப்பட்டனர்.

பின் அவர்கள் தோல் பெல்டால் விளாசப்பட்டனர்.[156] பெண்கள்கூட விட்டுவைக்கப்படவில்லை. லக்னோவை அடிப்படையாகக் கொண்ட காங்கிரஸ் செயல்பாட்டாளரும், முன்னாள் ஆசிரியையும், தொழில்முறை நடிகையுமான சதாப் ஜாபர், சி.ஏ.ஏ.வுக்கு எதிரான போராட்டத்தில் பங்குபெற்று, போலீஸ் காவலில் இருந்த நாட்களை அம்பலமாக்கும் சொற்களால் விவரிக்கிறார்.

> *[காவல் நிலையத்தில்] ஆண் மற்றும் பெண் காவலர்கள் திரும்பத் திரும்ப என்னைக் கன்னத்தில் அறைந்தனர், லத்தியால் அடித்தனர். அந்தத் தளும்புகள் இன்னும் என் உடலில் உள்ளன... ஒவ்வொரு முறையும் காவலர்கள் என்னைக் கடந்துசெல்லும்போதும், அவர்கள் என் பெயரைச் சொல்லி என்னை பாகிஸ்தானி என அழைப்பர். அவர்கள் தொடர்ந்து என்னை வசைபாடியதுடன், "நான் இங்கே சாப்பிடுகிறேன், அங்கே விசுவாசத்துடன் இருக்கிறேன்" எனக் கூறினர். அது கொடுமையானது. அவர்கள் எப்போதும் என்னை 'தும் லோக்' [கூட்டாக 'உங்கள் ஆட்கள்'] எனக் குறிப்பிட்டனர். அடி விளாசுவதைவிடவும், 'தும் லோக்' எனக் குறிப்பிட்டதுதான் எனக்கு வலித்தது. நான் சுதந்திரப் போராட்ட வீரர்களைக் கொண்ட குடும்பத்திலிருந்து வந்தவள். காவல் நிலையத்தில், ஒரு பெண் காவலர் என் முடியைப் பிடித்து இழுத்து, கன்னத்தில் அறைந்து முகத்தைக் கீறினாள். அங்கிருந்த காவல் அதிகாரிகள், கான்ஸ்டபிள் முதல் மூத்த அதிகாரிகள் வரை தங்களது சீருடையின் மீது பெயர் அடையாள வில்லையை அணிந்திருக்கவில்லை... நள்ளிரவு 11 மணிக்கு ஒரு பெண் கான்ஸ்டபிள் என்னை ஒரு அதிகாரியின் அறைக்கு இழுத்துச்சென்றார், அவள் அவரை இன்ஸ்பெக்டர் ஜெனரல் எனச் சொன்னாள். அந்த அறைக்குள் நுழைவதற்கு முன்பாகவே அவள் என்னை வசைபாடத் தொடங்கிவிட்டாள். அவர், "அரசாங்கம் உனக்கு இத்தனை செய்தபோதும் நீ ஏன் இதையெல்லாம் செய்கிறாய்?" என்றார்.*
>
> *பின் அவர் அந்தப் பெண் கான்ஸ்டபிளிடம் பிரிவு 307இன் கீழ் என்னைச் சிறையில் அடைக்கச் சொன்னார். அந்த கான்ஸ்டபிளை என்னை அறையச் சொன்னார் அவர். பின் அவர் எழுந்து என் முடியைப் பிடித்திழுத்து, என் வயிற்றிலும் முட்டியிலும் உதைத்தார். என் கொடுங்கனவு தொடங்கிவிட்டதென நான் அறிந்திருந்தேன். நான் மிகவும் நோய்மையாக, ஆடிப்போனவளாக, அவமானப்படுத்தப்பட்டதாக உணர்ந்தேன்... பின்னால் அந்த ஆண் காவல் அதிகாரி ஐ.ஜி. அல்ல, ஆனால் ஒரு மூத்த அதிகாரி என அறியவந்தேன்...*

என் சகோதரி உட்பட எவரும் நான் எங்கிருந்தேன் என அறியவில்லை. மறுநாள் காலை பதினொரு மணியளவில், எனது நண்பன் கபீர் காவல் நிலையத்துக்கு என்னைத் தேடி வந்தான். அவன் அடித்து நொறுக்கப்பட்டு, என் முன்னால் ஆடைகள் அவிழ்க்கப்பட்டான். மனிதத்தன்மை நீக்கப் பெற்றவளாக, இழிவுக்காட்படுத்தப்பட்டவளாக, பசியாக, இரத்தம் சிந்துபவளாக நான் உணர்ந்தேன். நாங்கள் சிறையை அடைந்ததும், இளவயதுப் பையன்கள் காயங்களுடனும் தையல்களுடனும் இருப்பதைக் கண்டேன். அவர்கள் என் முன்னால் ஆடைகளின்றி நிறுத்தப்பட்டனர்...

நான் இவ்வாறு நடத்தப்பட்டதற்கு ஒரே காரணம் எனது முஸ்லிம் அடையாளம்தான். நான் ஒரு சமூகச் செயல்பாட்டாளர், கவிஞர், நாடகச் செயல்பாட்டாளர். இத்தனை வருடங்கள், எனது அடையாளம் எனக்கு ஒரு பொருட்டாக இருந்ததில்லை, ஆனால் என் மதத்தை வைத்து என்னை ஒரு நபராக வரையறுப்பது தொந்தரவூட்டுவதாக இருந்தது. போலீஸ் காவலில் செலவிட்ட அந்த ஒரு இரவை விடவும், சிறையில் செலவிட்ட அந்த 19 நாட்கள் குறைந்தளவு அச்சுறுத்துவதாகவே இருந்தது. 11 நாட்களுக்குப் பிறகே என் குழந்தைகளைப் பார்க்க வாய்த்தது. இரண்டு நாட்களாக, எனது இருப்பிடம் குறித்த தெளிவின்றியே என் குடும்பம் இருந்தது.[157]

ஜாபர் அடிக்கப்பட்ட மற்றும் அவமானப்படுத்தப்பட்ட விதத்திலும், முஸ்லிம்கள் அனைவரும் எந்தவித கௌரவமும் அற்ற விலங்குகள்போல், ஆண்களை நிர்வாணமாகக் காட்டிய விதமும், ஜாபரின் உணர்வுகளைப் பாதித்து 'ஹிட்லரின் ஜெர்மனியில் யூதர்களைப்போல்' இருப்பதுபோன்ற மனிதத்தன்மைநீக்கல் நோய்க்குறி ஏற்படக் காரணமானது. அவர்கள் மனித நாகரிகத்தின் பகுதியாகப் பார்க்கப்படவில்லை. முஸ்லிம்-பாகிஸ்தானியர், எனவே எதிரி என்ற வழக்கமான சமன்பாட்டின் மூலமும் இந்தத் தீவிர மற்றமையாக்கம் செயல்படுத்தப்பட்டது.

குழந்தைகள்கூட போலீஸ் அடக்குமுறைக்கு இலக்காகியிருந்தனர். உத்தர பிரதேசத்தின் மூன்று மாவட்டங்களில் (பிஜ்னோர், முஜாபார்நகர், பிரஜோபாத்) டிசம்பர் 2019இல் சி.ஏ.ஏ. எதிர்ப்பியக்கத்தின் ஒடுக்குமுறைப் பின்னணிச் சூழலில் ஒட்டுமொத்தமாக நாற்பத்தொரு குழந்தைகள் தடுத்துவைக்கப்பட்டனர். அவர்களில் சிலர் முஸாபர் நகர் மதரஸாவில் வைத்து கைதுசெய்யப்பட்டிருந்தனர். இந்தச் சிறார்கள் போலீஸ் காவலில் அடித்துநொறுக்கப்பட்டதுடன் உறக்கமின்றியும் வைக்கப்பட்டிருந்தனர்.[158]

அதிகாரப்பூர்வக் கணக்கின்படி, முப்பத்து ஒரு நபர்கள் சி.ஏ.ஏ. எதிர்ப்பு இயக்கத்தின்போது இறந்திருந்தனர், அவர்களில் மூன்றில் இரண்டு பங்குக்கும் அதிகமானவர்கள் உத்தர பிரதேசத்தைச் சேர்ந்தவர்கள்.[159] மாநில முதலமைச்சர், யோகி ஆதித்யநாத் இரங்கல் தெரிவிப்பதற்குப் பதில், முதலில் போலீஸ் துப்பாக்கிச் சூடு நடத்தியதை மறுத்தார்-இறந்துபோனவர்கள் கலவரக்காரர்களின் தோட்டாக்களால் கொல்லப்பட்டதாக வாதிட்டார்[160]- பின் போலீஸ் நடந்துகொண்டவிதத்தை நியாயப்படுத்தினார்.[161]

2020இன் ஆரம்பகட்டத்தில் டெல்லி கலவரத்தின்போது காவல்துறையின் பாத்திரத்தில் இதே பாணியைக் காணலாம்.

டெல்லி கலவரம்: முஸ்லிம்களுக்கு எதிராகத் தீவிரவாதிகள், காவல்துறை

2011 மக்கள்தொகைக் கணக்குப்படி மிகவும் அடர்த்தியான மக்கள்தொகை கொண்ட மாவட்டமும், அதில் 29-க்கும் அதிக சதவிகிதம் முஸ்லிம்களும், கிட்டத்தட்ட 68 சதவிகிதம் இந்துக்களும் வசிக்கும் வடகிழக்கு டெல்லியில், முக்கியமாக மாநில தேர்தல் நடக்கவிருந்த சூழலில் 2020 பிப்ரவரியில், சி.ஏ.ஏ. எதிர்ப்பு இயக்கத்துக்கு பா.ஜ.க. காட்டிய எதிர்வினையாலே இந்தக் கலவரம் நடந்தது. தேர்தல் பிரச்சாரத்தின்போது, பா.ஜ.க. தலைவர்கள் சி.ஏ.ஏ.வுக்கு எதிரான போராட்டக்காரர்களை-ஷாகீன்பாக்கில் மட்டுமல்லாது வடகிழக்கு டெல்லி உள்பட நகரத்தின் எப்பகுதியைச் சேர்ந்தவர்களாக இருந்தாலும்-வாக்காளர்களை வகுப்புவாதத்தின் அடிப்படையில் துருவப்படுத்துவதற்காகப் போராடியவர்களைக் கைதுசெய்தது. அமித்ஷாவே, ஜனவரி 27 கூட்டத்தின்போது: “பிப்ரவரி 8 அன்று (மின்னணு வாக்குப் பதிவு இயந்திரங்களின்) பொத்தானை நீங்கள் அழுத்தும்போது, அதன் வேகத்தை (தேர்தல் முடிவை) ஷாகீன்பாக்கே உணரும்படியான கோபத்துடன் அழுத்துங்கள்... பா.ஜ.க. வேட்பாளருக்கான உங்கள் வாக்கு, டெல்லியையும் நாட்டையும் பாதுகாப்பாக மாற்றுவதோடு, ஷாகீன்பாக் போன்ற ஆயிரக்கணக்கான நிகழ்வுகளைத் தடுக்கும்”[162] எனப் பேசினார். கலவரத்துக்குப் பின் சிறுபான்மையினர் ஆணையத்தால் நியமிக்கப்பட்ட உண்மை கண்டறியும் குழு, மோடி அரசின் மற்றொரு உறுப்பினரான அனுராக் தாக்கூர், ஒரு வாரத்துக்கு முன்னதாக, டெல்லியில் நடந்த தேர்தல் பேரணியில், ‘தேஷ் கி கடோரன் கோ, கோலி மாரோன் சலோன் கோ’ (இந்தத் தேசத்தின் துரோகியான ராஸ்கல்களைச் சுட்டுத் தள்ளுங்கள்). எனப் பொதுமக்களைத் திரும்பத் திரும்பக் கூறும்படித் தூண்டினார். அச்சு மற்றும் மின்னணு ஊடகங்களில் பெரிய அளவில் இடம்பிடித்த

இந்தச் செய்தி, தெளிவாக இந்தக் கோஷத்தின் முதல் பாகத்தை அவர் கூவ, அதைக் கேட்டுக்கொண்டிருந்த கூட்டம் வழிகாட்டப்பட்டு இரண்டாவது பாதியைக் கத்தியதை"¹⁶³ தெளிவாகக் காட்டியது.

டெல்லியில் நடந்த மற்றொரு தேர்தல் கூட்டத்தில் உள்ளூர் பா.ஜ.க. பாராளுமன்ற உறுப்பினரான பர்வேஷ் வர்மா அதேயளவு ஆக்ரோஷமான உரையொன்றை நிகழ்த்தினார்: "பிப்ரவரி 11-க்குப் பின் டெல்லியில் பா.ஜ.க. ஜெயித்தால் (பிப்ரவரியில் தேர்தல் முடிவுகள் அறிவிக்கப்பட்டிருக்கும்) எனக்கு ஒரு மாதம் கொடுங்கள், எனது மக்களவைத் தொகுதிக்குள் அரசு நிலத்தில் கட்டப்பட்டு எத்தனை மசூதிகள் எழுந்துநிற்கிறதோ, அதில் ஒன்றைக்கூட நிற்கவிடமாட்டேன்."¹⁶⁴ 2020, ஜனவரி 29 அன்று தருண் சக், பா.ஜ.க. தேசியச் செயலாளர் பின்வருமாறு ட்வீட் செய்தார்: "நாங்கள் டெல்லியை சிரியாவாக மாறவிடமாட்டோம், அவர்கள், இங்கே பெண்களையும் குழந்தைகளையும் பயன்படுத்தி (ஷாஹீன்பாக்கில் அமர்ந்து போராடுவதன் மூலம்) ஐ.எஸ்.ஐ.எஸ். மாதிரியான அமைப்பை நடத்தவிடமாட்டோம். பிரதான வழியை மறித்து டெல்லி மக்களின் மனதில் பயத்தை உருவாக்க முயற்சிக்கின்றனர். நாங்கள் இதை நடக்க அனுமதிக்கமாட்டோம்."¹⁶⁵ அடுத்த நாள், பா.ஜ.க. வேட்பாளர்களில் ஒருவரான தஜிந்தர் பக்கா தனது தேர்தல் உரையை, ஷாஹீன்பாக்கை பாகிஸ்தானுடன் ஒப்பிட்டு, அதேயளவு அச்சுறுத்தும் வார்த்தைகளோடு முடித்தார்: "ஷாஹீன் பாக் தேச விரோதிகளின் மையமாக மாறிவருகிறது. பிப்ரவரி 11 தேர்தல் முடிவுக்குப் பின், இந்தத் தங்குமிடங்களின் மீது ஒரு சர்ஜிக்கல் ஸ்ட்ரைக் நடத்தப்படும்."¹⁶⁶ மூன்று நாட்களுக்குப் பின், உ.பி.யிலிருந்து வந்த நட்சத்திர பிரச்சாரகரான யோகி ஆதித்யநாத், "வார்த்தைகள் வேலை செய்யாத இடத்தில், தோட்டாக்கள் வேலைசெய்யும்."¹⁶⁷ என்று சுட்டிக்காட்டினார்.

பா.ஜ.க. தேர்தல் பிரச்சாரம் பல வாரங்களாக அதன் பழைய திறமையான மற்றவர்களைக் குறித்த பயம் மற்றும் முறையாக ஆக்ரோஷமான விதத்தில் தூண்டிவிடப்பட்ட கோபம் இவற்றையே நம்பியிருந்தது என்பதையே இந்த மாதிரி காட்டுகிறது. வழக்கம்போல், இந்தப் பிரச்சாரம் வாட்ஸப், முகநூல் உள்ளிட்ட சமூக ஊடகங்களையும் பயன்படுத்தியது.¹⁶⁸ போலீஸின் கூற்றுப்படி, "பிப்ரவரி 23, 24-க்கு இடையேதான் மொத்தமாக வாட்ஸப் குழுக்கள் உருவாக்கப்பட்டன." தில்லியுடன் எந்தத் தொடர்பும் இல்லாத நிகழ்வுகளைச் சுட்டிக்காட்டி, உணர்ச்சியைத் தூண்டமுயன்றதை அவை காட்டுகின்றன.¹⁶⁹ மேலும் அவை எங்கே கூடுவது, எந்தக் கடைகள் மற்றும் வீடுகளைக் குறிவைப்பதென்ற நிகழ்நேர தகவல்களையும் வழங்கின.

பிப்ரவரி 11, 2020இல் பா.ஜ.க.வின் எழுபது வேட்பாளர்களில் வெறும் எட்டு வேட்பாளர்களே வெற்றிபெற்றனர், மாறாக அரவிந்த் கெஜ்ரிவாலின் ஆம் ஆத்மி கட்சி அறுபத்து இரண்டு இடங்களில் வெற்றிபெற்றிருந்தது. இந்தத் தோல்வி கட்சிக்குள் அணிரீதியான இறுக்கத்தை வளர்த்ததோடு, கட்சி உறுப்பினர்கள், ஆர்வலர்களை மிகுந்த கசப்படையச் செய்தது. அவர்களில் சிலர் பழிவாங்க விரும்பினர்.[170] அவர்களது தேர்தலுக்குப் பின்பான கூட்டங்கள், தேர்தலுக்கு முன்பான கூட்டங்களைப்போல் ஆக்ரோஷமானதாக இருந்தன. 2020, பிப்வரி 23 அன்று, கெஜ்ரிவால் அரசாங்கத்தில் முன்னாள் உள்ளூர் சட்டமன்ற உறுப்பினராகவும் அமைச்சராகவும் இருந்த கபில் மிஸ்ரா, 2019இல் பா.ஜ.க.வில் இணைந்து 2020 தேர்தலில் தோற்றுப் போயிருந்தார். அவர் ஒரு கிலோமீட்டர் தொலைவில் ஜாஃப்ராபாத்தில் அமர்ந்து சி.ஏ.ஏ.வுக்கு எதிராகப் போராடிக்கொண்டிருந்த முஸ்லிம் பெண்கள் இருந்த இடத்துக்கு அருகே வடகிழக்கு டெல்லியில் ஆத்திரமூட்டும் ஒரு பேரணியொன்றைத் தலைமை தாங்கி நடத்தினார். போராட்டக்காரர்கள் வன்முறையை வரவேற்பதாக வாதிட்ட அவர், "இதுதான் அவர்கள் விரும்புவது. இதற்காகத்தான் அவர்கள் சாலைகளை மறித்துள்ளனர். அதனால்தான் கலகம்போன்ற சூழல் உருவாக்கப்பட்டுள்ளது. எங்கள் பக்கமிருந்து ஒரேயொரு கல்கூட வீசப்படவில்லை. காவல்துறை துணை ஆணையர் எங்கள் பக்கம் நிற்கிறார். உங்கள் அனைவரின் சார்பாக, அமெரிக்க அதிபர் ட்ரம்ப் இந்தியாவிலிருந்து திரும்பிச் செல்லும்வரை நாங்கள் அமைதியாகச் செல்லப்போகிறோம். ஆனால் அதன்பிறகு, சாலை மூன்று நாட்களுக்குள் காலிசெய்யப்படாவிட்டால் நாங்கள் காவலர்கள் சொல்வதைக் கேட்கமாட்டோம்."[171] தற்போதைய விவாதச் சூழலில்-பா.ஜ.க. பிரச்சாரத்தின்போது முஸ்லிம்கள் முறையாகக் குறிவைக்கப்பட்டது, மிஸ்ராவின் பேச்சு[172] விஷயத்தில் சமூக ஊடகப் பயன்பாட்டை மார்க் ஸக்கர்பெர்க் கண்டித்தது இவற்றைத் தவிர்த்து-மிக முக்கியமான விஷயம், மிஸ்ராவின் அருகே முழுமையான கலவர ஆயத்த உடையில் இருந்த, டெல்லி வடகிழக்கு மாவட்டத்தின் காவல்துறை இணை ஆணையர் வேத்பிரகாஷ் சூர்யாவின் முன்னிலையில் கூட்டத்தினரிடம் மிஸ்ரா உரையாற்றியதுதான். சட்டம் ஒழுங்கின் பாதுகாவலர் ஒருவரையும் வகுப்புவாதத்தைத் தூண்டுவதில் நிபுணர் ஒருவரையும் ஒன்றாக நிற்கவைத்து இணையில்லாத காட்சியொன்றை அது முன்னிறுத்தியது. சில பா.ஜ.க. தலைவர்கள் மிஸ்ராவின் பேச்சின் நெருப்புமூட்டும் குணாதிசயத்தை விமர்சித்தபோதும்,[173] அதுவே கலவரத்தின் தொடக்கத்துக்கான முன்னுரையாக அமைந்தது.

உண்மையில், உள்ளூர் பா.ஜ.க. தலைவர்கள் அமெரிக்க அதிபர் வந்துசெல்வது வரை காத்திருக்கவில்லை. உடனடியாக வடகிழக்கு டெல்லியின் முஸ்லிம்களைத் தாக்கித் தங்களது பலத்தைக் காட்டத்தொடங்கினர். அவர்கள் பிப்ரவரி 25 முதல் கட்டவிழ்த்துவிடப்பட்ட பெருந்திரள் வன்முறையின் ஒருங்கிணைப்பை நிச்சயப்படுத்த வாட்ஸப் குழுக்களை உருவாக்கினர்.[174] கிழக்கு டெல்லியின் அப்போதைய எம்.எல்.ஏ.க்களில் ஒருவரான அபே வர்மா, தனது தொகுதியினூடாக ஒரு ஊர்வலத்தைத் தொடங்கி, "தேஷ் கே கடாரோன் கோ, கோலி மாரோ சலோன் கோ" (இந்தத் தேசத்தின் துரோகிகளான ராஸ்கல்களைச் சுட்டுவீழ்த்துங்கள்)[175] கோஷமிட்டார். அதேநேரம் டெல்லி சிறுபான்மை ஆணையத்தின் உண்மை கண்டறியும் குழு சேகரித்திருந்த சாட்சியங்களிலிருந்து, வடகிழக்கு டெல்லியின் பகுதிகளில் ஒன்றான ஷிவ் விகாரில் உடல்ரீதியான தாக்குதல்கள் நிகழத் தொடங்கியிருந்தது வெளிப்படையானது.

25-02-2020 அன்று மாலை 4 மணியளவில், சில நபர்கள் ஜிப்ஸி கார் ஒன்றில் வந்து, ஜோஹ்ரிபூரை இணைக்கும் வடிகாலின் அருகிலுள்ள சிறிய பாலத்தின் அருகே நிறுத்தினர். அவர்கள் தலைக்கவசம் அணிந்து, முகத்தை மறைத்துத் துணியாலான முகமூடியும் அணிந்திருந்தனர். பின் அவர்கள் முஸ்லிம்கள் பெரும்பான்மையாகக் காணப்பட்ட சந்தில் பெட்ரோல் குண்டுகளை வீசத் தொடங்கினர். அதன்பின்பு, மற்றொரு குழு (ஜோஹ்ரிபுரின் முஸ்லிமல்லாதவர்கள் வசிக்கும் பகுதியிலிருந்து) வந்தது. அவர்கள் உள்ளே எரிவாயு உருளையுடனான சான்ட்ரோ காரைக் கொண்டிருந்தனர். மாலை 5 மணியளவில், ஷிவ் விகாரின் குடியிருப்புப் பகுதியை நோக்கிய சரிவொன்றில் காரை உருட்டிவிட்டனர். தீப்பிடித்திருந்த கார் பாலத்தில் மோதியதும் பெரும் வெடிப்புக்குக் காரணமானது. அதன்பின்பு அனைவரும் பீதியடைந்தனர். குடியிருப்புவாசிகள் பயத்தில் கத்தினர். ஆனால் அந்தக் குழுவோ தொடர்ந்து சிலிண்டர்கள், வாயு வெடிகள் மற்றும் பாட்டில்களைக் குடியிருப்புப் பகுதிகளை நோக்கி எறிந்துகொண்டே இருந்தனர்.[176]

ஊரடங்கு விதிக்கப்படும்வரை நான்கு நாட்களுக்கு, வடகிழக்கு டெல்லி 2002 குஜராத் உட்பட, முன்பு வேறெங்கும் கண்டிராத காட்சிகளைக் கண்டது-ஆனால் சிறிய அளவில்.[177] பா.ஜ.க. முன்னாள் அல்லது நடப்பு எம்.எல்.ஏ.க்கள் மற்றும் நகராட்சி உறுப்பினர்கள் உள்ளிட்ட இந்து தேசியவாத உறுப்பினர்களால்[178] வழிநடத்தப்பட்ட தாக்குதல் நடத்திய ஆயிரக்கணக்கானவர்கள், உள்ளூர் செயல்பாட்டாளர்களுக்கு உதவ அப்பகுதியின்

வெளியிலிருந்து வந்துசேர்ந்தனர். அவர்கள் ஆண்களையும் பெண்களையும் தாக்க அவர்கள் வீடுகளில் பலவந்தமாக நுழைந்தனர்.[179] குறிப்பிடத்தக்க துல்லியத்துடன் 600 வீடுகள் கொளுத்தப்பட்டன[180] கடைகள் கொள்ளையடிக்கப்பட்டன. பக்கத்துக் கடைகள், வீடுகள் இந்துக்களுடையதாக இருக்கும்போது அவை தவிர்க்கப்பட்டு, காரியங்கள் மேற்கொள்ளப்பட்டன.[181] சந்தைகள் அதேயளவில் தரைமட்டமாக்கப்பட்டன[182] மசூதிகள் முறையாகக் குறிவைக்கப்பட்டு-அவை கொள்ளையடிக்கப்பட்டு, இழிவுபடுத்தப்பட்டு, கொளுத்தப்பட்டன.[183] சிலசமயங்களில் உள்ளே தொழுகை நடத்தியவர்களும் தாக்கப்பட்டனர். அதேபோல மதரஸாக்களும் கல்லறைகளும் தாக்கப்பட்டன.[184] பெரும்பாலான நேரங்களில், தாக்குபவர்கள் ஜெய் ஸ்ரீராம் எனக் கத்தியதோடு, இமாம்கள் உள்ளிட்ட முஸ்லிம்களையும் அதேபோல் உச்சரிக்கும்படி வலியுறுத்த முயன்றனர்.[185] அவர்கள் தொடர்ந்து உச்சரித்த இதர கோஷங்கள், "ஹர் ஹர் மோடி", "மோடிஜி, காட் டோ இன் முல்லன் கோ" (மோடிஜி, இந்த முஸ்லிம்களைத் துண்டுகளாக வெட்டுவோம்), "ஆஜ் தும்ஹே ஆசாதி டெங்கே" (இன்று நாங்கள் உங்களுக்கு விடுதலை கொடுப்போம்),[186] "ஹிந்துஸ்தான் ஹமாரா ஹை, எக் பி முஸல்மான் நஹி ரஹேகா யஹான்" "(இந்தியா நமது, ஒரேயொரு முஸ்லிம்கூட இங்கே இருக்கக்கூடாது!)[187]. கபில் மிஸ்ராவின் கோஷங்களும் இத்தகையதே: "தேஷ் கே கடாரன் கோ, கோலி மாரோ சலோ கோ" (இந்த தேசத்தின் துரோகிகளைச் சுடுங்கள்), ஜெய் ஸ்ரீராம் (ராமர் வாழ்க), "கட்டுவே மூர்தாபாத்" (சுன்னத் செய்தவர்கள் ஒழிக) (முஸ்லிம்களைக் குறிப்பிடும் மிக இழிவான வெளிப்பாடு)[188] தாக்கியவர்களும் சாட்சிகளும் இருவருமே வீடியோக்களை எடுத்ததால் கலவரத்தின் காட்சி மற்றும் வாய்மொழி அம்சங்கள் மக்களுக்குப் பெரிய அளவில் வெளிப்பட்டன: முன்னவர்கள் சாட்சியமளிக்கவும், பின்னவர்கள் தங்களது செயல்களை உலகிற்குக் காட்டி பெருமையடித்துக்கொள்ளவும், பாதிக்கப்பட்டவர்களை அச்சுறுத்தவும் வீடியோ எடுத்தனர்.[189]

நான்கு நாட்களுக்குப் பின், அதிகாரப்பூர்வ கணக்குப்படி முஸ்லிமல்லாத 13 பேர் உட்பட ஐம்பத்து ஐந்து பேர் இறந்திருந்தனர்.[190] ஓட்டைகள் நிறைந்திருந்தபோதும், காவல்துறை வாக்குமூலத்தின் படிகூட 13 மசூதிகளும் 6 இந்து கோவில்களும் சேதமடைந்திருந்தன. சேதமடைந்திருந்த 185 சொத்துகளுள் 50 முஸ்லிம்களுடையது என்றும் 14 இந்துக்களுடையதென்றும் அடையாளம் காணப்பட்டிருந்தன. சேதமடைந்து சீர்குலைந்த 468 கடைகளுள் (கடைகளின் உரிமையாளர்களின் மதம் அடையாளம் காணப்பட்டவைகளில்)[191] முறையே 173 முஸ்லிம்களுடையவை

42 இந்துக்களுடையவை. ஆயிரக்கணக்கான மக்கள் நிவாரண முகாம்களில் அடைக்கலம் புகுந்தனர், ஆனால் பெரும்பாலோர் தங்கள் உறவினர், நண்பர்கள் வீடுகளையே தேர்வுசெய்தனர். அல்லது தங்களது முந்தைய இடங்களுக்குச் செல்வதைத் தேர்வுசெய்தனர்- எனவே அவர்கள் தஞ்சம்தேடியவர்களாகக் கணக்கிடப்படவில்லை.[192] கலவரம் முடிந்தபின் வெகுசிலரே திரும்பினர். அதற்கு மாறாக, உள்ளூர் இந்துக்களின் விரோத மனப்பான்மையுடன் வழக்கமான கலவரத்துக்குப் பின்பான கெட்டோமயமாக்கல் நடைமுறையால், இன்னும் தங்கள் வீடுகளில் வசித்த பல முஸ்லிம்களை, பாதுகாப்புக் காரணங்களுக்காகச் சந்தை மதிப்புக்குக் கீழாக வீடுகளை விற்க வலியுறுத்தினர்.[193]

டெல்லி கலவரத்தில் அரசு சம்பந்தப்பட்டிருந்தது என்ற உண்மை, அரசாங்கம் நீதித்துறையில் இடையிட்ட விதத்திலிருந்தே வெளிப்பட்டது. டெல்லி உயர்நீதிமன்ற நீதிபதி முரளிதர் வகுப்புவாத வன்முறைகளுக்கு எதிரான தனது தீர்ப்புகளுக்குப் பெயர் பெற்றவர். ஹம்சிபுராவில் 1986இல் முஸ்லிம்கள் கொலைசெய்யப்பட்ட வழக்கில் உத்தர பிரதேச காவல்துறை உறுப்பினர்களை அவர் குற்றவாளி எனத் தீர்ப்பு வழங்கினார். 1984 சீக்கியர்களுக்கு எதிரான படுகொலை தொடர்பான வழக்கில் முன்னாள் காங்கிரஸ் எம்.பி. சஜ்ஜன்குமாரை குற்றவாளி எனத் தீர்ப்பளித்தார். (கபில் மிஸ்ரா, பர்வேஷ் வர்மா, அனுராக் தாக்கூர் உள்ளிட்ட) பா.ஜ.க. தலைவர்களுக்கு எதிராக, அவர்களது கனல்மூட்டும் பேச்சுகளே வன்முறையைக் கட்டவிழ்த்துவிட பங்களித்தன என்று சொல்லி ஹர்ஷ் மந்தர் தாக்கல் செய்த வழக்கை அவர், 2020 பிப்ரவரி 25 அன்று விசாரித்தார். விசாரணையின்போது டெல்லி காவல்துறை, சட்டம் ஒழுங்கைப் பராமரிக்கவும் குடிமக்களைப் பாதுகாக்கவும் தவறிவிட்டதாகவும் அவர் கண்டித்தார். "விசாரணை நடைமுறைகள் நிறைவுபெற்ற சிலமணி நேரங்களுக்குப் பிறகு, சட்டம் மற்றும் நீதித்துறை அமைச்சகம் நீதிபதி முரளிதரை டெல்லி உயர்நீதிமன்றத்திலிருந்து பஞ்சாப் மற்றும் ஹரியானா உயர்நீதிமன்றத்திற்கு மாறுதல் செய்து அறிவிக்கை வெளியிட்டது."[194] இந்த மாறுதல் கொலிஜியத்தால் பரிந்துரைக்கப்பட்டது. "நமது மதிப்புக்குரிய நிறுவனத்துக்குத் தீங்கு விளைவிக்கும்" நடவடிக்கை இதுவென, டெல்லி உயர்நீதிமன்ற வழக்கறிஞர்கள் சங்கம் இதனைக் கண்டித்தது.[195]

இந்து தேசியவாதிகள் கலவரத்தைத் தொடங்கியபோதும், காவல்துறையும் இதில் முக்கியப் பாத்திரம் வகித்தது. முதலாவதாக, காவல்துறை கலவரக்காரர்களுக்கு 'முஸ்லிம்களை இலக்காக்க சுதந்திரமளித்தது.' பஜ்ரங் தள்ளால் இரும்புத் தடி கொடுக்கப்பட்டு டெல்லி கலவரத்தில் பங்குபெற்ற இருபத்து இரண்டு வயது

இளைஞன் காரவன் ஊடகத்திடம் கூறினான், போலீஸ் எங்களிடம் முஸ்லிம் பகுதிகளில் உள்ளே போய்த் தாக்கு, அவர்கள் அங்கே வரமாட்டார்கள்... அவர்கள் சொன்னார்கள், "நீ ஒரு இந்து என எங்களுக்குக் காட்டு." போலீஸ் அதிகாரிகள் அவனிடம், "எங்களுக்கு மேலிருந்து தகவல் வரும்போது, நான் உங்களைத் தடுத்துநிறுத்துவேன். ஆனால் அதுவரை, நீ விரும்புவதெல்லாம் செய்துகொள்"[196] என்று கூறினர் என மேலும் அந்த இளைஞன் கூறினான். அந்த இருபத்தி இரண்டு வயது இளைஞன், "கபில் மிஸ்ரா தன்னுடன் பொதுமக்களை அழைத்துச்சென்றார், (கலவரம் மேற்கொண்டவர்களுக்கு) அவர் பல யோசனைகளைக் கூறினார் எனத் தெரிவித்தான்.[197] காவல் துறையினர் கலவரக்காரர்களுக்குச் சுதந்திரமளித்ததோடு மட்டுமின்றி, 2002இல் குஜராத்தில் நடந்ததைப்போல், அவர்கள் முஸ்லிம்களைக் காப்பாற்றவும் வரவில்லை. கலவரத்தில் பாதிக்கப்பட்ட பலர், டெல்லி சிறுபான்மையினர் ஆணையகத்தின் உண்மை கண்டறியும் குழுவிடமும் பத்திரிகையாளர்களிடமும், எந்தப் பயனுமின்றி வீணே தாங்கள் காவல்துறையை அழைத்ததாகக் கூறினர், அவர்கள் காவல்துறையினரைத் தெருவில் கண்டபோது, அவர்களைத் தலையிடும்படிக் கேட்டுக்கொண்டனர். ஆனால் அவர்களோ அதற்குப் பதிலளிக்கவில்லை அல்லது அவர்களைக் காப்பாற்ற தங்களுக்கு உத்தரவில்லை எனக் கூறியுள்ளனர்.[198] ராம் ரஹீம் சௌக்கில், "காவல்துறை பாதிக்கப்பட்டவர்களுக்கு எந்தவிதத்திலும் உதவவில்லை. மாறாக அவர்கள், பாதிக்கப்பட்டவர்களைச் சுடுவோம் என்று கூறி பெரிதும் அச்சுறுத்தினர்.[199] ஷிவ் விஹாரிலோ, "2020, பிப்ரவரி 24 அன்று, காவல்துறை ஜிப்ஸி கார் ஒன்று வலம் வந்தது. கும்பலைக் குறித்த முஸ்லிம்களின் புகார்களுக்கு, போலீஸ் அதிகாரி அவர்களைக் காப்பாற்ற மேலிடத்திலிருந்து அவர்களுக்கு உத்தரவு ஏதும் இல்லை, எனவே அவர்களைக் காப்பாற்ற அவர்கள் எதுவும் செய்ய முடியாது" எனக் கூறியிருக்கிறார்.[200] காவலர் படைகளில் கொஞ்சம்பேர் கலவரத்தில் இடையிட்டபோது, கலவரக்காரர்களால் தாக்கப்பட்டனர். கண்ணால் கண்ட சாட்சியொன்று டெல்லி சிறுபான்மையினர் ஆணையரகத்தின் உண்மை கண்டறியும் குழுவிடம் காராவல் நகர் சாலையில் இது நடந்ததாகக் கூறியுள்ளது:

> இரு சமூகத்தையும் சேர்ந்த குழுக்களும் காராவல் நகர் பிரதான சாலையை அடைந்து, ஒருவரின் மீது ஒருவர் கல் வீசத்தொடங்கியது. அவர்கள் கற்களோடு நிறுத்தாமல், பெட்ரோல் குண்டுகளையும் வீசத் தொடங்கினர். வன்முறையைக் கட்டுப்படுத்த பாதுகாப்புப் படைகளும் அங்கில்லை. கிட்டத்தட்ட இது நடந்து அரை மணி நேரத்துக்குப் பின், டெல்லி காவல் துறை வாகனமொன்று வந்தது. அந்த வாகனத்தைக் கண்டதும்,

இந்துக் கும்பல் 'ஜெய் ஸ்ரீராம்', 'பாரத் மாதா கி ஜெய்' எனக் கத்தத் தொடங்கியபடி முன்னோக்கி நடக்கத் தொடங்க, அந்த நேரத்தில் டெல்லி போலீஸ் அதிகாரி ஒருவர் கண்ணீர்ப் புகைக்குண்டு ஒன்றை அப்பகுதி முஸ்லிம்களை நோக்கி வீசியது. இது இந்துக் குழுவினரை "டெல்லி போலீஸ் ஜிந்தாபாத் (டெல்லி போலீஸ் வாழ்க) எனக் கத்தத் தூண்டியது. இந்தக் கலவரத்தில் டெல்லி காவல்துறை தெளிவாக ஒரு பக்கச் சார்புடன் இருந்தது வினோதக் காட்சியாக இருந்தது. மாலை 5 மணியளவில் இருக்கும். அப்போதுதான் டெல்லி காவல்துறை இரு பக்கத்தையும் கட்டுப்படுத்த முயற்சித்ததை நான் கண்டேன், அதில் அவர்கள் தோல்வியடைந்தனர், கல் வீசுபவர்கள் நிறுத்தாமலிருக்க, டெல்லி காவல்துறை பின்வாங்க வேண்டியதானது.[201]

சில இடங்களில் இந்து கலவரக்காரர்களுடன் சேர்ந்து காவல்துறையினரும் முஸ்லிம் கும்பல்கள் மீது கற்களை வீசியிருக்கின்றனர்.[202] தொடக்கத்தில் சந்த்-பாக் உள்ளிருப்புப் போராட்டத்தில் ஈடுபட்ட பெண்களையும்கூட அவர்கள் தாக்கினர்.[203] அதையடுத்துக் கொடுக்கப்பட்ட புகார்களில் பாதிக்கப்பட்டவர்கள், தங்களைத் தாக்க போலீசார் ஆர்வலர்களைத் தூண்டிவிட்டதாகக் குறிப்பிட்டனர்.[204] கலவரக்காரர்களைப் போலவே, சில போலீஸ் அதிகாரிகள் வழக்கமாக சி.சி.டி.வி. கேமராக்களை சேதப்படுத்தியபின் ஜெய்ஸ்ரீராம்[205] எனக் கூறியபடி மசூதிகளை அழிப்பதிலும் கொள்ளையடிப்பதிலும் பங்கேற்றிருக்கின்றனர்.[206] ஃபரூக்கியா மசூதி விவகாரத்தில், ஜெய்ஸ்ரீராம் கூறி அதனைத் தாக்கிய குற்றவாளிகள் போலீஸ் சீருடையில் இருந்தவர்கள் ஆவர். பிப்ரவரி 26 அன்று அதிகாலை 6.30-7 மணியளவில், கும்பல் பூட்டுகளை உடைத்து மசூதிக்குள் நுழைந்தது. அவர்கள் முதலில் சி.சி.டி.வி. மற்றும் எல்.எல்.டி.யை சேதப்படுத்தினர்."[207]

அங்கித் ஷர்மா, உளவுப் பிரிவு ஊழியர்,[208] போலீஸ் கான்ஸ்டபிள் ரத்தன்லால்[209] என்ற இரு பாதுகாப்புப் பணியாளர்கள், காவல்துறையின் அணுகுமுறைக்கு எதிர்வினையாகக் கலவரத்தின்போது கொல்லப்பட்டிருக்கலாம்: இதன் விளைவாக, காவல்துறை முஸ்லிம்களை இன்னும் அதிகக் கொடூரமாகத் தாக்கியது. இத்தகையத் தாக்குதல்களில் ஒன்று, 2020, பிப்ரவரி 24 அன்று படம்பிடிக்கப்பட்டு, அந்தக் காணொளிகள் சமூக ஊடகங்களில் வைரலானது. கர்டாம்புரி புலியா பகுதிக்குத் தனது மகனைத் தேடிச்சென்ற பாதிக்கப்பட்டவர்களில் ஒருவரால், டெல்லி சிறுபான்மை ஆணையத்தின் உண்மை கண்டறியும் குழுவுக்கு இதன் பின்னணிக் கதை சொல்லப்பட்டது:

அங்கே அவரை 6-7 காவல்துறையினர் சுற்றிவளைத்து பூட்ஸ்கால்களால் மிதிக்கவும், லத்தியால் தலை, கால், முழு உடலிலும் அடிக்கவும் செய்தனர். பின், காவல்துறையினர் அவரை பிரதான சாலையிலிருந்த மொகல்லா கிளினிக்குக்கு இழுத்துச் சென்றனர். அங்கே மோசமாகக் காயம்பட்டிருந்த மூன்று இளம் வயதினர் ரத்தம் ஒழுகக் கிடத்தப்பட்டிருந்தனர். காவல்துறையினர் அவரை அங்கே வீசிச் சென்றனர். கொஞ்சநேரத்துக்குப் பின் காவல்துறையினர் மற்றொரு நபரைக் கொண்டு வந்து அவரருகே வீசிச்சென்றனர். காவல்துறையினர் அவர்கள் ஐந்து பேரையும் லத்தியாலும் பூட்ஸ்காலாலும் தொடர்ந்து அடிக்கவும் மிதிக்கவும் செய்தனர். காவல்துறையினர் அவர்களிடம் 'ஜனகணமண' (தேசிய கீதம்) பாடவும், கௌசர் என்பவரை 'பாரத் மாதா கி ஜெய்' (பாரதத் தாய் நீடு வாழ்க) சொல்லவும் கூறினர். அவர்களை அடிக்கையில் போலீஸ்காரர்கள், "உனக்குச் சுதந்திரம் வேண்டுமா? இந்தச் சுதந்திரத்தை எடுத்துக்கொள்!" என்றனர். மற்றொருவர் அவர்களிடம், அவர்கள் இறந்தாலும்கூட போலீஸ் அதிகாரிகளுக்கு எதுவும் ஆகப்போவதில்லை என்றார். அங்கிருந்த காவல்துறையினர் தொடர்ந்து அவர்களை வசைபாடியபடியே இருந்தனர். பின்னர், ஒரு காவல்துறை அதிகாரி மற்றவர்களிடம் அவர்களை அடிக்கவேண்டாமென்றார். கொஞ்சநேரத்துக்குப் பின், ஒரு காவல்துறை கார் வந்து அவர்களை ஜி.டி.பி. மருத்துவமனைக்குக் கொண்டுசென்றது. புகார் தந்தவருக்கு மருத்துவர் எக்ஸ்-ரே எடுத்துப் பார்த்தார். மருத்துவர் அவரிடம், அவர் முஸ்லிம் என்பதால் எக்ஸ்-ரே இரண்டு மணி நேரத்துக்குப் பின்பே கிடைக்கும் எனக் கூறியதாகக் குறிப்பிட்டார்.[210]

கர்டாம் பூரி புலியா பகுதியில் காவல்துறையினரால் அடிக்கப்பட்டு, தேசிய கீதத்தைக் கூறவைக்கப்பட்டு படம்பிடிக்கப்பட்ட ஐந்து நபர்களில் ஒருவரான ஃபைசான், இறந்துபோனான்.[211]

காவல்துறையினர் அபாயத்தை எதிர்கொண்டு பாதிக்கப் பட்டவர்களைப் பாதுகாத்த நிகழ்வுகளும் உண்டு என்றபோதிலும்[212]- டெல்லி கலவரத்தின்போது காவல்துறையின் பங்கு, சி.ஏ.ஏ. எதிர்ப்பு இயக்கத்தை ஒடுக்கும்போது காட்டிய நடத்தைக்கு ஓரளவு ஒப்பானதாய் இருந்தது. மேலே குறிப்பிடப்பட்ட வன்முறை அத்தியாயங்களுக்குப் பின், அது வடகிழக்கு டில்லியின் ஜாமியா மிலியாவாக இருந்தாலும் அல்லது உத்தர பிரதேசத்தின் அலகாபாத் முஸ்லிம் பல்கலைக்கழகமாக இருந்தாலும் பாதிக்கப்பட்டவர்கள் புகார் தருவதை மிகச் சிரமமானதாக மாற்றுவதன் மூலம் சட்டத்தின் ஆட்சிக்கு காவல்துறை துரோகம் செய்வதை ஒரு விதியாகச்

செய்தது.[213] டெல்லி கலவரத்தின்போது காவல்துறையினருக்கும் பா.ஜ.க. தலைவர்களுக்கும் எதிராகப் புகார் செய்தவர்கள், தங்களது புகாரைத் திரும்பப்பெற பெரும் அழுத்தத்துக்கு உள்ளானார்கள்- பெரும்பாலான புகார்கள் எப்படியும் புதைக்கப்பட்டன.[214] அலிகார் முஸ்லிம் பல்கலை விவகாரத்தில், உண்மை கண்டறியும் குழு தனது அறிக்கையில் எழுதியது: எந்த ஒரு மாணவராவது புகாரளித்தால், அவர் பல்கலைக்கழகத்திலிருந்து நீக்கப்படுவதோடு, குற்ற நடவடிக்கைகளுக்கும் ஆளாவார். பயங்கரமான தேசிய பாதுகாப்புச் சட்டத்தின்கீழ் அவர்கள்மீது வழக்குப் பதிவு செய்யப்படும் எனப் பல்கலைக்கழக அதிகாரிகளால் எச்சரிக்கப்பட்டதாகப் பல மாணவர்கள் எங்களிடம் தெரிவித்தனர்."[215] இயற்கையாகவே, AMU எந்தப் புகாரையும் பதிவுசெய்யவில்லை, மேலும் "பல்கலைக்கழக அதிகாரிகள் அதிவிரைவுப் படை வளாகத்திற்குள் நுழைந்த பிறகு, அவர்களின் நுழைவை முறையானதாக ஆக்குவதற்கும் சட்டப்பூர்வமாக்குவதற்கும் அவர்கள் கையொப்பமிட்டதாகத் தெரிகிறது."[216] முசாஃபர் நகரில், 'தங்கள் மாணவர்கள் யாரும் தாக்கப்படவில்லை அல்லது சித்திரவதை செய்யப்படவில்லை என்று உறுதியளிக்கும் பிரமாணப் பத்திரங்களில் கையெழுத்திட'[217] முதல்வர் ஒப்புக்கொண்ட பின்னரே சாதத் மதரஸாவிலிருந்து கைதுசெய்யப்பட்ட குழந்தைகள் விடுதலை செய்யப்பட்டனர். டிசம்பர் 15, 2019 இன் காவல்துறை நடவடிக்கை தொடர்பாக ஜாமியா முன்னாள் மாணவர் சங்கம் உட்பட சில புகார்கள் பதிவுசெய்யப்பட்டன, இதன்போது ரூ. 2.66 கோடி (354,667 அமெரிக்க டாலர்) மதிப்புள்ள பல்கலைக்கழக சொத்துகள் சேதப்படுத்தப்பட்டன, இதில் ரூ. 4.75 லட்சம் (6,330 அமெரிக்க டாலர்) உடைந்த 235 சி.சி.டி.வி. கேமராக்களும் அடங்கும். சில சி.சி.டி.வி. கேமரா காட்சிகளும் புகாருக்கு ஆதாரமாகப் பயன்படுத்தப்பட்டபோதும், அவை எடிட் செய்யப்பட்டவையாகத் தோன்றுகின்றன எனக் காவல்துறை வாதிட்டது.[218]

பாதிக்கப்பட்டவர்களின் புகார்களைப் பதிவுசெய்யாதது மட்டுமின்றி, அந்த வன்முறைக்கு அவர்களே பொறுப்பு என அவர்கள் குற்றம்சாட்டினர்[219]- அதேசமயம் கலவரத்தில் பங்கேற்ற இந்து ஆர்வலர்கள், ஆத்திரமூட்டும் பேச்சுகளைப் பேசிய பா.ஜ.க. தலைவர்கள், காணொலிகளில் முஸ்லிம்களைத் தாக்கிய காவல்துறையினருக்கு எதிராக எந்த ஒரு முதல் தகவலறிக்கையும் பதியப்படவில்லை.[220] இந்த விவகாரத்தை விசாரித்த பின் நியூயார்க் டைம்ஸ் பெயர் குறிப்பிடாத காவல்துறை கண்காணிப்பாளரின் சொற்களை மேற்கோள் காட்டியது, கபில் மிஸ்ராவையோ அல்லது அரசாங்கத்தின் இதர வீரர்களையோ கைதுசெய்யக்கூடாதென்ற

அரசியல் அழுத்தத்தில் காவல்துறை இருப்பதாக அவர் குறிப்பிட்டிருந்தார்.[221] டெல்லி மாநில சிறுபான்மை ஆணையத்தின் உண்மை கண்டறியும் குழுவால் 2020, மார்ச் 9-ஆம் தேதி தாக்கல்செய்யப்பட்ட விரிவான அறிக்கையிலிருந்தே பெரும்பாலான தகவல்கள் மேலே எடுத்தாளப்பட்டிருந்தன, இவற்றை அதிகாரிகள் பயன்படுத்தவில்லை. அதுமட்டுமின்றி டெல்லி சிறுபான்மையினர் ஆணையத் தலைவர் ஜாபருல்-இஸ்லாம் கான், ஏப்ரல் 2020இல் அவரது முகநூல் பதிவு ஒன்றுக்காக தேசத்துரோகக் குற்றச்சாட்டுக்கு உள்ளானார்.[222] அதன் விளைவாக, காவல்துறை விசாரணையை முடித்தபிறகு குற்றம்சாட்டப்பட்ட 1,153 பேரில், 582 பேர் முஸ்லிம்களாகவும், 571 பேர் இந்துக்களாகவும் இருந்தனர்.[223]

உண்மையான குற்றவாளிகளைத் தண்டிப்பதற்குப் பதில், பா.ஜ.க. அரசாங்கம் மற்றும் காவல்துறையால் ஊக்குவிக்கப்பட்ட கதை-இரண்டுமே ஒரே நாணயத்தின் இரு பக்கங்களைப் பிரதிநிதித்துவப்படுத்துபவை, அதாவது அரசு-டெல்லி கலவரத்தின் பொறுப்பை முஸ்லிம்கள் மீது சுமத்தியது.

சதிக் கோட்பாடுகளின் சகாப்தம்
பாதிக்கப்பட்டவர்களைக் குற்றவாளிகளாக மாற்றுதல்-
குற்றவாளிகளைப் பாதிக்கப்பட்டவர்களாக மாற்றுதல்

டெல்லி காவல்துறை நேரடியாக அறிக்கை தரும் உள்துறை அமைச்சரான அமித்ஷா, மார்ச் 10-அன்று, காவல்துறை 'கலவரத்தைப் பரவவிடாமல்', '36 மணி நேரத்துக்குள்' கட்டுப்படுத்துவதில் வெற்றிபெற்றுவிட்டதாக[224] தன்னைத்தானே பாராட்டிக்கொண்டார். மேலும் அவர் வன்முறை பாதிக்கப்பட்ட பகுதிகளை[225] அஜீத் தோவல் பார்வையிட்டபின் நிலைமை மேம்பட்டிருப்பதாகவும் அந்தக் காணொலிக் காட்சிகள் தற்போது குற்றவாளிகளை அடையாளம் காண காவல்துறைக்கு உதவியிருப்பதாகவும் கூறினார். அவரது கூற்றுப்படி 2,647 பேர் ஏற்கெனவே கைதுசெய்யப்பட்டிருந்தனர், இந்த நடைமுறையை மனித உரிமை ஆர்வலர்கள் சூனிய வேட்டை என்று அழைத்தனர். இது மாணவர்களையும்[226] அதேயளவு வடகிழக்கு டெல்லியின் இளம் முஸ்லிம்களையும்[227] குறிவைத்ததாக இருந்தது. இந்தக் கலவரங்கள் முன்கூட்டியே திட்டமிடப்பட்ட சதியென்றும், நாட்டில் கலவரத்தில் ஈடுபடுபவர்களுக்கு என்ன நடக்கும் என்பதற்கு இது ஒரு பாடமாக இருக்கும்" என ஷா நிறைவுசெய்தார்.[228] எதிர்க்கட்சி எம்.பி.க்கள் அவரை ராஜினாமா செய்யும்படி கோர, பா.ஜ.க. எம்.பி.யான மீனாட்சி லெக்கி, உளவுப் பிரிவு ஊழியரான அன்கித் ஷர்மா வெறுப்பால் கொல்லப்பட்டதைச்

சுட்டிக்காட்டி, 400 காயங்கள் அவரது உடம்பில் காணப்பட்டதாக அவர் குறிப்பிட்டார்.[229]

தகவல் மற்றும் ஒளிபரப்புத் துறை அமைச்சகத்தால் இரண்டு மலையாள ஊடகங்கள் அவற்றின் டெல்லி கலவரத்தின் தேசவிரோத செய்தி ஒளிபரப்புக்காகத் தடைசெய்யப்பட்டன,[230] பா.ஜ.க.வின் சதிக் கோட்பாடும், இந்துவைப் பாதிக்கப்பட்டவராகக் காட்டும் வியூகமும் தி ஆர்கனைசரால் பிரச்சாரம் செய்யப்பட்டன. ஆர்.எஸ்.எஸ்.ஸின் ஊதுகுழலான அது, முதலில் கபில் மிஸ்ராவின் நேர்காணலைப் பிரசுரம் செய்தது. கோத்ரா நிகழ்வுக்குப் பின்பான பாணியை நினைவுபடுத்தும்விதத்தில் அது இருந்தது. முஸ்லிம்கள்தான் வன்முறையைத் தொடங்கினர் என அதில் இந்து தேசியவாதிகள் கூறினர்: இந்துக்களுக்கு எதிரான டெல்லி கலவரம் அனைத்திலும் மோசமானவற்றைக் கண்டது. சி.ஏ.ஏ. எதிர்ப்புப் போராட்டக்காரர்கள் என அழைக்கப்படுபவர்களாலும் அவர்களது அறிவுஜீவி தூதுவர்களாலும் மட்டுமின்றி, சர்வதேச ஊடக பரப்புரையாளர்களாலும்[231] வன்முறையைத் தூண்டியவர் என முன்னிறுத்தப்பட்ட பா.ஜ.க. தலைவர் கபில் மிஸ்ரா, கையாளப்பட்ட இந்தக் கதையின் மிகப்பெரிய பலியாக இருக்கலாம். இந்த நேர்காணலில், டெல்லி கலவரத்தில் பாதிக்கப்பட்ட இந்துக்களுக்காக நிதி திரட்டிக்கொண்டிருந்த மிஸ்ரா-டெல்லி கலவரத்துக்கு சி.ஏ.ஏ. எதிர்ப்புப் போராட்டக்காரர்களே பொறுப்பு என வாதிட்டார்:

> டெல்லியில் டிசம்பர் 16 முதலே வன்முறை நடந்துகொண்டிருக்கிறது என்பதே யதார்த்தம். பேருந்துகள் ஜாமியாவில் தீவைத்துக் கொளுத்தப்பட்டன. சீமாபுரியில் ஒரு காவல் உதவி ஆணையாளர் கற்களால் தாக்கப்பட்டார், டெல்லியின் துர்க்மான் கேட்டிலும் கலவரத்தைப் பரப்ப முயற்சியொன்று மேற்கொள்ளப்பட்டது. அதேசமயம், வங்காளம், பீகாரில் ரயில்வே நிலையங்கள் எரிக்கப்பட்டன. உத்தர பிரதேசம் மற்றும் மிச்சமுள்ள இந்தியாவின் வேறுபட்ட பகுதிகளில் பொது உடைமைகள் தீவைத்துக்கொளுத்தப்பட்டன. இவையனைத்தும் சி.ஏ.ஏ.வின் பெயரால் கடந்த 100 நாட்களாக நிகழ்ந்துகொண்டிருக்கின்றன. நீண்ட நாட்களாக சி.ஏ.ஏ. எதிர்ப்பாளர்கள் டெல்லியில் மிகப்பெரிய வன்முறைக்கு[232] ஆயத்தமாக இருந்துவந்தனர்... கடந்த மூன்று மாதங்களாகப் போராட்டக்காரர்கள் எனச் சொல்லப்படுபவர்கள் கலவரத்துக்கு ஆயத்தம் செய்துவந்தனர். அவர்கள் வெகுநாட்களாக பெட்ரோல் குண்டுகளை உருவாக்கி வைப்பதிலும், கற்களைச் சேகரிப்பதிலும், அமில பாட்டில்களை வாங்கி வைப்பதிலும் ஈடுபட்டிருந்தனர்.[233]

உண்மையின் இத்தகைய விளக்கமானது சிறப்பான இந்து தேசியவாத தந்திரத்தை வெளிப்படுத்துவதாகும்: தங்களது வன்முறை பிரதிவினைகளை (ஒருபோதும் செயல்களல்ல) சட்டப்பூர்வமாக்குவதற்கான சாக்குபோக்குகளைக் கண்டுபிடித்தல். (கல்லெறிதல், கார் எரித்தலுக்கு அப்பால்) மிஸ்ரா எந்தவொரு உறுதியான அச்சுறுத்தலையும் கூறமுடியாதென்பதால், முஸ்லிம்கள் பெரும் வன்முறைக்கு ஆயத்தம் செய்துவருவதாகச் சொல்லி அவர் ஒரு சதிக் கோட்பாட்டில் ஈடுபடுகிறார். மார்ச்சில், இந்தக் கோட்பாடு புகழ்பெற்ற 'எஃப்.ஐ.ஆர். 59' என்றவொரு எஃப்.ஐ.ஆரை வரைவுசெய்யக் காரணமானது (அதன் முழுமையான பெயர், எஃப்.ஐ.ஆர் 59/2020). அது கூட்டாளிகளுடன் சேர்ந்து வன்முறையைத் திட்டமிட்டதாகக் குற்றம்சாட்டப்பட்ட முன்னாள் ஜே.என்.யூ. மாணவர் உமர் காலித், பின் விரைவிலேயே கைதுசெய்யப்பட்டார்.[234] அவர்கள் பெண்களுடனும் குழந்தைகளுடனும்[235] அமர்ந்து போராடிய அதேசமயம் வெடிபொருட்களையும் ஆயுதங்களையும் திரட்டி வன்முறையைத் திட்டமிட்டதாகக் குற்றம்சாட்டியது.[235] போலீஸ் கூற்றின்படி, இந்தச் சதியின் காரணகர்த்தாக்களான காலித், ஆம் ஆத்மி கட்சி கவுன்சிலர் தாஹிர் ஹூசைன், வணிகரும் மனித உரிமைப் போராளியுமான காலித் சைபி (யுனைட்டெட் அஹைன்ஸ்ட் ஹேட் அரசுசாரா அமைப்பின் நிறுவனர்) ஆகியோர் ஜனவரி 8இல் சந்தித்து, 'சர்வதேச அரங்கில் நாட்டின் புகழைக்கெடுக்க' டொனால்ட் ட்ரம்ப் வருகையின்போது 'பெரும் குண்டுவெடிப்பைத்' தூண்டுவதற்குத் திட்டமிட்டனர். இந்தக் கதையின் பெரிய ஓட்டை, ட்ரம்ப் வருகை ஜனவரி 13இல் அறிவிக்கப்பட்டது என்ற உண்மையில் உள்ளது.[236]

தி ஆர்கனைசர், அதன் சதிக் கோட்பாட்டுக்கு கூடுதல் விவரங்கள் அளிப்பதற்காக இந்த எஃப்.ஐ.ஆரை விரிவாக விவரித்தது:

> இந்துக்களுக்கு எதிரான குறிப்பிட்ட சமூகத்தின் வெறுப்புக் குற்றங்கள் முன்கூட்டியே திட்டமிடப்பட்டவை, முன்கூட்டியே தீர்மானிக்கப்பட்டவை. இது எஃப்.ஐ.ஆருடன் நிறுவப்பட்டு, பின் டெல்லி கரகர்டூமா நீதிமன்றத்தில் ஆம் ஆத்மி கவுன்சிலர் தாஹிர் ஹூசைன் உள்ளிட்ட 14 பேர் மீது குற்றப்பத்திரிகை தாக்கல் செய்யப்பட்டது. இந்தக் குற்றப்பத்திரிகை இந்த ஆண்டு பிப்ரவரி 24 மற்றும் 25 தேதிகளில் வடகிழக்கு டெல்லியின் சந்த் பாக் பகுதியில் நடந்த கலவரத்துடன் தொடர்புடையது. பிப்ரவரி 8ஆம் தேதி, வடகிழக்கு டெல்லி கலவரத்திற்கு கிட்டத்தட்ட ஒரு மாதத்திற்கு முன்பு, தாஹிர் ஹூசைன் ஜே.என்.யு. முன்னாள் மாணவர் உமர் காலித் மற்றும் யுனைட்டெட் அஹைன்ஸ்ட் ஹேட், காலித் சைஃபியை ஷாஹீன்பாக் சி.ஏ.ஏ. போராட்டத்துக்கு

முன்பு சந்தித்தார். என்று டெல்லி காவல்துறை அந்தக் குற்றப்பத்திரிகையில் கூறியுள்ளது. 'டிரம்ப் வருகையின்போது பெரிய/கலவரங்களுக்குத் தயாராக இருக்கவேண்டும்' என்று உமர்/ தாஹிரிடம் கேட்டுக் கொண்டார். அவரும் இதர பி.எஃப்.ஐ. உறுப்பினர்களும் (ஹூசைனுக்குப் பொருளாதாரரீதியாக) உதவுவார்கள். பின் தலைமை சூத்திரதாரியும் இந்தப் பகுதியில் வன்முறையை ஒருங்கிணைத்தவருமான தாஹிர் ஹுசைன் ரூ 1.30 கோடி (173,330 அமெரிக்க டாலர்கள்) பெற்றார், அவரது சகோதரரும் இன்னும் இதர 15 பேரின் பெயர்களும் குற்றவாளிகளாகக் குறிப்பிடப்பட்டுள்ளன.

மேலும் போலீசார் குற்றப்பத்திரிகையில், தாஹீர் ஹூசைன் தனது பிஸ்டலை காஜுரி காஸ் காவல் நிலையத்திலிருந்து கலவரம் தொடங்குவதற்குச் சற்று முன்பே விடுவித்திருப்பதாகவும், அதற்கு எந்தவொரு திருப்தியான பதிலும் அளிக்கவில்லையென்றும் விவரித்துள்ளனர். மேலும் அவரது பயன்படுத்தப்படாத 14 தோட்டாக்கள் எங்கே என்றும் அவர் பதிலளிக்கவேண்டும். கலவரம் மோசமாகப் பாதித்த பகுதி சந்த் பாக், இங்குதான் உளவுத்துறை ஊழியர் அங்கித் ஷர்மா கொலைசெய்யப்பட்ட நிலையில் சாக்கடையில் கண்டெடுக்கப்பட்டது. இங்கு ஜாஃப்ராபாத் கலவர வழக்கிலும் டெல்லி காவல்துறையினர் ஜூன் 2-ஆம் தேதி குற்றப்பத்திரிகையை நிரப்பினர். 'பிஞ்சாரா டோட்' குழுவைச் சேர்ந்த நடாஷா நர்வால், தேவன் கானா கலிதா ஆகியோர் குற்றம்சாட்டப்பட்டுக் கைதுசெய்யப்பட்டனர். அவர்கள் இருவரும் நீண்ட சதித்திட்டத்தின் பகுதியாக இருப்பதும் உமர் காலித்தின் "இந்தியா அஹைன்ஸ்ட் ஹேட் குரூப்"புடன் கைகோத்திருப்பதும் கண்டறியப்பட்டது. இந்து சமூகம் தாக்குதலைப் பற்றி முற்றிலும் அறியாமல் இருக்க, முஸ்லிம் சமூகத்தைச் சேர்ந்த தாக்குதல் நடத்தியவர்களோ மனித சக்தி உள்ளிட்ட இதர ஆதாரங்களையும் நேரத்தையும்கூட முன்கூட்டியே திட்டமிட்டிருந்தனர். பர்த்ரு ஹரியின் நிதி சதக் மூலம் பாரத கலாச்சாரம் நமக்குத் தெளிவாக வழிகாட்டுகிறது. அது பின்வருமாறு:

அயன்னிஜஹ்பரோவேதி கணனாலகுசேதசாம் |

உதாரசரிதானாந்து வசுதைவகுடும்பகம் |

பொருள்:

குறுகிய மனப்பான்மை கொண்டவரோ, இவர் என்னுடையவர், இவர் என் எதிரியென நினைக்கிறார். ஆனால் தங்கமான

இதயத்தைக் கொண்டவரோ… பூமியிலுள்ள அனைவருமே தனது சகோதரர் என நினைக்கிறார்.

கூறப்பட்ட உண்மைத் தகவல்கள் பல்வேறு சுதந்திரமான சமூகப் பணியாளர்கள் மற்றும் 'அறிவுஜீவிகள், கல்வியாளர்கள் குழு -ஜி.ஐ.ஏ.' மற்றும் 'கால் ஃபார் ஜஸ்டிஸ்' போன்ற மற்றொரு அறிவுஜீவிக் குழுக்களால் பகிரப்பட்டுள்ளன.

ஜி.ஐ.ஏ. இன் அறிக்கையின்படி, தலைநகரிலுள்ள பல்கலைக் கழகங்களில் செயல்படும் இடது நகர்ப்புற நக்சல் வலையமைப்புடன் சேர்ந்து சிறுபான்மையினரை திட்டமிட்டு மற்றும் முறையாக தீவிரவாதப்படுத்தியதன் சோகமான விளைவு இந்தக் கலவரம் என்பதில் சிறிதும் சந்தேகமில்லை. போராடும் இடங்களில் பி.எஃப்.ஐ. (பாப்புலர் ஃப்ரான்ட் ஆப் இந்தியா) போன்ற ஜிஹாதி அமைப்புகளின் இருப்பு ஜி.ஐ.ஏ.வின் உண்மை கண்டறியும் குழுவால் நிறுவப்பட்டுள்ளது. பல்வேறு சுயேட்சையான உண்மை கண்டறியும் குழுக்களால் உற்றுநோக்கப்பட்டு செய்யப்பட்ட பரிந்துரையானது, ஜூன் 1 மற்றும் 2-ஆம் தேதி டெல்லி காவல்துறையால் தாக்கல் செய்யப்பட்ட குற்றப்பத்திரிகையின் அதே உண்மை வார்ப்புருவை உறுதிப்படுத்துகிறது. கடிகாரத்தின் முட்கள், அதிக வேகத்தில் நகரும் ஒன்றும், மெதுவாக நகரும் ஒன்றும், ஒன்று மற்றொன்றுடன் தொடர்புகொண்டிருக்கிறது. இந்துக்களுக்கு எதிரான கலவரத்தின் செயல்திட்டமும் அதே பாணியில், ஹர்ஷ் மந்தர், ராஜ்தீப் சர்தேசாய், யோகேந்தர் யாதவ்[237] மற்றுமுள்ள பெரிய மீன்கள் தொலைவில் இருந்தபடி சர்வதேச ஜிஹாதி, நகர்ப்புற நக்சல்கள் போன்றோர் ஆதரவுடன் இயங்க, தாஹிர் ஹுசைன், அப்துல் காலித், குல் ஃபிஷ்ஷா, ஷிபா உர் ரெஹ்மான் மற்றும் பிற பெரிய மீன்களுடன் தொடர்பிலிருந்துகொண்டு சதிசெய்து கீழ்மட்ட அளவில் கலவரத்தைச் செயல்படுத்தியுள்ளனர்.

மிகவும் அமைதியான, முற்போக்கான, கற்ற, நாகரிகமடைந்த பெரும்பான்மை சமூகம் எந்தத் தவறுக்கும் தண்டிக்கப்படாமல் திகழ, இத்தகைய அபாயகரமான தேச எதிர்ப்புச் செயல்களைக் கையாள, மத்திய அரசாங்கம் பல்வேறு கடுமையான நடவடிக்கைகளை எடுக்கவேண்டும்.

இந்தச் சூழலில் பாரதியக் கண்ணோட்டம், தற்போதைய சூழலுடன் எல்லாவிதத்திலும் சரியாகப் பொருந்திப் போகிறது.

'கிருஷ்ணன்தோ விஷ்வன்ஆர்யம்'

என்பதன் பொருள் பூமியிலுள்ள ஒவ்வொரு மனிதனும் கல்விபெறுவதற்கும் ஆரோக்கியமாக வாழ்வதற்கும் உரிமையுடையவன் என்பதாகும்.

'அஹிம்சாபரமே தர்மா:'

என்பதன் பொருள் அஹிம்சையே உச்சகட்ட கடமையாகும்.[238]

இந்த நீண்ட மேற்கோள் டெல்லி கலவரத்துக்குப் பின் சங் பரிவாரின் மனப்போக்கைக் கைப்பற்றுவதற்கான பயனுனள்ளதாகும்: முஸ்லிம்களும் 'நகர்ப்புற நக்ஸல்களும்' நீண்டகாலமாகச் சதிசெய்து வருகின்றனர், தங்களது நாகரிக உணர்வு காரணமாக வன்முறைக்கு எந்த விதத்திலும் பொறுப்பாகாத அப்பாவி இந்துக்களை ஆச்சரியத்தில் ஆழ்த்தினார்கள். இங்கே எந்த ஆதாரமும் தேவையில்லை, ஏனெனில் கலாச்சார மற்றும் அடையாள பேதங்களே தம்மளவில் ஆதாரங்களாகும்.

ஏப்ரலில், எஃப்.ஐ.ஆர் 59 தீவிரவாதம், கலவரம், ஆயுதங்களை வைத்திருத்தல், கொலைமுயற்சி, வன்முறையைத் தூண்டுதல், தேசத்துரோகம், கொலை, மதத்தின் பெயரில் பல்வேறு குழுவினரிடையே பகைமையைத் தூண்டுதல் உள்ளிட்ட இந்தியச் சட்டத்தின் இன்னும் பல பிரிவுகளைக் குறிப்பிடுகிறது. இவற்றில் நான்கு பிரிவுகள் குற்றங்களுக்கு ஜாமீன் தர மறுக்கும், கடுமையான தீவிரவாத எதிர்ப்புச் சட்டமான சட்டப்பூர்வமற்ற நடவடிக்கைகள் (தடுக்கும்) திருத்தச் சட்டம், 2019 (UAPA),-வின் கீழ் இருந்தன. இறுதியாக, உளவுத் துறை பணியாளர் அன்கித் ஷர்மா கொலைவழக்கு உள்பட இந்தச் சதியைத் தீட்டிய முக்கிய நபர்களாக பதினான்கு பேர் குறிப்பிடப்பட்டனர். முன்னாள் ஆம் ஆத்மி கட்சி கவுன்சிலர் தாஹீர் ஹுசைன், இந்தச் சதியின் சூத்திரதாரியாக போலீஸால் முன்னிறுத்தப்பட்ட உமர் காலித்,[239] ஜாமியா மிலியா இஸ்லாமியா முன்னாள் மாணவர் கூட்டமைப்பின் தலைவரும், காங்கிரஸ் கட்சியின் முன்னாள் கவுன்சிலரும் வழக்கறிஞருமான ஒருவர், தொழிலதிபரும் சமூக ஆர்வலருமான ஒருவர்,[240] ஒரு எம்.பி.ஏ. பட்டதாரி, சஃபூரா சர்க்கார்[241], ஆசிப் இஃபால் தன்கா உள்ளிட்ட ஆறு மாணவர்கள்[242]-அவர்களில் இருவர் ஜே.என்.யூ.வைச் சேர்ந்தவர்கள், நான்கு பேர் ஜாமியா பல்கலையைச் சேர்ந்தவர்கள்.

குற்றம்சாட்டப்பட்டவர்களின் வழக்கறிஞர்கள், "உள்துறை அமைச்சர் அமித்ஷாவிடம் அறிக்கை தரும் டெல்லி காவல்துறை, மோடியின் ஆட்சியை வெளிப்படையாக விமர்சிக்கும் நன்கறியப்பட்டவர்களைக் காலவரையறையின்றி சிறையில் அடைக்கும் ஒரு சாக்குப்போக்காகப் பயன்படுத்தியதற்கான மிகச்சிறந்த எடுத்துக்காட்டுகளில் ஒன்றாகும்

இது” எனக் கருதுகிறார்கள்.[243] உண்மையிலே, உபா மிகவும் கொடூரமான பயங்கரவாத எதிர்ப்புச் சட்டங்களில் ஒன்றாகும். வழக்கமான குற்றச் சட்டம் மூன்று மாதங்கள் குற்றச்சாட்டுகளைப் பதிவுசெய்ய எடுத்துக்கொள்ள அனுமதிப்பதுடன் ஒப்பிடுகையில், இது காவல்துறையினர் குற்றங்களைப் பதிவுசெய்ய ஆறு மாதங்கள் எடுத்துக்கொள்ள அனுமதிக்கிறது-மேலும் குற்றம்சாட்டப்பட்டவர்களை விசாரணையின்றி இரண்டாண்டுகள் காவலில் வைக்க அனுமதிக்கிறது.[244]

எஃப்.ஐ.ஆர். 59 குற்றம்சாட்டியவர்களைத் தவிர, டிசம்பர் 15, 2019 காவல்துறை வலுவில் வளாகத்துக்குள் நுழைவதற்கு முன்பாக ஜாமியா கலவரத்தைத் தூண்டியது உட்பட, வேறுபலரும் மற்ற காரணங்களுக்காக தேசத்துரோக குற்றச்சாட்டில் உபாவின்கீழ் கைதுசெய்யப்பட்டுள்ளனர். சி.ஏ.ஏ. எதிர்ப்பு இயக்கத்தில் பங்குபெற்ற ஜே.என்.யூ மாணவன் ஷர்ஜீல் இமாம் ஒரு உதாரணம். அவன் ஜனவரி 28, 2020 அன்று டெல்லி காவல்துறையால் கைதுசெய்யப்பட்டான். அவனது பேச்சு மக்களிடையே பகைமையைத் தூண்டி கலவரத்துக்கு இட்டுச்சென்றது எனக் குற்றம்சாட்டினர். ஏப்ரலில், முதல் குற்றப்பத்திரிகையுடன் கூடுதலாக ஒரு பக்கம் சேர்க்கப்பட்டு, அதில் ஒரு இமாமும் தேசத்துரோக குற்றச்சாட்டு சுமத்தப்பட்டார்.[245] அவர், ‘அரசியலமைப்பில் முற்றிலும் நம்பிக்கை இல்லாத பெரும் மதவெறி கொண்டவர்’ ஏனெனில் அவர் தனது ஆய்வு நிறைஞர் பட்டத்துக்காக (அரசியல் விஞ்ஞானியான பால் பிராஸ் உள்ளிட்ட) தேசப்பிரிவினை குறித்த ‘கூட்டு வன்முறை’ பற்றிய புத்தகங்களைப் படித்ததாகக் குற்றம்சாட்டப்பட்டார். அவை அவரை ‘பெரிதும் தீவிரமான, மதவெறியுடையவராக மாற்றியது.’[246] ஒரு தனிநபரின் மதவெறி அல்லது தீவிரவாதத்தன்மையை அவரது புத்தக அலமாரியிலுள்ள புத்தகங்களின் அடிப்படையில் மதிப்பிடுவது அரசின் கலாச்சாரக் காவல் போக்குக்கான தெளிவான உதாரணமாகும்.

போராட்டக்காரர்களுக்கு எதிராக தேசத்துரோக குற்றச்சாட்டைப் பெருமளவில் முறையாகத் திட்டமிட்டதானது, தெருக்களில் எதிர்ப்பைக் குறைப்பதற்கான அரசாங்கத்தின் விருப்பத்தைப் பிரதிபலிக்கிறது. ஜாமியா மிலியா நிகழ்வு விவகாரத்தில், தேசிய மனித உரிமை ஆணையம், போலீஸின் விவரிப்பான மாணவர்கள் எதிர்ப்பு வன்முறையாக மாறியதை ஏற்றுக்கொண்டதோடு, வளாகத்தில் அவர்களது நடவடிக்கையையும் நியாயப்படுத்தியது. என்.ஹெச்.ஆர்.சி.யின் கருத்துப்படி, வன்முறையாக மாணவர்கள் நடந்துகொண்டதால், வன்முறையைக் கட்டுப்படுத்தவும், ஒழுங்கீனமான கும்பலை வளாகத்திலிருந்து அகற்றவும் ஜாமியா மிலியாவின் பின்பகுதியில் காவல்துறை நுழைந்தது. எனினும்,

காவல்துறையினர் உள்ளே நுழைவதைத் தடுக்க போராட்டக்காரர்கள் நூலகங்களில் நுழைந்தனர். அவர்களை அகற்ற காவல்துறை கதவுகளை உடைத்து நூலகங்களில் நுழைந்தது." காவல்துறை நூற்றுக்கணக்கான மாணவர்களை அடித்ததைத் தவிர்த்திருக்கலாம் என முடிவாகக் கூறியிருந்தது ஆணையம். ஆனால் காவல்துறையினரின் வன்முறைச் செயல்கள் சி.சி.டி.வி.யில் பதிவாகியிருந்தபோதும், குற்றம்செய்த போலீசார்மீது வழக்குத் தொடர பரிந்துரைக்கவில்லை.[247] மேலும் காவல்துறையின் நடவடிக்கை தேவைக்கதிகமாய் இருந்தது என்றும் நிறைவாய்க் குறிப்பிடவில்லை.

உத்தர பிரதேசத்தில், பாதிக்கப்பட்டவர்களே அவர்களைப் பாதித்த வன்முறைக்குப் பொறுப்பாக்கப்பட்டது மட்டுமின்றி, அவர்கள் போலீஸுடனான நேருக்கு நேர் மோதலில் ஏற்பட்ட சேதங்களுக்கும் விலைசெலுத்த நிர்பந்திக்கப்பட்டனர். டிசம்பர் 19 அன்று, யோகி ஆதித்யநாத் தனது அரசாங்கம், "சொத்துக்கு யார் சேதம் விளைவித்தார்களோ, அவர்களையே அதற்கு விலைசெலுத்தவைக்குமென அறிவித்தார்.[248] மூன்று நாட்களுக்குப் பின், வன்முறைக்குக் காரணமெனக் குற்றம்சாட்டப்பட்டவர்களின் சொத்துகளை உ.பி. அரசாங்கம் பறிமுதல் செய்யத்தொடங்கியது.[249] லக்னோவில் சி.ஏ.ஏ. எதிர்ப்புப் போராட்டம் நடந்த இரண்டு மாதத்துக்கும் அதிகமான நாளுக்குப்பின், 2020, பிப்ரவரியில், கூடுதல் மாவட்ட நீதிபதி, நாற்பத்து ஆறு பேரிடமிருந்து (அந்த நேரத்தில் வீட்டுச் சிறைவைக்கப்பட்ட-எந்தவொரு உடைமைக்கும் சேதம் விளைவித்திருக்க வாய்ப்பில்லாத இரண்டு ஆண்கள் உள்பட) சொத்துகளுக்கு ஆன சேதங்களுக்காக ரூ 63 லட்சத்தை (84,000 அமெரிக்க டாலர்கள்) திரும்பப்பெற உத்தரவு பிறப்பித்தார்.[250] இந்த நடைமுறை போராட்டம் நடைபெற்ற இரண்டு மாதங்களுக்கும் அதிகமான நாட்களுக்குப் பின்னே சாத்தியமாகியது, இந்தக் காலகட்டத்தில், உ.பி. அரசாங்கம் புதிய ஆணையரக முறையை" அறிமுகப்படுத்தியது,"[251] இதன்படி போலீஸுக்கு நீதிபதியின் அதிகாரம் அளிக்கப்பட்டது, பணத்தை மீட்பதற்கு, தேவைப்பட்டால் சொத்தை இணைத்துக்கொள்ளலாம். இவர்கள் நேரடியாக மாவட்ட நீதிபதியிடம் அல்லாமல், மாநில அரசுக்கு அறிக்கை தந்தால்போதும்- நீதித்துறையிலிருந்து இடையீடு ஏற்படலாமென்ற உ.பி. அரசாங்கத்தின் தயக்கம்காரணமாக இந்த மாறுதல் பின்வாங்கப்பட்டது. சேதத்துக்குப் பணம் செலுத்தவேண்டிய நாற்பத்தாறு பேரின் உருவப் படங்கள் பெரிதும் விளம்பரப்படுத்தப்பட்டதற்கு இதுவும் ஒரு காரணம்:[252] உ.பி. அரசாங்கம் லக்னோவின் சந்திப்புகளில் டிசம்பர் 2019இல் லக்னோவில் சி.ஏ.ஏ. எதிர்ப்புப் போராட்டத்தின்போதான வன்முறைக்குக் காரணமெனக்

குற்றம்சாட்டப்பட்டவர்கள் சிலரின் பெயர்கள், முகவரிகள், புகைப்படங்களுடன் விளம்பரப் பலகைகள் வைக்கப்பட்டன, அதே நபர்கள் பொதுச் சொத்துக்கு சேதம் விளைவித்ததற்கான இழப்பீடு தருமாறும் கேட்டுக்கொள்ளப்பட்டனர். பெயரைக் குறிப்பிட்டு அவமானப்படுத்தும் இந்த வழிமுறைக்கான விளக்கங்களில் ஒன்று, நீதித்துறை இவர்களை ஜாமீனில் விடுவிக்கத் தொடங்கியது, ஆதாரம் இல்லாததற்காக அவர்களை வழக்கிலிருந்து விடுவிக்கவும் செய்யலாம்: உயர்நீதிமன்றம் இந்தவிதமான மனோபாவத்துடன் தொடர்ந்திருந்தால், குறைந்தபட்சம் அவர்கள் மக்கள் நீதிமன்றத்தின் பார்வையில் குற்றவாளிகளாகவே தொடர்ந்திருப்பர்.

இந்தியர்கள் தங்கள் சக குடிமக்களைக் கண்டிக்க பா.ஜ.க. ஊக்குவித்த விதத்திலிருந்து, நீதிபதிகளை மக்கள் தீர்ப்பின் மூலம் மாற்றும் முயற்சி வெளிப்படையாகத் தெரிகிறது. உதாரணமாக, மும்பை பா.ஜ.க. தலைவர், "குடிமக்கள் திருத்தச் சட்டத்துக்கு எதிராக தேசத்துக்கு எதிரான போராட்டத்துக்குத் திட்டமிட்ட பயணி ஒருவரைப் பற்றி காவல்துறைக்குத் தகவல் தந்ததற்காக"[253] ஒரு உபேர் ஓட்டுநருக்கு எச்சரித்த குடிமகன் விருதை அளித்தார். ஐந்து நாட்கள் முன்னதாக, மும்பை உயர்நீதிமன்றம், அவுரங்காபாத் மாவட்ட கூடுதல் நீதிபதி, சி.ஏ.ஏ. போராட்டங்களை அனுமதிப்பதற்கு எதிராகப் பிறப்பித்த உத்தரவை ரத்துசெய்திருந்தது. "போராட்டக்காரர்கள் ஒரு சட்டத்தை எதிர்க்க விரும்பியதற்காக துரோகிகள், தேசவிரோதிகள்" என அழைக்கப்படக்கூடாதெனக் கூறிய நீதிபதி, மேலும்:

> தற்போதையதைப் போன்ற ஒன்றை நாம் பரிசீலிக்கும்போது, நாம் ஜனநாயகக் குடியரசு நாட்டில் இருக்கிறோம், நமது அரசியலமைப்புச் சட்டம், பெரும்பான்மையின் ஆட்சியை அல்லாமல் சட்டத்தின் ஆட்சியை நமக்குத் தந்துள்ளது என்பதை அவசியம் நாம் மனதில் கொள்ளவேண்டும். இத்தகைய சட்டங்கள் உருவாக்கப்படும்போது, சில நபர்கள், குறிப்பிட்ட மதத்தைச் சேர்ந்தவர்கள் முஸ்லிம்களைப் போன்றவர்கள், இது தங்களது நலனுக்கு எதிரானது, இத்தகைய சட்டமானது எதிர்க்கப்படவேண்டும் என உணரலாம். இது அவர்களது கருத்து அல்லது நம்பிக்கை, நீதிமன்றம் அந்தக் கருத்து அல்லது நம்பிக்கைக்குள் செல்லமுடியாது... இந்தியா வன்முறையல்லாத போராட்டங்களை மேற்கொள்வதற்கான சுதந்திரத்தைக் கொண்டுள்ளது, இந்த வன்முறையல்லாத பாதையை இந்நாட்டின் மக்கள் இன்றைய தேதிவரை பின்பற்றிவருகின்றனர். இந்நாட்டின் பெரும்பான்மை மக்கள் இன்னமும் அஹிம்சையில் நம்பிக்கை கொண்டிருப்பது நமது அதிர்ஷ்டம். தற்போதைய விஷயத்திலும்,

மனுதாரரும் அவரது நண்பர்களும் தங்களது எதிர்ப்பைக் காட்ட அமைதியான வழியில் போராடவே விரும்புகின்றனர்.[254]

பிப்ரவரி 2020இல், நீதியின் இரண்டு நோக்குகள், மும்பையில் தெளிவாக போட்டியில் இருந்தன.

சி.ஏ.ஏ. எதிர்ப்பு இயக்கத்தின் மீதான அடக்குமுறை முஸ்லிம்களை மட்டுமல்லாமல் பெருமளவில் 'நகர்ப்புற நக்ஸல்கள்' எனக் களங்கப்படுத்தப்பட்ட மதச்சார்பற்றவர்களையும் தாராளவாதிகளையும் குறிவைத்தது. இந்தப் புதிய வகைப்பாட்டுக்கு எதிரான அரசாங்கத்தின் மனப்பான்மை, அதேயளவு அதன் சதிக் கோட்பாடுகளின் பயன்பாட்டுப் பெருக்கம், உண்மையில் 2019 பா.ஜ.க. அரசாங்கத்துக்குப் பின்பான சர்வாதிகாரக் கொள்கையின் வளர்ச்சி, ஆகியவை அவசியம் ஆழமாக ஆராயப்படவேண்டும்.

காவல்துறையினர் கண்காணிப்பாளர்களாக மற்றும் 'அர்பன் நக்ஸல்கள்' அரசியல் கைதிகளாக

2019-க்கு முன்பும் பின்பும் நகர்ப்புற நக்ஸல்கள் இந்தியாவில் துன்புறுத்தப்பட்டதும் கைதுசெய்யப்பட்டதும், காவல்துறை சக்திகள் பா.ஜ.க. அமைச்சர்களிடம் அறிக்கை தரவேண்டியதானது, இந்து தேசியவாத கண்காணிப்பாளர்களைப்போல் அவர்களை ஓரளவுக்கு மாற்றியதையும், அரசாங்கத்தின் சர்வாதிகாரத்துவ வியூகத்தை நோக்கிய செயலுக்குப் பெருமளவில் வழிவகுத்ததைக் காட்டுகிறது. இந்தப் போக்கு கருத்துச் சுதந்திர வீழ்ச்சிக்கு வழிவகுத்தது அத்தியாயம் 8இல் ஏற்கெனவே ஆராயப்பட்டது.

2019-க்குப் பின்பான பா.ஜ.க. தலைமையிலான தேசிய ஜனநாயகக் கூட்டணி அரசாங்கத்தின் கீழ், இந்திய அரசு, முக்கியமாகக் குடியரசின் சட்டங்களை அது திருத்திய விதத்தாலும் அவற்றைப் பயன்படுத்திய விதத்தாலும் காவல் அரசின் கூடுதல் அம்சங்களை அடைந்தது. மோடியின் இரண்டாவது அரசு உருவான உடனேயே, அமித்ஷா பாராளுமன்றத்தில் சட்டவிரோத நடவடிக்கைகள் (தடுப்பு) திருத்தச் சட்டத்தில் ஒரு திருத்தத்தை உருவாக்கினார். இந்தச் சட்டம் 1963இல் கருத்துச் சுதந்திரத்தை ஒடுக்குவதற்காகவும், இந்தியாவின் ஒருமைப்பாடு, இறையாண்மை நலனுக்கு எதிராகக் கூட்டணிகள் அமைக்கவும், ஒன்றுகூடுவதைத் தடுக்கவும் நிறைவேற்றப்பட்டது. மேற்குறிப்பிட்ட காரணங்களால் ஏற்கெனவே உபா சட்டம் கடுமையானதாக இருந்த நிலையில், இந்திய நாடாளுமன்றத்தில் 2019 கோடையில் ஷா அறிமுகப்படுத்திய திருத்தம், அரசானது தனிநபர்களைத் தீவிரவாதிகளாகச் சுட்டுவதற்கு அதிகாரமளித்தது. முன்பு, அமைப்புகளை மட்டுமே இப்படிச் சுட்டமுடியும்.

குறிப்பாக, இந்தச் சட்டமானது மனித உரிமை ஆர்வலர் குழு, தொழிற்சங்கவாதிகள், அறிவுஜீவிகள் ஆகியோருக்கு எதிராக பீமா கொரேகான் வழக்குச் சூழலில் பயன்படுத்தப்பட்டது. பேஷ்வா பாஜிராவ்-II எனும் பிராமண சமூகத்தைச் சேர்ந்த உள்ளூர் ஆட்சியாளரின் படைகளை பிரிட்டிஷாரின் தலித் வீரர்களைக் கொண்ட படை 1818இல் (மகாராஷ்டிரா) புனே மாவட்டத்திலுள்ள பீமா கொரேகான் கிராமத்தில் வைத்து வீழ்த்தியது. இந்தக் கிராமத்தின் பெயரிலேயே இந்த வழக்கின் பெயர் சூட்டப்பட்டது. 2018, ஜனவரி 1 அன்று, ஒவ்வொரு வருடம்போலவே, மகாராஷ்டிராவின் தலித்துகள், பெரிதும் மகர்கள் இந்த நிகழ்வை உரக்கச் சொல்லி கொண்டாடுவதற்காக (நேரடிப் பொருளில், உரக்கப் பேசுவதற்கான கூட்டம்), இரு ஓய்வுபெற்ற வழக்கறிஞர்கள் உள்ளிட்ட முன்னாள் உச்சநீதிமன்ற நீதிபதி ஒருவர் சேர்ந்து ஏற்பாடு செய்திருந்தனர். இந்துக்கள் நடுவே பிரிவுகள் உள்ளதை மறுத்து, ‘இந்து மதத்தை ஒரேபோல மாற்றும் பா.ஜ.க.வின் அணுகுமுறையையும்’[255] மோடி அரசாங்கத்தையும்[256] அவர்களது கூட்டத்தின்போது விமர்சித்தனர். இதனால் அவர்கள் உயர் ஜாதி இந்து தேசியவாதிகளால் தாக்கப்பட்டனர், அவர்களில் ஒருவர் பின்னால் இறந்துபோனார்.[257], ஆர்.எஸ்.எஸ்.ஸோடு தொடர்புடையவரும் நரேந்திர மோடிக்கு நெருக்கமான செயல்பாட்டாளருமான சாம்பாஜி பிடே,[258] வேறுபல விஷயங்களோடு வகுப்புவாத வன்முறையொன்றில் ஈடுபட்டதற்காகவும்[259] பலமுறை சிறைசென்றவரும் முன்னாள் பா.ஜ.க. கார்ப்பரேட்டருமான மிலிந்த் எக்போட் ஆகிய இருவர் மேல் தலித் செயல்பாட்டாளர் ஒருவர், ஒரு புகாரைப் பதிவுசெய்தார். இரண்டாமாவர் கொஞ்ச காலத்துக்குச் சிறைக்குச் சென்றார், ஆனால் காவல்துறை தயாரித்த அறிக்கை இருவரும் குற்றவாளிகள், ‘நன்கு திட்டமிடப்பட்ட சதி’[260] எனக் காட்டியபோதும் பிடேயின் சீடரான துஷார் டம்குடே அளித்த புகாரால் மற்றொரு குற்றம்சாட்டப்பட்டவரைத் தேடிவந்தது. புனேவை அடிப்படையாகக் கொண்ட ஆர்.எஸ்.எஸ். சார்ந்த சிந்தனைக் குழுவான, தேசியப் பாதுகாப்புக்கான ஒருங்கிணைந்த குழுவால்தான்[261] மாவோயிஸ்ட் சதி என்ற எண்ணமும் மாற்றமும் நிகழ்ந்தது. பின் விரைவிலேயே, போலீசார் புதிய குற்றம்சாட்டப்பட்டவர்களைக் கைதுசெய்து ‘நகர்ப்புற நக்ஸல்கள்’ என நிறுத்தியது.

நகர்ப்புற நக்சல்கள் என்ற வெளிப்பாடு, இந்தியாவின் கிராமப் பகுதிகளில் (மற்றும் குறிப்பாக பழங்குடிப் பகுதிகளில்) துடிப்புடன் செயல்படும் மாவோயிஸ்ட்டுகளிடமிருந்து வேறுபடுத்தப் பயன்படுத்தப்பட்டது, 1967இல் நக்சல்பாரி விவசாயி கலகத்தின் பெயரால் பெயரிடப்பட்ட மாவோயிசம் அல்லது நக்ஸலிஸத்தின்

அதே இந்தியப் பதிப்பையே அவர்கள் பின்பற்றுகிறார்கள். இந்தச் சமகாலத்தைய பிரயோகம், 2014இல் ஆம் ஆத்மி கட்சியின் செயல்பாட்டாளர்களை விவரிக்க அருண் ஜேட்லியால் உருவாக்கப்பட்ட வார்த்தை. இத்தனைக்கும் அது வழக்கமான அரசியல் கட்சிதான்.[262] ஆனால் இந்தப் பிரயோகம் பாலிவுட் பட இயக்குநரான விவேக் அக்னிஹோத்ரியால் பிரபலமானது. "ஒரு அறிவுஜீவியாக, தாக்கம்செலுத்துபவராக, அல்லது செயல்பாட்டாளராக இருந்தபடி கண்ணுக்குப் புலப்படாத இந்தியாவின் எதிரியாக இருப்பவர்" என நகர்ப்புற நக்ஸலை வரையறை செய்கிறார் அவர்.[263] அப்படியொரு சதித்திட்டம் பற்றிய யோசனை, இந்து தேசியவாத இயக்கத்தால் பிரச்சாரம் செய்யப்பட்டது. சங் பரிவாரால் வெளியிடப்பட்ட 2019-ஆம் ஆண்டுக் கையேட்டில் பங்களித்துள்ள அக்னிஹோத்ரி, நகர்ப்புற நக்ஸல்கள், காவல்துறை, ஆயுதப் படைகள், அதிகாரிகள், குடிமைப் பணிகள், மற்றுள்ள துறைகளில் மட்டும் ஊடுருவியிருக்கவில்லை" 'இந்திய அரசாங்கத்தைத் தூக்கியெறியவதற்கான பிரச்சாரமும்' மேற்கொண்டுவந்தனர், அனைத்து இடது சார்புள்ள பேராசிரியர்கள், பத்திரிகையாளர்கள் அனைவரும் நக்ஸல் ஆதரவாளர்களே, மேலும் இவர்கள் நக்ஸல் குழுக்களின் வன்முறையையும் ஆதரிப்பவர்களே.[264] 2018 செப்டம்பரில், அப்போதைய உள்துறை அமைச்சர் ராஜ்நாத் சிங் நக்ஸலைட்டுகள் 'நகரங்களுக்கு வந்து மக்களிடம் செல்வாக்குச் செலுத்த முயற்சி செய்துகொண்டிருப்பதாக' எச்சரித்தார்.[265] 2019இல் நரேந்திர மோடியே கூட மாணவர்களிடம் பேசும்போது, "தங்களை அறிவுஜீவிகளாகக் கருதும் சிலர், நகர்ப்புற நக்ஸல்கள், உங்களது தோள்களில் ஒரு துப்பாக்கியைச் சுமத்தி அரசியல் ஆதாயம் தேட முயற்சித்துக்கொண்டிருக்கவில்லை... அவர்கள் உங்கள் வாழ்வை அழிப்பதற்கு முன் இது சதியல்லவா என்பதை நீங்கள் கண்டறியவேண்டும். மோடியை வெறுப்பதன்றி அவர்களால் வேறெதனையும் சிந்திக்கமுடியாது" என்றார்.[266]

ஜூன் 2018இல், அந்த நேரத்தில் பா.ஜ.க.வால் ஆட்சிசெய்யப்பட்ட மாநிலமான மகாராஷ்டிரா போலீஸ் பீமா கொரேகான் வழக்கின் விசாரணையின்போது, ஐந்து நகர்ப்புற நக்ஸல்களைக் கைதுசெய்தது. இவர்கள் இந்தக் குறிப்பிட்ட வழக்கில் வன்முறையைத் தூண்டியது மட்டுமல்லாமல், (அவர்களில் இருவர் மட்டுமே எல்கர் பரிஷத்தில் பங்கேற்றிருந்தனர் என்ற உண்மை ஒருபக்கம் இருந்தபோதும்), ராஜீவ்காந்தி ஸ்டைலில் நரேந்திர மோடியைப் படுகொலை செய்ய சதித்திட்டமும் செய்ததாகக் குற்றம்சாட்டினர் காவல்துறையினர்.[267] அவர்களது சுயவிவரம் அக்னிஹோத்ரியின் விவரிப்புடன் பொருந்திப்போனது: வழக்கறிஞரான சுரேந்திர காட்லிங், பணி

ஓய்வுபெற்ற ஆங்கிலப் பேராசிரியர் ஷோமா சென், கவிஞரும் பதிப்பாளருமான சுதிர் தவாலே, மனித உரிமை ஆர்வலர்களான மகேஷ் ரவுத், ரோனா வில்சன். இரண்டு மாதங்களுக்குப் பின், காவல்துறையினர் அதே வழக்கில் கவிஞரும் செயல்பாட்டாளருமான வரவர ராவ்,[268] வழக்கறிஞரும் வணிக சங்கத்தைச் சேர்ந்தவருமான சுதா பரத்வாஜ்,[269] மனித உரிமைச் செயற்பாட்டாளர்களும் எழுத்தாளர்களும் பத்தி எழுத்தாளர்களுமான அருண் ஃபெராரியா, வெர்னான் கோன்சாலாவ் ஆகியோரையும் கைதுசெய்தது. ஏப்ரல் 2020இல் இன்னும் இரு நகர்ப்புற நக்ஸல்கள் கைதுசெய்யப்பட்டனர்: முதலாவதாக, ஆனந்த் டெல்டும்டே (ஒரு முன்னாள் வணிக நிர்வாகி, பொருளாதார, வணிக வாராந்தரிகளின் தொடர் பங்களிப்பாளர், கோவா இன்ஸ்டிடியூட் ஆப் மேனேஜ்மெண்டின் பேராசிரியர்)[270]: சாதிக் குடியரசு (*Republic of Caste*) உள்ளிட்ட பல்வேறு நூல்களின் ஆசிரியர். இரண்டாவதாக, கௌதம் நவல்கா, பொருளாதார மற்றும் அரசியல் வாராந்தரி ஒன்றின் முன்னாள் எடிட்டோரியல் ஆலோசகர், ஜனநாயக உரிமைகளுக்கான மக்கள் ஒற்றுமை அமைப்பின் உறுப்பினரும்கூட. பின் டெல்லி பல்கலைக்கழகத்தின் இணைப் பேராசிரியரான ஹேனி பாபு, மாவோயிஸ்ட் கருத்தியலைப் பிரச்சாரம் செய்ததாகக் கூறி, சக-சதியாளராகக் கைதுசெய்யப்பட்டார்.[271] இறுதியில், ஒரு எண்பத்து மூன்று வயது ஜெஸூட் மதகுருவும், ஜார்கண்டின் பழங்குடிகளிடையே தனது வாழ்க்கை முழுவதும் பணிபுரிந்த ஒருவரை மாவோயிஸ்ட்டுகளோடான தொடர்புடையவர் எனக் குற்றம்சாட்டிக் கைதுசெய்தனர்.[272] கைதுசெய்யப்பட்டவர்களில் இருவரின் கணினிகளில் கைப்பற்றப்பட்ட கடிதங்களின் அடிப்படையில், அவர்கள் அனைவரும் அரசாங்கத்தைக் கவிழ்க்கும் நோக்கத்திலும், பிரதமரைப் படுகொலை செய்யும் நோக்கத்திலும் சதித்திட்டம் தீட்டியதாகக் குற்றம்சாட்டப்பட்டனர். அதேவேளையில் அம்னஸ்டி டெக் (அம்னஸ்டி இன்டர்நேஷனலின் எண்ம-பாதுகாப்புக் குழு), இந்தக் கணினிகளில் ஒன்று தொலைதூர அணுகலை அனுமதிக்கும் மால்வேரைக் கொண்டிருப்பதாகவும், இந்தக் கடிதங்கள் அப்படி விதைக்கப்பட்டிருக்கலாம் எனக் கண்டறிந்தது.[273] நக்ஸல்களின் தகவல் தொடர்பானது அதிகளவு சங்கேத குறியுடனிருக்கும் என்ற உண்மையால், இந்தக் கடிதங்கள் உற்பத்தி செய்யப்பட்டவையாக இருக்கலாம் என்ற எண்ணம் எழுந்தது.

குற்றம்சாட்டப்பட்டவர்களின் வீடுகளைச் சோதனையிடுகையில், மகாராஷ்டிர காவல்துறை தடைசெய்யப்படாத புத்தகங்கள் காணப்பட்டதை, அவர்களது அரசியல் கருத்துகள், சமூக மனப்பான்மைகளை அவர்களுக்கு எதிரான ஆதாரங்களாகப்

பட்டியலிடுவது[274] போன்ற கலாச்சார காவல் வேலைகளில் ஈடுபட்டது. ஹைதராபாத் பல்கலைக்கழகத்தின் ஆங்கில மற்றும் அயல் மொழிகளின் கலாச்சார படிப்புகளுக்கான துறையின் தலைமை வகித்த, வரவர ராவின் மகள், மருமகன் வீடுகளைச் சோதனையிட்ட காவல்துறையினர், "மாவோ, மார்க்ஸ் குறித்த புத்தகங்களை நீங்கள் படிப்பது ஏன்? சீனாவில் பதிப்பித்த புத்தகங்கள் உங்களிடம் ஏன் இருக்கிறது...? உங்களது வீட்டில் கடவுளின் படங்கள் இல்லை, ஆனால் அம்பேத்கர், பூலே படங்கள் ஏன் இருக்கின்றன?,"[275] எனக் கேட்டனர். ராவின் மகளிடம் அவர்கள், "உங்கள் கணவர் ஒரு தலித், அதனால்தான் அவர் எந்தப் பாரம்பரியத்தையும் பின்பற்றுவது இல்லை. ஆனால் நீங்கள் ஒரு பிராமணர், பிறகேன் நீங்கள் நகையெதுவும் அணிவதில்லை, செந்தூரப் பொட்டு வைப்பதில்லை பாரம்பரியமான மனைவியைப் போன்று உடையுடுத்துவதில்லை மகளும் தந்தையைப்போல் இருக்கவேண்டுமா?"[276] இந்தக் காவல்துறையினர், உயர் ஜாதிகள், குறிப்பிட்ட நெறிமுறைகள் மற்றும் வழிபாட்டு முறைகளுடன் தொடர்புடைய தங்கள் மதத்தின் உயர் பாரம்பரியத்துடன் மக்களை இணங்கச் செய்ய முயலும்போதும், அறிவுஜீவிகளுக்கு எதிரான முறையில் இடதுசாரி கருத்துகளை நிராகரிக்கும்போதும் இந்து தேசியவாத கண்காணிப்பாளர்களின் பேச்சையே அவர்கள் எதிரொலிக்கின்றனர்.

இந்தக் கைதுகளுக்கு எதிராக 2018 ஆகஸ்டில் சர்வதேச அளவில் புகழ்பெற்ற வரலாற்றாசிரியரான ரொமிலா தாப்பர் உள்ளிட்ட இதர அறிஞர்கள் மனு தாக்கல் செய்தனர். மூன்று நீதிபதிகள் கொண்ட அமர்வில் இரு நீதிபதிகள் குற்றம்சாட்டப்பட்டவர்களை ஜாமீனில் வெளிவிட மறுத்துவிட்டனர். ஓய்வுபெற்ற நீதிபதி ஷா இந்த முடிவை பளிச்சென்ற சொற்களில் கருத்துத் தெரிவித்தார். அவரளவில், "உபாவைத் தவறாகப் பயன்படுத்துவதும் குற்றம்சாட்டப்பட்டவர்களின் ஜாமீன் விண்ணப்பங்களைத் தொடர்ந்து நிராகரிப்பதும் எதிர்க் குரல்களை அடக்குவதற்கான வழிமுறையாக பீமா கொரேகான் வழக்குகளில் அதிகம் காணலாம், இந்த வழக்கில் வெறும் சிந்தனையே குற்றமாகக் கருதப்பட்டுள்ளது. இந்த விவகாரத்தில், பலர் கைது விவகாரத்தில், வரவர ராவ் மற்றும் கௌதம் நவல்காவின் சாதனங்களில் இருந்து எடுக்கப்பட்ட டைப் செய்யப்பட்ட, கையெழுத்திடப்படாத, ஏற்கெனவே பொதுத் தளத்தில் இருந்த, தேதியில்லாத ஆவணமே ஆதாரம் எனச் சொல்லப்பட்டு, அவர்கள் குற்றம்சாட்டப்பட்டுள்ளனர்."[277]

ஆட்சேபனை தெரிவித்த நீதிபதி சந்திரசூட்டோ, "அரசாங்கத்துக்கு எதிரான எதிர்ப்பிற்கும் ஆயுதமேந்தி அரசாங்கத்தைக் கவிழ்க்கச்

செய்யப்படும் முயற்சிகளுக்கும் தெளிவான வேறுபாடுகள் காட்டப்படவேண்டும்."[278] என்று குறிப்பிட்டார். அவரளவில், பீமா கொரேகான் வழக்கு, "எதிர்ப்பை அடக்குவதற்கான அரசின் முயற்சி... மனித உரிமை மீறல்களுக்கு உள்ளான நபர்களுக்குப் பாதுகாவலர்களாக இருந்ததற்காக இவர்கள் ஒவ்வொருவர் மீதும் வழக்குத் தொடுக்கப்பட்டுள்ளது."[279] வேறுவார்த்தைகளில் சொன்னால், பீமா கொரேகானில் குற்றம்சாட்டப்பட்டவர்கள் நீதித்துறை சர்வாதிகாரத்தால் பாதிக்கப்பட்டவர்கள், அரசியல் கைதிகள்.

செப்டம்பர் 2019 தேர்தலுக்குப் பின் பா.ஜ.க. தலைமையிலான அரசு மாறி, சிவசேனா-என்.சி.பி.-காங்கிரஸ் அரசு வந்ததற்குப் பின் குற்றம்சாட்டப்பட்டவர்களுக்கு எதிரான குற்றப்பத்திரிகையை மீள்பார்வை செய்யத் தீர்மானித்த நாளில், பீமா கொரேகான் வழக்கின் அரசியல் பரிமாணம் வெளிப்படையானது, உள்துறை விவகாரங்களுக்கான ஒன்றிய அமைச்சரகம், இதன் விசாரணையை என்.ஐ.ஏ.விடம் ஒப்படைத்து, அவர்களுக்கு எதிரான நடைமுறை தொடருமென உறுதிசெய்தது.

மோடியின் இரண்டாவது ஆட்சிக் காலத்தின்போது, இந்திய அரசாங்கம் பெரிதும் இந்து தேசியவாத கண்காணிப்பிய அடிப்படையிலான ஒன்று என்பதிலிருந்து இந்து தேச சர்வாதிகாரம் சார்ந்த ஒன்றாக மாறியுள்ளது. நிச்சயமாக, இரண்டின் தடங்களும் ஒன்றின்மீது ஒன்று படிந்துள்ளன, ஆனால் மாற்றம் நடந்துள்ளது தெளிவானது. 2019-க்கு முன்பு, பஜ்ரங் தள், பசுப் பாதுகாப்பினர் உள்ளிட்ட இந்து தேசியவாத கண்காணிப்புக் குழுக்களைச் சேர்ந்தவர்கள் பிரதானமானவர்களாகத் திகழ்ந்தனர், இவர்களே லவ் ஜிகாத்தை எதிர்த்தல், தாய் மதம் திரும்புதல் இயக்கம், பசுப்பாதுகாப்பு உள்ளிட்டவற்றுக்கான சட்டகத்தில் கலாச்சாரக் காவலுக்குப் பொறுப்பானவர்கள். இவ்வாறாகப் படுகொலை உள்ளிட்ட முஸ்லிம்களுக்கு எதிரான வன்முறைகளில் கண்காணிப்பாளர்களே பிரதானமானவர்கள், காவல்துறையினர் பலசமயங்களில் இவற்றில் வெறும் பார்வையாளர்களாகவே நீடித்தனர். நரேந்திர மோடியின் முதல் ஆட்சியுடன் இணைந்த இந்தக் காலகட்டத்தில், அரசு எந்திரம் முஸ்லிம் விரோத மனப்பான்மையைக் காட்டவில்லை. நிச்சயமாக, கண்காணிப்புக் குழுக்களைச் சேர்ந்தவர்களால் குறிவைக்கப்பட்ட முஸ்லிம்களைக் காவல்துறையினர் மீட்கவில்லை, ஆனால் அவர்கள் பெரும்பாலும் முஸ்லிம்களை வெளிப்படையாகத் தாக்கவும் செய்யவில்லை

நரேந்திர மோடியின் இரண்டாவது ஆட்சிக்காலத்தின் முதல் இரண்டு ஆண்டுகளின்போது, இந்தக் கண்காணிப்புக் குழுக்கள் செயல்துடிப்புடன் நீடித்தன, ஆனால் இந்தியக் குடியரசின் முக்கிய நிறுவனங்களின் முஸ்லிம் விரோதச் சார்பு அதிகமாகத் தெரிந்தது. முதலாவதாக, மத்திய அரசாங்கம் அதன் தேர்தல் வெற்றிகளின் காரணமாக அதன் நிலை பாராளுமன்றத்தில் மேலும் உறுதியானது (எதிர்க்கட்சி எம்.பி.க்கள் எனச் சொல்லப்படுபவர்கள் அதிகமாகக் காணப்படும் ராஜ்ய சபா உள்பட) எனவே, இந்தியாவின் அரசியலமைப்புச் சட்டம் உட்பட முக்கியமான சட்டங்களைத் திருத்தியது, இதற்கு ஜம்மு-காஷ்மீர் தொடர்பான அரசியலமைப்புச் சட்டப்பிரிவு 370இன் நீக்கம் சான்றளிக்கிறது. இரண்டாவதாக, பா.ஜ.க. ஆளும் மாநிலங்களில் கலவரங்கள் அல்லது அடக்குமுறை நடவடிக்கைச் சூழல்களின்போது முஸ்லிம்களை நேரடியாகத் தாக்கியது.

2019-2020இல் கண்காணிப்பாளர்கள் இன்னும் செயலில் இருந்தனர். உதாரணமாக, டெல்லி கலவரத்தின்போது, அவர்கள் முஸ்லிம்களைத் தாக்கவும் பத்திரிகையாளர்களைத் தடுத்துநிறுத்தவும் அவர்கள் கிழக்கு டெல்லியில் ரோந்து சென்றனர்.[280] ஆனால் 2019-2020இல், காவல்துறை அவர்களுடன் பகுதியளவிலான கூட்டு முயற்சியை ஏற்படுத்திக்கொண்டது: சி.ஏ.ஏ. எதிர்ப்பு இயக்கத்திலும், பின் டெல்லி கலவரச் சூழலிலும் முஸ்லிம்களின் பிரதிவினைகளைக் காவலர்கள் துடிப்புடன் அடக்கினர். முக்கியமாக உத்தர பிரதேசத்தில் மாணவர் ஆர்ப்பாட்டங்கள் மற்றும் இதர கூட்டுப் போராட்டங்களை போலீசார் இன்னும் அதிகமாக ஒடுக்கினர்.

அரசு நிறுவனங்களின் சர்வாதிகாரப் பயன்பாட்டில் பாதிக்கப் பட்டவர்கள் முஸ்லிம்கள் மட்டுமேயல்ல. அரசியல் எதிரிகளும் அதன் மறுமுனையில் இருந்தனர். தேசிய ஜனநாயகக் கூட்டணியில் பங்குவகிக்காத கட்சிகள், காங்கிரஸ் உள்ளிட்ட அரசாங்கத்தை எதிர்த்த கட்சிகள், சட்டபூர்வமான எதிர்க்கட்சிகளாகக் கருதப்படாமல், அகற்றப்படவேண்டிய எதிரிகளாகக் கருதப்பட்டன. அதன் விளைவாக, பாராளுமன்றம் விவாதத்துக்கான இடமாகத் திகழ்வது நின்றுபோய், அதன் விதிமுறைகள் பல தருணங்களில் மீறப்பட்டன. இந்த மாற்றங்கள் எல்லாம் லெவிட்ஸ்கி, ஜிப்லாட் பொழிப்புரை கூறும் இறந்துகொண்டிருக்கும் ஜனநாயகத்துக்கான அறிகுறிகளாகும். பாராளுமன்றத்தில் பிரதிநிதித்துவப்படுத்தப்படும் எதிர்க்கட்சிகள் தவிர, இடதுசாரிக் கருத்துகள் என்ற பெயரில் அரசியல் அமைப்புமுறைக்கு எதிராகப் போராடும் எதிர்க்கட்சிகள் சட்டத்திற்குப் புறம்பானது மட்டுமல்ல, சட்டவிரோதமானது என்றும் குறிவைக்கப்பட்டன. அதன் விளைவாக, கல்வியாளர்கள்,

மனித உரிமை ஆர்வலர்கள், வணிக சங்கங்களைச் சேர்ந்தவர்கள் 'நகர்ப்புற நக்ஸல்கள்' எனக் கூறப்பட்டு காவல்துறையினரால் கைதுசெய்யப்பட்டனர். சுவாரஸ்யமாக, அவர்களின் சிந்தனை காரணமாக மட்டுமல்லாமல், அவர்களது ஜாதியமைப்பு முறை உள்ளிட்ட இந்துக் கொள்கைகளுக்குத் துரோகம் செய்கிற வாழ்க்கைமுறை காரணமாகவும்-அரசியல் கைதியாக்கியது. அந்த அர்த்தத்தில், அரசானது தற்போது கண்காணிப்பாளர்களின் வேலைகளைச் செய்து அரசு கண்காணிப்பியத்தின் ஒரு வடிவைக் கண்டுபிடித்துள்ளது.

வருடா வருடம், இந்தியாவில் ஜனநாயகத்தின் வீழ்ச்சி எண்ணற்ற ஆய்வுகளின்மூலம் நன்கு ஆவணப்படுத்தப்பட்டுள்ளது. வெரைட்டீஸ் ஆப் டெமாக்கரஸி அமைப்பின் மூலம் வெளியிடப்பட்ட 2018 அறிக்கை, அரசுசாரா அமைப்புகள், ஊடகங்கள் உள்ளிட்ட குடிமை சமூகத்துக்கான வெளியில் ஒரு பகுதி மூடப்பட்டது, அரசியல் வெளிப்படைத்தன்மையில் சரிவு[282] இவற்றில் வெளிப்பட்ட எதேச்சதிகார நடைமுறை காரணமாக, இந்தியாவை (தாராளவாத ஜனநாயகம் என்றல்ல)[281] தேர்தல் ஜனநாயகம் என விவரித்துள்ளது. இரண்டு வருடங்களுக்குப் பின், அதே நிறுவனத்தின் ஆண்டறிக்கை, "இந்தியா ஜனநாயகம் என்ற அந்தஸ்தை கிட்டத்தட்ட இழக்குமளவுக்கு, சரிவான பாதையில் தொடர்ந்து நடையிடுகிறது" எனச் சுட்டிக்காட்டியுள்ளது.[283] எகனாமிஸ்ட் இன்டலிஜென்ஸ் யூனிட்டின் ஜனநாயக அட்டவணையில், 2019-ஆம் ஆண்டுக்கான உலகளாவிய தரவரிசையில் இந்தியா பத்து இடங்கள் சரிந்து, தென்னாப்பிரிக்கா, மலேசியா, கொலம்பியா, அர்ஜென்டினாவுக்கும் பின்பாக ஐம்பத்தி ஒன்றாம் இடத்திற்கு வந்துள்ளது என்பதைக் காட்டுகிறது.[284] இந்த அட்டவணையில், ஜம்மு-காஷ்மீர் உள்ளிட்ட 'நாட்டினுள் குடிமை சுதந்திரங்கள் தேய்வுக்குள்ளான' தன் காரணமாக "குறையுள்ள ஜனநாயகங்களின் பட்டியலில் இந்தியா தற்போது ஒரு பகுதியாயிருக்கிறது. 2020இல், தனிப்பட்ட சுதந்திரம் எனும் அளவில் 162 நாடுகளில் இந்தியா 110-வது இடத்தில் இருந்தது.[285] அதேவருடம், ப்ரீடம் ஹவுஸ், உலகின் மிக அதிக மக்கள் தொகை கொண்ட 25 ஜனநாயகங்களில் இந்தியா அதிகளவு மதிப்பெண் சரிவை அடைந்துள்ளதாக அதன் ஆண்டறிக்கை சுட்டிக்காட்டியது.[286] அதன் விளைவாக, இந்தியா தற்போது இந்த அமைப்புகளால், 'கவனத்தில் உள்ள நாடுகளான' ஹைதி, ஈரான், நைஜீரியா, சூடான், துனிசியா, துருக்கி, ஹாங்காங், உக்ரைன் உள்ளிட்ட நாடுகளுடன் சேர்ந்து இடம்பெற்றுள்ளது.[287]

11

இந்திய முஸ்லிம்கள்

சமூக விளிம்புநிலையாக்கத்திலிருந்து நிறுவன விலக்குக்கும் நீதித்துறை விலக்கத்துக்கும்...

முந்தைய அத்தியாயத்தில் விரிவாக விவாதித்ததுபோல் இந்திய தேசத்தில், இந்திய முஸ்லிம்களை அந்நியப்படுத்தும் ஒரே நிறுவனம் காவல்துறை மட்டுமேயல்ல. இந்த அத்தியாயம், மோடி ஆண்டுகளின்போது காவல்துறையைத் தாண்டி மதச் சிறுபான்மையினரை நிறுவன விலக்கம் செய்வதன் அடிப்படையில் ஏற்பட்ட தாக்கத்தை ஆய்வுசெய்யும்.[1] இந்தத் தாக்கத்தை மதிப்பிட, பகட்டுப் பேச்சுக்கு அப்பால் செல்வது அத்தியாவசியம். பெரும்பாலான பா.ஜ.க. தலைவர்களைப் போலன்றி, மிகவும் அபூர்வமாகவே பொதுவெளியில் முஸ்லிம்களுக்கு எதிரான உணர்ச்சியை மோடி வெளிப்படுத்தியிருக்கிறார். அதற்குமாறாக, அவரது குஜராத் ஆண்டுகள் அவரது சத்பாவனா மிஷன் முதற்கொண்டு, அவரது 2014 தாரக மந்திரமான, 'சப்கா சாத், சப்கா விகாஸ்' (எல்லோருடனும், எல்லோருக்கும் வளர்ச்சி") என்ற குறிப்பை வெளிப்படுத்தியதோடு, இந்திய முஸ்லிம்களுக்கு எதிராகக் கருணையுடன் தோன்றுவதை ஒரு குறிக்கோளாகக் கொண்டிருந்தார். அரசியலமைப்புச் சட்டம் 370-ஐ நீக்கிய பிறகு காஷ்மீரிகளைக் கட்டியணைக்க. அவர் இந்திய குடிமக்களை அழைத்தார், அனைத்து சமூகத்தினருடனும் தனது திறந்து மனதுடனான அணுகுமுறையை முறையாகக் கடைபிடித்தார். மோடி அரசாங்கம் முஸ்லிம் பழக்கவழக்கங்களைச் சீர்திருத்த தீர்மானித்த பொழுதெல்லாம், அது நவீனம், உலகளாவிய மதிப்பீடுகளின்பாற்பட்டு இருந்தது. முத்தலாக் நீக்கமே ஒரு உதாரணம் (ஆண்கள் தங்கள் மனைவிகளை உடனடியாக விவாகரத்து செய்ய அனுமதிக்கும் நடைமுறை). ஜூன் 2019இல், மக்களவைத் தேர்தலுக்குப் பிறகு, மோடி அரசாங்கம் முஸ்லிம் பெண்கள் (திருமணப் பாதுகாப்பு உரிமைகள்) சட்டத்தை நாடாளுமன்றத்தில் நிறைவேற்றியது, இதன்படி முத்தலாக்

முறையைச் சட்டவிரோதமாக்கியது, மூன்று ஆண்டுகள் வரை சிறைத்தண்டனையை நீட்டித்துத் தண்டிக்கவும் முடியும். இந்தச் சட்டம் முஸ்லிம் பெண்களுக்கு ஆதரவாக விடுதலை ஆற்றலைக் கொண்டிருக்க, அது அதேயளவில், "இந்தியாவில் வேறெந்த நம்பிக்கையைப் பின்பற்றுபவர்களுக்கும் மனைவியைக் கைவிடுதல்... குற்றமல்ல."[2] என்பதன்மூலம் தெளிவான சமச்சீரற்றதன்மையை அறிமுகம் செய்தது. ஆனால் மோடி அதனை 2019, ஆகஸ்ட் 15 சுதந்திரதின உரையின்போது, இந்துக்கள் ஏற்கெனவே அனுபவித்துக்கொண்டிருக்கும் முற்போக்குச் சீர்திருத்தத்தை முஸ்லிம்களுக்கும் நீட்டித்திருப்பதாக மிகவும் உறுதியுடன் முன்வைத்தார்:

> முத்தலாக் என்ற வாள் தலைக்குமேல் தொங்கிக்கொண்டிருக்க, நமது முஸ்லிம் மகள்களும் சகோதரிகளும் எப்படி பயத்தில் வாழப் பழகிக்கொண்டிருக்கின்றனர் என்பதை நீங்கள் கண்டிருப்பீர்கள். அவர்கள் முத்தலாக்கின் பலிகடா இல்லையென்றாலும், எந்த நேரமும் அதற்கு உள்ளாகக்கூடுமோ என்ற பயத்திலேயே தொடர்ந்து அச்சுறுத்தப்படுகிறார்கள். பல இஸ்லாமிய நாடுகள் இந்தத் தீய நடைமுறையை வெகுகாலம் முன்பே கைவிட்டுவிட்டன. ஆனால் சில காரணங்களால் நாம் நமது முஸ்லிம் தாய்களுக்கும் சகோதரிகளுக்கும் அவர்களது உரிமைகளை அளிப்பதற்குத் தயங்கிக்கொண்டிருக்கிறோம். நம்மால் சதிப் பாரம்பரியத்தை ஒழிக்கமுடியுமென்றால், பெண் கருக்கொலையை முடிவுக்குக் கொண்டுவர நாம் சட்டமியற்ற முடியுமென்றால், இந்த நாட்டில் வரதட்சணை நடைமுறைக்கு எதிராக வலுவான நடவடிக்கைகளை எடுக்கமுடியுமென்றால், பிறகு நம்மால் ஏன் முத்தலாக் முறைக்கு எதிராகக் குரலெழுப்ப முடியாது? பாபா சாகேப் அம்பேத்கரின் சிந்தனைக்கு மதிப்பளித்து, நமது இஸ்லாமிய சகோதரிகள் சம உரிமைகளைப் பெறுவதற்காக, இந்தியாவின் ஜனநாயகம் மற்றும் அரசியலமைப்பு தந்த உத்வேகத்தில் இந்த முக்கியமான முடிவை எடுத்துள்ளோம்; அதனால் அவர்களிடம் புதிய நம்பிக்கை உருவாகிறது; அதனால் அவர்களும் இந்தியாவின் வளர்ச்சிப் பயணத்தில் தீவிர பங்கேற்பாளர்களாக மாறுகிறார்கள். இத்தகைய முடிவுகள் அரசியல் ஆதாயத்திற்கானவை அல்ல.[3]

இந்தச் சொற்பொழிவு, இந்து தேசியவாதம் பிரச்சாரம் செய்த மோதல்களைக் குறைப்பதான சமூகப் பார்வையுடன் நன்கு பொருந்திப்போகிறது. 2020இல் முஸ்லிம்கள், மாணவர்களின் போராட்டங்கள் இந்து தேசியவாதிகளாலும் காவல்துறையினராலும் கொடூரமாக ஒடுக்கப்பட்ட அதே நேரம், நரேந்திர மோடி தனது உரையில் இந்தியாவை, அமைதி, ஒற்றுமை சகோதரத்துவத்தின்

தேசமாகக் காட்டியதுடன், மோதலைத் தவிர்க்கும் இந்திய வழிமுறை, கொடூரமான அடக்குமுறையாலன்றி உரையாடலின் ஆற்றலில் அடங்கியிருப்பதாக"[4] உரையாற்றினார்.

இங்கே முக்கியமான வார்த்தை நல்லிணக்கம், மோடியின் சில நூல்களிலும்[5], அவரது மன் கி பாத் நிகழ்வுகளிலும் (அத்தியாயம் 4-ஐப் பார்க்கவும்) அவர் அடிக்கடி இந்த வார்த்தையைப் பயன்படுத்துகிறார். தனது எழுத்துகளில், ஒற்றுமை மற்றும் நல்லிணக்கத்துக்கான அவரது தேடலுக்கு ஆர்.எஸ்.எஸ்.ஸே காரணம் எனக் கூறுகிறார், தொடங்கப்பட்டது முதலே இதன் குறிக்கோள், "தாய்நாட்டுக்குச் சேவை செய்வதன் மூலம் சமூகத்தை ஒருங்கிணைப்பதற்காகத் தனிநபர்களை உருவாக்குதாக இருக்கிறது. இந்தத் தனிநபர்களின் தத்துவங்கள் எப்போதும், "துறவு, தவம், பக்தி, விசுவாசம், அர்ப்பணிப்பு ஆகும்: ராஷ்டிரிய சுயம்சேவக் சங்கத்தின், சுயம்சேவக் என்ற தகுதியுடன் இந்தப் பாரம்பரியத்தில் வாழும்போது இந்தப் பண்புகளைப் பெற்றிருப்பது எனது அதிர்ஷ்டம்."[6] "அனைவரின் மகிழ்ச்சிக்காகப் பதிலுக்கு எதனையும் எதிர்பாராது வாழ்வைத் தியாகம் செய்யும் ஒளிமிக்க பாரம்பரியத்தை" மோடி பின்பற்றுவதற்கு முயன்றார். ஆனால் இந்தப் புனிதமான உலகப் பார்வை-அவர்கள் தாழ்த்தப்பட்ட சாதியினராக இருந்தாலும், புதிய இரண்டாம் தர குடிமக்களான[7] முஸ்லிம்களாக இருந்தாலும் சரி-ஏற்றுக்கொள்ள வலியுறுத்தும் படிநிலையை நம்பியே உள்ளது.

குடியுரிமை அடிப்படையில் இந்திய முஸ்லிம்களின் வீழ்ச்சியை மதிப்பிடுவதற்கு, மிகவும் முக்கியமான சில நிறுவனங்களில் அவர்களது இருப்பு நீண்டகால அடிப்படையில் தற்போது பகுப்பாய்வு செய்யப்படுகிறது. இந்த அணுகுமுறை, இந்திய அரசு எந்திரத்தில் முஸ்லிம்கள் ஒருபோதும் நல்ல பிரதிநிதித்துவத்துடன் இருந்ததில்லை என்பதைக் காட்டுகிறது. ஆனால் மோடியின் ஆட்சியின் கீழ், தேர்ந்தெடுக்கப்பட்ட சட்டசபைகள் உள்பட, முக்கியத்துவம் வாய்ந்த அதிகார மையங்களில் அவர்கள் இன்னும் பிடியை இழந்துள்ளனர். இந்தச் சரிவு முதன்மையாக பா.ஜ.க. அதிகாரத்துக்கு வந்ததால் ஏற்பட்டாலும், இதர கட்சிகளும் ஓரளவுக்குப் பொறுப்பாகும். நீதித்துறையும்கூட முன்பு இருந்ததைவிட நம்பகத்தன்மை குறைந்துவிட்டது. உண்மையில், 2019-2020 உச்சநீதிமன்றத்தின் மனோபாவம் இந்திய மதச்சார்பின்மையின் விதியை முடிவுக்குக் கொண்டுவந்ததோடு, இந்து ராஜ்யத்தின் அதிகாரப்பூர்வத்தன்மையும் அறிவித்தது, 2020-2021இல் புதிய சட்டங்களும் இந்த நடைமுறைக்குப் பங்களித்தன.

குடியரசில் கண்ணுக்குப் புலப்படாமலாகுதல்:
நீடித்த அதேசமயம் நிறுவனமய விளிம்புநிலை சீர்கெடுதலை ஆழப்படுத்துதல்

தேசப்பிரிவினைக்குப் பின், (சமூகத்தைத் தலைகீழாக்கிய) உயர்குழுவினரின் புலம்பெயர்தல், சமூகப் பொருளாதார பின்தங்கிய தன்மை, கல்விக் குறைபாடு[8] இவற்றால் முஸ்லிம்களின் சமூக விளிம்புநிலையாக்கம் விரைவுபடுத்தப்பட்டது. மிகச் சமீபகாலமாக, பசுப் பாதுகாப்பு இயக்கங்களின் பின்னணியில் முஸ்லிம்களின் நிலைமை பகுதி இரண்டில் குறிப்பிட்ட சமூக நடைமுறைகளான கட்டாய கெட்டோமயமாக்கல், பொருளாதார களங்கப்படுத்தல் உள்ளிட்டவற்றால் பாதிக்கப்பட்டுள்ளது. பா.ஜ.க.வின் எழுச்சி, நாட்டின் மிக முக்கியமான நிறுவனங்கள் சிலவற்றை அணுகவிடாமல் முஸ்லிம்களைப் பாதித்ததை இந்தப் பகுதி காட்டமுயற்சிக்கிறது- எனினும் இவற்றில் அவர்கள் ஒருபோதும் சிறப்பான பிரதிநிதித்துவம் கொண்டிருக்கவில்லை.

1947 முதலே இந்திய நிறுவனங்களில் முஸ்லிம்கள் ஓரம்கட்டப்பட்டே நீடித்தனர், இது குருஹர்பால் சிங், இந்தியா அதன் தொடக்கம்முதலே இன ஜனநாயகமாக இருந்துவருகிறது எனத் தீர்மானிப்பதற்கு இட்டுச்சென்றது.[9] காவல்துறை, அதிகாரத்துவப் பணிகள், ராணுவம் இவற்றில் நிலவும் நிலைமை இந்தப் பார்வையை உறுதிப்படுத்துகிறது.

ஸ்வேதா புதாதாவின் உதவியோடு 1950இல் இருந்த காவல்துறை அதிகாரிகள் குறித்து நான் தொகுத்த தரவுகளானது, தேசிய காவல்துறையின் உயரடுக்கு தலைமை அமைப்பின் அதிகாரிகள் சதவிகிதமானது-ஏற்கெனவே 5 சதவிகிதத்துக்குக் குறைவாகவே இருந்தது, இது 1951 மக்கள்தொகைக் கணக்குப்படி இந்திய சமூகத்திலிருந்த முஸ்லிம்களின் விகிதத்தில் பாதிக்கும் குறைவானதாகும்.[10] அதேயளவில் முஸ்லிம் மக்கள் தொகை உயர்ந்து 2011இல் 14.25 சதவிகிதத்தை எட்டியபோது, ஐ.பி.எஸ். பணியிலுள்ள முஸ்லிம்களின் விகிதம் சரிந்து, 2016இல் 3 சதவிகிதத்துக்கும் குறைவாக இருந்தது, கணக்கீட்டிலிருந்து ஜம்மு-காஷ்மீரை நீக்கினால்[11] (முஸ்லிம்கள் ஆதிக்கமிக்க ஒரேயொரு மாநிலம்-தற்போது ஒரு யூனியன் பிரதேசம்-இங்கு இயல்பாகவே முஸ்லிம் காவல்துறை அதிகாரிகள் பெரும்பான்மையாகக் காணப்படுவர்) ஒட்டுமொத்தமாக பணியில் 2.5 சதவிகிதத்துக்கும் குறைவாகவே இருந்தது. மக்கள்தொகையில் முஸ்லிம்களின் பங்குக்கும் ஐ.பி.எஸ். பணியில் அவர்களது பங்குக்குமான இடைவெளி ஒருபோதும் இத்தனை அதிகமாக இருந்ததில்லை-ஆனால் இடைவெளி எப்போதும் கணிசமானதாகவே இருந்துவந்திருக்கிறது.[12]

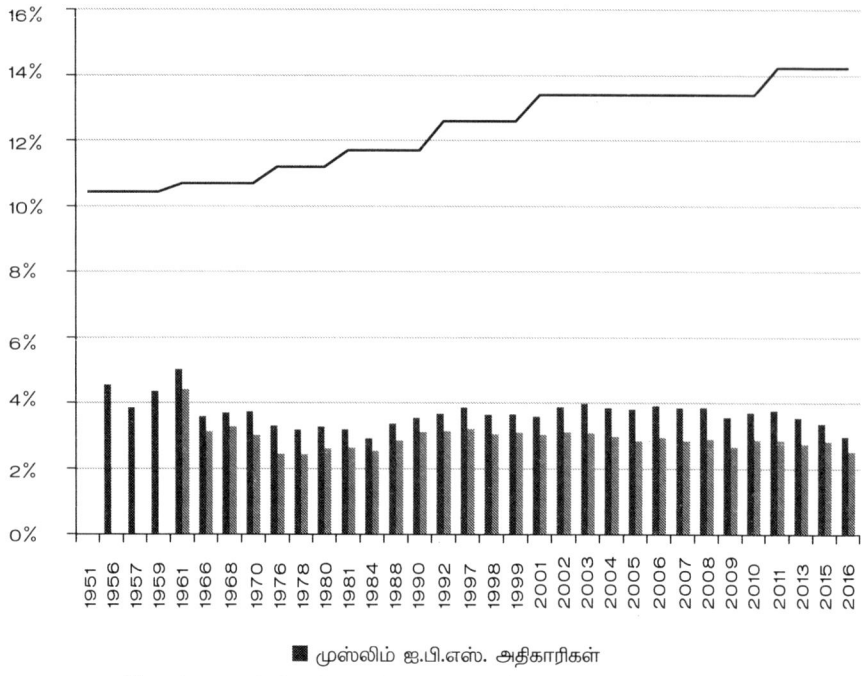

வரைபடம் 11.1 இந்திய மக்கள்தொகை மற்றும் ஐ.பி.எஸ். அதிகாரிகளில் முஸ்லிம்கள் (1951–2016)

ஆதாரம்: Christophe Jaffrelot, "A De Facto Ethnic Democracy? Obliterating and Targeting the Other: Hindu Vigilantes and the Ethno-State," in Majoritarian State: How Hindu Nationalism Is Changing India, ed. Angana Chatterji, Thomas Blom Hansen, and Christophe Jaffrelot (London: Hurst, 2019), 44

கீழ்மட்டத்தில் உள்ள காவல்துறை அதிகாரிகளையும் உள்ளடக்கியதாகப் பகுப்பாய்வை விரிவுபடுத்தினால், சூழ்நிலை முஸ்லிம்களுக்குக் குறைந்த சாதகமுடையதாகவே இருக்கும். இந்தத் தரவுகள் தொகுக்கப்பட்ட கடைசி ஆண்டான 2013இல்[13] முஸ்லிம்கள் இந்திய காவல்துறையில் 6.27 சதவிகிதம். ஆனால் அவர்களின் வலிமை குறைந்துகொண்டே வருகிறது. 2004இல் அவர்கள் இன்னும் 7.1 சதவிகிதத்திலிருக்க, 2005இல் 7.5 சதவிகிதமிருக்க, 2008இல் 9.1 சதவிகிதம் இருந்தனர் (இந்த வருடத்தில் மத்தியப் பிரதேசம் அறிக்கையிடாததால் புள்ளிவிவரங்கள் மாறுபட்ட ஆண்டு), 2011இல் 6.5 சதவிகிதம் இருந்தது.[14]

இந்திய காவல்துறை நிலை அறிக்கை 2018இல் காணும் குறிப்பிடத்தக்க ஆய்வானது, இந்திய காவல் படைகளுக்குள்ள சமூக, கலாச்சார பன்மைத்துவத்தின் குறிப்பானை உருவாக்குவதற்கு இட்டுச்சென்றது. அது 2006 மற்றும் 2013-க்கு இடையில், முஸ்லிம்கள் குறிப்பாகச் சட்ட அமலாக்க முகமைகளில் குறைபிரதிநிதித்துவத்துடன் காணப்பட்டனர் என்பதைக் காட்டுகிறது. (பெண்களுக்கான 0.50 உடன் ஒப்பிட) சராசரி சுட்டி 0.31 ஆக இருக்க, இது அஸ்ஸாமில் 0.08 ஆகவும். ஆந்திரப்பிரதேசத்தில் 0.69 ஆகவும் ராஜஸ்தானில் அது 0.09 ஆகவும் உத்தர பிரதேசத்தில் 0.18 ஆகவும் இருந்தது.[15] டெல்லி தொடர்பான மிகவும் சமீபத்திய தரவுகள் வெளியாகியுள்ளன. அவை டெல்லி காவல்துறையிலுள்ள 2017இன் விகிதாச்சாரம் எல்லாக் காலகட்டத்தைவிடவும் கீழாக 1.7 சதவிகிதமாக இருந்தது (முஸ்லிம்களோ மாநில மக்கள்தொகையில் 13 சதவிகிதத்தைப் பிரதிநிதித்துவப்படுத்தினர்).[16]

ஆயுதப் படைகளிலோ நிலை இன்னும் அதிகச் சிக்கலானது, 1947 முதலே இதுதான் உண்மையாய் இருந்துவருகிறது. அந்த வருடம், தேசப்பிரிவினை அனைத்து முஸ்லிம் அதிகாரிகளும் பாகிஸ்தான் கிளம்புவதற்கு வழிவகுத்தது.[17] 1953இல் நேருவே நிலைமை தெரிவிக்கக் காரணமானது, அந்த வருடம் அவரது பாதுகாப்பு அமைச்சர் அவரிடம் 1947இல் இந்திய ராணுவத்தில் முஸ்லிம்களின் எண்ணிக்கை 32 சதவிகிதமாக இருந்து 2 சதவிகிதத்துக்கு இறங்கியிருந்தது: நமது பாதுகாப்பு சேவைகளில், அரிதாகவே முஸ்லிம்கள் எஞ்சியுள்ளனர்... இந்தச் சூழலை மேம்படுத்த எந்த முயற்சியும் மேற்கொள்ளப்படவில்லை என்பதே என்னை அதிகம் கவலையடையச் செய்கிறது, இதனைச் சோதிக்காவிடில் இது இன்னும் மோசமாக மாறும்" எனத் தெரிவித்தார்.[18]

உண்மையில், 1981 ஸ்டீவன் வில்கின்சனின் கணக்கீட்டின்படி (கர்னல் மற்றும் அதற்கும் மேலான) உயர்பதவி அதிகாரிகள் 1 சதவிகிதத்துக்கும் அதிகமாக இல்லை.[19] இந்த எண்ணிக்கை 1999இல் முன்னாள் பாதுகாப்புத்துறை அமைச்சரான முலாயம் சிங் யாதவால் உறுதிப்படுத்தப்பட்டது.[20] வாஜ்பாய் அரசாங்கத்தில் இந்தப் பதவிக்கு வந்த ஜார்ஜ் பெர்னாண்டஸ், அப்பட்டமாக இந்தச் சூழலை விளக்கினார்: "முஸ்லிம்கள் ஆயுதப் படையில் இருக்க விரும்புவதில்லை, ஏனெனில் அவன் எப்போதும் சந்தேகிக்கப்படுவான்-நாம் அதனை ஏற்றுக்கொள்கிறோமோ... இல்லையோ... பெரும்பாலான இந்தியர்கள் முஸ்லிம்களை பாகிஸ்தானின் ஐந்தாவது தூணாகக் கருதுகிறார்கள்."[21] இந்தக் கருத்துகள் 1985-ஆம் ஆண்டு வந்தவை. அந்த வருடம் நடத்தப்பட்ட ஒரு கருத்துக் கணிப்பு, பெரும்பாலான இந்துக்கள் முஸ்லிம்கள்

ஆயுதப் படைச் சேவையில் சேர அனுமதிக்கப்படக்கூடாது எனக் கூறியதாகக் காட்டியது.[22] இந்திய ராணுவ அகாடமியில் (ஐ.எம்.ஏ.) பயிற்சிபெற்ற அதிகாரிகள் குறித்த அலி அகமதின் ஆய்வின் மூலம் இந்தத் தரவுகள் சமீபத்தில் புதுப்பிக்கப்பட்டன. 2005 முதல் 2011 வரை, ராணுவத்தில் 2 சதவிகிதம் பேர் முஸ்லிம்கள், முந்தைய காலகட்டத்தில் சச்சார் குழுவால் கண்டறியப்பட்ட 2.62 சதவிகிதத்துக்கும் கீழேதான் இன்னும் எண்கள் இருக்கின்றது.[23]

தற்போது அதிகாரத்துவத்தின் உயரடுக்கில் கவனம் செலுத்த, இந்திய ஆட்சிப்பணி சேவை ஐ.ஏ.எஸ்.ஸில்.-இதற்கும் ஐ.பி.எஸ். போன்ற அதேபோன்ற தேர்வின் மூலமே நியமனம் நடைபெறுகிறது-2006-க்கும் 2016-க்கும் இடைவெளியில் முஸ்லிம்களின் விகிதாச்சாரம் சற்றே கூடியிருப்பதைப் படம் 11.2 காட்டுகிறது. இந்தியாவிலுள்ள அதிகரித்துவரும் முஸ்லிம் மக்கள் தொகையோடு ஒப்பிடும்போது 3 லிருந்து 3.3 என்ற சதவிகிதம்[24] என்ற இந்த உயர்வு மிகக்குறைவு. மேலும், (மாநில அரசின் குடிமைப் பணியாளர்கள் ஐ.ஏ.எஸ். ஸுக்குள் நுழைய வழிவகை செய்தல்) என்ற இணையான பாதை வழியாக நுழையும் முஸ்லிம்களின் பங்கு இந்த முடிவுகளை ஓரளவு விளக்குகிறது. 2016இல் குடிமைச் சேவைப் பணிகளுக்கான ஒன்றிய பொதுச் சேவை ஆணையத்தின் (யூ.பி.எஸ்.சி.) தேர்வில் வெற்றிபெற்று 2.7 சதவிகிதம் முஸ்லிம்கள் மட்டுமே ஐ.ஏ.எஸ். பணிக்கு நுழைந்தனர். 2017இல் நிலைமை சற்றே மேம்பட்டிருந்தது, நிர்வாகப் பணிகளுக்கான யூ.பி.எஸ்.சி. தேர்வில் வெற்றிபெற்றவர்களிடையே முஸ்லிம்களின் பங்கு 5.1 சதவிகிதமாக உயர்ந்திருந்தது. ஆனால் இந்த விகிதம் 2018இல் 4.5 சதவிகிதமாக வீழ்ச்சியடைந்தது.[25] அந்த ஆண்டு வெற்றிபெற்ற முஸ்லிம் தேர்வர்களில் பாதிக்கும் மேலானோர், 1997இல் நிறுவப்பட்ட அரசுசாரா அமைப்பான ஐக்கத் பவுண்டேஷன் ஆப் இந்தியாவால் பயிற்றுவிக்கப்பட்டிருந்தனர். அவ்வமைப்பு படிப்படியாக ஒட்டுமொத்த முஸ்லிம் சமூகத்துக்கும் உயரடுக்கைத் தரக்கூடிய செயல்பாடுகளை வலியுறுத்த மீண்டும் ஒருமுறை முடிவுசெய்திருந்தது.[26] பல முஸ்லிம்கள் குடிமைப் பணி தேர்வு எழுத ஆர்வம் காட்டுவதில்லை என்ற உண்மையும் குறைபிரதிநிதித்துவத்துக்கு ஓரளவு காரணம். அமிதாப் குண்டுவின் கணக்கீட்டின்படி, சராசரியாகத் தேர்வு எழுதுபவர்களில் 8 சதவிகிதம் பேர் மட்டுமே வெற்றிபெறுகிறார்கள்.[27]

மாநிலங்களின் மட்டத்தில், ஒவ்வொன்றும் அதன் சொந்த குடிமைப் பணியைக் கொண்டிருப்பதால், நிலவரம் ஓரளவுக்கு மாறுபடும். உதாரணமாக மகாராஷ்டிராவில், மக்கள்தொகையில் முஸ்லிம்கள் 11 சதவிகிதம் இருந்தாலும், 2015இல் தேர்வு எழுதிய 435 பேரில் 5 பேர் மட்டுமே (அல்லது1.14 சதவிகிதம்) வெற்றிபெற்றுள்ளனர்.[28]

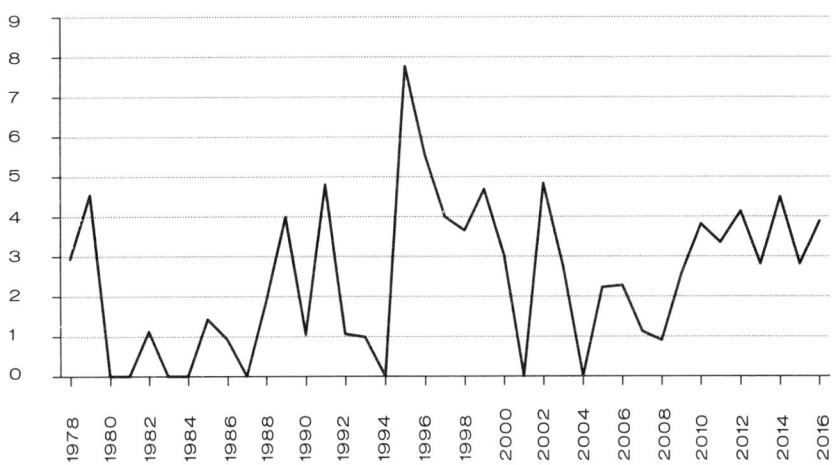

வரைபடம் 11.2 ஐ.ஏ.எஸ். அதிகாரிகளில் முஸ்லிம்களின் சதவிகிதம் (1978–2017)

ஆதாரம்: உள்துறை அமைச்சகம் (இந்திய அரசு), இந்திய நிர்வாக சேவையின் சிவில் பட்டியல், புது தில்லி, 1978 முதல் 2017 வரை

இருந்தபோதிலும் 2015இல் பா.ஜ.க. மற்றும் சிவசேனா சேர்ந்து அமைத்த கூட்டணி அரசு, நீதிமன்றங்கள் விதித்த இடஒதுக்கீடு வரம்புக்குள் உள்ளான 49 சதவிகித அளவிலேயே ஒட்டுமொத்த கோட்டா இருந்தபோதும்,[30] முந்தைய காங்கிரஸ் அரசின் பிராந்திய குடிமைப் பணிகளில் 5 சதவிகிதம் முஸ்லிம்களுக்கு ஒதுக்குவதென்ற முடிவை[29] நீதிமன்றத்தில் ஆதரிப்பதில்லை எனத் தீர்மானித்தன. தெற்கிலுள்ள சில மாநிலங்கள் மட்டுமே முஸ்லிம்களுக்கான நேர்மறைப் பாகுபாட்டை நடைமுறைப்படுத்துவதைத் தொடர்ந்துகொண்டிருக்கின்றன. நீண்டகாலமாக கொள்கை நடைமுறையிலிருக்கும் கேரளா, கர்நாடகா தவிர்த்து[31], ஆந்திரப்பிரதேசம் 2014இல் இரண்டாகப் பிரிக்கப்பட்டபோது உருவாக்கப்பட்ட, இந்திய ஒன்றியத்திலேயே இளைய மாநிலமான தெலுங்கானா-பா.ஜ.க.வின் எதிர்ப்பிருந்தபோதும் குடிமைப் பணிகளில் 12 சதவிகிதம் வரை இட ஒதுக்கீடு கொண்டுவரப் போராடிக்கொண்டிருக்கிறது.[32]

குடிமைப் பணிகளில் முஸ்லிம்களின் விகிதம் ஒருபோதும் மிக அதிகமாக இருந்ததில்லை, ஆனால் குறைந்தபட்சம் இனியும் குறையவில்லை என்றபோதும், நீதித்துறையில் அவர்களது குறைப்பிரதிநிதித்துவம் வெளிப்படையாக இல்லை. தரவுகள் கிடைக்கக்கூடிய மாநிலங்களில், 2010 முதல் ஹைதராபாத் (2014

வரை ஆந்திரப்பிரதேசத்தின் தலைநகராக இருந்தது) ஜம்மு-காஷ்மீரின் உயர்நீதிமன்றங்கள் நீங்கலாக, (மாநில அளவில் இயங்கும் பிராந்திய நீதிமன்றங்கள்) உயர்நீதிமன்ற நீதிபதிகளில் முஸ்லிம்களின் விகிதாச்சாரம், அந்த மாநிலங்களில் உள்ள முஸ்லிம்களின் மக்கள்தொகையின் சதவிகிதத்தைவிடவும் கணிசமாகக் குறைவாக இருந்தன. மேற்கு வங்காளத்தில், அவர்களது விகிதம் 2011இல் 8 சதவிகிதம் (அங்கே முஸ்லிம்களின் மக்கள்தொகையோ 27 சதவிகிதம்). 2011இல் கர்நாடகாவில் அது 2.9 சதவிகிதம் (அங்கே அவர்களது மக்கள்தொகையின் பங்கோ 12.9 சதவிகிதம்). (மத்தியப்பிரதேசம்) ஜபல்பூரின் உயர்நீதிமன்றத்தில் முஸ்லிம் நீதிபதிகளில் விகிதம் 2.9 சதவிகிதத்துக்கு இறங்கியது (அதேவேளையில் அம்மாநிலத்தில் அவர்களது மக்கள்தொகையோ 12.9 சதவிகிதமாக அதிகரித்திருந்தது). (பீகாரின் பாட்னா நீதிமன்றத்திலும் அதே கதைதான், 2011இல் உயர்நீதிமன்ற நீதிபதிகள் 5.4 சதவிகிதமாக இருக்க (பீகாரின் மக்கள்தொகையில் முஸ்லிம்களின் மக்கள்தொகை 12.45 சதவிகிதத்திலிருந்து 16.9 சதவிகிதமாக அதிகரித்திருந்தது.)[33]

கில்லஸ் வெர்னியர்ஸ் எழுதுவதுபோல, உச்சநீதிமன்றமும் இதே சூழலை அனுபவப்பட்டிருக்கிறது:

1950-களில், உச்சநீதிமன்றத்துக்கு நியமிக்கப்பட்ட 24 நீதிபதிகளில் நான்கு பேர் மட்டுமே முஸ்லிம்கள் (16.6 சதவிகிதம்). 1960-களில் ஒரேயொரு முஸ்லிம்கூட நீதிபதியாக நியமிக்கப்படவில்லை (நியமிக்கப்பட்ட 16 பேரில்). 1970-களில் இரண்டே பேர் மட்டுமே முஸ்லிம்கள் (26 பேரில்), 1980-களில் நான்கு பேர் (33 பேரில்), அது 12 சதவிகிதம். 1980-க்குப் பிறகு உச்சநீதிமன்ற முஸ்லிம் நீதிபதிகளின் விகிதம் குறையத் தொடங்கிய அதேசமயம் அதற்குப் போட்டியிடுபவர்களின் எண்ணிக்கை அதிகரித்தது: 1990-களில் போட்டியிட்ட 40 பேரில் 3 பேரும், 2000-களில் போட்டியிட்ட 49 பேரில் இரண்டு பேரும், 2010-களில் போட்டியிட்ட 40 பேரில் 3 பேரும் 2012இல் எம்.ஒய். இக்பால், எஃப்.எம். இப்ராஹிம் கலிஃபுல்லாவும் 2017இல் எஸ்.அப்துல் நஸீரும் உச்சநீதிமன்ற நீதிபதிகளாக நியமிக்கப்பட்டனர். (2011இல்)[34] ஒட்டுமொத்த மக்கள்தொகையில் 14.2 சதவிகிதத்தைப் பிரதிநிதித்துவப்படுத்தும் ஒரு மக்கள் தொகைப் பிரிவின்சார்பில், ஒட்டுமொத்தமாக, (2018-க்கு முன்பாக) 229 பேர் போட்டியிட்டதில் 18 முஸ்லிம்கள் உச்சநீதிமன்ற நீதிபதிகளாக நியமிக்கப்பட்டனர், அது 8 சதவிகிதத்துக்கும் சற்றே குறைவானது,

மேலே மதிப்பாய்வு செய்யப்பட்ட அரசு நிறுவனங்களில் முஸ்லிம்கள் பாரம்பரியமாகக் குறைபிரதிநிதித்துவம் உடையவர்களாக

இருந்தாலும், பல ஆண்டுகளாக அவர்கள் இந்தியா முழுவதுமுள்ள பல்வேறு சட்டமன்றத் தொகுதிகளில் தங்கள் மக்கள் தொகை அதிகமுள்ள பகுதிகளில்-பாராளுமன்றத்தின் கீழ்சபையான மக்களவை உட்பட-வெற்றிபெற்று தங்களது எண்ணிக்கைகளை உறுதிசெய்துகொள்ள முடிந்தது.[35]

ஆனால் 1980 முதல் 2014 வரை, இந்தியப் பாராளுமன்றத்தின் கீழவையிலுள்ள முஸ்லிம் எம்.பி.க்களின் எண்ணிக்கை-எனவே அவர்களது சதவிகிதமும்-பாதிக்கும் அதிகமாகக் குறைந்தது (அட்டவணை 11.1-ஐப் பார்க்கவும்). அதே காலகட்டத்தில் இந்திய மக்கள்தொகையில் முஸ்லிம்களின் பங்கு (11.1 முதல் 14.2 சதவிகிதம் வரை) உயர்ந்ததால் இந்தப் பரிணாமம் மிகவும் முக்கியமானது. இதன் விளைவாக, இந்திய மக்கள்தொகையில் முஸ்லிம்களின் பங்குக்கும் மக்களவையில் அவர்களின் பங்குக்கும் இடையே உள்ள இடைவெளி ஐந்து மடங்கு அதிகரித்து (9-லிருந்து 4.2 சதவீதமாகக் குறைந்தது) 1980 மற்றும் 2014க்கு இடையில் 2 முதல் 10 சதவீத புள்ளிகள் வரை உயர்ந்தது. இந்தப் போக்குக்கான பொறுப்பு முதன்மையாக பா.ஜ.க.வையே சாரும். இந்தக் கட்சி ஒருபோதும் சில முஸ்லிம் வேட்பாளர்களைத் தவிரக் கூடுதலானவர்களுக்கு வாய்ப்பு அளிக்கவில்லை, அதிலும் எந்தத் தொகுதியில் கட்சி வெற்றிபெற மிகக்குறைந்த வாய்ப்பு இருக்கிறதோ அங்கேதான் நிறுத்தப்பட்டனர். அதுவும் பா.ஜ.க. குழுவினர் எண்ணிக்கை பாராளுமன்றத்தில் தொடர்ந்து அதிகரிக்கத் தொடங்கியிருந்தபோது.

2009இல் பா.ஜ.க. நான்கு முஸ்லிம் வேட்பாளர்களை நிறுத்தியது, அல்லது அதன் ஒட்டுமொத்த வேட்பாளர்களில் 0.48 சதவிகிதம், அவர்களில் ஒரே ஒருவர் மட்டுமே வெற்றிபெற்றார். 2014 மற்றும் 2019இல், அதன் மொத்த வேட்பாளர்களான 428 மற்றும் 436இல் அது முறையே ஏழு மற்றும் ஆறு முஸ்லிம் வேட்பாளர்களை நிறுத்தியது (அல்லது 2 சதவிகிதத்துக்கும் மற்றும் 1.4 சதவிகிதத்துக்கும் குறைவாக), அவர்களில் ஒருவரும் வெற்றிபெறவில்லை. இந்தியாவின் வரலாற்றில் முதன்முறையாக, பொதுத் தேர்தலில் வெற்றிபெற்ற கட்சி அதன் நாடாளுமன்றக் குழுவில் ஒரேயொரு முஸ்லிமைக்கூட கொண்டிருக்கவில்லை, எனவே, மகாராஷ்டிரா போன்ற மாநிலம் அதன் மக்களவையில் ஒரேயொரு முஸ்லிம் எம்.பி.யைக்கூட கொண்டிருக்கவில்லை-ஏற்கெனவே 2009-லும் இதுவே நடந்தது.

நிறைய முஸ்லிம் வேட்பாளர்களைத் தேர்தல் களத்தில் நிறுத்தாத பா.ஜ.க.வின் முடிவு, முழுக்க முஸ்லிம்[36] வாக்குகளிலிருந்தும்-பொதுவாகச் சிறுபான்மையினர் வாக்குகளிலிருந்து கட்சியை விடுவிக்கும் நோக்கிலானது, அதற்கும் அப்பால், பொதுவாகச்

அட்டவணை 11.1 மக்களவையில் முஸ்லிம் பாராளுமன்ற உறுப்பினர்கள்

வருடம்	10 ஆண்டு மக்கள்தொகை கணக்கெடுப்பின்படி	மொத்த இடங்களின் எண்ணிக்கை	முஸ்லிம் எம்.பி.க்களின் எண்ணிக்கை	முஸ்லிம் எம். பி.க்களின்%
1980	11.4 (1981)	542	49	9
1984	11.4 (1981)	542	46	8.4
1989	11.4 (1981)	543	33	6
1991	12.6 (1991)	543	28	5.1
1996	12.6 (1991)	543	28	5.1
1998	12.6 (1991)	543	28	5.1
1999	12.6 (1991)	543	32	5.8
2004	13.4 (2001)	543	35	6.4
2009	13.4 (2001)	543	29	5.3
2014	14.2 (2011)	543	23	4.2
2019	14.2 (2011)	543	25	4.4

ஆதாரங்கள்: Christophe Jaffrelot மற்றும் Gilles Verniers, "The Reconfiguration of India's Political Elite: Profiling the 17th Lok Sabha, Contemporary South Asia 28, no. 2 (மே 18, 2020), https://doi.org/ 10.1080/09584935.2020.1765984, SPINPER – இந்திய தேசிய மற்றும் மாகாண தேர்ந்தெடுக்கப்பட்ட பிரதிநிதிகளின் சமூக விவரம், அசோகா பல்கலைக்கழகம் மற்றும் அறிவியல் திட்ட முடிவுகளை இணைக்கும் CNRS-ஆதரவு சர்வதேச ஆராய்ச்சி திட்டத்திலிருந்து தரவுகளைப் பெற்று எழுதப்பட்ட ஒரு கட்டுரை.

சிறுபான்மையினர்-விஷயத்தில் இந்து தேசியவாதிகளுக்கு முன்மாதிரியாகத் தோன்றும் டொனால்டு ட்ரம்பின் வியூகத்தைப் பின்பற்றியது. 2017 உத்தர பிரதேச தேர்தல் பிரச்சாரத்தின்போது அவர்களுள் ஒருவர் பிரசாந்த் ஜா-விடம்: "ஒவ்வொருவரும் முஸ்லிம்களிடம் ஆதரவு கோருகிறார்கள். நாங்கள் இந்துக்களிடம் கூறினோம்-அவர்கள் ஒன்றிணைவார்கள், நாம் எப்போதும் பிளவுபட்டே இருக்கப்போகிறாமா? அமெரிக்காவில், அமெரிக்காவின் அதிபராக வருவதென்பதைத் தீர்மானிப்பது கருப்பர்களோ, ஹிஸ்பானிக்குகளோ, முஸ்லிம்களோ அல்ல, வெள்ளையர்கள் என்பதைக் காட்டினார் ட்ரம்ப். இங்கேயும், உ.பி.யை யார் ஆள்வதென முஸ்லிம்கள் தீர்மானிக்கப்போவதில்லை. அதை மற்ற அனைத்து இந்துக்களும் தீர்மானிக்கவேண்டும். அவர்கள் நம்மைத் தோற்கடிக்கவிரும்புகிறார்கள். நாம் அவர்களையும் அவர்களது கட்சிகளையும் தோற்கடிக்கவிரும்புகிறோம். இது ஒரு போர்."[37]

இனப் பெரும்பான்மையை, தேர்தல் பெரும்பான்மையுடன் இணங்கச் செய்து, அதன்மூலம் சிறுபான்மையினரை விளிம்புக்கு நெருக்கக்கூடிய அரசியல் பெரும்பான்மைவாதம் அல்லது இன ஜனநாயகத்துக்கான தெளிவான வெளிப்பாட்டைக் கண்டறிவது சிரமமானது. அனைத்துக்கும் மேலாக, அரசியல் அரங்கில் குறிப்பாகச் சிறுபான்மையினரை ஓரம்கட்டுவதை இலக்காகக் கொண்ட பா.ஜ.க., இந்து வாக்குகளை அணிதிரட்டுவதன் மூலம், முஸ்லிம் பெரும்பான்மை கொண்ட தொகுதிகளைத் தவிர்த்த இடங்களில், மற்ற கட்சிகளும் முஸ்லிம் வேட்பாளர்களை நிறுத்துவதைத் தவிர்க்கப் பெரிதும் தூண்டியது. குறிப்பாக இந்தத் தந்திரம் காங்கிரஸ் விஷயத்தில் தெளிவாக இருந்தது, காங்கிரஸ் முஸ்லிம்களின் சமூகப் பொருளாதார நிலையில் அக்கறை காட்டி அவர்களின் வாக்கு வங்கியை வளர்ப்பதாக பா.ஜ.க. குற்றம்சாட்டியது (இது தவறான கூற்று என்பதோடு, மேலும்,[38] முஸ்லிம்களிடமிருந்து விலகியிருப்பதன் மூலம் இந்துப் பெரும்பான்மையைத் தன் பக்கம் இழுக்கமுயற்சித்தது. 2009இல், காங்கிரஸ் அதன் பாரம்பரிய மதச்சார்பின்மையைத் தழுவும் உறுதியின்றி, வெறும் 31 வேட்பாளர்களை மட்டுமே நிறுத்தியது (அதன் மொத்த வேட்பாளர்களில் வெறும் 3.7 சதவிகிதம்), அவர்களில் 11 பேர் மட்டுமே வென்றனர். அந்த வருடம், அதிக எண்ணிக்கையிலான முஸ்லிம் வேட்பாளர்களை நிறுத்தி, அவர்களை வெற்றிபெறச் செய்த பிராந்திய கட்சிகள், பகுஜன் சமாஜ் கட்சி உள்ளிட்டவையாகும்.[39] ஐந்து வருடங்களுக்குப் பின் காங்கிரஸ், அதன் 462 வேட்பாளர்களுள் 27 முஸ்லிம் வேட்பாளர்களை நிறுத்தியது (மொத்த வேட்பாளர்களில் 6 சதவிகிதத்துக்கும் குறைவாக). சுவாரசியமாக, 2019இல் கட்சியானது கூடுதலாக 8 முஸ்லிம் வேட்பாளர்களை நிறுத்தியது (அதன் ஒட்டுமொத்த வேட்பாளர்களில் 8.6 சதவிகிதம்). முஸ்லிம் கட்சி அல்லாதவற்றின் இடையே ராஷ்ட்ரிய ஜனதா தளம், சமாஜ்வாடி கட்சி, திரிணமுல் காங்கிரஸ், சி.பி.ஐ.(எம்) கட்சிகள் மட்டுமே மக்கள் தொகையில் முஸ்லிம் பங்கைவிட அதிக சதவிகிதத்தில் குறிப்பிடும்படியான முஸ்லிம் வேட்பாளர்களை நிறுத்தின.-அவர்களது மாநிலத்தில் உள்ள முஸ்லிம் மக்கள்தொகை அளவில் இல்லாமல் அனைத்திந்திய அளவிலான சதவிகிதத்தில், (அட்டவணை 11.2-ஐப் பார்க்கவும்). ஆனால் பல சந்தர்ப்பங்களில், கேள்விக்குரிய வேட்பாளர்கள் இந்தக் கட்சிகள் வலுவாக உள்ள தொகுதியிலிருந்து தொலைவிலுள்ள தொகுதிகளில் இருந்தனர், இந்த வேட்பாளர்களில் சிலர் வாபஸ் பெறப்பட்டனர்.[40]

அனைத்து அரசியல் கட்சிகளும், 2014இல் மக்களவைக்கு 10 சதவிகிதத்திற்கும் குறைவான முஸ்லீம் வேட்பாளர்களையும்,

அட்டவணை 11.2 2014 மற்றும் 2019 மக்களவைத் தேர்தல்களில் முஸ்லிம் வேட்பாளர்கள், கட்சி வாரியாக

	முஸ்லிம் வேட்பாளர்கள்		மொத்த வேட்பாளர்கள்		சதவிகிதம்	
கட்சி	*2014*	*2019*	*2014*	*2019*	*2014*	*2019*
ஆம் ஆத்மி	41	1	427	35	9.6	2.9
AGP	1	1	12	3	0.8	33.3
அ.இ.அ.தி.மு.க.	5	0	40	21	0.1	0
அ.இ.பா.பி	5	3	39	35	12.8	8.6
அ.இ.தி.கா	21	12	131	62	16	19.4
அ.ஐ.ஜ.மு	10	N/A	18	N/A	55.5	N/A
பி.ஜ.த	0	0	21	21	0	0
பா.ஜ.க	7	6	428	436	1.6	1.4
ப.ஜ.க.	48	38	501	383	9.6	9.9
இ.க.	2	4	68	49	2.9	8.1
மா.க	14	8	93	69	15	11.6
தே.மு.தி.க.	0	0	14	4	0	0
தி.மு.க.	2	0	35	23	5.7	0
இ.தே.கா.	27	35	462	421	5.6	8.3
இ.தே.லோ.த	1	0	10	10	10	0
இ.யூ.மு.லீ.	22	7	25	9	88	77.8
ஜ.த.(எஸ்)	2	0	33	9	6	0
ஜ.த.(யூ)	8	3	93	25	8.6	12
ஜ.கா.தே.மா.	3	3	3	3	100	100
ஜா.மு.மோ	2	1	22	13	9	7.7
லோ.ஜ.க.	1	1	7	6	14	16.7
ம.தி.மு.க.	0	N/A	6	N/A	0	N/A
ம.ந.சே	0	N/A	10	N/A	0	N/A
தே.கா.க.	3	3	35	34	8.6	8.8
பா.ம.க.	0	0	9	7	0	0
அமைதிக் கட்சி	24	N/A	51	N/A	47	N/A
ரா.ஜ.த.	6	5	29	21	20.7	23.8
ரா.லோ.த.	0	0	10	3	0	0
சி.அ.த.	0	0	10	10	0	0
சிவசேனா	1	2	58	98	1.7	2
ச.க.	36	8	195	49	18.4	16.3
தெ.தே.க.	2	0	30	25	6.7	0
தெ.ரா.ச.	1	0	17	17	5.9	0
இதர கட்சிகள்	23	N/A	305	N/A	7.5	N/A
மொத்தம்	320	396	3 245	4584	9.9	8.6

ஆதாரம்: SPINPER–இந்திய தேசிய மற்றும் மாகாண தேர்ந்தெடுக்கப்பட்ட பிரதிநிதிகளின் சமூக விவரக்குறிப்பு, அசோகா பல்கலைக்கழகம் மற்றும் அறிவியல் திட்ட முடிவுகளுடன் தொடர்புடைய CNRS–ஆதரவு சர்வதேச மெய்நிகர் ஆய்வகம்.

2019இல் 8.6 சதவிகிதத்திற்கும் குறைவான முஸ்லிம் வேட்பாளர்களை நிறுத்தியது மட்டுமல்லாமல், அனைத்துக்கும் மேலாக, எவரும் தேர்ந்தெடுக்கப்படவில்லை. உச்சமாகக் கீழ்சபைக்குத் தேர்ந்தெடுக்கப்பட்ட முஸ்லிம் பிரதிநிதிகள் 4.2-4.5 சதவிகிதத்தினரே. இந்துப் பெரும்பான்மைவாத ஏற்றத்துடன் தொடர்புடைய இந்தக் குறைபிரதிநிதித்துவம், முன்னோடியில்லாத சூழலால் அரசாங்க மட்டத்தில் பிரதிபலித்தது. 2014இல், முதல் மோடி அரசாங்கத்தில் இரண்டே உறுப்பினர்கள் மட்டும்-அல்லது 3 சதவிகிதத்தினருக்கும் குறைவான முஸ்லிம்களே இருந்தனர். இருவருமே ராஜ்ய சபாவிலிருந்து (மேல் சபை) வந்தவர்கள், மக்களவையின் பா.ஜ.க. எம்.பி.க்களில் யாரும் முஸ்லிம்கள் இல்லை. மக்களவை எம்.பி.க்களை மட்டுமே இந்தியாவில் அரசாங்க அமைச்சர்களாக நியமிக்க முடியும். ஆனாலும், அதிகாரத்திலுள்ள கட்சியானது அதன் அமைச்சரவையில் அடையாளத்துக்காக ஒன்று அல்லது இரு முஸ்லிம்களை அமைச்சரவையில் சேர்க்கவிரும்பியது. ஜூலை 2016இல், சிறுபான்மையினர் விவகாரத்துக்கான அமைச்சர் நஜ்மா ஹெப்துல்லா பதவியை ராஜினாமா செய்தார், ஆனால் அந்த இடத்துக்கு மற்றொரு முஸ்லிம் அமைச்சரான, முக்தார் அப்பாஸ் நக்வி நியமிக்கப்பட்டார் (அதற்குமுன் மாநில அமைச்சர்).[41] பின்னர் அமைச்சரவையில் வெளிவிவகாரத் துறை அலுவல்களுக்கான அமைச்சராக இருந்த எம்.ஜே. அக்பர், இரண்டாவது முஸ்லிம் அமைச்சராக நியமிக்கப்பட்டார், ஆனால் அவரும் 2018இல் ராஜினாமா செய்தார். இந்தியக் குடியரசின் அதிகாரத்தின் இருப்பிடத்தைக் கண்டறிந்து, மூத்த பத்திரிகையாளர் சேகர் குப்தா, "இந்திய சிறுபான்மையினர் ஒருபோதும் அதிகாரக் கட்டமைப்புக்கு இத்தனை வெளியே இருந்ததில்லை. இதுபற்றி அவர்கள் அமைதியற்ற உணர்வைக் கொண்டிருப்பது நியாயமானது"[42] என்றார். 2018 முதல் மோடி அரசாங்கத்தின் ஒரே முஸ்லிம் முகம் நக்வி மட்டுமே.

இருப்பினும் நிலைமையை முழுமையாக மதிப்பிடுவதற்கு இந்திய ஒன்றியத்தின் மாநில அளவிலான ஒரு ஆய்வு அவசியம். இதுவரை முஸ்லிம் முதல்வர்கள் யாரும் கிடையாது என்ற உண்மையைத் தவிர்த்து, மாநில சட்டமன்றங்களிலும் (எம்.எல்.ஏ.க்களாக) அரசாங்கங்களிலும் (அமைச்சர்களாக அல்லது மாநில அமைச்சர்களாக) முஸ்லிம் பிரதிநிதிகளின் இருப்பு குறைந்து வருகிறது. டிசம்பர் 2020இல், இந்திய முஸ்லிம்களில் 80 சதவிகிதத்தைப் பிரதிநிதித்துவப்படுத்தும் பத்து மாநிலங்களின் (உத்தர பிரதேசம், மேற்கு வங்காளம், பீகார், மகாராஷ்டிரம், அஸ்ஸாம், கேரளா, கர்நாடகா, ராஜஸ்தான், குஜராத், ஜார்கண்ட்) 281 அரசாங்க உறுப்பினர்களில் 16 பேர் மட்டுமே முஸ்லிம்கள்

(அதாவது 5.7 சதவிகிதம்). பா.ஜ.க. ஆட்சிக்கு வந்ததன் காரணமாகவே ஓரளவு இந்த நிலை ஏற்பட்டது. பா.ஜ.க. ஆளும் மாநிலங்களில் அதன் அரசாங்கத்தில் முஸ்லிமை உடைய ஒரே மாநிலம் உத்தர பிரதேசம் மட்டும்தான். குஜராத், கர்நாடகா, அஸ்ஸாம் அல்லது பீகார் (இங்கு ஒருங்கிணைந்த ஜனதா தளத்துடன் பா.ஜ.க. கூட்டணி அமைத்துள்ளது) இம்மாநில அரசாங்கத்தில் ஒரேயொரு முஸ்லிம்கூடக் கிடையாது. 2014இல், பா.ஜ.க.வின் வெற்றிக்கு முன் உத்தர பிரதேசம், அஸ்ஸாமில் அங்கே 34 முஸ்லிம் அமைச்சர்கள் இருந்தனர்.[43] இந்த நிலைமை எம்.எல்.ஏ.க்களின் சமூகவியல் பிரதிபலிப்பாகவும் இருந்தது.

ஸ்பின்பர் தரவுத் தொகுப்பின்படி, 2014-2018-க்கு இடையில் தங்களது சட்டமன்றங்களைப் புதுப்பித்த பதினான்கு மாநிலங்களில், முஸ்லிம்கள் வேட்பாளர்களாக 9.3 சதவிகிதமும், வெற்றிபெற்றவர்களில் 7.1 சதவிகிதமும் மட்டுமே தேர்ந்தெடுக்கப்பட்டுள்ளனர். இந்தப் புள்ளிவிவரங்கள் முதன்மையாகச் சில மாநிலங்களில் பா.ஜ.க.வின் செயல்பாட்டைப் பிரதிபலிக்கிறது. ஜனவரி 2018இல் இந்தச் சட்டமன்றங்களில் பா.ஜ.க.வின் தேர்ந்தெடுக்கப்பட்ட 1,418 பிரதிநிதிகளில், நான்கு பேர் மட்டுமே முஸ்லிம்கள், பா.ஜ.க. ஆளும் மாநில அரசாங்கங்களில் (இங்கே கூட்டணி அரசாங்கங்கள் கணக்கில் கொள்ளப்படவில்லை) இரண்டு பேர் மட்டுமே முஸ்லிம்கள்.[44] பா.ஜ.க. நீண்டகாலமாக ஆட்சி செய்துவரும் மாநிலங்களில் (குஜராத் போன்ற மாநிலத்தில், 2007 முதல் அக்கட்சி ஒரேயொரு முஸ்லிம் வேட்பாளரைக்கூட நிறுத்தவில்லை[45]), (முஸ்லிம்கள் 34 சதவிகிதம் உள்ள) சமீபமாக வென்ற அஸ்ஸாம் போன்ற மாநிலங்களிலும், இந்த நிலை உண்மையாக உள்ளது. (அது வெற்றிபெற்றுள்ள 2017 தேர்தலில்) அதன் 61 எம்.எல்.ஏ.க்களில் ஒரேயொரு தேர்ந்தெடுக்கப்பட்ட முஸ்லிம் பிரதிநிதியை மட்டுமே கொண்டுள்ளது.[46]

பொதுவாக, முன்பு ஒரு பிராந்தியக் கட்சி ஆட்சி செய்த மாநிலத்தை புதிதாக பா.ஜ.க. வெற்றிகொள்ளும்போது, முஸ்லிம் எம்.எல்.ஏ.க்களின் எண்ணிக்கை சரிகிறது (அட்டவணை 11.3-ஐப் பார்க்கவும்). மிகவும் அற்புதமான உதாரணத்தை உத்தர பிரதேசத்தில் காணலாம், அங்கே 2017இல் அவர்களது விகிதம் 17-லிருந்து 6-க்குச் சென்றது. 2012இல் 17 சதவிகிதம் சாதித்ததற்கு முக்கியமாக சமாஜ்வாடியின் வெற்றியே காரணம்,[47] அக்கட்சி முஸ்லிம் எம்.எல்.ஏ.க்களின் பங்கை உத்தர பிரதேசத்திலுள்ள மக்களின் பங்குக்கு நெருக்கமாகக் கொண்டுசென்றது-அதாவது 2011 மக்கள்தொகைக் கணக்கின்படி முஸ்லிம்களின் மக்கள்தொகை 18.5 சதவிகிதம்-பா.ஜ.க.வின் மகத்தான வெற்றியுடன் தொடர்புடைய 6 சதவிகித எண்ணிக்கையானது கட்சி ஏற்கனவே மாநிலத்தில்

ஆட்சியைக் கைப்பற்றியிருந்த 1991 உடன் ஒப்பிடக்கூடிய குறைவான பிரதிநிதித்துவத்தைப் பிரதிபலிக்கிறது.[48] அதேபோல பீகாரிலும், 2020 தேர்தலில் பா.ஜ.க.வின் எழுச்சியுடன், (243 இடங்களில்) முஸ்லிம் எம்.எல்.ஏ.க்களின் எண்ணிக்கை 24-லிலிருந்து 19 ஆகச் சரிந்தது.[49] சுதந்திரத்துக்குப் பின்பு முதல்முறையாக, அம்மாநிலத்தில் ஒரேயொரு தேர்ந்தெடுக்கப்பட்ட முஸ்லிம் பிரதிநிதிகூட இல்லாமல் ஆளுங்கட்சி கூட்டணி அமைந்திருந்தது.[50]

காங்கிரஸிடமிருந்து பா.ஜ.க.வுக்கு ஆட்சி கைமாறியபோது, இதேபோன்ற முஸ்லிம் பிரதிநிதிகளின் எண்ணிக்கைச் சரிவு, கவனிக்கப்படவில்லை. ஏனெனில் காங்கிரஸ் ஒருபோதும் மிக அதிக எண்ணிக்கையில் முஸ்லிம் வேட்பாளர்களை நிறுத்தியதில்லை. பல மாநிலங்களில், களங்கப்படுத்தப்பட்ட சிறுபான்மையினருக்கு ஆதரவாக இருப்பதாகத் தெரிந்தால் பெரும்பான்மை சமூகத்திடம் அந்நியப்பட்டுப் போய்விடுவோமோ என்ற பயத்தில், காங்கிரஸ் இப்போது பெரும் எண்ணிக்கையிலான முஸ்லிம் வேட்பாளர்களை நிறுத்தத் துணிவதில்லை. மகாராஷ்டிராவில் (அந்த மாநிலத்தில் உள்ள மக்கள்தொகையில் முஸ்லிம்களின் பங்கு பாதியென்றபோதும்), எந்தக் கட்சி வெற்றிபெற்றாலும் எம்.எல்.ஏ.க்களில் முஸ்லிம்களின் விகிதம் ஒருபோதும் 5 சதவிகிதத்தைத் தாண்டியதில்லை காங்கிரஸ் வெற்றிபெற்றபோதும், அது ஒருபோதும் 7 சதவிகித முஸ்லிம் வேட்பாளர்களுக்கு அதிகமாக நிறுத்தியதில்லை. குஜராத்தில், பா.ஜ.க. ஆட்சிக்கு வரும் முன்பாக 1990-லேயே ஏற்கெனவே சட்டசபையில் முஸ்லிம் உறுப்பினர்கள் 1 சதவிகிதத்துக்கு அதிகமாக இருக்கவில்லை-அவர்கள் அதேயளவிலேயே தொடர்ந்தனர், காங்கிரஸ் தேர்தல்களில் அரை டஜன் முஸ்லிம் வேட்பாளர்களுக்கு அதிகமாக ஒருபோதும் நிறுத்தியதில்லை. இந்தச் சூழல் மத்தியப்பிரதேசம், கர்நாடகாவுடன் ஒப்பிடத்தக்கது. இதற்கு மாறாக, ராஜஸ்தானில் 1990-களில் இருந்து இந்து தேசியவாதத்தின் எழுச்சி இருந்தபோதும், காங்கிரஸ் எப்போதும் ஒரே எண்ணிக்கையிலான முஸ்லிம் வேட்பாளர்களையே எப்போதும் நிறுத்திவருகிறது. இருந்தும் மிக சுவாரசியமானது என்னவெனில்-பதிமூன்றுக்கும் பதினான்குக்கும் இடையிலான, அல்லது வேட்பாளர்களில் குறைந்தபட்சம் 8 சதவிகிதம் என்பது மக்கள்தொகையில் முஸ்லிம்களின் பங்குக்கு நெருக்கமான விகிதம், 2011இல் இது 9 சதவிகிதமானது-இது 1960 முதல் 1980இல் இருந்ததைவிடவும் அதிகமானது. இந்தப் போக்கு மகாராஷ்டிராவிலும் காணப்படுகிறது.[51]

இன்று, பெரும்பான்மைக் கட்சியான திரிணமூல் காங்கிரஸின் வியூகத்தின் காரணமாக, எம்.எல்.ஏ.க்களிடையே முஸ்லிம்களின் சதவிகிதம் வளர்ச்சி காணும் ஒரே மாநிலம் மேற்கு வங்காளம்தான்,

அட்டவணை 11.3 தேர்ந்தெடுக்கப்பட்ட மாநில சட்டசபைகளில் முஸ்லிம் வேட்பாளர்கள் மற்றும் எம்.எல்.ஏ.க்கள் (%)

மாநிலம்	1962	1967–1969	1969–1971	1972–1978	1980–1983	1985–1987	1989–1991	1993–1996	1996–2001	2002–2006	2007–2011	2012–2016	2017–2019
குஜராத்	**2.9**	**1.6**	**3.3**	**4.5**	**4.1**	**4.1**	**5.7**	**6.7**	**4.6**	**4.5**	**6.6**	**9**	**6.7**
	5.1	2.3	1.8	2.2	6	4.9	1	0.5	2.7	1.6	2.7	1	1.6
	8.1	8.1	8.1	8.4	8.5	8.5	8.5	8.7	8.7	9	9	9.7	9.7
கர்நாடகா	N/A	N/A	N/A	**7.5**	**6.7**	**6.5**	**5.7**	**5.8**	**6.6**	**5.8**	**6.8**	**6.8**	**9.5**
				7.1	1.3	4	4.9	2.7	5.3	1.8	2.7	2.7	3.1
				10.6	11	11	11	11.6	11.6	12.2	12.2	12.9	12.9
மத்தியப்பிரதேசம்	**1.5**	**1.9**	**2.5**	**2.8**	**3.5**	**4.6**	**5.4**	**4.7**	**3.1**	**4**	**4.1**	**4.9**	**5.56**
	2.4	1	2.7	0.9	2.1	1.5	0.9	0	1.8	0.9	0.4	0.4	0.87
	4	4	4	4.4	4.8	4.8	4.8	5	5	6.4	6.4	6.6	6.6
மகாராஷ்டிரம்	**3.8**	**2.2**	**4.6**	**4.7**	**4.9**	**7**	**8.9**	**7.6**	**7.8**	**8.7**	**10.3**	**9**	**12**
	4.2	2.6	5.2	3.8	5.2	9	2	2.4	4.9	3.5	3.8	3.1	3.5
	7.7	7.7	7.7	8.4	9.2	9.2	9.2	9.7	9.7	10.6	10.6	11.5	11.5
ஒடிஷா	NA	**0.6**	**0.5**	**0.7/1.6**	**0.9**	**1.2**	**0.8**	**1.2**	**1.1**	**1.5**	**1**	**1.2**	N/A
		0	0.7	1.4/0.7	2	2.7	1.4	1.4	0.7	2	0	0.7	
		1.2	1.2	1.5	1.6	1.6	1.6	1.8	1.8	2	2	2.2	
ராஜஸ்தான்	**3.6**	**2.9**	**5**	**5.3**	**6.4**	**7.8**	**7.2**	**8.9**	**5.8**	**6.4**	**6.2**	**7.2**	**7.48**
	1.7	3.2	3.2	4.5	5	4	4	2	6.5	2.5	6	1	4
	6.5	6.5	6.5	6.9	7.3	7.3	7.3	8	8	8.5	8.5	9.1	9.1
உத்தர பிரதேசம்	**7.7**	**9.1**	**9.7**	**10/12**	**10.8**	**10.2**	**12.7/10.7**	**10.6**	**8.7**	**10.6**	**11.3**	**12.8**	**10.3**
	6.7	6.8	8.2	9.7/11. 5	11.7	12.2	9.6/5.5	7.5	11.7	11.7	13.9	16.9	5.6
	14.6	14.6	14.6	15.5	15.9	15.9	15.9	17.5	17.5	18.5	18.5	19.3	19.3
மேர்குவங்கம்	**10.4**	**7.4**	**11.6/11.1**	**11**	**11.6**	**11.3**	**11**	**10.6**	**11.4**	**12**	**11.2**	**10.7**	N/A
	11.1	13.6	13.6/13.6	14.7	14.6	12.9	14.6	15	14.3	14	20	20	
	20	20	20	20.5	21.5	21.5	21.5	23.6	23.6	25.3	25.3	27	

ஆதாரம்: SPINPER-இந்திய தேசிய மற்றும் மாகாண தேர்ந்தெடுக்கப்பட்ட பிரதிநிதிகளின் சமூக விவரக்குறிப்பு, அசோகா பல்கலைக்கழகம் மற்றும் அறிவியல் திட்ட முடிவுகளுடன் தொடர்புடைய CNRS-ஆதரவு சர்வதேச மெய்நிகர் ஆய்வகம். *குறிப்புகள்:* இரண்டு அல்லது மூன்று பிரதான கட்சிகளால் நிறுத்தப்பட்ட முஸ்லீம் வேட்பாளர்களின் சதவீதங்கள் தடிமனான எழுத்தில் உள்ளன; சாய்வு எழுத்துகளில் உள்ள புள்ளிவிவரங்கள் எம்.எல்.ஏ.க்களில் முஸ்லிம்களின் சதவீதம்; பரிசீலனையில் உள்ள பத்தாண்டுகளின் மக்கள்தொகைக் கணக்கெடுப்பின்படி கேள்விக்குரிய மாநிலத்திலுள்ள முஸ்லிம்களின் சதவீதங்கள் அடிக்கோடிட்டுக் காட்டப்பட்டுள்ளன. சம்பந்தப்பட்ட காலகட்டத்தில் இரண்டு தேர்தல்கள் நடந்தபோது சில சதுரங்களில் இரண்டு புள்ளிவிவரங்கள் குறிக்கப்பட்டுள்ளன. இன்னும் பல மாநிலங்களை உள்ளடக்கிய மேலும் விரிவான கண்ணோட்டத்துக்கு பார்க்கவும், Christophe Jaffrelot, "The Fate of Secularism in India," in The BJP in Power: Indian Democracy and Religious Nationalism, ed. Milan Vaishnav (Washington, DC: Carnegie Endowment for International Peace, 2019), 57, accessed September 9, 2020, https://carnegieendowment.org/files/BJPInPowerfinal.pdf.

நிலையான பிரதிநிதித்துவக் கொள்கையைப் பின்பற்றுபவர்கள், தேர்ந்தெடுக்கப்பட்ட சட்டமன்றத்தின் ஒவ்வொரு உறுப்பினரும் பொதுநலத்துக்காக வாதாடுவதால், தேர்ந்தெடுக்கப்பட்ட பிரதிநிதிகளின் அடையாளம் ஓரளவே பொருட்படுத்தத்தக்கது எனக் கருத, மாறாக அடையாள பிரதிநிதித்துவக் கொள்கையை ஆதரிப்போரோ-மொழி, இனம், அல்லது பாலினம், கலை, சமூகப் பொருளாதாரம் அல்லது இதர அம்சங்களின் அடிப்படையிலான சமூகக் குழுக்கள் விவாதங்களின் மூலமாகவும், சட்டமியற்றல் மூலமாகவும் ஆதரவளிக்கப்பட்டுப் பாதுகாக்கப்படவேண்டும் என்கின்றனர்.[52] ஐக்கிய அமெரிக்காவில் குறிப்பிடத்தக்க ஆராய்ச்சி அமைப்பொன்று, 1970-களில் முதன்மையாகப் பெண்கள் மற்றும் சிறுபான்மையினருக்கு, அவர்களது அதே அந்தஸ்திலான பிரதிநிதிகளே காங்கிரஸில் ஆதரவாகச் செயல்பட்டனர் என்பதைக் காட்டுகிறது.[53] அதைப்போலவே, மக்களவையில் எம்.பி.க்களால் அரசாங்கத்திடம் கேட்கப்பட்ட ஆயிரக்கணக்கான கேள்விகளின் அடிப்படையிலான ஒரு அற்புதமான ஆய்வு, அவர்கள் மிகக் குறைவாகவே இருந்தாலும், தங்கள் சமூகத்தைக் குறித்து கணிசமான மற்றும் அதிகளவிலான கேள்விகளை அரசாங்கத்திடம் எழுப்பியுள்ளனர். அது கல்வி, வேலைகள், உருதுப் பயன்பாடு, மெக்கா புனிதப் பயணம், பாதுகாப்பு, இன்னபிற... என நீள்கிறது. 1999இல் 5.8 சதவிகிதமாக இருந்த முஸ்லிம் எம்.பி.க்களின் சதவிகிதம் 2014இல் 4.2 ஆகக் குறைந்தாலும், 1999-லிருந்து 2014-க்கு இடையே ஒவ்வோர் ஆண்டும் சட்டமன்றக் குழுவில் முஸ்லிம்கள் குறித்துக் கேட்கப்பட்ட கேள்விகளின் சதவிகிதம் 18 சதவிகிதத்திலிருந்து 25 சதவிகிதமாக அதிகரித்திருக்கிறது. இது முஸ்லிம் அல்லாத எம்.பி.க்கள் சிறுபான்மை முஸ்லிம் குறித்த பிரச்சனைகள் குறித்துக் குறைவாக அக்கறை காட்டியுள்ளனர் என்பதன் அறிகுறி.[54]

மொத்தத்தில், முஸ்லிம்கள் ஒருபோதும் தங்களது மக்கள்தொகை நிறைக்கு இணையாக இந்திய அரசின் நிறுவனங்களில் பிரதிநிதித்துவம் செய்யப்படாத நிலையில், சில சட்டசபைகளில் பாரம்பரியமாக அவர்களது அரசியல் செல்வாக்கு ஓரளவு குறிப்பிடத்தக்க அளவில் உள்ளது. இந்தக் கடைசிப் புகலிடமும், 2014இல் பா.ஜ.க.வின் தேர்தல் வெற்றியால் தேசிய அளவிலும் உத்தர பிரதேசம் போன்ற சில மாநிலங்களிலும் சுருங்கிவருகிறது. இன ஜனநாயகத்தின் அடையாளமான, நிறுவனங்களிலிருந்து இந்த வெளியேற்றம், முஸ்லிம் சிறுபான்மை சமூகத்தின் அரசியல் நலன்களுக்கு, குறிப்பாக பாராளுமன்றத்தில் கடுமையான விளைவுகளை ஏற்படுத்துகிறது. ஆனால் அதன் மிக முக்கியமான விளைவுகள், குறிப்பாக

அம்மக்களின் பாதுகாப்பு, அவர்களது உடைமைக்கான பாதுகாப்பு நிலைப்பாட்டிலிருந்து உணரத்தக்கவை.

காவல்துறை, நீதிமன்றங்களுடனான முஸ்லிம்களின் பரிவர்த்தனை

இந்திய நாட்டின் நிறுவனங்களில் அதிகரித்துவரும் முஸ்லிம் குறைப்பிரதிநிதித்துவம், சட்ட அமலாக்கம், நேரடி அரசாங்கத்தின்கீழ் வரும் படைகள் போன்றவற்றில் அவர்களின் ஊறுபடும்தன்மையை அதிகரிக்க, நீதிமன்றங்களோ பெருமளவில் சுதந்திரத்தைக் கொண்டிருக்கின்றன. இந்த நிலைமை சமீபத்தியது இல்லையென்றாலும், பா.ஜ.க. ஆட்சிக்கு வந்தது முதல் இது இன்னும் மோசமாகி வருகிறது.

இந்தியக் காவல்துறையில் இன, மதச் சார்பு

2018 காமன் காஸ்/சி.எஸ்.டி.எஸ். சர்வே, அதனுடைய இந்தியாவில் காவல்துறை நிலை அறிக்கை 2018இல் விரிவாக இந்த விவகாரத்தைப் பிரதிபலிக்கிறது. இந்திய காவல்துறை மத அடிப்படையில் பேதம் பாராட்டுவதாக, அதற்குப் பதிலளித்தவர்களில் பொதுவாக 21 சதவிகிதத்தினரும், 26 சதவிகித முஸ்லிம்களும் தெரிவித்துள்ளனர். இந்தக் கருத்தைப் பகிர்ந்துகொள்ளும் முஸ்லிம்களின் சதவிகிதம் மகாராஷ்டிராவில் 50 சதவிகிதம், ராஜஸ்தானில் 55 சதவிகிதம், பீகாரில் 56 சதவிகிதம்.[55] அத்தோடு, காவல்துறையினர் மீது பயம்கொண்டுள்ள 24 சதவிகித இந்துக்களுக்கு மாறாக (ஜாதி அடிப்படையில் இந்த அபிப்ராயம் கணிசமாக மாறுபடும் என்றபோதும்)[56], 54 சதவிகித முஸ்லிம்கள் காவல்துறையினர் குறித்துப் பயம்கொண்டுள்ளனர். காவல்துறையினரைப் பற்றி அதிகம் பயப்படும் முஸ்லிம்கள், காவல்துறை முஸ்லிம்களைப் பயங்கரவாதம் தொடர்பான வழக்குகளில் பொய்யாகச் சிக்க வைக்கிறது அல்லது இதுபோன்ற சம்பவங்கள் தங்களுக்குத் தெரியும் என்று நம்புபவர்கள். (கேள்வியானது இவ்வாறு அமைக்கப்பட்டிருந்தது: பலசமயங்களில் காவல்துறை முஸ்லிம்கள்மீது பொய்யான தீவிரவாதக் குற்றச்சாட்டைச் சுமத்தும். நீங்கள் ஒப்புக்கொள்கிறீர்களா அல்லது மறுக்கிறீர்களா?")[57] முன்னர் விவாதிக்கப்பட்ட களத்தில் உள்ள காவல்துறை அதிகாரிகளின் சார்பு போதுமான அளவு ஆவணப்படுத்தப்பட்டிருந்தாலும், 2000-களின் முற்பகுதியிலும், 2014-க்குப் பிறகும், இந்திய காவல்துறை உயரடுக்கின் சில கூறுகள் முஸ்லிம்களுக்கு எதிரான சார்புகளை வெளிப்படுத்துவதை இந்தியா கண்டுள்ளது. இந்த விஷயத்தில், தீவிரவாத எதிர்ப்பு முகமைகள் மீது சிறப்புக் கவனத்தை வெளிப்படுத்தவேண்டும்.[58]

2006இல் முப்பத்தியொரு பேரைக் கொன்ற மாலேகானிலுள்ள ஹமிதியா மசூதியில் நடந்த குண்டுவெடிப்பு நிகழ்வு, இந்தச் சூழ்நிலைக்குப் பொருத்தமான விளக்கத்தை அளிக்கிறது. மும்பை தீவிரவாத எதிர்ப்புப் படை (ஏ.டி.எஸ்), முதலில் இந்தத் தாக்குதல் முஸ்லிம்களின் ஒருங்கிணைந்த குற்றம் என விவரித்தாலும், பின்பு அது இந்திய மாணவர் இஸ்லாமிய இயக்கத்தின் (சிமி) அறிகுறிகளைக் கண்டதாக நம்பியது, இதன்மூலம் தீவிரவாதத்துக்கு எதிராகப் பயன்படுத்தப்படும் மாநிலத்தின் அவசரச் சட்டமான, மகாராஷ்டிரா ஒழுங்கமைக்கப்பட்ட குற்றங்கள் தடுப்புச் சட்டத்தைப் (எம்.சி.ஏ.சி.ஏ.) பயன்படுத்துவதை நியாயப்படுத்தியது. பத்து வருடங்களுக்குப் பின் மும்பை தீவிரவாத எதிர்ப்புப் படையின் காரணத்தை மறுகட்டுமானம் செய்த நீதிபதியின் கூற்று, "வகுப்புவாத கலகங்களைச் செய்ய முஸ்லிம் சமூகத்திடம் ஆத்திரத்தைத் தூண்டுவதற்காகக்"[59] கைதுசெய்யப்பட்ட முஸ்லிம்கள் ஒரு மசூதியை இலக்காக வைத்தனர். முஸ்லிம் இளைஞர்களைத் தீவிரவாதத்துக்குத் தூண்டவும் இந்துக்களுக்கு எதிராக அவர்களை அணிதிரட்டவும் இது நிகழ்த்தப்பட்டது. டஜன்கணக்கில் சந்தேகத்துக்குரியவர்கள் கைதுசெய்யப்பட்டனர், ஆனால் விசாரணை இழுத்துக்கொண்டே சென்றது. கடைசியில் அந்த வழக்கு 2007இல் மத்திய விசாரணைப் பிரிவுக்கு (சி.பி.ஐ.) வழக்கு மாற்றப்படுவதில் சென்றுமுடிந்தது அது. ஆண்டுக்கணக்கிலான பலனளிக்காத விசாரணைகளுக்குப் பின் 2010இல் சி.பி.ஐ. கடைசியாக இந்து தேசியவாதியும் மற்றொரு வழக்கில் கைதுசெய்யப்பட்டு, மாலேகான் வழக்கில் தனது இயக்கமான அபினவ் பாரத்தின் பொறுப்பை ஸ்வாமி அசீமானந்த் ஒப்புக்கொண்டு ஒப்புதல் வாக்குமூலம் தந்தான்-அதேபோல இஸ்லாமியத் தீவிரவாதிகளின் கணக்கில்விடப்பட்ட இன்னும் பல வழக்குகளிலும் குற்றத்தை ஒப்புக்கொண்டான்.[60] மன்மோகன் சிங் அரசு, மாலேகான் வழக்கை தேசிய விசாரணைக் கழகத்திடம் (என்.ஐ.ஏ.) ஒப்படைத்தது. குற்றஞ்சாட்டப்பட்டவர்களை, குற்றம்சாட்டுவதற்கான வாக்குமூலங்கள் சித்ரவதையின் மூலம் ஏ.டி.எஸ்.ஸால் பெறப்பட்டது என என்.ஐ.ஏ. ஒப்புக்கொண்டது, கடைசியாக 2016இல் விசாரணை நடைபெற்றது, நீதிபதி நிறைவாக, "உண்மையான குற்றவாளிகள் சுதந்திரமாக உலவ, குற்றஞ்சாட்டப்பட்ட அனைவருக்கும் எதிராகப் போலியான ஆதாரங்களை ஏ.டி.எஸ் ஜோடித்தது."[61] குற்றஞ்சாட்டப்பட்டவர்களில் ஒன்பது பேரின் விவகாரத்தில், அவர்கள் "குற்றவியல் முன்னோடியாக இருந்ததால், அவர்கள் ஏ.டி.எஸ்.ஸின் கைகளின் பலி ஆடுகளாக (உள்ளவாறே) மாறியிருக்கிறார்கள்"[62] எனக் குறிப்பிட்டார். எந்தக் காரணமும் இன்றி சிறையில் பத்து வருடங்கள் செலவிட்டபின், இவர்கள்

அனைவரும் குற்றவாளியல்ல என்று தீர்ப்புச் சொல்லப்பட்டு, விடுவிக்கப்பட்டனர்

இத்தகைய காட்சி முற்றிலும் விதிவிலக்கானதல்ல. அதே வருடத்தில், 2016, மேல்முறையீட்டில், புனேவில் (17 பேர் மரணமடைந்த) 2010 ஜெர்மன் பேக்கரி குண்டுவெடிப்பில் பொய்யாகக் குற்றம்சாட்டப்பட்ட முஸ்லிம் இளைஞனுக்கு எதிராக மும்பை ஏ.டிஎஸ்.ஸால் சுமத்தப்பட்ட தீவிரவாதக் குற்றச்சாட்டுகளை பாம்பே உயர்நீதிமன்றம் நீக்கியது. முதல் தீர்ப்பை வழங்கிய விசாரணை நீதிமன்றம் 2013இல் மரண தண்டனை விதிக்கப் பரிந்துரைத்திருந்தது.[63]

மகாராஷ்டிர காவல்துறை ஒன்றுக்கு மேற்பட்ட முறை "தவறுகள்" செய்திருக்கிறது. 2006இல், மும்பையில் பல்வேறு புகைவண்டிகளில் ஏழு குண்டுவெடிப்புத் தாக்குதலில் 209 உயிர்களைப் பலிவாங்கிய வழக்கின் விசாரணைக்குப் பின் 2015இல் நீதிமன்றம் அப்துல் வாஹித் ஷேக்கை விடுவிக்கும்படி உத்தரவிட்டது. ஒன்பது வருடங்கள் சிறையிலிருந்த பின் (அவற்றில் ஏழு வருடங்கள் தனிமைச் சிறை), பள்ளி ஆசிரியரான வாஹித் ஷேக், மும்பையில் பாகிஸ்தான் குற்றவாளிகளுக்கு அடைக்கலம் கொடுத்ததாகக் கூறப்பட்டு, பன்னிரண்டு பேருடன் சேர்ந்து அவர் எப்படி ஏ.டி.எஸ்.ஸால் கைதுசெய்யப்பட்டார் என நினைவுகூரும் புத்தகமொன்றை வெளியிட்டார். தேர்ட் டிகிரி சித்திரவதை என அவர் அழைக்கும் (பாலுறுப்பில் மின்னதிர்ச்சி, ஆசன வாயில் சூர்யபிரகாஷ் எண்ணெய் விடுதல், வாட்டர் போர்டிங் எனும் முகத்தைத் துணியால் மூடி ஒருவரை அசையவிடாமல் பிடித்துக்கொண்டு சுவாசப்பாதையில் நீரைப் பீய்ச்சுதல்) போன்றவற்றுக்கு உட்படுத்தப்பட்டதாகவும், அவரைத் தவிர மற்ற குற்றம்சாட்டப்பட்டவர்கள் அனைவரும் ஒப்புதல் வாக்குமூலத்தில் கையெழுத்திட்டு விட்டதாகவும் கூறியுள்ளார். அவரது குற்றமற்ற தன்மையில் நம்பிக்கை வைத்திருந்த வினோத் பட் எனும் காவல்துறை அதிகாரி ஒருவரின் உதவியால் அவர் தாக்குப்பிடித்தார்.[64] மற்றொரு புகைவண்டிக்கு குண்டுவைத்த வழக்கொன்றில்-2003இல் மும்பை புறநகர்ப் பகுதியான முலுண்ட் நிலையத்தில் நடந்தது-குற்றம்சாட்டப்பட்டவர்களில் ஒருவர், நீதிமன்றம் அவரது குற்றமற்ற தன்மையை 2017இல் அடையாளம் காணும் வரை பத்து வருடங்கள் சிறையிலேயே இருந்தார்.[65]

ஆனால் இத்தகைய தவறான செயல்களில் ஈடுபட்டது மகாராஷ்டிர காவல்துறை மட்டுமே அல்ல. இதேபோன்ற பல வழக்குகளில் குஜராத் காவல்துறையும் (அதேபோல மாநில நீதித்துறையும்) பகிரங்கமாக அவமானத்துக்குள்ளாகியுள்ளன. காந்திநகர் அக்சர்தாம் கோவில் தாக்குதல் வழக்கு மேல்முறையீடு செய்யப்பட்டபோது,

குஜராத் காவல்துறையின் கண்டுபிடிப்பு உச்சநீதிமன்றத்தால் கேலி செய்யப்பட்டது. 2002, செப்டம்பர் 24இல், ஏ.கே.-56 துப்பாக்கிகளும் கிரனேடுகளும் வைத்திருந்த இரண்டு நபர்கள் ஸ்வாமிநாராயண் பிரிவைச் சேர்ந்த பிரம்மாண்ட வளாகத்தில் ஊடுருவி, 28 நபர்கள் உள்பட சட்ட அமலாக்க அதிகாரிகள் மூவரைக் கொன்றனர். தேசிய பாதுகாப்புப் படையின் கமாண்டோ ஒருவர், அவர்களை மறுநாள் சுட்டுக்கொன்றார். இரு நபர்களின் பையில் இருந்த குறிப்புகள்: 'இது மோடி மற்றும் அத்வானிக்கான பரிசு.'[66] என்று இருந்ததாகச் சொல்லப்பட்டது. உடனடியாக குஜராத் போலீஸ் அந்தத் தீவிரவாதிகளுக்குப் பாகிஸ்தான் பின்னணி இருப்பதாக அறிவித்தனர். 2010இல் குற்றம்சாட்டப்பட்டவர்களில் மூவர், பெரிதும் சர்ச்சைக்குரிய விசாரணைக்குப் பின்[67], அவர்கள் லஷ்கர் இ தெய்பா, ஜெய்ஷ்-இ. முகம்மத்[68] ஆகியோர்களுடன் உறவில் இருப்பதாக முடிவுக்கு வந்திருந்தனர். ஆனால் குற்றம்சாட்டப்பட்டவர்கள் தீர்ப்பை எதிர்த்து மேல்முறையீடு செய்தனர். குஜராத் காவல்துறை விசாரணையில் கிடைத்த ஆதாரங்களின் அடிப்படையில் சிறப்பு பொடா (பயங்கரவாதத் தடுப்புச் சட்டம்) நீதிமன்றம், குஜராத் உயர்நீதிமன்றம் அளித்த தீர்ப்பை, உச்சநீதிமன்றம் ரத்து செய்தது: இந்தத் தாக்குதலுக்குத் தண்டனை விதிக்கப்பட்ட ஆறு பேர் பதினொரு ஆண்டுகள் சிறையில் அடைக்கப்பட்ட பின், உச்சநீதிமன்ற நீதிபதிகள் இந்த வழக்கின் கோப்பு காலியாக இருப்பதைக் கண்ட பின், அவர்களை விடுதலை செய்தனர்.[69]

சட்டவிரோத நடவடிக்கைகள் (தடுப்பு) சட்டத்தின் (யு.ஏ.பி.ஏ.) வரம்புக்குள் சிமியின் மூன்று உறுப்பினர்கள் மீது சுமத்தப்பட்ட குற்றச்சாட்டுகள் ஆதாரமற்றவை என்று கண்டுகொண்ட மாநில நீதிமன்றம், மத்தியப்பிரதேச காவல்துறையின் குற்றச்சாட்டை நிராகரித்தது.[70] ஆனால் இந்தத் தீர்ப்பால் அவர்கள் ஆதாயமடைய முடியவில்லை. ஏனெனில் சிறையிலிருந்து தப்ப முயற்சித்ததாகச் சுட்டுக்கொல்லப்பட்ட எட்டு முஸ்லிம்களில் இவர்களும் அடக்கம் எனக் காவல்துறையால் சொல்லப்பட்டது.[71] ராஜஸ்தானில், பாபர் மசூதி முதலாம் ஆண்டு நினைவு தினத்தில் பல புகைவண்டிகளில் பயணம்செய்து, 1993இல் தாக்குதல் நடத்தியதாக, இருபது வயது பார்மஸி மாணவரை, அவரது ஒப்புதல் வாக்குமூலத்தின் அடிப்படையில் மட்டுமே சிறையில் தள்ளியது. தடாவின் சட்டகத்தில் (பயங்கரவாத மற்றும் சீர்குலைப்பு நடவடிக்கைகள் (தடுப்பு) சட்டம்) இத்தகைய ஆதாரங்கள் போதுமானதாகக் கருதப்பட்டன. உச்சநீதிமன்றம் இருபத்தி மூன்று வருடங்களுக்குப் பின் அவரை விடுவித்தது.[72]

எனினும் இதேபோன்ற வழக்குகளை அதிக எண்ணிக்கையில் வாங்கிக் குவித்த அமைப்பாக டெல்லி காவல்துறை திகழ்கிறது. ஜாமியா மிலியா இஸ்லாமியாவின் ஆசிரியப் பிரிவான ஜாமியா ஆசிரியர் ஒற்றுமை சங்கம், 2016இல் ஒரேயொரு வித்தியாசத்துடன் கூடிய இருபத்து நான்கு ஒப்பிடக்கூடிய வழக்குகளைப் பற்றிய அறிக்கையை வெளியிட்டது: (தீவிரவாத எதிர்ப்பு விசாரணைக்கென ஒதுக்கப்பட்ட) டெல்லி காவல்துறை சிறப்புப் பிரிவால், பலசமயங்களில் தவறாகக் குற்றம்சாட்டப்பட்ட முஸ்லிம்கள் காஷ்மீரிகளாகவே இருந்தனர்.[73] சமயங்களில், வழக்கானது சி.பி.ஐ.யிடமோ, என்.ஐ.ஏ.விடமோ கையளிக்கப்பட்டபோது குற்றச்சாட்டுகள் நீக்கப்பட்டன.[74] சமயங்களில் குற்றம்சாட்டப்பட்டவர் விசாரணைக்காகக் காத்திருக்கவேண்டும். எண்பது பேரைக் கொன்ற 2005 டெல்லி தாக்குதல்கள் சிறப்பான கவனத்தை அளிக்கவேண்டியதாகும். டெல்லி காவல்துறையின் சிறப்புப் பிரிவு, பாகிஸ்தான் இயக்கமான லஷ்கர் இ தொய்பாவுக்காகச் செயல்பட்டதாகக் குற்றம்சாட்டி ஐந்து முஸ்லிம்களைக் கைதுசெய்தது. அவர்களில் இருவர்-இருவரும் ஸ்ரீநகரைச் சேர்ந்தவர்கள்-சிறையில் பன்னிரண்டு வருடங்கள் செலவிட்டபின்-2017இல் காவல்துறை அவர்களை விடுவித்தது.[75] அவர்களிடம் வாக்குமூலம் பெறுவதற்காகக் காவல்துறையினர் முயன்றபோது சித்திரவதைக்கு ஆளாகியுள்ளனர்.[76] பிரதாப் பானு மேத்தா, அவர்களது வழக்கிலிருந்து மிகவும் பொதுவான பாடமொன்றை அறிந்தார், அதுகுறித்துக் கூறுகையில், "அந்த நேரத்தில் அவர்கள் தகுந்த ஆதாரம் இல்லாமல் குற்றம்சாட்டப்பட்ட டஜன்கணக்கான இளைஞர்களில் சமீபத்தியவர்கள், அவர்களுடைய வாழ்க்கை நமது நீதி அமைப்பால் நாசப்படுத்தப்பட்டது... இத்தகைய விவகாரங்களில் ஏன் மிகக் குறைவான அரசியல் விவாதம் உள்ளது எனக் கேள்வியெழுப்புவது மதிப்புடையது. காவல்துறையில் சார்பு இருப்பது தொடர்பான கேள்விகளை எழுப்புவதில் அசௌகர்யம் இருக்கிறது" என்றார்.[77] மசூதிகள் மீதான தாக்குதல்களுக்கான குற்றம் இஸ்லாமியத் தீவிரவாதிகள் மீது சுமத்தப்பட்டு, முஸ்லிம் இளைஞர்களைச் சுற்றிவளைக்கும்போது முஸ்லிம்களுக்கு எதிரான சார்பின் அளவு இன்னும் வெளிப்படையாகத் தெரிகிறது.[78]

நீதித்துறை முஸ்லிம்களின் உதவிக்கு வருகிறதா- இல்லையா?

போலீஸின் சார்பு காரணமாக, சிறையில் விசாரணைக்காகக் காத்திருக்கும் முஸ்லிம்களின் சதவிகிதம் பாரம்பரியமாகவே அதிகமாக இருக்கிறது: 2016இல் இது 21 சதவிகிதம்.[79] குஜராத், மகாராஷ்டிரா போன்ற சில மாநிலங்களில் இந்த விகிதம் மக்கள்தொகையில் முஸ்லிம்களின் பங்கைவிடவும் இரு மடங்குக்கும் அதிக சதவிகிதமாக இருக்கிறது. இம்மாநிலங்களில் முறையே

மக்கள்தொகையில் முஸ்லிம்கள் 10 சதவிகிதமாகவும் சிறையில் விசாரணைக்குக் காத்திருப்பவர்கள் 22 சதவிகிதமாகவும் இருக்க, மற்றதில் இது 11.5-க்கு 30 சதவிகிதமாக இருக்கிறது. எனினும், தண்டனை விதிக்கப்பட்ட முஸ்லிம்களின் சதவிகிதமான 15.8 சதவிகிதம், அவர்களது மக்கள்தொகை விகிதத்துக்கு நெருக்கமாக இருப்பது, காவல்துறையினரால் கைதுசெய்யப்பட்ட பலர், அவர்கள் ஒருமுறை விசாரணைக்குச் சென்றதும் நீதிமன்றங்களால் விடுவிக்கப்பட்டதன் அடையாளமாகும்.[80] ஆனால் நீதிமன்றங்களில் தேங்கும் வழக்குகளால் தாமதங்கள் நீண்டபடியே செல்கின்றன: சில முஸ்லிம்கள், நீதிமன்றங்களால் அப்பாவி என அறிவிக்கப்படும் முன்பாக சிறையில் ஆண்டுக்கணக்கில் செலவழிக்கும்படி நேர்கின்றது.[81] 2016, 2017இல் தேசிய குற்ற ஆவணப் பிரிவானது, சிறையில் இருப்பவர்களின் மதம், ஜாதி குறித்த தகவல்கள் எதனையும் தரவில்லை. 2018இல் புதிய சிறைப் புள்ளிவிவரங்கள் வெளியிடப்பட்டன. அவை சிறையில் முஸ்லிம்கள் மிகைப்பிரதிநிதித்துவத்துடன் இருப்பதை மறு உறுதி செய்தன (18.8 சதவிகிதம்), குறிப்பாக உத்தர பிரதேசத்தில் (சிறையிலுள்ள மொத்த கைதிகளில் 31.3 சதவிகிதம் பேர் முஸ்லிம்கள்), மேலும் விசாரணையின் கீழிருந்தவர்களுக்கும் (21.4 சதவிகிதம்), தண்டனை பெற்றவர்களுக்கும் (17.3 சதவிகிதம், அதிகரித்துவரும் சதவிகிதம்) இடையேயான இடைவெளியை அவை உறுதிப்படுத்தின.[82]

நீதித்துறை, பாபர் மசூதி இடிப்புக்குப் பின்பு, 1990-கள் முதல் சில புலப்படுத்தும் தீர்ப்புகள் மூலம்-சில தீர்ப்புகள் முஸ்லிம் எதிர்ப்பு சார்புப் போக்கை வெளிப்படுத்தியதோடு, அதன் தீர்ப்புகளை வழங்க அளவுக்கதிகமான நேரம் எடுத்துக்கொண்டதும் வெளிப்படையாகிறது, இந்த விவகாரத்தில் இது ஒரு திருப்புமுனையும்கூட. மசூதி இடிக்கப்பட்ட பிறகு, இந்திய அரசாங்கம் ஆர்.எஸ்.எஸ்., வி.ஹெச்.பி., பஜ்ரங் தள்ளை சட்டவிரோதமானதாக அறிவித்தது. ஆனால் 1993, ஜூன் 4 அன்று, பாபர் மசூதிக்கு இந்த மூன்று அமைப்புகளின் தலைவர்கள் தீங்கு விளைவிக்கும் உள்நோக்கம் கொண்டிருக்கவில்லை என்பதைக் கண்டறிந்து, இந்த மூன்று அமைப்புகளையும் தடைசெய்யும் உத்தரவை ரத்து செய்தது. கிறித்துவ போதகரான கிரகாம் ஸ்டெயினையும் அவரது மகன்களையும் கொலைசெய்த நபரான தாராசிங் விவகாரத்தில், பஜ்ரங் தள் மீண்டும் ஒருமுறை சாதகமான தீர்ப்பால் பலனடைந்தது. உச்சநீதிமன்ற நீதிபதி டி.பி. வாத்வா பொறுப்பில் நியமிக்கப்பட்டு-வாஜ்பேயால் நியமிக்கப்பட்ட ஒரு நபர் விசாரணை ஆணையம்-இந்த அமைப்புகளின் மீதான அனைத்துச் சந்தேகங்களையும் தீர்த்துவைத்தது.[83] பஜ்ரங் தள்ளின் தாய் அமைப்பான வி.ஹெச்.பி.யும் இதேவிதத்திலேயே நடத்தப்பட்டது. 2006இல், வி.ஹெச்.பி.யோடு இணைந்த சங் பரிவாரின் கிளைகளில்

ஒன்றான தி இந்து ஜாக்ரன் மஞ்ச் (இந்துக்களை விழிப்புறச் செய்வதற்கான இந்து அமைப்பு) இந்து புனித நகரங்களில் ஒன்றான ஹரித்துவாரில், எம்.எஃப். ஹுசைனுக்கு எதிராக, "மதக் குழுக்களிடையே தவறான எண்ணத்தைத் தூண்டுதல், ஆபாசத்தை விற்பனை செய்தல், தேசிய நல்லிணக்கத்துக்கு ஊறுவிளைவித்தல்" மேற்கொள்வதாகப் புகார் ஒன்றைப் பதிவுசெய்தது. ஹரித்துவார் நீதிமன்றம், அந்த நேரத்தில் அவரது வயது தொன்னூற்று ஒன்று என்பதைப் பொருட்படுத்தாமல், ஓவியரைக் கைது செய்யவும், அவரது சொத்துகளைக் கைப்பற்றவும் உத்தரவு பிறப்பித்தது. அவரது வழக்கறிஞர், இந்த வழக்கை உச்சநீதிமன்றத்துக்குப் பரிந்துரை செய்தார். மே 9 அன்று, உச்சநீதிமன்றம், ஹரித்துவார் நீதிமன்ற தீர்ப்புக்குத் தடைவிதித்தது. 2003இல் ஹுசைன் கத்தாருக்கு இடம்பெயர்ந்தார், ஆனால் 2006இல் இந்தியாவை நிர்வாணக் கடவுளின் வடிவில் ஓவியம் வரைந்ததற்காகப் பகிரங்கமாக மன்னிப்புக் கோரினார். அந்த ஓவியத்தை ஏலத்தில் விட்டு அதன் மூலம் வரும் வருவாயை மும்பை போலீஸ் படைக்குக் கொடுக்க முன்வந்தார் ஹுசைன். அது 200 பேர் உயிரிழப்புக்குக் காரணமான ஜுலை 2006 தாக்குதலில் பலியான போலீஸ் அதிகாரிகளின் குடும்பங்களுக்குச் செல்லும் என்றார். எம். எஃப். ஹுசைன் நாடுதிரும்பாத நிலையிலேயே 2011இல் உயிரிழந்தார்.[84]

பஜ்ரங்தள் மற்றும் வி.எச்.பி.க்கு எதிரான நீதித்துறையின் மெத்தனப் போக்கு, இந்து தேசியவாதத்தின் அதிகார எழுச்சிக்கான ஆக்ரோஷ பதிப்புக்கான அடித்தளத்தைத் தயாரித்தது மற்றும் நீதிபதிகள் மத்தியில் இந்துத்துவா சார்பு மற்றும் முஸ்லீம்-விரோத சார்புகளைப் பிரதிபலித்தது. நீதிபதிகளுக்கு இந்தச் சுபாவங்கள் சகஜமாகிவிட்டன, நாக்குகள் தளர்ந்துவிட்டன-நீதிபதிகள் நீதிமன்றத்தின் மூடிய கதவுகளுக்குப் பின்னால் வாழ்வதில்லை, மாறாக சமூகத்தில் அவர்களின் கருத்தியல் மைய ஈர்ப்பு மெதுவாக ஆனால் நிச்சயமாக இந்து தேசியவாதத்தை நோக்கிக் கால்நூற்றாண்டாகச் சரிந்துகொண்டிருப்பதன் அறிகுறி இது. ஷேக் மொஹ்சின் கொலையாளிகள் விசாரணை ஒரு பாடநூலில் வைக்கத் தகுதியான வழக்கு. 2014இல் மோடியின் வெற்றிக்குப் பின், இருபத்து நான்கு வயதான ஒரு கணினிப் பொறியாளரான மொஹ்சின், மசூதியிலிருந்து வீட்டுக்குத் திரும்பிக்கொண்டிருந்தார். அப்போது, சமூக ஊடகத்தில் பதிவேற்றம் செய்யப்பட்ட சிவாஜி, பால்தாக்கரேவை இழிவுபடுத்தும் படங்களுக்கு எதிரான, ஹிந்து ராஷ்ட்ர சேனா (இந்து தேசப் படையின்) ஊர்வலம் ஒன்றில் அப்போதுதான் கலந்துகொண்டு திரும்பிக்கொண்டிருந்த சிலர் புனேவில் வைத்து மொஹ்சினை படுகொலை செய்தனர். மொஹ்சினின் குறுந்தாடி அவரது உயிரைப்

பறித்த தாக்குதலைத் தூண்டியதாகத் தெரிகிறது. நீதிமன்றம், “மொஹ்சின் முஸ்லிமைப்போல் தோன்றியதால் தாக்கப்பட்டார்” என நிறைவாகத் தெரிவித்தது. அவரைத் தாக்கிய இருபத்து மூன்று பேர் கைதுசெய்யப்பட்டு கொலைக்குற்றம் சுமத்தப்பட்டனர், ஆனால் மும்பை உயர்நீதிமன்றம் அவர்களைப் பரோலில் விடுதலை செய்ததோடு, மொஹ்சின் மதமே தூண்டுதலுக்குக் காரணம் என்றது: “மனுதாரர்கள்/குற்றம்சாட்டப்பட்டவர்கள், இறந்த அப்பாவி மொஹ்சினுக்கு எதிராக எந்தவொரு தனிப்பட்ட பகைமையோ வேறெந்த நோக்கமோ கொண்டிருக்கவில்லை. மற்றொரு மதத்தைச் சார்ந்தவர் என்பது மட்டுமே இறந்தவரின் தவறு. நான் இந்தக் காரணியை மனுதாரர்கள்/குற்றம்சாட்டப்பட்டவர்களுக்கு ஆதரவாகக் கருத்திலெடுத்துக் கொள்கிறேன். மேலும், மனுதாரர்கள்/குற்றம்சாட்டப்பட்டவர்கள் எந்தவொரு குற்றப் பதிவும் கொண்டிருக்கவில்லை, மதத்தின் பேரால் அவர்கள் தூண்டப்பட்டு இந்தக் கொலையைச் செய்திருக்கிறார்கள் எனப்படுகிறது.”[85] அந்த இளைஞனின் உடல் தோற்றத்தில் பிரதிபலிக்கும் மதவேறுபாடு ஒரு குற்றத்தை நியாயப்படுத்த போதுமானதாக இருந்துள்ளது எனும் தீர்ப்பு அந்தக் குடும்பத்தை மேல்முறையீடு செய்யத் தூண்டியுள்ளது. அந்தத் தீர்ப்பை ரத்துசெய்த உச்சநீதிமன்றம், “இறந்த (மொஹ்சின்) ஒரு குறிப்பிட்ட சமூகத்தைத் சேர்ந்தவர் என்ற உண்மை, கொலையையோ அதற்கும் குறைவான எந்த ஒரு தாக்குதலையோ நியாயப்படுத்த முடியாது” எனக் குறிப்பிட்டது. மேலும் அது, “இந்த நாட்டின் பன்மைத்தன்மை குறித்து முழுக்கவும் விழிப்புணர்வுடன் இருக்கவும் பல்வேறு சமூகங்களின் உரிமைகளைக் கையாள்வது குறித்தும்” கீழ்மை நீதிமன்றங்களுக்கு அழைப்பு விடுத்தது. நாட்டின் மேலான நீதிமன்றத்துக்கு முறையீடு செய்யவேண்டிய தேவையிருந்தது என்ற வெளிப்படையான உண்மை, குறிப்பிட்ட நீதிபதிகளால் கைக்கொள்ளப்படும் வகுப்புவாதச் சார்பின் அளவைக் குறித்துக் காட்டுகிறது.

இன்னும் சில வழக்குகளிலும் உயர்நீதிமன்றத்துக்கு எதிராக உச்சநீதிமன்றம் முஸ்லிம்களைப் பாதுகாத்தது. ஏற்கெனவே 2010இல் அயோத்தியா வழக்கில் மிகவும் சர்ச்சைக்குரிய தீர்ப்பு வழங்கிய உத்தர பிரதேசத்தில் உள்ள அலகாபாத் நீதிமன்றம்,[86] பிப்ரவரி 2018இல், அம்மாநிலத்தில் வஃபு சொத்துகளை (முஸ்லிம் பிரமுகர்களால் அவர்களது சமூகத்துக்கு மரபுரிமையாக அளித்த நிரந்தர சொத்துகள்) மண்டலவாரியான அல்லது கட்டடங்களுக்கான வழிகாட்டு நெறிகளைப் பின்பற்றவில்லை எனக் கூறி-இரண்டுமே அகவயமான கருத்துகள்-மீட்க முடிவுசெய்தது. பா.ஜ.க. அரசு அதை

நடைமுறைப்படுத்தும் முன் உச்சநீதிமன்றம் அந்த முடிவுக்குத் தடைவிதித்தது.[87]

நீதிபதிகள்-குறைந்தபட்சம் உச்சநீதிமன்ற நீதிபதிகள் காவல்துறை அதிகாரிகளின் முஸ்லிம்விரோதச் சார்பை தணிப்பதில் அக்கறையுடனிருந்தாலும், எல்லா நேரத்திலும் அப்படிச் செய்வதற்கான வாய்ப்பு அவர்களுக்கு இருக்கவில்லை, ஏனெனில் குற்றவாளிகள் மீது வழக்குத் தொடராமல் போனதால். உதாரணத்துக்கு, இதை எழுதும் நேரத்தில், அத்தியாயம் 6இல் விவாதிக்கப்பட்ட அனைத்து வழக்குகளிலும்-ஒரேயொரு படுகொலை வழக்கு, அவற்றில் சில பல வருடங்கள் முந்தையது-நீதிமன்றத்துக்கு வந்துசேர்ந்திருந்தது. இன்னும் பல வழக்குகளில், காவல்துறை அதிகாரிகள் பாதிக்கப்பட்டவர்களின் புகார்களைப் பதிவுசெய்யாததாலோ அல்லது சந்தேகத்துக்குரியவர்களை விசாரிக்காததாலோ குற்றச்சாட்டுகள் பதிவுசெய்யப்படவில்லை. பேலுகான் வழக்கு வருந்தத்தக்கவிதத்தில் இத்தகையது. கான் இறப்பதற்கு முன்பாக அவனைத் தாக்கிய ஆறு பேரின் பெயரை போலீஸிஸ் சொல்ல நேரமிருந்தபோதும், அவர்கள் சட்டத்தால் தொந்தரவுக்கு ஆளாகவில்லை. மாறாக, காவல்துறையினர் பேலுகானுடன் உடன் வந்த இருவரை பசுக்களைக் கொல்வதற்காகக் கொண்டுசென்றதில் துணைபோனதாகக் குற்றம்சாட்டினர். அவர்களோ சந்தையிலிருந்து தங்கள் பால் பண்ணைக்கு அந்தக் கால்நடைகளைக் கொண்டுபோய்க்கொண்டிருந்தனர்.[88] இத்தகைய பாத்திர மாற்றம், பாதிக்கப்பட்டவர்களைக் குற்றவாளிகளாக்கியது. குஜராத்தைச் சேர்ந்தவரான ஹர்ஷ் மந்தர், ஒரு முன்னாள் மூத்த குடிமைப் பணியாளர், இவர் குஜராத் படுகொலைக்குப் பின் அதிகாரத்துவப் பணியிலிருந்து விலகி ஒரு அரசுசாரா அமைப்பைத் தொடங்கினார். இத்தகைய பாத்திர மாற்றம் அபூர்வமானதில்லை என்கிறார் இவர். தொடர் படுகொலைகளைத் தொடர்ந்து, மந்தர் இந்தியா முழுவதும் பாதிக்கப்பட்டவர்களின் குடும்பங்களைச் சந்திக்க பயணம் செய்தார், அவரது இந்த அன்பின் வாகனம் பலசமயங்களில் வன்முறை அச்சுறுத்தல்களை எதிர்கொண்டது.[89]

(ஐந்து வருடங்களிலோ அல்லது அதற்கும் அதிகமான வருடங்களிலோ 76,071 வழக்குகள் நிலுவையில் இருந்தன.) பெருமளவு வழக்குகள் தேக்கத்தை எளிதாக்கும் முயற்சியாக ஜார்கண்ட் உயர்நீதிமன்றத்தால் தொடங்கிவைக்கப்பட்ட நடவடிக்கையின் ஒரு பின்னணியில் பசுப் பாதுகாப்பு இயக்கம் தொடர்பான ஒரே ஒரு கொலைவழக்கு விசாரணைக்கு வந்தது. 2017, ஜூனில் மாட்டிறைச்சி விற்றதாகச் சந்தேகிக்கப்பட்ட முஸ்லிமான அலிமுதீன் அன்சாரியைக் கொன்றதற்காகக் குற்றம்சாட்டப்பட்ட 11 பேருக்கு, மார்ச் 2018இல்

விரைவு நீதிமன்றம் ஆயுள் தண்டனை விதித்தது.[90] இருப்பினும் குற்றம்சாட்டப்பட்டவர்கள் ஜாமீனில் விடுவிக்கப்பட்டனர், மோடி அரசாங்கத்தைச் சேர்ந்த ஜெயந்த் சின்கா வழங்கிய சட்ட உதவிக்கே நன்றி சொல்லவேண்டும், இவர்கள் விடுதலையானபோது கழுத்தில் மாலை அணிவித்து வரவேற்கப்பட்டனர்.

மொத்தத்தில், பா.ஜ.க. ஆட்சிக்குவந்த பின், இந்தியக் குடியரசின் நிறுவனங்களிலிருந்து குறிப்பாக மக்களவையிலும் மாநில சட்டமன்றங்களிலிருந்தும் (அங்கே அவர்கள் சிறப்பான பிரதிநிதித்துவத்துடன் ஒருபோதும் இருந்ததில்லை) முஸ்லிம்கள் மறைந்தது மட்டுமின்றி, காவல்துறை உள்ளிட்ட இத்தகைய நிறுவனங்கள் சிலவற்றின் வகுப்புவாதச் சார்பாலும் பாதிக்கப்பட்டனர். நீதித்துறையானது சில ஏற்றத்தாழ்வுகளுடன் மிகவும் நடுநிலையான அதிகார மையமாகத் தொடர்ந்த நிலையில், 2019–2020இல் இரு அயோத்தியா வழக்குகளில் வழங்கிய தீர்ப்புகளிலிருந்து உச்சநீதிமன்றம் இந்துப் பெரும்பான்மைவாதத்தில் ஈடுபடத் தொடங்கியது வெளிப்படையானது.

நீதித்துறை பெரும்பான்மைவாதம்: அயோத்தியில் ராமர் கோவிலுக்கான தளத்தை ஆயத்தம் செய்தல்

கடந்த முப்பது ஆண்டுகளாக அயோத்தி வழக்கை இந்திய நீதித்துறை கையாண்ட விதம், சில நீதிபதிகள் மதச்சார்பின்மையிலிருந்து படிப்படியாக விலகிச்சென்றதைக் காட்டுகிறது. பாபர் மசூதி இடிப்புக்குப் பின், அங்கே கரசேவகர்களால் கட்டப்பட்ட தற்காலிக கோவிலில் ராமர்-சீதாவைத் தரிசனம் செய்ய அனுமதி மறுக்கப்பட்டதை எதிர்த்து அயோத்தியில் சாதுக்கள் உண்ணாவிரதப் போராட்டம் இருந்தனர், அலகாபாத் உயர்நீதிமன்றத்தின் லக்னோ அமர்வு, ராமர் அரசியலமைப்பு இருப்பு, நமது தேசியக் கலாச்சாரத்தின் அடிப்படை யதார்த்தம்”[91] என்று சொல்லி தரிசனத்தை அனுமதிக்கவேண்டுமெனத் தீர்ப்பளித்தது. உடனே ஏராளமான பக்தர்கள் அயோத்தியில் குவிந்தனர். இந்த முடிவு, பாபர் மசூதியைத் திரும்பக் கட்டுவதை மிகச் சிரமமாக்கியது- அப்போதைய பிரதமர் நரசிம்மராவ்-தற்காலிக கோவில் அந்த இடத்தில் செயல்பட அனுமதிப்பதாக உறுதிமொழியளித்தார்.

ஆனால் 1992, டிசம்பர் 11 அன்று அலகாபாத் உயர்நீதிமன்றம், பாபர் மசூதி-ராமஜென்ம பூமியை ஒட்டியுள்ள 2.77 ஏக்கர் நிலம் தொடர்பான நீண்ட காலமாக எதிர்பார்க்கப்பட்ட தீர்ப்பை வழங்கியது. இந்த நிலம் 1991இல் அன்றைய பா.ஜ.க. அரசான கல்யாண் சிங்கால் எடுத்துக்கொள்ளப்பட்டிருந்ததை எதிர்த்து

முஸ்லிம் அமைப்புகள் வழக்குத் தொடர்ந்திருந்தன. இந்த நில கையகப்படுத்தல் சில காரணங்களால் ரத்துசெய்யப்பட்டிருந்தது, அவற்றில் முதன்மையான காரணம் அந்தக் குறிப்பிட்ட பகுதி ஷன்னி மத்திய வக்பு போர்டுக்குச் சொந்தமானது மற்றும் அதில் முஸ்லிம் மயான நிலமும் அடக்கம். இத்தகைய சொத்துகள் நில கையகப்படுத்தல் சட்டத்தின் கீழ் எடுத்துக்கொள்ளப்படக்கூடாது.

அயோத்தியில் சர்ச்சைக்குரிய அனைத்து இடங்களையும் கையகப்படுத்துவதற்கான அவசரச் சட்டத்தை மத்திய அரசாங்கம் டிசம்பர் 27 அன்று பிறப்பித்தது. 1993, ஜனவரி 7இல் குடியரசுத் தலைவரால் பிறப்பிக்கப்பட்ட அவசரச் சட்டம், அந்த மசோதாவை நிறைவேற்றியதன் மூலம் மார்ச் 24 அன்று உறுதிசெய்யப்பட்டது. இதன்மூலம் 67.7 ஏக்கர் நிலத்தைக் கையகப்படுத்திய மத்திய அரசு, அவை முறையே ராமர் கோவில், மசூதியைக் கட்டியெழுப்பும் இரண்டு அறக்கட்டளைகளுக்குக் கிடைக்கும்படியாக வழங்கியது. 1992, டிசம்பர் 27 அன்று, 143(1) பிரிவின் கீழ், ராமர்-ஜென்ம பூமி-பாபர் மசூதி கட்டுமானத்துக்கு முன்பாக, அது இருக்கும் பகுதியில் “ஒரு இந்துக் கோவில் அல்லது ஏதேனும் இந்து மதக் கட்டடம் கட்டப்படுவதற்கு முன்பு இருந்ததா” என்ற கேள்விக்கு உச்ச நீதிமன்றத்தின் கருத்தைப் பெறுமாறு அரசாங்கம், ஜனாதிபதியிடம் கோரியது.[92]

1994, அக்டோபர் 24 அன்று உச்சநீதிமன்றம் அரசியலமைப்புச் சட்டத்தின் 143(1) பிரிவின்கீழான மேற்கோளுக்குப் பதிலளித்த உச்சநீதிமன்றம், “மிதமிஞ்சியது மற்றும் தேவையற்றது, பதிலளிக்க அவசியம் அற்றது”[93] எனப் பதிலளித்தது. ஐந்து நீதிபதிகளில் இருவர்-சிறுபான்மை அமர்வு, கருத்து வேறுபாட்டைத் தெரிவிக்கும் ஒரு குறிப்பில்-ஜனாதிபதியின் குறிப்பை நிராகரிப்பதற்கான மிகவும் அடிப்படையான காரணத்தை முன்வைத்து: அந்த வார்த்தைகள் இந்து சமூகத்துக்கு ஆதரவாகவும், எனவே மதச்சார்பின்மைக்கு எதிராகவும், ஆகையால் அரசியலமைப்புக்கு விரோதமாகவும் இருக்குமெனக் கருதுவதாகத் தெரிவித்தது. இரண்டாவதாக, பெரும்பான்மை தீர்ப்பானது, சர்ச்சைக்குரிய 67 ஏக்கர் நிலத்தைக் கையகப்படுத்துவது தொடர்பான சட்டப் பிரிவுகளை ஏந்திப்பிடித்ததுடன், சொத்தை நிர்வகிக்க அரசாங்கம் ஒரு அறக்கட்டளையை ஏற்படுத்த அரசாங்கத்துக்கு அனுமதியளித்ததுடன், தற்காலிகக் கோவிலில் இந்துக்கள் வழிபட வழிசெய்தது. இந்த முடிவு, சர்ச்சைக்குரிய கட்டடத்தில், அது இடிக்கப்படுவதற்கு முன்பாக இந்துக்களைவிட முஸ்லிம்கள் குறைவாகவே பிரார்த்தனை செய்தனர் என ஒப்பீட்டுப் பயனர்” என்ற கருத்தாக்கத்தின் அடிப்படையில் எடுக்கப்பட்டது. இந்த வாதம் கேள்விக்குரியது, ஏனெனில் ராஜீவ்

தவான் சுட்டிக்காட்டியபடி, "1949 முதல் முஸ்லிம்கள் அங்குத் தொழுகை நடத்தாதது இடைக்காலத் தடை உத்தரவுகளால் அவர்கள் அவ்வாறு செய்யத் தடை விதிக்கப்பட்டதால்தான்." மேலும் பெரும்பான்மை நீதிபதிகள் அந்தச் சட்டத்தை ரத்துசெய்ய விரும்பினர், "இந்தச் சூழ்நிலையில் வழிபாட்டுத் தலத்தைக் கையகப்படுத்துவதை மன்னிப்பது... அரசியலமைப்பிலிருந்து மதச்சார்பின்மைக் கொள்கைகளை நீக்குவதாக இருக்கும்... ஆனால் பெரும்பான்மையினர், இந்தச் சட்டத்தின் 'அரசியலமைப்புச்' சட்டமற்ற பிரிவான 4(3)-ஐ நீக்கினர், இது எந்தவொரு நிலுவையிலுள்ள வழக்கு, மேல்முறையீடு அல்லது இதர நடைமுறைகளை நிறுத்தியது." இதனால், அலகாபாத் உயர்நீதிமன்றத்தில் நிலுவையில் இருந்த வழக்குகள் மீண்டும் உயிர்ப்பிக்கப்பட்டன, மேலும் சர்ச்சைக்குரிய இடத்தில் முஸ்லிம்களுக்கு வழிபாடு செய்ய உரிமை உள்ளதா என்ற கேள்விக்கு நிலுவையிலுள்ள இந்த வழக்குகளை முடிப்பது குறித்து இப்போது முடிவு செய்யவேண்டியிருந்தது. உச்சநீதிமன்றமும் நீதிமன்ற நடைமுறை முடிவடைவதற்கு முன்பாக கோவில் கட்டும் பணியைத் தொடங்கும் இந்து அறக்கட்டளையின் பணியை முறியடித்தது. கூடுதலாக, மேலும், பாபர் மசூதி/ராமஜென்மபூமி இடத்தில் சர்ச்சைக்குரிய 2.77 ஏக்கரில் நிரந்தரக் கட்டடம் எதுவும் அமைக்கப்படமாட்டாது என்ற உறுதிமொழியை மீறிய கல்யாண் சிங்கை, கான்கிரீட் தளம் கட்ட அனுமதித்ததன் மூலம் குற்றவாளி என்றுகூறி நீதிமன்றம் கைதுசெய்தது. முன்னாள் முதல்வரான அவர் ஒருநாள் சிறைவைக்கப்பட்டதுடன் அவருக்கு ரூ 2000 (26.67 அமெரிக்க டாலர்கள்) அபராதமும் விதிக்கப்பட்டது.

கிட்டத்தட்ட அதே நேரத்தில், எஸ்.ஆர்.பொம்மை வழக்கில் (1994), உச்ச நீதிமன்றத்தின் ஒன்பது நீதிபதிகள் கொண்ட அமர்வு இந்திய ஜனநாயகத்திற்கு மதச்சார்பின்மை இன்றியமையாதது என்பதை வலியுறுத்தியது: "அரசு குறிப்பிட்ட மதத்துக்குச் சார்பானதும் அல்ல, குறிப்பிட்ட மதத்துக்கு எதிரானதும் அல்ல. இது ஒதுங்கி நிற்கிறது, வேறுவிதமாகக் கூறினால், மத விஷயங்களில் நடுநிலையைப் பேணுகிறது மற்றும் அனைத்து மதங்களுக்கும் சமமான பாதுகாப்பை வழங்குகிறது."[94] அதன்பிறகு பல வருடங்களாக, உச்சநீதிமன்றம், இறுதித் தீர்ப்புக்கு முன்பாக, முன்பிருந்த நிலையை மாற்றும் எந்தவொரு முயற்சியையும் மறுப்பதைத் தவிர்த்து அலகாபாத் உயர்நீதிமன்றத்தின் பணிகளில் இடையீடு செய்வதிலிருந்து ஒதுங்கிநிற்கிறது.

அலகாபாத் உயர்நீதிமன்றம் 2010இல் ஒரு தீர்ப்பை வழங்கியது. அது இந்திய தொல்பொருள் ஆய்வுத்துறையின் 2003 அறிக்கையான, பாபர் மசூதி அநேகமாக இந்துக் கோவில் ஒன்றின் எச்சத்தின் மீது

கட்டப்பட்டிருக்கலாம் என்ற வாதத்தை ஓரளவே சார்ந்திருந்தது,[95] ஆனால் 1934 கலவரத்தின்போது பாபர் மசூதி கணிசமாக சேதமானதோடு, அதன்பின்பு அது மசூதியாகத் திகழவில்லை. அந்த வளாகத்தில் அங்கே வெள்ளிக்கிழமை தவிர்த்து முஸ்லிம்கள் பிரார்த்தனையோ-நமாஸோ செய்வதில்லை என்று முடிவுக்கு வந்திருந்தது.[96] மேலும் அந்தத் தீர்ப்பு, "அந்த மசூதி கட்டியது முதலே இந்துக்கள் அந்தத் தலம் பகவான் ராமரின் மிகச்சரியான பிறந்த இடமாக நம்பவும்-பாவிக்கவும் செய்கின்றனர்."[97] என வலியுறுத்தியது. நீதிபதிகளின் பார்வையில், "பாபர் மசூதி கட்டப்பட்ட நிலம் முஸ்லீம்களுக்கோ அல்லது இந்துக்களுக்கோ சொந்தமானது என நிரூபிக்க முடியாததால், அது கூட்டு உடைமை வழக்கு[98] என அவர்கள் முடிவுசெய்தனர். 'ஒரு தெய்வச் சிலை சொத்துகளை வைத்திருக்க முடியும்'[99] என்பதால் இந்துக்கள் தரப்பில், பகவான் ராமர்தான் உண்மையான சொந்தக்காரர். இறுதியாக, நீதிமன்றம் அந்த நிலத்தை மூன்றாகப் பிரிக்க உத்தரவிட்டது: மூன்றில் ஒரு பங்கு நிர்மோகி அகாராவுக்கும் (வழக்குத் தொடுத்த இரண்டு இந்துத் தரப்பில் ஒன்று), இன்னொரு பங்கு முஸ்லிம் தரப்புக்கும் (ஷன்னி மத்திய வக்பு வாரியம், உத்தர பிரதேசம்) மற்றொரு பங்கு ஸ்ரீ பகவான் ராம் விராஜ்மானுக்கும் போகவேண்டும் (இந்து தேசியவாதிகளைப் பிரதிநிதித்துவம் செய்யும் அறக்கட்டளை), மூன்றாவது பங்கு, "தற்போது தற்காலிகக் கோவிலில் சிலை வைக்கப்பட்டிருக்கும் மத்திய குவிமாடத்துக்குக் கீழான பகுதியைக் கொண்டிருக்கும்."[100]

மேலும், நீதிபதிகள் இந்திய முஸ்லிம்கள் குறித்தும் பேசினர்:

> தற்போது ஒட்டுமொத்த உலகமும், முஸ்லிம்களுக்குப் பிறருடனான உறவைக் குறித்து இஸ்லாமின் சரியான போதனை என்ன என்பதை அறிய விரும்புகிறது என்பதை முஸ்லிம்கள் அவசியம் சிந்திக்கவேண்டும். பகைமை-சமாதானம், நட்பு-சகிப்புத்தன்மை, செய்தியின்மூலம் மற்றவர்களைக் கவர்வதற்கான வாய்ப்பா-வாய்ப்புக் கிடைக்கும்போது எங்கேயும் எப்போதும் தாக்குதல் நடத்துவதா-அல்லது வேறெதாவதா? இந்த விஷயத்தில் இந்திய முஸ்லிம்கள் ஒரு தனித்துவமான நிலையை அனுபவிக்கிறார்கள். அவர்கள் இங்கே ஆட்சியாளர்களாக இருந்துள்ளனர், அவர்கள் ஆளுகைக்குட்பட்டவர்களாக இருந்துள்ளனர், தற்போது அவர்கள் அதிகாரத்தில் பங்குவகிப்பவர்கள் (நிச்சயமாக இளைய பங்காளிகள்). அவர்கள் பெரும்பான்மையாக இல்லை, ஆனால் அவர்கள் புறந்தள்ளக்கூடிய சிறுபான்மையினர் இல்லை (இந்தோனோஷியாவுக்கு அடுத்தபடியாக வேறெந்த நாட்டைவிடவும் அதிக எண்ணிக்கையிலான முஸ்லிம்கள் இந்தியாவில் இருக்கின்றனர்,) வேறு நாடுகளில் ஒன்று முஸ்லிம்கள்

மிகப் பெரும்பான்மையினராக உள்ளனர், அது கேள்விக்குரிய பிரச்சனையில் அவர்களைக் கவலையற்றவர்களாக ஆக்குகிறது அல்லது புறக்கணிக்கும் சிறுபான்மையினராக உள்ள நாடுகளில் அவர்களைத் தேவையற்றவர்களாக மாற்றுகிறது. மேலும் இந்திய முஸ்லிம்கள் மதரீதியான கல்வியின் பெரும் பாரம்பரியத்தை அறிதலையும் கொண்டிருக்கின்றனர். எனவே அவர்கள், உலகுக்குச் சரியான நிலைப்பாட்டைச் சொல்லக்கூடிய சிறப்பான நிலையிலும் இருக்கிறார்கள். கையிலிருக்கும் மோதலைத் தீர்ப்பதிலிருந்து அவர்கள் தம் பங்கைத் தொடங்கட்டும்.[101]

வேறு வார்த்தைகளில் சொன்னால், நீதிமன்றமானது இன ஜனநாயக விவரணையுடன் பொருந்துமாறு, முஸ்லிம்களை 'இளைய பங்காளிகள்' என்று அழைத்து இரு பெரும் சலுகைகளை அளிக்கச் சொன்னது: பாபர் மசூதி இருக்கும் இடத்தை இந்துக் கோவில் கட்ட பயன்படுத்துவதற்குக் கேட்டது, மேலும் மூன்றில் இரண்டு பங்கு இடத்தை இந்துத் தரப்பினருக்கு விட்டுத்தரச் சொன்னது. இரு தரப்பினரும், முஸ்லிம்களும் இந்துக்களும் இந்த முடிவு பாதகமாக இருப்பதாகக் கருதி மேல்முறையீடு செய்தனர், (பிந்தையவர்கள் மொத்த நிலத்தையும் வேண்டுமென விரும்பியதால்) ஐந்து நீதிபதிகள் கொண்ட அமர்வு மூலம், அந்தப் பிரச்சனையை மறுபடி அறிந்துகொண்டு உச்சநீதிமன்றம் அதன் தீர்ப்பை ஒருமனதாக வழங்குவதற்குப் பத்து வருடங்கள் ஆயின. அலகாபாத் உயர்நீதிமன்றத்தின் தீர்ப்பிலிருந்து இந்தத் தீர்ப்பு மாறுபட்டிருந்தது, ஒட்டுமொத்த நிலமும் இந்துக்களுக்குக் கொடுக்கப்பட்டது, வேறெங்காவது, அயோத்தியில் பொருத்தமான, முக்கிய இடத்தில் மசூதியைக் கட்டிக்கொள்ள ஐந்து ஏக்கர் நிலம் கொடுக்கும்படி தீர்ப்பு கூறியது. செப்டம்பர் 2020இல் நீதிபதிகள் எப்படி இந்த முடிவுக்கு வந்தனர்?

இந்த நிலம் முழுவதும் முதலில் இந்துக்கள் கைவசம் இருந்திருக்க நிகழ்தகவு அதிகம் என்று அவர்கள் வாதிட்டனர். ஆனால் இந்தக் கருத்தைக் கூறும்போது அவர்கள் பல சந்தர்ப்பங்களில் முரண்பட்டனர்.

முதலில், "சர்ச்சைக்குரிய இடத்தின் முழு உரிமையையும் முஸ்லிம்கள் ஒட்டுமொத்தமாக நிறுவமுடிந்தது என்று சொல்லமுடியாது" என்று கூறினர்[102] ஆனால் தீர்ப்பில் நான்கு இடத்தில் திரும்பத் திரும்ப இடம்பெற்றிருந்த முழு உரிமை என்ற சூத்திரம், கூட்டு உடைமை என்ற கருத்துக்கு நெருக்கமாக-இந்துக்களும் தங்களது உடைமையை நிரூபிக்கும்படிக் கேட்டுக்கொள்ளப்பட்டிருக்க வேண்டும். அவர்கள் கேட்டுக்கொள்ளப்படவில்லை. நீதிபதிகள், "இந்துக்கள்

ராம்சபுத்ரா (இது மசூதியினுள் இல்லை, அதன் வெளிமுற்றத்தில் அமைந்துள்ளது) மற்றும் மத முக்கியத்துவமுள்ள இதர பொருட்கள் (உள்ளவாறே)"[103] நீண்ட காலம் தொடர்ச்சியாகத் தடையின்றி வழிபாடு செய்வதன் மூலம், வெளிப்புற முற்றத்தின் உரிமையைத் தெளிவாக நிறுவியுள்ளனர்" எனக் கருதிக்கொண்டிருக்கவேண்டும். இங்கே, மசூதியின் வளாகங்களில் இந்துக்கள் வழிபட்டார்கள் என்ற ஆதாரம், ஐரோப்பிய பயணிகளின் தெளிவற்ற சாட்சியங்களிலிருந்து வருகிறது.

இரண்டாவதாக, 1528 மற்றும் 1857 க்கு இடையில் மட்டுமே முஸ்லிம்கள் தளத்தின் பிரத்தியேக உடைமையைக் காட்டமுடியவில்லை, பிரிட்டிஷ் ஆவணங்கள் அந்த இடம் சர்ச்சைக்குரியதாகக் காட்டுகின்றன. ஆனால், முகலாயர்களும், அதைத் தொடர்ந்து, ஔத் நவாபும் 1857-க்கு முன் இந்துக்களை மசூதியில் வழிபட அனுமதித்தது ஏன்? இந்த எளிய கேள்விகூடக் கேட்கப்படவில்லை.

மூன்றாவதாக, ராமர் எங்குப் பிறந்தார் என்பது தெரியுமென நீதிபதிகள் கூறவில்லை, ஆனால் ராமஜென்ம பூமி மசூதிக்குள் இருந்தது என்று முடிவுசெய்ய இந்துக்களின் நம்பிக்கையே அவர்களுக்குப் போதுமானதாக இருந்தது. பாபர் மசூதியின் கட்டடத்தை அடுத்திருந்த வெளிமுற்றத்தில் இந்துக்கள் வழிபாடு செய்தபோதும், ராமர் பிறந்த இடம், மசூதியின் மத்திய குவிமாடத்து எல்லையின் கீழ்தான் என்ற அவர்களது நம்பிக்கையின் விரிவாக்கம்தான் இது என்பதில் எந்தச் சந்தேகமும் இல்லை.[104] இந்த வழக்கில், நம்பிக்கை ஒரு நல்ல ஆதாரம் என்பதுபோல் தோன்றுகிறது. ராமஜென்மபூமி, பாபர் மசூதியின் மையக் குவிமாடத்திற்குக் கீழே இருப்பதாக இந்துக்கள் நம்பினால், ராமர் கோயில் கட்டப்பட வேண்டியது இங்குதான்: மூன்று குவிமாட அமைப்புக்குக் கீழேதான் பிறப்பிடம் இருக்கிறது என்ற இந்து பக்தர்களின் தொடர் நம்பிக்கையும் விசுவாசமும், நிர்மோவின் செயல்பாடுகள், நிஹாங் சிங் போன்ற தனிப்பட்ட பக்தர்கள், சர்ச்சைக்குரிய இடத்துக்கு வருடக்கணக்கில் முடிவின்றி வருகைதரும் இந்து பக்தர்கள் இவர்களின் வருகை போன்றவை சாட்சியமளிக்கின்றன. இந்து மதத்தின் வழிபாட்டுத் தலமான சர்ச்சைக்குரிய இடத்தின் புனிதம் குறித்த நீண்டகால நம்பிக்கைக்கு இது சான்றாகும்.[105] பாபர் மசூதியின் வளாகத்தில் ராமரை வணங்குவதை இந்துக்கள் ஒருபோதும் நிறுத்தவில்லை என்ற நீதிபதிகளின் கருத்து, பதினெட்டாம் நூற்றாண்டில் ஐரோப்பிய பயணிகளான ஜோசப் டிஃபென்தாலரின் சாட்சியங்களை அடிப்படையாகக் கொண்டது என்பதை மீண்டும் வலியுறுத்துகிறது. இன்னும் ஒரு முரண்பாடு என்னவெனில், டிஃபென்தாலர் மசூதிக்கு

வெளியேயுள்ள ஒரு மேடையால் குறிக்கப்பட்ட இடத்தையே ராமர் பிறந்த இடமாக பக்தர்கள் நம்புவதாக விளக்குகிறார்.[106]

2010இல் அலகாபாத் உயர்நீதிமன்றத்தைப் போலவே, 2020இல் உச்ச நீதிமன்றமும் இந்து நம்பிக்கைகளை ஆதாரமாக ஒப்புக்கொண்டது. அதன் தீர்ப்பின் முதல் பக்கத்தில் அது நிறுவிய விசித்திரமான சமநிலையில் இது தெளிவாகத் தெரிகிறது: "விஷ்ணுவின் அவதாரமான ராமர் பிறந்த இடம் என்று இந்து சமூகம் கூறுகிறது. முதல் முகலாயப் பேரரசர் பாபரால் கட்டப்பட்ட வரலாற்றுச் சிறப்புமிக்க பாபர் மசூதியின் தளம் என்று முஸ்லீம் சமூகம் உரிமை கோருகிறது."[107] பாபர் மசூதி ஒரு உரிமைகோரல் அல்ல, ஒரு கட்டடம்.

நிச்சயமாக, நீதிபதிகள் இன்னும் உண்மை ஆதாரத்தில் ஆர்வமுடையவர்களாக இருந்தனர். 2003 ஏ.எஸ்.ஐ. அறிக்கையை மிகவும் விரிவாக மேற்கோள் காட்டியிருந்ததே அதற்கு உதாரணம். ஆனால் அந்த அறிக்கை பாபர் மசூதி ஒரு கோவிலின் இடத்தில் கட்டப்பட்டது என்பதை-பாபர் மசூதியின் விமர்சகர்கள் பல ஆண்டுகளாக வாதிட்டு வருவதை நிறுவத் தவறிவிட்டது என்பதை அவர்கள் ஒப்புக்கொள்ளவேண்டும். அந்த அறிக்கையை நிராகரிப்பதற்குப் பதில் அவர்கள், "இறுதியில், ஏ.எஸ்.ஐ. அறிக்கையில் அடங்கியுள்ள கண்டுபிடிப்புகள் உண்மை மற்றும் நீதிக்கான காரணத்தை நிகழ்தகவுகளின் முன்னுரிமை மற்றும் பொருத்தப்பாட்டின் அடிப்படையில் முடிவுசெய்ய உதவுகின்றதா என்பதை முடிவுசெய்வது நீதிமன்றத்தின் வரம்புக்குள் உள்ளதென்ற முடிவுக்கு வந்தனர். சட்டத்தின் பிற கிளைகளைப் போலவே, இங்கும் நீதித்துறை விருப்புரிமையைப் பயன்படுத்துவதற்குப் பொது அறிவு வழிகாட்டவேண்டும்."[108] மேலும் தீர்ப்பில், பாபர் மசூதிக்குக் கீழே புதைந்துகிடக்கும் ஒரு வடிவம் உள்ளது என எழுதப்பட்டுள்ளது. அதன் பரிமாணம் சர்ச்சைக்குரிய அமைப்பைவிடப் பெரியதாகவோ குறைந்தபட்சம் சமமாகவே இல்லை, அது இஸ்லாமிய வழிவந்ததாகவும் இல்லை"[109]. ஏனெனில், ஏ.எஸ்.ஐ. அறிக்கையை விமர்சிப்பவர்களின் கூற்றுப்படி, அது அவசியம் ஏற்கெனவே இருக்கும் கட்டடத்தின் பகுதியாய் இருக்கவேண்டுமென்பதில்லை, அகழ்வாய்வில் கண்டெடுக்கப்பட்ட சிற்பங்களில் காணப்படும் மனித, பூ வடிவங்கள் மறுசுழற்சி செய்யப்பட்ட கட்டட பகுதிகளாக இருக்கலாம்.

இரண்டு சட்டவிரோத நிகழ்வுகளைச் சரிசெய்ய முயற்சிக்கவில்லை என்பதால், இந்தத் தீர்ப்பு பெரும்பான்மை சமூகத்திற்குச் சாதகமாக இருந்தது, இருப்பினும் அதன் குற்றவியல் தன்மை நீதிபதிகளால் ஒப்புக்கொள்ளப்பட்டது. முதலாவதாக, 1949, டிசம்பர் 22, 23-க்கு

இடைப்பட்ட இரவில் மசூதியானது இந்து கடவுள்களின் சிலைகளை நிறுவுவதன் மூலம் இழிவுபடுத்தப்பட்டபோது, வழிபடுவதிலிருந்தும் மசூதியை உடைமைகொள்வதிலிருந்தும் முஸ்லிம்கள் விலக்கப்பட்டனர்" என்பதை அவர்கள் ஒப்புக்கொண்டனர். அந்தச் சந்தர்ப்பத்தில் முஸ்லிம்களை வெளியேற்றியது சட்டபூர்வமான அதிகாரத்தின் மூலமாக அல்ல, மாறாக அவர்களின் வழிபாட்டுத் தலத்தைப் பறிக்கும் வகையில் கணக்கிடப்பட்ட ஒரு செயலின் மூலமாகத்தான்."[110] இது குற்றத்திற்குக் காரணமாவதற்குப் பதிலாக, இந்துக்கள் பாபர் மசூதியை ராமர் பிறந்த இடமாகப் பார்த்தார்கள் என்பதற்கும், "முஸ்லிம்களுக்கு உள்முற்றத்தின் மீது பிரத்தியேக உடைமை இல்லை"[111] என்பதற்கும் இது ஒரு சான்றாகக் கருதப்பட்டது. இதேபோல், டிசம்பர் 6, 1992 அன்று பாபர் மசூதி இடிப்பு 'நீதிமன்றத்தின் முந்தைய நிலை நீடிக்கவேண்டுமென்ற உத்தரவுகளை மீறி' நிகழ்ந்தது"[112] மற்றும் "சட்டத்தின் ஆட்சியை மீறியதாகும்."[113] ஆனால் இதற்கும் பரிகாரம் செய்யவேண்டியதில்லை. இந்த முரண்பாடு குறித்துக் கருத்து தெரிவித்த துஷார் காந்தி, இன்று கோட்சே விசாரணைக்கு உட்படுத்தப்பட்டிருந்தால், அவர் 'கொலைகாரனாகவும் தேசபக்தராகவும்'[114] இருந்திருப்பார் என்று கூறினார்.

கடைசியாக, அலகாபாத் உயர்நீதிமன்றத்தின், இந்துக்கள் முஸ்லிம்களுக்கிடையே நிலத்தைப் பகிர்ந்துகொள்ளும் முன்மொழிவை அது நிராகரித்தவிதம் உச்சநீதிமன்றத்தின் சார்புக்குச் சான்றாகும். அதன் தீர்ப்பில் இது தொடர்பாக அது தந்துள்ள காரணம் அப்பட்டமானதாகும்: "பொது அமைதி மற்றும் ஒழுங்கைப் பேணுவதற்கான ஒரு விஷயமாக இருந்தாலும், அது உயர்நீதிமன்றத்துக்குச் சொல்லும் தீர்வு சாத்தியமானதல்ல. சர்ச்சைக்குரிய இடம் 1500 சதுர மீட்டர் பரப்பளவைக் கொண்டுள்ளது. நிலத்தைப் பிரிப்பது இரு தரப்பினரின் நலனுக்கும் உதவாது அல்லது நீடித்த அமைதி மற்றும் இணக்கத்தைப் பாதுகாக்காது."[115] இந்த வார்த்தைகள் உச்ச நீதிமன்றத்தின் தீர்ப்பு, நீதிக்கான தேடலால் மட்டுமே வழிநடத்தப்படவில்லை (அல்லது பெரும்பாலும்) பதற்றம் மற்றும் ஒழுங்கின்மை பற்றிய பயத்தால் பெரிதும் தீர்மானிக்கப்பட்டது. இந்தப் புத்தகத்தின் இரண்டாம் பகுதியில், கண்காணிப்புக் குழுக்கள் தங்களது விருப்பத்தைக் காவல்துறையின் மீது திணிக்கும் நிலையில் இருப்பதை அவதானிக்கமுடிந்தது. அவர்கள் நீதித்துறைக்கு எதிராக இங்கும் அதையே செய்துகொண்டிருந்தனர். 2018, நவம்பரில், ஆர்.எஸ்.எஸ்.ஸுமே பாபர் மசூதி தலத்தில் கோவில் கட்ட அனுமதிக்கச் சொல்லி, தன் பலத்தைக் காட்ட ஆயத்தம் செய்தது. அந்த அமைப்பு அலகாபாத் உயர்நீதிமன்ற

தீர்ப்புக்கு எதிராகச் செய்யப்பட்ட மேல்முறையீடு விசாரணைக்கு வரும்போதெல்லாம் உச்சநீதிமன்றம் தொடர்ந்து அதனைத் தள்ளிப்போட்டு வந்த விதத்தால் அதிருப்திக்குள்ளாயிருந்தது. ஆர்.எஸ்.எஸ். செய்தித் தொடர்பாளர் பையாஜி ஜோஷி, "இந்த தீபாவளிக்கு முன்னதாக நல்ல செய்தியை எதிர்பார்த்தோம். ஆனால் உச்ச நீதிமன்றம் தீர்ப்பு வழங்க மறுத்துவிட்டது... அதன் முன்னுரிமைகள் வேறுபட்டவை என்று நீதிமன்றம் கூறியது. இதனால், இந்துக்கள் அவமதிக்கப்பட்டதாக உணர்கிறார்கள். கோடிக்கணக்கான இந்துக்களின் உணர்வுகளுக்கு நீதிமன்றத்தின் முன்னுரிமை இல்லை என்பது ஆச்சரியமாக உள்ளது" என்றார். மிக முக்கியமாக, அயோத்தியில் ராமர் கோவில் கட்டப்படுவதை உறுதிசெய்ய, 'தேவைப்பட்டால்' 1992இல் நடத்தியதைப் போன்ற போராட்டத்தை ஆர்.எஸ்.எஸ் மேற்கொள்ளும் என்று எச்சரித்தார்.[116]

இறுதியாக உச்சநீதிமன்றம், இந்திய அரசியலமைப்புச் சட்டத்தின் 142-வது பிரிவைக் கூறி, முஸ்லிம்களின் வழிபாட்டிடத்தைச் சட்டவிரோதமாக அழித்ததற்காக, அந்தச் சமூகத்துக்கு இழப்பீடு வழங்கவேண்டியது அவசியம், செய்யப்பட்ட தவறை நிவர்த்தி செய்யவேண்டியது அவசியம்[117] என்றுசொல்லி வேறெங்காவது மசூதியைக் கட்ட முஸ்லிம் தரப்புக்கு ஐந்து ஏக்கர் நிலம் ஒதுக்கியது. ஆனால் நீதிமன்றமானது அரசியலமைப்புச் சட்டப் பிரிவு 142-ஐ சுட்டி,[118] நிலத்தை மீட்டெடுப்பதைவிட, பெரிதும் இழப்பீடு வழியைப் பின்பற்றியதால், முஸ்லிம்களை இரண்டாம் தர மக்களாகத் தரமிறக்குவதை அதிகாரப்பூர்வமாக்கியது.[119] உண்மையில், பாபர் மசூதியின் இடிபாடுகளில் ராமர் கோவிலைக் கட்ட நீதிமன்றம் அனுமதித்ததன் பிரதான காரணம் இந்து மத உணர்வை அங்கீகரித்ததாகும், அது பெரும்பான்மை நீதிக்கான களத்தை ஆயத்தப்படுத்தியது. சுகாஸ் பால்ஷிகர் குறிப்பிடுவதுபோல, "இந்துக்கள் முஸ்லிம்களை வெற்றிகண்டுள்ளனர்- ஒரு தெய்வம் குறிப்பிட்ட இடத்தில் பிறந்தது என்ற நம்பிக்கை உயர்த்திப்பிடிக்கப்பட்டுள்ளது. இது இந்துத்துவ சிந்தனைக்குப் புதிய மரியாதையைக் கொண்டுவரும், மேலும் இது அந்தச் சிந்தனைக்குப் புதிய ஆற்றலைக் கொண்டுவரும். அது பெற்றிருக்கும் மரியாதை, இந்துத்துவா இப்போது இந்தியாவின் சித்தாந்தமாக அணிவகுத்துச் செல்லும், அது பெற்றுள்ள அதிகாரம் கருத்து வேறுபாடுகளுக்குக் குறைவான இடமளிக்கப்படுவதைக் குறிக்கும்."[120] வேறு வார்த்தைகளில் கூறுவதானால், அயோத்தி தீர்ப்பு பெரும்பான்மைவாதத்தின் ஜனநாயக விரோதத் தன்மையை உள்ளடக்கியது. இது தேசிய ஜனரஞ்சகம் மற்றும் சர்வாதிகாரம், இந்து ராஷ்டிரம் மற்றும் இந்து ராஜ்ஜியம் இவற்றுக்கிடையில் நிற்கிறது, ஏனெனில்

இந்திய முஸ்லிம்கள் | 547

நீதித்துறை பெரும்பான்மை சமூகத்தின் மத உணர்வுகளுக்குச் சட்டப்பூர்வ அனுமதி அளித்துள்ளது மற்றும் அதன் எதிரிகளைத் தேசவிரோதிகள் என்று ஒதுக்கித் தள்ளியது, அவர்கள் இரண்டாம் தர குடிமக்களாகவும் ஒடுக்கப்பட்டவர்களாகவும் மட்டுமே இருக்கமுடியும். இது சி.எம். டோர்ஃப் ஐக்கிய அமெரிக்காவில் படித்த நீதித்துறை பெரும்பான்மைவாத நோய்க்குறியின் எடுத்துக்காட்டாகத் திகழ்கிறது.[121]

இந்தியாவில், அதன் வகுப்புவாத சார்பு இருந்தபோதிலும், உச்ச நீதிமன்றம், "அரசியலமைப்பின் அடிப்படை அம்சங்களின் ஒரு பகுதியாக இருக்கும் அனைத்து மதங்களின் சமத்துவத்தையும் மதச்சார்பின்மையையும் நிலைநிறுத்துவதற்கான அரசியலமைப்புக் கடமைகளின்" பாதுகாவலராக இருப்பதாகக் கூறியது.[122] ஆனால் அயோத்தி தீர்ப்பு அறிவிக்கப்பட்ட பிறகு உச்ச நீதிமன்ற வளாகத்தில் சில வழக்கறிஞர்கள் 'ஜெய் ஸ்ரீராம்' என்று முழக்கமிட்டதில் நீதித்துறையில் வளர்ந்து வரும் வகுப்புவாதம் வெளிப்பட்டது.[123] இதேபோல், இந்து தேசியவாதிகள் மகிழ்ச்சியடைந்தனர், ஆனால் நரேந்திர மோடி, தீர்ப்பு அறிவிக்கப்பட்ட உடனேயே, உண்மையிலேயே ஓர்வெல்லியன் பாணியில், தேசிய நல்லிணக்கத்தை மேம்படுத்துவதாகவும், இந்தியாவின் ஜனநாயகத்தின் செயல்திறனுக்காகத் தன்னை வாழ்த்திக்கொள்வதாகவும் கூறி மிகவும் ஆர்ப்பாட்டமான திடீர் தொலைக்காட்சி உரையொன்றில் குறிப்பிட்டார்:

நண்பர்களே, இந்தியா உலகின் மிகப்பெரிய ஜனநாயக நாடு என்று முழு உலகமும் நம்புகிறது. இன்று, இந்திய ஜனநாயகம் மிகவும் உயிர்ப்புடனும் வலிமையுடனும் உள்ளது என்பதை உலகம் அறிந்துகொண்டுள்ளது. தீர்ப்பு வெளியான பிறகு, ஒவ்வொரு குழுவும், ஒவ்வொரு சமுதாய மக்களும், முழு நாடும் அதைத் திறந்த மனதுடன் ஏற்றுக்கொண்ட விதம் இந்தியாவின் பண்டைய கலாச்சாரம், பாரம்பரியங்கள் மற்றும் சகோதரத்துவத்தை அடையாளப்படுத்துகிறது. சகோதர-சகோதரிகளே, இந்தியா அறியப்படுவதற்கும், அதைப் பற்றிப் பெருமையுடன் பேசுவதற்கும் காரணம் வேற்றுமையில் ஒற்றுமை. வேற்றுமையில் ஒற்றுமை -இந்த மந்திரம் இன்று முழுமையாகக் காணப்படுகிறது. நான் பெருமையாக உணர்கிறேன். ஆயிரக்கணக்கான ஆண்டுகளுக்குப் பிறகும், இந்தியாவின் முக்கியக் கொள்கையான வேற்றுமையில் ஒற்றுமையை யாராவது ஒருவர் புரிந்துகொள்கிறார்கள். சரித்திரத்தில் குறிக்கப்படவேண்டிய இன்றைய தினத்தையும் இன்றைய நிகழ்வையும் அவர் நிச்சயமாக நினைவுகூர்வார். மேலும் இந்த நிகழ்வு வரலாற்றில் இருந்து எடுக்கப்படவில்லை. கோடிக்கணக்கான

இந்தியர்கள் இன்று தாங்களாகவே புதிய சரித்திரம் படைத்து வருகின்றனர். அவர்கள் வரலாற்றுப் புத்தகத்தில் ஒரு புதிய பொன்னாலான பக்கத்தைச் சேர்க்கிறார்கள்...

> நண்பர்களே, இன்றைய தினம் இந்திய நீதித்துறை வரலாற்றில் ஒரு பொன்னான அத்தியாயம். இந்த வழக்கு விசாரணையின் போது, உச்ச நீதிமன்றம் அனைவரின் கருத்தையும் கேட்டது. அது அவர்கள் சொல்வதை மிகவும் பொறுமையாகக் கேட்டது. மேலும் இந்தத் தீர்ப்பு ஒருமனதாக இருப்பது முழு நாட்டிற்கும் மகிழ்ச்சியான செய்தி. ஒரு குடிமகனாக, குடும்பத்திற்குள் ஒரு பிரச்சனையைத் தீர்க்கவேண்டும் என்றால்கூட, எவ்வளவு சிரமம் இருக்கிறது என்பதை நாம் அனைவரும் அறிவோம். இது எளிய பணி அல்ல. உச்சநீதிமன்றம் இந்தத் தீர்ப்பின் வழியாக மகத்தான உறுதியை வெளிப்படுத்தியுள்ளது. அதனால் இன்று நாட்டின் நீதிபதிகள், நீதிமன்றங்கள், நமது நீதியமைப்பு ஆகியவை சிறப்பாகப் பாராட்டப்படவேண்டியவை... இணைந்திருப்பதும் ஒன்றாக வாழ்வதும் இன்றைய செய்தி. இந்த அனைத்து விஷயங்கள் குறித்தும் எவரொருவரின் மனதிலாவது மோசமான உணர்வுகள் இருந்தால் அவற்றைக் கழுவிக் களைவதற்கான தருணம் இன்று. புதிய இந்தியாவில், எதிர்மறை, கெட்ட எண்ணம், பயம் இவற்றுக்கு இடமில்லை...
>
> புதிய தொடக்கத்திற்கு வரவேற்கிறோம். நாம் புதிய இந்தியாவை உருவாக்குவோம். எவரொருவரும் பின்தங்கியிருக்கவில்லை என்பதைக் கணக்கில் கொண்டு நமது நம்பிக்கையையும் வளர்ச்சியையும் நாம் தீர்மானிக்கவேண்டும். நாம் அனைவரின் வளர்ச்சியையும் உறுதிசெய்து, அனைவரின் நம்பிக்கையையும் உறுதிசெய்தபடி, அனைவரையும் இணைத்துக்கொண்டு தொடர்ந்து முன்னேற வேண்டும். நண்பர்களே, ராமர் கோவில் கட்ட உச்சநீதிமன்றம் தீர்ப்பு வழங்கியுள்ளது... நமது நல்லிணக்கம், ஒற்றுமை, அமைதி, அன்பு ஆகியவை நாட்டின் வளர்ச்சிக்கு மிகவும் முக்கியம். நாம் எதிர்காலத்தை நோக்கி நம் பார்வையைச் செலுத்தவேண்டும். நாம் இந்தியாவுக்காகத் தொடர்ந்து செயலாற்றவேண்டும்.[124]

வேற்றுமையில் ஒற்றுமை என்பதே தனது மந்திரமாக நீடிப்பதாக நரேந்திர மோடி சொன்னாலும், உண்மையில் இந்தக் குறிக்கோளிலிருந்து மாறி இந்து தேசியவாதிகள் எப்போதும் பேணிவரும் சமூகத்தின் உயிர்ப்பான நோக்குடன் தெளிவான உறவைக் கொண்டுள்ள 'படிநிலையில் ஒற்றுமை' என்ற வடிவுக்கு மாறுவதை அவரது உரையானது பிரதிபலிக்கிறது. உண்மையில்,

மேலே இடம்பெற்றுள்ள மேற்கோள்-முழுப் பேச்சின் மூன்றில் இரு பங்கையே பிரதிநிதித்துவப்படுத்துகிறது-அதில் பன்முகத்தன்மை வெறும் வார்த்தையாக மட்டுமே காணப்படுகிறது: ராமர் கோவில் கட்டுமானம் வாழ்த்தப்படுகிறது, மசூதியினுடையது அல்ல, தோற்கடிக்கப்பட்ட முஸ்லிம்களைப் பற்றி ஒரேயொரு வார்த்தைகூடக் காணப்படவில்லை. மற்றமையின் இந்த அழிப்பு, சிறுபான்மையினர் இரண்டாம் தர, கண்ணுக்குத் தெரியாத குடிமக்களாக மட்டுமே பொறுத்துக் கொள்ளப்படும் ஒரு படிநிலை அணுகுமுறையுடன் நன்கு ஒத்துப்போகிறது. உரிமைகளைக் காட்டிலும் கடமைகளுக்கு முக்கியத்துவம் கொடுப்பதும் இந்த உலகக் கண்ணோட்டத்துடன் ஒத்துப்போகிறது.

உச்ச நீதிமன்றத்தின் தீர்ப்புக்கு முஸ்லிம்கள் எதிர்வினை செய்யவில்லை. 'அமைதி மற்றும் சமாதானம்' தொடர்பான நீதிபதிகளின் அவதானிப்புகள் மீண்டும் எழலாம் என்ற பயத்தால், 'மேலும் சேதத்துக்கு'[125] அவர்கள் பயந்ததால், அவர்கள் மறுஆய்வு மனுவையும் தாக்கல் செய்யவில்லை.

நரேந்திர மோடியின் கீழ் இந்திய அரசின் மீதான இந்து மேலாதிக்கத்தின் அதிகாரபூர்வமயமாக்கல் அயோத்தி விவகாரத்தில் உச்சத்தை எட்டியது. முதலாவதாக, உச்ச நீதிமன்றம் தனது ஒருமனதான தீர்ப்பில், பாபர் மசூதி இருந்த இடத்தை இந்துக்களிடம் ஒப்படைத்தது மட்டுமல்லாமல், 'கோயில் கட்டும் பொறுப்புடனான ஒரு அறக்கட்டளையை உருவாக்கவும் மத்திய அரசுக்கு உத்தரவிட்டது.'[126] ஒரு மதச்சார்பற்ற நாட்டில் ஏன் கோவில் கட்டும் பொறுப்பு, மத்திய அரசிடம் விடப்படவேண்டும், உச்சநீதிமன்றம் இடம் ஒதுக்கிய மசூதி கட்டும் பொறுப்பு விடாமல் தவிர்க்கப்படவேண்டும் இந்துக்களின் மேலாதிக்கத் தன்மை, ராமர் கோவில் கட்ட அவர்களுக்கு ஒதுக்கப்பட்ட நிலத்தின் அளவிலும் பிரதிபலித்தது: முஸ்லிம்களுக்கு ஐந்து ஏக்கர், மாறாக ராமர் கோவிலுக்கு அறுபத்து ஏழு ஏக்கர். இரண்டாவதாக, மத்திய அரசாங்கம் கட்டுமானப் பணியை மிக உயர்ந்த மட்டத்தில் தொடங்கியது. பிப்ரவரி 5, 2020 அன்று, நாடாளுமன்றத்தில் ராம் ஜென்மபூமி தீர்த்த க்ஷேத்ரா அறக்கட்டளை அமைப்பதாக நரேந்திர மோடி அறிவித்தார். 2014 மற்றும் 2019-க்கு இடையில் மோடியின் முதன்மைச் செயலாளராக இருந்த நிருபேந்திர மிஸ்ரா, பிப்ரவரி 18, 2020 அன்று அறக்கட்டளையின் கோயில் கட்டுமானக் குழுவின் தலைவராக நியமிக்கப்பட்டார், அதேசமயம் வி.ஹெச்.பி.யின் வெகுகால உறுப்பினரான மஹந்த் நிருத்ய கோபால்தாஸ் அறக்கட்டளையின் தலைவராக ஆனார். அதைவிட முக்கியமாக,

பிரதமரே பூமி பூஜைக்கான மகா பூசாரியாகச் (பிரமாண்ட கோவில் கட்டுவதற்கான அடிக்கல் நாட்டு விழா) செயல்பட்டார். இந்த நிகழ்வு முரண்பாடாக இருந்தது, ஏனெனில் ஷிலான்யாஸ் (அடிக்கல்-நாட்டு விழா) ஏற்கனவே 1989இல்[127] நடந்தது, ஆனால் மோடியின் ஒற்றுமைக்கான அழைப்புக்கு மாறாக, (1) விழாவின் தேதி, ஆகஸ்ட் 5, 2020, ஒற்றுமை பற்றிய ஒரு குறிப்பிட்ட கருத்தை பிரதிபலிக்கும் அரசியலமைப்பு சட்டப்பிரிவான 370 ஒழிக்கப்பட்ட முதல் ஆண்டு நிறைவைக் குறித்தது, (2) ஏற்கெனவே அறக்கட்டளையில் இருந்து விலக்கப்பட்ட சங்கராச்சாரியார் உட்பட பல இந்துப் பிரமுகர்கள்,[128] பேர் விழாவிற்கு[129] அழைக்கப்படவில்லை. அது, கடைசியில், பிரதமரே நடித்த ஒரு சங்பரிவார் நிகழ்வாக மாறியது. பூமி பூஜையில் நரேந்திர மோடி பங்கேற்பார் என்று தெரிந்தவுடன், நூற்றுக்கணக்கான மதச்சார்பின்மைவாதிகள், "அயோத்தியில் கோவிலுக்கு அடிக்கல் நாட்ட பிரதமர் செல்வது நமது மதச்சார்பற்ற கட்டமைப்பை குறைமதிப்பிற்கு உட்படுத்துகிறது, மேலும் அவர் அனைவரையும் உள்ளடக்கிய இந்தியாவைக் கட்டியெழுப்புவதாகக் கூறினாலும், பெரும்பான்மை இந்துத்துவா நிகழ்ச்சி நிரலை தெளிவாக அங்கீகரிக்கிறார். இது அரசியலமைப்பு மதிப்பீடுகளை மறுப்பதைக் குறிக்கிறது"[130] என்று குறிப்பிட்டுக் (வீணே) கையெழுத்திட்டனர்.

நரேந்திர மோடி பூமி பூஜையில் கலந்துகொண்டது மட்டுமின்றி: நாள்முழுவதும் நீண்ட சடங்குகள் தொலைக்காட்சியில் நேரடியாக ஒளிபரப்பப்பட்டதுடன், அவர் "தலைமை விருந்தினராக மட்டுமல்லாமல் சடங்குகளின் தலைவராகவும் மற்றும் அதிகாரப்பூர்வ புரவலராகவும் [மத சடங்குகளின் புரவலர்] திகழ்ந்தார்."[131] உள்ளூர் மஹந்துகள் யாரும் சடங்குகளை மேற்கொள்ளாததாலும், சங்கராச்சாரியார்கள் யாரும் அழைக்கப்படாததாலும், நரேந்திர மோடியுடன் மேடையில் சடங்குகளைச் செய்துகொண்டிருந்தவர்கள் அறியப்படாதவர்களாக இருந்தனர். இது வி.ஹெச்.பி.யின் வழக்கமான செயல்திட்டமாகும், இந்த அமைப்பு நன்கு அறியப்பட்ட இந்து மத ஆளுமைகளை வேண்டுமென்றே ஓரங்கட்டிவிட்டு, இந்து தேசியவாத கருத்தியலுடனான, ஒரு மகத்தான வாய்ப்புக் கிடைத்ததில் மகிழ்ச்சியடையும் 'நவீன குருக்களை'[132] ஊக்குவிப்பதாகும். அதன் விளைவாக பூமி பூஜையானது மத நெறிமுறைகளுக்கு இணங்காமல், மோகன் பகவத், யோகி ஆதித்யநாத் ஆகியோர் உரையாற்ற வாய்ப்பளித்தது. உதாரணமாக, சில மூத்த மதகுருக்களின் கருத்துப்படி, பூமி பூஜைக்காகத் தேர்வுசெய்யப்பட்ட நாள் மங்களகரமானதல்ல (மேலே குறிப்பிட்டபடி, அந்தத் தேதி வேறு காரணங்களுக்காகத் தேர்ந்தெடுக்கப்பட்டது), இவ்வகையிலான எந்த ஒரு சடங்கும் ஆவன் (தானியங்கள், நெய் போன்ற பிரசாதங்களை

எரிக்கும் சடங்கு), ஆவாஹன் (தெய்வங்களை அழைப்பது), தொடக்கத்தில் சங்கல்பம் செய்துகொள்வது (உறுதிமொழி எடுப்பது). முடிவில் பிரசாதம் (கடவுளுக்கு அர்ப்பணிப்பது) இவையில்லாமல் நிறைவுபெறுவதில்லை.[133] ஆர்கனைசரின் கணக்கின்படியோ, இந்தச் சடங்கின் பெயர் பூமி பூஜை-என்று இருந்தபோதிலும்-சடங்கு விதிமுறைகளுக்கு இணங்கவில்லை என்பது ஒரு பிரச்சனையல்ல, ஏனெனில் "ராம ஜென்மபூமியின் விடுதலைக்கான முழுப் போராட்டமும் மதம் சார்ந்தது அல்ல. 1949 முதலே நிலம் குறித்த சட்டப் போராட்டம், தொடர் முயற்சிகள் நடைபெற்று வந்தன, இது முழுக்க தேசியப் பெருமிதத்தை மீட்டெடுப்பது குறித்தது."[134] இந்தத் தேடலானது வெளிநாட்டு மாதிரிகளைத் தொடர்ந்து பின்பற்றியது, ராம் மாதவின் கருத்துகளில் ஒன்றிலிருந்து தெளிவாகிறது: "ஒவ்வொரு தேசத்திற்கும் அதன் புனிதமான இடங்கள்போல ஒவ்வொரு மதத்திற்கும் அதன் புனித இடங்கள் உள்ளன"-முஸ்லிம்களுக்கு "நபிகளின் பிறப்பிடமான மெக்கா எப்படிப் புனிதமானதோ" அது போன்றது.[135] இந்தியாவுக்கு அப்படியொரு இடம் இல்லாமலிருந்தது. இப்போது அது ஒன்றைப் பெற்றிருக்கிறது.

ஆகஸ்ட் 5, 2020 அன்று நடைபெற்ற பூமி பூஜை இந்திய வரலாற்றில் ஒரு மைல் கல்லாக இருக்கும். சுஹாஸ் பால்ஷிகர் இதைப் 'புதிய குடியரசின் அடிப்படையாக இந்து மதத்தின் அந்தஸ்தை அதிகாரப்பூர்வமாக்குதல்' என்று விவரித்தார்.[136] இந்தியக் குடியரசின் சூழலில் முதன்முறையாக, நிர்வாகத்தின் தலைமைப் பொறுப்பிலுள்ளவர், பெரும்பான்மை சமூகத்தின், ஒரு சமயப் பிரிவோடு இணைந்த மதச் செயல்பாடுகளை மேற்கொண்டார். இந்துக்கள் என்ற பெயரில் லௌகீக அதிகாரத்தை ஆன்மீக அதிகாரத்துடன் இணைப்பதன் மூலம், நரேந்திர மோடி மாநிலத்திற்கு ஒரு பெரும்பான்மை அடையாளத்தை மட்டுமல்ல, ஒரு இன, மத மற்றும் இறையச்சம் சார்ந்த சித்தாந்தத்தையும் அளித்துள்ளார்.

மதச்சார்பின்மையிலிருந்து விலகிய இந்த மாற்றம் உச்ச நீதிமன்றத்தின் தலைமை நீதிபதி ராஜன் கோகோய் அவர்களின் ஆதரவின் காரணமாக அடையப்பட்டது. ஆனால் அதை சி.பி.ஐ. சிறப்பு நீதிமன்றம் மீண்டும் உறுதிசெய்துள்ளது, பூமி பூஜைக்கு இரண்டு மாதங்களுக்குப் பிறகு, மற்ற அயோத்தி வழக்கில் குற்றம்சாட்டப்பட்ட (எல்.கே. அத்வானி மற்றும் எம்.எம். ஜோஷி உட்பட) பா.ஜ.க. தலைவர்கள் அனைவரையும் விடுதலை செய்தது. 1992-இல் பாபர் மசூதி இடிப்புக்குப் பிறகு, மேற்குறிப்பிட்ட இருவரும் நாற்பத்திரண்டு இந்து தேசியவாதிகளும் அதற்குக் காரணம் என்று குற்றம்சாட்டி ஒரு எஃப்.ஐ.ஆர். பதிவுசெய்யப்பட்டது. பா.ஜ.க.வின் உயர்மட்ட தலைவர்கள் (மேலே குறிப்பிடப்பட்ட இருவர் உட்பட) மற்றும்

நாற்பத்தாறு பேர்-அவர்களில் பதினாறு பேர் இறந்துபோயினர் -மசூதி இடிப்புத் திட்டத்தில் ஆழ்ந்த ஈடுபாடு கொண்டவர்கள் என்று குற்றம்சாட்டிய லிபரான் கமிஷன் அறிக்கைக்கு முரணாக, சி.பி.ஐ. சிறப்பு நீதிமன்றம் அவர்களுக்கு எதிராகத் 'தீர்மானகரமான ஆதாரம்' இல்லை என்றும், 'தேச விரோத சக்திகளால்' பாபர் மசூதி "தன்னிச்சையாக" இடிக்கப்பட்டது என்றும் தீர்ப்பளித்தது. இந்த நிகழ்வின் வீடியோக்களை நீதிமன்றம் ஆதாரமாக ஏற்காதது ஆச்சரியம்.[137]

இந்திய நிறுவனங்களில் முஸ்லீம்கள் ஒருபோதும் சிறப்பாகப் பிரதிநிதித்துவம் செய்யப்படவில்லை என்றாலும், பா.ஜ.க. அதிகாரத்திற்கு வந்தது மக்களவை உட்பட சட்டமன்றங்களில் அவர்களை மேலும் ஓரங்கட்டியது. படிப்படியாக, ஏற்கனவே தெருவில் இந்து கண்காணிப்பாளர்களின் பிரதான இலக்காக இருந்த இந்தச் சிறுபான்மையினர் அரசாலும் ஒதுக்கப்பட்டனர். ஒரு காலத்தில் பாபர் மசூதி இருந்த இடத்தை, இந்து அறக்கட்டளைக்கு அளித்து, அதன் இடத்தில் கோவில் கட்டும் உச்ச நீதிமன்றத்தின் தீர்ப்பால், இன்றைய தேதியில் முஸ்லிம்களின் அதிகாரமின்மை உச்சத்தை எட்டியுள்ளது. இந்த முடிவு இந்திய வரலாற்றின் ஒரு கட்டத்தையும் இந்தியாவின் அடையாளத்தின் ஒரு பகுதியையும் வெளிப்படையாக அழித்துவிட்டது

எனவே, 2019-2020 ஆண்டுகள், சமூக அளவில் இந்து ராஷ்டிராவை உருவாக்குவதிலிருந்து அதிகாரப்பூர்வ இந்து ராஜ்ஜியமாக மாறுவதைக் குறித்தது, மேலும் அதேநேரத்தில், காஷ்மீரிகளை ஒடுக்குவதிலும் சி.ஏ.ஏ. எதிர்ப்பு ஆர்ப்பாட்டக்காரர்களையும் டெல்லி கலவரங்களையும் ஒடுக்குவதிலும் அரசு தீவிரமாக ஈடுபட்டது. இந்தச் செயலாக்கத்தில் தொடர்ச்சியின் ஒரு அங்கம் உள்ளது: முஸ்லீம்களைப் பொதுப் பார்வையில் இருந்து அழித்தொழிப்பது,— கலப்பு சுற்றுப்புறங்களில் இருந்தோ (நில ஜிஹாத்துக்கு எதிரான பிரச்சாரத்தைப் பார்க்கவும்) அல்லது நாடாளுமன்றத்தில் இருந்தோ அவர்களைக் காணாமல் ஆக்குவது நிரந்தர நோக்கம். ஆனால் ஒரு குறிப்பிடத்தக்க வேறுபாடு உள்ளது: 2019 தேர்தலுக்குப் பிறகு வேகம் பெற்ற சர்வாதிகார அம்சமானது, சிறுபான்மையினருக்கு எதிரான அரசின் அணுகுமுறையில் குறிப்பிட்ட வெளிப்பாட்டைக் கண்டது, மேலும், அதற்கு இணையாக, இந்துப் பெரும்பான்மை என்பது நடைமுறையில் மட்டுமல்ல, சட்டப்பூர்வமானதாகவும் இருந்தது.

2019 வரை, முஸ்லிம்களுக்குப் பாதகமான தாக்கத்தை ஏற்படுத்தும் சில சட்டங்கள் இயற்றப்பட்டன. அத்தியாயம் 5 இல் விவரிக்கப்பட்டுள்ள பசுப் பாதுகாப்பு தொடர்பான சட்டங்களைத் தவிர, இங்குக்

குறிப்பிடக்கூடிய ஒரே முக்கியமான சட்டம் எதிரி சொத்து திருத்தச் சட்டம் (2017) ஆகும், இதன் மூலம் பாகிஸ்தானுக்குப் புலம்பெயர்ந்த மூதாதையரிடம் இருந்து பரம்பரையாகச் சொத்துக்களைப் பெற்ற இந்திய முஸ்லிம் குடிமக்கள் அல்லது பாகிஸ்தானுக்குக் குடிபெயர்ந்த ஒருவரிடமிருந்து சொத்து வாங்கிய இந்திய முஸ்லிம், அதற்கான சட்டப்பூர்வ உரிமையை இழந்தார்.[138] 2019-க்குப் பிறகு, மத்திய அரசு மற்றும் பா.ஜ.க. மாநில அரசுகளால் மேலும் பல சட்டங்கள் இயற்றப்பட்டன. சட்டப்பிரிவு 370-க்கான திருத்தச் சட்டம் தவிர, முஸ்லீம் பெண்கள் (திருமண உரிமைகள் பாதுகாப்பு) சட்டம் மற்றும் குடியுரிமை (திருத்தச்) சட்டம் அனைத்தும் பாராளுமன்றத்தால் நிறைவேற்றப்பட்டன, உத்தர பிரதேசத்தில் சட்டவிரோதமாக மதமாற்றம் செய்வதற்கான தடைச்சட்டம் (2020) குறிப்பாக முக்கியமானது. நவம்பர் 27, 2020 அன்று பிரகடனப்படுத்தப்பட்ட இந்த அரசாணை, அரசிடமிருந்து முன் அனுமதி பெறப்பட்டதைத் தவிர, திருமணத்திற்கான எந்த மதமாற்றத்தையும் தடை செய்கிறது. உண்மையில், ஒருவரைத் திருமணம் செய்துகொள்வதற்கு முன் மதம் மாறவிரும்பும் நபர் இப்போது மாவட்ட மாஜிஸ்திரேட்டிடம் விண்ணப்பிக்க வேண்டும், அவர் காவல்துறையிடம் 'உண்மையான உட்குறிப்பு,' 'நோக்கம்' மற்றும் 'மத மாற்றத்திற்காகக் கூறப்பட்ட காரணத்தை' சரிபார்க்கவேண்டும்.[139] 'எந்தவொரு பரிசோ,' 'வெகுமதியோ,' 'மேலான வாழ்க்கை முறையோ' அல்லது 'தெய்வீக அதிருப்தி' பற்றிய பயமோ மதமாற்றத்திற்குக் காரணமாக இருந்தால், மதமாற்றத்துக்குக் 'காரணமான' நபர் மீது குற்றவியல் நடவடிக்கை எடுக்கப்படும்.[140] 2018,[141] இல் உத்தரகாண்ட் சட்டமன்றத்தில் நிறைவேற்றப்பட்ட மதமாற்ற எதிர்ப்புச் சட்டத்தைப் போன்றே இந்த அவசரச் சட்டம் உள்ளது, ஆனால் வித்தியாசத்தை ஏற்படுத்தியது எதுவெனில், 'தனக்கெனச் செயல்பட முழுச் சுதந்திரம்' கொண்ட காவல் துறையின் பங்கே.[142] யோகி ஆதித்யநாத் முதலமைச்சராவதற்கு முன் அவரது கண்காணிப்புக் குழு வளர்த்து வந்த 'லவ் ஜிஹாத்'துக்கு எதிரான போராட்டத்தைச் சட்டபூர்வமாக்குவதற்கான தெளிவான முயற்சியே இத்தகைய அரசாணையாகும். முதலமைச்சராக, அவர் புதிய சட்டத்தை அறிவித்தபோது கண்காணிப்புக் குழுவில் ஒருவராகவே தொடர்ந்து பேசினார்: "தங்கள் பெயரையும் அடையாளத்தையும் மறைத்து, மகள்கள் மற்றும் சகோதரிகளின் கௌரவத்துடன் விளையாடுபவர்களுக்கு வலுவான சட்டத்தை நாங்கள் கொண்டுவருவோம், நான் அவர்களை முன்கூட்டியே எச்சரிக்கிறேன். அவர்கள் நிறுத்தவில்லை என்றால், அவர்களின் இறுதி ஊர்வலங்கள் நடைபெறும்"[143] யோகி ஆதித்யநாத்தின் அரசாணை வெளியிடப்பட்ட உடனேயே, தானாக முன்வந்து இஸ்லாம் மதத்திற்கு மாறவில்லை என்று குற்றம்சாட்டி "போலீஸ்

அழுத்தத்தின்கீழ்" ஒருவரது மனைவியின் குடும்பத்தினர் வழக்குப் பதிவு செய்தனர், இருபத்தொரு வயது முஸ்லீம் ஆண் ஒருவர் கைது செய்யப்பட்டார்.[144] கலப்புத் திருமணங்களுக்கு எதிராக வேறு பல எஃப்.ஐ.ஆர்.கள் பதிவுசெய்யப்பட்டதானது, கலப்பு தம்பதிகள் மத்தியில் வெகுவாக அச்சுறுத்தலை உருவாக்கியது,[145] அதனால், யோகி ஆதித்யநாத்தின் அறிக்கைக்குப் பிறகு, அலகாபாத் உயர்நீதிமன்றம், "தங்களது சாதி/மதத்திற்கு அப்பாற்பட்டு திருமணம் செய்துகொண்டவர்கள், அதன் காரணமாக உறவினர்களிடமிருந்து உயிருக்கும் சுதந்திரத்துக்கும் அச்சுறுத்தலை எதிர்கொள்ளும் தம்பதிகளைப் பாதுகாக்க காவல்துறைக்கு உத்தரவிட வேண்டியிருந்தது."[146] இங்கே சாதியும் மதமும் ஒருங்கே ஒன்றாக அடைப்புக்குறிக்குள் குறிப்பிடவேண்டியிருந்ததே மிகவும் குறிப்பிடத்தக்கது. அத்தியாயம் 7இல் ஆய்வுசெய்யப்பட்ட கண்காணிப்புக் குழுக்களைப் போலவே, உத்தர பிரதேச அரசு சமூக ஒழுங்கைப் பாதுகாக்க முயற்சிக்கிறது, இது இந்துக்களுக்கும் முஸ்லிம்களுக்கும் இடையிலான பிரிவினையைப்போலவே சாதி அமைப்பைப் பாதுகாப்பதையும் குறிக்கிறது. இந்த வகையான அரசு கண்காணிப்பியம் எதேச்சதிகார சீர்செய்தலுக்கு (அல்லது சீர்செய்யும் எதேச்சதிகாரத்துவம்) உதாரணம், இதில் அரசானது தனிமனித சுதந்திரத்தின் இழப்பில் சமூக விதிகளை-பெரிதும் ஆணாதிக்க விதிகளை அனுமதித்துச் செயல்படுத்துகிறது. மேலும், ராஜஸ்தான் பா.ஜ.க. தலைவர் சதீஷ் பூனியா, "நமது கலாச்சாரத்தில், திருமணம் என்பது ஒரு தனிநபரின் விருப்பம் அல்ல, அது மதம் மற்றும் சமூகத்தின் அங்கீகாரத்தையும் உள்ளடக்கியது" என்று வாதிடுவதன் மூலம் உ.பி. அரசாணையை நியாயப்படுத்தினார்.[147] 'பாதிக்கப்பட்ட நபர்' தவிர, "அவரது/அவளது பெற்றோர், சகோதரர், சகோதரி. அல்லது திருமணம் அல்லது தத்தெடுப்பு மூலம் தொடர்புடைய அவரது/அவளது இரத்த வழி உறவுகள் எவரொருவரும், அத்தகைய மாற்றம்பற்றி முதல் தகவல் அறிக்கையைப் [காவல்துறையிடம்] பதிவுசெய்யலாம்" என்று உ.பி. அரசாணை கூறுகிறது. அத்தகைய அரசாணை,"[148] பெண்கள் மீதான குடும்பத்தின் கட்டுப்பாட்டை வலுப்படுத்துவதாகும்.[149]

"முஸ்லிம்களின் சமூக விலக்கத்தை அதன் தர்க்கரீதியான முடிவுக்குக் கொண்டு செல்வதற்கான ஒரு முயற்சியாக உ.பி. அரசாணை மிகவும் நம்பத்தகுந்த வகையில் விளக்கப்பட்டுள்ளது, அனைத்து நடைமுறை நோக்கங்களுக்காகவும், அவர்கள் சமூக சுற்றுச்சூழல் அமைப்பிலிருந்து முற்றிலுமாக வெளியேற்றப்படுகிறார்கள்."[150] கோவிட்-19 நெருக்கடியால் இந்தப் போக்கு மேலும் அதிகரித்தது. ஆரம்பத்தில், முஸ்லிம்கள் வைரஸ் பரப்புவதாகக் குற்றம்சாட்டப்பட்டது. முக்கியக்

குற்றவாளிகள், தப்லீக்-இ-ஜமாத் (ஒரு சீர்திருத்த இஸ்லாமிய இயக்க) உறுப்பினர்களாக இருந்ததாகக் குற்றம்சாட்டப்பட்டது. அதன் உறுப்பினர்கள் மார்ச் 13 முதல் 15 வரை டெல்லியில் ஒரு சர்வதேச மாநாட்டில் பங்கேற்றுள்ளனர். நரேந்திர மோடி மார்ச் 22 வரை ஊரடங்கை அறிவிக்காததால் இந்த மாநாட்டில் சட்டவிரோதமானது எதுவும் இல்லை, ஆனால் யோகி ஆதித்யநாத் உள்ளிட்ட பா.ஜ.க. தலைவர்கள் மே,[151] முழுவதும் தப்லிகிகளைக் குற்றம்சாட்டினர். ரிபப்ளிக் டிவியில் அர்னாப் கோஸ்வாமி, இந்தியா டுடேயில் ராகுல் கன்வால் உள்ளிட்ட டி.வி. தொகுப்பாளர்கள் சமநிலையிழந்து தப்லிகிகள் மீது குற்றம்சாட்டினர். இந்தப் பைத்தியக்காரத்தனம் நூற்றுக்கணக்கானவர்கள் கைதில்போய் முடிந்தது. வெவ்வேறு நாடுகளில் இருந்து வந்த ஒரு டஜன் கைதிகள், நீதிமன்றத்தின் தீர்ப்புகளுக்காக, பல மாதங்கள், சிறையில் காத்திருக்க வேண்டியிருந்தது.[152] நீதிமன்றம் அவர்களை முறையாக விடுதலை செய்தது. முப்பத்தைந்து மனுதாரர்கள் (அவர்களில் இருபத்தி ஒன்பது பேர் வெளிநாட்டினர்) மீதான மூன்று எஃப்.ஐ.ஆர்.களை ரத்துசெய்தது, பாம்பே உயர்நீதிமன்றம், தப்லிகிகள் சென்றபிறகு தொற்றுநோய் உருவான விதத்தைப் பார்த்து, கூறியது: "ஒரு அரசியல் சார்புடையை அரசாங்கம் தொற்றுநோய் அல்லது பேரிடர் ஏற்படும்போது பலிகடாவைக் கண்டுபிடிக்க முயற்சிக்கிறது, இந்த வெளிநாட்டினரை பலிகடாக்களாக ஆக்குவதற்குத் தேர்ந்தெடுக்கப்பட்ட நிகழ்தகவு இருப்பதை சூழ்நிலைகள் காட்டுகின்றன. தற்போதுள்ள மனுதாரர்களுக்கு எதிராக இதுபோன்ற நடவடிக்கை எடுக்கப்பட்டிருக்கக்கூடாது என்பதை மேற்கூறிய சூழ்நிலைகள் மற்றும் இந்தியாவில் உள்ள நோய்த்தொற்றின் சமீபத்திய புள்ளிவிவரங்கள் காட்டுகின்றன."[153] 2020, டிசம்பரில், தப்லீகிகள் கைது செய்யப்பட்ட ஒன்பது மாதங்களுக்குப் பிறகு, அலகாபாத் உயர் நீதிமன்றம், புது தில்லியில் தப்லீக்-ஜமாத் சபையில் கலந்துகொண்டதற்காக ஒரு நபர் மீது கொலைமுயற்சி குற்றம் சாட்டுவது "சட்டத்தின் அதிகாரத்தைத் துஷ்பிரயோகம் செய்வதைப் பிரதிபலிக்கிறது" என்று உ.பி. காவல்துறை அதிகாரிகளிடம் கூறியது.[154]

தப்லிகிகளைத் தவிர, பெருந்தொற்றின்போது சாதாரண முஸ்லிம்களும் குறிவைக்கப்பட்டனர், இது மேலே விவரிக்கப்பட்ட விலக்கிவைக்கும் செயல்முறையைத் துரிதப்படுத்தியது.[155] '#கொரோனாஜிஹாத்,'[156] என்ற ஹேஷ்டேக்குடன் சமூக ஊடகங்களில் முஸ்லிம்-எதிர்ப்பு பிரச்சாரங்கள் வைரலானது, ஆனால் துன்புறுத்தல் என்பது மெய்நிகராக மட்டும் இருக்கவில்லை. உள்ளூர்த் தலைவர்கள் "இந்துப் பகுதிகளில்" முஸ்லிம்கள் நுழைவதைத் தடுத்தனர், ஏனெனில்

அவர்கள் வைரஸ் பரப்புவதாகச் சந்தேகிக்கப்பட்டனர். இந்துப் பகுதிகளில் அவர்கள் வேண்டுமென்றே எச்சில் துப்புகிறார்கள் என்ற வதந்திகளால் கலவரம் ஏற்பட்டு, குறைந்தபட்சம் ஒரு சந்தர்ப்பத்தில் முஸ்லிம்கள் அடித்துக் கொல்லப்பட்டனர்.[157] முஸ்லிம்கள் நோய்த்தொற்றின் அறிகுறிகளைக் காட்டியதாலோ அல்லது வேறு ஏதேனும் காரணத்தினாலோ[159] வந்திருந்தாலும் சில முஸ்லிம்கள் மருத்துவமனைகளில் ஏற்றுக்கொள்ளப்படவில்லை[158]- அல்லது, அவர்கள் அனுமதிக்கப்பட்டபோது, அவர்கள் இந்துக்களிடமிருந்து தனி வார்டுகளில் வைக்கப்பட்டனர்.[160] உத்தர பிரதேசத்தில், இறைச்சிக் கூடங்கள் மூடப்பட்டதால், முஸ்லிம்கள் ஏற்கனவே பொருளாதாரரீதியாகப் பாதிக்கப்பட்டுள்ளனர், இந்து தேசியவாதிகள் முஸ்லிம் விற்பனையாளர்களைப் புறக்கணித்தனர் அல்லது அவர்கள் நோயைப் பரப்புகிறார்கள் என்ற சாக்குப்போக்கின்கீழ் அவர்களை வேலை செய்யவிடாமல் தடுத்தனர்.[161]

பெருந்தொற்று தற்போதுள்ள முன்முடிவை அதிகப்படுத்தியுள்ளது, முஸ்லிம்களை ஒதுக்கி வைப்பதை இன்னும் முறையானதாக ஆக்கியுள்ளது. இந்து தேசியவாதிகள் இந்தச் சமூகத்தை அதன் தொல்லைதரும் (அதன் நமாஸ் முதல் அசைவ உணவு வரை) கலாச்சாரத்தால் பொது இடத்தில் இருந்து மறையச்செய்வதை மட்டும் நோக்கமாகக் கொண்டிருக்கவில்லை. அதன் உணரப்பட்ட வைரஸ் நச்சுத்தன்மையின் காரணமாக சமூகத்தின் மற்ற பகுதிகளிலிருந்து முழுமையாகவும் வெளிப்புற தாக்கமில்லாத வகையில் பிரிக்கவும் அவர்கள் முயற்சி செய்கிறார்கள். இந்த உடலளவிலான நிராகரிப்பு சாதி அமைப்பை நினைவூட்டுகிறது மற்றும் உண்மையில், இன்று முஸ்லிம்கள் இந்தியாவின் புதிய தீண்டத்தகாதவர்களாக இருக்கலாம் என்பதை உறுதிப்படுத்துகிறது.

ஆனால் இந்துக்களுக்கும் முஸ்லிம்களுக்கும் இடையில் பாலம் கட்டுவதற்கான எந்தவொரு முயற்சியும் பெரும்பான்மையினரின் எதிர்ப்புகளை விளைவித்ததில் இருந்து, இந்த விலக்குதல் செயல்முறை பௌதீக பரிமாணத்திற்கு அப்பால் சென்றுள்ளது. டாடா குழுமத்தின் பிராண்டான தனிஷ்க் ஜூவல்லரி, சமூக ஊடகங்களில் இந்து தேசியவாதிகளால் ஒரு பெரிய பிரச்சாரத்தைத் தொடங்கியதையடுத்து, இரு மதங்களுக்கு இடையேயான ஜோடி இடம்பெறும் விளம்பரத்தை திரும்பப்பெற்றுள்ளது. ஒரு முஸ்லீம் குடும்பத்திற்கு இந்து மருமகளைக் காட்டி ஏன் கொச்சைப்படுத்துகிறீர்கள் என்று பா.ஜ.க. தலைவர் ஒருவர் எழுப்பியுள்ள கேள்வி, ட்விட்டர் ட்ரெண்டில் *#BoycottTanishq* முதலிடத்தில் இருந்தது.[162] எ சூட்டபிள் பாய் என்ற தொலைக்காட்சி தொடரின் ஒரு காட்சியில் ஒரு இந்துப் பெண்ணும் ஒரு முஸ்லிம்

பையனும்[163] முத்தம் கொடுத்ததை அடுத்து மற்றொரு பிரச்சாரம் நெட்பிளிக்ஸ்-ஐ குறிவைத்தது. இத்தகைய விளம்பரங்கள், இந்தப் புத்தகத்தின் பகுதி இரண்டில் காட்டப்பட்ட, பல வருடங்கள் முன்பாகக் கண்காணிப்புக் குழுக்கள் கையிலெடுத்த கலாச்சாரக் காவலின் சமூகத்தின் மீதான தாக்கத்தை விளக்குகின்றன.

பகுதி III இல், ஒரு புதிய வளர்ச்சி ஆய்வுசெய்யப்பட்டுள்ளது: இந்த விலக்கை அதிகாரப்பூர்வமாக்குவதில் மாநிலத்தின் பங்கு, குறிப்பாக உத்தர பிரதேசத்தில் வெளிப்படையாக உள்ள ஒரு செயல்முறை-உதாரணமாக, சிறுபான்மையினர் அதிகமாகக் காணப்படும் பகுதிகளில் வாழ்க்கை நிலைமைகள் மற்றும் உள்கட்டமைப்பை மேம்படுத்துவதற்காக வடிவமைக்கப்பட்ட திட்டத்தின் கட்டமைப்பில், மத்திய அரசாங்கம் கொடுத்த பணத்தில் 10 சதவீதத்தைக்கூடச் செலவிடவில்லை...

முஸ்லிம்களை விலக்கிவைப்பதற்கும் ஒடுக்கிவைப்பதற்குமான[164] புதிய ஆய்வுக்கூடமாக உத்தர பிரதேசம் இருக்க, அலகாபாத் உயர் நீதிமன்றம் எப்போதாவது இந்து தேசியவாத அபிப்ராயங்களுக்கும் எதிராகக் கருத்துச் சொல்லும். உதாரணமாக, 2020இல், டாக்டர் கஃபீல்கானை விடுதலை செய்யுமாறு நீதிமன்றம் உ.பி அரசுக்கு உத்தரவிட்டது. கோரக்பூரைச் சேர்ந்த மருத்துவரான இவர், சி.ஏ.ஏ.வுக்கு எதிரான பேச்சுக்காக, பல ஆண்டுகளாகத் துன்புறுத்தப்பட்டு, கொடூரமான தேசிய பாதுகாப்புச் சட்டத்தின்கீழ் வழக்குப் பதிவு செய்யப்பட்டார்.[165] கான் உடனடியாகத் தனது குடும்பத்துடன் உ.பி. யை விட்டு வெளியேறி காங்கிரஸ் ஆளும் மாநிலமான ராஜஸ்தானில் குடியேறினார். இஸ்லாமியர் ஒருவரைத் திருமணம் செய்வதற்காக இஸ்லாம் மதத்திற்கு மாறிய மனைவியின் பெற்றோர் தாக்கல் செய்த மனுவை அலகாபாத் உயர்நீதிமன்றம் தள்ளுபடி செய்தது. "இந்திய அரசியலமைப்பின்[166] 21-வது பிரிவின்கீழ் உத்தரவாதம் அளிக்கப்பட்ட ஒரு தனிநபரின் வாழ்க்கை மற்றும் சுதந்திரத்தை நிலைநிறுத்த நீதிமன்றத்துக்குக் கட்டளையிடப்பட்டுள்ளது" என்று நீதிபதிகள் தெரிவித்தனர். இறுதியாக, அலகாபாத் உயர்நீதிமன்றம் உத்தர பிரதேசத்தில் உள்ள பசுவதைத் தடுப்புச் சட்டத்தை அரசும் அதன் காவல்துறையும் தவறாகப் பயன்படுத்துவதாகக் குற்றம்சாட்டியது: "இந்தச் சட்டம் அப்பாவி மக்களுக்கு எதிராகத் தவறாகப் பயன்படுத்தப்படுகிறது. எந்தவொரு இறைச்சியும் மீட்கப்படும்போதெல்லாம், அது தடயவியல் ஆய்வகத்தால் ஆய்வு செய்யப்படாமலோ அல்லது பகுப்பாய்வு செய்யாமலோ பொதுவாக மாட்டு இறைச்சியாக (பீப்) காட்டப்படுகிறது. பெரும்பாலான சந்தர்ப்பங்களில், இறைச்சி ஆய்வுக்கு அனுப்பப்படுவதில்லை. குற்றம்சாட்டப்பட்ட நபர்கள் செய்யப்படாத ஒரு குற்றத்திற்காகத்

தொடர்ந்து சிறையில் இருக்கிறார்கள்."[167] இந்த அத்தியாயத்திலும் முந்தையவற்றிலும் ஆய்வுசெய்யப்பட்ட பெரும்பாலான போக்குகள் இந்து ராஜ்ஜியத்தை உருவாக்குவதையே சுட்டிக்காட்டினாலும், இந்திய அரசின் வகுப்புவாதத்திற்கு இன்னும் சில வகையான எதிர்ப்புகள் இருப்பதை இத்தகைய நிகழ்வுகள் காட்டுகின்றன.

நிறைவுப் பகுதி

நரேந்திர மோடியின் கீழ் பத்து ஆண்டுகளுக்கும் குறைவான காலத்தில், ஜனரஞ்சகவாதத்திலிருந்து இன ஜனநாயகம் மற்றும் எதேச்சாதிகாரம் வரையில் பயணம் மேற்கொண்ட இந்தியாவின் அரசியல் பாதையை இந்தப் புத்தகம் உணர்த்த முயற்சித்துள்ளது.

அதன் தொடக்கப்புள்ளி இந்து தேசியவாதத்தில் உள்ளது. இந்துத்துவாவைக் கட்டியெழுப்பியவர்கள், முஸ்லிம்கள் உள்ளிட்ட மற்றவர்களை அச்சுறுத்துபவர்களாகக் கண்டு, ஊறுபடும் உணர்வு, எதிர்ச்சார்பு உணர்வின் அடிப்படையில் உருவாக்கிக்கொண்ட கருத்தியல் ஆகும். அவர்கள் முஸ்லிம்கள் உள்ளிட்ட மற்றவர்களைப் போலவே செயல்பட்டதோடு அவர்களைக் களங்கப்படுத்தவும் செய்தனர். இந்த இயக்கம் அதன் பிரதான அமைப்பான ஆர்.எஸ்.எஸ். உடன் சேர்ந்து 100 வருடங்களுக்கு முன்பே கெட்டிப்பட்டது, ஆனால் அதன் அரசியல் கட்சியான-ஜனசங்கமும் பிறகுவந்த பா.ஜ.க.வும்-2014 வரை அதிகாரத்தைக் கைப்பற்ற இயலவில்லை. அவை வெகுஜன ஆதரவை ஈர்ப்பதில் அதுவரை தோல்வியடைந்தே வந்தன. இருபத்தியொன்றாம் நூற்றாண்டின் முதல் இரண்டு தசாப்தங்களில், நரேந்திர மோடியால் பிரதிநிதித்துவப்படுத்தப்பட்ட தேசிய ஜனரஞ்சகவாதத்தின் வடிவத்துடன் இந்து தேசியவாதம் இணைந்து, முதலில் குஜராத்திலும் பின்னர் இந்தியா முழுவதும் அதன் வெற்றியை உறுதிசெய்தது. அதன் செயல்முறை ஒன்றிணைந்ததாக இருந்தது. இந்துத்வத்தின் கருத்தியல் அடிப்படை அப்படியே நீடித்தபோதும், இப்போது ஜனரஞ்சகவாத அரசியல் பாணி என்ற புதிய அம்சம் ஒன்று அதனுடன் இணைந்துள்ளது. மோடியின் தனிச்சிறப்பான இந்தத் திறமையால் பா.ஜ.க. 30 சதவிகித வாக்கு என்ற புதிய வரம்பைக் கடக்க உதவியது, கட்சியானது அதன் உயரடுக்குத் தோற்றம் காரணமாக முன்பு இதனை அடையமுடியாமலிருந்தது.

உண்மையில், இது தேசிய ஜனரஞ்சகவாதத்துக்கு ஒரு உதாரணமாகும். இறுதியாக மோடியால் கணிசமான எண்ணிக்கையிலான தாழ்த்தப்பட்ட குடிமக்களைக் கவர்ந்திழுக்க முடிந்தது. ஏழ்மைப்

பின்னணியைக் கொண்ட, சுயமாக உருவாகி வந்த மோடி நவ-நடுத்தர வர்க்கத்தைச் சேர்ந்த, நல்ல நாட்களைக் (அச்சே தின்)[1] கனவு கண்டுகொண்டிருந்த பெரும்பாலோருக்கு அவர் வாக்குறுதியளித்திருந்தார். வாக்காளர்களை இனமதப் பிளவுக் கோட்டில் துருவப்படுத்துவதன் மூலம் கட்சியின் சமூக அடித்தளத்தை அவரால் விரிவுபடுத்த முடிந்தது: 2002 படுகொலையின் பாரம்பரியம் மூலம் தன்னை இந்து ஹிருதய் சாம்ராட்டாக (இந்து இதயங்களின் சக்கரவர்த்தியாக) உருமாற்றிக் கொண்ட மோடி, பாகிஸ்தான் மற்றும் மற்றமையான முஸ்லிம்களுக்கு எதிராக இந்துக்களின் பாதுகாவலராக முன்னிறுத்திக்கொண்டார். இந்தத் தேசிய ஜனரஞ்சகவாதத்தின் இரு அம்சங்களும் மிகவும் தனிப்பயனாக்கப்பட்ட அரசியல் பாணியில் வெளிப்பாட்டைக் கண்டன, மோடி பொதுவெளியை நிரப்ப அனைத்து சாத்தியமான தகவல்தொடர்பு சேனல்கள் (சமூக ஊடகங்கள் முதல் ஹாலோகிராம்கள் வரை) பயன்படுத்தி நேரடியாக வாக்காளர்களுடன் தொடர்புகொண்டார். இந்தப் புதிய வழிமுறைகள், ஆர்.எஸ்.எஸ்.ஸின் மிகப்பரந்த சங் பரிவார் வலையமைப்புடனான, வீட்டுக்கு வீடு பிரச்சாரம் மேற்கொள்ளும் முயற்சித்துப் பார்க்கப்பட்ட, உண்மையான செயல்பாட்டு ஆதாரங்களுடன் இணைந்து பலனளித்தன. மோடியின் கீழ், அரசாங்கமானது இந்தியாவை ஒரு புதிய வகை ஜனநாயகமான, சாமி ஸ்மூகாவால் இன ஜனநாயகம் என வரையறுக்கப்படும் ஒன்றுக்கு அல்லது பெரும்பான்மைவாதத்துக்கு இட்டுச்சென்றது. இந்தப் புதிய அரசியல் அமைப்பில் பெரும்பான்மை சமூகம் ஒன்றாகவும் தேசத்துக்கு இணையாகவும் கருதப்படுவதோடு, சிறுபான்மையினர் இரண்டாம் தர குடிமக்களாகத் தாழ்த்தப்பட்டுள்ளனர். ஸ்மூஹாவின் மாதிரியான இஸ்ரேலில், பெரும்பான்மைவாதம் சட்டத்தில் பொறிக்கப்பட்டுள்ளதால், அரசியலமைப்புத் திருத்தங்கள் யூதர்களின் மேலாதிக்கத்தை நிறுவியது. மோடியின் இந்தியாவில், அவரது முதல் ஆட்சிக் காலத்தின்போது, நாட்டின் சட்டங்களில் திருத்தங்கள் குறைவாக இருந்ததால், நாடானது நடைமுறை இன ஜனநாயகமாகத் திகழ்ந்தது. மதச்சார்பின்மையின் இழப்பில் இந்து தேசியவாதத்தை ஊக்குவித்ததானது, (என்.ஜி.ஓ.க்கள், அறிவுஜீவிகள் மற்றும் ஜெ.என்.யூ. போன்ற பல்கலைக்கழகங்கள் உட்பட) தாராளவாதிகளுக்கு எதிரான தாக்குதல்களின் வடிவத்தை எடுத்ததுடன் கல்வியைக் காவிமயமாக்கியது. அதேநேரத்தில், இந்து கண்காணிப்புக் குழுக்களால் ஒரு புதிய கலாச்சார காவலைச் செயல்படுத்தியதன் மூலம் உடல் ரீதியாகவும் அடையாள ரீதியாகவும் சிறுபான்மையினர் வன்முறைக்கு உட்படுத்தப்பட்டனர். பொதுவாக சங் பரிவார குடையின்கீழ் இருக்கும் இந்தக் குழுக்கள், முன்னோர்களின் காலத்தில் இஸ்லாம் அல்லது கிறித்தவத்தைத் தழுவியவர்களை

மீண்டும் மதமாற்றம் செய்யும் முயற்சிகள், பசுக்களை அறுப்பதாகக் குற்றம்சாட்டப்பட்ட மக்களுக்கு எதிரான தாக்குதல்கள்-இது ஒரு தொடர் கொலைகளுக்கு அடிப்படைக் காரணமாக இருந்த உணர்ச்சிகரமான பிரச்சினை, லவ் ஜிஹாத், லேண்ட் ஜிகாத் போன்ற போராட்டங்களை ஒன்றன்பின் ஒன்றாகத் தொடங்கி, அதிகாரபூர்வ அரசின் மறைமுக ஒப்புதலுடன் இணை அரசை உருவாக்கத் தொடங்கினர். மீண்டும் நாட்டின் ஆட்சியாளர்களின் ஆசியுடன்-கண்காணிப்புக் குழுவினர் தெருவில் மட்டுமல்லாது, ஆன்லைனிலும் சுறுசுறுப்பாக இருந்தனர், இது ட்ரோல்களால் மேற்கொள்ளப்பட்ட உளவியல் வன்முறையிலிருந்து தெளிவாகிறது.

தேசிய ஜனரஞ்சகத்திலிருந்து இன ஜனநாயகம் வரையிலான இந்தியாவின் பயணம் மூன்று பொதுவான முடிவுகளைப் பரிந்துரைக்கிறது.

முதலாவதாக, இருபத்தியோராம் நூற்றாண்டு இந்தியாவில், துருவமுனைப்புக் கொள்கையைவிட மிதவாதக் கொள்கை குறைவான பொருத்தப்பாடுடையதாகத் தெரிகிறது. தேர்தல் அரசியலின் ஜனநாயகச் செயல்பாட்டில் பங்கேற்கத் தொடங்கியவுடன், தீவிரவாதக் கட்சிகள் தங்கள் சித்தாந்தத்தை நீர்த்துப்போகச் செய்கின்றன என்பதைப் பல அரசியல் விஞ்ஞானிகள் ஏற்றுக்கொண்டுள்ளனர். குறிப்பாக மிதவாதக் கொள்கையானது, பரந்த வாக்காளர்களைக் கவர்வதற்காக, தேர்தலில் போட்டியிடும் தீவிரவாதக் கட்சிகளை ஒவ்வொருமுறையும் அடுத்தத் தேர்தலில் வீச்சுக்குறைவான பிரத்தியேகத் திட்டத்தைப் பின்பற்றத் தூண்டுகிறது. உண்மையில், தேர்தல் போட்டியானது, கூட்டணி அரசியலைத் தீவிரமாகத் தொடர விரும்பிய மிதவாத பா.ஜ.க. தலைவர்களின் இழப்பில் இந்துத்துவாவின் தீவிரமான பதிப்பை வலுப்படுத்தியுள்ளது. மோடியின் கீழ் உள்ள பா.ஜ.க.வைப் பொறுத்தவரை, எப்பொழுதெல்லாம் கிளர்ச்சிக்கு நிலைமை சாதகமாக இருந்ததோ, அப்போதெல்லாம் மிகைப்படுத்தப்பட்ட இஸ்லாமிய அச்சுறுத்தலும், வகுப்புவாத வன்முறையைத் திட்டமிடுவதும் ‘இந்து வாக்குகளை’ திரட்டுவதற்கான சிறந்த வழியாகக் கருதப்பட்டது. 2000-களின் முற்பகுதியில், மேற்கொள்ளப்பட்ட இஸ்லாமியர்களின் தாக்குதல்கள் மூலம்-இதில் சில தாக்குதல்கள் இந்து தேசியவாதிகளின் அட்டூழியங்களுக்குப் பதிலடி கொடுக்கும் வகையில் இந்திய முஸ்லிம்களால் திட்டமிடப்பட்டது-எளிதில் சுரண்டக்கூடிய பெரும்பான்மையினரின் ஊறுபடும் உணர்வை உயிர்ப்பித்தது சங்பரிவார்.

மிதவாதக் கொள்கைக்கு மாறாக, கட்சி அரசியல் விதிகளின்படி செயல்பட்ட அரசியல் கட்சிகள், அவற்றைத் தோற்றுவித்த தீவிர இயக்கங்களுக்குத் தங்களது முதுகைக் காட்டமுடியாதபடி ஆனது என்பதை ஆர்.எஸ்.எஸ். வகித்த முக்கிய பாத்திரம் காட்டுகிறது. இந்த விவகாரத்தில், நடைமுறையில் கட்சியின் அனைத்துத் தலைவர்களும், தொண்டர்களும் ஆர்.எஸ்.எஸ்-ஸில் பயிற்சி பெற்றிருந்ததால், தீவிரவாத கூறுகளின் கட்டுப்பாட்டிலிருந்து இத்தகைய விடுதலையை அடைவது மிகவும் கடினமாக இருந்தது.

எல்லாவற்றையும் கருத்தில் கொண்டால், 2014இல் இருந்த நிலையில், பா.ஜ.க. தனது அசல் கருத்தியல் எதையும் இழக்கவில்லை, மாறாக, கூட்டணி அரசியலின் நிர்ப்பந்தங்களிலிருந்து விடுபட்டு, அறுதிப் பெரும்பான்மையைப் பெற அது இந்து தேசியவாதத்தைப் பயன்படுத்தியது. ஒருமுறை ஆட்சிக்கு வந்ததும், முஸ்லிம்கள் மற்றும் பாகிஸ்தானிய அச்சுறுத்தல் என இரண்டையும் குறிவைத்த அதே அச்ச அரசியலில் விளையாடி, ஒன்றன்பின் ஒன்றாகப் பிராந்திய தேர்தல்களில் வெற்றி பெற அதே பாதையை அது தொடர்ந்தது.

இரண்டாவதாக, மோடியின் கொள்கைகள் அறிமுகப் பகுதியில் கூறப்பட்ட கருதுகோளை உறுதிப்படுத்தியுள்ளன, இது 1990-2000 ஆண்டுகளில் தாழ்த்தப்பட்ட சாதிகளின் எழுச்சிக்குப் பிரதிவினையாக, பெரிய அளவிலான தேசிய-ஜனரஞ்சக அணிதிரட்டலை சங்பரிவாரத்தின் வழியாக இக்கொள்கை முன்வைத்தது. தேசிய ஜனரஞ்சகவாதம் என்பது பா.ஜ.க.வின் முக்கிய வாக்காளர்களான உயர்சாதி நடுத்தர வர்க்கம், இந்து சமூகத்தில் சாதி அரசியல் ஏற்படுத்திய பிளவு அபாயத்தை எதிர்கொள்ளும் அந்தஸ்து இழப்பு அபாயத்தின் எதிர்வினையாகும். முஸ்லிம்களுக்கு எதிராக இந்துக்களை அணிதிரட்டுவதன் மூலம், சங் பரிவார் பெருமளவிலான மக்களைத் தங்கள் சாதி அடையாளத்தை முன்வைக்காமல், அதற்குப் பதிலாக இந்தியாவை ஆட்சிசெய்ய விதிக்கப்பட்ட பெரும்பான்மை சமூகத்தில் உறுப்பினர்களாக இருக்கத் தூண்டியது. இந்த அணுகுமுறை நவ-நடுத்தர வர்க்கத்தின் கோபக்கார இளைஞர்களிடம் குறிப்பாகப் பயனுள்ளதாக இருந்தது.

மோடி பிரதமராக இருந்த ஐந்தாண்டுகளில், உயர் சாதியினர் தங்கள் ஆதிக்க நிலையை மீட்டெடுத்ததில், இந்த உத்தி சிறப்பாகச் செயல்பட்டது. மண்டலுக்குப் பிந்தைய 'மௌனப் புரட்சியின்' முக்கியப் பயனாளிகளான ஆதிக்கமிக்க (யாதவர் உள்ளிட்ட) இடைநிலை ஜாதியினர், (ஜாதவ்கள் உள்ளிட்ட) ஆதிக்கமிக்க தலித்துகளுக்கு எதிராக 1989 முதல் நிலையாகத் தளத்தை இழந்து வந்த உயர்ஜாதியினர், மீண்டும் பாராளுமன்றத்தில் மட்டுமல்ல,

பா.ஜ.க.வால் கைப்பற்றப்பட்ட மாநிலங்களின் சட்டமன்றங்களிலும், பா.ஜ.க. ஆதிக்கம்செலுத்தும் அரசாங்கங்களிலும் அதிகாரம் பெற்றனர்: உண்மையில் உயர் ஜாதியினர் திரும்பவந்ததைவிடவும் (இவர்கள் ஏற்கெனவே ஐக்கிய முற்போக்குக் கூட்டணியின்கீழ் மீண்டெழுந்துவந்திருந்தனர்), இந்தக் குழுக்களின் எழுச்சியில் ஏற்பட்ட சரிவே பா.ஜ.க.வுக்கும் அவர்களால் அச்சுறுத்தலுக்குள்ளான அதன் உயர் ஜாதி ஆதரவாளர்களுக்கும் பொருட்டாக இருந்தது. தேர்தல் களத்தில், இடஒதுக்கீட்டை ஆக்கிரமித்துக்கொண்டு அதிகாரத்துக்கு வந்த இந்தக் குழுக்களின் மீது கோபத்தில் இருந்த, மேலாதிக்கத்துடன் இல்லாத தலித் அல்லது ஓ.பி.சி. ஜாதியைச் சேர்ந்த வேட்பாளர்களை நிறுத்தியது பா.ஜ.க. ஒருவகையில், பா.ஜ.க. ஒரு அசாதாரணக் கூட்டணியை மறுநிர்மாணம் செய்தது, அது மற்றவர்களுக்கு (முஸ்லிம்களுக்கு) எதிராக அணிதிரட்டுவது மட்டுமல்லாமல், உயரடுக்கின் பொதுவான எதிரிகள் மற்றும் கோபமான சாமானியர்களை சாண்ட்விச் செய்வதையும் நோக்கமாகக் கொண்டது.

மேலும், மக்களுக்கு ஆதரவான பொதுக் கொள்கைகள் பெரிதும் தலைகீழாக மாற்றப்பட்டன, அவை பட்டியலிடப்பட்ட சாதியினருக்கான நேர்மறையான பாகுபாடானாலும் சரி அல்லது மன்மோகன் சிங் அரசாங்கத்தால் தொடங்கப்பட்ட வறுமையை எதிர்த்துப் போராடுவதற்கான முக்கியத் திட்டங்களான (மகாத்மா காந்தி தேசிய ஊரக வேலை உறுதிச் சட்டம்) போன்றவையானாலும் சரி. அதுபோலவே, பா.ஜ.க.வின் முதன்மைத் தேர்தல் அடித்தளமான நகரவாசிகளின் நலன்களுக்காக விவசாயிகள் ஓரளவு தியாகம் செய்யப்பட்டனர். அடிப்படைப் பொருட்களுக்கு-நகர்ப்புறங்களில் வசிப்பவர்கள் உணவுப் பொருள்களின் விலைகள் அதிகரிப்பதைத் தவிர்க்கும் வகையில்-விவசாயிகளிடமிருந்து விளைபொருட்களை அரசு வாங்குவதற்காக அரசாங்கம் நிர்ணயித்துள்ள மிகக் குறைந்த விலைகள் இதற்குச் சான்றளிக்கிறது.

மறுவிநியோகக் கொள்கைகளை உருவாக்குவதற்கும், பொதுநல அரசை வலுப்படுத்துவதற்கும் பதிலாக, ஏழைகளுக்கு சுயமரியாதை மற்றும் அவர்களின் நல்வாழ்வை மேம்படுத்துவதை நோக்கமாகக் கொண்ட கண்ணிய அரசியலில் மோடி அரசாங்கம் முதலீடு செய்தது. தூய்மை இந்தியா திட்டம் போன்ற முதன்மையான திட்டங்கள் இந்த வியூகத்துக்குப் பங்களித்தன: பெரும்பாலான மத்திய நிதியுதவி திட்டங்களைப் போலவே, இது ஒரு பெரிய விளம்பர பட்ஜெட்டின் ஆதரவுடன் சந்தைப்படுத்தப்பட்டது-ஏழைகளுக்கு நரேந்திர மோடியின் பரிசாக, அவர் 2014 முதல் ஒவ்வொரு மாதமும் மன் கி பாத் வானொலி நிகழ்ச்சியில் உரையாற்றத் தொடங்கினார். ஏழைகளுக்கே

தனது முன்னுரிமை எனக் கூறிக்கொண்டு, அவர்களுடன் தலைவர் தன்னை உணர்வுப்பூர்வமாகத் தொடர்புறுத்தும் ஜனரஞ்சக திறமையுடன் இது நன்றாக ஒத்துப்போனது, உண்மையில், அவர் ஏற்றத்தாழ்வுகளை எதிர்த்துப் போராடவில்லை.

இந்த வியூகம் உண்மையிலேயே சமத்துவமின்மைகளின் எழுச்சியைக் கட்டுப்படுத்தவில்லை. உண்மையில், கோவிட்-19 பெருந்தொற்றுக்கு முன்பே வெகுமக்கள் ஏழ்மை அதிகரித்திருந்தது, கிராம-நகரப் பிரிவினை மேலும் மேலும் அதிகரித்தபடியே சென்றது வெளிப்படையானது. இந்த வளர்ச்சிகள், ஏழைகளுக்கு உதவவும் சார்புக் கலாச்சாரத்தை உருவாக்குவதற்கும் பதிலாக, நடுத்தர வர்க்கம், பணக்காரர்கள், வணிக நலன்கள் அரசின் கட்டுப்பாடுகளிலிருந்து விடுவிக்கப்படவேண்டும் என்ற கருத்தியல் யூகத்தின் விளைவாக நேர்ந்ததாகும். அரசின் செலவு சார்பான இந்தக் கொள்கையானது, நேரடி வரிகளில் தேய்வாகவும் மறைமுக வரிவிதிப்பில் அதிகரிப்பாகவும் வெளிப்பட்டது. அத்தோடு, அதிபணக்காரர்கள் தேசிய வளத்தில் பெரும் பங்கைக் குவித்துக்கொண்டே செல்வது அதிகரித்தது. எனினும், இந்தப் போக்கு முதன்மையாக மோடியின் நவதாராளவாதத்தின் மீதான நம்பிக்கையால் இல்லை. உண்மையில், இந்தியாவின் சில பெரிய வணிகர்களுடனான உறவு, க்ரோனி கேப்பிடலிசத்துக்கான முதன்மை உதாரணமாகும், அவரது நெருங்கிய தொடர்புகள் இதனால் முதன்மை ஆதாயத்தை அடைந்தனர். இந்தத் தொடர்பு பா.ஜ.க. அதன் தேர்தல் பிரச்சாரத்துக்கு நிதி திரட்ட ஆயத்தப்படுத்தியது.

மூன்றாவதாக, இந்திய வகை இன ஜனநாயகமானது வரையறை செய்யப்படவேண்டும்: இஸ்ரேல் மாதிரிக்கு மாறாக மோடியின் முதல் ஆட்சிக் காலத்தில் இந்தியா நடைமுறை இன ஜனநாயகத்தைக் கண்டுபிடித்தது, அதில் அரசியலமைப்பும் பெரும்பாலான சட்டங்களும் மாற்றமின்றி நீடித்தன, அரசாங்கம்-பின்னணியில் பெரிதும் சத்தமின்றித் தொடர்ந்தது. நிச்சயமாக, இந்து அடையாளம், இந்திய வரலாறு, வரலாற்றில் சிறுபான்மையினரின் பங்கு ஆகியவற்றில் இந்து தேசியவாத பதிப்பை அரசானது ஊக்குவித்தது. ஆனால், மிகவும் வன்முறையான செயல்களைத் தெருவில் கலாச்சாரக் காவல் பணியை மேற்கொள்ளும் கண்காணிப்புக் குழுக்கள் அல்லது சமூக ஊடகங்களில் அதையே செய்யும் ட்ரோல்கள் போன்ற அரசு சார்பற்ற செயல்பாட்டாளர்களிடம் அரசு விட்டுவிட்டது.

இந்த வேலைப் பிரிவினை மோடி அரசின் வியூகத்தை மட்டுமின்றி, சங் பரிவாரின் பரிணாமத்தையும் பிரதிபலித்தது. 1980-கள் முதல்

இந்த இயக்கம், தலித்துகள், ஓ.பி.சி.யினர், உயர்ஜாதியினரின் கீழ்நடுத்தர வர்க்கத்தைச் சேர்ந்த இளைஞர்களைச் சென்றடைய துணை அமைப்புகளை உருவாக்கியது. முக்கியமாக பஜ்ரங் தள் வேலையில்லாத சாமானியர்களைக் கவர்வதில் சிறந்துவிளங்கியது, அவர்கள் தங்களது சுயமரியாதையை மேம்படுத்திக் கொண்டதோடு, இந்துத்துவத்தின் எதிரிகளோடு போராடுபவர்களாகத் தங்களுக்கு ஒரு புதிய அடையாளத்தையும் பெற்றனர். இந்து உயர் பாரம்பரியத்துடன் தொடர்புடைய உயரடுக்கு குழுக்களைப் பின்பற்றி, அவர்களுடன் இணைந்து, அவர்கள் கைமாற்றிவிட்ட மோசமான வேலைகளைச் செய்வதிலும் அவர்களோடு இணைந்து செயல்படுவதிலும் மகிழ்ச்சி அடைந்தனர், இந்த லும்பன் கூறுகள் சமஸ்கிருதமயமாக்கலின் புதிய பதிப்பை உருவகப்படுத்தியது.

2014-க்குப் பிறகு பஜ்ரங் தள்ளைச் சேர்ந்தவர்களும் பசுப் பாதுகாப்பு இயக்கத்தினரும், நடைமுறை இன ஜனநாயகமாக மாறிய இந்தியாவின் காலாட்படை வீரர்களாகத் திகழ்ந்தனர். அவர்களுக்கு அரசுடன் எந்தவொரு அதிகாரப்பூர்வத் தொடர்பும் இல்லை (பா.ஜ.க. ஆட்சிசெய்த மாநிலங்களில் காவல்துறை அவர்களைச் சுதந்திரமாகச் செயல்பட அனுமதித்ததைத் தவிர்த்து) ஆனால் ஆர்.எஸ்.எஸ். உறுப்பினர்களால் ஆன இணையான அதிகார அமைப்பிடம் அவர்கள் அறிக்கையிட்டனர். அவர்களில் சிலர் பா.ஜ.க. அரசுகளின் துணை அமைப்பின் பகுதியாக இருந்தவர்கள், இந்தத் துணை அமைப்பு அதிகாரப்பூர்வ பக்கத்தையும் அதிகாரப்பூர்வமற்ற பக்கத்தையும் கொண்டிருக்கும். முந்தையது சட்டபூர்வத்தை உள்ளடக்கியது, ஆனால் பிந்தையதோ சட்டபூர்வத்தன்மையை அனுபவித்ததால் மேலானது. இந்தச் சட்டபூர்வத்தன்மை இந்து மதத்திற்காகவும், பசு உட்பட இந்துமத அடையாளங்களுக்காகவும் அவர்கள் நடத்திய போராட்டத்தின் புனிதத் தன்மையிலிருந்து மட்டுமல்ல, சமூக ஒழுங்கைப் பாதுகாப்பதில் இருந்தும் வந்தது: உதாரணத்துக்கு லவ் ஜிகாத்துக்கு எதிரான அவர்களது போராட்டம், சாதி அமைப்பை சீர்செய்தலுடன் நன்றாகப் பொருந்திப்போனது. இதன்விளைவாக, அவர்களின் மிருகத்தனமான, சட்டவிரோத செயல்கள் தண்டிக்கப்படவில்லை, மேலும் அவர்கள் சமூகத்தில் ரோந்து செல்வதற்கான தண்டனைவிலக்கு பெரும்பான்மை சமூகத்தால் மட்டுமல்ல, விரும்பினாலும் விரும்பாவிட்டாலும், பாதிக்கப்பட்டவர்களில் பலராலும் ஒப்புக்கொள்ளப்பட்டது, அவர்கள் உதவி வேண்டி அதன்பின் அரசிடம் போகத் துணியவில்லை. ஒரு நடைமுறை இன ஜனநாயகத்தில், 'வல்லான் வகுத்ததே வாய்க்கால்' என்ற பொன்மொழி பெரும்பான்மையினருக்கு ஆதரவாகச் செயல்படுகிறது.

ஆனால் கண்காணிப்புக் குழுவினரை அரசு பயன்படுத்துவதானது, ஒருவரின் கலாச்சாரத்தின் தன்னிச்சையான பாதுகாப்பு என முறையாக முன்வைக்கப்படுவதற்கும் தங்களுக்கும் தொடர்பில்லையெனக் கூற அதிகாரப்பூர்வ ஆட்சியாளர்களைத் தகுதிப்படுத்தியது. இது மோடி அரசாங்கம், ஆர்.எஸ்.எஸ்.ஸின் பாரம்பரியமான அமைதியான திறமையை வளர்த்தெடுக்கவும்,-ஒற்றுமையின் அவசியத்தை வலியுறுத்தவும் உதவுகிறது. அதேவேளையில், ஜனரஞ்சகவாதிகள் எப்போதும் செய்வதுபோல-நரேந்திர மோடியின் பிரதான திறமையென அவர் கூறும் அனைத்து மக்களுக்காகவும் பேசுவதையும் மேற்கொள்ள முடிந்தது; எனவே அவரது பேச்சில் 1.3 பில்லியன் சகோதர சகோதரிகளே” எனக் குறிப்பிட முடிந்தது. சாதி (மற்றும் வர்க்க) பிரிவுகளுக்கு அப்பால் இந்துக்களிடையே ஒற்றுமையை வளர்க்கும் இந்து தேசியவாத முயற்சியுடன் இது ஒத்துப்போகிறது. இந்து தேசியவாதம் உண்மையில் சமூகப் படிநிலைகளைக் குறைத்து மேலும் ஏற்றுக்கொள்ளக்கூடியதாக மாற்றுவதன் மூலம் சமூகத்தின் ஒரு முரண்பாடான பார்வையைப் பரப்புகிறது. அதன் முக்கிய வார்த்தை நல்லிணக்கம். மோடியின் ஆக்ரோஷமான தேர்தல் பேச்சுகளுடன் வியத்தகு முறையில் முரண்படும் வானொலி நிகழ்ச்சியான மன் கி பாத் நிகழ்ச்சியில் இந்தத் திறமை வெளிப்பட்டது. இது ஜனரஞ்சகவாதத்தின் சிக்கலான தன்மையை விளக்குகிறது: ஒருபுறம், ஜனரஞ்சகவாதத் தலைவர்கள் துருவப்படுத்த வேண்டும்; மறுபுறம், தேசத்தின் உண்மையான பிரதிநிதிகளாகத் தோன்றுவதற்கு அவர்கள் ஒன்றுபடுத்த வேண்டும். தேசிய ஜனரஞ்சகவாதிகளின் பணி எளிதானது: முழு தேசத்தையும் உள்ளடக்கியதாகக் கூறினாலும், அவர்கள் பெரும்பான்மை சமூகத்தை மட்டுமே பிரதிநிதித்துவப்படுத்துகிறார்கள் அத்துடன் அதை மற்றவர்களுக்கு எதிராக அணிதிரட்டுகிறார்கள்.

உண்மையில், சங்பரிவார் கண்காணிப்புக் குழுக்கள் மற்றும் பா.ஜ.க. தகவல் தொழில்நுட்ப பிரிவு ட்ரோல்களால் உருவாக்கப்பட்ட சூழல், முஸ்லிம்களின் படுகொலைகளுக்கு மட்டுமல்ல, அறிவுஜீவிகள் மற்றும் பத்திரிகையாளர்கள் உட்பட ‘தாராளவாதிகள்’ மீதான தாக்குதல்களுக்கும் பெருமளவில் காரணமாகும். இந்த நிகழ்வுகளில் குற்றவாளிகள், பெரும்பாலும் சாவர்க்கரிடமிருந்து பெறப்பட்ட பிற இந்துத்துவ சிந்தனைப் பள்ளியைச் சேர்ந்தவர்கள் மற்றும் வன்முறையை வெளிப்படையாகச் சட்டபூர்வமாக்கும் செயல்பாட்டாளர்களால் உருவாக்கப்பட்டவர்கள். சனாதன் சன்ஸ்தா உள்ளிட்ட இத்தகைய குழுக்கள், சங் பரிவார் சித்தாந்தவாதிகளால் திட்டமிடப்பட்ட அரக்கத்தனத்தைவிட ஆழமான செயல்முறையின் மூலமாக மற்றவர்களான முஸ்லிம்களை

மனிதத்தன்மையிலிருந்து கீழிறக்கச் செயல்படுகின்றனர். ஏனெனில் அவர்களது நோக்கம் மற்றவர்களின் பயத்தை ஆயுதமாக்குவதையும் தாண்டி அதைக் கோபமாக மாற்றுவதாகும். அவர்களின் குறிக்கோள், பயத்திலிருந்து வெறுப்பு, கலவரங்களில் இருந்து குறிவைக்கப்பட்ட கொலைகள் வரை மற்றவர்களை முற்றிலும் ஒழிப்பதாகும். முந்தைய தந்திரோபாயங்கள் சங்பரிவாரின் அணிதிரட்டல் வியூகத்தின் ஒரு பகுதியாக இருந்தாலும், பிந்தையது சாவர்க்காரிய பாரம்பரியத்தின் வெளிப்புறக் கூறுகளால் பயன்படுத்தப்பட்டன. எனினும் இந்த விளிம்புநிலைக் கூறுகள் மற்றும் சங்கப் பரிவாரங்களுக்கு இடையிலான எல்லை மிகவும் நிலையற்றதாக மாறிவிட்டது

சில நிபந்தனைகளின் கீழ் மட்டுமே இன ஜனநாயகங்கள் மலர்கின்றன.

முதலாவதாக, சாமி ஸ்மூஹாவின் கூற்றுப்படி, இன ஜனநாயகங்கள் வெளிப்புற அழுத்தத்திற்கு உட்படுத்தப்படாவிட்டால் மட்டுமே நீடிக்கமுடியும்-மேலும் அவற்றின் ஒருங்கிணைப்பு அவர்கள் பெறும் வெளிப்புற ஆதரவின் செயல்பாடாகும், இது இஸ்ரேலுக்கும் அமெரிக்காவிற்கும் இடையிலான உறவால் நிரூபிக்கப்பட்டுள்ளது. இந்தியாவைப் பொறுத்தவரை, அழுத்தம் பெரிதும் குறைவாகவே உள்ளது. நரேந்திர மோடி குஜராத் முதல்வராக இருந்தபோது, 2002 படுகொலைக்கு எதிர்வினையாகச் சர்வதேச தடைகள் விதிக்கப்பட்டது உண்மைதான். 2005ஆம் ஆண்டில், அவர் அமெரிக்காவிற்குள் நுழைவதற்கான அரசியல் விசா மறுக்கப்பட்டது, மேலும் அவரது தற்போதைய சுற்றுலா/வணிக விசா, குடிவரவு மற்றும் குடியுரிமைச் சட்டத்தின் பிரிவு 212இன் கீழ் ரத்து செய்யப்பட்டது. குறிப்பாகக் கடுமையான மதசுதந்திர மீறல்களுக்குப் பொறுப்பான அல்லது மீறல்களை நேரடியாக மேற்கொள்கிற எந்தவொரு வெளிநாட்டு அரசாங்க அதிகாரியையும், விசாவுக்குத் தகுதியற்றவராக[2] எந்த நேரத்திலும் ஆக்குகிறது இது. ஆனால் இந்தப் புறக்கணிப்பு அவர் பிரதமரானபோது முடிவுக்கு வந்தது. அதன்பிறகு, சர்வதேச விமர்சனமானது பெரும்பாலும் முஸ்லிம் நாடுகளிடமிருந்தும் ஐக்கிய நாடுகளிடமிருந்துமே வந்தது. வளைகுடா நாடுகளின் அறிஞர்கள் இந்தியாவின் இஸ்லாமோஃபோபியாவுக்கு எதிர்ப்புத் தெரிவித்தனர்.[3] ஈரான், துருக்கி உள்ளிட்ட சில நாடுகளைப் போலவே இஸ்லாமிய ஒத்துழைப்புக் கூட்டமைப்பும் அரசியலமைப்புச் சட்டப்பிரிவு 370இன் நீக்கம், சி.ஏ.ஏ. எதிர்ப்பு இயக்கம், 2020 டெல்லி கலவரச் சூழலில்[4] முஸ்லிம்கள் நடத்தப்பட்ட விதத்துக்கு அதிகாரப்பூர்வமாக எதிர்ப்புத் தெரிவித்துள்ளது. ஐக்கிய நாடுகள் சபை மிகவும் முறையாக நடந்துகொண்டுள்ளது. 2018-ஆம் ஆண்டிலேயே, இனப் பாகுபாடு, இனவெறி மற்றும்

அது சார்ந்த சகிப்புத்தன்மையின் சமகால வடிவங்கள் பற்றிய தனது அறிக்கையில், ஐக்கிய நாடுகளின் மனித உரிமைகள் கவுன்சிலால் நியமிக்கப்பட்ட சிறப்பு அறிக்கையாளரான ஈ. டெண்டாய் அச்சியூமே, "இந்து தேசியவாத பாரதிய ஜனதா கட்சி தேர்வுசெய்யப்பட்டதற்கும், தலித், முஸ்லீம், பழங்குடியினர் மற்றும் கிறிஸ்தவ சமூகங்களைச் சேர்ந்தவர்களுக்கு எதிரான வன்முறைச் சம்பவங்களுக்கும் தொடர்புண்டு. சிறுபான்மைக் குழுக்களுக்கு எதிராக பா.ஜ.க. தலைவர்களின் எரிச்சலூட்டும் கருத்துகளைப் பயன்படுத்துவதையும், முஸ்லீம்கள் மற்றும் தலித்துகளை குறிவைத்து கண்காணிப்பு அதிகரிப்பதையும் அறிக்கைகள் ஆவணப்படுத்துகின்றன.[5] அதைத் தொடர்ந்து, சி.ஏ.ஏ.வுக்கு[7] எதிராகப் போராடிய பின்னர் கைதுசெய்யப்பட்ட மனித உரிமை ஆர்வலர்கள், பத்திரிகையாளர்கள்,[6] ஆர்ப்பாட்டக்காரர்கள் மற்றும் என்.ஆர்.சி. உருவாக்கக்கூடிய நாடற்ற மக்கள் ஆகியோரின் கதி குறித்து ஐ.நா. அதிகாரிகள் கவலைப்பட்டனர்.[8] ஐக்கிய நாடுகளின் மனித உரிமைகள் உயர் ஆணையரான மைக்கேல் பேச்லெட், சி.ஏ.ஏ. 'அடிப்படையில் பாரபட்சமானது' என்று சுட்டிக்காட்டினார். மேலும் 'இந்தியாவின் சர்வதேச மனித உரிமைகள், கடமைகளுடன் சட்டத்தின் இணக்கத்தன்மையை கவனமாகப் பரிசீலிக்க' இந்தியாவை அழைத்தார்.[9] 2020இல், பேச்லெட் மேலும் அதிகமாகச் சென்றார். கருத்துச் சுதந்திரம் மற்றும் அமைதியாக ஒன்றுகூடுவதற்கான உரிமைகளைப் பயன்படுத்தியதற்காக வேறு யாரும் தடுத்துவைக்கப்படாமல் இருப்பதை உறுதிசெய்யவும், சட்டம் மற்றும் கொள்கையில், இந்தியாவின் வலுவான சிவில் சமூகத்தைப் பாதுகாக்கத் தன்னால் முடிந்த அனைத்தையும் செய்யவேண்டும் என்றும் அவர் [இந்திய] அரசாங்கத்தை வலியுறுத்துகிறார். சர்வதேச மனித உரிமைகள் தரங்களுக்கு இணங்க எஃப்.சி.ஆர்.ஏ.வை-ஐ கவனமாக மதிப்பாய்வு செய்யவும், பாதுகாக்கவேண்டிய அடிப்படை மனித உரிமைகளைப் பயன்படுத்தியதற்காகச் சட்டவிரோத நடவடிக்கைகள் தடுப்புச் சட்டத்தின்கீழ் குற்றம்சாட்டப்பட்டவர்களை விடுவிக்கவும் இந்திய அதிகாரிகளை நான் கேட்டுக்கொள்கிறேன்.[10] ஜம்மு மற்றும் காஷ்மீர் நிலவரம் உள்ளிட்ட ஐ.நா. அறிக்கைகளை இந்திய அரசாங்கம் திட்டமிட்டுப் புறக்கணித்தது அல்லது நிராகரித்தது.[11]

ஐரோப்பிய ஒன்றிய பாராளுமன்றமும் செயல்பட விருப்பம் காட்டியது. 751 உறுப்பினர்களில் 559 உறுப்பினர்களைப் பிரதிநிதித்துவப்படுத்தும் ஐந்து ஐரோப்பிய ஒன்றிய பாராளுமன்ற குழுக்கள், 2020ஆம்[12] ஆண்டின் தொடக்கத்தில் சி.ஏ.ஏ.வைக் கண்டித்து வலுவான வார்த்தைகள் கொண்ட ஒரு தீர்மானத்தை

நிறைவேற்றின. ஆனால் இந்த நடவடிக்கையை எதிர்ப்பதற்கான முயற்சிகளை[13] இந்தியா வெற்றிகரமாக முடுக்கிவிட்டது. பிரான்ஸ் உள்ளிட்ட பெரும்பாலான நாடுகளின் உறுப்பினர்கள் இந்தச் சட்டத்தை உள் விவகாரமாகப் பார்ப்பதைத் தேர்ந்தெடுத்ததால்[14], அந்தத் தீர்மானம் உயிரற்ற கடிதமாகவே நீடித்தது.[15] சில மாதங்களுக்கு முன், இருபது ஐரோப்பிய பாராளுமன்ற உறுப்பினர்கள், உரிமைச் செயற்பாட்டாளர்களுக்கு எதிரான 'அடக்குமுறைகளுக்கு' எதிர்ப்புத் தெரிவித்து மூன்று இந்திய அமைச்சர்களுக்குக் கடிதம் எழுதியுள்ளனர்.[16] இதேபோல், அம்னஸ்டி இன்டர்நேஷனல் மற்றும் பிற தன்னார்வ தொண்டு நிறுவனங்களின் சாட்சிகளின் விசாரணைக்குப் பிறகு அமெரிக்க காங்கிரஸ் உறுப்பினர்கள் சி.ஏ.ஏ. பிரச்சினையை எழுப்பினர். மிக முக்கியமாக, சர்வதேச மத சுதந்திரத்திற்கான அமெரிக்க ஆணையம் தனது வருடாந்திர அறிக்கைகளில்[17] தொடர்ந்து இந்தியாவைத் தரமிறக்கிக் கொண்டே இருந்தது. (டெல்லி கலவரத்தில் நடந்ததுபோன்ற) சிறுபான்மையினர் தாக்குதலுக்கு உள்ளாகும் ஒவ்வொரு முறையும் இந்தியாவை எச்சரித்தது.[18] இருப்பினும், டொனால்ட் ட்ரம்ப், மனித உரிமைகள் அல்லது மத சுதந்திரத்தை இந்தியாவின் பிரச்சனையாக ஒருபோதும் குறிப்பிடவில்லை. மாறாக, பிப்ரவரி 2020 பயணத்தின்போது (டெல்லி கலவரம் தொடங்கும்போது) அவர் ஆற்றிய உரையில், "மில்லியன்கணக்கான இந்துக்கள், முஸ்லிம்கள், சீக்கியர்கள், ஜைனர்கள், யூதர்கள் அருகருகே நல்லிணக்கத்துடன் வழிபடும் இடமாக இந்தியா எப்போதும் பூமியில் போற்றப்படுகிறது"[19] என்று குறிப்பிட்டார். 2019இல், இங்கிலாந்தும் கனடாவும் இணைந்து லண்டனில் ஊடக சுதந்திரம் குறித்த மாநாட்டை ஏற்பாடு செய்தன. இந்தச் சந்தர்ப்பத்தில் தி கேரவன் செய்தித் தொடர்பாளர் வினோத் ஜோஸ் தெரிவித்த 'தேவையற்ற கருத்துகளுக்கு' எதிராகத் தகவல் மற்றும் ஒளிபரப்புத் துறை அமைச்சர் உடனடியாக இரு நாட்டு உயர் ஆணையருக்குக் கடிதம் எழுதினார்.[20]

ஜனநாயக நற்சான்றிதழ்கள் கேள்விக்குள்ளாக்கப்படும்போது, மோடி அரசாங்கத்தின் மிகக் கடுமையான எதிர்வினைகளுக்காக, மேற்கத்திய நாடுகள் இந்தியாவின் உள்நாட்டு விவகாரங்களில் தலையிடத் தயங்கவில்லை. சீனாவின் எழுச்சியுடன் அவர்களின் அணுகுமுறைக்குத் தொடர்பு உண்டு. முதலாவதாக, அமெரிக்காவும் பல ஐரோப்பிய நாடுகளும் தங்கள் இந்தோ-பசிபிக் வியூகத்தின் கட்டமைப்பில் ஆசியாவில் சீன விரிவாக்கத்தை சமநிலைப்படுத்த இந்தியா உதவமுடியும் என்று கருதுகின்றன. இரண்டாவதாக, சீனாவுடன் ஒப்பிடுகையில், இந்திய பிராண்ட் சர்வாதிகாரமானது இயற்கையாகவே மிகக் குறைவான சுதந்திர அழிப்பும் மற்றும்

அமைப்புரீதியானதும் ஆகும். இந்தியா இந்த நாடுகளில் இருந்து ஆயுதங்களை இறக்குமதி செய்கிறது மற்றும் அவர்களின் பன்னாட்டு நிறுவனங்களுக்கு ஒரு பெரிய சாத்தியமான சந்தையைப் பிரதிநிதித்துவப்படுத்துகிறது என்பதும் காரணியாக இருக்கவேண்டும். இந்தியா இப்படி விதிவிலக்காக நடத்தப்படுவதற்குக் காரணம் எதுவாக இருந்தாலும், ஒரு இன ஜனநாயகத்தை வரையறுப்பதற்கான ஸ்மூஹாவின் அளவுகோல்களில் ஒன்று-பாதகமான சர்வதேசச் சூழல் இல்லாதது-தெளிவாகப் பூர்த்தி செய்யப்படுகிறது. மேலும் நாட்டிற்கு வெளியே உள்ள பெரும்பாலான மக்கள் இந்தியாவை, உலகின் மிகப்பெரிய ஜனநாயகமாகப் பார்ப்பதால், இந்தியா தொடர்ந்து உறுதிமிக்க மென்சக்தியாகத் திகழ்ந்துவருகிறது.

எதிர்க்கட்சிகள் பலவீனமாகத் தொடரும்போது, தேசிய அரசியலின் ஆதிக்கமிக்க மரபுடன் ஒன்றிணைந்து இந்தியா போன்ற இன ஜனநாயகம் உறுதியடையும். காங்கிரஸ் உள்ளிட்ட இந்தியாவின் எதிர்க்கட்சிகள், முந்தைய அத்தியாயங்களில் குறிப்பிடப்பட்ட ஊடகச் சார்பு, நிதிச் சமநிலையின்மைக்கு இக்கட்சிகள் ஆளாவதன் காரணமாகச் சமமற்ற போட்டி காரணமாக அவை வீழ்ச்சியடைகின்றன. ஆனால் அவை காங்கிரஸின் தரப்பில் மிகவும் வெளிப்படையாகத் தெரியும் பிரச்சனையான கோஷ்டிப்பூசலால் பாதிக்கப்படுவது மட்டுமின்றி, பா.ஜ.க.வின் வியூகமான குதிரை பேரம், ஆட்களை இழுத்தல் போன்றவற்றால் மேலும் மோசமடைந்து-எதிர்க்கட்சிகள் கருத்தியல் ரீதியாகவும் குழப்பமடைந்துள்ளதுபோல் தோன்றுகிறது.[21]

அளவுக்கு அதிகமாக மூர்க்கமாக இனமத அடையாளத்துடனான தேசியவாதத்தை பா.ஜ.க. வெளிப்படுத்தும் அதே வேளையில், மதச்சார்பின்மைக்கு ஆதரவாக இருந்த காங்கிரஸ் மற்றும் மாநிலக் கட்சிகள் மாற்றுக் கதையாடலுக்கு குரல் கொடுக்கத் தவறிவிட்டன: சங் பரிவார் மதச்சார்பின்மையை ஒரு மோசமான வார்த்தையாக மாற்றிவிட்டது.[22] பா.ஜ.க. எதிர்ப்பாளர்கள் மதச்சார்பின்மை தத்துவத்தைப் பாதுகாக்க முடியவில்லை என்பதை நிரூபித்தது மட்டுமின்றி, அவர்களில் பலர் பா.ஜ.க.வின் தரப்பை ஏற்றுக்கொண்டனர் என்பது அரசியலமைப்பு சட்டப்பிரிவு 370 மற்றும் சி.ஏ.ஏ. மீது மேலவை, கீழவை உறுப்பினர்கள் வாக்களித்த விதத்திலிருந்து வெளிப்படையாகிறது. (பியர் போர்டியுவின் வார்த்தையைப் பயன்படுத்திச் சொன்னால்)[24] இந்துத்துவமே ஒரே முறையான அரசியல் திறமையாக உள்ளது என்ற பொருளில், இந்துத்துவா படிப்படியாக மேலாதிக்க பேச்சாக[23] மாறிவருகிறது, பிரெட் பெய்லி மற்றொரு அர்த்தத்தில் சொல்வதுபோல, ‘உச்ச மற்றும் பொதுவில் ஏற்றுக்கொள்ளக்கூடிய மதிப்புகளை வெளிப்படுத்துவதும்’

‘சாத்தியமான செயல்களுக்குப் பரந்த வரம்புகளை அமைப்பதும்’[25] அரசியல் விளையாட்டின் நெறிமுறை விதிகளில் ஒன்றாகும். காங்கிரஸ்காரர்களின் ‘மென் இந்துத்துவம்’-அல்லது ஜே.சிந்தியா போன்ற காங்கிரஸைவிட்டு விலகி பா.ஜ.க.வுக்கு மாறிய அத்தனை ‘மென்இந்துத்துவம்’ அல்லாத காங்கிரஸ்காரர்களின் போக்கு இதனை நன்கு விளக்குகிறது. அவர், ‘தேசத்திற்கான அர்ப்பணிப்புக்கு உத்வேகம் அளிப்பதாகக் கூறி’[26] ஹெட்கேவார் வீட்டுக்கு வருகைதந்தார். இருப்பினும், 11-வது அத்தியாயத்தில் குறிப்பிடப்பட்டுள்ளபடி, மாநில அளவில்கூட காங்கிரஸ் தலைவர்கள் மதச்சார்பின்மையில் உறுதியாக இருந்தனர். உதாரணமாக, ராஜஸ்தானில், பெஹ்லு கான் படுகொலை வழக்கில் குற்றம்சாட்டப்பட்டவர்கள் விடுவிக்கப்பட்டதும் உடனடியாக, கெலாட் அரசாங்கம் ஒரு சிறப்புப் புலனாய்வுக் குழுவை நியமித்து, ‘கும்பல் படுகொலையைக் குற்றமாக்கும்’ மசோதாவை அறிமுகப்படுத்தியது.[27] ஆம் ஆத்மி கட்சி, மதச்சார்பற்றது என்று கூறிக்கொண்டாலும், இன்னும் வெளிப்படையான காவிமயமாக்கலில் ஈடுபட்டது, கெஜ்ரிவாலும் சில வழிகளில் நரேந்திர மோடியைப் பின்பற்றி, அன்னா ஹசாரே இயக்கத்தின்போது அவர் கைகோத்த சங்பரிவாரைப் புகழ்ந்துபேசினார்.[28] ஆம் ஆத்மி அரசு தில்லி கலவரத்தின்போதும், அதற்குப் பிறகும் குறிப்பிடத்தக்க வகையில் அமைதியாக இருந்தது.[29] காங்கிரஸும் ஆம் ஆத்மியும்-மற்ற மாநிலக் கட்சிகளைக் குறிப்பிடத் தேவையில்லை-தங்கள் மதச்சார்பற்ற பிம்பத்துக்கு விரோதமாக அல்லது சிறுபான்மையினருக்கு[30] மிகவும் நெருக்கமாகத் தோன்ற பல குரல்களில் பேச முனைகின்றன. இத்தகைய பரிணாமம் ஒரு நிலையான இன ஜனநாயகத்தை உருவாக்குவதற்குப் பொதுவானது. இஸ்ரேலில், லிக்குட் பழமைவாதிகளுக்கு மாற்றாகத் திகழ்ந்த உழைப்பாளர் கட்சியினர், படிப்படியாக லிக்குடுகளின் தேசம் குறித்த தரிசனத்துக்கு மாறினர் அல்லது அமைதியாக இருப்பதெனத் தீர்மானித்தனர்-இது அந்தக் கட்சியின் விதியைத் தீர்மானித்தது.

தேசிய ஜனரஞ்சகவாதம் இந்தியாவை ஒரு இன ஜனநாயகமாக மாற்றியது மட்டுமல்ல; அது எதேச்சதிகாரத்திற்கு களத்தையும் தயார் செய்துள்ளது. இந்த இரு இஸங்களுக்கு இடையிலான தொடர்புகள் வெளிப்படையானவை. முதலாவதாக எதேச்சதிகாரம், தேசிய ஜனரஞ்சகத்தில் இயல்பாகவே உள்ளது, ஏனெனில் தேசிய-ஜனரஞ்சகத் தலைவர், பதவிக்கு வந்ததும், அவர் தனது கட்சியைக்கூட பின்னுக்குத் தள்ளி (அவருக்குக் கட்சியின் தேவையைவிட, கட்சிக்கு அவர் அதிகம் தேவை) அதிகாரத்தைத் தொடர்ந்து குவிக்கும் வித்தில் அரசியலை தனிப்பயனாக்கம் செய்கிறார். இரண்டாவதாக, தேசத்தைப் பிரதிநிதித்துவம் செய்துகொள்வதாக

கூறிக்கொள்ளும் இந்த வலிமையானவர், வரையறையின்படி அரசியல் பன்மைத்துவத்துக்கு எதிரானவர் (எனவே ‘காங்கிரஸ் இல்லா பாரதமும்’ அறிவுஜீவிகள், பல்கலைக்கழகங்கள், சுதந்திர பத்திரிகையாளர்கள், அரசுசாரா அமைப்புகள், இன்னபிறவற்றுக்கும் எதிரான போராட்டமே மோடியின் குறிக்கோள்). மூன்றாவதாக, அவரது எம்.பி.க்கள்கூடத் தேர்ந்தெடுக்கப்பட்டதற்கு அவருக்கு மட்டுமே நன்றி சொல்லவேண்டும் என்பதால், பாராளுமன்றம் உட்பட அனைத்து நிறுவனங்களும் மக்கள் தீர்ப்பால் புனிதப்படுத்தப் படவில்லை. எனவே, அனைத்து நிறுவனங்கள் மீதும் அவரது சட்டபூர்வத்தன்மை நிலவுகிறது.

இன ஜனநாயகத்திற்கும் சர்வாதிகாரத்திற்கும் இடையே ஒரு தொடர்ச்சியும் உள்ளது. எல்லாவற்றிற்கும் மேலாக, அனைத்து குடிமக்களுக்கும் சம அந்தஸ்தை அங்கீகரிக்காதது மற்றும் சில சிறுபான்மையினரை பெரும்பான்மை தேசத்திற்கும் அதன் கூட்டுப் பாதுகாப்பிற்கும் அச்சுறுத்தலாகக் கருதுவதால், முந்தையது ஒரு முரண்பாடாகும். இந்தச் சிறுபான்மையினரை தேசவிரோதிகள் என்றோ அல்லது வெறுமனே புறக்கணித்தோ மற்றும்/‘தங்கள்’ நாட்டின் நிறுவன கட்டமைப்பில் இருந்து/ புறக்கணிக்கப்பட்டவர்கள்/விலக்கப்பட்டவர்கள் என எளிதில் களங்கப்படுத்தப்படுகிறார்கள். முஸ்லிம்கள் எப்போதும் காவல்துறை, ராணுவம், நீதித்துறை, அதிகாரத்துவம் போன்ற துறைகளில் குறைபிரதிநிதித்துவத்துடன் இருக்கும் நிலையில், 2014-க்குப் பிறகு தேர்ந்தெடுக்கப்பட்ட சட்டமன்றங்கள், அரசாங்கங்களிலிருந்து நடைமுறையில் நீக்கப்பட்டனர். உச்சமாக, 2014இல் நடைமுறை இனஜனநாயகமாக மாறிய இந்தியாவில், அவர்களில் சிலர் தங்கள் சொந்த நாட்டிலேயே அந்நியர் போல் உணரத் தலைப்பட்டனர்.

2019 முதல், அரசாங்கத்தின் வளர்ந்து வரும் எதேச்சதிகாரம், முஸ்லிம்கள் ஓரங்கட்டப்படுவதை அல்லது ஒதுக்கி வைப்பதை ஒரு குறிப்பிட்ட அளவு அதிகாரப்பூர்வமாக்குவதைக் குறிக்கிறது. மோடியின் முதல் ஆட்சிக்காலத்தின் கீழ், இந்த அடக்குமுறைக்கு அரசுசாரா செயல்பாட்டாளர்கள் பொறுப்பாக இருந்தபோது, மோடியின் இரண்டாவது ஆட்சிக் காலத்தின்கீழ், அரசும் அதன் நிறுவனங்களும் அவர்களை நேரடியாகக் குறிவைத்தன, பெரும்பாலும் 2019 தேர்தல்கள் அரசாங்கத்தின் அதிகாரத்தை- குறிப்பாக மேல்சபையில் மேம்படுத்தியதே இதற்குக் காரணம். ஆறு மாதங்களில், சட்டப்பிரிவு 370 ரத்து செய்யப்பட்டதிலிருந்து குடியுரிமை திருத்தச் சட்டம் வரையிலான ஒரு முழுத் தொடர் சட்ட மாற்றங்கள் நிகழ்ந்தன, இரண்டு முக்கிய முடிவுகள் இந்தியாவை ஒரு பெரும்பான்மை தொனியுடனான, பெரிதும் ஒற்றையாட்சி

நாடாக மாற்றும் மோடியின் விருப்பத்தைப் பிரதிபலிக்கின்றன. மாநில அளவில், 'லவ் ஜிஹாத்'க்கு எதிரான உ.பி. அவசரச் சட்டம், சில கலாச்சாரக் காவல்களைக் கண்காணிப்புக் குழுக்களிடமிருந்து காவல்துறைக்கு மாற்றியுள்ளது.

மேலும், சட்டப்பூர்வ மாற்றங்களுக்கு அப்பால், முஸ்லிம்களுக்கு எதிரான பா.ஜ.க.வின் எதேச்சதிகாரம், எதிரிகளைச் சட்டபூர்வமாக விலக்கிவைக்கும் விதத்தில் பிரதிபலிக்கிறது. ஜம்மு மற்றும் காஷ்மீரில் நூற்றுக்கணக்கான அரசியல் கைதிகள் கொடூரமான சட்டங்களின்கீழ் தடுத்து வைக்கப்பட்டனர், மேலும் சி.ஏ.ஏ. எதிர்ப்பு ஆர்ப்பாட்டக்காரர்களும் காவல்துறையினரால் குறிவைக்கப்பட்டு அதிக எண்ணிக்கையில் சிறையில் அடைக்கப்பட்டனர். காவல் துறை-அதுவரை தங்களின் சிறுபான்மை விரோதப் போக்கை முறையாகக் காட்டுவதற்குப் பதிலாகக் கண்காணிப்புக் குழுக்களைச் செயல்பட அனுமதித்திருந்தது-பிப்ரவரி 2020 டெல்லி கலவரத்தின்போது இன்னும் வெளிப்படையாக முஸ்லிம்களுக்கு எதிராகத் திரும்பியது. அரசியலமைப்பின் மதச்சார்பற்ற விழுமியங்களுக்கான உறுதிப்பாட்டுக்கு சமீபத்திய ஆண்டுகளில் பல சந்தர்ப்பங்களில் துரோகம்செய்த அரசின் மற்றொரு முக்கிய அமைப்பாக நீதித்துறை உள்ளது. இதுவரை காவல்துறையால் அநீதி இழைக்கப்பட்ட முஸ்லிம்கள் நீதித்துறையால் அடிக்கடி மீட்கப்பட்டனர். விதிவிலக்குகளுடன் அது ஓரளவுக்கு உண்மையாக நீடிக்கிறது. காரணமின்றிக் காவல்துறையால் கைதுசெய்யப்பட்ட பலரை நீதிபதிகள் விடுவித்துள்ள நிலையில், உச்சநீதி மன்றமே அரசை எதிர்கொள்வதை நிறுத்தியுள்ளது. இந்த மாற்றம் கருத்தியல் தொடர்புகள் அல்லது நீதிபதிகளை (தலைமை நீதிபதிகள் உட்பட) ஆட்சியாளர்கள் அச்சுறுத்தல் செய்வதன் காரணமாக இருக்கலாம். காரணம் எதுவாக இருந்தாலும், இந்தப் பரிணாமம் அயோத்தி தீர்ப்பில் வெளிப்பாட்டைக் கண்டது, இது முறையான இன ஜனநாயக உருவாக்கத்தின் அடையாளமான ராமர் கோவில் கட்டுவதை நரேந்திர மோடி தொடங்கிவைக்க அனுமதித்தது.

அரசாங்கத்தின் வளர்ந்துவரும் எதேச்சதிகாரத்தால் பாதிக்கப்பட்டது சிறுபான்மையினர் மட்டுமே அல்ல. அரசாங்கம் முக்கிய நிறுவனங்கள் மீது தன் கட்டுப்பாட்டைத் தீவிரப்படுத்திய விதம் அல்லது அவற்றைப் பலவீனப்படுத்தியதானது தேசிய-எதேச்சதிகார அரசை நிறுவுவதை நோக்கி இயந்திரத்தனமாக இட்டுச்சென்றது. எதேச்சதிகாரத்தை, பன்மைத்துவத்தின் மீது அது வைக்கும் வரம்புகளால் வரையறுக்கமுடியும் எனில், இந்தியாவின் செல்திசையானது சில முக்கிய நிபந்தனைகளைப் பூர்த்திசெய்கிறது. முதலில், அரசாங்கத்தின் அதிகாரத்தைச் சமநிலைப்படுத்தும்

நிலையிலிருந்த அனைத்து நிறுவனங்களையும் பலவீனப்படுத்தும் வெற்றிகரமான முயற்சிகளின் விளைவாக, தடுக்கவும் நிலைப்படுத்தவும் செய்யும் ஆற்றல்களில் சரிவு ஏற்பட்டது. நீதித்துறையின் சரிவு முந்தைய அத்தியாயங்களில் வலியுறுத்தப்பட்டாலும், அது அரசாங்கத்தை மிகவும் திறம்பட எதிர்க்கக்கூடிய அமைப்பு என்பதால், மற்ற நிறுவனங்கள் நிர்வாகத்தால் செயலிழக்கவோ அல்லது கட்டுப்படுத்தவோ பட்டுள்ளன. அரசு எந்திரத்தின் பல முக்கிய நிறுவனங்களைப் போலவே இதற்குப் பாராளுமன்றமும் ஓர் உதாரணம். இந்திய தேர்தல் ஆணையம், லோக்பால், மத்திய தகவல் ஆணையம், மத்திய விசாரணைப் பிரிவு, தேசிய விசாரணை முகமை, மத்திய கண்காணிப்பு ஆணையம் போன்ற மாற்று அதிகார மையங்களுக்குப் பொறுப்பான அதிகாரிகள் அனைவரும் கவனமாகத் தேர்ந்தெடுக்கப்பட்டுள்ளனர். அரசாங்கத்துக்கு எதிரான நிலைப்பாட்டை எடுத்தவர்கள் இடமாற்றம் செய்யப்பட்டுள்ளனர். இணையாக, கருத்துச் சுதந்திரத்தின் மீதான கட்டுப்பாடுகளால் ஊடகங்களின் சுதந்திரம் தீவிரமாகக் கட்டுப்படுத்தப்பட்டுள்ளது. இது இணைய அணுகலையும் பாதிக்கிறது. இதற்கு மாறாக, அரசாங்கத்தை ஆதரிக்கும் தொலைக்காட்சி சேனல்கள் மற்றும் செய்தித்தாள்கள் வளர்ச்சியடைந்துள்ளன.

எனினும் இந்திய பாணி எதேச்சதிகாரம், விரித்துரைக்கப்படவேண்டும். ஜனரஞ்சகவாதத்தின் தேவைக்கேற்ப, மக்களின் குரலுக்கு ஓரளவு இடமளிக்கும் இஸமான போட்டி எதேச்சதிகாரத்துக்கான உதாரணம் இதுவாகும். ஜனரஞ்சகவாதிகளின் சட்டபூர்வத்தன்மை மக்கள் ஆதரவிலிருந்து உருவாகிறது என்பதால், அவர்களுக்கு வாக்காளர்களின் ஆதரவு தேவை. ஆனால் அவர்கள் தேர்தலில் வெற்றிபெறுவதற்காகச் சமமற்ற போட்டிக்களத்தை உருவாக்குவதற்கு அனைத்து முயற்சிகளையும் செய்வார்கள். இத்தகைய திரிபுகள் தேர்தல் எதேச்சதிகாரத்தின் சிறப்பியல்புகள் ஆகும். தேர்தல் பிரச்சாரத்தின்போது அவர்களது எதிரிகளைவிட வெகு அதிக பணம் செலவிடுவதன்மூலமும், ஊடகங்களில் தங்களது போட்டியாளர்கள் தோன்றுவதைக் குறைப்பதன்மூலமும் வெற்றிக்கான நிகழ்தகவை அதிகப்படுத்தும் ஒரு அரசியல் அமைப்பு தேர்தல் எதேச்சதிகாரம். இந்தியாவில், இத்தகைய திரிபுகள் தேர்தல் பத்திரங்கள், எதிரிகளை மிரட்டுதல், ஊடக நிறுவனங்களின் மீது அரசாங்கம் செலுத்திய கட்டுப்பாடு, இந்திய தேர்தல் ஆணையத்தை பலவீனப்படுத்துதலின் மூலம் சாத்தியமாகின.

எவ்வாறாயினும், தேர்தல் எதேச்சதிகாரம் என்பது மோடி ஆட்சியின் ஒரு அம்சம் மட்டுமே. அங்கே மேலும் ஒரு சமூகக் கூறும் உள்ளது. மேலே குறிப்பிட்டுள்ளபடி, மோடியின் ஜனரஞ்சகவாதம்

இந்தியாவின் உயரடுக்கிற்கு மண்டலுக்குப் பின்பு சாமானியக் குழுக்களின் அதிகார எழுச்சிக்குக் காரணமான ஜாதி அரசியலுக்கு ஒரு முறிவு மருந்தாகத் தோன்றியது. அந்தவகையில் இது ஒரு எதிர்ப்புரட்சியாகும். இந்தப் பழமைவாத புரட்சி ஒரு எதேச்சதிகார பரிமாணத்தையும் கொண்டுள்ளது. எல்லாவற்றிற்கும் மேலாக, ஜனநாயகமயமாக்கல் என்பது இரண்டு விஷயங்களைக் குறிக்கிறது: சிலரது கைகளில் குறைந்த அதிகார குவிப்பு மற்றும் அதிக சமத்துவம். சமச்சீராக, ஜனநாயக நீக்கல் என்பது அதிகார அமைப்பில் முன்பு ஆதிக்கம் செலுத்திய குழுக்கள் மேடைக்குத் திரும்பவருவதை மட்டும் குறிப்பதில்லை. மேலும் மறுவள ஆதாரங்களைக் குறைவாக மறுவிநியோகம் செய்வதையும் சேர்த்தே குறிக்கும். சார்லஸ் டில்லி சுட்டிக்காட்டுவதுபோல், ஜனநாயக ஒப்பந்தங்கள் தங்களுக்குப் பாதகமாக மாறும்போது,[31] ஒப்பந்தங்களிலிருந்து தப்பிக்க, அல்லது அதனைத் தூக்கியெறிய சாதாரண மக்களைவிட உயரடுக்குக் குழுக்கள் அதிக வழிகளைக் கொண்டுள்ளன. இதுதான் 2000இல் இந்தியாவில் அவர்கள் செய்தது. ஜனநாயகத்தில் ஏமாற்றமடையத் தொடங்கியபோது, ஏழைகள் வாக்களித்த அளவுக்குக்கூட[32] அவர்கள் வாக்களிக்கவில்லை. எனவே, சமூக அரசியல் நிலையைத் தக்கவைக்கும் உயரடுக்கின் ஆர்வம், ஜனரஞ்சகவாதத்தின் உள்ளர்த்தம் மட்டுமல்ல-அது எதேச்சதிகாரத்துக்கான உயரடுக்கு ஆதரவையும் மிகைப்படுத்துகிறது.

இந்திய எதேச்சதிகாரத்தின் தற்போதைய பாணி உயரடுக்குப் பரிமாணம் இரண்டு அம்சங்களைக் கொண்டுள்ளது. முதலாவதாக, சமூகப் பொருளாதார அடிப்படையில் ஏற்றத்தாழ்வுகள் மீண்டும் அதிகரித்து வருகின்றன, ஏனெனில் பணக்காரர்கள் பணக்காரர்களாக மாறுகிறார்கள் மற்றும் ஏழைகள் (குறிப்பாக நாட்டின் கிராமப்புற பகுதியில்) மறுபகிர்வு திட்டங்கள் மற்றும் பொருளாதார வளர்ச்சியால் அவர்கள் முன்பு அடைந்ததைப் போல பயனடையவில்லை. இரண்டாவதாக, அந்தஸ்து அடிப்படையில் உயரடுக்கு ஆதிக்கத்தை அரசு பாதுகாக்கிறது. மோடியின் பா.ஜ.க. அதிகாரத்துக்கு வந்ததானது, மீண்டும் உயர் ஜாதி எம்.எல்.ஏ.க்கள். எம்.பி.க்கள், அமைச்சர்கள் அதிகாரத்தைக் கட்டுக்குள் கொண்டுவர தகுதிப்படுத்தியது மட்டுமல்லாமல், அது அவர்கள் அந்தஸ்து அடிப்படையிலான ஏற்றத்தாழ்வுகளை நியாயப்படுத்தவும் (பிராமணர்கள் பொதுவெளியில் புகழப்படுவதிலிருந்து வெளிப்படையாகிறது) தங்களது வாழ்க்கை முறையை மேம்படுத்திக்கொள்ளவும் அனுமதித்திருக்கிறது. பசு வதை மற்றும் திருமணத்தை ஒழுங்குபடுத்தும் சட்டங்களின் பொருள், சைவ உணவையும் தனிப்பட்ட உறவுகளைக் கட்டுப்படுத்துவதை

ஊக்குவிப்பதாக உள்ளன. தனிநபர் தேர்வுகளின் மீது சமூக விதிகள் மேலோங்கியிருக்கும் இந்து தேசியவாதக் கருத்தியலுடன் இது நன்கு பொருந்திப் போகிறது. அடிப்படை உரிமைகள் பற்றிய கருத்தை விமர்சித்த தீன் தயாள் உபாத்தியாயா, "இந்த உரிமைகள், தனிநபர் அவரது சமூகக் கடமைகளை நிறைவேற்றுவதற்காக அளிக்கப்படுகிறது"[33] எனச் சுட்டிக்காட்டினார்-ஜாதி அமைப்பின் கட்டமைப்பில் வர்ண வியாவஸ்தாவை மேற்கோள் காட்டுவதன் மூலம் உபாத்யாயா அதனைப் பாதுகாக்கிறார். நரேந்திர மோடியின் முதல் ஆட்சிக் காலத்தில், இந்து மதப் பழக்கவழக்கங்களின் மீதான இந்த முக்கியத்துவம், கலாச்சாரக் காவல் துறையில் முதன்மையாக வெளிப்பாட்டைக் கண்டாலும், 2019-க்குப் பிறகு, புதிய சட்டங்கள் மற்றும் காவல்துறையின் புதிய பாத்திரங்கள் மூலம், அரசு அவற்றில் பெருமளவிலானவற்றை அவர்களிடமிருந்து எடுத்துக்கொண்டது. நகர்ப்புற நக்சல்கள் என்று அறிவிக்கப்பட்டவர்கள் சட்டவிரோதமான மற்றும் முறைதவறிய செயல்களின் பெயரால் குறிவைக்கப்பட்டனர். உண்மையில், நகர்ப்புற நக்சல்கள் படித்த புத்தகங்களைக் கண்டித்தும், அவர்கள் மேற்கொண்டிருந்த கலப்புத் திருமணங்களைக் குறைகூறியும் கண்காணிப்புக் குழுக்களின் இடத்தைக் காவல்துறை எடுத்துக்கொண்டது. இந்த எதேச்சதிகார வகைப்பாடானது, தனிநபர் நிலைப்பாட்டுக்கு எதிரான, மாநில அரசு வலியுறுத்தும் பழக்கவழக்கங்களைக் குறிப்பதாக இருக்கிறது.

இந்த வகை ஆட்சியின் இந்திய வகைப்பாட்டின் கடைசித் தகுதிக்கு இது நம்மைக் கொண்டுவருகிறது. எதேச்சதிகாரத்தின் வடிவங்கள் பற்றிய அவரது வகைப்பாட்டியலில், சுல்தானிசம் பற்றிய மேக்ஸ் வெபரின் கருத்தை விளக்கி, 'நியோ சுல்தானிசத்தை' மிகவும் பட்டறிவுசார் முறையில் பகுப்பாய்வு செய்கிறார் ஜுவான் லின்ஸ். 'பயம் மற்றும் வெகுமதிகளின் கலவையின்'[34] அடிப்படையிலான 'தனிப்பட்ட ஆட்சியின்' வடிவமாக அவர் அதை வரையறுக்கிறார். அத்தகைய ஆட்சியாளரின் 'ஒத்துழைப்பாளர்களில்', 'அவரது குடும்ப உறுப்பினர்கள், நண்பர்கள், உறவினர்கள், வணிகக் கூட்டாளிகள் மற்றும் ஆட்சியைத் தக்கவைக்க வன்முறையைப் பயன்படுத்துவதில் நேரடியாக ஈடுபட்டுள்ளவர்கள்' உள்ளனர்.[35] இந்த தேசபக்தி போன்ற எதேச்சதிகாரத்தின் அரசியல் பொருளாதாரம் மூன்று மடங்காகும்: ஆட்சியாளர்கள் 'பொதுக் கணக்கு எதுவும் வழங்கப்படாத வணிகத்திலிருந்து பரிசுகளையும் கையூட்டுகளையும் கோருகிறார்கள்,' அவர்கள் 'லாபம் சார்ந்த ஏகபோகங்களை நிறுவுகிறார்கள்,' மேலும் திட்டமிடல் நோக்கங்களுக்காக அல்லாமல் 'வளங்களைக் கறப்பதற்காக,'[36] பொருளாதாரம் [அது பொது அல்லது தனிப்பட்டது

எதுவாக இருந்தாலும்] கணிசமான அரசாங்கத் தலையீட்டிற்கு உட்படுத்துகின்றனர்.

சுல்தானியம் என்ற கருத்து. மோடியின் இந்தியாவின் ஒரு பரிமாணத்தை ஆராய்வதற்குக் கடினமாக ஆக்குவதை அடிக்கோடிட்டுக் காட்டுகிறது-ஓரளவு இந்த ஆட்சியின் அரசியல் பொருளாதார ரகசியத் தன்மை காரணமாக, அது இந்தப் புத்தகத்தில் மிகவும் தேவைக்கேற்றபடி இடம்பெற்றுள்ளது. பொதுவில் கிடைக்கும் சிறிய தகவல்களின் அடிப்படையில், நரேந்திர மோடி 2002-2014இல் குஜராத்தில் செய்ததுபோல், குறைந்த எண்ணிக்கையிலான தொழில்துறை நிறுவனங்களின் வளர்ச்சிக்கு உதவியிருக்கிறார் என்றும், மாறாக, மற்றவர்கள் மீது கடுமையான கட்டுப்பாட்டை விதித்துள்ளார் என்றும் ஒருவர் கருதலாம். முன்னால் சொல்லப்பட்டவர்கள், வெற்றியாளர்கள், பிரபுக்கள் போன்ற ஒரு அரை மேலாதிக்க நிலையைப் படிப்படியாகப் பெறுகிறார்கள்.[37] உண்மையில், இதை எழுதும் நேரத்தில் ஒரு டஜன் நிறுவனங்கள் உயர்வின் பாதையில் இருக்கின்றன. 2019-ஆம் ஆண்டில், மும்பையைத் தளமாகக் கொண்ட ஒரு நிறுவனமான மார்செல்லஸ் இன்வெஸ்ட்மென்ட் மேனேஜர்ஸ் நடத்திய ஆய்வின்படி, இருபது நிறுவனங்கள் "இந்தியாவின் ஒன்றிணைந்த மொத்த வருவாயில் கிட்டத்தட்ட 70 சதவிகிதத்துக்கு கணக்கு வைத்துள்ளன, இது முப்பதாண்டுகளுக்கு முன்பு 14% ஆக இருந்தது,"[38] மற்றும் 2014இல் 40 சதவீதத்திற்கும் குறைவாக இருந்தது. மன்மோகன் சிங்கின் இரண்டாவது பதவிக்காலத்திலேயே இந்தச் செயல்முறை ஏற்கனவே தொடங்கிவிட்டது. மேலும் பொருளாதார நிபுணர்கள் கூறுகையில், பெருகிவரும் உற்பத்தி வகைப்பாடுகளில்... ஏகபோகங்களும் அல்லது இரட்டை மேலாதிக்க நிறுவனங்களும் லாபத்தில் 80 சதவிகிதத்தை எடுத்துக்கொள்கின்றன."[39] இந்த இருபது நிறுவனங்களில், மூன்றில் ஒரு பங்கு நன்கு இயங்கும் சேவைத் துறை நிறுவனங்கள், மூன்றில் ஒரு பங்கு லாபி மூலம் அரசிடமிருந்து ஆதாயம் தேடும் நிறுவனங்கள், மேலும் மூன்றில் ஒரு பங்கு "மிதமான வருமானம் கொண்ட மிகப்பெரிய தனியார் நிறுவனங்கள், ஆனால் இந்தியாவின் அதிகாரத்தின் தளங்களிலும் மற்றும் அதிகாரப் பதவிகளில் இருப்பவர்களின் புதிர்வழிப் பாதைகளிலும் வழிகண்டறிய தடுமாறிக்கொண்டிருப்பவை."[40] இரண்டாவது குழு சுருங்கிக்கொண்டிருக்கும் வேளையில், கடைசிக் குழுவானது முதலாளித்துவக் கூட்டு எனும் ஒரு பிரத்யேக பிராண்டின் பின்னணியில் வளர்ந்து வருகிறது. இதற்கு நேர்மாறாக, ஆளும் குழுவுடன் நெருக்கமாக இல்லாத மற்றும் (திரும்பச்) செலுத்தவேண்டிய அல்லது அவ்வாறு செய்யமுடியாத

தொழில்முனைவோர், வரி, சோதனைகள் உட்பட அனைத்து வகையான கட்டுப்பாடுகளுக்கும் உள்ளாகிறார்கள்- சில நேரங்களில் மிரட்டி பணம் பறித்தல் போன்ற வடிவங்கள் உட்பட.[41] ஆட்சியின் சுல்தானிய பரிமாணம் அரசியல் ஆட்சியாளர்களுக்கும் அவர்களது கூட்டாளிகளுக்கும் இடையிலான வடிகட்டும் வகைப்பாட்டை நம்பியுள்ளது, இது தேர்தல் பத்திரங்கள் மற்றும் தொழில்துறை உரிமங்கள் உட்பட அனைத்துவிதமான 'கொடுக்கல் வாங்கல்' அடிப்படையிலான உறவாகும்.

இந்தியாவில் ஏன் எதேச்சதிகாரம் இன்னும் தீவிரமாக எதிர்க்கப்படவில்லை? முடிப்பதற்கு முன், நான்கு விளக்கங்கள் முன்வைக்கப்படுகின்றன, அவை பரஸ்பரம் பிரத்தியேகமானவை அல்ல.

முதல் காரணம், ஜனரஞ்சகவாதிகளாக மாறிய சர்வாதிகாரிகள் தொடக்கத்தில் சட்டத்திற்குப் புறம்பாக எதையும் செய்யவில்லை, மேலும் அவர்கள் ஒரு அதிகாரித்தபடியே செல்லும் செயல்முறையைப் பின்பற்றுகிறார்கள். லெவிட்ஸ்கியும் ஜிப்லாட்டும் காட்டியபடி, "இப்படித்தான் ஜனநாயகம் இப்போது இறக்கிறது. பாசிசம், கம்யூனிசம் அல்லது இராணுவ ஆட்சி வடிவில் அப்பட்டமான சர்வாதிகாரம் உலகம் முழுவதும் மறைந்துவிட்டது. இராணுவ சதிப்புரட்சிகள் மற்றும் பிற வன்முறையான வழிகளில் அதிகாரத்தைக் கைப்பற்றுவது அரிது. பெரும்பாலான நாடுகள் வழக்கம்போல் தேர்தல்களை நடத்துகின்றன. ஆனாலும் ஜனநாயகங்கள் இறக்கின்றன, ஆனால் வெவ்வேறு வழிகளில். பனிப்போரின் முடிவிலிருந்து, பெரும்பாலான ஜனநாயகச் சிதைவுகள் ஜெனரல்கள் மற்றும் சிப்பாய்களால் அல்ல, மாறாகத் தேர்ந்தெடுக்கப்பட்ட அரசாங்கங்களாலேயே ஏற்பட்டுள்ளன.'[42] அவர்கள் குறிப்பிடுவது போல், 'பெரும்பாலும் ஜனநாயகத்தின் மீதான தாக்குதல் மெதுவாகத்தான் தொடங்குகிறது. பல குடிமக்களுக்கு, இது முதலில், புரிந்துகொள்ள முடியாததாக இருக்கலாம். எல்லாவற்றிற்கும் மேலாக, தேர்தல்கள் தொடர்ந்து நடத்தப்படுகின்றன. எதிர்க்கட்சி அரசியல்வாதிகள் இன்னும் பிரதிநிதிகள் சபையில் அமர்ந்திருக்கிறார்கள். சுதந்திரப் பத்திரிகைகள் இன்னும் விற்பனையில் இருக்கின்றன. ஜனநாயகத்தின் அரிப்பு படிப் படியாக நடைபெறுகிறது, பெரும்பாலும் சிறிய படிகளில். ஒவ்வொரு தனி நடவடிக்கையும் சிறியதாகத் தெரிகிறது-எதுவும் ஜனநாயகத்தை உண்மையில் அச்சுறுத்துவதாகத் தெரியவில்லை. உண்மையில், ஜனநாயகத்தைச் சீர்குலைக்கும் அரசாங்கத்தின் நகர்வுகள் சட்டப்பூர்வ தன்மையை அடிக்கடி அனுபவிக்கின்றன: அவை பாராளுமன்றத்தால் அல்லது உச்ச நீதிமன்றத்தால் அரசியலமைப்பிற்கு உட்பட்டவை என அங்கீகரிக்கப்படுகின்றன.[43]

சர்வாதிகாரத்தின் ஆரம்ப கட்டத்தில், சிறுபான்மையினர் மட்டுமே பாதிக்கப்படுகின்றனர், அவர்கள் மதச் சிறுபான்மையினராகவோ அல்லது செயல்பாட்டாளர்களாகவோ இருக்கலாம் (தாராளவாதிகள், மனித உரிமை ஆர்வலர்கள் மற்றும் பலர்). பெரும்பான்மையினர் பாதுகாப்பாக உள்ளனர், மேலும் இந்தியாவில் பெரும்பாலும் இது இந்துப் பெரும்பான்மைவாதமாக இருக்கிறது: பெரும்பாலான குடிமக்கள் வாழ்க்கை மாறவில்லை என்பதால் அவர்கள் புகார் செய்ய எந்தக் காரணமும் இல்லை.

இரண்டாவது விளக்கம், இன்றைய இந்தியாவில், பாதுகாப்போடு ஒப்பிடும்போது ஜனநாயகம் அதன் முக்கியத்துவத்தை இழந்துவிட்டது. பாகிஸ்தான் உட்பட இதர நாடுகள் முன்பு அனுபவித்த ஒரு நிகழ்வு, இந்நாடுகளின் அரசியல் பின்னணி இந்தியாவைப் போன்றது, ஆனால், அதன் பெரிய அண்டை நாடான இந்தியாவுக்குப் பயந்து, 1950இல் ஒரு காவல் அரசாக மாறியது.[44] ஜனநாயகம் அதன் மாண்பில் சிறிதை இழந்தது. 2017-ஆம் ஆண்டில், தெற்காசியாவில் ஜனநாயகத்தின் நிலை என்ற தலைப்பிலான சி.எஸ்.டி.எஸ். அறிக்கை, 2005 மற்றும் 2017க்கு[45] இடையில் ஜனநாயகத்தை ஆதரிப்பவர்களின் சதவீதம் 70 முதல் 63 சதவீதம் வரை குறைந்துள்ளது என்றும், ஜனநாயகத்தில் திருப்தி அடைந்தவர்களின் சதவீதம் 79-லிருந்து 55 சதவீதம் வரை இன்னும் குறைந்துள்ளது என்றும் காட்டுகிறது. கல்லூரிப் பட்டதாரிகள் மற்றும் அதற்கு மேல் உள்ளவர்களில் 47 சதவிகிதம் பேர் இந்தக் கருத்தைப் பகிர்ந்து கொண்டனர்.[46] அவர்கள் அரசாங்கத்தின் பிரதிநிதித்துவ முறையுடன் இணைந்திருந்தபோதிலும், அவர்கள் அங்கீகரித்த ஆட்சிமுறையானது "வலிமையான மனிதர்கள்" மற்றும் 'நிபுணர்களை' நம்பியிருந்தது: பதிலளித்தவர்களில் 52 சதவீதம் பேர், 'நாம் பாராளுமன்றம், தேர்தல்களிலிருந்து விடுபடவேண்டும் மற்றும் விஷயங்களைத் தீர்மானிக்க ஒரு வலுவான தலைவர் வேண்டும்' என்ற கூற்றை ஏற்றுக்கொண்டனர். (இதில் 42 சதவிகிதம் பட்டதாரிகள் மற்றும் 46 சதவிகிதம் '25 ஆண்டுகள் மற்றும் அதற்குக் கீழே' அங்கீகரிக்கப்பட்டவர்கள்); அதேபோன்று, 54 சதவிகிதம் பேர், 'நாம் தேர்தல்கள் மற்றும் நாடாளுமன்றங்களிலிருந்து விடுபடவேண்டும் மற்றும் நிபுணர்கள் மக்கள் சார்பாக முடிவுகளை எடுக்கவேண்டும் என்ற கூற்றை ஏற்றுக்கொண்டனர்.'[47]

2017 பியூ அறிக்கை இந்தப் போக்கை மீண்டும் உறுதிப்படுத்தியது: பதிலளித்தவர்களில் 55 சதவிகிதம் பேர் "ஒரு வலிமையான தலைவர் பாராளுமன்றம் அல்லது நீதிமன்றத்தின் தலையீடு இல்லாமல் முடிவுகளை எடுக்கக்கூடிய ஒரு ஆளும் அமைப்பை" ஆதரித்தனர், அதேநேரத்தில் 53 சதவிகிதம் பேர் இராணுவ ஆட்சியை

ஆதரிக்கின்றனர். இந்த முடிவைப் பற்றிக் கருத்து தெரிவித்த ப்யூ குழு, "எந்த நாடுகளையும்விட இந்தியாவில் சர்வாதிகார ஆட்சிக்கான ஆதரவு அதிகமாக உள்ளது," மேலும் "பாதி அல்லது அதற்கு மேற்பட்ட மக்கள், இராணுவத்தால் ஆளப்படுவதை ஆதரிக்கும் நான்கு நாடுகளில் இந்தியாவும் ஒன்றாகும்" என்று கூறியது. இன்னும் பெரிய விகிதத்தில்-மூன்றில் இரண்டு பங்கினர்-"நாட்டை ஆளுவதற்கு ஒரு நல்ல வழி, தேர்ந்தெடுக்கப்பட்ட அதிகாரிகள் அல்ல, தேசத்திற்குச் சிறந்தது என்று அவர்கள் நினைக்கும் முடிவுகளை நிபுணர்கள் எடுப்பதே" எனக் கூறினர். சுவாரஸ்யமாக, தனிப்பட்ட ஆட்சி, இராணுவ நிர்வாகம் மற்றும் தொழில்நுட்ப நிபுணர்கள் கட்டுப்படுத்தும் ஆட்சியை ஆதரிக்கும் மூன்று குழுக்களில் பா.ஜ.க. ஆதரவாளர்கள் மற்றும் நகர்ப்புறவாசிகள் அதிக பிரதிநிதித்துவம் பெற்றுள்ளனர்.[48]

ஒரு வலிமையான தலைவருக்கான கோரிக்கையானது, பெரிதும் ஊறுபடுதலுக்குள்ளாகும் உணர்வுடன் தொடர்புடையது. பியூ சர்வேயின்படி, "பட்டியலில் முதலிடத்தில் குற்றம் உள்ளது, 84% இந்தியர்கள் அதை மிகப் பெரிய பிரச்சனையாகப் பார்க்கிறார்கள்," பதிலளித்தவர்களில் 76 சதவிகிதத்தினர் 'பயங்கரவாதத்தை' அதற்கு அடுத்ததாகக் குறிப்பிட்டுள்ளனர்[49] (ஊழல் மற்றும் வேலையின்மையை விஞ்சி). பதிலளித்தவர்களில் 66 சதவீதம் பேருக்கு, மற்ற எல்லா அச்சுறுத்தல்களையும்விட, ஐ.எஸ்.ஐ.எஸ். இந்தியாவுக்கு முக்கிய அச்சுறுத்தலாகத் தோன்றியது என்ற கருத்துடன் இது நன்கு பொருந்திப்போகிறது.[50] தீர்க்கப்படாத பிரச்சனைகள் மற்றும் மோதல்களை ஒடுக்குவதற்கான உந்துதலிலிருந்து வலுவான அரசின் தேவை மேலும் எழுகிறது, பெரும்பான்மையாக 63 சதவிகிதத்தினர் காஷ்மீரில் அரசாங்கம் அதிக இராணுவ பலத்தைப் பயன்படுத்தவேண்டும் என்று நம்புகிறார்கள்" என்பதிலிருந்து தெளிவாகிறது.[51]

மூன்றாவது விளக்கம், இந்தியாவின் அரசியல் கலாச்சாரத்துக்கும் படிநிலைகளுக்குப் பாரம்பரியமாக அடங்கிப்போவது, அதிகாரத்தை ஏற்றுக்கொள்வது என்பதற்கு மீண்டும் வருகிறது, குறிப்பாக ஒரு கவர்ச்சியான தலைவர். 1949-ஆம் ஆண்டு அரசியலமைப்பு சபையில் தனது நிறைவு உரையில், பி.ஆர். அம்பேத்கர், அதிகாரத்திற்கு அடிபணிவது இயல்பாகக் காணப்படுவது பற்றிய ஒரு கலாச்சார விளக்கத்தை அடிக்கோடிட்டுக் காட்டினார்:

நாட்டிற்கு வாழ்நாள் முழுவதும் சேவையாற்றிய பெருமக்களுக்கு நன்றி செலுத்துவதில் தவறில்லை. ஆனால் நன்றியுணர்வுக்கு எல்லைகள் உள்ளன. ஐரிஷ் தேசபக்தர் டேனியல் ஓ'கானல்

கூறியதுபோல் [உள்ளவாறே], "எந்தவொரு ஆணும் தனது மரியாதையை விலையாகக் கொடுத்து நன்றியுள்ளவனாக இருக்கமுடியாது, எந்த ஒரு பெண்ணும் தன் கற்பினை விலையாகக் கொடுத்து நன்றியுடன் இருக்கமுடியாது, எந்தத் தேசமும் அதன் சுதந்திரத்தை விலையாகத் தந்து நன்றியுடன் இருக்கமுடியாது." இந்த எச்சரிக்கை வேறு எந்த நாட்டையும் விட இந்தியாவின் விஷயத்தில் மிகவும் அவசியமானது, ஏனென்றால் இந்தியாவில் பக்தி அல்லது தெய்வீகப் பாதை அல்லது நாயக வழிபாடு என்று அழைக்கப்படுவது, உலகின் வேறு எந்த நாட்டின் அரசியலிலும் அது பங்கு வகிப்பதைவிடவும் இந்திய அரசியலில் அது ஈடு இணையற்ற பங்கை வகிக்கிறது. மதத்தில் பக்தி என்பது ஆன்மாவின் இரட்சிப்புக்கான பாதையாக இருக்கலாம். ஆனால் அரசியலில் பக்தி அல்லது வீரம் என்பது சீரழிவிற்கும் இறுதியில் சர்வாதிகாரத்திற்கும் ஒரு உறுதியான பாதையாகும்.[52]

(பக்தர்கள் என்றறியப்படும்) மோடியின் ஆதரவாளர்கள் அவரது சக்தியைக் குறிக்கப் பலசமயங்களிலும் பயன்படுத்தும் வார்த்தைகள் உண்மையில், அதிஇயற்கை சக்திகளுக்கு உரியதாகும். நிச்சயமாக, அவரது குஜராத் ஆண்டுகள் முதல் அவர் பணம் செலவிட்டு அமர்த்திய பொதுத் தொடர்பு முகமைகளே இந்தப் பிம்பத்தைக் கட்டியெழுப்பியிருக்க வேண்டும், ஆனால் இந்தியப் பொதுமக்களின் பெரும் பங்கினர், அதை விமர்சனத்துக்கு அப்பாற்பட்டதாக அவரது சொந்த பிம்பமாக ஆக்கிவிட்டனர். எனவே நீலாஞ்சன் சிர்காரால் வெளிப்படுத்தப்பட்ட 'விசுவாச அரசியல்' என்ற கருத்தானது, நரேந்திர மோடி பொறுப்புக்கூறலுக்கு அப்பாற்பட்டவர் என்பது மட்டுமல்ல, அவரால் எந்தத் தவறும் செய்யமுடியாது என்றும் கருதுகிறது. இது குறிப்பாக COVID-19 தொற்றின்போது தெளிவாகத் தெரிந்தது, இந்த நெருக்கடி அரசாங்கத்தால் சரியாகக் கையாளப்படவில்லை, ஆனாலும் இதற்காக நரேந்திர மோடி குறைகூறப்படவில்லை.[53] பொதுமக்கள் அபிப்ராயம் மிகவும் சாய்வுடையதாக இருக்கும்போது, அதிகாரத்தைக் கட்டுப்படுத்துவதற்கான வரம்புகளில் ஒன்று மறைந்துவிடுகிறது. துஷ்பிரயோகம் உட்பட எந்தவொரு அதிகாரமும் முறையானதாகத் தோன்றுகிறது.

2002 படுகொலைகள் ஊடகங்களில் வெளியான விதத்திலிருந்து தெளிவாகத் தெரிவதென்னவெனில், நரேந்திர மோடி 'பெரிய விஷயங்களை'- அவை அவசியம் நல்ல விஷயங்களாக இருக்கவேண்டியதில்லை-சாதித்த விதத்தின் காரணமாக வெப்ரியன் அர்த்தத்தில் வசீகரமுடையவராகக் கருதப்பட்டார். பணமதிப்பு நீக்கம் போன்ற அனைத்து குடிமக்களின் வாழ்க்கையையும் பாதிக்கும், சீர்குலைக்கும் முடிவுகளின் மூலம் அவர் தனது

பலத்தை வெளிப்படுத்தியுள்ளார். உலகிலேயே மிக உயரமான சர்தார் படேலின் சிலையை நிறுவி பகட்டான தனது ரசனையை நிரூபித்துள்ளார். ஜூன் 21-ஐ சர்வதேச யோகா தினமாக அங்கீகரிக்க அவர் ஐ.நா.வை சம்மதிக்கவைத்துள்ளார். பாலக்கோட்டில் உள்ள சர்ச்சைக்குரிய எல்லைக்கப்பால் சென்று பாகிஸ்தானை ராணுவரீதியாகத் தாக்கத் துணிந்துள்ளார். அவர், எவரொருவரும் முயற்சிசெய்யத் துணியாத அரசியலமைப்புச் சட்டப்பிரிவு 370 நீக்கம் போன்ற கொள்கைகளை நடைமுறைப்படுத்தியுள்ளார்.

ஆனால் மோடி தனது செயல்களால் மட்டுமல்ல, அவரது பாணியின் காரணமாகவும் விதிவிலக்காகப் பார்க்கப்படுகிறார். அவர் 2020இல் ஒரு பக்கீர் போன்று (தன்னைக் குறிப்பிட அவர் பயன்படுத்தும் வார்த்தை) நீண்ட வெள்ளைத் தாடி வளர்த்ததன் மூலம், அவர் முன்னுதாரணமாகக் காட்ட முயன்ற ஆளுமையான, தனது வாழ்க்கையை மக்களுக்காகத் தியாகம் செய்பவராகத் தோன்றுகிறார். இது இந்திய கலாச்சாரத்தில் மிகவும் மதிக்கப்படும் தன்னலமற்ற, உலகத்தைத் துறப்பவரின் முன்மாதிரியை எதிரொலிக்கிறது,-மேலும் (மோடிக்கு மிகவும் குறிப்பிடத்தக்க இந்திய 'பிராண்ட்') மகாத்மா காந்தி உதாரணம் காட்டியது இதுவாகும். மேற்கூறிய மேற்கோளில் இந்தியாவில் மிகவும் பரவலாக இருக்கும் ஆளுமை வழிபாட்டு முறையை விமர்சிக்கும்போது அம்பேத்கர் உண்மையில் காந்தியை மனதில் வைத்திருந்தார், ஏனெனில் ருடால்ப்கள் காட்டுவதுபோல காந்தியின் கவர்ச்சிக்கு 'பாரம்பரிய வேர்கள்' இருந்தபோதிலும் அது அதிகாரம் சார்ந்ததாக இருந்தது என்பதை அவர் அறிந்திருந்தார்: மகாத்மா மேலாதிக்க அதிகாரத்தைப் பயன்படுத்த ஆர்வமாக இருந்தார்.[54] மோடி, எப்போதும் மகாத்மாவை எதிர்க்கும் சிந்தனைப் பள்ளியைச் சேர்ந்தவர் என்றாலும், அவர் தனது முழு ஆற்றலையும் தேசத்திற்காகவும், ஏழைகளுக்காகவும், ஊழலற்ற செயல்களிலும் செலவிடுகிறார் என இந்திய வாக்காளர்களை நம்பச்செய்வதற்காக அவர் காந்தியின் 'துறவி அரசியலை'ப்[55] பின்பற்றினார்.

கடைசியாக, மோடி, தனது சமூகப் பின்னணியின் காரணமாக, வர்க்க மற்றும் சாதிய படிநிலைகளால் பாதிக்கப்பட்ட மக்களில் ஒருவராகத் தோன்றுகிறார், இந்திய சாமானியர்களால் பகிர்ந்து கொள்ளாமலிருக்கமுடியாத, பாதிக்கப்பட்டவர் என்ற உணர்வையும் தூண்டுபவராக இருக்கிறார். அவர் தனது மாதாந்திர வானொலி நிகழ்ச்சியான மன் கி பாத் மூலம் மக்களுடன் தனது நெருக்கத்தையும் வளர்த்துக் கொள்கிறார்.

மொத்தத்தில் ஆஸ்டிகய், மோடி ஒரு தூய ஜனரஞ்சகவாதி. ஏனெனில் அவர் இந்த விதிவிலக்கான சாதனைகளையும்

ஒழுக்க உணர்வையும் மிகவும் தாழ்மையான பின்னணியுடன் இணைக்கிறார், அதாவது அவர் நம்மைப் போன்ற ஒரு சாதாரண மனிதர், இருந்தும் ஒரு சூப்பர்மேன் ஆக முடிந்தது" என்று பார்க்கப்படும்படி வளர்த்துக்கொண்டவர் என்கிறார். பொருளாதார விவகாரத்தில் அவர் தோல்வியுற்றாலும் வாக்காளர்களால் அவர் தண்டிக்கப்படாமல் இருப்பதற்கு இதுவே முக்கியக் காரணம். கொள்கை அடிப்படையில்கூட, மக்கள் அவர்மீதான விசுவாச உணர்வால் அவர் மீது நம்பிக்கையைத் தக்கவைத்திருக்கிறார்கள்.

ஆனால் மோடி ஒரு ஜனரஞ்சகவாதி என்பதைவிட, அவர் ஒரு தேசிய-ஜனரஞ்சகவாதி. அவரது பாணி குறிப்பாகப் பிரபலமானது, ஏனெனில் அவர் மக்களின் பெருமிதம் மற்றும் கண்ணியத்தை மீட்டெடுத்தார். ஏழைகள் இந்தியாவில் சிறப்பாக மதிக்கப்படுவது மட்டுமல்லாமல், இந்தியர்கள் உலக மரியாதையைப் பெற்றதாக உணர்ந்து அவர்மீது நன்றிபாராட்டுகின்றனர். மோடி தொடர்ந்து உலகம் முழுவதும் பயணம் செய்து வருகிறார், இந்தப் பயணங்கள் ஊடகங்களில் திட்டமிட்டு விளம்பரப்படுத்தப்பட்டன. ஹூஸ்டனிலும், அகமதாபாத்திலும் டொனால்ட் ட்ரம்பை கட்டிப்பிடித்தது உட்பட, உலக நாடுகளின் தலைவர்களை கேமராக்களுக்கு முன்னால் கட்டிப்பிடிப்பதும், மிகவும் அதிகாரம் வாய்ந்தவர்களுடன் மிகப் பெரிய பேரணிகளில் மேடைகளைப் பகிர்ந்துகொள்வதையும் அவர் ஒரு விஷயமாகச் செய்துவந்துள்ளார். இந்த சர்வதேச அங்கீகாரம், பிரிட்டிஷ் ராஜ்ஜியம் குறிப்பாக வலுவாக நீடித்தது முதல், வேலையில்லாத, பயனற்றவர்களாக உணரும்/அல்லது சமூகப் பொருளாதார வீழ்ச்சிக்கு ஆளான, மற்றவர்களுக்குப் பயப்படும், இந்துக்களைப் பாதிக்கும் களைத்துப்போன மற்றும் 'இறக்கும்' இனத்தின் நோய்க்குறியைக் கொண்டவர்களிடம் ஒரு ஆழமான, வரலாற்று பாதிப்புக்குள்ளான மக்கள்தொகையில் குறிப்பாக வலுவான தாக்கத்தை ஏற்படுத்தியுள்ளது. ருடால்ப்கள் காட்டுவது போல், காந்தி அகிம்சையின் அடிப்படையில் ஒரு 'புதிய தைரியத்தை' உருவாக்கி இந்தியர்களின் சுயமரியாதையைப் புதுப்பித்துள்ளார்.[56] ஆகஸ்ட் 15, 2019 அன்று தனது சுதந்திர தின உரையின்போது மோடி அவர் பலமுறை திரும்பத் திரும்பப் பயன்படுத்திய வார்த்தையான சுயமரியாதையை, அவர்களுக்குக் கொடுத்துள்ளார்.[57]

விதிவிலக்கான, அதிமனிதக் குணங்களைக் கொண்ட, மக்களைப் பாதுகாத்து, தங்கள் சுயமரியாதையை மீட்டெடுக்கும் ஒரு வலிமையான தலைவருக்கு விசுவாசம் செலுத்த குடிமக்கள் மிகவும் தயாராக உள்ளனர். அவரால் எந்தத் தவறும் செய்ய முடியாது என்பதால், மக்கள் தங்கள் விமர்சனச் சிந்தனையை விருப்பத்துடன் நிறுத்திக்கொண்டு, தங்களின் சில சுதந்திரங்களை உடனடியாகத்

துறந்துவிடுகிறார்கள். எமர்ஜென்சிக்கு இரண்டு ஆண்டுகளுக்கும் குறைவான கால இடைவெளியில், சர்வாதிகாரத்தின் இந்தக் கட்டத்திற்கு அவர்கள் பொறுப்பில்லை என்பதுபோல 1980இல் இந்திரா காந்தியும் சஞ்சய் காந்தியும் மீண்டும் தேர்ந்தெடுக்கப்பட்ட விதத்தை, இந்தச் செயல்முறை எடுத்துக்காட்டுகிறது. இரண்டு ஆண்டுகளுக்குப் பிறகு ஏன் அவர்கள் ஒருமுறைகூடத் தண்டிக்கப்படவில்லை? டெல்லி சேரிகளில் எம்மா டார்லோ நடத்திய நேர்காணல்கள், அரசாங்கத்தின் 'புனர்வாழ்வுக்' கொள்கையின் விளைவாக '[நேர்காணலுக்கு உட்படுத்தப்பட்டவர்களில்] யாரும் தங்கள் துன்பங்களை இந்திரா காந்தியுடன் தொடர்புபடுத்தவில்லை,⁵⁸ அவர் இப்போதும் சஞ்சய்போல ஒரு மகத்தான தலைவராக, உலகப் புகழ் பெற்ற தலைவராக' பார்க்கப்பட்டார். வசீகரம் என்பது பொறுப்புக்கூறலுக்கும் மேலானது, மோடி இந்த இயங்காற்றலைப் புரிந்துகொண்டார்.

ஆட்சியின் சுதந்திரத்தை முடக்கும் போக்கை சிலர் எதிர்ப்பதற்கான கடைசி காரணம் பயம் ஆகும், இது அதிக எண்ணிக்கையிலான இந்திய குடிமக்களை முடக்குகிறது. செய்தி நிறுவனங்கள் தொடர்பாக இந்தக் காரணி முன்னர் குறிப்பிடப்பட்டுள்ளது, ஆனால் ஊடகங்கள் மட்டுமே இலக்குகள் அல்ல, மேலும் ஊடகவியலாளர்களைத் தவிர மற்றவர்களும் பயத்தின் காரணமாகத் தங்களைத் தணிக்கை செய்துள்ளனர். 2018ஆம் ஆண்டில், பம்பாய் உயர் நீதிமன்றத்தின் ஒரு டிவிஷன் பெஞ்ச் கூறியது: "நாம் இன்று நாட்டில் ஒரு அவலமான கட்டத்தைக் காண்கிறோம். ஏற்கனவே குடிமக்கள் தங்கள் கவலைகள் அல்லது கருத்துகளை அச்சமின்றி வெளிப்படுத்தமுடியாது என்று உணர்கிறார்கள்."⁵⁹ அவர்களின் உடல் தோற்றம் அவர்களைச் சிறுபான்மை உறுப்பினராகக் காட்டுதல், தங்கள் சுற்றுப்புறத்தைவிட்டு வெளியேற பயப்படுபவர்களைத் தவிர, எந்த நிறுவனமும் எந்தக் குழுவும் குறிவைக்கப்படலாம்- அதிகாரிகள் மற்றும் நீதிபதிகள் உட்பட. அவர்கள் பணியிடமாற்றம் செய்யப்படலாம் அல்லது வழக்குத் தொடரப்பட்டு சிறையில் அடைக்கப்படலாம்.⁶⁰

முந்தைய அத்தியாயங்களில் குறிப்பிடப்பட்டுள்ளதுபோல, சில தொழிலதிபர்கள் கூட வருமான வரித்துறை, அமலாக்க இயக்குனரகம் மற்றும் சி.பி.ஐ. சோதனைகளுக்குப் பயந்துதான் வாழ்கிறார்கள். இந்தியாவின் மிகவும் மதிப்புமிக்கத் தொழில்துறை குடும்பங்களில் ஒன்றான ராகுல் பஜாஜ், மும்பையில் நடந்த தொழில்துறை விருது வழங்கும் நிகழ்வின்போது அமித்ஷாவிடம் கூறினார்: "எங்கள் தொழிலதிபர் நண்பர்கள் யாரும் பேசமாட்டார்கள், நான் வெளிப்படையாகச் சொல்வேன்... ஒரு சூழல் உருவாக்கப்பட

வேண்டும்... யு.பி.ஏ. II ஆட்சியில் இருந்தபோது, நாங்கள் யாரையும் விமர்சிக்கமுடிந்தது... நீங்கள் [அரசாங்கம்] நல்ல வேலையைச் செய்கிறீர்கள், ஆனால் அதையும் மீறி நாங்கள் உங்களை வெளிப்படையாக விமர்சித்தால் நீங்கள் பாராட்டுவீர்கள் என்ற நம்பிக்கை எங்களுக்கு இல்லை."[61] தொடர் படுகொலைகள் தொடர்பாக அவர் மேலும் கூறியதாவது: "இது சகிப்புத்தன்மையற்ற சூழலை உருவாக்குகிறது மற்றும் நாங்கள் பயப்படுகிறோம். நாங்கள் சில விஷயங்களைச் சொல்லவிரும்பவில்லை, ஆனால் இதுவரை யாரும் தண்டிக்கப்படவில்லை என்பதை நாங்கள் காண்கிறோம்." அதற்குப் பதிலளித்த அமித்ஷா, "யாரும் பயப்படத் தேவையில்லை" என்றார். ஆனால் பஜாஜ் குறிப்பிடும் பிறழ்ச்சி சில மாநில கொள்கைகள் மற்றும் அதிகாரப்பூர்வ பேச்சுகளால் மோசமாகிவிட்டது.

உபா போன்ற கொடூரமான பயங்கரவாத எதிர்ப்புச் சட்டங்களை வழமையாக நாடுவதன் மூலமும், மேலே குறிப்பிட்டுள்ளபடி பத்திரிகையாளர்கள் மீது தேசத் துரோக குற்றம்சாட்டுவதன் மூலமும் மட்டுமல்லாமல், ஒரு அதிநவீன கண்காணிப்பு அமைப்பை உருவாக்குவதன் மூலமும் இந்தியா ஒரு கண்காணிப்பு அரசின் சில பண்புகளைப் பெற்றுள்ளது. அத்தியாயம் 10இல் குறிப்பிடப்பட்டுள்ளபடி, பீமா கோரேகான் வழக்கில் குற்றம்சாட்டப்பட்டவர்கள், அவர்களின் தொலைபேசிகள் மற்றும் கணினிகளில் இருந்து பெறப்பட்ட ஆதாரங்களின் அடிப்படையில் குற்றம்சாட்டப்பட்டனர். விரைவில், இந்த தொலைபேசிகளும் கணினிகளும் இஸ்ரேலிய நிறுவனமான-என்.எஸ்.ஓ. குழுமத்தால் உருவாக்கப்பட்ட ஸ்னூப்பிங் மென்பொருளால் பாதிக்கப்பட்டுள்ளதாகத் தோன்றியது-அதை என்.எஸ்.ஓ. அரசாங்க நிறுவனங்களுக்கு மட்டுமே விற்கிறது. பெகாஸஸ் எனப்படும் இந்த மென்பொருள், இலக்கு வைக்கப்பட்ட நபரின் மொபைல் சாதனத்தின் மீது தாக்குபவர்களுக்குக் கட்டுப்பாட்டை வழங்குகிறது.[62] செல்போனில் நுழைய தாக்குதல் தொடுப்பவர்கள் பயன்படுத்தும் செயலியான வாட்ஸ்அப்-நிறுவனம்-என்எஸ்ஓ குழுமம்[63] மீது வழக்குத் தொடுத்தது, ஆனால் முந்தைய மாதங்கள் மற்றும் ஆண்டுகளில் இஸ்ரேலுடனான தனது ஒத்துழைப்பை செயற்கை நுண்ணறிவு உட்பட பல தொழில்நுட்ப களங்களில் மேம்படுத்திய இந்திய அரசாங்கம்,[64] இந்த விவகாரம் குறித்துக் கருத்து தெரிவிக்கவில்லை.

இணையாக, அதிகளவில் முகத்தை அடையாளம் கண்டுகொள்ளும் தொழில்நுட்பம் மூலம் இந்திய அரசு கண்காணிப்பு அமைப்பைத் தொடங்கியுள்ளது. டெல்லி கலவரத்திற்குப் பிறகு, அமித்ஷா, "முகத்தை அடையாளம் காணும் தொழில்நுட்பத்தின் மூலம்

1,100 பேரை போலீசார் அடையாளம் கண்டுள்ளனர். உத்தர பிரதேசத்திலிருந்து கிட்டத்தட்ட 300 பேர் வந்தனர். இது திட்டமிடப்பட்ட சதி"[65] என அறிவித்தார். காவல்துறையினருக்கு இது எப்படித் தெரியவந்தது? "சி.சி.டி.வி., ஊடகவியலாளர்கள் மற்றும் பொதுமக்களிடமிருந்து பெறப்பட்ட காணொலிக் காட்சிகள், தேர்தல் ஆணையத்தின் தரவுத்தளத்திலும், சாலைப் போக்குவரத்து மற்றும் நெடுஞ்சாலை அமைச்சகத்தால் பராமரிக்கப்படும் வாகனப் பதிவுக்கான இந்திய தரவுத்தளமான இ-வாகனின் தரவுத்தளத்திலும் சேமிக்கப்பட்ட புகைப்படங்களுடன் பொருத்திப் பார்த்து ஒப்பிட்டதாகத் தெரிகிறது."[66] கௌதம் பாட்டியா, "அத்தகைய 'டிராக்நெட்' ஸ்கிரீனிங் தனியுரிமை உரிமைகளை அப்பட்டமாக மீறுவதாகும், ஏனெனில் ஒவ்வொரு நபரையும் சந்தேகத்திற்குரிய நபராகக் கருதி, இது முடிவில்லா தொடர்ச்சியான விசாரணைக்கு உட்படுத்துகிறது."[67] அரசாங்கம், முகத்தை அடையாளம் காண ஆதாரைப் பயன்படுத்த அனுமதிக்கத் தளர்வளித்து, இந்தியப் பாராளுமன்றம் இன்னும் தனிநபர் தரவுப் பாதுகாப்புச் சட்டத்தை[68] இயற்றாததால், இந்தத் தொழில்நுட்பம் மேலும் மேலும் முறையாக அரசாங்கத்தால் தஞ்சமடையப்படுகிறது.[69]

2018 ஆம் ஆண்டில் சமூக ஊடக கண்காணிப்புத் திட்டத்தைத் திரும்பப் பெறுமாறு தகவல் மற்றும் ஒளிபரப்பு அமைச்சகத்தை உச்சநீதிமன்றம் வலியுறுத்தியது, அத்தகைய திட்டம் செயல்படுத்தப்பட்டால், இந்தியா 'கண்காணிப்பு தேசம் என்ற நிலையை நோக்கி நகரும்'[70] என்று கருதியது. ஆனால் 2021ஆம் ஆண்டில், சமூக ஊடகப் பயனர்களின் 'உணர்வுகளை' அடையாளம் காணவும், "சமூகத்தின் சமூகப் பொருளாதாரக் கட்டமைப்பில் பாதகமான எதிர்மறையான தாக்கத்தை ஏற்படுத்தக்கூடிய 'அரசு தொடர்பான நடவடிக்கைகள்' தொடர்பான போக்குகளைக் கண்காணிக்கவும் ஒரு கருவியை உருவாக்க அரசாங்கம் இன்னும் ஆர்வமாக உள்ளது.[71] தகவல் தொழில்நுட்ப மற்றும் ஒளிபரப்பு அமைச்சகம் அத்தகைய கருவியை உருவாக்க ஒரு நிறுவனத்தைப் பட்டியலிட்டு வருகிறது என்ற ஆர்வத்தின் வெளிப்பாட்டிலிருந்து வந்தவை. இது, மேலே குறிப்பிடப்பட்ட வலிந்த எதேச்சதிகாரத்தை நினைவூட்டுகிறது. அத்தகைய கருவி பகல் வெளிச்சத்தைக் காண்பதற்கு முன்பே, பத்திரிகையாளர்கள் உட்பட, அவர்கள் முகநூல் அல்லது வாட்ஸ்அப்பில் இடுகையிட்ட செய்திகள் அல்லது வீடியோக்கள், சில நேரங்களில் பல ஆண்டுகள் பழமையான பதிவுகளைக்கூடக் காரணமாக வைத்து, அதிகாரிகள் ஏற்கெனவே ஏராளமான சமூக ஊடக பயனர்களைக் கைதுசெய்துள்ளனர்.[72]

2019இல், சுபாஷ் பால்ஷிகர் பெரும்பான்மைவாத அரசுக்கான தனது பங்களிப்பை, "புதிய மேலாதிக்கத்தை உருவாக்குவதற்கான பா.ஜ.க.வின் தீர்மானத்தைத் தேர்தல் தோல்வி மட்டும் வேகம் குறைக்கமுடியும்"[73], ஆனால் தேர்தல் தோல்வி பெரிய மாற்றத்தை ஏற்படுத்திவிடப்போவதில்லை, அல்லது மிகத் துல்லியமாகச் சொன்னால், அது அத்தியாவசியமான நிபந்தனையாக இருக்கும்வேளையில், அது போதுமான ஒன்றாக இருக்காது. முதலாவதாக, பகுதி II இல் குறிப்பிடப்பட்டுள்ளபடி, சங்பரிவார் தரையிலிருந்தபடி அரசுக்கு ஆணையிடவும் தெருவில் ஆட்சி செய்வதுமாகச் சமூகக் கட்டமைப்பில் மிகவும் ஆழமாக வேரூன்றியுள்ளது.[74] இரண்டாவதாக, பா.ஜ.க. தோற்கடிக்கப்பட்டாலும் 'நிழல் அரசு' கொள்கைகள் மற்றும் அரசியலில் செல்வாக்கு செலுத்தும் நிலையில் இருக்கக்கூடும். அந்த வகையில், தேர்தல்களில் வெற்றிபெறுவதற்கு பா.ஜ.க. செய்வதுபோல், இந்து தேசியவாதம் தனது நிகழ்ச்சி நிரலை முன்வைக்கப் பெரிதும் ஒரே மனிதனை நம்பியிருக்கவில்லை.

✿✿✿

குறிப்புகள்

அறிமுகம்

1. Larry Diamond, "Thinking about Hybrid Regimes," *Journal of Democracy* 13, no. 2 (April 2002): 21–35; and Leah Gilbert and Payam Mohseni, "Beyond Authoritarianism: The Conceptualization of Hybrid Regimes," *Studies in Comparative International Development* 46 (2011): 270–97.
2. David Collier and Steve Levistky, "Democracy with Adjectives: Conceptual Innovation in Comparative Research," *World Politics* 49, no. 3 (April 1997): 430–51; Fareed Zakaria, "The Rise of Illiberal Democracy," *Foreign Affairs* 76, no. 6 (November–December 1997): 22–43; Andreas Schedler, ed., *Electoral Authoritarianism: The Dynamics of Unfree Competition* (Boulder, CO: Lynne Rienner, 2006); Peter Smith and Melissa Ziegler, "Liberal and Illiberal Democracy in Latin America," *Latin American Politics and Society* 50, no. 1 (2008): 31–57; Steven Levitsky and Lucan A. Way, *Competitive Authoritarianism: Hybrid Regimes after the Cold War* (Cambridge: Cambridge University Press, 2010); and Leonardo Morlino, "Are There Hybrid Regimes? Or Are They Just an Optical Illusion?," *European Political Science Review* 1, no. 2 (2009): 273–96.
3. I studied this contradiction in detail in the first three chapters of my book *India's Silent Revolution—the Rise of the Lower Castes in North India* (New York: Columbia University Press; London: Hurst; New Delhi: Permanent Black, 2003).
4. Jaffrelot, *India's Silent Revolution*, 239–84.
5. Christophe Jaffrelot and Pratinav Anil, *India's First Dictatorship: The Emergency, 1975–77* (London: Hurst, 2020).
6. Christophe Jaffrelot, "Introduction," in *Rise of the Plebeians? The Changing Face of Indian Legislative Assemblies*, ed. Christophe Jaffrelot and Sanjay Kumar (New Delhi: Routledge, 2009), 1–23.
7. The Hindi belt comprises the following states of the Indian Union: Uttar Pradesh, Bihar, Madhya Pradesh, Rajasthan, Chhattisgarh, Jhkarkhand, Himachal Pradesh, Haryana, Uttarakhand, and Delhi.
8. Jaffrelot, *India's Silent Revolution*.
9. In 2004, according to the CSDS Data Unit, the turnout of the "Rich" was more than 2 percentage points below that of the "Poor" (C. Jaffrelot, "'Why Should We Vote?'—The Indian Middle Class and the Functioning of the World's Largest Democracy," in *Patterns of Middle Class Consumption in India and China*, ed. Christophe Jaffrelot and Peter van der Veer (New Delhi: Sage, 2008), 35–54.
10. Michael Walzer, *The Paradox of Liberation: Secular Revolutions and Religious Counterrevolutions* (New Haven, CT: Yale University Press, 2015).

பகுதி I

1. See Sunil Khilnani, *The Idea of India* (London: Hamish Hamilton, 1997).
2. Rajeev Bhargava, "Indian Secularism: An Alternative, Trans-Cultural Ideal," in *The Promise of India's Secular Democracy* (Delhi: Oxford University Press, 2010), 63–105.
3. Charles Taylor, "The Meaning of Secularism," *Hedgehog Review* 12, no. 3 (Fall 2010): 23.
4. Cited in Sarvepalli Gopal, ed., *Jawaharlal Nehru: An Anthology* (Delhi: Oxford University Press, 1980), 330.
5. Cited in Stanley J. Tambiah, "The Crisis of Secularism in India," in *Secularism and Its Critics*, ed.

Rajeev Bhargava (Delhi: Oxford University Press, 1998), 422–23.
6. M. K. Gandhi, *Indian Home Rule*, 5th English-language ed. (Madras: Ganesh, 1922), 49.
7. An overview of this history can be found in part I of my book *The Pakistan Paradox* (London: Hurst, 2015).

1

1. On this movement of Muslim mobilization, see Gail Minault, *The Khilafat Movement: Religious Symbolism and Political Mobilization in India* (New York: Columbia University Press, 1982).
2. On the genesis of this sentiment in Hindu circles, see Christophe Jaffrelot, *The Hindu Nationalist Movement and Indian Politics, 1925 to the 1990s* (London: C. Hurst, 1996), 19.
3. P. C. Bamford, *Histories of the Non-Cooperation and Khilafat Movements* (1925; repr., Delhi: Government of India Press, 1985), 111; P. Spear, *The Nabobs* (London: Oxford University Press, 1932), 198–201; and J. Roselli, "The Self-Image of Effeteness: Physical Education and Nationalism in Nineteenth Century Bengal," *Past and Present* 86 (1980): 121–148.
4. Indus, s.v. "Census India 1931: Religion," last modified July 27, 2016, 21:20, http://indpaedia.com/ind/index.php/Census_India_1931:_Religion.
5. As did a famous Arya Samajist, Swami Shraddhananda, *Hindu Sangathan: Savior of the Dying Race* (Delhi: Arjun Press, 1926).
6. For further detail, see Christophe Jaffrelot, "The Idea of the Hindu Race in the Writings of Hindu Nationalist Ideologues in the 1920s and 1930s: A Concept between Two Cultures," in *The Concept of Race in South Asia*, ed. P. Robb (Delhi: Oxford University Press, 1995), 327–54.
7. V. D. Savarkar, *Hindutva: Who Is a Hindu?* (Mumbai: Asia Publishing House, 1962), 85.
8. Christophe Jaffrelot, "From Holy Sites to Web Sites: Hindu Nationalism, from Sacred Territory to Diasporic Ethnicity," in *Religions, Nations, and Transnationalism in Multiple Modernities*, ed. Patrick Michel, Adam Possamai, and Bryan Turner (Basingstoke, UK: Palgrave, 2017), 153–74. Regarding the "sacred geography of India," see Diana L. Eck, *India: A Sacred Geography* (New York: Three Rivers, 2012).
9. Regarding the relationship that "chosen people" have with their sacred land and golden age, see Anthony D. Smith, *Chosen People: Sacred Sources of National Identity* (Oxford: Oxford University Press, 2003), 131–217.
10. Savarkar, *Hindutva*, 90. In 2019, studying Herzl and Savarkar in a comparative perspective, Subramanian Swamy, a BJP MP, and Gadi Taub from the Hebrew University of Jerusalem agreed that Zionism and Hindutva were very similar. B. Pruthi, "Hinduism and Judaism Should Come Together," *The Hindu*, August 27, 2019, https://www.thehindu.com/news/cities/mumbai/hinduism-and-judaism-should-come-together/article29263943.ece.
11. Savarkar explains that "any convert of non-Hindu parentage to Hindutva can be a Hindu, if *bona fide*, he or she adopts our land as his or her country and marries a Hindu, thus coming to love our land as a real Fatherland, and adopts our culture and thus adores our land as the Punyabhu. The children of such a union as that would, other things being equal, be most emphatically Hindus." Savarkar, *Hindutva*, 130. The idea that the Hindus were a historical people like the descendants of Israel's tribes was evidenced by the fact that in 2019, 1,000 "descendants" of Lord Ram came from Madhya Pradesh and Rajasthan to Ayodhya to have a Ram temple (re) built on the site where he was born. "1,000 'Descendants' of Lord Ram Reach Ayodhya, Demand Temple at Disputed Site," *Indian Express*, September 9, 2019, https://indianexpress.com/article/india/1000-descendants-of-lord-ram-reach-ayodhya-demand-temple-at-disputed-site-5977994/.

12. For more detail on this founding moment, see the first chapter of Jaffrelot, *Hindu Nation-alist Movement*.
13. M. S. Golwalkar, *We, or Our Nationhood Defined* (1938; repr., Nagpur: Bharat Prakashan, 1947).
14. Golwalkar, *We*, 59.
15. Golwalkar, 38.
16. Golwalkar, 56.
17. To borrow the title of a book by Walter Andersen and Shriddhar Damle, *The Brother-hood in Saffron: The Rashtriya Swayamsevak Sangh and Hindu Revivalism* (New Delhi: Vistaar, 1987).
18. Christophe Jaffrelot, "Hindu Nationalism: Strategic Syncretism in Ideology Building," *Indian Journal of Social Science* 5, no. 42 (August 1992): 594–617.
19. See Birth Centenary Celebration Committee, *Dharmaveer Dr. B. S. Moonje Commemora-tion Volume* (Nagpur: Birth Centenary Celebration Committee, 1972), 5–7. For further detail, see Christophe Jaffrelot, "Opposing Gandhi: Hindu Nationalism and Political Violence," in *Violence/Non-Violence: Some Hindu Perspectives*, ed. Denis Vidal, Gilles Tarabout, and Eric Meyer (Delhi: Manohar, 2003), 299–324.
20. This practice reflects a widespread physical inferiority complex. M. K. Gandhi related in his autobiography that as a child he secretly ate meat to compete with meat-eating friends in running, as advised by Hindu reformers who claimed that emulating the diet of the British was the best way to rival them. M. K. Gandhi, *Autobiography: The Story of My Experiments with Truth*, trans. Mahadev Desai (1927; repr., Ahmedabad: Navajivan Trust, 1995), 16–18.
21. Jean A. Curran, *Militant Hinduism in Indian Politics* (New York: Institute of Pacific Affairs, 1955), 14, 43.
22. For further detail, see Christophe Jaffrelot, "India: The Politics of (Re)conversion to Hinduism of Christian Aboriginals," in *Annual Review of the Sociology of Religion*, vol. 2, ed. Patrick Michel and Enzo Pace, (Leiden, Netherlands: Brill, 2011), 197–215.
23. For further detail, see Manjari Katju, *Vishva Hindu Parishad and Indian Politics* (Hyder-abad: Orient Longman, 2003); and Christophe Jaffrelot, "The Vishva Hindu Parishad: A Nationalist but Mimetic Attempt at Federating the Hindu Sects," in *Charisma and Canon. Essays on the Religious History of the Indian Subcontinent*, ed. V. Dalmia, A. Malinar, and M. Christof (Delhi: Oxford University Press, 2001), 388–411.
24. For further detail, see Christophe Jaffrelot, "Hindu Nationalism and the Social Welfare Strategy," in *Development, Civil Society and Faith-Based Organisations: Bridging the Sacred and the Secular*, ed. G. Clarke and M. Jennings (New York: Palgrave, 2008), 240–59.
25. Curran, *Militant Hinduism*, 11.
26. Christophe Jaffrelot, *The Sangh Parivar: A Reader* (New Delhi: Oxford University Press, 2005), 445.
27. Regarding the modus operandi of the Sangh Parivar and the central role played by the pracharak, see Walter Andersen and Shridhar Damle, *The RSS: A View to the Inside* (Delhi: Penguin, 2018).
28. His brother, Gopal Godse, claimed that Nathuram never left the RSS. Author interview with Gopal Godse, Delhi, November 10, 1990.
29. Jaffrelot, "Opposing Gandhi."
30. On the history of the Jana Sangh, see B. Graham, *Hindu Nationalism and Indian Politics: The Origin and Development of the Bharatiya Jana Sangh* (Cambridge: Cambridge University Press, 1990).
31. This concept introduced by Rajni Kothari in the 1960s refers to Congress's ability to dominate the Indian political sphere, relying on the legitimacy conferred on it by the indepen-dence movement, by finding (and renewing) its representatives among local notables and ad-justing to trends in public opinion to the point that the party sometimes appeared to form its own

opposition at the local level. Rajni Kothari, "The Congress 'System' in India," *Asian Survey* 4 no. 12 (December 1964): 1161–73.

32. By these terms, B. Graham refers to Congress members involved in associations promot- ing the use of Hindi, defense of the sacred cow, and revival of Ayurvedic medicine. B. Graham, "The Congress and Hindu Nationalism," in *The Indian National Congress—Centenary Hindsights*, ed. D. A. Low (Delhi: Oxford University Press, 1988), 174.

33. See Jaffrelot and Anil, *India's First Dictatorship: The Emergency, 1975–77* (London: Hurst, 2020).

34. Untitled, *Hindu Vishva* 14, no. 7–8 (March 1979): 92.

35. D. K. Jha and K. Jha, *Ayodhya: The Dark Night; the Secret History of Ram's Appearance in Babri Masjid* (New Delhi: HarperCollins, 2012).

36. S. Gopal, ed., *Anatomy of a Confrontation: The Babri Masjid—Ramjanmabhumi Issue* (New Delhi: Viking, 1990).

37. David Ludden, ed., *Making India Hindu: Religion, Community, and the Politics of Democ- racy in India*, (Delhi: Oxford University Press, 1996).

38. Christophe Jaffrelot, "The Hindu Nationalist Reinterpretation of Pilgrimage in India: The Limits of *Yatra* Politics," *Nations and Nationalism* 15, no. 1 (2009): 1–19.

39. "Report of the Liberhan Ayodhya Commission of Inquiry—Full Text," *The Hindu*, No- vember 24, 2009, https://www.thehindu.com/news/Report-of-the-Liberhan-Ayodhya-Commission-of-Inquiry-Full-Text/article16894055.ece.

40. Interview with L. K. Advani in *Outlook*, October 25, 1999, 38.

41. Lal Krishna Advani, *Inaugural Address by Shri L. K. Advani, President Bharatiya Janata Party, National Executive Meeting, New Delhi: 11 & 12 April 1998* (New Delhi: BJP, 1998).

42. Space lacks for a full analysis of the BJP under the Vajpayee government. The interested reader can refer to Christophe Jaffrelot, "The Hindu Nationalists and Power," in *The Oxford Companion to Politics in India*, ed. N. G. Jayal and P. B. Mehta (Delhi: Oxford University Press, 2010), 205–18.

43. The primeval man whose sacrifice, according to the Rig Veda, gave birth to society in the form of the varna vyavastha.

44. D. Upadhyaya, *Integral Humanism* (New Delhi: Bharatiya Jana Sangh, 1965), 43.

45. Upadhyaya, *Integral Humanism*, 62.

46. Upper-caste Hindus have allegedly left India because quotas prevented them from join- ing medical colleges and other public institutions.

47. *The Organiser*, August 26, 1990, 15.

48. M.V. Kamath, "Is Shudra revolution in the offing?," *The Organiser*, May 1, 1994, 6.

49. Editorial, *The Organiser*, December 5, 1993, 7.

50. See the final chapter of Jaffrelot, *India's Silent Revolution*.

51. M. N. Srinivas, *Social Change in Modern India* (Hyderabad: Orient Longman, 2000), 6.

52. For further detail, see Jaffrelot, *Hindu Nationalist Movement*, 431. When a BJP Rajya Sabha member, J. K. Jain, decided to fast against V. P. Singh's decision, the party high command reprimanded him, and he had to terminate his hunger strike.

53. This emerges clearly from the BJP newsletter, *About Us* 7, no. 17 (September 3, 1990), 6–7, and interviews that some of its leaders gave the press. See L. K. Advani's interview in *Hindustan Times*, Sunday supplement, September 23, 1990, 2.

54. Interview in *Sunday*, January 26, 1997, 13. See Christophe Jaffrelot, "The Sangh Parivar between Sanskritization and Social Engineering," in *The BJP and the Compulsions of Politics in India Today*, ed. Thomas Blom Hansen and Christophe Jaffrelot (Delhi: Oxford University Press, 1998),

267–90.
55. For further detail and a regional analysis, see Jaffrelot, *India's Silent Revolution*, 532.
56. B.C. Dutta, "Extended Reservations Can Lead to Economic Destabilisation and Social Divide," *The Organiser*, June 18, 2006, 15, https://www.organiser.org/archives/dynamic /modulesc745.html?name=Content&pa=showpage&pid=135&page=29.
57. For more detail, see Jaffrelot, *India's Silent Revolution*.
58. See the analysis of German and Russian nationalisms in Liah Greenfeld, *Nationalism: Five Roads to Modernity* (Cambridge, MA: Harvard University Press, 1992).
59. Shah Bano had been the spouse, since 1932, of a lawyer from Indore who married for the second time in 1975 and separated from her according to Muslim customary law in 1978. Invok- ing section 125 of the Code of Criminal Procedure, she sued him and as a result established her right to alimony. When, in 1980, she demanded a review of her allowance, her former husband appealed to the Supreme Court, pleading that according to Shariat law, he was not obliged to continue payments to her after the *iddat* (a period of three months after the divorce). The Su- preme Court dismissed the appeal on April 23, 1985, pointing out that section 125 of the Code of Criminal Procedure applied to people of all faiths and that the Quran itself required that a divorced wife should be paid an allowance.

2

1. Pierre-André Taguieff, *L'Illusion populiste. Essai sur les démagogies de l'âge démocratique* (Paris: Flammarion, 2007), 9. While the trend of populism that has swept across Western coun- tries is generally interpreted as a right-wing phenomenon because in both Europe and in the United States it feeds on xenophobia, Chantal Mouffe has analyzed Podemos and La France Insoumise as leftist populisms. See her interview, "Pour un populisme de gauche," *Le Monde*, April 20, 2016, http://www.lemonde.fr/idees/article/2016/04/20/chantal-mouffe-pour-un-populisme-de-gauche_4905460_3232.html#PP7jRtsWFjQqxuhd.99.
2. Ernesto Laclau, *On Populist Reason* (London: Verso, 2005), 18.
3. Laclau, *On Populist Reason*, 83. See also 96–98.
4. Partha Chatterjee, *I Am the People: Reflections on Popular Sovereignty Today* (New York: Columbia University Press, 2019).
5. Cas Mudde and Cristóbal Rovira Kaltwasser, *Populism: A Very Short Introduction* (New York: Oxford University Press, 2017), 6.
6. Edward Shils, *The Torment of Secrecy* (Melbourne: Heinemann, 1956), 98.
7. Margaret Canovan, *Populism* (New York: Harcourt Brace Jovanovich, 1981), 260.
8. Jan-Werner Müller, *What Is Populism?* (Philadelphia: University of Pennsylvania Press, 2016).
9. Pierre Ostiguy, "Populism: A Socio-Cultural Approach," in *The Oxford Handbook of Pop- ulism*, ed. Cristóbal Rovira Kaltwasser, Paul A. Taggart, Paulina Ochoa Espejo, and Pierre Os- tiguy (Oxford: Oxford University Press, 2017), 74.
10. Ostiguy, "Populism," 74.
11. Gino Germani, *Authoritarianism, Fascism and National Populism* (New Brunswick, NJ: Transactions Books, 1978).
12. The political role of these two emotions, fear and anger, has recently been studied in detail: see Arjun Appadurai, *Fear of Small Numbers: An Essay on the Geography of Anger* (Dur- ham, NC: Duke University Press, 2006; and Pankaj Mishra, *Age of Anger: A History of the Present* (London: Penguin,

2018). We will return to these idioms in detail below.

13. Christophe Jaffrelot and Louise Tillin, "Populism in India," in *The Oxford Handbook of Populism*, ed. Cristóbal Rovira Kaltwasser, Paul A. Taggart, Paulina Ochoa Espejo, and Pierre Ostiguy (Oxford: Oxford University Press, 2017), 179–94.
14. Nilanjan Mukhopadhyay, *Narendra Modi: The Man, the Times* (New Delhi: Tranquedar, 2013), 52.
15. M. V. Kamath and Kalindi Randeri, *Narendra Modi: The Architect of a Modern State* (New Delhi: Rupa, 2009), 17.
16. Cited in Mukhopadhyay, *Narendra Modi*, 102.
17. In the RSS a prant pracharak is in charge of a territory that covers an area at least as ex- tensive as a state.
18. Kamath and Randeri, *Narendra Modi*, 22.
19. He published a biography of Inamdar in 2001 entitled *Jyoti Punj*.
20. Mukhopadhyay, *Narendra Modi*, 122; and Pravin Sheth, *Images of Transformation: Gujarat and Narendra Modi* (Ahmedabad: Team Spirit, 2007), 57.
21. Kamath and Randeri, *Narendra Modi*, 37.
22. Mukhopadhyay, *Narendra Modi*, 125.
23. Mukhopadhyay, 126.
24. Kamath and Randeri, *Narendra Modi*, 38.
25. K. Nag, *The NaMo Story: A Political Life* (New Delhi: Roli Books, 2013), 53.
26. Ornit Shani, *Communalism, Caste and Hindu Nationalism* (Cambridge: Cambridge University Press, 2007).
27. Cited in Shani, *Communalism, Caste and Hindu Nationalism*, 71.
28. Cited in Shani, 71–72.
29. Nag, *NaMo Story*, 60.
30. Mukhopadhyay, *Narendra Modi*, 147.
31. A. Yagnik and S. Sheth, *The Shaping of Modern Gujarat* (Delhi: Penguin, 2005), 266.
32. Mukhopadhyay, *Narendra Modi*, 202.
33. Mukhopadhyay, 202; and Nag, *NaMo Story*, 61.
34. Nag, *NaMo Story*, 62.
35. Sheth, *Images of Transformation*, 57.
36. Sheth, 64.
37. Sheth, 77–78.
38. Vinod Mehta, *Lucknow Boy: A Memoir* (New Delhi: Penguin, 2011), 209.
39. Cited in Kamath and Randeri, *Narendra Modi*, 82 (emphasis mine).
40. Cited in Kamath and Randeri, 83.
41. Only the human toll of the violence in Nellie, Assam, in 1983 is comparable in scale.
42. Regarding the 2002 Gujarat violence, one of the best sources remains the report by the Concerned Citizens Tribunal, published in 2002. This "tribunal" was composed of eight people, presided by none other than a retired chief justice of India's Supreme Court, Justice V. K. Krishna Iyer. Its members included Justice P. B. Sawant, a former Supreme Court justice; Justice Hosbet Suresh, a retired Mumbai High Court judge; K. G. Kannabiran, a lawyer and president of the People's Union for Civil Liberties; Aruna Roy, founder of the well-known NGO Mazdoor Kisan Shakti Sangathan; K. S. Subramanian, a retired senior police officer and former director general of police

in Tripura; Ghanshyam Shah, professor of Jawaharlal Nehru University (JNU); and Tanika Sarkar, also a professor at JNU. The tribunal drafted its report on the basis of "2,094 oral and written testimonies, both individual and collective, from victim-survivors and also independent human rights groups, women's groups, NGOs and academics." Con- cerned Citizens Tribunal—Gujarat 2002, *Crime against Humanity*, vol. 2, *An Inquiry into the Carnage in Gujarat: Findings and Recommendations* (Mumbai: Citizens for Justice and Peace, 2002), 9, accessed May 12, 2020, http://www.sabrang.com/tribunal/tribunal2.pdf.

43. Concerned Citizens Tribunal—Gujarat 2002, *Crime against Humanity*, 12.
44. The reader interested in the violence of 2002 can refer to the following works: Siddarth Varadarajan, ed., *Gujarat: The Making of a Tragedy* (New Delhi: Penguin India, 2002); John Dayal, ed., *Gujarat 2002: Untold and Re-told Stories of the Hindutva Lab*, vol. 1 (New Delhi: Media House, 2003); Martha Nussbaum, *The Clash Within: Democracy, Religious Violence and India's Future* (Cambridge, MA: Harvard University Press, 2007); and Harsh Mander, *Cry, My Beloved Country: Reflections on the Gujarat Carnage 2002 and Its Aftermath* (Noida, India: Rainbow, 2004).
45. Parvis Ghassem-Fachandi, *Pogrom in Gujarat: Hindu Nationalism and Anti-Muslim Vio- lence in India* (Princeton, NJ: Princeton University Press, 2012), 59. One month later, Narendra Modi reiterated this interpretation in a long interview with the *Times of India* in which he stated, "The attack on the Sabarmati Express" was "a deep-rooted conspiracy and a pre-planned, cold- blooded attack." S. Balakrishnan, "Peace Has Returned to Gujarat, Claims Modi," *Times of India*, March 29, 2002, http://timesofindia.indiatimes.com/city/ahmedabad/Peace-has-returned-to -Gujarat-claims-Modi/articleshow/5307572.cms. The idea that the attack was "pre-planned" has never been substantiated by the slightest piece of evidence.
46. Ghassem-Fachandi, *Pogrom in Gujarat*, 59.
47. "National Human Rights Commission, 'Suo motu case no 1150/6/2001–2002,' April 1, 2002," in *The Gujarat Carnage*, ed. A. A. Engineer (Hyderabad: Orient Longman, 2003), 258–93. See S. B. Lokhande, *New Delhi, Communal Violence, Forced Migration and the State: Gujarat since 2002* (Cambridge: Cambridge University Press, 2015).
48. Christophe Jaffrelot and Charlotte Thomas, "Facing Ghettoisation in 'Riot-City': Old Ahmedabad and Juhapura between Victimisation and Self-Help," in *Muslims in Indian Cities: Trajectories of Marginalization*, ed. L. Gayer and Christophe Jaffrelot (London: Hurst, 2012), 43–79.
49. Parvin Ghassem-Fachandi made these observations after walking through Ahmedabad on February 28. Ghassem-Fachandi, *Pogrom in Gujarat*, 37–41.
50. Concerned Citizens Tribunal—Gujarat 2002, *Crime against Humanity*, 26.
51. In his speech against Modi given in Rajkot during the campaign, Jafri "urged people not to vote for him because he was an RSS man, and to vote for the Congress instead." Concerned Citizens Tribunal—Gujarat 2002, *Crime against Humanity*, 32.
52. These figures were communicated in 2002 by the additional director general of police of Gujarat, R. B. Sreekumar, to the chief election commissioner, J. M. Lyngdoh, who concluded from them that 154 out of the state's 182 constituencies had experienced communal violence. Ashish Khetan, "The Truth about the Godhra SIT Report," *Tehelka*, February 12, 2011, 40.
53. Yagnik and Sheth, *Shaping of Modern Gujarat*, 282.
54. Among the NGOs involved, in addition to Citizens for Justice and Peace (founded in April 2002 by, among others, Testa Setalvad and Javed Anand), and by far the most active (see Sabrang, https://sabrangindia.in), Human Rights Watch also played an important role. See Human Rights Watch, *"We Have No Order to Save You": State Participation and Complicity in Communal Violence in Gujarat*, vol. 14, no. 3 (C) (April 2003), http://www.hrw.org/reports 2002/india/India0402-03.htm.

See also Human Rights Watch, *Compounding Injustice. The Government's Failure to Redress Massacres in Gujarat*, vol. 15, no. 3 (C) (July 2003), http://www .hrw.org/reports/2003/india0703/India0703full.pdf.

55. "PM Assures Economic Revival Package for State," *Economic Times* (Ahmedabad ed.), April 5, 2002, 1.
56. Kamath and Randeri, *Narendra Modi*, 141–43.
57. Shankkar Aiyar, "How Vajpayee Ended Up as the Hindutva Choir Boy," *India Today*, April 19, 2002,https://www.indiatoday.in/magazine/cover-story/story/20020429-how-vajpayee-ended-up-as-the-hindutva-choir-boy-795607-2002-04-29.
58. Vinod K. Jose, "The Emperor Uncrowned," *The Caravan*, March 1, 2012, http:// caravanmagazine.in/reportage/emperor-uncrowned?page=0,9.
59. This mechanism explains the correlation that Steven Wilkinson has noted between the election calendar and the cycle of riots. Steven Wilkinson, *Votes and Violence: Electoral Competi- tion and Ethnic Riots in India* (Cambridge: Cambridge University Press, 2004).
60. Ghanshyam Shah, "Contestation and Negotiations: Hindutva Sentiments and Temporal Interests in Gujarat Elections," *Economic and Political Weekly*, November 30, 2002, 4838–43.
61. Kamath and Randeri, *Narendra Modi*, 138.
62. "Modi Flies Flag of Gujarat Pride in Open Letter," *The Telegraph*, July 20, 2002, 8, https:// www.telegraphindia.com/india/modi-flies-flag-of-gujarat-pride-in-open-letter/cid/884334.
63. See, for instance, Arafaat A. Valiani, *Militant Publics in India: Physical Culture and Violence in the Making of a Modern Polity* (New York: Palgrave/Macmillan, 2011), 183–84.
64. "Sena Refuses to Bestow Hindu Hriday Samrat Title to Modi," *Indian Express*, July 13, 2013, http://www.indianexpress.com/news/sena-refuses-to-bestow-hindu-hriday-samrat-title -on-modi/1141340/.
65. Sheela Bhatt, "Gujarat IB Officers Transferred for Putting Modi's Controversial Speech on Record," Rediff.com, September 18, 2002, http://www.rediff.com/news/2002/sep/18guj2.htm.
66. Sanjay Basak, "Modi to Reform Gujarat Madrasas," *Asian Age* (Ahmedabad ed.), June 14, 2002, 2.
67. "Pakistan Responsible for Gujarat Unrest: Modi," *Times of India* (Ahmedabad ed.), June 9, 2002, 4.
68. Darshan Desai, "That Missing Healing Touch," *Outlook*, October 14, 2002, https://www.outlookindia.com/magazine/story/that-missing-healing-touch/217544.
69. Cited in Ward Berenschot, *Riot Politics: Hindu-Muslim Violence and the Indian State* (Lon- don: Hurst, 2011), 158.
70. S. Kumar, "Gujarat Assembly Elections 2002: Analysing the Verdict," *Economic and Po- litical Weekly*, January 25, 2003, 275.
71. Box 2 in this article: S. Dasgupta, "Opinion Poll: Conclusive Victory for BJP, Gujarat Chief Minister Narendra Modi," *India Today*, December 16, 2002, 27, https://www.indiatoday .in/magazine/nation/story/20021216-opinion-poll-conclusive-victory-for-bjp-gujarat-chief -minister-narendra-modi-793890-2002-12-16.
72. When one of his biographers—and probably the best—asked him where his new ideas came from, he replied, "It is probably a god-gifted ability." Mukhopadhyay, *Narendra Modi*, 359. Modi has also paid close attention to his dress since he was a young man. Mukhopadhyay, 31.
73. *Times of India* (Ahmedabad ed.), December 11, 2007.
74. "It's Business with Navratri Pleasure at Gujarat Business Meet," Siliconindia.com, Sep- tember 22, 2003, https://www.siliconindia.com/shownews/Its_business_with_Navratri _pleasure_at_

Gujarat_business_meet-nid-20849-cid-3.html.

75. Mahesh Langa, "Gujarat Vibrancy Costs Rs 25 Cr," *Tehelka*, October 1, 2005, http:// archive.tehelka.com/story_main14.asp?filename=Ne100105Gujarats_vibrancy.asp.
76. "Modi: Sadbhavana Mission Will End Vote Bank Politics," YouTube video posted by NDTV, accessed November 21, 2013, http://www.youtube.com/watch?v=z5MT91Gckf0.
77. Narendra Modi, "Sadbhavana Mission: A Touching People's Movement," accessed No- vember 21, 2013, http://www.narendramodi.in/sadbhavana-mission-a-touching-people's -movement.
78. See the quantitative analysis described in Christophe Jaffrelot and Jean-Thomas Martelli, "Reading PM Modi, through His Speeches," *Indian Express*, August 15, 2017, https:// indianexpress.com/article/explained/reading-pm-modi-through-his-speeches-independence-day-4796963/.
79. Kapil Dave, "Unsure of 3 D Effect Will Work, Modi to Hit the Road," *Times of India* (Ahmedabad ed.), November 25, 2012, 1, https://timesofindia.indiatimes.com/gujarat-assembly -elections/Unsure-3D-effect-will-work-Narendra-Modi-to-hit-the-road/articleshow/17356410 .cms. Avinash Nair, "And They Were 26: Modi Scripts His 'Victory Sequel' in 3D Now," *Indian Express* (Ahmedabad ed.), December 3, 2012, 1, http://archive.indianexpress.com/news/and -then-there-were-26-modi-scripts-his-gujarat—victory-sequel—in-3d-now/1039492/.
80. Mukhopadhyay, *Narendra Modi*, 281.
81. Mukhopadhyay, 282.
82. B. Prabhakar, "How an American Lobbying Company Apco Worldwide Markets Nar- endra Modi to the World," *Economic Times*, December 9, 2012, https://economictimes .indiatimes.com/news/company/corporate-trends/how-an-american-lobbying-company -apco-worldwide-markets-narendra-modi-to-the-world/articleshow/17537402.cms?utm _source=contentofinterest&utm_medium=text&utm_campaign=cpps; S. Gatade, "APCO to Kotler—The Artificial Glossing of Modi's Image," NewsClick, January 17, 2019, https://www .newsclick.in/apco-kotler-artificial-glossing-modis-image; and S. Kasli, "Mechanics of Naren- dra Modi's PR Agency: APCO Worldwide—Orchestrating Our Future," Beyond Headlines, June 26, 2013, https://beyondheadlines.in/2013/06/mechanics-of-narendra-modis-pr-agency-apco-worldwide-orchestrating-our-future/.
83. Aou Esthose Suresh, "The Modi Machine: Makeover Gurus," *Indian Express*, October 20, 2013, http://www.indianexpress.com/story-print/1184809/.
84. On the professionalization of political consultants in India and the pioneering role of Prashant Kishor in particular, see Amogh Sharma, "The Backstage of Democracy: Exploring the Professionalisation of Politics in India" (PhD diss., Oxford University, 2020), 244.
85. Harit Mehta, "New Team Modi," *Times of India* (Ahmedabad ed.), September 23, 2012, 1.
86. Kishor moreover went to Congress shortly thereafter, before going to work for another party in 2018, as befits an image maker.
87. Sunil Khilnani, "Finely Slicing the Electorate: With Clever Use of Technology, Narendra Modi Plans to Customise Messages to Voters," *Times of India*, May 24, 2013, http://articles.timesofindia.indiatimes.com/2013-05-24/edit-page/39476042_1_personal-data-campaigns -rajesh-jain.
88. The former intelligence officer B. Raman wrote in 2012, "The style of the online blitzkrieg adopted by his die-hard followers in India and abroad reminiscent of the methods of the Nazi stormtroopers, continues to add to the disquiet." B. Raman, "Mr. Modi's Problem," OutlookIndia .com, September 3, 2012, http://www.outlookindia.com/article.aspx?282128. Elsewhere, he criticized the psychological warfare: "PSYWAR Methods Used by These Pro-Namo Elements Whom I Have Been Referring to as the NaMo Brigade." B. Raman, "A Wake Up Call," OutlookIndia.com, June 4, 2012, http://www.outlookindia.com/article.aspx?281135.

89. "Modi Pits Rupala against Keshubhai for BJP Chief's Post," *Times of India* (Ahmedabad ed.), October 12, 2006, 4.
90. Mukhopadhyay, *Narendra Modi*, 305.
91. "Sangh Farmers' Body Says Modi Must Go," *Times of India* (Ahmedabad ed.), May 18, 2004, http://articles.timesofindia.indiatimes.com/2004-05-18/india/28339993_1_cm-narendra-modi-sangh-parivar-maganbhai-patel.
92. Cited in Mukhopadhyay, *Narendra Modi*, 303.
93. Mukhopadhyay, 307. Manmohan Vaidya is the son of a very senior RSS leader, M. G. Vaidya, who has been publicly critical of Narendra Modi. See Sanjay Singh, "Vaidya vs Vaidya: How the BJP Is Caught in a Bind," Firstpost.com, November 12, 2012, http://www.firstpost.com/politics/vaidya-vs-vaidya-how-the-bjp-is-caught-in-a-bind-522986.html?utm_source=ref_article.
94. Mukhopadhyay, *Narendra Modi*, 53.
95. P. Dave, "RSS Miffed over Rifts in Gujarat BJP," Rediff.com, October 23, 2007, https://www.rediff.com/news/report/gujpoll/20071023.htm.
96. Pravin Maniar, "RSS to Keep Away from Poll Work," interview by Tina Parekh, *DNA* (Ahmedabad ed.), November 25, 2007, 1.
97. S. Singh, "Vaidya vs Vaidya."
98. On Modi's recourse to a wholesale propaganda apparatus in the 2009 elections, see Ghanshyam Shah, "Goebbel's Propaganda and Governance: The 2009 Lok Sabha Elections in Gujarat," in *India's 2009 Elections: Coalition Politics, Party Competition and Congress Continuity*, ed. Paul Wallace and Ramashray Roy (New Delhi: Sage, 2011), 167–91.
99. "'Techno-Savvy' Modi to Welcome Narmada-Sabarmati Sangam," *Asian Age*, August 28, 2002, 9.
100. Many of the press photographs taken in this context show Narendra Modi on stage with Bohras. See, for instance, "Now, Muslims 'in' Modi's Gujaratis," *DNA* (Ahmedabad ed.), September 18, 2011, 1, https://www.dnaindia.com/india/report-now-muslims-in-narendra-modi-s-gujaratis-1588520.
101. "Wary of Jinnah Fiasco, Modi Refuses Skull Cap," *Hindustan Times* (New Delhi), September 20, 2011, 11, https://www.hindustantimes.com/india/wary-of-jinnah-fiasco-modi-refuses-skull-cap/story-S4ZyD3xGPLxlcD28Ls6BRJ.html.
102. Ajay Umat, "Official Iftars in Gujarat an All-Veg Affair," *Times of India*, August 15, 2012, http://articles.timesofindia.indiatimes.com/2012-08-15/ahmedabad/33216269_1_iftar-jain-monk-vegetarian-outlet.
103. See, for instance, his speech at Fergusson College, "Hon. Chief Minister's Speech at Fergusson College, Pune," July 14, 2013, http://www.narendramodi.in/shri-narendra-modi-speech-at-fergusson-college-pune/.
104. In 2012, the Gujarati government made another move affecting certain linguistic and religious minorities: the column for Sindhi, Tamil, Marathi, and Urdu medium graduates was left out in the form for the Teacher Eligibility Test. As a result, these graduates who wanted to teach in these languages could not apply to the upper primary teacher posts. See "No Mention of Urdu, 3 Other Languages in Guj Application Form," *Indian Express* (Ahmedabad ed.), June 4, 2012, 5, http://archive.indianexpress.com/news/no-mention-of-urdu-3-other-languages-in-guj-application-form/957596/.
105. "Can't Give Aid to Religious Places Damaged in Riots," *DNA* (Ahmedabad ed.), January 25, 2011, 1.
106. Christophe Jaffrelot, "Narendra Modi between Hindutva and Subnationalism: The Gujarati *Asmita* of a Hindu Hriday Samrat," *India Review* 15, no. 2 (2016): 196–217.

107. A. M. Shah, Pravin J. Patel, and Lancy Lobo, "A Heady Mix: Gujarati and Hindu Pride," *Economic and Political Weekly*, February 23, 2008, 21.
108. Shah, Patel, and Lobo, "Heady Mix," 21.
109. "Gujarat: Sardar Patel Statue to Be Twice the Size of Statue of Liberty," CNN-IBN, October 30, 2010, http://m.ibnlive.com/news/gujarat-sardar-patel-statue-to-be-twice-the-size-of-statue-of-liberty/431317-3-238.html.
110. "The Statue of Unity Cost Rs 2,989 Crore: Here's What Else That Money Could Have Bought," The Wire, October 31, 2018, https://thewire.in/politics/statue-of-unity-cost-narendra-modi.
111. Narendra Modi probably played the victim all the more easily as the United States and the European Union had canceled his visa and denied a new one in the wake of the pogrom.
112. Ajay Singh, "Modi on Mahatma, Economy and Strengths of India," GovernanceNow.com, September 17, 2013, http://www.governancenow.com/news/regular-story/modi-mahatma-economy-and-strengths-india.
113. Cited in "Modi Mocks PM as 'Maun Mohan Singh,'" *Indian Express* (Ahmedabad ed.), October 30, 2012, 1, https://indianexpress.com/article/cities/ahmedabad/in-himachal-modi-mocks-pm-calls-him-maun-mohan/.
114. "Modi Addresses Farmers, Blames Centre for Delay in Narmada," *Indian Express*, May 6, 2013, 4, https://indianexpress.com/article/cities/ahmedabad/modi-addresses-farmers-blames-centre-for-delay-in-narmada-gates/. The 16-meter-tall gates that Narendra Modi wanted to install would increase the reservoir's capacity from 1.27 to 4.75 million acre-feet by taking the height of the dam from 121.92 to 138.62 meters.
115. Cited in "Modi Attacks Cong on 2G, Coalgate," *Times of India* (Ahmedabad ed.), September 12, 2012, 5, https://timesofindia.indiatimes.com/city/ahmedabad/Narendra-Modi-attacks-Cong-on-2G-Coalgate/articleshow/16360226.cms.
116. "'UPA Released More Funds to Gujarat than NDA Govt,'" *Indian Express* (Ahmedabad ed.), October 6, 2010, 5.
117. "Modi Slams Cong for Ad Goof-up," *Indian Express* (Ahmedabad ed.), November 30, 2012, 3, http://archive.indianexpress.com/news/in-another-3d-address-narendra-modi-slams-cong-for-ad-goofup/1038445/.
118. "In Another 3-D Address, Narendra Modi Slams Cong for Ad Goof-Up," *Indian Express*, November 30, 2012, http://archive.indianexpress.com/news/in-another-3d-address-narendra-modi-slams-cong-for-ad-goofup/1038445/.
119. "Modi Says It Loud and Clear: It's Congress vs CM," *Indian Express* (Ahmedabad ed.), December 2, 2012, 1, http://archive.indianexpress.com/news/modi-says-it-loud-and-clear-it-s-congress-vs-cm/1039261/.
120. Cited in Mukhopadhyay, *Narendra Modi*, 293.
121. "Modi Slams Malik for Babri Comments," *Ahmedabad Mirror*, December 16, 2012, 4, https://ahmedabadmirror.indiatimes.com/ahmedabad/cover-story/modi-slams-malik-for-babri-comments/articleshow/36063196.cms.
122. The transcript of this interview was reproduced in the *Indian Express* in 2013. "'The Riots Took Place When I Was in Power, So I Know I Can't Detach Myself from Them,'" *Indian Express*, September 17, 2013, http://m.indianexpress.com/news/the-riots-took-place-when-i-was-in-power-so-i-know-i-cant-detach-myself-from-them/1170181/.
123. Pravin Sheth devotes an appendix in his book to examples of Narendra Modi's offensive language. Sheth, *Images of Transformation*, 249.
124. See "Narendra Modi Dares 'Delhi Sultanate' on Advertisement Issue," *DNA*, June 30, 2010, https://

www.dnaindia.com/india/report-narendra-modi-dares-delhi-sultanate-on-advertisement-issue-1403297.

125. I. Hirway, Neha Shah, and Rajeev Sharma, "Political Economy of Subsidies and Incen- tives to Industries in Gujarat," in *Growth or Development: Which Way Is Gujarat Going?*, ed.I. Hirway, A. Shah, and G. Shah (New Delhi: Oxford University Press, 2014), 149.

126. Archana Dholakia and Ravindra Dholakia, "Policy Reform in Economic Sectors," in *The Making of Miracles in Indian States: Andhra Pradesh, Bihar and Gujarat*, ed. A. Panagariya andG. Rao (New Delhi: Oxford University Press, 2015), 251–52.

127. Bibek Debroy, *Gujarat: Governance for Growth and Development* (New Delhi: Academic Foundation, 2012), 71.

128. Government of Gujarat, *Industrial Policy—2009*, January 2009, 3, http://www.ic.gujarat.gov.in/pdf/industrial-policy-2009-at-a-glance.pdf.

129. Government of Gujarat, *Industrial Policy—2009*, 13; and Hirway, Shah, and Sharma, "Political Economy of Subsidies," 161–63.

130. Hirway, Shah, and Sharma, 156.

131. Dholakia and Dholakia, "Policy Reform," 254. At that time, the government had already allocated more than 8,000 hectares to twenty-seven SEZs. Manshi Asher, "Gujarat and Punjab: The Entrepreneurs Paradise and the Land of the Farmer," in *Power, Policy, and Protest: The Poli- tics of India's Special Economic Zones*, ed. R. Jenkins, L. Kennedy and P. Mukhopadhyay (Oxford: Oxford University Press, 2014), 140.

132. For more details, see Christophe Jaffrelot, "Business-Friendly Gujarat under Narendra Modi—the Implications of a New Political Economy," in *Business and Politics in India*, ed. Chris- tophe Jaffrelot, Atul Kohli, and Kanta Murali (New York: Oxford University Press, 2019), 211–33.

133. Comptroller and Auditor General of India, "Report No. 2 of 2013 Government of Gujarat— Report of the Comptroller and Auditor General of India on Revenue Receipts," ac- cessed September 21, 2020, http://saiindia.gov.in/english/home/Our_Products/Audit_Report/Government_Wise/state_audit/recent_reports/Gujarat/2012/Report_2/Overview.pdf.

134. "Investors Back Out, Vibrant Plans Go Awry," *Times of India*, March 4, 2008, 1.

135. Nirendra Dev, *Modi to Moditva* (New Delhi: Manas, 2012), 157.

136. ISED Small Enterprise Observatory, *Gujarat Micro, Small and Medium Enterprises Re- port 2013* (Cochin, India: Institute of Small Enterprise and Development, 2013), 39.

137. The document presenting Gujarat's 2009 industrial policy read: "Though the state has been witnessing very high levels of industrial activity, employment generation activities have not kept pace with the same." Government of Gujarat, *Industrial Policy—2009*, 10.

138. The government then officially acknowledged that Gujarat had "612,000 educated- unemployed persons." Avinash Nair, "Over 13.95 Lakh New Jobs in Gujarat since July 2011," *In- dian Express*, April 11, 2017. According to the All India Council for Technical Education, engi- neers made up a large portion of this group. H. Dave, "More than 80% Engineers Are without Jobs," *Ahmedabad Mirror*, March 28, 2017, http://ahmedabadmirror.indiatimes.com/ahmedabad/cover-story/more-than-80-engineers-are-without-jobs/articleshow/57880536.cms?prtpage=1.

139. For further detail and an analysis of the impact of the job problem on the Patel move- ment, see Christophe Jaffrelot, "Quota for Patels? The Neo-middleclass Syndrome and the (Partial) Return of Caste Politics in Gujarat," *Studies in Indian Politics* 4, no. 2 (2016): 1–15.

140. National Sample Survey Office, *Key Indicators of Employment and Unemployment in India*, National Sample Survey, 2011, 102, accessed September 21, 2020, http://www.indiaenvironmentportal.

org.in/files/file/key%20indicators%20of%20employment%20and%20unemployment%20India%202011-12.pdf.
141. Reserve Bank of India, *State Finances: A Study of Budgets*, accessed February 4, 2018, https://www.rbi.org.in/scripts/PublicationsView.aspx?id=14834.
142. Reserve Bank of India, *State Finances*.
143. For further detail, see Christophe Jaffrelot, "What Gujarat Model?—Growth without Development and with Socio-political Polarisation," *South Asia: Journal of South Asian Studies* 38, no. 4 (2015): 820–38.
144. Note that in 2005 Gurajat ranked just behind Delhi for "grand corruption" but ahead of all the other states (except Himachal Pradesh and Kerala) in terms of "petty corruption"— something voters (who were not aware of "grand corruption") greatly appreciated. Jennifer Bussell, *Corruption and Reform in India* (Cambridge: Cambridge University Press, 2013), 43, 107, 188.
145. On the use of emotions in Indian politics in a comparative and historical perspective, see A. Blom and S. Tawa Lama-Rewal, eds., *Emotions, Mobilisations and South Asian Politics* (London: Routledge, 2020).
146. This common assumption has been suggested by Suzanne and Lloyd Rudolph, in par- ticular. The first line of the first chapter of their magnum opus, *In Pursuit of Lakshmi*, reads: "The most striking feature of Indian politics is its persistent centrism." L. Rudolph and S. Hoeber Rudolph, *In Pursuit of Lakshmi: The Political Economy of the Indian State* (Hyderabad: Orient Longman, 1987), 19.
147. Cited in E. San Juan Jr., "Orientations of Max Weber's Concept of Charisma," *Centennial Review* 11, no. 2 (Spring 1967): 270–85, https://www.jstor.org/stable/23738015.
148. Nalin Mehta, "Ashis Nandy vs. the State of Gujarat: Authoritarian Developmentalism, Democracy and the Politics of Narendra Modi," in *Gujarat beyond Gandhi: Identity, Society and Conflict*, ed. Nalin Mehta and Mona Mehta (London: Routledge, 2011), 122.
149. S. Prasannarajan, "Narendra Modi, Master Divider," *India Today*, January 6, 2003,6,https://www.indiatoday.in/magazine/cover-story/story/20030106-newsmaker-2002-with-gujarat-riots-narendra-modi-storms-the-mind-and-heart-of-india-793638-2003-01-06.
150. Regarding how a similar situation played out in the United States, see David L. Altheide,*Creating Fear: News and the Construction of Crisis* (Hawthorne, NY: Aldine de Gruyter, 2002).
151. See the special issue titled "Fear: Its Political Use and Abuse," in *Social Research* 71, no. 4, http://www.jstor.org/stable/40971977. Regarding how victims of the phenomenon perceive it, see Haleh Afshar, "The Politics of Fear: What Does It Mean to Those Who Are Otherized and Feared?" *Ethnic and Racial Studies* 36, no. 1 (2013): 9–27.
152. Srinath Jagannathan, Rajnish Rai, and Christophe Jaffrelot, "Fear and Violence as Orga- nizational Strategies: The Possibility of a Derridean Lens to Analyze Extra-judicial Police Vio- lence," *Journal of Business Ethics* (October 2020), https://doi.org/10.1007/s10551-020-04655-6.
153. 223 "Kill-Modi Plot Falls Flat," *Times of India* (Ahmedabad ed.), July 24, 2009, 1.
154. Mukul Sinha, "Countless Encounters: Death in Uniform," *Elaan*, no. 3, October 2009, 1, http://elaanmonthly.blogspot.fr/2009_10_01_archive.html.
155. Satish Jha, "Sadiq Jamal Encounter: 7 Years on CBI yet to Complete Probe, Two Cops Seek Discharge," *Deccan Herald*, August 7, 2020, https://www.deccanherald.com/national/sadiq-jamal-encounter-7-years-on-cbi-yet-to-complete-probe-two-cops-seek-discharge-870734.html.
156. Manas Dasgupta, "Ishrat Jahan Killing also a Fake Encounter: Probe Report," *The Hindu*, September 8, 2009, http://www.hindu.com/2009/09/08/stories/2009090856670100.htm.
157. "DG Vanzara: All You Need to Know about Gujarat's Former 'Supercop,'" FirstPost.com, September

3, 2013, http://www.firstpost.com/politics/dg-vanzara-all-you-need-to-know-about-gujarats-former-supercop-1082183.html.
158. "The Journalist Who Cracked Gujarat Fake Encounter Case," Rediff.com, April 25, 2007, http://www.rediff.com/news/2007/apr/25spec.htm.
159. "SC Orders Probe into 21 'Fake' Encounters in Guj," *Times of India* (Ahmedabad ed.), January 26, 2012, 1.
160. S. Jagannathan and Rajnish K. Rai, "Organisational Wrongs, Moral Anger and the Tem- porality of Crisis," *Journal of Business Ethics* 141, no. 4 (2016): 709–30; and S. Jagannathan and Rajnish K. Rai, "Organizing Sovereign Power: Police and the Performance of Bare Bodies," *Organization* 22, no. 6 (2015): 810–83.
161. A. Yadav, "Gujarat's Shame," *Tehelka*, July 24, 2010, http://old.tehelka.com/gujarats-shame/.
162. By mentioning the names of Gandhi and Patel, Modi hijacked the Congress's classical references and, especially, cast himself as heir to the two most prestigious figures of Gujarat, the state he purports to stand for.
163. See Jaffrelot and Thomas, "Facing Ghettoisation."
164. "Modi Pats Himself," *Indian Express* (Ahmedabad ed.), October 9, 2012, 4.
165. Satish Jha, "Modi Calls Patel 'Ahmedmian,' Says His Denial Sounds Fishy," *Indian Ex- press* (Ahmedabad ed.), December 3, 2012, 5, http://archive.indianexpress.com/news/narendra-modi-calls-patel—ahmedmian—says-his-denial-sounds—fishy-/1039443/.
166. Harinder Baweja, "Modi Selects His Side, Rejects Muslim Candidates," *Hindustan Times*, December 10, 2012, http://www.hindustantimes.com/StoryPage/Print/970716.aspx.
167. The Congress Party's disorganization also contributed, but examination of this aspect would take us too far off the topic.
168. Among them are such subgroups as the Ismailis and the Bohras, both very powerful in Gujarat, whose relationship with the Sunni majority is complicated and on the contrary shows affinities with the BJP.
169. Minna Saavala, *Middle-Class Moralities: Everyday Struggle over Belonging and Prestige in India* (Hyderabad: Orient BlackSwan, 2010), 156.
170. Sheth, *Images of Transformation*, 20.
171. "Poll-Bound Modi Banks on 'Neo-middle Class,'" *Times of India* (Ahmedabad ed.), De- cember 4, 2012, 1, https://timesofindia.indiatimes.com/gujarat-assembly-elections/Poll-bound-Modi-banks-on-neo-middle-class/articleshow/17472268.cms.
172. Maulik Pathak and Sahil Makkar, "Narendra Modi Seeks Support of 'Neo-middle-class' Voters," *Mint* (Bangalore ed.), December 4, 2012, 3, https://www.livemint.com/Politics/9fxiMtc1YhSKsJtNnPVbRM/Narendra-Modi-seeks-support-of-neo-middleclass-voters.html.
173. Gayer and Jaffrelot, *Muslims in Indian Cities*.
174. Cited in Sheth, *Images of Transformation*, 203.
175. Swapan Dasgupta, "Modi, Inept Pragmatist," *Indian Express*, November 24, 2007, http:// www.indianexpress.com/news/modi-inept-pragmatist/242902/. Nirendra Dev considers that "Modi functions like a modern day CEO laying emphasis on the outcome and often allegedly putting the rules and normal norms in the backburner." Dev, *Modi to Moditva*, 169.
176. Cass Mudde, "Populism: An Ideational Approach," in *The Oxford Handbook of Populism*, ed. R. Kaltwasser, P. Taggart, P. Ochoa Espejo, and P. Ostiguy (Oxford: Oxford University Press, 2017), 29.
177. Front-page articles of the *Times of India* (Ahmedabad ed.), November 24, 25, and 26, 2007. See R. Sharma, "Young Modi Wanted Crocodile as a Pet," *Times of India*, November 24, 2007, http://

timesofindia.indiatimes.com /articleshow /2566261.cms?utm _source=contentofinterest&utm_medium=text&utm_campaign=cppst; and R. Sharma, "'I Can Digest All Kinds of Poison,'" *Times of India* (Ahmedabad ed.), November 25, 2007, 1.

178. Ostiguy, "Populism," 84.
179. The diversity of styles—including dress—that Modi tended to adopt is also remarkable. It has prompted Nalin Mehta to describe him at once as a "sex symbol" and "part folk-hero, part superstar." Mehta, "Ashis Nandy," 122.
180. Christophe Jaffrelot, "Quota for Patels? The Neo-middle class Syndrome and the (Par- tial) Return of Caste Politics in Gujarat," *Studies in Indian Politics* 4, no. 2 (2016): 1–15.
181. This paragraph draws from Christophe Jaffrelot, "Refining the Moderation Thesis: Two Religious Parties and Indian Democracy; the Jana Sangh and the BJP between Hindutva Radi- calism and Coalition Politics," *Democratization* 20, no. 5 (2013): 876–94.
182. Jillian Schwedler, *Faith in Moderation: Islamist Parties in Jordan and Yemen* (Cambridge: Cambridge University Press, 2006).
183. Robert Michels, *A Sociological Study of the Oligarchical Tendencies of Modern Democracy* (1915; repr., New York: Free Press, 1962), 333–41; and Joseph Schumpeter, *Capitalism, Socialism, and Democracy* (1950; repr., New York: Harper Perennial, 1975), 283.
184. Janine Clark, "The Conditions of Islamist Moderation: Unpacking Cross-Ideological Cooperation in Jordan," *International Journal of Middle East Studies* 38, no. 4: 539–60.
185. Irfan Ahmed, *Islamism and Democracy in India: The Transformation of Jamaat-e-Islami* (New Delhi: Permanent Black, 2010).
186. Yagnik and Sheth, *Shaping of Modern Gujarat*, 40.
187. Yagnik and Sheth, 47.
188. Regarding this and the ambivalence of Gujarat's native son Mahatma Gandhi, in this regard, see Christophe Jaffrelot, "The Congress in Gujarat (1917–1969): Conservative Face of a Progressive Party," *Studies in Indian Politics* 5, no. 2 (November 2017): 248–61.
189. According to Parvis Ghassem-Fachandi, in Gujarat, "the national border with Pakistan is a barrier that generates psycho-geographical effects." Ghassem-Fachandi, *Pogrom in Gujarat*, 132.
190. Ganesh Devy points out that in Gujarat, "you do not become a bad man in Gujarat if you hate Muslims, you are normal. Decent people hate Muslims." Ganesh Devy, "Hating Mus- lims Is a Natural Thing in Gujarat," *Tehelka*, May 20, 2006, http://archive.tehelka.com/story_main18.asp?filename=Ne052006view_point_CS.asp.
191. Jaffrelot and Thomas, "Facing Ghettoisation."

3

1. At a time when no BJP leader had yet openly embraced the "Hindu nationalist" label, in 2013, Narendra Modi gave an interview in which he said: "I am nationalist. I am patriotic. Noth- ing is wrong. I am born Hindu. Nothing is wrong. So I'm a Hindu nationalist." See Deepshika Ghosh, "Narendra Modi's 'Hindu Nationalist' Posters Should Be Banned, Says Samajwadi Party," NDTV.com, July 24, 2013, http://www.ndtv.com/article/india/narendra-modi-s-hindu-nationalist-posters-should-be-banned-says-samajwadi-party-396494.
2. A source familiar with the case considers that the account given is a web of lies, but what matters most here is the impact it had on public opinion.
3. Prerana Thakurdesai, "How the Case Was Cracked," *India Today*, October 16, 2006, 26, https://www.indiatoday.in/magazine/cover-story/story/20061016-how-2006-mumbai-serial -blast-

case-was-cracked-782208-2006-10-16.

4. The police implicated Indian Muslims as well in the 2008 Mumbai attacks, but as individuals, not as members of an Islamic organization. Lata Jagtiani, *Mumbai Terror Attacks* (New Delhi: Rupa, 2009), 243, 246–51.

5. Cited in Yoginder Sikand, "Islamist Assertion in Contemporary India: The Case of the Students Islamic Movement of India," *Journal of Muslim Minority Affairs* 23, no. 2 (October 2003): 343. See also R. Upadhyay, "Students Islamic Movement of India (SIMI)," South Asia Analysis Group, Paper 825, October 30, 2003.

6. Animesh Roul, "Students Islamic Movement of India: A Profile," *Terrorism Monitor* 4, no. 7 (April 6, 2006): 101–20.

7. Irfan Ahmad points out—citing the SIMI's action plan of 1991—that by jihad, the group meant "killing the enemy." Irfan Ahmad, *Islamism and Democracy in India: The Transformation of Jamaat-e-Islami* (New Delhi: Permanent Black, 2010), 175.

8. Cited in Ahmad, *Islamism and Democracy*, 164.

9. See an excerpt of the message from the Indian Mujahideen claiming the 2008 Ahmedabad attack appended to my article "La dialectique des terrorismes en Inde depuis 2001: La 'main de l'étranger,' les islamistes et les nationalistes hindous," *Critique internationale* 2, no. 47 (2010): 93–110, https://www.cairn.info/revue-critique-internationale-2010-2-page-93.htm.

10. Bruce Stokes, Dorothy Manevich, and Hanyu Chwe, "Indians Satisfied with Country's Direction but Worry about Crime, Terrorism," Pew Research Center (website), November 15, 2017, http://www.pewglobal.org/2017/11/15/indians-satisfied-with-countrys-direction-but -worry-about-crime-terrorism/.

11. Stokes, Manevich, and Chwe, "Indians Satisfied."

12. Subramanian Swamy, *Hindus under Siege: The Way Out* (New Delhi: Har-Anand, 2006), 28 (emphasis in the original).

13. Swamy, *Hindus under Siege*, 37 (emphasis in the original).

14. Swamy, 36.

15. Arjun Appadurai, *Fear of Small Numbers: An Essay on the Geography of Anger* (Durham, NC: Duke University Press, 2006), 51–53.

16. Pankaj Mishra draws examples as much from the nineteenth century as from the present. Pankaj Mishra, *Age of Anger: A History of the Present* (London: Penguin, 2018).

17. On the use of anger to provoke communal riots during the British Raj, see Margrit Pernau, "Anger, Hurt and Enthusiasm: Mobilising for Violence, 1870–1920," in *Emotions, Mobilisations and South Asian Politics*, ed. A. Blom and S. Tawa Lama-Rewal (London: Routledge, 2020), 95–112.

18. On this point, see Christophe Jaffrelot, "Les modèles explicatifs de l'origine des nations et du nationalisme," in *Théories du nationalisme*, ed. Gilles Delannoi and Pierre-André Taguieff (Paris: Kimé, 1991), 139–77.

19. Anuradha Kapur, "Deity to Crusader: The Changing Iconography of Ram," in *Hindus and Others: The Question of Identity in India Today*, ed. Gyanendra Pandey (New Delhi: Viking, 1993), 74–109.

20. Mrinal Pande, "Angry Hanuman: This Viral Image that Won Modi's Praise Symbolises Today's Aggressive, Macho India," Scroll.in, May 26, 2018, https://scroll.in/article/879108 /angry-hanuman-this-viral-image-that-won-modis-praise-symbolises-todays-aggressive-macho-india; and N. Bhowmick, "Militant Hinduism and the Reincarnation of Hanuman, The Wire, April 4, 2018, https://thewire.in/communalism/noidas-thriving-militant-hinduism-and-the-resurrection-of-hanuman.

21. Lucas Chancel and Thomas Piketty show that, while the real per-adult income growth was below 2 percent for the bottom 50 percent of Indian society in 1980–2015, it was above 5 percent for the top 10 percent. Lucas Chancel and Thomas Piketty, "Indian Income Inequality, 1922–2015: From British Raj to Billionaire Raj?," WID.world Working Paper Series no. 2017/11, July 2017, accessed November 18, 2020, https://wid.world/document/chancelpiketty2017 widworld/.
22. On the "emotional politics of the angry young man" in another context—Telugu cinema—see I. Rajamani, "Mobilising Anger in Andhra Pradesh," in *Emotions, Mobilisations and South Asian Politics*, ed. A. Blom and S. Tawa Lama-Rewal (London: Routledge, 2020), 187–204.
23. Cited in Prashant Jha, *How the BJP Wins: Inside India's Greatest Election Machine* (Delhi: Juggernaut, 2017), 165–66.
24. Jha, *How the BJP Wins*, 166.
25. Sudha Pai and Sajjan Kumar, *Everyday Communalism: Riots in Contemporary Uttar Pradesh* (Delhi: Oxford University Press, 2018), ix–x.
26. Pai and Kumar, *Everyday Communalism*, 3.
27. Pai and Kumar, 27.
28. Pai and Kumar, 31.
29. On the stigma affecting Dalits in the RSS, see the personal testimony of Bhanwar Megha-wanshi, *I Could Not Be Hindu: The Story of a Dalit in the RSS* (New Delhi: Navayana, 2020).
30. Swamy, *Hindus under Siege*, 64.
31. Regarding this foundational episode, see the article by Peter van Der Veer, "'God Must Be Liberated!' A Hindu Liberation Movement in Ayodhya," *Modern Asian Studies* 21, no. 1 (1987): 283–301.
32. Interview with Acharya Giriraj Kishore (senior vice president of the VHP) in New Delhi, February 11, 1994.
33. Vinay Katyar, "It Is a War-Like Situation," interview published in *Frontline*, April 24, 1992, 9–12.
34. Manjari Katju, *Vishva Hindu Parishad and Indian Politics* (Hyderabad: Orient Blackswan, 2010).
35. Interview in Bhopal with a local Bajrang Dal leader, the son of a police officer, who spoke on condition of anonymity.
36. Interview with Vinay Katiyar cited in Smita Gupta and Christophe Jaffrelot, "The Bajrang Dal: The New Hindu Nationalist Brigade," in *Living with Secularism: The Destiny of India's Mus- lims*, ed. Mushirul Hasan (Delhi: Manohar, 2007), 202.
37. Interview with Acharya Giriraj Kishore in New Delhi, February 11, 1994.
38. Acharya Giriraj Kishore, preface to *Shikshak Margdarshaka*, by R. P. Sharma (Delhi: Bajrang Dal, 1993).
39. Snigdha Poonam, *Dreamers: How Young Indians are Changing the World* (London: Hurst, 2018), 118.
40. Cited in Poonam, *Dreamers*, 126.
41. Moyukh Chatterjee, "The Ordinary Life of Hindu Supremacy: In Conversation with a Bajrang Dal Activist," *Economic and Political Weekly* 53, no. 4 (January 27, 2018), https://www.epw.in/engage/article/ordinary-life-hindu-supremacy.
42. Concerning the "adulation" for Modi in the Sangh Parivar, see Walter Andersen and Shridhar Damle, *The RSS: A View to the Inside* (Gurgaon: Penguin Viking, 2018), 19.
43. "Birth of 2nd Republic under Modi: Sanjaya Baru," *Times of India*, July 27, 2014, http://timesofindia.indiatimes.com/articleshow/39078542.cms?utm_ource=contentofinterest&utm_medium=text&utm_campaign=cppst.
44. Even in 1998 and 1999, when Vajpayee had the leading role, other party veterans such as Advani and

M. M. Joshi were featured on posters.

45. M. Vaishnav, D. Kapur, and N. Sircar, "Growth Is No. 1 Poll Issue for Voters, Survey Shows," Carnegie Endowment, March 16, 2014, http://carnegieendowment.org/2014/03/16/growth-is-no.-1-poll-issue-for-voters-survey-shows/h4gh.

46. "'I Have Come Here to Share Your Sadness and Make Your Problems Mine': Narendra Modi Campaigns in Amethi," NarendraModi.in, May 5, 2014, http://www.narendramodi.in/i-have-come-here-to-share-your-sadness-and-make-your-problems-mine-narendra-modi-campaigns-in-amethi/.

47. Bharatiya Janata Party, *Ek Bharat Shreshtha Bharat: Sabka Sath, Sabka Vikas; Election Manifesto 2014* (New Delhi: Bharatiya Janata Party, 2014), accessed February 4, 2015, http:// www.bjp.org/images/pdf_2014/full_manifesto_english_07.04.2014.pdf.

48. "In 2014, Let Us Not Vote for Any Party or Person but Let Us VOTE FOR INDIA!," NarendraModi.in, December 22, 2013, http://www.narendramodi.in/in-2014-let-us-not-vote-for-any-party-or-person-but-let-us-vote-for-india/.

49. "Hang Me if I Have Committed a Crime," *Ahmedabad Mirror*, April 17, 2014, 1, https://ahmedabadmirror.indiatimes.com/ahmedabad/cover-story/hang-me-if-i-have-committed-crime/articleshow/35643182.cms.

50. Narendra Modi also dismissed the role the Central Bureau of Investigation (CBI) was playing in investigations regarding former members of his government in Gujarat, including Amit Shah, by saying that it was an instrument in the hands of the ruling Congress. He even renamed it "Congress Bureau of Investigation." By the end of the election campaign, he was to make similar remarks vis-à-vis the Election Commission. "CBI Will Fight Upcoming Polls, Not Congress, Says Narendra Modi," *Indian Express*, September 26, 2013, 12, https://indianexpress.com/article/india/politics/cbi-will-fight-upcoming-polls-not-congress-says-narendra-modi/.

51. See Ravish Tiwari, "Narendra Modi as a 'Backward Leader,' Nitish Kumar as an Upper-caste 'Hero,'" *Indian Express*, April 16, 2013, http://www.indianexpress.com/news/narendra-modi-as-a-backward-leader-nitish-kumar-as-an-upper-caste-hero/1102578/; "Narendra Modi: From Tea Vendor to PM Candidate," *Times of India*, September 13, 2013, http://articles.timesofindia.indiatimes.com/2013-09-13/india/42040411.

52. "Throw Out Congress, Save the Nation: Modi," *The Hindu*, May 3, 2013, https://www.thehindu.com/todays-paper/tp-national/tp-karnataka/throw-out-congress-save-the-nation-modi/article4679005.ece.

53. "Narendra Modi: The Times Now Interview," Mid-day.com, May 8, 2014, http://www.mid-day.com/articles/full-text-of-narendra-modis-interview-the-bjp-leader-opens-up/15282184.

54. We will return to the role of the press in Modi's India in the last part of the book.

55. S. Palshikar and K. C. Suri, "India's 2014 Lok Sabha Elections," *Economic and Political Weekly* 45, no. 39 (2014): 43–48.

56. The Muslims who attended the Jaipur meeting of Modi in September 2013 were requested to wear sherwanis and skullcaps when they were males and burqas when they were females. According to observers of Rajasthan's politics, "The dress code idea has been put forward to 'polish' the BJP's pro-Muslim image in the state." "BJP's Jaipur Rally to Display Modi's 'Burqa of Secularism,'" *Business Standard*, September 10, 2013, https://www.business-standard.com/article/politics/bjp-s-jaipur-rally-to-display-modi-s-burqa-of-secularism-113091000201_1.html.

57. "Modi Kicks-Off 'Bharat Vijay' Campaign from Jammu," *Jagran Post*, March 26, 2014, http://post.jagran.com/modikicksoff-bharat-vijay-campaign-from-jammu-1395818051.

58. Abantika Ghosh, "Saffron in the Atmosphere, Narendra Modi Praises Ramdev," *Indian Express*,

March 24, 2014. For more details on these figures of the Sangh Parivar, see Christophe Jaffrelot, "Ramdev, Swami without Sampradaya," *The Caravan*, July 1, 2011, http://www.caravanmagazine.in/perspectives/ramdev-swami-without-sampradaya; Christophe Jaffrelot, "The Other Saffron," *Indian Express*, October 6, 2014, http://indianexpress.com/article/opinion/columns/the-other-saffron/; and the remarkable biography by Priyanka Pathak-Narain, *Godman to Tycoon: The Untold Story of Baba Ramdev* (New Delhi: Juggernaut, 2017).

59. Prashant Pandey, "Narendra Modi in Varanasi: I'm Here on the Call of Ganga Mata," *Indian Express*, April 25, 2014, https://indianexpress.com/article/india/politics/modi-in-varanasi-im-here-on-the-call-of-ganga-mata/.

60. Cited in L. Verma, "Hindutva Is Backdrop for Modi in UP," *Indian Express*, December 21, 2013, http://archive.indianexpress.com/news/hindutva-is-backdrop-for-modi-in-up/1210180/0.

61. Bharatiya Janata Party, *Ek Bharat Shreshtha Bharat*, 27.

62. "Modi Returns Fire, Calls Arvind Kejriwal Pakistan Agent 'AK-49,'" *Hindustan Times*, March 26, 2014, https://www.hindustantimes.com/india/modi-returns-fire-calls-arvind-kejriwal-pakistan-agent-ak-49/storyoTrX1M43uYZFWRR7oeDdoI.html.

63. "'Anti-Modi People Should Go to Pak,'" *Times of India*, April 20, 2014, 1, https://timesofindia.indiatimes.com/news/Those-opposed-to-Narendra-Modi-should-go-to-Pakistan-BJP-leader-Giriraj-Singh-says/articleshow/33971544.cms.

64. Hilal Ahmed, "Muzaffarnagar 2013: Meanings of Violence," *Economic and Political Weekly* 48, no. 40 (October 5, 2013): 10–12; and "No Respite for Muzaffarnagar," *The Hindu*, December 25, 2013, https://www.thehindu.com/opinion/editorial/no-respite-for-muzaffarnagar/article5497971.ece.

65. Ravish Tiwari, "UP BJP Wants Tickets for Four Riot-Accused MLAs," *Indian Express*, March 10, 2014, https://indianexpress.com/article/cities/lucknow/uttar-pradesh-bjp-wants-tickets-for-four-riot-accused-mlas/.

66. Two of them got elected, one of whom was given a ministerial portfolio in the Modi government.

67. Quoted from Marya Shakil, "Vote for BJP to Take Revenge, No Need to Use Swords, Arrows: Amit Shah," CNN-IBN, April 5, 2014, http://ibnlive.in.com/news/vote-for-bjp-to-takerevengeno-need-to-use-swords-arrows-amit-shah/462708-37.html.

68. "BJP Defends Narendra Modi's Aide Amit Shah's 'Badla' Remark, Says He 'Captured the Mood of the Nation,'" *Indian Express*, April 5, 2014, https://indianexpress.com/article/india/politics/bjp-defends-narendra-modisaide-amit-shahs-badla-remark-says-he-captured-the-mood-of-the-nation/.

69. "Modi Aide Amit Shah Stirs Controversy, Says Azamgarh 'Base of Terrorists,'" *Indian Express*, May 5, 2014, https://indianexpress.com/article/cities/lucknow/in-fresh-row-amit-shah-says-azamgarh-base-of-terrorists-2/.

70. Election campaigns led by other populist leaders have been called tsunamis as well, starting with Beppe Grillo's "Tsunami Tour" in 2013.

71. Amogh Sharma, "The Backstage of Democracy: Exploring the Professionalisation of Politics in India" (PhD diss., Oxford University, 2020), 103.

72. Narendramodi.in, May 15, 2014, cited in Sharma, *Backstage of Democracy*, 103.

73. Rajdeep Sardesai, *The Election that Changed India* (New Delhi: Penguin India, 2014), 313.

74. K. K. Sruthijit, "Meet the Nonprofit Whose Backroom Work Powered Modi to Victory," Scroll.in, June 18, 2014, http://scroll.in/article/667401/Meet-the-nonprofit-whosebackroom-work-powered-Modi-to-victory/.

75. Lalmani Verma, "The NaMo Rath: Playing Near Them, 54-Inch Narendra Modi," *Indian Express*,

March 23, 2014, http://indianexpress.com/article/india/politics/playing-near-them-54-inch-modi/.
76. "Modi's 'Chai pe Charcha'? What's that All About?," Rediff.com, February 12, 2014, http://www.rediff.com/news/report/slide-show-1-modis-chai-pe-charcha-whats-that-all-about/20140212.htm#3.
77. Cited in Jha, *How the BJP Wins*, 41.
78. Pradeep K. Chhibber and Susan L. Ostermann, "The BJP's Fragile Mandate: Modi and Vote Mobilizers in the 2014 General Elections," *Studies in Indian Politics* 2, no. 2 (2014): 1–15.
79. Chhibber and Ostermann, "BJP's Fragile Mandate," 3.
80. Chhibber and Ostermann, 10.
81. Sharma, *Backstage of Democracy*, 247.
82. Sharma, 247.
83. Sharma, 249.
84. Sharma, 249.
85. Sruthijit, "Meet the Nonprofit."
86. Uday Mahurkar and Kunal Pradhan, "Meet the Men behind Modi's Audacious Election Campaign," *India Today*, p. 39. (http://indiatoday.intoday.in/story/narendra-modi-bjpprime-ministerial-candidate-campaign-social-media/1/343517.html Last accessed February 4, 2015).
87. Sheela Bhatt, "Sheela Says: Meet a Modi Fanatic," Rediff.com, May 8, 2014, http://www.rediff.com/news/column/ls-election-sheela-says-meet-a-modi-fanatic/20140508.htm.
88. Archna Shukla, "The Splash: What Keeps the Narendra Modi Marketing Machine Tick- ling?," *Indian Express*, May 1, 2014, http://indianexpress.com/article/india/politics/the-splash-what-keeps-the-modi-marketing-machine-ticking/.
89. Sharma, *Backstage of Democracy*, 212.
90. Sardesai, *Election that Changed India*, 240.
91. Mahurkar and Pradhan, "Meet the Men," 38.
92. Cited in Sardesai, *Election that Changed India*, 242.
93. Regarding this aspect of the campaign, see Rammanohar Reddy, "Media in Con- temporary India: Journalism Transformed into a Commodity," in *Business and Politics in India*, ed. C. Jaffrelot, A. Kohli and K. Murali (New York: Oxford University Press, 2019), 183–210.
94. See S. Rukmini, "Modi Got Most Prime-Time Coverage: Study," *The Hindu*, May 8, 2014, http://www.thehindu.com/elections/loksabha2014/modi-got-most-primetime-coverage-study/article5986740.ece; CMS Media Lab Analysis, "It Is Modi Driven Television Cover- age—2014 Poll Campaign," May 8, 2014, https://cmsindia.org/sites/default/files/2019-05/2014-Lok-Sabha-Election-media-coverage.pdf.
95. "Black Money Power," *The Economist*, May 4, 2014, https://www.economist.com/banyan/2014/05/04/black-money-power. Regarding the role of money in Indian election campaigns, see D. Kapur and M. Vaishnav, eds., *Costs of Democracy: Political Finance in India* (Delhi: Oxford University Press, 2018).
96. Nilanjana Bhowmick, "The 2014 Elections Are the Most Expensive Ever Held in India," *Time*, April 11, 2014, http://time.com/33062/india-elections-expenditure/.
97. See the interview Amit Shah gave Patrick French, "The 'Shah' of BJP's Game Plan Who Wants to Alter India's Political Culture," *Hindustan Times*, July 17, 2016, https://www.hindustantimes.com/india-news/amit-shah-the-strategist-of-bjp-s-india-game-plan/story-Fr0sSiYHtTwhVxKBsjapsI.html.

98. Vinod K. Jose, "The Emperor Uncrowned," *The Caravan*, March 1, 2012, http://caravanmagazine.in/reportage/emperor-uncrowned?page=0,9.
99. Sheela Bhatt, "What Amit Shah's Fall Really Means," Rediff.com, July 28, 2010, http://news.rediff.com/special/2010/jul/24/what-amit-shahs-fall-really-means.htm.
100. On the relationship between Amit Shah and Narendra Modi, see Rana Ayyub, "Break- through Exposé: So Why Is Narendra Modi Protecting Amit Shah?," *Tehelka* 7, no. 28 (July 17, 2010), http://old.tehelka.com/breakthrough-expose-so-why-is-narendra-modi-protecting-amit-shah/.
101. C. Jaffrelot, "The Modi-centric BJP 2014 Election Campaign: New Techniques and Old Tactics," *Contemporary South Asia* 23, no. 2 (June 2015): 151–66
102. Dinesh Narayanan, "RSS 3.0," *The Caravan*, May 1, 2014, 42.
103. "RSS Proud of 'Strong Leader' Modi's Swayamsevak Background," *The Hindu*, March 7, 2014, https://www.thehindu.com/news/national/rss-proud-of-strong-leader-modis-swayamsevak-background/article5760884.ece.
104. Shyamlal Yadav, "Bhagwat Cautions RSS Cadres against Crossing Limits for BJP, Says Can't Chant 'Namo Namo,'" *Indian Express*, March 11, 2014, https://indianexpress.com/article/india/politics/bhagwat-cautions-rss-cadres-against-crossing-limits-for-bjp-says-cant-chant-namo-namo/.
105. Smita Gupta, "Far from the Din, RSS Working Hard for Modi's Success," *The Hindu*, April 19, 2014, http://www.thehindu.com/elections/loksabha2014/far-from-the-din-rss-working-hard-for-modissuccess/article5927259.ece.
106. Sabyasachi Bandopadhyay, "RSS "Systematic Campaign" behind BJP Entry in Bengal," *Indian Express*, May 21, 2014, http://indianexpress.com/article/cities/kolkata/rss-systematiccampaign-behind-bjp-entry-in-bengal/.
107. Poornima Joshi, "The Organiser: Amit Shah Takes Charge," *The Caravan*, April 1, 2014, 76–87.
108. Cited in Jha, *How the BJP Wins*, 50.
109. Cited in Jha, 52.
110. See C. Jaffrelot, "The Congress in Gujarat (1917–1969): Conservative Face of a Progres- sive Party," in "Political Conservatism in India," ed. C. Jaffrelot, special issue, *Studies in Indian Politics* 5, no. 2 (November 2017): 248–61.
111. Gilles Verniers, "The Resistance of Regionalism: BJP's Limitations and the Resilience of State Parties," in *India's 2014 Elections: A Modi-Led BJP Sweep*, ed. Paul Wallace (New Delhi: Sage, 2015): 28–47.
112. Christophe Jaffrelot, "'Why Should We Vote?': The Indian Middle Class and the Func- tioning of the World's Largest Democracy," in *Patterns of Middle Class Consumption in India and China*, ed. C. Jaffrelot and P. van der Veer (New Delhi: Sage, 2008), 35–54.
113. Christophe Jaffrelot, "The Class Element in the 2014 Indian Election and the BJP's Suc- cess with Special Reference to the Hindi Belt," in "Understanding India's 2014 Elections," special issue, *Studies in Indian Politics* 3, no. 1 (June 2015): 19–38.
114. Bhatt, "Meet a Modi Fanatic."
115. New Delhi Television became Modi's bête noire in 2002 after uncompromising reports the channel aired about the pogrom. NDTV journalists were set upon and some of their vehicles destroyed. See Arafaat A. Valiani, *Militant Publics in India: Physical Culture and Violence in the Making of a Modern Polity* (New York: Palgrave/Macmillan, 2011), 184.
116. This key moment can be seen on YouTube: "Narendra Modi's Interview by Karan Thapar," YouTube video posted by Aleem Frinzy, accessed November 18, 2020, https://www.youtube.com/watch?v=YWk8cZXs1bQ.

117. Poonam, *Dreamers*, 125.
118. It would take me too far afield to discuss the sexual frustrations of young men forced into celibacy due to a highly imbalanced male/female ratio that has arisen out of the selective abortion of female fetuses. But this factor could certainly also account for their anger and violence. Dozens of millions of young Indian men are believed to be condemned to celibacy.
119. J. Helliwell, R. Layard, and J. Sachs, *World Happiness Report* (New York: UN Sustainable Development Solutions Network, 2014), 24, accessed September 23, 2020, http://media1.intoday.in/indiatoday/WorldHappinessReport2013_online_2.pdf.
120. For instance, Modi used an Adani aircraft on at least one occasion.
121. Rupam Jain Nair and Frank Jack Daniel, "Special Report: Battling for India's Soul, State by State," Reuters, October 12, 2015, https://www.reuters.com/article/us-india-rss-specialreport/special-report-battling-for-indias-soul-stateby-state-idUSKCN0S700A20151013.
122. In Karnataka, the BJP came in first in the 2018 elections, but Congress and the Janata Dal (Secular) formed a majority coalition in the Bangalore assembly.
123. Cited in Jha, *How the BJP Wins*, 44.

4

1. Laclau, *On Populist Reason*, 81.
2. This is an approximation achieved using World Bank measurement tools. Counting the poor is a delicate exercise in India. Depending on whether one uses Indian or international criteria, there is a risk of generating a serious threshold effect that can bring tens of millions of people under the poverty line.
3. In one of his election campaign speeches, he stated that while the Congress wanted only one thing, to get rid of Modi, the BJP wanted only another, to get rid of poverty. "Congress Hopes to Get Rid of PM Modi, BJP Only Wants Poverty Gone, Says Amit Shah," News18, November 19, 2018, https://www.news18.com/news/politics/congress-hopes-to-get-rid-of-pm-narendra-modi-bjp-only-wants-poverty-gone-says-amit-shah-1944097.html.
4. "Narendra Modi Delivers First Address to Lok Sabha, Talks about Centre's Commitment to Serve the Poorest of the Poor," NarendraModi.in, June 11, 2014, https://www.narendramodi.in/narendra-modi-delivers-first-address-to-lok-sabha-talks-about-centres-commitment-to-serve-the-poorest-of-the-poor-6296.
5. Narendra Modi, *Mann Ki Baat: A Social Revolution on Radio* (New Delhi: BlueKraft Digital Foundation, 2019), 5.
6. Modi, *Mann Ki Baat*, 5.
7. Modi, 12.
8. Modi, 14.
9. Cited in Modi, 53.
10. In the same vein, Modi launched in 2016 a platform called Rate My Government, where citizens were invited to give their assessment of his work and his ministers' work. See "Rate My Government," Government of India, accessed October 20, 2020, https://www.mygov.in/mygov-survey/rate-my-government/.
11. Cited in Modi, *Mann Ki Baat*, 64–65.
12. For more detail, see C. Jaffrelot and J.-T. Martelli, *Mann Ki Baat* (forthcoming).

13. "Narendra Modi's First Independence Day Speech: Full Text," *India Today*, August 15, 2014, https://www.indiatoday.in/india/story/narendra-modi-independence-day-speech-full-text-red-fort-204216-2014-08-15.
14. R. K. Narayan offers the most telling account of Gandhi's obsession with cleanliness in one of his novels, *Waiting for the Mahatma* (Chicago: University Of Chicago Press, 1981).
15. Suhas Palshikar, "Politics of India's Middle Class," in *Middle Class Values in India and Western Europe*, ed. Imtiaz Ahmad and Helmut Reifeld (New York: Routledge, 2018), 178.
16. Narendra Modi told Assa Doron and Robin Jeffrey that, as a Sangh Parivar cadre, he decided in particular to educate people "not only about personal hygiene but also about social hygiene," while he was just back from the United States, in 1994, during the plague epidemic affecting Surat. Swachh Bharat had been his "dream since [his] RSS Pracharak days," he said. Assa Doron and Robin Jeffrey, *Waste of a Nation: Garbage and Growth in India* (Cambridge MA: Harvard University Press, 2018).
17. John Elliott, "Has Modi's Swachh Bharat Campaign Been a Success?," *LSE*, May 16, 2019, https://blogs.lse.ac.uk/southasia/2019/05/16/has-modis-swachh-bharat-campaign-been-a-success/.
18. Sagar, "Down the Drain," *The Caravan*, May 1, 2017, https://caravanmagazine.in/reportage/swachh-bharat-mission-heading-failure.
19. D. R. Bandela, "Union Budget 2020–21: Constant Decline in Swachh Bharat Mission Allocation," *Down to Earth*, February 4, 2020, https://www.downtoearth.org.in/news/economy/union-budget-2020-21-constant-decline-in-swachh-bharat-mission-allocation-69156.
20. Namitha Sadanand, "The Swachh Bharat Mission Has Built Toilets, but Failed to Get People to Use Them," Scroll.in, October 2, 2019, https://scroll.in/article/939096/the-swachh-bharat-mission-has-built-toilets-but-failed-to-get-people-to-use-them; "Why Millions of Indians Don't Use the Toilets They Have," *Times of India*, February 12, 2020, https://timesofindia.indiatimes.com/india/why-millions-of-indians-dont-use-the-toilets-they-have/articleshow/71438942.cms.
21. Chetan Chauhan, "No Water in 60% Toilets Puts Question Mark over Modi Govt's Swachh Bharat Mission," *Hindustan Times*, May 14, 2017, https://www.hindustantimes.com/india-news/no-water-in-60-toilets-built-under-swachh-bharat-mission/story-3rdu1Hv1UZbabYQhb68OTP.html.
22. Aarefa Johari, "The Modi Years: How Successful Is the Swachh Bharat Mission or Clean India Campaign?," Scroll.in, February 4, 2019, https://scroll.in/article/910562/the-modi-years-how-successful-is-the-swachh-bharat-mission-or-clean-india-campaign.
23. Sadhika Tiwari, "Indian Government Has Built 95 Million Toilets, but Little Has Changed for Manual Scavengers," Scroll.in, December 14, 2019, https://scroll.in/article/946746/indian-government-has-built-95-million-toilets-but-little-has-changed-for-manual-scavengers.
24. Tiwari, "Indian Government."
25. "Swachh Bharat Mission: The Last Push," *Down to Earth*, September 28, 2019, https://www.downtoearth.org.in/news/rural-water-and-sanitation/swachh-bharat-mission-the-last-push-66975-.
26. "Narendra Modi's First Independence Day Speech."
27. Here, the Modi government was emulating the UPA government, which had also used the Aadhaar ID numbers that had been generated for every India from 2009 onward as the main avenue for giving access to PDS (public distribution system) shops to the poor. Just as the UPA had done with Aadhaar, moreover, the Modi government used carrots and sticks to make sure that Indians opened accounts. The carrots have been mentioned above—a card, insurance, and so on. The sticks were indirect: not only did the poor have to open bank accounts to receive

their benefits, but demonetization in 2016 (see elsewhere in this chapter) made such accounts popular as higher-denomination notes suddenly lost all their value. According to an experienced financier, the impact of demonetization on Jan-Dhan accounts can be gauged from the fact that "the average deposits in such accounts operating through our banking kiosks stood at Rs 480 per account before demonetisation, which increased to Rs 1,095 per account after that." The number of account holders increased from 255,100,000 on November 9, 2016, the day demonetization came into effect, to 265,000,000 in early 2017 and 314,500,000 in April 2018. "Deposits in Jan Dhan accounts cross Rs 80,000 crore," *Economic Times*, April 23, 2018, https://economictimes.indiatimes.com/industry/banking/finance/banking/deposits-in-jan-dhan-accounts-cross-rs-80000-crore/articleshow/63865987.cms?from=mdr.

28. World Bank Group, *The Global Findex Database Measuring Financial Inclusion and the Fintech Revolution*, Washington, DC: World Bank Group, 2018), 65, accessed June 26, 2020, https://globalfindex.worldbank.org/index.php/#GF-ReportChapters.

29. Anand Adhikari, "Jan Dhan Yojana Data Shows Rural Area Residents Using Bank Ac- counts More Often," *Business Today*, November 20, 2019, https://www.businesstoday.in/sectors/banks/zero-balance-dormant-bank-accounts-under-jan-dhan-yojana-on-a-steady-decline/story/390664.html.

30. Owing to PMJDY, bank account penetration in rural areas increased from 52 percent in 2014 to 79 percent in 2017. World Bank Group, *Global Findex*, 32. According to the report, "In 2014 adults in the richest 60 percent of its households were 15 percentage points more likely than those in the poorest 40 percent to have an account. Since then, thanks in part to a govern- ment policy aimed at increasing financial inclusion, account ownership has risen among wealth- ier and poorer adults alike—narrowing the gap to 5 percentage points." World Bank Group, *Global Findex*, 28.

31. World Bank Group, 25.

32. World Bank Group, 25.

33. Cited in Rohit Azad and Dipa Sinha, "The Jan-Dhan Yojana, Four Years Later," *The Hindu*, May 29, 2018, https://www.thehindu.com/opinion/op-ed/the-jan-dhan-yojana-four-years-later/article24017333.ece.

34. "PM Narendra Modi Launches Pradhan Mantri Ujjwala Yojana Scheme in Ballia, Says Petroleum Sector Is for Poor," *Financial Express*, May 1, 2016, https://www.financialexpress.com/economy/live-pm-narendra-modi-launches-pradhan-mantri-ujjwala-yojana-in-ballia-speech-highlights-free-cooking-gas-scheme/246378/.

35. "My Mother Inhaled Smoke to Cook for Us: PM Modi Explains Why Ujjwala Yojana Is Govt's Priority," *DNA*, May 28, 2018, https://www.dnaindia.com/india/report-my-mother-inhaled-smoke-to-cook-for-us-pm-modi-explains-why-ujjwala-yojana-is-govt-s-priority-2619544.

36. "Claims vs Reality: Who Benefited from PM Ujjwala Yojana?" *International Development Economics Associates*, November 27, 2019, https://www.networkideas.org/news-analysis/2019/11/claims-versus-reality-who-benefited-from-pm-ujjwala-yojana/.

37. Kundan Pandey, "LPG Connections Not Only Success Metric: CAG on Ujjwala," *Down to Earth*, December 12, 2029, https://www.downtoearth.org.in/news/governance/lpg-connections-not-only-success-metric-cag-on-ujjwala-68387.

38. Anil Sasi, "Steady Decline in Ujjwala Refills Triggers Fresh Concerns," *Indian Express*, January 2, 2020, https://indianexpress.com/article/business/steady-decline-in-ujjwala-refills-triggers-fresh-concerns-6195399/.

39. These conclusions have been substantiated by field studies. See "PM Narendra Modi's Ujjwala Yojana Scheme Provided LPG Access, but Failed to Promote Its Use, Says Study," *Fi- nancial Express*,

January 24, 2020, https://www.financialexpress.com/economy/pm-narendra-modis-ujjwala-yojana-scheme-provided-lpg-access-but-failed-to-promote-its-use-says-study/1833877/.

40. Pandey, "LPG Connections."
41. Sumant Sen, "How Effective Has the Pradhan Mantri Ujjwala Yojana Been?," *The Hindu*, December 18, 2019, https://www.thehindu.com/data/data-how-effective-has-the-pradhan-mantri-ujjwala-yojana-been/article30338388.ece.
42. Utpal Bhaskar, "Ujjawala Scheme: Indian Oil, Others Defer Loan Recovery up to 6 LPG Refills," *Mint*, March 25, 2018, https://www.livemint.com/Industry/Um9Z4gsgdGExYmKdrg DrdI/Ujjawala-scheme-Indian-Oil-others-defer-loan-recovery-up-t.html.
43. S. Mehra and S. Kaur, "Despite Budget 2020's Tall Claims, It Falls Short on Its Promiseto Reduce the Gender Gap," Scroll.in, February 20, 2020, https://scroll.in/article/953576/despite-budget-2020s-tall-claims-it-falls-short-on-its-promise-to-reduce-the-gender-gap.
44. Cited in P. Jha, *How the BJP Wins: Inside India's Greatest Election Machine* (Delhi, Jug-gernaut, 2017), 30.
45. On demonetization, the best sources are Rammanohar Reddy, *Demonetisation and Black Money* (Hyderabad: Orient Blackswan, 2017); J. Ghosh, C. P. Chandrasekhar, and P. Patnaik, *Demonetisation Decoded: A Critique of India's Currency Experiment* (London: Routledge, 2017); and A. Lahiri, "The Great Indian Demonetization," *Journal of Economic Perspectives* 34, no. 1 (Winter 2020): 55–74.
46. In fact, the fruits of corruption had already been laundered, particularly through huge real estate deals—and black money did not disappear from the Indian economy after 2016. Demonetization mainly aimed to deplete the BSP and the SP war chests with the approach of elections in Uttar Pradesh—which it did, while the BJP, informed of the maneuver ahead of time, kept all its resources and managed to carry a significant victory.
47. "PM Modi at Parivartan Rally in New Moradabad, Uttar Pradesh," YouTube video posted by Narendra Modi, December 3, 2016, https://www.youtube.com/watch?v=kJQTBrwpkwc. The transcription and translation in English is available at "Archives de catégorie: Select Speeches," Democratic Decline, November 19, 2018, https://newdemagogue.hypotheses.org/category/documents/select-speeches.
48. W. H. Morris-Jones, "India's Political Idioms," in *Politics and Society in India*, ed. C. H. Philips (London: George Allen and Unwin, 1963), 140.
49. C. Jaffrelot, "The Political Guru: The Guru as Éminence Grise," in *The Guru in South Asia: New Interdisciplinary Perspectives*, ed. J. Copeman and A. Ikegame (London: Routledge, 2013), 80–96.
50. Lloyd I. Rudolph and Susanne Hoeber Rudolph, *The Modernity of Tradition: Political Development in India* (Chicago: University of Chicago Press, 1967), 159.
51. Cited in Jha, *How the BJP Wins*, 20.
52. He readily speaks of himself in the third-person singular, as a representative of the 1.25 billion Indians. "Budget 2016 Is My Exam, 125 Crore People Will Test Me: PM Modi," *Indian Express*, February 28, 2016, https://indianexpress.com/article/business/budget/budget-2016-is-my-exam-125-crore-people-will-test-me-pm-modi/.
53. Gandhi's speeches were indeed studded with recommendations carrying a tone of admonition and covering all aspects of life, from discipline to cleanliness in family life, and so on.
54. "Mahatma Gandhi Was India's Biggest Brand Ambassador: Narendra Modi," Zee TV, September 30, 2013, http://zeenews.india.com/news/maharashtra/mahatama-gandhi-was-india-s-biggest-brand-ambassador-narendra-modi_880259.html.
55. Jha, *How the BJP Wins*, 18.
56. Cited in Jha, 30.

57. See R. Jenkins and J. Manor, *Politics and the Right to Work: India's National Rural Employ- ment Guarantee Act* (London: Hurst, 2017).
58. In 2016, the minimum wage in question ranged from 167 rupees per day in Bihar to 259 in Haryana (or 2.40 to 3.70 USD). "Revised MGNREGA Wages Put States in a Quandary," *Indian Express*, April 3, 2016, https://indianexpress.com/article/india/india-news-india/mgnrega-wages-states-in-a-quandary-over-new/.
59. An analysis by Jean Drèze shows that the growth rate for agricultural wages for men in- creased to 2.7 percent per year and for women to 3.7 percent per year during 2005–2006 to 2010–2011 as compared to 0.1 percent per year for men and negative for women in the pre- MGNREGA period (2000–2001 to 2005–2006). See Neelakshi Mann and Jairam Ramesh, "Ris- ing Farm Wages Will Lift All Boats, " *The Hindu*, May 14, 2013, http://www.thehindu.com/opinion/op-ed/rising-farm-wages-will-lift-all-boats/article4712302.ece; and Harish Damoda- ran Surabhi, "Rural Wage Growth Lowest in 10 Years, Signals Farm Distress, Falling Inflation," *Indian Express*, January 7, 2015, http://indianexpress.com/article/india/india-others/rural-wage-growth-lowest-in-10-years-signals-farm-distress-falling-inflation.
60. P. Deshpande, "NDA Destroying MGNREGA: Has Modi Forgotten 'Sabka Saath, Sabka Vikas'?," *Indian Express*, February 3, 2016, https://indianexpress.com/article/blogs/mgnrega-surprising-to-see-nda-so-determined-to-destroy-it/.
61. "MNREGA, A 'Monument to Failure of Congress Govts': Modi," *The Hindu*, Febru- ary 27, 2015, https://www.thehindu.com/news/national/mnrega-monument-to-failure-of-congress-govts-modi/article10701735.ece.
62. This achievement was sometimes realized through a mere book transaction, making it possible to transfer funds from one budget item to another, as in 2016. M. Guruswamy, "Why the Government's Claim about a Farmer-Oriented Budget Is Rather Exaggerated," Scroll.in, March 2, 2016, https://scroll.in/article/804423/why-the-governments-claim-about-a-farmer-oriented-budget-is-rather-exaggerated.
63. S. Daniyal, "Jaitley Just Awarded Modi's 'Monument to Congress Failure' Its Highest Ever Outlay," Scroll.in, February 28, 2015, https://scroll.in/article/710324/mnrega-jaitley-just-awarded-modis-monument-to-congress-failure-its-highest-ever-outlay.
64. B. Karat, "Retaining MGNREGA's Core," *The Hindu*, September 9, 2016; A. Aggarwal, "How the World's Largest Govt Jobs Programme Is Slowly Dying," Fact Checker, September 12, 2017, https://factchecker.in/how-the-worlds-largest-govt-jobs-programme-is-slowly-dying/.
65. S. Nair, "Fund Crunch: 88% of NREGA Budget over, 6 Months Left," *Indian Express*, October 19, 2017. See also A. Gulati, "Adrift and Directionless: Can MGNREGA Move from Being a 'Living Monument of UPA's Failure' to a Development Scheme?," *Times of India*, Febru- ary 24, 2017, https://timesofindia.indiatimes.com/blogs/toi-edit-page/adrift-and- . . . m-being-a-living-monument-of-upas-failure-to-a-development-scheme/.
66. Deshpande, "NDA destroying MGNREGA."
67. These figures show that the decline had begun before Modi took office. (The peak of 283.59 crore was reached in 2009–2010.) See H. Damodaran and S. Nair, "UPA Flagship Scheme MGNREGA Back on Track," *Indian Express*, January 6, 2016, https://indianexpress.com/article /india/india-news-india/mgnrega-back-on-track-job-numbers-hit-five-year-high/.
68. R. Tewari, "NREGA: Each Household Got Only 39 Job Days Last Year," *Indian Express*, April 6, 2015, https://indianexpress.com/article/india/india-others/nrega-each-household-got -only-39-job-days-last-year/.
69. Tewari, "NREGA."

70. R. Tewari, "More than 70% NREGA Wages Unpaid This Fiscal," *Indian Express*, January 30, 2015, https://indianexpress.com/article/india/india-others/more-than-70-nrega-wages-unpaid-this-fiscal/.
71. S. Mathur and N. Bolia, "The MGNREGA index," *The Hindu*, May 31, 2016, https://www.thehindu.com/opinion/op-ed/the-mgnrega-index/article8668701.ece.
72. L. Nayar, "Schrödinger's Wage," *Outlook*, December 4, 2017, 54.
73. J. Ghosh, "Withdrawing the Line," *Indian Express*, April 21, 2016; and N. Dey and A. Roy, "Starving MGNREGA," *Indian Express*, March 30, 2016, https://indianexpress.com/article/opinion/columns/mgnrega-poverty-india-unemployment-farmer-suicide-drought/.
74. Dey and Roy, "Starving MGNREGA."
75. A. Banerjee and I. Anand, "The NDA-II Regime and the Worsening Agrarian Crisis," in *A Quantum Leap in the Wrong Direction?*, ed. R. Azad, S. Chakraborty, S. Ramani, and D. Sinha (Hyderabad: Orient Blackswann, 2019), 66–88.
76. Himanshu, "A Union Budget for the Village," *Indian Express*, February 27, 2016, https://indianexpress.com/article/opinion/columns/a-union-budget-for-the-village-rural-economy/.
77. Himanshu, "India's Farm Crisis: Decades Old and with Deep Roots," *India Forum*, April 29, 2019, https://www.theindiaforum.in/article/farm-crisis-runs-deep-higher-msps-and-cash-handouts-are-not-enough.
78. Ajay Vir Jakhar, "Farm Policies for India," *Indian Express*, November 21, 2017, https://indianexpress.com/article/opinion/columns/farm-policies-for-indian-agriculture-sector-pm-narendra-modi-4946854/.
79. Regarding scams detected in the framework of this program, see P. Sainath, "Reliance General Insurance Accused of Crop Insurance Scam," *Khabar Bar*, November 8, 2018, https://www.khabarbar.com/politics/reliance-insurancescam/; and C. Gonsalves, "A Wilful Negligence," *Indian Express*, November 23, 2017, https://indianexpress.com/article/opinion/columns/farmer-suicide-agrarian-crisis-a-wilful-negligence-pm-modi-4950115/.
80. For an overview, see "Give Farmers a Fair Deal," *The Tribune*, June 6, 2019, https://www.tribuneindia.com/news/in-focus/give-farmers-a-fair-deal/751342.html.
81. A. Waghmare, "Farm Distress: Markets, Not MSP, the Key," *Business Standard*, February 5, 2018, https://www.business-standard.com/budget/article/farm-distress-markets-not-msp-is-the-budget-focus-118020300800_1.html.
82. On the case of wheat—one among many others!—see M. Bhardwaj and R. Jadhav, "India Scraps Wheat Import Duty, Purchases May Hit Decade High," *Reuters*, December 8, 2016, https://in.reuters.com/article/india-wheat-import-duty-idINKBN13X0GG.
83. R. Kishore, "Worst Price Slump in 18 Years Shows Scale Of Farm Crisis," *Hindustan Times*, January 15, 2019, https://www.hindustantimes.com/india-news/worst-price-slump-in-18-years-shows-scale-of-farm-crisis/story-P2niBeuqAcaxgms3HmFCTK.html.
84. A. Dey, "Behind the Farmer Unrest in Haryana There Is a History of Instability in Crop Prices," Scroll.in, June 17, 2017, https://scroll.in/article/840866/behind-the-farmer-unrest-in-haryana-there-is-a-history-of-instability-in-crop-prices; M. Chari, "Explained: Behind the Farmer Protests in 16 States Are Bumper Harvests and Low Prices," Scroll.in, June 18, 2017, https://scroll.in/article/840896/explained-behind-the-farmer-protests-in-16-states-are-bumper-harvests-and-low-prices; and M. Chari, "Two Charts Show Why Western Madhya Pradesh Became the Epicenter of Violent Farmer Protests," Scroll.in, June 14, 2017, https://scroll.in/article/840482/two-charts-show-why-western-madhya-pradesh-became-the-epicentre-of-violent-farmer-protests.
85. A. Saldanha and P. Salve, "India Faces $49.1 Billion Farm-Loan Waivers. That's 16 Times 2017 Budget

for Rural Roads," *Quint*, June 16, 2017, https://www.bloombergquint.com/politics/india-faces-dollar491-billion-farm-loan-waivers-thats-16-times-2017-budget-for-rural-roads.
86. N. Bajpai, "Uttar Pradesh Makes Mockery of Farm Loan Waiver; Reductions Given between Rs 10 and Rs 500," *Indian Express*, September 13, 2017, https://www.newindianexpress.com/nation/2017/sep/12/uttar-pradesh-makes-mockery-of-farm-loan-waiver-reductions-given-between-rs-10-to-rs-500-1656209.html.
87. S. Daniyal, "'Government Has Sacrificed the Farmer': Farm Leader Raju Shetti Explains India's Agrarian Crisis," Scroll.in, November 25, 2017, https://scroll.in/article/858924/government-has-sacrificed-the-farmer-farm-leader-raju-shetti-explains-indias-agrarian-crisis.
88. C. Jaffrelot and Sanjay Kumar, "The Impact of Urbanization on the Electoral Results of the 2014 Indian Elections: With Special Reference to the BJP Vote," in "Understanding India's 2014 Elections," special issue, *Studies in Indian Politics* 3, no. 1 (June 2015): 39–49.
89. A. Gulati, "Dismayed Farmers, Defunct Policies," *Indian Express*, August 31, 2015, https://indianexpress.com/article/opinion/columns/dismayed-farmers-defunct-policies/.
90. Somesh Jha, "Consumer Spending Sees First Fall in Over 40 Years on Back of Weak Rural Demand: Report," *Business Standard*, November 15, 2019, https://www.business-standard.com/article/economy-policy/consumer-spend-sees-first-fall-in-4-decades-on-weak-rural-demand-nso-data-119111401975_1.html.
91. Himanshu, "What Happened to Poverty during the First Term of Modi?," *Mint*, August 15, 2019, https://www.livemint.com/opinion/columns/opinion-what-happened-to-poverty-during-the-first-term-of-modi-1565886742501.html.
92. D. Maiorano, "Why the Modi Government Shouldn't Be So Quick to Dismiss World Bank's Human Capital Index," The Wire, October 11, 2018, https://thewire.in/government/narendra-modi-govt-world-bank-human-capital-index.
93. Global Hunger Index, "2018 Global Hunger Index Results—Global, Regional, and National Trends," Global Hunger Index, accessed December 24, 2020, https://www.globalhungerindex.org/pdf/en/2018.pdf.
94. P. Mohan, "Rural India Is Eating Less than It Did 40 Years Ago," Scroll.in, August 26, 2016, https://scroll.in/article/814886/rural-india-is-eating-less-than-it-did-40-years-ago.
95. T. S. R. Subramanian, "The Hungry Nation," *Indian Express*, November 24, 2017, https://indianexpress.com/article/opinion/columns/global-hunger-index-india-ranking-the-hungry-nation-4951570/.
96. Modi's attempts at appropriating Ambedkar—who had been appointed law minister in his first government by Nehru—and using him against Congress are well illustrated by the speech he made in 2016, when he went to Ambedkar's birthplace to commemorate his 125th birth anniversary. He then declared that Ambedkar fought against injustice in society and that the Congress should "repent" for "undermining" Ambedkar's legacy for sixty years. "At Ambedkar's Birthplace, PM Modi Praises Dalit Icon, Says His Fight Was for Equality, Dignity," *India Today*, April 14, 2016, https://www.indiatoday.in/india/story/at-ambedkars-birthplace-pm-modi-praises-dalit-icon-says-his-fight-was-for-equality-dignity-318050-2016-04-14.
97. Bharatiya Janata Party, *Ek Bharat, Shreshtha Bharat: Sabka Saath Sabka Vikas; Election Manifesto 2014* (New Delhi: BJP, 2014), https://www.thehinducentre.com/multimedia/archive/01831/BJP_Manifesto_1831221a.pdf.
98. S. K. Thorat, "Dalits in Post-2014 India: Wide Gap between Promise and Action," in *Majoritarian State: What Hindu Nationalism Is Doing to India*, ed. A. Chatterji, T. Blom Hansen, and C. Jaffrelot (London: Hurst, 2019), 217–36.

99. S. Dhingra, "UPSC Recruitment Has Fallen 40% since 2014 While Govt Struggles to Fill IAS-IPS Vacancies," ThePrint, April 17, 2019, https://theprint.in/india/governance/upsc-recruitment-has-fallen-40-since-2014-while-govt-struggles-to-fill-ias-ips-vacancies/222023/.
100. The same words were repeated twice in the manifesto. "Full Text: BJP Manifesto for 2014 Lok Sabha Elections," News18, April 7, 2014, 18, 21, https://www.news18.com/news/politics/full-text-bjp-manifesto-for-2014-lok-sabha-elections-679304.html.
101. "Only 89 of over 6000 Candidates Short-Listed for Lateral Entry into Civil Services," News18, February 18, 2019, https://www.news18.com/news/india/only-89-of-over-6000-candidates-short-listed-for-lateral-entry-into-civil-services-2040673.html.
102. A. Deshpande and R. Ramachandran, "The 10% Quota: Is Caste Still an Indicator of Backwardness?," *Economic and Political Weekly* 54, no. 13 (March 30, 2019): 27.
103. Deshpande and Ramachandran, "10% Quota," 30.
104. A. Ashraf and Vignesh Karthik, "UPSC: Why EWS Quota Denies SCs, STs and OBCs Their Due," NewsClick, August 12, 2020, https://www.newsclick.in/UPSC-EWS-Quota-Denies-SCs-STs-OBCs-Their-Due.
105. See Christophe Jaffrelot and Gilles Verniers, "The Representation Gap," *Indian Express*, July 24, 2015, https://indianexpress.com/article/opinion/columns/the-representation-gap-2/.
106. The resurgence of the upper castes, which brought the sociological profile of the Indian parliament back to the 1980s, is even more spectacular at the state level. In Uttar Pradesh, for instance, the proportion of upper-caste MLAs jumped by 12 percentage points, reaching over 44 percent (its 1980 level) owing to the BJP landslide. Among the party's MLAs, 48 percent are from upper castes (compared to 23 percent OBCs and no Muslims). The situation reflects the fact that the BJP has often endorsed upper-caste candidates. Gilles Verniers, "Upper Hand for Upper Castes in House," *Indian Express*, March 20, 2017, https://indianexpress.com/article/explained/bjp-narendra-modi-rajnath-singh-adityanath-devendra-fadnavis-upper-hand-for-upper-castes-in-house-4576599/.
107. K. Adeney and W. Swenden, "Power Sharing in the World's Largest Democracy: Infor- mal Consociationalism in India (and Its Decline?)," *Swiss Political Science Review* 25, no. 4 (2019): 458.
108. Jha, *How the BJP Wins*, 66.
109. Jha, 107.
110. "Most Indian Nobel Winners Brahmins: Gujarat Speaker Rajendra Trivedi," *Indian Ex- press*, January 4, 2020, https://indianexpress.com/article/cities/ahmedabad/most-indian-nobel-winners-brahmins-gujarat-speaker-rajendra-trivedi-6198741/.
111. H. Khan, "'Brahmins Are Held in High Regard by Virtue of Birth': Lok Sabha Speaker Om Birla," *Indian Express*, September 11, 2019, https://indianexpress.com/article/india/brahmins-are-superior-by-birth-says-lok-sabha-speaker-om-birla-5983575/.
112. "Purifying Rituals at UP CM Bungalow, New Home for Yogi Adityanath," *Times of India*, March 20, 2017, http://timesofindia.indiatimes.com/articleshow/57738560.cms?utm_source=contentofinterest&utm_medium=text&utm_campaign=cppst.
113. "'Purification' Ceremony Conducted in Udupi after Dalit Meeting: Report," *Indian Ex- press*, October 27, 2016, https://indianexpress.com/article/india/india-news-india/purification-ceremony-conducted-in-udupi-after-dalit-meeting-report-3105041/.
114. S. Nair, "Refrain from Using Word Dalit, Stick to Scheduled Caste: I&B Ministry Tells Media," *Indian Express*, September 4, 2018, https://indianexpress.com/article/india/refrain-from-using-word-dalit-stick-to-scheduled-caste-ib-ministry-to-media-5338274/.
115. Aseema Sinha, "India's New Porous State: Blurred Boundaries and the Evolving Business-State

Relationship," in *Business and Politics in India*, ed. Christophe Jaffrelot, Atul Kohli, and Kanta Murali (New York: Oxford University Press, 2019), 50–94.

116. Rohini Singh, "In Selling Firm to Piramal Group as Minister, Piyush Goyal Pushes Ethical Boundaries," The Wire, April 28, 2018, https://thewire.in/political-economy/in-selling-firm-to-piramal-group-as-minister-piyush-goyal-pushes-ethical-boundaries.

117. For further detail, see Christophe Jaffrelot, *Le capitalisme de connivence en Inde sous Narendra Modi*, Les Etude du CERI no. 237, September 2018, accessed September 27, 2020, https://www.sciencespo.fr/ceri/sites/sciencespo.fr.ceri/files/Etude_237_0.pdf.

118. "Indian Billionaires' Fortunes Rose by Rs 2,200 Crore a Day in 2018: Report," *Hindustan Times*, January 21, 2019, https://www.hindustantimes.com/business-news/indian-billionaires-fortunes-rose-by-rs-2-200-crore-a-day-in-2018-report/story-Dwpk2DilbQQYXJty0qaVlL.html.

119. Using probably the same source, Crédit Suisse—a Zurich-based financial services company that is outside the NGO sphere—came to the same conclusion, showing that the richest 1 percent of Indians owned 58.4 percent of the country's wealth in 2016, compared to 53 percent in 2015 and 49 percent in 2014. M. Chakravarty, "The Richest 1% of Indians Now Own 58.4% of Wealth," *Mint*, November 24, 2016, https://www.livemint.com/Money/MML9OZRwaACyEhLzUNImnO/The-richest-1-of-Indians-now-own-584-of-wealth.html.

120. S. Srivastava, "Mukesh Ambani: Racing ahead of Peers," *Forbes India*, November 15, 2018, http://www.forbesindia.com/article/india-rich-list-2018/mukesh-ambani-racing-ahead-of-peers/51785/1.

121. IIFL Wealth and Hurun Report, *IIFL Wealth Hurun India Rich List 2019*, September 25, 2019, https://www.hurunindia.net/hurun-india-rich-list-2019.

122. S. Subramanian, "Doing the Maths: Why India Should Introduce a Covid Wealth Tax on the Ultra Rich," Scroll.in, April 16, 2020, https://scroll.in/article/959314/doing-the-maths-why-india-should-introduce-a-covid-wealth-tax-on-the-ultra-rich.

123. Credit Suisse, "Global Wealth 2019," accessed July 1, 2020, https://www.credit-suisse.com/about-us/en/reports-research/global-wealth-report.html, 147.

124. Kavaljit Singh, "It's Time for a Solidarity Tax," The Wire, May 22, 2020, https://thewire.in/government/coronavirus-solidarity-tax-wealthy.

125. In 2020, officials of the Indian Revenue Service Association (IRSA) proposed reintroducing a wealth tax in the context of the COVID-19 crisis. Three of them were divested "of official responsibilities for going public with their personal views, on the pretext of violating conduct rules." K. Singh, "It's Time."

126. R. Venkataramakrishnan, "Another U-Turn: Arun Jaitley's Budget Offers a Vision of India with a Not-So-Minimum Government," Scroll.in, March 1, 2015, https://scroll.in/article/710318/Another-U-turn:-Arun-Jaitley's-budget-offers-a-vision-of-India-with-a-not-so-minimum-government.

127. T. Kundu, "How Modi Government's Budgets Have Differed from UPA's," *Mint*, December 25, 2019, https://www.livemint.com/Politics/Tq0rrXZsEOA64o9I1Q5pgP/How-Modi-governments-budgets-have-differed-from-UPA.html.

128. "Jaitley Gave Rs 2 Lakh Crore Bonanza to Corporates: Chidambaram," *Business Standard*, March 1, 2015, http://scroll.in/article/710729/jaitley-gave-rs-2-lakh-crore-bonanza-to-corporations-says-chidambaram.

129. "Govt Stares at Tax Shortfall of Rs 2 Lakh Crore; Little Room for Income Tax Cut," *Economic Times*, January 27, 2020, https://economictimes.indiatimes.com/news/economy/finance/govt-stares-at-tax-shortfall-of-rs-2-lakh-crore-room-for-income-tax-cut-limited/articleshow/73628793.cms.

130. A. Jha, "Rs 6,000 is 6% of a Small Farmer's Annual Income, According to NSSO Data," *Hindustan Times*, February 6, 2019, https://www.hindustantimes.com/india-news/rs-6-000-is-6-of-a-small-farmer-s-annual-income-according-to-nsso-data/story-rddMw0hk6cSbxjo7E1GyKK.html.

131. A. Gulati, "No Budget for Farmers," *Indian Express*, February 2, 2019, https://indianexpress.com/article/opinion/columns/no-budget-2019-for-indian-farmers-protest-agrarian-crisis-5565432/.

132. "Gross Direct Tax Mop Up Dips 4.92% to Rs 12.33 Lakh Crore in FY20," *Financial Ex-press*, June 7, 2020, https://www.financialexpress.com/economy/gross-direct-tax-mop-up-dips-4-92-to-rs-12-33-lakh-crore-in-fy20/1984148/.

133. Roshan Kishore, "Corporate Tax Cut a Bad Gamble," *Hindustan Times*, June 1, 2020, https://www.hindustantimes.com/india-news/corporate-tax-cut-a-bad-gamble/story-mM1aiOUhEgB1oSHcdzCEFI.html.

134. See P. Bhattacharya and T. Kundu, "How Are State Governments Spending on Education, Health, and Irrigation?," *Mint*, April 26, 2017, https://www.livemint.com/Politics/PGqjz0bMYX3uF2rZcIFd7H/How-are-state-governments-spending-on-education-health-and.html; and Christophe Jaffrelot and S. Kalyankar, "Demographic Dividend or Demographic Burden? India's Education Challenge," Institut Montaigne, September 13, 2019, https://www.institutmontaigne.org/en/blog/demographic-dividend-or-demographic-burden-indias-education-challenge.

135. I studied these practices as they took place in Gujarat in part 2 of "Business-Friendly Gujarat under Narendra Modi—the Implications of a New Political Economy," in *Business and Politics in India*, ed. Christophe Jaffrelot, Atul Kohli, and Kanta Murali (New York: Oxford University Press, 2019), 211–33.

136. Christophe Jaffrelot, "From Slowdown to Lockdown: India's Economy and the COVID-19 Shock," Institut Montaigne, Paris, June 11, 2020, https://www.institutmontaigne.org/ressources/pdfs/blog/slowdown-lockdown-policy-brief.pdf.

137. Anjan Basu, "Are India's Public Sector Banks at Their Nadir?," The Wire, March 19, 2018, https://thewire.in/banking/are-indias-public-sector-banks-at-their-nadir.

138. S. Sen, "Who Robs India's Banks?," The Wire, March 17, 2018, https://thewire.in/banking/who-robs-indias-banks; and "Bad Loans Push State-Run Banks Losses to Highest-Ever in FY18: Report," NDTV, May 30, 2018, https://www.ndtv.com/business/state-run-banks-post-total-rs-85-370-crore-loss-in-fy18-report-1860099.

139. "Is the Endgame for NPAs in Sight?," *The Hindu*, February 25, 2018, http://www.thehindu.com/business/Economy/is-the-endgame-for-npas-insight/article22852144.ece?homepage=true.

140. This is not the only cause of the banking crisis. For a detailed analysis, see C. P. Chandrashekhar and J. Ghosh, "The Banking Conundrum: Non-Performing Assets and Neo-Liberal Reform," *Economic and Political Weekly* 53, no. 13 (March 31, 2018): 129–37.

141. Credit Suisse Securities Research and Analytics, *House of Debt*, Zurich, October 21, 2015.

142. Jayati Ghosh, "Can Banking Recover?," *The Hindu*, February 26, 2018, http://www.thehindu.com/opinion/lead/can-banking-recover/article22852646.ece.

143. Jaffrelot, *Business-Friendly Gujarat*.

144. Credit Suisse Securities Research and Analytics, *House of Debt*, 22.

145. S. Chandwani, "How IBC Has Failed to Achieve Its Objectives?," *Lexology*, June 16, 2020, https://www.lexology.com/library/detail.aspx?g=b55bf3a6-6d45-4913-b1d1-b245ab857a97.

முதல் பகுதியின் நிறைவு

1. S. Kumar, "The Youth Vote Made a Difference for the Victory of the BJP," *Research Journal Social Sciences* 22, no. 2 (2014): 45–57.
2. S. Kumar and P. Gupta, "Where Did the BJP Get Its Votes from in 2019?," *Mint*, June 3, 2019, https://www.livemint.com/politics/news/where-did-the-bjp-get-its-votes-from-in-2019-1559547933995.html.
3. P. Suryanarayan, "When Do the Poor Vote for the Right Wing and Why: Status Hier- archy and Vote Choice in the Indian States," *Comparative Political Studies* 52, no. 2 (2019): 209–45.
4. Tariq Thachil, *Elite Parties, Poor Voters: How Social Services Win Votes in India* (Cambridge: Cambridge University Press, 2014).
5. Christophe Jaffrelot and Louise Tillin, "Populism in India," in *The Oxford Handbook of Populism*, ed. Paul Taggart, Cristobal Rovira Kaltwasser, Paulina Ochoa Espejo, and Pierre Os- tiguy (Oxford: Oxford University Press, 2017), 179–94.
6. The total cost of the project is Rs 1 trillion, a huge amount that is bound to add to the Indian debt service, as 80 percent of this money is borrowed from the Japan International Co- operation Agency. "Ahmedabad-Mumbai Bullet Train: India's First High-Speed Rail Project on Track Despite COVID-19; Details," *Financial Express*, July 9, 2020, https://www.financialexpress.com/infrastructure/railways/ahmedabad-mumbai-bullet-train-indias-first-high-speed-rail-project-on-track-despite-covid-19-details/2018591/.

பகுதி 2

1. Sammy Smooha, "The Model of Ethnic Democracy: Israel as a Jewish and Democratic State," *Nations and Nationalism* 8, no. 4 (2002): 479.
2. Smooha, "Model of Ethnic Democracy," 479.
3. Smooha, 486.
4. Cited in Yoav Peled and Doron Navot, "Ethnic Democracy Revisited: On the State of Democracy in the Jewish State," *Israel Studies Forum* 20, no. 1 (Summer 2005): 17.
5. Cited in Sammy Smooha, "Ethnic Democracy: Israel as an Archetype," *Israel Studies* 2, no. 2 (1997): 206–7.
6. Cited in Smooha, "Ethnic Democracy," 207.
7. Smooha, 216.
8. Smooha, 219–20.
9. Smooha, 220.
10. Smooha, 233.
11. Smooha, "Model of Ethnic Democracy," 481.
12. The material I use in this introduction overlaps with the data produced by Katharine Adeney in an article that was published just when the manuscript of this book was completed: "How Can We Model Ethnic Democracy? An Application to Contemporary India," *Nations and Nationalism*, July 24, 2020, https://doi.org/10.1111/nana.12654.

5

1. See the video "I'm Now a Son of Varanasi, Says Narendra Modi," *India Today* (website), May 17,

2014, https://www.indiatoday.in/elections/video/narendra-modi-varanasi-ganga-aarti-amit-shah-453010-2014-05-17.
2. In November 2014, another female faith leader, Niranjan Jyoti, joined Narendra Modi's government. Never had India's Council of Ministers included so many religious figures.
3. A. Kalra, "India Gets Minister for Yoga and Traditional Medicine," Reuters, November 11, 2014, https://www.reuters.com/article/us-india-health-yoga/india-gets-minister-for-yoga-and-traditional-medicine-idUSKCN0IV13M20141111. The creation of the ministry was possibly overdetermined by the influence of Baba Ramdev. R. F. Worth, "The Billionaire Yogi behind Modi's Rise," *New York Times Magazine*, July 26, 2018, https://www.nytimes.com/2018/07/26/magazine/the-billionaire-yogi . . . ckage&version=highlights&contentPlacement=3&pgtype=sectionfront.
4. See, for instance, the remarkable "subalternist" piece by Gyan Pandey, "Rallying Round the Cow: Sectarian Strife in the Bhojpuri Region, c. 1888–1917," in *Subaltern Studies II*, ed. Rana- jit Cuha (Delhi: Oxford University Press, 1983), 60–128.
5. He was referring, by analogy to the Green Revolution, to the boom in the meat industry, making indirect reference to animal blood in slaughterhouses.
6. Shoaib Daniyal, "Why Politicians Can't Resist the Urge to Manipulate Hindu Sentiments around Cow Slaughter," Scroll.in, October 9, 2014, https://scroll.in/article/682814/why-politicians-cant-resist-the-urge-to-manipulate-hindu-sentiments-around-cow-slaughter.
7. In 2013–2014, buffalo meat exports brought in nearly as much income to India as did basmati rice. S. Sharma, "Are India's Rising Meat Exports Providing a Cover for Money Laun- dering?," Scroll. in, June 30, 2014, https://scroll.in/article/668385/are-indias-rising-meat-exports-providing-a-cover-for-money-laundering.
8. It is worth noting that four out of six of the main meat exporters are Hindus. "Out of Six Largest Meat Suppliers in India Four Are Hindus," *Muslim Mirror*, December 4, 2014, http:// muslimmirror.com/eng/out-of-six-largest-meat-suppliers-in-india-four-are-hindus/; and in 2005, Sangeet Som, one of the BJP's most ardent champions of the sacred cow, cofounded with Moinuddin Qureshi—an industry magnate—one of the main halal meat exporting companies to the Middle East, Al-Dua Food Processing. J. Joseph and M. Ali, "Sangeet Som, BJP's Leading Anti-Beef Crusader, Owned a Meat Exporting Company," *The Hindu*, October 10, 2015, https:// www.thehindu.com/news/national/Sangeet-Som-BJP%E2%80%99s-leading-anti-beef-crusader-owned-a-meat-exporting-company/article10149486.ece.
9. D. Nelson, "Drinking Milk from Non-Indian Cows 'Could Make Children Turn to Crime'," *The Telegraph*, April 24, 2015, https://www.telegraph.co.uk/news/worldnews/asia/india/11561612/Drinking-milk-from-non-Indian-cows-could-make-children-turn-to-crime.html.
10. "'Cow Is the Only Animal that Inhales and Exhales Oxygen,' Says Uttarakhand CM," Scroll.in, July 26, 2019, https://scroll.in/latest/931875/cow-is-the-only-animal-that-inhales-and-exhales-oxygen-says-uttarakhand-cm.
11. V. Pathak, "RSS Now Cites Scientific Reasons for Cow Protection," *The Hindu*, Octo- ber 10, 2015,http://www.thehindu.com/news/national/rss-now-cites-scientific-reasons-for-cow-protection/article7744540.ece.
12. S. Daniyal, "Maharashtra's Beef Ban Shows How Politicians Manipulate Hindu Senti- ments around Cow Slaughter," Scroll.in, March 3, 2015, https://scroll.in/article/711064/maharashtras-beef-ban-shows-how-politicians-manipulate-hindu-sentiments-around-cow-slaughter. Petitioned by several parties, the court in Maharashtra eased this law by decriminal- izing the possession of beef as long as the animal had been slaughtered outside the state.

13. A. Saldanha, "More than 99% Indians Now Live in Areas under Cow Protection Laws, Gujarat Has Strictest Rules," *Hindustan Times*, April 29, 2017, https://www.hindustantimes.com/india-news/more-than-99-indians-now-live-in-areas-under-cow-protection-laws-gujarat-has-strictest-rules/story-Z8v4B9skYXyoW79vZ6KHBI.html.

14. Sagari R. Ramdas, "The Sordid Truth about the BJP's Drive against Meat in UP," *The Wire*, April 9, 2017, https://thewire.in/121901/up-illegal-meat-bjp/.

15. Regarding the anticonstitutional aspect of BJP policy toward bovine slaughter, see Madhav Khosla, "What's at Steak? The Constitutional Cost of Beef Ban," *Open*, June 16, 2017, http://www.openthemagazine.com/article/cover-story/what-s-at-steak-the-constitutional-cost-of-beef-ban.

16. Deya Bhattacharya, "Yogi Adityanath's Crackdown on Abattoirs: Religionising of Plates Must Be Countered by Constitutional Checks," Firstpost, April 10, 2017, http://www.firstpost.com/politics/yogi-adityanaths-crackdown-on-abattoirs-religionising-of-plates-must-be-countered-by-constitutional-checks-3376594.html.

17. "Cattle Slaughter Notification: Supreme Court Issues Notice to Centre," *The Hindu*, June 15, 2017, http://www.thehindu.com/news/national/cattle-slaughter-notification-supreme-court-issues-notice-to-centre/article19053422.ece.

18. Apurva Vishwanath, "Govt Tells SC Cattle Slaughter Ban Will Not Be Implemented Immediately," *Mint*, March 16, 2017, http://www.livemint.com/Politics/FA0PVJMR63vlxUua1Mxf3J/Cattle-slaughter-ban-Supreme-Court-asks-Centre-to-file-resp.html.

19. Regarding this conservative trend, see Christophe Jaffrelot, "The Roots and Varieties of Political Conservatism in India" and "The Congress in Gujarat (1917–1969): Conservative Face of a Progressive Party," in "Political Conservatism in India," special issue, *Studies in Indian Politics* 5, no. 2 (November 2017): 205–17 and 248–61.

20. Cited in Satyabrata Pal, "The Perils of Saffron Nationalism," The Wire, March 25, 2016, http://thewire.in/2016/03/25/the-perils-of-saffron-nationalism-25853/. On the constituent assembly debates regarding the identity of India, see C. Jaffrelot, "Composite Culture Is Not Multiculturalism: A Study of the Indian Constituent Assembly Debates," in *India and the Politics of Developing Countries: Essays in Memory of Myron Weiner*, ed. A. Varshney (New Delhi: Sage, 2004), 126–49.

21. Bankim Chandra Chatterji, *Anandmath* (1882; repr., Delhi: Orient Paperbacks, 1992).

22. S. Ramaswamy, *The Goddess and the Nation: Mapping Mother India* (New Delhi: Zubaan, 2011).

23. BJP, "Nationalism: Article of Faith," in "Political Resolution Passed in the BJP National Executive Meeting at the NDMC Convention Centre," press release, March 20, 2016, http://www.bjp.org/en/media-resources/press-releases/political-resolution-passed-in-bjp-national-executive-meeting-at-ndmc-convention-centre-new-delhi-20-03-2016.

24. "Why Mohan Bhagwat Wants the Whole World to Chant 'Bharat Mata Ki Jai,'" *Indian Express*, March 28, 2016, http://indianexpress.com/article/cities/kolkata/want-the-whole-world-to-chant-bharat-mata-ki-jai-mohan-bhagwat/99/print/.

25. "Those Refusing to Say 'Bharat Mata Ki Jai' Should Have No Right to Stay in India: Fadnavis," *Indian Express*, April 3, 2016, http://indianexpress.com/article/cities/mumbai/cm-fadnavis-joins-bharat-mata-ki-jai-chorus/99/print/.

26. "Nitin Gadkari Kicks Up Row, Says We Are a Government of 'Ram Bhakts,'" *Indian Express*, January 22, 2015, http://indianexpress.com/article/india/india-others/nitin-gadkari-kicks-up-row-says-we-are-a-government-of-ram-bhakts/.

27. Sushma Swaraj and M. L. Khattar were speaking before members of the Global Inspiration and Enlightenment Organization of Gita, commemorating the 5,151st anniversary of this holy text. Representatives of some twenty foreign embassies were present. "Sushma Pushes for Declaring

Bhagavad Gita as National Scripture," *The Hindu*, December 7, 2014, http://www.thehindu.com/news/national/sushma-pushes-for-declaring-bhagwad-gita-as-national-scripture/article6670252.ece.

28. "Sushma Swaraj's Suggestion on Bhagwada Gita against Secularism, Say NCP & SP; Congress Remains Silent," *Indian Express*, December 8, 2014, http://indianexpress.com/article/india/politics/sushma-swarajs-suggestion-on-bhagwada-gita-against-secularism-ncp-sp/.

29. "Sushma Swaraj's Call for Making Gita 'National Scripture' an Effort to Make India a Hindu Nation: NDA Ally, Opposition," *Indian Express*, December 8, 2014, http://indianexpress .com/article/india/india-others/nda-ally-opposes-gita-as-rashtriya-granth/.

30. "Union Minister Anantkumar Hegde Kicks Up Row with Remarks on Secularism" *The Hindu*, December 24, 2017, http://www.thehindu.com/news/national/karnataka/hegde-kicks -up-a-fresh-row-with-remarks-on-secularism/article22271584.ece?homepage=true; and "Parlia- ment Winter Session Live Updates: Opposition Demands Anantkumar Hegde's Resignation; Both Houses Adjourned," *Indian Express*, December 27, 2017, http://indianexpress.com/article/india/parliament-winter-session-...adjournment-motion-anantkumar-hegdes-constitution-remark-5000571/.

31. A Sangh Parivar ideologue who speaks more freely than members of the government, K. N. Govindacharya, moreover said in 2016 that revision of the Constitution was indeed on the Hindu nationalist agenda: "We believe that Indian society and its cultural reality should be included in the Constitution Our Constitution is so vague, non-specific and basically a continuation of western philosophies of Hobbes, Locke and Kant. It is individual-centric and focused on his physical wellbeing. Our civilisation goes back 4,000–5,000 years." "RSS Ideo- logue Govindacharya: 'We Will Rewrite the Constitution to Reflect Bharatiyata,'" interview by Vrinda Gopinath, The Wire, June 20, 2016, https://thewire.in/politics/rss-ideologue-govindacharya-we-will-rewrite-the-constitution-to-reflect-bharatiyata. Appointed by the Modi government to head the Indira Gandhi National Centre for Arts, Ram Bahadur Rai, a veteran RSS member, also recommended reforming the Constitution, which he viewed as a sign of India's continuing "enslavement." "Ambedkar's Role in the Constitution Is a Myth," *Outlook*, June 13, 2016, https://www.outlookindia.com/magazine/story/ambedkars-role-in-the -constitution-is-a-myth/297259. Regarding Hindu nationalist plans to revise the Constitution, see Kuldip Kumar, "RSS and the Constitution: Ram Bahadur Rai's Comments Come at an Inopportune Moment," The Wire, June 9, 2016, http://thewire.in/2016/06/09/rss-and-the -constitution-ram-bahadur-rais-comments-come-at-an-inopportune-moment-41657/.

32. Aarefa Johari, "Controversial MP Sakshi Maharaj Has a Trail of Rape and Murder Charges behind Him," Scroll.in, January 10, 2015, https://scroll.in/article/699597/controversial-mp-sakshi-maharaj-has-a-trail-of-rape-and-murder-charges-behind-him; and R. M. Chaturvedi, "A Look at BJP MP Sakshi Maharaj's Long List of Crimes," *Economic Times*, Octo- ber 21, 2015, http://m.economictimes.com/news/politics-and-nation/a-look-at-bjp . . . -sakshi-maharajs-long-list-of-crimes/amp_articleshow/49474193.cms.

33. "What Do These Nathuram Godse Fans Have in Common? They Are All Followed by PM Modi on Twitter," Alt News, October 2, 2017, https://www.altnews.in/godse-fans-common-followed-pm-modi/.

34. "BJP Lawmaker Sakshi Maharaj Calls Gandhi Assassin Nathuram Godse a 'Patriot,' Then Retracts," NDTV, December 11, 2014, https://www.ndtv.com/india-news/bjp-lawmaker-sakshi-maharaj-calls-gandhi-assassin-nathuram-godse-a-patriot-then-retracts-711854.

35. The RSS could resist the rise to power of Narendra Modi even less effectively after his 2014 victory. When Modi supported the candidature of Amit Shah, his closest confidant, to the post of BJP

president, after the incumbent, Rajnath Singh, had become minister, the RSS tried to contain this new offensive. An RSS official who requested anonymity told Dhirendra K. Jha, "Complete control over the government and the party by one person would not be in the inter- est of the Sangh Parivar In the entire Sangh Parivar in Gujarat, it is Modi's men who take alldecisions, and the detractors simply have no place in it. The Sangh cannot allow that to happen in the rest of the country." Dhirendra K. Jha, "Is the RSS against Amit Shah Becoming BJP President?," Scroll. in, June 2, 2014, http://scroll.in/article/666023/Is-the-RSS-against-Amit-Shah-becoming-BJP-president/.

36. Pavan Dahat, "Don't Allow Govt. to Overshadow BJP: RSS," *The Hindu*, July 19, 2014, http://www.thehindu.com/news/national/dont-allow-govt-to -overshadow-bjp -rss/article6226682.ece. These recommendations did not only arise from apprehensions about Modi's modus operandi but also from the memories of the Vajpayee government. According to Dilip Deodhar, "Amit Shah definitely got instructions on Friday to make the BJP no less power- ful than the government. Another trend witnessed during the previous NDA regime was the organisation of the BJP had followed the mantra of 'Delhi to Galli' (Delhi to street.'" Cited in Jha, "RSS against Amit Shah."

37. This was discussed by senior RSS leaders and BJP ministers at Modi's house in July 2014. "BJP, RSS Discuss Contentious Issues," *The Hindu*, July 24, 2014, http://www.thehindu.com/news/national/bjprss-leaders-meet/article6245802.ece.

38. "In Govt-RSS Tango, 5 Ministers Meet Sangh," *Indian Express*, October 29, 2014, https://indianexpress.com/article/india/politics/in-govt-rss-tango-5-ministers-meet-sangh/.

39. Ashutosh Bhardwaj, "Banning RSS Members from Joining Govt Service Unjust: Man- mohan Vaidya," *Indian Express*, June 11, 2016, http://indianexpress.com/article/india/india-news-india/banning-rss-members-from-joining-govt-service-unjust-manmohan-vaidya-2846534/.

40. "Bhaiyji Joshi Visits Tinbigha Corridor," *The Organiser*, October 12, 2014.

41. "Five BJP Veterans Appointed as New Governors," NDTV, July 14, 2014, https://www.ndtv.com/india-news/five-bjp-veterans-appointed-as-new-governors-588266.

42. Shubhangi Khapre, "RSS Chief on DD BJP Lashes Out at Congress, Asks Why Did You Block Broadcast till Now?" *Indian Express*, October 4, 2014, https://indianexpress.com/article/india/india-others/rss-chief-on-dd-bjp-lashes-out-at-congress-asks-why-did-you-block-broadcast-till-now/.

43. M. Ghatwai, "Everyone Living in India Is Hindu, Says RSS Chief Mohan Bhagwat," *In- dian Express*, February 9, 2017, http://indianexpress.com/article/india/everyone-living-in-india-is-hindu-says-rss-chief-mohan-bhagwat/Page; and "RSS Chief Mohan Bhagwat Says All Hindustanis Are Hindus, Triggers Controversy," *Indian Express*, August 11, 2014, http:// indianexpress.com/article/india/politics/rss-chief-mohan-bhagwat-says-all-hindustanis-are-hindus-triggers controversy/.

44. "RSS Chief Mohan Bhagwat Says All Hindustanis Are Hindus, Triggers Controversy," *Indian Express*, October 12, 2014, https://indianexpress.com/article/india/politics/rss-chief-mohan-bhagwat-says-all-hindustanis-are-hindus-triggers-controversy/.

45. "Anybody Living in India Is Hindu: RSS Chief Mohan Bhagwat," *Times of India*, Decem- ber 18, 2017, https://timesofindia.indiatimes.com/india/anybody-living-in-india-is-hindu-rss-chief/articleshow/62107639.cms.

46. Madhuparna Das, "RSS Leader Mohan Bhagwat Justifies 'Ghar Wapsi,' Says Will Bring Back Our Brothers Who Have Lost Their Way," *Indian Express*, December 21, 2014, https:// indianexpress.com/article/india/politics/bhagwat-dares-oppn-says-if-dont-like-conversion-bring-law-against-it/.

47. T. A. Johnson, "Days before SC Hearing, RSS Chief Mohan Bhagwat Rules: Only Ram Temple

Will Be Built in Ayodhya," *Indian Express*, November 25, 2017, https://indianexpress.com/article/india/days-before-sc-hearing-rss-chief-mohan-bhagwat-rules-only-ram-temple-will-be-built-in-ayodhya-4953218/.

48. "Article 35A Must Go: Mohan Bhagwat in J-K," *Indian Express*, October 1, 2017, https:// indianexpress.com/article/cities/jammu/article-35a-must-go-jammu-kashmir-rss-leader-4869153/.

49. The RSS English-language weekly, *The Organiser*, devotes one of its weekly columns to teaching the history of India to children. Prateek Paul, "Children and Ideology: Interrogating Hindu Nationalism in *The Organiser*," (master's thesis, Ambedkar University, Delhi, 2018).

50. *The Organiser* thus lamented in 2015 that "in the name of secularism we have excluded our youth from the rich legacy of our literature and scriptures It is time to talk of 'Indianisa-tion' of Indian history. Let us build a nation with the youth strong enough to proclaim their pride across the spectrum of the globe." K. N. Rao, "Indianisation of Indian history," *The Organ- iser*, July 19, 2015.

51. Dhirendra K. Jha, "RSS Sets Up Panel to Supervise Saffronisation of Education," Scroll.in, August 2, 2014, https://scroll.in/article/672545/rss-sets-up-panel-to-supervise-saffronisation-of-education.

52. S. N. Vijetha, "Historians Protest as Delhi University Purges Ramayana Essay from Syl- labus," *The Hindu*, October 15, 2011, https://www.thehindu.com/news/national/Historians-protest-as-Delhi-University-purges-Ramayana-essay-from-syllabus/article13372074.ece.

53. Aarefa Johari, "The Textbook Vigilante: Meet the Man Who Got Doniger's Book on Hinduism Withdrawn," Scroll.in, February 12, 2014, https://scroll.in/article/656157/the-textbook-vigilante-meet-the-man-who-got-donigers-book-on-hinduism-banned.

54. Regarding this issue, which bothers many Indians, even in the scientific community, see Rohan Venkataramakrishnan, "Aryan Migration: Everything You Need to Know about the New Study on Indian Genetics," Scroll.in, April 2, 2018, https://scroll.in/article/874102/aryan-migration-everything-you-need-to-know-about-the-new-study-on-indian-genetics; and Tony Joseph, "How Genetics Is Settling the Aryan Migration Debate," *The Hindu*, June 16, 2017, https://www.thehindu.com/sci-tech/science/how-genetics-is-settling-the-aryan-migration-debate/article19090301.ece.

55. Ravi Kumar, "Nalanda: 9 Million Books Burnt in 1193 by Bakhtiyar Khilji Nalanda," *My India My Glory*, accessed September 27, 2020, https://www.myindiamyglory.com/2017/09/11/nalanda-9-million-books-burnt/.

56. *The Muslim Issue* blog went on and on about this topic. Its URL was very revealing: https://themuslimissue.wordpress.com/2015/08/31/islamic-invasion-of-india-the-greatest-genocide-in-history/. It has been suspended for violating WordPress's terms of service and is no longer available.

57. Shoaib Daniyal, "Five Things Hindutva Historians Are Obsessed With," Scroll.in, July 7, 2014, https://scroll.in/article/669435/five-things-hindutva-historians-are-obsessed-with.

58. "Interview of the Week: We Need to Indianise Historical Research—Prof. Y. Sudershan Rao," *The Organiser*, October 19, 2014.

59. Switching from history to geography, Rao explained on his blog: "We already have his- tory in form of Puranas, Ithiasas and Kavyas. What we need is to identify our ancient historical events in their proper geographical locations. This would enable us to authenticate our history from Puranas." Alokparna Das, "On His Blog, How to Back History Up with Puranas," *Indian Express*, July 16, 2014, https://indianexpress.com/article/india/india-others/on-his-blog-how-to-back-history-up-with-puranas/. In July 2014, Rao also said, "The stories of the *Ramayan* and the *Mahabharat* cannot be termed a-historical just because there is not enough archaeological hard evidence." (B.

K. Mohanty, "*Mahabharat* Historian Gets Research Reins," *The Telegraph*, July 3, 2014, https://www.telegraphindia.com/1140703/jsp/nation/story_18576515.jsp#.U7jcrfmSx5J. This lack of distinction between history and mythology is typical of Hindu national- ism. See S. P. Udaykumar, *"Presenting" the Past: Anxious History and Ancient Future in Hindutva India* (Westport, CT: Praeger, 2005). See also Daniyal, "Five Things Hindutva Historians"; and Harbans Mukhia, "Between History and Mythology," *The Hindu*, July 17, 2014, https://www.thehindu.com/opinion/op-ed/between-history-and-mythology/article6218099.ece.

60. Rupam Jain and Tom Lasseter, "By Rewriting History, Hindu Nationalists Aim to Assert Their Dominance over India," Reuters, March 6, 2018, https://www.reuters.com/investigates/special-report/india-modi-culture/?utm_source=Twitter&utm_medium=Social.
61. Cited in Jain and Lasseter, "By Rewriting History."
62. Jain and Lasseter.
63. Omar Rashid, "Saffronisation of Education Good for India, Says Minister," *The Hindu*, June 19, 2016, https://www.thehindu.com/news/national/Saffronisation-of-education-good-for-India-says-Minister/article14431919.ece?css=print.
64. M. Lall, "Indian Education Policy under the NDA Government," in *Coalition Politics and Hindu Nationalism*, ed. K. Adeney and L. Saez (London: Routledge, 2005), 153–68.
65. Sylvie Guichard, *The Construction of History and Nationalism in India: Textbooks, Contro- versies and Politics* (London: Routledge, 2010).
66. Lars Tore Flaten, "Spreading Hindutva through Education: Still a Priority for the BJP?," *India Review* 16, no. 4 (2017): 377–400.
67. Achin Vanaik, *The Rise of Hindu Authoritarianism: Secular Claims, Communal Realities* (London: Verso, 2017), 365.
68. Science textbooks underwent 573 modifications, and social science textbooks, 316. Ritika Chopra, "From Swachh Bharat, Noteban to Ganga and Digital India: Govt Schemes Enter NCERT Textbooks," *Indian Express*, June 1, 2018, https://indianexpress.com/article/education/from-modis-swachh-bharat-noteban-to-ganga-and-digital-india-govt-schemes-enter-ncert-textbooks-5199426/.
69. Hari Vasudevan, "Not by the Book," *Indian Express*, June 15, 2018, https://indianexpress.com/article/opinion/columns/ncert-cbse-text-book-development-committee-5217818/.
70. Ritika Chopra, "New Icons in NCERT Books: Bajirao to Maharana Pratap," *Indian Ex- press*, June 1, 2018, https://indianexpress.com/article/education/new-icons-in-ncert-books-bajirao-to-maharana-pratap-5196491/?12345.
71. Disha Nawani, "Modifying School Textbooks," *Economic and Political Weekly* 53, no. 29 (July 21, 2018), https://www.epw.in/journal/2018/29/commentary/modifying-school-textbooks.html.
72. Aarefa Johari, "Blowing Birthday Candles Is against Indian Culture, Says Man Who Is Now on Gujarat School Library Reading Lists," Scroll.in, July 26, 2014, https://scroll.in/article/671677/blowing-birthday-candles-is-against-indian-culture-says-man-who-is-now-in-gujarat-school-syllabus; and Ritika Chopra, "Dinanath Batra's Moral Science and Verse Will Enter Haryana Textbooks," *Indian Express*, September 28, 2015, http://indianexpress.com/article/india/india-others/dinanath-batras-moral-science-and-verse-will-enter-haryana-textbooks/?SocialMedia.
73. Chopra, "Dinanath Batra's Moral Science."
74. Chopra.
75. Sharat Kumar, "Rajasthan Rewrites History: Maharana Pratap, Not Akbar, Won Battle of Haldighati," *India Today*, July 25, 2015, https://www.indiatoday.in/india/story/maharana-pratap-not-akbar-

won-battle-of-haldighati-rajasthan-history-book-1026240-2017-07-25.

76. C. Jaffrelot and Pradyumna Jairam, "BJP Has Been Effective in Transmitting Its Version of Indian History to Next Generation of Learners," *Indian Express*, November 16, 2019, https:// indianexpress.com/article/opinion/columns/education-ours-and-theirs-6121982/.

77. Mahim P. Singh, "Jawaharlal Nehru Erased from Rajasthan School Textbook," *Indian Express*, May 8, 2016, http://indianexpress.com/article/india/india-news-india/jawaharlal-nehru-erased-from-rajasthan-school-textbook-2789754/99/print/.

78. Sujata Anandan, "Rewriting History; More about Politics and Less about Education?," *National Herald*, August 16, 2017, https://www.nationalheraldindia.com/education/rewriting-history-more-about-politics-and-less-about-education.

79. Sneha Chowdhury, "After Maharashtra, UP Government Proposes to Remove the Mu- ghals from History Textbooks," NewsClick, September 18, 2017, https://www.newsclick.in/after-maharashtra-government-proposes-remove-mughals-history-textbooks.

80. Madhur Sharma, "Silent Burial for Sher Shah Suri, Mughal Empire in DU New Syllabus," Newslaundry, May 16, 2018, https://www.newslaundry.com/2018/05/16/delhi-university-history-syllabus-she-shah-suri-mughal-empire.

81. P. K. Maitra, "RSS Role in 'Nation-Building' Now a Part of Maharashtra Varsity's Sylla- bus," *Hindustan Times*, July 9, 2019, https://www.hindustantimes.com/india-news/rss-role-in-nation-building-now-a-part-of-maharashtra-varsity-s-syllabus/story-C6Wbw0GyDmyjOw iNZGKbg J.html.

82. "BJP All Set to Test UP School Students on Hindutva Propaganda," The Wire, August 2, 2017,https://thewire.in/163836/bjp-distributes-booklets-to-up-students-on-modi-yogi-government-schemes/.

83. R. Belur, "Karnataka Government Drops Chapter on Tipu Sultan from Class 7 Book,"*Deccan Herald*, July 28, 2020, https://www.deccanherald.com/state/karnataka-government-drops-chapter-on-tipu-sultan-from-class-7-book-866603.html.

84. "Units on Tipu Sultan, Constitution Reduced as Karnataka Govt Cuts School Syllabi," The Wire, July 28, 2020, https://thewire.in/education/units-on-tipu-sultan-constitution-reduced-as-karnataka-govt-cuts-school-syllabi.

85. T. Sanghera, "Modi's Textbook Manipulations," *Foreign Policy*, August 6, 2020, https:// foreignpolicy.com/2020/08/06/textbooks-modi-remove-chapters-democracy-secularism-citizenship/.

86. "In Lucknow University, Exam Paper Becomes Loyalty Test," The Wire, March 19, 2018, https://thewire.in/uncategorised/lucknow-university-question-paper-narendra-modi-bjp/?utm_source=twpage.

87. "In Lucknow University."

88. The minister for human resource development viewed the rewriting of school textbooks as a means to teach India's "glorious past." Ritika Chopra, "More Space in Classes VI to X NCERT Books for Ancient Indian Knowledge Systems, Tradition," *Indian Express*, June 1, 2018, https://indianexpress.com/article/education/ncert-school-books-class-six-to-ten-indian-knowledge-system-tradition-5195025/.

89. "Darwin Theory Wrong; No One Has Seen Ape Turning into Man, Says MoS Satyapal Singh," *The Hindu*, January 20, 2018, https://www.thehindu.com/news/national/darwin-theory-wrong-no-one-has-seen-ape-turning-into-man-says-mos-satyapal-singh/article22481927.ece?homepage=true.

90. Vasudevan Mukunth, "Dear Minister: An Indian Did Try to Fly but He Definitely Didn't Invent the Aeroplane," The Wire, September 20, 2017, https://thewire.in/179334/satya-pal-

singh-ancient-vimana-shivkar-talpade-research/.
91. "Sita's Birth from Earthen Pot Shows Test Tube Baby Concept Existed during Ramayana, Says UP Deputy CM Dinesh Sharma," *Hindustan Times*, June 1, 2018, https://www.hindustantimes.com/india-news/sita-s-birthfrom-eart…g-ramayana-says-dinesh-sharma/story-MySwttLXluiNG7KBg5AhuI.html.
92. "Rajasthan Education Minister Believes Brahmagupta Discovered Gravity 1,000 Years before Newton," Scroll.in, January 9, 2018, https://scroll.in/latest/864353/rajasthan-education-minister-believes-brahmagupta-discovered-gravity-a-1000-years-before-newton.
93. "Cancer Is Divine Justice for Sins Committed: Assam Health Minister," The Wire, No- vember 23,2011,https://thewire.in/199137/cancer-divine-justice-sins-committed-assam-health-minister/.
94. "Cow Is the Only Animal."
95. M. Rahman, "Indian Prime Minister Claims Genetic Science Existed in Ancient Times,"*The Guardian*, October 28, 2014, https://www.theguardian.com/world/2014/oct/28/indian-prime-minister-genetic-science-existed-ancient-times.
96. Anosh Malekar, "Darkness at Dawn: The Murders of Narendra Dabholkar, Govind Pan- sare and MM Kalburgi," *The Caravan*, August, 2016, http://www.caravanmagazine.in/reportage/darkness-at-dawn.
97. Jean-Thomas Martelli and Baris Ari, "From One Participant Cohort to Another: Survey- ing Intergenerational Political Incubation in an Indian University," *India Review* 17, no. 3 (2018): 263–300.
98. Ashok Swain, "JNU VC Jagadesh Kumar Does Not Seem Fit for His Job," Daily O, July 26, 2017, https://www.dailyo.in/voices/jnu-vc-rss-tanks-patriotism-hypernationalism/story/1/18597.html.
99. F. Iftikhar, "JNU Spending on Security Up, Research Budget Down," *Hindustan Times*, October 5, 2020, https://www.hindustantimes.com/delhi-news/jnu-spending-on-security-up-research-budget-down/story-XYRxiddp16Ma24phZHuCPL.html.
100. "Fines Mar the Start of New Semester at JNU," *Indian Express*, July 23, 2018, https:// indianexpress.com/article/cities/delhi/fines-mar-the-start-of-new-semester-at-jnu-5270467/.
101. "2017 JNU Admissions—Over 80% Seat Cut for Researchers," Sabrangindia, March 25, 2017, https://sabrangindia.in/article/2017-jnu-admissions-over-80-seat-cut-researchers; and Aranya Shankar, "UGC Tightens Purse Strings, JNU V-C Says Research Will Suffer," *Indian Express*, May 3, 2017, http://indianexpress.com/article/education/ugc-tightens-purse-strings-jnu-v-c-says-research-will-suffer-4638104/.
102. On the way, "the vice chancellor arrogated himself the power to finalise the panel of experts, as part of the recruitment process." See Hartosh Singh Bal, "The Takeover," *The Cara- van*, April, 2019, https://caravanmagazine.in/reportage/how-rss-infiltrating-india-intellectual-spaces.
103. Ananya Shakar, "Faculty Selection in JNU: Cracks on Campus," *Indian Express*, June 25, 2018,https://indianexpress.com/article/education/faculty-selection-in-jnu-cracks-on-campus-5042818/.
104. Ajoy Ashirwad Mahaprashasta, "Allegations of Political Bias in Faculty Hiring the Latest Battleline in JNU," The Wire, January 18, 2018, https://thewire.in/education/allegations-political-bias-faculty-hiring-latest-battleline-jnu.
105. Ajoy Ashirwad Mahaprashasta, "New JNU Appointees Caught in Plagiarism Charges," The Wire, April 3, 2018, https://thewire.in/education/jnu-scholars-plagiarism-vc.
106. Express News Service, "ABVP Man, Witness in JNU Sedition Case, Appointed Asst Professor," *Indian Express*, December 7, 2019, https://indianexpress.com/article/cities/delhi/abvp-man-witness-in-jnu-sedition-case-appointed-asst-professor-6154588/; Renu Sain, "JNU Clears Appointment of

Admin of WhatsApp Group Involved in Jan 5 Violence?," NewsClick, February 22, 2020, https://www.newsclick.in/jnu-clears-appointment-admin-whatsapp-group-involved-jan-5-violence.

107. U. Vishnu, "New Faultlines in JNU after Deep Cuts in Research Seats," *Indian Express*, April 11, 2017, https://indianexpress.com/article/india/new-faultlines-in-jnu-after-deep-cuts-in-research-seats-4608207/; "JNUSU Seeks Lok Sabha Help over 'Reservation Violation,'" *Indian Express*, April 5, 2018, https://indianexpress.com/article/cities/delhi/jnusu-seeks-lok-sabha-help-over-reservation-violation-5123729/.

108. Ayesha Kidwai, "The Many Reasons Behind the Anger in JNU," The Wire, March 6, 2018, https://thewire.in/229713/jnu-hiring-attendance-students-admission/; and K. Nagarajan, "How JNU Flouted Procedure to Revise Admission Criteria, Ignoring and Aggravating Con- cerns of Caste Discrimination," *The Caravan*, January 29, 2017, http://www.caravanmagazine.in/vantage/jnu-admission-caste-discrimination.

109. I am grateful to Jean-Thomas Martelli for this information.

110. Jean-Thomas Martelli, "The Spillovers of Competition: Value-Based Activism and Po- litical Cross-Fertilization in an Indian Campus," *SAMAJ: South Asia Multidisciplinary Academic Journal* 22 (2019), https://doi.org/10.4000/samaj.6501.

111. A. Kumar, "JNU VC Sends Notice to 48 Teachers, Union Calls It 'Vindictive Targeting,'" The Wire, August 1, 2019, https://thewire.in/education/jnu-vice-chancellor-teachers-notice.

112. Kumar, "JNU VC Sends Notice."

113. Sanjay Baru, "Don't Destroy My University," *Indian Express*, August 7, 2018, https://indianexpress.com/article/opinion/columns/higher-studies-jawaharlal-nehru-university-indian-students-stduying-abroad-5294734/.

114. Arpan Rai, "JNUTA Referendum: 279 of 300 Profs Who Voted Feel VC Should Resign," The Quint, August 8, 2018, https://www.thequint.com/news/education/jawaharlal-nehru-university-teachers-referendum-against-vc-mamidala-jagadesh-kumar.

115. Afzal Guru was found guilty of taking part in the plot that led to the attack on the Indian parliament by an Islamist commando in December 2001. The Indian courts sentenced him to death in 2006, and he was hanged in 2012. See Arundhati Roy, *The Hanging of Afzal Guru and the Strange Case of the Attack on the Indian Parliament* (New Delhi: Penguin, 2013).

116. "ABVP Protests against Pro-Afzal Guru Event at Jawaharlal Nehru University," Scroll.in, February 10, 2016, https://scroll.in/latest/803342/abvp-protests-against-screening-of-pro-afzal-guru-film-at-jawaharlal-nehru-university.

117. Priyanka Dubey, "Student Days—The Age of ABVP," *The Caravan*, October, 2017, http://www.caravanmagazine.in/reportage/age-of-abvp.

118. Dubey, "Student Days."

119. Dubey.

120. "Anti-India Acts Won't Be Tolerated: Rajnath Singh on JNU Row," *Economic Times*, February 12,2016,https://economictimes.indiatimes.com/news/politics-and-nation/anti-india-acts-wont-be-tolerated-rajnath-singh-on-jnu-row/articleshow/50957307.cms?utm_source=contentofinterest&utm_medium=text&utm_campaign=cppst.

121. The faculty and the student body demonstrated great solidarity during this ordeal, which did not prevent internal debates, in particular in the course of a public lecture series on the theme "What is the Indian nation?" The texts can be found in R. Azad, J. Nair, M. Singh, andM. Sinha Roy, eds., *What the Nation Really Needs to Know: The JNU Nationalism Lectures* (New Delhi: HarperCollins, 2016).

122. "At Patiala House Court, Group of Lawyers Turns Violent, Attack JNU Students, Media," *Indian Express*, February 15, 2015, http://indianexpress.com/article/india/india-news-india/jnu-kanhaiya-kumar-patiala-house-court-lawyers-media-attacked/99/print/. See also Rohan Venkataramakrishnan, "'We'll Break Your Phones and Your Bones': Journalists and JNU Students Attacked in Court," Scroll.in, February 16, 2016, http://scroll.in/article/803619/well-break-your-phones-and-your-bones-journalists-attacked-at-jnu-trial-court.
123. Anjali Mody and Mayank Jain, "Propaganda War: Sangh Parivar Takes to the Streets to Paint JNU as a 'Den of Traitors,'" Scroll.in, February 16, 2016, http://scroll.in/article/803644/propaganda-war-sangh-parivar-takes-to-the-streets-to-paint-jnu-as-a-den-of-traitors.
124. The text of the petition, written in the form of an open letter, is available on the internet: "JNU Events Signal Culture of Authoritarian Menace'," *The Hindu*, February 17, 2016, http://www.thehindu.com/news/national/jnu-events-signal-culture-of-authoritarian-menace/article8245492.ece?css=print.ar.
125. Sara Hafeez, "JNU Row: Now, Delhi Police Seek Zee's Camera, Chip for Afzal Guru Event Footage," *Indian Express*, February 21, 2016, http://indianexpress.com/article/india/india-news-india/jnu-protest-kanhaiya-kumar-arrest-afzal-guru-event/99/print/.
126. "Three out of Seven JNU Clips 'Doctored,'" *Indian Express*, March 1, 2016, http:// indianexpress.com/article/india/india-news-india/three-out-of-seven-jnu-clips-doctored/99/print/; and M. Janwalkar, "Words like 'Gun' Inserted in Kanhaiya Speech Video: Report on JNU Row," *Indian Express*, March 3, 2016, http://indianexpress.com/article/india/india-news-india/words-like-gun-inserted-in-kanhaiya-speech-video-report-on-jnu-row/99/print/.
127. Vishwa Deepak, "Zee News Journalist Quits in Disgust over JNU Coverage, Tells All in Letter," The Wire, February 21, 2016, http://thewire.in/2016/02/22/zee-news-reporter-quits-in-disgust-over-jnu-coverage-tells-all-in-letter-22290.
128. Narwal in fact explained that he had suggested the ABVP burn the *Laws of Manu*, an ancient Sanskrit text that codified the caste system, to demonstrate the organization's progres- sive credentials, but he was alone in supporting the idea. Jahnavi Sen, "Beating Up People for the Flag Is Not Nationalist, Say Ex-ABVP JNU Unit Members," The Wire, February 20, 2016, http://thewire.in/2016/02/20/beating-up-people-for-the-flag-is-not-nationalist-say-ex-abvp-jnu-unit-members-22177/.
129. The government of Delhi, led by a Modi opponent, Arvind Kejriwal, filed suit against ZeeTV.
130. Quoted in "Do Not Disagree: JNU Arrests over Afzal Guru Event Are Ill-Judged, Threat- ens Basic Rights," *Indian Express*, February 13, 2016, https://indianexpress.com/article/opinion/editorials/afzal-guru-film-jnu-student-protest-do-not-disagree/.
131. Jean-Thomas Martelli and Khaliq Parkar, "Diversity, Democracy, and Dissent: A Study on Student Politics in JNU," *Economic and Political Weekly* 53, no. 11 (March 17, 2018), https:// www.epw.in/engage/article/diversity-democracy-dissent-study-student-politics-JNU.
132. Cited in "Twitterati Can't Get Over BJP MLA's Condom Count at JNU," *Indian Express*, February 23, 2016, http://indianexpress.com/article/trending/trending-in-india/bjp-mla-drugs-sex-condoms-in-jnu/. The same BJP MLA added in May 2016 that "rapes happen daily in JNU. It is hub of criminal activities." "After Condom Remark, Rajasthan BJP MLA Now Says Rapes Happen Everyday in JNU," *Indian Express*, May 25, 2016, http://indianexpress.com/article/india/india-news-india/after-condo . . . -rajasthan-bjp-mla-now-says-rapes-happen-everyday-in-jnu/99/print/.
133. "JNU Students Ate Beef, Worshipped Mahishasur: Police Report," *The Hindu*, Febru- ary 18, 2016, http://m.thehindu.com/news/national/jnu-students-ate-beef-worshipped-mahishasur-police-

report/article8249694.ece.
134. "Smriti Irani Briefs RSS, ABVP Members on Rohith Vemula, JNU Issues," *Indian Ex- press*, March 8, 2016, http://indianexpress.com/article/india/india-news-india/smriti-irani-briefs-rss-abvp-members-on-rohith-vemula-jnu-issues/99/print/.
135. Supriya Sharma and Rohan Venkataramakrishnan, "'Insidious Intimidation': Delhi Po- lice Knock on the Doors of Journalists Covering the JNU Row," Scroll.in, February 22, 2016, http://scroll.in/article/803975/insidious-intimidation-delhi-police-visit-homes-of-journalists-covering-the-jnu-row.
136. "JNU Row: Court Extends Police Custody of Umar Khalid, Anirban Bhattacharya by 2 More Days," *Indian Express*, February 27, 2016, http://indianexpress.com/article/india/india-news-india/jnu-row-co . . . stody-of-umar-khalid-anirban-bhattacharya-by-2-more-days/99/print/.
137. "JNU Tense after Violence at Film Screening Sparks Protests," *Indian Express*, April 9, 2018, http://indianexpress.com/article/cities/delhi/jnu-tense-after-violenc . . . lm-screening-sparks-protests-5155530/lite/?_twitter_impression=true.
138. Regarding the crackdown on a peaceful march in March 2018, see S. Visvanathan, "Through a Glass Darkly: A Witness Account of the Aftermath of JNU's Protest March," The Wire, March 29, 2018, https://thewire.in/education/through-a-glass-darkly-a-witness-account-of-the-aftermath-of-jnus-protest-march.
139. "In Solidarity against JNU Administration's 'Witch-Hunt against Dissenting Voices,'" The Wire, March 29, 2018, https://thewire.in/education/in-solidarity-against-jnu-administrations-witch-hunt-against-dissenting-voices.
140. M. Singh Manral, "JNU January 5 Violence: Police Give Themselves a Clean Chit,"*Indian Express*, November 19, 2020, https://indianexpress.com/article/cities/delhi/jnu-january-5-violence-police-give-themselves-a-clean-chit-7056658/.
141. Zainab Ahmed, "Najeeb Disappearance Case: Is ABVP Scared of Supporting a Fair Investigation?," InUth, December 22, 2016, https://www.inuth.com/india/campus-watch/najeeb-disappearance-case-is-abvp-scared-of-supporting-a-fair-investigation/; and "Consider- ing Filing Closure Report in Missing JNU Student Najeeb Ahmed Case: CBI to Delhi HC," *Indian Express*, July 12, 2018, https://indianexpress.com/article/india/considering-filing-closure- . . . t-in-missing-jnu-student-najeeb-ahmed-case-cbi-to-delhi-hc-5257025/.
142. Prashant Pandey, "Ranchi Professor Suspended for Inviting 'Mentor of Anti-Nationals' from JNU," *Indian Express*, March 30, 2016, http://indianexpress.com/article/india/india-news-india/ranchi-profe . . . r-suspended-for-inviting-mentor-of-anti-nationals-from-jnu/99/print/.
143. U. Sarkar, "Jodhpur: University Professor Suspended for Inviting JNU's Nivedita Menon to a Conference," Scroll.in, February 16, 2017, https://scroll.in/latest/829577/jodhpur-university-professor-suspended-for-inviting-jnus-nivedita-menon-to-a-conference.
144. Umar Khalid narrowly escaped a murder attempt perpetrated by two Hindu nationalists militants who presented themselves as *gau rakshak* (cow protectors) in August 2018. "Delhi Police Nabs Two Men for Attempting to Murder Umar Khalid," *Edexlive*, August 20, 2018,https://www.edexlive.com/news/2018/aug/20/delhi-police-nabs-two-men-for-attempting-to-murder-umar-khalid-3704.html.
145. "Ramjas College Violence: A Timeline," *Times of India*, March 2, 2017, https:// timesofindia.indiatimes.com/city/delhi/ramjas-college-violence-a-timeline/articleshow/57378475.cms.
146. The letter he left is accessible at "My Birth Is My Fatal Accident; Rohit Vemula's Searing Indictment of Social Prejudices," The Wire, January 17, 2017, https://thewire.in/politics/rohith-vemula-letter-a-powerful-indictment-of-social-prejudices.

147. Nandini Sundar, "Academic Freedom and Indian Universities," *Economic and Political Weekly* 53, no. 24 (June 16, 2018), https://www.epw.in/journal/2018/24/special-articles/academic-freedom-and-indian-universities.html.
148. Nandini Sundar with Gowhar Fazili, "Growing Restrictions on Academic Freedom," Indian Cultural Forum, September 1, 2020, https://indianculturalforum.in/2020/09/01/growing-restrictions-on-academic-freedom/#1.
149. Snigdha Poonam, *Dreamers: How Young Indians are Changing the World* (London: Hurst, 2018), 151–188.
150. In addition to universities, the case of the Tata Institute of Social Sciences in Mumbai and the Film Institute in Pune warrant special mention on account of their governing bodies' attitudes. "Protests at Film Institute in Pune after Actor-BJP Member Gajendra Chauhan Is Appointed Chief," NDTV, June 13, 2015, https://www.ndtv.com/india-news/protests-at-film-institute-in-pune-after-actor-bjp-member-gajendra-chauhan-is-appointed-chief-771313.
151. Amitav Rajan, "Foreign-Aided NGOs Are Actively Stalling Development, IB Tells PMO in a Report," *Indian Express,* June 7, 2014, https://indianexpress.com/article/india/india-others/foreign-aided-ngos-are-actively-stalling-development-ib-tells-pmo-in-a-report/.
152. Rohini Mohan, "Narendra Modi's Crackdown on Civil Society in India," *New York Times*, January 9, 2017, https://www.nytimes.com/2017/01/09/opinion/narendra-modis-crackdown-on-civil-society-in-india.html.
153. "Rs 12,500 Cr from Abroad and Only 2% NGOs Report It: Home Ministry," *Indian Express*, June 16, 2014, http://indianexpress.com/article/india/india-others/rs-12500-cr-from-abroad-and-only-2-ngos-report-it-home-ministry/.
154. Himradri Ghosh, "Under Modi Government, Foreign Funding of NGOs Has Come Down," Newslaundry, May 20, 2016, https://www.newslaundry.com/2016/05/20/under-modi-government-foreign-funding-of-ngos-has-come-down.
155. "FCRA Licenses of 10,117 NGOs Cancelled, UP and AP Top the List," News Minute, April 28, 2015, https://www.thenewsminute.com/article/fcra-licenses-10117-ngos-cancelled-and-ap-top-list.
156. Mausami Singh, "FCRA Licence of 20,000—or More than 50 per cent—of India's NGOs Cancelled," *India Today*, December 27, 2016, http://indiatoday.intoday.in/story/fcra-licence-of-20-000-of-india-ngos-cancelled/1/843912.html; and "FCRA licences of 20,000 NGOs cancelled," *Indian Express*, December 27, 2017, http://indianexpress.com/article/india/fcra-licences-of-20000-ngos-cancelled-4447423/. According to the Home Ministry, "over 40,000 NGOs were registered under FCRA till 2011 but the numbers have approximately halved after government tightened norms in 2014." R. Tripathi, "MHA Cancels FCRA Licences of 1,300 NGOs," *Economic Times*, November 8, 2019, https://economictimes.indiatimes.com/news/politics-and-nation/mha-cancels-fcra-licences-of-1300-ngos/articleshow/71964523.cms?utm_source=contentofinterest&utm_medium=text&utm_campaign=cppst.
157. V. Singh, "Parliament Proceedings. Government Tables Bill to Amend Foreign Contri- bution (Regulation) Act," September 20, 2020, https://www.thehindu.com/news/national/parliament-proceedings-government-tables-bill-to-amend-foreign-contribution-regulation-act/article32652630.ece.
158. A. Behar, "Behind the New Rules for NGOs to Get Foreign Funds, a Clear Political Message—Fall in Line," Scroll.in, September 24, 2020, https://scroll.in/article/973909/behind-the-new-rules-for-ngos-to-get-foreign-funds-a-clear-political-message-fall-in-line.
159. A short list was compiled by Meenakshi Ganguly, "Targeting NGOs Hurt Those Most in Need," *Asian Age*, December 22, 2016, http://www.asianage.com/india/all-india/221216/targeting-

ngos-hurt-those-most-in-need.html.
160. The ANHAD website to which I was about to refer the interested reader has been shut down. The domain name is for sale.
161. See the website this link leads to: http://www.lawyerscollective.org.
162. Rahul Tripathi, "FCRA Licence of Indira Jaising's NGO Lawyers Collective Cancelled," *Indian Express*, December 7, 2016, http://indianexpress.com/article/india/indira-jaising-ngos-fcra-licence-cancelled-4414280/.
163. A. Bhuyan, "Documenting Anand Grover, Indira Jaising's Fight for Human Rights over the Years," The Wire, June 20, 2019, https://thewire.in/law/documenting-anand-grover-india-jaisings-fight-for-human-rights-over-the-years.
164. "Crackdown on Lawyers Collective, State Targeting Activists Again!," Sabrang, July 1, 2019, https://sabrangindia.in/article/crackdown-lawyers-collective-state-targeting-activists-again.
165. See her autobiography, Teesta Setalvad, *Foot Soldier of the Constitution: A Memoir* (New Delhi: LeftWord Books, 2017).
166. For further detail, see Christophe Jaffrelot, "Gujarat 2002: What Justice for the Victims?," *Economic and Political Weekly* 47, no. 8 (February 25, 2012), https://www.epw.in/journal/2012/08/special-articles/gujarat-2002-what-justice-victims.html.
167. Those are the terms, paradoxical to say the least, of the criminal charges drawn up by the ad hoc Bari Committee (named for its chair, who was also vice-chancellor of the Central University of Gujarat), whom the minister of human resource development had tasked with investigating specific allegations: Setalvad's misappropriation of funds were raised to build a museum to commemorate victims of the pogrom. See Shyamlal Yadav, "HRD Sets Up Panel to Probe Allegations against Teesta NGO," *Indian Express*, March 6, 2015, http://indianexpress.com/article/india/india-others/hrd-sets-up-panel-to-probe-allegations-against-teesta-ngo/; and Apoorvanand, "The Surgical Strikes on Teesta Setalvad Continue with the Bari Report, and We Should All Be Ashamed," Scroll.in, October 24, 2016, https://scroll.in/article/819646/the-surgical-strikes-on-teesta-setalvad-continue-with-the-bari-report-and-we-should-all-be-ashamed.
168. "Ford Foundation Freezes Funding to India as Modi Sarkar Clamps Down on NGOs," Firstpost, July 14, 2015, https://www.firstpost.com/blogs/life-blogs/ford-foundation-freezes-funding-to-india-as-modi-sarkar-clamps-down-on-ngos-2342146.html.
169. Cited in Ganguly, "Targeting NGOs."
170. Tripathi, "MHA Cancels FCRA Licences."
171. R. Tripathi, "Govt Set to Amend FCRA; Aadhar to be Mandatory for Registration," *Economic Times*, September 22, 2020, https://economictimes.indiatimes.com/news/economy/policy/govt-set-to-amend-fcra-aadhar-to-be-mandatory-forregistration/articleshow/78216211.cms?utm_source=contentofinterest&utm_medium=text&utm_campaign=cppst.
172. "Amnesty Halts India Ops Due to Govt's 'Reprisal', Approaches HC," The Quint, September 29, 2020, https://www.thequint.com/news/india/amnesty-international-stops-operations-in-india.
173. S. Yasir and H. Kumar, "Amnesty International Shutters Offices in India, Citing Government Attacks," *New York Times*, September 29, 2020, https://www.nytimes.com/2020/09/29/world/asia/india-amnesty-international.html.
174. J. Puri, "Sculpting the Saffron Body: Yoga, Hindutva, and the International Market-place," in *Majoritarian State: How Hindu Nationalism Is Changing India*, ed. A. Chatterji, T. B. Hansen, and C. Jaffrelot (Hurst, London, 2019), 317.

6

1. Chapter 16, which lists "internal threats," discusses Muslims, Christians, and Communists— far more powerful at the time than they are today and eminently secularist—in that order. M. S. Golwalkar, *Bunch of Thoughts* (1966; repr. Bangalore: Jagarana Prakashana, 1980), 233–64.
2. Subramanian Swamy, *Hindus under Siege: The Way out* (New Delhi, Har-Anand, 2006), 29
3. Swamy, *Hindus under Siege*, 55. 4. Swamy, 72–75.
5. Swamy, 5.
6. Gujarat offers a good illustration of the first instance and Odisha of the second. See Chris- tophe Jaffrelot, "The BJP at the Centre: A Central and Centrist Party?," in *The BJP and the Compulsions of Politics*, ed. Thomas Blom Hansen and Christophe Jaffrelot (Delhi: Oxford Uni- versity Press, 2001), esp. the section entitled "Gujarat, a Laboratory for Hindu Nationalism," 356–63; and Angana Chatterji, *Violent Gods: Hindu Nationalism in India's Present; Narratives from Orissa* (Gurgaon, India: Three Essays, 2009).
7. The first Christian symbol the Modi government attacked was Christmas, which it sug- gested replacing with another celebration, "Good Governance Day," during which schools would remain open, a measure that Human Resource Development Minister Smriti Irani had to renege on following a turbulent session in parliament. "Uproar in Lok Sabha over 'Order' to Keep Schools Open on X'Mas Day," *Economic Times*, December 15, 2014, http://economictimes.indiatimes.com/articleshow/45522034.cms?utm_source=contentofinterest&utm_medium=text&utm_campaign=cppst.
8. In January 2018, hundreds of ABVP activists stormed St. Mary's College in Vidisha (Mad- hya Pradesh) to perform this ritual, prompting the Catholic School Association to petition the courts. "Catholic School Association Moves Madhya Pradesh HC, Seeks Protection from ABVP," The Wire, January 15, 2018, https://thewire.in/213861/catholic-school-association-moves-madhya-pradesh-hc-seeks-protection-abvp/.
9. Claire Lesegretain, "En Inde, les nationalistes exigent des prières hindoues dans les écoles catholiques," *La Croix*, January 6, 2018, https://www.la-croix.com/Religion/Catholicisme/Monde/En-Inde-nationalistes-exigent-prieres-hindoues-ecoles-catholiques-2018-01-06-1200903927.
10. Aarti Dhar, "Mother Teresa's Aim Was Conversion, Says Bhagwat," *The Hindu*, Febru- ary 24, 2015,http://www.thehindu.com/news/national/mother-teresas-aim-was-conversion-says-bhagwat/article6926462.ece.
11. Christophe Jaffrelot, "Militant Hindus and the Conversion Issue (1885–1990): From Shuddhi to Dharm Parivartan; The Politization and the Diffusion of an 'Invention of Tradition,'" in *The Resources of History: Tradition and Narration in South Asia*, ed. Jackie Assayag (Paris: EFEO, 1999), 127–52.
12. "Mother Teresa Part of Conspiracy for 'Christianization' of India: BJP MP Yogi Aditya- nath," *Indian Express*, June 21, 2016, http://indianexpress.com/article/india/india-news-india/mother-teres . . . -christianisation-of-india-says-bjp-mp-adityanath-2866131/99/print/.
13. Cited in John Dayal, "Why the Christian Community Should Steer Clear of the RSS 'Hand of Friendship'," Scroll.in, February 11, 2016, http://scroll.in/article/802921/why-the-christian-community-should-steer-clear-of-the-rss-hand-of-friendship.
14. "Compassion Has Ended Its Program in India," Compassion International, March 2017, accessed April 4, 2018, https://www.compassion.com/india-update.htm.
15. Sandeep Singh, "Compassion International Reached End of Road for Its Operation in India for Diverting Money to Non-FCRA Registered Organisations," *The Organiser*, March 19, 2017, http://organiser.org//Encyc/2017/3/14/Compassion-International—Not-above-Law.aspx.

16. Sarah Zylstra, "Compassion: 145,000 Children Could Lose Sponsorship by Christmas," *Christianity Today*, December 9, 2016, http://www.christianitytoday.com/news/2016/december/compassion-international-child-sponsorship-india-christmas.html.
17. Ellen Barry and Suhasini Raj, "Major Christian Charity Is Closing India Operations amid a Crackdown," *New York Times*, March 7, 2017, https://mobile.nytimes.com/2017/03/07/world/asia/compassion-interna . . . ristian-charity-closing-india.html?referer=https://t.co/tFbmNw3Jvx.
18. Sashank Bangali, "An Indian Charity Battled Caste-Based Discrimination for Three De- cades. Then It Became a Target," *Los Angeles Times*, January 18, 2017, http://www.latimes.com/world/la-fg-india-charity-2017-story.html.
19. Suhasini Haider and Vijata Singh, "No 'Compassion' for NGO in India Leaves Kerry Worried," *The Hindu*, September 4, 2016, http://www.thehindu.com/news/national/No-'compassion'-for-NGO-in-India-leaves-Kerry-worried/article14623228.ece?css=print&homepage=true.
20. Varghese K. George, "US Hails India's Easing of Curbs on Compassion International," *The Hindu*, October 19, 2016, http://m.thehindu.com/news/international/us-will-continue-to-push-for-ngos/article9240838.ece.
21. Dayal, "Why the Christian Community."
22. In Delhi, five churches were vandalized in two months in 2015. "Another Delhi Church Vandalised," *The Hindu*, February 3, 2015, http://www.thehindu.com/news/cities/Delhi/south-delhi-church-vandalised/article6847721.ece.
23. "Church Vandalised in Haryana, Cross Replaced with Hanuman Idol," *The Hindu*, March 15, 2015, http://www.thehindu.com/news/national/other-states/church-vandalised-in-haryana-cross-replaced-with-hanuman-idol/article6996137.ece.
24. "Mob 'Chanting Jai Sri Ram' Vandalises Church in Chhattisgarh," Scroll.in, March 6, 2016, https://scroll.in/latest/804690/mob-chanting-jai-sri-ram-vandalises-church-in-chhattisgarh.
25. "Mangalore Church Vandalised Days after Modi's Call for Tolerance," *India Today*, Febru- ary 25, 2015, https://www.indiatoday.in/india/north/story/mangalore-church-vandalised-modi-call-religious-tolerance-241889-2015-02-25.
26. "Church Vandalized in Jharkhand, USCIRF Raises Alarm," Clarion, June 26, 2020, https://clarionindia.net/church-vandalised-in-jharkhand-uscirf-raises-alarm/.
27. S. Thomas, "Pastor Whipped and Beaten by the Police in Uttar Pradesh," Counter Cur- rents, September 3, 2020, https://countercurrents.org/2020/09/pastor-whipped-and-beaten-by-the-police-in-uttar-pradesh/.
28. A. Bari Masoud, "During Lockdown 135 Cases of Hate Crime and Violence against Chris- tians in India: Evangelical Commission," *Muslim Mirror*, July 14, 2020, http://muslimmirror.com/eng/despite-lockdown-135-cases-of-hate-crime-and-violence-against-christians-in-india-evangelical-commission/.
29. "135 incidents against evangelicals reported in India in the first half of 2020," Evangelical Focus, July 14, 2020, https://evangelicalfocus.com/world/7048/135-incidents-against-evangelicals-reported-in-india-in-the-first-half-of-2020.
30. "Police Detain Carol-Singing Group in Madhya Pradesh's Satna," *The Hindu*, Decem- ber 15, 2017, http://www.thehindu.com/news/national/other-states/police-detain-carol-singing-group-in-madhya-pradeshs-satna/article21716250.ece?homepage=true.
31. "Pastor Shot Dead outside Church in Ludhiana," NDTV, July 16, 2016, https://www.ndtv.com/ludhiana-news/pastor-shot-dead-outside-church-in-ludhiana-1725439.
32. Church in Chains, *Official India: On the Side of the Militants; An Analysis of the Persecution of Christians*

in India with the Tacit Approval of Police and Government Officials (July– December 2017), Dublin, February 2018, accessed, December 25, 2020, http://www.churchinchains.ie/wp/wpcontent/uploads/2018/01/India-Persecution-Report-Jul-Dec-2017-WEB.pdf.

33. Church in Chains, *Official India*.
34. "Ludhiana Pastor Murder: Three Months on, Cops Fail to Crack Case, 'Withdraw' Kin's Security," *Hindustan Times*, October 9, 2017, https://www.hindustantimes.com/punjab/ludhiana-pastor-murder-three-months-on-cops-fail-to-crack-case-withdraw-kin-s-security/story-tayKSolXiJEFLIQeC9DCRN.html.
35. "Christian Persecution Rising in India," Release International, March 20, 2020, https://releaseinternational.org/christian-persecution-rising-in-india/.
36. *Martyrs for Jesus Christ: January to June 2020*, Persecution Relief Half-Yearly Report, July 2020, https://cdn.countercurrents.org/wp-content/uploads/2020/07/Persecution-Relief-Half-Yearly-Report-2020.pdf.
37. Note that the defense of secularism by a Catholic cardinal illustrates our analysis of this ism not in terms of *laïcité* but of equal recognition of all creeds by the state.
38. Liz Mathew, "Country Being Divided, Losing Faith in Govt, Says Catholic Body," *Indian Express*, December 22, 2017, http://indianexpress.com/article/india/country-being-divided-losing-faith-in-govt-catholic-body-4993755/.
39. Julio Ribeiro, "As a Christian, Suddenly I Am a Stranger in My Own Country, Writes Julio Ribeiro," *Indian Express*, March 17, 2017, http://indianexpress.com/article/opinion/columns/i-feel-i-am-on-a-hit-list/.
40. Gary Azavedo, "Rising Communal Violence in India Most Dangerous of All Social Dis- trusts: Archbishop Ferrao," *Times of India*, April 5, 2018, https://timesofindia.indiatimes.com/india/rising-communal-violence-in-india-most-dangerous-of-all-social-distrusts-archbishop-ferrao/articleshow/63633384.cms?.
41. Liz Mathew, "Rajnath Singh, Amit Shah Delhi Archbishop for 2019 poll remark," *Indian Express*, May 23, 2018, https://indianexpress.com/article/india/call-for-prayers-before-2019 . .. rnment-delhi-archbishop-anil-couto-rajnath-singh-amit-shah-5187350/.
42. "Catholic Head Meets Rajnath," *The Hindu*, May 24, 2018, https://www.thehindu.com/news/national/catholic-head-meets-rajnath/article23980853.ece?homepage=true.
43. Julio Ribeiro, "A Prayer for Secularism: Hindu Rashtra, which Would Make My Country a Saffron Pakistan, Is Profoundly Anti-National," *Times of India*, May 28, 2018 https://blogs.timesofindia.indiatimes.com/toi-edit-page/a-prayer-for-secularism-hindu-rashtra-which-would-make-my-country-a-saffron-pakistan-is-profoundly-anti-national/.
44. Social media enables Hindu nationalist officials to diffuse their anti-Muslim comments widely. Tripura's governor, Tathagata Roy, for instance, relished in the violence perpetrated against the Rohingyas in Myanmar, viewing it as revenge for the massacre of Hindus in West Bengal during Partition in 1947. He tweeted, "A bit of historic justice. Buddhist retribution for Hindu and Chakma genocide in East Bengal. The wheel grinds slowly but surely." Tathagata Roy, September 4, 2017, https://twitter.com/tathagata2/status/904752428523954176.
45. See Saeed Naqvi's autobiographical account, *Being the Other: The Muslim in India* (New Delhi: Aleph, 2016).
46. Pragya Kaushika, "Muslims Don't Vote Us (BJP) since We Are Patriotic: MP Parvesh Verma," *Indian Express*, December 20, 2016, http://indianexpress.com/article/india/parvesh-verma-muslim-remark-bjp-muslims-dont-vote-us-bjp-4436206/.
47. C. Bell, "Indian Politician: 'Taj Mahal Built by Traitors,'" *BBC News*, October 16, 2017, http://

www.bbc.com/news/world-asia-india-41635770.

48. "Another Stab at Taj Mahal's Heritage," *The Hindu*, October 16, 2017, http://www.thehindu.com/news/national/other-states/sangeet-som-terms-mughal-emperors-traitors-questions-taj-mahal-history/article19870060.ece. See also "Who Is Sangeet Som?," *Indian Ex- press*, October 18, 2017, http://indianexpress.com/article/who-is/who-is-sangeet-som-taj-mahal-history-muslims-hindu-4893208/.

49. Yogi Adityanath, the chief minister of Uttar Pradesh, who had said a few months before that the Taj Mahal did not reflect Indian culture, was obliged to distance himself from Som, concluding that the monument warranted respect at least out of consideration for the Hindu workers who built it.

50. S. Pandey, "Yogi Rechristens Mughal Museum after Shivaji, BJP Leaders Want Taj Mahal to Be Declared 'Tejolay,'" *Deccan Herald*, September 15, 2020, https://www.deccanherald.com/national/national-politics/yogi-rechristens-mughal-museum-after-shivaji-bjp-leaders-want-taj-mahal-to-be-declared-tejolay-887923.html.

51. Hindu nationalist circles have long been practiced in the art of dissimulation. See the introduction to Christophe Jaffrelot, ed., *The Sangh Parivar: A Reader* (New Delhi: Oxford University Press, 2005). After the 1998 elections, K. N. Govindacharya, a senior BJP official, stated that Vajpayee, the moderate, was only a "mask," the actual party leader being L. K. Advani. "Govindacharya Calls Vajpayee 'Mask,' Lands BJP in Crisis," Rediff.com, accessed Septem- ber 27, 2020, http://m.rediff.com/news/oct/16bjp.htm.

52. Lalmani Verma and T. A. Johnson, "Who Loves Love Jihad," *Indian Express*, September 7, 2014, http://indianexpress.com/article/india/india-others/who-loves-love-jihad/.

53. This is one reason why Muslim films stars in Bollywood have been the particular targets of Hindu nationalists—the other explanation for this relentless persecution is their incredible popularity. Regarding the attacks against two Muslim figures in Hindi films, see Swati Chaturvedi, *I Am a Troll: Inside the Secret World of the BJP's Digital Army* (New Delhi: Jugger- naut, 2016), 66–68.

54. Lalmani Verma, "As 12 Seats in UP Prepare to Vote, 2 RSS Magazines Discuss 'Love Jihad,'" *Indian Express*, September 6, 2014, http://indianexpress.com/article/india/india-others/as-12-seats-in-up-prepare-to-vote-2-rss-magazines-discuss-love-jihad/.

55. Cited in Verma, "12 seats in UP."

56. "Report: Hindus Need to Act Tough against 'Love Jihad,'" *The Organiser*, April 19, 2015, http://organiser.org//Encyc/2015/5/2/Report—Hindus-need-to-act-tough-against-'Love-Jihad'.aspx.

57. Shoaib Daniyal, "Five Charts that Puncture the Bogey of Muslim Population Growth," Scroll. in, June 11, 2018, https://qz.com/379773/five-charts-that-puncture-the-bogey-of-muslim-population-growth/.

58. Verma and Johnson, "Who Loves Love Jihad." A specialist on the issue of interfaith mar- riages in India, Jyoti Punwani, points out that many of those she studied did not involve the spouse's conversion. J. Punwani, "Myths and Prejudices about 'Love Jihad,'" *Economic and Po- litical Weekly* 49, no. 42 (October 18, 2014): 12–15. But Hindu nationalists peddle the opposite idea, as seen in their 2014–2015 campaign targeting of the actress Kareena Kapoor, married to a Muslim, whom they Photoshopped to show her face half covered with a full veil, a garment she does not wear as a Hindu.

59. Interfaith marriages were officially made possible by the Special Marriage Act of 1954.

60. The nexus between the Bajrang Dal and lawyers in the Uttar Pradesh courts is well docu- mented by Mohammed Ali, "The Rise of a Hindu Vigilante in the Age of WhatsApp and Modi," *Wired*, April 14,

2020, https://www.wired.com/story/indias-frightening-descent-social-media-terror/.

61. Abhishek Dey, "Court Informers and Mohalla Spies: How Hindutva Groups in North India Stop Inter-Faith Marriages," Scroll.in, August 5, 2018, https://scroll.in/article/888931/court-informers-and-mohalla-spies-how-hindutva-groups-in-north-india-stop-inter-faith-marriages.
62. "Operation Juliet: Busting the Bogey of 'Love Jihad,'" Cobrapost, October 4, 2015, http://cobrapost.com/blog/operation-juliet-busting-the-bogey-of-love-jihad-2/900.
63. "Operation Juliet."
64. "Operation Juliet."
65. This tactic sent ten Muslims from Meerut District to prison, where it was difficult to obtain their release, even after the woman who gave false testimony retracted her statement— bravely so given the pressure she was under from the VHP. Irena Akbar, "As 'Love Jihad' Charge Falls Flat, Families of Ten Accused Wait for End of Ordeal," *Indian Express*, October 19, 2014, http://indianexpress.com/article/india/uttar-pradesh/as-love-jihad-charge-falls-flat-families-of-ten-accused-wait-for-end-of-ordeal/; and S. Roychoudhury, "As Meerut 'Love Jihad' Victim Retracts Her Claim, VHP Claims Conspiracy by UP Government," Scroll.in, October 14, 2014, https://scroll.in/article/683544/as-meerut-love-jihad-victim-retracts-her-claim-vhp-claims-conspiracy-by-up-government.
66. "Operation Juliet."
67. "Operation Juliet."
68. "Operation Juliet."
69. Mohammad Ali, "Bajrang Dal Disrupts Interfaith Couple's Marriage in Meerut," *The Hindu*, September 28, 2017, http://www.thehindu.com/news/national/other-states/bajrang-dal-di . . . aith-couples-marriage-in-meerut/article19769190.ece?homepage=true; and "Uttar Pradesh: Muslim Man Attacked as He Goes to Marry Hindu Woman at Ghaziabad Court," Scroll.in, July 24, 2018, https://amp.scroll.in/latest/887797/uttar-pradesh-muslim-man-attac .. . to-marry-hindu-woman-at-ghaziabad-court? twitter_impression=true.
70. Ali, "Rise of a Hindu Vigilante."
71. In Gujarat and Madhya Pradesh, many parents have appealed to the Bajrang Dal. Christophe Jaffrelot, "The Militias of Hindutva: Between Communal Violence, Terrorism and Cul- tural Policing," in *Armed Militias of South Asia: Fundamentalists, Maoists and Separatists*, ed. Laurent Gayer and Christophe Jaffrelot, trans. C. Schoch, G. Elliott, and R. Leverdier (London: Hurst, 2009), 199–235.
72. "Hindu-Muslim Couple Gets Married amid High Security in Karnataka," *Indian Express*, April 18, 2016, http://indianexpress.com/article/india/india-news-india/hindu-muslim-couple-gets-married-amid-high-security-in-karnataka-2758177/.
73. Milind Ghatwai, "Hindu Girl Marries Muslim Boy, Police Say Marriage Not Valid," *In- dian Express*, December 29, 2014, http://indianexpress.com/article/india/india-others/hindu-girl-marries-muslim-boy-police-say-marriage-not-valid/.
74. Varghese K. George, "Top Cops Divided on 'Love Jihad'," *The Hindu*, September 21, 2014, https://www.thehindu.com/news/national/top-cops-divided-on-love-jihad/article6430631.ece.
75. Milind Ghatwai, "Advocates, Right-Wing Activists Prevent Inter-Religious Marriage in Bhopal," *Indian Express*, October 14 2014, http://indianexpress.com/article/india/india-others/advocates-right-wing-activists-prevent-inter-religious-marriage-in-bhopal/.
76. The judges also explained their decision in these words: "A girl aged 24 years is weak and vulnerable, capable of being exploited in many ways. Her marriage being the most important decision in her life, can also be taken only with the active involvement of her parents." Julien Bouissou, "En Inde, le fantasme du 'love jihad' gagne du terrain," *Le Monde*, December 8, 2017, http://

www.lemonde.fr/m-actu/article/2017/12/08/en-inde-le-fantasme-du-love-jihad-gagne-du-terrain_5226779_4497186.html#ccXsLOViorkgbPDP.99.

77. Regarding this case, see Vijaita Singh, "NIA to File Report on 'Love Jihad'," *The Hindu*, October 29, 2017, http://www.thehindu.com/news/national/nia-to-file-report-on-love-jihad/article19945302.ece?homepage=true; "Supreme Court Orders NIA to Probe Conversion of Kerala Woman to Islam," The Wire, August 16, 2017, https://thewire.in/law/supreme-court-kerala-nia-conversion; A. Vishwanath, "Supreme Court Goes after 'Love Jihad,' Sparks Fears of Overreach," ThePrint, August 16, 2017, https://theprint.in/report/supreme-court-goes-after-love-jihad-sparks-fears-of-overreach/6678/.

78. Lalmani Verma, "'Love Jihad' on Official Agenda of BJP's UP Unit, Meet Today," *Indian Express*, August 24, 2014, http://indianexpress.com/article/india/politics/love-jihad-on-official-agenda-of-bjps-up-unit-meet-today/.

79. Lalmani Verma, "BJP Puts Uttar Pradesh Campaign into Gear, Asks, 'Does Religion Give Them Licence to Rape?,'" *Indian Express*, August 24, 2014, http://indianexpress.com/article/india/politics/bjp-puts-up-campaign-into-gear-asks-does-religion-give-them-licence-to-rape/.

80. Lalmani Verma, "Filing 6 Cases a Day over 9 Months, UP's Anti-Romeo Squad Keeps a BJP Promise," *Indian Express*, January 24, 2018, http://indianexpress.com/article/india/uttar-pradesh-anti-romeo-police-scorecard-1700-cases-six-a-day-bjp-yogi-adityanath-5036857/.

81. Deep Mukherjee, "Rajasthan Hacking: WhatsApp Group with BJP MP, MLA as Mem- bers Hail Killer," *Indian Express*, December 10, 2017, http://indianexpress.com/article/india/rajasthan-hacking-whatsapp-group-with-bjp-mp-mla-as-members-hail-killer-4975919/.

82. Kavita Srivastava, "Fourth Rajasthan Lynching Demonstrates Indoctrination of Hate,"*Indian Express*, December 9, 2017, http://indianexpress.com/article/opinion/fourth-rajasthan-lynching-demonstrates-indoctrination-of-hate-4975098/.

83. "RSS Affiliate Plans to Marry 2,100 Muslim Women to Hindu Men from Next Week," Scroll.in, December 1, 2017, https://scroll.in/latest/859907/rss-affiliate-plans-to-marry-2100-muslim-women-to-hindu-men-from-next-week.

84. "Child Marriage Will Put an End to 'Love Jihad,' Says BJP MLA Gopal Parmar," *India Today*, May 6, 2018, https://www.indiatoday.in/india/story/child-marriage-will-put-an-end-to-love-jihad-says-bjp-mla-gopal-parmar-1227492-2018-05-06.

85. Shyamlal Yadav, "Agra a Blip, RSS to Step Up 'Ghar Wapsi,'" *Indian Express*, December 11, 2014, http://indianexpress.com/article/india/india-others/agra-a-blip-rss-to-step-up-ghar-wapsi/.

86. Milind Ghatwai, "Want to Protect Hindus Today and 1,000 Years from Now: Pravin Togadia," *Indian Express*, December 22, 2014, http://indianexpress.com/article/india/india-others/will-raise-hindu-population-of-country-to-100-says-togadia/.

87. Ghatwai, "Want to Protect Hindus Today."

88. Manjari Katju, "The Politics of Ghar Wapsi," *Economic and Political Weekly* 50, no. 1 (January 3, 2015): 23.

89. VHP leaders told journalists from *The Hindu* that "those Muslims or Christians who reconvert to Hinduism in such programmes would be allowed to choose a caste for themselves once the VHP has investigated the tradition, faith, and culture of the convert's ancestors." Suhrith Parthasarathy, "Conversion and Freedom of Religion," *The Hindu*, December 23, 2014, http://www.thehindu.com/opinion/lead/conversion-and-freedom-of-religion/article6716638.ece.

90. Cited in Santosh Singh, "Babri Demolition Was Show of Hindu Unity, Don't Stop Ghar Wapsi: Adityanath to Govt," *Indian Express*, December 15, 2014, http://indianexpress.com/article/india/india-others/babri-demolition-was-show-of-hindu-unity-dont-stop-ghar-wapsi-

adityanath-to-govt/.
91. Cited in Singh, "Babri Demolition Was Show."
92. Madhuparna Das, "RSS Leader Mohan Bhagwat Justifies 'Ghar Wapsi,' Says Will Bring Back Our Brothers Who Have Lost Their Way," *Indian Express*, December 21, 2014, http:// indianexpress.com/article/india/politics/bhagwat-dares-oppn-says-if-dont-like-conversion-bring-law-against-it/.
93. The requested donation amounts were Rs 500,000 to convert a Muslim and 200,000 to convert a Christian. M. Ali, "Hindutva Group Seeks Donations for Aligarh 'Conversion Camp,'" *Indian Express*, December 12, 2014, http://www.thehindu.com/news/national/hindutva-group-seeks-donations-for-aligarh-conversion-camp/article6686093.ece.
94. Venkitesh Ramakrishnan and Divya Trivedi, "By Means Mostly Foul," *Frontline*, Decem- ber 22, 2014, http://www.frontline.in/the-nation/by-means-mostly-foul/article6715484.ece.
95. S. Mishra, "Family Planning," *The Week*, January 18, 2015, 32.
96. Venkaiah Naidu, the BJP minister who brought the idea of an anticonversion law before parliament, deemed that "thousands of crores of rupees are being pumped into the country to convert people." Venkaiah Naidu, "Conversions Have Been Going on for 200 Years," interview by S. Mishra, *The Week*, January 18, 2015, 34.
97. Arun Sharma, "After Many Reconverted in 'Ghar Wapasi,' Christians Allege Boycott,"*Indian Express*, March 22, 2018, https://indianexpress.com/article/india/after-many-reconverted-in-ghar-wapasi-christians-allege-boycott-5106529/.
98. Rohini Chatterji, "Shamli: Bajrang Dal Activist Force 'Ghar Wapsi' on Dalit Man Who Had Converted to Islam," *Huffington Post*, April 26, 2018, https://www.huffingtonpost.in/2018/04/26/shamli-bajrang-dal-acti . . . -had-converted-to-islam_a_23420600/?ncid=tweetlnkinh pmg00000001.
99. "21 Year Old Aligarh Youth Converts to Islam, Arrested," *Muslim Mirror*, May 21, 2018, http://muslimmirror.com/eng/21-year-old-aligarh-youth-converts-to-islam-arrested/.
100. Christophe Jaffrelot and Charlotte Thomas, "Facing Ghettoisation in 'Riot-City': Old Ahmedabad and Juhapura between Victimisation and Self-Help," in *Muslims of Indian Cities: Trajectories of Marginalization*, ed. Laurent Gayer and Christophe Jaffrelot (London: Hurst, 2012), 43–79.
101. Concerning this rather technical aspect, see Christophe Jaffrelot and Sharik Lalivala, "The Segregated City," *Indian Express*, May 26, 2018, http://indianexpress.com/article/opinion/columns/muslims-in-india-hindus-jains-gujarat-love-jihad-5191304/.
102. Aditi Vatsa, "Muslim Family in Meerut Buys House in Hindu Area: 'Being Accused of Land Jihad,'" *Indian Express*, December 21, 2017, http://indianexpress.com/article/india/muslim-family-in-meerut-buys-house-in-hindu-area-being-accused-of-land-jihad-4992204/.
103. Anjali Mody, "Gurgaon Namaaz Disruption Brings Majoritarian Bullying in Plain Sight of Aspirational India," Scroll.in, May 6, 2018, https://amp.scroll.in/article/878040/with-gurgaon-namaaz-disruption-...s-to-the-plain-sight-of-aspirational-india?__twitter_impression=true.
104. A government minister in Haryana, Anil Vij, reinforced this idea. Darab Mansoor Ali, "Muslims Shouldn't Read Namaaz in Public Spaces: Haryana CM Khattar," The Quint, May 7, 2018, https://www.thequint.com/news/india/secular-india-friday-namaaz-stopped-by-hindu-groups-in-gurugram.
105. Sakshi Dayal, "Gurgaon Outfits Demand: Allow Namaz Only in Areas with over 50% Muslims," *Indian Express*, May 1, 2018, http://indianexpress.com/article/india/gurgaon-outfits-demand-allow-namaz-only-in-areas-with-over-50-muslims-5157790/.
106. "On Namaz Row Haryana Chief Minister Khattar Clarifies, 'Haven't Spoken about Stopping Anyone,'" NDTV, accessed June 1, 2018, https://www.ndtv.com/india-news/haryana-chief-

minister-ml-khattar-says-namaz-should-be-read-in-mosques-not-public-spaces-1847926.
107. However, the impact on rural society of Hindu nationalist activities, including cow protection, and riots, such as the one that took place in the villages of Muzaffarnagar district in 2013, has also been significant. See N. Verma, "'Gau Raksha' Has Made Me a Stranger in My Own Village," The Wire, July 6, 2019, https://thewire.in/religion/gau-raksha-bihar-ramnavami.
108. Apurva and Aditi Vatsa, "BJP Leader's Son among 15 Named in Dadri Lynching Chargesheet," *Indian Express*, December 24, 2015, http://indianexpress.com/article/india/india-news-india/bjp-leaders-son-among-15-named-in-dadri-lynching-chargesheet/99/print/.
109. Harsh Mander, "A Country for the Cow: The Chronicle of a Visit to Cow Vigilante Victim Pehlu Khan's Village," Scroll.in, April 25, 2017, https://scroll.in/article/print/835315/; Harsh Mander, "Pehlu Khan, One Year Later," *Indian Express*, April 21, 2018, http://indianexpress.com/article/opinion/columns/pehlu-khan-rajasthan-cow-lynching-5145631/.
110. "Rajasthan: Muslim Man Ferrying Cows Dead in Alwar, Police Probe Vigilantes," *Indian Express*, November 13, 2017, http://indianexpress.com/article/india/rajasthan-muslim-man-allegedly-killed-by-cow-vigilantes-in-alwar-investigation-on-4934166/.
111. "Muslim Men Lynched in West Bengal over Cow Theft Suspicions," The Wire, August 28, 2017, https://thewire.in/171413/west-bengal-cow-lynching/.
112. "Two Muslim Men, Suspected of Stealing Cows, Lynched in Assam," The Quint, April 18, 2017, http://www.huffingtonpost.in/2017/04/17/two-muslim-men-suspe . . . GVfaW QiOjEwMz MsImRhdGEiOnRydWV9&ncid=tweetlnkinhpmg00000001.
113. "3 Arrested for Beating Up Men Near Delhi for Allegedly Carrying Beef," NDTV, October 15, 2017, https://www.ndtv.com/cities/would-have-burnt-me-alive-disabled-man-attacked-on-beef-charges-recalls-horror-1763077.
114. M. Singh Sengar, "Man Accused of Carrying Beef Attacked with Hammer in Gurgaon, Cops Watch," NDTV, August 2, 2020, https://www.ndtv.com/gurgaon-news/gurgaon-man-bashed-with-hammer-by-cow-vigilantes-as-cops-watch-2272290.
115. The website Lynchings Acres India has identified most cases of lynching on an interactive map: https://uploads.knightlab.com/storymapjs/3880ebf0c4ae695337dae06e048988a9/lynchings-acres-india/draft.html (accessed March 26, 2018).
116. Ranjan, "Muslim Killed over Suspicion of Cow Slaughter in Madhya Pradesh," *Hindustan Times*, May 20, 2018, https://www.hindustantimes.com/india-news/muslim-assaulted-ove. . . ghter-in-madhya-pradesh-dies/story-edU6ykm1Fd30aKnay4cvkM.html.
117. "Jai Shri Ram: The Hindu Chant That Became a Murder Cry," BBC, July 10, 2019, https://www.bbc.com/news/world-asia-india-48882053.
118. M. Das, "How the Flip-Flops in Tabrez Ansari Lynching Make It a Textbook Case of Bungled Probe," ThePrint, September 27, 2019, https://theprint.in/india/how-the-flip-flops-in-tabrez-ansari-lynching-make-it-a-textbook-case-of-bungled-probe/296781/.
119. Regarding this "normalization" process, see S. Halarnkar, "This Photograph of Two Murdered Teens Should Disturb an India that Has Normalised Hate," Scroll.in, September 10, 2017, https://scroll.in/article/print/849804.
120. "Database on Bovine-Related Violence (from January 2010 to September 2, 2017," IndiaSpend .org, accessed March 26, 2018, https://docs .google .com /spreadsheets /d/13REUhD4f W6olOy_SjobWQRA1qQg3VY1pp87XMRJwJW4/pubhtml. This online publication set up another website dedicated to lynching victims in connection with sacred cows called Hate Crime: Cow-Related Violence in India (http://lynch.factchecker.in).
121. Delna Abraham and Ojaswi Rao, "86% Killed in Cow-Related Violence since 2010 Are Muslim,

97% Attacks after Modi Govt Came to Power," *Hindustan Times*, July 16, 2017, https:// www.hindustantimes.com/india-news/86-killed-in-cow-relat . . . after-modi-govt-came-to-power/story-w9CYOksvgk9joGSSaXgpLO.html.

122. "Mobocracy Can't Be the New Normal, Get a Law to Punish Lynching: SC to Govt," *Indian Express*, July 3, 2018, https://indianexpress.com/article/india/cji-condemns-lynchings-across-country-asks-parliament-to-make-new-law/.

123. Raheel Dhattiwala, "'Blame It on the Mob'—How Governments Shun the Responsibility of Judicial Redress," The Wire, August 17, 2018, https://thewire.in/communalism/mob-violence-lynching-government-legal-process.

124. See Randall Collins, *Violence: A Micro-Sociological Theory* (Princeton, NJ: Princeton University Press, 2009).

125. Muslims were not the only ones to suffer from cow protection laws and regulations. All peasants, no matter what their religion, were affected, especially after May 2017, when the Modi government amended the Prevention of Cruelty to Animals (Regulation of Livestock Market) Rules to prevent cows from being taken to cattle markets. The economic effect of this measure was catastrophic: for one, breeders no longer dared sell their cows, out of fear of being accused of wanting to see them end up in the slaughterhouse. Furthermore, being unable to dispose of old livestock, they let the animals wander and end up in the fields of vegetable producers. This prompted the government to relax the provisions of the Prevention of Cruelty to Animals Act of May 23, 2017, which regulated the cattle trade. Sowmiya Ashok, "Govt to Roll Back Move to Ban Sale of Cattle for Slaughter," *Indian Express*, November 30, 2017, http://indianexpress.com/article/india/govt-to-roll-back-move-to-ban-sale-of-cattle-for-slaughter-4961219/; and "End to Cattle Curbs: On Withdrawal of Sale Ban," *The Hindu*, April 12, 2018, https://www.thehindu.com/opinion/editorial/end-to-cattle-curbs/article23505866.ece. See also M. Chari, "Beef Ban: In Marathwada, Everyone Wants to Sell Cattle—but Nobody Can Buy," Scroll.in, April 6, 2016, https://scroll.in/article/806026/beef-ban-in-marathwada-everyone-wants-to-sell-cattle-but-nobody-can-buy. Buffalo meat exports, which suffered collaterally from the cow protection laws, although they had progressed from 3.2 to 4.78 billion USD between 2012–2013 and 2014– 2015, sank to 3.91 in 2016–2017 before rising back up to 4.04 after the new provisions. A. Gowen, "Cows Are Sacred to India's Hindu Majority: For Muslims Who Trade Cattle, That Means Growing Trouble," *Washington Post*, July 16, 2018, https://www.washingtonpost.com/world/asia_pacific/cows-are-sacred-to-indias-hindu-majority-for-muslims-who-trade-cattle-that-means-growing-trouble/2018/07/15/9e4d7a50-591a-11e8-9889-07bcc1327f4b_story.html?utm_term=.8cebd9abc7fb.

126. Nelanshu Shukla, "Muslim Community Should Abstain from Touching Cows, Provoking Hindus: BJP Leader on Alwar Lynching," *India Today*, July 23, 2018, https://www.indiatoday.in/india/story/muslim-community-should-abs . . . provoking-hindus-bjp-leader-on-alwar-lynching-1294041-2018-07-23.

127. Sudha Pai and Sajjan Kumar, *Everyday Communalism: Riots in Contemporary Uttar Pradesh* (Delhi: Oxford University Press), 2018.

128. Sakshi Dayal and Sukhbir Siwach, "Mob Assaults Two for 'Carrying Beef' in Faridabad, Three Who Came to Their Aid," *Indian Express*, October 15, 2017, http://indianexpress.com/article/india/mob-assaults-two-for-carrying-beef-in-faridabad-three-who-came-to-their-aid-4890872/.

129. That the choice of victims for assault had less to do with cow protection than with underlying hostility toward Muslims is clear in the way Hindu cow breeders and transporters were spared—like Pehlu Khan's truck driver who got away with merely being slapped, whereas the others, all Muslims, were beaten (one of them to death) for the same "crime." See Mander, "Country for the Cow."

130. A procession can be turned into a riot for instance when Hindu nationalists chant slo- gans against Islam as they go by a mosque during prayers, thus provoking a reaction from Mus- lims that served as a pretense to inflame a whole mob. Christophe Jaffrelot, "The Politics of Processions and Hindu-Muslim Riots," in *Community Conflicts and the State in India*, ed. A. Kohli and A. Basu (Delhi: Oxford University Press, 1998), 58–92.

7

1. Gilles Favarel-Garrigues and Laurent Gayer, "Violer la loi pour maintenir l'ordre. Le vigi- lantisme en débat," *Politix* 115, no. 29 (2016): 9.
2. One of the first "vigilance committees" was established in 1856 by WASPs in San Francisco to watch and discipline the Irish, who were supposedly criminally inclined.
3. For a detailed analysis of the complementarity of RSS and Bajrang Dal modus operandi, see Christophe Jaffrelot, "The Militias of Hindutva: Between Communal Violence, Terrorism and Cultural Policing," in *Armed Militias of South Asia. Fundamentalists, Maoists and Separatists*, ed. Laurent Gayer and Christophe Jaffrelot, trans. C. Schoch, G. Elliott, and R. Leverdier (Lon- don: Hurst, 2009), 199–235.
4. Interview cited in Smita Gupta and Christophe Jaffrelot, "The Bajrang Dal: The New Hindu Nationalist Brigade," in *Living with Secularism: The Destiny of India's Muslims*, ed. Mush- irul Hasan (Delhi: Manohar, 2007), 204.
5. Cited in Dione Bunsha, "At a Hindutva Factory," *Frontline*, June 7–20, 2003, https://www.frontline.in/static/html/fl2012/stories/20030620003210000.htm.
6. Cited in Smita Gupta, "Desi Mossad Is Getting Ready at Bajrang Dal's Ayodhya Camp," *Indian Express*, June 30, 2000, http://riots2002.blogspot.com/2012/06/desimossad-is-getting-ready-at-bajrang.html.
7. Hubert Vaz, "Empowering Women: The VHP Way," *Indian Express*, May 21, 2003, https://www.countercurrents.org/comm-vaz210503.htm.
8. A. Jaiswal, "Bajrang Dal Camps a Hit with Youth," *Times of India*, May 28, 2017, https://timesofindia.indiatimes.com/city/agra/bajrang-dal-camps-a-hit-with-youth/articleshow/58883998.cms.
9. Interview with Surendra Jain, former BD president, by Smita Gupta, cited in Gupta and Jaffrelot, "Bajrang Dal."
10. In Odisha, the BD activist Dara Singh murdered the Australian missionary Graham Staines and his sons, burning them alive in their vehicle in January 1999.
11. For a systematic analysis, see Malvika Maheshwari, *Art Attacks: Violence and Offence- Taking in India* (Delhi: Oxford University Press, 2019), 207–70.
12. Pravin Swami, "Predatory Pursuit of Power," *Frontline*, May 23, 1998, https://www.frontline.in/static/html/fl1511/15110990.htm.
13. See "BJP—The Saffron Years," Sabrang Alternate News Network, accessed September 30, 2020, http://www.countercurrents.org/comm-sann290603:htm; and K. S. Narayanan, "When Might Is Right," *Deccan Herald*, July 1, 2001.
14. Cited in "No 'Water' Shooting in India: Singhal," *The Hindu*, February 5, 2000, https://www.thehindu.com/todays-paper/tp-miscellaneous/tp-others/no-water-shooting-in-india-singhal/article28000121.ece.
15. J. S. Bandukwala, "Why Gujarat 'Banned' Parzania," *Outlook*, February 19, 2007, https://magazine.outlookindia.com/story/why-gujarat-banned-parzania/233909.
16. Acharya mentioned "in his complaint that Bajrangi seems to be running a parallel govern- ment

in the state." "Case against Bajrang Dal Leader over Screening of 'Parzania,'" *Zeenews*, February 7, 2007, https://zeenews.india.com/home/case-against-bajrang-dal-leader-over-screening-of-parzania_352686.html.

17. See the *Indian Express* (Ahmedabad ed.), March 22, 2007.
18. In this case, BD activists speaking this way apparently had nothing to fear from the police. One of them even admitted, "Earlier, there was a fear that the government would arrest us, but now with the Yogi government, we don't have any fear Even if a smuggler is killed during afight, we don't have to worry about it. All these BJP leaders, they've said: 'Do what you wantto do about cow protection. Don't worry. If there is any problem, we are there for you.'" A. Gowen, "'We Don't Have Any Fear': India's Angry Young Men and Its Lynch Mob Crisis," *Washington Post*, September 3, 2018, https://www.washingtonpost.com/world/asia_pacific/we-dont-have- . . . -a0aa-11e8-a3dd-2a1991f075d5_story.html?utm_term=.6a0084f604cd.
19. Examples of Muslims being attacked by Hindu nationalists in front of the police are too numerous to cite them all. A typical case, which occurred in Alwar (Rajasthan), attests to vigi- lante impunity. D. Bhardwaj, "Muslims 'Attacked' by Hindu Outfits in Alwar," *Hindustan Times*, September 17, 2016, http://www.hindustantimes.com/jaipur/muslims-attacked-by-hindu-outfits-in-alwar/story-E2uWMKR0o4KK2V7hUxA9VJ.html.
20. In 2013, vigilantes professing to protect cows lynched three Muslims as the police watched in Haryana, for instance. See N. Dixit, "Justice Denied: A Road Accident that Wasn't, a Lynching that Was," The Wire, April 12, 2018, https://thewire.in/rights/justice-denied-a-road-accident-that-wasnt-a-lynching-that-was.
21. The terms of the debate are presented clearly in Favarel-Garrigues and Gayer, "Violer la loi pour maintenir l'ordre," 15.
22. Les Johnston, "What Is Vigilantism?" *British Journal of Criminology* 36, no. 2 (March 1, 1996): 220–36, https://doi.org/10.1093/oxfordjournals.bjc.a014083.
23. R. M. Brown, *Strain of Violence: Historical Studies of American Violence and Vigilantism*(New York: Oxford University Press, 1975).
24. Ray Abrahams, *Vigilant Citizens: Vigilantism and the State* (Cambridge, MA: Polity, 1998).
25. In Alwar, before he died, Pehlu Khan did not accuse a faceless mob but rather gave the names of the BD and VHP activists who attacked him. Zeba Siddiqui, Krishna N. Das, Tommy Wilkes, and Tom Lasseter, "Cow Politics," Reuters, November 6, 2017, https://www.reuters.com/investigates/special-report/india-politics-religion-cows/.
26. "'They Killed Cows, I Killed Them,' Lynching Accused Brags: NDTV Expose," NDTV, August 7, 2018, https://www.ndtv.com/india-news/ndtv-expose-when-key-accused-in-lynching-cases-admit-to-their-crimes-1896161.
27. Its predecessor, the Gau Raksha Samiti (Cow Protection Committee), was founded in 1998.
28. Ishan Marvel, "In the Name of the Mother: How the State Nurtures the Gau Rakshaks of Haryana," *The Caravan*, September 1, 2016, http://www.caravanmagazine.in/reportage/in-the-name-of-the-mother.
29. Marvel, "Name of the Mother."
30. Marvel.
31. Cited in Marvel.
32. The kind of osmosis prevailing in Haryana has also been observed in Punjab. Pragya Singh, "Four Stomachs to Fill," *Outlook*, August 15, 2016, https://www.outlookindia.com/magazine/story/four-stomachs-to-fill/297662.
33. Marvel, "Name of the Mother."

34. "Interview of Sh. Bhaniram Mangla, Chairman Haryana Gau Sewa Aayog," HinduPost, September 27, 2016, https://www.hindupost.in/politics/interview-sh-bhaniram-mangla-chairman-haryana-gau-sewa-aayog/. One national RSS leader uses cow dung to protect himself from the waves put out by his mobile phone. I. Mishra, "Cellphones Suck Energy, Just Put Some Cow Dung: RSS Ideologue," *Indian Express*, August 7, 2016, https://indianexpress.com/article/india/india-news-india/cellphones-suck-energy-just-put-some-cow-dung-rss-ideologue-2958597/.
35. Arora justifies the fight against cow slaughter by explaining that the money earned from it is used toward terrorism. N. Mohan, "Money Earned from Cow Slaughtering in Haryana Being Used for Terrorism: IPS Officer," *Hindustan Times*, August 30, 2016, https://www.hindustantimes.com/india-news/money-earned-from-cow...sed-for-terrorism-ips-officer/story-uT8bSEYwan4JY1YRhhBxtK.html. Two years later, the home minister ordered an investigation of Arora due to accusations of harassment by one of her subordinates. S. Yadav, "Centre Seeks Action Report on Plea against IPS Officer," *Times of India*, February 7, 2018, https://timesofindia.indiatimes.com/city/gurgaon/centre-seeks-action-report-on-plea-against-ips-officer/articleshow/62811981.cms.
36. Interview of Mangla, chairman of the Haryana Gau Sewa Aayog.
37. Marvel, "Name of the Mother."
38. Not only was the Gau Seva Aayog budget raised from Rs 18.5 million in 2014–2015 to Rs 37 million in 2016–2017. Siddiqui et al., "Cow Politics." But also the police were tasked with tasting *biryani* (a rice-based dish) to ensure it did not contain beef. "Haryana Cops Have a New Job: Sampling Biryanis," Rediff.com, September 9, 2016, http://www.rediff.com/news/report/haryana-cops-have-a-new-job-sampling-biryanis/20160909.htm. Rajasthan earmarked Rs 2.3 billion for cow protection in 2016–2017. Siddiqui et al., "Cow politics."
39. Navneet Sharma, "Hindutva Hotbed: RSS Imprint on Khattar Government Runs Deep in Haryana," *Hindustan Times*, November 7, 2016, https://www.hindustantimes.com/india-news/rss-imprint-on-khattar-g . . . sangh-parivar-men-at-all-levels/story-6X2VZR5xlDrin KthrtA68I.html.
40. Partha S. Biswas, "Maharashtra Govt Appoints Officers to Implement Beef Ban," *Indian Express*, June 3, 2016, http://indianexpress.com/article/cities/mumbai/maharashtra-state-govt-appoints-officers-to-implement-beef-ban-2831536/99/print/.
41. Smita Nair, "Refrain in Sangh Turf: Cards Will Give Us Power," *Indian Express*, August 23, 2016, http://indianexpress.com/article/india/india-news-india/maharasht . . . n-gau-rakshak-id-cards-animal-husbandry-modi-sangh-turf-2991489/.
42. Only the upper castes refrain strictly from eating beef and buffalo in India, and only Brahmins are strict vegetarians in a society where, according to a CSDS survey in 2006, 60 percent are not vegetarians. Rukmini S. "The Meat of the Matter," *The Hindu*, July 10, 2014, http://www.thehindu.com/opinion/blogs/blog-datadelve/article6195921.ece. Still, this obser- vation requires qualification on a regional basis. In West Bengal, for instance, those who worship the goddess Kali, including Brahmins, eat meat. G. Chatterjee, "'In My Religion, Meat Is Ma Kali's Prasad': A Shakto Hindu Objects to Enforced Vegetarianism," Scroll.in, September 17, 2015, https://scroll.in/article/755412/in-my-religion-meat-is-ma-kalis-prasad-a-shakto-hindu-objects-to-enforced-vegetarianism.
43. P. Singh, "Four Stomachs to Fill."
44. In May 2018, the bribe rates applied by Uttar Pradesh police officers involved in this racketeering was made public by mistake over a WhatsApp account. "Huge Embarrassment for Yogi Adityanath! WhatsApp Message Exposes UP Police's 'Bribe Rate Card,'" Times Now, May 18, 2018, https://www.timesnownews.com/india/article/huge-embarrassment-for-yogi-adityanath-whatsapp-

message-exposes-up-polices-bribe-rate-card/229448.

45. Siddartha Rai, "Mewat: Police Taking Bribes from Vendors to Allow Sale of Beef Biry- ani," *India Today*, September 10, 2016, https://www.indiatoday.in/mail-today/story/beef-biryani-mewat-sample-testing-police-bribe-340263-2016-09-10.

46. Annie Gowen, "Cows Are Sacred to India's Hindu Majority. For Muslims Who Trade Cattle, That Means Growing Trouble," *Washington Post*, July 16, 2018, https://www.washingtonpost.com/world/asia_pacific/cows-are-sacred-to-indias-hindu-majority-for-muslims-who-trade-cattle-that-means-growing-trouble/2018/07/15/9e4d7a50–591a-11e8-9889-07bcc1327f4b_story.html?utm_term=.8cebd9abc7fb; and D. K. Jha, "This Bandit-Turned-Cow Vigilante Feels Gau Rakshaks Are Worse than the Thugs of Chambal," Sabrang, August 30, 2016, https://sabrangindia.in/article/bandit-turned-cow-vigilante-feels-gau-rakshaks-are-worse-thugs-chambal.

47. P. Singh, "Four Stomachs to Fill."

48. Ankit Panda, "Speaking Out: Modi Condemns Cow Vigilantism in India," *The Diplomat*, August 8, 2016, https://thediplomat.com/2016/08/speaking-out-modi-condemns-cow-vigilantism-in-india/. Shortly prior to that, he had tweeted, "The sacred practice of cow wor- ship & the compassion of Gau Seva can't be misused by some miscreants posing as Gau Rak- shaks." P. Singh, "Four Stomachs to Fill."

49. "Punjab: Gau Raksha Dal Chief Satish Kumar Arrested," *Indian Express*, October 21, 2016, http://indianexpress.com/article/india/india-news-india/punjab-gau-raksha-dal-chief-satish-kumar-arrested-2988508/.

50. In Haryana, Mangla insisted that background checks had to be made to ensure that li- censed gau rakshak had never been involved in criminal activities. "Haryana, Uttarakhand to Have Licensed Gau Rakshaks, Govt-Accredited Commission for Protection of Cows," FirstPost, August 9, 2017, https://www.firstpost.com/india/haryana-uttarakhand-to-have-licensed-gau-rakshaks-govt-accredited-commission-for-protection-of-cows-3904541.html.

51. Cited in Marvel, "Name of the Mother."

52. V. Deshpande, "PM Narendra Modi's Remark that 80 per cent Gau Rakshaks Are Fake Should Have Been Avoided: RSS," *Indian Express*, August 9, 2016, http://indianexpress.com/article/india/india-news-india/narendra-modi-fake-gau-rakshak-rss-beef-ban-cow-slaughter-gujarat-dalit-thrashing-2962750/.

53. Pavan Dahat, "RSS Chief Backs Gau Rakshaks, Lauds Army," *The Hindu*, October 11, 2016, http://www.thehindu.com/news/national/RSS-chief-backs-gau-rakshaks-lauds-Army/article15479013.ece.

54. S. Chaturvedi, D. Gellner, and S. K. Pandey, "Politics in Gorakhpur since the 1920s: The Making of a Safe 'Hindu' Constituency," *Contemporary South Asia* 27, no. 1 (2019), https://doi.org/10.1080/09584935.2018.1521785.

55. Christophe Jaffrelot, "The Other Saffron," *Indian Express*, October 6, 2014, http:// indianexpress.com/article/opinion/columns/the-other-saffron/.

56. Dhirendra K. Jha, *Shadow Armies: Fringe Organizations and Foot Soldiers of Hindutva*(New Delhi: Juggernaut, 2017), 36.

57. Shantanu Gupta, *The Monk Who Became Chief Minister: The Definitive Biography of Yogi Adityanath* (New Delhi: Bloomsbury, 2017), 72.

58. D. Jha, *Shadow Armies*, 45.

59. The development of HYV was particularly due to the fact that it filled the void created by the death of Rajput gangster V. P. Shahi, who had been killed by Sri Prakash Shukla's rival (Brahmin) gang. Thus deprived of a protector, the Rajputs turned to Yogi Adityanath, a caste fellow (D.

Jha, 47).

60. Supriya Sharma, "They Paid a Price for Adityanath's Hate Speech—and Now Have Fallen Silent," Scroll.in, April 29, 2017, https://scroll.in/article/835416/they-paid-a-price-for-adityanaths-hate-speech-and-now-have-fallen-silent.
61. D. Jha, *Shadow Armies*, 49.
62. Violette Graff and Juliette Galonnier, "Hindu-Muslim Communal Riots in India II (1986– 2011)," *Encyclopeadia of Mass Violence*, August 20, 2013, https://www.sciencespo.fr/mass-violence-war-massacre-resistance/fr/document/hindu-muslim-communal-riots-india-ii-1986-2011.
63. D. Jha, *Shadow Armies*, 50.
64. Cited in D. Jha, 53.
65. "Will Install Gauri-Ganesh in Every Mosque, Says Yogi Adityanath," Zee News, Febru- ary 10, 2015, http://zeenews.india.com/news/india/will-install-gauri-ganesh-in-every-mosque-says-yogi-adityanath_1543681.html.
66. "Hindu Yuva Vahini Membership Form," Hindu Yuva Vahini, accessed on January 23, 2019, http://biggboss11audition.in/hindu-yuva-vahini-membership-form/ (website no longer active).
67. Gupta, *Monk Who Became Chief*, 96–97.
68. Dhirendra K. Jha, "A Tug-of-War between the BJP and Yogi Adityanath Has Delayed the Cabinet Reshuffle," Scroll.in, June 30, 2016, http://scroll.in/article/print/810945; and Dhiren- dra K. Jha, "It's Clear the BJP Wants to Cut Yogi Adityanath to Size before the UP Elections," Scroll.in, June 2, 2016, https://scroll.in/article/809123/its-clear-the-bjp-wants-to-cut-yogi -adityanath-to-size-before-the-up-elections.
69. D. K. Jha, "The Rebellion of Adityanath's Outfit Could Hurt Not Just the BJP—but Its Firebrand Leader Too," Scroll.in, January 30, 2017, https://scroll.in/article/828022/the-rebellion-of-adiyanaths-outfit-could-hurt-not-just-the-bjp-but-their-firebrand-leader-too. However, Yogi Adityanath's militia continued to function after he became chief minister (A. Dey, "How Hindu Yuva Vahini's Name Got Linked with the Murder of a Muslim Man in Bulan- shahr," Scroll.in, May 4, 2017, https://scroll.in/article/836528/how-hindu-yuva-vahinis-name-got-linked-with-the-murder-of-a-muslim-man-in-bulandshahr).
70. "ABP News-CSDS Lokniti—Uttar Pradesh Postpoll 2017 Survey Findings," CSDS, ac- cessed September 30, 2020, http://www.lokniti.org/pol-pdf/ABP-News-CSDS-Lokniti-Uttar-Pradesh-Postpoll-2017-Survey-Findings-Final.pdf.
71. R. Singh, "Deputy CM-Designate Keshav Prasad Maurya: BJP's OBC Face with 10 Crimi- nal Cases Was Associated with VHP," *Indian Express*, March 19, 2017, https://indianexpress.com/article/india/deputy-cm-designate-keshav-prasad-maurya-bjps-obc-face-with-10-criminal-cases-was-associated-with-vhp-4575440/; and O. Rashid, "Maurya, Dinesh and the Sangh,"*The Hindu*, March 19, 2017, https://www.thehindu.com/news/national/other-states/maurya-dinesh-and-the-sangh/article17532776.ece.
72. O. Rashid, "Development Is My Priority: U. P. CM," *The Hindu*, March 19, 2017, https:// www.thehindu .com /news /national /all -promises -will -be -fulfilled -yogi -adityanath/article17532195.ece.
73. Ellen Barry and Suhasini Raj, "Firebrand Hindu Cleric Ascends India's Political Ladder,"*New York Times*, July 14, 2017, 1.
74. Barry and Raj, *Firebrand Hindu Cleric*, 1.
75. Barry and Raj, 1.
76. "Hindu Yuva Vahini Goons Climb atop Place of Worship in Bulandshahr to Hoist Tri- colour, Chant Vande Matram," Janta Ka Reporter, August 26, 2017, http://www.jantakareporter.com/india/hindu-yuva-vahini-mosque-bulandshahr/145249/.

77. Kabir Agarwal, "Subverting the Rule of Law, Adityanath Style," The Wire, April 13, 2018, https://thewire.in/rights/subverting-the-rule-of-law-adityanath-style.
78. S. Mohan, "Hindu Yuva Vahini, Yogi Adityanath's Hindutva Army, Seeks to Rebrand Itself without CM's Support," Two Circles, May 29, 2018, https://twocircles.net/2018may29/423445.html.
79. Damayanti Datta, "Oye Romeo!," *India Today*, March 31, 2017, https://www.indiatoday.in/magazine/cover-story/story/20170410-anti-romeo-squads-yogi-adityanath-uttar-pradesh-986105-2017-03-31.
80. Regarding the effects of resorting to the NSA, see Neha Dixit's remarkable investigation, "1 Year, 160 Arrests: In Run Up to 2019, NSA Is the Latest Weapon against Muslims in UP," The Wire, September 10, 2018, https://thewire.in/rights/in-adityanaths-up-the-national-security-act-is-latest-weapon-against-muslims.
81. Interviews with victims' families and their lawyers in Lucknow, January 2018.
82. Dixit, "1 Year, 160 Arrests."
83. Qazi Faraz Ahmad, "1142 Encounters in 10 Months: Yogi Adityanath Government's Rec- ord against Crime," News18, February 5, 2018, https://www.news18.com/news/india/1142-encounter-in-10-months-yogi-adityanath-governments-record-against-crime-1651283.html.
84. Maulshree Seth, "Police Encounters Will Not Be Stopped, Says Yogi Adityanath," *Indian Express*, February 16, 2018, https://indianexpress.com/article/cities/lucknow/encounters-will-not-be-stopped-says-yogi-adityanath-5065806/.
85. Cherry Agarwal, "50 'Encounter' Deaths since Yogi Took Over, Victims' Kin Approach NHRC," Newslaundry, May 9, 2018, https://www.newslaundry.com/2018/05/09/uttar-pradesh-encounters-police-nhrc-yogi-adityanath-medias-role.
86. Akanksha Jain, "Extra-Judicial Killings in UP: NHRC Orders Fact-Finding Inquiry into 17 Cases," LiveLaw.in, May 17, 2018, https://www.livelaw.in/extra-judicial-killings-in-up-nhrc-orders-fact-finding-inquiry-into-17-cases/.
87. There are only two possible explanations, which are not mutually exclusive, for the fact that so many complaints had been held up for so long: either Yogi Adityanath's opponents were keeping this card in their hand to pull it out at an opportune moment, or they were hoping to thus neutralize similar complaints lodged against them in the event the BJP came to power. Regarding the slowness of such proceedings, see Ajit Sahi, "The UP Government's Colossal Cover-Up Attempt to Protect Adityanath," The Wire, July 27, 2017, https://thewire.in/communalism/adityanath-anti-muslim-cover-up.
88. "Adityanath Government Orders Withdrawal of Case against Adityanath," The Wire, December 27, 2017, https://thewire.in/208455/bjp-uttar-pradesh-adityanath/.
89. "Muzaffarnagar Riots: UP Government to Drop Cases against Prachi, and 5 BJP MLAs and MPs, Says Report," Scroll.in, April 26, 2018, https://scroll.in/latest/876973/muzaffarnagar-riots-up-government-to-drop-cases-against-prachi-and-5-bjp-mlas-and-mps-says-report.
90. Manish Sahu, "Yogi Govt Moves to Withdraw Hate-Speech Cases against Sadhvi Pra- chi, Sanjeev Balyan," *Indian Express*, April 26, 2018, http://indianexpress.com/article/india/up-govt-moves-to-withdraw-hate-speechcases-against-sadhvi-prachi-and-sanjeev-balyan-5152077/.
91. "Supreme Court Seeks Response from UP Government on Encounter Killings," The Wire, July 3, 2018, https://www.thewire.in/law/supreme-court-seeks-response-from-up-government-on-encounter-killings.
92. "Yogi Adityanath Hate Speech Case: Supreme Court Sends Notice to UP Govt," *Indian Express*, August 21, 2018, https://indianexpress.com/article/india/yogi-adityanath-hate-speech-case-supreme-court-sends-notice-to-up-govt-5316334/.

93. He has moreover done his best to weaken the judiciary in his state by not filling vacant positions. See Shruthi Naik, "As Judicial Vacancies Soar, Lawlessness in UP May No Longer Be Just a Metaphor," The Wire, September 6, 2018, https://thewire.in/law/as-judicial-vacancies-soar-lawlessness-in-up-may-no-longer-be-just-a-metaphor.
94. A. Ashirwad Mahaprashasta, "Parvez Parwaz, Petitioner in Adityanath Hate Speech Case, Sentenced to Life Imprisonment," The Wire, July 30, 2020, https://thewire.in/law/parvez-parwaz-rape-case-life-imprisonment-adityanath-gorakhpur-hate-speech-case.
95. "UP Government Asks Officials to Ensure Animals Are Not Sacrificed in the Open on Bakrid: Reports," Scroll.in, August 21, 2018, https://scroll.in/latest/891281/up-government-asks-officials-to-ensure-animals-are-not-sacrificed-in-the-open-on-bakrid-reports.
96. Several amateur videos showing how goats should be sacrificed for the Bakr Eid celebration in August 2018 were confiscated by the police. See, for instance, https://www.youtube.com/watch?v=vx6J6C5ozoY, accessed September 30, 2020 (video no longer active).
97. In a village of Bijnor District, Muslims do not celebrate Eid al-Adha because the police will not allow them to sacrifice a buffalo as they have been doing for fifty years. "Police Did Not Allow Muslims in UP Village to Sacrifice Buffaloes, Camels," *Caravan News*, August 24, 2018, http://caravandaily.com/portal/police-did-not-allow-muslims-in-up-village-to-sacrifice-buffaloes-camels/.
98. Sandipan Sharma, "Yogi Adityanath Govt in Uttar Pradesh Ignoring Taj Mahal Betrays Its Myopic View of History," FirstPost, September 13, 2018, https://www.firstpost.com/india/yogi-adiyanath-govt-in-uttar-pradesh-ignoring-taj-mahal-betrays-its-myopic-view-of-history-4105095.html; O. Rashid, "Taj Mahal Missing in U.P. Govt. Brochure," *The Hindu*, October 2, 2017, http://www.thehindu.com/news/national/taj-mahal-missing-in-up-govt-brochure/article19786586.ece.
99. "Adityanath: Foreign Dignitaries Are Now Being Gifted the Gita and not 'Un-Indian' Taj Mahal Replicas," Scroll.in, June 16, 2017, https://scroll.in/latest/840809/adityanath-foreign-dignitaries-are-now-being-gifted-the-gita-and-not-un-indian-taj-mahal-replicas.
100. "Museum's Name Changed, Agra Officials Hunt for Shivaji Links," *Indian Express*, September 17, 2020, https://indianexpress.com/article/cities/lucknow/museums-name-changed-agra-officials-hunt-for-shivaji-links-6599120/.
101. A. Joshi, "A Thana Coloured Saffron," *Indian Express*, August 19, 2017, http://indianexpress.com/article/opinion/columns/a-thana-coloured-s . . . ment-of-religious-displays-in-police-stations-is-troubling-4803148/.
102. Lalmani Verma, "Yogi Adityanath's Double Role: Chief Minister and Mahant," *Indian Express*, September 29, 2017, http://indianexpress.com/article/india/yogi-adityanath-double-role-chief-minister-mahant-navarati-priest-puja-4867508/.
103. Arjun Sidarth, "Video of ANI Reporter Touching Yogi Adityanath's Feet Raises Eyebrows," AltNews, December 28, 2017, https://www.altnews.in/video-ani-reporter-touching-yogi-adityanaths-feet-raises-eyebrows/.
104. For further detail, see Jaffrelot, "The BJP at the Centre: A Central and Centrist Party?," in *The BJP and the Compulsions of Politics in India*, 2ndEd., ed. T. B. Hansen and C. Jaffrelot (Delhi: Oxford University Press, 2001), 315–69 (see the section entitled "Gujarat, a Laboratory for Hindu Nationalism," 356–63).
105. A senior police officer explained that the district commanders of the Home Guards began to change as soon as the BJP came to power in Gujarat. Interview with a former police officer in Ahmedabad on condition of anonymity.
106. Interview with Digvijay Singh, April 7, 2007, in New Delhi.

107. Moyukh Chatterjee, "The Ordinary Life of Hindu Supremacy: In Conversation with a Bajrang Dal Activist," *Economic and Political Weekly: Engage* 53, no. 4 (January 27, 2018), https://www.epw.in/engage/article/ordinary-life-hindu-supremacy.

108. Interview with Jayant Sinha by Prashant Jha, "It's a Matter of Justice, Not Lynching: Jay- ant Sinha," *Hindustan Times*, July 23, 2018, https://www.hindustantimes.com/india-news/regret-garlanding-ramg . . . lynching-convicts-jayant-sinha/story-JYadtspAUurWZ8vRLaCcwI.html.

109. Vakasha Sachdev, "It's Free Speech: Gadkari Defends Garlanding Lynching Convicts," The Quint, August 14, 2018, https://www.thequint.com/news/politics/singhvi-book-launch-pranab-mukherjee-nitin-gadkari-jayant-sinha-jharkhand-lynching.

110. "Mob Lynching: Centre Forms High-Level Panel to Suggest Ways to Curb Violence," Scroll.in, July 23, 2018, https://scroll.in/latest/887675/mob-lynching-centre-forms-high-level-panel-to-suggest-ways-to-curb-violence.

111. "Lynching Won't Stop till Cow Gets Status of Rashtra Mata: Hyderabad BJP MLA," *Hindustan Times*, July 24, 2018, https://www.hindustantimes.com/india-news/lynching-wont-stop-till-cow-gets-status-of-rashtra-mata-hyderabad-bjp-mla/story-9vVeVZRhcJ8SgbdLD7LHvM.html.

112. "Lynchings Are Increasing Because of Muslim Population Growth: BJP MP," The Wire, July 24, 2018, https://thewire.in/communalism/lynchings-are-increasing-because-of-muslim-population-growth-bjp-mp.

113. "Lynchings Will Stop if People Don't Eat Beef, Says RSS Leader Indresh Kumar," *Indian Express*, July 24, 2018, https://indianexpress.com/article/india/lynchings-will-stop-if-people-dont-eat-beef-says-rss-leader-indresh-kumar-5272422/.

114. "People's Frustration Due to Unemployment Is Leading to Lynchings: Vasundhara Raje," The Wire, July 31, 2018, https://thewire.in/politics/lynching-not-specific-to-rajasthan-vasundhara-raje.

115. I am grateful to Gilles Verniers for having confirmed this hypothesis, which I formulated during my fieldwork in Gujarat, in the case of Uttar Pradesh.

116. "Operation Juliet: Busting the Bogey of 'Love Jihad,'" *Cobrapost*, October 4, 2015, http://cobrapost.com/blog/operation-juliet-busting-the-bogey-of-love-jihad-2/900.

117. Chatterjee, "Ordinary Life."

118. Ward Berenschot, *Riot Politics: Hindu-Muslim Violence and the Indian State* (London: Hurst, 2011), 191.

119. Bruce Berman and John Lonsdale, *Unhappy Valley: Conflict in Kenya and Africa*, 2 vols. (London: James Currey; Nairobi: Heinemann Kenya; Athens: Ohio University Press, 1992).

120. Berman and Lonsdale, *Unhappy Valley*, 1:36–38.

121. Cited in B. V. Deshpande and S. R. Ramaswamy, *DR. Hedgewar, the Epoch-Maker: A Biography* (Bangalore: Sahitya Sindhu, 1981), 185–86.

122. "Vijayadashami Speech: Vigilant Society Is the Key, Govt Can Just Facilitate— Sarsanghchalak Mohan Bhagwat," *The Organiser*, October 5, 2014.

123. Siddiqui et al., "Cow Politics."

124. "Operation Juliet."

125. Sunil Singh, the director of a fiction film on the Ayodhya affair, also received death threats, after one ABVP leader promised a 100,000-rupee reward for anyone who would cut off both his hands. "Hindutva Activists Vandalise 'Game of Ayodhya' Director's House, Threaten to Kill Him," The Wire, December 4, 2017, https://thewire.in/201762/hindutva-activists-vandalise-game-ayodhya-directors-house-threaten-kill/.

126. Ashutosh Sharma, "Disagreements with RSS Ideologue Brings Income Tax Notice to Harsh Mander's Door," *National Herald*, September 22, 2017, https://www.nationalheraldindia.com/national/disagreements-with-rss-ideologue-brings-income-tax-notice-to-harsh-manders-door.
127. I explored this issue and the correlative "cyber shakha" in Christophe Jaffrelot, "From Holy Sites to Web Sites: Hindu Nationalism, from Sacred Territory to Diasporic Ethnicity," in *Religions, Nations, and Transnationalism in Multiple Modernities*, ed. Patrick Michel, Adam Pos- samai, and Bryan Turner (Basingstoke, UK: Palgrave, 2017), 153–74.
128. He even went so far as to assert, "This is the most interesting arm of the RSS, the IT arm." Cited in Swati Chaturvedi, *I Am a Troll: Inside the Secret World of the BJP's Digital Army* (New Delhi: Juggernaut, 2016), 135.
129. Chaturvedi, *I Am a Troll*, 125.
130. On the use of social media by the Sangh Parivar, see R. Chopra, *The Virtual Hindu Rashtra* (Delhi: HarperCollins, 2020); and on the BJP IT cell's disinformation activities, see P. Chaudhuri, "Amit Malviya's Fake News Fountain: 16 Pieces of Misinformation Spread by the BJP IT Cell Chief," Scroll.in, February 10, 2020, https://scroll.in/article/952731/amit-malviyas-fake-news-fountain-16-pieces-of-misinformation-spread-by-the-bjp-it-cell-chief.
131. Chaturvedi, *I Am a Troll*, 5.
132. Chaturvedi, 62.
133. Chaturvedi, 56.
134. Shah Rukh Khan was a particular target because he expressed concern about the rise of intolerance in India. In the face of a campaign to boycott his latest film, he apologized for his statements in 2015. Chaturvedi, 67.
135. Chaturvedi, 72.
136. Chaturvedi, 83.
137. Chaturvedi, 84.
138. Chaturvedi, 85.
139. Chaturvedi, 89.
140. N. C. Asthana, "Inside the Minds of Internet Trolls: A Psychological Analysis," *The Wire*, April 28, 2020, https://thewire.in/communalism/internet-trolls-psychology.
141. Rituparna Chatterjee, "'I Couldn't Talk or Sleep for Three Days': Journalist Rana Ayyub's Horrific Social Media Ordeal over Fake Tweet," Daily O, April 26, 2018, https://www.dailyo.in/variety/rana-ayyub-trolling-fake-tweet-social-media-harassment-hindutva/story/1/23733.html.
142. "'I Was Told Not to Do Journalism till 2019': Watch Barkha Dutt Speak about Bids to Intimidate Her," Scroll.in, June 8, 2018, https://scroll.in/video/881970/i-was-told-not-to-do-journalism-till-2019-watch-barkha-dutt-speak-about-bids-to-intimidate-her; and "Barkha Dutt Alleges Threats from Some Govt. Quarters," *The Hindu*, June 7, 2018, https://www.thehindu.com/news/national/barkha-dutt-accuses-govt-of-intimidating-her/article24102748.ece.
143. Priyanka Jha, "Journalist Ravish Kumar Relentlessly Targeted on Social Media via Fake News," AltNews, May 9, 2018, https://www.altnews.in/journalist-ravish-kumar-relentlessly-targeted-on-social-media-via-fake-news/.
144. Ravish Kumar, *The Free Voice: On Democracy, Culture and the Nation* (New Delhi: Speaking Tiger, 2018), 8.
145. Kumar, *Free Voice*, 18, 27.
146. Cited in Kumar, 62.
147. See A. Sidharth, "Hindu khatre mein hai? How the Fake News Ecosystem Targets Minorities to

Create a Fear Psychosis," AltNews, July 8, 2018, https://www.altnews.in/hindu-khatre-mein-hai-how-the-fake-news-ecosystem-targets-minorities-to-create-a-fear-psychosis/.

148. Chaturvedi, *I Am a Troll*, 16.

149. Chaturvedi, 17.

150. Cited in Chaturvedi, 26.

151. "What Do These Nathuram Godse Fans Have in Common? They Are All Followed by PM Modi on Twitter," AltNews, October 2, 2017, https://www.altnews.in/godse-fans-common-followed-pm-modi/.

152. Modi in particular followed the Twitter account of Nikhil Dadhich, who welcomed Gauri Lankesh's murder with these words: "Now that a bitch has died a dog's death, all the puppies are mewling in one voice." Cited in Kumar, *Free Voice*, 74.

153. "As I&T Minister Slams Trolls for Lauding Gauri Lankesh's Killing, PM Modi Draws Flak for Following Them on Twitter," *Indian Express*, September 7, 2017, http://indianexpress.com/article/india/gauri-lankesh-murder-express . . . s-on-killing-shameful-ravi-shankar-prasad-to-online-trolls-4831801/.

154. Cited in Chaturvedi, *I Am a Troll*, 43.

155. A sample of the messages the minister received is given in "Sushma Swaraj Shares Abuse She Faced Online for Helping Lucknow Interfaith Couple in Passport Row," News18, June 24, 2018, https://www.news18.com/news/india/sushma-swaraj-shares-abuse-she-faced-online-for-helping-lucknow-interfaith-couple-in-passport-row-1788883.html.

156. As mentioned in chapter 1, his brother, Gopal Godse, claimed that Nathuram never left the RSS. D. K. Jha makes the same argument in a very well-researched article: D. K. Jha, "The Apostle of Hate," *The Caravan*, January 1, 2020, https://caravanmagazine.in/reportage/historical-record-expose-lie-godse-left-rss.

157. Sujata Anandan, *Hindu Hriday Samrat* (Noida, India: HarperCollins, 2014).

158. Mohammad Ali, "Mahasabha Performs 'Bhumi Pujan' for Godse Temple in Meerut," *The Hindu*, December 25, 2014, https://www.thehindu.com/news/national/other-states/bhumi-pujan-for-godses-temple-performed-in-meerut/article6725057.ece.

159. S. Yasir, "Gandhi's Killer Evokes Admiration as Never Before," *New York Times*, Febru- ary 4, 2020, https://www.nytimes.com/2020/02/04/world/asia/india-gandhi-nathuram-godse.html.

160. V. Kumar, "If Not Godse, I Would Have Killed Gandhi, Says Judge of Self-Styled Hindu Court," *India Today*, August 23, 2018, https://www.indiatoday.in/india/story/if-not-godse-i-would-have-killed-gandhi-says-judge-of-self-styled-hindu-court-1321657-2018-08-23.

161. For instance, the BJP MLA Raja Singh from Hyderabad—who has forty-three police cases against him—announced the creation of a "vigilante army" to "take care of the anti- nationals." P. Pavan, "BJP MLA Raja Singh Announces Forming Vigilante Groups to Send In- ternal Traitors out of India or to Hell," *Bangalore Mirror*, September 18, 2019, https:// bangaloremirror.indiatimes.com/news/india/watch-bjp-mla-raja-singh-announces-forming-vigilante-groups-to-send-internal-traitors-out-of-india-or-to-hell/articleshow/71188054.cms?utm_source=contentofinterest&utm_medium=text&utm_campaign=cppst.

162. "Two Haryana Youth—Both Cow Vigilantes—Claim Responsibility of Attempting to End Khalid's Life," Newslaundry, August 16, 2018, https://www.newslaundry.com/2018/08/16/two-haryana-youth-both-cow-vigilantes-claim-responsibility-of-attempting-to-end-khalids-life.

163. Prashant Pandey, "Meet the Men Who Beat Up Swami Agnivesh: BJP, RSS, Bajrang Dal," *Indian Express*, July 24, 2018, https://indianexpress.com/article/india/meet-the-men-who-beat-up-swami-agnivesh-bjp-rss-bajrang-dal-5272452/; and V. Pathak, "Jharkhand Govt. Abet- ted Attack:

Agnivesh," *The Hindu*, July 28, 2018, https://www.thehindu.com/news/national/jharkhand-govt-abetted-attack/article24542624.ece.

164. "Swami Agnivesh Assaulted on Way to Pay Homage to Atal Bihari Vajpayee in New Delhi," *Indian Express*, August 17, 2018, https://indianexpress.com/article/india/swami-agnivesh-assault-ddu-marg-new-delhi-5311309/.

165. S. Prabal, "Sanatan Sanstha and Its Hindutva Designs," *Economic and Political Weekly* 33, no. 41 (October 13, 2018): 18.

166. A. Deshpande and G. S. Mengle, "For Sanatan Sanstha, All's Fair in the War for a Hindu Rashtra," *The Hindu*, September 1, 2018, https://www.thehindu.com/news/national/for-sanatan-sanstha-alls-fair-in-the-war-for-a-hindu-rashtra/article24843643.ece.

167. "Three Years after Dabholkar's Murder, CBI Arrests Sanatan Sanstha Member," *Deccan Chronicle*, June 11, 2016, https://www.deccanchronicle.com/nation/crime/110616/dabholkar-murder-case-cbi-makes-first-arrest-sanatan-sanstha-member-held.html; Rana Ayyub, "Decep- tive Piety," *Tehelka*, October 31, 2009, http://www.tehelka.com/2009/10/deceptive-piety/; and A. Ghadyalpatil, "Inside the 'Hypnotic' World of Sanatan Sanstha," *Mint*, September 12, 2018, https://www.livemint.com/Politics/s9kuMJdW2dwqANcIlMQe1J/Inside-the-secret-world-of-Sanatan-Sanstha.html.

168. D. Jha, *Shadow Armies*, 13–14.

169. R. Rajput, "Ban on Sanatan Sanstha Difficult to Enforce, Says Maharashtra ATS," *Indian Express*, August 14, 2018, https://indianexpress.com/article/india/ban-on-sanatan-sanstha-difficult-to-enforce-says-maharashtra-ats-5305377/.

170. While the investigation is not yet complete, the police suspect that the Sanstha was behind most of these murders because the modus operandi was similar and the same pistol was used in two cases. T. A. Johnson, "Gauri Lankesh Murder: 'Man Held for Training Suspects in Guns also Trained Dabholkar Killers,'" *Indian Express*, August 24, 2018, https://indianexpress.com/article/india/gauri-lankesh-murder-man-held-for-training-suspects-in-guns-also-trained-dabholkar-killers-5322075/; and S. Yogesh, "Hindutva Terror: Story of the Common Links between the Four Murders," NewsClick, August 20, 2018, https://www.newsclick.in/hindutva-terror-story-common-link-between-four-murders.

171. A. Malekar, "Darkness at Dawn: The Murders of Narendra Dabholkar, Govind Pansare and MM Kalburgi," *The Caravan*, August 1, 2016, http://www.caravanmagazine.in/reportage/darkness-at-dawn.

172. P. Sainath, "In Gauri Lankesh's Killing, the Murder Is the Message," The Wire, Septem- ber 7, 2017, https://thewire.in/culture/gauri-lankesh-murder-rationalists.

173. Rana Ayyub, "Why Investigating Agencies Believe Sanatan Sanstha Is behind Dabholkar and Pansare's Murder," Daily O, March 11, 2015, https://www.dailyo.in/politics/sanatan-sanstha-narendra-dabholkar-govind-pansare-anti-superstition-hindutva-maharashtra/story/1/2492.html.

174. D. Jha, *Shadow Armies*, 25.

175. D. Jha, 27.

176. See the remarkable series of seventeen articles by Greeshma Khutar, "How Coastal Karnataka Was Saffronised: The Story of the Rise and Rise of Hindu Nationalism in Syncretic South Kanara," FirstPost, April 1, 2010, https://www.firstpost.com/india/how-coastal-karnataka-was-saffronised-the-story-of-the-rise-and-rise-of-hindu-nationalism-in-syncretic-south-kanara-6363461.html.

177. B. Valsan, "Gauri Lankesh Murder Case: 'Praveen Said Gauri Lankesh Was Anti-Hindu and Had to Be Killed . . . I Decided to Help'," *Bangalore Mirror*, June 6, 2018, https:// bangaloremirror.

indiatimes.com/bangalore/cover-story/gauri-lankesh-murder-case-praveen-said-gauri-lankesh-was-anti-hindu-and-had-to-be-killed-i-decided-to-help/articleshow/64470641.cms.

178. T. A. Johnson, "What Was the Defamation Case against Slain Journalist Gauri Lankesh?," *Indian Express*, September 7, 2017, https://indianexpress.com/article/explained/what-was-the-defamation-case-against-slain-journalist-gauri-lankesh-4832061/.

179. R. Swamy, "Gauri Lankesh Would Have Been Alive if She Hadn't Written against RSS: BJP MLA Jeevaraj," *India Today*, September 8, 2017, https://www.indiatoday.in/india/story/gauri-lankesh-rss-bjp-mla-jeevaraj-1040239-2017-09-07.

180. Deshpande and Mengle, "For Sanatan Sanstha." See also "150 Pistols, 100 Bombs, 3000 Bullets Were on the Shopping List of Arrested Sanatan Sanstha, HJS Activists Raut and Gond- halekar," IndiaScoops.com, accessed September 30, 2020, http://scoops.indiascoops.com/150-pistols-100-bombs-3000-bullets-were-on-the-shopping-list-of-arrested-sanatan-sanstha-hjs-activists-raut-and-gondhalekar/.

181. D. Balakrishnan, "36 Targets and 50 Shooters: Gauri Lankesh Murder Suspect's Diary Reveals Chilling Details," News18, June 30, 2018, https://www.news18.com/news/india/36-targets-and-50-shooters-gauri-lankesh-murder-suspects-diary-reveals-chilling-details-1796199.html.

182. Rajput, "Ban on Sanatan Sanstha"; and S. Daniyal, "As Terror Charges against Sanatan Sanstha Grow, Why Isn't the Government Banning It?," Scroll.in, June 21, 2016, https://scroll.in/article/810325/the-daily-fix-as-terror-charges-against-sanatan-sanstha-grow-why-isnt-the-government-banning-it.

183. See the Dhabolkar case in particular. "6 Years after Narendra Dhabolkar's Assassination, Masterminds Remain Free," NewsClick, August 18, 2019, https://www.newsclick.in/6-Years-After-Narendra-Dhabolkar-Assassination-Masterminds-Free; and "Narendra Dabholkar Mur- der Case: Three Accused Get Bail as CBI Fails to File Chargesheet on Time," *Indian Express*, December 15, 2018, https://indianexpress.com/article/india/narendra-dabholkar-murder-case-three-accused-get-bail-as-cbi-fails-to-file-chargesheet-5493861/.

184. J. Patel, "Social Media Users Followed by PM Modi and BJP President Amit Shah Con- tinue to Abuse Gauri Lankesh," AltNews, June 20, 2018, https://www.altnews.in/social-media-users-followed-by-pm-modi-and-bjp-president-amit-shah-continue-to-abuse-gauri-lankesh/.

185. "PM Modi Follows 4 Twitter Accounts that Trolled #GauriLankesh," AltNews, Septem- ber 6, 2017, https://www.newslaundry.com/2017/09/06/modi-trolls-gauri-lankesh.

186. D. Jha, *Shadow Armies*, 92–93. 187. D. Jha, 94–95.

188. Cited in D. Jha, 99.

189. D. Jha, 88.

190. M. Ali, "The Rise of a Hindu Vigilante in the Age of WhatsApp and Modi," *Wired*, April 14, 2020, https://www.wired.com/story/indias-frightening-descent-social-media-terror/.

191. "NDA 2.0: Social Media 'Hero' Pratap Sarangi Faces Serious Criminal Cases," The Wire, June 1, 2019, https://thewire.in/politics/minister-of-state-pratap-sarangi-criminal-cases.

192. K. Chaudhuri, "Vandalism in Orissa," *Frontline*, March 30, 2002, https://frontline.thehindu.com/cover-story/article30244420.ece.

193. "'Do Those Who Don't Say Vande Mataram Have Right to Live in India?' Asks BJP MP," *Deccan Chronicle*, September 29, 2020, https://www.deccanchronicle.com/nation/current-affairs/250619/do-those-who-dont-say-vande-mataram-have-right-to-live-in-india.html.

பகுதி 2-ன் நிறைவு

1. As mentioned above, Hindu nationalist circles have long been practiced in the art of dis- simulation. It bears repeating here what K. N. Govindacharya, then a highly influential BJP general secretary, said in 1997 in an interview: "Vajpayee is not the internal strength of the BJP, merely a mask You [the journalist] are talking to the RSS representative in the BJP. I am the sole individual who now communicates between the RSS and BJP." Cited in Saba Naqvi, *Shades of Saffron: From Vajpayee to Modi* (Chennai: Westland, 2018), 22.
2. Shoaib Daniyal, "The Age of Trolls: What the BJP's New Spokesperson Signifies for Indian Politics," Scroll.in, March 17, 2017, https://scroll.in/article/832012/the-age-of-trolls-what-the-bjps-new-spokesperson-signifies-for-indian-politics.

பகுதி 3

1. Steven Levitsky and Daniel Ziblatt, *How Democracies Die* (New York: Broadway Books, 2018), 65.
2. Juan Linz, *Totalitarian and Authoritarian Regimes* (Boulder, CO: Lynne Rienner, 2000), 161.

8

1. Despite the fact that he had not appointed a Lokayukta for ten years in Gujarat.
2. "Narendra Modi's Open Letter to Anna Hazare," NarendraModi.in, April 11, 2011, http://www.narendramodi.in/narendra-modi's-open-letter-to-anna-hazare.
3. "Lokpal Panel: BJP Opposes PM Proposal to Make P.P. Rao Lok Pal Member," *Economic Times*, February 4, 2014, https://economictimes.indiatimes.com/news/politics-and-nation/lokpal-panel-bjp-opposes-pms-proposal-to-make-pp-rao-member/articleshow/29851135.cms.
4. In fact, the 10 percent threshold mattered for something different: "The speaker started the practice of recognising parliamentary parties as 'parties' and 'groups' for the limited purpose of allotting seats in the house, time for participating in the debates, rooms in Parliament House etc." P. D. T. Achary, "Leader of Opposition Is a Statutory Position, the '10% Rule' Is Not Founded in Law," The Wire, June 1, 2019, https://thewire.in/government/leader-of-opposition-parliament-lok-sabha.
5. Modi invoked section 12 of the Government of India (Transaction of Business) Rules, which gives the prime minister the power to have a decision approved ex post facto by the government.
6. A. Bhardwaj and A. Johri, "Waiting for the Lokpal," *The Hindu*, April 21, 2017, https://www.thehindu.com/opinion/op-ed/waiting-for-the-lokpal/article18186362.ece.
7. "Lokpal Law and Shelving of Kin Assets' Clause: Why, What Now," *Indian Express*, July 29, 2019, https://indianexpress.com/article/explained/lokpal-bill-narendra-modi-lok-sabha-pm-narendra-modi-govt-lokpal-and-lokayuktas-act-ngo-2941254/.
8. Bhardwaj and A. Johri, "Waiting for the Lokpal."
9. On the Modi government's attempt to weaken the anticorruption mechanisms by amend- ing the PCA, see Yogendra Yadav's excellent analysis. Y. Yadav, "Time to Blow the Whistle," *The Hindu*, December 12, 2016, https://www.thehindu.com/opinion/lead/Time-to-blow-the-whistle/article16793830.ece.
10. "Anna Hazare Writes to PM, Says He's 'Mulling' Launching Agitation on Lokpal," Janta Ka Reporter, March 29, 2017, http://www.jantakareporter.com/india/anna-hazare-

lokpal/111103/. Anna Hazare reiterated his threat in October 2017. "Anna Hazare Slams Modi Govt over Failure to Appoint Lokpal," *Business Standard*, October 3, 2017, https://www.business-standard.com/article/economy-policy/anna-hazare-slams-modi-govt-over-failure-to-appoint-lokpal-117100200784_1.html.

11. Bhadra Sinha, "'What's Stopping You?' SC Criticises Govt for Delay in Appointing Lok- pal," *Hindustan Times*, November 23, 2016, https://www.hindustantimes.com/india-news/what-s-stopping-you-sc-criticises-govt-for-delay-in-appointing-lokpal/story-67P8nOJYe7qx5ZHpdnSbBL.html.

12. U. Anand, "Apex Court Reserves Order on Lokpal Appointment," *Indian Express*, March 29, 2017, https://indianexpress.com/article/india/supreme-court-apex-court-reserves-order-on-lokpal-appointment-4590056/.

13. "No Justification to Suspend Operation of Lokpal Act: Supreme Court," *Indian Express*, April 27, 2017, https://indianexpress.com/article/india/no-justification-to-suspend-operation-of-lokpal-act-supreme-court-4631029/.

14. G. V. Bhatnagar, "No Lokpal Appointed, Act Not Implemented Despite SC Relaxing Norms: Activists Write to Modi," The Wire, January 5, 2018, https://thewire.in/government/no-lokpal-appointed-act-not-implemented-despite-sc-relaxing-norms-activists-write-to-modi.

15. G. V. Bhatnagar, "After Misleading SC on Lokpal, Modi's Inclusion of Congress Leader in Panel Seen as 'Ploy,'" The Wire, February 26, 2018, https://thewire.in/economy/lokpal-selection-panel-whats-behind-making-congress-leader-kharge-a-special-invitee.

16. "India's First Lokpal Appointed: Justice Pinaki Chandra Ghose as Chief, 8 Members," The Wire, March 20, 2019, https://thewire.in/government/indias-first-lokpal-appointed-justice-pinaki-chandra-ghose-as-chief-8-members.

17. G. V. Bhatnagar, "Lokpal Is All Ready to Attack Corruption, but Lacks Teeth to Bite," The Wire, June 7, 2019, https://thewire.in/government/lokpal-corruption-format.

18. Bhardwaj and Johri, "Waiting for the Lokpal."

19. C. Jaffrelot, "Gujarat's Law unto Itself," *Indian Express*, September 30, 2013, https://indianexpress.com/article/opinion/columns/gujarats-law-unto-itself/.

20. G. V. Bhatnagar, "'Modi Government Is Making RTI Dysfunctional,'" The Wire, May 11, 2015, https://thewire.in/law/modi-government-is-making-rti-dysfunctional.

21. G. V. Bhatnagar, "With Four More Information Commissioners Set to Retire Centre's Deliberate Delay Continues," The Wire, September 9, 2018, https://thewire.in/government/with-four-more-information-commissioners-set-to-retire-centres-deliberate-delay-continues.

22. G. V. Bhatnagar, "RTI 'Report Card' Laments Pending Cases, Vacancies in Information Commissions," The Wire, October 12, 2019, https://thewire.in/government/rti-information-commissions-vacancies-pending-cases.

23. Between 2014 and 2020, not a single commissioner of the CIC "has been appointed without citizens having to approach the courts." A. Bhardwaj, "Our Institutions: Pillars of So- ciety, Not Democracy," *National Herald*, August 15, 2020, https://www.nationalheraldindia.com/opinion/our-institutions-pillars-of-society-not-democracy.

24. D. Mishra, "Over 30,000 RTI Appeals and Complaints Are Pending before the Informa- tion Commission," The Wire, July 26, 2019, https://thewire.in/government/30000-appeals-complaints-information-commission-rti-amendment-bill.

25. In its annual report for 2015–2016, the CIC mentions that 43 percent of the rejections were due to reasons falling outside of recognized categories.

26. R. Bhattacharya, "The Home Ministry Has Perfected the Art of Flip-Flopping on RTI

Applications," The Wire, August 19, 2016, https://thewire.in/government/mhas-rti-applications.

27. S. Ninan, "Defanging RTI, Step by Step," India Forum, August 23, 2019, https://www.theindiaforum.in/article/defanging-rti-step-step.

28. A. Srivastava, "In Response to RTI, RBI Says Sharing Details of Demonetisation Process May Hurt Country's Economic Interests," *Outlook*, May 10, 2017, https://www.outlookindia.com/newswire/story/in-response-to-rti-rbi-says-sharing-details-of-demonetisation-process-may-hurt-countrys-economic-interests/969108.

29. P. K. Dutta, "What Makes RTI Amendment Bill So Controversial?" *India Today*, July 23, 2019, https://www.indiatoday.in/news-analysis/story/what-makes-rti-amendment-bill-so-controversial-1572596-2019-07-23.

30. S. Misra, "Amended RTI Act: What Is at Stake?" Observer Research Foundation (web-site), July 29, 2020, https://www.orfonline.org/expert-speak/amended-rti-act-what-at-stake-53573/. Previously the state chief information commissioners and information commissioners were selected by a three-member panel consisting of the chief minister, the state's Leader of the Opposition or leader of the largest opposition party in the state assembly, and a state cabinet minister nominated by the chief minister.

31. A. Dev, "His Master's Voice," *The Caravan*, October 1, 2020, https://caravanmagazine.in/law/tushar-mehta-holds-court.

32. N. Sharma, "Amendment to Whistleblower Protection Law Sparks Outrage among Civil Society Activists," *Economic Times*, May 16, 2015, https://economictimes.indiatimes.com/news/economy/policy/amendment-to-whistleblower-protection-law-sparks-outrage-among-civil-society-activists/articleshow/47303193.cms?from=mdr.

33. R. Sridharan, "Institutions of Internal Accountability," in *Rethinking Public Institutions in India*, ed. D. Kapur, P. B. Mehta, and M. Vaishnav (Delhi: Oxford University Press, 2017), 291.

34. Arvind Verma, "The Police in India: Design, Performance and Adaptability," in *Public Institutions in India: Performance and Design*, ed. D. Kapur and P. B. Mehta (Delhi: Oxford University Press, 2005), 209–11.

35. S. K. Das, "Institutions of Internal Accountability," in *Public Institutions in India: Performance and Design*, ed. D. Kapur and P. B. Mehta (Delhi: Oxford University Press, 2005), 128–57.

36. C. Jaffrelot, "Indian Democracy: The Rule of Law on Trial," *India Review* 1, no. 1 (January 2002): 77–121.

37. "Narendra Modi Accuses CBI of Working for Political Masters in Delhi," *Economic Times*, June 24, 2013, https://economictimes.indiatimes.com/news/politics-and-nation/narendra-modi-accuses-cbi-of-working-for-political-masters-indelhi/articleshow/20744006.cms?utm_source=contentofinterest&utm_medium=text&utm_campaign=cppst.

38. "Congress Will Not Fight Elections, Will Field CBI Instead: Modi," *Times of India*, September 25, 2013, https://timesofindia.indiatimes.com/india/Congress-will-not-fight-elections-will-field-CBI-instead-Modi/articleshow/23057533.cms.

39. J. Venkatesan, "Supreme Court Orders Probe into All Fake Encounters in Gujarat," *The Hindu*, January 25, 2012, https://www.thehindu.com/news/national/Supreme-Court-orders-probe-into-all-fake-encounters-in-Gujarat/article13381810.ece. For an overview of these fake encounters, see Amnesty International, India: A Pattern of Unlawful Killings by the Gujarat Police: Urgent Need for Effective Investigations," May 24, 2007, accessed December 4, 2013, http://www.amnesty.org/en/library/asset/ASA20/011/2007/en/1c189822-d393-11dd-a329-2f46302a8cc6/asa200112007en.pdf.

40. Manas Dasgupta, "Ishrat Jahan Killing Also a Fake Encounter: Probe Report," *The Hindu*, September 8, 2009, http://www.hindu.com/2009/09/08/stories/2009090856670100.htm.

41. "Kauser Bi Killed, Body Burnt; Gujarat Govt to SC," Rediff.com, April 30, 2007, http:// www.rediff.com/news/2007/apr/30fake.htm; and Z. Qureshi and V. Zaia, "Arham Farmhouse Owner Held by CBI," *Ahmedabad Mirror*, July 28, 2010, http://www.ahmedabadmirror.com/article/3/201007282010072803482392 3f3076389/Arham-farmhouse-owner-held-by-CBI.html.

42. "DG Vanzara: All You Need to Know about Gujarat's Former 'Supercop,'" FirstPost, September 3, 2013, http://www.firstpost.com/politics/dg-vanzara-all-you-need-to-know-about-gujarats-former-supercop-1082183.html.

43. Syed Khalique Ahmed, "'We Hope to Get Justice'," *Indian Express*, January 13, 2010, http://archive.indianexpress.com/news/-we-now-hope-to-get-justice-/566722/.

44. "The Journalist Who Cracked Gujarat Fake Encounter Case," Rediff.com, April 25, 2007, http://www.rediff.com/news/2007/apr/25spec.htm.

45. Ajay Umat emphasizes that "this decision to transfer Vanzara could not have been taken by Amit Shah as per the rules of the business and it was only the Chief Minister who could have finally passed the order." Ajay Umat, "CBI Encounters 'Modi Hand' in Triple-Murder," *Sunday Times of India* (Ahmedabad ed.), May 19, 2013, 1, https://timesofindia.indiatimes.com/india/CBI-encounters-Modi-hand-in-triple-murder/articleshow/20131246.cms.

46. "SC Slams Gujarat Police Probe," *Indian Express*, January 13, 2010, http://archive.indianexpress.com/news/sc-slams-gujarat-police-probe-hands-sohrabuddin-case-to-cbi/566798/2.

47. "Amit and Coterie Ran Extortion Racket," *Hindustan Times*, July 24, 2010, http://www.hindustantimes.com/India-news/Ahmedabad/Amit-amp-coterie-ran-extortion-racket/Article1-576856.aspx.

48. U. Sengupta, "Little Gujarat in CBI Headquarters," *Outlook*, July 27, 2015, https:// magazine.outlookindia.com/story/little-gujarat-in-cbi-headquarters/294874.

49. Haren Pandya was killed on March 26, 2003, in a mysterious manner. In September 2013,D. G. Vanzara, the Gujarat police officer who had originally investigated the Pandya murder, indicated before the Central Bureau of Investigation a political conspiracy behind the killing of Pandya. See Roxy Gagdekar, "Was It Tulsiram Prajapati Who Killed Haren Pandya," *DNA* (Ahmedabad ed.), August 30, 2011, http://www.dnaindia.com/india/1581624/report-was-it-tulsiram-prajapati-who-killed-haren-pandya; "D.G. Vanzara Sings about Haren Pandya's Mur- der, Says It Was Political Conspiracy: CBI," *Times of India*, September 21, 2013, http://articles.timesofindia.indiatimes.com/2013-09-21/india/42271814_1_sadiq-jamal-encounter-case-tulsiram-prajapati. A few weeks before Vanzara's statement, the CBI "found that three men are common to cases pertaining to the assassination of BJP leader Haren Pandya and the encoun- ters of Ishrat Jahan and Sadiq Jamal." Satish Jha, "CBI Finds Common Link in Pandya Murder, Ishrat, Sadiq Encounters," *Indian Express*, August 15, 2013, http://www.indianexpress.com/news/cbi-finds-common-link-in-pandya-murder-ishrat-sadiq-encounters/1155731/.

50. Cited in Vinod K. Jose, "The Emperor Uncrowned," *The Caravan*, March 1, 2012, http://caravanmagazine.in/reportage/emperor-uncrowned?page=0,9. See also "The Haren Pandya Judgement: Dissection of a Botched Investigation," *Economic and Political Weekly* 46, no. 38 (September 17, 2011), https://www.epw.in/journal/2011/38/commentary/haren-pandya-judgment-dissection-botched-investigation.html.

51. D. Jha, "Modi Wants CBI to Hand Over Sensitive Division to Officer with Controversial Past," Scroll.in, July 6, 2015, https://scroll.in/article/739017/modi-wants-cbi-to-hand-over-sensitive-division-to-officer-with-controversial-past.

52. P. Guha Thakurta, "All Eyes on SC Hearing Challenging Rakesh Asthana's Appointment as CBI Special Director," The Wire, November 11, 2017, https://thewire.in/law/eyes-sc-hearing-challenging-rakesh-asthanas-appointment-cbi-special-director.
53. "Supreme Court Wants Modi Govt to Explain Rakesh Asthana's Appointment as CBI Director," Sabrang, December 9, 2016, https://www.sabrangindia.in/article/supreme-court-wants-modi-govt-explain-rakesh-asthanas-appointment-cbi-director.
54. "Supreme Court Seeks Government Reply on Appointment of Interim CBI Director," The Wire, December 9, 2016, https://thewire.in/government/supreme-court-seeks-government-reply-appointment-interim-cbi-director.
55. V. Singh, "'Asthana Elevated Despite Dissent Note,'" *The Hindu*, October 27, 2017, https://www.thehindu.com/news/national/asthana-elevated-despite-dissent-note/article19927505.ece.
56. "SC Reserves Order on Plea Challenging Appointment of IPS Officer Asthana as CBI Special Director," *Indian Express*, November 24, 2017, https://indianexpress.com/article/india/sc-reserves-order-on-plea-challenging-appointment-of-ips-officer-asthana-as-cbi-special-director/.
57. "SC Dismisses Plea Challenging Rakesh Asthana's Appointment as CBI Special Direc- tor," *Indian Express*, November 28, 2017, https://indianexpress.com/article/india/supreme-court-rakesh-asthana-central-bureau-of-investigation-common-cause-4958206/.
58. See the FIR filed by the CBI against Asthana, the number 2 of the organization. "Full Text of FIR against CBI Special Director Rakesh Asthana for Bribery," The Wire, October 22, 2020, https://thewire.in/government/full-text-of-fir-against-cbi-special-director-rakesh-asthana-for-bribery.
59. "Modi Ousts CBI Chief Alok Verma as Asthana Case Reaches Breakpoint," The Wire, October 24, 2018, https://thewire.in/government/centre-intervenes-in-cbis-civil-war-director-alok-verma-sent-on-leave. The CBI director was allegedly eased out—on the recommendation of a secret CVC interim report—because he had met Prashant Bhushan, Arun Shourie, and Yashwant Sinha, the three public figures who had filed a complaint at that time, urging the CBI to investigate the Rafale deal on the grounds of suspected corruption. N. Sharma, "CBI Chief Meeting Arun Shourie, Prashant Bhushan on Rafale Upsets Centre," NDTV, October 10, 2020, https://www.ndtv.com/india-news/narendra-modi-government-upset-with-cbi-director-alok-verma-for-meeting-arun-shourie-and-prashant-bh-1929413.
60. A. Ashirvad Mahaprashasta, "M. Nageshwar Rao: CBI Interim Chief Has Always Been on Right Side of the BJP," The Wire, October 29, 2018, https://thewire.in/government/mnageswara-rao-cbi-bjp-narendra-modi-controversy.
61. Cited in Mahaprashasta, "M. Nageshwar Rao."
62. Cited in V. Venugopal, "M Nageswara Rao: New CBI Boss a Champion of 'Hindu Causes,'" *Economic Times*, October 26, 2018, https://economictimes.indiatimes.com/news/politics-and-nation/m-nageswara-rao-new-cbi-boss-a-champion-of-hinducauses/articleshow/66371553.cms?utm_source=contentofinterest&utm_medium=text&utm_campaign=cppst.
63. In early 2020, after Rao had been appointed director-general of the Home Guards, Fire Service and Civil Defence, he wrote an article in the *Organiser* against "the dangers of foreign funding" of Indian NGOs. As the FCRA had too many loopholes, he said, "the only way to save the country from this serious menace, which is endangering its unity and integrity by causing civilisational osteoporosis, is by banning all sorts of foreign 'donations,' whatever may be their purpose." Cited in D. Tiwary, "CBI Ex-Acting Chief in RSS Journal: Ban Foreign Funding of Indian NGOs," *Indian Express*, January 29, 2020, https://indianexpress.com/article/india/cbi-ex-acting-chief-in-rss-journal-ban-foreign-funding-of-indian-ngos-6240224/.
64. The CVC considered Asthana's accusations valid, despite the fact that it acknowledged that the CBI's

"concern on the integrity of its special director, Rakesh Asthana, turned out to be true." "Supreme Court's Interim Order in CBI Matter Places CVC Role under Scrutiny," The Wire, October 26, 2018, https://thewire.in/law/supreme-court-cbi-cvc.

65. "Centre Denies RTI Requests for Info on CBI Director's Removal," *The Hindu*, January 5, 2019, https://www.thehindu.com/news/national/centre-denies-rti-requests-for-info-on-cbi-directors-removal/article25921264.ece.

66. "CBI feud: We Had to Step In, Says Centre," *The Hindu*, December 5, 2018, https://www.thehindu.com/news/national/cbi-feud-we-had-to-step-in-says-centre/article25674257.ece.

67. K. Rajagopal, "Supreme Court Reinstates Alok Verma as CBI Director," *The Hindu*, January 8, 2019, https://www.thehindu.com/news/national/supreme-court-reinstates-alok-verma-as-cbi-director/article25938117.ece.

68. "CJI Nominates Justice AK Sikri on Panel to Decide CBI Director Verma's Fate," *India Today*, January 9, 2019, https://www.indiatoday.in/india/story/cji-justice-ak-sigri-panel-cbi-director-alok-kumar-verma-sc-1427134-2019-01-09.

69. "Tried to Uphold CBI Integrity, Attempts Were Being Made to Destroy It: Alok Verma on Being Removed as Chief," *India Today*, January 11, 2019, https://www.indiatoday.in/india/story/tried-to-uphold-cbi-integrity-attempts-were-being-made-to-destroy-it-alok-verma-on-being-removed-as-chief-1428424-2019-01-11.

70. "Justice (Retd) Patnaik Not on Same Page as CVC, Claims Alok Verma, Ousted CBI Chief in His Resignation Letter," *National Herald*, January 11, 2019, https://www.nationalheraldindia.com/india/justice-retd-patnaik-not-on-same-page-as-cvc-claims-alok-verma-ousted-cbi-chief-in-his-resignation-letter.

71. S. Chisti, "No Evidence of Corruption, Decision of PM-Led Panel on Alok Verma Very Hasty: SC's Monitor," *Indian Express*, January 12, 2019, https://indianexpress.com/article/india/alok-verma-cvc-panel-narendra-modi-supreme-court-5534472/.

72. S. Chaturvedi, "Exclusive: Entire CBI Team Probing Rakesh Asthana's Alleged Corrup- tion Has Now Been Purged," The Wire, September 28, 2019, https://thewire.in/government/cbi-rakesh-asthana-corruption-investigation; and J. Mazoomdaar, "CBI Officer Who Led In- vestigation in Rakesh Asthana Case Seeks Voluntary Retirement," *Indian Express*, September 26, 2019, https://indianexpress.com/article/india/cbi-officer-who-led-investigation-in-rakesh-asthana-case-seeks-voluntary-retirement-6029587/.

73. "CBI Gives Clean Chit to Rakesh Asthana," *Economic Times*, February 12, 2020, https://economictimes.indiatimes.com/news/politics-and-nation/cbi-gives-clean-chit-to-rakesh-asthana/articleshow/74092501.cms.

74. The phrase "caged parrots" in the section subhead refers to the nickname given to the CBI under the UPA government. See Shekhar Gupta, "How CBI Went from Being a Caged Parrot to a Wild Vulture," ThePrint, November 17, 2018, https://theprint.in/national-interest/how-cbi-went-from-being-a-caged-parrot-to-a-wild-vulture/150694/.

75. I have studied this material in a rather systematic manner in C. Jaffrelot, "Abhinav Bharat, the Malegaon Blast and Hindu Nationalism: Resisting and Emulating Islamist Terrorism," *Eco- nomic and Political Weekly* 45, no. 36 (September 4–10, 2010): 51–58. Excerpts of the transcripts of the Abhinav Bharat's meetings are available, in English and in Hindi, on the website of the *Economic and Political Weekly*. See also C. Jaffrelot, "Malegaon: Who Is above the Law?," *Eco- nomic and Political Weekly* 47, no. 29 (July 21, 2012): 17–18; and C. Jaffrelot and M. Maheshwari, "Paradigmatic Shifts by the RSS? Lessons from Aseemanand's Confession," *Economic and Political Weekly* 46, no. 6 (February 11, 2011): 42–46. The unfootnoted paragraphs below draw from these three sources.

76. "Tagging Terror with RSS Is a Conspiracy: Bhagwat," *Indian Express*, November 10, 2010, http://archive.indianexpress.com/news/tagging-terror-with-rss-is-a-conspiracy-bhagwat/709201/.
77. "RSS's Indresh: 'New Govt Should Review (Our) Cases,'" *Indian Express*, May 24, 2014, https://indianexpress.com/article/india/politics/rsss-indresh-new-govt-should-review-our-cases/.
78. S. Mehta, "The Meaning Very Clearly Was, Don't Get Us Favourable Orders: Malegaon SPP Rohini Salian," *Indian Express*, October 13, 2015, https://indianexpress.com/article/india/india-others/the-meaning-very-clearly-was-dont-get-us-favourable-orders/.
79. U. Anand, "Rohini Salian Names NIA Officer Who Told Her to 'Go Soft' against Male- gaon Blasts Accused," *Indian Express*, October 13, 2015, https://indianexpress.com/article/india/india-news-india/rohini-salian-names-nia-officer-who-told-her-to-go-soft/.
80. "I Am out (of All NAI Cases), It Is a Matter of Faith, Principle: Special Public Prosecutor Rohini Salian, the Day After," *Indian Express*, June 26, 2015, https://indianexpress.com/article/india/india-others/i-am-out-of-all-nia-cases-its-a-matter-of-faith-principle-special-public-prosecutor-rohini-salian-the-day-after/.
81. M. Rao, "2008 Malegaon Blasts: NIA under Fire from Former Prosecutor as It Seeks to Drop MCOCA Charges," Scroll.in, February 4, 2016, https://scroll.in/article/802937/2008-malegaon-blasts-nia-under-fire-from-former-prosecutor-as-it-seeks-to-drop-mcoca-charges.
82. "2008 Malegaon Blasts Case: When Five Witnesses Became Two and Gave New Ver- sions," *Indian Express*, June 27, 2016, https://indianexpress.com/article/india/india-news-india/malegaon-blasts-2008-nia-probe-sadhvi-pragya-clean-chit-2877998/.
83. R. Tripathi, "'Strong Anti-Minority Feelings': What the NIA Probe in Six Bomb Blasts Found," *Indian Express*, April 18, 2018, https://indianexpress.com/article/explained/nia-malegaon-blasts-samjhauta-express-case-mecca-masjid-verdict-ajmer-dargah-blast-5141597/.
84. D. Tiwary, "Clean Chit to Sadhvi, MCOCA Dropped, Karkare Probe Was Fudged: NIA's New Malegaon script," *Indian Express*, May 13, 2016, https://indianexpress.com/article/india/india-news-india/malegaon-blasts-2008-nia-probe-sadhvi-pragya-singh-gets-clean-chit-2797995/.
85. "Is the NIA Actively Working to Keep Aseemanand Out of Jail?," The Wire, April 9, 2017, https://thewire.in/politics/nia-aseemanand-bail-sabotage.
86. Interestingly, in the Malegaon case, the NIA requested that the trial's proceedings be on camera. S. Yamunan, "The Daily Fix: NIA's Bid to Evade Public Scrutiny in Malegaon Blast Trial Challenges Media Freedom," Scroll.in, August 21, 2019, https://scroll.in/article/934623/the-daily-fix-nias-bid-to-evade-public-scrutiny-in-malegaon-blast-trial-challenges-media-freedom.
87. See Dilip Simeon's comprehensive blog post. "Sabotage of Indian Criminal Justice Con- tinues Unchecked: Aseemanand's 'Disclosure' Missing from Court," Dilip Simeon (blog), March 14, 2018, https://dilipsimeon.blogspot.com/2018/03/sabotage-of-indian-criminal-justice.html.
88. "Mecca Masjid Blast Case: Five Including Aseemanand Acquitted, Judge Who Delivered Verdict Resigns," *Indian Express*, April 17, 2018, https://indianexpress.com/article/india/mecca-masjid-case-special-nia-judge-who-delivered-verdict-resigns-ravindra-reddy-hyderabad-5139720/.
89. S. Sharma, "Not Just Rohini Salian: Public Prosecutor in Ajmer Blast Case Is Unhappy with NIA," Scroll.in, August 14, 2015, https://scroll.in/article/747397/not-just-rohini-salian-public-prosecutor-in-ajmer-blast-case-is-also-unhappy-with-nia.
90. Tiwary, "Clean Chit to Sadhvi."
91. S. Mehta, "Malegaon Blasts Case: Salian Speaks Up Again after NIA's U-turn," *Indian Express*, April 14, 2016, https://indianexpress.com/article/india/india-news-india/salian-speaks-up-again-after-nias-malegaon-u-turn/.
92. For an overview of the judicial trajectory of the Sohrabuddin case, see Harsh Mander and Sarim Naved,

"Opinion: Sohrabuddin Sheikh Judgement Betrays Every Principle of Jus- tice and Legal Procedure," Scroll.in, December 29, 2018, https://scroll.in/article/907331/opinion-sohrabuddin-sheikh-case-judgement-betrays-every-principle-of-justice-and-legal-procedure.

93. Ashish Khetan, "CBI under Modi Ensures the Accused Are Free and the Investigator Is on Trial," The Wire, February 10, 2018, https://thewire.in/law/since-may-2014-key-investigating-officer-sohrabuddin-fake-encounter-case-trial.

94. A. Dev, "Death of Judge Loya: Medical Documents Rule Out Heart Attack, Says Leading Forensic Expert," *The Caravan*, February 11, 2018, https://caravanmagazine.in/vantage/death-judge-loya-medical-documents-rule-heart-attack-forensic-expert.

95. Niranjan Takle, "Chief Justice Mohit Shah Offered Rs 100 Crore to My Brother for a Favourable Judgment in the Sohrabuddin Case: Late Judge Loya's Sister," *The Caravan*, Novem- ber 21, 2017, https://caravanmagazine.in/vantage/loya-chief-justice-mohit-shah-offer-100-crore-favourable-judgment-sohrabuddin-case. See also N. Takle, "A Family Breaks Its Silence: Shock- ing Details Emerge in Death of Judge Presiding over Sohrabuddin trial," *The Caravan*, Novem- ber 20, 2017, https://caravanmagazine.in/vantage/shocking-details-emerge-in-death-of-judge-presiding-over-sohrabuddin-trial-family-breaks-silence.

96. A. Kumar, "Justice A.P. Shah Says 'Suspicious Death' of Sohrabuddin Case Judge Needs Probe," The Wire, November 23, 2017, https://thewire.in/law/watch-justice-shah-suspicious-death-judge-loya.

97. Mander and Naved, "Opinion."

98. See the list in the interview of Justice Thipsay: "I Have Seen the Discharge Orders . . . HC Should Examine These Orders: Justice (Retd) Abhay M Thipsay on Sohrabuddin Case," February 14, 2018, https://indianexpress.com/article/india/sohrabuddin-encounter-case-bhloya-death-bombay-high-court-amit-shah-bjp-justice-abhay-m-thipsay-cbi-5062871/.

99. Mander and Naved, "Opinion."

100. "Sohrabuddin Shaikh 'Fake' Encounter: Former Gujarat DIG Vanzara, Five Others' Discharge Upheld by Bombay HC," Times Headline, September 10, 2018, https://timesheadline.com/india/sohrabuddin-shaikh-fake-encounter-former-gujarat-dig-vanzara-five-others-discharge-upheld-bombay-hc-23473.html. See also S. Modak, "In Sohrabuddin Shaikh Case, Bombay HC Upholds Discharge of Gujarat DIG Vanzara and Four Other Police Officers," *In- dian Express*, September 11, 2018, https://indianexpress.com/article/india/sohrabuddin-shaikh-fake-encounter-former-gujarat-dig-vanzara-five-others-discharged-by-bombay-hc-5348373/.

101. S. Modak, "Sohrabuddin 'Fake' Encounter Case: One More Prosecution Witness Turns Hostile, Takes Count to 45," *Indian Express*, April 3, 2018, https://indianexpress.com/article/india/sohrabuddin-alleged-fake-encounter-case-one-more-prosecution-witness-turns-hostile-takes-count-to-45-5121158/.

102. "Sixtieth Witness in Sohrabuddin Sheikh Fake Encounter Case Turns Hostile," Scroll.in, June 5, 2018, https://scroll.in/latest/881429/sixtieth-witness-in-sohrabuddin-sheikh-fake-encounter-case-turns-hostile. See also "Sohrabuddin Case: 3 More Prosecution Witnesses Turn Hostile," *Times of India*, June 12, 2018, http://timesofindia.indiatimes.com/articleshow/64563370.cms?utm_source=contentofinterest&utm_medium=text&utm_campaign=cppst.

103. "'What Are You Doing to Protect Sohrabuddin Case Witnesses?' HC Asks CBI," The Wire, February 13, 2018, https://thewire.in/law/protect-sohrabuddin-case-witnesses-hc-asks-cbi.

104. "HC Judge Who Pulled Up CBI in Sohrabuddin Case Reassigned in 'Routine' Shuffle," The Wire, February 25, 2018, https://thewire.in/law/new-bombay-high-court-judge-assigned-to-hear-sohrabuddin-encounter-case.

105. "Sohrabuddin Case Final Hearing Ends; CBI Says Hostile Witnesses Hampered Probe," *The Wire*, December 6, 2018, https://thewire.in/law/sohrabuddin-case-final-hearing-ends-cbi-says-hostile-witnesses-hampered-probe.
106. S. Shantha, "Delay in Accepting Brother as Witness Adds New Wrinkle to Sohrabuddin Case," *The Wire*, June 9, 2018, https://thewire.in/rights/sohrabuddins-brother-asks-court-to-make-him-a-witness-in-fake-encounters-case.
107. Shantha, "Delay in Accepting Brother."
108. While the latter is facing two cases that—he claimed—have been fabricated, the former has been suspended from service, after the government refused his application for early retirement.
109. "Court on Sohrabuddin Case: CBI Had Theory, Script to Implicate Politicians," *Indian Express*, December 29, 2018, https://indianexpress.com/article/india/court-on-sohrabuddin-case-cbi-had-theory-script-to-implicate-politicians-5514455/.
110. "List of All 22 Accused Acquitted in Sohrabuddin Sheikh Fake Encounter Case," *Mumbai Mirror*, December 21, 2018, https://mumbaimirror.indiatimes.com/mumbai/crime/list-of-all-22-accused-acquitted-in-sohrabuddin-sheikh-fake-encounter-case/articleshow/67194773.cms.
111. S. Naved, "Between the NIA Amendment and Now UAPA, the Squeeze on Human Rights Is on," *The Wire*, July 24, 2019, https://thewire.in/government/the-centre-wants-to-give-the-nia-more-powers-but-it-wont-explain-why.
112. In fact, a few weeks later, the government returned another Collegium's judge proposal. This time, it asked the Collegium to reconsider the appointment of a Karnataka High Court judge as chief justice of the Punjab and Haryana High Court. M. Chhibber, "Government Returns Another SC Collegium's Judge Proposal," *Indian Express*, July 15, 2014, https://indianexpress.com/article/india/india-others/government-returns-another-sc-collegiums-judge-proposal/.
113. U. Anand, "Rejected for Judgeship, Gopal Subramanium Hits Out at NDA Govt, Supreme Court," *Indian Express*, June 26, 2014, http://archive.indianexpress.com/news/rejected-for-judgeship-gopal-subramanium-hits-out-at-nda-govt-supreme-court/1264310/0.
114. K. Ganz, "Gopal Subramanium's Heartbreakingly Honest 9-Page Withdrawal Letter: Bows Out to Avoid Clouding Others' Appointments," Legally India, June 25, 2014, https://www.legallyindia.com/the-bench-and-the-bar/gopal-subramanium-withdraws-writes-judiciary-compromised-because-gov-t-feared-he-wouldn-t-toe-their-line-20140625-4821.
115. S. Hegde, "Borking Gopal Subramanium," *The Hindu*, June 26, 2014, https://www.thehindu.com/opinion/op-ed/borking-gopal-subramanium/article6148766.ece.
116. K. Rajagopal, "CBI Does a U-turn on Subramanium," *The Hindu*, July 19, 2014, https://www.thehindu.com/news/national/cbi-does-a-uturn-on-subramanium/article6226155.ece.
117. U. Anand, "Rejected for Judgeship, Gopal Subramanium Hits out at NDA Govt, Supreme Court," *Financial Express*, June 26, 2014, https://www.financialexpress.com/archive/rejected-for-judgeship-gopal-subramanium-hits-out-at-nda-govt-supreme-court/1264310/.
118. Madhav Khosla and Ananth Padmanabhan, "The Supreme Court," in *Rethinking Public Institutions in India*, ed. D. Kapur, P. B. Mehta, and M. Vaishnav (New Delhi: Oxford University Press, 2017, 104–38.
119. "Elders Clear Bill to Set Up Judicial Appointments Commission," *The Hindu*, September 5, 2013, https://www.thehindu.com/news/national/elders-clear-bill-to-set-up-judicial-appointments-commission/article5096598.ece.
120. "On Day Govt Moves Bill, Chief Justice Speaks Up," *Indian Express*, August 12, 2014, https://indianexpress.com/article/india/india-others/on-day-govt-moves-bill-chief-justice-speaks-up/.
121. See, for instance, Rajindar Sachar, "Hanging in Balance: No Executive Interference Required," *Indian*

Express, August 15, 2014, https://indianexpress.com/article/opinion/columns/no-executive-interference-required/; and K. T. Thomas, "In Defence of Collegium," *Indian Express*, August 13, 2014, https://indianexpress.com/article/opinion/columns/in-defence-of-the-collegium/.

122. The Supreme Court had not struck down a constitutional amendment in thirty-five years.

123. The verdict is accessible at "Supreme Court . . . vs Union of India on 16 October, 2015," Indian Kanoon, accessed December 1, 2020, https://indiankanoon.org/doc/66970168/?type=print.

124. The majority verdict considered that "primacy of judiciary and limited role of the Executive in appointment of judges is part of the basic structure of the Constitution," a viewpoint with which the dissenting judge, Justice Chelameswar, disagreed. U. Anand, "Supreme Court Strikes Down NJAC, Revives Collegium System," *Indian Express*, October 17, 2015, https:// indianexpress.com/article/india/india-news-india/sc-strikes-down-njac-revives-collegium-system-of-appointing-judges/.

125. Khosla and Padmanabhan, "Supreme Court," 113.

126. "Supreme Court . . . vs Union," 320–21. See also A. A. Choudhary, "Giving Politician a Say in Judges' Selection Would Bring 'Spoils System' within Judiciary: SC," *Times of India*, October 16, 2015, https://timesofindia.indiatimes.com/india/Giving-politician-a-say-in-judges-selection-would-bring-spoils-system-within-judiciarySC/articleshow/49418456.cms.

127. M. Chhibber, "Government Says No to Crucial Objections of Supreme Court Collegium," *Indian Express*, June 28, 2016, https://indianexpress.com/article/india/india-news-india/sc-collegium-sc-judges-appointment-ts-thakur-nda-govt-2880284/.

128. Sheela Bhatt, "Memorandum of Procedure: Behind the Scenes, Govt and SC in Tug of War over Appointments—and Turf," *Indian Express*, July 15, 2016, https://indianexpress.com/article/india/india-news-india/supreme-court-high-court-judge-appointment-procedure-criteria-collegium-government-judiciary-2914823/.

129. U. Anand, "Chief Justice TS Thakur Questions PM Narendra Modi's Silence on Appointment of Judges," *Indian Express*, August 16, 2016, https://indianexpress.com/article/india/india-news-india/cji-t-s-thakur-questions-pm-narendra-modis-silence-on-appointment-of-judges-2977285/.

130. M. Chhibber, "Three Months after CJs' Meeting, Govt and Judiciary Yet to Agree on Minutes," *Indian Express*, July 25, 2016, https://indianexpress.com/article/india/india-news-india/supreme-court-high-court-judge-appointment-procedure-criteria-collegium-government-judiciary-memorandum-of-procedure-2933697/.

131. "No New Judges Appointed to Higher Judiciary for 8 Months," *Indian Express*, August 5, 2016, https://www.hindustantimes.com/india-news/no-new-judges-appointed-to-higher-judiciary-for-8-months-govt/story-H3Gh25FIRwm9u68KMq2WeM.html.

132. "80% of Funds for Developing Judicial Infra Remain Unspent," *Times of India* (New Delhi ed.), January 10, 2015, 15, https://timesofindia.indiatimes.com/india/Large-funds-for-developing-judicial-infrastructure-remain-unspent/articleshow/45830586.cms.

133. A. K. Aditya, "Judiciary Watch: 426 Vacancies in High Courts, Pendency Grows to More than 15 Lakh," Bar and Bench, December 10, 2015, https://www.barandbench.com/columns/judiciary-watch-426-vacancies-in-high-courts-pendency-grows-to-more-than-15-lakh.

134. M. Reddy, "Vacancies in High Courts Touch 470 as Govt.-Judiciary Logjam Continues," *The Hindu*, July 5, 2016, https://www.thehindu.com/news/national/Vacancies-in-high-courts-touch-470-as-govt.-judiciary-logjam-continues/article14471093.ece.

135. U. Anand, "CJI to Government: Don't Blame Us for Delay, Look Within," *Indian Express*, July 23, 2014, https://indianexpress.com/article/india/india-others/cji-to-government-dont-blame-us-for-delay-look-within/. The vacancies in the High Court jumped from 470 to 478 between July

and August. M. Krishnan, "Judiciary Watch: 478 Vacancies in High Courts across the Country," Bar and Bench, August 6, 2016, https://www.barandbench.com/news/judiciary-watch-478-vacancies-high-courts-across-country.

136. Narendra Modi tried to comfort him, saying that he was prepared "to set up a joint panel of representatives drawn from the judiciary and the executive to deal with the problem." S. Prakash, "Chief Justice Breaks Down before PM over Burden on Judiciary," *Hindustan Times*, April 24, 2016, https://www.hindustantimes.com/india/pm-assures-emotional-cji-of-govt-support-in-increasing-judge-strength/story-EgEh9e7DkCgwyBOS5nI2PN.html.

137. "We Require More than 70,000 Judges to Clear Pending Cases: CJI TS Thakur," *Eco- nomic Times*, May 8, 2016, https://economictimes.indiatimes.com/news/politics-and-nation/we-require-more-than-70000-judges-to-clear-pending-cases-cji-ts-thakur/articleshow/52176581.cms.

138. There were more than 4 million pending cases before the High Courts alone in 2019. "Over 3.5 Crore Cases Pending across Courts in India, Little Change in Numbers Since 2014," The Wire, November 27, 2019, https://thewire.in/law/pending-court-cases.

139. Anand, "Chief Justice TS Thakur."

140. "You Cannot Bring the Entire Institution to a Grinding Halt: SC Slams Modi Govt," Sabrang, October 28, 2016, https://sabrangindia.in/article/you-cannot-bring-entire-institution-grinding-halt-sc-slams-modi-govt.

141. U. Anand, "SC Slams Govt, Says Can't Let You Decimate the System," *Indian Express*, October 29, 2016, https://indianexpress.com/article/india/india-news-india/supreme-court-judges-appointment-njac-collegium-government-inaction-inefficiency-or-unwillingness-3727713/. According to another press report, the conversation was slightly different: "For nine months, the names the Collegium gave you have been languishing with you. You have beensitting over the names. What are you waiting for? Some change in the system? Some revolution in the system?' . . .

"Mr. Rohatgi countered that the law provided for an MoP to be finalised before appoint- ments are made.""The MoP is your red herring. The Law Minister and the government has repeatedly told us that the process of finalisation of MoP will not stall judicial appointments process. Now are you saying that there is a deadlock on the MoP and you want it cleared first before appointing judges?' Justice Thakur asked." K. Rajagopal, "Centre Is Trying to Decimate Judiciary: SC," *The Hindu*, October 28, 2016, https://www.thehindu.com/news/national/Centre-is-trying-to-decimate-judiciary-SC/article16084597.ece.

142. Anand, "SC Slams Govt."

143. Rajagopal, "Centre Is Trying."

144. "No Abnormal Increase in High Court Vacancies: Centre," *The Hindu*, October 29, 2016, https://www.thehindu.com/news/national/No-abnormal-increase-in-High-Court-vacancies-Centre/article16085288.ece.

145. "'Courts Lying Vacant without Judges': CJI TS Thakur Lambasts Centre," *Indian Express*, November 26, 2016, https://indianexpress.com/article/india/india-news-india/cji-thakur-lambasts-centre-says-courts-lying-vacant-without-judges-collegium-sysytem-4396198/.

146. "Supreme Court Collegium Rejects Govt's No to 43 Names for Judges in High Courts,"*Indian Express*, November 19, 2016, https://indianexpress.com/article/india/india-news-india/sc-collegium-rejects-govts-no-to-43-names-for-judges-in-high-courts-4382958/.

147. "Appointment of Judges Function of Executive, Says Parliamentary Committee," *Indian Express*, December 8, 2016, https://indianexpress.com/article/india/supreme-court-judges-appointment-collegium-parliamentary-committee-4417496/.

148. S. Rautray, "Justice TS Thakur Was Unable to Fill Judicial Posts," *Economic Times*, Janu- ary 2,

2017, https://economictimes.indiatimes.com/news/politics-and-nation/justice-ts-thakur-was-unable-to-fill-judicial-posts/articleshow/56281544.cms?utm_source=contentof interest&utm_medium=text&utm_campaign=cppst.

149. A. Dev, "In Sua Causa: What the Judiciary Has Done to Itself," *The Caravan*, July 1, 2019, https://caravanmagazine.in/magazine/2019/07.

150. Cited in A. Dev, "'Operation Successful; Patient Dead': A Troubling New Clause Allows the Government to Reject a Judge's Appointment on the Grounds of National Security," *The Caravan*, March 17, 2017, https://caravanmagazine.in/vantage/operation-successful-patient-deada-troubling-new-clause-allows-government-reject-judges-appointment-grounds-national-security.

151. In July 2017, the differences that remained were listed in a letter that the Law Ministry wrote to the Supreme Court: First, "the government wanted to keep the reasons for rejecting a candidate's selection on the grounds of 'national security and overriding public interest' confi- dential and share it only with the CJI." Second, "the Supreme Court was against creating a secretariat for vetting and clearing names of judges and forming a committee of judges, who were not part of the collegium to screen complaints against sitting judges." Third, it "was also not in favor of having search and evaluation committees for selecting candidates." M. Krishnan, "Disagreements Stall Rules on Appointment of Judges," *Hindustan Times*, January 6, 2020, https://www.hindustantimes.com/india-news/disagreements-stall-rules-on-appointment-of-judges/story-FilVn4bFayBzQU0H7j7B9H.html.

152. In fact, the Supreme Court showed some leniency even before Justice Khehar became India's chief justice, as evident from the verdict of the bench he headed after hearing a petition filed by the NGO Common Cause to set aside the appointment of K. V. Chowdary as the central vigilance commissioner because, as head of the income-tax department, "he had not probed documents found during a search of the offices of Hindalco Industries, owned by the Aditya Birla Group, and a raid at the Delhi and Noida offices of the Sahara India group." A. Dev, "Bal- ancing Act," *The Caravan*, June 1, 2017, https://caravanmagazine.in/reportage/chief-justice-khehar-executive-judiciary. See above details about this case.

153. "SC Refuses Plea on Alleged Dilution of Whistleblower Law," *The Hindu*, January 13, 2017, https://www.thehindu.com/news/national/SC-refuses-plea-on-alleged-dilution-of-whistleblower-law/article17030428.ece.

154. Dev, "Balancing Act."

155. In the Westminster type of parliamentary system, a money bill does not imply changes in public laws but concerns solely taxation and government spending. That is why it does not need to be examined by the upper house of parliament.

156. Aadhaar is the name of a biometric identification system that was initiated by the Man- mohan Singh government in 2009. It had been conceived at the time as a way of giving every Indian a unique identification number, without making it mandatory. In particular it was meant to secure access of the poor to their food ration and to prevent fraud. See Christophe Jaffrelot and Nicolas Belorgey, "L'identification biométrique de 1,3 milliard d'Indiens: Milieux d'affaires, Etat et société civile," *Les Etudes du CERI*, no. 251, September 2018, https://www.sciencespo.fr/ceri/fr/papier/etude.

157. Out of the five judges, four wrote the majority verdict. Judge D. Y. Chandrachud, in his minority opinion, penned a scathing and remarkably well argued indictment against it, prompt- ing him to declare Aadhaar unconstitutional. This judgment has been cited by the Jamaican Supreme Court to justify its invalidation of a scheme comparable to Aadhaar.

158. Interview with Karuna Nundy, New Delhi, January 2020.

159. "Loya Case Judge Is Close to BJP: Dave," *Times of India*, January 14, 2018, http://

timesofindia.indiatimes.com/articleshow/62492769.cms?utm_source=contentofinterest&utm_medium=text&utm_campaign=cppst.

160. Atul Dev, "The Darkest Hour," *The Caravan*, July 1, 2018, 35.

161. Cited in D. Mahapatra, "We Felt Then-CJI Was Being Remote-Controlled: Justice Ku- rian Joseph," *Times of India*, December 3, 2018, http://timesofindia.indiatimes.com/articleshow/66912798.cms?utm_source=contentofinterest&utm_medium=text&utm_campaign=cppst.

162. "Supreme Court to Hear Plea Seeking Probe into Judge Loya's Death," *Indian Express*, January 11, 2018, https://indianexpress.com/article/india/supreme-court-to-hear-plea-seeking-probe-into-judge-loyas-death-5020157/.

163. G. Bhatia, "Loya Case: Supreme Court Has Delivered a Trial Court Judgement— without Actually Holding a Trial," *Indian Express*, April 24, 2018, https://scroll.in/article/876707/loya-case-supreme-court-has-delivered-a-trial-court-judgement-without-actually-holding-a-trial.

164. S. Chisthti, "Govt Has Struck at the Very Heart of Judicial Freedom: Former CJI R.M. Lodha," *Indian Express*, April 27, 2018, https://indianexpress.com/article/india/govt-has-struck-at-the-very-heart-of-judicial-freedom-former-cji-rm-lodha-5153513.

165. M. Chhibber, "Modi Govt Takes on SC Again, Appoints Indu Malhotra but Doesn't Clear K.M. Joseph," ThePrint, April 25, 2018, https://theprint.in/india/governance/modi-govt-takes-on-sc-again-appoints-indu-malhotra-but-doesnt-clear-k-m-joseph/52757/.

166. A. Mandhani, "Justice Chelameswar Calls for Full Court Discussion on Govt. Interfer- ence in Judicial Appointments [Read Letter]," LiveLaw.in, March 29, 2018, https://www.livelaw.in/justice-chelameswar-calls-full-court-discussion-govt-interference-judicial-appointments/.

167. "Ok for Centre to Reject Justice Joseph, Says Chief Justice: 10 Points," NDTV, April 26, 2018, https://www.ndtv.com/india-news/is-government-above-the-law-congress-attack-over-judge-km-josephs-appointment-1843100.

168. "Supreme Court Collegium Meets but Defers Decision on Justice Joseph's Elevation,"*Indian Express*, May 3, 2018, https://indianexpress.com/article/india/supreme-court-collegium-meeting-cji-dipak-misra-justice-k-m-joseph-elevation-deffered-5160846/. See also A. P. Kumar, "It's Clear Dipak Misra Is Unwilling or Unable to Defend the Supreme Court's Best Interests," Scroll.in, May 5, 2018, https://scroll.in/article/877840/opinion-its-clear-dipak-misra-is-unwilling-or-unable-to-defend-the-supreme-courts-best-interests.

169. Cited in Chhibber, "Modi Govt Takes."

170. M. Chhibber, "In a First, Modi Govt Changes Collegium's Recommendation on HC Judge's Appointment," ThePrint, April 23, 2018, https://theprint.in/india/governance/modi-govt-changes-collegiums-recommendation-hc-judges-appointment/51742/.

171. M. Chhibber, "Appointment of These 4 as Judges Has Been Stuck for 2 Yrs & Modi Govt Hasn't Given Reasons," ThePrint, May 31, 2018, https://theprint.in/india/governance/appointment-of-these-4-as-judges-has-been-stuck-for-2-yrs-modi-govt-hasnt-given-reasons/64625/.

172. "Centre Returns 2 Names for Appointment to Allahabad HC the Second Time in 2 Years," Law Gupshup, June 25, 2018, https://lawgupshup.com/2018/06/centre-returns-2-names-for-appointment-to-allahabad-hc-the-second-time-in-2-years/.

173. On other occasions, the government refused to appoint a judge to one High Court but agreed to appoint him to another—and the Collegium obliged them. See the case Justice Anirud- dha Bose explained in M. Chhibber, "Modi Govt Rejects Judge's Name as Delhi High Court Chief Justice, Cites Lack of Experience," ThePrint, July 19, 2018, https://theprint.in/india/governance/modi-govt-rejects-judges-name-as-delhi-hc-chief-justice-cites-lack-of-experience/85105/.

174. Rajeev Dhavan, "View: Why HC Judges Can't Be Transferred According to Whim & Fancy,"

Economic Times, September 29, 2017, https://economictimes.indiatimes.com/news/politics-and-nation/view-why-government-cannot-transfer-hc-judges-according-to-whim-fancy/articleshow/60876393.cms?from=mdr.

175. S. Yamunan, "Supreme Court Collegium Should Explain Why Justice Jayant Patel's Transfer Was in Public Interest," Scroll.in, accessed August 17, 2020, https://scroll.in/article/852239/supreme-court-collegium-should-explain-how-justice-jayant-patels-transfer-was-in-public-interest.

176. M. Sebastian, "Centre's Scramble For One-Upmanship Over Judicial Appointments," Live Law.in, August 5, 2018, https://www.livelaw.in/centres-scramble-for-one-upmanship-over-judicial-appointments/.

177. "Chelameswar Letter Text: 'Bonhomie between Judiciary, Government Sounds Death Knell to Democracy,'" Scroll.in, March 29, 2018, https://scroll.in/article/873787/full-text-bonhomie-between-judiciary-and-government-sounds-the-death-knell-to-democracy.

178. "CJI Impeachment Motion: Full text of the Statement Issued by Congress and Six Other Opposition Parties," FirstPost, April 20, 2018, https://www.firstpost.com/india/cji-impeachment-motion-full-text-of-the-statement-issued-by-congress-and-six-other-opposition-parties-4439531.html.

179. Rohan Venkataramakrishnan, "So, What Did the Congress Achieve by Trying to Im-peach Chief Justice Dipak Misra?," Scroll.in, May 13, 2018, https://scroll.in/article/878695/so-what-did-the-congress-achieve-by-trying-to-impeach-chief-justice-dipak-misra.

180. Amit Choudhary, "Electoral Bonds Retrograde Step, against Transparency of Political Funding: EC to SC," *Times of India*, March 27, 2019, https://www.newsrain.in/news/68601455/Electoral-bonds-retrograde-step,-against-transparency-of-political-funding:-EC-to-SC.

181. V. Sachdev, "Why the SC's Electoral Bonds Order Leaves a Lot to Be Desired," The Quint, accessed August 20, 2020, https://www.thequint.com/voices/opinion/why-supreme-court-electoral-bonds-interim-order-ineffective.

182. M. Chhibber, "How Modi Govt Tried to Stall Akil Kureshi's Appointment as MP High Court Chief Justice," ThePrint, September 23, 2019, https://theprint.in/judiciary/how-modi-govt-tried-to-stall-akil-kureshis-appointment-as-mp-high-court-chief-justice/295290/.

183. "Centre Blocking Elevation of Justice Kureshi, Who Once Sent Amit Shah to Custody," The Wire, June 21, 2019, https://thewire.in/law/centres-refusal-to-elevate-justice-kureshi-raises-troubling-questions.

184. Other transfers could be mentioned to illustrate the way judges have been punished in the recent past, including those of Justice Vijaya Tahilramani, who had convicted eleven people in the Bilkis Bano gang-rape case (the gang rape had taken place during the Gujarat pogrom) as acting chief justice of Bombay High Court; Justice Abhay Thipsay, of Bombay High Court, who had sentenced to life imprisonment nine of the twenty-one accused in the Best Bakery case (also related to the Gujarat pogrom); and Justice Rajiv Shakdher, who had lifted the travel ban on Priya Pillai, a Greenpeace activist who had been offloaded from a plane in 2015 because she was about to testify before British parliamentarians about the environmental implications of India's intention to mine coal in a Madhya Pradesh forest.

185. M. B. Lokur, "Collegium's Actions Show that the NJAC which Was Struck Down Four Years Ago Is Back, with a Vengeance," *Indian Express*, October 16, 2019, https://indianexpress.com/article/opinion/columns/govt-calling-the-supreme-court-shots-narendra-modi-6070659/.

186. The episodes mentioned in this paragraph, ranging from the conquest of the BJP in Gujarat and Modi's postpogrom judicial problems are elaborated on in my forthcoming book, *Saffron Modernity: Narendra Modi's Experiments with Gujarat*.

187. R. Jagannathan, "NJAC: Singhvi, Jaitley Hold Mirror to Supreme Court, and the Picture Isn't Pretty," FirstPost, October 19, 2015, https://www.firstpost.com/politics/njac-singhvi-jaitley-hold-mirror-to-supreme-court-and-the-picture-isnt-pretty-2473508.html.
188. These words were used against the order of a Supreme Court bench directing the gov- ernment to establish a National Disaster Mitigation Fund within three months to help the rural population that was badly affected by a severe drought. The court was responding to a public interest writ petition filed by Swaraj Abhiyan because the parliament—whose sovereignty Jait- ley was defending—had not established the fund that was supposed to result from the Disaster Management Act that it had passed in 2005. H. Mander, "Asking the Centre to Fulfill Its Obliga- tions under Laws It Passed Is Not Judicial Overreach," Scroll.in, June 10, 2016, https://scroll.in/article/809651/asking-the-centre-to-fulfill-its-obligations-under-laws-it-passed-is-not-judicial-overreach.
189. Jaffrelot, "Indian Democracy."
190. Akhil Bharatiya Adhivakta Parishad, homepage, accessed December 1, 2020, http://www.adhivaktaparishad.org/index.php.
191. Dev, "In Sua Causa." The dilution of the Prevention of Atrocities Act gave rise to such an uproar that the Modi government moved a review petition that resulted in a partial recall of its previous order: there was no longer any need for a preliminary inquiry before registering an FIR; nor were prior sanctions any longer necessary before arrests of public servants or private persons could be made. But such petitions were not moved when the Supreme Court upheld a 2017 order of the Allahabad High Court ordering the universities to implement reservations at the department level, a change that was bound to reduce the number of posts available.
192. R. Balaji, "Top Court Berth Eludes Judge," *The Telegraph*, September 1, 2013, https://www.telegraphindia.com/india/top-court-berth-eludes-judge/cid/260067.
193. V. Simja, "The Zero Case Deadly Implications of the Birla-Sahara Judgment," *Economic and Political Weekly* 52, no. 10 (March 11, 2017), https://www.epw.in/journal/2017/10/insight/zero-case.html.
194. Simja, "Zero Case Deadly Implications." To assign the Birla-Sahara papers case to the bench headed by Justice Mishra contravened the code of conduct for judges in India where it is written: "A judge shall not hear and decide a matter in which a member of his family, a close relation or a friend is concerned."
195. For a comprehensive study of the role of Arun Mishra in the Supreme Court, see V. Venkatesan, "How Justice Arun Mishra Rose to Become the Most Influential Judge in the Su- preme Court," The Wire, September 1, 2020, https://thewire.in/law/justice-arun-mishra-judgments-analysis.
196. V. Venkatesan, "As Judge, Arun Mishra Was Almost Predictable When the State Was before Him," The Wire, September 3, 2020, https://thewire.in/law/justice-arun-mishra-predictable-legacy.
197. "PM Modi a Versatile Genius Who Thinks Globally and Acts Locally: Justice Arun Mishra," *Economic Times*, February 22, 2020, https://economictimes.indiatimes.com/news/politics-and-nation/pm-modi-a-versatile-genius-who-thinks-globally-and-acts-locally-justice-arun-mishra/articleshow/74255056.cms. Previously, only High Court judges had eulogized Narendra Modi with such zeal. For instance, the Patna High Court chief justice had described Modi as a "model and a hero" (R. Jain, "PM Modi Is a Model & a Hero, Says Patna High Court Chief Justice M. R. Shah," ThePrint, August 18, 2018, https://theprint.in/india/governance/pm-modi-is-a-model-a-hero-says-patna-high-court-chief-justice-m-r-shah/100960/.)
198. On the ideological affinities between Justice Mishra and the Hindu nationalists, in ad- dition to the two articles by V. Venkatesan mentioned above, see the two other parts of his se- ries: "Justice

Arun Mishra's Disregard for Precedent Led to Charge of Judicial Indiscipline," The Wire, September 4, 2020, https://thewire.in/law/arun-mishra-judicial-indiscipline-supreme -court; and "Justice Arun Mishra's Social Conservatism a Key Factor in His Neglect of Judicial Precedents," The Wire, September 2, 2020, https://thewire.in/law/justice-arun-mishra-judicial-precedent.

199. Akhil Bharatiya Adhivakta Parishad, "Executive Body," accessed December 1, 2020, http://www.adhivaktaparishad.org/executivebody.php.

200. S. Philip, "After Constitution, Army, RSS Keeps Indians Safe: Former Supreme Court Judge," *Indian Express*, January 4, 2018, https://indianexpress.com/article/india/after-constitution-army-rss-keeps-indians-safe-supreme-court-ex-judge-5010704/.

201. On two occasions, in 2015 and 2019, the Supreme Court also regretted that no attempt had been made, despite judicial exhortations, to frame a uniform civil code in India, an article of faith of the BJP for decades. "No Attempts Made to Frame Uniform Civil Code in India, Rues SC," The Quint, September 14, 2019, https://www.thequint.com/news/law/supreme-court-on-uniform-civil-code.

202. Regarding secularism, Supreme Court Justice A. R. Dave declared, in the course of a conference organized by the Gujarat Law Society in August 2014: "Had I been the dictator of India, I would have introduced Gita and Mahabharata in Class I. That is the way you learn how to live life. I am sorry if somebody says I am secular or I am not secular Our old traditionsuch as 'guru-shishya parampara' is lost, if it had been there, we would not have had all these problems (violence and terrorism) in our country." "If I Were a Dictator, I Would Introduce Gita in Class I: Supreme Court Judge," *Times of India*, August 2, 2014, https://timesofindia.indiatimes.com/india/If-I-were-a-dictator-I-would-introduce-Gita-in-Class-I-Supreme-Court-judge/articleshow/39481111.cms?utm_source=contentofinterest&utm_medium=text&utm_campaign=cppst.

203. Arshu John, "Rajan Gogoi's Gift to the Government," *The Caravan*, February 1, 2020, https://caravanmagazine.in/reportage/ranjan-gogoi-gifts-government.

204. M. Jain, "'Out of 4600 Declared Foreigners Only 4 Have Been Deported? Is It Not Your Constitutional Duty?' CJI Pulls Up Assam Chief Secy," Live Law.in, April 9, 2019, https://www.livelaw.in/top-stories/assam-detention-centre-cji-sc-foreigners—144172?infinitescroll=1.

205. John, "Rajan Gogoi's Gift."

206. John.

207. John. On the role of Chief Justice Gogoi in the "NRC process" in Assam, see Shekhar Gupta, "Why the Root of Delhi's Hindu-Muslim Riots Is a Malevolent Creeper Planted by Supreme Court," ThePrint, March 1, 2020, https://theprint.in/national-interest/why-the-root-of-delhis-hindu-muslim-riots-is-a-malevolent-creeper-planted-by-supreme-court/373115/.

208. Simja, "Zero Case Deadly Implications," 39. Dipak Misra does not have a brother named Aditya. According to one of Misra's relatives, Pul had mistaken his brother for his brother-in-law Aditya Mahapatra. Dev, "Darkest Hour," 40.

209. The case was not fully investigated, despite Pul's widow's efforts. Dev, "Darkest Hour," 46–47.

210. In this case, which pertained again to attempts by litigants to blackmail judges with money, the manner in which Chief Justice Misra constituted the bench was also questioned. Dev, 47–50. See also A. Dev, "Corruption Allegations and Courtroom Drama: What Happened in the Chief Justice's Court Yesterday," *The Caravan*, November 11, 2017, https://caravanmagazine.in/vantage/corruption-allegations-courtroom-drama-the-chief-justices-court.

211. Dev, "Darkest Hour," 30.

212. On the way Chief Justice Gogoi ignored the rule "no one should be a judge in his own cause," see M. Chhibber, "Recusal Has Become a Selective Call of Morality for Supreme Court Judges,"

ThePrint, October 14, 2019, https://theprint.in/opinion/recusal-supreme-court-judges-gautam-navlakha-kashmir-cji-gogoi/303036/.

213. Dev, "In Sua Causa."
214. Dev.
215. Dev.
216. Chief Justice Kehar applied it when he was approached by Pul's widow, Chief Justice Misra applied it in the Prasad Education Trust case, and Chief Justice Gogoi applied it in the sexual harassment case mentioned above.
217. Madan B. Lokur, "Judicial Independence: Three Developments that Tell Us Fair Is Foul and Foul Is Fair," The Wire, March 23, 2020, https://thewire.in/law/judicial-independence-three-developments-that-tell-us-fair-is-foul-and-foul-is-fair.
218. S. Mishra, "Govt Is Blackmailing CJI Misra, Says Prashant Bhushan," *The Week*, January 28, 2018, https://www.theweek.in/theweek/cover/government-is-blackmailing-dipak-misra.html.
219. The idea that the Modi government could "manage" the Supreme Court emerged from statements of the BJP chief minister of Karnataka himself after he had engineered defections of Congress MLAs and had to have them elected again—something the Supreme Court has objected to but did not prevent. "'Modi and Shah Can Manage Supreme Court Judges': Yeddyurappa Allegedly Claims in Tapes Released by Kumaraswamy," NewsCentral24x7, February 8, 2019, https://newscentral24x7.com/karnataka-yeddyurappa-audio-clip-modi-shah-can-manage-supreme-court-judges-kumaraswamy-operation-kamala/.
220. "In Unprecedented Move, Modi Government Sends Former CJI Ranjan Gogoi to Rajya Sabha," The Wire, March 16, 2020, https://thewire.in/law/cji-ranjan-gogoi-rajya-sabha-nomination.
221. "BJP for 'Cooling Period' before Judges Head Tribunals," *Outlook*, September 30, 2012, https://www.outlookindia.com/newswire/story/bjp-for-cooling-period-before-judges-head-tribunals/776850.
222. Ajaz Ashraf, "How to Ensure Independence of Judiciary: Pay Full Salary to Judges till Death," Scroll.in, April 11, 2015, https://scroll.in/article/719495/how-to-ensure-independence-of-judiciary-pay-full-salary-to-judges-till-death.
223. There were many others. For instance, in 2018, after retiring from the Supreme Court, A. K. Goel—who was already close to the Sangh Parivar anyway—was appointed head of the National Green Tribunal.
224. Lokur, "Judicial Independence."
225. "A Bar Silenced under Threat of Contempt Will Undermine Court's Independence: Lawyers Express Dismay over SC Verdict in Prashant Bhushan Case," Bar and Bench, August 27, 2020, https://www.barandbench.com/news/lawyers-express-dismay-over-sc-verdict-in-prashant-bhushan-case.
226. P. B. Mehta, "SC Was Never Perfect, but the Signs Are That It Is Slipping into Judicial Barbarism," *Indian Express*, November 18, 2020, https://indianexpress.com/article/opinion/columns/supreme-court-arnab-goswami-bail-article-32-pratap-bhanu-mehta-7055067/.
227. According to Atul Dev, this expression refers to the way the "judiciary helped the rise of Nazi Germany by granting much mercy to the right and no quarter to the left, heedless of the principle of equality before the law." A. Dev, "Now as Farce," *The Caravan*, November 30, 2020, https://caravanmagazine.in/media/supreme-court-media-end-silence-courts.
228. L. Henderson, "Authoritarianism and the Rule of Law," UNLV School of Law, Scholarly Works, 1991, paper no. 867, p. 380, accessed October 4, 2020, http://scholars.law.unlv.edu/facpub/867.
229. Ninan, "India's Media Landscape Changed."

230. Elaborating on the notion of "one-way communication," Suhas Palshikar argues that Modi "is a leader who does not like to enter into dialogue, doesn't want an exchange with the media. He won't brook hard questioning." S. Palshikar, "Modi Has Brought into Practice a Style of One-Way Communication: Giving Out Messages," *Indian Express*, May 21, 2019, https:// indianexpress.com/ article/opinion/columns/lok-sabha-elections-narendra-modia-amit-shah-political-interview-media-friendly-press-conference-5739260/.

231. "Javadekar Asks Media to Maintain 'Lakshman Rekha,'" *The Hindu*, November 16, 2014, https:// www.thehindu.com/news/national/national-press-day-javadekar-asks-media-to-maintain-lakshman-rekha/article6605323.ece.

232. Aliya Ram, "India's Jaitley Calls for Limits on Free Speech," *Financial Times*, Febru- ary 26, 2017, https://www.ft.com/content/e2a44a08-fc05-11e6-96f8-3700c5664d30.

233. For instance, in 2016, the editor of The Wire, Siddharth Vadarajan, was prevented from entering the campus of Allahbad University by ABVP members who called him "antinational." "Threats to Journalist an Attack on Freedom of Expression: Editors Guild," *Indian Express*, Janu- ary 24, 2016, https://indianexpress.com/article/cities/delhi/threats-to-journalist-an-attack-on-freedom-of-expression-editors-guild/.

234. D. Ghoshal, "Modi Government Freezes Ads Placed in Three Indian Newspaper Groups," Reuters, June 28, 2019, https://www.reuters.com/article/us-india-media/modi-government-freezes-ads-placed-in-three-indian-newspaper-groups-idUSKCN1TT1RG.

235. Adam Withnall, "How Modi Government Uses Ad Spending to 'Reward or Punish' Indian Media," *The Independent*, July 20, 2019, https://www.independent.co.uk/news/world/asia/ india-modi-government-media-ad-spending-newspapers-press-freedom-a8990451.html.

236. "Fali S Nariman too Agrees with Janta Ka Reporter, Links Sambit Patra Episode to CBI Raids," Janta Ka Reporter, June 9, 2017, http://www.jantakareporter.com/india/fali-s-nariman-janta-ka-reporter/129585/.

237. "Tax Raid on Raghav Bahl: Editors Guild Says Motivated Searches Will Undermine Media Freedom," ThePrint, October 11, 2018, https://theprint.in/india/governance/tax-raid-on-raghav-bahl-editors-guild-says-motivated-searches-will-undermine-media-freedom/132899/.

238. K. Kaushik, "Centre Bans Two Malayalam TV Channels for Delhi Riots Coverage,"*Indian Express*, March 7, 2020, https://indianexpress.com/article/india/delhi-violence-two-malayalam-news-channels-banned-ministry-of-information-and-broadcasting-6303175/.

239. "Ban Recalls Emergency: Withdraw It: Editors Guild on NDTV India," *Indian Express*, November 5,2016,https://indianexpress.com/article/india/india-news-india/ban-on-ndtv-india-reminiscent-of-emergency-editors-guild-3737687/.

240. "Exclusive: Punya Prasun Bajpai Reveals the Story behind His Exit from ABP News," The Wire, August 6, 2018, https://thewire.in/media/punya-prasun-bajpai-abp-news-narendra-modi.

241. "The Foundation for Media Professionals Issues a Statement on ABP News," Newslaun- dry, August 7, 2018, https://www.newslaundry.com/2018/08/07/the-foundation-for-media-professionals-issues-a-statement-on-abp-news.

242. According to a detailed piece of investigation journalism published at The Wire, Ghosh's exit took place after Narendra Modi himself met the owner of the newspaper. A. Srivas, "Hindustan Times Editor's Exit Preceded by Meeting Between Modi, Newspaper Owner," The Wire, September 25, 2017, https://thewire.in/media/hindustan-times-bobby-ghosh-narendra-modi-shobhana-bhartia.

243. U. R. Yadav, "FIR against Aakar Patel over His Twitter Post," *Deccan Herald*, June 5, 2020, https://www.deccanherald.com/city/bengaluru-crime/fir-against-aakar-patel-over-his-twitter-

post-845838.html.

244. "Sedition Case: SC Grants Interim Relief from Arrest to Journalist Vinod Dua, Refuses to Stay Probe," *Indian Express*, June 14, 2020, https://indianexpress.com/article/india/vinod-dua-sedition-case-6458027/.

245. "UP Police Registers FIR against Journalist Supriya Sharma for Report on PM's Adopted Village," The Wire, June 18, 2020, https://thewire.in/media/up-police-fir-supriya-sharma-journalist-domari.

246. "India: Media's Crackdown during COVID-19 Lockdown," Rights and Risks Analysis Group, New Delhi, June 15, 2020, p. 4, accessed September 16, 2020, http://www.rightsrisks.org/wp-content/uploads/2020/06/MediaCrackdown.pdf.

247. Some of their stories are found in A. Kumar and M. Singh, "Missing from Headlines: How the Adityanath Regime Is Going After Local Journalists," Newslaundry, July 7, 2020, https://www.newslaundry.com/2020/07/07/missing-from-headlines-how-the-adityanath-regime-is-going-after-local-journalists.

248. "Journalist Prashant Kanojia Arrested by UP Police for Allegedly Sharing Morphed Post on Ram Temple," Scroll.in, August 18, 2020, https://scroll.in/latest/970703/journalist-prashant-kanojia-arrested-by-up-police-in-connection-with-some-tweets-reports.

249. A.A. Jafri, "UP: FIR against Scribe for Allegedly 'Maligning' Government," NewsClick, August 8, 2020, https://www.newsclick.in/UP-FIR-scribe-allegedly-maligning-government.

250. I. Ara, "DM, Public Provide Food after Hungry Kids Seen Eating 'Grass' in Modi's Constituency," The Wire, March 26, 2020, https://thewire.in/rights/varanasi-hunger-national-lockdown.

251. S. Philip and M. Sahu, "SC Plea Today, Journalist Siddique Kappan's Family Asks: Aren't We Citizens?," *Indian Express*, November 16, 2020, https://indianexpress.com/article/india/siddique-kappan-journalist-jail-up-supreme-court-7052829/.

252. "Criminal Charges against News Editor in India Must Be Dismissed," Pen America, April 13, 2020, https://pen.org/press-release/criminal-charges-against-news-editor-in-india-must-be-dismissed/.

253. See "Chhattisgarh: Journalist Charged with Sedition for Sharing Cartoon on SC Verdict in Loya Case," Scroll.in, May 1, 2018, https://scroll.in/latest/877453/chhattisgarh-journalist-charged-with-sedition-for-sharing-cartoon-on-sc-verdict-in-loya-case; and "After Spending 17 Months in Jail, SC Grants Bail to Chhattisgarh Journalist Santosh Yadav," *Indian Express*, February 27, 2017, https://indianexpress.com/article/india/after-spending-17-months-in-jail-chhattisgarh-journalist-santosh-yadav-granted-bail-4546569/.

254. See "Emergency? Here Are 9 Cases Where BJP Leaders Didn't Jump to Arrested Journalists' Defence," The Wire, November 4, 2020, https://thewire.in/media/journalist-arrest-arnab-goswami-bjp-defence.

255. "Exclusive: Indian Journalism Is Facing an Unprecedented Crisis: Josy Joseph," Sabrang, September 18, 2018, https://sabrangindia.in/interview/exclusive-indian-journalism-facing-unprecedented-crisis-josy-joseph.

256. K. Kohli, "'We Cannot Get a Call from Amit Shah': Media Group Caught in Self-Censorship Vice," The Wire, March 28, 2018, https://thewire.in/media/vice-india-amit-shah-times-bridge-group.

257. P. B. Mehta, "State and Capital," *Indian Express*, July 28, 2018, https://indianexpress.com/article/opinion/columns/state-and-capital-5280117/.

258. A. Tiwari, "How Republic TV and Zee Media 'Illegally' Reached Millions of Viewers," Newslaundry, December 11, 2020, https://www.newslaundry.com/2020/12/11/how-republic-tv-and-zee-

group-illegally-reached-millions-of-viewers.
259. Goswami's complacency was on display for everyone to see as early as 2016 when Modi gave him his first one-on-one interview on a private channel. N. Chaturvedi, "Full Text of Na- rendra Modi's Interview with Arnab Goswami," Huffington Post, June 27, 2016, https://www.huffingtonpost.in/2016/06/28/narendra-modi-interview_n_10697454.html.
260. "Complaints Lodged against Republic TV Anchor Arnab Goswami in Chhattisgarh," Newsd, April 22, 2020, https://newsd.in/complaints-lodged-against-republic-tv-arnab-goswami-in-chhattisgarh-sonia-gandhi/; F. Tandel, "Mumbai Police Files FIR against Arnab Goswami, Accuses Him of Spreading Hatred," *Hindustan Times*, May 4, 2020, https://www.hindustantimes.com/india-news/mumbai-police-file-fir-against-arnab-goswami-accuses-him-of-spreading-hatred/story-8tfFHRTG7xImSCrgpS1PWI.html; and P. Goyal, "'High Time to Stop Such Hate-Spreaders': Complaint Filed against Republic, Arnab Goswami under Cable Act," Newslaundry, June 6, 2020, https://www.newslaundry.com/2020/06/06/high-time-to-stop-such-hate-spreaders-complaint-filed-against-republic-arnab-goswami-under-cable-act.
261. Christophe Jaffrelot and Vihang Jumle, "One-Man Show," *The Caravan*, December 15, 2020, https://caravanmagazine.in/media/republic-debates-study-shows-channel-promotoes-modi-ndtv.
262. Tavleen Singh, "Media Has Been Managed So Well by Modi Government that for Min- isters to Dare Speak of 'Press Freedom' Is Offensive," *Indian Express*, November 8, 2020, https://indianexpress.com/article/opinion/columns/arnab-goswami-arrest-narendra-modi-tavleen-singh-7001283/.
263. "SC Bar Association Head Says Instant Listing of Arnab Goswami's Bail Plea 'Deeply Disturbing,'" ThePrint, November 10, 2020, https://theprint.in/judiciary/sc-bar-association-head-says-instant-listing-of-arnab-goswamis-bail-plea-deeply-disturbing/541655/.
264. "Arnab Goswami Programme Leads to £20,000 Fine for UK Licensee," *Times of India*, December 23, 2020, http://timesofindia.indiatimes.com/articleshow/79904365.cms?utm_source=contentofinterest&utm_medium=text&utm_campaign=cppst.
265. S. Barooah-Pisharoty, "Well-Known Poet-Scientist Gauhar Raza on Being Labelled an 'Anti-National'," The Wire, March 11, 2016, https://thewire.in/politics/well-known-poet-scientist-gauhar-raza-on-being-labelled-an-anti-national.
266. "Full Text: Arnab Goswami Violates Norms of Professionalism and Fairness, Say Activ- ists in Open Letter," Scroll.in, February 26, 2015, https://scroll.in/article/709880/full-text-arnab-goswami-violates-norms-of-professionalism-and-fairness-say-activists-in-open-letter.
267. Sayed Shahnawaz Hussain (@ShahnawazBJP), "The case by Kerala Govt against senior journalist @sudhirchaudhary is an attack on Press Freedom & is aimed at silencing the Media. What is the Communist Party afraid of? The Truth??," Twitter, May 7, 2020, 8:13 a.m., https://twitter.com/shahnawazbjp/status/1258369387880484864.
268. Safoora, "Rajat Sharma Gives Communal Color to Bandra Gathering," *Siasat Daily*, April 18, 2020, https://www.siasat.com/rajat-sharma-gives-communal-color-bandra-gathering-1875027/.
269. "More Trouble for Arnab Goswami as Powerful Demand Grows to Ban 'Preachers of Hate, Including Republic TV, Zee News, India TV, Aaj Tak, ABP and Times Now' in UAE," Janata Ka Reporter, May 7, 2020, http://www.jantakareporter.com/entertainment/more-trouble-for-arnab-goswami-as-powerful-demand-grows-to-ban-preachers-of-hate-including-republic-tv-zee-news-india-tv-aaj-tak-abp-and-times-now/289827/.
270. Interestingly, when the Supreme Court suspended an openly Islamophobic series by Sudarshan News that accused Muslims of infiltrating the Indian bureaucracy, the Information and Broadcasting Ministry objected that such decisions jeopardized freedom of expression ("Sudarshan TV Case:

Centre Tells SC Not to Lay Down 'Any Further Guidelines' for Rest of Mainstream Media," *Indian Express*, January 5, 2020, https://indianexpress.com/article/india/sudarshan-tv-supreme-court-media-guidelines-centre-affidavit-6599313/.) On Sudarshan News, see Meghnad S., "Bloodlust TV: Bigotry on Suresh Chavhanke's Sudarshan News, Spon- sored by the Taxpayer," Newslaundry, October 28, 2019, https://www.newslaundry.com/2019/10/28/bloodlust-tv-bigotry-on-suresh-chavhankes-sudarshan-news-sponsored-by-the-taxpayer.

271. Ravish Kumar, "'Those Who Throw Ink Have Become Party Spokesmen, Those Who Use Ink Are Propagandists,'" The Wire, March 20, 2018, https://thewire.in/politics/ravish-kumar-speech-journalism-kuldip-nayyar-award.

272. "Operation 136: Part 1 Intro," Cobrapost, March 26, 2018, https://www.cobrapost.com/blog/Operation-136:-Part-1/1009. See also "Cobrapost Sting: Big Media Houses Say Yes to Hindutva, Black Money, Paid News," The Wire, May 26, 2018, https://thewire.in/media/cobrapost-sting-big-media-houses-say-yes-to-hindutva-black-money-paid-news.

273. See "Operation-136 II, The Times Group- Part 3 of 3," YouTube video posted by Cobra- post, May 25, 2018, accessed September 17, 2020, https://www.youtube.com/watch?v=kr4GNJyNfkc&index=45&t=0s&list=PLtIitJsHQm66Z2Vk7Us-YE_Bhy0_eYG_.

274. "Large Media Houses Accused of Striking Deals for Paid News to Promote Hindutva Agenda," The Wire, March 27, 2018, https://thewire.in/media/large-media-houses-seen-striking-deals-for-paid-news-to-promote-hindutva-agenda.

275. Reporters sans frontiers, "Modi Tightens His Grip on the Media," 2020 World Press Freedom Index, accessed September 16, 2020, https://rsf.org/en/india.

276. Bloomberg, the American media house, has been unable to get a license. See V. Goel and J. Gettleman, "Under Modi, India's Press Is Not So Free Anymore," *New York Times*, April 2, 2020, https://www.nytimes.com/2020/04/02/world/asia/modi-india-press-media.html.

277. Freedom House, "India," Freedom in the World, accessed September 16, 2020, https://freedomhouse.org/country/india/freedom-world/2020.

278. S. Jash, "India Is Leading the World in Internet Shutdowns," Slate, April 17, 2019, https://slate.com/technology/2019/04/india-internet-shutdowns-digital-authoritarianism-democracies.html.

279. S. Faleiro, "How India Became the World's Leader in Internet Shutdowns," *MIT Technol- ogy Review*, August 19, 2020, https://www.technologyreview.com/2020/08/19/1006359/india-internet-shutdowns-blackouts-pandemic-kashmir/.

280. Software Freedom Law Center, "Internet Shutdowns," https://internetshutdowns.in, accessed December 28, 2020.

281. R. Bhatia, "'Exceptional' Cases of Internet Shutdown More Common since 2014," The Quint, September 2017, https://www.thequint.com/tech-and-auto/tech-news/difficulty-as-india-restricts-use-of-internet.

282. S. Nazmi, "Why India Shuts Down the Internet More than Any Other Democracy," BBC News, December 19, 2019, https://www.bbc.com/news/world-asia-india-50819905.

283. D. Dutt Roy, "Farmers' Protest Facebook, Instagram Pages Blocked, Restored after 3 Hours," NDTV, December 21, 2020, https://www.ndtv.com/india-news/protesting-farmers-allege-their-facebook-instagram-accounts-blocked-after-live-event-today-2341279.

284. Ipsita Chakravarty, "The BJP Is Afraid of Saffron Terror Probes because They Point to the RSS," Scroll.in, June 26, 2015, https://scroll.in/article/736886/the-main-reason-the-bjp-is-afraid-of-saffron-terror-probes-they-seem-to-point-to-the-rss.

285. Among the many critical assessments of the Supreme Court's decline, see K. Rajagopal, "Yes, the

Supreme Court Has Been Floundering, Says Indira Jaising," *The Hindu*, March 3, 2018, https://www.thehindu.com/society/yes-the-supreme-court-has-been-floundering-indira-jaising/article22907531.ece.
286. S. Shantha, "I Am Waiting for the Right Moment to Strike. I Will Speak Up: Rohini Salian," The Wire, April 23, 2018, https://thewire.in/law/i-am-waiting-for-the-right-moment-to-strike-i-will-speak-up-rohini-salian.
287. S. Sharma, "Not Just Rohini Salian."
288. P. Donthi, "Undercover: Ajit Doval in Theory and Practice," *The Caravan*, September 1, 2017, https://caravanmagazine.in/reportage/ajit-doval-theory-practice.
289. Cited in Donthi, "Undercover."
290. Cited in Donthi.
291. For more details, see Bilal A. Baloch, "Crisis, Credibility and Corruption: How Ideas and Institutions Shape Government Behaviour in India" (PhD diss., Oxford University, 2017), 151.
292. Cited in Donthi, "Undercover."
293. If the institution of the governors was already politicized, the Ministry of External Affairs is now experiencing the same process to a lesser extent. S. Vadarajan, "MEA's Latest: BJP the 'Only Alternative,' Only Hindus Are 'Spiritual,'" The Wire, September 30, 2017, https://thewire.in/diplomacy/mea-bjp-propaganda-hindutva-deendayal-upadhyaya-integral-humanism.
294. The weakening of other institutions—including the Indian Parliament, which will be dealt with in chapter 10—could be mentioned here. The comptroller and auditor general whose "Audit Reports on Union Government (Finance Accounts)" are no longer finalized ahead of budget sessions, and whose activity has significantly declined, is a case in point. H. Upadhyaya, "Delayed Audit Reports, Lower Output Marked Last Two Years of CAG's Functioning," The Wire, July 24, 2020, https://thewire.in/political-economy/cag-delayed-audit-reports-lower-output-defence-services.
295. This "parliament" was organized by civil society organizations in reaction to the trend described in this chapter.
296. "Justice A.P. Shah: Powerful Executive Has Sidelined All Institutions, This Is How Democracy Dies," The Wire, August 18, 2020, https://thewire.in/government/justice-a-p-shah-powerful-executive-has-sidelined-all-institutions-this-is-how-democracy-dies.

9

1. Andreas Schedler, "The Logic of Electoral Authoritarianism," in *Electoral Authoritarianism. The Dynamics of Unfree Competition*, ed. A. Schedler (Boulder, CO: Lynne Rienner, 2006), 8.
2. Schedler, "Logic of Electoral Authoritarianism," 9.
3. "Mood of the Nation: NDA Loses Sheen, but Narendra Modi Shines Bright," *India Today*, August 20, 2018, https://www.indiatoday.in/india/story/mood-of-the-nation-nda-loses-sheen-but-narendra-modi-shines-bright-1319332-2018-08-20.
4. Modi was projected by the BJP as not only the strongman India needed but also as the only leader who could guarantee political stability, compared to the coalitions that the opposition would have to resort to if the BJP did not win a clear-cut majority. N. Hebbar, "'If It Is Not Modi, It Will Be Instability, Corruption, Nepotism', Says Ram Madhav," *The Hindu*, March 11, 2019, https://www.thehindu.com/elections/lok-sabha-2019/if-it-is-not-modi-it-will-be-instability-corruption-nepotism-says-ram-madhav/article26502451.ece.
5. The following pages draw from C. Jaffrelot and Gilles Verniers, "The BJP's 2019 Election Campaign:

Not Business as Usual," *Contemporary South Asia* 28, no. 2 (May 18, 2020): 155–77, https://doi.org/10.1080/09584935.2020.1765985.

6. "Prime Minister Narendra Modi Interview to Indian Express: 'Khan Market Gang Hasn't Created My Image, 45 Years of Tapasya Has . . . You Cannot Dismantle It,' " *Indian Express*, May 13, 2019, https://indianexpress.com/elections/pm-narendra-modi-interview-to-indian-express-live-lok-sabha-elections-2019-bjp-5723186/.

7. O. Rashid, "Modi Hits Back on 'Fake OBC' Jibes, Says He Is 'Most Backward,'" *The Hindu*, April 27, 2019, https://www.thehindu.com/elections/lok-sabha-2019/modi-hits-back-on-fake-obc-jibes-says-he-is-most-backward/article26964347.ece.

8. "Congress People Hate Me So Much that They Dream of Killing Me: PM Modi," *Economic Times*, May 1, 2019, https://economictimes.indiatimes.com/articleshow/69132192.cms?from=mdr&utm_source=contentofinterest&utm_medium=text&utm_campaign=cppst.

9. "Your Father's Life Ended as Bhrashtachari No 1: PM Modi to Rahul Gandhi," *India Today*, May 5, 2019, https://www.indiatoday.in/elections/lok-sabha-2019/story/father-bhrashtachari-pm-modi-rahul-gandhi-rajiv-1517385-2019-05-05.

10. See the first appendix of Jaffrelot and Verniers, "BJP's 2019 Election Campaign."

11. See the second appendix of Jaffrelot and Verniers, "BJP's 2019 Election Campaign."

12. W. H. Morris-Jones, "India's Political Idioms," in *Politics and Society in India*, ed. C. H. Philips (London:George Allen and Unwin, 1963), 140; and Lloyd I. Rudolph and Susanne Hoeber Rudolph, *The Modernity of Tradition: Political Development in India* (Chicago: University of Chicago Press, 1967), 159.

13. For more details, including photographs, see Jaffrelot and Verniers, "BJP's 2019 Election Campaign."

14. "IAF Missile Brought Down Mi-17 Helicopter in Budgam, Says Probe," *Deccan Chronicle*, August 24, 2019, https://www.deccanchronicle.com/nation/current-affairs/240819/iaf-missile-brought-down-mi-17-helicopter-in-budgam-says-probe.html.

15. "PM Narendra Modi: Guided by Modi Hate, Opposition Hating India," *Indian Express*, March 2, 2019, https://indianexpress.com/elections/pm-narendra-modi-guided-by-modi-hate-opposition-hating-india-5607565/.

16. A. S. T. Das, "Congress Demoralizing Jawans by Asking for Air Strike Proof," *Indian Express*, March 2, 2019, https://www.newindianexpress.com/nation/2019/mar/03/congress-demoralizing-jawans-by-asking-for-air-strike-proof-pm-modi-at-patna-rally-1946140.html.

17. A. Deshpande, "I-T Raids Have Exposed the Real Chor, Narendra Modi Tells in Maha- rashtra's Latur," *The Hindu*, April 9, 2019, https://www.thehindu.com/elections/lok-sabha-2019/i-t-raids-have-exposed-the-real-chor-narendra-modi-tells-in-maharashtras-latur/article26779958.ece.

18. "Watch: Delhi BJP chief Manoj Tiwari Campaigns for Votes Dressed in Army Fatigues," Scroll.in, March 3, 2019, https://scroll.in/video/915265/watch-delhi-bjp-chief-manoj-tiwari-campaigns-for-votes-dressed-in-army-fatigues.

19. "Air Strike Will Help BJP Win More than 22 Lok Sabha Seats in Karnataka: B S Yeddy- urappa," *New Indian Express*, February 27, 2019, https://www.newindianexpress.com/states/karnataka/2019/feb/27/airstrike-will-help-bjp-win-more-than-22-seats-in-state-b-s-yeddyurappa-1944515.html.

20. "Narendra Modi Adds Chowkidar to His Twitter Handle Name," *The Hindu*, March 17, 2019, https://www.thehindu.com/elections/lok-sabha-2019/narendra-modi-adds-chowkidar-to-his-twitter-handle-name/article26561703.ece.

21. On Modi's 2014 campaign, see C. Jaffrelot, "The Modi-Centric BJP 2014 Election Cam- paign: New Techniques and Old Tactics," *Contemporary South Asia* 23, no. 2 (June 2015): 151–66.

22. R. Mishra, "Congress Contesting LS Polls to Give Free Hand to Terrorists, Says PM Modi," *Hindustan Times*, April 6, 2019, https://www.hindustantimes.com/lok-sabha-elections/congress-contesting-ls-polls-to-give-free-hand-to-terrorists-says-pm-modi/story-plKzfy6Xl4mtAVAZHTjBxK.html.

23. M. Ghatwai, "Madhya Pradesh: You Vote for Lotus, You Are Pressing Trigger to Kill Terrorists, Says PM Modi," *Indian Express*, May 18, 2019, https://indianexpress.com/elections/madhya-pradesh-you-vote-for-lotus-you-are-pressing-trigger-to-kill-terrorists-says-pm-modi-5734452/.

24. "This 'Chowkidar' Will Complete What Remains to Be Done: Modi," *The Hindu*, April 2, 2019, http://www.thehindu.com/elections/lok-sabha-2019/a-contaminated-alliance-narendra-modi/article26714346.ece.

25. I. Chakravarti, "The Daily Fix: In the BJP's 2019 Manifesto, Development Plays Second Fiddle to Politics of Fear; Focusing on National Security, It Conjures Up a Country under Siege," Scroll.in, April 9, 2019, https://scroll.in/article/919383/the-daily-fix-in-the-bjps-2019-manifesto-development-plays-second-fiddle-to-politics-of-fear.

26. A. Shankar, "BJP Member Gets EC Notice over Ad Featuring Army," March 28, 2019, https://indianexpress.com/elections/bjp-member-gets-ec-notice-over-ad-featuring-army-5646159/.

27. In the beginning of the election campaign, as India decided to stop the flow of water of three rivers into Pakistan, union water resources minister Nitin Gadkari directed his department to prepare a report on how to block "other water resources" from flowing into the neighboring country. "We do not want even a single drop of water to reach Pakistan," he said. "'Don't Want Single Drop to Reach Pakistan': Nitin Gadkari Seeks Report on Stopping Flow of 'Other Water Resources' into Country," FirstPost, February 22, 2019, https://www.firstpost.com/india/dont-want-single-drop-to-reach-pakistan-nitin-gadkari-seeks-report-on-stopping-flow-of-other-water-resources-into-country-6134561.html.

28. BJP, *Sankalpit Bharat, Sashakt Bharat: Sankalp Patra; Lok Sabha 2019*, April 8, 2019, accessed December 3, 2020, https://assets.documentcloud.org/documents/5798075/Bjp-Election-2019-Manifesto-English.pdf. Interestingly, this version of the BJP manifesto consulted on February 3, 2020, still omitted Parsis and Christians, in spite of the fact that party leaders had said that this discrepancy with the text of the Citizenship (Amendment) Bill was a mistake. L. Mathew, "Citizenship Bill: BJP Manifesto Drops Parsis and Christians, then Rewritten," *Indian Express*, April 10, 2019, https://indianexpress.com/elections/citizenship-bjp-manifesto-drops-parsis-and-christians-rewritten-elections-5667717/.

29. S. Sahay Singh, "Amit Shah Promises a National Register of Citizens for West Bengal," *The Hindu*, March 29, 2019, https://www.thehindu.com/elections/lok-sabha-2019/amit-shah-promises-a-national-register-of-citizens-for-west-bengal/article26680349.ece.

30. During another meeting in West Bengal, Amit Shah declared, "Infiltrators are like termites in the soil of Bengal………………A Bharatiya Janata Party government will pick up infiltrators one by one and throw them into the Bay of Bengal." D. Ghoshal, "Amit Shah Vows to Throw Illegal Immigrants into Bay of Bengal," Reuters, April 12, 2019, https://www.reuters.com/article/india-election-speech/amit-shah-vows-to-throw-illegal-immigrants-into-bay-of-bengal-idUSKCN1RO1YD.

31. During the 2019 election campaign, Narendra Modi often called the opposition and its "Mahagatbandan alliance" (Grand alliance) "Mahamilavati" in order to disqualify it.

32. Cited in L. Verma and K. Upadhyay, "Modi in West UP: Remember Atrocities against Daughters," *Indian Express*, April 6, 2019, https://indianexpress.com/elections/modi-in-west-up-remember-atrocities-against-daughters-lok-sabha-elections-2019-5661360/.

33. Thakur had been arrested for her participation in Abhinav Bharat (Young India), a Hindu nationalist movement suspected of having perpetrated four anti-Muslim attacks that claimed

dozens of lives in 2008. C. Jaffrelot, "Abhinav Bharat, the Malegaon Blast and Hindu National-ism: Resisting and Emulating Islamist Terrorism," *Economic and Political Weekly* 45, no. 36 (September 4–10, 2010): 51–58.

34. "Congress Works to Build Narrative, They Pick Something, Build False Script for Propaganda: PM on Sadhvi Pragya," Times Now, April 19, 2019, https://www.timesnownews.com/elections/article/congress-works-to-build-narrative-they-pick-something-build-false-script-for-propaganda-pm-on-sadhvi-pragya/403383.

35. "Modi's Appeal in the Name of Voters' Religion Makes Wardha Speech a Corrupt Practice," The Wire, April 2, 2019, https://thewire.in/law/modi-appeal-religion-wardha-speech-corrupt-practice.

36. V. Deshpande, "Amit Shah on Rahul's Wayanad Show: Is It in India or Pakistan?," MSN, April 10, 2019, https://www.msn.com/en-in/news/maharashtra/amit-shah-on-rahuls-wayanad-show-is-it-in-india-or-pakistan/ar-BBVMlVg.

37. "'Rahul Gandhi Was Born to a Muslim and Christian, How Did He Become a Brahmin?' Asks Union Minister," Scroll.in, March 12, 2019, https://scroll.in/latest/916237/rahul-gandhi-born-to-a-muslim-and-a-christian-claims-union-minister-anantkumar-hegde.

38. "Congress Suffering from 'Muslim League Virus', Says Yogi Adityanath," *The Hindu*, April 5, 2019, https://www.thehindu.com/elections/lok-sabha-2019/congress-suffering-from-muslim-league-virus-says-yogi-adityanath/article26746162.ece; and "'They Gave Terrorists Biryani, We Fed Them Bombs': Yogi Adityanath Draws Parallel between Cong, BJP," News18, March 24, 2019, https://www.news18.com/news/politics/they-gave-terrorists-biryani-we-fed-them-bombs-yogi-adityanath-draws-parallel-between-congress-and-bjp-2076305.html.

39. A. Srivas and J. Sen, "Statistical Commission Experts Resign in Protest over Jobs Data, Govt Attitude," The Wire, January 30, 2019, https://thewire.in/government/two-members-of-indias-national-statistical-commission-quit-over-bodys-ineffectiveness.

40. Centre for Monitoring Indian Economy, *Unemployment in India: A Statistical Profile*, September–December 2019, 13, accessed October 1, 2020, https://unemploymentinindia.cmie.com/kommon/bin/sr.php?kall=wstatmore.

41. S. Varma, "Unemployment at Nearly 10%, among Youth It's 28%," NewsClick, September 19, 2019, https://www.newsclick.in/unemployment-nearly-10-among-youth-its-28.

42. For a detailed assessment, see C. Jaffrelot, "From Slowdown to Lockdown: India's Economy and the COVID-19 Shock," Institut Montaigne, Paris, June 11, 2020, https://www.institutmontaigne.org/ressources/pdfs/blog/slowdown-lockdown-policy-brief.pdf.

43. V. Attri and A. Jain, "Post-Poll Survey: When Schemes Translate into Votes," *The Hindu*, May 27, 2019, https://www.thehindu.com/elections/lok-sabha-2019/when-schemes-translate-into-votes/article27256139.ece.

44. Y. Aiyar, "Leveraging Welfare Politics," *Journal of Democracy* 30, no. 4 (October 2019): 84.

45. R. Deshpande, L. Tillin, and K. K. Kailash, "The BJP's Welfare Schemes: Did They Make a Difference in the 2019 Elections?," *Studies in Indian Politics* 7, no. 2 (2019): 224.

46. N. Sircar, "The Politics of Vishwas: Political Mobilization in the 2019 National Election," *Contemporary South Asia* 28, no. 2 (2020), https://doi.org/10.1080/09584935.2020.1765988.

47. A. S. Mishra, "How People Gave a Thumbs Up to Modi's Politics of Performance," *Mint*, May 24, 2019, https://www.livemint.com/elections/lok-sabha-elections/how-people-gave-a-thumbs-up-to-modi-s-politics-of-performance-1558638883492.html.

48. H. Damodaran, "LPG, Toilet, House: BJP Built Solid Rural Assets but Income Didn't Rise," *Indian Express*, December 12, 2018, https://indianexpress.com/article/explained/lpg-toilet-house-bjp-

built-solid-rural-assets-but-income-didnt-rise-5489311/.

49. "India Spent Nearly 4000 Crore on Swachh Bharat Info, Education in 5 Years," *India Today*, September 16, 2019, https://www.indiatoday.in/education-today/news/story/india-spent-nearly-4kcr-on-swachh-bharat-info-education-in-five-years-1599732-2019-09-16. This trend was not new: it was noticed as early as 2016. M. Balachandran, "The Modi Government Spent $52 Million on Just Publicising Its Flagship Schemes Last Year," Quartz India, May 9, 2016, https://qz.com/india/678585/the-modi-government-spent-52-million-on-just-publicising-its-flagship-schemes-last-year/.

50. A. Jha, "Rs 6,000 Is 6% of a Small Farmer's Annual Income, according to NSSO Data,"*Hindustan Times*, February 6, 2019, https://www.hindustantimes.com/india-news/rs-6-000-is-6-of-a-small-farmer-s-annual-income-according-to-nsso-data/story-rddMw0hk6cSbxjo7 E1GyKK.html. See also A. Gulati, "No Budget for Farmers," *Indian Express*, February 2, 2019, https://indianexpress.com/article/opinion/columns/no-budget-2019-for-indian-farmers-protest-agrarian-crisis-5565432/.

51. For more detail on Modi and the variants of populism, see Partha Chatterjee, "Populism Plus," India Forum, June 3, 2019, https://www.theindiaforum.in/article/populism-plus.

52. For instance, during the campaign, Nirmala Sitharam, the then defense minister, de- clared: "I am going to say this in every place that I go to, where BJP candidates are contesting. The people have to vote for Modi, not the candidate. When you choose the 'lotus' (BJP's poll symbol), it is your direct vote to elect Modi. Cited in Adita Raja and Aishwarya Mohanty, "Vote for PM Modi, Not BJP Candidate: Nirmala Sitharaman to Voters." *Indian Express*, April 7, 2019, https://indianexpress.com/elections/dont-vote-for-candidate-vote-for-modi-sitharaman-lok-sabha-elections-2019-5662908/.

53. This proportion falls below 30 percent in the Hindi belt states that form the BJP's strong- holds: Uttar Pradesh, Madhya Pradesh, Rajasthan, Jharkhand, Chhattisgarh, Uttarakhand, and Himachal Pradesh. S. Shastri, "The Modi Factor in the 2019 Lok Sabha Election: How Critical Was It to the BJP's Victory?," *Studies in Indian Politics* 7, no. 2 (2019): 214.

54. Interview with Digvijay Singh in Bhopal on April 25, 2019; and "How RSS Turned the Wind in Favour of BJP Four Months After Losing MP Assembly Polls," The Wire, May 25, 2019, https://thewire.in/politics/rss-bjp-madhya-pradesh-win.

55. Sircar, "Politics of Vishwas."

56. S. Vyas, "BJP's 92,000 Booth Monitoring Teams to Increase Voter Turnout," *The Hindu*, March 26, 2019, https://www.thehindu.com/elections/lok-sabha-2019/bjps-92000-booth-monitoring-teams-to-increase-voter-turnout/article26638062.ece.

57. R. Singh, "How Modi Is Restructuring the BJP," *The Caravan*, June 30, 2019, https:// caravanmagazine.in/politics/how-modi-restructuring-bjp.

58. Vandita Mishra, "Lok Sabha Elections 2019: Arid Chitrakoot Fertile for 'Superman, Sav- iour,' " *Indian Express*, May 7, 2019, https://indianexpress.com/elections/chitrakoot-bundelkhand-elections-2019-modi-bjp-bsp-5711871.

59. D. Narayan and V. Ananth, "How the Mobile Phone Is Shaping to Be BJP's Most Impor- tant Weapon in Elections," *Economic Times*, August 23, 2018, https://economictimes.indiatimes.com/news/politics-and-nation/how-the-mobile-phone-is-shaping-to-be-bjps-most-important-weapon-in-elections/articleshow/65508743.cms.

60. P. Chhibber and S. Ostermann, "The BJP's Fragile Mandate: Modi and Vote Mobilizers in the 2014 General Elections," *Studies in Indian Politics* 2, no. 2 (2014): 137–51.

61. K. Uttam, "For PM Modi's 2019 Campaign, BJP Readies Its WhatsApp Plan," *Hindustan Times*,

September 29, 2018,https://www.hindustantimes.com/india-news/bjp-plans-a-whatsapp-campaign-for-2019-lok-sabha-election/story-lHQBYbxwXHaChc7Akk6hcI.html.

62. Uttam, "WhatsApp Plan."
63. This is what some BJP officers refer to as the "three k's": *karyalay* (office), *karyakarta*(activists), and *kosh* (money).
64. R. Bhattacharya, "In Cooch Behar, BJP's Social Media Boss Is 36-Year-Old Shop Owner Who Juggles 1,114 WhatsApp Groups," *Indian Express*, April 12, 2019, https://indianexpress.com/elections/in-cooch-behar-bjps-social-media-boss-is-36-yr-old-shop-owner-who-juggles-1114-whatsapp-groups-5669638/.
65. S. Shankar Singh, *How to Win an Indian Election: What Political Parties Don't Want You to Know* (New Delhi: Penguin, 2019).
66. "PM Modi to Interact with Those Who've Taken 'Main Bhi Chowkidar' Pledge: At 500 Places, on March 31," *Indian Express*, March 19, 2019, https://indianexpress.com/elections/pm-modi-to-interact-with-people-who-pledged-for-mai-bhi-chowkidar-campaign-on-march-31-rs-prasad-5633692/.
67. "India's Election Campaign Is Being Fought in Voters' Pockets," *The Economist*, April 11, 2019, https://www.economist.com/asia/2019/04/13/indias-election-campaign-is-being-fought-in-voters-pockets; and "India: The WhatsApp Election," *Financial Times*, accessed October 1, 2020, https://www.ft.com/content/9fe88fba-6c0d-11e9-a9a5-351eeaef6d84.
68. In 2018, 500 million Indians were on the internet (a 65 percent increase over 2016), partly because of the launch of Jio by Reliance, whose inaugural offer (4G service free for six months) racked up 100 million subscribers in 170 days—the number could almost instantly be activated if the subscriber's identity could be verified with an Aadhaar number. The face of Modi was on the offer, epitomizing the complementarity between him and Mukesh Ambani: the latter bene-fited from the popularity of the former, and the former was to benefit from the new channels of communication developed by the latter—not to mention the incentive to enroll with Aad-haar. Narayan and Ananth, *How the Mobile Phone*; and S. Ninan, "How India's Media Landscape Changed over Five Years," India Forum, June 28, 2019, https://www.theindiaforum.in/article/how-indias-media-landscape-changed-over-five-years.
69. M. Krishnan, "Social Media in India Fans Fake News," The Interpreter, May 2, 2019, https://www.lowyinstitute.org/the-interpreter/social-media-india-fans-fake-news.
70. Shreyya Rajgopal, "Who's Texting? It's the Elections. Impact of Social Media on Elec-toral Politics in India: A Study of the 2018 Madhya Pradesh State Elections" (Master's thesis, Paris School of International Affairs, 2019).
71. N. Gleicher, "Removing Coordinated Inauthentic Behavior and Spam from India and Pakistan," Facebook, April 1, 2019, https://newsroom.fb.com/news/2019/04/cib-and-spam-from-india-pakistan/.
72. P. Chaudhuri, "Facebook Purge: Hundreds of BJP-Related Pages Were Taken Down— but Not Mentioned in Firm's Release, Scroll.in, April 7, 2019, https://scroll.in/article/919208/facebook-purge-hundreds-of-bjp-related-pages-were-taken-down-but-not-mentioned-in-firms-release.
73. See P. Chaudhuri, "Alt News Exposé: Fake News Peddling FB Page 'The India Eye' and Its Gujarat Connection," AltNews, September 22, 2018, https://www.altnews.in/alt-news-expose-fake-news-peddling-fb-page-the-india-eye-and-its-gujarat-connnection/; and P. Sinha, "BJP IT Cell Head Amit Malviya Tries to Malign Ravish Kumar by Sharing a Mischievously Edited Video Clip," AltNews, September 11, 2019, https://www.altnews.in/bjp-cell-head-amit-malviya-tries-malign-ravish-kumar-sharing-mischievously-edited-video-clip/.

74. Shivam Shankar Singh, "Former BJP Data Analyst on How the Party Wins Elections and Influences People," *The Caravan*, January 29, 2019, https://caravanmagazine.in/politics/shivam-shankar-singh-as-told-to-bjp-data.

75. N. Purnell and J. Horwitz, "Facebook's Hate-Speech Rules Collide With Indian Politics," *Wall Street Journal*, August 14, 2020, https://www.wsj.com/articles/facebook-hate-speech-india-politics-muslim-hindu-modi-zuckerberg-11597423346.

76. "No, This Photo of Rajiv Gandhi and Narasimha Rao Was Not Taken at Indira Gandhi's Funeral," Boom, February 1, 2019, https://www.boomlive.in/no-this-photo-of-rajiv-gandhi-and-narasimha-rao-was-not-taken-at-indira-gandhis-funeral/. The text of the original post said: "At Indira Gandhi's funeral—why is son Rajeev Gandhi offering prayers in Islamic mode? Nearby PV Narasimha Rao is doing it the Hindu way."

77. A. Sidharth, "Did Rahul Gandhi Suggest a 5000 Crore Loan for Pakistan? Fake Screen-shot of ABP News Viral," AltNews, December 3, 2018, https://www.altnews.in/did-rahul-gandhi-suggest-a-5000-crore-loan-for-pakistan-fake-screenshot-of-abp-news-viral/.

78. A. Sidharth and S. Bhatt, "Photoshopped Image of Priyanka Gandhi Wearing a Cross Now Viral as a Meme," AltNews, April 2, 2019, https://www.altnews.in/photoshopped-image-of-priyanka-gandhi-wearing-a-cross-now-viral-as-a-meme/.

79. J. Patel, "No, Ashok Gehlot Was Not Waving Pakistan's Flag as Claimed on Social Media," Alt News, Nov. 29, 2019 (https://www.altnews.in/no-ashok-gehlot-was-not-waving-pakistans-flag-as-claimed-on-social-media/ Last accessed October 1, 2020).

80. P. Chaudhuri, "Old Video Resurfaces to Falsely Claim Congress Workers Raised 'Paki-stan Zindabad' Slogans," AltNews, April 2, 2019, https://www.altnews.in/old-video-resurfaces-to-falsely-claim-congress-workers-raised-pakistan-zindabad-slogans/. There were other posts of the same kind. P. Chaudhuri, "Multiple Videos Falsely Claim Congress Workers Thrashed by Police for Chanting 'Pakistan Zindabad," Alt News, February 11, 2019, https://www.altnews.in/multiple-videos-falsely-claim-congress-workers-thrashed-by-police-for-chanting-pakistan-zindabad/.

81. "Fake News to Spread BJP Message: Amit Shah," Brut India Facebook post, September 22, 2018, https://www.facebook.com/brutindia/videos/557431361375964/. See also "Real or Fake, We Can Make Any Message Go Viral: Amit Shah to BJP Social Media Volunteers," The Wire, September 26, 2018, https://thewire.in/politics/amit-shah-bjp-fake-social-media-messages.

82. I have scrutinized these forms of horizontal clientelism in *India's Silent Revolution*.

83. C. Jaffrelot, "Class and Caste in the 2019 Indian Election—Why Have So Many Poor Started Voting for Modi?," *Studies in Indian Politics* 7, no. 2 (November 2019): 1–12.

84. C. Jaffrelot and A. Kalaiyasaran, "Quota and Bad Faith," *Indian Express*, January 14, 2019, https://indianexpress.com/article/opinion/columns/yogi-adityanath-quota-reservation-bjp-uttar-pradesh-5536651/.

85. G. Verniers, "Breaking Down the Uttar Pradesh Verdict: In Biggest Bout, Knockout,"*Indian Express*, May 28, 2019, https://indianexpress.com/article/explained/lok-sabha-elections-uttar-pradesh-bjp-modi-amit-shah-yogi-5751375/.

86. M. A. Beg, S. Pandey, and S. Kare, "Post-Poll Survey: Why Uttar Pradesh's Mahagath-bandhan Failed," *The Hindu*, May 26, 2019, https://www.thehindu.com/elections/lok-sabha-2019/post-poll-survey-why-uttar-pradeshs-mahagathbandhan-failed/article27249310.ece.

87. C. Jaffrelot and A. Kalaiyarasan, "Quota, Old plus New," *Indian Express*, March 2, 2019, https://indianexpress.com/article/opinion/columns/general-category-quota-dalit-sc-st-reservation-old-plus-new-5607504/.

88. Verniers, "Breaking Down the Uttar Pradesh Verdict."

89. As Shoaib Daniyal points out, "While social media might help, the core of politics re- mains the ground organisation of parties"—a conclusion he draws from the fact that 64 percent of the voters interviewed by the CSDS-Lokniti for its National Election Survey do not use social media at all. This was, indeed, evident from the fact that BJP could use social media only because its foot soldiers had collected phone numbers on the ground. S. Daniyal, "In Charts: Was The Influence of Social Media on the 2019 Lok Sabha Election Exaggerated?," Scroll.in, June 27, 2019, https://scroll.in/article/927651/in-charts-was-the-influence-of-social-media-on-the-2019-lok-sabha-election-exaggerated.

90. On the role of the media in fostering militarism, see the investigative pieces by Salil Tripathi, "How the Fog of War Has Blinded Journalists to Their Roles," *The Caravan*, March 2, 2019, https://caravanmagazine.in/media/question-journalists-support-for-armed-forces.

91. Rammanohar Reddy convincingly explains the pro-regime bias of the Indian media by the ownership pattern and the business model at large: as most of the newspapers and TV channels belong to industrialists who cannot afford to alienate the government and need the government's ads, the journalists who dare to oppose the regime are asked to fall in line. R. Reddy, "Media in Contemporary India: Journalism Transformed into a Commodity," in *Business and Politics in India*, ed. C. Jaffrelot, Atul Kohli, and Kanta Murali (New York, Oxford University Press, 2019), 183–209.

92. R. Chopra, "Why Election Commission Frowned on DD Coverage: BJP Got 160 Hours in a Month, Congress 80," *Indian Express*, April 15, 2019, https://indianexpress.com/elections/why-ec-frowned-on-dd-coverage-bjp-got-160-hrs-in-a-month-congress-80-5675641/.

93. "Top Hindi Channels Gave Modi-Shah 2.5x More Airtime than Rahul-Priyanka," The Wire, May 14, 2019, https://thewire.in/media/narendra-modi-amit-shah-rahul-priyanka-gandhi-hindi-tv.

94. S. Rukmini, "How India Votes: The News Media Is Helping BJP Win Elections—and the Public Does Not Mind," Scroll.in, January 14, 2019, https://scroll.in/article/909195/how-india-votes-the-news-media-is-helping-bjp-win-elections-and-the-public-does-not-mind.

95. "BARC week 46: Uptick in English News Channel Viewership," Indiantelevision.com, November 22, 2019, https://www.indiantelevision.com/television/tv-channels/viewership/barc-week-46-uptick-in-english-news-channel-viewership-191122.

96. For more detail, see Christophe Jaffrelot and Vihang Jumle, "One-Man Show," *The Cara-van*, December 15, 2020 (https://caravanmagazine.in/media/republic-debates-study-shows-channel-promotoes-modi-ndtv).

97. I am grateful to Vihang Jumle for compiling these data.

98. "About $6.5 billion was spent during the US presidential and congressional races in 2016, according to OpenSecrets.org, which tracks money in American politics." B. Pradhan and S. Kumaresan, "Indian Elections become World's Most Expensive: This Is How Much They Cost," *Business Standard*, June 4, 2019, https://www.business-standard.com/article/elections/lok-sabha-elections-2019-become-world-s-most-expensive-leave-us-behind-119060301330_1.html.

99. Centre for Media Studies, "Poll Expenditure: The 2019 Elections," New Delhi, 2019, ac- cessed October 1, 2020, http://cmsindia.org/cms-poll/Poll-Expenditure-the-2019-elections-cms-report.pdf.

100. A. Mohan, "Cash, Goods Worth Rs 3,400 Crore Seized during Lok Sabha Elections 2019: EC," *Business Standard*, May 20, 2019, https://www.business-standard.com/article /elections/cash-goods-worth-rs-3-400-crore-seized-during-lok-sabha-elections-2019-ec-119052000047_1.html.

101. "In 2019, Is BJP Riding a Modi Wave or a Money Wave?," The Wire, May 6, 2019, https://thewire.in/politics/bjp-modi-political-funding-money.

102. "Analysis of Sources of Funding of National Parties of India, FY 2017–18," Association for Democratic

Reforms, January 23, 2019, https://adrindia.org/content/analysis-sources-funding-national-parties-india-fy-2017-18.
103. A. Kumar, "Political Funding from Unknown Source Still Rampant: ADR Report," *Hindustan Times*, October 6, 2020, https://www.hindustantimes.com/india-news/political-funding-from-unknown-source-still-rampant-adr-report/story-8WGmh6dwWRNFsTaoleVmSP.html.
104. Association for Democratic Reforms, "Analysis of Sources."
105. A. Rashid, "Electoral Bonds Have Legalised Crony Capitalism: Ex-Chief Election Com- missioner SY Quraishi," *Outlook*, April 7, 2019, https://www.outlookindia.com/website/story /india-news-electoral-bonds-have-legalised-crony-capitalism-ex-chief-election-commissioner-sy-quraishi/328299.
106. "Modi Wave or a Money Wave?"
107. "Political Advertising for India," cited in "In 2019, Is BJP Riding a Modi Wave or a Money Wave?," The Wire, May 6, 2019, https://thewire.in/politics/bjp-modi-political-funding-money.
108. P. Chaudhuri, "Pro-BJP Pages Account for 70% of Ad Spending Made Public by Face- book, Analysis Shows," Scroll.in, March 10, 2019, https://scroll.in/article/916044/pro-bjp-pages-account-for-70-of-ad-spending-made-public-by-facebook-analysis-shows.
109. A former data analyst with the BJP, Shivam Shankar Singh explains that to secure their huge number of followers, the pro-BJP Facebook pages had to "pay Facebook to boost [their] posts." S. Shankar Singh, "Former BJP Data Analyst on the Party Wins Elections and Influence people," *The Caravan*, January 29, 2019 - https://caravanmagazine.in/politics/shivam-shankar-singh-as-told-to-bjp-data.
110. Cited in Chaudhuri, "Pro-BJP Pages."
111. S. Bansal, G. Sathe, R. Khaira, and A. Sethi, "How Modi, Shah Turned a Women's NGO into a Secret Election Propaganda Machine," Huffington Post, April 5, 2019, https://www.huffingtonpost.in/entry/how-modi-shah-turned-a-women-s-rights-ngo-into-a-secret-election-propaganda-machine_in_5ca5962ce4b05acba4dc1819.
112. D. Mishra, "Modi Government Has Already Spent Double What the UPA Did on Pub- licity," The Wire, October 29, 2018, https://thewire.in/government/modi-bjp-government-publicity-advertisement.
113. R. Chopra, "Election Commissioner Speaks Out 'Winning at All Cost, without Ethics, Is New Normal in Politics,'" *Indian Express*, August 18, 2017, https://indianexpress.com/article/india/winning-at-all-cost-without-ethics-is-new-normal-in-politics-ec-speaks-out-gujarat-rajya-sabha-elections-4801871/.
114. "EC Summons CBDT Officials to Discuss IT Raids on Opposition Leaders," The Wire, April 9, 2019, https://thewire.in/government/election-commission-it-raids-bjp-congress.
115. See "Not against Electoral Bonds, but Opposed to 'Anonymity Attached to It': EC," *Indian Express*, April 10, 2019, https://indianexpress.com/article/india/not-against-electoral-bonds-but-opposed-to-anonymity-attached-to-it-ec-5669288/; and R. Chopra, "Election Commission Seeks More Power, Rejected," *Indian Express*, November 21, 2016, https://indianexpress.com/article/india/india-news-india/election-commission-ec-power-jurisdiction-voting-4386614/.
116. S. Ostermann and A. Ahuja, "Institutional Tug of War: The Election Commission in a Time of Executive Resurgence," Center for the Advanced Study of India, accessed August 24, 2020, https://casi.sas.upenn.edu/iit/ostermannahuja.
117. M. Vaishnav, "India's Elite Institutions Are Facing a Credibility Crisis," *Mint*, Febru- ary 20, 2018,https://www.livemint.com/Opinion/vvPejHxB52AVzqQBRLoIWL/Indias-elite-institutions-are-facing-a-credibility-crisis.html.

118. Rajdeep Sardesai (@sardesairajdeep), "Election Commission first announces dates for Karnataka by polls. now, suddenly postpones the election. surely EC knew rebel MLAs case was before SC when dates were announced. what is going on here? Will Centre decide by-poll dates or EC?," Twitter, September 26, 2019, 8:40 a.m., https://twitter.com/sardesairajdeep/status/1177201342072467456.

119. R. Chopra, "Amit Shah's Wayanad-Pak Speech: EC Clears Him, One Member Dissent- ing," *Indian Express*, May 4, 2019, https://indianexpress.com/elections/lok-sabha-elections-2019-amit-shah-shah-wayanad-pak-speech-ec-clears-him-one-member-dissenting-5709821/;and "Fourth Clean Chit: EC Lets Off PM Modi for 'Majority-Minority' Speech in Nanded," *Indian Express*, May 3, 2019, https://indianexpress.com/elections/fourth-clean-chit-ec-lets-off-pm-modi-for-majority-minority-speech-in-nanded-5709519/.

120. During the 2019 election campaign, Narendra Modi launched his own TV channel, NaMo TV, on March 31, which was aired free of charge by DTH operators (and which went off the air once the elections were over).

121. Even Shekhar Gupta had to recognize after the 2019 elections that these raids were part of an exceptional form of vendetta. S. Gupta, "Modi-Shah's BJP Has Taken India's Politics of Vendetta to a New Level," ThePrint, August 31, 2019, https://theprint.in/national-interest/modi-shahs-bjp-has-taken-indias-politics-of-vendetta-to-a-new-level/284807/.

122. "11 Raids in a Month on Opposition, Tax Department Says Can't Give Details," NDTV, April 10, 2019, https://www.ndtv.com/india-news/11-raids-in-a-month-on-opposition-tax-department-says-cant-give-details-2021070.

123. K. Rajagopal, "Supreme Court Asks ECI to Decide by May 6 Congress's Complaints against Modi, Amit Shah 'Hate' Speeches," *The Hindu*, May 2, 2019, https://www.thehindu.com/elections/lok-sabha-2019/supreme-court-asks-election-commission-to-decide-by-may-6-congress-complaints-against-narendra-modi-amit-shah/article27011640.ece.

124. In one rally, Adityanath declared, "If the Congress, the Samajwadi Party and the BSP have faith in Ali, then we too have faith in Bajrang Bali." While Ali is revered by Muslims as the Prophet Muhammad's successor, Bajrang Bali is another name for Lord Hanuman.

125. S. Raghotham, "Unable to Tame PM, EC and SC Have Failed Us," *Deccan Herald*, May 11, 2019, https://www.deccanherald.com/lok-sabha-election-2019/opinion-unable-to-tame-pm-ec-and-sc-have-failed-732168.html.

126. "'Won't Work for You if You Don't Vote for Me': Maneka Gandhi Tells Muslim Voters," News Minute, April 12, 2019, https://www.thenewsminute.com/article/won-t-work-you-if-you-don-t-vote-me-maneka-gandhi-tells-muslim-voters-99915.

127. The electronic voting machines have made this decline of secret ballots possible as poli- ticians (at least those of the ruling party) know the voting pattern at the booth level—that is, at the level of socially and communally homogenous localities.

128. A. Bhaumik, "EC Lets Off Maneka with Warning," *Deccan Herald*, April 29, 2019, https://www.deccanherald.com/national/ec-lets-off-maneka-with-warning-731292.html.

129. Tamil Nadu is a case in point. See "Cash for Votes: EC's Selective Interference Brings Its Neutrality under a Cloud," The Wire, May 22, 2019, https://thewire.in/law/cash-for-votes-election-commission-selective-interference.

130. S. Y. Quraishi, "The Election Commission Must Act Tough," *The Hindu*, May 6, 2019, https://www.thehindu.com/opinion/op-ed/the-election-commission-must-act-tough/article27051618.ece.

131. S. Dhingra, "Big Split in Election Commission as EC Ashok Lavasa Stands Up against Clean Chits to Modi," ThePrint, May 5, 2019, https://theprint.in/india/campaign-controversies-split-

election-commission-as-ec-lavasa-dissents-on-modi-clean-chits/231290/.

132. "Ashok Lavasa Opts Out of Election Commission Meets over Clean Chit, CEC Re- sponds," *Economic Times*, May 18, 2019, https://economictimes.indiatimes.com/articleshow/69383788.cms?utm_source=contentofinterest&utm_medium=text&utm_campaign=cppst.
133. See "Disclosure of Ashok Lavasa's Dissent Note May Endanger Life or Physical Safety of Individual: EC," *India Today*, June 24, 2019, https://www.indiatoday.in/india/story/election-commission-disclosure-of-ashok-lavasa-dissent-note-pm-modi-speech-may-endanger-life-or-physical-safety-of-individual-1555235-2019-06-24.
134. R. Sarin, "Check if EC Ashok Lavasa Used Influence during Power Stint: Govt to PSUs," *Indian Express*, November 5, 2019, https://indianexpress.com/article/india/ashok-lavasa-election-commissioner-power-ministry-6103347/; and "Election Commissioner Ashok Lava- sa's Wife Gets I-T Notices on Charges of Alleged Tax Evasion," Scroll.in, September 24, 2019, https://scroll.in/latest/938295/election-commissioner-ashok-lavasas-wife-gets-i-t-notices-on-charges-of-alleged-tax-evasion.
135. "EC Credibility Crisis: 66 Ex-Bureaucrats Write to Prez," *Deccan Herald*, April 9, 2019, https://www.deccanherald.com/national/national-politics/ec-credibility-crisis-66-ex-bureaucrats-write-to-prez-727737.html.
136. Oliver Heath, "Communal Realignment and Support for the BJP, 2009–2019," *Con- temporary South Asia* 28, no. 2 (2020): 195–208, https://doi.org/10.1080/09584935.2020.1765986.
137. Heath, "Communal Realignment and Support," 205.
138. Heath, 197.
139. For a comparison of these data—which come from the Social Profile of Indian National and Provincial Elected Representatives (SPINPER) data set—with other parties, see C. Jaf- frelot and G. Verniers, "The Reconfiguration of India's Political Elite," *Contemporary South Asia* 28, no. 2 (2020): 242–54.
140. Again: Bihar, Chhattisgarh, Delhi, Haryana, Himachal Pradesh, Jharkhand, Madhya Pradesh, Rajasthan, Uttarakhand, and Uttar Pradesh.
141. These data draw from the SPINPER data set.
142. Y. Yadav, "BJP Has Detached Politics from Economics," ThePrint, October 23, 2019, https://theprint.in/opinion/bjp-has-detached-politics-from-economics-it-will-haryana-maharashtra/309936/.
143. "Why Modi's Popularity Graph and Economic Hardships Don't Match," NewsClick, May 14, 2020, https://www.newsclick.in/Modi-Popularity-Graph-Economic-Hardships-Don't-Match-FDI.

10

1. M. Vaishnav and J. Hintson, "India's Fourth Party System," Carnegie Endowment for In- ternational Peace, Washington DC, August 19, 2019, https://carnegieendowment.org/2019/08/19/india-s-new-fourth-party-system-pub-79686; and P. Chhibber and R. Verma, "The rise of the Second Dominant Party System in India: BJP's New Social Coalition in 2019," *Studies in Indian Politics* 7, no. 2 (2019): 132.
2. Christophe Jaffrelot and Gilles Verniers, "A New Party System or a New Political System?," *Contemporary South Asia* 28, no. 2 (2020), https://doi.org/10.1080/09584935.2020.1765990.
3. Press Information Bureau, Government of India, "Union Home Minister Shri Amit Shah Chairs the 46th National Management Convention Held by All India Management Association (AIMA)," press release, September 17, 2019, https://pib.gov.in/PressReleseDetailm.aspx?PRID

=1585302.

4. "Redefine Human Rights in Indian Context, Says Amit Shah, Wants Electricity, Food to Be Added," *Mint*, October 13, 2019, https://www.livemint.com/news/india/redefine-human-rights-in-indian-context-says-amit-shah-wants-electricity-food-to-be-added-11570934132285.html.
5. S. Levitsky and D. Ziblatt, *How Democracies Die* (New York: Broadway Books, 2019), 111.
6. Levitsky and Ziblatt, *How Democracies Die*, 23.
7. "BJP, a Party of Political Turncoats: Increasing Trends since 2014," Sabrang, August 9, 2017, https://www.sabrangindia.in/article/bjp-party-political-turncoats-increasing-trends-2014.
8. A. Katyal, "The Great BJP Poaching Plan: If You Can't Beat Them, Get Them to Join the Party," Scroll.in, March 31, 20127, https://scroll.in/article/833250/the-great-bjp-poaching-plan-if-you-cant-beat-them-get-them-to-join-the-party.
9. S. Palshikar, "In Maharashtra, BJP Works on Constructing All-India Politics While also Appropriating the Regional Space," *Indian Express*, October 18, 2019, https://indianexpress.com/article/opinion/columns/the-bjps-double-engine-maharashtra-assembly-polls-narendra-modi-devendra-fadnavis-6074930/.
10. Alok Deshpande, "22 Maharashtra MLAs Switch Parties since 2014 Elections; NCP Worst-Hit," *The Hindu*, September 16, 2019, https://www.thehindu.com/news/national/other-states/22-mlas-switch-parties-since-2014-elections-ncp-worst-hit/article29426778.ece; and Lyla Adam, "Maharashtra Assembly Election: Turncoats' Time," *Frontline*, October 25, 2019, https://frontline.thehindu.com/politics/article29657615.ece.
11. "The big news: Amit Shah wants BJP to rulc 'from Panchayat to Parliament,' and 9 other top stories," Scroll.in, April 16, 2017, https://scroll.in/latest/834733/the-big-news-amit-shah-wants-bjp-rule-from-panchayat-to-parliament-and-9-other-top-stories. This objective reflected not only the BJP's ideological stand—according to which the party was the only legitimate ruler in India—but also its leaders' desire to use the resources of the state, including its financial re- sources, to support the Sangh Parivar's projects.
12. "President's Rule in Uttarakhand; Congress Says 'Murder of Democracy,'" *The Hindu*, March 27, 2016, https://www.thehindu.com/news/national/other-states/President's-rule-in-Uttarakhand-Congress-says-'murder-of-democracy'/article14177982.ece.
13. "Uttarakhand HC Quashes President's Rule," *The Hindu*, April 21, 2016, https://www.thehindu.com/news/national/other-states/uttarakhand-presidents-rule-high-court-pained-at-centres-behaviour/article8503518.ece.
14. "Arunachal Political Crisis: A Timeline," *The Hindu*, December 30, 2016, https://www.thehindu .com /news /national /other-states /Arunachal -political -crisis -A -timeline/article14983750.ece.
15. "Karnataka & Goa Congress Defections: Political Opportunism or Did Ideology Never Matter?," ThePrint, July 11, 2019, https://theprint.in/talk-point/karnataka-goa-congress-defections-political-opportunism-or-did-ideology-never-matter/261701/.
16. In fact, the BJP engineered similar defections in Goa in 2017, but in contrast to what happened in Karnataka, it was already in office in the state as part of the ruling coalition. In Goa, in February 2017, the BJP played the defection card to prevent the Congress, which had the largest number of MLAs, from forming the government. But in July 2019, to consolidate its strength in parliament and to discard its coalition partner, the Goa Forward Party, which was cobbled together in haste after the 2017 state election, the BJP "acquired" ten other MLAs from the Congress.
17. "BJP Offered Rs 10 Crore to JDS MLA, Says Karnataka CM Kumaraswamy," *Indian Express*, June 10, 2019. After losing the 2018 Karnataka election, the BJP had already tried to reach out to Congress and JD(S) MLAs, offering them inducements to leave their party. "Congress Releases More Tapes:

Yeddyurappa, Son Allegedly Caught Luring Cong MLAs," News Minute, May 19, 2018, https://www.thenewsminute.com/article/congress-releases-more-tapes-yeddyurappa-son-allegedly-caught-luring-cong-mlas-81573.

18. "Disqualified Karnataka MLA Buys India's Most Expensive Car Worth Rs 11 Crore," News18, August 20, 2019, https://www.news18.com/news/auto/disqualified-karnataka-mla-buys-india-most-expensive-car-worth-rs-11-crore-2272641.html.

19. K. M. Rakesh, "Karnataka Ground Zero in Mumbai: D.K. Shivakumar's Bid to Meet MLAs & the Retaliation," *The Telegraph*, July 11, 2017, https://www.telegraphindia.com/india/karnataka-ground-zero-in-mumbai-d-k-shivakumar-s-bid-to-meet-mlas-the-retaliation/cid/1694246.

20. R. Gowda, "Did Our Judges Miss a Chance to Stem the Rot in the System?," *Deccan Chronicle*, November 14, 2019, https://www.deccanchronicle.com/nation/current-affairs/141119/did-our-judges-miss-a-chance-to-stem-the-rot-in-the-system.html. Whether the Su- preme Court (whose attitude will be easier to understand by the end of this chapter) was fully applying the Constitution in this particular instance has been hotly discussed. S. Fernandes, "21st Century Aaya Rams and Gaya Rams," Bar and Bench, April 13, 2020, https://www.barandbench.com/columns/21st-century-aaya-rams-and-gaya-rams.

21. M. Ghatwai, "Bid to Topple MP Govt? Congress Says Its MLAs Confined in Gurugram Hotel, BJP Denies," *Indian Express*, March 4, 2020, https://indianexpress.com/article/india/madhya-pradesh-kamal-nath-congress-bjp-6297845/.

22. S. Mishra, "How Maharaj and Shivraj Toppled Kamal Nath Government," India Ahead, March 20, 2020, https://www.indiaaheadnews.com/nationwide/madhya-pradesh-how-maharaj-and-shivraj-toppled-kamal-nath-government-350291.

23. "Digvijaya Singh in Preventive Custody for Trying to Meet Rebel Congress MLAs in Bengaluru," ThePrint, March 18, 2020, https://theprint.in/india/digvijaya-singh-in-preventive-custody-for-trying-to-meet-rebel-congress-mlas-in-bengaluru/382879/.

24. "Explained: What Happened during Madhya Pradesh Assembly Session?," *Indian Ex- press*, March 16, 2020, https://indianexpress.com/article/explained/what-happened-in-madhya-pradesh-assembly-session-6316590/.

25. The Patel case was related to a deal struck in 2007; it was revisited twelve years later in the middle of the state election campaign.

26. R. Sardesai, "In the Quest for Power, the Ethical Decline of the BJP," *Hindustan Times*, July30, 2020,https://www.hindustantimes.com/columns/in-the-quest-for-power-the-ethical-decline-of-the-bjp/story-Yz5RdY5UNMMzq0AAHvDPKM.html.

27. "Andhra Pradesh: Ahead of 'Chalo Atmakur' Rally, Chandrababu Naidu, Son Put under House Arrest," *Financial Express*, September 11, 2019, https://www.financialexpress.com/india-news/andhra-pradesh-ahead-of-chalo-atmakur-rally-chandrababu-naidu-son-put-under-house-arrest/1702687/.

28. "UP Congress Chief Put under House Arrest ahead of Rahul Gandhi's Scheduled Visit to Hathras," *The Hindu*, October 3, 2020, https://www.thehindu.com/news/national/other-states/up-congress-chief-put-under-house-arrest-ahead-of-rahul-gandhis-scheduled-visit-to-hathras/article32758328.ece.

29. "Sandeep Pandey Put under House Arrest before Kashmir Protest Second Time in Week," The Wire, August 16, 2019, https://thewire.in/rights/sandeep-pandey-put-under-house-arrest-over-kashmir-protest-second-time-in-week.

30. C. M. Ramesh, another TDP Rajya Sabha member, followed the same trajectory for the same reason. Both were industrialists "under the scanner of Income Tax, CBI and Enforcement

Directorate." D. Tiwary, "TDP MPs Join BJP: Two MPs Face CBI, ED, I-T Probes, BJP Had Called Them 'Mallyas,'" *Indian Express*, June 21, 2019, https://indianexpress.com/article/india/tdp-mps-joins-bjp-two-face-cbi-ed-it-probes-mallyas-5791624/.

31. "48 Hours after Ajit Pawar Ties Up with BJP, Nine Cases in Irrigation Scam Closed by Anti-Corruption Bureau," FirstPost, December 7, 2019, https://www.firstpost.com/india/48-hours-after-ajit-pawar-ties-up-with-bjp-nine-cases-in-irrigation-scam-closed-by-anti-corruption-bureau-7697761.html.

32. Money bills are one exception, as the Rajya Sabha cannot block the Lok Sabha's decision in such cases.

33. R. Chopra, "Election Commissioner Speaks Out," *Indian Express*, August 18, 2017, https://indianexpress.com/article/india/winning-at-all-cost-without-ethics-is-new-normal-in-politics-ec-speaks-out-gujarat-rajya-sabha-elections-4801871/.

34. "Gujarat Rajya Sabha Election Result: Smooth Sailing for BJP, but Here Is What Has Left Congress Rattled," *Financial Express*, June 20, 2020, https://www.financialexpress.com/india-news/gujarat-rajya-sabha-election-2020-result-candidates-bjp-congress/1997783/.

35. P. Chidambaram, "Across the Aisle: BJP Has Used Every Trick in Its Bag to Pass Laws in Rajya Sabha," *Indian Express*, August 4, 2019, https://indianexpress.com/article/opinion/columns/across-the-aisle-coercive-federalism-parliament-monsoon-session-5875927/.

36. This section draws from Christophe Jaffrelot and Vihang Jumle, "Bypassing Parliament,"*Indian Express*, October 15, 2020, https://indianexpress.com/article/opinion/columns/narendra-modi-government-parliament-lok-sabha-rajya-sabha-6725428/.

37. "Modi Describes Parliament as 'Temple of Democracy,'" *Business Standard*, May 20, 2014, https://www.business-standard.com/article/politics/modi-describes-parliament-as-temple-of-democracy-114052000994_1.html.

38. "Audio Speeches—Shri Narendra Modi, May 26, 2014 to May 25, 2019, May 30, 2019 Onwards," Parliament Library, Parliament of India, accessed October 7, 2020, http://164.100.47.193/Audio_Speeches_PM/Shri_modi.htm.

39. "Audio Speeches—Shri H D Deve Gowda, 1 June 1996 to 21 April 1997," Parliament Library, Parliament of India, accessed October 7, 2020, http://164.100.47.193/Audio_Speeches_PM/HD_Deve_Gowda.htm.

40. "Audio Speeches—Shri A B Vajpayee, October 13, 1999 to May 22, 2004, March 19, 1998 to October 13, 1999, May 16, 1996 to June 1, 1996," Parliament Library, Parliament of India, accessed October 7, 2020, http://164.100.47.193/Audio_Speeches_PM/Shri_Atal_Bihari_Vajpayee.htm.

41. "Audio Speeches—Shri Manmohan Singh, 22 May 2004 to 26 May 2014," Parliament Library, Parliament of India, accessed October 7, 2020, http://164.100.47.193/Audio_Speeches_PM/Dr_Manmohan_Singh.htm.

42. P. B. Mehta, "Betrayal of Procedure in Parliament Is Not Just about Technicalities: Defer- ence to Process Builds Trust," *Indian Express*, September 22, 2020, https://indianexpress.com/article/opinion/columns/parliament-monsoon-session-farm-bills-modi-govt-railroading-the-bill-6605281/.

43. "List of Ordinances Promulgated, Text of the Central Ordinances—Legislative Refer- ences," Legislative Department, Ministry of Law and Justice, Government of India, accessed October 7, 2020, http://legislative.gov.in/documents/legislative-references.

44. V. Rodrigues, "Parliamentary Scrutiny on the Back Burner," *The Hindu*, September 26, 2020, https://www.thehindu.com/opinion/lead/parliamentary-scrutiny-on-the-back-burner/article32699224.ece; "Bills Referred to Committees" (for Fifteenth, Sixteenth, and Seventeenth

Lok Sabha under all committees), Lok Sabha, Parliament of India, accessed December 28, 2020, http://loksabhaph.nic.in/Committee/Bill_Search.aspx. See also "Functioning of 16th Lok Sabha (2014–2019)," PRS Legislative Research, https://www.prsindia.org/parliamenttrack/vitalstats/functioning-16th-lok-sabha-2014-2019; and Maansi Verma, "Who Controls Parliament? Instead of Building a Robust System, We Have Bled Its Vitality, Dignity and Efficacy," *Firstpost*, September 22, 2020, https://www.firstpost.com/india/who-controls-parliament-instead-of-building-a-robust-system-we-have-bled-its-vitality-dignity-and-efficacy-8840041.html.

45. Verma, "Who controls Parliament?"
46. "Bills List," Ministry of Parliamentary Affairs, Government of India, accessed October 7, 2020, https://mpa.gov.in/bills-list.
47. "Ghulam Nabi Azad Interview: 'Why Attend Parliament If Bills Rushed through without Scrutiny," *The Indian Express*, July 25, 2019, https://indianexpress.com/article/india/ghulam-nabi-azad-interview-why-attend-parliament-if-bills-rushed-through-without-scrutiny-5849448/.
48. Verma, "Who controls Parliament?"
49. Something that remained unreported because, apparently, the footage of Rajya Sabha TV was doctored. K. T. S. Tulsi and T. Puri, "Were Crucial Minutes of TV Footage during Passage of the Farm Bills, as well as the Rajya Sabha Rulebook, Muted?," *Times of India*, October 6, 2020.
50. "Opposition Absent, 15 Bills Passed in Rajya Sabha in Two Days," NDTV, September 23, 2020, https://www.ndtv.com/india-news/opposition-absent-15-bills-passed-in-rajya-sabha-in-two-days-2300057.
51. Verma, "Who controls Parliament?"
52. Consequently, the Modi government made extensive use of ordinances.
53. See Y. Aiyar and L. Tillin, "'One Nation,' BJP, and the Future of Indian Federalism," *India Review* 19, no. 2 (March–April 2020): 117–35.
54. "Article 370 Revoked: Which Political Parties Supported the Bill, Which Opposed It,"*India Today*, August 6, 2019, https://www.indiatoday.in/india/story/jammu-and-kashmir-article-370-revoked-political-parties-support-oppose-1577561-2019-08-05.
55. "Article 370: Jyotiraditya Scindia, Deepender Hooda, Janardan Dwivedi Go against Con- gress Stand," *The Hindu*, August 6, 2019, https://www.thehindu.com/news/national/article-370-jyotiraditya-scindia-deepender-hooda-janardan-dwivedi-go-against-congress-stand/article28838142.ece.
56. "Modi Makes His Case on Kashmir," *Foreign Policy*, August 8, 2020, https://foreignpolicy.com/2019/08/08/modi-makes-his-case-on-kashmir/.
57. "Economist Jean Dreze: Article 370 Helped Reducing Poverty in Jammu and Kashmir,"*National Herald*, August 9, 2019, https://www.nationalheraldindia.com/india/economist-jean-dreze-jandk-more-developed-than-gujarat-special-status-helped-reducing-poverty.
58. Here Modi refers to the fact that leaders of the National Conference and the PDP were the son (or grandson) and daughter of the parties' founders.
59. " Independence Day: Full Text of PM Modi's Address to Nation," *Business Today*, Au- gust 15, 2019, https://www.businesstoday.in/current/economy-politics/independence-day-pm-modi-address-nation-full-text-speech-15-august-red-fort/story/372903.html.
60. A. Chakraborty, "Amit Shah Says Articles 370, 35A Were 'Gateway of Terror,' PM Naren- dra Modi Shut Them," NDTV, October 31, 2019, https://www.ndtv.com/india-news/amit-shah-says-articles-370-35a-were-gateway-of-terror-pm-narendra-modi-shut-them-2124903.
61. "PM Modi Showed Pakistan Its Place by Diluting Article 370: Amit Shah," *Indian Express*, September 18, 2019, https://indianexpress.com/article/india/amit-shah-article-370-modi-pakistan-kashmir-issue-6006449/.

62. "Sardar Patel Should Have Handled Kashmir instead of Nehru: Amit Shah," *India Today*, September 22, 2019, https://www.indiatoday.in/india/story/amit-shah-kashmir-sardar-patel-jawaharlal-nehru-article-370-1601983-2019-09-22.
63. A. Mahale, "Hug Each Kashmiri, Build a New Paradise: Narendra Modi," *The Hindu*, September 19, 2019m https://www.thehindu.com/news/national/prime-minister-narendra-modi-addresses-a-huge-rally-in-nashik/article29457043.ece.
64. See the video posted on Twitter (https://twitter.com/manakgupta/status/1160083098253455360) and cited in Arundathi Roy, "The Silence Is the Loudest Sound," *New York Times*, August 15, 2019, https://www.nytimes.com/2019/08/15/opinion/sunday/kashmir-siege-modi.html.
65. The fairness of the girl's skin color is always valued in northern Indian matrimonials. A. Rehman, "Now Anyone Can Get Married to a Fair Kashmiri Girl: BJP MLA," *Indian Express*, August 7, 2019, https://indianexpress.com/article/india/now-anyone-can-get-married-to-a-fair-kashmiri-girl-bjp-mla-5884310/.
66. "Watch: 'Now Marry the White-Skinned Women of Kashmir,' UP MLA Vikram Saini Tells Party Workers," Scroll.in, August 7, 2019, https://scroll.in/video/933097/watch-now-marry-the-white-skinned-women-of-kashmir-up-mla-vikram-saini-tells-party-workers.
67. It was so keen to show to the world that Jammu and Kashmir were peaceful that a delegation of members of the European Parliament belonging to extreme rightist parties was invited to visit the region in October 2019. "22 of 27 EU Parliamentarians Visiting Kashmir Are from Right-Wing Parties," *The Telegraph*, October 28, 2019, https://www.telegraphindia.com/india/22-of-27-eu-parliamentarians-visiting-kashmir-are-from-right-wing-parties/cid/1714921.
68. "Omar and Mehbooba Detained under PSA . . . Had to Take Precautions: Amit Shah," *Indian Express*, October 15, 2019, https://indianexpress.com/article/india/omar-and-mehbooba-detained-under-psa-had-to-take-precautions-amit-shah-6069182/.
69. "Fact Check: 4 Kashmiris Died after Security Forces Action, yet Amit Shah Says 'No Deaths,'" The Wire, October 8, 2019, https://thewire.in/politics/jk-unionterritory-status-amit-shah.
70. PUCL, "Imprisoned Resistance—5th August and Its Aftermath," PUCL, November 12, 2019, 28, http://www.pucl.org/reports/imprisoned-resistance-5th-august-and-its-aftermath. Other reports with similar findings have been made: Fédération Internationale des Droits de l'Homme, "Update on Human Rights Violations in Indian-Administered Jammu & Kashmir since August 2019," FIDH, September 26, 2019, https://www.fidh.org/IMG/pdf/20190926_india_j_k_bp_en.pdf; and the National Federation of Indian Women. J. Wallen, "Young Boys Tortured in Kashmir Clampdown as New Figures Show 13,000 Teenagers Arrested," *The Telegraph*, September 25, 2019, https://www.telegraph.co.uk/news/2019/09/25/young-boys-tortured-kashmir-clampdown-new-figures-show-13000/.
71. "Fact Check: 4 Kashmiris." See S. Zargar, "Meet the Amateur Pellet Doctors of Srinagar Who Treat Protestors Too Scared to Go to Hospital," Scroll.in, September 19, 2019, https://scroll.in/article/937742/meet-the-amateur-pellet-doctors-of-srinagar-who-treat-protestors-too-scared-to-go-to-hospital. See also N. M. Haroon, "Blindness in Kashmir," *Scientific American*, November 19, 2019, https://blogs.scientificamerican.com/observations/blindness-in-kashmir/.
72. PUCL, "Imprisoned Resistance," 6–7. For detailed accounts, see Haroon, "Blindness in Kashmir," 32. The PUCL fact-finding mission also mentions the case of forced labor imposed on those who have been arrested and detained illegally: "Those picked up are illegally kept in the camps of the armed forces for one night or days on end as per the whims and fancies of the armed forces during which time they are subject to torture and humiliation. They are also compelled to do forced labour in the camp. After the armed forces are done with him, they are released to the police who keep them in the police lockup for days on end. Once they reach the police station, it is the

turn of the police to terrorize, intimidate and humiliate those detained. The police make monetary demands from the family members to release those arrested. These amounts range from Rs. 20,000/- and Rs. 30,000/-." Haroon, "Blindness in Kashmir," 34.

73. See Q. Rehbar and M. Zahra, "Accounts of Torture and Harassment by Indian Army in South Kashmir," *The Caravan*, October 26, 2019, https://caravanmagazine.in/conflict/accounts-torture-harassment-indian-army-south-kashmir; and A. Zargar, "Kashmir: Where Boys Are 'Being Rowed through Paradise on a River of Hell,'" NewsClick, September 16, 2019, https://www.newsclick.in/Kashmir-Boys-Being-Rowed-Paradise-River-Hell.

74. S. Zargar, "Jammu and Kashmir's New Media Policy Is Aimed at Demolishing the Local Press, Editors Say," Scroll.in, June 24, 2020, https://scroll.in/article/964900/jammu-and-kashmirs-new-media-policy-is-aimed-at-demolishing-the-local-press-editors-say.

75. "IITians Write to Centre Against 'Brutalisation' of Kashmiris," The Wire, October 9, 2019, https://thewire.in/rights/iitians-write-to-centre-against-brutalisation-of-kashmiris.

76. "After 70 Days of Lockdown, BSNL Postpaid Mobile Services Restored in Kashmir; No Internet Yet," *Indian Express*, October 14, 2019, https://indianexpress.com/article/india/after-70-days-of-lockdown-postpaid-services-restored-in-kashmir-on-bsnl-network-6068279/. See also A. Sharma, "J&K: Social Media Ban to Continue; 481 Websites on Whitelist," *Indian Ex- press*, February 7, 2020, https://indianexpress.com/article/india/jk-internet-restoration-social-media-whitlisted-websites-6256586/.

77. S. Zargar, "A Year without High-Speed Internet Ravaged Health, Education, Entrepre- neurship in Kashmir," Scroll.in, August 1, 2020, https://scroll.in/article/968719/a-year-without-high-speed-internet-ravaged-health-education-entrepreneurship-in-kashmir.

78. "People in J&K Use Internet Only to Watch Dirty Films, Says NITI Aayog Member," *The Hindu*, January 19, 2020, https://www.thehindu.com/news/national/people-in-jk-use-internet-only-to-watch-dirty-films-says-niti-aayog-member/article30599605.ece.

79. This notion is mentioned fifteen times in the fact-finding report "Imprisoned Resistance."

80. Students and Kashmiri tradesmen were assaulted across India. See "Rajasthan: Four Kashmiri Students Thrashed at Mewar University, Four Arrested," *Times of India*, November 24,2019,http://timesofindia.indiatimes.com/articleshow/72204048.cms?utm_source=contentofinterest&utm_medium=text&utm_campaign=cppst.

81. G. Geelani, "Concertina in Our Souls," *The Telegraph*, August 2, 2020, https://www.telegraphindia.com/india/how-the-abrogation-of-article-370-has-radically-changed-kashmirs-political-landscape/cid/1787974.

82. Happymon Jacob, "Toward a Kashmir Endgame? How India and Pakistan Could Negoti- ate a Lasting Solution," United States Institute of Peace, special report no. 474, August 2020, accessed September 4, 2020, https://www.usip.org/publications/2020/08/toward-kashmir-endgame-how-india-and-pakistan-could-negotiate-lasting-solution.

83. B. Masood, "Detained in Jammu and Kashmir: Three Former CMs, Ex Ministers, MLAs, Mayor," *Indian Express*, August 19, 2019, https://indianexpress.com/article/india/detained-in-jk-ex-top-ministers-mlas-mayor-5915920/.

84. "Omar and Mehbooba Detained."

85. PUCL, "Imprisoned Resistance," 50.

86. PUCL, "Imprisoned Resistance," 7.

87. PUCL, "Imprisoned Resistance," 52. See the case of seventy-six-year-old Mian Abdul Qayoom, the vice president of the High Court's Bar Association of Srinagar, who was lodged in Agra jail. S. Parthasarathy, "Liberty at the Government's Whim," *The Hindu*, February 11, 2020 (https://www.

thehindu .com /opinion /lead /liberty -at -the -governments -whim/article30785807.ece Last accessed September 3, 2020).

88. H. Ellis-Petersen, "'Humiliating to the Core': How India Turned a Kashmir Hotel into a Jail," *The Guardian*, February 21, 2020, https://www.theguardian.com/world/2020/feb/20/how-india-turned-kashmir-centaur-hotel-into-a-jail-for-politicians.

89. A. Wani, "Freedom, Conditions Apply: Detained J K Leaders Can't Comment or Hold Rallies on Art 370 for a Year, Says Bond," *India Today*, October 21, 2019, https://www.indiatoday.in/india/story/jammu-kashmir-detained-political-leaders-bond-surety-article-370-1611538-2019-10-21.

90. C. Jaffrelot and P. Anil, *India's First Dictatorship: The Emergency, 1975–77* (London, Hurst, 2020).

91. N. Iqbal, "J&K: Detained Leaders May Be Moved, Admin Bill over Rs 3 Crore," *Indian Express*, November 7, 2019, https://indianexpress.com/article/india/jk-detained-leaders-may-be-moved-admin-billed-over-rs-3-crore-6106966/.

92. N. Ganai, "Arrests under PSA Amount to 'Thought Crime,' Say Kashmir Lawyers as 100s Remain under Detention," *Outlook*, October 3, 2019, https://www.outlookindia.com/website/story/india-news-arrests-under-psa-amount-to-thought-crime-say-kashmir-lawyers-as-100s-remain-under-detention/339932. See also N. Masih, "India Detains Prominent Kashmiri Leader under Law Critics Call Draconian," *Washington Post*, September 16, 2019, https://www.washingtonpost.com/world/asia_pacific/india-detains-prominent-kashmiri-leader-under-law-critics-call-draconian/2019/09/16/941692cc-d869-11e9-adff-79254db7f766_story.html.

93. Radha Kumar, "Govt Sends a Chilling Message by Slapping the PSA on Omar Abdullah and Mehbooba Mufti," *Indian Express*, February 11, 2020, https://indianexpress.com/article/opinion/columns/jammu-kashmir-psa-detention-article-370-6261340/.

94. M. Ahmad, "J&K Leader's Ability to Convince People to Vote during Boycotts Cited as Reason for PSA Charge," The Wire, February 8, 2010, https://thewire.in/rights/ali-mohammed-sagar-jk-psa-2.

95. As in the mid-1970s during the Emergency, the authorities asked some opposition leaders who had been arrested to sign bonds through which they committed themselves to stay silent in exchange for their release. See the case of Omar Adbullah (S. Vadarajan, "Omar Abdullah: 'Govt Tried to Gag Me, Was Asked to Sign a Bond Forcing Me to Stay Silent," The Wire, July 30, 2020, https://thewire.in/politics/omar-abdullah-interview-bond-detention-political-future).

96. Peerzada Ashiq, "Omar Abdullah Used Politics to Cover His Radical Ideology: Public Safety Act Dossier," *The Hindu*, February 10, 2020, https://www.nytimes.com/2019/08/15/opinion/sunday/kashmir-siege-modi.html.

97. U. Misra, "Explained: Who Was Kota Rani, Likened to Mehbooba Mufti in Her PSA Dossier?," *The Indian Express*, February 11, 2020, https://indianexpress.com/article/explained/kota-rani-kashmir-mehbooba-mufti-psa-6260940/.

98. "Who Is G.C. Murmu, Modi Aide and Now J&K's First Lt Governor?" *The Week*, October 25, 2019, https://www.theweek.in/news/india/2019/10/25/who-is-gc-murmu-modi-aide-and-now-jks-first-lt-governor.html.

99. S. Zargar, "One Year after Special Status Ended, Kashmiris Have Disappeared from Government in J&K," Scroll.in, July 31, 2020, https://scroll.in/article/968571/one-year-after-special-status-ended-kashmiris-have-disappeared-from-government-in-j-k.

100. "In Civil Bureaucracy, Police and Judiciary, Muslims in Kashmir Are Being Side Lined:G.H. Mir," *Kashmir Press*, July 7, 2020, https://thekashmirpress.com/2020/07/07/in-civil-bureaucracy-police-and-judiciary-muslims-in-kashmir-are-being-side-lined-g-h-mir/.

101. I. Chakravarty, "'Comeback of Dogra Rule': With Special Status Gone, Kashmiris Fear Losing Land

Rights Once Again," Scroll.in, September 9, 2019, https://scroll.in/article/936652/comeback-of-dogra-rule-with-special-status-gone-kashmiris-fear-losing-land-rights-once-again.

102. Vadarajan, "Omar Abdullah"

103. N. Sidiq, "Kashmir's Mineral Contracts Largely Handed to Non-locals," Anadolu Agency, July 27, 2020, https://www.aa.com.tr/en/asia-pacific/kashmir-s-mineral-contracts-largely-handed-to-non-locals/1923634.

104. S. Zargar, "A Year of Government Policies that Eroded Hard-Won Land Rights in Jammu and Kashmir," Scroll.in, August 4, 2020, https://scroll.in/article/969275/a-year-of-government-policies-that-eroded-hard-won-land-rights-in-jammu-and-kashmir.

105. N. Iqbal, "J&K: Army, CRPF, BSF Will No Longer Require NOC for Land Acquisition,"*Indian Express*, July 28, 2020, https://indianexpress.com/article/india/jk-army-crpf-bsf-will-no-longer-require-noc-for-land-acquisition-6526708/.

106. P. Donthi, "Occupation Hazards," *The Caravan*, August 1, 2020, https://caravanmagazine.in/conflict/the-heavy-cost-of-revoking-article-370-in-kashmir.

107. Donthi, "Occupation Hazards."

108. "Kashmir Muslims Fear Demographic Shift as Thousands Get Residency," Al Jazeera, June 28, 2020, https://www.aljazeera.com/news/2020/06/kashmir-muslims-fear-demographic-shift-thousands-residency-200627103940283.html.

109. See C. Jaffrelot, "Composite Culture Is Not Multiculturalism: A Study of the Indian Constituent Assembly Debates," in *India and the Politics of Developing Countries: Essays in Mem- ory of Myron Weiner*, ed. A. Varshney (New Delhi: Sage, 2004), 126–49.

110. A. Roy, "The Citizenship (Amendment) Bill, 2016 and the Aporia of Citizenship," *Eco- nomic and Political Weekly* 54, no. 49 (December 14, 2019): 28–34.

111. R. Tewari, "Modi Government Adopts Shrill Note on NRC, Says Similar Exercise for Rohingyas Underway," ThePrint, September 9, 2018, https://theprint.in/india/governance/modi-government-govt-adopts-shrill-note-on-nrc-says-similar-exercise-for-rohingyas-underway/114820/.

112. R. Venkataramakrishnan, "The Daily Fix: Make No Mistake, Amit Shah's NRC Plan Is Both Bigoted and Unconstitutional," Scroll.in, October 3, 2019, https://scroll.in/article/939279/the-daily-fix-make-no-mistake-amit-shahs-nrc-plan-is-both-bigoted-and-unconstitutional.

113. C. Jaffrelot, "Citizenship Law in India, a Populist Polarization?," Institut Montaigne, February 6, 2020, https://www.institutmontaigne.org/en/blog/citizenship-law-india-populist-polarization.

114. "Lok Sabha Passes Citizenship Amendment Bill 2019; Amit Shah: There Will Be NRC,"*Economic Times*, December 10, 2019, https://economictimes.indiatimes.com/news/politics-and-nation/lok-sabha-passes-citizenship-amendment-bill-2019-amit-shah-there-will-be-nrc/articleshow/72449821.cms?utm_source=contentofinterest&utm_medium=text&utm_campaign=cppst.

115. "Rajya Sabha Passes Citizenship Amendment Bill," *Times of India*, December 11, 2019, https://timesofindia.indiatimes.com/india/rajya-sabha-passes-citizenship-amendment-bill/articleshow/72479562.cms.

116. G. Nagaraja, "Citizenship Amendment: Andhra, Telangana Parties Voted in Surprising Ways; Here's Why," The Wire, December 14, 2019, https://thewire.in/politics/andhra-pradesh-telangana-jagan-naidu-kcr-cab.

117. D. D. Roy, "'Landmark Day for India': PM Modi on Parliament Clearing Citizenship Bill," NDTV, December 11, 2019, https://www.ndtv.com/india-news/pm-narendra-modi-on-parliament-

clearing-citizenship-bill-landmark-day-for-india-2147302.
118. Ministry of Law, Justice and Company Affairs, *The Constitution of India*, New Delhi, Government of India, 1983, 7 (italics added).
119. Niraja Gopal Jayal, "Faith-Based Citizenship: The Dangerous Path India Is Choosing," India Forum, November 13, 2019, https://www.theindiaforum.in/article/faith-criterion-citizenship. Italics in the original.
120. Cited in Arshu John, "Sealed and Delivered," *The Caravan*, February 1, 2020 https://caravanmagazine.in/reportage/ranjan-gogoi-gifts-government.
121. "'No Hindu Will Have to Leave over NRC'," *The Telegraph*, September 22, 2019, https://www.telegraphindia.com/west-bengal/no-hindu-will-have-to-leave-over-nrc/cid/1706854.
122. K. Purohit, "Post CAA, BJP-Linked WhatsApp Groups Mount a Campaign to Foment Communalism," The Wire, December 18, 2019, https://thewire.in/media/cab-bjp-whatsapp-groups-muslims. This article is worth reading not only because of the information it contains but also because of the screenshots it shows.
123. "Over 32,000 Refugees Identified in 21 Districts for CAA: UP Minister," *India Today*, January 13, 2020, https://www.indiatoday.in/india/story/over-32000-refugees-identified-in-21-districts-for-caa-uttar-pradesh-minister-1636551-2020-01-13.
124. "Modi Says No Detention Camps, Minister Accepted 6 in Assam," *Outlook*, December 23, 2019, https://www.outlookindia.com/newsscroll/modi-says-no-detention-camps-minister-accepted-6-in-assam/1692393.
125. F. Ameen, "28 Deaths in Assam's Detention Camps, Minister Tells Rajya Sabha," *The Telegraph*, November 27, 2019, https://www.telegraphindia.com/india/28-deaths-in-assam-s-detention-camps-minister-tells-rajya-sabha/cid/1722471.
126. "Govt Lodged 3,331 People in Assam Detention Centres, 10 Died Last Year," *Business Standard*, March 17, 2020, https://www.business-standard.com/article/pti-stories/10-inmates-of-detention-centres-in-assam-died-in-last-one-year-govt-120031700816_1.html.
127. R. Karmakar, "Hell, Not Detention Centre: Assam 'Foreigner' after PM Remark," *The Hindu*, December 23, 2019, https://www.thehindu.com/news/national/hell-not-detention-centre-assam-foreigner-after-pm-remark/article30381296.ece.
128. A. Sharma, "What NRC, Detention Centres? When Prime Minister Modi Abandoned Truth at Ramleela Maidan," Asiaville, December 23 2019, https://www.asiavillenews.com/article/what-nrc-detention-centres-when-prime-minister-modi-abandoned-truth-at-ramleela-maidan-25130.
129. See H. Srikanth, "Three Streams in the Anti-CAA Movement," India Forum, January 21, 2020, https://www.theindiaforum.in/article/three-streams-anti-caa-movement.
130. A. Bose and E. Agha, "'The Hindu Who Went to Jail for Us': How Chandrashekhar Azad Went from Poster Boy to Hero at Shaheen Bagh," News18, January 23, 2020, https://www.news18.com/news/india/the-hindu-who-went-to-jail-for-us-how-chandrashekar-azad-went-from-poster-boy-to-hero-at-shaheen-bagh-2469505.html. Another Dalit leader, Jignesh Mevani, also delivered a speech at Shaheen Bagh.
131. D. Devaiah, "Karnataka: Poet, Editor Arrested in Koppal District over Anti-CAA Poem,"*Indian Express*, February 20, 2020, https://indianexpress.com/article/india/karnataka-poet-journalist-arrested-in-koppal-caa-poem-6275793/.
132. "Lucknow: Magsaysay Winner Sandeep Pandey Arrested While Distributing Anti-CAA Pamphlets," Scroll.in, February 17, 2020, https://scroll.in/latest/953459/lucknow-magsaysay-winner-sandeep-pandey-arrested-while-distributing-anti-caa-pamphlets.
133. See M. Ghazali, "Top Sikh Body Akal Takht Extends Support to Anti-CAA Protests," NDTV,

February 15, 2020, https://www.ndtv.com/india-news/top-sikh-body-akal-takht-extends-support-to-anti-caa-protests-2180483; and "Religion Should Never Be Criteria for Citizenship, Says Archbishop of Bengaluru," *The Hindu*, January 9, 2020, https://www.thehindu.com/news/cities/bangalore/religion-should-never-be-criteria-for-citizenship-says-archbishop-of-bengaluru/article30522147.ece.

134. R. Venkataramakrishnan, "The Political Fix: After a Month of Citizenship Act Protests in India, What Have We Learned?," Scroll.in, January 20, 2020, https://scroll.in/article/950351n From February 2 to 8, 2020, a musical and cultural event called Artists Against Communalism was held in solidarity with anti-CAA protests.

135. Venkataramakrishnan, "Political Fix."

136. Senior advocate Indira Jaising emphasized this point before the Delhi High Court, seeking an independent investigation into the police brutality at the campus. "Jamia Violence: Delhi Police Acted with 'Sheer Vindictiveness' against Students, Says Indira Jaising," Scroll.in, August 5, 2020, https://scroll.in/latest/969477/jamia-violence-delhi-police-acted-with-sheer-vindictiveness-against-students-says-indira-jaising.

137. On the police operation on the Jamia Millia campus, see "Protests Erupt across India over CAA, Police Action against Jamia Students," *Economic Times*, December 16, 2019, https://economictimes.indiatimes.com/news/politics-and-nation/from-lucknow-to-hyderabad-protests-across-campuses-against-police-crackdown-in-jamia/articleshow/72743549.cms?from=mdr; M. Singh, "80 Students Undergo Treatment at Delhi Hospital after Violence at Jamia," *India Today*, December 17, 2019, https://www.indiatoday.in/india/story/jamia-protests-anti-citizenship-amendment-act-caa-injured-hospital-1629100-2019-12-17; "'Cops Entered Bathrooms, Libraries and Beat Up Girls': Jamia Students Recount Sunday Night Horror," News18, December 16, 2019, https://www.news18.com/news/india/cops-entered-bathrooms-libraries-and-beat-up-girls-jamia-students-recount-sunday-night-horror-2425629.html; and "Jamia Protest: Two Men Admitted to Safdarjung Hospital with 'Gunshot Injury', Say Sources," *New India Express*, December 16, 2019, https://www.newindianexpress.com/cities/delhi/2019/dec/16/jamia-protest-two-men-admitted-to-safdarjung-hospital-with-gunshot-injury-say-sources-2077001.html.

138. The Aligarh Muslim University claimed, retrospectively, that it had invited the police to intervene, but why, in that case, did they break the main gate? See "At Least 60 Injured in Police Crackdown at Aligarh Muslim University," *The Hindu*, December 15, 2019, https://www.thehindu.com/news/national/students-injured-in-police-crackdown-at-aligarh-muslim-university/article30313968.ece. One student's hand had to be amputated. P. Srivastava, "Bared: Police 'Brutality' on AMU Students," *The Telegraph*, December 18, 2019, https://www.telegraphindia.com/india/bared-police-brutality-on-amu-students/cid/1728324.

139. "The Siege of Aligarh Muslim University: A Fact Finding Report—How the UP Police Reduced a University to a Battleground on December 15, 2019," NewsClick, December 24, 2019, https://www.newsclick.in/Siege-Aligarh-Muslim-University-Fact-Finding-Report.

140. "CAA Protests: Video Shows Police Firing at Protesters, Contrary to UP DGP Claims," *Gulf News*, December 23, 2019, https://gulfnews.com/world/asia/india/caa-protests-video-shows-police-firing-at-protesters-contrary-to-up-dgp-claims-1.1577078324096.

141. "7 Killed as U.P. Protests against Citizenship Law Turn Violent," *The Hindu*, December 20, 2020, https://www.thehindu.com/news/national/6-killed-as-up-protests-against-citizenship-law-turn-violent/article30361932.ece.

142. "16 Killed, 263 Cops Injured in Uttar Pradesh in Protests against Citizenship Amendment Act," News18, December 21, 2019, https://www.news18.com/news/india/16-killed-263-cops-injured-in-uttar-pradesh-in-protests-against-citizenship-amendment-act-2432177.html.

143. S. Pandey, "UP Police Admit to Firing at Anti-CAA Protesters," *Deccan Herald*, December 24, 2019, https://www.deccanherald.com/national/national-politics/up-police-admit-to-firing-at-anti-caa-protesters-788388.html.
144. "UP: Postmortem Shows Anti-CAA Protester Killed in Police Firing Was Shot in Eye," *The Week*, January 7, 2020, https://www.theweek.in/news/india/2020/01/07/up-postmortem-shows-anti-caa-protester-killed-in-police-firing-was-shot-in-eye.html; "After Denials, Police Admit They Did Open Fire on December 15 during Anti-CAA Protests," *The Hindu*, January 6, 2020, https://www.thehindu.com/news/cities/Delhi/after-denials-police-admit-they-did-open-fire-on-december-15/article30489076.ece.
145. "Video Suggests UP Cop Opened Fire, Contrary to 'No Police Firing' Claim," YouTube video posted by NDTV, December 21, 2019, https://www.youtube.com/watch?v=2zaHHqyVmfY.
146. "21,500 Booked for Violence in Kanpur," *India Today*, December 24, 2019, https://www.indiatoday.in/amp/india/story/21-500-booked-for-violence-in-kanpur-1631048-2019-12-24.
147. "Anti-CAA Protests: 1,113 Arrests, 5,558 Preventive Detentions, 19 Dead in UP," *India Today*, December 27, 2019, https://www.indiatoday.in/india/story/anti-caa-protests-1-113-arrests-5-558-preventive-detentions-19-dead-in-up-1631814-2019-12-27.
148. See the case of Muzaffarnagar: "Watch: CCTV Captures Police Personnel Allegedly Destroying CCTV outside Mosque in UP's Muzaffarnagar," YouTube video posted by The Quint, December 22, 2019, https://www.youtube.com/watch?v=cV3RbVeCvNg.
149. "Shocking! UP Police Caught Vandalising Property in Muzaffarnagar during Anti-CAA Protests [WATCH]," Times Now, December 25, 2019, https://www.timesnownews.com/india/article/shocking-up-police-caught-vandalising-property-in-muzaffarnagar-during-anti-caa-protests-watch/531626; A. Pandey, "Video Shows Cops Vandalising Shops, Vehicles In UP's Kanpur Amid Protests," NDTV, December 25, 2019, https://www.ndtv.com/india-news/citizenship-amendment-act-video-shows-cops-vandalising-shops-vehicles-in-ups-kanpur-amid-protests-2154193.
150. U. Singh Rana, "Cops Barged into Our Homes at Night, Smashed Everything, Snatched Cash and Jewellery, Say Muzaffarnagar's Muslim Families," News18, December 25, 2019, https://www.news18.com/amp/news/india/cops-barged-into-our-homes-at-night-smashed-everything-snatched-cash-and-jewellery-say-muzaffarnagars-muslim-families-2435565.html.
151. Sagar, "Uttar Pradesh's Police Mitr: A Militia in the Guise of Community Policing?" *The Caravan*, January 25, 2020, https://caravanmagazine.in/politics/uttar-pradesh-police-mitr-spo-civilians.
152. A. Pandey, "UP Police Say 57 Cops Had Bullet Injuries in Clashes: We Found Only One," NDTV, January 4, 2020, https://www.ndtv.com/india-news/citizenship-amendment-act-up-police-say-57-cops-had-bullet-injuries-in-clashes-but-only-one-found-2158556.
153. M. N. Parth, "Watch: In Aftermath of Police Action during Anti-CAA Protests in Bihar's Aurangabad, Video Proof Emerges of Cops Wrecking Vehicles, Barging into Homes," FirstPost, January 3, 2020, https://www.firstpost.com/india/watch-in-aftermath-of-police-action-during-anti-caa-protests-in-bihars-aurangabad-video-proof-emerges-of-cops-wrecking-vehicles-barging-into-homes-7855681.html.
154. "Anti-CAA Stir: Video Shows Cops Smashing Windshields of Parked Vehicles in MP's Jabalpur," News18, December 26, 2019, https://www.news18.com/news/india/anti-caa-stir-video-shows-cops-smashing-windshields-of-parked-vehicles-in-mps-jabalpur-2436777.html.
155. "Siege of Aligarh Muslim University."
156. P. Nair, "'I Felt Like a Jew in Hitler's Germany': Sadaf Jafar on Police Detention," *Outlook*, January 15, 2020, https://www.outlookindia.com/website/story/india-news-i-felt-like-a-jew-in-hitlers-

germany-sadaf-jafar-on-police-detention/345729.

157. N. Suresh and S. Ali, "UP Police Detained 41 Children during CAA Protests, Some Were Tortured, Says Citizens' Report," Scroll.in, February 13, 2020, https://scroll.in/article/952964/up-police-detained-41-children-during-caa-protests-some-were-tortured-says-citizens-report.

158. S. Sen and N. Singaravelu, "How Many People Died during Anti-CAA Protests?," *The Hindu*, January 6, 2020, https://www.thehindu.com/data/data-how-many-people-died-during-anti-caa-protests/article30494183.ece.

159. O. Rashid, "Not a Single Person Died by Police Bullet during Anti-CAA Protests: Adityanath," *The Hindu*, February 19, 2020, https://www.thehindu.com/news/national/not-a-single-person-died-of-police-bullet-during-anti-caa-protests-adityanath/article30860925.ece.

160. "'If Someone Is Coming to Die, How Can He Be Alive': Yogi on Deaths in Anti-CAA Violence," *Indian Express*, February 19, 2020, https://indianexpress.com/article/india/yogi-adityanath-anti-caa-protest-deaths-up-police-6276134/.

161. R. Chatterji, "Press Button with Such Anger that Shaheen Bagh Feels Current, Says Amit Shah," Huffington Post, January 27, 2020, https://www.huffingtonpost.in/entry/delhi-assembly-elections-2020-amit-shah-shaheen-bagh_in_5e2e62d9c5b67d8874b4f4d7.

162. *Report of the DMC Fact-Finding Committee on North-East Delhi Riots of February 2020* (Delhi: Delhi Minorities Commission, Government of NCT of Delhi, 2020), 27, accessed Au- gust 31, 2020, https://ia601906.us.archive.org/11/items/dmc-delhi-riot-fact-report-2020/-Delhi-riots-Fact-Finding-2020.pdf.

163. "'Will Remove Shaheen Bagh Protesters, Mosques on State Land': West Delhi BJP MP Parvesh Verma's Poll Promise," FirstPost, January 28, 2020, https://www.firstpost.com/politics/will-remove-shaheen-bagh-protesters-mosques-on-state-land-west-delhi-bjp-mp-parvesh-vermas-poll-promise-7965961.html.

164. *DMC Fact-Finding Committee*, 28.

165. G. Radha-Udaykumar, "BJP's Tajinder Bagga Warns Shaheen Bagh of Surgical Strike on Feb 11," *India Today*, January 30, 2020, https://www.indiatoday.in/elections/delhi-assembly-polls-2020/story/tajinder-bagga-bjp-on-shaheen-bagh-1641578-2020-01-30.

166. "Shaheen Bagh, Biryani, Bullets, Pakistan—What Yogi Adityanath Said at Delhi Rallies," ThePrint, February 2, 2020, https://theprint.in/politics/shaheen-bagh-biryani-bullets-pakistan-what-yogi-adityanath-said-at-delhi-rallies/358759/.

167. For a sample of the "posts that call[ed] for violence against minorities and for the pro- tection and making of a Hindu Rashtra," see P. Kavish, "Delhi Riots Carefully Orchestrated Using Social Media?," Sabrang, February 29, 2020, https://sabrangindia.in/decoding-hate/delhi-riots-carefully-orchestrated-using-social-media.

168. M. Singh Manral, "WhatsApp Groups Created to Spread Hate Just before Surge in Delhi Violence: Police Probe," *Indian Express*, March 4, 2020, https://indianexpress.com/article/cities/delhi/whatsapp-group-delhi-violence-police-probe-kapil-mishra-anti-caa-protest-6298099/.

169. V. Mubayi, "After Losing Delhi Election, BJP Wreaking Vengeance on City's Minorities," Alternatives International, February 29, 2020, https://www.alterinter.org/?After-Losing-Delhi-Election-BJP-Wreaking-Vengeance-On-City-s-Minorities.

170. *DMC Fact-Finding Committee*, 31.

171. B. Taskin, "Zuckerberg Uses Kapil Mishra's 'Delhi Riots Threat' to Outline Facebook's Hate Speech Policy" ThePrint, August 31, 2020, https://theprint.in/india/zuckerberg-uses-kapil-mishras-delhi-riots-threat-to-outline-facebooks-hate-speech-policy/435845/.

172. A BJP MP of Delhi, Gautam Gambhir considered Kapil Mishra's speech "not accept- able." D. Dutta

Roy, "'Kapil Mishra's Speech Unacceptable': BJP's Gautam Gambhir on Delhi Violence," NDTV, February 25, 2020, https://www.ndtv.com/india-news/delhi-violence-gautam-gambhir-says-kapil-mishras-speech-unacceptable-2185318. A Bengal BJP leader, Sub- hadra Mukherjee, even resigned, saying that she could not be in the same party as Kapil Mishra and Anurag Thakur because of their "brand of politics." "Delhi Violence: Bengal BJP Leader Resigns, Says Can't Be in a Party with Anurag Thakur, Kapil Mishra," Scroll.in, March 1, 2020, https://scroll.in/latest/954793/delhi-violence-bengal-bjp-leader-resigns-says-cant-be-in-a-party-with-anurag-thakur-kapil-mishra.

173. After the riots, one of the police's charge sheets said: "As per the chat of [the Kattar Hindu Ekta] WhatsApp group, the accused persons . . . conspired to teach Muslims a lesson for attacking the Hindus. They equipped themselves with lathis, danda, sticks, swords, firearms, etc., and killed nine innocent Muslim persons including Hashim Ali and his brother Aamir Khan." A. Mohan, "Riot Accused Thought Themselves Saviours of Community: Chargesheet," *Indian Express*, October 7, 2020, https://indianexpress.com/article/cities/delhi/delhi-riot-accused-thought-themselves-saviours-of-community-chargesheet-6705963/.

174. "BJP MLA Abhay Verma Leads East Delhi March with 'Goli maaro saalo ko' as Mob Violence Continues," Scroll.in, February 26, 2020, https://scroll.in/video/954331/bjp-mla-abhay-verma-leads-east-delhi-march-with-goli-maaro-saalo-ko-as-mob-violence-continues.

175. *DMC Fact-Finding Committee*, 34. Acid was also thrown at the faces of men and women. Delhi Minorities Commission, 50.

176. Also in contrast to what happened in Gujarat, the assailants apparently belonged to upper castes. Sagar, a journalist working for *The Caravan*, reported: "Many men among them wore t-shirts that had 'Brahman,' 'Jat' and 'Jai Shri Ram' written on them and from my conversa- tion with them I gleaned that many of them belonged to other upper castes such as Rajputs andBaniyas." Sagar, "Hindu Supremacist Mobs Orchestrate Violence against Muslims Where BJP Won in Delhi Elections," *The Caravan*, February 25, 2020, https://caravanmagazine.in/religion/delhi-violence-north-east-maujpur-jaffrabad-babarpur-muslims-hindu. During the riots, Kapil Mishra and his supporters, in his speeches and in their slogans, arraigned the Dalits: "Beat the Dalits" was one of their mottos. And he said: "Those who clean the toilets of our homes, should we now place them on a pedestal?" Prabhijit Singh, "Dead and Buried," *The Caravan*, June 21, 2020, https://caravanmagazine.in/politics/delhi-police-ignored-complaints-against-kapil-mishra-bjp-leaders-leading-mobs-delhi-violence.

177. P. Singh, "Dead and Buried"; and A. Menon and A. S. Iyer, "Delhi Riots Exclusive: BJP Councillor Led Mob, Claims 'Eyewitness,'" The Quint, June 30, 2020, https://www.thequint.com/news/politics/delhi-riots-bjp-councillor-kanhaiya-lal-kapil-mishra-jagdish-pradhan-muslims.

178. Women were assaulted in many different ways. The DMC fact-finding committee de- votes a full section of its report to this issue. *DMC Fact-Finding Committee*, 61–68.

179. Shams Ur Rehman Alavi, "Delhi Horror: Documenting the Organised Mob Violence and Killings in India's National Capital," NewsBits, March 4, 2020, http://www.newsbits.in/delhi-horror-documenting-the-organised-mob-violence-and-killings-in-indias-national-capital.

180. A businessman who happened to be a BJP cadre said that his factory had been burned because he had a "Muslim name," suggesting that, like in Gujarat in 2002, the rioters were using lists of residents—maybe the voters lists. "Factory Burnt, BJP Man Says Ignored by Party because 'I Have Muslim Name,'" *Indian Express*, March 5, 2020, https://indianexpress.com/article/cities/delhi/factory-burnt-bjp-man-says-ignored-by-party-6299749/.

181. In Tyre Market, the fire brigade that had rushed to the place was attacked physically.*DMC Fact-Finding Committee*, 48.

182. Anjali Mody, "In Photos: Fourteen Delhi Mosques and a Dargah that Were Burnt by Hindutva

Vigilantes in Three Days," Scroll.in, March 12, 2020, https://scroll.in/article/955713/in-photos-fifteen-muslim-shrines-in-delhi-that-were-burnt-by-hindutva-vigilantes-in-three-days.

183. See the list of the twenty-two mosques, madrassas, and cemeteries that have been de- stroyed: *DMC Fact-Finding Committee*, 124.

184. *DMC Fact-Finding Committee*, 47. Nine of the 40 Muslims who were killed during the Delhi riots were assaulted because they refused to chant "Jai Shri Ram." "List of Muslims Killed or Assaulted after Refused to Chant 'Jai Shri Ram,'" *Maktoob*, August 5, 2020, https:// maktoobmedia.com/2020/08/05/list-of-muslims-killed-or-assaulted-after-refused-to-chant-jai-shri-ram/.

185. Cited in *DMC Fact-Finding Committee*, 50.

186. Cited in *DMC Fact-Finding Committee*, 65.

187. P. Singh, "Dead and Buried."

188. The architects of the riots had asked the assailants "to make videos of two–four of them being burnt alive" according to one of the complainants who heard them saying these words. P. Singh, "Dead and Buried." See also "Delhi Violence: A Rioter Posted This Live Video during Mob Action This Week," Scroll.in, March 1, 2020, https://scroll.in/video/954741/delhi-violence-a-rioter-posted-this-live-video-during-mob-action-earlier-this-week.

189. See the list in *DMC Fact-Finding Committee*, 111–18.

190. S. Vadarajan, "Delhi Police Affidavit Shows Muslims Bore Brunt of Riots, Silent on Who Targeted Them and Why," The Wire, July 16, 2020, https://thewire.in/communalism/delhi-police-affidavit-shows-muslims-bore-brunt-of-riots-silent-on-who-targeted-them-and-why.

191. J. Sinha, "Delhi: Riot-Hit Families Line Up outside Eidgah in Mustafabad, Now a Relief Centre," *Indian Express*, March 4, 2020, https://indianexpress.com/article/cities/delhi/delhi-riot-hit-families-line-up-outside-eidgah-in-mustafabad-now-a-relief-centre-6298053/.

192. T. Aswani, "Muslims in Northeast Delhi Sell Homes below Market Rate to Escape 'Continuing Harassment,'" The Wire, October 30, 2020, https://thewire.in/communalism/muslims-northeast-delhi-sell-homes-harassment-riots.

193. V. Sachdev, "Justice Muralidhar Will Not Continue Hearing Hate Speech FIR Case," The Quint, February 26, 2020, https://www.thequint.com/news/law/justice-muralidhar-delhi-violence-fir-case-hate-speech-transferred-chief-justice-high-court.

194. Sachdev, "Justice Muralidhar Will Not Continue Hearing Hate Speech FIR Case."

195. A. Pandey and S. Tantray, "A Hindu Rioter Speaks: Delhi Violence Was 'Revenge' against Muslims, Police Gave Free reign," *The Caravan*, July 31, 2020, https://caravanmagazine.in/crime/delhi-rioter-testimony-hindu-revenge-muslims-police-free-reign.

196. Pandey and Tantray, "A Hindu Rioter Speaks."

197. After the riots, policemen told the *New York Times* that, when the riots started, "officers in the affected areas were ordered to deposit their guns at the station houses." Jeffrey Gettleman, Sameer Yasir, Suhasini Raj, and Hari Kumar, "How Delhi's Police Turned against Muslims," *New York Times*, March 12, 2020, https://www.nytimes.com/2020/03/12/world/asia/india-police-muslims.html.

198. *DMC Fact-Finding Committee*, 71.

199. *DMC Fact-Finding Committee*, 36.

200. Cited in *DMC Fact-Finding Committee*, 81.

201. *DMC Fact-Finding Committee*, 74.

202. *DMC Fact-Finding Committee*, 65.

203. P. Singh, "Dead and Buried."

204. K. Shroff, "Men in Uniform Torched Mustafabad's Farooqia Masjid, Assaulted People Inside: Locals," *The Caravan*, March 11, 2020, https://caravanmagazine.in/conflict/men-in-uniform-torched-mustafabads-farooqia-masjid-assaulted-people-inside-locals. See also K. Shroff, "Delhi Violence: Cops Shouted 'Jai Shri Ram' with Armed Hindu Mob, Charged at Muslims," *The Caravan*, February 25, 2020, https://caravanmagazine.in/conflict/delhi-violence-cops-shouted-jai-shri-ram-with-armed-hindu-mob-charged-at-muslims.

205. *DMC Fact-Finding Committee*, 40, 45.

206. *DMC Fact-Finding Committee*, 44.

207. "IB Staffer Ankit Sharma, Killed in Delhi Riots, Was Stabbed 12 Times & Had 33 Blunt Injuries," ThePrint, March 14, 2020, https://theprint.in/india/ib-staffer-ankit-sharma-killed-in-delhi-riots-was-stabbed-12-times-and-not-400-times/380720/.

208. The *New York Times*, whose journalists emphasize that "Delhi's police turned against Muslims," mentions the fact that not only one police officer was killed but that eighty others were injured, especially when Muslim protesters outnumbered the police. Gettleman et al., "Delhi's Police Turned."

209. Cited in *DMC Fact-Finding Committee*, 77.

210. A. Yadav, "Ground Report: Delhi Police Actions Caused Death of Man in Infamous National Anthem Video," Huffington Post, March 2, 2020, https://www.huffingtonpost.in/entry/delhi-riots-police-national-anthem-video-faizan_in_5e5bb8e1c5b60102211126276. See also "Delhi Violence: Video Showed Men Being Made to Sing Anthem, One Is Now Dead," *Indian Express*, February 29, 2020, https://indianexpress.com/article/cities/delhi/delhi-violence-video-national-anthem-6291881/.

211. See, for instance, "Delhi Riots: 'Hero Cop' Who Braved a Mob to Save Lives," BBC, February 28, 2020, https://www.bbc.com/news/world-asia-india-51670093.

212. "Delhi Police Is Ignoring Complaints and Scuttling Investigation in Communal Violence Cases," Scroll.in, March 11, 2020, https://scroll.in/article/955748/delhi-police-is-ignoring-complaints-and-scuttling-investigation-in-communal-violence-cases.

213. P. Singh, "Dead and Buried."

214. "Siege of Aligarh Muslim University."

215. "Siege of Aligarh Muslim University."

216. Suresh and Ali, "UP Police Detained."

217. "Police Action Damaged 25 CCTV Cameras on Campus, Jamia Tells MHRD," The Wire, February 19, 2020, https://thewire.in/rights/police-action-damaged-25-cctv-cameras-on-campus-jamia-tells-mhrd.

218. V. Lalwani, "In Delhi Violence Investigation, a Disturbing Pattern: Victims End Up Being Prosecuted by Police," Scroll.in, May 23, 2020, https://scroll.in/article/962526/in-delhi-violence-investigation-a-disturbing-pattern-victims-end-up-being-arrested-by-police.

219. For more detail, see P. Singh, "Dead and Buried."

220. S. Yasser and K. Schultz, "India Rounds Up Critics under Shadow of Virus Crisis, Activ- ists Say," *New York Times*, July 19, 2020, https://www.nytimes.com/2020/07/19/world/asia/india-activists-arrests-riots-coronavirus.html.

221. A. Bedi, "Delhi Minorities Commission Chief Charged with Sedition for 'Provocative' Social Media Post," ThePrint, May 2, 2020, https://theprint.in/india/delhi-minorities-commission-chief-charged-with-sedition-for-provocative-social-media-post/413112/.

222. S. Sharma, "Delhi Police, Your Bias Is Showing: Look at Your Own Data on the Riots Investigation,"

Scroll.in, September 18, 2020, https://scroll.in/article/973400/delhi-police-your-bias-is-showing-look-at-your-own-data-on-the-riots-investigation.
223. "In LS Debate on Delhi Riots, Amit Shah Lauds Police for 'Controlling Violence in 36 Hours,'" The Wire, March 11, 2020, https://thewire.in/communalism/lok-sabha-delhi-riots-amit-shah.
224. The deployment of the NSA in a riot-affected area remains a mysterious, unprecedented decision. See "Ajit Doval's Deployment to Quell Delhi Violence beyond NSA's Role; Here's Why Modi Had to Rely on His Man Friday to Clean Up MHA's Mess," FirstPost, February 28, 2020, https://www.firstpost.com/india/ajit-dovals-deployment-to-quell-delhi-violence-beyond-nsas-role-heres-why-modi-had-to-rely-on-his-man-friday-to-clean-up-mhas-mess-8098561.html.
225. "Artistes Release Statement against 'Witch-Hunt' of Students by Delhi Police," *New Indian Express*, April 19, 2020, https://www.newindianexpress.com/nation/2020/apr/19/artistes-release-statement-against-witch-hunt-of-students-by-delhi-police-2132313.html.
226. Sagar, "Detentions, Arrests, Interrogations: Fear Reigns in Muslim Neighborhoods of Northeast Delhi," *The Caravan*, March 11, 2020, https://caravanmagazine.in/conflict/detentions-delhi-violence-northeast-muslim-arrests-riots-police-crime-branch.
227. "LS Debate on Delhi Riots."
228. Ankit Sharma had, in fact, been stabbed, twelve times. A. Bhardwaj, "IB Staffer Ankit Sharma, Killed in Delhi riots, was stabbed 12 times & had 33 blunt injuries," ThePrint, March 13, 2020, https://theprint.in/india/ib-staffer-ankit-sharma-killed-in-delhi-riots-was-stabbed-12-times-and-not-400-times/380720/.
229. The police order cited by the *Organiser* accused one of these two channels. Media One simply reported that "violence took place mostly in Muslim dominated area of Chand Bagh, Delhi. While telecasting the news, the channel carried the news of stone pelting, arson and injured people being taken to hospital." In other words, the channel showed the reality. "Delhi Anti-Hindu Riots: I&B Ministry Bans Two Malayalam Channels for 48 Hours for 'Promoting Communal and Anti-National Attitude,'" *The Organiser*, March 6, 2020, https://www.organiser.org/Encyc/2020/3/6/Ministry-bans-two-Malayalam-channels-.html. At least a dozen of journalists were attacked while they were covering the Delhi riots and when they investigated subsequently (S. Basu, "Delhi: The Anatomy of a Riot," *The Diplomat*, February 27, 2020, https://thediplomat.com/2020/02/delhi-the-anatomy-of-a-riot/).
230. N. K. Azad, "'I Am a Simple Karyakarta, and Their Problem Is I Dared to Stand against Their Might,'" *The Organiser*, March 6, 2020, https://www.organiser.org/Encyc/2020/3/6/Kapil-Mishra-BJP-Interview-I-am-a-simple-Karyakarta.html.
231. "Kapil Mishra Raises More Than Rs 71 Lakh for Hindu Victims of Delhi Riots," The Wire, March 2, 2020, https://thewire.in/communalism/kapil-mishra-crowdfunding-campaign-hindu-victims-delhi-riots.
232. "Kapil Mishra Raises More."
233. "Delhi Police Books Umar Khalid & Jamia Students under UAPA for Northeast Delhi Violence," ThePrint, April 21, 2020, https://theprint.in/india/delhi-police-books-umar-khalid-jamia-students-under-uapa-for-northeast-delhi-violence/406259/.
234. B. Sharma, "Delhi Riots: How The Police Is Using FIR 59 to Imprison Students and Activists Indefinitely," Huffington Post, June 16, 2020, https://www.huffingtonpost.in/entry/delhi-police-riots-students-anti-caa-activists-arrest_in_5ee7ab99c5b651a404b0591a. See also S. Pasha, "The Delhi Violence FIRs Are Like Blank Cheques, to Be Encashed by the Police Any Time," The Wire, April 30, 2020, https://thewire.in/communalism/the-delhi-violence-firs-are-like-blank-cheques-to-be-encashed-by-the-police-any-time.

235. A. Iyer and A. Menon, "Delhi Riots: Is Trump Visit a Hole in Police's Conspiracy The- ory?," The Quint, June 12, 2020, https://www.thequint.com/news/india/delhi-riots-trump-visit-police-conspiracy-theory-tahir-hussain-umar-khalid.

236. In a supplementary charge sheet that was filed in connection with the Delhi riots but only to do with the anti-CAA mobilization, it was alleged that Yogendra Yadav had "instructed" a JNU PhD student, Sharjeel Imam (who had been arrested), in mobilizing students of Jamia Millia Islamia, Aligarh University, and Delhi University. According to the charge sheet, the protest at Jamia was meant to "paralyse, destabilise and disintegrate Delhi by undertaking un- lawful activity." B. Sinha, "Yogendra Yadav 'Instructed' Imam to Mobilise Students for Anti-CAA Protests, Says Delhi Police," ThePrint, November 28, 2020, https://theprint.in/india/yogendra-yadav-instructed-imam-to-mobilise-students-for-anti-caa-protests-says-delhi-police/553745/.

237. Sanjeev Uniyal, "Anti-Hindu Delhi Riots," *The Organiser*, June 12, 2020, https://www.organiser.org/Encyc/2020/6/12/Fire-of-Hatred.html.

238. M. Singh Manral, "Tahir Hussain Chargesheet Claims Delhi Riots Planning Began in January," *Indian Express*, June 3, 2020, https://indianexpress.com/article/cities/delhi/tahir-chargesheet-claims-planning-began-in-jan-6439867/.

239. This man, Khalid Saifi, who has been tortured in jail, apparently, is considered by the police as "a go-between for Umar Khalid and Tahir Hussain............................. The police also claim that Saifimet and received money from Zakir Naik, an Islamic preacher and fugitive wanted by the Indian government, and that he is a key conspirator who instigated the Delhi Riots that claimed 52 lives." B. Sharma, "I Don't Fear Investigation, but He Deserves Bail: Khalid Saifi's Wife as He Completes Four Months in Jail," Huffington Post, June 29, 2020, https://www.huffingtonpost.in/entry/khalid-saifi-bail-delhi-riots-delhi-police_in_5ef37957c5b615e5cd37e8fb.

240. V. Singh, "India: Charged with Anti-Terror Law, Pregnant Woman Sent to Jail," Al Jazeera, April 26, 2020, https://www.aljazeera.com/news/2020/04/india-charged-anti-terror-law-pregnant-woman-jail-200426100956360.html.

241. Asif Iqbal Tanha, a member of the Students Islamic Organisation (the student union of the Jama'at-e-Islami), took an active part in the Jamia Coordination Committee that mobi- lized students against the CAA. "Delhi Police Slaps UAPA against Jamia Student Asif Iqbal Tanha; Shaheen Bagh Resident 'Part of Conspiracy' behind February Riots, Say Cops," First- Post, May 21, 2020, https://www.firstpost.com/india/delhi-police-slaps-uapa-against-jamia-student-asif-iqbal-tanha-shaheen-bagh-resident-part-of-conspiracy-behind-february-riots-say-cops-8393691.html.

242. Sharma, "Delhi Riots."

243. Zargar was eventually granted bail, because she was in the second trimester of her first pregnancy. On the way, the pregnancy of Zargar—a twenty-seven-year-old married woman—was "explained" by a TV anchor. See M. Arif, "Actor Payal Rohatgi's Outburst against Safoora Zargar Typifies Right Wing Obsession with Muslim Sexuality," FirstPost, June 25, 2020, https://www.firstpost.com/india/actor-payal-rohatgis-outburst-against-safoora-zargar-typifies-right-wing-obsession-with-muslim-sexuality-8482581.html.

244. "Sharjeel Imam Chargesheeted in Seditious Speech Case," *Economic Times*, April 18, 2020, https://economictimes.indiatimes.com/news/politics-and-nation/sharjeel-imam-chargesheeted-in-seditious-speech-case/articleshow/75217894.cms?from=mdr.

245. B. Sinha, "Sharjeel 'Radicalised' by Books He Read for Thesis on Partition, Delhi Police Chargesheet Says," ThePrint, October 27, 2020, https://theprint.in/india/sharjeel-radicalised-by-books-he-read-for-thesis-on-partition-delhi-police-chargesheet-says/506598/.

246. S. Pacha, "NHRC Blames Jamia Students for Police Violence, Wants 'Real Motive' of Anti-CAA Protest Probed," The Wire, June 26, 2020, https://thewire.in/rights/nhrc-blames-jamia-students-for-police-violence-wants-real-motive-of-anti-caa-protest-probed.

247. "CAA Protests: Will Seize Properties of Those Who Indulge in Violence, Says Yogi Adityanath," *India Today*, December 19, 2019, https://www.indiatoday.in/india/story/caa-protests-will-seize-properties-of-those-who-indulge-in-violence-says-yogi-adityanath-1629778-2019-12-19.

248. K. Abhishek, "CAA Protests: UP Government Starts Process to Seize Property of Pro- testers Involved in Violence," *India Today*, December 22, 2019, https://www.indiatoday.in/india/story/caa-protests-up-government-starts-process-seize-property-protesters-involved-violence-1630471-2019-12-22.

249. "Anti-CAA Protests: Sadaf, Darapuri among 28 Told to Pay Rs 63 Lakh as Damage to Property," *Indian Express*, February 20, 2020, https://indianexpress.com/article/india/anti-caa-protests-sadaf-darapuri-among-28-told-to-pay-rs-63-lakh-as-damage-to-property-6276661/.

250. D. Tiwary, "Explained: What Is a Police Commissionerate System?" *Indian Express*, January 15, 2020, https://indianexpress.com/article/explained/explained-what-is-the-commissionerate-system-recently-implemented-in-lucknow-noida-6214871/.

251. A. Pandey, "CAA Violence-Accused 'Named and Shamed' on Yogi Adityanath's Orders," NDTV, March 6, 2020, https://www.ndtv.com/india-news/in-lucknow-up-government-names-and-shames-caa-violence-accused-with-hoardings-2190735.

252. "Mumbai BJP Chief Honours Uber Driver for Informing Cops about Man Who Dis- cussed Anti-CAA Protest in His Cab," *India Today*, February 8, 2020, https://www.indiatoday.in/india/story/mumbai-bjp-chief-honours-uber-driver-for-informing-cops-about-man-who-discussed-anti-caa-protest-in-his-cab-1644485-2020-02-08.

253. S. Modak, "Can't Label Anti-CAA Protesters Traitors . . . Need to Protect Rights: Bom- bay High Court," *Indian Express*, February 15, 2020, https://indianexpress.com/article/india/bombay-high-court-anti-caa-protesters-traitors-6268888/.

254. A. Ingole, "Movements as Politics: Bhima Koregaon in the Times of Hindutva," *Eco- nomic and Political Weekly* 53, no. 2 (January 13, 2018), https://www.epw.in/journal/2018/2/commentary/movements-politics.html.

255. K. Iyer and S. Khapre, "Amid Second Round of Arrests and Maoist Link Claims, a Look at Why Elgaar Has Come to Matter," *Indian Express*, September 2, 2018, https://indianexpress.com/article/india/why-elgaar-parishad-has-come-to-matter-december-31-2017-bhima-koregaon-pune-police-5335510/.

256. A. Johari, A. Dey, M. Charian, and S. Satheesh, "From Pune to Paris: How a Police In- vestigation Turned a Dalit Meeting into a Maoist Plot," Scroll.in, September 2, 2018, https://scroll.in/article/892850/from-pune-to-paris-how-a-police-investigation-turned-a-dalit-meeting-into-a-maoist-plot.

257. "Many Friends of Sanbhaji Bhide: Bhima Koregaon Riots Accused Enjoys Massive Social Media Following, including Tushar Damgude," FirstPost, August 29, 2018, https://www.firstpost.com/india/many-friends-of-sambhaji-bhide-bhima-koregoan-riots-accused-enjoys-massive-social-media-following-including-tushar-damgude-5066761.html.

258. A. Dey, "Bhima Koregaon: Hindutva Leader Milind Ekbote Is Lying Low after Getting Bail," Scroll.in, September 5, 2018, https://scroll.in/article/893032/bhima-koregaon-hindutva-leader-milind-ekbote-is-lying-low-after-getting-bail.

259. "Bhima Koregaon Exclusive: 'Secret' Official Report Blames Sambhaji Bhide and Mil- ind Ekbote for the Violence," Times Now, September 1, 2018, https://www.timesnownews.com/india/

article/exclusive-bhima-koregaon-violence-secret-state-documents-pune-police-maharashtra-government-accuse-sambhaji-bhide-milind-ekbote-for-clashes-hindutva/278017.

260. Johari et al., "From Pune to Paris."
261. Subsequently, Jaitley spoke of "half Maoists," describing them as "a serious threat to Indian democracy. Willingly or otherwise, they become over-ground face of the underground." Cited in G. Singh, "The State Is Using the 'Maoist' Label to Muzzle Liberal Criticism," The Wire, August 28, 2018, https://thewire.in/rights/the-state-is-using-the-maoist-label-to-muzzle-liberal-criticism.
262. Vivek Agnihotri, *Urban Naxals: The Making of Buddha in a Traffic Jam* (Gurugram, India: Garuda Prakashan, 2018).
263. D. Grey, "RSS Circulates Booklet Targeting 'Urban Naxals,'" Sabrang, July 22, 2019, https://sabrangindia.in/article/rss-circulates-booklet-targeting-urban-naxals.
264. "Naxalites Have Now Come to Cities, Are Trying to Influence People: Rajnath Singh," *Hindustan Times*, September 1, 2018, https://www.hindustantimes.com/india-news/naxalites-have-now-come-to-cities-are-trying-to-influence-people-rajnath-singh/story-fdHc6NmfOTvfn7ThzdWhEN.html.
265. "Citizenship Act Protests: 'Urban Naxals' Instigating Students for Their Politics, Claims PM Modi," Scroll.in, December 17, 2019, https://scroll.in/latest/947096/citizenship-act-protests-urban-naxals-instigating-students-for-their-politics-claims-pm-modi.
266. On the publicity orchestrated around attempts at killing Narendra Modi—which is part of the repertoire of victimization—see Tushar Dhara, "The Many Plots to Assassinate Narendra Modi," *The Caravan*, September 2, 2018, https://caravanmagazine.in/politics/many-plots-to-assassinate-narendra-modi.
267. See P. Chakrabarti, "Varava Rao: Understanding His Politics, Literary Work, and the Elgar Parishad Case," *Indian Express*, July 17, 2020, https://indianexpress.com/article/explained/varavara-rao-politics-jail-coronavirus-6510434/.
268. On the career of Sudha Bharadwaj, see M. Gupta, "'If You Try to Be Safe and in the Middle, You Will Never Succeed,'" The Wire, September 28, 2018, https://thewire.in/rights/a-woman-must-develop-her-own-identity-and-not-be-subsumed-by-the-collective.
269. See his open letter: "'I Can't Counter State Propaganda': Anand Teltumbde's Open Letter a Day before He Is to Be Arrested," Scroll.in, April 13, 2020, https://scroll.in/article/959082/i-cant-counter-state-propaganda-anand-teltumbes-open-letter-a-day-before-he-is-to-be-arrested.
270. N. Sharma, "Delhi Professor Arrested in Bhima Koregaon Case over 'Maoist ideology,'" NDTV, July 28, 2020, https://www.ndtv.com/india-news/du-professor-hany-babu-arrested-in-bhima-koregaon-case-over-maoist-ideology-2270381.
271. "Explained: Who Is Stan Swamy, the Latest to Be Arrested in the Elgar Parishad Case?," *Indian Express*, October 17, 2020, https://indianexpress.com/article/explained/who-is-stan-swamy-6717126/. See also Swamy's interview by C. Choudhary, "If you raise questions, you are anti-government, anti-national: Adivasi-rights activist Stan Swamy on the Bhima-Koregaon crackdown," *The Caravan*, September 3, 2018, https://caravanmagazine.in/government-policy/interview-adivasi-rights-activist-stan-swamy-bhima-koregaon-crackdown.
272. M. Kaushik and A. Sivan, "Bhima Koregaon Case: Prison-Rights Activist Rona Wilson's Hard Disk Contained Malware that Allowed Remote Access," *The Caravan*, March 12, 2020, https://caravanmagazine.in/politics/bhima-koregaon-case-rona-wilson-hard-disk-malware-remote-access.
273. P. Nair, "Bhima Koregaon Files: The Story Of Nine Activists Being Punished Without Trial," *Outlook*, September 23, 2019, https://magazine.outlookindia.com/story/india-news-bhima-koregaon-

files-the-story-of-nine-innocent-activists-being-punished-without-trial/302119.

274. S. Janyala, "Elgaar Parishad Probe: Policemen Referred to My Caste, Asked Why No Sindoor, Says Arrested Activist Varavara Rao's Daughter," *Indian Express*, August 30, 2018, https://indianexpress.com/article/india/elgaar-parishad-probe-policemen-referred-to-my-caste-asked-why-no-sindoor-says-arrested-activist-varavara-raos-daughter-5331859/.

275. Janyala, "Elgaar Parishad Probe."

276. A.P. Shah, "The Only Institution Capable of Stopping the Death of Democracy Is Aid- ing It," The Wire, September 18, 2020, https://thewire.in/law/supreme-court-rights-uapa-bjp-nda-master-of-roster.

277. T. Anwar, "Bhima Koregaon: Differentiate between Dissent and Attempts to Overthrow Govt Using Arms, Says SC," NewsClick, September 19, 2018, https://www.newsclick.in/bhima-koregaon-differentiate-between-dissent-and-attempts-overthrow-govt-using-arms-says-sc.

278. R. Chandra, "Activists' Arrests: The Exceptional Has Been Made the New Normal," The Wire, November 1, 2018, https://thewire.in/rights/activists-arrests-the-exceptional-has-been-made-the-new-normal.

279. One was made to recite the Hanuman Chalisa and then to drop his pants to show that he was not a Muslim—a common occurrence during the riots. They then took his phone and handed him over to the police. P. L. Vincent, "Delhi Violence: Forced to Drop Pants, Says Jour- nalist," *The Telegraph*, February 26, 2020, https://www.telegraphindia.com/india/delhi-violence-forced-to-drop-pants-says-journalist/cid/1749013.

280. *Democracy for All? V-Dem Annual Democracy Report 2018*, V-Dem Institute, University of Gothenburg, Sweden, 2019, 29, accessed September 15, 2020, https://www.v-dem.net/media/filer_public/68/51/685150f0-47e1-4d03-97bc-45609c3f158d/v-dem_annual_dem_report_2018.pdf.

281. *Democracy for All?*, 33. For more details, see Sten Widmalm, "Is India's Democracy Really in Decline?," The Wire, April 6, 2019, https://thewire.in/politics/is-indias-democracy-really-in-decline; and S. Widmalm, "Under Modi Govt, a Two-Pronged Attack on India's Democracy," The Wire, April 7, 2019, https://thewire.in/politics/india-democracy-modi-government.

282. *Autocratization Surges—Resistance Grows: Democracy Report 2020*, V-Dem Institute, Stockholm, March 2020, 4, accessed January 7, 2021, https://www.v-dem.net/media/filer_public/de/39/de39af54-0bc5-4421-89ae-fb20dcc53dba/democracy_report.pdf. According to the Institute's criteria, India was ranked 90 out of 179 countries (p. 34).

283. Economist Intelligence Unit, *Democracy Index 2019: A Year of Democratic Setbacks and Popular Protest*, 2020, 26–27, accessed September 15, 2020, https://www.eiu.com/topic/democracy-index.

284. I. Vasquez and F. McMahon, *The Human Freedom Index: A Global Measurement of Per- sonal, Civil, and Economic Freedom* (Washington and Vancouver: CATO Institute and Fraser Institute, 2020), 22, https://www.cato.org/sites/cato.org/files/2020-12/human-freedom-index-2020.pdf.

285. Freedom House, *Freedom in the World 2020*, Washington, DC, 2020, 3, accessed Septem- ber 16, 2020, https://freedomhouse.org/sites/default/files/2020-02/FIW_2020_REPORT_BOOKLET_Final.pdf.

286. A. Joshua, "India Crashes on Freedom Index," *Telegraph*, March 4, 2020, https://www.telegraphindia.com/india/india-crashes-on-freedom-index/cid/1751136.

11

1. This chapter draws from my contribution to the Muslims in India in a Time of Hindu Majoritarianism project supported by the Henry Luce Foundation. I am very grateful to all the participants for their remarks on the previous versions of this text.

2. Nithya Subramanian and Shoaib Daniyal, "The Election Fix: Muslims Are Constantly Discussed but Seriously Underrepresented in Indian Politics," Scroll.in, April 21, 2019, https:// scroll.in/article/920747/the-election-fix-muslims-are-constantly-discussed-but-seriously-underrepresented-in-indian-politics; and F. Agnes, "Aggressive Hindu Nationalism: Contex- tualising the Triple Talaq Controversy," in *Majoritarian State: How Hindu Nationalism Is Chang- ing India*, ed. Angana Chatterji, Thomas Blom Hansens, and Christophe Jaffrelot (London: Hurst, 2019), 335–52.

3. "Narendra Modi Independence Day 2019 Full Speech: PM Says New Approach Was Needed in J&K, $5 Trillion Economy Target Is Achievable," FirstPost, August 15, 2019, https:// www.firstpost.com/india/narendra-modi-independence-day-2019-full-speech-pm-says-new-approach-was-needed-in-jammu-and-kashmir-5-trillion-economy-target-is-achievable-7167511.html.

4. "Indian Way of Conflict Avoidance Is by Dialogue, Not by Brute Force: PM Modi," NDTV, January 16, 2020, https://www.ndtv.com/india-news/prime-minister-narendra-modi-indian-way-of-conflict-avoidance-is-by-dialogue-not-by-brute-force-2165178; and "PM Naren- dra Modi: Indian Way of Life Offers the World Hope against Hate," *Indian Express*, January 17, 2020, https://indianexpress.com/article/india/indian-way-of-life-offers-the-world-hope-against-hate-pm-modi-6220358/.

5. See, for instance, Narendra Modi, *Social Harmony* (New Delhi: Prabhat Prakashan, 2015).

6. Modi, *Social Harmony*, 19–20.

7. See Bhanwar Meghawanshi, *I Could Not Be Hindu: The Story of a Dalit in the RSS* (New Delhi: Navayana, 2020).

8. C. Jaffrelot, "The Muslims of India," in *India since 1950: Society, Politics, Economy and Cul- ture*, ed. C. Jaffrelot (New Delhi: Yatra Books, 2011), 564–80.

9. "India as an Ethnic Democracy," Sciences Po Archives, accessed October 3, 2020, https:// hal-sciencespo.archives-ouvertes.fr/medihal-01411920v1.

10. Christophe Jaffrelot and S. Bhutada, "The Uniform Code," *Indian Express*, July 13, 2018, https://indianexpress.com/article/opinion/columns/indian-police-service-muslim-police-officials-5257238/.

11. For a visual representation of this evolution, see the figure in Christophe Jaffrelot, "A *De Facto* Ethnic Democracy? Obliterating and Targeting the Other, Hindu Vigilantes and the Ethno-state," in *Majoritarian State: How Hindu Nationalism Is Changing India*, ed. Angana Chat- terji, Thomas Blom Hansens, and Christophe Jaffrelot (London: Hurst, 2019), 41–67.

12. For a long time, Muslims were able to take advantage of the parallel track offered at the state level, through which police officers recruited by the state administration could join the IPS (partly through seniority). But this recruitment channel has dried up: while Muslims made up 7 percent of the class of 2006, the number of fell to 3.8 percent in 2016. See Zeeshan Shaikh, "Ten Years since Sachar Report, Muslims Still 3 Percent in IAS, IPS," *Indian Express*, August 18, 2016, http://indianexpress.com/article/india/india-news-india/ten-years-since-sachar-report-muslims-still-3-in-ias-ips-2982199/.

13. In 2014, the Modi government decided to no longer make public the percentage of Mus- lims in the Indian police, which amounted to rescinding an innovation introduced by the Vajpayee

government in 1999. Z. Sheikh, "Data on Muslims in Police Will No Longer Be Public," *Indian Express*, November 30, 2015, http://indianexpress.com/article/india/india-news-india/data-on-muslims-in-police-will-no-longer-be-public/.

14. The official sources used here, which are difficult to access and incomplete, are the annual reports by the National Crime Records Bureau, called *Crime in India*, in the chapter "Police Strength, Expenditure & Infrastructure." See the following links: http://scrbwb.gov.in/CII/CD-CII2004/cii-2004/CHAP17.pdf; http://ncrb.gov.in/StatPublications/CII/CII2005/cii-2005/CHAP17.pdf; http://ncrb.gov.in/StatPublications/CII/CII2008/cii-2008/Chapter%2017.pdf; http://home.up.nic.in/CII-ADSI%202011/Data/CD-CII2011/cii-2011/Chapter%2017.pdf.

15. Common Cause and CSDS, *Status of Policing in India Report 2018* (Delhi: Lokniti-CSDS and Common Cause, 2018), 193.Ankur Otta, "Not of the People," *Indian Express*, November 14, 2017, https://indianexpress.com/article/opinion/columns/muslims-in-delhi-police-jobs-delhi-police-recruitment-crime-in-delhi-national-crime-records-bureau-4936111/.

16. S. Cohen, *The Pakistan Army* (Karachi: Oxford University Press, 2006), 59–60.

17. Cited in Omar Khalidi, *Khaki and the Ethnic Violence in India: Army, Police and Paramili- tary Forces during Communal Riots* (New Delhi: Three Essays, 2003), 11.

18. Steven I. Wilkinson, *Army and Nation: The Military and Indian Democracy since Indepen- dence* (Cambridge, MA: Harvard University Press, 2015), 139.

19. Khalidi, *Khaki*, 24.

20. Cited in Khalidi, 23.

21. Khalidi, 23.

22. Ali Ahmed, "The Missing Muslim Army Officers," *Economic and Political Weekly* 53, no. 4 (January 27, 2018): 12.

23. Shaikh, "Ten Years."

24. For the list of the lucky few, see Abuzar Niyazi, "Muslim IAS Officers List 2019," Kulhaiya, July 8, 2019, http://www.kulhaiya.com/education/upsc-ias-hindi/muslim-ias-toppers.

25. See the Zakat Foundation of India, homepage, accessed May 14, 2018, http://www.zakatindia.org.

26. Shaikh, "Ten Years."

27. "Maharashtra Civil Sevices [*sic*]: Only 05 Muslims in List of 435 Successful Candidates," Ummid, April 7, 2015, http://www.ummid.com/news/2015/April/07.04.2015/maharashtra-mpsc-results-2015.html.

28. "Maharashtra Government Does Away with 5% Job Quota for Muslims," *Business Stan- dard*, March 4, 2015, http://www.business-standard.com/article/pti-stories/maharashtra-government-does-away-with-5-job-quota-for-muslims-115030401498_1.html.

29. Regarding this jurisprudence, see C. Jaffrelot, *India's Silent Revolution—The Rise of the Lower Castes in North India* (New Delhi: Permanent Black, 2003).

30. Christophe Jaffrelot and A. Kalaiyasaran, "The Myth of Appeasement," *Indian Express*, April 20, 2018, https://indianexpress.com/article/opinion/columns/muslims-socio-economic-development-5144318/.

31. "Telangana Assembly Passes Bill to Increase Muslim Quota Despite BJP Protest," *Indian Express*, April 16, 2017, http://indianexpress.com/article/india/muslim-quota-reservation-tel. . . -passes-bill-to-increase-muslim-quota-despite-bjp-protest-4615466/. The only state in which total quotas exceed 49 percent is Tamil Nadu.

32. See Christophe Jaffrelot and Gilles Verniers, "Absence on the Bench," *Indian Express*, September 10, 2018, https://indianexpress.com/article/opinion/columns/muslims-in-prison-india-judiciary-supreme-court-5347728/.
33. Jaffrelot and Verniers, "Absence on the Bench."
34. Adnan Farooqi, "Political Representation of a Minority: Muslim Representation in Contemporary India," *India Review* 19, no. 2 (2020): 153–75.
35. On the notion of "Muslim vote" and its limits, especially regarding the idea that Muslims vote for Muslim candidates, see Oliver Heath, Gilles Verniers, and Sanjay Kumar, "Do Muslim Voters Prefer Muslim Candidates? Co-religiosity and Voting Behaviour in India," *Electoral Stud- ies* 38 (June 2015): 10–18.
36. Cited in Prashant Jha, *How the BJP Wins: Inside India's Greatest Election Machine* (Delhi: Juggernaut, 2017), 174.
37. Jaffrelot and Kalaiyasaran, "Myth of Appeasement."
38. For further detail, see Christophe Jaffrelot, Virginie Dutoya, Radhika Kanchana, and Gayatri Rathore, "Understanding Muslim Voting Behaviour," *Seminar* 602 (2009): 43–48.
39. Christophe Jaffrelot and Gilles Verniers, "Invisible in the House," *Indian Express*, May 28, 2014, http://indianexpress.com/article/opinion/columns/invisible-in-the-house/.
40. The fact that he was a Shia is not necessarily incidental, given the affinities between this community and the BJP. Christophe Jaffrelot and H. A. Rizvi, "A Curious Friendship," *Indian Express*, May 9, 2018, http://indianexpress.com/article/opinion/columns/a-curious-friendship-uttar-pradesh-shia-leaders-yogi-adityanath-5168745/.
41. Smita Gupta, "Do Minorities Matter?," ThePrint, August 11, 2017, https://theprint.in/2017/08/11/do-minorities-matter/amp/.
42. Z. Shaikh, "Muslim Ministers: Numbers Lag Far behind Share in Population," *Indian Express*, November 27, 2020, https://indianexpress.com/article/explained/muslim-ministers-population-parliament-bjp-nda-7067496/.
43. This was Yunus Khan, in Rajasthan. S. Rukmini, "Just One Muslim among 151 Ministers in BJP-Ruled States," *The Hindu*, April 9, 2016, http://www.thehindu.com/news/national/just-one-muslim-among-151-ministers-in-bjpruled-states/article6564908.ece.
44. See Christophe Jaffrelot, "The Muslims of Gujarat during Narendra Modi's Chief Min- istership," in *Indian Muslims. Struggling for Equality and Citizenship*, ed. Riaz Hasan (Melbourne: Melbourne University, 2016), 235–58; and "Gujarat Elections: The Sub-Text of Modi's 'Hattrick'—High Tech Populism and the 'Neo-Middle Class,'" *Studies in Indian Politics* 1, no. 1 (June 2013): 79–96.
45. N. Mannathukkaren, "The Fast Disappearing Muslim in the Indian Republic," *Indian Express*, January 22, 2018, http://indianexpress.com/article/opinion/the-fast-disappearing-muslim-in-the-indian-republic-bjp-mla-hindu-saffron-religion-5034205/.
46. Gilles Verniers, "The Rising Representation of Muslims in Uttar Pradesh," Hindu Centre for Politics and Public Policy, April 8, 2014, https://www.thehinducentre.com/verdict/commentary/article5886847.ece.
47. A. Saldanha, "Muslim Representation in UP Assembly Plummets with 2017 Elections," The Wire, March 14, 2017, https://thewire.in/culture/muslim-representation-up-plummets.
48. "Number of Muslim MLAs in Bihar down from 24 to 19," *Ummid*, November 11, 2020, https://ummid.com/news/2020/november/11.11.2020/list-of-muslim-mlas-in-bihar-assembly-2020.html.
49. "Bihar Alliance without a Single Elected Muslim," *Telegraph*, January 7, 2021, https:// www.

telegraphindia.com/india/bihar-alliance-without-a-single-elected-muslim/cid/1797699.

50. For a more complete overview, see Christophe Jaffrelot and Gilles Verniers, "The Dwin- dling Minority," *Indian Express*, July 30, 2018, https://indianexpress.com/article/opinion/columns/muslims-politicians-in-india-bjp-narendra-modi-government-5282128/.

51. On this classic controversy in political science, see Hanna Pitkin, *The Concept of Repre- sentation* (Berkeley: University of California Press, 1972); and, more recently, Peter Allen, *The Political Class: Why It Matters Who Our Politicians Are* (Oxford: Oxford University Press, 2018).

52. Robert Weissberg, "Collective vs. Dyadic Representation in Congress," *American Political Science Review*, 72, no. 2 (1978): 535–47; Melissa J. Marschall and Anirudh V. S. Ruhil, "Substan- tive Symbols: The Attitudinal Dimension of Black Political Incorporation in Local Government," *American Journal of Political Science* 51, no. 1 (2017): 17–33; Lani Guinier, *The Tyranny of the Major- ity: Fundamental Fairness in Representative Democracy* (New York: Free Press, 1994); Phillip Pao- lino, "Group-Salient Issues and Group Representation: Support for Women Candidates in the 1992 Senate Elections," *American Journal of Political Science* 39, no. 2 (1995): 294–313; Sue Thomas, "The Impact of Women on State Legislative Policies," *Journal of Politics* 53, no. 4 (1991): 958–76.

53. Saloni Bhogale, "Querying the Indian Parliament: What Can the Question Hour Tell Us about Muslim Representation in India?" (working paper, Trivedi Centre for Political Data, Ashoka University, January 2018), 27.

54. Common Cause and CSDS, *Status of Policing*, 77.

55. Common Cause and CSDS, 93–95.

56. Common Cause and CSDS, 97.

57. For further detail, see Christophe Jaffrelot, "La dialectique des terrorismes en Inde depuis 2001: la 'main de l'étranger', les islamistes et les nationalistes hindous," *Critique interna- tional* 47 (2010): 93–110.

58. Judgment of V. V. Patil, special judge, City Civil and Session Court, Mumbai, "In the special court under MCOC Act 1999 and NIA Act 2008 at Greater Mumbai," MCOC Special Case no. 23 of 2016, p. 6.

59. Regarding Abhinav Bharat and its actions, see Christophe Jaffrelot, "Abhinav Bharat, the Malegaon Blast and Hindu Nationalism: Resisting and Emulating Islamist Terrorism," *Economic and Political Weekly* 45, no. 36 (September 4–10, 2010): 51–58; and Christophe Jaffrelot and Malvika Maheshwari, "Paradigm Shifts by the RSS? Lessons from Aseemanand's Confession," *Economic and Political Weekly* 46, no. 6 (February 5–11, 2011): 42–46.

60. Judgment of V. V. Patil, special judge, City Civil and Session Court, Mumbai, "In the special court under MCOC Act 1999 and NIA Act 2008 at Greater Mumbai," MCOC Special Case no. 23 of 2016, p. 14.

61. Judgment of V. V. Patil, special judge, City Civil and Session Court, Mumbai, "In the special court under MCOC Act 1999 and NIA Act 2008 at Greater Mumbai," p. 31.

62. Vijay Hiremath, "German Bakery Blast Acquittal: The ATS Owes Us an Explanation," Scroll.in, March 27, 2016, https://scroll.in/article/805640/german-bakery-blast-acquittal-the-ats-owes-us-an-explanation.

63. Subject to pressure from his hierarchy, Bhatt killed himself by throwing himself under a train near where one of the 2006 attacks had taken place. Zeeshan Shaikh, "2006 Mumbai Blasts Case: Acquitted after 9 Years, Wahid Says Has Lost Faith in the System," *Indian Express*, Sep- tember 30, 2015, http://indianexpress.com/article/cities/mumbai/2006-mumbai-blasts-case-acquitted-after-9-yrs-wahid-says-has-lost-faith-in-the-system/; and A. A. Mahaprashasta, "In- terview: Of Torture, Impunity and the False Charges on Abdul Wahid Shaikh," The Wire, May 20, 2017,

https://thewire.in/137846/abdul-wahid-shaikh-acquitted-interview/.

64. Mateen Hafeez and Pradeep Gupta, "Mulund Train Bomb Blast Case: Saquib Nachan Released from Jail," *Times of India*, November 22, 2017, https://timesofindia.indiatimes.com/city/thane/mulund-train-bomb-...st-case-saquib-nachan-released-from-jail/articleshow/61753143.cms.
65. D. Buncha, "Akshardham Ups the Ante," *Frontline*, October 12–25, 2002, http://dionnebunsha.com/akshardham-ups-the-ante/.
66. See Praveen Swami, "Akshardham: A Search for Truth," *Frontline*, October 24, 2003, 38.
67. Manas Dasguta, "Death Sentence for Akshardham Temple Attack Convicts Upheld," *The Hindu*, June 2, 2010, http://www.thehindu.com/news/national/death-sentence-for-akshardham-temple-attack-convicts-upheld/article443455.ece.
68. "Dham Attack Case: Three Years after SC Rejects Probe, New Arrest," *Indian Express*, November 5, 2017, http://indianexpress.com/article/india/akshardham-attack-case-three-years-after-sc-rejects-probe-new-arrest-4922689/.
69. Sheriff M. Kaunain, "Evidence Not Believable, Court Said in Case Linked to 3 of Killed SIMI Men," *Indian Express*, November 5, 2016, http://indianexpress.com/article/india/india-news-india/evidence-no...lievable-court-said-in-case-linked-to-3-of-killed-simi-men-3738020/.
70. Regarding the controversies surrounding this case, see K. Ambazsta, "Encounter vs Rule of Law," *Indian Express*, November 3, 2016, http://indianexpress.com/article/opinion/columns/bhopal-encounter-simi-activists-jailbreak-killed-3734268/.
71. Muzamil Jaleel, "After 23 Years in Jail, I Am Free but What You See Now Is a Living Corpse, Says Nisar," *Indian Express*, May 20, 2016, http://indianexpress.com/article/india/india-news-india/babri-masjid...urt-acquitted-in-babri-anniversary-train-blasts-case-nisar-2824883/.
72. Sumegha Gulati, "'Innocents Suffer with the Guilty': How Delhi Police Special Cell Ruined Young Kashmiri Lives," Scroll.in, October 26, 2015, https://scroll.in/article/763915/innocents-suffer-with-the-guilty-how-delhi-police-special-cell-ruined-young-kashmiri-lives.
73. See the case of two young Biharis wrongly accused of being involved in two attacks (in 2008 and 2011) and ultimately cleared by the NIA in 2015. V. Singh, "NIA Drops Terror Charge against 2 Azamgarh Men," *The Hindu*, October 16, 2015, http://www.thehindu.com/news/national/nia-drops-terror-charge-against-2-azamgarh-men/article7766963.ece.
74. "3 Delhi Blasts Accused Walk Free," *The Hindu*, February 19, 2017, http://www.thehindu.com/news/national/2005-Delhi-serial-blasts-Delhi-Court-acquits-two-accused/article17312745.ece?homepage=true.
75. Bashaarat Masood, "2005 Delhi Serial Blasts: Forced Us to Eat Faeces, Made Us Sign Blank Papers, Says Fazili," *Indian Express*, February 22, 2017, http://indianexpress.com/article/india/2005-delhi-serial-blasts-forced-us-to-eat-faeces-made-us-sign-blank-papers-says-fazili-4537298/.
76. Pratap Bhanu Mehta, "Delhi Blast Acquittals: When Will Politics Go beyond My Favou-rite Innocent vs Yours?," *Indian Express*, February 22, 2017, http://indianexpress.com/article/opinion/columns/2005-delhi-blast-accused-acquitted-hussain-fazli-and-mohd-rafiq-shah-4536921/.
77. Such partiality also transpires through police officers' remarks. One of those who tortured a suspect in the Delhi blasts reportedly told him: "Agar tum threat nahi ho, potential threat to ho hi!" (You may not be a threat now, but you are definitely a potential threat). Cited in Majid Maqbool, "Framed, Tortured, Released after 12 Years: The Story of the Delhi Blasts 'Master-mind,'" The Wire, March 7, 2017, https://thewire.in/politics/framed-tortured-released-after-12-years-the-story-of-2005-delhi-blasts-mastermind-tariq-ahmed-dar.
78. Deeptiman Tiwary, "Over 55 per cent of Undertrials Muslim, Dalit or Tribal," *Indian Express*, November 1, 2016, https://indianexpress.com/article/india/india-news-india/over-55-per-cent-

of-undertrials-muslim-dalit-or-tribal-ncrb-3731633/.

79. Deeptiman Tiwary, "Share of Muslims in Jail Bigger than in the Population, Show NCRB Data," *Indian Express*, November 3, 2016, https://indianexpress.com/article/explained/muslims-daliots-undertrials-in-prison-ncrb-3734362/.

80. Jyoti Punwani, "List of Innocents," *Indian Express*, April 2, 2018, http://indianexpress.com/article/opinion/columns/list-of-innocents-yogi-adityanath-bjp-congress-north-east-uttarakhand-5119821/.

81. S. Joy, "Majority Prisoners in Indian Jails Are Dalits, Muslims," *Deccan Herald*, January 1, 2020, https://www.deccanherald.com/national/north-and-central/majority-prisoners-in-indian-jails-are-dalits-muslims-790478.html.

82. His report consequently found its way to the VHP website, accessed November 23, 2000, http://www.vhp.org/wadhwa.htm (site no longer available).

83. Regarding M. F. Husain's troubles with the Indian courts, see Malvika Maheshwari, *Art Attacks: Violence and Offence-Taking in India* (Delhi: OUP, 2019), 207–70.

84. K. Rajagopal, "Cannot Justify Murder Saying Victim Belonged to a 'Certain Commu- nity': SC," *The Hindu*, February 15, 2018, http://www.thehindu.com/news/national/cannot-justify-murder-saying-victim-belonged-to-a-certain-community-sc/article22759193.ece.

85. See Christophe Jaffrelot, "The Ayodhya Verdict: One More Missed Opportunity?," *The Caravan*, October 1, 2010, http://www.caravanmagazine.in/perspectives/ayodhya-verdict-one-more-missed-opportunity.

86. "SC Bars UP Government for Interfering in Waqf Issues," *Muslim Mirror*, May 1, 2018, http://muslimmirror.com/eng/sc-bars-government-interfering-waqf-issues/.

87. Harsh Mander, "Pehlu Khan, One Year Later," *Indian Express*, April 21, 2018, http:// indianexpress.com/article/opinion/columns/pehlu-khan-rajasthan-cow-lynching-5145631/.

88. "Harsh Mander: When Our Caravan of Love Defied Threats of Violence to Pay Tribute to Pehlu Khan," Scroll.in, September 16, 2017, https://scroll.in/article/850860/harsh-mander-when-our-caravan-of-love-defied-threats-of-violence-to-pay-tribute-to-pehlu-khan.

89. P. Pandey, "Jharkhand: Behind Lynching Convictions, High Court Drive Involving Po- lice, Prosecutors," *Indian Express*, April 30, 2018, https://www.bing.com/search?q=Alimuddin%20Ansari&pc=cosp&ptag=G6C999N0765D010318A316A5D3C6E&form=CONBDF&conlogo=CT3210127.

90. This paragraph and the two following ones draw from Christophe Jaffrelot, *The Hindu Nationalist Movement and Indian Politics* (London: Hurst, 1996), chap. 13 and epilogue.

91. Supreme Court of India, "Special Reference No. 1 of 1993 vs Ram Janma Bhumi-Babri Masjid . . . on 27 January, 1993," Bench: M. N. Venkatachaliah, A. M. Ahmadi, J. S. Verma, G. N. Ray, and S. P. Bharucha, https://indiankanoon.org/doc/188962496/.

92. Supreme Court of India, "Dr. Ismail Faruqui Etc, vs Union of India and Others on 24 October 1994," AIR 1995 SC 605 A, https://indiankanoon.org/doc/37494799/. See also S. Pad- mavathi and D. G. Hari Prasath, *Supreme Court Judgement on Ayodhya Issue: Ram Janmabhoomi— Babri Masjid Land Title dispute. Part 2* (Chennai: Notion Press, 2019).

93. S. R. Bommai and Ors. vs. Union of India and Ors., March 11, 1994, Hello Counsel, ac- cessed September 7, 2020, http://www.hellocounsel.com/wp-content/uploads/2018/01/S.R.-Bommai-Vs.-Union-Of-India-9JBSC-11.03.1994-1994-AIR-1918-1994-SCC-3-1.pdf.

94. "Judgment delivered on 30.09.2010. In the High Court of Judicature at Allahabad (Luc- know Bench). Other Original Suit (O.O.S.) No.1 of 1989," eLegalix, 130–31, accessed Septem- ber 7, 2020, http://elegalix.allahabadhighcourt.in/elegalix/ayodhyafiles/honsukj.pdf.

95. "Judgment delivered on 30.09.2010," 201–2.
96. "Judgment delivered on 30.09.2010," 243.
97. "Judgment delivered on 30.09.2010," 251–55.
99. "Judgment delivered on 30.09.2010," 259.
100. "Judgment delivered on 30.09.2010," 284.
101. "Judgment delivered on 30.09.2010," 279.
102. "In the Supreme Court of India Civil Appellate Jurisdiction," Civil Appeal Nos. 10866– 10867 of 2010, *The Hindu*, 892, accessed September 7, 2020, https://www.thehindu.com/news/national/article29929717.ece/Binary/JUD_2.pdf.
103. "In the Supreme Court of India Civil Appellate Jurisdiction," 915.
104. "In the Supreme Court of India Civil Appellate Jurisdiction," 885.
105. "In the Supreme Court of India Civil Appellate Jurisdiction," 165.
106. See G. Deleury, ed., *Les Indes florissantes. Anthologie des voyageurs français, 1750–1820* (Paris: Robert Laffont, 1991), 737. See also the addenda to the 2020 Supreme Court verdict, *The Hindu*, 81–82accessed December 9, 2020, https://www.thehindu.com/news/national/article29929717.ece/Binary/JUD_2.pdf.
107. "In the Supreme Court of India Civil Appellate Jurisdiction," 6.
108. "In the Supreme Court of India Civil Appellate Jurisdiction," 560.
109. "In the Supreme Court of India Civil Appellate Jurisdiction," 594–95.
110. "In the Supreme Court of India Civil Appellate Jurisdiction," 921–22.
111. "In the Supreme Court of India Civil Appellate Jurisdiction," 892.
112. "In the Supreme Court of India Civil Appellate Jurisdiction," 895.
113. "In the Supreme Court of India Civil Appellate Jurisdiction," 913.
114. "Tushar Gandhi on Ayodhya Verdict: If Godse Tried Today, He Would Have Been 'Murderer and Patriot,'" *Indian Express*, November 9, 2019, https://indianexpress.com/article/india/tushar-gandhi-on-ayodhya-verdict-if-godse-tried-today-he-would-have-been-murderer-and-patriot-6111521/.
115. Addenda to the 2020 Supreme Court verdict, 922.
116. K. D. Sutar, "Will Launch 1992-Like Agitation for Ram Mandir if Needed: RSS," *India Today*, November 2, 2018, https://www.indiatoday.in/india/story/rss-ram-mandir-ayodhya-1992-agitation-1380991-2018-11-02.
117. Sheriff M. Kaunain, "Explained: What Is Article 142, Invoked by SC to Give Land for a Mosque?," *Indian Express*, November 9, 2019, https://indianexpress.com/article/explained/ayodhya-ram-temple-babri-masjid-article-142-supreme-court-6111920/.
118. R. Dwivedi, "Ayodhya Verdict: Balancing While Condemning the 1992 Demolition,"*Economic Times*, November 11, 2019, https://economictimes.indiatimes.com/news/politics-and-nation/ayodhya-verdict-balancing-while-condemning-the-1992-demolition/articleshow/72007260.cms?utm_source=contentofinterest&utm_medium=text&utm_campaign=cppst.
119. M. K. Venu, "Ayodhya Dispute: Was Public Peace Privileged over Justice?," The Wire, November 11, 2019, https://thewire.in/law/ayodhya-dispute-public-justice.
120. Suhas Palshikar, "Ayodhya Verdict Opens Door for Claims Based on Community Iden- tity, Construction of Faith," *Indian Express*, November 11, 2019, https://indianexpress.com/article/opinion/columns/ayodhya-verdict-supreme-court-lord-ram-ramjanmabhoomi-temple-babri-6113594/.
121. C. M. Dorf, "The Majoritarian Difficulty and Theories of Constitutional Decision- Making,"

Journal of Constitutional Law 13, no. 2 (2010): 283–304. See also A. Barak, "A Judge on Judging: The Role of a Supreme Court in a Democracy," *Harvard Law Review* 116, no. 16 (2002– 2003): 19–162.

122. Addenda to the 2020 Supreme Court verdict, 122.
123. "Watch: Supreme Court Lawyers Chant 'Jai Shri Ram' after Ayodhya Verdict," Scroll.in, November 9, 2019, https://scroll.in/video/943174/watch-following-ayodhya-verdict-lawyers-at-the-supreme-court-chant-jai-shri-ram.
124. A. Oka, "Ayodhya Verdict: Here Is Prime Minister Narendra Modi's Full Speech," Re- public World, November 9, 2019, https://www.republicworld.com/india-news/general-news/ayodhya-verdict-here-is-prime-minister-narendra-modis-full-speech.html. See also "Ayodhya Verdict PM Speech Live: SC Verdict Has Brought a New Dawn for Us, Says Modi," *The Hindu*, November 9, 2019, https://www.thehindu.com/news/national/live-updates-ayodhya-verdict-prime-minister-narendra-modi-addresses-nation/article29931605.ece.
125. That was the conclusion of the resolution adopted by the working committee of the Jamiat Ulama-i-Hind, where it was also said: "The judgement is the darkest spot in the history of free India. In such a situation we cannot expect any better award from the concerned judges."A. Ghosh, "Ayodhya Ruling Darkest Spot in History but Won't Go for Review: Jamiat," *Indian Express*, November 22, 2019, https://indianexpress.com/article/india/ayodhya-ram-mandir-supreme-court-babri-masjid-6131062/. See also M. Wajihuddin, "100+ Renowned Muslims Oppose Ayodhya Review," *Times of India*, November 26, 2019, https://timesofindia.indiatimes.com/india/100-renowned-muslims-oppose-ayodhya-review/articleshow/72232650.cms.
126. Addenda to the 2020 Supreme Court verdict, 926.
127. Jaffrelot, *Hindu Nationalist Movement*, 399.
128. C. L. Manoj, "Digvijaya Singh Questions Composition of Ram Mandir Trust," *Economic Times*, February 22, 2020, https://economictimes.indiatimes.com/news/politics-and-nation/digvijaya-singh-questions-composition-of-ram-mandir-trust/articleshow/74251179.cms?utm_source=contentofinterest&utm_medium=text&utm_campaign=cppst.
129. F. Khan, "Ram Temple Ceremony a BJP-RSS Event, Party Stealing Credit—Congress over Not Being Invited," ThePrint, September 8, 2020, https://theprint.in/india/ram-temple-ceremony-a-bjp-rss-event-party-stealing-credit-congress-over-not-being-invited/469967/.
130. Cited in "Bhoomi Pujan: Over 300 Concerned Citizens Make 'Last Appeal' to PM Modi to Not Attend," The Wire, August 4, 2020, https://thewire.in/communalism/ayodhya-bhoomi-pujan-modi-ram-temple-nfiw-last-appeal.
131. S. Pradhan, "At Ayodhya Bhoomi Pujan, Modi Became All-in-One; Proper Rituals Not Followed, Allege Pundits," The Wire, August 7, 2020, https://thewire.in/politics/ayodhya-bhoomi-pujan-narendra-modi-priests-pundits.
132. C. Jaffrelot, "The Vishva Hindu Parishad: Structures and Strategies," in *Religion, Globaliza- tion and Political Culture in the Third World*, ed. J. Haynes (London, Macmillan, 1999), 191–212; andC. Jaffrelot, "The Vishva Hindu Parishad: A Nationalist but Mimetic Attempt at Federating the Hindu Sects," in *Charisma and Canon: Essays on the Religious History of the Indian Subcontinent*, ed.V. Dalmia, A. Malinar, and M. Christof (Delhi: Oxford University Press, 2001), 388–411.
133. Pradhan, "Ayodhya Bhoomi Pujan."
134. P. Ketkar, "Reconstruction and Rejuvenation," *The Organiser*, July 28, 2020, https:// www.organiser.org/Encyc/2020/7/28/Reconstruction-for-Rejuvenation.html.
135. Ram Madhav, "Ayodhya Represents a Shared Sentiment of Sacredness," *Indian Express*, August 5, 2020, https://indianexpress.com/article/opinion/columns/ayodhya-ram-temple-hindus-jain-tirthankaras-ram-madhav-6539531/.

136. S. Palshikar, "At Ayoydhya, we will see dismantling of the old, and the bhoomi pujan of the new republic," *Indian Express*, August 4, 2020, https://indianexpress.com/article/opinion/ayodhya-ram-temple-bhoomi-pujan-pm-narendra-modi-6537822/.
137. "All 32 Acquitted in Babri Demolition Case Due to 'Lack of Proof'; Defence Claims Singhal, Advani Tried to Save Structure," FirstPost, September 30, 2020, https://www.firstpost.com/india/babri-masjid-verdict-all-32-accused-including-advani-joshi-acquitted-cbi-court-observes-incident-not-pre-planned-8865681.html.
138. On the way this bill was passed, see M. Verma, "How the Central Government Sub- verted Both Procedure and Good Faith in Passing the Enemy Property Amendment Bill," *The Caravan*, April 8, 2017, https://caravanmagazine.in/vantage/government-subverted-procedure-good-faith-passing-enemy-property-bill.
139. The Uttar Pradesh Prohibition of Unlawful Conversion of Religion Ordinance, 2020 (U.P. Ordinance n° 21 of 2020), https://www.scconline.com/blog/wp-content/uploads/2020/12/UP_Prohibition_of_Unlawful_Conversion_of_Religion_Ordinance_2020.pdf.
140. See *The Uttar Pradesh Prohibition of Unlawful Conversion of Religion Ordinance* and A. Vishwanath, "In Name of Conversion, UP 'Love Jihad' Law Targets Inter-Faith Unions," De- cember 2, 2020, https://indianexpress.com/article/india/up-love-jihad-law-religious-conversion-7075981/.
141. "State Anti-conversion Laws in India," Washington, The Law Library of Congress, 2018, https://www.loc.gov/law/help/anti-conversion-laws/india-anti-conversion-laws.pdf.
142. Jyoti Punwani, "Why Only the UP Law on Inter-Faith Marriages Is Creating Turmoil," The India Forum, February 5, 2021, https://www.theindiaforum.in/letters/law-inter-faith-marraige.
143. "Raising 'Love Jihad' Bogey, Yogi Threatens Death for Men Who 'Hide Identity, Disre- spect Sisters,"" The Wire, November 1, 2020, https://thewire.in/communalism/raising-love-jihad-bogey-yogi-threatens-death-for-men-who-hide-identity-disrespect-sisters.
144. A. Mishra, "Chorus in UP Village: Police Pro-active, Forced 'Love Jihad' Arrest," *Indian Express*, December 4, 2020, https://indianexpress.com/article/india/chorus-in-up-village-police-pro-active-forced-love-jihad-arrest-7089467/.
145. Omar Rashid, "Ground Zero: Love on the Razor's Edge in Uttar Pradesh," Latest News, December 12, 2020 https://ouruttarakhand.in/ground-zero-love-on-the-razors-edge-in-uttar-pradesh/.
146. "Upholding Love: In Last One Month, Allahabad High Court Grants Protection to over 125 Inter-Faith/Caste Couples," *Livelaw*, December 1, 2020, https://www.livelaw.in/top-stories/allahabad-high-court-grants-protection-to-over-125-inter-faithcaste-couples-166645.
147. Rohan Venkataramakrishnan, "'Love Jihad': As Pandemic Rages, BJP States Turn Focus to Laws Based on Hindutva Conspiracy Theory," Scroll.in, November 21, 2020, https://scroll.in/article/979015/love-jihad-as-pandemic-rages-bjp-states-turn-focus-to-laws-based-on-hindutva-conspiracy-theory.
148. The Uttar Pradesh Prohibition of Unlawful Conversion of Religion Ordinance.
149. On the patriarchal dimension of the Uttar Pradesh Prohibition of Unlawful Conversion of Religion Ordinance, see Charu Gupta, "Love Taboos: Controlling Hindu-Muslim Ro- mances," The India Forum, February 5, 2021, https://www.theindiaforum.in/article/love-laws-making-hindu-muslim-romances-illegitimate.
150. N. C. Asthana, "Ulterior Motive of 'Love Jihad' Laws Is to Drive Muslims out of the Social Ecosystem," The Wire, November 9, 2020, https://thewire.in/communalism/love-jihad-laws-muslim-exclusion-ulterior-motive-hindutva.
151. "Yogi Adityanath Blames Islamic Sect for Spread of Coronavirus," NDTV, May 4, 2020, https://www.ndtv.com/india-news/yogi-adityanath-blames-islamic-sect-tablighi-jamaat-for-spread-of-

coronavirus-2222426.
152. "Court Acquits 34 Tablighi Attendees Directing Them to Deposit Rs 6,000 in PM CARES," *Muslim Mirror*, August 20, 2020, http://muslimmirror.com/eng/court-acquits-34-tablighi-attendees-directing-them-to-deposit-rs-6000-in-pm-cares/.
153. "'Unjust and Unfair': What Three High Courts Said about the Arrests of Tablighi Jamaat Members," Scroll.in, August 24, 2020, https://scroll.in/article/971195/unjust-and-unfair-what-three-high-courts-said-about-the-arrests-of-tablighi-jamaat-members.
154. "Allahabad HC: UP Police Charge against Tablighi Reflects Abuse of Power of Law," *Indian Express*, December 9, 2020, https://indianexpress.com/article/india/allahabad-hc-up-police-charge-against-tablighi-reflects-abuse-of-power-of-law-7097238/.
155. L. Murthy, *The Contagion of Hate in India*, Association for Progressive Communication, 2020, https://www.apc.org/en/pubs/contagion-hate-india.
156. S. Desai and A. Amarasingam, *#Coronajihad. COVID-19, Misinformation, and Anti- Muslim Violence in India*, ISD/Strongcities Network, London, Washington, Beirut and Toronto, 2020, https://strongcitiesnetwork.org/en/coronajihad-covid-19-misinformation-and-anti-muslim-violence-in-india/.
157. A. Saikia, "The Other Virus: Hate Crimes against India's Muslims Are Spreading with Covid-19," Scroll.in, April 8, 2020, https://scroll.in/article/958543/the-other-virus-hate-crimes-against-indias-muslims-are-spreading-with-covid-19.
158. K. Agarwal, "UP Hospital Bars Muslim Patients Who Don't Come with Negative Test for COVID-19," The Wire, April 19, 2020, https://thewire.in/communalism/up-hospital-bars-muslim-patients-who-dont-come-with-negative-test-for-covid-19.
159. "Odisha HC Orders Probe in Death of a Muslim Who Was Denied Dialysis in Lockdown," *Hindustan Times*, April 30, 2020, https://www.hindustantimes.com/india-news/odisha-hc-orders-probe-in-death-of-a-muslim-who-was-denied-dialysis-in-lockdown/story-205siq8mIUWoSCaFbDETqI.html; A. Wadhawan, "Rajasthan: Doctor Refuses to Admit Preg- nant Woman because She's Muslim, Her Child Dies after Delivery," *India Today*, April 4, 2020, https://www.indiatoday.in/india/story/rajasthan-doctor-refuses-to-admit-pregnant-woman-because-she-s-muslim-her-child-dies-after-delivery-1663352-2020-04-04; and J. Wallen, "Indian Hospitals Refuse to Admit Muslims as Coronavirus Causes Islamophobia Surge," *The Telegraph*, April 19, 2020, https://www.telegraph.co.uk/news/2020/04/19/indian-hospitals-refuse-admit-muslims-coronavirus-causes-islamophobia/.
160. "Covid-19: Separate Wards for Hindu and Muslim Patients Made in Ahmedabad Hos- pital," Scroll.in, April 15, 2020, https://scroll.in/latest/959274/covid-19-separate-wards-for-hindu-and-muslim-patients-made-in-ahmedabad-hospital; and S. Jha, "Govt Hospital in Ahmedabad Allegedly Separates Hindu, Muslim Coronavirus Patients; Govt Denies," *Deccan Herald*, April 15, 2020, https://www.deccanherald.com/national/west/govt-hospital-in-ahmedabad-allegedly-separates-hindu-muslim-coronavirus-patients-govt-denies-825586.html.
161. "Covid-19: Muslim Vendors Stopped from Selling Vegetables in UP, Accused of Being Tablighi Members," Scroll.in, April 14, 2020, https://scroll.in/latest/959111/covid-19-muslim-vendors-stopped-from-selling-vegetables-in-up-accused-of-being-tablighi-members; and "Uttar Pradesh BJP MLA Harasses, Threatens Muslim Vegetable Vendor," The Wire, April 29, 2020, https://thewire.in/communalism/up-bjp-mla-anti-muslim.
162. "Jewelry Ad Featuring Interfaith Couple Sparks Outrage in India," *New York Times*, October 13, 2020, https://www.nytimes.com/2020/10/13/world/asia/india-ad-love-jihad-tanishq.html.
163. E. Schmall, "With a Kiss, Netflix Gets Tangled in India's Religious Tensions," *New York Times*,

November 28, 2020, https://www.chicagotribune.com/consumer-reviews/sns-nyt-india-netflix-kiss-20201128-bjtf7qplancgvfnugo2n5wttru-story.html.

164. In late 2020, at the time of writing, Uttar Pradesh Muslims were still asked to pay for the damages related to the anti-CAA protest and its repression, for instance. V. Lalwani, "'We've Become like Beggars': UP Accused Pay Price for CAA Protests without Being Convicted in Court," Scroll.in, December 9, 2020, https://scroll.in/article/980187/weve-become-like-beggars-up-accused-pay-price-for-caa-protests-without-being-convicted-in-court.

165. "NSA Charges against Dr Kafeel Khan Dropped, Allahabad HC Directs Immediate Release," *India Today*, September 1, 2020, https://www.indiatoday.in/india/story/nsa-charges-against-dr-kafeel-khan-dropped-allahabad-hc-directs-immediate-release-1717309-2020-09-01.

166. A. Pandey, "'We Don't See Priyanka, Salamat as Hindu-Muslim': Big Court Verdict in UP," NDTV, November 24, 2020, https://www.ndtv.com/india-news/allahabad-high-court-cancels-2019-fir-against-uttar-pradesh-man-we-dont-see-couple-as-hindu-muslim-2329352.

167. "UP's Anti-Cow Slaughter Law Is Being Misused: Allahabad High Court," October 26, 2020, https://thewire.in/law/uttar-pradesh-cow-slaughter-law-misuse-high-court.

நிறைவுப் பகுதி

1. The main slogan of Modi's BJP in the 2014 election campaign was "Acche din aane waale hain" (Good days are coming). Narendra Modi borrowed these words from Manmohan Singh (A. Deshmane, "PM Modi's Slogan 'Acche Din Aane Wale Hain' Was Stolen from Former PM Manmohan Singh's Statement," *Economic Times*, March 19, 2015, https://m.economictimes.com/news/politics-and-nation/pm-modis-slogan-acche-din-aane-wale-hain-was-stolen-from-former-pm-manmohan-singhs-statement/articleshow/46615980.cms.

2. "No Entry for Modi into US: Visa Denied," *Times of India*, March 18, 2005, http://timesofindia.indiatimes.com/articleshow/1055543.cms?utm_source=contentofinterest&utm_medium=text&utm_campaign=cppst.

3. S. A. Siddiqui, "Arab Intellectuals Condemn the Rising Islamophobia in India, Call Inter- national Community to Take Action," *Milli Chronicle*, April 18, 2020, https://millichronicle.com/2020/04/arab-intellectuals-condemn-the-rising-islamophobia-in-india-call-international-community-to-take-actions/; and "Militant Hindus Spreading Hatred against Muslims Should Be Sent Back to India from Gulf: Saudi Scholar," *Muslim Mirror*, April 16, 2020, http://muslimmirror.com/eng/militant-hindus-spreading-hatred-committing-crimes-against-muslims-should-be-sent-back-to-india-from-gulf-countries-saudi-scholar/.

4. For further detail, see Christophe Jaffrelot and Haider Abbas Rizvi, "Muslim Countries with which India Had Increasingly Good Relations Have Become Less Friendly," *Indian Express*, April 22, 2020, https://indianexpress.com/article/opinion/strap-muslim-countries-with-which-india-had-increasingly-good-relations-have-become-less-friendly-6373721/.

5. "Report by UNHRC Links Inflammatory Remarks by BJP Leaders to Rise in Vigilantism in India," *Outlook*, September 13, 2018, https://www.outlookindia.com/website/story/unhrc-special-rapporteurs-report-links-inflammatory-remarks-by-bjp-leaders-to-rise-in-vigilantism-in-india/316460.

6. D. Narayanan, "UN Body Asks Modi Govt to Protect Journalist Rana Ayyub," ThePrint, accessed September 18, 2020, https://theprint.in/defence/un-body-asks-modi-govt-to-protect-journalist-rana-ayyub/62354/.

7. "'Chilling Message to Civil Society': UN Experts Call on India to Release Anti-CAA Activists," The

Wire, June 26, 2020, https://thewire.in/diplomacy/united-nations-experts-india-anti-caa-activists-arrests.

8. A. Narrain, "UN Human Rights Chief's CAA Plea Puts the Spotlight on India's International Law Obligations," Scroll.in, March 5, 2020, https://scroll.in/article/955177/un-human-rights-chiefs-caa-plea-puts-the-spotlight-on-indias-international-law-obligations; and "Citizenship Amendment Act May Leave Muslims Stateless, says U.N. Secretary-General António Guterres," *The Hindu*, February 19, 2020, https://www.thehindu.com/news/national/citizenship-amendment-act-may-leave-muslims-stateless-says-un-secretary-general-antnio-guterres/article30863390.ece.

9. "'Fundamentally Discriminatory': UN Human Rights Chief Expresses Concern on Citizenship Act," The Wire, December 13, 2019, https://thewire.in/rights/united-nations-high-commissioner-for-human-rights-cab.

10. "Bachelet Dismayed at Restrictions on Human Rights NGOs and Arrests of Activists in India," UN Human Rights Commission, October 20, 2020, https://www.ohchr.org/SP/NewsEvents/Pages/DisplayNews.aspx?NewsID=26398&LangID=E.

11. In 2019, the Indian government lodged a diplomatic protest with the UN Human Rights office whose report was described as "false and motivated." See "'False and Motivated Narrative': India Hits out at UN Body over Report on Kashmir," *Indian Express*, July 8, 2019, https://indianexpress.com/article/india/un-rights-report-jammu-kashmir-pakistan-mea-5820922/.

12. "Joint Motion for a Resolution on India's Citizenship (Amendment) Act, 2019," European Parliament, January 29, 2020, https://www.europarl.europa.eu/doceo/document/RC-9-2020-0077_EN.html.

13. Indrani Bagchi, "India Ramps Up Efforts to Counter Anti-CAA Move in European," *Times of India*, January 28, 2020, http://timesofindia.indiatimes.com/articleshow/73679348.cms?utm_source=contentofinterest&utm_medium=text&utm_campaign=cppst.

14. On the way Hindu nationalists celebrated this "huge diplomatic victory," see "Huge Diplomatic Victory for India—EU Refuses to Sign on Draft Resolution against CAA as Pakistan's Effort Fails Miserably," *The Organiser*, January 30, 2020, https://www.organiser.org/Encyc/2020/1/30/EU-refuses-to-sign-on-draft-resolution-against-CAA.html.

15. "For France, New Citizenship Law Internal Matter of India: French Govt Sources," *Times of India*, January 27, 2020, https://timesofindia.indiatimes.com/india/for-france-new-citizenship-law-internal-matter-of-india-french-govt-sources/articleshow/73667910.cms.

16. "Members of European Parliament Ask India to 'End Crackdown' on Rights Activists," The Wire, March 5, 2019, https://thewire.in/rights/members-of-european-parliament-ask-india-to-end-crackdown-on-rights-activists.

17. L. Jha, "Religious Freedom in India on 'Negative Trajectory': USCIRF," *Outlook*, May 2, 2016, https://www.outlookindia.com/newswire/story/religious-freedom-in-india-on-negative-trajectory-uscirf/938767; and "Cow Slaughter Ban to Dadri Lynching: What USCIRF Report on Religious Freedom Says about India," *Indian Express*, July 23, 2016, https://indianexpress.com/article/india/india-news-india/uscirf-religious-freedom-india-cow-slaughter-to-dadri-lynching-heres-what-the-uscirf-report-on-religious-freedom-says-about-india/.

18. USCIRF Condemns Violence in India's Capital City," United States Commission on International Religious Freedom, February 26, 2020, https://www.uscirf.gov/news-room/press-releases-statements/uscirf-condemns-violence-in-india-s-capital-city.

19. "Full Text of US President Donald Trump's Speech in India," NDTV, February 24, 2020, https://www.ndtv.com/india-news/full-text-of-us-president-donald-trumps-speech-in-india-2185045.

20. S. Ramachandran, "India Protests 'Unwarranted Remarks,'" *Hindustan Times*, August 2, 2019, https://

www.pressreader.com /india /hindustan -times -st -mumbai /20190802/281689731426828.

21. For instance, some chief ministers (including Naveen Patnaik and Nitish Kumar), whose parties had supported the CAB, declared that they opposed the NRC, whereas both these pieces of legislation were unanimously seen as two sides of the same coin. C. G. Manoj, "Another CM Opposes NRC: Naveen Patnaik Latest, after His Party Voted for CAB," *Indian Express*, Decem- ber 19, 2019, https://indianexpress.com/article/india/another-cm-opposes-nrc-naveen-patnaik-latest-after-his-party-voted-for-citizenship-amendment-bill-6174035/. N. Verma, "Decoding Nitish Kumar's Curious Stand on NRC-CAA," The Wire, December 21, 2018, https://thewire.in/politics/nitish-kumar-caa-nr.

22. C. Jaffrelot, "The Fate of Secularism in India," in *The BJP in Power: Indian Democracy and Religious Nationalism*, ed. Milan Vaishnav (Washington, DC: Carnegie Endowment for Inter- national Peace, 2019), https://carnegieendowment.org/2019/04/04/fate-of-secularism-in-india-pub-78689.

23. S. Palshikar, "Towards Hegemony: The BJP beyond Electoral Dominance," in *Majoritar- ian State: How Hindu Nationalism is Changing India*, ed. A. Chatterji, T. Blom Hansen, and C. Jaffrelot (London: Hurst, 2019), 101–16.

24. P. Bourdieu, "La représentation politique—éléments pour une théorie du champ poli- tique," *Actes de la recherche en sciences sociales* 36, no. 7 (February–March 1981): 3–24; and *La distinction. Critique sociale du jugement* (Paris: Minuit, 1979), 465.

25. F. G. Bailey, *Stratagems and Spoils: A Social Anthropology of Politics* (Oxford: Blackwell, 1969), 4.

26. V. Deshpande, "Scindia Visits RSS Founder's Home in Nagpur: 'Place Gives Inspiration on Dedication to Nation,'" *Indian Express*, August 25, 2020, https://indianexpress.com/article/india/scindia-visits-rss-founders-home-in-nagpur-place-gives-inspiration-on-dedication-to-nation-6569746/.

27. "Pehlu Khan Lynching Case Highlight: Rajasthan Govt to Appeal against Verdict in Higher Court," *Indian Express*, August 14, 2019, https://indianexpress.com/article/india/pehlu-khan-lynching-verdict-live-updates-rajasthan-5903575/; "Rajasthan Appoints SIT to Re- Investigate Pehlu Khan Case," *The Hindu*, August 17, 2019, https://www.thehindu.com/news/national/other-states/rajasthan-appoints-sit-in-pehlu-khan-case/article29117711.ece; and F. Ahmad and Anmolan, "Rajasthan's Effort to Criminalise Mob Lynching Is a Good Start," *The Hindu*, August 5, 2019, https://www.thehindu.com/opinion/op-ed/rajasthans-effort-to-criminalise-mob-lynching-is-a-good-start/article28816623.ece.

28. A. Iyer and A. Rozario, "'Kejriwal Coming Out to Be a True Disciple of PM Modi': Delhi RSS," The Quint, February 23, 2020, https://www.thequint.com/news/politics/aap-arvind-kejriwal-hanuman-saurabh-bhardwaj-sunderkand-hindus-rss-sangh. Arvind Kejriwal (@cof- feestains11) has apparently praised RSS on at least one occasion: "Do respond 1) Do u oppose any complicity of Anna \ Kejriwal with RSS 2) Do u oppose prosecution of Kanhaiya under sedition laws? 3) Do you expect Delhi Govt to pass resolution against NRC-NPR 4) Do u welcome abrogation of 370 If ans to any one is yes, u need to resolve it," Twitter, May 1, 2020, 1:23 a.m., https://twitter.com/coffeestains11/status/1234001200967815170. On AAP's "soft Hin- dutva," see Nissim Mannathukkaren, "AAP: Soft Hindutva or a Bulwark without Illusions?," The Wire, February 18, 2020, https://thewire.in/politics/aap-soft-hindutva; and Suhas Pal- shikar, "By Ignoring Ideological Questions, AAP Remains within BJP's Framework," *Indian Express*, February 12, 2020, https://indianexpress.com/article/opinion/columns/delhi-election-results-aap-arvind-kejriwal-bjp-6263301/.

29. "Delhi Riots: 270 Eminent Citizens Write to CM Kejriwal Urging Probe by Retired Judge," The Wire, July 28, 2020, https://thewire.in/communalism/delhi-riots-chief-minister-arvind-kejriwal-police-probe.

30. A. Menon, "'B-Team' or 'Secular Alternative': Where Does AAP Really Stand?," The Quint, July 25, 2020, https://www.thequint.com/news/politics/aap-arvind-kejriwal-aam-aadmi-party-bjp-b-team-congress-alternative-galwan-covid#read-more.
31. Charles Tilly, *Democracy* (Cambridge: Cambridge University Press, 2007), 195.
32. Peter R. De Souza, Suhas Palshikar, and Yogendra Yadav, eds., *State of Democracy in South Asia* (Delhi: Oxford University Press, 2008). On the illiberalism of the Indian middle class, see Patrick Heller and Leela Fernandes, "Hegemonic Aspirations: New Middle Class Politics and India's Democracy in Comparative Perspective," *Critical Asian Studies* 38, no. 4 (2006): 495–522.
33. Cited in S. Varadarajan, "The MEA Should Stay away from BJP Propaganda and Hindu- tva," The Wire, September 30, 2017, https://thewire.in/diplomacy/mea-bjp-propaganda-hindutva-deendayal-upadhyaya-integral-humanism.
34. Juan Linz, *Totalitarian and Authoritarian Regimes* (Boulder, CO: Lynne Rienner, 2000), 151.
35. Linz, *Totalitarian and Authoritarian Regimes*, 152.
36. Linz, 152.
37. V. Rao, "The Rise of Monopolies in 'New India,'" *Deccan Herald*, November 19, 2020, https://www.deccanherald.com/opinion/panorama/the-rise-of-monopolies-in-new-india-917337.html.
38. "India Inc's Profits Increasingly Belong to a Tiny Clutch of Companies," *The Economist*, May 21, 2020, https://www.economist.com/business/2020/05/21/india-incs-profits-increasingly-belong-to-a-tiny-clutch-of-companies.
39. "India Inc's Profits."
40. "India Inc's Profits."
41. In 2019 the CEO of Biocon, Kiran Mazumdar-Shaw, said that a "government official" had "told her not to speak about issues such as income tax harassment." K. M. Rakesh, "Yes, I Was Told Not to Say Such Things: Kiran Mazumda-Shawn," *The Telegraph*, August 3, 2019, https:// www.telegraphindia.com/india/yes-i-was-told-not-to-say-such-things-about-issues-like -income-tax-harassment-kiran-mazumdar-shaw/cid/1695811.
42. Steven Levitsky and Daniel Ziblatt, *How Democracies Die* (New York: Broadway Books, 2018), 4.
43. Levitsky and Ziblatt, *How Democracies Die*, 77.
44. See C. Jaffrelo, *The Pakistan Paradox: Instability and Resilience* (London: Hurst, 2015), chap. 5.
45. S. Shastri, S. Palshikar, and S. Kumar, eds., *State of Democracy in South Asia: Report II*(Jakkasandra, India: Jain University Press, 2017), 23.
46. Shastri, Palshikar, and Kumar, *State of Democracy*, 34.
47. Shastri, Palshikar, and Kumar, 27–29.
48. Bruce Stokes, Dorothy Manevich, and Hanyu Chwe, "The State of Indian Democracy," Pew Research Center, Global Attitudes and Trends, November 15, 2017, http://www.pewglobal.org/2017/11/15/the-state-of-indian-democracy/. To compare India to other countries, see Richard Wike, Katie Simmons, Bruce Stokes, and Janell Fetterolf, "Globally, Broad Support for Representative and Direct Democracy," Pew Research Center, Global Attitudes and Trends, October 16, 2017, http://www.pewglobal.org/2017/10/16/globally-broad-support-for-representative-and-direct-democracy/.
49. Bruce Stokes, Dorothy Manevich, and Hanyu Chwe, "Indians Satisfied with Country's Direction but Worry about Crime, Terrorism," Pew Research Center, Global Attitudes and Trends, November 15, 2017, http://www.pewglobal.org/2017/11/15/indians-satisfied-with-countrys-direction-but-worry-about-crime-terrorism/.
50. Bruce Stokes, Dorothy Manevich, and Hanyu Chwe, "India and the World," Pew Research Center, Global Attitudes and Trends, November 15, 2017, http://www.pewglobal.

org/2017/11/15/india-and-the-world/.
51. Stokes, Manevich, and Chwe, "India and the World."
52. Cited in Christophe Jaffrelot and Narender Kumar, *Dr Ambedkar and Democracy. An Anthology* (New Delhi: Oxford University Press, 2018), 196.
53. In 2020, "Mood of the Nation" opinion polls showed that "even though 25 percent of the respondents believe that the Modi government's handling of the Covid-19 pandemic has been its single biggest failure, they do not blame the prime minister for it." Raj Chengappa, "The Modi Mantra," *India Today*, August 8, 2020, https://www.indiatoday.in/magazine/cover-story/story/20200817-the-modi-mantra-1708699-2020-08-08.
54. L. Rudolph and S. Hoeber Rudolph, *The Modernity of Tradition: Political Development in India* (Chicago: University of Chicago Press, 1967). See part 2, "The Traditional Roots of Cha- risma: Gandhi," and, in particular, the section called "Self-Control and Political Potency." On Gandhi's sense of authority, see also D. Dalton, "Gandhi: Ideology and Authority," *Modern Asian Studies* 3, no. 4 (1969): 377–93.
55. Rudolph and Rudolph, *Modernity of Tradition*.
56. Rudolph and Rudolph, 183.
57. In this speech, the words "self-respect," "self-confidence," and "self-esteem" recurred four- teen times. "Independence Day: Full Text of Narendra Modi's Red Fort Speech," News18, August 16, 2019, https://www.news18.com/news/india/independence-day-full-text-of-narendra-modis-red-fort-speech-2271575.html.
58. E. Tarlo, *Unsettling Memories: Narratives of the Emergency in Delhi* (London: Hurst, 2003), 207.
59. A. Ganguly, "Tragic Phase of Fear: Court," *The Telegraph*, October 19, 2020, https://www.telegraphindia.com/india/tragic-phase-of-fear-court/cid/1353077. The atmosphere in Varanasi, Modi's constituency, offers a good illustration of this phenomenon because in this place more than elsewhere, "everyone is suspicious of everyone." A. Tewary, "Political Discussions Fall Silent as Fear Grips Varanasi," *The Hindu*, January 1, 2020, https://www.thehindu.com/news/national/other-states/political-discussions-fall-silent-as-fear-grips-varanasi/article30453511.ece.
60. In Gujarat, good illustrations of these practices that reflect the vindictiveness of leaders who never forget and forgive are evident from the systematic punishment inflicted on police- men (including Sanjeev Bhat) and lawyers who did their duty in Gujarat. On the condemnation of Sanjeev Bhatt in 2019 in a 1990 custodial death case, see Mahesh Langa, "Sacked IPS Officer Sanjiv Bhatt Gets Life Term in 1990 Custodial Death Case," *The Hindu*, June 20, 2019, https://www.thehindu.com/news/national/other-states/sanjiv-bhatt-sentenced-to-life-in-three-decade-old-custodial-death-case/article28084395.ece.
61. "The Fear Factor: Fact-Checking Amit Shah's Response to Industrialist Rahul Bajaj," The Wire, December 1, 2019, https://thewire.in/government/rahul-bajaj-amit-shah-dissent-pragya-thakur.
62. P. Dahat, G. Sathe, and A. Sethi, "Bhima Koregaon Lawyers Were Targeted in WhatsApp Spyware Scandal," Huffington Post, October 31, 2019, https://www.huffingtonpost.in/entry/whatsapp-hacking-bhima-koregaon-lawyers-targeted_in_5dba8e9ae4b066da552c5028; and S. Shantha, "Indian Activists, Lawyers Were 'Targeted' Using Israeli Spyware Pegasus," The Wire, October 31, 2019, https://thewire.in/tech/pegasus-spyware-bhima-koregaon-activists-warning-whatsapp.
63. R. Satter and E. Culliford, "WhatsApp Sues Israel's NSO for Allegedly Helping Spies Hack Phones around the World," Reuters, October 29, 2019, https://www.reuters.com/article/us-facebook-cyber-whatsapp-nsogroup-idUSKBN1X82BE.
64. "Prime Ministers Narendra Modi and Benjamin Netanyahu Welcome New Age of Col- laboration

for Israel and India," PRNewswire, January 29, 2018, https://www.prnewswire.com/news-releases/prime-ministers-narendra-modi-and-benjamin-netanyahu-welcome-new-age-of-collaboration-for-israel-and-india-300589299.html.

65. Vijaita Singh, "1,100 Rioters Identified Using Facial Recognition Technology: Amit Shah," *The Hindu*, March 12, 2020, https://www.thehindu.com/news/cities/Delhi/1100-rioters-identified-using-facial-recognition-technology-amit-shah/article31044548.ece.

66. V. Singh, "1,100 Rioters Identified."

67. G. Bhatia, "India's Growing Surveillance State," *Foreign Affairs*, February 19, 2020, https://www.foreignaffairs.com/articles/india/2020-02-19/indias-growing-surveillance-state.

68. For more detail, see Christophe Jaffrelot and Aditya Sharma, "Personal Data Protection Bill 2019 Needs to Be Debated Thoroughly," *Indian Express*, January 7, 2021, https:// indianexpress.com/article/opinion/columns/personal-data-protection-bill-2019-privacy-laws-7135832/.

69. In October 2020, Vivek Raghavan, the chief product manager and biometric architect of the Unique Identification Authority of India (UIAI), declared that the UIAI was "developing face authentication system which will be available to all the Aadhaar holders." The UIAI had "allowed face recognition as an additional means of Aadhaar authentication" in 2018. "Aadhaar Authentication via Face Recognition from July: How It Will Work," NDTV, January 15, 2018, https://www.ndtv.com/business/aadhaar-authentication-via-face-recognition-from-july-how-it-will-work-1800194.

70. S. Barik, "The Government Wants to Surveil Social Media Users, and Track Their 'Senti- ments,'" *Indian Express*, January 7, 2021, https://indianexpress.com/article/opinion/columns/personal-data-protection-bill-2019-privacy-laws-7135832/.

71. Barik, "The Government Wants to Surveil Social Media Users."

72. "Five New Ways in Which the Government Is Spying on You," Democratic Decline, January 13, 2021, https://newdemagogue.hypotheses.org/3905.

73. Palshikar, "Towards Hegemony," 11.

74. In 1996, in the last sentence of the conclusion of my first book on Hindu nationalism (when few academics and liberals took the Sangh Parivar seriously), I had already pointed out that the groundwork of the offshoots of the RSS "if sustained, will help the latter to crystallise a Hindu identity which in the long term could challenge the durability of India's multicultural society." C. Jaffrelot, *The Hindu Nationalist Movement and Indian Politics* (London: Hurst, 1996), 532.

நூற்பட்டியல்

Books and PhD Theses

Ahmed, I. *Islamism and Democracy in India. The Transformation of Jamaat-e-Islami*. New Delhi: Permanent Black, 2010.

Anandan, S. *Hindu Hriday Samrat*. Noida, India: Harper Collins, 2014.

Andersen, W., and S. Damle. *The Brotherhood in Saffron. The Rashtriya Swayamsevak Sangh and Hindu Revivalism*, New Delhi: Vistaar Publication, 1987.

———. *The RSS: A View to the Inside*. Delhi: Penguin, 2018.

Bamford, P. C. *Histories of the Non-Cooperation and Khilafat Movements*. 1925. Reprint, Delhi: Government of India Press, 1985.

Berenschot, W. *Riot Politics: Hindu-Muslim Violence and the Indian State*. London: Hurst, 2011. Chatterji, A. *Violent Gods: Hindu Nationalism in India's Present; Narratives from Orissa*. Gurgaon,

India: Three Essays, 2009.

Chatterji, B. C. *Anandmath*. 1882. Reprint, Delhi: Orient Paperbacks, 1992.

Chaturvedi, S. *I Am a Troll: Inside the Secret World of the BJP's Digital Army*. New Delhi: Jug- gernaut, 2016.

Collins, R. *Violence: A Micro-Sociological Theory*. Princeton, NJ: Princeton University Press, 2009. Curran, J. A. *Militant Hinduism in Indian Politics*. New York: Institute of Pacific Affairs, 1955. Debroy, B. *Gujarat: Governance for Growth and Development*. New Delhi: Academic Foundation, 2012.

Dev, N. *Modi to Moditva*. New Delhi: Manas, 2012.

Eck, D. L. *India: A Sacred Geography*. New York: Three Rivers, 2012.

Gandhi, M. K. *Autobiography: The Story of My Experiments with Truth*. Translated by Mahadev Desai. 1927. Reprint, Ahmedabad: Navajivan Trust, 1995.

———. *Indian Home Rule*. 5th English ed. Madras: Ganesh, 1922.

Ghassem-Fachandi, P. *Pogrom in Gujarat: Hindu Nationalism and Anti-Muslim Violence in India*.

Princeton, NJ: Princeton University Press, 2012.

Ghosh, J., C. P. Chandrasekhar, and P. Patnaik. *Demonetisation Decoded: A Critique of India's Currency Experiment*. London: Routledge, 2017.

Golwalkar, M. S. *Bunch of Thoughts*. 1966. Reprint, Bangalore: Jagarana Prakashana, 1980.

———. *We, or Our Nationhood Defined*. 1938. Reprint, Nagpur, India: Bharat Prakashan, 1947. Graham, B. *Hindu Nationalism and Indian Politics: The Origin and Development of the Bharatiya Jana Sangh*. Cambridge: Cambridge University Press, 1990.

Guichard, S. *The Construction of History and Nationalism in India: Textbooks, Controversies and Politics*. London: Routledge, 2010.

Gupta, S. *The Monk Who Became Chief Minister: The Definitive Biography of Yogi Adityanath*. New Delhi: Bloomsbury, 2017.

Jaffrelot, C. *The Hindu Nationalist Movement and Indian Politics, 1925 to the 1990s*. London: C. Hurst, 1996.

———. *India's Silent Revolution—The Rise of the Lower Castes in North India*. New York: Columbia University Press; London: Hurst; New Delhi: Permanent Black, 2003.

Jaffrelot, C., and P. Anil. *India's First Dictatorship: The Emergency, 1975–77*. London: Hurst, 2020. Jagtiani, L. *Mumbai Terror Attacks*. New Delhi: Rupa, 2009.

Jenkins, R., and J. Manor. *Politics and the Right to Work: India's National Rural Employment Guarantee Act*. London: Hurst, 2017.

Jha, D. K. *Shadow Armies: Fringe Organizations and Foot Soldiers of Hindutva*. New Delhi: Juggernaut, 2017.

Jha, D. K., and K. Jha. *Ayodhya: The Dark Night; The Secret History of Ram's Appearance in Babri Masjid*. New Delhi: Harper Collins, 2012.

Jha, P. *How the BJP Wins: Inside India's Greatest Election Machine*. Delhi: Juggernaut, 2017. Kamath, M. V., and Kalindi Randeri. *Narendra Modi: The Architect of a Modern State*. New Delhi:Rupa, 2009.

Katju, M. *Vishva Hindu Parishad and Indian politics*. Hyderabad: Orient Longman, 2003. Khilnani, S. *The Idea of India*. London: Hamish Hamilton, 1997.

Kumar, R. *The Free Voice: On Democracy, Culture and the Nation*. New Delhi: Speaking Tiger, 2018. Lokhande, S. B. *New Delhi, Communal Violence, Forced Migration and the State: Gujarat since2002*. New Delhi: Cambridge University Press, 2015.

Maheshwari, M. *Art Attacks. Violence and Offence-Taking in India*. Delhi: Oxford University Press, 2019.

Mander, H. *Cry, My Beloved Country: Reflections on the Gujarat Carnage 2002 and Its Aftermath*.

Noida, India: Rainbow, 2004.

Meghawanshi, B. *I Could Not Be Hindu: The Story of a Dalit in the RSS*. New Delhi: Navayana, 2020. Mehta, V. *Lucknow Boy: A Memoir*. New Delhi: Penguin, 2011.

Minault, G. *The Khilafat Movement—Religious Symbolism and Political Mobilization in India*.

New York: Columbia University Press, 1982.

Modi, N. *Social Harmony*. New Delhi: Prabhat Prakashan, 2015.

Mukhopadhyay, N. *Narendra Modi: The Man, the Times*. New Delhi: Tranquedar, 2013. Nag, K. *The NaMo Story: A Political Life*. New Delhi: Roli Books, 2013.

Naqvi, S. *Being the Other: The Muslim in India*. New Delhi: Aleph, 2016.

Nussbaum, M. *The Clash Within: Democracy, Religious Violence and India's Future*. Cambridge, MA: Harvard University Press, 2007.

Pai, S., and S. Kumar. *Everyday Communalism: Riots in Contemporary Uttar Pradesh*. Delhi: Oxford University Press, 2018.

Pathak-Narain, P. *Godman to Tycoon: The Untold Story of Baba Ramdev*. New Delhi: Juggernaut, 2017.

Poonam, S. *Dreamers. How Young Indians Are Changing the World*. London: Hurst, 2018.

Ramaswamy, S. *The Goddess and the Nation: Mapping Mother India*. New Delhi: Zubaan, 2011. Rudolph, L., and S. H. Rudolph. *In Pursuit of Lakshmi: The Political Economy of the Indian State*.

Hyderabad: Orient Longman, 1987.

———. *The Modernity of Tradition: Political Development in India*. Chicago: University of Chicago Press, 1967.

Saavala, M. *Middle-Class Moralities: Everyday Struggle over Belonging and Prestige in India*. Hyderabad: Orient BlackSwan, 2010.

Sardesai, R. *The Election that Changed India*. New Delhi: Penguin India, 2014. Savarkar, V. D. *Hindutva: Who Is a Hindu?* Mumbai: Asia, 1962 [1923].

Setalvad, T. *Foot Soldier of the Constitution: A Memoir*. New Delhi: LeftWord Books, 2017. Shani, O. *Communalism, Caste and Hindu Nationalism*. Cambridge: Cambridge University Press, 2007.

Sharma, A. *The Backstage of Democracy: Exploring the Professionalisation of Politics in India*. PhD thesis, Oxford University, 2020.

Shraddhananda, Swami. *Hindu Sangathan: Savior of the Dying Race*. Delhi: Arjun, 1926.

Singh, S. S. *How to Win an Indian Election: What Political Parties Don't Want You to Know*. New Delhi: Penguin, 2019.

Swamy, S. *Hindus under Siege: The Way Out*. New Delhi: Har-Anand, 2006.

Tarlo, E. *Unsettling Memories: Narratives of the Emergency in Delhi*. London: Hurst, 2003. Thachil, T. *Elite Parties, Poor Voters: How Social Services Win Votes in India*. Cambridge: Cambridge University Press, 2014.

Udaykumar, S. P. *"Presenting" the Past: Anxious History and Ancient Future in Hindutva India*.

Westport, CT: Praeger, 2005.

Upadhyaya, D. *Integral Humanism*. New Delhi: Bharatiya Jana Sangh, 1965.

Valiani, A. *Militant Publics in India: Physical Culture and Violence in the Making of a Modern Polity*.

New York: Palgrave Macmillan, 2011.

Vanaik, A. *The Rise of Hindu Authoritarianism: Secular Claims, Communal Realities*. London: Verso, 2017.

Wilkinson, S. I. *Army and Nation: The Military and Indian Democracy since Independence*. Cambridge, MA: Harvard University Press, 2015.

Yagnik, A., and S. Sheth. *The Shaping of Modern Gujarat*. Delhi: Penguin, 2005.

Documents and Reports

Centre for Media Studies. *Poll Expenditure: The 2019 Elections*. New Delhi, 2019. https://cmsindia.org/sites/default/files/2019-05/Poll-Expenditure-the-2019-elections-cms-report.pdf.

Common Cause and CSDS. *Status of Policing in India Report 2018*. Delhi: Lokniti-CSDS and Common Cause, 2018.

Concerned Citizens Tribunal. *Gujarat 2002: Crime against Humanity*. Vol. 2, *An Inquiry into the Carnage in Gujarat: Findings and Recommendations*. Mumbai: Citizens for Justice and Peace, 2002.

Freedom House. *Freedom in the World 2020: A Leaderless Struggle for Democracy*. Washington DC: Freedom House, 2020. https://freedomhouse.org/sites/default/files/2020-02/FIW_2020_REPORT_BOOKLET_Final.pdf.

Human Rights Watch. "Compounding Injustice: The Government's Failure to Redress Massacres in Gujarat." *Human Rights Watch* 15, no. 3 (July 2003). https://www.refworld.org/docid/3f4f59546.html.

———. "'We Have No Order to Save You.' State Participation and Complicity in Communal Violence in Gujarat." *Human Rights Watch* 14, no. 3 (April 2003). https://www.hrw.org/report/2002/04/30/we-have-no-orders-save-you/state-participation-and-complicity-communal-violence.

Report of the DMC Fact-Finding Committee on North-East Delhi Riots of February 2020. Delhi: Delhi Minorities Commission, Government of NCT of Delhi, July 2020. https://ia601906.us.archive.

org/11/items/dmc-delhi-riot-fact-report-2020/-Delhi-riots-Fact-Finding-2020.pdf.

"Report of the Liberhan Ayodhya Commission of Inquiry—Full Text." *The Hindu*, November 24, 2009. https://www.thehindu.com/news/Report-of-the-Liberhan-Ayodhya-Commission-of-Inquiry-Full-Text/article16894055.ece.

RSF (Reporters without Borders). "Modi Tightens His Grip on the Media." In 2020 World Press Freedom Index, 2020. https://rsf.org/en/india.

V-Dem Institute. *Democracy for All? V-Dem Annual Democracy Report 2018*. Sweden: V-Dem Institute, University of Gothenburg, 2019. https://www.v-dem.net/media/filer_public/68/51/685150f0-47e1-4d03-97bc-45609c3f158d/v-dem_annual_dem_report_2018.pdf.

Edited Volumes

Azad, R. Nair, J. and M. Singh, eds. *What the Nation Really Needs to Know: The JNU Nationalism Lectures*. New Delhi: Harper Collins, 2016.

Blom, A., and Tawa Lama-Rewal, eds. *Emotions, Mobilisations and South Asian Politics*. London: Routledge, 2020.

BlueKraft Digital Foundation. *Mann ki baat: A Social Revolution on Radio*. New Delhi: BlueKraft Digital Foundation, 2019.

Dayal, J., ed. *Gujarat 2002: Untold and Re-told Stories of the Hindutva Lab*. Vol. 1. New Delhi: Media House, 2003.

De Souza, P. R., S. Palshikar, and Y. Yadav, eds. *State of Democracy in South Asia*. Delhi: Oxford University Press, 2008.

Engineer, A. A., ed. *The Gujarat Carnage*. Hyderabad: Orient Longman, 2003.

Gayer, L., and C. Jaffrelot, eds. *Muslims of India's Cities: Trajectories of Marginalization*. London: Hurst; New York: Columbia University Press; New Delhi: HarperCollins, 2012.

Gopal, S., ed. *Anatomy of a Confrontation: The Babri Masjid—Ramjanmabhumi Issue*. New Delhi: Viking, 1990.

———, ed. *Jawaharlal Nehru: An Anthology*. Delhi: Oxford University Press, 1980. Jaffrelot, C., ed. *The Sangh Parivar: A Reader*. New Delhi: Oxford University Press, 2005.

Kapur, D., and M. Vaishnav, eds. *Costs of Democracy: Political Finance in India*. Delhi: Oxford University Press, 2018.

Ludden, D., ed. *Making India Hindu: Religion, Community, and the Politics of Democracy in India*.

Delhi: Oxford University Press, 1996.

Shastri, S., S. Palshikar, and S. Kumar, eds. *State of Democracy in South Asia: Report II*. Jakkasandra, India: Jain University Press, 2017.

Varadarajan, S., ed. *Gujarat: The Making of a Tragedy*. New Delhi: Penguin India, 2002.

Book Chapters

Agnes, F. "Aggressive Hindu Nationalism: Contextualising the Triple Talaq Controversy." In *Majoritarian State: How Hindu Nationalism Is Changing India*, edited by Angana P. Chatterji, Thomas Blom Hansen, and Christophe Jaffrelot, 335–52. London: Hurst, 2019.

Asher, M. "Gujarat and Punjab: The Entrepreneurs Paradise and the Land of the Farmer." In

Power, Policy, and Protest: The Politics of India's Special Economic Zones, edited by R. Jenkins,

L. Kennedy, and P. Mukhopadhyay, 137–69. Oxford: Oxford University Press, 2014. Banerjee, A., and I. Anand. "The NDA-II Regime and the Worsening Agrarian Crisis." In *A*

Quantum Leap in the Wrong Direction?, edited by R. Azad, S. Chakraborty, S. Ramani, and

D. Sinha, 66–88. Hyderabad: Orient Blackswann, 2019.

Bhargava, R. "Indian Secularism: An Alternative, Trans-Cultural Ideal." In *The Promise of India's Secular Democracv*, 285–97. Delhi: Oxford University Press, 2010.

Das, S. K. "Institutions of Internal Accountability." In *Public Institutions in India*, edited by D. Kapur and P. B. Mehta, 128–57. Oxford: Oxford University Press, 2005.

Dholakia, A., and R. Dholakia. "Policy Reform in Economic Sectors." In *The Making of Miracles in Indian States: Andhra Pradesh, Bihar and Gujarat*, edited by A. Panagariya and M. G. Rao, 251–52. New Delhi: Oxford University Press, 2015.

Graham, B. D. "The Congress and Hindu Nationalism." In *The Indian National Congress— Centenary Hindsights*, edited by D. A. Low, 170–87. Delhi: Oxford University Press, 1988.

Gupta, S., and C. Jaffrelot. "The Bajrang Dal: The New Hindu Nationalist Brigade." In *Living with Secularism: The Destiny of India's Muslims*, edited by Mushirul Hasan, 197–222. Delhi: Manohar, 2007.

Hirway, I., N. Shah, and R. Sharma. "Political Economy of Subsidies and Incentives to Industries in Gujarat." In *Growth or Developmen: Which Way Is Gujarat Going?*, edited by I. Hirway, A. Shah, and G. Shah, 139–92. New Delhi: Oxford University Press, 2014.

Jaffrelot, C. "The Bajrang Dal: The New Hindu Nationalist Brigade." In *Living with Secularism: The Destiny of India's Muslims*, edited by Mushirul Hasan, 197–222. Delhi: Manohar, 2007.

———. "The BJP at the Centre: A Central and Centrist Party?" In *The BJP and the Compulsions of Politics*, edited by Thomas Blom Hansen and Christophe Jaffrelot, 356–63. Delhi: Oxford University Press, 2001.

———. "Business-Friendly Gujarat under Narendra Modi—the Implications of a New Political Economy." In *Business and Politics in India*, edited by Christophe Jaffrelot, Atul Kohli, and Kanta Murali, 211–33. New York: Oxford University Press, 2019.

———. "Composite Culture Is Not Multiculturalism: A Study of the Indian Constituent As- sembly Debates." In *India and the Politics of Developing Countries, Essays in Memory of Myron Weiner*, edited by A. Varshney, 126–49. New Delhi: Sage, 2004.

———. "A *De Facto* Ethnic Democracy? Obliterating and Targeting the Other, Hindu Vigilan- tes and the Ethno-state." In *Majoritarian State: How Hindu Nationalism Is Changing India*, edited by Angana Chatterji, Thomas Blom Hansen, and Christophe Jaffrelot, 41–67. Lon- don: Hurst, 2019.

———. "From Holy Sites to Web Sites: Hindu Nationalism, from Sacred Territory to Diasporic Ethnicity." In *Religions, Nations, and Transnationalism in Multiple Modernities*, edited by Pat- rick Michel, Adam Possamai, and Bryan Turner, 153–74. Basingstoke, UK: Palgrave, 2017.

———. "Hindu Nationalism and the Social Welfare Strategy." In *Development, Civil Society and Faith-Based Organisations: Bridging the Sacred and the Secular*, edited by G. Clarke and M. Jennings, 240–

59. New York: Palgrave, 2008.

———. "The Hindu Nationalists and Power." In *The Oxford Companion to Politics in India*, edited by N. G. Jayal and P. B. Mehta, 205–18. Delhi: Oxford University Press, 2010.

———. "The Idea of the Hindu Race in the Writings of Hindu Nationalist Ideologues in the 1920s and 1930s: A Concept between Two Cultures." In *The Concept of Race in South Asia*, edited by P. Robb, 327–54. Delhi: Oxford University Press, 1995.

———. "India: The Politics of (Re)conversion to Hinduism of Christian Aboriginals." In *An- nual Review of the Sociology of Religion*, vol. 2, edited by Patrick Michel and Enzo Pace, 197–215. Leiden, Netherlands: Brill, 2011.

———. "Introduction." In *Rise of the Plebeians? The Changing Face of Indian Legislative Assem- blies*, edited by Christophe Jaffrelot and S. Kumar, 1–23. New Delhi: Routledge, 2009.

———. "Militant Hindus and the Conversion Issue (1885–1990): From Shuddhi to Dharm Parivartan. The Politization and the Diffusion of an 'Invention of Tradition.'" In *The Re- sources of History: Tradition and Narration in South Asia*, edited by Jackie Assayag, 127–52. Paris: EFEO, 1999.

———. "The Militias of Hindutva: Between Communal Violence, Terrorism and Cultural Policing." In *Armed Militias of South Asia. Fundamentalists, Maoists and Separatists*, edited by Laurent Gayer and Christophe Jaffrelot, translated by C. Schoch, G. Elliott, and R. Lever- dier, 199–235. London: Hurst, 2009.

———. "The Muslims of Gujarat during Narendra Modi's Chief Ministership." In *Indian Mus- lims: Struggling for Equality and Citizenship*, edited by Riaz Hasan, 235–58. Melbourne: Mel- bourne University Publishing, 2016.

———. "The Muslims of India." In *India since 1950: Society, Politics, Economy and Culture*, edited by C. Jaffrelot, 564–80. New Delhi: Yatra Books, 2011.

———. "Opposing Gandhi: Hindu Nationalism and Political Violence." In *Violence/Non- Violence: Some Hindu Perspectives*, edited by Denis Vidal, Gilles Tarabout, and Eric Meyer, 299–324. Delhi: Manohar, 2003.

———. "The Political Guru: The Guru as Éminence Grise." In *The Guru in South Asia: New Interdisciplinary Perspectives*, edited by J. Copeman and A. Ikegame, 80–96. London: Rout- ledge, 2013.

———. "The Politics of Processions and Hindu-Muslim Riots." In *Community Conflicts and the State in India*, edited by A. Kohli and A. Basu, 58–92. Delhi: Oxford University Press, 1998.

———. "The Sangh Parivar between Sanskritization and Social Engineering." In *The BJP and the Compulsions of Politics in India Today*, edited by T. B. Hansen and Christophe Jaffrelot, 22–71 and 267–90. Delhi: Oxford University Press, 1998.

———. "The Vishva Hindu Parishad: A Nationalist but Mimetic Attempt at Federating the Hindu Sects." In *Charisma and Canon: Essays on the Religious History of the Indian Subconti- nent*, edited by V. Dalmia, A. Malinar, and M. Christof, 388–411. Delhi: Oxford University Press, 2001.

———. "The Vishva Hindu Parishad: Structures and Strategies." In *Religion, Globalization and Political Culture in the Third World*, edited by J. Haynes, 191–212. London: Macmillan, 1999.

———. "'Why Should We Vote?' The Indian Middle Class and the Functioning of the World's Largest Democracy." In *Patterns of Middle Class Consumption in India and China*, edited by C. Jaffrelot and P. van der Veer, 35–54. New Delhi: Sage, 2008

Jaffrelot, C., and C. Thomas. "Facing Ghettoisation in 'Riot-City': Old Ahmedabad and Juha- pura between Victimisation and Self-Help." In *Muslims of India's Cities. Trajectories of Mar- ginalization*, edited by Laurent Gayer and Christophe Jaffrelot, 43–79. London: Hurst, 2012. Jaffrelot, C., and L. Tillin. "Populism in India." In *The Oxford Handbook of Populism*, edited by Paul Taggart, Cristobal

Rovira Kaltwasser, Paulina Ochoa Espejo, and Pierre Ostiguy, 179–94. Oxford: Oxford University Press, 2017.

Kapur, A. "Deity to Crusader: The Changing Iconography of Ram." In *Hindus and Others: The Question of Identity in India Today*, edited by Gyanendra Pandey, 74–109. New Delhi: Viking, 1993.

Khosla, M., and A. Padmanabhan. "The Supreme Court." In *Rethinking Public Institutions in India*, edited by D. Kapur, P. B. Mehta, and M. Vaishnav, 104–38. New Delhi: Oxford Uni- versity Press, 2017.

Mehta, N. "Ashis Nandy vs. the State of Gujarat: Authoritarian Developmentalism, Democracy and the Politics of Narendra Modi." In *Gujarat beyond Gandhi: Identity, Society and Conflict*, edited by Nalin Mehta and Mona G. Mehta, 577–96. New Delhi: Routledge, 2010.

Morris-Jones, W. H. "India's Political Idioms." In *Politics and Society in India*, edited by C. H. Philips, 133–54. London: George Allen and Unwin, 1963.

Palshikar, S. "Politics of India's Middle Class." In *Middle Class Values in India and Western Europe*, edited by Imtiaz Ahmad and Helmut Reifeld, 171–93. New York: Routledge, 2018.

———. "Towards Hegemony: The BJP beyond Electoral Dominance." In *Majoritarian State: How Hindu Nationalism Is Changing India*, edited by Angana Chatterji, Thomas Blom Han- sen, and Christophe Jaffrelot, 101–16. London: Hurst, 2019.

Pandey, G. "Rallying Round the Cow: Sectarian Strife in the Bhojpuri Region, c. 1888–1917." In *Subaltern Studies II*, edited by Ranajit Guha, 60–129. Delhi: Oxford University Press, 1983. Puri, J. "Sculpting the Saffron Body: Yoga, Hindutva, and the International Marketplace." In *Majoritarian State: How Hindu Nationalism Is Changing India*, edited by Angana Chatterji,

Thomas Blom Hansen, and Christophe Jaffrelot, 317. London: Hurst, 2019.

Rajamani, I. "Mobilising Anger in Andhra Pradesh." In *Emotions, Mobilisations and South Asian Politics*, edited by Amélie Blom and Tawa Lama-Rewal, 187–204. London: Routledge, 2019. Reddy R. "Media in Contemporary India: Journalism Transformed into a Commodity." In *Busi- ness and Politics in India*, edited by C. Jaffrelot, A. Kohli, and K. Murali, 183–210. New York:Oxford University Press, 2019.

Shah, G. "Goebbel's Propaganda and Governance: The 2009 Lok Sabha Elections in Gujarat." In *India's 2009 Elections: Coalition Politics, Party Competition and Congress Continuity*, edited by Paul Wallace and Ramashray Roy, 167–91. New Delhi: Sage, 2011.

Sinha, A. "India's New Porous State: Blurred Boundaries and the Evolving Business-State Re- lationship." In *Business and Politics in India*, edited by Christophe Jaffrelot, Atul Kohli, and Kanta Murali, 50–94. New York: Oxford University Press, 2019.

Sridharan, R. "Institutions of Internal Accountability." In *Rethinking Public Institutions in India*, edited by D. Kapur, P. Mehta, and M. Vaishnav, 269–96. New Delhi: Oxford University Press, 2017.

Tambiah, S. J. "The Crisis of Secularism in India." In *Secularism and Its Critics*, edited by R. Bhargava, 422–23. Delhi: Oxford University Press, 1998.

Thorat, S. K. "Dalits in Post-2014 India: Wide Gap between Promise and Action." In *Majoritar- ian State: How Hindu Nationalism Is Changing India*, edited by Angana Chatterji, Thomas Blom Hansen, and Christophe Jaffrelot, 217–36. London: Hurst, 2019.

Verma, A. "The Police in India: Design, Performance and Adaptability." In *Public Institutions in India: Performance and Design*, edited by D. Kapur and P. B. Mehta, 209–11. Delhi: Oxford University Press, 2005.

Verniers, G. "The Resistance of Regionalism: BJP's Limitations and the Resilience of State Par- ties." In *India's 2014 Elections: A Modi-Led BJP Sweep*, edited by Paul Wallace, 28–47. New Delhi: Sage, 2015.

Journal Articles

Adeney, K., and W. Swenden. "Power Sharing in the World's Largest Democracy: Informal Consociationalism in India (and Its Decline?)." *Swiss Political Science Review* 25, no. 4 (2019): 450–75.

Ahmed, H. "Muzaffarnagar 2013: Meanings of Violence." *Economic and Political Weekly* 48, no. 40 (October 2013): 10–12.

Aiyar, Y. "Leveraging Welfare Politics." *Journal of Democracy* 30, no. 4 (October 2019): 78–88. Aiyar, Y., and L. Tillin. "'One Nation,' BJP, and the Future of Indian Federalism." *India Review* 19, no. 2 (March–April 2020): 117–35.

Chandrashekhar, C. P., and J. Ghosh. "The Banking Conundrum: Non-Performing Assets and Neo-Liberal Reform." *Economic and Political Weekly* 53, no. 13 (March 31, 2018): 129–37.

Chatterjee, M. "The Ordinary Life of Hindu Supremacy: In Conversation with a Bajrang Dal Activist." *Economic and Political Weekly* 53, no. 4 (January 27, 2018): 1–8.

Chaturvedi, S., D. Gellner, and S. K. Pandey. "Politics in Gorakhpur since the 1920s: The Making of a Safe 'Hindu' Constituency." *Contemporary South Asia* 27, no. 1 (2019): 40–57.

Chhibber, P., and S. Ostermann. "The BJP's Fragile Mandate: Modi and Vote Mobilizers in the 2014 General Elections." *Studies in Indian Politics* 2, no. 2 (2014): 1–15.

Chhibber, P., and R. Verma. "The Rise of the Second Dominant Party System in India: BJP's New Social Coalition in 2019." *Studies in Indian Politics* 7, no. 2 (2019): 131–48.

Dalton, D. "Gandhi: Ideology and Authority." *Modern Asian Studies* 3, no. 4 (1969): 377–93.

Deshpande, A., and R. Ramachandran. "The 10% Quota: Is Caste Still an Indicator of Backward- ness?" *Economic and Political Weekly* 54, no. 13 (March 30, 2019): 27–32.

Deshpande, R., L. Tillin, and K. K. Kailash. "The BJP's Welfare Schemes: Did They Make a Difference in the 2019 Elections?" *Studies in Indian Politics* 7, no. 2 (2019): 219–33.

Farooqi, A. "Political Representation of a Minority: Muslim Representation in Contemporary India." *India Review* 19, no. 2 (2020): 153–75.

Favarel-Garrigues, G., and L. Gayer. "Violer la loi pour maintenir l'ordre: Le vigilantisme en débat." *Politix* 29, no. 115 (2016): 7–33.

Flaten, L. "Spreading Hindutva through Education: Still a Priority for the BJP?" *India Review* 16, no. 4 (2017): 377–400.

Graff, V., and J. Galonnier. "Hindu-Muslim Communal Riots in India II (1986–2011)." *Encyclo- pedia of Mass Violence*, August 20, 2013. https://www.sciencespo.fr/mass-violence-war-massacre-resistance/en/document/hindu-muslim-communal-riots-india-ii-1986-2011.html.

Heath, O. "Communal Realignment and Support for the BJP, 2009–2019." *Contemporary South Asia* 28, no. 2 (2020): 195–208.

Heath, O., G. Verniers, and S. Kumar. "Do Muslim Voters Prefer Muslim Candidates? Co- religiosity and Voting Behaviour in India." *Electoral Studies* 38 (June 2015): 10–18.

Heller, P., and L. Fernandes. "Hegemonic Aspirations: New Middle Class Politics and India's Democracy in Comparative Perspective." *Critical Asian Studies* 38, no. 4 (2006): 495–522.

Ingole, A. "Movements as Politics: Bhima Koregaon in the Times of Hindutva." *Economic and Political Weekly* 53, no. 2 (January 13, 2018): 12–14.

Jacob, H. *Toward a Kashmir Endgame? How India and Pakistan Could Negotiate a Lasting Solution.* United States Institute of Peace, special report no. 474, August 2020.

Jaffrelot, C. "Abhinav Bharat, the Malegaon blast and Hindu nationalism: Resisting and Emulat- ing

Islamist Terrorism." *Economic and Political Weekly* 45, no. 36 (September 4–10, 2010):51–58.

———. "Class and Caste in the 2019 Indian Election—Why Have So Many Poor Started Voting for Modi?" *Studies in Indian Politics* 7, no. 2 (November 2019): 1–12.

———. "The Class Element in the 2014 Indian Election and the BJP's Success with Special Reference to the Hindi Belt." In "Understanding India's 2014 Elections," special issue, *Studies in Indian Politics* 3, no. 1 (June 2015): 19–38.

———. "The Congress in Gujarat (1917–1969): Conservative Face of a Progressive Party." In "Political Conservatism in India," special issue, *Studies in Indian Politics* 5, no. 2 (Novem- ber 2017): 248–61.

———. "La dialectique des terrorismes en Inde depuis 2001: La 'main de l'étranger,' les is- lamistes et les nationalistes hindous." *Critique Internationale* 2, no. 47 (2010): 93–110.

———. "Gujarat 2002: What Justice for the Victims?" *Economic and Political Weekly* 47, no. 8 (February 25, 2012): 77–89.

———. "Gujarat Elections: The Sub-Text of Modi's 'Hattrick'—High Tech Populism and the 'Neo-Middle Class.'" *Studies in Indian Politics* 1, no. 1 (June 2013): 79–96.

———. "Hindu Nationalism: Strategic Syncretism in Ideology Building." *Indian Journal of So- cial Science* 5, no. 42 (August 1992): 594–617.

———. "The Hindu Nationalist Reinterpretation of Pilgrimage in India: The Limits of *Yatra*Politics." *Nations and Nationalism* 15, no. 1 (2009): 1–19.

———. "How Can We Model Ethnic Democracy? An Application to Contemporary India."*Nations and Nationalism*, July 24, 2020, 1–19.

———. "Indian Democracy: The Rule of Law on Trial." *India Review* 1, no. 1 (January 2002): 77–121.

———. "Malegaon: Who Is above the Law?" *Economic and Political Weekly* 47, no. 29 (July 21, 2012): 17–18.

———. "The Modi-centric BJP 2014 Election Campaign: New Techniques and Old Tactics."*Contemporary South Asia* 23, no. 2 (June 2015): 151–66.

———. "Narendra Modi between Hindutva and Subnationalism: The Gujarati *Asmita* of a Hindu Hriday Samrat." *India Review* 15, no. 2 (2016): 196–217.

———. "Quota for Patels? The Neo-middleclass Syndrome and the (Partial) Return of Caste Politics in Gujarat." *Studies in Indian Politics* 4, no. 2 (2016): 1–15.

———. "Refining the Moderation Thesis: Two Religious Parties and Indian Democracy; The Jana Sangh and the BJP between Hindutva Radicalism and Coalition Politics." *Democ- ratization* 20, no. 5 (2013): 876–94.

———. "The Roots and Varieties of Political Conservatism in India." In "Political Conservatism in India," special issue, *Studies in Indian Politics* 5, no. 2 (November 2017): 205–17.

———. "What Gujarat Model? Growth without Development and with Socio-political Polari- sation." *South Asia* 38, no. 4 (2015): 820–38.

Jaffrelot, C., V. Dutoya, R. Kanchana, and G. Rathore. "Understanding Muslim Voting Behav- iour." *Seminar*, no. 602 (2009): 43–48.

Jaffrelot, C., and S. Kumar. "The Impact of Urbanization on the Electoral Results of the 2014 Indian Elections: With Special Reference to the BJP Vote." In "Understanding India's 2014 Elections," special issue, *Studies in Indian Politics* 3, no. 1 (June 2015): 39–49.

Jaffrelot, C., and M. Maheshwari. "Paradigmatic Shifts by the RSS? Lessons from Aseemanand's Confession." *Economic and Political Weekly* 46, no. 6 (February 5, 2011): 42–46.

Jaffrelot, C., and G. Verniers. "The BJP's 2019 Election Campaign: Not Business as Usual." *Con- temporary South Asia* 28, no. 2 (2020): 155–77.

———. "A New Party System or a New Political System?" *Contemporary South Asia* 28, no. 2 (2020): 141–54.

Jagannathan, S., and R. K. Rai. "Organisational Wrongs, Moral Anger and the Temporality of Crisis." *Journal of Business Ethics* 141, no. 4 (2016): 709–30.

———. "Organizing Sovereign Power: Police and the Performance of Bare Bodies." *Organ- ization* 22, no. 6 (2015): 810–83.

Kothari, R. "The Congress 'System' in India." *Asian Survey* 4, no. 12 (December 1964): 1161–73.

Lahiri, A. "The Great Indian Demonetization." *Journal of Economic Perspectives* 34, no. 1 (Winter 2020): 55–74.

Martelli, J. "The Spillovers of Competition: Value-Based Activism and Political Cross- Fertilization in an Indian Campus." *SAMAJ: South Asia Multidisciplinary Academic Journal* 22 (2020): https://journals.openedition.org/samaj/6501.

Martelli, J., and B. Ari. "From One Participant Cohort to Another: Surveying Inter-Generational Politicial Incubation in an Indian University." *India Review* 17, no. 3 (2018): 263–300.

Martelli, J., and K. Parkar. "Diversity, Democracy, and Dissent: A Study on Student Politics in JNU." *Economic and Political Weekly* 53, no. 11 (March 17, 2018): 1–30.

Nawani, Disha. "Modifying School Textbooks." *Economic and Political Weekly* 53, no. 29 (July 21, 2018): 12–15.

Palshikar, S., and K. C. Suri. "India's 2014 Lok Sabha Elections." *Economic and Political Weekly* 49, no. 39 (2014): 43–48.

Prabal, S. "Sanatan Sanstha and Its Hindutva Designs." *Economic and Political Weekly* 53, no. 41 (October 13, 2018): 17–20.

Punwani, J. "Myths and Prejudices about 'Love Jihad.'" *Economic and Political Weekly* 49, no. 42 (October 18, 2014): 12–15.

Roselli, J. "The Self-Image of Effeteness: Physical Education and Nationalism in Nineteenth Century Bengal." *Past and Present* 86 (1980): 121–48.

Roul, A. "Students Islamic Movement of India: A Profile." *Terrorism Monitor* 4, no. 7 (April 6, 2006): 9–10.

Roy, A. "The Citizenship (Amendment) Bill, 2016 and the Aporia of Citizenship." *Economic and Political Weekly* 54, no. 49 (December 14, 2019): 28–34.

Shah, A. M., P. J. Patel, and L. Lobo. "A Heady Mix: Gujarati and Hindu Pride." *Economic and Political Weekly* 43, no. 8 (February 23 2008): 19–22.

Shah, G. "Contestation and Negotiations: Hindutva Sentiments and Temporal Interests in Gu- jarat Elections." *Economic and Political Weekly* 37, no. 48 (November 30, 2002): 4838–43.

Shastri, S. "The Modi Factor in the 2019 Lok Sabha Election: How Critical Was It to the BJP's Victory?" *Studies in Indian Politics* 7, no. 2 (2019): 206–18.

Sikand, Y. "Islamist Assertion in Contemporary India: The Case of the Students Islamic Move- ment of India." *Journal of Muslim Minority Affairs* 23, no. 2 (October 2003): 335–45.

Sircar, N. "The Politics of Vishwas: Political Mobilization in the 2019 National Election." *Con- temporary South Asia* 28, no. 2 (2020): 178–94.

Stokes, B., D. Manevich, and H. Chwe. "Indians Satisfied with Country's Direction but Worry about Crime, Terrorism." *Pew Research Center, Global Attitudes and Trends*, November 15, 2017, 1–45.

Sundar, N. "Academic Freedom and Indian Universities." *Economic and Political Weekly* 53, no. 24 (June 16, 2018): 48–57.

Suryanarayan, P. "When Do the Poor Vote for the Right Wing and Why? Status Hierarchy and Vote Choice in the Indian States." *Comparative Political Studies* 52, no. 2 (2019): 209–45.

Upadhyay, R. "Students Islamic Movement of India (SIMI)." South Asia Analysis Group Paper 825, October 30, 2003.

Van Der Veer, P. "'God Must Be Liberated!' A Hindu Liberation Movement in Ayodhya." *Modern Asian Studies* 21, no. 1 (1987): 283–301.

Verniers, G., and C. Jaffrelot. "The Reconfiguration of India's Political Elite: Profiling the 17th Lok Sabha." *Contemporary South Asia* 28, no. 2 (2020): 242–54.